ஷீலா ரெட்டி, 35 ஆண்டுகள் பத்திரிகைத் துறையில் முன்னணி இந்திய செய்தித்தாள்கள் மற்றும் பத்திரிகைகளுக்காக பல கட்டுரைகள் எழுதியுள்ளார். அவுட்லுக் இதழின் முன்னாள் நூல் ஆசிரியர். இவரது எழுத்து பல இலக்கிய இதழ்களில் வெளிவந்துள்ளது. மேலும் இவரது பங்களிப்பில் குஷ்வந்த் சிங் எழுதிய கட்டுரைகளின் திருத்தப்பட்ட தொகுதியான 'நான் ஏன் அவசரநிலைக்கு ஆதரவளித்தேன்' வெளியாகியுள்ளது. 'திரு & திருமதி ஜின்னா' இவரது முதல் புத்தகம்.

தருமி

'தருமி' என்னும் புனைப்பெயரில் எழுதுபவரின் இயற்பெயர் G. சாம் ஜார்ஜ். கல்லூரிப் பேராசிரியராக இருந்து, ஓய்வு பெற்ற பின் இணையப் பதிவுகளில் ஆர்வத்தோடு இயங்கி வருபவர். இவரின் முந்தைய தமிழ் மொழிபெயர்ப்பான ஒரு நைஜீரிய புதினத்திற்கு இரு மாநில விருதுகள் பெற்றுள்ளார். இவர் தற்போது மதுரையில் வசித்து வருகிறார்.

பிற நூல்கள்:

மதங்களும் சில விவாதங்களும்
கடவுள் என்னும் மாயை

மொழிபெயர்ப்புகள்

பேரரசன் அசோகன்

http://dharumi.blogspot.in

திரு & திருமதி ஜின்னா

இந்தியாவையே திடுக்கிடவைத்த திருமணம்

ஷீலா ரெட்டி

தமிழில்

தருமி

எதிர் வெளியீடு

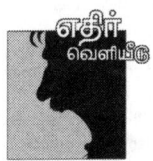

திரு & திருமதி ஜின்னா
இந்தியாவையே திடுக்கிடவைத்த திருமணம்
ஷீலா ரெட்டி

தமிழில்: தருமி

முதல் பதிப்பு: பிப்ரவரி 2021

எதிர் வெளியீடு,
96, நியூ ஸ்கீம் ரோடு, பொள்ளாச்சி - 642 002
தொலைபேசி: 04259 226012, 99425 11302

விலை: ரூ.750

MR AND MRS JINNAH
The Marriage That Shook India
Sheela Reddy

Translated by Dharumi
First Edition: February 2021

Published by
Ethir Veliyeedu, 96, New Scheme Road, Pollachi-2.
email: ethirveliyedu@gmail.com
www.ethirveliyedu.in

ISBN: 978-81-949371-9-7
Cover Design: Santhosh Narayanan
Printed at Jothy Enterprises, Chennai.

Copyright © Sheela Reddy 2017

All rights reserved. No part of this book may be reprinted or reproduced or utilised in any form or by any electronic, mechanical or other means, now known or hereafter invented, including Photocopying and recording, or in any information storage or retrieval system, without permission in writing from the Publisher.

திரு மற்றும் திருமதி C. N. ரெட்டிக்கு

பொருளடக்கம்

அத்தியாயம் ஒன்று
09

அத்தியாயம் இரண்டு
30

அத்தியாயம் மூன்று
73

அத்தியாயம் நான்கு
96

அத்தியாயம் ஐந்து
126

அத்தியாயம் ஆறு
161

அத்தியாயம் ஏழு
199

அத்தியாயம் எட்டு
213

அத்தியாயம் ஒன்பது
228

அத்தியாயம் பத்து
253

அத்தியாயம் பதினொன்று
286

அத்தியாயம் பன்னிரண்டு
311

அத்தியாயம் பதிமூன்று
328

அத்தியாயம் பதினான்கு
339

அத்தியாயம் பதினைந்து
358

அத்தியாயம் பதினாறு
375

அத்தியாயம் பதினேழு
403

அத்தியாயம் பதினெட்டு
444

அத்தியாயம் பத்தொன்பது
524

அத்தியாயம் இருபது
575

குறிப்புகள்
649

அத்தியாயம் ஒன்று

இரண்டாண்டுகள் சில ஐயப்பாடுகளின் ஊடே ஓடி ஒருவழியாக முடிவடைந்துவிட்டன. 1918-ஆம் ஆண்டின் வெயில் தகிக்கும் ஏப்ரல் மாத மாலையில் அது நடந்து முடிந்து விட்டது. முகமது அலி ஜின்னா, ருட்டி பெத்தித் என்ற பெண்ணை மணமுடித்தார். பெத்தித் பார்ஸி இனத்துப் பெரும் செல்வந்தரின் ஒரே மகள். நாற்பத்தியிரண்டு வயதான ஜின்னா ஒரு வெளிப்படையான மனிதரில்லை. தனக்குள் எல்லாவற்றையும் புதைத்து வைத்துக் கொள்ளும் மனிதர். இதுவரை தன் வாழ்வைத் தனது மனநோக்கின்படி கட்டமைத்துக் கொண்டவர். தன் சுய திட்டத்தின் மூலம், கடந்த இருபதாண்டுகள் மிகவும் சிரத்தை எடுத்து தனது வாழ்வின் குறிக்கோளான, நாட்டிலேயே மிகுந்த கட்டணம் பெறும் சிறந்த வழக்கறிஞராக உயர்ந்துள்ளார். மேலும் ‘வைஸ்ராயின் இம்பீரியல் மக்கள் சபை’ உறுப்பினராகத் தேர்ந்தெடுக்கப்பட்டவர். இஸ்லாமிய அரசியல் தளத்தில் தன்னை ஓர் உயரிய இடத்தில் நிலைநிறுத்திக் கொண்டவர். இதனால் காங்கிரஸ் கட்சியின் வெகு முக்கியமான தலைவராகவும் ஆகியுள்ளார். இதுவரை திருமண வாழ்க்கை என்ற ஒன்றை அவர் திட்டமிடவில்லை. அதுவும் நிச்சயமாக, தன் வயதில் பாதி மட்டுமே இருக்கும் மிகுந்த பணக்கார, பெரும் சமூகத்தைச் சார்ந்த ஒரு பெண்ணை மணமுடிக்க அவர் நினைத்தும் பார்த்ததில்லை. ஆனால்... அது இன்று நடந்துவிட்டது. இதுபற்றிய முடிவை எடுத்தபின் அவர் திரும்பியே பார்க்கவில்லை. தன் மீது வைக்கப்பட்ட குற்றச்சாட்டுகளையோ, கேலிகளையோ, கேள்விகளையோ, கண்டுகொள்ளவே இல்லை. தனது வழக்கமான, தடுமாற்றம் ஏதுமில்லாத, தான் எடுத்த முடிவில் உறுதியாக இருந்து, தன் வாழ்வில் வந்த தடங்கல்களைத் திறமையாகக் கடந்து, தனது ஒவ்வொரு நடவடிக்கையையும் அளந்து எடுத்து தன் முடிவை எட்டியுள்ளார்.

ஜின்னா ஒன்றும் தயங்கி நிற்கவில்லை. நேரடியாகவே அவர் ருட்டியின் தந்தையிடமே சென்று திருமணத்திற்குச் சம்மதம் கேட்டார். அப்போது ஜின்னா ஒரு விடுமுறைக் காலத்தில், ருட்டியின் தந்தையின் விருந்தினராக அவரது வீட்டிலேயே தங்கியிருந்தார். ருட்டியின் தந்தை, சர் தின்ஷா பெத்தித் பெருத்த உடல்காரர். தடித்து, பெருத்த முகத்துடன் இனிமையாகப் பழகக்கூடிய அவர் ஜின்னாவின் வயதை ஒட்டியவர். பெருத்த செல்வம் குடும்ப வழிச் சொத்தாக வந்தது. விடுமுறையின் போது தன் குடும்பத்தை வெளிநாடுகளுக்கு அழைத்துச் செல்லும் பழக்கமுடையவர். லண்டன், பாரிஸ் போன்ற நகரங்களுக்குச் செல்வது வழக்கம். பிரான்சில் அவருக்குச் சொந்தமான பெரும் பண்ணை ஒன்று இருந்தது. அது மொனாக்கோ நாட்டு இளவரசர் அல்லது பெல்ஜிய நாட்டு அரசரின் பண்ணைகள் போன்று மிகப் பெரியது. ஆனால் அப்போது உலக யுத்தம் நடந்து கொண்டிருந்த நேரம். ஆகவே பெத்தித் குடும்பத்தோடு வெளிநாடு செல்லாமல், தன் நான்கு குழந்தைகளையும் அழைத்துக்கொண்டு மலைப் பகுதிகளுக்குச் செல்ல முடிவெடுத்திருந்தார். ருட்டி மூத்த பெண்; அவளுக்குப் பின் மூன்று தம்பிகள். அவர்கள் பயணப்படும்போது, வழக்கமாக அவர்களது சமையல்காரக் கூட்டம், பணிபுரியும் சிறுவர்கள், பணிப்பெண்கள், தாதிகள், ஆசிரியர்கள், மருத்துவச் செவிலியர்கள், அவர்களது செல்ல நாய்கள், குதிரை என்று பெரும் படையாகக் கிளம்புவர். அதோடு தெரிந்த நண்பர்களையும் தங்களோடு அழைத்துச் செல்வதுண்டு. சர் தின்ஷா ஓர் இனிமையான புரவலர். எத்தனை பெரிய மனிதர்களைத் தன்னோடு அழைத்துச் செல்ல முடியுமோ அவர்களை அன்போடு தன் விடுமுறைப் பயணத்தில் இணைத்துக்கொள்ள விரும்புவார். கடலை நோக்கி எழுந்து நிற்கும் அவரது மலபார் ஹில் பகுதி மாளிகை, புனே, மாத்திரன் போன்ற மலைப் பகுதிகளில் உள்ள பெரும் பண்ணைகள் எப்போதும் அவரது இனிய நண்பர்களால் நிரப்பப்பட்டிருக்கும். ஜின்னாவை, பெத்தித் பிறப்பதற்கு முன்பே தின்ஷாவிற்கும் அவரது மனைவிக்கும் நன்கு தெரியும். பலமுறை அவரை அவர்கள் அழைத்திருக்கின்றனர். ஆனால் இம்முறை மட்டும் ஜின்னா அவர்களுடன் செல்ல சம்மதித்தார். முதல் முறையாக மட்டுமல்லாமல், கடைசி முறையாகவும் இவ்விடுமுறைப் பயணம் அமைந்துவிட்டது.

சர் தின்ஷா ஜின்னாவின் மீது மிகுந்த பற்றும், மரியாதையும் கொண்டவர். ஜின்னாவைப் பற்றி பலர் மத்தியிலும் நல்லதோர்

எண்ணம் இருந்தது. பார்க்கப் பெரும் தோரணையோடும், நெஞ்சில் ஆழமான தேசப்பற்றும் கொண்ட பெரும் மனிதராக அனைவரும் அவரை அறிவர். சர் தின்ஷா பார்ஸி வணிகக் குடும்பத்திலிருந்து வந்தவர். அவர்களது வணிக வித்தகமும், பொதுநலச் சேவையும் அனைவருக்கும் தெரிந்த ஒன்று. தின்ஷாவின் தாத்தா பம்பாயில், துணி வர்த்தகத்தில் பெரும் செல்வந்தவர் ஆனவர். கோடீஸ்வரர். தனது இனத்து பார்ஸி மக்களுக்குப் பல வகையிலும் உதவி செய்து கொண்டிருந்தவர். அவருக்குப் பின் வந்த தின்ஷாவின் தந்தையும் பெரியதொரு வணிகப் பேரரசை நிறுவியவர். டஜன் கணக்கெண்ணிக்கையில் துணி ஆலைகளை நிறுவி, வெற்றிகரமாக நடத்திக் கொண்டிருந்தவர். அவர் நூற்பிலும், நெய்தலிலும் அதிக அறிவும், செயல் திறனும் கொண்டிருந்தார். இந்த இரு முக்கிய தொழில்நுட்பங்களைத் தெரிந்து, இரு பெரிய கட்டுரைத் தொகுதிகளை எழுதியிருந்தார். தின்ஷா 22 வயதிருக்கும் போதே அவர் தந்தை மரணமடைந்து விட்டார். தன் பெரும் சொத்தை தின்ஷாவிற்கு விட்டுச் சென்றிருந்தார். தின்ஷா மூத்த மகனாக இல்லாதிருந்தும், அவர் தந்தை இறந்து 6 ஆண்டுகளுக்குப் பிறகு தின்ஷா அவரது தாத்தாவின் பட்டத்திற்கும், தாத்தா, அப்பாவின் திரண்ட சொத்திற்கும் அதிபதியானார். வேறு சில பங்காளிகள் தாங்கள் அதிக உரிமையுடையவர்கள் என்று சிந்தித்துக் கொண்டிருந்த வேளையில் இவர் பெரும் பணக்காரராக ஆகிவிட்டார். இதனால் தின்ஷா அதிக சொத்து மட்டுமல்லாமல் தன்னைப் பற்றிய மிகப் பெருமையான நினைவுகளோடும் இருந்தார். அதோடு, அது ஓர் அச்சத்தையும் ஏற்படுத்தி, அது அவர் மனதிற்குள் ஊடுருவி ஆழமாய்ப் புதைந்து கிடந்தது. ஒரு நிச்சயமில்லாத் தன்மையும் அவரைச் சூழ்ந்து நின்றது. இச்சூழலால் அவர் தேவையில்லாமல் அதிக எரிச்சலும் கோபமும் அடையக்கூடிய மனிதராக இருந்தார். இது பிரித்தானிய மக்களுக்கும் புரிந்த ஒன்றாகவே இருந்து வந்தது. இந்தப் பண்புகளால் பிரிட்டிஷார் அவரை மிக எளிதாகக் கையாண்டு வந்தனர். இதற்கு ஒரு சான்றாக, அரசிற்கு எதிராக இருந்த ஒருவரின் முனிசிபல் தேர்தலில் சிலர் குழப்பம் விளைவித்தனர் என்று ஜின்னா நடத்திய வழக்கின் குறுக்கு விசாரணையில், சில பெரும் ஆங்கிலேய அதிகாரிகள் தின்ஷாவின் தேவையில்லாத பெருமிதத்திற்கு எதிராகவே தாங்கள் அச்செயலைச் செய்ததாகவும், வேறு அரசியல் காரணிகள் இல்லையென்றும் சொன்னார்கள். மேலும் இந்த அதிகாரிகள் அவர் கொண்டுவரும் எந்தத் திட்டங்களும்,

தின்ஷாவின் தற்பெருமையையும், ஆணவத்தையும் வருடிக் கொடுப்பதாக இருந்தால் அவர் மிக எளிதாக அதை ஏற்றுக் கொள்வார் என்றனர். அரசு அதிகாரிகள் மட்டுமல்ல... இன்னும் பல தேசியவாதிகளும் இதே கருத்தைத்தான் கொண்டிருந்தனர். பார்ஸி இனத்தில் தீவிரவாதியாக இருந்த சர் தின்ஷா எடுல்ஜி வாச்சா, வைஸ் ரீகல் சபைக்கு தின்ஷாவின் பெயர் முன்மொழியப்பட்டபோது, மிகவும் கடுமையாக அதை எதிர்த்தார். இது தொடர்பாக அவர் தாதாபாய் நவரோஜிக்கு எழுதிய கடிதம் ஒன்றில், பொதுநலக் காரியங்களின் அரிச்சுவடி கூட தின்ஷாவிற்குத் தெரியாது என்று எழுதியும், அதோடு ஆங்கிலேய அதிகாரிகளுக்குப் பணத்தையும், அறிவையும் சரியாக மதிப்பிடத் தெரியவில்லை என்றும் கடுமையாக எச்சரித்திருந்தார்.

மலபார் ஹில்லில் புத்தம் புதிதாக அழகழகான மாளிகைகள் தோன்ற ஆரம்பித்தன. தின்ஷா தன் தாத்தாவிடமிருந்து பெற்ற மலபார் ஹில்லின் அடியில், கடலை நோக்கி நின்ற தன் பெத்தித் ஹால் என்ற பளிங்கு மாளிகையை, மேலும் பல லட்ச ரூபாய் கொட்டிக் கவிழ்த்து அழகூட்டினார். பெத்தித் ஹால் ஏற்கெனவே அழகு நிரம்பியது. பெரிய கட்டிடம்; கிரேக்க நாட்டு அழகுத் தூண்கள்; நீர் தெளிக்கும் நீரூற்றுகள்; இறக்குமதி செய்யப்பட்ட விலைமதிப்பற்ற பளிங்குக் கற்களால் அமைக்கப்பட்ட வளைந்து மேலேறும் படிக்கட்டுகள். தின்ஷாவின் தாத்தாவே அதை தனது இரண்டாவது வீடாக அழகாகக் கட்டியிருந்தார். தின்ஷா அதற்கும் மேலே பெரும் செலவில் அழகுபடுத்தினார். வீட்டை இன்னும் பெரிதாக்கினார். விரிந்த புதிய பகுதிகளில் கடலை நோக்கித் திறக்கும் புதிய படுக்கை அறைகள், நிழல் தரும் மரங்கள், கடலின் கரை தொடும் அளவிற்கு இருந்த அழகுப் புல்வெளித் தோட்டத்தில், பிரான்ஸ் நாட்டிலிருந்து தருவிக்கப்பட்ட பூச்செடிகள் பூத்துக் குலுங்கின. கடலை நோக்கிப் பெரிய பூங்கா ஒன்று பரந்து நீண்டிருந்தது. வீட்டின் உள்ளே நிறைய எண்ணிக்கையில் கொத்துக் கொத்தாய் கண்ணாடிச் சரவிளக்குகள் ஊசலாடின. பதினைந்தாம் லூயி மன்னன் காலத்து மேசைகளுடன் நாற்காலிகளும் அறைகளை நிறைத்தன; பழமையான மிங் காலத்து ஜாடிகள், வெண்ணிற மண் வளைப் பொருள் பூந்தொட்டிகள், பெர்ஷிய நாட்டு கம்பள விரிப்புகள்... திரும்புமிடமெல்லாம் பணத்தின் பகட்டும், அழகின் சிமிட்டும் நிரம்பி வழிந்தன. பார்ப்பவர்களின் கண்களை அவை நிறைத்தன. பார்க்கப்பட்டவைகளின் அழகு மட்டுமே மனதில் பதிந்தது; அதற்காக அள்ளி இறைத்த

பணத்தின் மதிப்பு அங்கே நினைவுக்கு வருவதில்லை என்று பெத்தித் மாளிகைக்கு அடிக்கடி வந்து சென்ற பேச்சாளரும், பெரும் கவிஞருமான சரோஜினி நாயுடு தன் வீட்டுக்கு எழுதிய கடிதத்தில் குறிப்பிட்டிருந்தார். ஆனால் வீட்டின் உரிமையாளர் தின்ஷாவிற்கு மக்களை அழகில் மயக்கியது மட்டும் போதவில்லை; ஆகவே அவ்வப்போது அவர் மாளிகையின் அழகிற்காகச் செலவழித்த பணத்தின் மதிப்பு பற்றியும் பேசத் தவறமாட்டார். அவரின் பிரதாபம் கேட்டு சரோஜினி நாயுடு ஒரே ஒரு அறைக்காக தின்ஷா செலவழித்த பணம் பற்றியும் குறிப்பிட்டுள்ளார். அந்த அறை ஒரு சாதாரண அறைதான். தானிய வியாபாரிகள், மாணவர்கள், அவ்வப்போது வரும் கவிஞர்கள் போன்றவர்களை வரவேற்று, சந்திப்பதற்கான அறை அது. அந்த அறைக்கு அவர் அள்ளித் தெளித்த பணம் ரூபாய் 80,000! எட்டு நாற்காலிகள் நிறைந்த அந்த அறையின் திரைச் சீலைகளுக்கு மட்டுமான செலவுத் தொகை ரூ. 20,000!

பம்பாயிலுள்ள மிகச் சிறந்த சமையல் நிபுணர்களை வைத்து அவர் கொடுக்கும் விருந்து நிகழ்வுகளும் அதிகம். அந்தச் சமையல் நிபுணர்கள் நான்கு வகைப் பாணிகளில் சமைக்கும் திறமையுடையோர். ஆண்டுதோறும் அவர் நடத்தும் போலோ விருந்து பம்பாயிலேயே மிகப் பெருமை வாய்ந்த ஒன்று. பரந்த தோட்டத்தில் நடத்தப்படும் அந்த விருந்துகளில் பங்கேற்பவர்களுக்கு மகிழ்ச்சி; பார்ப்பவர்களுக்குப் பொறாமை; பம்பாயின் உயர்மட்ட மக்களுக்கான விழா அது. அனைத்துப் பெரிய மனிதர்கள் மனதிலும் தாக்கம் ஏற்படுத்தும் விழாக்கள் அவை.

இதுபோன்ற பல விழாக்களை தின்ஷாவின் தாத்தாவும் அங்கு நிகழ்த்தியதுண்டு. எடின்பர்க் அரசர் வருகையின்போது ஒரு விருந்து. வித்தியாசமான ஆடைகளுடனும், விரும்பிய தோற்றத்திலும் வரும் விழா. தாத்தா பெத்தித் இதில் ஷப்புர்ஜி என்ற பெர்ஷியன் மன்னரின் உடையிலும், தோரணையிலும், தோன்றினார். ஆனால் தாத்தா, பேரன் இருவருக்குள்ளும் ஒரு வித்தியாசம். பெரியவர் இதுபோன்ற விழாக்கள் மூலம் தனக்கு லாபம் கிடைக்கும் வழிகளை அமைத்து விடுவார். செலவு செய்து அடுத்து பெரிய வருமானத்திற்கோ, புகழிற்கோ வழியமைத்து விடுவார். பதவிகள் பெறுவதும், அதன் மூலம் தன்னை உயர்த்திக் கொள்வதுமான திறமை வாய்ந்தவர். பம்பாயின் ஷெரிப் பட்டம், ஆங்கிலேயர் அளிக்கும் 'ரைட்' பட்டங்கள், மூன்று ஆண்டுகள் முயற்சித்து 'கோமான்'

என்ற பட்டம் போன்றவற்றைப் பெற்றார். ஆங்கிலேய அதிகாரிகளுக்கும், தலைவர்களுக்கும் மகிழ்ச்சி தர முயல்வதில் எந்த வெட்கமும் படுவதில்லை. ஆங்கிலேயரை மகிழ்ச்சிப் படுத்துவதில் அத்தனை ஆர்வம். வேல்ஸ் இளவரசர் திருமணத்தின்போது, அதற்காக இவர் இந்தியாவில் பெரும் விழா ஒன்றை நடத்தினார். பெரிய அதிகாரிகள் பதவிக்காலம் முடிந்து தங்கள் நாட்டிற்குத் திரும்பிச்செல்லும் வேளையில் அவர்களுக்கான விடைபெறும் விழா நடத்துவார். சிலருக்காகச் சிலைகள் செய்து அவைகளை நிறுவுவார். இதனைவிடவும் மேலாக, வேல்ஸ் இளவரசர் உடல் நலம் குன்றிய சமயத்தில் பார்ஸிக்களின் அனைத்து சூரியக் கோவில்களிலும், அவர் நலத்திற்கான பூசைகள் நடத்தினார். ஆங்கிலேயர்களோடு இணக்கம்; மற்ற பார்ஸி மக்களோடும் நல்லிணக்கம். பார்ஸி இனத்தவரின் அமைப்பு ஒன்றிற்குத் தலைமையேற்று, பம்பாய் பார்ஸி இனத்தவரின் தலைவராக, அரசிடம் தங்கள் கோரிக்கைகளை முன் வைத்தார். திருமணங்கள், விவாகரத்து, வாரிசு உரிமைகள் போன்ற பார்ஸிகளின் தனிப்பட்ட சட்டங்களை மாற்றுவதற்கான முயற்சி அது. பார்ஸிகளின் பஞ்சாயத்து அமைப்பு ஐந்து ட்ரஸ்டி உறுப்பினர்களைக் கொண்டது. அதில் ஓர் உறுப்பினராக இருப்பது மிகவும் மதிப்பு வாய்ந்த ஒன்று. பார்ஸி மக்கள் அளிக்கும் நன்கொடைகள், பொதுக் காரியங்களுக்கான செலவு போன்றவைகளைக் கட்டுப்படுத்தும் அமைப்பு அது. பெரிய தின்ஷாவின் பேரன் தன் தாத்தாவை முழுமையாகப் பின்பற்றினாலும் தாத்தாவைப் போல் அவரால் 'அறுவடை' செய்ய முடியவில்லை. தாத்தாவைப் போல் இவர் கடுமையாக உழைத்தும் பொது வாழ்வில் அதிகம் சாதிக்க முடியவில்லை.

சர் தின்ஷாவிற்கும் ஜின்னாவிற்கும் நடுவில் இருந்த நட்பு - அதை 'நட்பு' என்றே அழைக்கலாமா? - முதல் நாளிலிருந்தே நிறைய ஏற்றத் தாழ்வுகளைக் கொண்டிருந்தது. அப்போதே தின்ஷா பொறுப்பில் பத்துப் பன்னிரெண்டு துணி ஆலைகள், அவர்கள் குடும்பத்து அல்லது இனத்து நன்கொடைகளில் நடந்த மருத்துவமனைகள், பள்ளிகள், நூலகங்கள் என்று குவிந்திருந்த போதும் மனதளவில் அவர் குறுகி, தன்னம்பிக்கை குறைவான மனதோடு இருந்தார். இன்னும் வாழ்க்கையில் அதிகமாக உயரமுடியவில்லையே என்ற உள்ளார்ந்த ஏக்கத்தோடு நின்ற மனிதன் அவர். அவரது காலத்திலேயே அவர் இனத்து பார்ஸி மக்கள் பலர், தின்ஷா தனக்குக் கிடைக்கவேண்டும் என்று ஏங்கும் பல உயர்நிலைகளில் இருந்தனர். இதனாலேயே அவர்

உறுதியான குணங்களோடு, தன்னம்பிக்கை நிறைந்த மனதோடு இருப்பவர்களைப் பார்த்து மனத்திற்குள் பாராட்டிக் கொள்வார்.

இவர் இப்படியென்றால் ஜின்னா வேறுவிதமான மனிதர். அவர் அப்போது வாழ்வோடு போராடிக் கொண்டிருந்த நேரம். இளம் வழக்குரைஞர். இன்னும் வேலையில் முழுமையாக இறங்காதிருந்த காலம். பம்பாயில் உள்ள ஒரு சிறு விடுதியில், சின்ன அறை ஒன்றில் தங்கியிருந்தார். ஆனால், அவர் மனதிற்குள் தன்னம்பிக்கை நிரம்பி வழிந்தது. இதனாலேயே ஜின்னா, தின்ஷாவைவிட மூன்றாண்டுகள் இளையவராக இருந்தும், செல்வச் செழிப்பில் பெரும் இடைவெளி இருந்தும் இருவரில் ஜின்னாவே தலைமையுணர்வோடு இருந்தார். இதில் ஒரு பெரும் ஆச்சரியமென்னவெனில் 1896-1900... ஜின்னா வழக்குரைஞராக பணிசெய்ய ஆரம்பித்து, வேலைகள் கிடைக்க வேண்டுமென்று அவர் ஓடித்திரிந்த காலத்தில், தின்ஷா அவருக்கு எளிதாக வேலை கொடுக்கக்கூடிய அளவில் உயர்நிலையில் இருந்தார். அதுவும் அந்த சமயத்தில் தின்ஷாவை வழக்குரைஞர்கள் ஒரு பெரிய, திறந்த பரிசுக் குவியலாக நினைத்திருந்தனர். ஏனெனில், தின்ஷா எவ்வளவு சின்னதாக இருந்தாலும் எடுத்ததெற்கெல்லாம் நீதிமன்றத்திற்குச் செல்லும் முனைப்பில் இருந்தார். அதற்காகப் பணத்தை எடுத்தெறியவும் அவர் எப்போதும் தயாராக இருந்தார். ஜின்னா உயர்நீதி மன்றத்தில் முதன் முதலாக வாதாடிய வழக்கே ஏறத்தாழ, மறைமுகமாக, தின்ஷா கொடுத்த வழக்குதான். தின்ஷா, பல முக்கியமான ஆட்கள் பொய் மிரட்டல் செய்ததாக ஒரு வழக்குத் தொடர்ந்தார். எதிர்த்தரப்பினர் அமர்த்திய வழக்குரைஞர் குழுவில் ஜின்னாவும் இருந்தார். பம்பாய் உயர்நீதி மன்றத்தில் அந்த வழக்கு 1898-ஆம் ஆண்டின் அக்டோபர் மாதம் ஆரம்பித்தது. அந்த வழக்கின் மூலம் ஜின்னா புகழடைந்தார். அதன் பின் 1900 ஆண்டின் மே முதல் தேதியில் மாநில மாஜிஸ்ட்ரேட் பதவி அவரைத் தேடி வந்தது. வேலைக்காக அல்லாடிக் கொண்டிருந்த காலம் முடிந்து, இப்போது வேலைகளும், பொறுப்புகளும் அவரைத் தேடித் தேடி வந்தன. இப்போது அவருக்குத் தேவை முழுமையாக சில நாட்கள் ஓய்வெடுப்பது. அதற்கு தின்ஷாவின் தொடர்பும், தின்ஷா, அவரது மனைவி ஆகிய இருவரின் பெருமைப்படுத்தும் விருந்துகளும் அமைந்தன. ஆசையோடு பணம் பின்னால் ஓடாமல், ஓய்வெடுப்பது அப்போது அவருக்குத் தேவையாக இருந்தது.

ஜின்னா தன் பணி வாழ்க்கையை ஆரம்பித்துக் கொண்டிருந்த காலத்திலேயே, தின்ஷா, ஏற்கெனவே தன் வணிகத்தில் காலூன்றி நின்று விட்டவர்தான். ஜின்னா தன் இருபது வயதுகளில் பம்பாய்க்கு வந்து வழக்குரைஞர் பணிக்கு முனைந்து கொண்டிருந்தபோதே தின்ஷா 'அமைதி நீதியரசர்' என்ற பொறுப்பில் இருந்தார். ஆனால் இப்போது காலம் அவைகளையெல்லாம் மாற்றிப்போட்டிருந்தது. ஏற்கெனவே ஜின்னாவிற்குத் தன்னம்பிக்கை அதிகம். இப்போது அரசியல் களத்திலும் ஜின்னாவிற்கு ஒரு பெரிய இடம், அதன் மூலம் புகழும் நிறைய கிடைத்திருந்தது.

1916-ஆம் ஆண்டு. முஸ்லீம் லீக் கட்சியும், காங்கிரஸ் கட்சியும் இணைந்து லக்னோவில் நடத்திய மாநாட்டின் முடிவில் இஸ்லாமியர்களுக்குத் தலைவராக ஆகி, எதிர்ப்பு எதுவுமில்லாமல் உயர்ந்து நின்றார். இதன் மூலம் காங்கிரஸ் கட்சியிலும் அவரது புகழ்க்கொடி உயரப் பறக்க ஆரம்பித்திருந்தது. இதிலிருந்து இன்னும் சில மாதங்களில் இம்பீரியல் மக்கள் குழுவின் உறுப்பினராக மீண்டும் அவர் தேர்ந்தெடுக்கப்படும் சூழல் இருந்தது. நித்தமும் அவரது பெயர் தினசரிகளில் வந்து கொண்டேயிருந்தது. முஸ்லீம் லீக் அல்லது காங்கிரஸ் கட்சியிலுள்ள பழமைக் குரல்களுக்கு எதிராக பொருள் பொதிந்த, முன்னேற்றத்தை நோக்கிய ஜின்னாவின் குரல் அவைகளில் பலத்து ஒலிக்கும். ஆனால் தின்ஷாவின் சமூக வாழ்க்கை இன்னும் அதிக மாற்றங்களும் உயர்வுகளும் இல்லாமல்தான் சென்று கொண்டிருந்தது. ஆனாலும் இன்னும் மற்றவர்களின் பதவி உயர்வுகளுக்கும், விடைபெறுதல்களுக்கும் அவர் வழக்கம்போல் பெரும் விருந்தளித்துக் கொண்டிருந்தார். அவர் உயர்வுக்காக அவரே விருந்தளிக்கும் சூழல் அவருக்கு இன்னும் உருவாகவேயில்லை. இப்படி ஒரு சூழலில் உயர்வை நோக்கி விரைந்து கொண்டிருக்கும் ஜின்னா போன்றவர்களைத் தன் மாளிகைக்கு அழைத்துப் பெருமை கொள்ளும் வாய்ப்பே நல்லதாக தின்ஷாவிற்குத் தோன்றியிருக்க வேண்டும். ஜின்னாவின் உயர்வும், அரசியலில் உச்சம் நோக்கிச் செல்லும் அவரது பெயரும், தின்ஷாவிற்கு வேண்டிய ஒன்றாக இருந்தது. ஜின்னாவை அழைத்துத் தன் மாளிகையில் தங்கவைத்தால், அவரது மாளிகையின் உச்சிக் கம்பத்தில் ஒரு பெரும் வெற்றிக் கொடியை ஏற்றுவது போல் இருக்குமென்று தோன்றியது. பார்ஸிகளில், பழமைவாதிகளுக்கும் நவீனத்தையும் முன்னேற்றத்தையும் காண விரையும் பார்ஸிக்காரர்களுக்கும் நடுவில் நடக்கும் போட்டியில்,

தின்ஷா முன்னேற்றக்காரர்களோடு நிற்பதுபோல் ஓர் உணர்வை அந்த உயரத்தில் பறக்கும் கொடி அவருக்கு உணர்த்தலாம். ஜின்னாவின் புகழில் தின்ஷா குளிர் காயலாம்!

ஆனாலும் தின்ஷா வெளிப் பார்வைக்குத் தன்னை ஒரு நவீன காலத்தோடு இயைந்த ஒருவராகவும், மிகவும் திறமைசாலி போலவும் காண்பித்துக் கொள்ளக்கூடிய ஆள்தான். அவர் படித்ததென்னவோ மிகவும் குறைந்த அளவே. ஆனாலும் அனைத்தும் ஆங்கில மொழி வழிக் கல்வி. அதுவும் பள்ளிச் சான்றிதழ் ஒன்றில் 'ஆங்கிலக் கல்வி, பொதுக் கல்வி' என்று குறிப்பிடப்பட்டிருந்தது. பள்ளியின் பெயர் ஃபோர்ட் உயர்நிலைப் பள்ளி. செல்வந்தர்கள் வீட்டுப் பிள்ளைகள் மட்டும் பயிலும் உயர் ரகப் பள்ளி. ஆங்கிலத்தில் கல்வி; பழகியதெல்லாம் செல்வந்தர் வீட்டுப் பிள்ளைகள். இருந்தும் தின்ஷா, பள்ளியிலிருந்து பாதியிலேயே, பள்ளி இறுதித் தேர்விற்கு முன்பே விலகி விட்டார். அதன்பின் வீட்டிலேயே கேம்பிரிட்ஜ் பல்கலையில் பயின்ற ஆங்கிலேயர் ஒருவரின் கீழ் தன் படிப்பைத் தொடர்ந்தார். பார்ஸி இனத்துப் பையன்கள் இங்கு பள்ளிப்படிப்பை முடித்துவிட்டு, மேற்படிப்பிற்கு இங்கிலாந்து செல்வதுண்டு. இவர் அப்படியெல்லாம் வெளிநாடு சென்று படிக்காமலிருந்தும், அவர்களைப் போலவே வெளியே தன்னைக் காட்டிக் கொள்வார். பழைய வழியில் ஊறிய மக்கள், தின்ஷாவையும் அப்படி மேல்படிப்பு பெற்ற பார்ஸி இளைஞர்கள் போலவே நினைப்பதுண்டு. ஆங்கிலேய நாகரீகத்தில் ஊறிப்போன 'தொப்பி மாட்டிய', 'உயர்ரக சுருட்டு' பிடிக்கும் பார்ஸிக்களை கொஞ்சம் ஐயத்தோடு பார்ப்பது பழக்கம். தின்ஷா தனது இளம் வயதில் தனது தாத்தாவுடன் இருக்கும் புகைப்படம் ஒன்றிருந்தது. பல பார்ஸி உறவினர்களோடு, தின்ஷாவின் மாமா வீட்டின் முன்னின்று எடுத்த படம். தடித்த, சாதாரண உயரத்தில், அப்படியே கட்டைபோல் விறைத்து, நிமிர்ந்து நின்று கொண்டிருப்பார் தின்ஷா. அப்படத்தில் தன் முகத்தை முன்னே நீட்டிக்கொண்டு, அப்போதுதான் வளர ஆரம்பித்த மீசை, பூனை முடிபோல் பரவிக் கிடக்கும் முகம். சுற்றியுள்ள மற்ற பார்ஸிக்காரர்கள் முரட்டு மீசை, தாடியோடு நிற்கையில் அவர்களோடு இவர் தன்னம்பிக்கை இல்லாமல் இருக்கும் இளைஞராக நிற்பார். மற்ற பார்ஸிக்காரர்கள் பலரும் ஆலைகள் நடத்தும் பெரும் செல்வந்தர்கள். அவர்கள் அனைவரும் இவரைவிட வயதில் மூத்தவர்கள். அனைவரும் சைக்கிளில் பயணம் செய்ய தயாராக நின்றனர். அப்போது செல்வந்தர் மத்தியில் சைக்கிள்

பயணங்கள் ஒரு நாகரீகப் பழக்கமாக இருந்தது. அனைவரும் ஒன்றுபோல் உறுதியான நீண்ட வெள்ளைக் கழுத்துப் பட்டி, மேற்சட்டை, முழங்கால் வரை உள்ள காலணிகள், குட்டைக் கால் சட்டை, தலைமீது தொப்பி என்று அணிந்து தங்கள் தங்கள் மிதிவண்டியின் கைப்பிடியைப் பிடித்துக் கொண்டு நின்றனர். தின்ஷாவின் மாமா அவருக்குப் பக்கத்தில் நின்று கொண்டிருந்தார். மாமா இவரைவிட குட்டைதான். இருந்தாலும் ஆடம்பரத் தோரணையில் நின்று கொண்டிருந்தார். ஏறத்தாழ இரண்டு பரம்பரைகளாக தின்ஷாவின் குடும்பம் ஆங்கிலேய நாகரீகத்தில் மூழ்கியிருந்தது. அப்படியிருந்தும் தின்ஷாவின் மாமா தப்பித்துக் கொண்டார். ஆனால் தின்ஷா அப்படியெல்லாம் இல்லை. ஒருவேளை அவர்கள் இருவரும் வெவ்வேறு பெற்றோர்களால் வளர்க்கப்பட்டதால் இந்த வேற்றுமை இருந்திருக்கலாம்.

சர் தின்ஷாவின் தாத்தாவின் பெயரும் தின்ஷா தான். அதுதான் அந்த இனத்துப் பரம்பரைப் பழக்கம். ஆனால் இளம் வயதில் அவர் ஜீஜீ பாய் பிரேம்ஜீ பெத்தித் என்றுதான் அழைக்கப்பட்டார். இரண்டு பரம்பரைகள் ஓடிவிட்டன. தாத்தாவின் பெயரும் திரும்பி வந்து ஒட்டிக்கொண்டது. ஆனாலும் தின்ஷா பெத்தித் என்று அழைக்கப்பட விரும்பாமல், தன் நண்பர்களையும் உறவினர்களையும் தன்னை DP என்றே அழைக்கும்படி செய்துகொண்டார். நமது DP போலவே, அவரது தாத்தா முதலாம் தின்ஷாவும் ஆங்கிலேயர் ஒருவரால் நடத்தப்பட்ட பள்ளிக்கு அனுப்பப்பட்டார். சில ஆண்டுகள் மட்டுமே கல்வி தொடர்ந்தது. அதன் பின், ஆங்கிலேயர்களுடன் தன் பழக்கத்தை அதிகமாக்கிக் கொண்டார். அதுவே புத்திசாலித்தனமாகவும் அப்போது இருந்தது. அதே போல் தாத்தா - தின்ஷா தேவையெனில் மட்டுமே ஆங்கிலத்தில் பேசுவார். ஆங்கில அறிவை தேவையில்லாமல் உபயோகிப்பதில்லை. பழைய காலத்து ஜோராஷ்ட்ரியன் வழக்கத்தின்படி பதினான்கு வயதிலேயே இன்னொரு செல்வம் மிக்க பார்ஸி குடும்பத்திலிருந்தே பெண்ணை மணமுடித்தார். அவரது வளர்ப்பும் கட்டு திட்டத்துடன் கடுமையானது. அப்பெண்மணி தனது 14 பிள்ளைகளையும் தாங்கள் யார் என்ற நினைப்பிலேயே இருக்கும்படி வளர்த்தார். வீட்டிற்கு வெளியே எப்படியிருந்தாலும், எந்த நாகரிகத்தைப் பின்பற்றினாலும், வீட்டிற்குள் முழுமையான பார்ஸியினராக வளர்க்கப்பட்டார்கள். அப்பிள்ளைகள் முழுமையாக பக்தி மார்க்கத்தில் வளர்ந்தனர். அந்தத் தாத்தாவும் பாட்டியும் அப்படிப்பட்ட பரம்பரை பார்ஸி

பழக்கத்தினர். தங்கள் சமயத்திலும் அத்தனை ஆழ்ந்த ஈடுபாடு. முதலாம் தின்ஷாவின் தர்மகாரியம் ஒன்றே ஒன்றுதான் - புதிய சூரியக் கோயில்களைக் கட்டுவதுதான் அது. சமயக் காரியங்களுக்கும், விழாக்களுக்கும் நன்கொடை அளிப்பதுண்டு. ஆனால் பாரம்பரிய பழக்கவழக்கங்களில் ஊறித் திளைப்பவர். அதில் எந்த மாற்றத்தையும் அனுமதிக்கவே மாட்டார். அந்த இனத்து மக்களிடையே ஒரு வழக்கம் இருந்தது. இறந்தபின் உடலை மக்கள் தம் தோளில் சுமந்து ‘அமைதிக் கோபுரத்திற்கு’ எடுத்துச் செல்வார்கள். இந்தப் பழக்கத்திற்கு மாற்றாக, சடலத்தை மக்கள் தூக்கிச் செல்வதற்குப் பதிலாக, எந்திரம் ஒன்றை உருவாக்க ஒரு பார்ஸிக்காரர் முயற்சி எடுக்க முன்வந்தார். அந்த முயற்சியை முளையிலேயே கிள்ளி எறிந்துவிட்டார் மூத்த தின்ஷா. ஆனால் அடுத்த தலைமுறையில் சில மாற்றங்கள் ஆரம்பித்தன. தின்ஷாவின் தந்தையும் சித்தப்பாவும் சமயச் சார்பு நன்கொடைகள் மட்டுமின்றி சமயத் தொடர்பு ஏதும் இல்லாத காரியங்களுக்கும் நன்கொடைகள் கொடுத்தார்கள். சான்றாக, லண்டனில் நூலகம் ஒன்று ஆரம்பிப்பதற்காக 1000 பவுண்டு பணத்தை நார்த் புரூக் க்ளப் என்ற அமைப்பிற்குக் கொடுத்தனர். இந்த நன்கொடைக்காக தின்ஷாவின் தந்தை தன்னுடைய ஒரே ஒரு அயல்நாட்டுப் பயணத்தை மேற்கொண்டார். அங்கு நன்கொடை பெற்ற கிளப் அவருக்காக விருந்தொன்று கொடுத்து, அவரைக் கௌரவித்தது.

தின்ஷாவின் தந்தை ஒரு விசித்திரமான, அபாயகரமான வித்தையை வைத்திருந்தார் என்றுதான் சொல்லவேண்டும். ஒருபக்கம் தன் சமுதாயத்தில் முன்னெடுப்பவராக ஒரு முகம்; இன்னொரு முகம், ஒரு முழு ஆங்கிலேயரின் நாகரீகத்தைத் தாங்கியதாக இருந்தது. இரண்டையும் மிகத் திறமையாகவே கையாண்டு கொண்டிருந்தார். தன் மகனையும், மகளையும் ஆங்கிலேய வழிக் கல்வி முறையுள்ள பள்ளிக்கு அனுப்பினார். தன் வீட்டிற்கு மாற்று இனத்து ஆண், பெண்களை வரவேற்று விருந்தளித்தார். அந்தக் காலத்தில் அவ்வாறு பல இனத்து மக்களுக்கு ஒருசேர விருந்தளிப்பது வழக்கத்திற்கு மாறானது. இதையும் தாண்டி, இந்தியாவில் முதல் ‘மேசோனிக் லாட்ஜ்’ ஆரம்பிப்பதற்கு தலைமைப் பொறுப்பெடுத்துக் கொண்டார். ஆனால் அதே சமயத்தில் தன் மகனுக்கு தன் இனத்து வழக்கம்போல் வெகு இளம் வயதிலேயே - 21 வயதிலேயே - 1894-இல் திருமணம் செய்துவைத்தார். அவரது புது மருமகள்-தின்பாய்-சர் ஜாம் ஜெட்ஜி ஜீஜீபாய் என்பவரின் மூத்த மகள். ஜாம்ஜெட் ஜீ, பார்ஸி இனத்தில்

ஏழ்மையிலிருந்து பெரும் செல்வந்தரானவர். பார்ஸி இனத்தின் பெரும் வள்ளல் குணம் பெற்றவர். இவர் பயன்படுத்தப்பட்ட பழைய கண்ணாடி பாட்டில்களை விற்று தனது முதல் வியாபாரத்தை ஆரம்பித்தவர். பெண்ணுக்கும் ஏறத்தாழ மாப்பிள்ளையின் வயதுதான். க்ளாகோமா வியாதியால் ஒரு பக்கத்து கண்பார்வையை இழந்திருந்திருந்தார். ஆனாலும் இந்த ஜோடி மிகவும் பொருத்தமான ஒன்று என்று கருதப்பட்டது. இரு குடும்பங்களையும் பல தலைமுறைகளுக்குப் பிறகு சேர்த்து வைத்த திருமணம் இது. திருமணம் பரம்பரை வழக்கத்தின்படி நடந்தது. பெண்கள் பர்தா போடுவதைப் பல தலைமுறைகளாகத் தவிர்த்துவிட்ட குடும்பத்துப் பெண்; பம்பாயில் மிகவும் நவீனமான, மேலை நாட்டு நாகரீகத்தில் முத்திப் போன குடும்பம் அது. ஆனால் கணவன், மனைவி இருவரின் மனப்பாங்குகள் மிகவும் வித்தியாசமானவை. ஆனாலும் இருவரும் தங்கள் தங்கள் வாழ்க்கைக்குரிய வெளியை எடுத்துக்கொண்டு, அதேசமயம் அமைதியான ஒரு வாழ்க்கையை வாழ்ந்து வந்தனர். நான்கு குழந்தைகள். நன்கு பயிற்சி பெற்ற வெள்ளைக்கார தாதியர்கள் குழந்தைகளைக் கவனித்துக் கொண்டனர். இப்பழக்கம் அப்போது செல்வந்தர் மத்தியில் பரவலாக இருந்து வந்தது. ஆனால் தின்ஷா, பார்ஸி செல்வந்தர்களின் தலையான குடும்பத்திலிருந்து பெண்ணெடுத்ததால், அவருக்கு அவ்வப்போது சிறிது குழப்பம்-தான் ஆங்கிலேயர் பக்கமா, பார்ஸி பக்கமா என்று.

அந்த ஆண்டுகளில், பெரும் பணக்கார சமூகத்தில் தாங்களும் பங்குபெற வேண்டும் என்பதற்காக, கணவர்கள் தங்கள் மனைவியரை பர்தாவிலிருந்து விடுதலை செய்வதையும், நவீன வகைத் துணிகள், ஆடைகள், உயர்குதிகால் செருப்புகள் வாங்கிக் கொடுப்பதையும் செய்து கொண்டிருந்தனர். இந்தக் கூட்டத்திலிருந்து விலகித் தனியாக நின்றார் தின் பாய். அவரும் ஒரு பெரிய செல்வந்தரின் மகள். ஆகவே செல்வந்தர்கள் சமுதாயங்களில் நடப்பவைகள் அவருக்கு ஏற்கெனவே பழகியதுதான். பல தலைமுறைகளுக்கு முன்னால், அவர்கள் குடும்பத்தில் உள்ள பெண் பிள்ளைகள் ஆங்கிலப் பள்ளிகளில் சேர்ந்து படிக்க வேண்டுமானால், அவர்கள் பெற்றோர்களே 'கள்ளக் கடத்தல்' செய்வதுபோல் அவர்களைப் பள்ளிக்கு அனுப்பவேண்டும். ஆனால், இப்போது அப்படி ஒரு நிலை இல்லை. பார்ஸி இனத்தவருள், இந்தக் குடும்பமே முதன் முதலாக தங்கள் நவீன முற்போக்கை மறைத்து மறைத்துச் செய்யவேண்டியதில்லை என்ற நிலைக்கு வந்தவர்கள்.

தின்பாயின் பாட்டியும், அத்தையும் இங்கிலாந்து இளவரசரான வேல்ஸ் இளவரசர் (பின்னாளில் இவர் ஜார்ஜ் IV) 1875-இல் இந்தியா வந்தபோது அவரிடம் அறிமுகப்படுத்தப்பட்டனர். மசகோன் கோட்டையில் அந்த நிகழ்வு நிகழ்ந்தது. இங்கிலாந்து அரச குடும்பத்தின் வழித்தோன்றல்களுடன் அச்சந்திப்பு நிகழ்ந்தது.

தின்பாய் வீட்டில் மூன்று குழந்தைகள். தின்பாய் மூத்தவர். அவரது சகோதரருக்குக் கிடைத்த நல்லவைகள் அனைத்தும் அவருக்கும் கிடைத்தன. ஆங்கிலத் தாதிகள், பிரெஞ்சு வேலையாட்கள், சிறந்த பள்ளிகள், ஆங்கில ஆசிரியைகள், விடுமுறை நாட்களை ஐரோப்பாவில் கழித்தல், சமூகத் தளங்களில் பங்கேற்றல், ஆங்கிலக் கல்வி... எல்லாமே பெண் குழந்தைகளுக்கும் சேர்த்தே கிடைத்தது. தின்பாயின் சகோதரர் இளம் வயதிலேயே காலமாகிவிட்டார். ஆகவே குடும்பத்தின் இளங்கோமான் என்ற பட்டம் அவரது சித்தப்பாவிற்கும் அவரது மகன்களுக்கும் சென்றது. ஆனால் தின்பாயின் தகப்பனார் உயிரோடு இருந்த காலத்தில் அவரது இரு மகன்களும் தங்கள் தந்தையோடு எல்லா இடங்களுக்கும் செல்வதுண்டு. குதிரைப் பந்தயத்தில் ஈடுபாடு உள்ளவர் அவரது தந்தை. பல பரிசுகளை வென்றவர். அவரும் தன் பெண் பிள்ளைகளை அழைத்துச் செல்வார். தகப்பனாரோடு சேர்ந்து தர்பார் நிகழ்வுகளுக்கும் செல்வதுண்டு. ருட்டியின் அத்தை லண்டனில் நடந்த விக்டோரியா மகாராணியின் வைர விழாக் கொண்டாட்டத்திற்குத் தன் தந்தையோடு சென்றுவந்தார். அப்போது பக்கிங்காம் அரண்மனைக்கு அழைக்கப்பட்டு ராணியை நேரடியாகச் சந்தித்தனர். தின்பாயிற்கு அச்சமயத்தில் ஏற்கெனவே திருமணம் முடிந்திருந்தது.

தின்பாய் தன் திருமணத்திற்குப் பிறகு ஏகப்பட்ட அழகான நகைகள் மட்டுமின்றி உலக நாகரீகம், அதிலும் சிறப்பாக, பிரெஞ்சு நாட்டின் நாகரீகத்தையும் பழக்க வழக்கங்களையும் இந்தியாவிற்குக் கொண்டுவந்திருந்தார். அவரது ஐரோப்பிய விடுமுறைச் சுற்றுப்பயணம்தான் அதற்கான காரணம். அவர்களது மாளிகையான பெத்தித் ஹாலின் கம்பீரத்திற்கும், அழகிற்கும் தின்பாய் தான் காரணம். திருமணமாகி ஒரு வருடத்திலேயே தின்பாயின் மாமனார் மரணமடைந்தார். இளங்கோமான் என்ற பட்டம் வர இன்னும் ஆறு ஆண்டுகள் இருந்தது. ஆனால் பெத்தித் ஹால் அவர்களிடம்தான் இருந்தது. இளங்கோமானாக ஆகப் போகிறவர் தனது அம்மா வழித்

தாத்தாவிடமிருந்து பெரும் செல்வத்தைப் பெற்றார். பணம் என்பது குறைவில்லாமல் இருந்தது. பெத்தித் ஹாலின் அழகை வர்ணித்த சரோஜினி நாயுடு, பெத்தித் குடும்பத்தினரோடு சேர்ந்து பெர்ஷியன் கம்பளங்கள் வாங்குவதற்குச் சென்றிருந்தார். 'கனவுக் கம்பளங்கள்' அவை. அத்தனை அழகு. ஒரே சமயத்தில் 20 கம்பளங்களை வாங்கினார். அக்குடும்பத்தினர் பெரிய பெரிய கிளப்புகளில் உறுப்பினர்களானார்கள். சில முக்கிய கிளப்புகள்: ரிப்பன், எல்வின் ஸ்டோன் ஓரியண்ட், ஏஷியன், பம்பாய் போன்றவை. திருமணம் முடிந்து ஓரிரு ஆண்டுகளில் அவர்கள் பம்பாயின் உயர் சமூகத்தின் விடிவெள்ளித் தம்பதிகளாக ஆகிவிட்டனர். இது பார்ஸி குடும்பத்தினருக்குள் மட்டுமல்ல, பர்தாவை எறிந்துவிட்டு வந்த அத்தனை இனவாதி தம்பதிகளுக்குள்ளும் முக்கியத் தம்பதிகளானார்கள்.

இந்தத் தம்பதியரின் புகைப்படங்கள் தொடர்ந்து ஆங்கில மலர்களில் வெளிவந்து கொண்டிருந்தன. அதிலும் இந்தியப் பெரிய மனிதர்கள் பற்றிய 'இந்தியாவின் புகழ்வாய்ந்த ஆண்களும் பெண்களும்' என்ற தலைப்பின் கீழ் வருவதுண்டு. முக்கியமான பார்ஸி தம்பதிகள் பற்றிய செய்திகளும் படங்களும் வருவதுண்டு. அதில்: முக்கியமான பெண்டிர்களின் மத்தியில் அமர்ந்திருக்கும் திருமதி பெத்தித்; 1904-டிசம்பர் மாதத்தில் நடந்த தொழில் கண்காட்சியின் செயற்குழுவின் பெண்கள் பகுதியில் திருமதி பெத்தித்; வேல்ஸ் இளவரசரும் இளவரசியும் (பின்னாளில் இவர்கள் அரசர் ஜார்ஜ் V, ராணி மேரி ஆனார்கள்) 1905-ஆம் ஆண்டு பம்பாய் வந்தபோது இந்தியப் பெண்களால் கொடுக்கப்பட்ட விழாவின் வரவேற்புக் குழுவில் பெத்தித்; வேல்ஸ் இளவரசி டவுன் ஹாலில் நடத்திய திறப்பு விழாவில் பெத்தித்... என்று தொடர்ந்து செய்திக் குறிப்புகள் வந்தன. படிக்கட்டுகளில் எழிலாக நின்று, ஆங்கிலப் பாணி துணியில் சட்டையும், பிரெஞ்சு ஷிபான் துணியில் சேலையும் கட்டி, கழுத்தில் ஓர் அழகிய நீண்ட முத்து ஆரம் அணிந்து, சேலையின் முந்தானையை அழகிய கருங்கூந்தலின் மீது சுற்றி அணிந்து, வைரக் குண்டூசிகளை அழகாகச் சேலையில் குத்திக் கொண்டு... கிழக்கும் மேற்கும் அழகுற இணைந்ததுபோல் நின்று கொண்டிருந்தார். பார்ஸி பரம்பரை உடையில் நவீன, ஆங்கில நாகரீகத்தில் இணைந்திருந்தார். அதேபோல் அன்று நம் விழாவில் இருந்த பார்ஸியினரின் சடங்குகளையும் நளினமாக நிறைவேற்றினார். இளவரசியின் தலையை, இந்திய இனிப்பைக் கையில் வைத்துக்கொண்டு அதனை மும்முறை சுற்றி, பார்ஸிகளின் வரவேற்புச் சடங்கை நிறைவேற்றினார்.

அதேநேரத்தில் 'உங்கள் வாழ்க்கை இத்தனை இனிமையானதாக எப்போதும் இருக்கவேண்டும்' என்ற பொருள்தான் அந்தச் சடங்கின் அர்த்தம் என்று ஆங்கிலத்தில் விவரித்தார். அடுத்து, இளவரசியின் காலடியில் தேங்காயை அடித்து உடைத்து, அதன் பொருளாக 'உங்கள் வாழ்க்கையின் இடைஞ்சல்கள் எல்லாம் அடித்து நொறுக்கித் தள்ளப்படவேண்டும்' என்ற வேண்டுதல் என்றும் பொருள் கூறினார்.

பெத்தித்தின் அருகில் சர் தின்ஷாவும் நின்று கொண்டிருந்தார். ஓரளவு அழகான உடை அணிந்து, முகத்தைச் சிறிது தாழ்த்தி வைத்துக்கொண்டு, அகல கழுத்துப் பட்டியுடன் சட்டை, ஆங்கிலப் பாணியில் தைத்த மேல்கோட்டு அணிந்து, ஆனால் அதேசமயத்தில் தலையில் பார்ஸிகளின் பாரம்பரிய, ரொட்டி வடிவத்தில் ஒரு குல்லாய் அணிந்துகொண்டு, இரண்டு நாகரிகமும் கலந்துகட்டி நின்று கொண்டிருந்தார். முகத்தில் அரைகுறையான மீசை இருந்தது. அரச குடும்பத்து இந்தியப் பயணத்தைப் பற்றிய குறிப்பேட்டிலும் இந்தத் தம்பதியரின் படம் இருந்தது. இளவரசர் வேல்ஸ் அருங்காட்சியகம் என்ற நினைவுக் கட்டிடத்தைக் கட்டுவதற்கான ஆறுபேர் கொண்ட குழுவில் அவர் இருந்தார். புகைப்படத்தில் வேல்ஸ் இளவரசர் கட்டிடத்தின் அடிக்கல்லை நிறுவி, தங்கள் கரண்டியால் பூச்சை எடுத்து பூசும் படத்தில் தின்ஷா இருந்தார். அதேபோல் அவ்விழாவின் வரவேற்புக் குழுவில் பெத்தித் இணைந்து நின்றிருந்தார்.

தம்பதியர் மட்டுமல்ல... அவ்வப்போது அவர்கள் பிள்ளைகளுக்கும் இடம் தருவதுண்டு. ஒரு புகைப்படத்தில் மூன்று மூத்த பிள்ளைகளும் இருந்தனர். அவர்களின் நடுவே ஆறு வயதுக் குழந்தையாய் ருட்டி, நட்ட நடுவில் உற்றுப் பார்த்துக் கொண்டு நிற்பார். அவரின் இரு பக்கமும் அவரின் தம்பிமார்கள் இருவரும் அவர் தோளைப் பற்றித் தொங்கிக் கொண்டு நிற்பார்கள். இப்படங்களில் எல்லாம் எப்படி பெத்தித் தங்கள் பாரம்பரிய பார்ஸி இனத்து பழக்கங்களிலிருந்து விலகி மாறி இருக்கிறார் என்பது நன்கு தெரியும். பையன்கள் தலையில் பார்ஸிகளின் விசித்திரமான தொப்பிகள் இல்லை; காணாமல் போய்விட்டன. கழுத்தை இறுக்கிப் பிடிக்கும் நீண்ட மேலாடைகள் இல்லை; விரைப்புடன் கல் பதித்துத் தைத்த, பார்ஸி மக்கள் பரம்பரையாக உடுத்திய நீள மேலங்கி காணாமல் போய்விட்டது. தங்கமும் வைரமுமாய் கழுத்திலிருந்து நெஞ்சுவரை தொங்கிய ஆபரணங்கள், தின்ஷா குடும்பத்தில் பெண் பிள்ளைகள் சேலை உடுத்துவதற்கு முன் போட்டிருக்கும் வேடிக்கையான சட்டைகள் எல்லாம்

இல்லாமல் இருந்தனர். இப்போது அவர்கள் எல்லோரும் வைஸ்ராயின் குடும்பத்துப் பிள்ளைகள் போல் ஆங்கிலேயப் பாணியில் இருந்தனர். நடவடிக்கைகளும் அதே பாணியில்தான் இருந்தது. ருட்டி அழகான பூவேலை செய்யப்பட்ட நீண்ட ஆடைகளும், அதற்குப் பொருத்தமான பூவேலை செய்த தங்கப் பூவைத் தலையில் வைத்திருந்தார். அவரது சகோதரனும், தின்ஷாவின் வழித் தோன்றலுமான பிரேம்ஜி, அடர் வண்ணத்தில் வெல்வெட் துணியிலான மேலாடையும், பொருத்தமான, முழங்கால் வரையான கால்சட்டையும், பித்தளை இணைப்புடன் இருந்த காலணி, தலையை இழுத்துச் சீவி, தலையில் குல்லாய் ஏதுமில்லாமல் நின்றிருந்தார். இரண்டாம் தம்பி மேனக், ஆங்கிலக் குழந்தைகள் அணியும் ஆடை அணிந்துகொண்டு, வெட்டாத நீண்ட சுருட்டைத் தலையுடன் இருந்தான். மூன்றாம் தம்பி - ஜாம்ஷெட் என்பது அக்குழந்தையின் பெயர்- ஐந்து வயதுப் பையன். அவன் பிறந்ததும் தின்ஷா தனது 11 வயது மூத்த மகனுக்கு டென்னியன் கவிதைப் புத்தகத்தை அன்பளிப்பாகக் கொடுத்தார்.

அவர்கள், தங்கள் பிள்ளைகளுக்கு பார்த்துப் பார்த்து அனைத்தும் செய்தனர். கொடுப்பவை எல்லாமே மிகச் சிறந்த பொருட்கள். அவர்கள் உடல் நலம் மீது அத்தனை கரிசனம். அவர்களுக்கான திட்டங்கள் என்றும் பல இருந்தன. ஆனாலும் பிள்ளைகளுக்கும் பெற்றோருக்கும் ஓர் இடைவெளியும் இருந்தது. அந்தக் காலத்து ஆங்கிலேயர் வழக்கத்தின்படி பிள்ளைகளின் வளர்ப்பு முழுவதும் வெளிநாட்டிலிருந்து வந்தவர்களின் பொறுப்பில் இருந்தது. ருட்டியும் தன் சகோதரர்கள் போலவே ஆங்கிலேய தாதிகள், மருத்துவ தாதிகள், பொறுப்பாளர்கள் பிரெஞ்சு நாட்டு பணிப்பெண்கள் என்று பலரால் பராமரிக்கப்பட்டார். இளம் வயதிலேயே குதிரையேற்றம் கற்றார். தன் சகோதரர்களுடன் ஆங்கிலப் பள்ளிகளுக்கு அனுப்பப்பட்டார். தங்கள் தாய் மொழியான குஜராத்தியை கொஞ்சம் காதால் கேட்டிருக்கலாம். மிஞ்சிப் போனால், அவர்கள் தாய், பெத்தித்தின் அம்மாவான அவர்களது பாட்டியுடன் குஜராத்தியில் எப்போதாவது பேசியிருக்கலாம். மற்றபடி குழந்தைகள் அனைவரும் பேசுவது ஆங்கிலத்தில் மட்டுமே. சமயப்பற்றைப் பொறுத்தவரையில் அவர்களுக்கு அன்னிபெஸண்ட் அவர்களின் இறைஞானம் திருப்திகரமாக இருந்தது. அவர்களின் பாரம்பரிய பார்ஸிய ஜோராஷ்ட்ரிய மத வழக்கப்படி, பொருள் புரியாமல் சொல்லும் மந்திரங்களைவிட பெஸண்ட் காட்டிய ஞானவழி சிறப்பாகத் தோன்றியது. குடும்பமே மேம்பட்ட உயர் நிலையில் இருந்தது. பார்ஸி இனத்தவர் இளம் வயதில் நடத்தும், நவ்ரோஸ் என்ற

புனித நூல் அணிவித்து, குழந்தைகளுக்கு ஒரு பார்ஸி குரு மூலம், ஜோராஷ்ட்ர மத வழிபாட்டை ஆரம்பித்து வைக்கும் விழாவும் அலங்காரமாகவும், பெரிய திருவிழாவாகவும் மட்டுமே கொண்டாடப்படும். அவ்விழாவின் சமய முக்கியத்துவத்தை விட விருந்தும், மகிழ்ச்சியுமே பெரிதாகக் கருதப்படும். பெத்தித் குடும்பத்தின் பேரப் பிள்ளைகளுக்கான விழாவிற்கு 800 விருந்தினர்கள் அனைத்து இனங்களிலிருந்தும் வந்திருந்தனர்.

மற்ற பணக்கார பார்ஸி குடும்பங்களைப் போலவே இக்குடும்பத்திலும் பிள்ளைகளை முற்போக்குடனே வளர்த்தனர். சூரியக் கோவிலுக்கு அடிக்கடி அனுப்பும் கட்டாயம் கிடையாது. பதிமூன்று, பதினான்கு வயதில் திருமணம் செய்து வைக்காமல், அந்த வயதிலேயே ருட்டி தன் பெற்றோர்களின் நட்புக் கூட்டத்திற்கு வந்து செல்லும் அளவிற்கு சுதந்திரம் தந்திருந்தனர். மற்ற அவள் வயதுப் பெண்களுக்குக் கொடுக்கப்படும் கட்டுபெட்டித் தனத்தை ருட்டிக்குக் கொடுக்கவில்லை.

ஓர் ஆங்கிலத் தாதி - ஐரீன் என்ற பெயரில்- ருட்டியைக் கவனித்துக்கொள்ள வேலைக்கு அமர்த்தப்பட்டிருந்தார். மற்ற பெண்களைப் போலவே எப்போதும் சேலை அணிய வேண்டும்- குதிரைச் சவாரிக்குச் செல்லும் வேளைகள் தவிர- என்றும், இருட்டுவதற்கு முன் வீட்டிற்கு வந்துவிட வேண்டும் என்றும் அவளுக்குச் சொல்லப்பட்டிருந்தது. ஆனால் பள்ளியில் இருந்து வந்ததும் மற்ற பிள்ளைகளுக்குக் கொடுக்கப்படும் சட்ட திட்டங்கள் ருட்டிக்குக் கிடையாது. எல்லாம் ஒரு ஆங்கிலேயக் குடும்பத்தின் சூழல்தான். தனியாகவே கடைக்குச் செல்லும் சுதந்திரமும், ஹார்ன்பை சாலையில் உள்ள கடைகளுக்குச் சென்று, அப்பாவின் கணக்கில் கையெழுத்து மட்டும் போட்டுக் கொண்டு, தனக்கு வேண்டியதை வாங்கி வரும் முழுச் சுதந்திரம் கொடுக்கப்பட்டிருந்தது. விரும்பியவர்களை வீட்டிற்கு அழைத்து வந்து- அவர்கள் எச்சமூகத்தினராக இருந்தாலும்- அவர்களை உபசரிப்பது, நண்பர்கள் வீட்டிற்கும், நடன விடுதிக்கும் சென்று ஆடி மகிழ்வது, நண்பர்கள் வீட்டு விருந்து, விழாக்களில் கலந்துகொள்வது, குதிரைப் பந்தயத் திடலுக்குச் செல்வது என்று தடையில்லா சுதந்திர வாழ்க்கை அமைந்தது. இதையும் விட தன் அம்மாவின் நண்பர்களின் குழுவில் சேர்ந்து, யுத்த நிவாரண நிதி திரட்டுவதற்கு அவர்களோடு இணைந்து பல ஊர்களுக்கும் செல்வதுமுண்டு. ஒரே ஒரு தடை உண்டு. இவ்வாறு செல்வது நமது நாட்டிற்குள் மட்டும்தான். இந்தத் தடையும் நடந்து வரும் உலக யுத்தத்தினால் மட்டுமே.

இதுபோன்ற விடுமுறை நாள் ஒன்றில் தான் ருட்டியும், ஜின்னாவும் காதல் வலைக்குள் விழுந்தனர். ஜின்னா இதைப்பற்றி நேரடியாகவே ருட்டியின் தந்தையிடம் பேசுவதே முறையென்று நினைத்து சர் தின்ஷாவிடம் தன் திருமணத்தைப் பற்றிப் பேசினார். அன்றோடு அவர்களின் நட்பு நொறுங்கிப் போனது. நட்பு மட்டுமல்ல, தின்ஷாவின் மனதும் நொறுங்கிச் சிதறிவிட்டது. நிம்மதியும் தொலைந்தது.

இது அந்த இளங்கோமானுக்குப் புரிபடாமல் போனது. அவரது அழகிய இளம் மகள் அந்தக் கோடைகால விடுமுறை நாட்களில் முழுவதுமாக தன் நேரத்தை ஜின்னாவுடன் கழித்து வந்தாள். குதிரையேற்றம், வாசிப்புகள், ஒன்றாக உணவருந்துவது, அரசியல் பேச்சுகள் என்று தொடர்ந்து கொண்டிருந்த உறவு அது. வயதென்னவோ இன்னும் பதினாறு கூட முடியவில்லை. அந்த இளம் வயதில், அந்தச் சமூகத்தில், அந்தக் காலகட்டத்தில் நவீனப் பெற்றோர்கள் தங்கள் மகளின் திருமணம் பற்றி யோசிப்பதுகூட இல்லை. ஒருவேளை சாதாரணக் குடும்பங்களில் இந்த வயதில் நிச்சயதார்த்தமோ, திருமணமோ நடத்துவது ஆங்காங்கே நடக்கலாம். சர் தின்ஷாவின் இளைய சகோதரி ஹமாபாய். பிரெஞ்சு நாட்டிற்குச் சென்று அங்குள்ள நைஸ் நகரத்தில் உள்ள பள்ளியில் படித்து, தனது பட்டப்படிப்பை முடித்திருக்கும் அவருக்கு வயது 29 ஆகிவிட்டது. திருமணம் இன்னும் நடக்கவில்லை. அதையும் கேள்வியாக யாரும் முன்வைக்கவும் இல்லை. இதனாலேயே தன் மகள் திருமணத்தைப் பற்றி யோசிப்பதற்கான வயதுகூட இன்னும் வரவில்லை என்ற நினைப்பில் இருந்த தின்ஷாவைக் குற்றம் சொல்ல முடியாது.

ஆனால் வயது மட்டுமே இதில் பிரச்சனை என்று சொல்ல முடியாது. இது தின்ஷாவின் பார்வையிலும், உலகத்தின் கண்களிலும் வேறு வேறு கோணத்தில் இருந்தது. இந்திய சமூகத்தில் மிகவும் தாராளமாக முன்னேற்றக் கருத்துகளோடு இருக்கலாம். ஆங்கிலேயர்கள் போல் உடை உடுத்துவது, உணவு, பேச்சு, நடவடிக்கை என்று எல்லாவற்றிலும் மாறலாம். தப்பில்லை. ஆனால் இனம் மாறி, வேற்று இனத்தவரைத் திருமணம் செய்வது ஒரு பெரிய கேள்விக் குறியை எழுப்பும். தவறெனச் சொல்லும். இந்த எழுதப்படாத சட்டத்தைப் பெரியவர்கள் நன்கு புரிந்திருப்பார்கள். ஆனால், இளவயதினர் மெல்ல இக்கட்டுகளை எதிர்க்க ஆரம்பிக்கலாம். இதில் ஆச்சரியப்படக்கூடிய ஒரு விஷயம் உண்டு. தின்ஷா இதுபோன்ற இனமறுப்பு திருமணங்களுக்கு மிகவும் ஆதரவளிப்பவர்.

சான்றாக, RD என்று நண்பர்களால் அழைக்கப்படும் ரத்தன் டி. டாடா தனது பிரெஞ்சு மனைவியை பம்பாய்க்கு அழைத்துவந்து, அவரை ஜோராஷ்ட்ரிய மதத்திற்கு மாற்றி, பின் பார்ஸி முறையில் திருமணம் செய்ய முயன்றார். அந்த இனத்து மக்கள் பெரும் கோபம்கொண்டு அதனை எதிர்த்து நீதிமன்றம் சென்றனர். RD தான் முதன்முதலாக வேற்றினத்திலிருந்து ஒருவரைத் திருமணம் செய்த முதல் பார்ஸி இனத்தவர். ஆனால், அவர் அயல் நாட்டில் இருக்கும்போது நண்பர்களும் குடும்பங்களும் அதனை எதிர்க்கவில்லை. RD-யின் உறவினர் ஜாம்ஷெட்ஜி டாடா அந்தத் திருமணத்தை வரவேற்றது மட்டுமில்லாமல், திருமணத்தை பாரிஸ் நகருக்கே சென்று வாழ்த்தினர். அதனோடு நிற்காது தேம்ஸ் நதியில் அழகான ஒரு கப்பலில் அவர்களது திருமண வரவேற்பை நடத்தி மகிழ்ந்தார். அந்த வரவேற்பிற்கு சூயஸ் கால்வாயின் மேற்குப் பகுதியில் வாழ்ந்த பார்ஸி மக்கள் பெரிய எண்ணிக்கையில் வந்து சிறப்பித்தனர். அவர்களில் ஆங்கிலேய மக்கள் சபையின் பார்ஸி உறுப்பினரான சர் முஞ்சர்ஜி பௌனகியர் என்பவரும் ஒருவர். இந்தத் திருமணம் மிகவும் 'முற்போக்கான' ஒன்று என்றும், பார்ஸி இனத்தவரின் சமூக முன்னேற்றத்தை அது நிரூபிக்கிறது என்றும் தாதாபாய் நவ்ரோஜியும் அச்சமூகத்தின் மிகப் பெரிய முக்கியமானவர்களும் பெருமையுடன் கொண்டாடினார்கள். பிரெஞ்சு நாட்டில் அந்தத் திருமணத்தைப் பற்றி அத்தனை உயர்வாகப் பேசியிருந்தாலும் RD தன் புதுமனைவிக்கு சூனிபாய் என்று பெயர் மாற்றி, அவரைத் தன் மதத்திற்கு மாற்றி, பார்ஸி முறையில் பம்பாயில் திருமணம் செய்ய முற்படும்போது, அந்த இனத்து மக்களிடமிருந்து பெருத்த எதிர்ப்பு கிளம்பியது. ஏற்கெனவே பார்ஸி மக்களிலிருந்த அடிப்படைவாதிகள் தம் மக்கள் மேனாட்டு நாகரீகத்தைக் கடைப்பிடிப்பதைக்கண்டு கொதித்துப் போயிருந்தார்கள். அதோடு இந்தத் திருமண நிகழ்வு எரியும் நெருப்பில் எண்ணெய் ஊற்றியது போலாயிற்று. தன் கல்யாணத்தை பார்ஸி முறையில் நடத்தி அதனைப் புனிதப்படுத்துவதற்காக RD பல பார்ஸி குருமார்களைக் காசு கொடுத்து ஒழுங்கு செய்யும்போது அடிப்படைவாதிகளுக்கும் நவீன பார்ஸிக்களுக்கும் இடையில் பெரும் போர் ஒன்றே வெடித்துக் கிளம்பியது. தொடர்ந்த எதிர்ப்புகளுக்கும் நடுவில் திருமணத்தை பெரிய குருவையும், இன்னும் அறுபது தஸ்தூர்களையும் வைத்து நடத்தும்போது, RD அவர்களின் நெருங்கிய நண்பர்களில் பலரும், அடிப்படைவாதிகளுக்குப் பயந்து விழாவில் கலந்து கொள்ளவில்லை. ஆனால், இந்த

விஷயத்தில் சர் தின்ஷா, தனிப்பட தன்னைத் தெரியும்படி செய்துகொண்டார். நவீன பார்ஸிக்கள் பலரும் ஒதுங்கி நின்றுகொண்டு அடிப்படைவாதிகளிடமிருந்து தப்பினர். ஆனால் தின்ஷா நீதிமன்றங்களின் படியேறினர். அவரது வழக்கு பார்ஸி பஞ்சாயத்து அமைப்பிற்கு எதிரான ஒன்று. பார்ஸி அல்லாத ஒருவரை மனம் மாற்றி ஜோராஷ்ட்ரியன் மதத்திற்குள் கொண்டுவந்து, திருமணம் செய்து கொள்வதை எப்படி பார்ஸி அமைப்பினர் எதிர்க்கலாம் என்பது அவரது வழக்கின் விவாதம். வழக்கு ஈராண்டுகள்- 1906-1908- நடந்தது. உயர்நீதிமன்ற வழக்கு அது. வழக்குரைஞர்களுக்காக லட்சக் கணக்கில் செலவு செய்து வழக்கை நடத்தினார். வழக்கின் தீர்ப்பு பார்ஸிகளுக்குச் சாதகமாக- பார்ஸி மக்களின் அடையாளத்தையும், உரிமையையும்- காப்பதாகத் தீர்ப்பிருந்தது. ஆனால், இத்தனை தொல்லைகளுக்கும் தின்ஷாவிற்கு எந்த தனிப் பயனுமில்லை. அடிப்படைவாதிகளை எதிர்த்து நின்றார் என்ற பெயர் மட்டுமே அவருக்குக் கிடைத்தது. ஆனால் அதன்பின் எட்டு ஆண்டுகளுக்குப் பிறகு ஜின்னா அவர் மகளை மணமுடிக்க வேண்டும் என்று கூறும்போது... எல்லாமே முழுவதுமாக அடித்து, நொறுக்கப்பட்டு சிதறிப்போய் விட்டன.

ஜின்னாவின் இப்போதைய நிலை பொறாமைப்படக்கூடிய ஒன்றாக இல்லை. ஜின்னா வெறுமனே ருட்டியைவிட 24 ஆண்டுகள் மூத்தவர் என்பது மட்டுமின்றி, அவளை, அவள் பிறந்த நாள் முதல் தெரிந்து வைத்திருந்தார். இதுவரை மாமா உறவுகொண்ட ஒருவரைப் போலவே அவளுடன் பழகி வந்தவர். நண்பனின் மகளாகவே அவளை நினைத்திருந்தவர். எந்த சந்தேகமும் இல்லாமல் ஜின்னாவுடன் நன்கு பழகிக் கொண்டிருந்த தின்ஷாவிடம் இச்செய்தியை உடைத்துத் திறப்பது அவ்வளவு எளிதா என்ன? ஆனால் ஜின்னா அப்படியெல்லாம் எளிதாகத் தளர்ந்து விடக்கூடியவரா என்ன? சிறந்த வழியாக, சாட்சிகளை நீதிமன்றத்தில் குறுக்கு விசாரணையில் உட்படுத்தி அவர்களை எளிதாக மடக்குவது போல், தின்ஷாவிற்கு அதிரடியாக இந்த விஷயத்தைச் சொல்லிவிடுவது என்று முடிவெடுத்தார். சாதாரணமாகப் பேசுவது போல் இனம் மாறி நடக்கும் திருமணங்கள் பற்றிய கருத்துகளை தின்ஷாவிடம் ஜின்னா கேட்டார். உண்மையான காரணம் தெரியாத தின்ஷா தன் கருத்துகளை வெளிப்படையாகத் தெரிவித்தார். ஜின்னா விரித்த வலையில் எளிதாக விழுந்தார். அக்காலத்து நவீன முனைப்புடைய இந்திய மக்கள் சொல்வது போல் தின்ஷாவும் அத்தகைய கல்யாணங்கள் இந்திய மக்களின் ஒற்றுமைக்கு

வழிகோலும்; இனவேறுபாடுகளைக் களைய இதைவிட வேறு சிறந்த வழியேது... என்று விளக்கமாகச் சொல்ல ஆரம்பித்தார். வெளியில் தெரிந்தவரையில், தின்ஷா பதில் சொன்னதும் ஜின்னா வெளிப்படையாக தான் அவரது மகளைத் திருமணம் செய்துகொள்ள ஆசைப்படுவதாகக் கூறியுள்ளார். அவர்கள் காலத்தில் வாழ்ந்த ஒருவர் இந்த நிகழ்ச்சியை விவரித்துக் கொண்டிருந்தபோது, தின்ஷா, ஜின்னாவின் பேச்சைக் கேட்டு அப்படியே உறைந்து விட்டார் என்று சொல்லியுள்ளார். அப்போது இந்தியத் தலைமை நீதிபதியாக இருந்தவரும், ஜின்னாவின் கீழே பணிபுரிந்தவருமான M.C.சாக்ளா, தின்ஷா, ஜின்னாவின் கேள்விக்குப் பதிலளிக்காது, அப்படிப்பட்ட எண்ணத்திற்கு எதிராக ஏதும் பேசும் நிலையில் இல்லாமல் இருந்துவிட்டார் என்கிறார்.

அவர்கள் இருவரின் பேச்சு வார்த்தையில் என்ன நடந்தது என்பது யாருக்கும் தெரியாது. ஜின்னா இதைப் பற்றி யாரிடமும் பேசவில்லை. தின்ஷாவும் அதைப் பற்றிப் பேசுவதைத் தவிர்த்துவிட்டார். அவர்கள் வெளியே இதைப்பற்றி பேசவில்லை. ஆயினும் அது கை, கால் முளைத்து, ஜின்னா பம்பாய் திரும்பி வருவதற்குள் எல்லோருக்கும் தெரிந்த ஒன்றாகிவிட்டது. செய்தி காட்டுத் தீ போல் எங்கும் பரவிவிட்டது. ஆண்டுகள் செல்லச் செல்ல அதை ஒரு பெருங் காவியம் போல, வியப்போடும், மகிழ்ச்சியோடும் அடுத்த ஐம்பது ஆண்டுகள் வரை ஒருவருக்கொருவர் பேசினார். நீண்ட நெடுங்கதையாய் ஆயிற்று அது. இறுதியாக சாக்ளா தன் நினைவேட்டில் 'டிசம்பர் மாதத்து ரோஜாக்கள்' என்ற தனது நூலில் எழுதும்வரை தொடர்ந்து பேசப்பட்டது.

இந்தக் கதை அல்லது நிகழ்வு தொடர்புடைய இரு மனிதர்களையும் மனக்கண் முன் நிறுத்தி, மனதில் உறுதியோடு நிமிர்ந்த நின்ற அவர்களை முன் நிறுத்தி யோசித்தால்... அவர்கள், அவர்களின் உறுதியினாலேயே அதன் கனம் தாங்காமல் நொறுங்கி விழுவதாகவே தெரியும். ஒரு தலைமுறையே ஆங்கிலேய மூளையும், இந்தியப் பண்புகளோடும் இருந்த அந்த இருவரின் நடுவே சிக்கித் தவித்தது. அவர்களது முன்னேற்றக் கருத்துகளுக்கும் முற்போக்கிற்கும் அவர்களது உண்மையான உணர்வுகளுக்கும் நடுவில் நின்று பிளவுபட்ட அந்த இரு கூறுகளையும் அது இணைக்க முயன்றது.

அத்தியாயம் இரண்டு

ஜூன் மாதம் பிறந்தது. இனி, மழை ஆரம்பித்து, நதிகளைப் பெருக்கெடுக்க வைத்து, பின் சாலைகளை மூழ்கடிக்கும். ஆனால் அதற்கு முன்பே பம்பாய் நகரத்து பெருந்தனக்காரர்கள் கூட்டம் கூட்டமாய் பம்பாய்க்குத் திரும்பிவர ஆரம்பித்தனர். பெத்தித்தும், ஜின்னாவும் அதுபோல் விடுமுறை முடிந்து பம்பாய் திரும்பி வந்தனர் - ஆனால் தனித்தனியாக வந்தனர். ஆனால் அவர்கள் திரும்பி வருவதற்கு முன்பே அவர்கள் இருவரைப் பற்றிய செய்திகள் பம்பாய் நகரத்தினுள் இறக்கை கட்டிப் பறக்க ஆரம்பித்து விட்டன. அவர்கள் காதல் பற்றிப் பலவகைப் பேச்சுகள் பரவின. அவர்கள் வந்து சேர்ந்த இரண்டே வாரத்திற்குள் ஏதோ ஒரு பம்பாய் கூட்டத்திற்கு வந்த எல்லோருமே இதைத் தெரிந்து வைத்திருந்தனர். பம்பாய் ராஜதானி அமைப்பு நடத்திய கூட்டத்தில் ஜின்னாவினால் அறிமுகப்படுத்தப்பட்ட 24 வயது காஞ்சி துவாரகாதாஸ் இச்செய்திகளைக் கேள்விப்பட்டார். அதோடு எப்போதும் சற்று தனித்திருக்கும் பழக்கமுடைய ஜின்னா கலகலப்பாக இருந்ததையும் பார்த்தார். "அதே அமைப்பு நடத்திய கூட்டத்தில் ஜின்னாவின் மகிழ்ச்சிக்கும் கலகலப்பிற்கும் காரணத்தை நான் பின்னால் புரிந்துகொண்டேன். அவர் சர் தின்ஷா, அவரது துணைவியார் தின்பாய் பெத்தித் குடும்பத்தோடு இரண்டு மாதம் டார்ஜிலிங்கில் விடுமுறையைக் கழித்தார். அப்போது தின்ஷாவின் 16 வயது அழகிய மகளான ருட்டியின் மீது காதல் வயப்பட்டுவிட்டார். அவர்கள் ஜூன் மாதம் பம்பாய் திரும்பி வரும்போதே, பம்பாய் நகரம் முழுமையுமே நடக்கப் போகும் திருமணத்தைப் பற்றிய பேச்சாக இருந்தது. ஆனால், இஸ்லாமியர் ஒருவருக்குத் தன் மகளை மணம் முடிக்க பெண்ணின் பெற்றோர்கள் விரும்பவில்லை என்ற செய்தியும், ருட்டி இன்னும் திருமண வயதை எட்டாவிடினும், ஜின்னாவைத் திருமணம் செய்ய முடிவெடுத்திருக்கிறார் என்ற செய்தியும்

பரவியிருந்தன", என்று காஞ்சி இதை நினைவுபடுத்தித் தன் நினைவுக் குறிப்புகளில் எழுதி வைத்துள்ளார்.

தனது சூழலில் இருந்த இள வயதுக்காரர்கள் போலவே காஞ்சியும் தன் மாணவப் பருவத்திலேயே தூரத்தில் நின்று ருட்டியை ஆராதித்தவர். இரண்டு ஆண்டுகளுக்கு முன்பே, பம்பாய் ஓவல் மைதானத்தில் ஒரு குளிர் நிறைந்த மாலை வேளையில் காஞ்சி, ருட்டி ஒரு சிறு குதிரை வண்டியில் அமர்ந்து செல்வதைப் பார்த்திருந்தார். அந்தப் பதினான்கு வயதுப் பெண்ணின் அழகிலிருந்து தன்னை மீட்டெடுக்க முடியாதவராக இருந்தார். வண்டியும் அதிலிருந்த அழகிய பெண்ணும் மறையும்வரை பார்த்துக்கொண்டே இருந்தார். அப்பெண்ணின் முகம் அவர் மனதில் ஆழமாகப் புதைந்து கொண்டது. மறக்க முடியாத அழகு முகம். மூன்று மாதங்களுக்கு முன் தினசரியில் வந்திருந்த அப்பெண்ணின் புகைப்படத்தைப் பார்த்து, அவர் யாரென்று தெரிந்து வைத்திருந்தார்.

ருட்டியை ஏற்கெனவே தெரிந்து வைத்திருந்த காஞ்சிக்கு ஜின்னாவை முதலில் நேரடியாகத் தெரியாது. அவர் ஒரு பெரும் தலைவர் என்பது மட்டும் தெரியும். முதன் முதலில் 'கட்டம் போட்ட சராய், கருப்பு கோர்ட் போட்டுக் கொண்டிருந்த மிடுக்கான ஒருவர், வகிடெடுத்த தலைமுடியோடும், பொருத்தமான மீசையுடனும் கூட்டம் ஒன்றில் அருமையாகப் பேசிக் கொண்டிருந்தார். திண்மையான பேச்சு; நம்பிக்கை நிறைந்த வார்த்தைகள்; அனைவரையும் தன் பக்கம் ஈர்த்துக் கொண்டிருந்த மேடைப் பேச்சு! வியந்து நின்ற காஞ்சி தன் பக்கத்திலிருந்தவரிடம் யார் இந்த மனிதர் என்று ஆவலுடன் கேட்டார். தடாலென பதில் வந்தது: "என்ன? உங்களுக்கு ஜின்னாவைத் தெரியாதா?"

சர் தின்ஷா திருமணத்தை மறுத்தும் ஜின்னாவின் தீவிரத்தில் எவ்வித மாற்றமும் ஏற்படவில்லை. இதுவும் ஜின்னாவின் வழக்கத்திற்கு மாறான ஒன்றாக இருந்தது. இதுவரை பெண்கள் விஷயத்தில் ஜின்னாவின் மீது எக்குறையும் இல்லை. விருந்து விழாக்களிலும் கூட ஆடல், பாடல் போன்றவைகளிலிருந்து விலகி, தனியிடம் செல்வார். அங்கும் தனக்கு மிகவும் பிடித்த அரசியல் பற்றிப் பேச ஆள் கிடைத்தால் அதைப் பற்றிப் பேசிக் கொண்டிருப்பார். பெண்களிடம் எந்த ஈடுபாடும் காண்பித்ததில்லை. அப்படியிருந்த ஜின்னா இப்போது முழுவதும் மாறிவிட்டார். ருட்டி வரும் நிகழ்வுகளுக்கெல்லாம் தவறாது வந்து கலந்து கொண்டார். குதிரைப் பந்தயம்,

மற்றும் ஏனைய விழாக்கள், அதிலும் இசை, நாட்டியம் என்று எல்லோரும் ஆவலுடன் கூடும் வில்லிங்டன் மன்றத்திற்கும் சென்றார். அங்கு அவர் ருட்டியுடன் வெளிப்படையாக நின்று பேசுவார். மற்றவர்களின் பேச்சும், ஏச்சும் அவரை மாற்றவில்லை. அதைப் பற்றிக் கவலைப்படவும் இல்லை. அவர் ருட்டியின் மீது கொண்ட அன்பு பற்றி ஆளுக்கொன்று பேசலாம். ஆனால் தன் ஆர்வம் அனைவருக்கும் தெரியும்படி ருட்டியும் நடந்து கொண்டார். ஜின்னா இருக்குமிடம் தேடி அவரிடம் ஆர்வத்தோடு ஓடிப்போய், அவரை அன்பு கனியப் பார்த்து, எல்லோருக்கும் தெரியும்வண்ணம் ஜின்னா மீதான தன் அன்பைக் காண்பித்துக் கொண்டிருந்தார். அவர் காண்பித்த அன்பை மீறி ஜின்னா தள்ளி நிற்க முடியாத சூழ்நிலையை ருட்டி ஏற்படுத்தினார். ஜின்னாவே விரும்பினாலும் ருட்டியைவிட்டு அவர் விலக முடியாத அன்புப் பிணைப்பை ருட்டி ஏற்படுத்தினார். ருட்டி தன் தந்தையையும் எதிர்த்து நின்று தன் தைரியத்தைக் காண்பித்தார். தன் முற்போக்கான எண்ணங்களையும் வெளிப்படுத்தினார். இவர்கள் இருவரையும் பற்றி பம்பாய் நகரமே பேசிக் கொண்டிருந்தது. இப்போது அந்த நிகழ்வுகளைப் பற்றி மீண்டும் யோசிக்கும்போது, இது ஒரு சின்னப் பெண்ணின் சிறுபிள்ளைத்தனமான காதல் என்று நினைத்து அதை ஒதுக்கித் தள்ளாமல் பெரியதொரு நகரத்து மக்களே இப்படி ஆச்சரியத்தில் ஆழ்ந்து கிடக்கிறார்களே என்ற ஆச்சரியம் மட்டுமே மிகுதியாக நிற்கின்றது. பம்பாய் நகரமே இந்தக் காதல் கதை வெறுமே கடந்து போகும் ஒன்றாக இல்லாமல் அதற்கும் மேலாக இருக்கவேண்டும் என்று விரும்பியது. பருத்தி வணிகம், துணி ஆலைகள் என்று நிறைந்து கிடந்த பம்பாய் ஒரு பெரும் பணக்கார நகராக மட்டுமில்லாமல் பல குடிமக்களும் நிறைந்த கலப்படமான பெரு நகரம். மாணவர்களும் தொழில் விற்பன்னர்களும் நாட்டின் பல பகுதிகளிலிருந்தும் தங்களுக்கான உயர்வைத் தேடி வரும் நகரம் இது. சாதியும் மதமும் குறுக்கே வராது. புதிய கதவுகள் திறந்து கொண்டே இருக்கும் என்ற நம்பிக்கை அவர்களுக்கு.

மிகவும் விரைவாக ஓடிக் கொண்டிருக்கும் நகரம். வளர்ந்து கொண்டே புத்தம் புதிதாக மாறிக்கொண்டே இருக்கும் நகரம். ஜின்னா போன்ற பெரும் மனிதர்களைப் பெருமையுடன் தூக்கிப் பிடித்திருக்கும் நகரம். ஜின்னா இந்த நகருக்குள் காலடி எடுத்து வைத்தபோது அவரின் சட்டைப் பைகள் காலியாகத் தானிருந்தன. கராச்சியிலிருந்து, கோஜா இஸ்லாமிய இனத்தில், வணிகத்தில் தோற்றுப்போன ஒருவரின் ஏழு குழந்தைகளில்

மூத்த குழந்தையான ஜின்னா வெறும் கையோடு பம்பாய்க்குள் நுழைந்து இருபது ஆண்டுகள் கடந்து விட்டன. ஆனால் ஜின்னா பெரும் முயற்சியெடுத்து, சிரமப்பட்டு இன்று எல்லோருக்கும் தெரிந்த, ஒரு பெரிய பணக்கார வழக்கறிஞராக தலை நிமிர்ந்து நிற்கிறார். அடுத்த நிலைக்கும் உயர்ந்து விட்டார். அரசியல் வானில் மிளிரும் பெரும் நட்சத்திரமாகிவிட்டார்.

புத்தம் புது நாகரிகக் கார்கள்; மிக நவீன உடைகள்; நீதிமன்றத்தில் மட்டுமல்லாது இம்பீரியல் மக்களவையிலும் மூன்று முறையாக தொடர்ந்து தேர்ந்தெடுக்கப்படும் நிலைக்கு உயர்ந்து விட்டார். பல இளைஞர்களுக்கு ஜின்னா போல் ஆகவேண்டும் என்று பேரவா. இன்னும் பலருக்கு அவர் மீது அத்தனை பொறாமை. ஜின்னாவின் கர்வம் நிறைந்த தன்னம்பிக்கை பலரையும் பொறாமையால் சுட்டெரித்தது. இப்படிப்பட்ட ஒரு கலவையான சூழல் ஜின்னாவைச் சுற்றியிருந்தது. இதனால் அந்த இரு தரப்பு மக்களிடமும் ஜின்னாவின் காதல் பற்றிய ஆர்வங்களும், கலக்கங்களும் மிகுந்து இருந்தன. பம்பாயில் பலதரப்பட்ட மக்கள் இருந்தாலும் இன்னும் எவருக்கும் இந்து, பார்சி, இஸ்லாமியர் என்ற பிரிவுகளையும் தாண்டி தங்கள் திருமணத்தை நடத்தும் தைரியம் பிறந்ததில்லை. வெளிநாடு சென்று ஆக்ஸ்போர்ட், கேம்ப்ரிட்ஜ் பல்கலைக் கழகங்களில் படித்த பல இளைஞர்கள் பிரெஞ்சு அல்லது ஆங்கிலப் பெண்களை மணந்து நாடு திரும்பியிருந்தனர். நாடு விட்டு நாடு கலப்பு. ஆனாலும் நாட்டிற்குள்ளேயே இனம் மாறிய கலப்புத் திருமணங்கள் என்று சொல்வதற்கு ஏதுமில்லை. ஜின்னாவைப் போல் இன்னும் யாரும் அப்படி ஒரு படியைத் தாண்ட முயலவில்லை. இந்தப் புதிய விஷயம் பம்பாயை மட்டும் உலுக்கவில்லை. பம்பாயையும் தாண்டி, ஆங்கில விரும்பிகளின் மத்தியிலும் இதைப் பற்றிய கருத்துரையாடல்கள் நிகழ்ந்தன. பெங்களூரில் இருந்த சரோஜினி நாயுடுவின் மூத்த மகனான ஜெயசூர்யா தனது சகோதரி பத்மஜாவிற்கு எழுதிய கடிதத்தில், "ருட்டி ஜின்னாவைத் திருமணம் செய்ய எடுத்த முடிவைப் பற்றிப் பம்பாயே உரத்துப் பேசுகிறது என்ற செய்தி என் காதில் இன்று விழுந்தது" என்று எழுதியிருந்தார்.

ஜெயசூர்யா, ருட்டியைப் பற்றி கேள்வி மட்டும்தான் பட்டிருக்கிறார். பார்த்ததில்லை. சரோஜினி நாயுடுவும் அவரது மருத்துவக் கணவரும் பதினெட்டு ஆண்டுகளுக்கு முன்பே சாதியை மறுத்துத் திருமணம் செய்துகொண்ட,

படித்த தம்பதியர். அவர்களது நான்கு பிள்ளைகளுக்கும் அவர்கள் கொடுத்த சூழலும் அத்தகையதே. படித்தவர்களின் முற்போக்குக் கருத்துகள், நாகரிகப் பண்பாடுகள் என்ற சூழலில் வளர்ந்தவர்தான் ஜெயசூர்யா. இருப்பினும், அச்சூழலில் இருந்து வந்திருந்தாலும், அவரால் இந்தக் காதல் விஷயத்தை முழுவதுமாக ஜீரணிக்க முடியவில்லை. அவர் சாதாரணமாக ருட்டியின் பக்கம்தான் இருப்பார் என்ற எண்ணம்தான் எவருக்கும் வரும். ஆனால் உண்மை அதுவல்ல. ருட்டி ஒரு இஸ்லாமியரை மணப்பதில் ஜெயசூர்யாவிற்கு மறுப்பேதுமில்லை. ஆனால், அவர்கள் இருவரின் வயது வித்தியாசம் அவருக்குப் பெரும் தடையாக, தவறாகத் தெரிந்தது. பெங்களூர் ஒய்.எம்.சி.ஏ.வில் தங்கியிருந்த ஜெயசூர்யா, தன் தங்கைக்கு மூத்த அண்ணன் என்ற முறையில் அறிவுறுத்தி கடிதம் ஒன்று எழுதுகிறார்: "ஏறத்தாழ தன் தந்தையின் வயதில் இருக்கும் ஒருவர் மீது திடீரென்று காதலில் விழும் யோசனை அந்தச் சிறிய தலைக்குள் எப்படி நுழைந்தது என்றே தெரியவில்லை", என்று எழுதிவிட்டு, பின் தங்கைக்கும் இந்த விஷயத்திலிருந்து ஒதுங்கி இரு என்று அறிவுறுத்துகிறார்.

ஜெயசூர்யாவைத் தவிர ஏனைய பலருக்கும் இது ஒரு பெரிய மர்மமாகவே இருந்தது. ஜெயசூர்யாவின் மாணவ நண்பர்களாக பம்பாய், புனே, ஹைதராபாத், லக்னோ என்ற இடங்களில் இருந்தவர்களில் பலருக்கும் ருட்டி ஒரு குட்டி தேவதை; கொட்டிக் கிடந்த அழகு. மயக்கும் பேரழகு. அவர்களில் பலர் அவரை நேரில் பார்க்காதவர்கள். ஆனால் அவரைப் பற்றிய செய்தித் துணுக்குகளை அறிந்தவர்கள். பணத்தில் புரளும் ருட்டிக்கும் ஏனைய மக்களுக்கும் நடுவில் இருந்த தூரம் அதிகம். அதனால் தானோ என்னவோ, ஜெயசூர்யா பெங்களூரிலிருந்து அந்த ஆண்டு புனேவிற்கு மாற்றலாகி வந்தபோதும், தன் குடும்பத்து உறுப்பினர்களிடமிருந்து ருட்டி பற்றி நிறையக் கேள்விப்பட்டிருந்த போதும் ஜெயசூர்யா விலகியே இருந்தார். ருட்டியோடு தொடர்பு கொள்ள தயங்கினார். தன் தங்கை பத்மஜாவிற்கு, ஜெயசூர்யா 1917-ஆம் ஆண்டின் டிசம்பர் மாதம், 30 தேதி எழுதிய கடிதத்தில், "ருட்டி பெத்தித் புனேவில் இருப்பதாக அறிகிறேன். ஆனால் அந்தப் பெண்மணி என்னைப் போன்ற ஒரு சாதாரண மனிதனைப் பார்க்க விரும்புவாளோ என்னவோ... எனக்குத் தெரியவில்லை. எனக்கும் அங்கு சென்று அவளைப் பாதுகாத்து வைத்திருக்கும் பெரிய மனிதர்களைச் சந்திக்கவும் முடியாது" என்று எழுதியிருந்தார். ஏனெனில் அவர் அப்போது புனேயில் எரவாடா என்ற இடத்தில்தான்

தங்கியிருந்தார். ஜெயசூர்யா நாயுடு போன்ற ஓர் இளைஞனுக்கு ருட்டி போன்ற ஓர் இளம் அழகி இஸ்லாமியரைத் திருமணம் செய்ய நினைப்பது பெரிய தவறாக நிச்சயமாகத் தெரியாது. ஆனால் ஜின்னா, உயர் மனப்பான்மையோடு தனித்திருக்கும் கர்வம் மிகுந்த மனிதர் என்பது மட்டுமில்லாமல், தன் தந்தை வயதுடைய ஓர் ஆணிடம் ருட்டி எப்படி காதலில் வீழ்ந்தாள் என்பது பெரிய ஆச்சரியம். இது ஏமாற்றம் தரும் செய்தி என்பதையும்விட, அது மிகக் குழப்பமான தலையைச் சுற்ற வைக்கும் விஷயமாகவே தோன்றியது.

மற்றவர்கள் இப்படியெல்லாம் பலவாறாக யோசித்துக் கொண்டிருக்கும்போது, ஜின்னாவை நன்கு தெரிந்து, அறிந்து, மரியாதை வைத்திருக்கும் ஜெயசூர்யாவின் தாயார் சரோஜினி நாயுடு போன்றவர்கள் இதை வேறொரு கோணத்தில் பார்த்தனர்: 'ஓர் இளம் பெண்ணின் அறியாக் காதல். அறியாத வயதில் காதலில் தவறி விழுந்த நிகழ்வு' என்று நினைத்திருக்கலாம். சரோஜினி நாயுடு கவித்துவமாக, "வெளியே தெரியும் ஒன்று, உள்ளே முற்றிலும் மாறுபட்டு, வேறொன்றாக நிற்பது இயற்கையான விஷயம் இல்லை!" என்று இந்த நிகழ்வு நடந்து முடிந்த இரு ஆண்டுகளுக்குப் பிறகு, அவர் பேசிய உரை ஒன்றில், ஜின்னாவைப் பற்றிப் பேசுகையில் இப்படிக் குறிப்பிட்டது, அச்சு வடிவில் வெளிவந்தது.

"உயரமான, பெருமிதமான உருவம்; இளைத்த, நோஞ்சான் உடம்பு என்று சொல்லுமளவிற்கு மிக ஒல்லியான உடல்வாகு; தளர்வான, ஆனால் ஆடம்பரமான பாவனை; முகமது அலி ஜின்னா தளர்ந்திருந்தாலும் அந்த மெல்லிய உடலின் உள்ளே மிகுந்த உயிர்த்துடிப்பும், ஆழ்ந்த பொறுப்புத் தன்மையும் முயங்கி நிற்கும். அவர் முறைதவறாத நுணுக்கமான மனிதர்; தனிமை விரும்பி; செருக்கு நிறைந்த ஆணவக்காரர்; அவரது வழக்கமான தனிமைத் தனத்துடன் பல்வேறு முகமூடிகளைக் கழற்றி மாற்றுவார் என்பது அவரோடு பழகியவர்களுக்குத் தெரியும். கபடம் ஏதுமில்லாமல் மனிதாபிமானத்தோடு ஒரு முகம்; பெண்களைப் போல் மென்மையும், நல்ல உள்ளுணர்வும் மிக்க மனிதர்; குழந்தை போன்ற ஈர்ப்பு மிக்கவர். அவருடைய மதிப்பீடும், வாழ்க்கை முறையும் மிகவும் காரண காரியத்தோடும், எளிதான பயன்பாட்டுக்குரியதாகவும், பகுத்தறிவுள்ள ஒன்றாகவும், நடுநிலையான ஒன்றாகவும் இருக்கும். வெளியில் அவர் காண்பித்துக் கொள்ளும் ஒழுங்கும், வாழ்வின் நெறிமுறைகளில் அவரது அமைதித் தன்மையும்

ஒவ்வொரு வெற்றிகர மனிதனுக்குள் இருக்கும் கூச்ச குணம், பெருங் கொள்கைப் பிடிப்பு என்ற குணங்களின் பின்னே மறைந்திருக்கும்."

இதுபோன்று ஜின்னாவிடம் மறைந்து கிடந்த இந்தப் பண்பு நலன்கள் எவையும் ருட்டி அளவிற்கு பிறரை மயக்கவில்லை. ஏனெனில், ஜின்னாவை அவள் குழந்தைப் பருவத்திலிருந்தே தெரிந்து வைத்திருந்தாள். ஏறத்தாழ பன்னிரெண்டு, பதின்மூன்று வயதிலேயே அவளுக்கு ஜின்னாவின் மீது ஒரு குழந்தைக் காதல் மலர்ந்திருந்தது. ஜின்னா, தின்ஷாவைவிட வெறும் மூன்றே மூன்று வயது குறைந்தவர். அதோடு மட்டுமின்றி, தின்ஷாவைப் போலவே ஜின்னாவும் விக்டோரியன் காலத்து உடை, பாவனைகள் என்று பின்பற்றுபவர். ஆனால், அவர்கள் இருவருக்கும் நடுவில் உள்ள ஒற்றுமைகள் இதோடு முடிவடைகிறது. தின்ஷாவைப் பார்ப்பவர்கள் அவரது தடிமனான உடலைப் பார்த்து அவர் நடுவயதுக்காரர் என்றுதான் கூறுவார்கள். ஆனால் ஜின்னாவைப் பார்ப்பவர்களால் அப்படியெல்லாம் கூறமுடியாது. உயரமான, மெலிந்த மனிதர்; ஆறடிக்குச் சற்றே குறைந்த ஐந்தடி, பதினோரு இன்ச் உயரம். சீராக வாரப்பட்ட தலை; சென்னியில் சில வெளுத்த முடிகள்; விரைவான துடுக்கான உடல்மொழி; அழகான முகம்; கிரேக்க உடல்வாகு; ருட்டி பலரின் கவனத்தை ஈர்ப்பதுபோல், ஜின்னாவும் பார்ப்போரையெல்லாம் திரும்பிப் பார்க்க வைக்கும் ஈர்ப்போடு, எழிலோடு, இருந்தார். "தெருவில் நடந்து செல்லும் போது அவர் எதிரே வந்தால் நீங்கள் கட்டாயம் அவரால் ஈர்க்கப் படுவீர்கள். அவரின் உடல் மொழி அத்தகையது. தன்னைச் சீராக வைத்துக் கொள்ளும் கலை தெரிந்தவர். நடை, உடை, பாவனைகளில், தேர்ந்தெடுத்த உடைகளில், பளீரென்ற அழகான முகத்துடன் உங்கள் கவனத்தை எளிதில் தன் பக்கம் இழுத்து விடுவார்." இப்படி ஜின்னாவை பல ஆண்டுகளுக்குப் பிறகு பார்த்த K.H. குர்ஷித் என்ற இளைஞர் கொடுத்த விவரிப்பு இது.

அவர் மட்டும் தன் முழு ஆற்றலோடு இருந்தால் அவர் இருக்கும் அறையையும், அருகில் உள்ள மக்களையும் கலகலக்க வைத்து விடுவார். அந்த அளவிற்குத் தனிப்பட்ட ஈர்ப்பும், தெளிந்த அறிவார்ந்த நகைச்சுவை உணர்வோடும் இருப்பார். முதன் முதலாக இங்கிலாந்திற்குச் சென்றது; ஒரு புதிய கலாச்சாரத்தில் கலந்து கொள்ள முடியாமல் தனித்து நின்றது; யாருக்கும் இதுவரை சொல்லாத இந்த உண்மைகளை முதன்முதல் ருட்டிக்குச் சொல்லும்போது அது அவளைப் பெரு மகிழ்ச்சிக்குள்

தள்ளியிருக்கும். எடுத்துக்காட்டாக, இங்கிலாந்தில் ஒரு நாள்... இரவு... தங்கும் விடுதிப் படுக்கையில் சாய்கிறார். கட்டிலில் சுடச் சுட இருந்த ஒரு தண்ணீர் பாட்டில் காலில் படுகிறது; அது என்னவென்று தெரியாத ஜின்னா, அச்சமுற்று, இருட்டில் அதை எடுத்து தூக்கி எறிய முற்படுகையில்... அரைகுறை இருட்டில் அந்தப் பாட்டிலைப் பார்க்கிறார். அதிலிருந்து ஒரு திரவம் வெளியே சிந்துகிறது. நிச்சயமாக அது ரத்தம் தான் என்று நினைத்து ஜின்னா பயப்படுகிறார். ஏதோ ஒன்றைக் கொன்று விட்டோம் என்று நம்புகிறார். அச்சத்தில் பெருங் குரலெடுத்துக் கத்துகிறார். இதைக் கேட்கும் ஜின்னாவின் நண்பர்கள் அதை ரசித்திருப்பார்கள். நீண்ட நெடுங்கால்களை நீட்டி வைத்துக்கொண்டு, மெல்லிய குரலில் மெதுவாக, நாடகத்தனத்துடன், உதட்டின் ஓரத்தில் மெல்லிய புன்னகையுடன் அவர் சொல்லும்போது... அத்தனை கதைகளையும் சுற்றி நிற்கும் அவர் நண்பர்கள் மிகவும் ரசித்திருப்பர். ஆனால், ஏறத்தாழ தனித்து, பாதுகாப்போடு வாழ்ந்த ருட்டிக்கு அவர்களையெல்லாம் விட இக்கதைகள் மிக அதிகமாகப் பிடித்திருக்கும்.

எப்படி ருட்டிக்கு அந்த ஈர்ப்பு ஏற்பட்டது என்பதைக் கண்டுபிடிப்பது கடினம்தான். அவளே மிகவும் மகிழ்ச்சியளிக்கும், சாதாரணமாக எல்லோரிடமும் இனிதாகப் பழகும் பெண். அவளது செல்வ நிலையையும் தாண்டி அவளது மிகுந்த அழகும், நல் வளர்ப்பும், எப்போதும் சிரித்து மகிழும் தன்மையும் கொண்ட பெண் அவள். இத்தனை இருந்தும் அவள் நிச்சயமாக ஜின்னாவின் தனிக் குணங்களுக்கு ஒத்துப் போகும் பெண்ணல்ல. ஏனெனில் ஜின்னாவின் இயல்பும், பழக்க வழக்கங்களும் மிகவும் வித்தியாசமானவை. இதுவரை அவர் பெண்களின் பக்கம் எந்த ஈடுபாடும் காண்பிக்காதவர். விருந்துகள், விழாக்கள் என்றால் மற்ற ஆண்களுடன் அரசியல் பேசுவதில் மட்டுமே ஈடுபடுவார். அதற்காகப் பெண்கள் பக்கமே திரும்புவதில்லை என்றும் சொல்ல முடியாது. அவர்களிடம் மிகுந்த மரியாதையுடனும் வழக்கமான முகமன்களுடன் பழகுவார். அதிலும் வயதான பெண்டிரோடு இன்னும் அதிகமாக, ஒருமித்துப் பழகுவார் - ஒருவேளை அதில் அதிக ஆபத்தில்லை என்பதால் தானோ! ஆனாலும் உயர்ந்த நவீனமான உடைகளில் அழகான மனிதராக இருந்தும் அவர் ஆண்களுடன் பேசிப் பழகுவது போல் பெண்களிடம் எளிதாகப் பேசிப் பழக முடியாதவராக இருந்தார். ஒருவேளை வளர்ப்பில், அவர் இருந்த சூழலில் இருபாலரும் தனித்தனியே இருந்ததும், குடும்பத்து உறவுகளைத் தவிர இருபாலரும் நெருங்கிப் பழக

முடியாத சூழலும் ஒரு பெரிய காரணமாக இருக்கலாம். ஆனால் இதற்கும் மேலாக அவரது தன்னுள் மூழ்கும் தனித்தன்மையும், பிறருடன் எளிதில் பழகும் குணமில்லாததாலும் இருக்கலாம். அவரது இப்பண்பிற்காக, அவரது உதவி வழக்கறிஞராக இருந்த சாக்ளா போன்றவர்கள்கூட அவரை உளமார வெறுத்ததும் உண்டு. சாக்ளா, "ஆனால் வெளியே தெரியும் அவரது பண்புகள் அவரின் உள்மனதை மறைக்கும் திரைகளோ? ஆனால் அப்படி யாருக்காக அல்லது எதற்காக அவைகளை மறைக்க வேண்டும்? அவர் அப்படி தன்னை ஒரு தொட்டாச் சிணுங்கியாக வைத்துக் கொண்டதால் அவருடனான என் உறவும் எந்த ஒரு இலக்கும், இலக்கணமும் இல்லாமல் பிரிந்து கிடந்தது", என்கிறார். கவிஞர் சரோஜினி நாயுடுவும் ஜின்னாவைத் தூக்கிப் பிடித்து சாக்ளாவிற்குக் கடிதம் ஒன்று எழுதி அனுப்பினார். ஏனெனில் சாக்ளா செய்தித்தாளில் எழுதிய ஒரு கட்டுரையில் ஜின்னாவைப் பற்றி எழுதும்போது சிறிது மட்டம் தட்டி எழுதியிருந்தார். அதற்காகவே சரோஜினி அக்கடிதத்தை எழுதினார். அக்கடிதத்தில் அவர், "ஜின்னாவைப் பற்றி நீங்கள் வைத்துக் கொண்டிருக்கும் தன்னிச்சையான படம் ஒன்றை வரைந்துள்ளீர்கள் - அது ஓர் ஒற்றைப் பக்கப் பார்வை, தைரியம் எல்லாவற்றையும் கலந்த சித்திரம் அது. ஆனால் ஒருநாள் நீங்கள் அவரை ஒரு நல்ல நண்பராக, பனிபடர்ந்த இடத்தில் அரிதான சூடான மூச்சுக் காற்றை விட்டுக் கொண்டிருக்கும் தனிமையான ஒரு மனிதராக பார்ப்பீர்கள் என்று நம்புகிறேன்", என்று எழுதியிருந்தார். மேலும் அவர் தொடர்ந்து, "அவரைப் புரிந்து கொண்டு பழகிய எங்களைப் போன்ற நல்ல வாய்ப்புப் பெற்றவர்கள் முன்பே கண்டறிந்ததுபோல, அவரைக் குளிர்ப் பிரதேசத்தில் மலர்ந்து விரியும் தூய மலராக - வெப்பம் மிகுந்த நாட்டில் மலரும் மலர்களுக்கு இல்லாத தனித் தூய்மைபோல் மலரும் மலராக - ஒருநாள் நீங்களும் கண்டடைவீர்கள். ம்ம்... ஆனால் அதற்கு முன் அந்தக் குளிர் நிறைந்த பிரதேசத்திற்குள் செல்வதற்கு, உங்கள் அந்த தாவரவியல் பயணத்திற்கு முன்னேற்பாடாக, ஒரு நீண்ட கம்பளி ஆடை உங்களுக்குத் தேவையென்று நினைக்கின்றேன்" என்று எழுதியிருந்ததில் ஜின்னா மீது சரோஜினி கொண்டிருந்த மிகுந்த மரியாதையும், அன்பும் தெளிவாகப் புலப்படுகிறது.

நல்ல வேளை... சரோஜினி நாயுடு சாக்ளாவிடம் ஜின்னாவை நன்கு தெரிந்து, புரிந்துகொள்ள வேண்டுமென்று சொல்லியிருந்தார். ஆனால் ருட்டிக்கு அதெல்லாமே தேவையில்லாமல் இருந்தது. இன்னும் சின்னப் பெண்

தான். இருந்தும் அந்தத் தேவை அவருக்கில்லை. ருட்டி தன் மேல் கொண்டிருக்கும் அளவுக்கதிகமான வியப்பை ஜின்னா அறிந்திருந்ததால், அவர் எப்போதும் தன்மேல் போர்த்திக் கொண்டிருக்கும் கவசங்களைத் தூர எறிந்துவிட்டு, தன் நண்பரின் மகள் முன்னால் எளிமையாகக் காட்டிக் கொள்வார். ருட்டி ஜின்னாவைக் கவர்ந்து இழுத்துக் கொண்டதுபோல, வேறு யாராலும் ஜின்னாவை வசப்படுத்தவோ, வசியப்படுத்தவோ முடியவே முடியாது. அவர் வெகு திறமையாக ஜின்னாவைக் கிண்டிவிட்டோ, கிண்டல் செய்தோ அவரது இறுக்கத்திலிருந்து வெளிக்கொணர்ந்து, அவளோடு எளிதாக உரையாட வைத்து விடுவார். அதையும் தாண்டி ஜின்னாவை தன்னைப் பார்த்தே நகைக்கவும் வைத்துவிடுவார்.

ஜின்னா எழுதிய முதல் புத்தகத்திற்கு சரோஜினி எழுதிய முன்னுரையில் ஜின்னாவின் தனி வாழ்க்கையில் நடந்த நிகழ்வுகள், அவரது பேச்சின் தொகுப்புகள், ருட்டியுடன் உரையாடி ஜின்னாவைப் பற்றிக் கேட்டவைகள், எல்லாம் இருந்தன. *“கராச்சியில் அவரது குடும்பத்தால் செல்லம் கொடுக்கப்பட்டு, பணவசதியோடு இருந்த காலங்களின் தொகுப்புக் கட்டுரைகளும் இருந்தன. கராச்சியிலிருந்து இங்கிலாந்திற்குப் பயணம்... நெடிதுயர்ந்த, ஒல்லியான பையன்... மஞ்சள் நிற மேலங்கி, பல்கலைப் படிப்பறியாத சிறு பையன். செல்வமிழந்து, செயலிழந்து நின்ற குடும்பம். இவற்றையெல்லாம் மீறி வளரவேண்டும் என்ற வேகத்துடன் நின்ற இளம் பையன். வெற்றியை நோக்கி நடைபோட்ட அந்தப் பையனுக்குத் துணையாக நின்றது அவனது இளமை வீச்சும், தைரியமும், அவனது தீராத பேராசையும் தான்.”*

சரோஜினிக்குத் தன் மீது மிகுந்த மரியாதையும் வியப்பும் இருந்தாலும் இதுபோன்ற செய்திகளை ஜின்னா, சரோஜினியிடம் பகிர்ந்து கொண்டதில்லை. சரோஜினியும் ஜின்னாவைப் பற்றித் தெரிந்தவைகளை எப்படிப் பெற்றார் என்பதை எங்கும் சொல்லவும் இல்லை. ஜின்னா தன் நண்பர்களிடம் கூட இதுபோன்ற தனிப்பட்ட விஷயங்களைப் பகிர்ந்து கொண்டதில்லை. அதிலும் ஜின்னா திருமணம் செய்துகொண்ட 1918ஆம் ஆண்டில் வெளிவந்த *“முகமது அலி ஜின்னா: ஓர் ஒற்றுமைத் தூதுவன்”* என்ற நூலின் முதல் பக்கத்தில் அச்சிடப்பட்ட கவிதை வரிகள் ருட்டியால் தேர்ந்தெடுக்கப் பட்டவை என்று சரோஜினி குறிப்பிட்டுள்ளார். பலர் நினைத்தது போல் அது சரோஜினியால் தேர்ந்தெடுக்கப் பட்டதில்லை.

வில்லியம் மாரிஸ் எழுதிய அந்தக் கவிதையின் ஐந்து வரிகள் ஜின்னாவிற்கு மிகவும் பொருத்தமான வரிகள் என்று ருட்டி கருதினார். ஜின்னாவின் குறிக்கோளும் அந்தப் பாட்டும் மிகவும் பொருத்தமானவை என்று, ருட்டி அளவிற்கு ஜின்னாவை வியந்தோதிய சரோஜினியும் ஒத்துக் கொண்டார்.

உன் ஆன்மாவின் சட்டதிட்டங்களில் நீ தொடர்ந்து வாழப் பழகு.
யாரேனும் உன் வழியைத் தடுத்தாலும் கண்டு கொள்ளாதே
உன்னை யாரும் வெறுத்தாலும் நீ கவலைப்படாதே
நீ உன் பாட்டைப் பாடு
உன் கடமையைச் செய்
உன் நம்பிக்கைகளின் மீது மட்டும் நம்பிக்கை வை
உன் வழிபாடு தொடர்ந்து ஒலிக்கட்டும்.

ஆனால் கால் முளைத்து மிதந்த வதந்திகளுக்குப் பஞ்சமில்லை. நாளும் இடமும் மாறிமாறிக் கலந்து வந்தன. தின்ஷாவிடம் அவரின் மகளைத் திருமணம் செய்யவேண்டும் என்று ஜின்னா கேட்டார் என்பது உண்மைதான். தின்ஷா கடினமாக அதை மறுத்து விட்டார். ஆனால் வதந்திகளில் வந்ததுபோல அது 1916-ஆம் ஆண்டின் கோடையில் நடக்கவில்லை; டார்ஜிலிங் நகரிலும் நடக்கவில்லை. 1916-இல் ருட்டி தன் பெற்றோருடன் கோடை விடுமுறைக்குச் சென்றது உண்மைதான். ஆனால் அவர்கள் டார்ஜிலிங் போகவில்லை. அவர்கள் சென்றது மஹாபலேஷ்வர். ஜின்னாவும் அவர்களுக்குப் பக்கத்திலேயே தான் தங்கியிருந்தார். ஆனால் ஜின்னா அங்கு தன் திருமணம் தொடர்பாய் யாரையும் சந்திக்கவில்லை. ஜின்னா அக்கோடை மாதங்களில் பெரும்பான்மையான நேரம் புனேவில் தங்கியிருந்தார். அவரது நெருங்கிய நண்பரும், பம்பாய் க்ரோனிக்கிள் தினசரியின் ஆசிரியருமான பெஞ்சமின் கை ஹார்னிமன் என்பவர் மேல், அவருடைய போட்டிப் பத்திரிகை ஆசிரியர், 'ஹார்னிமன் தன் கீழ் வேலை பார்ப்பவர்களிடம் ஓரினப் பாலின உறவு கொண்டிருந்தார்' என்று கூறியதற்கு எதிரான மானநஷ்ட வழக்கு ஒன்றை ஜின்னா நடத்திக் கொண்டிருந்தார். லண்டனில் கல்வி கற்கும்போதே அவ்விருவருக்கும் நெருங்கிய நட்பிருந்தது. தொடர்ந்து இருவரும் ஒருமித்த அரசியல் கருத்துகளோடு நெருங்கிய நண்பர்களாகத் தொடர்ந்திருந்தார்கள். இருவரும் இணைந்து நாடகக் கம்பெனி ஒன்றில் பணிபுரிந்தனர். இந்தக் கோடைகாலம் முழுமையும் அந்த மானநஷ்ட வழக்கிற்காகப் புனேயில் தங்கியிருந்து மும்முரமாக அந்த

வழக்கிற்காக உழைத்துக் கொண்டிருந்தார்கள். ஆனாலும் சிறிது தூரத்திலேயே இருந்த ருட்டியைச் சந்திக்கவோ, அவரது பெற்றோர்களைச் சந்திக்கவோ ஜின்னா முயலவே இல்லை. இதில் ஆச்சரியப்படவும் எதுவுமில்லை. ஏனெனில் ஓராண்டிற்கு முன்பே தின்ஷாவுடனான ஜின்னாவின் நட்பு, காதல் விவகாரம் வெளிவந்தபின், முழுமையாக முறிந்தே போயிருந்தது. வதந்திகளில் இப்பகுதி பற்றியது மட்டும் உண்மையாக இருந்தது.

ஜின்னா-ருட்டி காதல் மலர்ந்தது 1914ஆம் ஆண்டின் கிறிஸ்துமஸ் விடுமுறை நாட்களில்தான். அப்போது ஜின்னா தன் பார்ஸி நண்பரான சர் பெரோசெஸ்ஷா மேத்தா என்பவரின் புனே வீட்டில் தங்கியிருந்தார். ஜின்னாவைவிட மேத்தா வயதில் மூத்தவர். இருந்தும் ஜின்னாவும் ஹார்னிமனும் அவரது வீட்டில் நெருங்கிய நட்புறவில் தங்கியிருந்தனர். மூவருமே அப்போது மணமாகாதவர்கள். ஒன்றாகத் தங்கி, அரட்டை அடிப்பது, மது அருந்துவது என்று தங்கள் நேரத்தைச் செலவழித்தனர். இவர்களது உறவு பலரின் பொறாமையை உலுப்பி விட்டதில் ஆச்சரியமில்லை. அவர்களது நட்பு எல்லையில் சிறிதே தள்ளியிருந்த இன்னொரு நண்பர் K.L.கௌபா என்பவர், இந்த மூன்று நண்பர்களும் நகரத்தையே ஒரு கலக்கு கலக்குவதாகக் கூறியுள்ளார்.

அதே குளிர்காலத்தில் ருட்டி, புனேயில் உள்ள அவர்களது வீட்டில் தங்கியிருந்தார். இந்த வீடு பம்பாயிலுள்ள பெத்தித் ஹால் போன்று அத்தனை பெரிதும், செல்வச் செழிப்பும் மிக்கதல்ல. இருப்பினும் இந்த வீடும் அதன் அழகும் கொஞ்சமும் குறைவானதல்ல. நண்பர்களுக்கான பல விருந்துகள் அங்கு நடந்தன. ருட்டி இந்த வீட்டை தங்களது குளிர்கால தங்கும் விடுதி என்று அழைப்பதுண்டு. அப்போது ருட்டியின் வயது 15. பள்ளிப்படிப்பை முடித்து வெளிவரும் வயது. அப்போதே ருட்டியின் அழகு அவரது பெற்றோரின் சமூக நண்பர்கள் மத்தியில் பேசு பொருளாக இருந்தது. இந்த நேரம்தான் ஜின்னா, ருட்டியைக் காதலிக்க ஏதுவான சமயமாக, நேரமாக இருந்தது. ருட்டி தன் வயதையொத்த, தன் மீது பெரும் ஈர்ப்பு கொண்ட நண்பர்களை எல்லாம் ஒதுக்கித் தள்ளிவிட்டு, தன் முழு நேரத்தையும் ஜின்னாவுடன் செலவழித்ததே ஜின்னாவிற்கு ருட்டியின் மீதான அன்பும் ஈர்ப்பும் அதிகமாவதற்குக் காரணங்களாக இருந்திருக்கலாம். ருட்டி தன் வயதொத்த பார்சி பெண்களிடமிருந்து மிகவும் வித்தியாசமான

பெண்ணாக இருந்தார். பெரும் வாசிப்பு, கவித்துவம், அரசியலில் ஆழ்ந்த அறிவு என்று தனித்தன்மையோடு நின்றார். இதேபோல் ஜின்னாவும் தனித்து நின்ற ஓர் அறிவுஜீவி. அவருடைய மனிதத் தன்மை, அடுத்தவரைக் கவரும் தன்மை என்று எல்லா உயர் குணங்களையும் பக்கத்திலிருந்து பார்க்கும் வாய்ப்பும் ருட்டிக்குக் கிடைத்தது. தனது மறுபக்கத்தையும் காண்பிப்பதற்கு ஜின்னாவுக்கும் வாய்ப்பு கிடைத்தது. நாடகக் கலையில் ஆர்வம் மிகுந்த பெத்தித் குடும்பத்தினர், அவர்கள் ரசித்த நாடக நிகழ்வுகளில் கலந்துகொள்ள ஜின்னாவை அழைத்திருக்க வேண்டும். ஜின்னாவும் தன் பழைய அனுபவத்தோடும் ஆர்வத்தோடும் அதில் கலந்துகொண்டு, இதுவரை சமூகம் அதிகம் பார்த்திராத, தன் முகத்தின் மறுபக்கத்தை ருட்டிக்குக் காண்பித்திருக்க வேண்டும்.

பெத்தித்குகள் குதிரையேற்றத்திலும் மிகுந்த ஈடுபாடு கொண்டவர்கள். தாங்கள் வளர்க்கும் குதிரைகளை, தங்கள் விடுமுறைப் பயணங்களின் போதும் உடன் அழைத்துச் செல்லும் வழக்கத்தினர். குதிரையேற்றக் கலையிலும் ஜின்னா மற்றவர்களைவிட மேலாக தன் திறமையை வெளிக் காண்பித்தார். ஏனெனில் ஜின்னாவிற்கு குதிரையேற்றம் மிகவும் பிடித்தது. அவர் மிகவும் விரும்பும் பில்லியர்ட்ஸ் ஆட்டத்திற்கு அடுத்து அவர் விரும்பிய விளையாட்டே குதிரையேற்றம் தான். ஒன்று கூரைக்குள் நடக்கும் விளையாட்டு; இன்னொன்று வானத்தின் கீழே நடக்கும் விளையாட்டு. இந்த இரண்டுமே காதலர்கள் இருவரையும் ஒருங்கிணைக்க உதவின. அதுவும் ருட்டியின் பெற்றோருக்கு எவ்வித ஐயமும் வராத அளவுக்கு இந்த விளையாட்டுகள் உதவின.

ஒருவேளை ஜின்னாவின் பார்சி நண்பரான பெரோசெஸ்ஷா மேத்தா கொடுத்த தைரியத்திலும், அறிவுரையாலும், தின்ஷாவிடம் ஜின்னா தன் திருமணத்தைப் பற்றிப் பேசியிருக்கலாம். ஏனெனில் பெரோசெஸ்ஷா மிகவும் தீவிரமான புதிய எண்ணங்கள் கொண்டவர். அவரைப் பொறுத்த வரைக்கும் வயது வேற்றுமை, சாதி, சமய வேற்றுமைகள் என்பதெல்லாம் பெரிதான தடைகளாக இல்லை. அவரே கூட ஐம்பது வயது தாண்டிய பிறகே திருமணம் செய்து கொண்டார். ஆனால்... பாவம்... அந்தத் திருமணம் முடிந்து ஆறுமாதத்தில் அவர் காலமானார். ஜின்னா எவ்வளவோ தன்னம்பிக்கை நிறைந்த மனிதர்தான். இருந்தும் அவருக்கு தின்ஷாவோடு எதிரெதிர் நின்று திருமண விஷயம் பற்றிப் பேச மிகுந்த

தயக்கமாக இருந்தது. தன் எண்ணங்களை மறைத்து வைத்துப் பழக்கமில்லாத ஜின்னாவிற்கு இது ஒரு புதிய அனுபவமாக இருந்தது.

ருட்டியை மிகச் சிறு வயதிலிருந்தே- உண்மையைச் சொல்வதென்றால்- ருட்டி பிறந்த நாளான 1900, ஏப்ரல் மாதம் 20-ஆம் நாளிலிருந்தே- தெரியும். ஏனெனில் ருட்டி பிறந்த அந்த நாளில் தான் பம்பாய் ராஜதானியில் மாஜிஸ்ட்ரேட் என்ற பதவி அவருக்குக் கிடைத்தது. பெத்தித் குடும்பத்தினரும் இந்த சமூகச் சூழலில் இருந்தவர்கள்தான். ஜின்னாவும் ருட்டியிடம் ஒரு மூத்த மாமா என்ற உறவு முறையில்தான் பழகிக் கொண்டிருந்தார். ஆயினும் ருட்டியின் பள்ளிப் பருவத்து இளம் மனதில் அவர் மீது ஈர்ப்பு ஏற்பட்டது. அதேபோல் ஜின்னாவும் அவரை ஒரு சிறு குழந்தை என்றெல்லாம் எண்ணி நடத்தாமல். இணையாக வைத்துப் பேசுவார். ஜின்னாவின் புகழ் ஒரு வழக்கறிஞராகவும், அரசியல் சூழலிலும் பெருகிக் கொண்டே இருந்தது. ஆனாலும் அவர் ருட்டியிடம் எப்போதும் போல் பல விஷயங்களையும் பற்றிப் பேசிக் கொண்டிருந்தார். அரசியல், தேசிய நிகழ்வுகள் என்று அப்போதைய நிலவரங்களைப் பற்றிப் பேசுவார். ருட்டிக்கும் இந்த விஷயங்கள் மீதான ஆர்வமும், ஈடுபாடும் அதிகமாக இருந்தது. ஜின்னாவோடு நடந்த விவாதங்கள் அவளது ஆர்வத்தை மேலும் வளர்த்து விட்டன. மேலும் ருட்டி தன் அப்பாவின் ஒரே தங்கையான ஹமாபாய் பெத்தித் என்ற தனது அத்தையோடு பொதுக் கூட்டங்களுக்கும், பொது நிகழ்வுகளுக்கும் சென்று வந்தார். பெரும் செல்வமும் கொடைத் தன்மையும் கொண்ட ஹமாபாய் செல்லும் பெரும் கூட்டங்களுக்கும் ருட்டி அவருடன் செல்வதுண்டு. தன் வயதுடைய சிறு பெண்கள் சாதாரணமாக விரும்பக்கூடிய நிகழ்வுகளை எல்லாம் தவிர்த்துவிட்டு, இதுபோன்ற அறிவார்ந்த நிகழ்வுகளுக்குச் செல்வதுதான் ருட்டிக்கும் பிடித்திருந்தது. அவள் வயது சிறு பெண்களை மிரட்டக்கூடிய, விரட்டி விடக் கூடிய நிகழ்வுகள்தான் ருட்டிக்குப் பிடித்திருந்தது. மணிக்கணக்காக அக்கூட்டங்களில் கலந்து கொள்ளும் பொறுமையும், அறிவுத் திறனும் இருந்தது. இதுபோன்ற மிகவும் வித்தியாசமான குணநலன்களால்தான், பள்ளிக்குச் செல்லும் பெண்களுக்குப் பிடிப்பது போல், விதவிதமாக ஆடை அணிவதும், எதிர்பாலினத்தவரை ஈர்ப்பதும் இல்லாமல், ருட்டி வேறுபட்டு தன்னைக் காண்பித்தார். தன்னைக் கவர்வதற்காக இளைஞர்கள் எடுக்கும் முயற்சிகளை, மிக எளிதாக நகைத்துக் கொண்டே விலகிச் சென்றுவிடுவார்.

ஆனால் அரசியலிலும் தேசிய வளர்ச்சிகளிலும் ஆர்வத்தோடு இருந்தார். தினசரி செய்தித்தாள்களை ஆழ்ந்து வாசித்து, உலகத்தைப் பற்றிய ஆழமான புரிதலுடன் அவர் இருந்தார். அவர் வயதைப் போல் இரட்டிப்பான வயதுக்காரர்களுக்கு இருந்த புரிதலைவிட அதிகமான புரிதல் ருட்டிக்கு இருந்தது. ருட்டியின் மீது தன் வாழ்நாள் முழுவதும் மிகுந்த ஆர்வத்தோடு இருந்த காஞ்சி துவாரகதாஸ் சில ஆண்டுகள் கழித்து, "ருட்டி ஒரு மிகப் பெரும் தேசியவாதி; நாட்டில் நடந்து வந்த அரசியல் மாற்றங்களைக் கவனித்து, அரசியல் போக்கினை முழுவதும் புரிந்து கொண்டவர்," என்று சொல்லியிருந்தார். மேலும், "ருட்டி ஒரு பெரும் அறிவுஜீவி; நாலும் தெரிந்தவர்; ஆழ்ந்த வாசிப்பாளர்; இருபாலின மக்களையும் எளிதில் எடை போடக் கூடிய திறன் படைத்தவர்; ஆய்வு மாணவர்கள் போல் மிகுந்த ஆர்வத்தோடு உள்ளவர்", என்றும் வர்ணித்துள்ளார். ஜின்னாவுக்கு எப்போதுமே தன்னை எதிர்கொண்டு நோக்கும் இளைஞர்களைப் பிடிக்கும். ருட்டியிடம் அப்பண்பு மிகுந்திருந்தது. அதைவிட ஜின்னாவைப் போன்ற தன்னிச்சையாக, சுதந்திரமாக முடிவெடுக்கும் ஆற்றல் இருந்தது. இளவரசர்களையும், வைஸ்ராய்களையும் தனக்கு எதிரே நிற்கும் இணையானவர்கள் என்றே கருதும் உறுதியும், முதிர்ச்சியும் இருந்தது.

தனது காதல் வெளிப்பட்ட அந்தக் குளிர்கால விடுமுறைக்குப் பிறகு ருட்டியின் உடல் நலத்தை அது பாதித்திருக்கலாம். தின்ஷாவிற்குத் தெரிந்து, ஜின்னாவிடம் கடுமையாக இருந்ததிற்குப் பின், ஏறத்தாழ ஒன்பது மாதங்கள் கழித்து, ஏதோ ஓர் அறுவைச் சிகிச்சைக்குப் பின் புனேயிற்குத் ருட்டி திரும்பி வந்திருந்தார். சரோஜினியின் மகளான பத்மஜாவிற்கு ருட்டி எழுதிய கடிதத்தில் தான் இச்செய்தி இருந்தது. ருட்டி வழக்கமாக தன் கடிதங்களில் தேதிகளை விவரணையாகக் குறிப்பதில்லை. ஆனால், செப்டம்பர் 15ஆம் தேதி புனேயில் உள்ள 'பறவைக்கூடு' என்ற அவர்களது வீட்டிலிருந்து பத்மஜாவிற்கு எழுதிய பதில் கடிதம் அது. ருட்டியின் உடல்நலம் குறித்து பத்மஜா எழுதியிருந்த கடிதத்திற்கு, வெகு தாமதமாக ருட்டி எழுதிய பதில் கடிதம் அது. தாழ்மையான மொழியில் பத்மஜா எழுதிய கடிதத்திற்குப் பதிலாக, ருட்டி தன் அறுவைச் சிகிச்சைக்குப் பின்னால் எழுதிய பதில் கடிதம் அது.

சரோஜினி தன் மகள்களிடம் இதுபோன்ற கடிதங்கள் எழுதி, அதுவும் இதுவரை ஒருவரை ஒருவர் பார்த்திராதவர்களுக்கும்

கூட, அதிலும் ஒத்த வயதுக்காரர்களோடு தொடர்பில் இருக்க வேண்டும் என்று வலியுறுத்துவார். அதிலும் பத்மஜாவும் ருட்டியும் தொடர்ந்து தொடர்பில் இருக்கவேண்டும் என்றும் விரும்பினார். ஏனெனில் இருவருக்கும் ஏறத்தாழ ஒரே வயது. அதுவும் அவ்விருவரும் பேனா நண்பர்களாக இருப்பது இருவருக்குமே நன்மை பயக்கும். ருட்டியோ எப்போதும் தன் வயதுக்கு மீறியவர்களிடமே தொடர்பில் இருப்பார். ஆனால் ருட்டிக்கு ஒத்த வயது நண்பர் இருந்தால் பழகுவதற்கு எளிதாக இருக்குமே என்று சரோஜினி நினைத்திருந்தார். அதுவும் பத்மஜா தான் சரோஜினிக்கு மிகவும் பிடித்த பிள்ளை. தன் நான்கு பிள்ளைகளில் ஒருவரான பத்மஜா, உயர்மட்டத்தில் உள்ள ருட்டி போன்ற ஒரு பெண்ணுடன் பழகுவதால், பத்மஜாவுக்கு உயர் நிலைச் சமூகம் பற்றிய தொடர்பும், அனுபவமும் கிடைக்கும். அதோடு பத்மஜா தன் குறுகிய வட்டத்திலிருந்து வெளியே வரவும் முடியும். பெண்கள் அவ்விருவருக்கும் வயதில் எட்டு மாதங்கள் மட்டுமே வித்தியாசம். ஆனால் மனதளவில் மிக மிக வித்தியாசமானவர்கள். ருட்டி பல இடங்களைச் சுற்றிப் பார்த்த, தன்னம்பிக்கை மிகுந்த பெண். உயர் சமூகத்தினருடன் மிக எளிதாக இயல்பாகப் பழகும் தன்மையுடையவர். தன் அழகில் கிறங்கிக் கிடப்பவர்களை எளிதாகக் கையாளக் கூடியவர். ஆனால் பத்மஜா அப்படிப்பட்டவரில்லை. மிகவும் வெட்கப்படும் கூட்டுப்புழு அவர். பஞ்க்கனி என்ற இடத்தில் லீலாமணி என்ற தன் தங்கையுடன் விடுதியில் தங்கிப் படிக்கும் இளம் மாணவி அவர். பம்பாயில் செல்வத்தில் கொழிக்கும் ருட்டிக்கு சில கடிதங்களை அவ்வப்போது எழுதினார். அதில் பெரும் ஒட்டுதல் ஏதுமிருக்காது. மரியாதையான கடிதங்கள்; உறவைக் காத்துக் கொள்வதற்காக எழுதப்பட்ட சிறு, முக்கியமில்லாத கடிதங்கள்.

ஆனால் ருட்டி தன் பதினைந்தரை வயதில், தனக்கான அறுவை சிகிச்சைக்குப் பின்பு, சிறிது அதிகப்படியான பற்றுதலைத் தன் நண்பரான சரோஜினியின் மகளும் தன் முகம் பார்த்திராத பத்மஜா மீதும் காண்பிக்க ஆரம்பித்தார். அதுவும் சிகிச்சைக்குப் பிறகு, ஓய்வெடுக்க புனே வந்த ருட்டி, பம்பாயின் சூழல் ஏதுமில்லாமல் கட்டிலில் ஓய்வெடுத்துப் படுத்தபடி இருந்தபோது, ஒருவேளை தன் மனதில் இருக்கும் காதலைப் பற்றி யாரிடமாவது பேசவேண்டும் என்ற மனஅழுத்தத்தில் இருந்திருக்கலாம். ஆனால் இவையெல்லாம் வெறும் யூகங்கள் மட்டும்தான். அதிலும் ருட்டிக்கு பத்மஜாவைவிட சரோஜினிதான் நல்லதொரு தோழி- அதுவும் சரோஜினி

ருட்டியின் அம்மா வயதை ஒட்டி இருந்தாலும் - அவரே நெருக்கம்.

பெத்தித் மாளிகையில் விருந்தினராகத் தங்குவதற்காக முதல் முறை சரோஜினி வந்தபோது, பார்த்த முதல் தடவையிலிருந்தே ருட்டிக்கு அவரை மிகவும் பிடித்துப் போனது, அப்போது ருட்டியின் வயது வெறும் பதிமூன்று தான். சரோஜினி போன்ற ஒருவரை ருட்டி இதுவரை சந்தித்ததே இல்லை. சரோஜினிக்கு யார் மீதும் தவறான எண்ணம் ஏதும் கிடையாது; அவர் கட்டுக்குள் இல்லாத ஒரு சுதந்திர மனுஷி; எப்போதும் வெளிப்படும் விளையாட்டுத் தனம்; ஆர்வம் நிறைந்திருக்கும் பெண்மணி; இவை எல்லாவற்றையும் விட மிகவும் புகழ் வாய்ந்த கவிஞர். சரோஜினி, ருட்டியின் மாளிகையில் தங்கியிருக்கும்போது, விருந்தினருக்கான பகுதியில் தங்குவதற்குப் பதில், அம்மாவின் விருப்பத்தையும் மீறி, ருட்டி சரோஜினியை தனது அறைக்கு ஒட்டிய பக்கத்து அறையில் தங்க வைத்தார். சரோஜினி அக்கால கட்டத்தில் மிகவும் பிரபலமான கவிஞராக உருவாகியிருந்தார். அவரது பல நூல்கள் அச்சிடப்பட்டிருந்தன. அவருடைய மேடைப் பேச்சுகளும் அவரது கவிதைகள் போலவே புகழ்பெற்றிருந்தன. இத்தனை புகழெய்திருந்தாலும் பழகும்போது அவரது நகைச்சுவையுணர்வு மேலோங்கி நிற்கும். அது மட்டுமின்றி இளம் வயதினர் மீது அவருக்கு ஆழ்ந்த இரக்க உணர்வு உண்டு. இதையும் விட சரோஜினியும் ருட்டி போலவே தனது பதினான்காவது வயதில் ஓர் இளம் மருத்துவர் மீது காதல் கொண்டார். அவர் நிஜாம் பட்டாளத்தில் மருத்துவராகப் பணி புரிந்து கொண்டிருந்தார். அவர் ஒரு தெலுங்கர்; பிராமணர் அல்ல. இந்த இரண்டு காரணங்களையும் கூறி சரோஜினியின் பெற்றோர்கள் திருமணத்திற்குச் சம்மதிக்கவில்லை. சாதியும் சமயமும் ஊடறுத்தன. ஆங்கிலேயப் பெண்களைவிட இந்தியப் பெண்கள் இளவயதில் எத்துனை முதிர்ச்சியோடு உள்ளார்கள் என்று ஒப்பிட்டு, ஆங்கிலக் கவிஞர் எட்மண்ட் கோஸ் (Edmund Gosse), சரோஜினி தனது பதினாறாவது வயதில் எப்படியிருந்தார் என்று சொல்லியுள்ளார்: "அவரது மனதின் முதிர்ச்சி மிக அதிகம். நல்லதொரு படிப்பாளி; மேற்குலகப் பெண்களுக்கான உலக அறிவைவிட மிக மிக அதிகமான அறிவு அவரிடம் இருந்தது."

தனது பத்தொன்பதாவது வயதில் அப்பாவின் கோபத்தால் சரோஜினி மன அழுத்தத்திற்குள்ளானார். அதனாலேயே மூன்று ஆண்டுகள் இங்கிலாந்து சென்று தங்கினார். இறுதியில்

தான் விரும்பிய மருத்துவக் காதலரையே திருமணம் செய்து கொண்டார் சரோஜினி நாயுடு. அவரது சொந்த வாழ்க்கை அனுபவமோ, அவரும் ஜின்னாவின் மீது பெரும் ஆர்வம் கொண்டிருந்ததாலோ என்னவோ, அல்லது ஒரு கவிஞராக இளம் வயதினரின் மீது கொண்டிருந்த கழிவிரக்கமோ... இதில் ஏதோ ஒன்று. நான்கு குழந்தைகளுக்குத் தாயான, முப்பதுகளில் இருக்கும் அவருக்கும் பதின்மூன்று வயதில் பெத்தித் குடும்பத்துச் சிறு பெண்ணுக்கும் நடுவில் நட்பு அழகாக மலர்ந்தது. உடனே பற்றிக் கொண்ட அன்பு அது. இருவரிடமும் ஒரே சமயத்தில் பற்றிக்கொண்ட அன்பு நெருப்பு அது. தன்னுடைய முதல் சந்திப்பிலேயே சரோஜினி தன் மகள்களுக்கு ருட்டி பற்றிய தன் கருத்துகளை எழுதிப் புகழாரம் சூட்டியிருந்தார். அவரின் பிள்ளைகளுக்கு ருட்டியைப் பற்றி மிகப் பெரும் மதிப்பு ஏற்பட்ட அதே நேரத்தில் தங்கள் அம்மாவின் மனதில் இத்தனை பெரிய இடத்தை ருட்டி பெற்றுக் கொண்டு விட்டாரே என்ற பொறாமைத் தீயும் கிளர்ந்தெழுந்தது. சரோஜினி பம்பாயில் ருட்டியோடு பெத்தித் குடும்பத்தின் விருந்தினராக இருந்தார். அப்போது சரோஜினியின் இன்னொரு மகள் லீலாமணி ஹைதராபாத்தில் தனியாக இருந்தார். இந்த வருத்தத்தை அவர் தனது சகோதரி பத்மஜாவிற்கு எழுதிய கடிதத்தில் மனத்தாங்கலோடு, "கடவுளே! எப்போதுதான் அம்மா திரும்பி வருவார்களோ என்று ஏங்கிக் கொண்டிருக்கிறேன்" என்று எழுதியிருந்தார். மேலும், "ருட்டியின் இதழ்களோ, அல்லது அவரது அகலக் கழுத்துள்ள சாட்டின் ஜாக்கெட்டோ, அல்லது ருட்டியின் 'அம்மாக்களோ', 'அத்தைகளோ' நம் அம்மாவை அதிகமாகக் கவர்ந்து விட்டார்கள் போலும்" என்று சோகத்தோடு எழுதியிருந்தார்.

ருட்டி - பத்மஜா இருவருக்கும் நடுவில் இருந்தக் கடிதப் போக்குவரத்தில் இருவருக்கும் நடுவே மரியாதையான இடைவெளி ஒன்று இருந்தே வந்தது. ஆனால் அதை ருட்டி மெல்ல உடைத்தார். ஒருவேளை முன்பின் பார்த்திராத தன் தோழியான அந்தப் பள்ளிப் பெண்ணை சிறிது நெருங்க நினைத்திருக்கலாம். தனக்கு நடந்த அறுவை சிகிச்சையைப் பற்றி ஏதும் அழுத்தம் தராமல், ஆனால் அதன் மூலம் தனக்குக் கிடைக்கும் கவனிப்பைப் பற்றி விலாவாரியாக எழுதியுள்ளார். எக்கச்சக்கமான எண்ணிக்கையில் மருத்துவர்கள், செவிலிகள், தாதிகள் என்று ஆளுக்கொரு பக்கம் நின்று, மாற்றி மாற்றி தன்னைக் கவனிப்பது பற்றி எழுதியிருந்தார். அத்தனை பேர் சுற்றி நின்றாலும் தன் பெற்றோர்கள் பற்றி

எதுவுமே கூறவில்லை. தனக்கு நடந்த அறுவை சிகிச்சைக்குப் பின் நாட்களும் நேரமும் மிகச் சோர்வாக இருந்தன என்று எழுதியிருந்தார். மேலும் வயதான, அனுபவம் வாய்ந்த மருத்துவர்களும், மற்றவர்களும் நான் எந்த விதத்திலும் கஷ்டப்படக் கூடாதென்று பெரும் சிரத்தையோடு இருந்தனர். எல்லோரும் எப்போதும் 'ஒரு கண்ணை' என் மீதே வைத்திருந்தனர். பாவம்... ஒரு கண் மட்டும்தான் அவர்களுக்கு மிச்சமிருந்தது!

கடிதத்தில் ருட்டியின் அம்மாவின் தலை மட்டும் கொஞ்சம் எட்டிப் பார்த்தது. ருட்டி தன் அம்மாவுடனும், அத்தை பிக்காய், இன்னொரு நண்பரோடும் முழுமையாக நலமடைந்ததும் சிம்லாவிற்குச் செல்லும் ஏற்பாடு இருந்தது. வரும் 30ஆம் தேதி புறப்பட்டுச் சென்று, நவம்பர் முதல் தேதிக்கு பம்பாய் திரும்புவோம் என்று ருட்டி எழுதியிருந்தார். பம்பாயின் ஒவ்வொரு பருவ காலத்திற்கும் ஏற்ப நடக்கும் பல்வேறு நவநாகரிக விழாக்களிலும், விருந்துகளிலும் பெரும் செல்வந்தர்கள் படையோடு ஒன்று மாற்றி ஒன்றிற்கு தன் அன்னையோடு செல்வதில் ருட்டிக்கு எந்தத் தயக்கமும் இருந்ததில்லை. ஆனால் இம்முறை ருட்டி தன் வயதுத் தோழி ஒருத்தி தன்னுடன் வரவேண்டும் என்று ஆசைப்பட்டது போல் தன் விருப்பைக் காண்பித்திருந்தார். ருட்டிக்கு மூன்று அன்பான சகோதரர்கள் இருந்தனர். அவர்களோடு கூடி விளையாடுவதும், நகைச்சுவைச் செய்திகளைப் பகிர்ந்து கொள்வதும், வயதான மக்களின் காலை வாருவதும் மிகவும் பிடிக்கும். அவர்களுக்கு இணையாக அவர்களோடு குதிரையேற்றம் செய்வதும் மிகவும் பிடித்த ஒன்று. ஆனால் ருட்டி வளர்ந்தாகி விட்டது. முதிர்ச்சியும் சேர்ந்து விட்டது. தன் வயதொத்த இன்னொரு புதிய நட்பு அவரது தேவையாக இருந்தது. அதைத் தன் கடிதத்திலும் பகிர்ந்திருந்தார். 'உன்னை நேரில் பார்க்க ஆசையாக இருக்கிறது. அடுத்தமுறை உன் அம்மா பம்பாய் வரும்போது அவர்களோடு நீ கட்டாயம் உடன் வரவேண்டும்.' இதோடு நிறுத்தாமல் ருட்டி, 'உன் போட்டோ ஒன்றை எனக்கு அனுப்பிவை' என்று கேட்டிருந்தார். புதிதாக, மிகவும் திறந்த உள்ளத்தோடு வெளிப்படையான கடிதத்தின் வரிகள் ஒருவேளை ருட்டியின் மனதை நெருடியிருக்கலாம். தோழியை அந்த வரிகள் அச்சுறுத்தக் கூடாது என்ற எண்ணத்தில் 'கொச்சை மொழியில் பேசுவதற்கு உன்னிடம் எதிர்ப்பு ஏதும் இல்லையே! ஏனெனில் நான் அப்படிப் பேசி... அது உன்னை அச்சுறுத்தி

விடப்போகிறது', என்று தன் கடிதத்தின் இறுதியில் எழுதி முடித்தார்.

பத்மஜா தன் பள்ளி விழா ஒன்றில் சேலை உடுத்தியிருந்ததைப் பார்த்த ருட்டி, 'இதுதான் நீ முதன் முதலாக சேலை உடுத்திய நாளா?' என்று கேட்டிருந்தார். ருட்டி தனது பள்ளி வாழ்க்கையின் உடுப்பிலிருந்து சேலைக்கு மாறிய தருணம் முடிந்து ஓராண்டு ஆகியிருந்தது. அப்போதெல்லாம் பெண் பிள்ளைகளுக்கு இந்த உடைமாற்றம் மிகவும் முக்கியமானது. பிள்ளைப் பருவத்திலிருந்து குமரிப் பருவத்திற்கு மாறும் நிகழ்வு அது. பெண்கள் தங்கள் வாழ்வில் மிகவும் எதிர்பார்க்கும் நிகழ்வு அது. இப்போதெல்லாம் பெண்களே பார்த்துப் பொறாமைப் படும் அளவிற்கு ருட்டி அழகான சேலைகளை மிக நேர்த்தியாக அணியும் நிலையில் இருந்தார். அவரைப் போல் உடையணிய வேண்டும் என்று அவரது வயதுப் பெண்கள் நினைக்கும் அளவிற்கு அழகாக உடைகள் ருட்டிக்குப் பொருந்தின. தன் தோழி பத்மஜாவுடன் இன்னும் நெருங்க வேண்டும் என்ற ஆவலில் ருட்டி, பத்மஜாவிற்கு எழுதிய கடிதத்தில், தானும் முதலில் சேலை அணிய ஆரம்பித்தபோது, நன்றாகக் கட்டத் தெரியாமல் எப்படியோ சேலையைச் சுற்றிக் கொண்டேன் என்று கூறுகிறார். தொடர்ந்து, "இப்போது நன்கு உடுத்தப் பழகிக் கொண்டுவிட்டேன். ஆனால் முன்பெல்லாம் ஏதோ ஒரு காக்கையிடம் கடன் வாங்கிய சிறகுகளைச் சுற்றி அணிந்து கொண்டிருப்பது போல் கட்டியிருந்தேன். அப்போதிருந்த மனநிலையும் அப்படித்தான் இருந்தது. சேலை கட்டிக் கொள்வதே மிகவும் மதிப்பானது என்று நினைத்த காலம் அது" என்றும் எழுதியிருந்தார்.

அக்கடிதத்தில் பத்மஜாவின் மன்னிப்பைக் கோரியும் ஒரு வரி இருந்தது. பத்மஜா எழுதிய கடிதத்திற்கு உடனே பதில் போடாததற்காக மன்னிப்பு கேட்டிருந்தார். "என் சோம்பேறித் தனத்தை மன்னித்துக்கொள்; உன் நீண்ட கடிதத்திற்கு உடனே பதில் போடவில்லை. உடனே பதில் எழுத வேண்டும்... எழுதியாக வேண்டும் என்று நன்கு தெரியும். இருந்தும் அப்படிப்பட்ட சோம்பேறி நான். நீயும் அதற்காக என்னைப் பழி தீர்த்துக் கொள்ளாதே. நீண்ட நாட்கள் உன் பதிலிற்காகக் காக்க வைக்காதே. விரைவில் உன் பதிலை எதிர்பார்க்கிறேன்." இத்தோடு கடிதத்தை ருட்டி முடிக்கவில்லை. இறுதியில் கடிதத்தை ஒரு வார்த்தை விளையாட்டோடு முடிக்க நினைத்து, "பழிவாங்குவது மிகவும் இனிப்பானது தான். ஆனால் அதிக

இனிப்பு உனக்குப் பித்த நோயைக் கொடுத்துவிடும் என்று கேள்விப்பட்டிருக்கிறேன். ஆனால் முதல் தடவையாக அதனை இப்போதுதான் பயன்படுத்தியுள்ளேன்" என்று முடித்திருந்தார். வார்த்தை விளையாட்டு ஒருபுறம் இருக்கட்டும். உண்மையில் ருட்டி தன் வாழ்நாள் முழுமையும் இந்தப் பிரச்சனையில்-பித்தநோய்-சிரமப்பட்டுக் கொண்டிருந்தார். இந்த உடல் பிரச்னையை அவர் தன் தந்தை தின்ஷாவிடமிருந்து மரபுரிமை போல் வாங்கிவந்து விட்டாரோ என்னவோ? சரி, தின்ஷாவிற்கு இப்பிரச்சனை அடிக்கடி வருவதுண்டு. ஆனால் அது விருந்துகளில் முழு வீச்சில் பங்கெடுப்பதனால் இருக்கும். ஆனால் ருட்டியிடம் அப்பிரச்சனை இல்லை. ருட்டிக்கு இனிப்புகள் மேல் ஆர்வம் அதிகம்தான். ஆனால், அவரது அம்மாவும், தாதியரும் ருட்டியைக் கட்டுக்குள் வைத்திருந்தனர். ஆனால் ருட்டிக்கு இருந்த இப்பிரச்சனை உணவினால் மட்டுமல்லாமல் அவரது மனதினால் வரும் வியாதியாக இருக்கலாம். எல்லாவற்றிற்கும் மிக ஆழ்ந்து கவலைப்படுவது ருட்டியின் பழக்கம். இதைப்பற்றி ருட்டியின் ஆங்கிலத் தாதிக்கு மட்டும் முழு உண்மை தெரியும். மற்றவர்களுக்கு எப்போதும் விகடத்தோடும், சிரிப்போடும் இருக்கும் அந்த இனிய பெண்ணின் மறுபக்கம் தெரிவதில்லை. ஆங்கிலத் தாதியின் பெயர் ஐரீன். சுற்றியிருக்கும் எவருக்கும் தெரியாத அந்த உண்மை ஐரீனுக்குத் தெரியும். அவர் தொடர்ந்து ருட்டியின் மறைந்த பக்கத்தை ருட்டிக்கு நினைவூட்டி மன அழுத்தத்தைக் கட்டுக்குள் வைத்திருக்க அறிவுறுத்துவார். நடப்பவைகள் எதுவாயினும் அதற்காக மனதை வருத்தி, அதன் மூலம் உடலையும் வருத்திக் கொள்ள வேண்டாம் என்று தொடர்ந்து அறிவுறுத்திக் கொண்டே இருந்தார்.

இந்தக் கடிதங்கள் எழுதிக் கொண்டிருந்தபோது ருட்டி - பத்மஜா தொடர்புகள் கடிதம் மூலம் மட்டுமே இருந்தன. ஒருவருக்கொருவர் நேரடியாகப் பார்த்ததில்லை. அதனாலேயே ருட்டி, பத்மஜாவிற்கு எழுதிய கடிதத்தின் பிற்குறிப்பில், "உன்னைப் பற்றியே நாலு வரிகள் எழுதினால் என்ன என்று எனக்கொரு எண்ணம் உண்டானது. உன்னைப் பற்றி ஓரளவாவது தெரிந்து கொள்வேனே! இதுவரை உன்னைப் பற்றிய என் கற்பனை உருவம் மீது எனக்குச் சுத்தமாக திருப்தியில்லை. உன்னைப் பற்றிய விவரங்களோடு ஒரு நீள் குறிப்பு. இது நல்லதொரு வேடிக்கை என்று நான் நினைக்கின்றேன். நீ என்ன நினைக்கிறாய்?" என்று ருட்டி எழுதியிருந்தார்.

ருட்டியிடமிருந்து பத்மஜாவிற்குச் சென்ற அடுத்த கடிதம் 1916-ஆம் ஆண்டின் கோடைகாலத்தில் எழுதப்பட்டது. ருட்டி தன் பெற்றோர்களோடு மஹாபலேஷ்வரில் இருந்தார். ருட்டி தான் சலிப்பின் உச்சத்தில் இருப்பதாகக் கூறினார். ஆனால் உண்மையில் அவர் கோபமாகவும், எரிச்சலோடும் இருந்தார். பல செல்வந்தர்கள் போலவே பெத்திக்குகளும் மஹாபலேஷ்வரில் சொந்த அரண்மனை வைத்திருந்தனர். ஆனால், இந்த விடுமுறையில் பெத்தித் குடும்பம்-அல்லது ருட்டி மட்டுமாவது-அவர்களின் வழக்கமான சொந்த இடத்தில் தங்கவில்லை. ருட்டி எழுதிய கடிதத்தில் "புனித ஜேம்ஸ் குடியிருப்பு, மே மாதம் 3ஆம் தேதி" என்ற குறிப்பு இருந்தது. கடிதத்தை வாசித்தால் ருட்டி எரிச்சலான மனநிலையில் அதை எழுதியிருப்பார் என்றே தோன்றுகிறது. ருட்டிக்குக் கொஞ்சமும் தெரியாத மக்களைப் பற்றி பத்மஜா தன் கடிதத்தில் குறிப்பிட்டிருப்பார் போலும். அதை விமர்சித்து ருட்டி, "எனக்குத் தெரியாத மக்களைப் பற்றிப் பேசுவதில் ஏதும் பொருளில்லை; ஆகவே அதுவெல்லாம் போதும்", என்று கடுகடுப்பாய் எழுதியுள்ளார். அடுத்து பத்மஜா தன்னைப் பார்க்க நேரில் வரவேண்டும் என்றும், தான் மிகவும் மந்தமான மனநிலையில் இருப்பதாகவும் எழுதியுள்ளார். "எப்போது இங்கு வந்து என்னோடு தங்கப் போகிறாய்? உன்னை நேரில் கட்டாயம் பார்த்தே ஆகவேண்டும். எப்போது வருகிறாய் என்பதற்கு எனக்கு உடனே உன் பதில் தேவை", என்று ருட்டி கேட்டிருந்தார். கடிதத்தின் அடுத்த பகுதி வெப்பம் மிகுந்த அந்த நாட்கள் பற்றியது. "உடனே பதில் எழுது. இங்கே வெப்பம் தாங்கவில்லை. படுக்கையில் உட்கார்ந்து உனக்கு இதை எழுதிக் கொண்டிருக்கிறேன். எழுந்து உட்கார்ந்து எழுதுவதற்குக் கூட முடியாதபடி வெப்பம் தகிக்கிறது. அதனால்தான் இந்த கிறுக்கெழுத்துகள். இந்தக் கிறுக்கல்களை வாசிக்க படுக்கும் முயற்சியே உன்னைக் கலங்கடிக்கும்." அடுத்த பகுதியில் ருட்டியின் கோபமும், எரிச்சலுமே வெளிப்படுகின்றன. "இந்த உலகம் மட்டும் இதுபோல் கொஞ்சம் நாகரிகமாக இல்லாவிட்டால் நான் இந்த கடும் வெப்பத்தைச் சபித்துத் தள்ளியிருப்பேன். சபிப்பதால் எனக்குக் கொஞ்சம் ஆறுதல்; இந்த வெப்பமும் என் சாபத்தை நியாயப்படுத்திவிடும்" என்று எழுதியிருந்தார்.

ருட்டியின் இந்தக் கோபங்களுக்கான உண்மையான காரணத்தை வெளியில் சொல்லாமல் இருக்கலாம். ஆனால் ருட்டி பெருத்த ஏமாற்றத்தில் இருந்திருக்க வேண்டும். ஜின்னா பக்கத்திலுள்ள

புனேயில் நாற்பது நாளாக, ஹார்னிமன் அவதூறு வழக்கிற்காகத் தங்கியிருக்கிறார். ஆனால் ஒருமுறை கூட மஹாபலேஷ்வருக்கு அவரால் வர முடியவில்லை. தின்ஷாவிடம் அந்தக் குளிர்காலத்தில் பேசியதற்குப் பிறகு, ருட்டியைச் சந்திக்கும் போதெல்லாம் அவர் சற்றே வித்தியாசமாக இருப்பதாகத் தோன்றியது. அவர் தன்னிடமிருந்து சற்றே விலகிச் செல்வது போல் ருட்டிக்குத் தோன்றியது. உண்மையில் ஜின்னா, பெத்தித் குடும்பத்தினரிடமிருந்து சற்று விலகித்தான் நின்றார். சில அசந்தர்ப்பமான சூழலிலும் அதையே செய்தார். சான்றாக, கோபால கிருஷ்ண கோகலே இறந்ததும் நடந்த அஞ்சலிக் கூட்டத்தில் ஜின்னாவும், தின்ஷாவும் ஒரே மேடையில் உட்கார வேண்டிய கட்டாயம். ஆனால், இருவரும் ஒருவரையொருவர் கண்டுகொள்ளவே இல்லை. மற்ற வெளியிடங்களில் அப்படி நடந்தது சரி. ஆனால் தான் தங்கியிருந்த மலைப் பகுதியில் ஜின்னா அப்படி இருக்க மாட்டார் என்று நினைத்திருந்தார். தின்ஷாவிடம் தன் எண்ணத்தை ஜின்னா சொன்னதும், தின்ஷா மிகக் கடுமையாக ஜின்னாவிடம் மறுத்து, வெகுண்டெழுந்ததை மறந்து, ஜின்னா தன்னிடம் இணக்கமாக நடந்து கொள்வார் என்று ருட்டி எதிர்பார்த்தது அவரது தவறுதான். புனேயிலிருந்து ஜின்னா நேரே பம்பாய்க்குத் திரும்பினார். அந்த நாளிலிருந்து ஆறாவது நாள்தான் ருட்டியின் சோகக் கடிதம் பத்மஜாவிற்குச் சென்றது.

சலனமான மனதை நிம்மதியாக்க முதலில் பத்மஜாவைத் தன்னிடம் வர அழைப்பு விடுத்தார். தன்னை மஹாபலேஷ்வர் வந்து பார்க்கும்படி கடிதம் எழுதினார். அது முடியாமல் போகவே தானே நேரே பத்மஜா இருக்கும் பஞ்சகனி என்ற இடத்திற்குச் சென்று பத்மஜாவுடன் தங்கலாம் என்று திட்டமிட்டார். ஆனால் இந்தத் திட்டம் பத்மஜாவிற்குப் பெரும் குழப்பத்தையும் தெளிவின்மையையும் கொடுத்தது. மிகப் பெரும் செல்வந்தரின் பெண்; பெரிய குடும்பத்துப் பெண். அவள் வானத்திலிருந்து இறங்குவது போல் தேடிவந்து தன்னிடம் தங்குவதா என்ற அச்சம் பத்மஜாவிற்கு. ஏற்கெனவே ருட்டியின் அழகு, செல்வம், வாழும் தன்மை எல்லாவற்றையும் காதால் கேட்டிருந்த பஜ்மஜாவிற்கு, ருட்டியை நேருக்கு நேர் சந்திக்க வேண்டும் என்பதே பெரும் அதிர்ச்சி அளித்தது. தன்னை ருட்டியோடு ஒப்பிட்டுப் பார்த்த பத்மஜாவிற்கு மனதைத் திறந்து தான் நினைப்பதை அப்படியே கொட்டிவிட முடியவில்லை. தான் இன்னும் ஒரு பள்ளி மாணவிதான். ருட்டியின் வாழ்க்கையும், விருந்து விழாக்களும், அவரைச் சுற்றி அலையும்

ஈர்க்கப்பட்ட ஆடவர்களும், ஏணி வைத்தாலும் எட்டாத உயரமும் பத்மஜாவிடம் ஓர் அச்சத்தைத்தான் ஏற்படுத்தியது. ருட்டியை அழைத்து வர ஒரு கார் கூட தன்னிடம் இல்லை என்று நினைத்து பத்மஜா வெட்கப்பட்டாள். ஏனெனில் ருட்டி அப்படிப்பட்ட ஒரு வரவேற்பைத்தான் எதிர்பார்த்திருந்தார். ருட்டி வெகு இயற்கையாக பத்மஜாவிடம் அதுபோன்ற வசதிகள் இருக்கும் என்று எதிர்பார்த்தார். ஏனெனில் இதுவரை ருட்டி பழகிய நட்புச் சூழலில் எல்லோரும் அத்தகைய வசதி படைத்த செல்வந்தர்கள்தான். பத்மஜா மனம் தளர்ந்து வெதும்பி நின்றார். தன் தாய் சரோஜினிக்குக் கடிதம் எழுதினார். ஏதாவது உதவி கிடைக்கும் என்று நினைத்துதான் அக்கடிதத்தை எழுதினார். ஆனால் சரோஜினியிடமிருந்து எளிமையாக பதிலொன்று வந்தது. 'உண்மையைச் சொல்லிவிடு' என்பதே சரோஜினி கொடுத்த அறிவுரை. ஆனால் பத்மஜாவினால் அதைச் செயலில் காட்ட முடியவில்லை. தன் குளிர் ஊட்டப்படாத கார் ருட்டியின் வசதிக்கேற்றபடி இருக்காது; அவர் பயணத்திற்கு அது உதவாது என்று அவசர அவசரமாகக் கடிதம் எழுதினார். இக்கடிதத்திற்கான பதில் அடுத்த இரு வாரத்தில்-1916 மே மாதம் 18-ஆம் நாள்-வந்தது. அதில், "உனது கார் குளிர் ஊட்டப்படாதது என்பதே மிக நல்லதுதான்" என்று ஆரம்பித்த கடிதத்தில் பத்மஜாவிற்கு அடுத்த பெரும் அதிர்ச்சியை ருட்டி கொடுத்தார்: 'வரும் சனிக்கிழமை 27-ஆம் தேதியன்று ஒரு வாகனத்தைத் தயார் நிலையில் வைக்க முடியுமா? இன்னும் 10 நாட்கள் இருக்கின்றன. அதற்குள் தேவையான ஒரு வண்டியைத் தயார் செய்ய முடியுமா? என்று ருட்டி கேட்டிருந்தார். கேட்டவருக்கு இதெல்லாம் எளிது; ஆனால் கேட்கப்பட்டவருக்கு இது இயலாத ஒன்று. பத்மஜா தான் இன்னும் பள்ளி மாணவி என்று எழுதியிருந்தார். ருட்டிக்கு ஆச்சரியம். 'நீ இன்னும் ஒரு பள்ளி மாணவியா? அல்லது விடுமுறையைக் கழிக்க இங்கு வந்துள்ளாயா?' என்று ருட்டிக்கு எழுதிய கடிதத்தில் கேட்டுள்ளார்.

ருட்டியின் மனதில் ஒரு தீவிர எண்ணம் இருந்தது. தன் தோழி தன்னை தன் பெற்றோர்கள் போன்ற கருத்துடையவர்கள் என்று எண்ணிவிடக் கூடாது என்று நினைத்திருந்தார். ருட்டியின் பெற்றோர்கள் இன்னும் பழைய காலத்துக் கருத்துகளோடு, பெண்கள் வீட்டிற்குத் தாமதமாக வரக்கூடாது போன்ற எண்ணத்தில்தான் இருந்தனர். "ஓ! நீங்கள் செல்லும் அந்தப் பாட்டுக் கச்சேரிக்கா?... வரவேண்டும் என்றுதான் ஆசைப்படுகிறேன். ஆனால் முடியாதே! ஏனெனில் கச்சேரி 5 மணிக்கு ஆரம்பித்தாலும் முடிவதற்கு மணி 6.30 அல்லது

ஏழாகிவிடும். அதன்பின் வீடு திரும்ப வேண்டும். எனக்கு அது ஒன்றும் பிடிக்காததல்ல. ஆனால் என் பெற்றோர்கள்..." பெற்றோர்களைப் பற்றி இப்படி சொல்லிவிட்டு, அதற்கு அடுத்ததாக தன் தாதியின் புத்திசாலித்தனத்தை எள்ளலாக விமர்சித்திருப்பார். ஐரீன் "எப்போதும் வாய்க்குள் முணுமுணுக்காதே; பெரிய சந்நியாசிகளின் அறிவுரைகளை மீறக்கூடாது", என்று தொணதொணக்க ஆரம்பித்து விடுவார். "எல்லா சந்நியாசிகளும் முட்டாள்கள் தானே! என்னைப் போல் தானே நீயும் நினைக்கிறாய்? நீ ஒரு சந்நியாசி என்றால் முதலில் நீ முட்டாளாக இருக்கவேண்டும்! ஆனாலும் முட்டாளாக இருந்தும் சந்நியாசியாக இல்லாமல் நீ இருக்க முடியும். எனது மிகத் தெளிவான தருக்கத்தை நினைத்தால் எனக்கே மிக ஆச்சரியமாக இருக்கிறது. உனக்கும் அப்படித் தோன்றுகிறதா?"

இரு நண்பர்களுக்கும் உள்ளேயிருந்த ஆவல்களும் எதிர்பார்ப்புகளும் நிறையவே இருந்தாலும் 19 கி.மீ. தொலைவு தான் இருவருக்கும் நடுவில் இருந்தது. ஒரு பகல் நேரத்துப் பயணத்தில் பஞ்ச்கனி என்ற அவ்விடத்திற்கு ருட்டி சென்று வந்தது இனிதாகவே நடந்து முடிந்தது.

பத்மஜாவும் அவரது தங்கை லீலாமணியும் நோல் (Knowle) என்ற உறைவிடப் பள்ளியில் ஒன்றாகத் தங்கிப் படித்தனர். திருமதி. கிம்மின்ஸ் என்பவர் நடத்தி வந்த பள்ளி அது. பம்பாயிலிருந்து வரும் ருட்டியின் வருகை அவருக்கு மிகவும் பிடித்துப் போனது. ருட்டி பற்றி அவரும் அவ்வளவு உயர்வாகக் கேள்விப் பட்டிருக்கிறார். ருட்டியும் தன் அழகு, உலக அனுபவம், நாகரிகம் போன்ற எல்லாவற்றையும் ஏதும் காண்பிக்காமல், மிகவும் எளிதாக, அன்பாக நட்புறவோடு இருந்து அனைவரின் பாராட்டையும் பெற்றார்.

இந்தச் சந்திப்பிற்குப் பிறகு சரோஜினியின் இரு மகள்களுக்கும், ருட்டிக்கும் நடுவில் நடந்த கடிதத் தொடர்புகள் அந்த ஆண்டில் நிறைய தொடர்ந்து நடந்து வந்தன. முன்பிருந்த தயக்கமும், இடைவெளியும் ஏதுமில்லாமல் அது நெருங்கிய தொடர்பாகவே இருந்தது. ஒரே ஒரு சந்திப்பிலேயே அந்த இரு நாயுடு பெண்களின் தயக்கமும், கூச்சமும் முற்றிலும் மாறி இலகுவான நட்பாக மலர்ந்தது. அந்த இரு பெண்களுமே தங்கள் இளம் பருவத்து நினைவுகளை ருட்டியிடம் எளிதாக மனம் திறந்து பேசினர். அவரது ஆலோசனைகளையும் விழைந்து கேட்டனர். நிச்சயமாக ருட்டி தங்கள் உள்ளக்கிடக்கைகளை அம்மாவிடம் சொல்லமாட்டார் என்ற நம்பிக்கையும்

அவர்களுக்கிருந்தது. அதைப் போலவே ருட்டியும் அவர்கள் கடிதத்திற்கு உடனுக்குடன் பதிலளித்து வந்தார். அவர்கள் கேட்ட அறிவுரைகளையும், ஒரு பதினாறு வயதே ஆன பெண் என்பதையும் தாண்டி மிகுந்த முதிர்ச்சியோடும் அவர்களுக்கு உதவும்படியும் இருந்தார். ஆயினும் அதே முதிர்ச்சியில் தானோ என்னவோ தன் காதல் உணர்வுகளைத் தனக்குள்ளே வைத்துக் கொண்டார். ஒரு மூத்த சகோதரியாக இருந்து அவர்களோடு நல்லுறவைப் பேணினார். பம்பாய் நகரமே அவரது காதல் பற்றிப் பேசிக்கொண்டிருந்தது. ஆனால் ருட்டி அது பற்றி தன் நண்பர்களிடம் ஏதும் பேசவேயில்லை. மனக் குழப்பத்தில் இருந்த ருட்டி அனைத்தையுமே தன் மனதிற்குள்ளேயே உள்ளடக்கி வைத்துக் கொண்டார். உணர்வுகளின் சிதறல் வெளியில் இல்லாதவாறு பார்த்துக் கொண்டார். தங்கள் கடிதத் தொடர்பு ஆரம்பித்தபின் அதற்கு அடுத்த 15 மாதங்களிலும் இப்படியே இதயத்தை இறுகப் பூட்டி வைத்தவராகவே இருந்தார் ருட்டி. இந்த இரு நண்பர்கள் மட்டுமல்ல... வேறு யாரிடமுமே ருட்டி தன் மனதைத் திறந்து காட்ட முயன்றதே இல்லை. வெளியே மற்றவர்களோடு மிக இயல்பாக நட்பாகப் பழகினாலும் அவர் பூட்டி வைத்த உணர்வுகள் அப்படியே இருந்தன. பொதுவெளியில் இயல்பாக இருந்தாலும் அவருக்குள்ளே இருந்த ஒதுங்கும் தன்மையால் உணர்வுகள் உள்ளேயே அழுத்தி வைக்கப்பட்டிருந்தன.

பஞ்சகனி சென்று வந்தபின் இருபது நாட்கள் கழித்து, 1916, ஜூன் 13-ஆம் தேதி அடுத்த கடிதத்தை எழுதினார். பம்பாய்க்குத் திரும்பிச் சென்றபின் எழுதப்பட்டது அது. ஜின்னா இருந்த அறையிலேயே தங்கியிருந்த மகிழ்ச்சி அதில் வெளிப்பட்டது. அந்தக் கடிதம் இரு சகோதரிகளில் யாருக்கு எழுதப்பட்டது என்று தெரியவில்லை. இருவரில் யாரோ ஒருவருக்கு எழுதப்பட்டது. அதில் சில பொதுவான விஷயங்களும், சில காதல் வயப்பட்ட வாசகங்களும் எழுதப்பட்டிருந்தன. எத்தனை தடங்கல்கள், மோதல்கள் வந்தாலும் அவர் தன் உணர்வில் அழுத்தமாக இருப்பது அதில் தெளிவாகத் தெரிந்தது. “உன் குணமும்... ஏன், முழு வாழ்க்கையும் கூட, காதலின் மீதான உன் ஆழ்ந்த விருப்பத்தில்தான் கட்டமைக்கப்படுகிறது. காதல், கனிவு ஆகியவற்றின் ஆன்மா உங்களின் தனி நலப் பண்புகளை நிறுவட்டும். உங்கள் ஆழ்ந்த ஆசைகளின் அழகு, பூப்பூவாய் மலரட்டும். அம்மலர்களின் அழகு மட்டுமே எல்லோரையும் தன் பால் ஈர்த்து, அனைவரையும் அன்பு காட்ட வைக்கும். லில்லி, காரனேஷன் மலர்களைப் போல... ரோஜா,

தாமரைகள் போல மலரட்டும், காய்ந்து இறுகிப்போன இருண்ட மனங்களின் மீது அன்பைப் பொழியுங்கள். அந்த மனங்களைப் புரிந்துகொண்டு இரக்கமும் காண்பித்தால் அந்த மலர்கள் தேவலோகத்து ஒளி விளக்குகள் போல் சுடர்விடும். அறிவு காதலின் ஒரு பகுதி; காதல் மட்டும் அறுதியும் இறுதியுமான அறிவு. காதல் மட்டுமே முனங்கி வீசும் வெற்றுக் காற்றையும் அழகாக்கும். காதலே நிலவின் அழகையும், சூரியனின் வெம்மையையும் ஒரு சேரத் தருகின்றது. காதலே பூக்களை பூக்க வைக்கின்றது; பறவைகளைப் பாட வைக்கின்றது; துள்ளி ஓடும் ஓடைகளைக் காட்டின் ஊடே புரண்டு ஓடவைக்கின்றது. வலி நிறைந்த வாழ்க்கையையும் மகிழ்ச்சி ததும்பும் பாடலாக மாற்றுவதும் காதலே. பெண்ணை அழகாக மாற்றுகிறது காதல்; ஆண் மகனை வீரனாகவும் உயர் சிந்தனையோடும் மாற்றுவதும் காதலே. உன் இனிய உணர்வுகளை என்னால் முழுமையாகப் புரிந்துகொள்ள முடிகிறது. அது ஓர் அழகிய கவிதை; இனிமையின் நீள் கவிதை அது. எப்பொழுதெல்லாம் சோகம் உன்னைத் தீண்டுகிறதோ... எப்போதெல்லாம் காதலில் கசிந்துருகி நிற்கிறாயோ... அப்போதெல்லாம் என்னிடம் ஓடி வா... கடிதம் எழுது. உன் தோழி... ருட்டி."

இக்கடிதம் யாருக்கு ருட்டியால் எழுதப்பட்டது என்பது தெரியாமல் இருந்தாலும், அது பத்மஜாவிற்காக எழுதப்பட்டது என்பதை ருட்டியின் அடுத்த கடிதம் காட்டிக் கொடுக்கிறது. ருட்டியின் அடுத்த கடிதம் 'பெத்தித் மாளிகை, பம்பாய், ஜூலை *4, 1916*' என்ற தேதியிடப்பட்டது. கடிதத்தில் பெத்தித் குடும்ப அடையாளச் சின்னம் பொறிக்கப்பட்டிருந்தது. ருட்டியின் கடிதத்தில் மகிழ்ச்சி துள்ளிக் குதித்திருந்தது. பத்மஜா மிக அழகாக வெளிப்படுத்தியிருந்த காதல் உணர்வுகளுக்குப் பதிலாக அந்தக் கடிதம் தீட்டப்பட்டிருந்தது. 'உன் கடிதம் என்னை மிகவும் களிப்பூட்டி பரவசப்படுத்தியது. எப்போதும் நீ எனக்கு இது போன்ற இனிய அழகிய கடிதங்களை எழுது. ஆனால் அது முடியாது என்று நினைக்கிறேன். நீ என்ன நினைக்கிறாயோ, உன் மனநிலை எப்படியுள்ளதோ அதற்கேற்றாற்போல் எழுதுவதுதான் சரி. அல்லது அதில் அழகேதும் இருக்காது. ஆனாலும் இதுபோன்ற இனிமையான கணங்கள் உனக்கு வரும்போதெல்லாம் தவறாமல் எனக்கு எழுது. எழுதுவாயா...?'

இருவரின் கடிதங்களிலும் அடுத்தவர் உணர்வுகளை உந்தி எழுப்பும் ஓசையே அதிகமாக இருந்தது. ஒருவரை ஒருவர் மேலும் ஈர்த்துக்கொள்ள முடிந்தது. 'நான் எதையும்

தனித்தன்மையும், அவர்களது உள்ளார்த்தமான ஆன்மாவும் அப்படிப்பட்ட உயர்ந்த ஒன்று என்று நான் வெகு நிச்சயமாக நம்புகிறேன். ஒருவேளை அவர்களது உடல் நலக் குறைவால் அவர்களிடம் பேச நீங்கள் தயங்கலாம். அவர்களை அதிகமாக அது உலுப்பிவிடும் என்று நீங்கள் பயப்படலாம். அப்படியேதும் இருந்தால் நான் சொல்வதற்கு ஏதுமில்லை. நீங்கள் என்ன நினைக்கிறீர்களோ, உங்கள் உள் மனது என்ன சொல்கிறதோ அதையே செய்து விடுங்கள்", என்று எழுதியிருந்தார்.

கடிதம் இன்னும் முடியவில்லை; தன் கருத்துக்கு மேலும் வலுவூட்ட நினைத்தார் ருட்டி. "ஆனாலும் உங்கள் மீது அதிக அன்பும் பற்றும் கொண்ட நான் சொல்வதையும் சற்றே யோசித்துப் பாருங்கள். ஆனால் ஒன்று நிச்சயம். நான் சொன்னபடி நடந்து கொண்டால் நிச்சயம் அதற்காக உங்கள் வாழ்வில் எப்போதும் கவலைப்பட மாட்டீர்கள் என்று மிக உறுதியாக நினைக்கின்றேன்." மேலும் தன் கடிதத்தைத் தொடர்ந்த ருட்டி, பத்மஜாவை வழக்கமாக வெற்றிகொள்ள வைக்கும் தந்திரத்தைப் பயன்படுத்தினார். "நீ கேட்காமலேயே உங்களிடம் என் கருத்தைக் கூறி விட்டேன். அதனால் வருத்தப்பட்டு விடாதே. எப்போதெல்லாம் முடியுமோ, அப்போதெல்லாம் எழுது. ஆவலோடு வாசிக்க எப்போதும் காத்திருக்கிறேன்."

சரோஜினியைப் பற்றி இவ்வளவு கூறிய ருட்டிக்கு ஓர் ஏமாற்றம் காத்திருந்தது. அது ஒரு எதிர் முரண். இக்கடிதங்கள் எழுதப்பட்ட இரண்டு மாதங்களுக்குப் பிறகு ருட்டி சரோஜினியின் நீண்ட 'சொற்பொழிவைக்' கேட்க முடிந்தது. அப்போது சரோஜினி கூறிய அறிவுரைகளால் இருவருக்குள்ளும் ஒரு சண்டையே மூண்டது. 'உங்கள் அம்மாவை நான் நிறைய கடிந்து கொண்டேன்' என்று 1916 அக்டோபர் 21 ஆம் தேதி பத்மஜாவிற்கு எழுதிய கடிதத்தில் குறிப்பிட்டிருந்தார். "சரோஜினி கொடுத்த ஓர் அறிவுரைக்காக அது நடந்தது" என்று ருட்டி எழுதியிருந்தார். நினைத்துப் பார்க்கவே மிகவும் கடினமான விஷயம் அது. வயதில் மூத்தவர் சரோஜினி; எப்போதும் ருட்டி தேடி நிற்கும் ஆள் அவர்; எப்போதும் சரோஜினியைத் துதிபாடி நிற்கும் ருட்டி... எல்லாம் இருந்தும் அப்படி ஒரு கடின நிகழ்வு அந்த இருவருக்கும் இடையில் நடந்தது. சரோஜினி முழுமையாக ருட்டியின் பெற்றோரின் சார்பாக, அந்த நிலையில் நின்று தன் அறிவுரைகளைத் தந்தார். மிகவும் இளமையான ருட்டிக்கு வயது மூத்த

ஜின்னாவா? என்ற ருட்டியின் பெற்றோரின் கருத்தையே பத்மஜா முன்னெடுத்து வைத்தார். சரோஜினியும் எப்போதும் இப்படிப் பேசக்கூடியவர் அல்ல. அதுவும் மற்ற இளையவர்களின் காதல் விவகாரங்களில் தலையிடுவதே கிடையாது. ஆனால், ருட்டி விஷயத்தில் தன் மனதில் தோன்றியதை மிக வெளிப்படையாகப் போட்டுடைத்தார். அதனால் அவருக்குக் கிடைத்தது ருட்டியின் கோபமும், சண்டையும். ருட்டி மிகக் கடுமையாக சரோஜினியிடம் சண்டையிட்டார். அதைப் பற்றி பத்மஜாவிற்கான தன் கடிதத்தில், "நிச்சயமாக இனி என்னிடம் அதுபோல் எப்போதும் பேசமாட்டார்" என்று குறிப்பிட்டிருந்தார். ஆனால் தான் கோபப்பட்டு எரிந்து விழுந்ததில் தன் மீதே ருட்டிக்கு சிறிது வருத்தம். அதைத் தன் கடிதத்தில், மேற்கூறிய சொற்றொடருக்குப் பின்னால் வரிசையாக நிறைய ஆச்சரியக் குறிகள்- மொத்தம் 27 ஆச்சரியக் குறிகள்-போட்டு தன் மனதை வெளிப்படுத்தியிருந்தார். அதன் பின் மெல்ல 'தட்டிக் கொடுப்பதுபோல்', பத்மஜாவையோ அவரது தாயாரையோ புண்படுத்திவிடக் கூடாது என்ற எண்ணத்தில் இன்னொரு வாக்கியத்தையும் தன் கடிதத்தில் சேர்த்திருந்தார். "அம்மாவின் அழகான சொற்பொழிவு என்று எழுதியிருந்தாய். அதை எங்கே, எப்போது, எதற்காகப் பேசினார்? என்ன நிகழ்வு அது", என்று கேட்டிருந்தார்.

இந்த நிகழ்விற்குப் பிறகு, ருட்டி மீண்டும் மஹாபலேஷ்வர் வந்து சேர்ந்தார். இப்போது அவர்களது அழகிய மாளிகையான 'அலங்கார மாளிகை'யில் தான் தங்கியிருந்தோர். பெற்றோர்கள் இப்பருவகாலத்தில் பம்பாயில் தொடர் விருந்துகள் இரவும் பகலும் நடத்திக் கொண்டிருக்க, ருட்டி தன் வேலையாட்கள் புடை சூழ மாளிகையில் இருந்தார். அங்கிருந்து என்ன செய்து கொண்டிருந்தார் என்பது தெரியாது. இதே நேரத்தில் ஜின்னா புனேவில் இருக்கவேண்டிய கட்டாயம் நேர்ந்தது. மக்கள் சபைத் தேர்தலில் ஜின்னாவின் போட்டியாளர் ஜின்னா மோசடி செய்து வென்றுவிட்டார் என்று குற்றம் சாட்ட, அதிலிருந்து விடுவிப்பதற்காக, அரசு தனி ஆய்வுக் குழு அமைத்து தன் மீதுள்ள குற்றச்சாட்டைப் போக்கவேண்டும் என்பதற்காக ஜின்னா புனே வந்திருந்தார். அவரது அரசியல் வாழ்க்கையில் மிக முக்கியமான காலகட்டம் அது. அப்படியிருந்தும் ஆய்வுக் குழுவின் அறிக்கைக்காக புனேவில் இருக்க வேண்டிய கட்டாயம். ருட்டி ஒருவேளை தங்கள் இருவரின் பாதைகள் சந்திக்கும் வாய்ப்பிருக்கிறது என்று நம்பிக் கொண்டிருந்திருக்கலாம். ஏமாற்றமே மிஞ்சியது. ஜின்னா புனே

மேம்போக்காக எடுத்துக்கொள்ளும் ஆளல்ல. அதுவும் உணர்ச்சிகளின் குவியலை வெறுமனே வெற்றுச் சத்தம் என்று நினைப்பது முட்டாள் தனமல்லவா. அப்படி உண்மையிலேயே அது முட்டாள்தனம்தான் என்றால், நாம் எல்லோரும் முட்டாள்களாகவே ஆகிவிடுவோமே. எனக்கு உன் கடிதங்கள் அதுபோன்ற உணர்வில் வருவது மிகவும் பிடிக்கிறது. எப்போதுமே உன் கடிதங்களில் நீ வெடித்துச் சிதறும் மகிழ்ச்சியில் எழுதினாலும், வெளியில் சொல்லமுடியாத சோகத்தின் ஆழத்திலிருந்து எழுதினாலும் எனக்குப் பிடிக்கிறது. ஏனெனில், அவைகளில் நான் உன்னை முழுமையாகப் புரிந்து கொள்ள முடிகிறது. அதில் நான் காணும் உணர்வுகளையும் மிகவும் மதிக்கிறேன். ஏனெனில் நானும் அதேபோன்ற மன நிலையில்தான் உள்ளேன். கடவுளே! அது மிகவும் வேதனையானது; அதிகமாக வலிக்கிறது. உனக்கும் அப்படிப்பட்ட நிலைதான் என்றும் நினைக்கிறேன்.'

இருவருமே தங்கள் இயல்பிலேயே இருந்தனர். எந்தக் கட்டுப்பாட்டிலும் சிக்காமல் தாங்கள் தாங்களாகவே இருந்தனர். ருட்டி இதைத் தனது கடிதத்தில், "இது ஆச்சரியமானது இல்லையா?" என்று கேட்கின்றார். மேலும், "நான் கடிதம் எழுதியபின் அதைத் திரும்ப வாசித்துப் பார்க்கும் பழக்கமே என்னிடமில்லை. அதற்குக் காரணம் ஏதும் கிடையாது. அப்படியே பழகிவிட்டது", என்றும் எழுதியிருக்கிறார்.

இக்கடிதத்தை எழுதி அனுப்பிய சமயத்திலேயே பத்மஜாவிடமிருந்து இன்னொரு கடிதமும் வந்துவிட்டது. ஒருவேளை முந்திய கடிதத்தில் மிகவும் மனம் திறந்து வெளிப்படையாக எழுதிவிட்டோமோ என்ற அச்சத்தில் வந்த கடிதம் அது. ஆனால் ருட்டி, பத்மஜாவின் 'ரகசியங்கள்'- சொன்னவைகள், சொல்லாதவைகள் அனைத்தும்- பத்திரமாக ருட்டியின் மனதிற்குள்ளே தான் இருக்கும். வெளியில் வராது என்று உறுதி கொடுத்தார். பெத்தித் மாளிகையிலிருந்து அடுத்து எழுதிய கடிதத்தில்(8 ஜூலை 1916) ருட்டி, "நீ ஒரு வேகத்தில் உன் முந்தைய கடிதத்தை எழுதிவிட்டாய். அதனால்தானோ என்னவோ அக்கடிதம் மிகவும் அழகாக இருந்தது. அதில் முட்டாள்தனமான, பைத்தியக்காரத்தனமான எழுத்துகள் ஏதுமில்லை. என்னை நீ நம்பி உன் உணர்வுகளைக் கொட்டியதற்கு என் பாராட்டுகள். உன் இனிய உணர்ச்சிக் குவியல் ரகசியமாக என் மனதிற்குள் மட்டும் இருக்கும்" என்று தொடர்ந்திருந்தார்.

பத்மஜா தன் ரகசியங்களை ருட்டியிடம் கொட்டினாலும், ருட்டியின் ரகசியங்கள் அவருடனேயே இருந்தன. பத்மஜாவிடம் அதைப் பகிர்ந்துகொள்ள ருட்டி இன்னும் தயாராகவில்லை. அதைவிட பத்மஜாவின் தாயார் சரோஜினியோடு பங்கிட்டுக் கொள்ளத் தயாராக இருந்தார். ஆனால் சரோஜினி அப்போது உடல் நலமின்றி ஹைதராபாத்தில் படுக்கையில் இருந்தார். ருட்டியின் கடிதத்தை வாசிக்கவோ பதிலளிக்கவோ தேவையான மனநிலையில் அவர் இல்லை. கடினப்பட்டு தன் மகள்களிடம் மட்டும் தொடர்பு வைத்திருந்தார். ருட்டியின் கடிதத்தின் அடுத்த வரி அவரது ஏமாற்றத்தைச் சுமந்து நின்றது. வயதில் மூத்தவரும், நல்ல நண்பருமாய் இருந்த சரோஜினியிடம் தொடர்புகொள்ள முடியாத துன்பம் அது. தன் பெற்றோர்கள் தன்னை முற்றிலும் புரிந்துகொள்ளாமல், ஜின்னாவின் மீது தான் கொண்டிருந்த ஆழமான காதலைப் புரிந்து கொள்ளாமல், தான் தனித்து விடப்பட்டிருப்பதாக நினைத்தார். "உன் அம்மாவிடம் எனக்கு அவர்களது புகைப்படம் ஒன்றினை அனுப்பி வைக்கும்படி நினைவு படுத்திவிடு. அது அவர்கள் எனக்களித்த உறுதிமொழி. பெரிய படமாக அனுப்பச் சொல். என்னிடம் சின்ன அளவுப் படம் மட்டும், அதிலும் முகம் மட்டும் உள்ள படம்தான் உள்ளது. இப்போது அம்மா எப்படி உள்ளார்கள்? அவர்களது முதுகெலும்புப் பிரச்சனை சரியாகிவிட்டதா? அதிக நாள் உடல் நலமின்றி இருந்ததினால் ஏற்பட்ட பலவீனத்தால் முதுகெலும்பு பிரச்சனை வந்திருக்கலாம். அதில் வேறு எந்தப் பிரச்சனையும் இருக்காது என்று நம்புவோம்."

ருட்டிக்கு இருந்த அறிவுரை கூறக் கூடிய ஒரே ஒரு நபர் சரோஜினிதான். இதயம் திறந்து அவரிடம் தான் ருட்டி தன் எண்ணங்களை, உணர்ச்சிகளைப் பகிர்ந்து கொள்ளமுடியும். ருட்டிக்கே என்ன பெரிய ஆச்சரியமெனில், இப்படிப்பட்ட ஒரு அம்மா இருக்கும்போது அவரது மகள்கள், மற்றவர்களிடம் ஏன் தங்கள் ரகசிய எண்ணங்களைப் பகிர்ந்து கொள்ள வேண்டும் என்று தோன்றியது. தன்னிடம் அப்பெண்கள் தங்களது ரகசியங்களைக் கொட்டியது ஆச்சரியமாக இருந்தது. இன்னொரு கடிதம். அதன் முதல் இரு பக்கங்கள் கிடையாது. கிடைத்த பக்கத்தில் ருட்டி, "...உங்கள் அம்மாவிடம் கட்டாயம் சொல்லி விடுங்கள். அவர்களைவிட வேறு யாரும் அத்தனை கரிசனத்தோடும், இரக்கத்தோடும் உங்களைப் பார்க்கவே முடியாது. இந்த அறிவுரையை நான் மற்றவர்களுக்கெல்லாம் கொடுக்க மாட்டேன். ஏனெனில் உங்கள் அம்மா மட்டும் மிகவும் இரங்கிய மனதோடு உள்ளவர்; அவர்களுடைய

வந்தார்; வேலை முடிந்து திரும்பினார். ருட்டியைச் சந்திக்க எந்த முயற்சியும் அவர் எடுக்கவுமில்லை. ருட்டி சுற்றியிருந்த மலைகளிடமிருந்து தான் ஆறுதலைப் பெற வேண்டியதிருந்தது.

“மஹாபலேஷ்வர் அழகான மலைப்பாங்கான பகுதி. திரும்புமிடமெல்லாம் பச்சை. எங்கும் இளமையின் அழகு. ஆனால் இங்கு நான் இதுவரை மின்மினிப் பூச்சிகள் எதையும் காணவேயில்லை. இசைக்கும் பறவைகள், துள்ளும் பூச்சிகள் என்று பலவும் இயற்கையைக் கலைத்துப் போட்டு விளையாடிக் கொண்டிருந்தன. உயர்ந்து நிற்கும் மலைத் தொடர்களின் அழகில், ஆன்மாவோடு இணைந்து உறவாடிக் கொண்டிருக்கும்போது, நம் மீது கொண்ட பொறாமையால், முகில்கள் முளைத்து வந்து மலையுச்சிகளை மூடி மறைத்து விடுகின்றன. மூடி மறைக்கும் திரைகளாகப் பனிமூட்டம். சில நாட்களுக்கு முன் பம்பாயிலிருந்து திரும்பி வரும்போது யாரோ ஒரு ஆடு மேய்ப்பன் ஒருவனின் அழகிய புல்லாங்குழல் இசை மிதந்து வந்தது. மிக அழகான இசை. அச்சூழலில் அது தேவகானமாக மாறி காதில் விழுந்தது. நம் ஆன்மாவைச் சுண்டி இழுக்கும் தெய்வீக அனுபவம் அது. அத்தனையும் என்னை சோகத்தில் தான் தள்ளியது. அழகைப் பார்க்கும் போதும், அழகு என்னைச் சூழும் போதும் சோகப் போர்வை ஏனோ என்மேல் கவிந்து விடுகிறது. அதிலிருந்தும் விடுபட முடியவில்லை. மீண்டும் மீண்டும் அந்தச் சூழலுக்குள் விழுந்து தவிக்கிறேன். ஆனாலும் இந்த துன்பத்திலிருந்தும் விடுபட விருப்பமில்லை. அந்த துன்பத்தின் நீட்சி ஒருவகை இன்பம். அது என்னைப் புடமிட்டு முழுமையாக்குகிறது.”

தன்னைச் சூழ்ந்து நெருக்கும் இறுக்கமான நிலையை ருட்டி, எளிதாக எதையும் எடுத்துக்கொள்ளும் தன் வழக்கமான குணத்தின் மூலம் மூடி மறைக்க முயல்கிறார். “அதெல்லாம் ஒருபுறம் இருக்கட்டும். யார் அந்த ராஜா? நிச்சயமாக எனக்கு அவரைப் பற்றி ஏதும் தெரியாது. லீலாமணி அவரைப் பற்றிச் சொல்லும்வரை, அவரைப் பற்றி ஏதும் எனக்குத் தெரியாது. லீலாமணி அந்த ஆள் என் சேலையின் வண்ணத்திலேயே கழுத்துப் பட்டையும், சட்டையும் அணிகிறாரென்று கூறினாள். என்னைப் பின் தொடர்ந்தும் வருகிறார் என்றாள். ஒருவேளை என் காலையே சுற்றி வரும் செல்ல நாய் ஃபிடோவைத்தான் சொல்கிறாளோ என்று நினைத்தேன். ஏனெனில் ஃபிடோ எப்போதும் என் சேலை வண்ணத்தில் கழுத்தில் ஒரு ரிப்பன் அணிந்திருக்கும். உனக்கு வேண்டியவராக இருந்தால் உன்

அன்பையும் - அட... என் அன்பையும் சேர்த்து-சொல்லிவிடு. எப்படி... நான் நல்ல தாராள மனசுக்காரியாக இருக்கின்றேனா?"

ஆனாலும், எப்போதெல்லாம் மனதின் நிம்மதியைத் தொலைக்கிறாரோ, மனதின் இறுக்கத்தின் வழியை உணர்கிறாரோ, அப்போது தன்னை வெளியே காண்பிப்பதும் உண்டு. "நீ எப்போதாவது மரபுக் கட்டுகளை உடைத்தெறியும் மனநிலைக்கு வந்திருக்கிறாயா? நான் இப்போது அந்த மனநிலையில் தான் உள்ளேன். இன்று எல்லா மரபுகளையும் உடைத்து நொறுக்கிவிட்டு மனம்போல் சுற்றித்திரிய வேண்டும் என்ற ஆசை மீதூறுகிறது. விதிகளை உடைப்பது; கொள்கை, கோட்பாடு என்ற வரையறைக்குள் நில்லாமல் இருப்பது... இதுவே எனக்கு மகிழ்ச்சி தரும். இந்தக் கட்டுப்பாடு எனக்குப் பிடிக்காதவைகள் என்றாலும், இதுவரை என் வாழ்க்கையோ இந்த வரையறைகளுக்கு நடுவில்தான் நடந்து கொண்டிருந்தது. சமூகச் சட்ட திட்டங்களுக்குள் தான் வாழ்க்கை ஓடிக் கொண்டிருக்கிறது. யாருக்கும் கடன் கொடுப்பதைவிட அடுத்தவருக்கு உதவி செய்வதே பிடிக்கிறது. ஏதாவது கடன் கொடுத்த ஒருவர் என்னைத் தேடி விரட்டினாலும் பரவாயில்லை. அப்படி ஒருவர் என்னை விரட்டி வருவதாக நினைப்பதும், உறுதியற்ற ஆளாக என்னை நினைப்பதும் ஒருவிதமான மகிழ்ச்சியான அனுபவமாக எனக்குத் தோன்றுகிறது. கையில் காசு இருந்தால் அதை ஒரு டாக்ஸி ஓட்டுனருக்குக் கொடுப்பதற்குப் பதிலாக ஒரு பாவப்பட்ட, பசியில் வாடும் பிச்சைக்காரருக்குக் கட்டாயமாகக் கொடுத்துவிடுவேன். அவருக்குத்தான் உரிமை அதிகம் என்று நினைக்கிறேன். ஆனால் இப்படியெல்லாம் பேசிக் கொண்டும் நனவாக முடியாத கனவுகளைச் சுமந்து கொண்டும் இருப்பது எதற்காக? இவ்வளவு சொன்னதால் இன்னொன்றும் சொல்லிவிடுகிறேன். எனக்கு என்னவோ நேரந் தவறாமல் மிகச் சரியான நேரத்தில், சரியான உடையோடு, சரியான வார்த்தைகளோடு நிற்கும் ஒருவரைவிட, நேரம் தவறும் ஒரு மனிதரே மிகவும் பிடித்தமானவராகத் தோன்றுகிறார். அதுமாதிரி மக்கள்தான் எனக்கு மிகவும் இணக்கமானவர்கள் என்றே தோன்றுகிறது!"

இப்படி எழுதும் ருட்டி திடீரென்று சினம் பொங்கி எழுவதும், அதை மறைக்காமல் பூசி மெழுகாமல் இருப்பதும் உண்டு. "கொலை அல்லது தற்கொலை பற்றி நான் யோசிக்கும்போது வேலைப்பாடான கத்தி ஒன்றினால் அதைச் செய்வதே நன்றாக இருக்குமென எனக்குத் தோன்றுகிறது. துப்பாக்கியோ, குண்டு

வெடிப்புகளோ என் ரசனைக்கு ஏற்றதாயில்லாமல் மிக உயர் ரகமாக உள்ளது!" ஒருவேளை பத்மஜா இதை உண்மையென எடுத்துக் கொள்வாரோ என்ற பயத்தில், உடனே கடிதத்தை "பயப்படாதே... இதையெல்லாம் ஒன்றும் நான் செய்ய மாட்டேன்", என்று எழுதி கடிதத்தை முடிக்கிறார்.

இதே ஆண்டில் தான் எழுதிய இரு கவிதைகளை சரோஜினியின் இரு மகள்களுக்கும் அனுப்பி வைக்கிறார். சோகத்திலும், ஏமாற்றத்திலும் மூழ்கிய காதல் வயப்பட்டவரின் கவிதைகள் அவை. முதல் கவிதை எழுதப்பட்ட ஆண்டு 1916.

நட்சத்திரங்கள் மின்னும்
அழகான உலகம் இது.
பின் ஏன்...
கண்களில் கண்ணீர்
துன்பத்தின் முனகல்?
காதல் கனிரசம்
நிறைந்து வழியும் வாழ்க்கை
பின் ஏன்...
விரக்தியும்
வலியும் எனக்கு?
அகன்ற உலகத்தில்
அனைவருக்கும் மகிழ்ச்சி.
பின் ஏன்...
எனக்கு மட்டும் சோகமும்
ஒளியிழந்த இளம் கண்களும்?

இளவேனிற் காலம் மலர்ந்தது
சுற்றுச்சூழல் அனைத்திலும் பொங்கும் மகிழ்ச்சி.
பின் ஏன்...
நான் மட்டும்
ஆடவில்லை... பாடவில்லை... சிரிக்கவில்லை?

இரண்டாவது கவிதை. அதில் ஓடி ஒளியும் காதலும், தன்முனைப்பும், நம்பிக்கையின்மையும் எதிரொலிக்கின்றன.

மிதந்து வந்த அழகு மலரொன்று
தன் வண்ணங்களின் மாயை பற்றி
மெல்ல தன் ரகசியத்தை என்னிடம் கொட்டியது

தவழ்ந்து வந்த தென்றல் அன்போடு அணைத்தது.
மெல்ல என் காதுகளில் சென்று வந்த
தூரம் பற்றி என்னிடம் முணு முணுத்தது.

பொங்கி வந்த உயரமான அலை ஒன்று
என் கால்களில் விழுந்து உரசி நின்றது
பாறை வழியே மெல்ல திரும்பிச் சென்றது

பறந்து வந்த பறவை ஒன்று என் தலைக்கு மேல் இருந்த
கிளையில் வந்திறங்கியது. தன் பறவை உலகத்துக்
காதல் கவிதைகளை என் காதுகளில் கசியவிட்டுப் பறந்து விரைந்தது.
மஞ்சு போல் சூழ்ந்த ஓர் அழகிய கனவு...
நான் விழித்து விட்டேன்.

பொங்கும் மகிழ்ச்சி அலையென என்னிடம் ஓடி தஞ்சமடைந்தது.
இரண்டு இரவுகள்... ஆடினோம்... பாடினோம்
களைத்துப் போய் விலகிப் போனது.

காதல் தன் அனைத்து நறுமணத்தோடும் என்னிடம் வந்தது.
அதன் மணத்தை மூச்சு முட்ட உள்ளிழுத்தேன்.
அது, போதும்... போதும் என்றாயிற்று.

அடுத்து கருப்புடையில் சோகம் வந்து தீண்டியது.
ஆனால் என்னை விட்டு விலகவில்லை.
அதன் கசப்பு அத்தனையையும் விழுங்கினேன்.
விழித்தாலும் அதன் கசப்பு; தூங்கினாலும் அதன் கசப்பு;
சிரித்தாலும் அதன் கசப்பு; அழுதாலும் அதன் கசப்பு.
துன்பங்களுக்கு ஏதுதான் திருப்தி!

அப்படியானால், ஜின்னா சாதாரண நிலைக்குப் போய்விட்டாரா? ஆம்... அப்படித்தான். அப்பாவின் அனுமதியின்றி ஒரு பெண்ணைக் கைப்பிடித்தால் வரக்கூடிய பின் விளைவுகள் பற்றி ஒரு வழக்கறிஞராக அவருக்கு முழுவதும் தெரியும். தொடர்ந்து பல்லாண்டுகளுக்குச் சட்ட நடவடிக்கைகள் தொடர்ந்து வந்து துன்புறுத்தலாம். வெளிவர முடியாத சிக்கல்களில் மாட்டிக் கொள்ளலாம். அதையெல்லாம் விட அது ஓர் அரசியல் தற்கொலையாகவும் ஆகிவிடலாம். இதெயெல்லாம் விட இன்னொன்றும் இருந்தது. அந்தக் காலத்தில் ஒரு ஆண் காதலில் விழுவது என்பதே கேலிக்குரிய ஒன்றாக இருந்தது. அது போன்றிருந்த காலத்தில் மோதிலால் நேரு இங்கிலாந்தில்

இருந்த அவரது மகன் ஜவஹர்லால் நேருவிற்கு அறிவுரை ஒன்று கூறியிருந்தார். "ஏதாவது ஒரு பெண் உன்னிடம் ஏதாவது உணர்வுகளைத் தட்டி எழுப்பினால் அதை வளர விடாதே; அந்தப் பெண்ணிடமிருந்து தூர விலகு." ஜின்னா தன் வாழ்நாள் முழுவதும் தன் உணர்வுகளை அடக்கி ஆள்வதில் பெரும் விற்பன்னர். ஆகவே ஜின்னா இந்தக் குழப்பமான உறவை எளிதாகக் கையாண்டார். அதுவும் அப்போதிருந்த சூழலில் அதற்காக அவர் அதிகமாக மெனக்கெடவும் இல்லை. ஏனெனில் அக்காலகட்டத்தில்தான் இதுவரை இந்திய அரசியலில் யாரும் வெற்றி காணாத ஒன்றில் அவர் வெற்றி பெற்று அரசியலில் தீவிரமாக இருந்தார். வெறும் மூன்றே மூன்று நாட்கள் மட்டும் வாக்கு சேகரிப்பில் ஈடுபட்டு, மக்கள் சபைக்கு இரண்டாம் முறையாக பெரும் எண்ணிக்கை வித்தியாசத்தில் வெற்றி பெற்றிருந்தார். தில்லியில் நடந்த மக்கள் சபைக் கூட்டத்தில் வழக்கம் போல் தீவிரமாகப் பங்கேற்றுக்கொண்டு இருந்தார். முஸ்லீம் லீக்கின் தலைவர் பொறுப்பும் அவரைத்தேடி வந்தது. லீக், காங்கிரஸ் இணைந்து லக்னோவில் நடத்திய கூட்டத்திற்காக அவர் லீக்கின் தலைவரானார். இந்திய அரசியலில் இது ஒரு மிகப்பெரும் திருப்புமுனை. இந்துக்களுக்கும் இஸ்லாமியர்களுக்கும் நடுவில் சில தீர்வுகளும் தீர்மானங்களும் நடந்தன. இதில் ஜின்னாவின் பொறுப்பு மிக அதிகமாக இருந்தது. ஏனெனில் இரு தரப்பினரும் நம்பக்கூடிய ஒரே மனிதனாக அவர் இருந்தார். அந்தத் தகுதியை நிலைநாட்டுவது போல் அவர் அகமதாபாத்தில் நடந்த பம்பாய் காங்கிரஸ் மாநாட்டின் தலைவராகப் பொறுப்பேற்று நடத்தினார்.

ஜின்னாவின் அரசியல் வாழ்வு தீவிரமாகச் சென்று கொண்டிருந்தபோது ருட்டி தன் வீட்டிலோ, நண்பர்களின் வீட்டிலோ தன் வாழ்க்கையை எப்படியோ கடத்திக் கொண்டிருந்தார். அல்லது ஏதோ ஒரு மாய உலகத்தில் தன்னை இணைத்துக் கொண்டார். வாசித்த புத்தகங்கள் அவரது வாழ்க்கையின் இன்னொரு பக்கம். இந்த வாசிப்புப் பழக்கம் மிகச் சிறிய வயதிலேயே அவரை நன்கு பிடித்துக் கொண்டது. தன் மூன்று சகோதரர்களுடன் விளையாடிய இளம் பருவத்திலேயே பிறந்த பழக்கம் அது. அவர்கள் குடும்பத்திலேயே அவர் ஒரு 'புத்தகப் புழு' என்றே அழைக்கப்பட்டார். அவரது பன்னிரெண்டாவது வயதிற்கு முன்பே ஆல்ப்ரட் லார்ட் டென்னிசன் எழுதிய நூல் தொகுதி ஒன்றினை அவரது தந்தை அன்பளிப்பாகத் தந்திருந்தார். அதில் "அன்பான ருட்டிக்கு அன்புத் தந்தையிடமிருந்து;

14 டிசம்பர் 1911 - ருட்டியின் தம்பி ஜாம்ஷெட் பிறந்த நாள்" என்று எழுதிக் கையெழுத்திட்டிருந்தார். அந்தப் பன்னிரெண்டாம் பிறந்தநாளுக்கு முந்திய நாள் ருட்டியின் இரண்டாம் சகோதரர் மனேக், சார்லட் ப்ராண்டி எழுதிய ஷர்லி என்ற நூலில், "அன்புள்ள ருட்டிக்கு- மனேக்; Feb 18, 1912" என்று கையெழுத்திட்டு அன்புப் பிறந்தநாள் பரிசாகக் கொடுத்திருந்தார்.

ஆங்கில நூல்களோ அல்லது ஆங்கிலத்தில் மொழியாக்கம் செய்யப்பட்ட நூல்களோ- புதினமும் கவிதைகளும்- அவரது வாசிப்பில் இடம்பெற்றன. வில்லியம் தாக்கரேயின் அனைத்துப் புதினங்களும், அலெக்சாண்டர் டூமாசின் மொழிபெயர்க்கப்பட்ட நூல்களையும், அந்தக் காலகட்டத்தில் மிகவும் புகழ் பெற்றிருந்த, பலராலும் விரும்பி வாசிக்கப்பட்ட, அதிகமாக மொழிபெயர்க்கப்பட்ட கிப்சனின் நாடகங்கள்; இவைகளோடு ப்ரௌனிங்கின் கவிதைகள்; பெண்களின் வாக்குரிமைக்காகப் போராடிய எம்மலின் பான்க்ஹர்ஸ்ட் *(Emmeline Pankhust)* எழுதிய, 'என் கதை' என்ற நூல்; ஆஸ்கார் ஒயில்டு எழுதிய 'மகிழ்ச்சியான இளவரசன்-ஏனைய கதைகள்' என்ற நூல் மட்டுமின்றி அவரது 'டி ப்ரௌபண்டிஸ்' *(De profundis)* என்ற நூலை மேற்கோளிட்டு மற்றவர்களை அதிர்ச்சியடைய வைக்கும் நூல் - அவர் வாசிப்பின் எல்லைக் கோடுகள் இன்னும் நீண்டவை; அகலமானவை. ஆனால் முதல் முறையாக ஆங்கில ஆசிரியர்களைத் தவிர்த்து இந்தியர் எழுதிய நாடக நூலை வாசித்தார். ரவிந்திரநாத் தாகூர் எழுதிய 'சித்ரா-ஓரங்க நாடகம்' என்ற நூலை 1914-இல் 'இந்திய சபை' குறைந்த எண்ணிக்கையில் பதிப்பித்த அந்த நூலை வாசித்தார். இதுவரை தான் அனுபவித்து மகிழ்ச்சியோடு வாசித்த ஆங்கிலக் காதல் கவிதைகளைவிட இந்த நூல் அவரை அதிகமாக ஈர்த்தது. அந்த நூலில் அவர் இட்டிருந்த அடிக்கோடுகளும், தனிக் குறிப்புகளும் இதற்குச் சான்றாக இருந்தன.

தாகூரின் புகழ் ஆங்கிலக் கல்வி பயின்ற மக்களின் மத்தியில் புகழடைய ஆரம்பித்திருந்த நேரம் அது. ஆனால் அதன் நீட்சி இன்னும் பெத்தித் மாளிகை வரை வரவில்லை. இதுவரை பெத்தித் குடும்ப நூலகத்தில் இடம் பெற்ற ஒரே இந்திய நூல் 'காமா தோட்டமும் ஏனைய காதல் பாட்டுகளும்' *(The garden of kama and other love lyrics from India)* என்ற நூல் மட்டும் தான். அந்த நூலில் பெத்தித் சீமாட்டியின் பெயரும் 1914 என்ற கையெழுத்தும் பொறிக்கப்பட்டிருந்தன. ஒருவேளை

தாகூரின் நூலை பெத்தித் குடும்பத்தினர் வேறு யாரிடமிருந்தோ 'கடன்' பெற்றிருக்கலாம். ஏனெனில் அந்த நூலில் ருட்டியின் பெயரோ, கையெழுத்தோ ஏதும் இல்லை. வழக்கமாக ருட்டி நூலின் முதல் பக்கத்தில் தன் பெயரை எழுதுவது வழக்கம். இந்நூலில் அப்படி ஏதும் இல்லை. எப்போதும் ருட்டி தன் பெயரை ஊற்றுப் பேனாவின் தடித்த எழுத்துகளில் விதவிதமாக எழுதுவதுண்டு. 'ருட்டி பெத்தித்', ருட்டி டி. பெத்தித்', 'ருட்டி தின் பெத்தித்' என்று பல்வேறு விதமாக எழுதி, நூலின் மீதுள்ள தன் உரிமையை நிலை நாட்டுவார்.

புத்தகம் தன்னுடையதோ, பிறருடையதோ அதில் வரும் நல்ல வாசகங்களைப் பென்சிலால் உற்சாகத்தோடு அடிக்கோடிடுவார். மகாபாரதக் கதையில் அர்ஜுனன், இளவரசி சித்ரங்க்டா மீது காதலில் வீழ்வது தன் வாழ்வின் நிகழ்வுகளை ஒத்திருப்பதாக நினைத்திருக்க வேண்டும். அக்கதையின் மூன்றாம் பக்கத்திலிருந்து முடிவு வரை இரட்டை எண்ணிக்கையிலோ அதைவிட அதிகமான எண்ணிக்கையிலோ நேர் செங்குத்துக் கோடுகள் வரையப்பட்டிருக்கும். அங்கெல்லாம் ருட்டியின் மனதைக் கிழிக்கும் வசனங்கள் இருக்கும். காதலின் பெண் கடவுள் மதனா, "இதற்கெல்லாம் பள்ளி சென்று ஏதும் படிக்கத் தேவையே இல்லை. கற்றுத் தராமலே கண்கள் இதைக் கவனமாகச் செய்துவிடும். அவனுக்கும் அவன் இதயத்தில் தைத்த மதனின் காம அம்பு அதை உணர்த்திவிடும்." அல்லது, "வாழ்வில் முதன் முறையாக என்னைப் பெண்ணாக உணர்ந்தேன். எதிரில் என்னவள் நிற்பதாக உணர்ந்தேன்." அல்லது, "அழகிய பெண்ணே! நீ எதிரில் வந்து நிற்பதே ஒரு பெரிய திருவிழா... அவன் இதயம் அனைத்துக் கட்டுகளையும் நொறுக்கித் தள்ளிவிட்டு, உடம்பிலிருந்து பீறிட்டு எழும் உணர்வின் ஓலம் உச்சத்தில் எழும்; இதன் பின்னும் அவனை ஏதும் தராது வெறுங்கையோடு திரும்ப அனுப்புவது... முடியாது; அதனைச் செய்ய முடியாது." அல்லது, "என்னையே ஒரு சின்னஞ்சிறு பூவாகப் பார்த்தேன். சில மணி நேரம் மட்டுமே மலராக இருப்பேன்; அதற்குள் அத்தனை புகழ் மொழிகளையும், சின்ன முணுமுணுப்புகளையும் காதாரக் கேட்க வேண்டும்; வானத்தைப் பார்த்து நிற்கும் கண்களை மெல்லத் தாழ்த்தி தரையைப் பார்க்க வேண்டும். ஓர் ஆழ்ந்த பெருமூச்சோடு கண்களில் கண்ணீர் வராமல் அனைத்தையும் தரையின் மீது தூக்கியெறிய வேண்டும். அச்சிறுகதை- கடந்த காலமோ, நிகழ்காலமோ இல்லாத அக்கதை- அதுபோன்ற சூழலில் முடியவேண்டும்." அல்லது. "காலை நிலவின் பிறை

வடிவத்தில் இருக்கும் அவனது உதடுகளிலிருந்து சிந்தும் புன்னகை", அல்லது, "நான் எப்போதும் எப்படியிருப்பேனோ அது நினைவுக்கு வந்தது. துள்ளித் திரியும் மான் ஒன்று தன் நிழலையே கண்டு பயந்து அங்கும் இங்கும் பாய்ந்து ஓடுவது போல்..." அல்லது அடுத்து வரும் வரிகளில் பெரிய கோடுகள் இடப்பட்டு அவைகளின் முக்கியத்துவம் புரியும். "வெட்கம், அவிழ்ந்து விடும் உடைகள் போல் நழுவி விழுந்தன. 'அன்பே... என் அன்பே' என்று அவன் அழைக்கும் குரல் கேட்டது. என் அனைத்துப் பிறவிகளும் ஒன்றிணைந்தது போல் அனைத்தையும் மறந்தேன். ஒரே ஒரு பதில் மட்டுமே வெளிவந்தது. 'என்னை எடுத்துக்கொள்... முழுவதுமாக... என் அனைத்தையும் அள்ளிக்கொள்."

மஹாபலேஷ்வருக்கு இரண்டாம் முறை வருவதற்குள் ருட்டி நூலொன்றை வாங்கி அதை வாசித்து முடித்திருந்தார். சூஃபி பாணியில் எழுதப்பட்ட நீண்டதொரு ஆங்கிலக் கவிதை நூல் அது. புத்தகத்தின் பெயர் *The Kasidch of Haji Aludu El Yagdi-(A lady of the Higher Law)*- "சட்டத்தின் உச்சியில் ஒரு பெண்." கீழ்த்திசை நாடுகளின் ஆய்வாளராக இருந்த சர் ரிச்சர்ட் பர்ட்டன் என்ற ஆங்கிலேயர் எழுதிய நூல் அது. இந்த நூலாசிரியர் மீது ருட்டிக்கு அளவு கடந்த வியப்பு உண்டு. அவரது துணிச்சலான, வழக்கத்துக்கு மீறிய தீரச் செயல்களும் அவ்வியப்பிற்கான காரணங்கள். மேலும் அவரைப் போல் நடக்கவேண்டும் என்பதும் ருட்டியின் உள்மனத்து ஆவல். அந்த நூலிலும்-வழக்கம் போலவே-ருட்டியின் பெயரும் தேதியும் இருந்தன- 9, அக்டோபர் 1916. அந்நூலில் உள்ள கவிதைகளை விடவும் ஆர்வமூட்டுபவை புத்தகத்தின் முன் பகுதியில் உள்ள ரிச்சர்டு பர்ட்டனின் வாழ்க்கைக் குறிப்புதான். ஏனெனில் இதில் ருட்டியின் அடிக்கோடிட்ட பகுதிகள் கவனத்தைக் கவர்கின்றன: "சிறு பிள்ளைப் பருவத்திலேயே அவருக்கு அதிகமான கற்பனைத் திறன் இருந்தது. மற்றவர்கள் எளிதில் ஒப்புக் கொள்ளாததும், புதிய கண்டுபிடிப்புகளை நோக்கி எளிதில் நகரமுடியாததும் பர்ட்டனிடம் இல்லை. அவரே சொல்வதுபோல் அவர் ஒரு துணிச்சலான, தயங்காத பொய் சொல்லி! உண்மை பேசுதலையும், என் மரியாதையையும் ஒன்றிணைத்து பேசுவது எனக்கு சிரிப்பைத்தான் தருகிறது. கேள்வி கேட்கப்படுவதையே ஒரு தொல்லை என்று எண்ணுகிறேன். உண்மையைச் சொன்னால் ஆபத்து என்ற சூழலிலோ அல்லது உண்மை சொன்னால் யாரோ ஒருவர் குற்றம் சாட்டப்படுவார் என்ற இரு நிலைகளைத் தவிர ஒரு

பொய் சொல்வதில் ஏதோ ஒரு பெரிய பண்பாட்டுச் சீரழிவு இருக்கிறது என்பதை என்னால் ஒத்துக் கொள்ள முடியவில்லை." பர்ட்டனிடம் ஒரு பாதிரியார், "நீ மெக்கா செல்லும் வழியில் யாரையாவது சுட்டிருக்கிறாயா?" என்று கேட்டபோது, பர்ட்டனின் பதில் இப்படி வெளிவந்தது: "ஐயா, பத்துக் கட்டளைகளில் சொல்லப்பட்ட அத்தனைக் குற்றங்களையுமே செய்திருக்கிறேன் என்பதை பெருமையாக ஒப்புக் கொள்கிறேன்" என்றார். ஒருவேளை மிகவும் அக்கறையோடு கவனித்துக் கொள்ளப்பட்ட, சீராட்டப்பட்ட ருட்டி ஏதாவது தேச விரோதச் செயல் செய்ய திட்டமிட்டுக் கொண்டிருந்திருப்பாரோ?

ருட்டியின் மனதிற்குள் எத்தகைய ரகசிய எண்ணங்கள், ஒளித்து வைக்கப்பட்ட திட்டங்கள் இருந்தனவோ என்னவோ! பம்பாயிற்கு தன் வழக்கமான இனிய இயல்புகளோடு திரும்பி வந்தார். 1916 நவம்பர் 22-ஆம் தேதி பத்மஜாவிற்கு அவர் எழுதிய கடிதம், அவர் காதல் வலைக்குள் விழுவதற்கு முன் இருந்த இயல்பு நிலையில் எழுதப்பட்டிருந்தது. இது அவரது பெற்றோர்களுக்கு ஒரு நல்ல அறிகுறியாகத் தெரிந்திருக்கலாம். முழுவதுமாக அப்பிரச்சனையிலிருந்து வெளிவராவிட்டாலும், ஓரளவு பழைய வழிக்குத் திரும்புகிறாள் என்ற நம்பிக்கை அவரது பெற்றோர்களுக்கு ஏற்பட்டிருக்கலாம். "நான் அனுப்பிய புகைப்படம் உனக்குப் பிடித்திருந்தது என்பது எனக்கு மகிழ்ச்சியாக உள்ளது", என்று கடிதத்தை ஆரம்பித்திருந்தார். "அப்படம் ஒரு வருடத்திற்கு முன்பு எடுத்தது. அம்மா புதிய படங்கள் எடுக்கவேண்டும் என்று சொல்லிக் கொண்டிருக்கிறார். நான் அதைத் தள்ளிப் போட்டுக்கொண்டே இருக்கிறேன். சரியான அலுப்பான வேலை அது. படப்பிடிப்பிற்குத் தயாராவது, மணிக்கணக்கில் காமிராமுன் நிற்பது என்று, இது இத்தனைக்கும் பெரிய செல்வந்தர் குடும்பங்களில், அதுவும் பார்சி மக்களிடையே உள்ள பழக்கம் தான். படங்களை ஒருவருக்கொருவர் மாற்றிக் கொள்வதும் பழக்கம்தான். நானும் எத்தனை தடவைதான் உன்னிடம் கேட்பது? உன் படமும் லீலாமணியின் படமும் அனுப்பி வை என்று கேட்டுக்கொண்டே இருக்கிறேன். அதுவும் உன் அம்மா... எப்போதுதான் அவர்கள் படத்தை அனுப்பி வைப்பார்களோ. அவர்களிடம் நினைவு படுத்து!"

இன்னொரு நிகழ்வும் ருட்டி தெளிந்து விட்டார் என்பதற்கான ஒரு சான்றாக இருந்தது. அதைத் தனது கடிதத்திலும் குறிப்பிடுகிறார். பம்பாயின் பெருந்தனக்காரர்களின் வீட்டுப்

பெண்மணிகள் முதல் உலகப் போர் வீரர்களுக்கு உதவி செய்வதற்காக காலுறை போன்ற பலவற்றை தங்கள் சிறு விற்பனைக் கூடங்களில் விற்றுப் பணம் சேர்ப்பது வழக்கம். அப்படிப்பட்ட ஒரு நிகழ்வில் நடந்த ஒன்றை ருட்டி தன் கடிதத்தில் பகிர்ந்து கொள்கிறார். "நேற்று நடந்த விற்பனை நாளன்று 'டி' பகுதியில் உள்ள லக்கி பேக் என்ற இடத்தில் எனக்கான வேலை இருந்தது. அது மிகவும் வேடிக்கையாக இருந்தது. ஓர் இளம் அழகான அதிகாரி என்னிடம் அவர் வைத்திருந்த சீட்டைக் கொடுத்தார். இதன் மூலம் அவர் 24 முழம் முரட்டுத் துணி பெறவேண்டும். ஆனால் அவருக்கு மிகவும் வெறுத்துவிட்டது. அந்தத் துணியை வைத்து என்ன செய்வது? அதைத் தூக்கிக்கொண்டு போவதும் மிகக் கேவலமாக இருக்கும். அடுத்த கடைக்குப் போய் ஒரு டஜன் டர்க்கி துண்டுகள் வாங்கி வந்தார். கைக்கு ஒன்றாக அந்த மூட்டைகளோடு பரிதாபமாக வெளியே சென்றார். நாங்கள் விழுந்து விழுந்து சிரித்தோம்!"

மேலும் தனக்குத் தெரியாமலே தனக்காகப் பலரும் ஏங்குவதைப் பற்றியும், அவர்கள் தன்னைத் தொடர்ந்து 'விரட்டிக்' கொண்டிருப்பது பற்றியும் பெருமையடித்துக் கொள்ளலாம். "எனக்கும் இஸ்லாமை மிகவும் விரும்பும் முற்போக்கான அந்த ஆளைப் பார்க்கவேண்டும் என்று தோன்றுகிறது. அவருடைய தேசப்பற்றால் அலிகார் பல்கலையிலிருந்து அவர் விரட்டப்பட்டார். அவரை நான் கண்டுகொள்ளலாம். அதுதானே முற்போக்கு?"

ஆனால் ருட்டியின் அடுத்த சில வரிகளைப் பார்த்தால் அவர்கள் நிச்சயமாக மேலும் கலங்கி விடுவார்கள். பத்மஜா தான் எழுதிய கடிதத்தில் 'கிழட்டு முட்டாள்கள்' என்று வரப்போகும் காங்கிரஸ் கட்சியில் கலந்துகொள்ளப் போகும் தேசியத் தலைவர்களைப் பற்றிக் குறிப்பிட்டிருந்தார். இந்த வார்த்தைகள் ருட்டியை நோகடித்து விட்டன. இதற்குப் பதிலாக ருட்டி காட்டமாக பதிலளித்திருந்தார். "ஏனிப்படி சொன்னாய்? 'கிழட்டு முட்டாள்கள்' என்னதான் செய்யவேண்டுமென்று நீ விரும்புகிறாய்? அவர்கள் செயல்பட மாட்டார்கள் என்று நீ ஏன் கூறினாய்? இப்போது அவர்கள் செய்ய வேண்டியதெல்லாம் அவர்கள் அனைவரும் ஒன்றாக இணைவதுதான்." பத்மஜா யோசிக்காமல் எழுதிய ஒரு வார்த்தை மிகவும் கடினமானதுதான். இளம் வயதினர் முதிய அரசியல்வாதிகளைப் பார்த்து பொறுமை இழப்பதின் பிரதிபலிப்புதான் அது. ஏனெனில்

முதிர்ந்த அரசியல்வாதிகள் இதுபோன்ற மாநாடுகளில் மேடையேறி இடிமுழக்கமிடுவார்கள். நான்கு நாட்கள் இந்த நடிப்பு மேடையேறும். அதன்பின் அடுத்த மாநாடு வரும்வரை அனைவரும் கோமாவில் விழுந்து விடுவார்கள். இது இளைஞர்களின் எண்ணம். ஆனால் ருட்டி தனிப்பட்டவரல்லவா? அவருக்கு ஜின்னா ஒரு பெரும் வீரராக முன்னணியில் நிற்கிறார். சுதந்திரத்தை மக்களுக்கு வாங்கிக் கொடுக்கும் முனைப்பில் உள்ளார். அதற்காக அவர் மேற்கொள்ளும் அனைத்துப் பணிகளையும் ருட்டி மரியாதையோடு பார்க்கிறார். அப்படிப்பட்ட ஒருவரை 'கிழட்டு முட்டாள்கள்' கூட்டத்தில் ஒருவராக நினைப்பது, அதுவும் ருட்டியின் நண்பர்களே அப்படி நினைப்பது எப்படி சரியாக இருக்கும்?

இரண்டு நாட்களுக்குப் பிறகு லீலாமணிக்கு கடிதம் எழுதுகிறார். இதில் அவரது மனநிலை தெளிவாக, உயர்வாக, இருப்பது தெரிகிறது. "லக்னோ செல்லப் போகிறோம் என்பது எனக்கு மகிழ்ச்சியா?" என்று லீலாமணி, லக்னோ காங்கிரஸ் மாநாடு பற்றிக் கேட்ட கேள்விக்குப் பதிலாகச் சொல்கிறார்: "அப்படித்தான் என்று நினைக்கிறேன். யாருக்கும் அப்படி தானே இருக்கும்?" உண்மையே அதுதான். காங்கிரஸ் கட்சியின் ஆண்டு தோறும் நடக்கும் மாநாட்டை அனைவரும் ஆவலோடுதான் எதிர்பார்ப்பார்கள் - அவர்கள் அரசியல்வாதிகளாக இருந்தாலும், இல்லாவிட்டாலும்; இளையோராயினும் முதியோராயினும். ஒவ்வொரு ஆண்டும் ஒவ்வொரு நகரில் நடக்கும். விழாவிற்கு வருவோர் நான்கு நாட்கள் நடக்கும் பேச்சுகளைக் கேட்பது மட்டுமல்ல, நன்கு உடுத்தி, பல விருந்துகளில் கலந்து கொள்வதும் மாநாட்டின் இன்னொரு முக்கிய பக்கம். இந்த விழா ஒரு தேசியப் பொழுதுபோக்கு போல் இருக்கும். நான்கு பகல்கள், நான்கு இரவுகள். பழைய நண்பர்களைச் சந்திக்கலாம்; புதிய நண்பர்களை உருவாக்கிக் கொள்ளலாம். "உங்கள் அம்மாவும் இதற்கு வருவார்கள். அவர்கள் கட்டாயம் வருவார்கள். ஏன் நீயும் அவர்களோடு கட்டாயம் வாயேன்!"

ஆனால் ருட்டி லக்னோ செல்வது வெளியே சொல்வதுபோல் மாநாட்டிற்காக அல்ல. அதுவும் வெறுமனே ஜின்னாவைப் பார்த்து, மகிழ்வதற்கும் மட்டுமல்ல; அவர் திட்டமொன்று வைத்திருந்தார். அதைப் பற்றிப் பல நாட்களாக யோசித்து எடுத்த திட்டம் அது. எந்த நபர்களுக்கும் அதைப் பற்றிச் சொல்லவில்லை. ஜின்னாவிற்கும் தெரியாது. லக்னோ-

சுதந்திர தாகத்தில் எழும் வீரப் பேச்சுகள்... நமக்கு நமது சுதந்திரத்தைத் தர மறுப்பதை மாற்ற முனையும் இடம்... இதுதான் ருட்டியின் திட்டத்திற்கு ஏற்ற இடம். பெற்றோர்களின் தடையோ குறுக்கீடோ இல்லாத இடம்.

அத்தியாயம் மூன்று

ருட்டி லக்னோ செல்கிறார். அதுவும் பெற்றோர் இருவரில் ஒருவர் கூட உடன் செல்லவில்லை. கண்காணிக்கப் பெற்றோர்கள் இல்லை. ருட்டி எப்படி வளர்க்கப்பட்டார் என்பதற்கான சான்றுகள் இவை. எல்லாமே சட்டென்று பார்க்கையில் பெரிய அறிவற்றதாகவே தோன்றும். ஏனெனில் லக்னோவில் நிச்சயம் ருட்டி, ஜின்னாவைப் பார்க்க, சந்திக்க முடியும். அதோடில்லாது, ஜின்னாவின் மீது ருட்டிக்கு இருக்கும் ஆர்வமும், ஈர்ப்பும் இரு மடங்காகும். ருட்டியின் பெற்றோருக்கு இந்த மாநாட்டில் ஜின்னா ஒரு பெரும் சக்தியாக, வரலாற்று மனிதனாக முன்னெடுப்பார் என்பதும் தெரியும். இந்துக்களையும் இஸ்லாமியரையும் ஒன்றிணைத்து ஒரே மேடையில் ஏறி நின்று, இந்திய விடுதலைக்காக ஒன்றாய் இணைவோம் என்று உறுதிமொழி தரும் தலைவராக நிற்கிறார் ஜின்னா. அன்றைய பம்பாய் க்ரோனிக்கிள் செய்தித்தாளில், 'சுதந்திரம் இதோ நெருங்கி வந்து விட்டது; இந்த மாற்றத்தின் முன்னிலையில் ஜின்னா தலையெடுத்து நிற்கிறார்' என்ற தலைப்புச் செய்திகள் வந்துள்ளன. ஆனால் ருட்டியின் பெற்றோர் ருட்டி லக்னோ செல்வதில் எந்தப் பிரச்சனையும் இல்லை என்று நம்பினர்; ஏனெனில் அவர்களைப் பொறுத்தவரை ருட்டி தவறாக விழுந்துவிட்ட தன் காதல் வலையிலிருந்து மீண்டெழுந்து வந்து விட்டார் என்ற நினைப்பில் இருந்தனர். அதுமட்டுமின்றி சர் தின்ஷா கொடுத்த எதிர்ப்பால் ஜின்னாவும் தன் எண்ணத்தை மாற்றிக் கொண்டு விட்டார் என்று நினைத்தனர். அதோடின்றி அவர் இப்போது வேறு பல அலுவல்களில் முழுவதுமாக மூழ்கி விட்டார். உலகப் போரிற்குப் பிறகு நிறைவேற்ற வேண்டிய சீர்திருத்தங்கள் பற்றிய ஒரு புதிய கருத்தாக்கத்தைத் தயாரிப்பதில் முனைப்போடு ஜின்னா இருந்தார். பம்பாய் மாநில காங்கிரஸ் மாநாட்டிற்கு முன் அதை முடிக்கும் அலுவலில் தீவிரமாக இருந்தார். இதோடு பி.ஜி. திலக் அவர்கள்

மீதுள்ள அரசுத் துரோக வழக்கு ஒன்றை நடத்துவதிலும் தீவிரமாக ஈடுபட்டிருந்தார். இத்தனை இருந்தாலும், பெத்திக் குடும்பத்தினர், ருட்டியைத் தடுத்து நிறுத்தி விடவும் முடியாது. அவர்கள் எதிர்க்க எதிர்க்க அதை மீறும் இயல்பு வேகமாகவே ருட்டியிடத்து வெளிப்படும். அவர்கள் ருட்டி, ஜின்னாவைச் சந்திக்கக் கூடாது என்பதற்கான சரியான காரணிகள் எதையும் ருட்டியிடம் வைக்க முடியாது. காலம் அப்படித்தான் இருந்தது. அதோடு ருட்டியுடன் அவரது அரசியல் ஆர்வமுள்ள அத்தை ஹமாபாய் உடன் செல்கிறார் என்பதும் ருட்டியின் பெற்றோருக்கு இன்னொரு சமாதான எண்ணத்தைக் கொடுத்திருக்கலாம்.

ருட்டியின் பெற்றோர்கள் தேவைக்கதிகமாக தங்கள் பிள்ளையைப் பற்றிக் கவலைப்படுபவர்கள் அல்ல. அவர்கள் தலைக்கு மேல் அத்தனை வேலைகள் காத்திருந்தன. தின்ஷா தன் தமக்கையும் மகளும் லக்னோவில் வசதியாகத் தங்க ஏற்பாடுகளைச் செய்துவிட்டு தன் பணிகளைத் தொடரச் சென்றுவிட்டார். திருமதி தின்ஷா தன் நண்பர்களோடு ஆக்ரா செல்லும் முனைப்பில், ருட்டியை அவளது அத்தையுடன் செல்லும்படி அனுமதித்தார்.

இருப்பினும், அந்தக் காலகட்டத்தில் எந்தப் பெற்றோரும் அதுவும் நவீன உலகில் காலடி எடுத்து வைத்தவர்கள் கூட, தங்கள் பதினாறு வயதுப் பெண்ணை இத்தனை எளிதாக விட்டேற்றியாக நடத்துவார்களா என்பது பெரும் ஐயமே. சரோஜினி தாராள மனதுள்ள பெற்றோர் என்ற நற்பெயரைப் பெற்றுள்ளார். ஏனெனில், அவர் தனது நான்கு பிள்ளைகளிடமும் தம் தம் உள்ளக் கிடக்கைகளைத் தாராளமாகப் பகிர்ந்து கொள்ளவேண்டும் என்று சொல்பவர். ஆயினும் அவர் தன் கட்டளைகளை எந்தக் கேள்வியும் இல்லாமல் பின்பற்ற வேண்டும் என்ற ஆணித்தரமான கட்டளைகளையும் கொடுத்துள்ளார். பத்துப் பன்னிரண்டு வயதிலேயே தன் பிள்ளைகளுக்கு நிச்சயதார்த்தமோ திருமணமோ செய்து வைக்கும் படித்த பெற்றோர்கள் மத்தியில் சரோஜினி வித்தியாசமான பெற்றோராக இருந்தார். மூத்த மகள் பத்மஜா பள்ளிப் படிப்பின்போது தனது பதினாறாவது வயதில் பள்ளி தங்கும் விடுதியிலிருந்து வெளிவந்து ஹைதராபாத்திற்குத் திரும்ப நினைத்தார். ஆனால் சரோஜினி, “பள்ளிக்கூடமே உனக்கேற்ற நல்ல இடம்” என்று கடிதம் எழுதினார். “அங்குதான் நீங்கள் சட்டதிட்டங்களுக்கு உட்பட்டு, பிடித்தாலும்

பிடிக்காவிட்டாலும், பல நல்ல ஒழுக்கங்களைக் கடைப்பிடித்து இருக்க வேண்டிய கட்டாயம் உண்டு. ஆனால் வீட்டில் இருக்கும்போது நீங்கள் உங்கள் பிரியத்தின்படி உங்கள் நல்ல பெயரை வைத்துக்கொண்டு எந்தவித மேற்பார்வையும் இல்லாமல் சுதந்திரமாக, மகிழ்ச்சியாக இருக்கலாம். அப்படியிருந்தாலும் நல்லது என்று நீங்களே உணர்ந்து, தெரிந்து செயல்பட வேண்டும். நன்கு யோசித்துப் பாருங்கள். நான் சொல்வது உங்களுக்குப் புரியும்."

ஆனால் பெத்தித் பெற்றோர்கள் தங்கள் விருப்பத்தையும், கட்டளையையும் தங்கள் பிள்ளைகள் மேல் சுமத்த விரும்பவில்லை. அதைக்கூட எல்லாப் பொறுப்பையும் பிள்ளைகளை வளர்ப்பதையும் அதற்காகப் பணியமர்த்தப்பட்ட பணியாட்களிடம் விட்டுவிட்டார்கள். தேவையானதை அப்பணியாட்கள் கவனித்துக் கொள்ளட்டும். ருட்டியின் தாதியின் பணி அது என்று நினைத்தார்கள். தாதியே சமூகத்திற்குப் பொருத்தமான இளம் பெண்ணாக ருட்டியை வளர்க்க வேண்டும் என்ற நம்பிக்கையை வைத்திருந்தனர். ஆனால் இப்போது ருட்டி சிறுமிகள் உடையிலிருந்து மாறி, சேலை உடுத்திக்கொண்டு, அம்மாவின் சமூகச் சூழலில் நுழைந்து இயல்பாக இருக்க முடியும் என்ற நிலைமை. தாதியை மீறி வளர்ந்து விட்டார். வளர்த்தமைக்காக சிறிது மரியாதை கொடுப்பதுண்டு. அதிக நேரம் வெளியே தங்காமல் இருப்பது போன்ற சில கட்டுப்பாடுகள். இப்போது ருட்டி தன் விருப்பம் போல் நடந்துகொள்ள முடியும். சில காலம் முன்பு ருட்டி தன் தந்தை படிப்பைப் பற்றி அக்கறை எடுத்துப் பேசினால் கூட அதிகமாகவே எரிச்சல் படுவார். முன்பு ருட்டி பெண்கள் ஓட்டுரிமைக்காகப் போராடிய எம்மலின் பன்ஹார்ஸ்ட் (Emmeline Pankhurst) எழுதிய நூலில் சில இடங்களில் அழுத்தமாக அடிக்கோடிட்டிருந்தார். அதில் பன்ஹார்ஸ்ட் தன் தந்தையைப் பற்றி எழுதியிருப்பார். அவர் தன் மகன்களின் படிப்பில் காட்டிய அக்கறையும், அவர்களின் கல்லூரிப் படிப்பிற்கு எடுத்துக் கொண்ட அக்கறையும் சுத்தமாக மகளாகிய தனது படிப்பில் சிறிதும் காட்டாத இடங்களில் அவ்வாறு அழுத்திக் கோடிட்டிருந்தார். அந்தக் கோபம் ருட்டிக்கும் இருந்திருக்கிறது. ஆனால் இப்போதெல்லாம் அப்பா காட்டாத அக்கறை ருட்டிக்கு மிகவும் வசதியானதாகப் போய்விட்டது.

ஆனாலும் ஒன்று சொல்லவேண்டும். அந்தக் காலகட்டத்தில் பெரும் செல்வந்தர்கள் வீட்டில் பிள்ளைகளைப் பணியாட்கள்

பொறுப்பில் வைத்து வளர்ப்பதுதான் பணக்காரர்களின் வழக்கமாக இருந்து வந்தது. அதிலும் பெத்தித் குடும்பத்தினர் மலபார் ஹில் பகுதியில் வாழ்ந்து வந்தனர். அப்பகுதியில் வசித்த பணக்கார பார்சிப் பெண்கள் மிகவும் சுதந்திரமான வாழ்க்கை நடத்தி வந்தனர். அவர்கள் இனத்தில் பெண்களுக்குச் சொத்துரிமை உண்டு. ருட்டியின் அத்தை ஹமாபாய் அப்போதைய காலத்திற்கு ஒரு நல்ல எடுத்துக்காட்டு. சொத்துகளும், தனி உரிமைகளும் வைத்திருந்த சுதந்திரமான பெண் அவர். தின்ஷாவின் சகோதரி. பத்து வயதிற்கு இளையவர். ஹமாபாயின் தந்தை இறக்கும்போது அவருக்கு வெறும் பன்னிரெண்டே வயதுதான். தின்ஷா அவரின் சொத்துக்கு முதலில் பொறுப்பாளராக இருந்தார். அம்மா வழி, அப்பா வழி என்று இருபக்கமும் பெருத்த செல்வந்தர்கள். சொத்தை மேற்பார்வை பார்ப்பது மட்டுமே தின்ஷாவின் பொறுப்பு. அறக்கட்டளையின் பொறுப்பில் இருந்தது சொத்து. இதனால் அவர் சுதந்திரமாக முடிவெடுக்க முடிந்தது. தனது இளங்கலைப் பட்டப்படிப்பிற்காக பிரான்ஸ் சென்று, நைஸ் என்ற கல்லூரி ஒன்றில் படிப்பதற்கு முழு சுதந்திரம் இருந்தது. ஆனால் தின்ஷா கூட இந்த அயல் நாட்டுக் கல்வியை தனக்கோ, மகனுக்கோ கொடுக்க முடியாது போனது. நடந்துகொண்டிருந்த உலகப் போர் அதற்கு ஒரு முக்கியக் காரணம். ஹமாபாயின் இருபத்தி நான்காவது வயதில் அவரது தாயும் மரணமடைந்தார். தடையேதுமில்லை இனி அவருக்கு. தன் எண்ணங்கள் போல் வாழ்க்கையை வடிவமைத்துக் கொண்டார். உலகனைத்தையும் சுற்றி வந்தார். 'பார்க்காத இடமில்லை என்று சொல்லுமளவு உலகம் சுற்றி வந்தார்', என்று ஒரு பார்சி அவரைப் பற்றிச் சொல்லியிருந்தார். ஸ்விஸ் நாட்டின் ஆல்ப்ஸ் மலைத் தொடர்களில் பனிச் சறுக்கு விளையாடினார். பல உயர் இனத்து நாய்களை ஆர்வத்தோடு வளர்த்து வந்தார். பல பந்தயக் குதிரைகள் நிறையப் பரிசுகள் வாங்கிக் கொடுத்தன. இந்தியாவிலேயே முதன் முதலாக சொந்தமாக கார் வாங்கிப் பயன்படுத்திய சில பெண்களில் இவரும் ஒருவர்.

சரோஜினி தான் எழுதும் கடிதங்களில் ஹமாபாயைப் பற்றிக் குறிப்பிடும்போது, 'ருட்டியின் அமேசான் அத்தை' என்றுதான் குறிப்பிடுவார். ஆனால் ஏன் அப்படி அழைத்தார் என்ற காரணம் தெரியாது. ஒருவேளை வலுவான திடமான பெண் என்பதற்காக இருக்கலாம். அல்லது அவர் குதிரையேற்றத்தில் காண்பித்த உடல் வலிமையால் இருக்கலாம்- 'ருட்டியின் அமேசான் அத்தை நாளொன்றுக்கு ஏழு குதிரைகள் அல்லது பதினோரு

குதிரைகள் மீது சவாரி செய்வார் என்பதை நினைத்துப் பார்!' பழைய புகைப்படம் ஒன்றில் ஹமாபாய், அவரது அண்ணன் போலவே அகன்ற தாடையும், உருண்டையான முகமும் கொண்டவராக இருந்தார். அழகான செதுக்கி எடுத்தது போன்ற கண்களும் புருவங்களும் அண்ணனைப் போலவே. இருவரின் உருவ ஒற்றுமை இவைகளோடு முடிந்து விடுகிறது. சர் தின்ஷா முழுவதுமாக ஓர் ஆங்கில பிரபு போல் உடையணிவார். சட்டையில் உயர்ந்த வெள்ளைக் கழுத்து, அரைக் கோட்டு, கழுத்துப் பட்டை என்று அனைத்தும் ஆங்கில மயம். ஆனால் ஹமாபாய் தன் உடையிலும் தனித்துவத்தைக் காண்பிப்பார். காசிப் பட்டில் ஓர் மேலுடை. நீண்ட கை வைத்த சட்டை, பட்டு அல்லது ஷிப்பான் சேலை என்று முழுவதுமாக கீழை நாட்டு நாகரிகம். ஆனால் சுருண்ட முடியும், முத்து மாலைகளும் அந்தச் சேலை கட்டிய குஜராத் பெண்ணை ஹாலிவுட் பெண்ணாக மாற்றியிருக்கும்.

அவர் காசைக் கொட்டிக் கவிழ்த்து பெருமை தேடும் வெற்றுப் பெண்மணி அல்ல. சான்றாக, அவரது அம்மா மறைந்ததும் பரம்பரைச் சொத்தாக வந்த அத்தனை நகைகளையும் விற்று, அந்தப் பணத்தில், அனாதைப் பார்சி பெண் குழந்தைகளுக்கு ஆதரவு தரும் விடுதி ஒன்றை நிறுவினார். பெரும் கொடையாளி என்ற உயர்ந்த பெருமையைப் பெற்றார். பொதுவாகவே நற்காரியங்களுக்கு எப்போதும் உதவும் பார்சி மக்களின் ஊடே அவர் மிகுந்த நற்பெயர் பெற்றிருந்தார். அவர் செய்த இன்னும் பல நற்காரியங்களால் பார்சி மக்களின் வழக்கமான உயர் குணமே மேலோங்கி சிறப்புப் பெற்றது. அவருடைய தாத்தா போலவே இவரும் ஜுராஸ்ட்ரிய மதத்தின் பெரும் பற்றாளர் அல்ல. ஆனாலும் ஆன்மிக ஈடுபாட்டைக் காண்பித்தார். இவர்தான் பெத்தித் மாளிகைக்கு அறிவியலில் ஈடுபாட்டைக் கொண்டு வந்தார். இவர்தான் பெத்தித் மாளிகைக்கு முதன் முதலாக ஆன்மிகவாதியும், தேசியவாதியாகவும் இருந்த அன்னி பெசன்ட் அவர்களை அழைத்து வந்து பெருமை சேர்த்தார். அதுவும் அவரது ஆன்மிகத் தேடல்கள் அவரைப் போல் வேறு யாருக்கும் - ருட்டி தவிர- பிடித்த ஒன்றாக இல்லை. ஏனெனில் ஆன்மிகம் பற்றி அவர் தன் அண்ணனுக்குப் பரிசளித்த நூல்கள் விரைவில் ருட்டியின் நூற்களஞ்சியத்திற்கு இடம் பெயர்ந்துவிடும்! *C.W.* லீட் பீட்டர் *(C.W. Leadbeater)* எழுதிய 'நுண் நோக்கம்' *(Clairvoyance)* என்ற நூலில் 'ஹமாபாயிடமிருந்து தின்ஷாவிற்கு' என்று எழுதி கையொப்பமிட்டிருந்தது. இதேபோல் இன்னொரு நூலும்

ருட்டியின் நூலகத்திற்கு வந்து சேர்ந்தது. அந்த நூல்: 'பல நினைவுகள்... பல மனங்கள்... குறிப்புரைகளின் புதையல்.' அத்தை ஹமாபாயின் பெயரில் இருந்த இந்த நூலும் ருட்டியிடம் வந்து சேர்ந்தது. அந்த நூலில் உள்ள கையெழுத்தில் 'ஹமாபாய் பிரேம்ஜி பெத்தித், 6 பிப்ரவரி' என்றிருந்தது.

ஹமாபாய், அன்னி பெசன்ட் ஆரம்பித்த சுயாட்சி அமைப்பின் மூலமாகவே பம்பாயில் பல இடங்களில் நடக்கும் பொதுக்கூட்டங்களுக்குத் தொடர்ந்து தவறாது வருகை தந்தார். 'அப்படி வரும்போது அவரோடு இணைந்து ருட்டி என்ற சின்னப் பெண் கூடவே வந்து, கோடீஸ்வரியும், எல்லோருக்கும் உதவுபவருமான அவரது அத்தையின் அருகில் உட்கார்ந்திருப்பார்' என்று காஞ்சி துவாரகாதாஸ், ருட்டியைப் பற்றி தனது நூலில் எழுதியுள்ளார். 'கூட்டத்தில் மணிக்கணக்காக அமர்ந்திருக்க வேண்டும். அப்போதெல்லாம் அலுப்பை விரட்டுவதற்காக மேடையில் நடக்கும் அசட்டுத்தனங்களைப் பார்த்துக் காஞ்சி ரசித்துக் கொண்டிருப்பார். 'ஒருமுறை பேச்சாளர் ஒருவர் வளவளவென்று பேசிக் கொண்டிருந்தார். பேச்சில் பொருளுமில்லை; ரசனையுமில்லை. அப்போது நான் ஒரு கூரிய பென்சில் முனையை அவரது முழங்காலின் பின்னால் சுருக்கென்று குத்தி விட்டேன். அவருக்குப் பேச்சு நின்று போனது. பேசி வந்ததின் தொடர்ச்சியும் மறைந்து போனது. தடுமாறி பேசாமல் தன் நாற்காலியில் போய் உட்கார்ந்துவிட்டார். என்னைப் பார்த்துக் கோபமாக முறைத்தார். பின்னாளில் ருட்டி என் 'விளையாட்டை' ரசித்ததாகச் சொன்னார்'.

ஆனால் பெசன்டின் சுயாட்சி அமைப்பு மட்டுமே அந்த இரு பெத்தித் பெண்களுக்கு அரசியல் ஆர்வம் வரக் காரணமில்லை. ஹமாபாய்க்கு அவரது அண்ணனைப் போலவே, ஜின்னாவின் நட்பு மிகவும் பிடிக்கும். அதுவும் ருட்டி பள்ளிப் படிப்பை முடித்துவிட்டு வருவதற்கு முன்பே, அந்த நட்பு வளர்ந்திருந்தது. ஹமாபாய் பிரான்சில் நைஸில் படிக்கும்போது அந்த இருவரும் ஒருவருக்கொருவர் அறிமுகப்படுத்தப்பட்டனர். நைஸில் படிக்கும்போது தின்ஷா தன் தங்கை ஹமாபாய்க்குக் கடிதம் ஒன்று எழுதினார். அந்த ஊரைத் தாண்டிச் செல்லும் புகை வண்டியில் வரும் ஜின்னாவைச் சந்திக்கும்படி எழுதியிருந்தார். அதன் பிறகே அந்த இருவரும் நெருங்கிய நண்பர்களானார்கள். ஏனெனில் இருவருக்கும் இரண்டு விஷயங்களில் அதிக ஆர்வம் இருந்தது - கார், குதிரையேற்றம்.

இந்த இரண்டு ஆர்வங்களும் அவர்களை நெருங்கிய நண்பர்களாக்கின. அது மட்டுமின்றி ஜின்னா ஒரு நிலம் தொடர்பான சிவில் வழக்கு ஒன்றை ஹமாபாய்க்காக எடுத்துக் கொண்டார். அப்போதெல்லாம் ஜின்னா சிவில் வழக்குகளை எடுக்கும் சாதாரண வழக்கறிஞர் அல்ல. தன்னை ஒரு "ரோல்ஸ் ராய்ஸ் வழக்கறிஞர்" என்று அழைக்கப்படுவதில் பெருமை கொள்ளும் ஜின்னா, நட்புக்காக மட்டுமே எடுத்த வழக்கு அது.

அதன்பின் தின்ஷா-ஜின்னாவின் பகைமை மூண்டது. அவர்கள் இருவரின் உறவு கெட்டிருந்தாலும், ஹமாபாய் தன் சுதந்திரத்தை ஜின்னாவின் நட்பில் தொடர்ந்திருப்பது மூலம் நிரூபித்திருந்தார். ஹமாபாய் ஜின்னாவின் பொதுக் கூட்டங்களுக்குத் தான் மட்டுமல்ல, தன் மருமகள் ருட்டியையும் அழைத்துக்கொண்டு சென்று கொண்டிருந்தார். அதைவிடவும் ருட்டி திருமண விஷயத்தில் தின்ஷாவும் ஜின்னாவும் உறவு கசந்து நிற்கும் போதுகூட ஹமாபாய் யாருக்கும் சார்பாக நிற்கவில்லை. அதற்கும் மேலாக ஹமாபாய் தானாகவே ஜின்னாவின் கீழ் பம்பாயின் சுயாட்சி அமைப்பின் துணைத் தலைவராக இருக்க ஒப்புக்கொண்டார். அப்போது தலைவராக ஜின்னா இருந்தார். அண்ணனும், தங்கையும் நெருக்கமாக இருந்தனர். ஆயினும் அவரவர் வழி அவரவருக்கு. அதிலும் ஹமாபாய் திருமணம் செய்ய முடிவெடுத்த போதும் அதே நிலைப்பாட்டில்தான் இருவரும் இருந்தனர். தின்ஷாவிற்குத் தன் தங்கையின் தேர்வு சரியானதாகத் தெரியவில்லை. அவரும் ஒரு பார்சிக்காரர் தான். பெரிய பெருமை வாய்ந்த குடும்பத்தினர் தான். மிகவும் பிரபலமான, திறமையான பாரிஸ்டராகவும், தேசியத் தலைவராகவும் இருந்த பெரோ ஷெஷா மேத்தா என்பவரின் நெருங்கிய உறவினர்தான். ஆனால், அவர் ஹமாபாய் போல் உலகம் சுற்றும் நபர்; குதிரையேற்றம் தெரிந்தவர் என்ற இரண்டு காரணங்களைத் தவிர வேறெந்த விதத்திலும் அவருக்கு வேறு எதுவும் பிடிக்கவில்லை. தின்ஷா எப்போதும் குலப் பெருமையில் குறியாக இருப்பவர். அவரைப் பொறுத்தவரை இருவருக்கும் பொருத்தம் இருப்பதாகத் தெரியவில்லை. ஆனால் தங்கைக்கோ வயது முப்பதைத் தாண்டியிருந்தது. பிடிக்கும் யாரையும் திருமணம் செய்துகொள்ள ஹமாபாயால் முடியும். இப்படிப்பட்ட சூழலில் ருட்டிக்கு உடன் செல்லும் ஓர் இரக்கமுள்ள தோழி அவர் என்பதில் என்ன சந்தேகம்!

இதைவிடவும், அப்பெண்கள் தங்களுக்குத் துணையாக அழைத்துச் சென்றவர் அதிர்ஷ்டவசமாக ருட்டிக்கு மிகவும்

திரு & திருமதி ஜின்னா | 79

தோதானவர். D.N. பகதூர்ஜி. அவர் வெறும் குடும்ப நண்பர் மட்டுமல்ல; ஒரு பார்சியும் கூட. ஆனால் அவர் பிராமணக் குடும்பத்தில் படித்த ஒரு இந்துப் பெண்ணைத் திருமணம் செய்திருந்தார். காஞ்சி, ஏதோ ஓரிடத்தில் இதனாலேயே அவர் ருட்டியின் மீது அதிக இரக்கத்தோடு இருந்திருப்பார் என்று குறிப்பிட்டுள்ளார். அதுவும் அவர் மிகவும் பயனுள்ள மனிதர். அவருக்கு லக்னோவில் மிகப் பெரிய மாளிகை இருந்தது. அங்கு நடந்த காங்கிரஸ் மாநாட்டிற்கு பல்வேறு இடங்களிலிருந்து பலர் திரண்டு குவிந்திருந்தனர். எங்கெங்கு இடம் கிடைத்ததோ அங்கே முடங்கிக் கொண்டனர். சின்னச் சின்ன அறைகள்; தற்காலிக டெண்டுகள்; வசதியற்ற இடங்கள்; இருப்பினும் மக்கள் அங்கங்கே தங்கியிருந்தனர். பகதூர்ஜி, ஜின்னாவிற்கும் நெருங்கிய நண்பர். இருவருமே திறமையான பாரிஸ்டர்கள். பகதூர்ஜி வயதில் ஜின்னாவை விட மூத்தவர். இருப்பினும் இருவரும் விடுமுறைகளைச் சேர்ந்து கழிப்பதுண்டு. 1906-ஆம் ஆண்டிலிருந்து இவ்வாறு இருவரும் இருந்தனர். அப்போது ருட்டியின் வயது ஆறாக இருந்திருக்க வேண்டும்.

அந்த ஆண்டு அக்டோபர் மாதத்து விடுமுறையை ஜின்னா பகதூர்ஜியுடன் பஞ்ச்கனி என்ற இடத்தில் செலவழித்தார். இந்த நிகழ்வைப் பற்றிய விவரங்கள், இதற்கு அடுத்த மாதத்தில் பம்பாய் காவல்துறை நீதிமன்றத்தில் ஒரு கிரிமினல் வழக்கு பதியப்பட்டதிலிருந்து தெரிய வந்துள்ளது. ஜின்னா பஞ்ச்கனியில் பகதூர்ஜியுடன் இருக்கும்போது, ஜின்னாவின் வண்டியோட்டி தன் நண்பர் ஒருவரிடம் முரட்டுத்தனமாக நடந்துள்ளார். அவரை ஜின்னா கண்டித்திருக்கிறார். இதை வண்டியோட்டி தவறாக எடுத்திருக்கிறார். அதனால் ஜின்னா, வெளியூரிலிருந்து வந்து வேலையிலிருந்த அந்த வண்டியோட்டியை வேலையை விட்டு நிறுத்தி, பம்பாய்க்குத் திருப்பி அனுப்பிவிட்டார். நண்பர்கள் இருவரும்- ஜின்னா, பகதூர்ஜி-பம்பாய் திரும்பிய பிறகு வேலையிலிருந்து நீக்கப்பட்ட வண்டியோட்டி ஜின்னாவின் குதிரையின் சேணத்தைப் பிடித்து வண்டியை நிறுத்தி, தன் வேலைக்குரிய சம்பளத்தைத் தரும்படி வலியுறுத்தி, ஜின்னாவையும் அச்சமுறுத்தியுள்ளார். இது ஜின்னா தன் மாளிகையிலிருந்து நீதிமன்றம் செல்லும் வழியில் இருந்த கால்பந்து மைதானத்தில் நடைபெற்றுள்ளது. இந்த பயமுறுத்தல்கள் ஏதும் ஜின்னாவிடம் செல்லுபடியாகவில்லை. வண்டியோட்டிக்கும் இது தெரிந்தது. இந்த வழித்தடையும், சண்டையும் 20 நிமிடம் நடந்துள்ளது. ஜின்னா தன் வண்டியோட்டியைக் காவல்துறையிடம்

ஒப்படைத்துள்ளார். வழக்குப் பதிவு செய்யப்பட்டு, ஒரு பாரிஸ்டரை தேவையில்லாமல் நிறுத்தி பணிசெய்யத் தடை செய்ததால் மூன்று வாரத்திற்கான கடும் சிறைத்தண்டனை அவருக்குக் கிடைத்தது.

ருட்டி லக்னோவிற்கு தன் அத்தையுடனும் பகதூர்ஜியுடனும் ரயிலில் செல்வதை காஞ்சி பார்த்திருந்தார். அவர் அதே ரயிலில் இன்னொரு பாரிஸ்டரான புலாபாய் தேசாய் - அவரது மனைவி, மகள் ஆகியோருடன் பயணித்துக் கொண்டிருந்தார். காஞ்சி அப்போது வெறுமனே ஒரு மாணவர்தான். அவர்களும் காங்கிரஸ் மாநாட்டிற்குத்தான் சென்று கொண்டிருந்தனர். இதுதான் இதுபோன்ற மாநாடுகளுக்குச் செல்வதன் பயன். யார் யாரையோ அம் மாநாடுகளில் சந்திக்கும் வாய்ப்புகள் எளிதாக அமையும். இது கிறிஸ்துமஸ் காலத்து விடுமுறை தினங்கள். நாம் விரும்புபவர்களையும் சந்திக்கும் வாய்ப்புக் கிடைக்கும். ஆனாலும் காஞ்சிக்கு திடீரென்று ருட்டி முன் சென்று பேச தைரியமில்லை. இதுவரை முறையாக இருவரும் அறிமுகம் ஆனதும் கிடையாது. ஒவ்வொரு ரயில் நிலையத்திலும் கீழே இறங்கி பகதூர்ஜியுடன் சிறிது தூரம் ருட்டி நடந்து கொண்டிருந்தார். ரயிலில் பயணம் செய்வது- அது முதல் வகுப்பு பயணமாக இருந்தாலும்- மிகவும் அலுப்பு வாய்ந்தது. எலும்பையே முறித்துப் போடும் அளவிற்கு இருக்கும். "என் அனைத்து எலும்புகளும், பற்களும் இப்போது ஆடிப் போய் விட்டன" என்று சரோஜினி அவர்களே ஒருமுறை தன் ரயில் பயணத்தைப் பற்றிக் குறிப்பிட்டிருந்தார். ஆனாலும் இதற்காக ரயிலில் பயணம் செய்யும் எல்லாப் பெண்களும் ஒவ்வொரு நிலையத்திலும் இறங்கி அலுப்புத் தீர நடந்து மீண்டும் ஏறுவது கிடையாது. வெளியில் நிலைய நடை மேடைகளிலும் அத்தனை மக்கள் கூட்டம் இருக்கும். "அங்குமிங்கும் ஓடி அலையும் சுமை தூக்கிகள்... பலத்த குரலில் கத்தும் மக்கள்... இந்துக்களுக்கான தேநீர்... முசல்மான்களுக்கான தேநீர்... இந்துக்களுக்கான தண்ணீர்... முசல்மான்களுக்கான தண்ணீர்..." செல்வந்தர்கள்... துணைக்குப் போகும் வேலையாட்களின் அணிவகுப்பு... செல்வந்தர்களின் மனைவிகள்... தங்கள் சேலைகளை ஜாக்கிரதையாகத் தூக்கிப் பிடித்து நடக்கிறார்கள்... வேறு யார் மேலும் பட்டுவிடக்கூடாதே என்ற அச்சம்... பலப் பல வண்ணங்களில் தலைப்பாகைகள், தொப்பிகள், ஆங்காங்கே சில அசிங்கங்கள்... மூட்டை முடிச்சுகளுடன் தங்கள் பெரிய குடும்பத்தோடு உட்கார்ந்திருக்கும் ஏழை மக்கள்..." இவை ஒவ்வொன்றும் ருட்டிக்கு ஒரு திருவிழாக் காட்சியாகத்

தோன்றியது. வீட்டுக்குள்ளேயே அடைந்து கிடப்பதை மீறி, வெளியுலகத்தை நேரடியாகக் காண்பது எத்தனை அரிது. ஒவ்வொரு ரயில் நிலையத்திலும் கிடைக்கும் இந்த அழகிய நேரடி அனுபவத்தை இழக்க அவர் தயாராக இல்லை. பகதூர்ஜியும் தன் வயதையும் தாண்டி, ருட்டியோடு இறங்கி பாதுகாப்பாக இருந்து தன் பணியைத் தொடர்ந்தார். எப்படி தன் நண்பனின் மகளை- இளமையான, அழகான மகளை- கூட்டத்தில் தனியே அலைய விடமுடியும். அனைவரின் பார்வையும் ருட்டி மேல்தான் என்பதும் அவருக்குத் தெரியும்.

அடுத்த நாள் காலை லக்னோவை ரயில் வண்டி அடைந்தபோது ருட்டியும் தன்னோடு பகதூர்ஜியை இழுத்துக் கொண்டு அங்கிருந்த பெரும் மக்கள் கூட்டத்தோடு கலந்தாரா? காலையில் ரயில் வந்ததும் ஜின்னாவிற்கு மிகப் பெரும் வரவேற்பு நடந்தது. ரயில்வே நிலையத்திற்கு உள்ளும் வெளியேயும் மக்கள் திரள் திரளாக ஜின்னாவை வரவேற்கத் திரண்டிருந்தனர். இந்துக்கள், கிறித்துவர்கள், இஸ்லாமியர்கள்- ஷியா, சன்னி இருவகையினரும்- என்று அனைத்து மக்களும் வெற்றி அணிவகுப்பு போல் குழுமியிருந்தனர். லக்னோவின் தெருக்கள் எல்லாமே மக்கள் நிறைந்திருந்தனர். லக்னோவிலிருந்து ராஜா மகமுதாபாத் என்பவரின் மாளிகை இருந்த கெய்சர்பாக் வரை இந்த மக்கள் வெள்ளம் பெருகியிருந்தது. இங்குதான் ஜின்னா, ராஜாவின் விருந்தினராகத் தங்கப் போகிறார். "ரயில் நிலையத்தில் 400 பேருக்கு மட்டும் நடைமேடையில் இருக்க அனுமதியளிக்கப்பட்டிருந்தது. ஆனால் நிலையத்திற்கு வெளியே மக்களின் பெரு வெள்ளம்" என்று பம்பாய் க்ரோனிக்கிள் செய்தித்தாளில் தலைப்புச் செய்தி வந்திருந்தது. இச்செய்தியில் மக்கள் வெள்ளத்தை 'seating crowd' என்ற ஆங்கிலச் சொற்களைப் பயன்படுத்தி எழுதியிருந்தது. ஒருவேளை, நிலையத்தின் உள்ளே 'நிற்பதற்கான' இடம் மட்டுமே இருந்தது; ஆனால் வெளியில் 'உட்கார்வதற்கான' இடமும் நிறைந்திருந்தது என்ற பொருளில் அந்தச் சொற்களைப் பயன்படுத்தியிருக்கலாமோ என்னவோ!

ஜின்னா தனி ரயிலில் லக்னோ வந்து சேர்ந்தார். முக்கியமான இஸ்லாமியத் தலைவரும், தேசியத் தலைவருமான மகமுதாபாத் அரசர் மாலையணிவித்து வரவேற்றார். அதன் பிறகு பண்டிட் ஜகத் நாராயண் - மாநாட்டின் வரவேற்புத் தலைவர்- வரவேற்றார். அதன் பின் "மிக அழகாக மலர்களாலும், தோரணங்களாலும் அலங்கரிக்கப்பட்ட வண்டி ஒன்றில்

அமரவைத்து அணிவகுப்பாக கெய்சர்பாக் வரை அழைத்துச் செல்லப்பட்டார்." நகர் முழுவதும் புதுப் புதுத் தட்டிகள் வைக்கப்பட்டிருந்தன. அதில் காட்சியளித்த ஜின்னாவின் படம் ருட்டிக்கு மிகுந்த ஆச்சரியமளித்தது.

ஜின்னாவின் தலையில் ஒரு தொப்பி. குஞ்சம் போல ஒன்று, தொங்கிய தொப்பி அது. அவரது பெயர் 'மௌலானா முகமது அலி ஜின்னா' என்று அச்சிடப்பட்டிருந்தது. ருட்டி மட்டுமல்ல... பலருக்கும் ஜின்னாவின் புதிய தொப்பி ஆச்சரியமளித்தது. அவர் தனது வழக்கமான பழைய தொப்பிக்குப் பதில் மாநாட்டில் இந்தப் புதிய தொப்பியுடன் காட்சியளித்தார். இந்தப் புதிய தொப்பிக்கான காரணத்தை ஜின்னாவிடமிருந்தே ருட்டி கேட்டுத் தெரிந்திருக்கலாம். ரயிலிலிருந்து இறங்குவதற்கு முன்பே பல முஸ்லீம் லீக் தலைவர்கள் ஜின்னாவைப் பார்க்க வந்தனர். அவர் பெயரை அச்சடித்த பெயர்த் தட்டிகளில், தவறுதலாக 'மௌலானா' என்று பெயரோடு சேர்த்து அச்சடித்து விட்டனர். ஆனால் 'நேரில் பார்ப்பதற்கு அவர் அப்பெயருக்கு எதிர்மறையாக இருப்பதாகப் பட்டது' என்றார்கள். இந்தப் பிரச்சனையைத் தீர்க்க, தடுமாறிக் கொண்டிருந்தனர் முஸ்லீம் தலைவர்கள். ஜின்னா பதட்டமில்லாமல் இப்போது என்ன செய்யலாம் என்று அவர்களிடம் கேட்டார். அப்போது அதில் ஒருவர், எல்லா இஸ்லாமியத் தலைவர்களும் அணியும் துருக்கி நாட்டு வழமையான நீண்ட தொப்பியை அணிந்து கொண்டால் சரியாக இருக்கும் என்றார். ஜின்னா சம்மதித்தார். மக்கள் கண்ணில் படாதவாறு ரயில் பெட்டியில் ஜின்னா காத்திருக்க, ஒருவர் நகருக்குள் இருந்த சந்தைக்குச் சென்று அந்தத் துருக்கித் தொப்பியை வாங்கிவந்தார். வாங்கி வந்தவர் ஒரே ஒரு தொப்பி மட்டும் வாங்கவில்லை. டஜன் தொப்பிகள் வாங்கி வந்தார். அது அவரின் சொந்த ஆலோசனையா, அல்லது வேறு இஸ்லாமியத் தலைவர்கள் கொடுத்த ஆலோசனையா என்று தெரியவில்லை. ஏனெனில், ஜின்னா மிகவும் நுணுக்கமான தேர்வாளர் என்பது அனைவரும் அறிந்த ஒன்று. ஜின்னாவின் இந்தப் புதிய தோற்றத்தை ருட்டி கேலி செய்திருக்கலாம். ஆனால் மாநாடு முடியும் நான்கு நாட்கள் வரை ஜின்னா அந்தத் துருக்கித் தொப்பியோடுதான் இருந்தார். நல்லவேளை... அவர் தனது வழக்கமான ஐரோப்பிய ஆடைகளில்தான் இருந்தார். இதனால் அவர் ஏனைய இஸ்லாமியத் தலைவர்களின் மத்தியில் தனித்துத் தெரிந்தார். மற்ற இஸ்லாமியர்கள் அனைவரும் நீண்ட, பெரிதான அங்கியான 'சோகாஸ்' என்ற

உடையாலோ அல்லது நீண்ட அங்கிகளில் தங்கம், வெள்ளி ஜரிகைகளால் ஆன எம்ப்ராய்டரி ஆடைகளோ அணிந்திருந்தனர். காங்கிரஸ் மாநாட்டிற்கு இந்தப் புதுவகை உடைகள் பெரும் வித்தியாசத்தைக் கொடுத்தன.

ருட்டி கேலி செய்யத் தவறவில்லை. அழகான பெண்ணிடமிருந்து அருமையான, அதைவிட மிகவும் குறும்பான துண்டுச் செய்தி சென்றது.

ஜின்னாவிடம் இதுவரை யாரும் எடுத்துக்கொள்ளாத உரிமை இது. நண்பர்கள் பலருக்கும் இது ஆச்சரியமளித்தது. இந்தச் 'சீட்டுப் பரிமாற்றம்' தொடர்ந்தது. ஜின்னாவும் பதில் கொடுத்தார். ஆச்சரியமும் விட்டுக் கொடுத்தலும் நிறைந்த பதில் அது. இப்படி விட்டுக் கொடுத்துச் செல்வதும் ஜின்னாவுக்குப் புதிது. இருவரையும், இருவரின் உறவையும் புரிந்துகொண்ட நண்பர்களின் இதயங்களை இவை வருடிக்கொடுத்து மகிழ்வித்தன. சரோஜினி இந்த இருவரிடமுமே அன்பாக இருப்பவர். அவர், இருவரையும் ஒன்றாகப் பார்த்ததும், "ஜின்னா அவளைக் காதலிக்கிறார்" என்ற முடிவிற்கும் வந்தார். உடல் நலமில்லாமல் இருந்தும் காங்கிரஸ் மேடையிலும், முஸ்லீம் லீக் மேடையிலும் ஒரு பேச்சாளராகக் கலந்து கொண்டார். இந்த தனது கண்டுபிடிப்பை பதினைந்து மாதங்கள் கழித்து தன் நண்பரான சையது மகமுத் என்பவரிடம் பகிர்ந்து கொண்டார். ஜின்னா ஓர் உள்ளடங்கிய இறுமாப்பான மனிதர். இருந்தும் 'இந்த உறவில் உண்மையான காதல் உணர்வுகள் இருந்தன' என்று சரோஜினி கணித்தார்.

ருட்டி, ஜின்னாவைச் சந்திப்பதற்கான ஏற்பாடுகளைச் செய்தார். ஜின்னாவின் மீது தலைமைச் சுமை அழுத்தினாலும் ருட்டியின் திட்டம் நன்கு வேலை செய்தது. ருட்டியின் திட்டத்தின்படி இருவரும் சந்தித்தனர். லக்னோ வந்த உடனேயே தன் பணிகளில் முழுவதுமாக மூழ்கிப் போனார். அன்று மாலை 'இந்து-முஸ்லீம் லக்னோ திட்டம்' என்பதன் மீது விவாதம் ஆரம்பமாயிற்று. இரண்டு நாட்களுக்கு இரவும் பகலுமாக விவாதங்கள் நடந்தன. முஸ்லீம்களுக்கு எத்தனை விழுக்காட்டுத் தொகுதிகள் என்பதன் மேல் நடந்த விவாதம். ஒருவருக்கொருவர் விட்டுக் கொடுக்கவில்லை. ஒரு வழியாக இரண்டாம் நாள் இரவு ஒரு முடிவு கிட்டியது. உடன்படிக்கைகள் முடிவடைந்து கையெழுத்தாகின. தொடர்ந்து காங்கிரஸ் மாநாடு ஆரம்பித்தது. இந்த நேரத்தில் ஜின்னா, ருட்டி கேட்டிருந்த சந்திப்பிற்கு

வழியமைத்தார். பெத்தித் அவர்களின் காரில் ஜின்னா ஏறினார். உள்ளே ருட்டியும் அவர் அத்தையும் காத்திருந்தார்கள்.

வேலைப்பளு மிகுந்த நேரத்தில் எடுக்கப்பட்ட அந்தச் சந்திப்பில் என்ன நடந்தது என்று யாருக்குத் தெரியம்? அவர்கள் சொன்னால் தானே வெளிவரும். ஒருவேளை ருட்டி தன் உரிமைகளைப் போராடி பெறும் நவீனப் பெண்ணாக, தன் பெற்றோர்களின் எதிர்ப்பையும் மீறி, வெளியுலகில் பரவலாகப் பேசப்பட்டது போல் ருட்டி திருமணத்திற்கான தன் விருப்பைத் தெரிவித்தாரா? வார்த்தைகளை அளந்து அளந்து பேசும் ஜின்னாவும், ருட்டியின் திருமண விருப்பை ஒத்துக்கொண்டு, ருட்டிக்கு மிகவும் பிடித்த சாதாரண குரலில், "ம்... ம்... இது மிகவும் நன்றாயிருக்கிறதே!" என்று பதில் சொல்லியிருக்கலாம். என்ன நடந்ததோ! ஆனால் ருட்டி இதைப் பற்றி வெளியே ஏதும் பேசவேயில்லை. உண்மையில், ஜின்னா தன் விருப்பத்தைக் கூறியபோது அவரை ஏற்றுக்கொள்வதற்காக, தான் சில நிபந்தனைகளை வைத்ததாகவும் ருட்டி கூறினார். இதையும் பல ஆண்டுகளுக்குப் பிறகு அவர் பத்மாஜாவுக்கு எழுதிய கடிதத்தில் குறிப்பிட்டிருந்தார். ஜின்னா தான் விதித்த நிபந்தனைகளில் ஒன்றை இப்போது மீறுகிறார் என்றும் தனது நண்பரிடம் புகார் செய்தார். அந்த விதி என்னவெனில், "என் சம்மதம் இல்லாமல் அவர் தன் முடியைக் கூடத் தொடக்கூடாது" என்று குறிப்பிட்டிருந்தார். ஆனால் அது பெண்மைக்கே உரிய ஒரு பெருமையான எண்ணமாக இருக்கலாம். தான் அவரை விரும்பிச் சென்றது என்றில்லாமல், அவர் என்னைத் தேடி என் பின்னால் வந்தார் என்ற பெருமைக்குரிய சொல்லாடலாக அது இருக்கலாம். எது எப்படியோ... யார் யாரிடம் முதலில் திருமண விருப்பத்தைத் தெரிவித்தார்களோ தெரியாது. ஆனால் ஜின்னா அதன் பின் மிகவும் மாறியிருந்தார். ருட்டி தன் பெற்றோரையும் எதிர்த்து, தன்னோடு இணைந்து நிற்கிறார் என்பது அவருக்கு முழுமையாகப் புரிந்து விட்டது. அது தந்த தைரியத்தில் அவர் மிகுந்த நம்பிக்கையோடு, இதுவரை யாரும் செய்யத் துணியாத அளவிற்குத் துணிந்து, செயல்படத் தயாராகிவிட்டார்.

ஒருவேளை லக்னோவில் இருந்த ஈர்ப்புச் சூழலும் ஒரு முக்கியக் காரணமாக இருக்கலாம். அந்த வரலாற்றுப் புகழ் வாய்ந்த 'தேசிய வாரம்' நடந்தபோது எல்லாமே நடக்கக் கூடியவைகளாக மாறிப் போய்விட்டன. திரளாக லக்னோ வந்த மக்கள் அனைவரும் பலதரப்பட்டவர்கள். ஆயினும் அனைவரும் இந்தியர்கள் என்ற ஒருமைப்பாடு அவர்கள்

மனதில் வேரூன்றி வளர்ந்து விட்டது. பழைமையான சாதி, இனம், வகுப்பு என்ற பேதங்கள் மறைந்து விட்டன. புதிய மக்கள்... புதிய எண்ணங்கள். அப்போதிருந்த ஒருங்கிணைந்த மாநிலங்களின் துணை ஆளுநர் லார்ட் மெட்சன், வைஸ்ராய் அவர்களுக்கு எழுதிய கடிதத்தில். "லக்னோ மக்கள் வெள்ளத்தில் மூழ்கிவிட்டது. என் எதிர்பார்ப்பையும் தாண்டி பல்வேறு மக்கள் குவிந்து கிடக்கின்றனர்" என்று எழுதியிருந்தார். மேலும் அவர் அக்கடிதத்தில் காங்கிரஸ் மாநாடு பற்றிக் குறிப்பிடும்போது, "இத்தனைப் பெரும் எண்ணிக்கையில் படித்த, நடுத்தர மக்களை நான் ஒரு சேரப் பார்த்ததே இல்லை. மக்கள் மகிழ்ச்சியில் மிதக்கிறார்கள். காங்கிரஸ் ஒரு பெரும் அமைப்பாக ஆர்வத்தோடும், அறிவுத் தேடலோடும் வளர்ந்து நிற்கிறது", என்று விளக்கியிருந்தார்.

வந்திருந்த மக்கள் அனைவரும் இந்து-முஸ்லீம் ஒற்றுமை உறுதிப்படுத்தப்பட்டு விட்டது; தடைகளை உடைத்து இணைந்து முன்னேறும் காலம் பிறந்துவிட்டது என்று தீவிரமாக நம்பினார். காங்கிரஸ் கட்சி ஆரம்பித்த பிறகு முதல் முறையாக இஸ்லாமியர்கள் மிகப் பெரும் அளவில் வந்திருந்து பங்கேற்றனர். இரு தரப்பினரும் ஒருமித்த குரலில் பேசினார்கள். மாநாட்டுப் பந்தல்கள், உணவுக் கூடங்கள் என்று அனைத்து இடங்களிலும் ஒன்றிணைந்து தோளோடு தோள் உரசி ஒற்றுமையாகப் பங்கெடுத்தனர். தங்கள் தலைவர்களின் பேச்சுகளை-ஒரே மேடையிலிருந்து வரும் பேச்சுகளை-ரசித்தார்கள்.

உலகத்தையே புரட்டிப் போடும் உலகப் போர் ஆரம்பித்து இரு ஆண்டுகள் உருண்டோடி விட்டன. எப்போது போர் முடிந்து விடிவு காலம் ஆரம்பிக்கும் என்பது யாருக்கும் தெரியாது. ஆனாலும் சில மாற்றங்கள் தெரிய ஆரம்பித்திருந்தன. வீரியமான மேடைப் பேச்சுகளைக் கேட்பவர்களும், கூட்டத்தின் ஆர்வத்தின் உச்சியைக் காண்பவர்களும் நிச்சயமாக ஆங்கிலேய அரசு விரைவில் முடிவுக்கு வந்து விடும் என்ற நம்பிக்கையில் மிதந்தனர். புதிய காலம் விரைந்து பிறக்கப் போகிறது என்றனர். மக்கள் இப்படியென்றால் ருட்டி-ஜின்னா வேறு மாதிரியாகவா இருந்துவிடப் போகிறார்கள்! ருட்டி தன் அச்சமனைத்தையும் துடைத்தெறிந்து விட்டு தைரியமான மணப் பெண்ணாகி விட்டார். ஜின்னாவோ தன் மனம் விரும்பிய பெண்ணை விரைவில் மணம் செய்து கொள்வோம் என்ற கனவுலகத்தில் மிதந்தார்- எத்தனை எதிர்ப்புகள் வந்தால் என்ன? உலகமோ,

ருட்டியின் தந்தையோ யார் எதிர்த்தால் எனக்கென்ன? யாரும் என்ன பேசினால் எனக்கென்ன?

லக்னோவில் ருட்டி- ஜின்னா இருவருக்குள் என்ன நடந்ததோ! ஆனால் ருட்டி புத்தம் புதுப் பெண்ணாக மாறிவிட்டார். இதற்கு முந்தைய சில மாதங்களாக அவரைச் சுற்றி நின்ற நம்பிக்கையற்ற நிலையும், சோகமும் முற்றாக விலகியிருந்தன. தன் மகிழ்ச்சியைப் பகிர்ந்து கொள்ள ஆவல்; ஆனால் ரகசியம் கசிந்து விடுமோ என்ற அச்சம். பத்மஜாவிடமிருந்தும் கடிதம் ஏதும் வரவில்லை. ஆனால் அவரின் தங்கை -பன்னிரெண்டு வயது- லீலாமணியிடமிருந்து ஒரு கடிதம். அதுவும் வழக்கம் போல் ருட்டியின் அன்பையும், ஆதரவையும் வேண்டி வந்தது. வேறு யாரும் இல்லாததால் லீலாமணியிடம் லக்னோ பயணம் பற்றிக் கூறலாம். உடனே லீலாமணிக்கு ஒரு பதில் கடிதம் எழுத முற்பட்டார். அவரின் பொங்கிவந்த மகிழ்ச்சி அக்கடிதத்திலும் எதிரொலித்தது. நம்பிக்கை தரும் கடிதமாக எழுதினார். கடிதத்தில் அங்கும் இங்கும் கவிதைத் துணுக்குகள். ஜின்னாவிற்குப் பிடிக்குமோ பிடிக்காதோ... லீலாமணிக்கு எழுதிய கடிதத்தில் கவிதைகள் பூத்தன. 'என் அழகிய சின்ன உணர்ச்சிப் பூவே!' என்ற ஆரம்பித்தார். பெத்தித் மாளிகையின் பெயர் அச்சிடப்பட்ட தாளில், பெத்தித் குடும்பத்தின் இலச்சனையோடு கூடிய தாளில், 1917-ஜனவரி 3-ஆம் தேதியில் எழுதப்பட்ட கடிதம்: "கனவில் உயர்வைக் காண்பவளே! கதிரவனையும், நிலவையும் அன்போடு அணைப்பவளே! துள்ளும் விண்மீன்களோடு குதித்து நடனமாடுபவளே! கனவு காணும் உனக்கு விரிந்து ஆடும் மலர்கள் நினைவூட்டவில்லையா? ஏன் உன் மூச்சுக் காற்றில் இத்தனை அவநம்பிக்கை?"

தன்னில் ததும்பும் மகிழ்ச்சியை அனைத்திலும் பார்த்த ருட்டி, தன் சிறு தோழிக்கு எழுதும் கடிதம் தொடர்கிறது: "'நான் உன்னைத் தீவிரமான மலரே' என்றழைக்கிறேன். ஆனால் அது மதப் பற்றில் விளையும் மலரல்ல. உன் மனதின் எண்ணங்கள் எல்லாமே தீவிர மலர்கள்தான். ஆனால் அன்பிற்காகவும் இரக்கத்திற்காகவும் உள் மனம் அல்லாட வேண்டும். உன் தாய் உன் மீது அன்பைச் சொரியவில்லையா? நான் உன்னிடம் அன்புடன் இல்லையா? நாம் ஒருவரை ஒருவர் புரிந்து கொள்ளவில்லையா? அவ்வளவு ஏன்... மணம் மிகுந்த மலர்களும், காற்றில் சலசலக்கும் மரங்களும், கீச்சிடும் பறவைகளும் உன்னைப் புரிந்து கொள்ளவில்லையா?

உன் மனதை நீ ரோஜாப் பூக்களில் காணவில்லையா? உன் புத்தெழுச்சியை மரங்களில் பார்க்கவில்லையா? சுடர்விடும் உன் கண்களை விண்மீன்கள் எதிரொலிக்கவில்லையா? உன் மனதின் இனிய பாடல்கள் பறவைகளின் மெல்லிய ஒலிகளில் எதிரொலிக்கவில்லையா?"

காதல் ரசம் சொட்டும் வரிகள் அவை. ஆனால் அவை பொருள் பொதிந்தவை அல்ல. "உன் ஆன்மா இசைத்த அந்தக் கடைசிப் பாடல் எது? அதில் பொதிந்திருந்தது நம்பிக்கையின்மையா அல்லது ஆழ்ந்த சோகமா? உன் வற்றாத தாகத்தைத் தணிப்பது யார்? யாரால் முடியும் உன்னைத் தவிர! உன் மனதிற்குள் ஒரு வைராக்கியம் என்றால் அது உன்னால் மட்டுமே தீரும். அது உன்னை முழுமையாக நீயே அறியும் ஞான விழிப்பில் கொண்டு வந்து நிறுத்தும். ஆகவே எப்போதெல்லாம் உன் மனதைத் திருப்திப்படுத்தவோ, அமைதிப்படுத்தவோ வேண்டுமோ அதை நீயே செய்துவிடு. உன் ஆன்மாவிலிருந்து பொங்கி வழியும் அந்தச் சிகப்பு ஒயின் உன் இதயத்தின் தாகத்தைத் தீர்க்கட்டும்." இந்த வார்த்தைகளுக்கு நடுவில் ஒருவேளை அவரே கண்டுபிடிக்காத தாகம் ஏதும் மறைந்திருக்குமோ? ஏன் எப்போதும் அவர் மட்டும் கொடுத்துக்கொண்டே இருக்கவேண்டும்? ஏன் வாங்கும் நிலைக்கு வரமுடியாதா? ஆனால் இந்த எண்ணத்தை அவர் வளரவிட்டதே கிடையாது. அவர் ஓர் அவசரத்தில் இருந்தார்: "இன்னும் எழுதுவேன்; இப்போது ஓர் அவசரத்தில் உள்ளேன்."

மேலும் நான்கு நாட்கள் பத்மஜாவின் கடிதத்திற்காக ருட்டி காத்திருந்தார். பொறுமையில்லை ருட்டிக்கு. தோழிக்குக் கடிதம் எழுதியே ஆகவேண்டும் என்ற மனநிலை. "வரும் செவ்வாய்க் கிழமையோடு நான் லக்னோவிலிருந்து திரும்பி வந்து ஒரு வாரம் ஆகிவிட்டது", என்று ருட்டி தன் கடிதத்தை ஆரம்பித்திருந்தார். இப்படி ஆரம்பித்ததும்தான் ருட்டிக்கு ஒரு வாரம் ஆனதே நினைவுக்கு வந்தது. பொதுவாக நாட்கணக்கை ருட்டி சரியாகக் கணக்கிடுவதில்லை. இருந்தும் ருட்டி தன் கடிதத்தில், "என் நினைவு சரியாக இருந்தால் நீதான் எனக்குக் கடிதம் எழுதியிருக்க வேண்டும். ஆனால் அப்படி ஏதும் வரவில்லை. நமக்குள் 'நீதான் முதலில் எழுத வேண்டும்' என்ற கணக்கு வழக்குகள் தேவையில்லைதான். எப்போது நமக்குள் கடிதம் எழுதவேண்டும் என்ற எண்ணம் வருகிறதோ... அப்போது எழுதுவோம். மற்றபடி முறைவைத்துக் கடிதம் எழுதத் தேவையில்லை."

1917 ஜனவரி 7-ஆம் தேதி ருட்டி எழுதிய கடிதத்தை மேலோட்டமாய்ப் பார்த்தால் கடிதத்தில் பெரிதாக ஏதும் எழுதவில்லை. வழக்கமாக காங்கிரஸ் கட்சியின் கூட்டத்திற்குப் போய்விட்டு வந்தவர்கள் எழுதுவது போல்தான் எழுதினார். ஆனால் எழுத்தின் நடை மட்டும் கட்சிக் கூட்டத்திற்குப் போய்விட்டு எழுதும் சாதாரண நடை போல் அல்லாமல் உயர்ந்த கவிதை நடையில் இருந்தது. "ம்... ம்... அவுத் (Oudh) நகரத்தைத் தலைநகராகக் கொண்ட பழைய நவாப்களின் இடத்தில் காங்கிரஸ், முஸ்லிம் லீக்குகளின் அரசியல் கூட்டங்கள் நடந்தன. மிகவும் பெருமையான, சுதந்திர பூமி அது. தன் முன்னோர்கள் பெருமையோடு இருந்ததை நினைத்து, கவலையுடன் அழுத குழந்தைகளின் ஒலியை அந்த நகரம் கேட்டிருக்கிறது. பள்ளிவாசல் நகரமாக இருந்த அந்த நகரம் புத்தரையும் கிருஷ்ணாவையும் கும்பிடும் மக்களையும் வரவேற்று நின்றது. மிதவாதிகளின் அளந்து பேசப்பட்ட பேச்சுகளையும், தீவிரவாதிகள் அயல் நாட்டினரின் அரசை மிகக் கடுமையாக எதிர்த்துப் பேசியதையும் கேட்டுக் கொண்டிருந்தது. இன்னொரு புறம் தங்கள் முழு வாழ்க்கையையும் தாய் நாட்டின் காலடிகளில் சமர்ப்பித்த தேசியவாதிகளின் சமூக அக்கறையுடன் ஒலித்த அழுத்தமான பேச்சுகளையும் கவனமாகக் கேட்டது. நமது பிறப்புரிமையை மீட்க வேண்டும் என்ற அழுத்தமான கேவல் ஒலிகளையும் கேட்டது." அங்கு ஒரு புதிய விழிப்புணர்வு பலரின் பேச்சுகளில் வெளிப்பட்டதை ஒரு வாரத்திற்கு முன் ருட்டி கேட்டிருந்தார். அதனால் தானோ என்னவோ, தன் வாழ்வில் தன் உரிமைகளுக்காகப் போராடி, தன் வாழ்வை தன் விருப்பப்படி அமைத்துக் கொள்ள வேண்டும் என்ற நினைவும், அதன் மூலம் சுதந்திரப் போராட்டத்திலும் ஒரு பங்குதாரராக இருப்போம் என்றும் நினைத்தார்.

"இந்தியா இன்னும் ஒன்றைப் புரிந்து கொள்ளவில்லை. தேசிய உணர்வால் சுதந்திரத்திற்காகப் போராடும்போது, அந்த சுதந்திரத்தை பேச்சு வார்த்தைகள் மூலமாகவோ, அன்பளிப்பாகவோ, பிச்சையாகவோ அல்லது நாட்டிற்காகத் தன் ரத்தத்தைச் சிந்திய மக்களுக்கான பரிசாகவோ பெறுவது தவறு. நாம் நமது உரிமைகளுக்காகப் போராடி வெல்ல வேண்டும். பேச்சுத் திறமையால் வெல்வது தவறு; வெறும் பேனாவின் மூலமாக அல்ல, வாளாலும் கத்தியாலும் வெல்ல வேண்டும். ஆண்களும் பெண்களும் ஒரு நாட்டின் குழந்தைகளாக ஒருமித்து நின்று, அதன் விடுதலைக்காக அனைத்தையும் தாரை வார்க்க வேண்டும். பெண்களும் தங்கள் பெருமையையும் உயர்வையும்

நிலைநாட்டி, தியாகம் செய்து போரிடும் ஆண்களோடு நின்று, அவர்களுக்கு இணையாகப் போராட வேண்டும். போராட்டக்காரர்கள் சிந்தும் குருதியின் பயனாகவே சுதந்திரம் என்ற மகுடத்தை ஈட்டவேண்டும்."

இத்தனை தீவிரமாகி எழுதிக் கொண்டிருந்ததை நிறுத்திவிட்டு வேறு பாதைக்குத் திரும்புகிறார். அவரது கடைசி வெற்றி என்று நினைக்கக்கூடிய நிகழ்வு பற்றிப் பேச ஆரம்பிக்கிறார். "இது போதும். இனி சாதாரண முக்கியமில்லாததைப் பற்றிச் சொல்லப் போகிறேன்." தன்னைக் கவர நினைக்கும் ஏதோ ஒரு இளைஞனைப் பற்றிப் பேச ஆரம்பிக்கிறார். "ஆமாம்... அந்தக் கண்ணுக் குட்டிக்காரன். ஆனால்... என்ன அவனைப் பற்றிப் பேச..." ஆனால் பிரச்சனை வேறு எதுவோ உள்ளது. ருட்டிக்கு மற்ற விஷயங்கள் பற்றிக்- காமம் உட்பட- பேச ஆசை. ஆனால் அவர் கட்டி வைத்திருக்கும் தடைகளை உடைத்துவிட்டு தாண்டி வெளிவரவும் முடியவில்லை. ஆனாலும் சுற்றி வளைத்துப் பேச முயல்கிறார்: "நீங்கள் இப்போது குடியிருக்கும் வீட்டின் சொந்தக்காரர் பற்றி உன் அம்மாவிடம் பேசினேன். அவரின் பெயரைக் கூட மறந்து விட்டேன். அவர் நபியுல்லாவை விட சிறப்பானவரா?" இது பத்மஜாவின் முந்தைய காதல் பற்றியது. சையது நபியுல்லா, முஸ்லிம் லீக்கின் தலைவராகவும், பெரிய பாரிஸ்டராகவும் இருந்தவர். இதற்கு அடுத்ததாக ருட்டி இதுவரை யாரிடமும் கேட்கத் துணியாத ஒரு கேள்வியை- அதுவும் மனதில் தோன்றிக்கொண்டே இருக்கும் ஒரு கேள்வி- எந்த அளவு அவர்... முத்தமிடுதலில் கெட்டிக்காரர்? ஆனால் இதை நேரடியாகக் கேட்க வெட்கம் அவருக்கு. ஆகவே ஆரம்பித்த அந்த வாக்கியத்தை அரைகுறையாக விட்டுவிட்டு, "ஒரு வார்த்தை எழுத முயற்சித்தும்... முடியவில்லை. என் பேனா வேறு எதையெதையோ எழுதுகிறது!"

அந்த ஒரு விஷயத்தை உடனே பத்மஜாவுடன் பகிர்ந்து கொள்ள வேண்டும் என்று நினைத்தும், அதற்கான தைரியத்தை எடுத்துக்கொள்ள முடியாமல் தவித்தார். ஒருவேளை ஜின்னாவுடன் ரகசியமாகத் திருமண ஒப்பந்தம் செய்து கொண்டிருந்தும் அவர்கள் இருவருக்குள்ளும் எந்தவித உடல் சார்ந்த தொடர்புகள் இல்லாதிருந்ததைப் பற்றியா? முதலில் ஜின்னாவின் குணம் பற்றியது. அவரது குணம் இதுபோன்றவைகளுக்கு எதிரானது. அவர் பிரம்மச்சரியத்தைக் கடைப்பிடிக்கும், வெளிப்படையற்ற மனிதர். எளிதில் யாரிடமும் ஒட்டாத மனிதர். எளிதில் உறவுச் சிக்கல்களில்

மாட்டாத மனிதர். வேறு சில மனிதர்கள் இவரைப் போலவே- பொது வாழ்க்கையில் ஈடுபட்டுக்கொண்டு இருப்பவர்கள் உள்ளனர். உதாரணமாக, ஜவஹர்லால் நேரு. தான் உடல் நாட்டம் உடையவர் என்ற போதும், சூழல்களால் பிரம்மச்சரிய வாழ்க்கை வாழ வேண்டிய நிலை பற்றி எழுதியுள்ளார்; "நாங்கள் எங்களையே மிகப் பெருமையாக நினைத்துக் கொண்டிருந்தோம். பாலின விஷயங்களைப் பற்றியும், உயர் ஒழுக்கம் பற்றியும் பேசியிருக்கிறோம். அப்பேச்சுகளில் இவான் ப்ளாக், ஹேவ்லாக் எல்லிஸ், க்ராப்ட் எபிங், அல்லது ஓட்டோ வெனிஞ்சர்... போன்றவர்களின் பெயர்களும் அடிபடும். உண்மையைச் சொல்லவேண்டுமானால், நாங்கள் வெகு தைரியமாகப் பேசிக் கொண்டிருந்தாலும் எங்களில் பலருக்கு காமம் என்பதே ஒரு அச்சமூட்டும் விஷயமாகத்தானிருந்தது... எனக்கும் பாலியல் உறவு பற்றிய அறிவு- கேம்பிரிட்ஜ் கல்லூரியை விட்டு விலகும் வரை- வெறும் கேள்வி ஞானமாக மட்டுமே இருந்தது! எங்களில் யாரும் இதனை 'பாவம்' என்ற நோக்கில் பார்த்ததும் இல்லை. மற்றவர்கள் எப்படியோ... ஆனால் எனக்கு அந்த சமயம் சார்ந்த தடுப்புகள் ஏதும் இல்லை. இருந்தும் வெட்கம் தொடர்பான தயக்கங்கள் என்னை விலகி நிற்க வைத்தது. அதன்பின் அவை கையாளப்படும் வழக்கமான முறைகள் எனக்கு அதில் விருப்பமின்மையையே கொடுத்தது. ஆனால் ஜின்னா, ஜவஹர்லால் நேருவை விடவோ, ருட்டியை விடவோ அதிகம் அனுபவம் வாய்ந்தவர். ஏற்கெனவே- சிறிது காலத்திற்கேனும்- திருமணம் செய்தவர். ஆனால் அப்போது அவருக்கு வயது பதினைந்தரை. ஆனாலும் அவர் வளர்ந்த விதம் மற்ற இருவரின் வாழ்க்கையை விட மிக வித்தியாசமானது. அதனால் அவர் ருட்டியிடம் திருமணத்திற்கு முன்பு எவ்வித உரிமைகளையும் எடுத்துக் கொள்ளவில்லை.

ஆனால் எதிர்பார்க்க இன்னும் எத்தனையோ உண்டு. அதுவும் லக்னோவிலிருந்து திரும்பிய பின்னும் இன்னும் மூன்று வாரங்கள் ஜின்னா பம்பாயில் இருப்பார். அடுத்து மக்களவைக் கூட்டத்திற்காக தில்லி செல்லவேண்டும். விருந்துகளிலோ வேறு கூட்டங்களிலோ- அவைகளுக்கென்ன... பம்பாயில் இதற்கான சூழ்நிலைகள் அதிகம்தான்- சந்தித்துக் கொள்ள முடியும். திடீரென்று ருட்டிக்கு தன் சமூக வாழ்க்கையின் மீது பற்றும் ஆர்வமும் அதிகமானது: "எனக்கு ஒரு வாரம் இருக்கிறது. மகிழ்ச்சியாக இருப்பது எனக்குப் பிடிக்கும். உனக்கு...? நாடகக் கொட்டகைகள், திருமணங்கள், பந்தயங்கள் எல்லாம் நிறைய. ஆனால் 'வீட்டிலிருப்பது'... அது வேண்டாம்." ருட்டிக்கு

இருந்த ஒரே தவிப்பு என்னவெனில், அவரது அம்மா ஆக்ரா பயணம் முடிந்து விரைவில் பம்பாய் திரும்பலாம். அதன் பின் ருட்டி சுதந்திரமாக வெளியே செல்லமுடியாது. "அம்மா இன்று ஆக்ராவிலிருந்து திரும்பி வருகிறார்கள். என்னைப் பார்த்ததும் அவர்களுக்கு என்ன தோன்றுமோ... நான் நன்றாகத் தோன்றுவேனோ அல்லது மோசமாகத் தோன்றுவேனோ... தெரியவில்லை. ரயிலில் பம்பாய்க்கு வரும்போது சளி பிடித்துக் கொண்டது."- ஒவ்வொரு ரயில் நிலையத்திலும் வட இந்திய குளிர்காலத்தில் கீழே இறங்கி உலாத்தியதின் பலன்தான் இது- "மருத்துவரும் ஆயிரத்தெட்டு விஷயங்கள் வேண்டாமென்று பட்டியலிட்டு விட்டார். இந்தச் சளி என் நுரையீரல்களைத் தாக்கியுள்ளதாம். நான் நினைத்த அளவு அது சாதாரனமானதல்ல. அம்மாவும் என்னை இனிமேல் விழுந்து விழுந்து கவனித்துக் கொள்வார்கள்."

நல்லவேளை... ருட்டியின் அம்மாவிற்கு வித்தியாசம் ஏதும் தெரியவில்லை. தோழி லீலாமணிக்கு அடுத்த கடிதம் *20.01.1917* அன்று எழுதினார். பம்பாயில் நடக்கும் விழாக்கள் பற்றி நிறைய எழுதியிருந்தார். "இன்று மாலை பந்தயம் ஒன்றைப் பார்க்கப் போகிறேன். ஆனால் நேற்று இரவு வெகுநேரம் வரை தூங்கவில்லை. எப்படியாவது வெளியே போவதற்கான ஆடைகளைத் தேர்ந்தெடுப்பதற்கு முன்பு கொஞ்சமாவது கண்மூடித் தூங்கவேண்டும். நிகழ்வுக்கு ஏற்றது போல் சரியான உடை. அதன்பின் உடை சரியாக ஒத்துவருமா என்ற கவலையைக் காட்டாதது போன்று ஒப்பனை செய்துகொள்ளவேண்டும். அதில் கொஞ்சம் மாறுதல் அல்லது வித்தியாசத்தைக் காண்பிக்க வேண்டும். அது ஒரு முக்கியமான நிகழ்ச்சிதான். பந்தயக் களத்தில் ஜின்னாவைத் 'தற்செயலாகப்' பார்க்கும் வாய்ப்பு அமையலாம். குதிரைப் பந்தயம் அவருக்கு அவ்வளவு பிடித்தமானது. குதிரைப் பந்தய நிகழ்ச்சியை அவர் தவிர்ப்பதே கிடையாது.

தன் தோழி வீட்டிற்குச் சென்ற பத்மஜா, இன்னும் பள்ளிக்குத் திரும்பவில்லை. ஆகவே பதின்மூன்று வயதான லீலாமணிக்குத்தான் கடிதம் எழுத வேண்டிய சூழல். ஆகவே தன் உள்ளிடக்கையை வெளியிடத் தயக்கம். தன் வயதுக்காரி பத்மஜா இருந்தால் அனைத்தையும் அவளிடம் கொட்டி விடலாம். அதிலும் முந்தைய கடிதத்தில் சின்னப் பெண் லீலாமணியின் கவித்துவமான நடை பற்றிச் சொன்னது சரியாகப் போய்ச்சேரவில்லை. "என்ன ஆனது உனக்கு? உடம்பு ஏதும்

நலமில்லாமல் இருக்கிறாயா? நான் கேட்டது உன் உடல் நலம் பற்றி. மனநலம்... அதுதான் தெரியுமே! நீ கவலைப்பட்டுக் கொண்டிருக்கிறாய்!"

"அன்பு லீலாமணி! ஆச்சரியமாக உள்ளது. எப்படி நான் உன் கடிதங்களைக் கேலி செய்கிறேன் என்று நினைக்கலாம். அந்த சந்தேகம் ஒரு நொடியில் வந்து, அடுத்த நொடியில் மறைந்திருக்கலாம். ஆனால் அப்படி ஒரு சந்தேகம் என் மீது எப்படி வரலாம்? ஒரு வினாடிகூட அந்த சந்தேகம் வரக்கூடாது. வந்தால் அது உன் மனதையும் வேதனையுறுத்தும். சந்தேகப்பட்டு விடாதே! பெரிய தப்பு அது! சரியா? ஆஸ்கார் வைல்ட் தனது டி புரோபாண்டிஸ் (De profundics) என்ற தன் நூலில், உலகில் மிகப் பெரிய பாவங்கள் மனிதனின் மனதில்தான் செய்யப்படுகின்றன... அல்லது இந்தப் பொருளில் சொல்லியிருப்பார்."

"உனக்கு ஒரு பூ கிடைத்தால் நீ அதில் உள்ள முட்களைப் பற்றியா நினைப்பாய்? அதன் அழகை ரசித்து, நறுமணத்தை முகரமாட்டாயா? அதுபோல் தான் நட்பும். நான் உனக்கு ஒரு ரோஜாப் பூ தருகிறேன். நீ அதில் உள்ள முட்களைப் பற்றியா நினைப்பாய்- அதுவும் பெரும் கற்பனையில் உதித்த முட்களை!"

இந்தத் தத்துவங்கள் எல்லாம் ருட்டியின் அனுபவத்திலும், உணர்ச்சிகளிலிருந்தும் முளைப்பவையோ? ருட்டி இதை ஒப்புக்கொள்ளாமல் கூட போகலாம். ஜின்னா நல்லதொரு காதலனாக, ருட்டி போன்ற மிகவும் பாதுகாக்கப்பட்ட சமூகத்தின் உச்சியில் இருக்கும் பெண்ணை மகிழ்ச்சியாக வைத்திருக்க முடியுமா? சரோஜினி தன் கற்பனையாக- ஆனால் மிகத் துல்லியமாக- ருட்டியை ஒரு 'நீலப் பூ' என்று குறிப்பிடுகிறார். (Blue flower / நீலப் பூ - நம்பிக்கையின், மிக மதிப்பளிக்கும், அறிவுள்ள பெண் என்று பொருள்).

லக்னோவில் மிகச் சிறப்பாக நடந்த கூட்டத்திற்குப்பின் ஜின்னா, அடுத்த மூன்று வாரங்களுக்கு மிகவும் மும்முரமான வேலைகளில் மூழ்கியிருந்தார்- அரசியல் கூட்டங்கள், அதிலும் அந்த மூன்றில் ஒரு நிகழ்வில் ஜின்னா பம்பாய் அரசியல் குழுவுடன், பம்பாய் ஆளுநர் லயோனல் கர்டிஸ் என்பவரைச் சந்திக்க வேண்டியிருந்தது. மேலும் அவருடைய சட்ட அலுவல்களும் மிகுதியாக இருந்தன. இதுபோன்ற நிலையில் அவர், மகிழ்ச்சி நிகழ்வுகளுக்கும், சமூக விருந்துகளுக்கும் நேரம் செலவழிக்கவோ, அதுபோன்ற நிகழ்வுகளில் ருட்டியைச்

சந்திப்பதற்கோ ஏது வழி? மறைவாக இருவரும் சந்திப்பது என்பது முடியாத, கேள்விக்கு அப்பாற்பட்ட காரியம். அவரோ ஓர் அரசியல்வாதி. மிகவும் எச்சரிக்கையோடு இருக்கவேண்டியவர். உண்மையாகவே ருட்டி கையில் எடுத்த ரோஜாப் பூவில், அவளால் எண்ண முடியாத அளவிற்கு நிறைய முட்களே இருந்தன. எல்லாமே உண்மையான குத்தும் முட்கள்தான்!

இதன் வெளிப்பாடு பத்மஜாவின் கடிதம் வந்தபின் அதற்குப் பதில் எழுதிய ருட்டியின் மடலில் எதிரொலித்தது. ருட்டியால் இதுவரை இருந்தது போல் அடக்கி வைத்திருக்க முடியவில்லை. எழுத்துகளின் மூலம் குழப்பமும், தடுமாற்றமும் வெளிக்கிளம்பி வந்தன. 1917 ஜனவரி 27-ஆம் தேதியில் பத்மஜாவிற்கு எழுதிய கடிதத்தில், "வாழ்க்கையே முழுவதுமாக குழம்பிப்போய் நிற்கிறது. ஒரு பக்கம் அதீத மகிழ்ச்சி; மறுபுறம் ஆளைக் கீழே தள்ளும் பெரும் சோர்வு. இருப்பினும் வாழ்க்கை என்னவோ நிரம்பி நிற்கிறது - நிரம்பி நிற்கிறது... ஆனால் உள்ளே எல்லாம் வெறுமைதான்; வாழ்க்கை வெறுமையாக நிற்கிறது... ஆனால் உள்ளே ததும்பி வழிகிறது!"

"நான் மகிழ்ச்சியில் மிதக்கிறேன்; சோகத்தில் ஆழ்ந்து கிடக்கிறேன். ஆனால் இந்த உணர்வுகள் எல்லாம் இதயத்தில் இல்லை. எல்லாம் என் ஆன்மாவின் உணர்வுகள்தான். ஆன்மா என்று நான் சொல்வது என் மனோநிலைதான். அமைதி வேண்டும் என்கிறேன்; ஆனால் அந்த எண்ணமே என்னை வெருட்டுகிறது. பொங்கிவரும் உணர்வுகள் என் உடம்பின் ஒவ்வொரு அணுவையும் எரித்து நொறுக்குகின்றன. என் ஆன்மா இன்பத்தின் வேதனையில் மருகுகின்றது. ஆனால் இப்படி அடுக்கடுக்காய் மாறி மாறிவரும் உணர்வுக்கான காரணம் என்ன என்று என்னைக் கேட்டால் ஒரே ஒரு வார்த்தையில் என் பதில்வரும் 'மனோநிலை'! ஹா... ஒரு வேளை நீ அதை பினாத்தலின் ஒரு வகை என்று கூட சொல்லலாம்!"

ருட்டியின் உணர்வுகளைக் காணும் ஓர் அறிவுஜீவி, இதனை உணர்ச்சிகரமான சின்னப் பெண் ஒருத்தி, தன்னுடைய பெருமையான, கனவுப்பூர்வமான வாழ்க்கையை உடைத்து நொறுக்கி தன் மையலை வெளிக்காட்டுகிறாள் என்றுதான் சொல்வார். மேலும் அவர், ருட்டியின் 'பெருக்கெடுக்கும் உணர்வுகளை', அவர் தான் வாசித்த நூல்களின் பாதிப்பால் காதல் வயப்பட்டு, தனது கற்பனா உலகத்தில் தனக்கான வடிகால்களைத் தேடுகிறார் என்று நினைக்கலாம். அதோடு

ருட்டி அநேகமாக தனது மன இசிவின் போராட்டத்தின் ஊடே பயணிக்கிறார் என்றும் அதை அரைகுறை மனதோடு ஒப்புக் கொள்கிறார் என்றும் தன் கருத்தை வெளிப்படுத்துவார். ஆனால் அவரது தந்தை மகளை நெறிப்படுத்துவதற்கான புத்திக் கூர்மையும், அனுபவமும் இல்லாதவர். தன் மகளையும் ஜின்னாவையும் இணைத்துக் கதைகள் பல பரவும்போதும் கடைசியாக அதைப் புரிந்து கொண்டவர்கூட அவர்தான்! தன் மகளை தன் பேச்சுக்குக் கட்டுப்பட வைக்கத் தெரியவில்லை. அவளது தலைக்கனமான நடவடிக்கைகளை அவரால் அடக்க முடியாது போனது. இதனால் அவர் தன் மகளை அடக்குவதற்குப் பதில் ஜின்னாவை எதிர்க்கத் துணிந்தார். இதன் பயன் மிகவும் எதிர்மறையானது.

அத்தியாயம் நான்கு

தேசிய உணர்வுகள் பரவி நிற்கும் இந்தக் காலத்தில் எழும் பிரச்சனைகளைத் தீர்க்க இரு வேறு வழிகள் உள்ளன. அதில் ஒன்று புதியது; புத்திசாலித்தனமானது. மோதிலால் நேரு கையாண்ட முறை அது. நாட்டின் மிகப் பெரும் வழக்கறிஞரும், பெரும் செல்வந்தருமாக இருந்த அவர் பண்டைய பழக்க வழக்கங்கள் மீது எந்த நம்பிக்கையும் இல்லாமல் இருந்தார். எந்த இஸ்லாமியர் வீட்டிலும் உணவருந்தாமல், அல்லது வெறும் நீர் கூட அருந்தாத இந்து மனப்பான்மை அவருக்குப் பிடிக்காது. அதோடு வெற்றிலை கூட ஓர் இந்துப் பணியாள் கொடுத்தால் மட்டுமே பெறுவார்கள். மோதிலால் முழுவதும் அடிப்படை இந்துப் பண்பாட்டில் வளர்க்கப்பட்ட காஷ்மீர் பிராமணர். அவர் இனத்து வைதீகப் பெண்ணை மணந்து கொண்டார். ஆனால் இதனால்தானோ என்னவோ, மோதிலால் அதற்குப் பழிவாங்குவது போல், நவீன வாழ்க்கை முறையை முழுமையாகக் கடைப் பிடித்தார். அவரது பரம்பரை வீடான அலகாபாத்தில் உள்ள ஆனந்த பவன் இரு பகுதிகளாகப் பிரிக்கப்பட்டு, ஒரு பகுதி இந்தியப் பண்பாட்டு முறையிலும், இன்னொன்று மேற்கத்தியப் பாணியிலும் நடத்தப்பட்டது. மேற்கத்திய முறை ஆங்கிலோ-இந்திய மேல்நிலைப் பணியாளர்களாலும், கிறித்துவ, இஸ்லாமியப் பணியாளர்களாலும் நெறிப்படுத்தப்பட்டது. அதுவும் அக்காலத்தின் வழக்கத்தின்படி தன் இரு மகள்களுக்கும் ஓர் ஆங்கில தாதியைப் பணிக்கமர்த்தினார். கோடைகாலத்தில் மூன்று, நான்கு மாதங்களுக்கு மலைப் பகுதிகளுக்கு அனுப்பி வைப்பார். அங்கே தங்கியிருப்பதும், ஆங்கிலேய வழக்கப்படி நடத்தப்படும் விடுதிகளில்தான். குதிரையேற்றத்திற்கு மோதிலால் தன் மகள்களை அனுப்பிவைப்பார். அங்கே ஆங்கிலேயர்களோடு கலந்துரையாட ஊக்குவிப்பார். "இந்த மட்டமான ஆங்கிலப் பழக்க வழக்கங்களால் 'அவரது

பெண்களுக்கு கெட்ட பெயர் மட்டுமே எதிர்காலத்தில் மிச்சமிருக்கும்' என்று சொல்லப்பட்டதுமுண்டு. ஆனால் அவர் எதனையும் கண்டுகொள்ளவில்லை. மிகவும் அதிகப் பொருட் செலவில் விருந்துகள் நடத்துவது மோதிலாலுக்குப் பிடித்த வழக்கம். அவரது குழந்தையின் இளமைப் பருவத்திலேயே மோதிலால் அரசியலில் குதித்துவிட்டிருந்தார். ஆகவே பறந்து விரிந்து கிடந்த ஆனந்த பவன் அரசியல் அலுவல்களுக்கான ஒரு மத்தியப் புள்ளியாக மாறியது. அரசியல்வாதிகள், விருந்தினர் என்று பலரும் படையெடுத்து வந்தனர். பலர் வந்து வந்து போனாலும் ஒருவர் முழுவதுமாக அங்கேயே தங்கியிருந்தார். மோதிலால் ஆரம்பித்த 'இண்டிபெண்டண்ட்' என்ற செய்தித்தாளின் ஆசிரியராகத் தன் இளம் வயதிலிருந்து அவர் பணிபுரிந்து வந்தார். அவர் ஓர் இஸ்லாமியர். சையது ஹுசைன். இளம் வயதிலேயே அச்செய்தித்தாளின் திறமையான பதிப்பாசிரியராகப் பணி புரிந்தார்.

ருட்டியும் அவரது நண்பர்களும் ஆக்ஸ்போர்டு பல்கலையில் படித்தவர்கள் என்று சிலரைப் பெருமையோடு சொல்லக்கூடிய குழுவினரில் ஒருவராகவும், வெகு தீவிரமான தேசியவாதியாகவும் சையது இருந்தார். அதோடு வழித்தெடுத்த முகம், ஆங்கிலத்தை தன் மாநிலப் பேச்சு போலல்லாமல் சீராகப் பேசுவது, முழுமையும் ஆங்கிலப் பாணியில் நடை, உடை என்று அவர் இருந்தார். பழைய பாணியில் ஊசித்தாடியையும், தலையில் குல்லாவையும், மதவெறியையும் அவர் முற்றிலுமாகத் தவிர்த்து, தேசிய முனைப்பில் தீவிரமாக இருந்தார். இவரது தேசப்பற்றுதான் முதன் முதலாக மோதிலாலின் கண்களில் விழுந்தது. அதேபோல், தான் ஆரம்பிக்கும் செய்தித்தாளிற்கான ஆசிரியரைத் தேடிக் கொண்டிருந்த வேளை அது. அப்போது சையதின் தேசப்பற்றும், மோதிலாலின் நெருங்கிய நண்பரும், இந்தியர்களின் சார்பாளராகவும், பம்பாய் குரோனிக்களின் ஆசிரியராகவும் இருந்த B.G. ஹார்னிமனின் சிபாரிசும் ஒன்று சேர அவரைத் தன் பதிப்பாசிரியராக ஏற்றுக் கொண்டார். சையது மிகவும் மென்மையாக வளர்க்கப்பட்ட இளைஞர். அவரால் அலகாபாத்தின் முரட்டு இளைஞர் கூட்டத்தில் கலந்து காலந்தள்ள முடியவில்லை. உடல் நலத்தையும் கெடுத்துக் கொண்டார். இதனால் மோதிலால் சையத்தை தனது மாளிகையான ஆனந்த பவனத்தில் தங்கிக்கொள்ள இடமளித்தார்.

மோதிலால் நேரு தன் மகன் ஜவஹர்லால் வெளிநாடு படிக்கச் செல்லும்போது, தான் சந்திக்கும் ஆங்கிலேயப் பெண்களிடம் எச்சரிக்கையாக இருந்துகொள்ள வேண்டும் என்று தீவிரமாகப் போதித்திருந்தார். ஆனால், மகனுக்கு அவ்வளவு எச்சரிக்கையளித்த மோதிலால் தன் மகள்களுக்கு அத்தகைய எச்சரிக்கை கொடுக்காமல் போனது எப்படியென்று புரியவில்லை. தனது மூத்த மகள் 'நன்' மிக அழகான, சிறப்பான உடையுடுத்தும் நாகரிகமான பெண். அவரை இளைஞர்களோடு பழகுவதற்கு எக்கட்டுப்பாடும் விதிக்காமல் விட்டுவிட்டார். ஆனால், அவளை மிகச் சிறு வயதிலேயே தன் நண்பரின் மகனுக்குத் திருமணம் செய்து கொடுக்க மோதிலால் நிச்சயம் செய்திருந்தார். ஒருவேளை மகளைக் கட்டுப்படுத்தி வைக்காமல் இருந்ததற்கு இது ஒரு காரணமாகக் கூட இருந்திருக்கலாம். அது அவருக்கு ஒரு பொய்யான மகிழ்ச்சியைக் கொடுத்திருக்கலாம். அதனால் மகளைக் கட்டுப்படுத்தாமல் ஒரு தைரியத்தில் இருந்திருக்கக்கூடும். மோதிலால் தங்கள் இனத்து மக்களின் வழிவழியாய் வரும் மரபுப்படி நன் சிறுவயதில் இருக்கும்போதே இரு குடும்பத்தினர் முன்னிலையில் நிச்சயதார்த்தத்தை நடத்தி முடித்திருந்தார். இதுபோன்ற சிறுவயது நிச்சயங்களில் பெண்களும் மாப்பிள்ளையும் ஒருவரையொருவர் பார்ப்பதுகூட கிடையாது. பார்த்தாலும் தொலைவில் இருந்து பார்ப்பதோடு சரி. மோதிலால் வழக்கப்படி நிச்சயம் செய்தும், உடனே அவசர அவசரமாகத் திருமணத்தையும் முடிக்கும் அளவிற்கு, பன்னிரெண்டு, பதின்மூன்று வயதில் விரைந்து முடிக்கும் அளவிற்குப் பழமையான மனிதரும் கிடையாது. மேலும் வீட்டுப் பெண்மணிகள் தன் மகளைச் சிறப்பாகக் கவனித்துக் கொள்வார்கள் என்ற மிதமான நினைப்பும் இருந்திருக்கும். வழக்கம் போலவே நன் தன் தந்தையின் செல்லப் பெண். அன்பு நிறைந்த அப்பா தன் மகளை அவள் விருப்பத்தின் பேரில் வாழ அனுமதித்திருந்தார். மோதிலால் மிகவும் மும்முரமான வழக்கறிஞர்; தேசியத் தலைவர். இதனால் ஓரிடத்தில் இல்லாமல் அங்குமிங்கும் அலைந்து கொண்டிருந்தார். வீட்டிலும் அவர் மனைவியும், நிறைய வயதான உறவினர் கூட்டமும் இருந்தது. இதையெல்லாம் தாண்டி தன்மகள் எல்லை மீறுவாள் என்று அவர் நினைக்கவில்லை.

ஆனாலும் ஆனந்த பவனில் மோதிலாலின் மகள்கள் மீது கண் வைத்திருப்பதும் அவ்வளவு எளிதல்ல. அத்தனை பெரிய கூட்டம். அதிலும் கிழக்கு, மேற்கு என்று இரு

பகுதிகளாகவும் பிரிக்கப்பட்டு இருந்தன. எந்த நேரத்திலும் உணவுப் பாத்திரங்கள் வெவ்வேறு அறைகளுக்குப் பயணிக்கும். குடும்பமாக உட்காருவது இரவு உணவுக்கு மட்டும்தான். மோதிலாலின் மனைவியின் ஆளுமை ஆனந்த பவனத்தின் இந்தியப் பகுதிக்கு மட்டும்தான். தன் மகள்கள் சுதந்திரத்தோடு வளர்வது குறித்து அவருக்கு எதிர்க்கருத்துகள் இருந்திருக்கலாம். ஆனாலும் அவர்களைக் கட்டுப்படுத்தும் முயற்சி எதையும் அவர் எடுத்ததே இல்லை.

இந்த நிலையில் மூத்த மகள் நன், பதிப்பாசிரியர் சையது இருவரும் நெருங்கிப் பழகினர். நட்பாக இருந்தது, பின் அதையும் தாண்டி வளர்ந்தது. வீட்டில் யார் கண்ணிலும் இந்த மாற்றங்கள் ஏதும் படவில்லை. சையது, மோதிலால் முன்னால் போய் நின்று அவரது அனுமதியை வேண்டி நின்றால் நடக்கப்போவது எதுவும் நன்றாக இல்லாமல் போகலாம். இந்த ஐயத்தினால் அவர்கள் தாங்களாகவே எல்லையை முழுவதுமாகத் தாண்டிச் சென்று விட்டனர். மோதிலால் காதுகளுக்குச் செய்தி போனது - ஒருவேளை காதலர்களே தங்களைப் பற்றி அவரிடம் நேரடியாகச் சொல்லியிருக்கலாம். தாங்கள் ரகசியமாகத் திருமணம் செய்து கொண்டோம் என்று. ஆனால் திருமணம் என்பது அவர்களே தங்கள் உறவுக்கு இட்டுக் கொண்ட பெயர் மட்டும் தான். இதைப்பற்றியெல்லாம் சையது தனது நெருங்கிய தோழியும், அவரது காதலுக்கு துணை செய்யக் கூடியவருமான சரோஜினி நாயுடுவிடம் மட்டும் கூறியிருந்தார்.

மோதிலால் இதில் மிகவும் திறமையாக முடிவெடுத்தார். மகளின் குண நலன்கள் அறிந்தவராக, மிகவும் ஒரு மோசமான காலகட்டத்தைத் தன் திறமையால் சமாளித்தார். அவருடைய புத்திக் கூர்மையும் வியக்கத்தக்கது. நடந்த விஷயங்கள் தனக்குத் தெரியவந்ததும் மிகச் சில நாட்களில் சையது அலகாபாத்தை விட்டுப் போகும் சூழல் வந்தது. அதிலிருந்து சில வாரங்களில் நாட்டைவிட்டே வெளியே செல்லும் வாய்ப்பு கதவைத் தட்டியது. ஐரோப்பிய நாடுகளுக்கு காங்கிரஸ் கட்சியின் சார்பாகச் சென்ற தூதுக் குழுவில் இடம் பெற்றார். பெரிய கண்டிப்போ, கறாரோ காட்டாமல் இரு காதலர்களும் எளிதாகப் பிரிக்கப்பட்டார்கள். பின்னாளில் நன் நடந்தவைகளைப் பற்றி, "இந்து-இஸ்லாமியர் ஒற்றுமை பற்றி அதிகமாகப் பேசப்பட்ட நாட்கள் அவை. என் குடும்பமும் பல இஸ்லாமியர்களோடு நட்புறவில் இருந்தது. அதனால் மதம் மாற்றி திருமணம் செய்வது இயல்பான நல்லதொரு

செயல் என்று நினைத்திருந்தேன். ஆனால் திருமணம் போன்ற பாரம்பரியத்தில் ஊறிய மக்களுக்கு அது ஒரு பெரிய தவறாகப்பட்டது. நான் செய்தது மிகப் பெரிய தவறு என்று என்னிடம் வலியுறுத்தினார்கள்'' என்று கூறினார்.

இருவரையும் பிரிப்பதற்கான திட்டத்தின் ஓர் அங்கமாக அவ்விருவரும் அகமதாபாத்தில் உள்ள காந்தியின் ஆசிரமத்திற்கு அனுப்பப்பட்டனர். சையதை ஆசிரமத்திற்கு அனுப்புவது மிக எளிதான வேலையாக இருந்தது. அப்போதெல்லாம் காந்தி அரும்பெரும் அரசியல் தலைவராகவோ, காங்கிரஸ் தலைவராகவோ சிறப்பிடம் பெறாத நிலை. ஆயினும் சையது, மகாத்மா மீது மிகுந்த மரியாதை கொண்டிருந்தார். ஆனால் நன் அவ்வளவு எளிதாக மாறுபவரல்ல. ஆயினும் காந்தியும் அவரது பெற்றோர்களும் இரு முனைத் தாக்குதல் நடத்தினர். பெற்றோர்கள் நன் ஆசிரமத்தில் சில நாள் இருக்க வேண்டும் என்று ஒரு வழியாக அனுப்பிவைத்தனர். காந்தி ஆனந்த பவனத்திற்கும் நேரடியாகவே சென்று வந்தார். அதன் மூலம் காந்திக்குப் பிரச்சனைகளின் முழு உருவம் தெரிய வந்தது.

நன் பெற்றோர்கள் முதன்முறையாக ஒன்றிணைந்து தங்கள் மகள் வாழ்க்கையில் ஒரு முடிவு எடுத்திருந்தனர். அதுவே மகளுக்கு நல்லது செய்யும் என்று நம்பினர்; உண்மையிலேயே அது நல்லதாகவே முடிந்தது. காந்தியைத் தவிர வேறு யாரும் இந்த அளவு ஒரு மகளின் கடமை என்ன என்பதை விளக்கியிருந்திருக்க முடியாது. நன் வளர்ந்த பின்புலம் முழுவதும் மேற்கத்திய நாகரிகத்தில் தான். ஐந்து வயதிலிருந்தே அவர் வளர்ந்தது ஆங்கிலத் தாதிகளின் வளர்ப்பில் தான். ஆசிரம வாழ்க்கை வெகு புதிய கதவு ஒன்றை அவருக்குத் திறந்து காண்பித்தது. "முதன் முதலாக ஆசிரமத்தைப் பார்த்ததும் நிலைகுலைந்து போனேன். எல்லாமே மிக மந்தமான நிலையில் இருந்தன. பார்க்கவே சகிக்க முடியாத நிலைதான் இருந்தது. அங்கே எப்படித்தான் வாழ்வதோ என்றுதான் எனக்குத் தோன்றியது'', என்றார். ஆசிரமத்து வாழ்க்கை முறையும் அவருக்கு மிகவும் புதியதாக இருந்தது. பழகியதாக எதுவுமில்லை: "காலையில் நாலரை மணிக்கு எழுந்து, உடனே இறை வழிபாடு. அதிலிருந்து தினசரி வேலைகள் தொடரும். இருக்குமிடத்தைக் கழுவிச் சுத்தப்படுத்துதல்; ஆற்றிற்குச் சென்று துணிகளைத் துவைப்பது, அதன் பின் மாட்டுப் பண்ணையில் வேலை, தொடர்ந்து நூல் நூற்றல்'', உணவு - அவர் இதுவரை பழகிப்போன உணவு போல் இல்லை. காபி, தேநீர் என்று

எதுவுமில்லை. நாளைக்கு இரண்டு வேளை உணவு; அந்த உணவில், "தோட்டத்தில் விளைந்த அத்தனை காய்களும் மொத்தமாக ஒரே நீராவிக் கொப்பரையில் உப்பு, உறைப்பு, எண்ணெய் என்று எதுவுமில்லாமல் வேகவைத்து, கைப்பட செய்த சப்பாத்தி அல்லது கைக்குத்தல் அரிசியோடு சாப்பிட வேண்டும். மொத்தத்தில் அந்த உணவே உண்ணுதலின் மீது வெறுப்பேற்படுத்துவதற்காகவே என்பதாக இருக்கும். நன்னிற்குக் கிடைத்த ஒரே ஒரு சலுகை என்னவெனில் கழிவறையைச் சுத்தம் செய்வதிலிருந்து விலக்கு. செல்வத்தில் புரண்டு பழகிய அவருக்குக் கிடைத்த ஒரே சலுகை அதுதான். அதுவும் அக்கழிவறைகள் பழைய காலத்து வகைகள். அதனைச் சுத்தப்படுத்துவதே மிகவும் கடினம். மாலை 6 மணிக்கு அடுத்த வழிபாடு. அதில் கீதையிலிருந்தும், குரானிலிருந்தும் வசனங்கள் வாசிக்கப்படும். மாலையில் விரைவாகப் படுக்கைக்குப் போகவேண்டும். ஏனெனில் "அங்கே மண்ணெண்ணெய் விளக்குகள் மட்டுமே பயன்படுத்தப்பட்டன. அவைகளின் எளிய ஒளியில் வாசிப்பது என்பது மிகக் கடினம்." நன்னின் 'படுக்கை' சுருட்டப்பட்டு காந்தியின் குடிசையில் அவரது படுக்கையை ஒட்டிச் சுருட்டி வைக்கப்பட்டிருக்கும். காந்தி இந்துப் பண்பாடுகள் பற்றி நீட்டி முழக்கிப் பேசுவார். நன்னிற்குக் கிடைத்த சமயத் தொடர்பான விவரங்களில் உள்ள இடைவெளிகளை அவர் நிரப்புவார். கீதையையும், ராமாயணத்தையும் தொடர்ந்து வாசிக்க வைப்பார்.

ஆசிரமத்தில் இன்னும் பல அதிர்ச்சியான நிகழ்வுகளும் நடப்பதுண்டு. ஆசிரமத்தில் ஒரு மிக அழகான இளம் பெண் இருந்தார். அவள் ஆசிரமத்தில் இருந்த இன்னொரு இளைஞரிடம் காதலில் விழுந்தார். அவர்கள் இருவரும் ஒன்றாக உறவு கொண்டார்கள் என்று கேள்விப்பட்ட காந்தி அவர்களைத் தன்னிடம் வரவைத்து, முதலில் அந்தப் பெண்ணின் நீண்ட அழகிய முடியை- அவள் அழகே அதில்தான் குடியிருந்தது. அதை- கத்தரித்து எடுத்துவிட்டார். அவர்கள் செய்த 'பாவத்திற்காக' காந்தி பல நாள் உண்ணா நோன்பில் இருந்தார். இது ஆசிரமத்தில் இருந்த அத்தனை பேரையும் ஒருவித அச்சத்திற்குள்ளும் அவதிக்குள்ளும் அமிழ்த்தியது. ஆனால் அத்தனை ஆசிரமவாதிகளுக்குள்ளும் நன் வித்தியாசமாக இருந்தார். காந்தியின் செயல் அவரைத் தொடவே இல்லை. அது அவரைக் கவலைப்படுத்தவும் இல்லை. சொல்லப்போனால் காந்தியின் உண்ணா நோன்பு அவருக்கு ஒரு நம்ப முடியாத, பழங்காலத்து வெற்று வேடிக்கையாகத்தான் தோன்றியது.

நன்னிற்கு ஆசிரமத்தில் புதிதாகக் கிடைத்த 'பண்பாட்டு ஆற்றுப்படை' காந்தியுடன் தனியே அமர்ந்து பேசிய உரையாடல்கள்தான். "ஆசிரமத்தில் என் வாழ்க்கை பற்றி பேசும்போது முசல்மான்களின் மீது அவர் கொண்டிருந்த நம்பிக்கைகள் முழுவதுமாக நொறுங்கிப் போய்விட்டன", என்று சொன்னார். நன் பின்னாளில் பத்மஜாவிற்கு எழுதிய கடிதத்தில், "உன்னால் எப்படி சையது என்பவரை உன் சகோதரனாக அல்லாமல் வேறுவிதமாகப் பார்க்க முடிந்தது? ஒரே ஒரு வினாடி கூட ஒரு முசல்மான் மீது காதல் கொள்ள எப்படி முடிந்தது?" என்று காந்தி என்னிடம் கேட்டார். அடுத்து ஒரு கடிதத்தில், "20 கோடி இந்து மக்கள் உன்னைச் சுற்றி இருந்தார்கள். அவர்களில் யாரையாவது ஒருவரை உன் மனதிற்குப் பிடித்தவராகப் பார்க்க முடியவில்லையா? அவர்களையெல்லாம் ஒதுக்கி எறிந்து விட்டு முசல்மான் ஒருவனின் கைகளுக்குள் நீ நுழைந்து விட்டாயே!" என்று கேட்டார். "ஆனால் இத்தனை வசைகளும் என்னைத் தொடவே இல்லை. பாவப்பட்ட மனிதர் அவர்! அவரைப் பொறுத்தவரை ஓர் இந்து- இஸ்லாமியர் திருமணம் நல்ல உறவாக இருக்கும் என்ற நம்பிக்கை அவருக்குச் சுத்தமாகக் கிடையாது."

நன் பெற்றோர்கள் எதிர்பார்த்தது போல் இல்லாமல், அவர்மீது காந்தியின் அறிவுரைகள் எந்தவித பயனுமில்லாமல் கரைந்தன. பத்மஜாவிற்கு எழுதிய முந்தைய கடிதத்தில், "ஒரு நாள் காந்திஜி, அவர் நானாக இருந்திருந்தால், தான் என்ன செய்திருப்பேன் என்று என்னிடம் கூறினார். ஆனால் அவர் சொன்னது எதுவும் எனக்குப் பொருத்தமாகப் படவில்லை. எப்படி காந்திஜி போன்ற ஒருவர் என்னுடைய நினைவுகளுக்குள்ளும், உணர்ச்சிகளுக்குள்ளும் உள்ளிறங்கமுடியும்? ஆனாலும் காந்திஜிக்கு எதிரில் ஒரு சின்ன விரிப்பு ஒன்றின் மீது அமர்ந்துகொண்டு, தொடர்ந்து அவர் சொன்னதைக் கேட்டுக் கொண்டிருப்பேன். "சரூப், (திருமணத்திற்கு முன்பு நன்னின் பெயர் இதுதான்.) நான் உனது இடத்தில் இருந்திருந்தால் சையது மீது எந்தவித ஈர்ப்பும் நிச்சயமாகக் கொள்ளமாட்டேன். நட்பு தவிர வேறு எந்த உணர்வையும் நான் அனுமதித்திருக்க மாட்டேன். அப்படியே சையது காதல் கொண்டு என்னிடம் பேசியிருந்தால், நேரடியாகவே அவரிடம், மென்மையாக ஆனால் மிக உறுதியாக, "நீ பேசுவது தவறு. நீ ஒரு முசல்மான்; நான் ஒரு இந்து. நமக்குள் எந்த உறவும் இருப்பது என்பது மிக மிகத் தவறு. நீ எப்போதும் எனக்கொரு சகோதரன். ஒரு கணவனாக

உன்னைப் பார்ப்பது கூட என்னால் முடியாது" என்று கட்டாயமாகச் சொல்லியிருப்பேன்.

மகாத்மாவின் இந்த உரையாடல் நன்னிடம் சுத்தமாக எடுபடவில்லை. இதைப் பற்றி நன் சொல்லும்போது, "ஆஹா! எவ்வளவு நல்ல உரை! எவ்வளவு அழகாக, ஒரு பெண்மணி... அதுவும் ஓர் இந்துப் பெண்மணி... அதுவும் ஆயிரம் முனிவர்களின் வழியில் வந்த ஒரு பெண்மணி பேசுவது போல் இருந்தது... இல்லையா?" என்று கேலியாகக் கேட்டார்.

அதேபோல் மகாத்மாவின் ஏனைய அறிவுரைகள் சென்று சேர்ந்த இடமும் அதேதான்! "இன்னொரு முக்கியமான எதிர்ப்பு அவரிடமிருந்து வந்தது. வயது பற்றியது. காந்தியைப் பொறுத்தவரையில் பெண்கள் தன்னை விட நான்கு வயது வித்தியாசத்தில் உள்ள ஆணைத்தான் திருமணம் செய்யவேண்டும் என்றார். இன்னும் பலப் பல அறிவுரைகள் மகாத்மாவிடமிருந்து வந்தன. அவைகளைத் தொகுத்து எழுதவேண்டுமாயின் இன்னும் ஒரு நூறு பக்கங்கள் வேண்டும். அவை வாசிப்பதற்கு மிக நன்றாக இருக்கும்; ஆனால் அதில் ஓர் ஆபத்தும் இருக்கிறது!"

நன் மகாத்மாவின் அறிவுரைகளை எடுத்துக் கொண்டவிதம் இதுவென்றால் சையது எடுத்துக்கொண்ட விதம் வேறுமாதிரியாக இருந்தது. அவர் தீவிரமாக அந்த அறிவுரைகளை ஏற்றுக்கொள்ளும் மனதோடு இருந்தார். காந்திஜி, சையதிடம் நன்னிடம் கேட்ட கேள்வியைத் திரும்பவும் கேட்டிருந்தார்: "ஓர் இளம் சகோதரியாகப் பார்க்கவேண்டிய இந்துப் பெண்ணை நீ எப்படி காதல் கண்ணோடு பார்க்க ஆரம்பித்தாய்?" என்று கேட்டுள்ளார். அதற்கு சையதும் நொண்டிச் சாக்கு ஒன்றையும் கொடுத்திருக்கிறார். "நானும் அப்படித்தான் முதலில் அவளை ஒரு தங்கையாகத்தான் பார்க்க ஆரம்பித்தேன்." அப்படி ஆரம்பித்துவிட்டு, பின் எப்படி தங்கையோடு காதல் லீலைகளைத் தொடர்ந்தார்? இதற்குப் பதிலளிக்க சையது பலத்த முயற்சிகளை எடுத்துக் கொண்டிருந்தார். "அந்த முயற்சியின் பயனாக அவர் என்ன சொன்னாரோ, அதனைக் கேட்க நான் அங்கில்லை. எல்லாவற்றையும் பார்த்துவிட்டு எனக்கு மிகவும் சிரிப்பு சிரிப்பாக வந்தது. சத்தம் போட்டு சிரிக்கவேண்டும் என்ற ஆசையில் ஏதோ ஒரு காரணம் சொல்லிவிட்டு, அந்த இடத்தைவிட்டு ஓடிவந்துவிட்டேன்!"

வரிசையாக இப்படி ஏதேதோ நடந்து கொண்டிருந்தாலும் நன் ஒரு பெரும் மாற்றத்திற்கு உள்ளானார். இதுவரை அவர் செல்லத்திலும் செல்வத்திலும் மிதந்திருந்த பெண். இப்போது நிலைமை முற்றிலும் மாறிவிட்டது. சமூகத்திலிருந்து விலக்கப்பட்ட... தூக்கி எறியப்பட்ட பெண் போல் இருந்தார். மோதிலால் இந்த விவகாரத்தைத் தன்னுடைய வழக்கமான திறமையுடன் கையாண்டார். இருப்பினும் இந்த விவகாரம் ஆனந்த பவனின் சுவர்களைத் தாண்டி வெளியேயும் பரவிவிட்டது. அதன் முதன் விளைவாக, அவரது நண்பர் ராஜா நரேந்திர நாத் அவர்களின் மகனுடன் ஏற்கெனவே நடந்த திருமண நிச்சயம் முறிந்தது. நாத் பின்னாளில் ஒரு பெரும் இந்துத் தலைவராகி பஞ்சாப் மாநிலத்து மக்கள் சபைக்குத் தேர்ந்தெடுக்கப்பட்டார். இதற்கு முன்பேயும் அவர் மிகவும் பழமைவாதியாகத்தான் இருந்தார். சையது, நன் இருவருக்குள்ளும் இருந்த உறவு பற்றித் தெரிந்த உடனேயே தன் மகனின் திருமண நிச்சயத்தை முறித்துவிட்டு, உடனே தன் மகனுக்கு வேறிடத்தில் திருமணம் செய்வித்தார். ஒருவேளை அதன் பின் அவரே பல கதைகளைப் பரப்பியிருக்கலாம். ஏனெனில் அந்தக் காதல் விவகாரம் பல உருவில் பரவிப் போனது. எவ்வளவு உண்மையோ... எத்தனை உருவாக்கமோ...! இந்த நிகழ்வெல்லாம் நடந்து முடிந்த ஓராண்டிற்குப் பிறகு ராஜா நரேந்திர நாத் அவர்களின் இளம் நண்பர் பஞ்சாப் மக்கள் சபையின் உறுப்பினர் K.L. கௌபா, சையதுடன் தன் மகளுக்குச் செய்த திருமண நிச்சயத்தை ராஜா நரேந்திர நாத் முறித்துவிட்டதாகவும், இந்தக் குழப்பத்திற்குத் தீர்வு காண காந்தியும் அழைக்கப்பட்டார் என்றும் எழுதியுள்ளார்.

ஆசிரமத்தில் தங்கிய நன் மெல்ல ஒன்றைப் புரிந்து கொண்டார். ஒரு முசல்மானைத் திருமணம் செய்ய நினைத்ததற்கே தான் இத்தனை பெரிய இடையூறுகளுக்கு ஆளாக வேண்டுமா என்பதை நன்கு புரிந்து கொள்ள ஆரம்பித்தார். அதன் பின்னும் பல பின்விளைவுகள் தொடர்ந்தன. *'இண்டிபெண்டண்ட்'* செய்தித்தாளிலிருந்து சையது நீக்கப்பட்டு, புதிய ஒருவர் பதிப்பாளரானார். நன், பத்மஜாவிற்கு எழுதிய கடிதத்தில், "இந்து இஸ்லாமியர் திருமணம் பற்றி காந்தி, *'யங் இந்தியா'* இதழில் எழுதிய கட்டுரையை இப்போதுள்ள இண்டிபெண்டண்ட் பதிப்பாசிரியர் என்னிடம் கொண்டுவந்து காண்பித்தார். ஏற்கெனவே இந்த மனிதரைக் கண்டாலே எனக்கு சுத்தமாக ஆகாது. அவரை வெறுத்து ஒதுக்கித் தள்ளி வைத்தேன். ஆனால் அந்த ஆள் காந்தியின் அந்தக் கட்டுரையை

வைத்துக்கொண்டு பறைசாற்றிக் கொண்டிருந்தார். நிச்சயமாக அக்கட்டுரைக்கு நான் ஏதாவது எதிர்வினையாற்றுவேன் என்ற எதிர்பார்ப்பில் அந்த ஆள் இருந்தார். நான் எதற்கு என் எண்ணத்தை அந்த ஆளுக்குச் சொல்லவேண்டும். அந்த ஆள் தன் வேலையை விட்டுவிட்டு இதற்காக என்னைச் சுற்றிச் சுற்றி வந்து கொண்டிருந்தார். மேலும் அந்த ஆள் என்னிடமே வந்து என் மீது தான் மிகவும் கழிவிரக்கம் கொள்வதாகச் சொன்னார் - ஏதோ நான் அதற்காகவே ஏங்கிக் கொண்டிருப்பது போல். யாருக்கு வேண்டும் அது! அதோடு நில்லாமல் அந்த ஆள் என் சகோதரனிடம் போய் தான் சையதுக்கும் எனக்கும் முதலிலிருந்தே துணையாக இருந்ததாகத் திரித்துக் கூறியுள்ளார். இதைவிட கீழ்த்தரமான, மோசமான, அருவருக்கத்தக்க ஆளை நான் பார்த்ததே இல்லை" என்று நன் எழுதியிருந்தார்.

வெளியாட்களை விடுங்கள். நன்னின் உறவினர்கள் தங்களது எதிர்ப்பை வெளிக்காட்டினார். "என் பெற்றோர் வழியில் என் வயதை ஒத்த உறவினர்கள் பற்றி உனக்கு என்ன தெரியும் பத்மஜா? விளையாட்டாகக்கூட ஒரு முசல்மானைத் திருமணம் செய்து கொள்ளுங்கள் என்று சொல்லிப்பாரேன். அவ்வளவுதான்...! நான் அதை அவர்களிடம் சொன்னால் என்ன ஆவேனோ! ஏற்கெனவே நான் ஒன்றும் அவர்களுடன் ஒட்டி உறவாடியதில்லை. ஆனாலும் இதைச் சொன்னால்... அத்தோடு அனைத்தும் முடிந்துவிடும்! முறிந்துவிடும்! நான் என்ன செய்தாலும் அதில் அவர்களுக்கு நட்டம் ஏதுமில்லை. ஆனாலும் நானும் அவர்களுக்கு முன்மாதிரியாக இருக்க ஒத்துக் கொள்ளமாட்டார்கள்."

இறுதியாக, மோதிலால் இப்பிரச்சனைகளுக்கு முடிவெடுத்தார். இன்னொரு மாப்பிள்ளையை, அதுவும் அதிகப் பொருத்தமான ஒரு மாப்பிள்ளையைத் தேர்ந்தெடுத்தார். நன் காதல் விவகாரத்தை எத்தனை நெளிவு சுளிவுகளோடு முடித்து வைத்தாரோ, அதே திறமைகளை இதிலும் கையாண்டார். நன் திருமண நிச்சயம் முறிந்த அடுத்த கணமே மோதிலால் புதிய மாப்பிள்ளை தேடுவதில் மும்முரமானார். அவருக்கில்லாத தொடர்புகளா! விரைவில் நல்லதொரு மாப்பிள்ளையைத் தேடித் பிடித்தார். ரஞ்சித் பண்டிட். அறிவுள்ள, வளர்ந்து வரும் வழக்கறிஞர். கல்கத்தாவில் தொழில் பார்த்து வந்தார். அக் குடும்பத்திற்கு நேரு குடும்பத்தின் மீது மிகுந்த மரியாதை உண்டு. அவர்களின் தேசியப் பங்களிப்பின் மீதும் அத்தனை மரியாதை. ஜவஹர்லாலின் சகோதரியைத் திருமணம் செய்வது

அவர்களுக்கு மிகுந்த பெருமையளிப்பதாக இருந்தது. அவர் ஒரு காஷ்மீர் பிராமணர் அல்ல. மகாராஷ்ட்ராவில் உள்ள சரஸ்வத் பிராமணர். ஆனால் மோதிலால் இதனை ஒரு குறைபாடாகக் கருதவில்லை. தன் மகனின் - ஜவஹர்லாலின் - திருமணத்தில் பத்தாண்டுகளுக்கு முன்பு எத்தனை சாதிய தீவிரத்தோடு இருந்தாரோ, அது போலல்லாமல் தன் சாதிவிட்டு வெளியில் மாப்பிள்ளை பார்த்தார். அவரது இனத்துப் பிராமணர்கள் திருமணத்திற்கு வராமலே போய்விடும் ஆபத்தும் இருந்தது. ஆனாலும் மோதிலால் தளரவேயில்லை. அவர் எதிர்பார்த்தது போல் அவரது காஷ்மீர் உறவினர்கள் திருமணத்தைப் புறக்கணித்து விட்டனர்.

ஒருவழியாக மோதிலால் திருப்தியான மாப்பிள்ளையைப் பிடித்துவிட்டார். முன்னால் இருந்த பிரச்சனை - தனது மகள் நன் அதனை ஒப்புக் கொள்ளவேண்டும்; சரியான நல்ல மாப்பிள்ளை என்று திருப்தியாக வேண்டும். நன் மிகவும் உற்சாகமான இளம் பெண். திருமணம் பற்றி தனக்கென சிலவற்றை முடிவெடுத்து வைத்திருக்கும் பெண். அப்பா சொன்னார் என்பதற்காகத் தலையை ஆட்டாத பெண். ஆனால் இதே சமயத்தில் K.L.கௌபா தன் தந்தையை விரோதித்து, தான் காதலித்த ஒரு இஸ்லாமியரைத் திருமணம் செய்த நிகழ்வும் நடந்தேறியது. கௌபா, "இளம் பெண்களைப் பார்த்துப் பழகுவது என்பதே முடியாத ஒன்று. ஒன்றுவிட்ட சகோதர, சகோதரிகள் தரும் கருத்துகள் மட்டுமே கிடைக்கும். எங்கேயோ தூரத்திலிருந்து பார்க்கும் வாய்ப்பு அமையலாம். இவற்றையெல்லாம் வைத்துதான் ஒரு பெண்ணை முடிவு செய்யவேண்டும். தனக்கேற்ற வாழ்க்கைத் துணைவியா என்று இப்படித்தான் முடிவு செய்ய இயலும். அதேபோல் அந்தப் பெண்ணும் தனக்கேற்ற மாப்பிள்ளையை முடிவு செய்தாக வேண்டும்" என்று எழுதியுள்ளார். ஆனால் மோதிலால் மிகவும் வித்தியாசமாகச் செயல்பட்டார். அவர் தேர்ந்தெடுத்தவரை ஆனந்த பவனுக்கே வரவைத்து, அவரே பெண்ணிடம் தன்னை அறிமுகம் செய்து கொள்ளும்படி செய்தார்.

மோதிலாலின் திட்டம் சரியாக வேலை செய்தது. நன் பின்னாளில் அந்த நிகழ்வு பற்றி விரிவாகச் சொன்னார்: "அப்பாவின் அறைக்கு வெளியே காலையுணவு வைக்கப்பட்டிருந்தது. நான் அங்கு வந்தபோது புதிதாக ஓர் இளைஞர் அமர்ந்திருந்தார். அவர் எதிர்பார்த்த நேரத்திற்கு முன்பே வந்துவிட்டார். அந்தக் கூச்சம் வேறு அவருக்கு

இருந்திருக்கிறது. தன்னையே அறிமுகம் செய்துகொண்டார்... அழகாகவே இருந்தார். முகத்தில் அவர் இளம் வயதிற்கு மாறான அமைதி படர்ந்திருந்தது. குடும்பத்தினர் அனைவரும் வந்தனர். நா வறண்டு தவிப்போடு அமர்ந்திருந்தார். ஆனால் சுற்றியிருந்த குடும்பத்தினர் அனைவரும் அரட்டையடித்துக் கொண்டிருந்தனர். உணவிற்குப் பின் குடும்பத்தினர் கலைந்தனர். நாங்கள் இருவரும்தான் மீதி! அவரிடம் இப்போது கொஞ்சம் அமைதி. ஆனாலும் என்ன பேசுவது என்று தெரியாமல் விழித்துக் கொண்டிருந்தார். 'உனக்கு வடமொழிப் பாடல்கள் பிடிக்குமா?' அவர் கேட்ட கேள்விகளில் முதல் கேள்வி இது.

"எனக்குத் தெரிந்தது வடமொழிப் பள்ளியில் படித்த பாலபாடம் மட்டும்தான்" என்றேன். ஆனால் அப்போதே மனதிற்குள் அம்மொழியைக் கற்றேயாக வேண்டும் என்று முடிவு செய்து கொண்டேன். ஆனால் அவர் தன் கேள்விக்கு என் பதிலை எதிர்பார்க்கவில்லை போலும்: அடுத்து "உன் குரல் மிக நன்றாக இருக்கிறது. பாடுவாயா?"

நான் பாடுவதா? எங்கள் குடும்பத்திற்கே இசை ஞானம் அறவே கிடையாது. எனக்கு அந்த இடத்திலிருந்து ஓடிவிடவேண்டும் என்று தோன்றியது. ஆனால் அது மரியாதையாக இருக்காதே. அதோடு அவரிடம் இருந்த ஈர்ப்பு என்னைப் போகவிடவும் இல்லை. பாடுவாயா என்று கேட்பதற்குப் பதில் சொல்வதற்குள், "நீ மிகவும் அழகு. உன்னைப் பார்ப்பதற்குத்தான் இங்கு வந்திருக்கிறேன். உனக்கும் தெரிந்திருக்கும் என்று நினைக்கிறேன்."

"எல்லாம் நன்றாக இருந்தது. இருவரும் இயல்பாக இருந்தோம். பகல் பொழுதெல்லாம் இருவரும் தோட்டத்தில் உலாவிக் கொண்டிருந்தோம். ரஞ்சித் அழகான வடமொழிக் கவிதைகளைப் பாடினார். தன்னைப் பற்றியும் தன் குடும்பத்தைப் பற்றியும் பேசிக் கொண்டிருந்தார். குதிரையேற்றம் செய்தோம். எனக்கு மிகவும் பிடித்ததாயிற்றே. அதோடு என் குதிரையேற்றம் பற்றிய பெருமையும் எனக்குண்டு. ஆனால் ரஞ்சித் குதிரை ஓட்டுவதிலும் மிகவும் தேர்ச்சி பெற்றவராயிருந்தார்."

"மூன்று நாட்கள். விரைந்து ஓடிவிட்டன. புறப்படுவதற்கு முந்திய நாள் மாலை... தனியாகப் பேசவேண்டும் என்றார். சந்தித்து வெறும் இரண்டு நாட்கள்தான் ஆகின்றன. ஆனால் நெடுங்காலம் தெரிந்ததுபோல் தோன்றுகிறது. உன்னை

எனக்குப் பலகாலமாக தெரிந்திருப்பது போன்ற உணர்வு. கத்தியவாரிலிருந்து ஆனந்த பவனுக்கு வருவதற்கும் தைரியம் வேண்டும். நேரு குடும்பத்திற்குள் நுழைந்து காஷ்மீரப் பெண்ணான உன்னைச் சந்தித்திருக்கிறேன். ஒரு நம்பிக்கையோடுதான் வந்திருக்கிறேன், என் மீது நம்பிக்கை வைத்து, என்னோடு கை கோர்த்து வாழ்நாளெல்லாம் உடன்வர சம்மதமா?"

மூன்றே நாள் தெரிந்த நன் முன்னால் அழகிய, கவர்ச்சியான இளைஞன் கேட்ட சின்ன கேள்வி நின்றது. பதிலும் உடனே வந்தது. 'ஆம்.' நடந்தவைகள் அனைத்தும் அனைவருக்கும் மகிழ்ச்சியாய் இருந்தது - சையது என்ற ஒருவரைத் தவிர! அவரை 'பாவப்பட்ட சையது' என்று சரோஜினி தன் கடிதங்களில் குறிப்பிடுவதுண்டு. அவருக்கு எப்படியிருந்தது என்று யாருக்கும் தெரியாது.

நன்னின் அம்மா யாருக்கும் தெரியாமல் பெண்-மருமகன் ஜாதகங்களை அனுப்பி பொருத்தம் பார்த்திருக்கிறார். பொருத்தம் மிக நன்றாக இருந்ததாம். அனைவருக்கும் மகிழ்ச்சி. மோதிலால் தன்னையே தட்டிக் கொடுத்துக் கொண்டார் - ஆம். அவரது திட்டத்திற்கு முழு வெற்றி. மனிதர்களை மிகச் சரியாக எடை போட்டிருந்திருக்கிறார்! 1921 மே மாதம் திருமணம். நன்னின் வாழ்க்கையில் பழையவை அனைத்தும் பின் தள்ளப்பட்டன. அது மட்டுமல்ல. இப்போது அவரால் முழு மனதோடு தன் கணவர் ரஞ்சித்தைக் காதலிப்பதாகச் சொல்லமுடியும். அதனால் காந்தி புதுமணத் தம்பதிகளுக்குப் போதித்த பிரம்மச்சரியம் என்பவைகளை ஒதுக்கி வைத்துவிட்டு, மனமொத்த திருமண வாழ்க்கையை ஆரம்பிக்க முடிந்தது.

மோதிலால் போலல்லாமல் வேறு தகப்பன்மார்களுக்கு, தங்கள் பிள்ளைகளிடமிருந்து பிரச்சனைகள் பல முளைத்தன. பஞ்சாப் தேசியத் தலைவரும் தொழிலதிபரும், பஞ்சாப் மக்கள் சபையின் அமைச்சரும் லாகூரில் இருந்த லாலா ஹரிகிருஷ்ணா லால் என்பவரின் மகன் கன்ஹைய லால் கௌபா. இவருக்கு இவரது தாதி இளம் வயதில் வைத்த செல்லப்பெயர் வால்டர் அல்லது வால். இவருக்கு அஸிஸ் அகமது என்ற புகழ்மிக்க அதிகாரம் நிறைந்த- இன்றைய அட்வகேட் ஜெனரல் போன்ற- பஞ்சாப் அரசு வழக்கறிஞரின் மகள் மீது காதல். அவள் பெயர் ஹஸ்னா. லாலா கிருஷ்ணன், அகமதுவின் குடும்பப் பெண்கள் பர்தா போடுவது கிடையாது என்பதால் அவர்களைத் தன் வீட்டு விருந்திற்கு அழைத்திருந்தார். அந்த

நிகழ்வில் தான் வால் - ஹஸ்னா அறிமுகப்படுத்தப்பட்டனர். மோதிலால் நேரு போலவே லாலாவும் நவீனமானவர். இன வேற்றுமைகளைத் தாண்டியவர். இஸ்லாமிய நண்பர்கள் லாகூர் வரும்போதெல்லாம் தன் வீட்டில்தான் தங்கவைப்பார். அவர்களுக்கான உணவைத் தயாரிக்க வேண்டிய மாற்று ஏற்பாடுகளைச் செய்துவிடுவார். இதைவிடவும் இன்னொரு முற்போக்கான ஒன்றையும் செய்திருந்தார். லாலின் மனைவி - வாலின் அம்மா- இளம்வயதில் இறந்தபிறகு இரண்டாவது மனைவியை தன் இனத்தைத் தாண்டி வேற்றினத்தவரை வேற்று மாநிலத்திலிருந்து தேர்ந்தெடுத்திருந்தார். அது காதல் திருமணம் கூட இல்லை. பெரியவர்கள் பார்த்து வைத்த திருமணம் தான். அவரது இரண்டாம் மனைவி மகாராஷ்ட்ரத்தைச் சேர்ந்தவர். அதோடின்றி அவரைத் திருமணம் செய்வதற்காக லால் சீக்கிய மதத்திற்கு மாறினார். ஏனெனில் அந்தக் காலகட்டத்தில் இந்துக்கள் தங்கள் சாதியை விட்டு வேற்று சாதியினரைத் திருமணம் செய்யக்கூடாது என்ற சட்டம் இருந்தது. அப்பெண்ணின் தகப்பனார், படித்த தன் மகளுக்குப் பொருத்தமான பையனைத் தேடிக் கொண்டிருந்தார். தரகர் கொண்டு வந்த பொருத்தம் இது. பஞ்சாபியராக இருந்ததால் சம்மதித்திருந்தார். அதிலும் மாப்பிள்ளை உயர் ஆங்கிலப் படிப்பெல்லாம் படித்து பரந்த மனப்பான்மையோடு இருந்ததால் எளிதாகச் சம்மதித்திருந்தார். இந்தக் குடும்பச் சூழலில் வால் தன் திருமணத் திட்டத்திற்குத் தன் தந்தையின் சம்மதத்தைப் பற்றிக் கவலைப்படவில்லை. எளிதாகக் கிடைத்து விடும் என்று நம்பியிருந்தார். ‘என் அப்பாவிடம் அஸீஸ் அகமதுவின் மகளைத் திருமணம் செய்து கொள்ளலாமா’ என்று கேட்டேன். அப்பாவுக்கு எரிச்சல். அவர், ‘முடியாது. ஏனெனில் அவள் ஒரு முஸ்லீம். நீ ஒரு இந்து. நீ அவளைத் திருமணம் செய்தால் எனது மற்ற பிள்ளைகளுக்கு நான் திருமணம் செய்துவைக்க முடியாது. அதனால் உனக்கு என் அனுமதியைத் தரமாட்டேன்’ என்றார்.

வால் போன்ற புதிய தலைமுறையினருக்கு லால் சொன்னது போன்ற காரணிகள் செல்லுபடியாகாது. நன் போலவே வால் சமய வேற்றுமைகள் மூலம் மக்களை வேறுபடுத்துவதை அறியாத இளைஞன். அதேபோன்று சமயப் பழக்க வழக்கங்களில் அதிகமாகப் பயிற்சி பெற்றதுமில்லை. அவர் இதுவரை பழகியதே சிறுவயதில் தன் தாதியோடு கிறித்துவக் கோவிலுக்கு சென்றது மட்டும்தான். வால் தன்னைப் பற்றிச் சொல்லும்போது, “நான் பெயரளவில் மட்டுமே ஓர் இந்து. எனக்கு அந்த மதம் பற்றி ஏதும் தெரியாது” என்றார். இந்து-

முஸ்லீம் வேற்றுமைகள் பற்றி மேலெழுந்தவாரியாக மட்டும் அவருக்குத் தெரியும். ஆனால் அவைகளைத் தன் வாழ்வில் அனுபவித்ததில்லை. "செய்தித்தாள்களில் இந்த வேற்றுமைகள் பற்றிப் பல கட்டுரைகள் வந்துள்ளன. அவ்வளவுதான். உண்மையில் சமூகத்தில் உயர் நிலையில் இருப்பவர்கள் எல்லோரும் தங்களுக்குள் எளிதில் பழகிக் கொள்வார்கள். அவர்களுக்குள் அரசியல் கருத்துகள் வித்தியாசமாக இருக்கலாம். இருந்தும் பழகும்போது வித்தியாசமில்லாமல் கலந்து பழகினர். பொதுவாக பரந்துபட்டு பார்த்தால் அவர்களுக்குள் இந்து, இஸ்லாமியர், சீக்கியர், என்பது போன்ற வேற்றுமைகள் இருந்ததில்லை. எல்லோரும் சமமாக நடத்தப்பட்டனர்." அவர்களது உலகம் மிகச்சிறியது. அதற்குள் வித்தியாசங்கள் இல்லாமல் இருந்தது. பெற்றோர்கள் ஒற்றுமையாக இருந்தனர். திருமதி சமன்லால் என்பவர் அஸிஸ் அகமதுவின் சிறந்த நண்பராக இருந்தார். அதைப் போலவே அவரது கணவர் வாலின் நண்பராகவும், உடன் பணியாளராகவும் இருந்தார். ஆகவே வால், ஹஸ்னா இருவரும் எளிதாகச் சமன்லால் வீட்டில் சந்தித்துக் கொண்டனர். அல்லது அப்போது பர்தா போடாத குடும்பங்களுக்காக புதிய காஸ்மாபாலிட்டன் க்ளப் ஆரம்பிக்கப்பட்டிருந்தது. அதிலும் சந்தித்துக் கொள்ளலாம்.

மோதிலால் போல் அல்லாமல் லாலாஜி இந்தப் பிரச்னையை உடனுக்கு உடனே தீர்த்து வைக்க வேண்டுமென்று நினைக்கவில்லை. ஏனெனில் வால் ஒர் இஸ்லாமியப் பெண்ணை மணப்பதற்கு எதிர்ப்புத் தெரிவித்த லாலாஜி உடனே தன் பணியின் நிமித்தமாக சிம்லாவிற்குப் புறப்பட்டுப் போய்விட்டார். இந்த வாய்ப்பில் வால் எளிதாக திருமண ஒப்பந்த அலுவலகத்தில் முன்பதிவு கொடுப்பதற்கான கால அவகாசம் நிறைய கிடைத்தது. அந்த சமயத்தில் படித்த இந்தியர்கள் மத்தியில் பெரும் எண்ணிக்கையில் காதல் திருமணங்கள் நிறைய நடந்ததால் ஆங்கிலேய அரசு புதிதாக சிறப்புத் திருமணச் சட்டம் ஒன்றை 1872-இல் நிறைவேற்றியது. ஆனால் அதன் சட்டதிட்டங்கள் அனைத்தும் மிகவும் குழப்பமானவை. அந்தச் சட்டத்தின் படி இந்துக்களும், அதனை ஒட்டிய ஏனைய மதங்களான புத்தமதம், சீக்கியம், ஜைன மதம் சார்ந்தவர்கள் கலப்புத் திருமணம் செய்து கொள்ளலாம். ஆனால் வயது எல்லைகளை அவர்கள் தாண்டியிருக்க வேண்டும். ஆண் பதினெட்டு வயதையும், பெண்கள் பதினான்கு வயதையும் தாண்டியிருக்க வேண்டும். இன்னும் பெண்ணின் தந்தையின் சம்மதமும் இருக்க வேண்டும். ஆனால் மேலே சொன்ன

மதங்களில் பிறப்பாலும் மதமாற்றத்தாலும் சாராதவர்கள் அனைத்து முக்கிய மதங்களிலிருந்தும் விலகியிருக்க வேண்டும்.

வால் ஒரு அதிர்ஷ்டக்காரர்தான். லாலாஜி திருமணத்தை எதிர்த்தாலும் ஹஸ்னாவின் பெற்றோர் திருமணம் சட்டத்தின்படி நடந்ததால் அதை ஆதரித்தனர். ஆனால் வால் அதை அவர்களின் பரந்த மனப்பான்மை என்று கருதினார். ஆனால் படித்த, பர்தா போடாத இஸ்லாமியப் பெண்களுக்கு அவர்கள் சமூகத்திலிருந்து பொருத்தமான பையன்கள் கிடைப்பது மிகவும் கஷ்டமான ஒன்றாக இருந்தது. அதற்கான முதல் காரணம் - இஸ்லாமியரில் படித்த இளைஞர்கள் மிகவும் குறைவு. வெளிநாட்டிற்குச் சென்று படித்து வந்த இஸ்லாமிய இளைஞர்கள் அயல்நாட்டு மனைவியரோடு தான் திரும்பி வந்தனர். இந்து இளைஞர்களும் புதிய மனைவிகளோடுதான் திரும்பினர். இதைப் பற்றி வால், "நிறைய ஐரோப்பிய மனைவிகள்... குடும்பங்கள்... படிக்கச் செல்லும் இளம் பையன்கள் திரும்பும்போது ஆங்கிலேய மனைவியோடு திரும்பி வந்தனர்", என்றார். ஐரோப்பிய மனைவி என்பது ஒரு பெருமையின் அடையாளமாக இருந்தது. அந்தப் பெண் அயல் நாட்டில் தங்கியிருந்த வீட்டினரின் மகளாகக்கூட இருக்கலாம். ஆனாலும் இந்த மாற்றத்தால் நல்ல வேலை வாய்ப்புகளும், ஐரோப்பியருக்கு மட்டுமாக இருந்த கிளப்புகளின் உறுப்பினராகும் தகுதியும் கிடைத்தது.

லாலா ஹரிகிஷன்லால் விழித்துப் பார்க்கும்போது சிறப்பு திருமணச் சட்டமும், அவரது மகனுக்குக் கிடைத்திருந்த சுதந்திரமும், அவன் விரும்பிய பெண்ணைத் திருமணம் செய்து கொள்ளும் வாய்ப்பும் அவருக்குப் புரிந்தது. ஆனால் அது ஒரு காலங்கடந்த புரிதல். ஆனாலும் வேறு சில முயற்சிகளையும் லாலாஜி எடுத்தார். அவரது இஸ்லாமிய நண்பர் சர் பாஸ்லி ஹுசைன் மூலம் அஸிஸ் அகமதை திருமணத்தை நிறுத்தி வைக்கும்படி முயற்சித்தனர். முயற்சி பயனளிக்கவில்லை. அடுத்த முயற்சியாக லாலாஜி, வால்சின் நெருங்கிய நண்பரான ஜிவான் லால் கபூர், லாலாஜி சிம்லாவில் இருந்து திரும்பிவரும் வரை ஓரிரு நாட்களுக்குத் திருமணத்தைத் தள்ளிவைக்க முயன்றார். அம்முயற்சியில் கபூர் திருமண நாளன்று காலை வால் முன் நின்று, "உனக்கு இன்று கல்யாணம் என்று நினைக்கிறேன்" என்றார். வால் 'ஆம்' என்றார். "உன் அப்பா வரும் வரை - ஓரிரு நாட்களுக்கு- அதை ஒத்தி வைக்கலாமா?" என்று கபூர் கேட்டிருக்கிறார். 'அவர் உன்னிடம் பேசி அதன்பின் முடிவு செய்து கொள்ளலாம்' என்றும் சொல்லியுள்ளார்.

அதற்குப் பதிலாக வால், "என் புதுப் பெண் எனக்காகக் காத்துக் கொண்டிருப்பாள். எந்தக் காரணத்திற்காகவும் திருமணத்தைத் தள்ளிப் போடமுடியாது" என்று விரைந்து கூறியுள்ளார். அதோடு, "நீயே என்னோடு என் மாப்பிள்ளைத் தோழனாக வா" என்றும் அழைத்திருக்கிறார். வால் இதைப் பற்றிச் சொல்லும்போது, 'என் நண்பனுக்குத் தைரியம் போதாது. வாசல்வரை உடன் வந்து வழியனுப்பி வைத்துவிட்டு வாழ்த்து சொல்லிவிட்டுப் போய்விட்டான்!' என்கிறார்.

நிறுத்த முயன்றது தோற்றுப் போனது. இனி என்ன செய்ய முடியும். அதனால் லாலாஜி ஒரு புத்திசாலித்தனமான நல்ல காரியத்தைச் செய்தார். நாலைந்து மாதங்கள் கடந்தன. எல்லாம் கடந்து போனபின், லாலாஜி தன் எதிர்ப்புகளைக் கைவிட்டு விட்டு தன் மருமகளை ஏற்றுக் கொண்டார். வால் தன் திருமணம் குறித்துச் சொன்னது: 'திருமணம் முடிந்ததும் எனது இரண்டு இருக்கை கொண்ட காரில் ஏறி தேனிலவுக்காக காஷ்மீர் போனோம். ஏனெனில் இரண்டு சமயத் தரப்பினரும் கொதித்துப் போய் நின்றிருந்தனர். திருமணம் பற்றிக் கேள்விப்பட்டதும் இரு சமயத்தவர் நடுவிலும் பலத்த சூடான விவாதங்கள். இஸ்லாமியர் தங்கள் சமயத்துப் பெண்ணை இழந்துவிட்டோம் என்ற கோபத்தில் கொந்தளித்துப் போனார்கள். அதேபோல் இந்துக்கள் தங்கள் சமயத்துப் பையனைப் பறிகொடுத்துவிட்டோம் என்றனர்." தேனிலவு முடிந்து திரும்பியதும் நேராக லாலாஜி வீட்டிற்குப் போகவில்லை. பதிலாக ஒரு சிறு வீட்டை வாடகைக்கு எடுத்துத் தங்கினார்கள். வால் புதிய வழக்கறிஞராகப் பணிபுரிந்து கிடைத்த சொற்ப சம்பளத்தில் வாழ்க்கையை ஓட்டினார். அதுவும் ஒரு இன்பமான விளையாட்டாகவே நடந்தது. "வாரத்திற்கு ஒரே ஒரு முறை கோழி; வாரத்திற்கு இருமுறை புட்டு; பெண்ணின் சேலைகள் உருமாறி கதவுத் திரைகளாக மாறும்." தீபாவளி நெருங்கியது. லாலாஜியின் கோபமும் ஆறியது; மனமும் மாறியது. தம்பதிகளை மன்னித்து அரவணைத்துக்கொள்ள விரும்பினார். "அப்பா எங்களை அழைத்தார். விலை உயர்ந்த நகைகளை அவளுக்கு அன்பளிப்பாகக் கொடுத்தார். எல்லாம் சரியாகிவிட்டது."

இந்த இரு தகப்பன்கள் போலல்லாமல் தின்ஷா மிகவும் தவறுதலாக அவசரப்பட்டு விட்டார். ஒருவேளை இந்த மூன்று தகப்பன்மார்களில் இவர்தான் முதலில் இப்பிரச்சனையை எதிர்கொண்டார். அதுவும் இவர் ஒரு பார்சி. பார்சி

இனத்து மக்கள் தங்கள் இனத்தவர்கள் வேற்றினத்தினரைத் திருமணம் செய்வதற்கு எதிர்ப்பு தெரிவித்திருந்த காலம் அது. இவையெல்லாம் இல்லாது வேறு ஒரு எண்ணமும் மற்றவர்களுக்கு எழுந்தது- தின்ஷா தன் மகளை முழுமையாகத் தன் கட்டுக்குள் வைத்திருக்க முடியவில்லை என்பது. மோதிலால் நேருவுக்கிருந்த திறமையும், ஹரிகிஷன் லாலுக்கு இருந்த மனோதிடமும் தின்ஷாவிடம் இல்லாது போயிற்று. இது எல்லாவற்றையும்விட அவர் அடுத்து செய்த காரியம் சிறிதும் புத்திசாலித்தனமான காரியமாக இல்லை.

லக்னோவிலிருந்து ருட்டி திரும்பியபின், ஆறு மாதங்கள் கழித்து, தன் முயற்சிகளை மாற்றியமைத்தார். மகள் காதலிப்பது ஒரு பொருத்தமில்லாத ஆள் என்பதால் தன் மனைவியிடம் கூட சொல்லாது 1917 ஜூன் மாதம் நீதிமன்றம் சென்றார். ஜின்னாவிற்கு எதிரான தடை உத்தரவு வழங்க வழக்குத் தொடர்ந்தார். இதற்குக் காரணமாக பல கதைகள் வெளிவந்தன. ஒருநாள் ருட்டி தன் தந்தையின் கட்டளைகளையும் மீறி ஜின்னாவைத் தொடர்ந்து சந்திப்பதாகவும், அதுவும் மிகவும் வெளிப்படையாகச் சந்திப்பதையும் அறிந்திருக்கிறார். பெண் பிள்ளை அப்பா சொல்படி கீழ்ப்படிந்திருக்க வேண்டும் என்ற வளமையையும் மீறி ருட்டி நடந்து கொண்டிருந்தார். இதில் ஒரு நாள் காலை ருட்டி கையில் ஒரு கடிதத்துடன் தன் தந்தையிடம் பிடிபட்டார். அப்போது அங்கே வேடிக்கையான அல்லது வேதனையான நிகழ்வு ஒன்று நடந்தது. தின்ஷா அந்தக் கடிதத்தைப் பிடுங்க முயற்சித்திருக்கிறார். ருட்டி அது அவர் கையில் பட்டுவிடக் கூடாது என்பதற்காக ச்ாப்பாட்டு மேசையைச் சுற்றி ஓட, அவரைத் துரத்தி தின்ஷா ஓட.... பெத்தித் மாளிகையில் இப்படி ஒரு நிகழ்ச்சி. தின்ஷா துரத்தும் போது அக்கடிதம் ஜின்னா எழுதிய கடிதம்தான் என்று கத்திக் கொண்டே விரட்டினார் என்பதும் அக்கதையின் இன்னொரு பக்கம். தின்ஷாவின் இந்தப் பதட்டத்திற்கான காரணம் என்னவெனில் தின்ஷா தன் மகளை இனி தான் கட்டுப்படுத்த முடியாது என்பதால் இருக்கலாம். ஆனால் ஜின்னா கடிதம் எழுதுவது என்பதே ஓர் அரிய விஷயம் என்பது அனைவருக்கும் தெரியும். ஏனெனில் ஜின்னாவிற்கு கடிதம் எழுதுவது போன்றவைகள் பிடிக்காது என்பது அனைவரும் தெரிந்து வைத்திருக்கும் உண்மை. ஆனால். தின்ஷாவிற்கு இருவரும் தங்கள் கடிதப் போக்குவரத்துகள் மூலம் சிறப்பு திருமண சட்டத்தின் கீழ் தங்கள் திருமணத்தை நடத்தத் திட்டமிட்டிருக்கிறார்கள் என்ற அச்சம் இருந்தது. உண்மையில்

அந்தக் கடிதம் ஜின்னாவிடமிருந்து வந்ததோ இல்லையோ; அது தின்ஷாவின் கைகளுக்கு வந்து சேர்ந்ததோ இல்லையோ; வந்து சேர்ந்தாலும் அதில் அதிரடியான விஷயங்கள் இருந்ததோ என்னவோ... எல்லாம் சேர்ந்து தின்ஷாவை முழுவதுமாக அச்சுறுத்தி விட்டன. இதற்காக அந்தத் தடை வழக்கைப் போட்டார். கல்யாண வயதுக்கு வராத தன் மகளை- உண்மையில் ருட்டி அப்போது கல்யாணம் செய்யும் தகுதியான வயதில்தான் இருந்தார்- ஜின்னா கடத்திப் போக முயல்கிறார் என்ற கோரிக்கைகளுடன் அவ்வழக்கைப் போட்டார்.

அந்த வழக்கிற்குரிய தடயங்கள்; கோப்புகள் இப்போது கிடைக்கவில்லை. இருந்தும் அப்போதிருந்த காஞ்சி துவாரகதாஸ் போன்றோர் அப்படி ஒரு வழக்கு போடப்பட்டது என்று சான்று கூறினர். கல்யாண வயது வராத தன் மகளை, அவளின் சொத்துக்கு ஆசைப்பட்டு, தந்தையான என் மறுப்பையும் மீறி, ஜின்னா இந்த முயற்சிகளை எடுக்கிறார். அவர் சட்டப்படி என் மகளைச் சந்திப்பதற்கும் தொடர்பில் இருப்பதற்கும் தடை விதிக்க வேண்டும் என்பது அவரது விண்ணப்பம். தின்ஷாவிற்கு வழக்குகள் போடுவதென்பது ஒரு தொடர் பழக்கம். எதற்கும் ஒரு வழக்கு என்பது அவர் வழக்கம். வீட்டிலோ வியாபாரத்திலோ எந்த ஒரு சின்ன விஷயத்திற்கும் நீதிமன்றப் படிகள் ஏறுவது என்பது அவருக்குப் பழகிப் போன ஒன்று. பெரிய ஆங்கில அதிகாரிகளிலிருந்து தன் கடைநிலை ஊழியவர்கள் வரை ஏதாவது ஒரு ஒரு காரணத்திற்காக அவர்கள் மீது நீதிமன்றத்தில் ஏதாவது ஒரு வழக்கைப் போட்டிருப்பார். ஆனால் அந்தப் பழைய பழக்கத்தில் நாட்டின் தலையாய வழக்கறிஞரான ஜின்னா மீது வழக்கு போடுவது என்பது பெரிய முட்டாள்தனம். மிகவும் மோசமான நிலையில் இருக்கும் தன் கட்சிக்காரர்களை தன் வாதத் திறமையால் வெளிக் கொணரும் வழக்கறிஞர் ஜின்னா. அவர் மீதே வழக்கு என்பது தலை சுற்ற வைக்கும் அளவிற்கு ஒரு மட்டமான முயற்சி. மிகவும் வித்தியாசமான யாரும் எதிர்பார்க்காத வழக்கு என்பதால் அந்த வழக்கு பற்றி பம்பாய் முழுவதும் பேச ஆரம்பித்தனர். ஆனால் செய்தித் தாட்கள் இந்தச் செய்தியை மிகவும் அடக்கி வாசித்தன. ஏனெனில் ஜின்னா அப்போது வெறுமனே ஒரு வழக்கறிஞர் மட்டுமல்ல. நாடு முழுவதும் அறியப்பட்ட, பலராலும் அரசியல் வட்டத்தில் பெருந் தலைவராக ஏற்றுக் கொள்ளப்பட்டவர். இதனால் மக்களின் ஆர்வம் அதிகமாயிற்றே தவிர குறையவில்லை.

பொதுவாகவே, தன் மகள் பொருத்தமில்லாத ஒருவரைப் பார்க்கக் கூடாது என்று வழக்கு தொடர்வதே ஒரு தகப்பனுக்கு மரியாதையற்ற செயல். என் மகளை அடக்க என்னால் முடியவில்லை; ஆகவே ஜின்னா மீது தடை செய்யும் வழக்கு என்பது மிகவும் மோசமான முடிவு. அதுவும் லக்னோ மாநாட்டிற்குப் பிறகு ஜின்னா முழு வெற்றியுடன் மிகவும் பிரபலம் ஆனார். ஆங்கிலேய அரசு, காங்கிரஸ் கட்சி, முஸ்லீம் லீக் என்று அனைவராலும் முக்கியமாகக் கருதப்பட்டவர். இதோடு மட்டுமல்ல, திலக், அன்னிபெசன்ட் ஆகிய இருவராலும் ஆரம்பிக்கப்பட்ட இரு தன்னாட்சி மன்றங்களும் அவரின் செல்வாக்கைப் போற்றி வந்தன. 1917 ஜூன் மாத நடுவில் மெட்ராசில் பெசன்ட் அம்மையார் கைது செய்யப்படும்வரை, அவரது தன்னாட்சிக் குழுவில் ஜின்னா இணையவில்லை. ஆனாலும் லக்னோ கூட்டம் முடிந்து பம்பாய்க்கு வந்தபின், அடுத்த ஆறுமாதங்களுக்கு புகழின் உச்சியில் இருந்தார். இதனால் மிகவும் தீவிரமானப் பணிகளிலும் தொடர்ந்து ஈடுபட்டு வந்தார். 1917 ஜனவரி முதல் தேதியன்று லக்னோ கூட்டங்கள் முடிந்ததும் ஐக்கிய மாநில ஆளுநரோடு மதிய உணவு. கூட்டம் நடந்து முடிந்தபின் அடுத்த ஆறு மாதங்கள் வரை- அதாவது ருட்டிக்கு அருகிலும் செல்லக் கூடாது என்ற தடை உத்தரவு வரும்வரை- அவர் வாழ்க்கை மிகவும் மும்முரமாகச் சென்று கொண்டிருந்தது. தனக்கென ஒரு நிமிடம் எடுத்துக் கொள்ள முடியாத அளவிற்கு வாழ்க்கை தீவிரமாக இருந்தது. இதில் ருட்டியைப் பார்க்க அவருக்கு ஏது நேரம்! பல கூட்டங்களுக்குத் தலைவர், இந்தியப் பொருளாதார அமைப்பு, பம்பாய் மாநில மாணவர் மாநாடு, தன்னாட்சி அமைப்புகளின் அடுத்தடுத்த கூட்டங்கள்... என்று தொடர்ந்து வந்த பல பணிகள் அவரைச் சுற்றிச் சுழலும் மனிதராக வைத்திருந்தன.

லக்னோவில் லார்ட் மெஸ்டன் அவர்களை வீட்டில் சந்தித்து இந்திய அரசியலின் உள்ளார்ந்த செய்திகளை விளக்கியபின், இருபது நாட்கள் கழித்து, ஜின்னா ஆக்ரா சென்றார். அங்கே ஆங்கில அரசும், இந்தியத் தலைவர்களும் ஒன்று கூடி ஆக்ராவில் வட்டமேஜை மாநாடு ஒன்றை நடத்துவதற்காகப் பணிக்கப்பட்டிருந்த லயோனல் கர்ட்டிஸ் என்பவரைச் சந்தித்து விவாதித்தார். ஜின்னாவின் அறிவுரையின் படி எழுபது உறுப்பினர்களை கூட்டத்திற்கு அழைத்தார். அவர்களுள் திலக், B.G. ஹார்னிமன், ஜின்னா போன்ற பலரும் அடங்குவர். அடுத்து வந்த பிப்ரவரி, மார்ச் மாதங்களில் தில்லியில் நடந்த

ஆங்கிலேயரின் சட்டசபையின் குளிர்காலக் கூட்டங்களில் முழுமையாகப் பங்கேற்றார். அதில் முதல் நாளிலிருந்தே தன் இருப்பை தன் விவாதங்கள் மூலம் அனைவருக்கும் உணர்த்திக் கொண்டிருந்தார். அந்த விவாதங்களில் உறுப்பினர்களின் ஒழுங்கு நடைமுறைகள், இந்தியர்களை ராணுவத்தில் சேர்க்க வேண்டும் என்று வலியுறுத்தியது போன்ற முக்கியக் கருத்துகளை முன்னெடுத்து வைத்தார். இக்கருத்துகளின் சிறப்புத் தன்மையால் ஒவ்வொரு நாளும் சட்டசபைக் காலங்களில் மக்கள் திரளாக வருகையாளர்களாக வந்து விவாதங்களைச் செவிமடுத்தினர். இந்த விவாதங்களில் பேசியவர்களில் நாலாவது ஆளாக ஜின்னா பேசினார். மார்ச் மாதம் ஜின்னாவிற்கு இன்னொரு வேலைப் பழு மிகுந்த மாதம். அப்போது வரவு, செலவுத் திட்டங்களில் தன் பங்களிப்பைக் கொடுத்தார். ஏப்ரல் மாதத்தின் நடுவில் இன்னொரு பெரும் கடமை அவரை அழைத்தது. காங்கிரஸ், முஸ்லிம் லீக் இரு அமைப்புகளும் இணைந்து சில சார்பாளர்களை, தனியாட்சி ஆரம்பிப்பதற்கான அடிப்படை வேலைகள் பற்றிப் பேசுவதற்காக, வரும் கோடை காலத்தில் இங்கிலாந்திற்கு அனுப்ப நினைத்தனர். இரு அமைப்புகளின் கட்டாய உறுப்பினராக ஜின்னா இருந்தார். அடுத்து, ஜூன் மாதம், கல்கத்தாவில் முஸ்லிம் லீக் அமைப்பின் கூட்டத்திற்கான அழைப்பு வந்தது. அப்போது பெங்கால் முஸ்லிம் லீக் இவரைப் பெருமைப்படுத்துவதற்காக விருந்தொன்று கொடுத்தது. ஜூலை... ஜின்னாவிற்கு அது என்ன வேலையில்லாத மாதமா என்ன...? கோடை விடுமுறைக்குப் பின் நீதிமன்றங்கள் திறந்தன. இதே மாதத்தில் ஜின்னா பம்பாய் தன்னாட்சிக்கான அமைப்பின் தலைமைப் பொறுப்பை ஏற்றுக் கொண்டார். இதற்காக அவர் மிகவும் புகழப்பட்டார். மிகவும் நல்ல முன் மாதிரி என்று அனைவரும் சிறப்பித்தார்கள். "தனது கடமைகளை முழுவதுமாகச் செயலாற்றுகிறார்... இனியும் செயலாற்றுவார்" என்று புகழாரம் சூட்டினர். மேலும் "தன்னுடைய தலைமைப் பொறுப்பினால் தன்னாட்சிக்கான அமைப்பிற்கே பெருமையும் மரியாதையையும் சேர்த்துள்ளார்" என்றனர்.

பொது வாழ்வில் அவர் தம்மேல் தருவித்துக் கொண்ட இத்தனை பெருமைகளும், மரியாதையும் நீதிமன்றத்தின் தடைவிதிப்பால் எந்தவிதச் சேதமுமின்றி முழுமையாக இருந்தன. அதற்குப் பதிலாக அது இவரது பெருமையை மேலும் பெரிதாக்கியது. அதுவும் இளையவர் உலகத்தில் அவரது புகழ்க் கொடி மேலும் மேலும் உயரப் பறந்தது. படித்த மக்கள் மனதில் பெரும் தாக்கத்தை ஏற்படுத்தினார். ஏனெனில், அன்னிபெசன்ட்

அம்மையார் தனது தன்னாட்சிக்கான அமைப்பில் அனைவரும் சமம் என்ற கருத்தை நிலைநாட்ட பல சாதி, இனத்து மக்களும் ஒன்றாக இணைந்து உணவருந்தும் சமபந்தி விருந்தை தனது அரசியல் நடவடிக்கைகளில் ஒன்றாக வலியுறுத்துவார். அவர் வலியுறுத்தியதைச் செயலாகச் செய்து காண்பிப்பார் ஜின்னா.

ஜின்னாவின் கைகள் பல்வேறு பணிகளாலும் பொறுப்புகளாலும் நிரம்பியிருந்தன. இருவேறு திசைகளில் அவைகளை நிறைவேற்றும் முயற்சியில் இருந்தார். ஒருபுறம், தன்னாட்சிக்குரிய அமைப்புடன் பேச்சு வார்த்தை நடத்த ஆங்கிலேயரிடம் பேசுவது அவரது அரசியல் முயற்சியாக இருந்தது. மறுபுறத்தில், இந்த அரசியல் பேச்சு வார்த்தைகளையும், அரசியல் முயற்சிகளையும் மக்களின் மனத்தில் ஏற்றி, அவர்களது விழிப்புணர்சிக்காக முயன்றார். இதற்காக அவர் பல கூட்டங்கள் நடத்துவது, ஊடகங்களுக்கு செய்திகள் எழுதுவது என்பதில் தீவிரமாக இருந்தார். இத்தனை அழுத்தும் அலுவல்களுக்கு மத்தியில் நீதிமன்றத்தின் தடையாணை ஒரு பொருட்டாகவும் அவருக்கு இல்லை. அதைச் சுத்தமாகப் புறக்கணித்துவிட்டு தன் அலுவல்களைச் சீராக நடத்தி வந்தார். தனது வழக்கமான பணிகளில் மட்டும் கவனமாக இருந்து வந்தவருக்கு ருட்டியைச் சந்திக்க வேண்டும் என்பதோ அல்லது விளக்கம் கொடுக்க வேண்டும் என்றோ தோன்றியதில்லை. இதனால் வழக்காடிய தின்ஷாவிற்கு மட்டும்தான் அவமதிப்புடன் கூடிய கேலிச்சிரிப்பு பரிசாக மக்களிடமிருந்து கிடைத்தது.

சமுதாயத்தில் கேலிச் சிரிப்பு கிடைத்ததென்றால் தன் சொந்த வீட்டில் இன்னும் அதிகமான கசப்புதான் அவருக்கு மிஞ்சியது. தின்ஷா, ஜின்னா மீது வழக்குப் போட்டிருக்கிறார் என்று தெரிந்த வினாடியிலிருந்து ருட்டி தன்னை தன் அறைக்குள் சிறைப்படுத்திக் கொண்டார். யாரையும் அருகே நெருங்க விடவில்லை. ‘குப்புறப் படுத்துக்கொண்டு, முகத்தை முழுவதுமாக மூடிக்கொண்டு, அப்பாவையும் அம்மாவையும் பார்க்க மறுக்கும் ருட்டியைப் பார்த்து அவரது அம்மா நிலைகுலைந்து போனார். ‘அவரது நிலையும் மிகவும் மோசமாகப் போனது’ என்று அச்சமயத்தில் பெத்தித் மாளிகையில் இருந்த சரோஜினி தன் கடிதத்தில் குறிப்பிட்டிருந்தார். வழக்காடப் போகும்போது தின்ஷா எந்த எண்ணத்தில் போனாரோ, ஆனால் அதற்கான இந்தப் பின் விளைவுகளை அவர் எதிர்பார்க்கவே இல்லை. ஆனால் அவர்

எதிர்பார்த்த விளைவுகள் ஏதும் நடக்கவில்லை. தின்ஷாவின் நிலையும் அவரது மனைவியின் நிலைமை போலவே ஆனது. அவர் மிகவும் அன்பான தகப்பன். இத்தனை அழுத்தமும், சோகமும் தன் மகளின் மூளையையோ உடலையோ பாதித்து விடுமோ என்ற அச்சமும் மேலோங்கி நின்றது. அந்தப் பழுவும் அவர் மீது ஏறி நின்று அவரை, அவர் உடல் நிலையை அச்சுறுத்தியது. மிகவும் அமைதியான, எதிலும் குழப்பமடையாத திருமதி பெத்தித்தும் தன் கணவரைத் தேற்றும் நிலையில் இல்லை. இத்தனை இறுக்கங்களில் சிக்கிய தின்ஷா தன் மன அமைதிக்காக சரோஜினி நாயுடுவின் துணையை நாடினார். ஏனெனில் அவரது மனைவியும் மகளும் அவரின் பேச்சிற்கு நன்கு செவிமடுப்பார்கள்.

இந்த ஆண்டில் நான்கைந்து முறைகள் சரோஜினி நாயுடு பம்பாய்க்கு வந்திருந்தார். முதல் தடவை அலுவலக வேலையாக வந்தார். அவர் பெண்கள் அமைப்பின் தலைவராக, இந்தியாவிற்கு வருகை தந்திருக்கும் அயல் நாட்டு அமைச்சரான எட்வின் மாண்டேகுவைப் பார்ப்பதற்காக வந்திருந்தார். அதன்பின் பத்மஜாவைக் கல்லூரியில் சேர்த்து தங்குமிடத்தைத் தயார் செய்வதற்காக வந்திருந்தார். பத்மஜாவின் உடல் நலம் எப்போதும் சீராக இருந்ததில்லை. இதன்பின் பத்து ஆண்டுகள் கழித்து பத்மஜாவிற்கு எலும்புருக்கி நோய் வந்தது. ஆனால் இப்போதே சரோஜினி தாய்மைக்குரிய தவிப்போடு இருந்தார். மகளின் உடல் நலம், அவள் தங்குமிடத்தில் உள்ள நண்பர்கள், தங்குமிடத்திற்கும் கல்லூரிக்கும் உள்ள தொலைவு... என்று அடுத்தடுத்து பல ஆதங்கங்கள். ஒரு வழியாக பத்மஜாவைக் கல்லூரியில் சேர்த்துவிட்டு, அதன் பின் புனேயில் இருக்கும் பள்ளியில் தன் மகனைச் சேர்த்துவிட்டு திரும்பவும் ஹைதராபாத் செல்லும் வழியில் பம்பாயில் பெத்தித் மாளிகையில் தங்கியிருந்தார். அன்று 1917-ஆம் ஆண்டின் மே 23-ஆம் தேதி. பெத்தித் மாளிகை வெளிப் பார்வைக்கு இயல்பாக இருந்தது. ஆனால் ஒரு மாதம் கழித்து சரோஜினி மீண்டும் பம்பாய் வந்தார். அது 1917 ஜூன் 29. பத்மஜாவிற்குப் புதிய தங்குமிடம் பார்க்க வந்திருந்தார். பழைய தங்குமிடத்தில் வீட்டு உரிமையாளர்களின் உறவினர்கள் வந்ததால் அதனைக் காலி செய்யும்படி சொல்லிவிட்டனர். இன்று பெத்தித் மாளிகை சுத்தமாக தன் இயல்பு நிலையில் இல்லை. அங்கிருந்த சூழ்நிலை பற்றி தன் இளைய மகள் லீலாமணிக்கு, சரோஜினி எழுதிய கடிதத்தில் குறிப்பிடுகிறார். முழு உண்மையைச் சொல்லாமல் தான் ஏன் பம்பாயில் சில நாட்கள் அதிகமாகத்

தங்கும்படியாயிற்று என்பதற்கான காரணங்களை எழுதியுள்ளார். பதின்மூன்று வயதுப் பெண்ணுக்கு எல்லாவற்றையும் சொல்ல வேண்டியதில்லை அல்லவா!

"அன்புள்ள பப்பி,

நீ இப்போது எங்கே இருக்கிறாய்? அப்பாவோடு வீட்டிலா அல்லது இன்னும் சர்தார் சாகேபில் இருக்கிறாயா? இந்த வாரம் வீட்டுக்கு வந்து சேர்ந்து விடலாமென நினைத்தேன். ஆனால் முடியாதென நினைக்கிறேன். பெத்தித் குடும்பத்தினர் பலத்த பிரச்சனைகளோடு உள்ளார்கள். ருட்டியும் அவர் அம்மாவும் பரிதாபகரமான நிலையில் உள்ளார்கள். சர் தின்ஷா இன்னும் ஒரு வாரம் இங்கே தங்கியிருந்து உதவ வேண்டுமென இறைஞ்சிக் கேட்டுள்ளார். அவரது மனைவி என்னிடம் மிகவும் ஒட்டிக் கொண்டுள்ளார். என் உதவி அவருக்கு அதிகமாகத் தேவையாக இருக்கிறது. ருட்டி என்னைத் தவிர வேறு யாரையும் பக்கத்தில் வரவே விடவில்லை. நான் இங்கிருந்து வேறெங்கும் போகவில்லை. ஒரே ஒருமுறை பிபன்– ஐ (பத்மஜாவின் செல்லப்பெயர்) பார்க்கச் சென்றேன். அவள் இப்போது சில நாட்களாக லத்தீப் குடும்பத்தோடு இருக்கிறாள். அவளுக்கு முதலில் தங்கியிருந்த இடம் பிடிக்கவில்லை. அதோடு திருமதி ஜோஷி தன்னோடு வைத்திருக்க விரும்பியிருந்தாலும் அவருக்கு ஏகப்பட்ட விருந்தினர் வந்ததினால் பிபனை வெளியேற்றும்படியாக ஆயிற்று. இன்னும் ஓரிரு நாளில் அவளை நல்ல இடத்தில் அமர்த்திவிடலாம் என்று நினைக்கின்றேன். ஆனால், அதைவிட பேசாமல் வீட்டுக்கே வந்தால் நல்லது என்று நம்புகிறேன். கல்லூரிக்குப் போகவேண்டும் என்பதில் உறுதியாக உள்ளாள். ஆனால் அதற்காக எல்லா வேலைகளையும் அவள் செய்யவேண்டுமென்பதில்லை. ஒரு நல்ல மருத்துவரிடம் அழைத்துச்சென்று முழுவதுமாக சோதனை செய்யவேண்டும். இன்னும் ஓரிரு நாளில் அதைச் செய்து முடிக்கவேண்டும். அதுவரை கடற்காற்று அவளுக்கு நல்லது செய்யும். சௌபாத்தியில் அவள் கடலை ஒட்டி இருக்கிறாள். புனேயில் மினா (சரோஜினியின் இளைய மகன் ரணதீராவின் செல்லப்பெயர்) நல்ல சுகத்தோடு இல்லை. சரியாகச் சாப்பிடுவதில்லை என்று கேள்விப்படுகிறேன். உடனே மருத்துவர் யாரையாவது போய்ப் பார் என்று அவனுக்கு எழுதியிருக்கிறேன். பீப் (பத்மஜாவின் இன்னொரு செல்லப் பெயர்) நன்றாக இருக்கிறாள் என்று நம்புகிறேன். எனக்கும் பல கவலைகளும் பதட்டங்களும் உள்ளன. ஆயினும் அதற்கும் மேலே ருட்டியை நினைத்தால் மிகவும் கவலையாக உள்ளது. அவள் மனமோ, உடலோ ஏதோ ஒன்று பிரச்சனைக்குள்ளாகலாம். நீயும் அவளுக்கு ஒரு கடிதம் எழுது. அது சந்தோஷமான ஒன்றாக

இருக்கட்டும். அவளை உற்சாகப்படுத்தும் விதத்தில் எழுது. அவளுடைய பிரச்சனை பற்றி ஏதும் கேட்டுவிடாதே. அவள் நிச்சயம் உன் கடிதம் பார்த்து மகிழ்ச்சியடைவாள். பாவம் அந்தப் பெண். குப்புறப்படுத்துக்கொண்டு அப்பா, அம்மாவைக் கூட அண்ட விடாமல், பாரிதாபமாகக் கிடக்கும் அவளைப் பார்க்கவே மிகச் சிரமமாக உள்ளது. ஆனால் என்னுடன் நன்றாக இருக்கிறாள்.

கடந்த எட்டு மாதங்களில் சரோஜினி-ருட்டி என்ற அந்த இரு பெண்களுக்கும் நடுவில் இருந்த உறவு சிறிது சிக்கலாகிவிட்டது. கேட்காமல் அறிவுரை தந்த சரோஜினி மீது ருட்டிக்குக் கோபம். சிறந்த கவிஞரும் பேச்சாளருமான சரோஜினிக்கு இது அவமானம். ருட்டி கோபத்தில் பேசியதையும் தாண்டி சாதாரணமாகப் பேச ஆரம்பித்தாள். மீண்டும் இருவரும் நண்பர்களாகி விட்டார்கள். இந்த நிகழ்விற்குப் பிறகு ருட்டி என்ற இளம்பெண், சரோஜினி என்ற வயதில் மூத்த பெண்மணியை அதிகமாகப் புரிந்துகொள்ள ஆரம்பித்தாள். அதிலும் லக்னோவில் சந்தித்த பிறகு அவர்கள் நட்பு மேலும் விரிந்தது. அதுவும் சரோஜினிக்கு ஜின்னாவின் மீதிருந்த உண்மையான பாராட்டையும், போற்றுதலையும் நேரில் பார்த்த பிறகு அன்பு மேலும் பெருக்கெடுத்தது. சரோஜினியின் இந்தப் போற்றுதலையும், ஜின்னாவும் சரோஜினியும் ஒருவர் மேல் மற்றொருவர் வைத்திருந்த மரியாதையையும், நம்பிக்கையையும் காங்கிரஸ், முஸ்லிம் கூட்டங்களுக்கு முன்பே ருட்டி கண்டறிந்து கொண்டார். அதிலிருந்து சரோஜினியை தன் உணர்வுகளை ஆதரிக்கும் ஒருவராகவும், தனக்குத் தேவையான அறிவுரைகளை தன் அத்தையைவிட சரோஜினி சரியாகத் தருவார் என்ற நம்பிக்கையும் முகிழ்த்தது. லக்னோவில் இருந்து திரும்பி வந்து இரண்டு மாதங்களுக்குள் சரோஜினியை தனது நண்பர் என்று ருட்டியால் வரித்துக் கொள்ள முடிந்தது. தன் பெற்றோர்கள் குழுமத்திலிருந்த சரோஜினியைப் பெயர்த்தெடுத்து தன் தோழியாக அவரை ஆக்கிக் கொண்டார். தன் வீட்டுக்கு எழுதிய ஒரு கடிதத்தில் சரோஜினி, “ருட்டியின் அம்மா எனக்காக அடித்தளத்தில் தரும் விருந்தினர் அறையில் என்னைத் தங்க விடாது ருட்டியின் பக்கத்து அறையில் என்னைத் தங்கவைப்பார். அது சின்ன அறைதான். ஆனால் மிகவும் அழகாக அலங்கரிக்கப்பட்ட அறை. அங்கிருந்து வெளியழகைப் பார்க்க ஏதுவாக இருக்கும்”, என்று குறிப்பிட்டுள்ளார். சரோஜினியோடு இருப்பதற்கு ருட்டியும் அவரது அம்மாவும் போட்டி போட்டனர். “ருட்டியின் அம்மா என்னை எந்த வேலையும் செய்ய விடவே மாட்டார். வெறுமனே

சோம்பேறியாக அங்குமிங்கும் உலாத்துபவளாக என்னை மாற்றிவிடுவார்.'' இன்னும் அடுத்துவரும் மூன்று மாதங்கள் கழித்து பெத்தித் மாளிகை பற்றி சரோஜினி இன்னொரு கடிதம் எழுதுவார்.

ருட்டி, சரோஜினி மீது வைத்திருந்த நம்பிக்கை மிகச் சரியானது தான். ருட்டியின் வயதுக்காரர்களோ, அல்லது அவரது பெற்றோரின் வயதுக்காரர்களோ அவரின் பிரச்சனையை முற்றிலுமாகப் புரிந்துகொள்ள முடியாது. ஆனால் சரோஜினியால் முடியும். ருட்டி - சரோஜினி இருவருக்கும் இருபத்தியொரு வயது வித்தியாசம். இருந்தும் ருட்டியும் அவர் வயதொத்த நண்பர்களும் எதிர்கொள்ளும் சமூக ஒழுக்கங்களை சரோஜினியும் கடந்து வந்து அவற்றை நினைவிலும் வைத்துள்ளார்.

சரோஜினியும் மிகவும் முன்னேற்ற மனப்பான்மையுள்ள பெற்றோர்களை வைத்திருந்தார். அவரது தந்தை- அகோர்நாத் சட்டோபத்தியாயா - வடமொழிப் புலவர்கள் நிறைந்த கிழக்கு வங்காள பிராமணக் குடும்பத்தில் பிறந்தவர். அவர் தனது பூணூலை தன் பதினான்காவது வயதிலேயே கங்கை ஆற்றுக்குள் தூக்கியெறிந்த போராட்டச் சிந்தனையாளர். சாதிக்கும், பழைய பழக்கவழக்கங்களுக்கும் எதிரான போர்க் கொடி அது. தனது இளம் வயதில் அவர் ஒரு ராபின்ஹூட் குழவின் உறுப்பினராயிருந்தார். அப்போது பிராமணத்தில் குலின் என்ற தனது சாதிப் பெண்களை வயதானவர்களுக்கோ, மரணத் தருவாயில் இருப்பவர்களுக்கோ கட்டாயத் திருமணம் செய்யப்படும்போது, அவைகளைத் தடுத்து நிறுத்தி, அப்பெண்களை ஒரு சமூக சீர்த்திருத்தவாதி நடத்தி வந்த பள்ளியில் ரேர்த்து விடுவார்கள். தனது சாதிப் பெண்ணையே மணந்தார். மனைவியை பிரம்மோ சமாஜ் பள்ளியில் சேர்த்து விட்டு, அவர் இங்கிலாந்தில் எடின்பரோ, பாண் என்ற இடங்களுக்குச் சென்று தன் கல்வியைத் தொடர்ந்தார். இந்தியாவிற்குத் திரும்பி வந்ததும் ஹைதராபாத் நிஜாமின் கீழ் ஒரு கல்வியறிவாளராகப் பணி புரிய ஆரம்பித்தார். ஆண்களுக்கும் பெண்களுக்கும் ஆங்கில வழிக் கல்வி தரும் பள்ளிகளையும் கல்லூரிகளையும் ஆரம்பித்தார்.

தேசிய உணர்வுள்ள மனிதர். 1905-ஆம் ஆண்டின் சுதேசி இயக்கத்தில் பங்கு வகித்தார். இந்த அரசியல் காரணிகளில் அவர் ஹைதராபாத்திலிருந்து இருமுறை 'நாடு கடத்தப்பட்டார்!' தன் மகன்களைப் போலவே மகள்களையும் நன்கு படிக்கவைத்தார்.

சரோஜினியைப் பள்ளிக்கு அனுப்பியது மட்டுமல்லாமல் ஆங்கிலத்திலும் நல்ல தேர்ச்சி பெற வைத்தார். ஆங்கிலத்தைத் தன் மகளுக்குக் கற்றுத் தருவதில் ஒரு வெறியோடுதான் இருந்தார். சரோஜினிக்கு வயது ஒன்பது. ஆங்கிலம் கற்க வற்புறுத்தினார். மகள் மறுத்தாள். ஒருநாள் முழுதும் அந்தச் சின்னப்பெண் சரோஜினியை பூட்டிய அறைக்குள் தனித்து விட்டு தண்டித்தார். இதன் பிறகு சரோஜினி தன் பெற்றோர்களிடம் ஆங்கிலத்தில் மட்டுமே பேசினார் - அம்மா இந்தியில் மட்டுமே பேசினார்! பெண்களுக்குக் கல்வி அளித்து, ஆங்கிலத்தில் புலமை வளர்த்து, தாய்மொழியைத் தவிர்த்து வளர்ந்த முதல் தலைமுறைப் பெண்களில் சரோஜினியும் ஒருவர். அதேபோல் தம்மை 'இந்தியர்கள்' என்று பெருமையோடு சொல்லிக்கொள்ளும் முதல் தலைமுறையிலுள்ள பெண்ணாகவும் அவர் இருந்தார். அவர்கள் வீடு பல்வேறு மக்களும் நுழைந்து பழகும் தன்மை வாய்ந்த வீடாக இருந்தது. சாதி, சமய, இன வேற்றுமைகளைப் பார்க்காத நல்ல வீடு அவர்களுடையது. வந்தோர் அனைவருக்கும் வித்தியாசமில்லாமல் வங்காள உணவு. அவர்கள் வீட்டைப் பெருமையாக, "இந்தியர்களுக்கான வீடு; இந்துக்கள் அல்லது பிராமணர்கள் வீடல்ல அது" என்றழைக்கலாம்.

அகோர்நாத் அவ்வளவு பெரிய சீர்திருத்தவாதியாக இருந்தும் அவர் தலை மீது 'இடி' விழுந்தபோது அவரும் அனைத்து தகப்பன்கள் போலவே அதிர்ந்து நின்றார். சரோஜினிக்கு பதினான்கு வயது. கிறித்துவத்திற்கு மதம் மாறிய குடும்பத்துப் பெண்கள், ஹைதராபாத்தில் வாழும் பர்தா போட்ட இஸ்லாமியப் பெண்கள் என்ற இரு வகைப் பெண்களைத் தவிர்த்து ஏனைய பெண்களில் திருமணம் ஆகாதிருந்த ஒரே பெண் சரோஜினி. அவர் தன் பதினான்காவது வயதில் தனது நகரில் வசிக்கும் இளைஞர் மீது காதல் கொண்டார். அகோர்நாத் வெகு தீவிரமாக சிறப்பு திருமணச் சட்டத்தை ஹைதராபாத்திலும் சட்டமாக ஏற்க வேண்டும் என்று போராடிய மனிதன். ஆனால் அவர் இப்போது தன் மகளை பல விவாதங்கள் மூலம் மாற்ற முனைந்தார். மற்ற பெற்றோர்களைவிட இவரது முயற்சி மிகவும் கடினமானது. அதுவும் அவரால் சாதியைத் தவிர வேறு எதையும் காரணமாகக் கூறமுடியாது. Dr. கோவிந்தராஜுலு நாயுடு திருமணத்திற்கு ஏற்ற இளைஞன்; மருத்துவப் பட்டத்தை இங்கிலாந்தின் எடின்பரோவில் படித்து நாடு திரும்பி, நிஜாமுடைய அரசுப் பணியில் சேர்ந்தார். நிஜாம், மற்றும் பல பெருந்தனக்காரர்கள்

என்று அனைவரும் அவர்மீது மரியாதை வைத்திருந்தனர். இந்த மாப்பிள்ளைப் பையனின் அப்பா நேர்மையான, ராணுவ மருத்துவர். இவர் ஒரு பிராமணரல்லாத 'மதராஸி' என்றே ஒன்று ஒன்றுதான் அகோர்நாத்தினால் சொல்லக்கூடிய ஒரே ஒரு பிரச்சனை, ஆனால் அகோர்நாத்தின் அரசியல் நிலை அனைவரும் அறிந்ததுதானே. இதனால் அவர் தன் மகளிடம் கூட தன் தனிப்பட்டக் கருத்துகளைக் கூற முடியாது போயிற்று. கல்யாணத்தை நிறுத்துவதற்காகப் பல காரணங்களை யோசிப்பதற்குப் பதில் அகோர்நாத் புதுவழி ஒன்று கண்டார். தன் மகளை ஷோலாப்புர் நகருக்கு மேற்படிப்பிற்காக அனுப்பி வைத்தார். ஒருவேளை தன் மகள் தன் காதலை மறந்து திரும்பிவந்தால் தன் பிரச்சனையிலிருந்து விடுபடலாமேவென்று நினைத்திருக்கலாம். ஆனால் அவர் விரும்பியபடி, அப்படி ஏதும் நடக்கவில்லை. பதினைந்தாவது வயதில் சரோஜினிக்கு நரம்பியல் பிரச்சனை வந்தது. அதிலிருந்து குணமானார். ஆனால் அவருக்கு இன்னும் உடல் நலப் பிரச்சனைகள் இருந்தன. கொள்கைகளுக்கும், தப்பான எண்ணங்களுக்கும் நடுவே நடந்த போராட்டம் தொடர்ந்தது. அதிலிருந்து தப்பிக்க இன்னொரு வழி கண்டுபிடித்தார். இங்கிலாந்து நாட்டிற்குக் கல்வி பயில சலுகை ஒன்று கிடைத்தது. சரோஜினியும் வீட்டிலிருந்து விடுதலை என்ற எண்ணத்தில் சம்மதித்து இங்கிலாந்து சென்றார். அங்கே மூன்று ஆண்டுகளில் அவர் உடல் நலம் மிகவும் கெட்டது. வேறு வழியின்றித் திரும்பி வந்தார். திரும்பி வந்தவருக்காக இன்னும் காத்திருந்தார் மருத்துவர்.

தன் உள்மனதுப் போராட்டங்களை ஒருவழியாக ஒழித்துக் கட்டிய அகோர்நாத் இப்போது ஒரு புது உருவெடுத்தார். ஒரு முன்மாதிரியான 'இந்தியத் தகப்பன்' ஆனார். மெட்ராஸில் திருமணத்திற்கான ஏற்பாடுகளைச் செய்தார். செய்தித்தாள்கள் அனைத்தும் இத்திருமணம் பற்றிய பெருமையை ஊரெங்கும் பரப்பின. 'இந்திய சீர்திருத்த வரலாற்றில் ஒரு புதிய கட்டம்' என்று நாளேடுகளில் தலைப்புகள் பிறந்தன. தென்னிந்தியப் பகுதியிலேயே சீர்திருத்தவாதி என்று பெயரெடுத்த அகோர்நாத் தன் மகளின் திருமணத்தை மிகப் பெரிய அளவில் நடத்தினார். பிரம்மோ சமாஜ் கட்சியின் தலைவர் ராஜாராம் மோகன்ராயின் மனைவியை திருமணப் பெண்ணின் தோழியாக இருக்க அழைத்திருந்தார். தலைமை தாங்க வீரசலிங்கம் பந்துலு என்ற சீர்திருத்தவாதியை வரவேற்றிருந்தார். திருமணத்தில் மேற்கத்திய முறைகளும் இடம் பெற்றன. இந்து முறைப்படி மந்திரங்களின் ஓசையில் திருமணம் ஆரம்பித்தது. பின் வீரசலிங்கம் மதமற்ற

பூசாரியாக ஆங்கிலத்தில் தம்பதிகளின் கடமை பற்றி ஒரு சிறப்புப் பேச்சைக் கொடுத்தார். அகோரிநாத் தன் மகளை மணப் பெண்ணாகக் கொடுத்தார். முறையான வழியில் மணமக்கள் தம்பதிகளாக ஆனார்கள். மெட்ராஸ் டவுனில் இருந்த திருமணப் பதிவாளர் F.D. பர்ட் (Bird) முன்பு திருமணம் பதிவு செய்யப்பட்டது. ராவ் பகதூர் பண்டிட் வீரசலிங்கம் பந்துலு இறுதியில் மணமக்களை ஆசிர்வதித்து, விழாவை முடித்து வைத்தார். இந்தத் திருமண விவரங்கள் அனைத்தும் பத்மின் செங்குப்தா எழுதிய 'சரோஜினி நாயுடு: வாழ்க்கை வரலாறு' என்ற நூலில் முழுவதுமாக எழுதப்பட்டுள்ளது.

இதுபோன்ற ஒரு கலப்புத் திருமணம் பதினெட்டு ஆண்டுகளுக்கு முன்பு நடந்தது. கொங்கணி சித்பவன் பிராமணரான பண்டிட்டா ராமா பாய் சரஸ்வதி என்பவர் ஒரு வங்காள கயாசத்-ஐ திருமணம் செய்து கொண்டார். சரோஜினியின் திருமணத்திற்குப் பின் மாப்பிள்ளையின் சாதியினரான தெலுகு பலிஜா மக்களோ, வங்காளத்து குலின் பிராமணர்களோ கூச்சலோ குழப்பமோ நடத்தவில்லை. விருந்தினர் அனைவரும் பிரம்மோ மந்திரில் கூடினர். சாதி வேறுபாடுகள் ஏதுமில்லாமல் மணமக்களை அனைவரும் வாழ்த்தினர் என்று செங்குப்தா எழுதியுள்ளார். அனைவருக்கும் விருந்து கொடுத்து அன்போடு அனைவரும் ஈடுபட்டு மகிழ்ந்தனர். மாப்பிள்ளை Dr. கோவிந்தராஜுலு நாயுடு தங்கியிருந்த கேப்பர் ஹோட்டலுக்கு, நண்பர்கள் அனைவரின் வாழ்த்துகளோடும் தம்பதிகள் அனுப்பிவைக்கப்பட்டனர். அனைவரும், அனைத்து ஊடகங்களும் முன் மாதிரியான திருமணம் ஒன்று நடந்தது என்றும், இனி இது போன்ற சாதி மறுத்து, சமயம் மறுத்து பல திருமணங்கள் எதிர்காலத்தில் தொடர்ந்து நடக்கும் என்றனர்.

ஆனால், இத்திருமணம் நடந்து இருபது ஆண்டுகள் ஆகியும் ருட்டியும், ஜின்னாவும் இன்னும் பழைய தவறான எண்ணங்களுக்கு மத்தியில்தான் இருந்தனர். ஜின்னா எப்போதும் தானெடுத்த காரியத்தை வெற்றியோடு முடிப்பதில் குறியாக இருப்பார் என்ற உண்மை ருட்டிக்குத் தெரிந்திருந்தால், ஒருவேளை அவர் கொஞ்சம் சிறிய அளவில் கவலைப்பட்டிருப்பார். ஜின்னா நீதிமன்றத் தடையை எந்த அளவில் எடுத்துக் கொள்வார் என்று தெரிந்திருந்தால் தின்ஷா இத்தனை தூரம் தன்னைக் கஷ்டப்படுத்திக் கொண்டு கேலிப் பொருளாக நின்றிருக்க மாட்டார். தின்ஷா

பல்வேறு குற்றச்சாட்டுகளை ஜின்னா மீது திணித்தார். ஆனால் ஜின்னா அவைகளைப் பற்றிக் கிஞ்சித்தும் கவலை கொள்ளவில்லை. தின்ஷா முதலில் திருமணத்தை மறுத்தார். அடுத்து மேலும் அவமரியாதை கொடுக்கும் பொருட்டு வழக்கை நடத்தினார். ஏதோ ஜின்னா ஒரு சாதாரணத் திருடன் போல் நினைத்து அவமதிப்புகளை அள்ளிக் கொட்டினார். எப்படிப்பட்ட மனிதனை எதிர்த்து நிற்கிறோம் என்பதை தின்ஷா உணர்ந்திருந்தால் மிக்க நன்றாயிருந்திருக்கும்!

அத்தியாயம் ஐந்து

1896-ஆம் ஆண்டு. ஜின்னா பம்பாய் வந்து சேர்ந்தார். லின்கான் விடுதியிலிருந்து, உயர் சட்டப்படிப்பான பாரிஸ்டர் படிப்பை முடித்துவிட்டு மனம் நிறைய பெரும் நம்பிக்கைகளைத் தேக்கி வைத்துக்கொண்டு, தான் ஒரு பெரும் தலைவனாக உருவெடுப்போம் என்ற நம்பிக்கையைச் சுமந்துகொண்டு பம்பாய் வந்து சேர்ந்தார். அப்போது அவருக்கு வயது இருபது கூட முடியவில்லை. தனது அப்பா வியாபாரத்தில் திவால் ஆன ஒருவர் என்பதையும், தன் பின்புலத்தில் தன்னை வாழ்க்கையில் தூக்கிவிடுவதற்கென்று யாருமே இல்லாததையும் பொருட்படுத்தாது, நகரம் முழுவதிலும் அதிக எண்ணிக்கையில் வழக்கறிஞர்கள் திணறிக் கொண்டிருந்தும், தான் உயர்ந்து நிற்போம் என்ற முழு நம்பிக்கையுடன் பம்பாய் நகரத்திற்குள் காலடி வைத்தார். தான் உயர்ந்து நிற்போம் என்ற அழுத்தமான நம்பிக்கை அவர் மனதில் இளம் வயதிலேயே அவரது தாயாரால் விதைக்கப்பட்டு விட்டது. ஆனால், அந்த நம்பிக்கை அவரது அம்மாவின் மரணத்திற்குப் பின்தான் முளைவிட்டு வளர்ந்தது. அவரது தாயார் கத்தியவார் என்ற கிராமத்தில், தன் கணவருடனும் ஆறு குழந்தைகளுடன் வாழ்ந்த ஓர் எளிய பெண். ஆறு பிள்ளைகளிலும் மூத்த பிள்ளையான ஜின்னா மீதுதான் அவருக்கு பெரும் நம்பிக்கை. மேல் படிப்பிற்காக அவர் இங்கிலாந்து சென்றபின் அவர் தன் மகள்களிடம் ஒரு இஸ்லாமிய பக்கிர், ஜின்னா பற்றி சொன்ன ஆரூடத்தைத் திரும்பத் திரும்ப சொல்வதுண்டு. ஜின்னாவை இளம் வயதில் பார்த்த அந்த பக்கிர் அவரது அடிப்பாதத்தில் இருந்த மருவை வைத்து, 'இந்தப் பையன் 'பெரும் புகழ்பெற்ற மனிதனாக வளர்வான்' என்று சொல்லியுள்ளார். ஆனால் ஜின்னா இங்கிலாந்திலிருந்து ஒரு 'சாகிப்' ஆக திரும்பி வந்தபோது அம்மா இறந்து போயிருந்தார். ஜின்னா ஒரு புதுப் பெயருடனும், அலங்கார ஐரோப்பிய

ஆடைகளுடன் இறங்கினார். அப்போது அவரது சகோதரிகள் பக்கிர் சொன்ன அவரது காலில் இருந்த மருவைப் பார்க்க மிக்க ஆவலாயிருந்தார்கள். அதுதானே அவரது எதிர்காலத்தைக் கணிக்கக் காரணமாயிருந்தது. அவருடைய காலுறையைக் கழட்டிக் காலைக் காண்பிக்கும்படி வற்புறுத்தினர். ஏனெனில் இங்கிலாந்திலிருந்து திரும்பி வந்த ஜின்னா முழுமையான ஆங்கிலேயர்கள் போலவே வீட்டுக்குள்ளே கூட வெறும் காலோடு இருப்பதில்லை. ஜின்னா தன் தங்கைகளை அவர்களது மூட நம்பிக்கைக்காகத் திட்டினார். இருந்தும் தன் பாதத்தை அவர்களுக்குக் காட்டினார். ஒருவேளை ஜின்னா இந்த ஆரூடத்தை நம்பினாரோ என்னவோ தெரியவில்லை. ஆனால் அவர் தீவிரமாகத் தன்னை ஓர் உயர்விற்காகத் தயார் செய்து கொண்டிருந்தார். தன்னைத் தேடி வரும் எதிர்காலத்தை அது வரும் வழியிலேயே எதிர்கொள்வது போல் தன்னைத் தயாரித்துக் கொண்டிருந்தார். வாய்ப்பிற்காகக் காத்திருக்காமல், எந்த வாய்ப்பையும் நழுவ விடாமல் முழுமூச்சில் முயலும் மனநிலையோடு இருந்தார்.

இந்த மனோநிலையை ஜின்னாவின் தந்தை முழுமையாகப் புரிந்து கொண்டிருந்தார். இருந்தாலும் ஜின்னாவின் வழியில் அவர் சில குறுக்கீடுகள் செய்து வழி காண்பித்ததும் உண்டு. ஜின்னாவின் தந்தை ஜின்னாபாய், பூஞ்சா இஸ்மாலி என்ற அமைப்பிலுள்ள கோஜா முஸ்லீம். அவரும் மனம் தளரும் மனிதரல்ல. பதினாறு, பதினேழு வயதில் கத்தியவார் என்ற கிராமத்து வாழ்க்கை தன்னை முடக்கிப்போட்டு முழு ஏழ்மையில் தள்ளுவதற்குள் அதிலிருந்து தப்பி கராச்சி வந்தார். இருபதாவது வயதில் தனது வணிகத் தளத்தை நிறுவினார். ஏற்கெனவே இருந்து காலூன்றிய பல வணிகர்களை முந்தி அந்தக் கடற்கரை நகரத்தில் தன் வணிகத்தை நிறுவியிருந்தார். உயர்ந்த மெலிந்த உருவம். முகத்தில் எப்போதும் ஒரு கடுகடுப்பு. ஒரே ஒரு நோக்கம் மட்டுமே அவரது வாழ்க்கை என்றிருந்தது. தன் வணிகத்தை விரிவுபடுத்த வேண்டும் என்பதே அவரது வாழ்க்கையின் குறிக்கோள். மிகவும் கடுமையான கண்டிப்பாளர். தன் வணிகத் தளத்திலும் வீட்டிலும் இந்தக் கண்டிப்பும் அதிகாரமும் கொடிகட்டிப் பறக்கும். ஆனால் ஜின்னாவிடம் மட்டும் இந்தக் கண்டிப்பும் அதிகாரமும் குறைந்து விடும். தனக்குச் சமமான மனிதரை நடத்துவது போல் தன் மூத்த மகனையும் நடத்துவார். எப்போதும் தன் மகன் மனம் வருந்தாதபடி அவன் போக்கிலேயே போகவிட்டு, அதே சமயத்தில் அவன் வாழ்க்கைக்கான ஆலோசனைகளைத்

தருவார். அதில் கண்டிப்பு இருக்காது; கரிசனம் மட்டுமே இருக்கும். மகனது உணர்ச்சிகளோடு உறவாடாமல் அறிவுத் தளத்தில் மட்டுமே மகனைக் கையாண்டார். எப்போதுமே ஜின்னாபாய் தன் மகனின் மனதோடு பொருதுபவர்கள் யாராக இருந்தாலும் அதில் தன் மகன்தான் நிச்சயமாக வெல்வான் என்று எப்போதும் உறுதியாக நம்பியிருந்தார். அப்படிச் சில நிகழ்வுகளும் ஜின்னாவின் இளம் பருவத்தில் நடந்தன. ஒரு சமயம் ஜின்னா தன் பள்ளிப் படிப்பை நிறுத்திவிட்டு, தன் தந்தையின் வியாபாரத்தில் பங்களிக்க வேண்டும் என்று நினைத்தார். தன் தந்தையிடம் ஜின்னா மிக அமைதியாக 'பள்ளிக்குச் சென்று படிப்பதைவிட உங்களோடு உங்கள் அலுவலகத்தில் இருந்தால் என்னால் நன்றாகச் செயல்படமுடியும்' என்றார். இந்தக் கோரிக்கை வந்ததும் ஜின்னாபாய் தன் மகனை வீட்டிற்குப் பக்கத்திலிருந்த ஆரம்பப் பள்ளியில் சேர்த்துவிட முடிவெடுத்தார். ஏனெனில் இதுவரை ஜின்னாவிற்குக் கல்வி தர வீட்டிற்கே ஓர் ஆசிரியர் வந்து கணக்கும் குஜராத்தியும் கற்றுக் கொடுத்துக் கொண்டிருந்தார். அந்த இரண்டு பாடங்களுமே ஜின்னாவிற்கு வேப்பங்காய் தான். இந்தக் கல்வி ஒரு மணி நேரம் மட்டுமே. மீதி நேரமெல்லாம் விளையாட்டுத் திடலில்தான் கழியும். அவரது உயர்ந்த உடலும், இயல்பான அதிகாரத் தன்மையும் அவரை அங்கே பக்கத்து வீட்டுப் பையன்கள் மத்தியில் தலைவராக ஆக்கியிருந்தது. ஏதோ அதிகாரம் செய்யவே பிறந்தவர் போல் அந்த வயதிலும் இருந்தார். ஆனால் இப்போது புதிய பள்ளிக்கூடம். அதிலும் முதல் தடவை அவரது மதிப்பெண் தெரியும்வரை தலைமை நிலையில்தான் இருந்தார். ஆனால் வந்த மதிப்பெண்கள் மிகவும் அதிர்ச்சியளிப்பதாக இருந்தது. இவருக்கு அடங்கி இருந்த சிறு பையன்கள் கூட மதிப்பெண்களில் இவரை முந்திவிட்டார்கள். பிடிக்காத பாடப் புத்தகங்களைக் கட்டிக்கொண்டு இப்படி அவமானப்பட வேண்டுமா என்று யோசித்தார். ஒருவேளை தனக்கான அழைப்பு வேறு ஏதாவதாக இருக்குமோ என நினைத்தார். இனியும் பள்ளிக்கூடம் சென்று நேரத்தை வீணடிக்கக்கூடாது என்று உறுதியாக நினைத்தார். ஆனால் ஜின்னாபாய், தன் மூத்தமகன் படித்து, அந்தக் காலகட்டத்தில் மிகவும் முக்கியமானதாகக் கருதப்பட்ட, மெட்ரிகுலேசன் படிப்பில் தேர்ச்சி அடைய வேண்டும் என்று ஆசைப்பட்டார். அவருக்கு இது ஏமாற்றமாக இருந்தது. ஆனால் அவர் தன் மகனை விரட்டவில்லை; அச்சுறுத்தவில்லை. அதற்குப் பதிலாக தன் ஒன்பது வயது மகனை வேறுவழியில் மாற்ற நினைத்தார்.

படிப்பை விட்டு விட்டு அலுவலகம் வர வைத்தார். வேலைப் பளு மிக அதிகமாக இருக்கும். 'காலையில் 8 மணிக்கெல்லாம் அலுவலகம் வந்தால், மதியச் சாப்பாட்டிற்காக இரண்டே இரண்டு மணி நேரம்... மீண்டும் அலுவலகம்... மாலை நான்கு மணியிலிருந்து இரவு ஒன்பது வரை வேலை செய்ய வேண்டும்' என்றார். விளையாட நேரமே கிடைக்காது என்று அச்சுறுத்தினார். ஆனால் இதற்கெல்லாம் ஜின்னா அசரவில்லை. ஜின்னாபாய் தன் வாழ்க்கையில் முதல் முறையாகத் தன் மகனுக்காக விட்டுக் கொடுத்தார். ஆனால் அது ஒன்றும் கடைசித் தடவை அல்லவே!

இரண்டு மாதங்கள். தன் அப்பாவிடம் சொன்னது போல் ஜின்னா அப்பாவின் கடினமான அலுவலக வேலையைக் கஷ்டப்பட்டு செய்து வந்தார். பல மணி நேரங்கள் தொடர்ந்து வேலை பார்க்க வேண்டிய கட்டாயம். புதிய வாழ்க்கையில் பலவகை வேலைகள் செய்ய வேண்டியதிருந்தது. ஜின்னாபாய் மிகவும் கடினமாய் உழைத்து, கடந்த பத்து ஆண்டுகளில் பொறுமையாகத் தன் வியாபாரத்தைக் கட்டியெழுப்பி இருந்தார். அரேபிக் பசை, மீன் பசைக்கூழ்- மீன் எலும்பிலிருந்து எடுக்கப்படும் பசை- இவைகள் தான் அவர் வணிகம் செய்த பொருட்கள். இந்தப் பொருட்கள் தொழிற்சாலைகளில் பயன்படுத்தப்படும் பசை செய்வதற்கான அடிப்படைப் பொருட்கள். வேறு சில வேலைகளையும் ஜின்னாபாய் இந்த ஆண்டுகளில் செய்து கொண்டிருந்தார். அவர் ஒரு தன்னிச்சையான வங்கி ஒன்றை நடத்திக் கொண்டிருந்தார். உள் மாநிலங்களிலிருந்து கராச்சிக்குத் தங்கள் வணிகம் தொடர்பாக வரும் வியாபாரிகளுக்கு, அவர்களுக்கான வங்கிப் பணிகளைச் செய்து கொடுத்தார். அதோடு கராச்சியில் உள்ள ஆங்கிலேய வர்த்தகர்களுக்கு ஒப்பந்தக்காரராகவும் வேலை பார்த்தார். இதற்காகவே ஆங்கிலத்தைப் பேசவும் எழுதவும் கற்றுக் கொண்டார். ஜின்னாபாய்க்கு அவரது வணிகமும் அலுவலகமும் தான் உயிர் மூச்சு. ஆனால் ஜின்னாவிற்கு அது சுவையற்ற மிகச் சிரமமான வேலை. பெரிய ஒரு எதிர்காலத்தை எதிர்பார்த்து நிற்கும் சின்னப் பையனான ஜின்னாவிற்கு இந்தப் பணம் பண்ணும் வேலை பிடிக்காது போயிற்று. பணம் சம்பாதிக்க வேண்டும்... பின் அந்தப் பணத்தை வைத்துக்கொண்டு மேலும் பணம் சம்பாதிக்க வேண்டும். பொருளில்லாத ஒரு மாயமான் வேட்டையாக அவருக்குத் தோன்றியது. ஜின்னாவின் வாழ்க்கை வரலாற்றை அவரது ஒரு சகோதரி பாத்திமா எழுதினார். அதில், "ஜின்னாவிற்கு யாருக்கும் கீழிருந்து

வேலை செய்வதென்பதே பிடிக்காத ஒன்று. தானே முன்னின்று தலைமையேற்று நடத்த வேண்டும் என்பதுதான் அவரது உள்ளார்ந்த ஆசை." விரைவில் அப்பாவின் அலுவலகத்தில் அவரது விருப்பப்படி ஏதும் செய்ய முடியாது என்பதையும் விரைவில் புரிந்து கொண்டார். எழுத்து வேலைகள்தான் அதிகமாக இருந்தன. வரும் பணமும், செல்லும் பணமும் குறிப்பேடுகளில் பதிவு செய்யப்படவேண்டும். ஆனால் ஜின்னாவிற்கோ இன்னும் ஒழுங்காக எழுதப்படிக்கத் தெரியாது. ஆகவே கணக்கெழுத முடியாது. ஆகவே அலுவலகத்தில் அவரால் முடிந்த சின்னச் சின்ன அலுவல்களை மட்டுமே செய்ய முடிந்தது. அவைகள் மீது அவருக்கு எந்த வித ஆர்வமுமில்லை. பொருட்கள் வாங்குதல், அதனை விற்பது என்று முக்கிய அலுவல்களை ஜின்னாபாய் மட்டுமே செய்து கொண்டிருந்தார். யாரும் இவரிடம் எந்த ஆலோசனையும் கேட்பதில்லை. எதற்கும் இவரிடம் உத்தரவும் வாங்குவதில்லை. இதிலும் முக்கியமான கவலைக்குரிய விஷயம் என்னவெனில் அவர் சுத்தமாக தன் விளையாட்டுகளிலிருந்து பிரித்தெடுக்கப்பட்டார். விளையாட்டுகள் மீது அவருக்கு அத்தனை ஆர்வம். வேலைக்கு வந்த இரு மாதங்களில்- அலுப்பான வேலையாக இருந்தாலும்- தனக்குக் கொடுக்கப்பட்ட அலுவல்களை மிகவும் கச்சிதமாகச் செய்து முடித்தார். இதனால் ஜின்னாபாய் தன் மகன் ஒழுங்கான பாதையைத் தான் தேர்ந்தெடுத்திருக்கிறான் என்று தவறாக நினைத்துக் கொண்டார். இதனால் ஒருநாள் ஜின்னா தன் முன்னால் வந்து தனக்கு அலுவலக வேலை பிடிக்கவில்லை; நான் திரும்பவும் பள்ளிக்கு ஒழுங்காகச் செல்கிறேன் என்று சொன்னது மிகுந்த ஆச்சரியத்தை அளித்தது. ஜின்னாபாய்க்கு இந்த முடிவு திருப்தியளித்தது. ஆனால் அவர் அதை வெளிக்காட்டவில்லை. ஆகவே அடம்பிடிக்கும் தன் மகனிடம் இதை ஒரு பாடமாக எடுத்துக் கொள்ளும்படி சொன்னார். அவர், "தம்பி! வாழ்வில் கற்பதற்கு இரண்டு வழிகளே உள்ளன. ஒன்று, உன் முன்னோர்களின் அறிவின் மீது நம்பிக்கை வைத்து, அவர்கள் சொற்படி கேட்பது." ஜின்னாவிற்கு இந்த வழி பிடிக்கவில்லை. அடுத்த வழி என்னவாக இருக்கும் என்று யோசிக்க ஆரம்பித்துவிட்டார். "இரண்டாவது வழி, உன் வழியை நீயே நிச்சயம் செய்வது. வழியில் வரும் தவறுகளைத் திருத்திக் கொள்வது; விழுந்து எழுந்திருப்பது; வாழ்க்கையின் கரடுமுரடுகளைச் சந்தித்து வழி ஏற்படுத்திக் கொள்வது." இந்த இரண்டாம் வழி ஜின்னாவிற்கு மிகவும் பிடித்துப் போனது. இந்த இரண்டாம் வழியை மிக உன்னிப்பாகக் கேட்டு மனதில்

இருத்திக் கொண்டார். வாழ்நாளில் மறக்க முடியாத பாடமாக இது அமைந்து விட்டது.

ஜின்னா தன் தவறுகளிலிருந்து புதுப் பாடம் கற்றுக் கொண்டாரா? அல்லது தவறுகளின் கனம் அதிகமாகி, அதன் மூலம் புதிது நோக்கிப் போகாமல் பழைய வழிக்கே திரும்பிவிட்டாரா? தலைமை உணர்வோடு இருந்தவர் பள்ளியில் பத்தோடு பதினொன்று என்று சாதாரணமாக மாறிவிட்டாரா? ஏறத்தாழ அப்படித்தான் ஆனது. ஆனால் அது எல்லாமே சிறிது காலத்திற்கு மட்டும்தான்!

"பள்ளிக்குத் திரும்பிய ஜின்னா இப்போது ஒரு புதிய மாணவனாக மாறிவிட்டிருந்தார். கவனிப்பில்லாது, கற்றலில் ஆர்வமில்லாமல் இருந்த காலம் மாறிவிட்டது. தன் வகுப்பு மாணவர்களிடையே படிப்பில் பின்தங்கியிருந்த ஜின்னாவின் நிலை இப்போது முற்றாக மாறிப் போனது. பள்ளி வராமல் போன நாட்களை ஈடுகட்ட விரும்பினார். தன் வகுப்புத் தோழர்கள் தன்னை மிஞ்சிச் சென்றுவிட்டார்கள் என்றும் புரிந்தது. ஏதோ ஒரு பழிதீர்த்தல் போல் பாடங்களில் ஆழ்ந்த அக்கறை காண்பிக்க ஆரம்பித்தார். இரவு நெடுநேரம் விழித்துப் படிக்க ஆரம்பித்தார். எல்லோரையும் முந்த வேண்டும் என்ற முனைப்போடு படிக்க ஆரம்பித்தார்" என்று பாத்திமா தான் எழுதிய "ஜின்னா-என் சகோதரன்" என்ற நூலில் குறிப்பிட்டுள்ளார்.

ஜின்னாவுடன் கராச்சி வீட்டிலேயே தங்கிப் படித்த அவருடைய சித்தப்பா மகன், "அவன் மிக நல்ல பையன்; மிகவும் புத்திசாலி. நியூன்ஹாம் சாலையில் உள்ள ஒரு வீட்டின் மேல் மாடியில் இருந்த இரு அறைகளில் நாங்கள் எட்டு பேர் வாழ்ந்தோம். இரவில் குழந்தைகள் தூங்கிய பின், எரியும் விளக்கின் ஒளி மற்றவருக்குத் தொல்லை தராமல் இருக்க, விளக்கிற்கு அருகில் அட்டை ஒன்றை வைத்து, அடுத்த புறம் உட்கார்ந்து தொடர்ந்து படித்துக் கொண்டிருப்பான். ஓர் இரவில் படித்துக் கொண்டிருந்த அவன் பக்கத்தில் அமர்ந்து, "நீ இத்தனைக் கஷ்டப்பட்டு படித்து, அதனால் உடல் நலத்திற்குத் தீங்கு வந்துவிடப் போகிறது" என்றேன். அவனோ, "கஷ்டப்பட்டு படிக்காவிடில் என்னால் வாழ்க்கையில் உயர முடியாது" என்று எனக்குப் பதிலளித்தான்" என்றார்.

தன் மகனின் தீவிரமான படிப்பைப் பார்த்து ஜின்னாபாய் மீண்டும் தன் நம்பிக்கைகள் துளிர்விடுவதைப் பார்த்தார்.

அவர் முன்னே ஒரு காட்சி விரியலாயிற்று: தன் மகன் மெட்ரிகுலேஷன் தேர்வை எழுதி முடித்து விடுவது போல் அவருக்குத் தெரிந்தது. அந்தக் காலத்தில் பெற்றோருக்கு இது ஒரு அரும் பெரும் பொக்கிஷம். தேர்வில் வெற்றி பெற்று, குடும்பத்தை மிக உயரத்திற்குக் கொண்டு செல்கிறான். தனது வணிகத்தை வளர்த்து பல நகரங்களில் மட்டுமல்ல வெளிநாட்டிலும் கிளைகள் தொடங்கி... அவரது கனவுகள் இன்னும் நீண்டன. ஆனால் இந்தக் கனவுகள் விரைவில் இடிந்து நொறுங்கின. ஜின்னாபாய் தன் மகனின் ஆசிரியர் ஒருவரைத் தற்செயலாகச் சந்திக்கிறார். ஆர்வத்தின் காரணமாக ஜின்னாபாய் அந்த ஆசிரியரிடம் தன் மகன் ஜின்னா பள்ளியில் எப்படி இருக்கிறான் என்று கேட்டிருக்கிறார். ஆசிரியர், "பரவாயில்லை... ஏதோ படிக்கிறான் ஆனால் கணக்குப் பாடத்தில் மிகவும் மோசம்" என்று சொல்லிச் சென்றிருக்கிறார். "தந்தையின் ஆசைகளும் அவரது கனவுகள் போல நொறுங்கிப் போனது. ஏமாற்றம் மட்டுமே எஞ்சி நின்றது. தன் மகன் பெரிய புத்திசாலிக் குழந்தை என்று ஜின்னாவின் அம்மா நம்பியதைப் போல ஜின்னாவின் அப்பா நினைக்கவில்லை" என்று பாத்திமா எழுதியுள்ளார். "ஜின்னா வீட்டிற்குப் பாடம் சொல்லிக் கொடுக்க வந்த ஆசிரியர்களிடமும் புத்திசாலிப் பையன் என்றெல்லாம் எந்த நல்ல பெயரும் எடுக்கவில்லை. மிகவும் கஷ்டப்பட்டு படித்தால் அவனது பள்ளித் தேர்வுகளில் தேர்ச்சி அடைவான் என்றனர். இதனால் நிரம்பிக் கிடக்கும் பல எழுத்தர்கள் மத்தியில் ஒருவனாக வருவான். ஆனால் எங்கள் தந்தை ஜின்னா கணக்குப் பாடத்தை நன்றாகப் படிக்க வேண்டும். அதுதானே ஒரு நல்ல கணக்காளருக்கு- அலுவலகத்து வரவு-செலவு எழுதுவதற்குத் தேவை என்று நினைத்தார். அவரது கனவெல்லாம் அவரது குழுமமான ஜின்னா பூஞ்சா & கோ ஒரு பெரும் குழுமமாக தனது மகனது காலத்தில் வளர்ந்து நிற்க வேண்டும் என்பதுதான்."

ஆனாலும் ஜின்னாபாய் இன்னும் பொறுமையாக இருந்தார். நம்பிக்கைகளை முழுவதுமாகத் தூக்கி எறிய முடியவில்லை அவரால். எதிர்காலத்தில் தனக்குத் தன் மகன் பெருமை தேடித் தருவான் என்று நம்பினார். எப்படியிருந்தாலும் உழைப்பால் உயர்ந்த அந்த மனிதர் கடும் உழைப்பும், மனதில் அச்சமின்மையும் இருந்தால் எப்படியும் ஒரு மனிதன் உயர்வான் என்று தீர்க்கமாக நம்பினார். ஜின்னாவிடம் எந்தக் குறையையும் அவர் காணவில்லை. அவனுடைய முயற்சி, தீர்மானம் என்று எதிலும் அவர் மகனுக்குக் குறைவில்லை.

பின் ஏன் அப்படி? பிரச்சனை ஜின்னாவிடம் இல்லை... மகனது நண்பர்கள் தான் உண்மையான இடையூறு என்று நம்பினார். மக்கள் எண்ணிக்கையில் நெருங்கியிருந்த பகுதி அது. மக்களும் வியாபாரிகளும் நிறைந்து இருந்தனர். இம்மக்களோடு குஜராத்தில் உள்ள கத்தியவாரிலிருந்து இடம் பெயர்ந்து வந்த கோஜா முஸ்லீம்களும் நிறைய இருந்தனர். "ஜின்னாபாய் தன் மகனை அவர்கள் வீட்டிலிருந்து தொலைவில் உள்ள பள்ளிக்கு அனுப்ப வேண்டும். ஏனெனில் இப்போதுள்ள ஆரம்பப் பள்ளியில் உள்ள ஜின்னாவின் நண்பர்களின் மோசமான தாக்கம் ஒரு பெரிய காரணமாக இருந்தது. அவர்கள் ஆசை எப்போதும் விளையாட்டு மைதானங்களில் தான். பாடப் புத்தகங்களைத் தள்ளி வைத்துவிட்டு குண்டு விளையாட்டு, பம்பரம், கிட்டிப்புள், கிரிக்கெட் என்றிருப்பார்கள்."

புதிய பள்ளி- சிந்து மதராஸாட்டுல் இஸ்லாம்- என்பதே ஜின்னாவிற்குச் சரியான பள்ளியாக இருக்க முடியும், என்று ஜின்னாபாய் நம்பினார். அது இஸ்லாமியச் சூழலில் நல்ல ஆங்கிலம் கற்பிக்கும் பள்ளி. ஆங்கில இலக்கியத்தோடு பெர்சியன் இலக்கியம் சொல்லித்தரப்படும். வீட்டிலிருந்தும் ஜின்னாவின் நண்பர்களிடம் இருந்தும் தள்ளி தொலைவில் இருந்தது. ஜின்னாவிற்கு இந்தப் புதிய பள்ளி பிடிக்கவில்லை. பழைய பள்ளியும், அதிலிருந்த நண்பர்களும்தான் அவருக்குப் பிடித்திருந்தனர். நண்பர்களோடு சேர்ந்து விளையாடுவது அவருக்கு மிகவும் பிடித்திருந்தது.

ஜின்னாபாயின் அடுத்ததொரு முயற்சி. ஆனால் ஜின்னாவின் அம்மாவினால் அம்முயற்சி முறியடிக்கப்பட்டது. வேறொன்றுமில்லை. ஜின்னா பம்பாயில் இருக்கும் அத்தை வீட்டிற்கு அனுப்பப்பட்டு, அங்குள்ள பள்ளியில் சேர்க்கப்பட்டார். ஆனால் ஜின்னாபாய் எதிர்பார்த்தது போல் அவரது மகன் அங்கும் பெயர் வாங்கவில்லை. ஜின்னாவை அவரது நண்பர்களிடமிருந்து பிரித்தால் நல்லது என்று நினைத்துதான் இந்த முயற்சி. ஆனால் அது பலிக்கவில்லை. ஆனால் இந்த முயற்சி ஜின்னாவின் மனதில் ஓர் ஆழமான தாக்கத்தை ஏற்படுத்தியிருந்தது. ஏனெனில் சில ஆண்டுகளுக்குப் பிறகு ஜின்னா முதிர்ச்சியடைந்த பின்பு சிலவற்றை யோசித்தார். வீட்டிற்கு வந்து ஆசிரியர்கள் கற்பித்த காலத்தைப் பற்றி நினைத்துப் பார்த்தார். அப்பா செய்த அந்த ஏற்பாடு ஜின்னாவிற்கு சுத்தமாகப் பிடிக்கவில்லை. ஆனால் இப்போது அதனை மீண்டும் நினைவுக்குக் கொண்டு வந்தார். லண்டனில்

சிசரோவின் (Cicero) நூல்களைத் தனது பதினாறாவது அல்லது பதினேழாவது வயதில் அவர் வாசிக்க நேர்ந்தபோது அந்தப் பழைய நினைவுகளை மீண்டும் நினைத்துப் பார்த்தார். அதனால் அவர் தான் வாசித்த நூலில் சில வரிகளை அழுத்தமாக அடிக் கோடிட்டிருந்தார். "எப்போது ஓர் உறவை, நட்பை, பிடிக்காத தொடர்பை முறிக்க வேண்டும் என்று நினைக்கிறோமோ அதை மெல்ல, சிறிது சிறிதாகச் செய்ய வேண்டும். அப்படியே திடீரென்று அனைத்தையும் உடனே நிறுத்த முயலக் கூடாது."

ஜின்னாபாய் தன் மகனின் வாழ்க்கை சிறப்பாவதற்காக அவர் தவறான நண்பர்களோடு சேருவதைத் தடுக்க முயற்சித்தார். அவர் அதோடு நிற்கவும் இல்லை. அதே சமயத்தில் நல்ல நண்பர்கள், எதிர்காலத்தில் உதவக் கூடிய நண்பர்கள் பலரோடு, தன் மகன் நட்பாக இருக்கவேண்டும் என்ற எண்ணத்திலும் முயற்சி செய்தார். அப்படி ஜின்னாபாய் தன் மகனுக்காகத் தேர்ந்தெடுத்த நண்பர் ஒருவர் உண்மையிலேயே ஜின்னாவின் வாழ்க்கையில் பெரும் திருப்புமுனையைக் கொடுத்தார். ஆனால், உண்மையில் அவர் ஜின்னாவிற்கு நண்பர் என்பதை விடவும் ஜின்னாபாய்க்குதான் முதலில் நண்பராயிருந்தார். அவர் ப்ரட்ரிக் லெய் க்ராஃப்ட். ஆங்கிலேயர். முப்பது வயதாகியும் இன்னும் ஒரு பிரம்மச்சாரி. கராச்சியில் உள்ள ஓர் ஆங்கிலக் குழுமத்தின் பொது மேலாளர். ஜின்னாபாயுடன் வியாபாரத்தில் பல ஆண்டுகள் தொடர்பு கொண்டவர். தன் மகனின் எதிர்காலம் ஒளிமிகுந்ததாக அமையவும், அதோடு தன் மகனது ஆங்கிலப் பேச்சுத் திறன் மேம்பட வேண்டும் என்ற இரு நோக்கங்களுடன் ஜின்னாவை அவருக்கு அறிமுகப் படுத்தினார். ஆங்கிலத்தின் சிறப்புத் தன்மையை உணர்ந்த அந்த கோஜா இஸ்லாமியர் தானே ஆங்கிலத்தைப் பேசவும் எழுதவும் கற்று வந்தார். அதோடு நிறுத்தாது, வீட்டில் தன் குழந்தைகளுக்கு, தனக்குத் தெரிந்த 'ஓட்டை' ஆங்கிலத்தைச் சொல்லிக் கொடுத்தார். க்ராஃப்ட், ஜின்னாவுடனான அறிமுகம் கிடைத்ததுமே தன்னோடு எளிதாக ஜின்னாவை இணைத்துக் கொண்டார். பொதுவாக க்ராஃப்ட் சிறு குழந்தைகளோடு அதிகமாகப் பழகாத மனிதர். அந்த அளவிற்கு அவர்கள் மீது எந்தவித பாசமும் அவருக்குக் கிடையாது. இப்பண்பினை ஜின்னாவின் வாழ்க்கை வரலாற்றினை எழுதிய ஹெக்டர் போலித்தோ அந்த நூலில் குறிப்பிட்டுள்ளார். அத்தகைய க்ராஃப்ட் பதினான்கு பதினைந்து வயதான ஜின்னாவை எளிதாக ஏற்றுக் கொண்டார். ஜின்னாவிற்கு வயதென்னவோ குறைவாக இருந்தும் நெடிய, மெல்லிய உருவம்; மிகவும் பெருந்தன்மை

வாய்ந்த முகம்; வளர்ந்த மனிதனைப் போல் மனதில் உறுதியை வளர்த்துக் கொண்டிருந்த பையன்; அவ்வளவு எளிதில் யாராலும் புறந்தள்ள முடியாத பையன். ஆகவே க்ராஃப்ட் ஜின்னாவை ஒரு குழந்தைப் பையனாகப் பார்க்காமல், முதிர்ந்த ஆளாகவே பார்த்திருப்பார் போலும்.

ஜின்னாபாய் எதிர்பார்த்தது போலவே கிரஹாம்ஸ் வியாபாரக் குழுமத்தின் மேலாளரான க்ராஃப்ட், ஜின்னாவை ஏற்றுக்கொண்டதோடு, ஜின்னாவை இங்கிலாந்திற்கு அனுப்பி வைத்து வியாபார அனுபவம் பெறவைக்கலாம் என்ற யோசனையைக் கூறினார். "க்ரஹாம்ஸ் வியாபாரக் குழுவின் பொது மேலாளர்... அப்பாவின் நெருங்கிய நண்பர்... அவர் எங்கள் அப்பாவிடம் முகமது அலி, இங்கிலாந்தில் உள்ள தலைமை அலுவலகத்தில் பயிற்சிபெறுவதற்காக மூன்றாண்டுகள் அங்கு இருப்பதற்கு உதவுவதாகச் சொன்னார். அந்த மூன்றாண்டில் ஜின்னா வணிகத் துறையினை பயிற்சி மூலமாகத் தெரிந்துகொள்ள முடியும். அதன் பின் லண்டனிலிருந்து திரும்பி வந்து தன் தந்தையின் வணிகத்தில் நன்கு உதவமுடியும்" என்று பாத்திமா குறிப்பிட்டுள்ளார். க்ராஃப்டின் ஆலோசனை ஜின்னாபாய்க்கு மிகவும் பிடித்தது. திறமையான அந்த வணிகருக்கு மூன்றாண்டு பயிற்சி பெற்று வரும் மகனால் தன் வணிகத்தை மேலும் மேலும் பெரிதுபடுத்த முடியும் என்று புரிந்தது. இருந்தும் ஆழ்ந்து யோசித்தார் ஜின்னாபாய். மகனை இங்கிலாந்து அனுப்புவது என்றால் செலவும் மிக அதிகம். பணத்தைத் தூக்கி எறிவதெல்லாம் முடியாத காரியம். எப்போதுமே அனாவசியச் செலவுகளை எதிர்த்து நிற்பவர் அவர்.

ஆனால் இந்த நிலையில் க்ராஃப்ட், ஜின்னாவின் பக்கம் முழுவதுமாக நின்றார். ஜின்னாபாயின் மீது அவருக்கிருந்த நட்பின் பேரில், அவரைத் தன் பக்கம் திருப்ப முயன்றார். "லண்டனிலிருந்து திரும்பி வரும்போது ஒரு பெரிய புதையலே வருவது போல் வந்து, உங்கள் வணிகத்தை விரிவுபடுத்தி விடுவார்" என்றார். மொத்தமாக இந்தத் திட்டத்திற்கு எவ்வளவு செலவாகும் என்ற பட்டியலை ஜின்னாபாய் தயாரிக்க ஆரம்பித்தார். "எங்கள் தகப்பனார் கராச்சியிலிருந்து லண்டனுக்கு குறைந்த செலவில் செல்வது எப்படி என்று மறைமுகமாகக் கேட்டார். அதன்பின் ஒவ்வொரு மாதத்திற்குமான செலவு என்னாகும் என்று கேட்டார். பட்டியல் தயாரானது. மொத்தமாக எவ்வளவு பணம் தேவை என்று மிகக் கவனமாகக் கணக்கிடப்பட்டது. மூன்று ஆண்டுகள் தங்கவேண்டும். நீண்ட

காலம் அது. ஆகவே கணக்கில் வந்த மொத்தத் தொகை மிகவும் அதிகமாகவே இருந்தது. அப்பாவும் மொத்தத் தொகை அனைத்தையும் லண்டனில் உள்ள க்ரஹாம் குழுமத்திடம் செலுத்த முடிவு செய்தார். மகனின் பயிற்சிக்கான தொகை அது", என்று பாத்திமா எழுதியுள்ளார். ஜின்னாபாய்க்குத் தன் மகனது திறமைகள் பற்றித் தெரிந்திருந்தும் அந்தப் பெரிய தொகையைக் கொடுக்க தயாரானார். ஜின்னாவின் அம்மா அவரைப் பற்றிய ஒரு கனவுலகில் இருந்தார். அதுபோன்ற பெரிய எதிர்பார்ப்புகள் ஏதும் ஜின்னாபாயிடம் இல்லை. அதுவும் ஒரு முறை... ஜின்னா வேகமாக ஓடிவந்து தெருவில் சென்ற ஜோசியக்காரர் ஒருவர் 'நீ இந்தியாவின் முடிசூடா மன்னனாக இருப்பாய்' என்று சொன்ன ஆரூடத்தைக் கத்தி ஜின்னாபாயிடம் சொன்னார். அதைப் பெரிய ஒன்றாக ஜின்னாபாய் எடுத்துக் கொள்ளவில்லை. அதன்மீது அவருக்கு நம்பிக்கை ஏதுமில்லை. ஆனால் ஜின்னாவின் அம்மா, அதை அத்தனை நம்பிக்கையோடு கண்மூடித்தனமாக நம்பினார். "என் மகன் முகமது அலி மிகப் பெரிய மனிதனாக வெற்றி பெறுவான்" என்று அடிக்கடி சொல்வார். ஆனால் ஜின்னாபாய் மிகுந்த ஐயத்துடன் தன் மகனது பள்ளிப் படிப்பின் மதிப்பெண்களைப் பார்த்துக் கவலைப்பட்ட போதெல்லாம், ஜின்னாவின் அம்மா, 'கொஞ்சம் பொறுங்கள்... எனது முகமது அலி நிச்சயமாக பெரிதாகச் சாதிப்பான். பலரும் அவனைப் பார்த்து பொறாமைப்படுவார்கள்' என்று தொடர்ந்து நம்பிக்கையோடு சொல்வதுண்டு."

ஜின்னாவின் அம்மா மித்திபாய்க்கு அத்தனை நம்பிக்கையிருந்தும், ஜின்னாவின் எதிர்காலத்தைத் தடுப்பது போல் இருந்தார். மூத்த மகன் மீது அம்மாவிற்கு அத்தனை அன்பும், ஆசையும். அப்படிப்பட்ட மகனை மூன்றாண்டுகள் தொடர்ந்து பார்க்காமல் இருக்க வேண்டுமா என்பது அம்மாவின் பெரிய கவலை. ஜின்னாவின் பத்து வயதில் ஜின்னாபாய் பம்பாயிலுள்ள தன் சகோதரியின் வீட்டிற்கு படிப்பிற்காக அனுப்பினார். அப்போதுதான் ஜின்னா தன் உள்ளூர் நண்பர்களைப் பிரிந்து படிப்பில் அதிகம் நாட்டம் கொள்வான் என்பது ஜின்னாபாயின் நம்பிக்கை. எப்போதுமே அமைதியாகவும் அடக்கமாகவும் இருக்கும் மித்திபாய் உடனே தன் மகனை கராச்சிக்குத் திரும்ப அழைத்து வரவேண்டும் என்று ஒற்றைக் காலில் நின்று, அதனை நடத்தியும் காண்பித்தார். பிரிவு அவருக்கு அத்தனை வேதனையாக இருந்தது. ஆனால், இந்த முறை குடும்பத்தின் இரு ஆடவர்களும் மித்திபாயை மீறி தங்கள் எண்ணத்தைச் சாதித்து விட்டனர். ஜின்னாபாயும்

அத்தனை தீவிரமாக இருந்தார். பாத்திமா இதைப்பற்றி இவ்வாறு எழுதுகிறார்: "எங்கள் அம்மா மிகவும் அடம்பிடித்தார். எப்படி என் கண்மணி ஜின்னாவை மூன்றாண்டு காலத்திற்கு என்னிடமிருந்து பிரிப்பதற்குத் தயாரானீர்கள்? அப்பா இதெல்லாமே ஜின்னாவின் நல்ல எதிர்காலத்திற்குத்தான் என்று அழுத்தம் திருத்தமாக அம்மாவிடம் பேசி வலியுறுத்தினார். அவன் தன்னையும் உயர்த்தி நம் குடும்பத்தையும் உயர்த்தி விடுவான் என்றார். அதோடு... மூன்று வருஷம் தானே... ஓடுகின்ற வேகத்தில் அப்படியே சீக்கிரம் ஓடியே போய்விடும்." இப்படியெல்லாம் ஒரு நாளல்ல... பல நாள் தொடர்ந்து பேசி கடைசியில் மித்திபாயைச் சம்மதிக்க வைத்தனர். ஆனால் சம்மதம் சும்மா வரவில்லை... ஒரு பெரிய நிபந்தனையோடு வந்தது. இங்கிலாந்து செல்லும் முன் ஜின்னாவிற்குத் திருமணம் செய்துவிட்டு அதன்பின் போகட்டும் என்பதுதான். "இங்கிலாந்து ஒரு பயங்கரமான இடம். அதுவும் திருமணம் ஆகாத ஓர் அழகான இளைஞனை அனுப்புவது அவனுக்கு ஆபத்து. அம்மாவிற்கு முகமது அலி வெள்ளைக்காரப் பெண்ணைக் கட்டிக் கொண்டு வந்துவிடக் கூடாதே என்ற பயம். அப்படி ஏதேனும் நடந்தால் எத்தனை பெரிய சோகம் அது..." இந்தப் பயம் அந்தக் காலத்தில் அயல்நாடு செல்லும் அத்தனை இளைஞர்களின் பெற்றோர்களுக்கும் இருந்தது. ஆனால் ஆச்சரியத்திற்குரிய விஷயம் என்னவென்றால், ஜின்னாவும் இந்த நிபந்தனைக்கு ஒத்துக் கொண்டது மட்டும்தான்."

அந்தக் காலத்தில் இருந்த சூழல் பற்றியும் பாத்திமா எழுதியுள்ளார். "அந்தக் காலத்தில் பிள்ளைகளின் திருமணத்தை - அது மகனாக இருந்தாலும் மகளாக இருந்தாலும் - பெற்றோர்களே அனைத்தையும் ஒழுங்கு செய்வார்கள். பிள்ளைகளுக்கு பெற்றோர்களின் சிறந்த அறிவின் மீதுள்ள நம்பிக்கை மூலம்தான் இது நடந்தது." ஆனால் ஜின்னா என்ன ஒரு சாதாரண பையனா? ஆறுவயதிலிருந்தே தானாக தன் விஷயங்களில் முடிவெடுக்கும் பழக்கம் இருந்தது. அவருடைய வாழ்க்கையை அவரே தீர்மானித்து முடிவெடுக்கும் சுதந்திரம் அவர் வீட்டில் கொடுக்கப்பட்டிருந்தது. இப்போது வயது பதினைந்து ஆகிவிட்டது. அவரும் தன்னை ஒரு சிறு பையனாக நினைப்பதில்லை; அவரின் பெற்றோர்களுக்கும் அந்த எண்ணம் கிடையாது. "ஜின்னாவிற்கு எப்போதும் தன் கையை ஊன்றி கரணம் போடும் முறையே பிடித்தது. அந்த அனுபவம் காரணமாகவே, யாராக இருந்தாலும் இதைச் செய்... இதைச் செய்யாதே... என்று உத்தரவிடுவதை என்றும் அவர்

விரும்பியதில்லை. அவருக்குப் பிடித்தது எது... பிடிக்காதது எது என்பதை அவரே நிர்ணயிக்க வேண்டும்" என்று பாத்திமா குறிப்பிடுகிறார். பாத்திமா, ஜின்னாவோடு இருந்த இருபத்தி எட்டு வருட வாழ்க்கையில் கண்ட தன் அனுபவத்தைத்தான் இதில் கூறியுள்ளார். "இந்த ஒரே ஒரு தீர்மானத்தை மட்டும் அவர் தன் வாழ்நாளில் மற்றவர்களை எடுக்க அனுமதித்தார்." பாத்திமா இந்த முரண்பாட்டிற்கான காரணத்தையும் கூறுகிறார். "ஜின்னாவிற்கு தன் அம்மா மீது அத்தனை அன்பு. அம்மா கேட்டதை மறுக்க முடியாத அளவு பாசம். அது மட்டுமின்றி, தன் அப்பாவின் உலகப் பட்டறிவின் மீதும் அத்துணை நம்பிக்கை. தன் தந்தையால் தவறான முடிவு எடுக்க முடியாது என்ற ஆழ்ந்த நம்பிக்கை."

அப்பா-அம்மா என்ற இரண்டு பேரில் அம்மாவின் மீதான அன்புதான் ஜின்னாவின் மனதின் உச்சியில் இருந்தது. அந்த ஆழ்ந்த அன்புதான் ஜின்னாவை வலுக்கட்டாயமாக ஒரு புறம் தள்ளியது. தனக்குத் தானே முடிவெடுத்துக் கொள்ளும் ஜின்னா அம்மா சொன்ன எல்லாவற்றையும்- திருமணப் பெண் யாரென்று முடிவெடுப்பதையும்- கேட்டுக்கொண்டார். அம்மாவின் குடும்பத்திற்கு, தூரத்து உறவினரான ஒரு பெண்ணை மித்திபாய் தேர்ந்தெடுத்தார். பெண்ணுக்கு வயது பதினான்கு. அப்பெண்ணை ஜின்னா பார்த்ததுகூட கிடையாது. அந்த அளவு அம்மாவின் அன்பு ஜின்னா மீது ஆக்கிரமித்திருந்தது. தான் பார்த்துமிராத ஒரு பெண்ணை, இதுவரை ஏதும் பேசாயிராத ஒரு பெண்ணை அம்மாவே தேர்ந்தெடுத்துக் கொள்ளட்டும் என்பது அம்மாவின் மீதுள்ள நம்பிக்கையின் அடையாளம். அம்மாவின் ஆசி தன்னோடு இருந்தால் அதுவே நல்ல விதமாக இருக்கும் என்ற நம்பிக்கை. அம்மாவின் தேர்வு தன் வாழ்க்கையை மகிழ்ச்சியான ஒன்றாகவும், மங்களகரமான ஒன்றாகவும் ஆக்குமென்று நினைத்தார். சூரிய ஒளியைக் கண்ட பனிபோல் அனைத்து ஐயங்களும் கரைந்து போய்விட்டன." அம்மாவை நம்பினாரோ இல்லையோ... ஜின்னாவிற்கு படிப்பறிவில்லா தனது தாயின் மீதிருந்த அளவற்ற அன்பினால், தனது முழு சுதந்திரத்தை அம்மாவிடம் சமர்ப்பித்தார். அவர் விருப்பத்திற்கேற்ப வளைந்து கொடுத்தார். ஏனெனில் திருமணம் என்பது பெண் தேர்ந்தெடுப்பது மட்டுமல்லவே. இன்னும் எத்தனை எத்தனையோ இருந்தன. எல்லாமே ஜின்னாவின் பொறுமையைச் சோதிக்கும் வேதனையான விஷயங்கள்தான். ஏதோ கராச்சியில் இப்போதே ஒரு 'கோடீஸ்வரனாகத்' தன் மகன் ஆகிவிட்டது போன்று ஜின்னாபாய் தன் கிராமத்து

உறவினர்களிடம் நடந்து கொள்வது... அவர் இதுவரை சிரமத்துடன் சேமித்து வைத்திருந்த பணத்தை, ஜின்னா இதுவரை பார்த்ததுகூட இல்லாத கிராமத்து உறவினர்களுக்கு வாரி இறைத்தது... மாத நீளத்திற்கு நடந்த விழாக்கோலங்கள்... தங்கள் கிராமமான பனேலியில் தொடர்ந்து நடந்த விருந்துகள்... எல்லாமே ஜின்னாவிற்குப் பொருத்தமில்லாதவைதான்.

ஆனாலும் ஜின்னாவின் பொறுமை ஓரெல்லை வரைதான் நீண்டது. திருமணம் முடிந்துவிட்டது. திருமணத்தில் தொடர்ந்த ஊர்வலங்கள்... சீர் கொண்டு வருவோரின் வரிசைகள்... அவர்களோடு உடன் வரும் கொட்டடிப்பவர்கள்... திடீர் திடீரென்று வெடித்துச் சிதறும் சரவெடிகள்... மாறி மாறி வரும் மதிய விருந்துகளும், இரவு விருந்துகளும்... தலையிலிருந்து கால்வரை பூக்களால் மூடி ஜின்னாவை மாமனார் வீட்டிற்கு அழைத்துச் செல்லும் அமர்க்கள ஊர்வலங்கள்... கிராமத்து மௌல்விகள் நடத்திய நிக்காஹ் நிகழ்ச்சிகள்... இதுவரையும் பார்த்திராத மணப்பெண் எமி பாய் என்ற பதினான்கு வயதுப் பெண்ணோடு திருமணம்... தொடர்ந்து வந்த நிகழ்வுகள் இத்தோடு முடியுமா... என்ன? கிராமத்து விழாக்கள் முடித்து, திருமணம் முடிந்து ஒரு வாரமாகிவிட்டது. கராச்சிக்குத் திரும்பவேண்டும் என்று ஜின்னாபாய் குடும்பம் தயாரானது. ஜின்னாபாய்க்கு அவரது வணிகம் தடைபட்டு நின்றிருந்தது. ஜின்னாவிற்கும் அம்மாவிற்கும் ஜின்னாபாயோடு உடன் செல்ல ஆசை.

ஆனால் பெண் வீட்டார் அவர்களை விடுவதாக இல்லை. அவர்களது வழக்கப்படி, திருமணத்திற்குப் பிறகு ஒரு மாதத்திற்காவது மணப்பெண் தனது வீட்டில் மணமகனோடு இருக்க வேண்டும் என்றனர். அதுவும் மூன்று மாதம் இருக்க வேண்டும் என்பது நியாயமான பரம்பரை வழக்கம். அதன் பிறகே மாப்பிள்ளை பெண்ணை அழைத்துக்கொண்டு கராச்சி செல்ல வேண்டும் என்றனர். பல நாட்களாக இரு குடும்பங்களுக்கும் நடுவில் தொடர்ந்த விவாதங்கள். எதைச் செய்வது; எதை வேண்டாமென்பது என்பது பற்றிய நீண்ட நெடிய விவாதங்கள். பாரம்பரியம் என்னென்ன... எதை நடத்துவது எதை வேண்டாமென்பது என்று பேசிக்கொண்டே இருந்தனர். எதுவும் ஒரு முடிவுக்கு வந்தபாடில்லை. விவாதங்கள் தொடர்கதைகளாக நீண்டு கொண்டே இருந்தபோது ஜின்னா மௌனமாக நின்று எல்லாவற்றையும் கேட்டுக் கொண்டிருந்தார். ஜின்னாவிற்குப் புரிந்தது. பேச்சு வார்த்தைகள்

எல்லாம் முறி(டி)ந்துவிட்டன. இரு குடும்பங்களும் அடுத்தது என்ன என்று தெரியாமல் விழித்துக் கொண்டிருந்த நேரம். அமைதி காத்த ஜின்னா தன் வழக்கமான சுய நிலைக்குத் திரும்பினார். மெல்ல... ஆனால் வெகு தீர்மானமாக ஜின்னா 'களத்தில்' இறங்கினார்! அப்போது நடந்ததை பாத்திமா தன் நூலில் விவரிக்கின்றார்: "அப்பாவிடமும் அம்மாவிடமும் ஏதும் சொல்லாமல் தனது மாமனார் வீட்டிற்குச் சென்றார். புது மருமகனாயிற்றே! மாமனாரும் மாமியாரும் அன்போடு வரவேற்றனர்.... வழக்கமான சம்பிரதாயங்கள் முடிந்தன. முகமது அலி அழுத்தமான குரலில் பேச ஆரம்பித்தார். அப்பாவும் அம்மாவும் இன்னும் பனேலியில் இருக்க முடியாது. அவர்கள் விரைவில் கராச்சி செல்ல வேண்டும். நானும் அவர்களோடு சென்றாக வேண்டும். என்னோடு உங்கள் மகளையும் அழைத்துச் செல்ல விரும்புகிறேன்... ஆனால் நீங்கள் உங்கள் வழக்கப்படி உங்கள் மகள் உங்களோடு இருக்க விரும்பினால் வைத்துக் கொள்ளுங்கள். எப்போது முடியுமோ அப்போது அவளை கராச்சிக்கு அழைத்து வாருங்கள்... நானும் விரைவில் வெளிநாடு செல்லவிருக்கிறேன். அங்கு மூன்று ஆண்டுகள் இருப்பேன். அப்போது உங்கள் மகள் கராச்சியில் இருக்கலாம். மூன்று ஆண்டுகள் அவள் எனக்காகக் காத்திருக்க வேண்டும்."

ஜின்னா பேசியதற்கு உடனே பலனிருந்தது. பேசியதற்கு அடுத்த நாளே பெண்ணின் அப்பாவும் அம்மாவும் ஜின்னாபாயைச் சந்தித்தனர். "நீங்கள் கராச்சி செல்லும்போது எங்கள் பெண்ணையும் அழைத்துச் செல்லுங்கள்" என்று மிக மகிழ்ச்சியோடு சொன்னார்கள். எப்போது புறப்படுகிறீர்கள் என்று சொன்னால் அதற்கான ஏற்பாடுகளைச் செய்கிறோம் என்றனர். இரு குடும்பங்களுக்கும் நடுவில் இருந்த புகைச்சல் முற்றிலும் இல்லாது போனது. மன வேற்றுமைகள் எல்லாம் களைந்து, கசந்தவைகளை மறந்து இனிய சூழல் உருவாயிற்று.

கராச்சி வந்து சேர்ந்தனர். ஜின்னா தன் பெற்றோரிடம் உறுதியான முடிவு ஒன்றைச் சொன்னார். மாமனார் முன்னால் மருமகள் முகத்தை மூடிக் கொண்டிருக்க வேண்டும் என்பது அவர்களின் பரம்பரை வழக்கம். ஜின்னா இதை எதிர்த்து முடிவெடுத்தார். "முகமது அலிக்கு இது போன்றவைகளில் தனித்த முடிவுகள் உண்டு. அவரது மனைவி தனது அப்பா, அம்மாவிற்கு ஒரு குழந்தை மாதிரி. அதோடு இக்குடும்பத்தில் எமிபாய் இன்னொரு உறுப்பினர். ஆகவே அவள் முகத்தை

மூடிக்கொண்டு இருக்க வேண்டிய தேவையில்லை. பாட்டி காலத்தில் அவர்கள் அவ்வாறு இருந்திருந்தால் இன்னமும் அது தேவையில்லை." ஜின்னாபாய்க்குத் தன் மகனின் விவாதம் பிடித்தது; சம்மதித்தார். 'பல்லாண்டுகளாக குடும்பத்தில் இருந்த ஒரு பழக்கம் ஜின்னாவால் தடைபட்டது; மாற்றத்திற்கு உள்ளானது.'

வெறும் பதினைந்து வயதிலேயே ஜின்னா தன் கருத்துகளைக் குடும்பத்தில் நிலைநாட்ட முடிந்ததென்றால் அது அவருக்கு மிகுந்த தன்னம்பிக்கையைக் கொடுத்திருக்கும் என்பதில் ஐயமில்லை. இந்தக் குணம் இங்கிலாந்து செல்வதற்கு முன்பே அவரிடம் வேரூன்றி இருந்தது. நல்ல இளமைத் தோற்றம்... வயதுக்கு மீறிய தன்னம்பிக்கை... இவை இங்கிலாந்து செல்லும் கப்பலில் உடன் வந்த ஒரு பயணிக்கும் தோன்றியிருக்கும் போல் தெரிகிறது. பெயர் தெரியாத அந்தப் பயணி விடுமுறையில் இந்தியாவிலிருந்து இங்கிலாந்திற்குப் பயணித்துக் கொண்டிருந்தார். அவர் ஜின்னாவைத் தன் மகன் போல் கருதி, இங்கிலாந்திற்குச் செல்பவர்கள் அங்குள்ள வாழ்க்கையைப் பற்றித் தெரிந்துகொள்ள வேண்டியவைகளைக் கற்றுக் கொடுத்தார். 'ஒவ்வொரு நாளும் அவர் என் சகோதரனோடு அதிக நேரம் செலவழிப்பார். லண்டன் வாழ்க்கை பற்றி பலவும் கற்றுக் கொடுத்தார். மார்செய்ல்ஸ் என்ற இடத்தில் தரையிறங்கிய அவர், என் சகோதரனுக்குத் தனது லண்டன் முகவரியைக் கொடுத்து தன்னை அவ்வப்போது பார்க்கவும், தன் வீட்டில் உணவருந்திச் செல்லவும் வரவேற்றிருக்கிறார். அவர் கொடுத்த ஓர் அறிவுரையை ஜின்னா எப்போதும் மறக்காமல், மனதில் இருத்திக் கொண்டார். செட் கடற்கரையில் பல சேப்படிக்காரர்கள் இருப்பார்கள். ஆனால், ஜின்னா மிகக் கவனமாக இருந்து தனது பணப்பையைப் பத்திரமாக வைத்திருந்திருக்கிறார். இந்த ஜாக்கிரதைக்கு கப்பல் நண்பர் ஜின்னாவை மிகவும் பாராட்டியிருக்கிறார். அவர் அப்போது கொடுத்த அறிவுரை அப்படியே தன் தந்தை ஜின்னாபாய் கொடுத்தது போலவே இருந்தது: "ஆஹா... மிக நல்லது! வாழ்வில் எல்லாவற்றிலும் இதுபோல் விழிப்புடன் இருக்கவேண்டும்" என்றார்.

கப்பலிலிருந்து சவுத்தாம்ப்டன் துறையில் இறங்கினார்... அப்போதும் அவர் தனக்குக் கொடுக்கப்பட்ட அறிவுரையை மனதில் இருத்தியிருந்தார். அடுத்த நாள் காலை அவர் புகைவண்டியில் லண்டன் செல்லவேண்டும். இரவு தங்குவதற்கு

ஏதுவான அறை ஒன்று வேண்டும். தான் ஏறி வந்த வண்டியின் ஓட்டுனரிடம் தங்குவதற்கு ஓர் இடத்தை- வசதியான, ஆனால் அதிக செலவில்லாத இடம்- காட்டக் கேட்டிருக்கிறார். புதிய இடம்; வேற்று நாடு; முதல் நாள்... நிச்சயமாக பதட்டத்தைக் காண்பிக்காமல் இருப்பதே சிரமம்தான். விடுதியை அடைந்ததும் வரவேற்பு மேசைக்குப் போய் 'சாதாரண அறை ஒன்று கொடுங்கள்' என்று ஜின்னா கேட்டார். பையனின் பதட்டம் வரவேற்பாளருக்குத் தெரிந்திருக்குமோ என்னவோ! "இளைஞனே! அறை வாடகை தருமளவிற்கு பணம் உள்ளதா?" என்று கேட்டுள்ளார். ஜின்னா - வெறும் பதினாறு வயது பையன் - அப்போதுதான் கப்பலிலிருந்து இறங்கிய நேரம். இருந்தும் தன் தைரியத்தை இழக்காமல், வரவேற்பாளரின் அலட்சிய பேச்சினால் ஏதும் மாறாமல், "ஓ! முடியுமே!... ஆனால் உங்கள் வாடகை சரியானதாக இருக்குமென்றே நினைக்கின்றேன்" என்றார் தைரியமாக. ஜின்னா தனது அச்சம், தயக்கம், தனிமையுணர்வு எல்லாவற்றையும் மூட்டையில் கட்டி தன் உள்ளத்திற்குள்ளே மறைத்து வைத்துக் கொண்டார். அறை எடுத்து அதன் உள்ளே சென்ற பின்புதான் பூட்டிய அறைக்குள் தன் உணர்வுகளை வெளிக்கொண்டு வந்தார். இது நடந்து முடிந்து ஐம்பது ஆண்டுகளுக்குப் பிறகும் இந்த நிகழ்வை அவர் நினைவுபடுத்தி அதை எந்த வித உணர்ச்சிகளும் கலக்காது பிறரோடு பகிர்ந்து கொண்டுள்ளார். அந்த நிகழ்வின்போது தனக்கிருந்த உணர்வுகளைக் கூட வெளியில் சொல்லாமல் நிகழ்வை மட்டும் விவரித்திருக்கிறார். ஆனால் தன்னைப் பற்றி வெளியில் பேசிய வெகுசில நிகழ்வுகளில் இதுவும் ஒன்று. யாருக்கோ நடந்த நிகழ்வு போல் இதைப் பகிர்வது அவர் வழக்கம்! "ஒருமுறை அவர் வெளியே போய்விட்டு, இரவு தாமதமாக வீட்டிற்கு வந்து படுக்கையில் படுத்திருக்கிறார். காலுக்கருகில் ஏதோ சூடாகப் பட்டது போல் தெரிந்ததும், அது பாம்பென்று நினைத்து, காலால் ஓங்கி உதைத்திருக்கிறார். அது வேறொன்றுமில்லை. சூடான தண்ணீர் பாட்டில் அது. கதகதப்பிற்காக வைத்திருக்கலாம். ஆனால் அரை இருட்டில் அது கீழே விழுந்ததைப் பார்த்திருக்கிறார். பாட்டிலில் இருந்து நீர் கொட்டி ஓடியிருக்கிறது. ஜின்னாவிற்கு ஒன்று உறுதியாகத் தெரிந்தது. எதையோ கொன்று விட்டோம். அதிலிருந்து ரத்தம் கசிகிறது என்று நினைத்து 'நான் அதைக் கொன்றுவிட்டேன்' என்று அலறியிருக்கிறார். நல்லவேளை... அதைக் கேட்க அறையில் வேறு யாருமில்லை."

நினைத்துப் பார்க்கவே ஆச்சரியம். பதினாறு வயதுப் பையன்... தூர தேசத்திலிருந்து தனியாகப் புறப்பட்டு லண்டன் வந்து சேர்ந்தாயிற்று... லண்டனிலோ குத்தும் பனிக்காலக் குளிர்... அப்பா சந்திக்கச் சொன்ன இரண்டு பேரும் அப்போது லண்டனில் இல்லை. இதற்காகவெல்லாம் கவலைப்படுவது ஜின்னாவிற்குத் தேவையாக இருந்ததில்லை. அந்த இளம் வயதிலும் தன் சிரமங்களைத் தாங்கப் பழகிக் கொண்டார். தனக்குத் தேவையானவைகளை தானே செய்துகொள்ள ஆரம்பித்தார். அடுத்த நாளே லண்டன் விடுதியில் அறையெடுத்துத் தங்கி, க்ரஹாம்ஸ் கடல் வணிகக் குழுமத்தின் அலுவலகம் சென்றார். அவருக்கென்று ஒரு மேசை, நாற்காலி ஒதுக்கப்பட்டு, அலுவலகப் பணியாளர்களில் ஒருவராக மாறினார். தினமும், குளிரான பாதைகள் வழியே சிரமத்தோடு நடந்து அலுவலகம் வந்து, அங்கும் ஒட்டாத உறவாகப் பணிபுரிய வேண்டும். சில மாதங்கள் இதுபோன்ற வறண்ட தனிமையான வாழ்க்கை தொடர்ந்தது. இந்த மாதங்களில் அவர் தன்னுள் ஒடுங்கி ஏறத்தாழ ஒரு தவ நிலைக்குப் பழகிக் கொண்டார். இதுவே பின்னால் அவர் வாழ்நாள் முழுவதும் தொடர்ந்தது. அதை முழுமையாகப் பழகி, அதனைத் தன் குணாதிசயமாக மாற்றிக் கொண்டார். பணித்தளத்தில் இப்படி ஒரு பண்பைப் பழகினார் என்றால், லண்டனின் கடும் குளிர் இன்னொரு பாடத்தைப் போதித்தது. லண்டன் போய்ச் சேர்ந்தபின் அடுத்து வந்த சில மாதங்களின் குளிர் அவரை வறுத்தெடுத்தது... இல்லை... இல்லை... ஆட்டியெடுத்தது! ஆனால், பள்ளிப் படிப்பில் விடுதியில் தங்கிப் படிக்கும் மாணவன் தன் வீட்டை நினைத்து ஏங்குவதைத் தவிர்த்து விடுவது போல் இந்தத் தொல்லைகளையும் தவிர்க்கப் பழகிக் கொண்டார்.

இவையெல்லாம் நடந்து ஐம்பது ஆண்டுகளுக்குப் பிறகு, ஜின்னாவின் வாழ்க்கை வரலாற்றை எழுதிய ஆசிரியர், இவரிடம் ஒரு கேள்விக்குப் பதில் கேட்டு எழுதியிருந்தார். அதில் 'இங்கிலாந்தில் மாணவராக இருந்த முதல் காலகட்டத்தை ரசித்தீர்களா' என்று கேட்டிருந்தார். இதற்குப் பதிலாக ஜின்னா தன் செயலர் மூலம் ஒரு சின்ன பதிலை அனுப்பினார்: "முதல் சில மாதங்களில் யாரையும் தெரியாத ஒரு புதிய இடத்தில், வித்தியாசமான சூழலில் இருந்தபோது அந்நாட்டின் பனியும் குளிரும் மிகவும் தொல்லையாக இருந்தன. ஆயினும் விரைவில் புதிய சூழலைப் பழகி விட்டதால் வாழ்க்கை இனிமையாகப் போனது."

ஜின்னா சொன்னது அப்படியே உண்மைதான். இந்தியாவிலிருந்து போயிருந்த இளைஞர்களோடு ஒப்பிடும்போது ஜின்னாவின் வாழ்க்கை எளிதாகவும் சரியாகவும் தான் அமைந்திருந்தது. இதற்கான முக்கியக் காரணமாக, மற்றவர்கள் பாதுகாப்பற்றதாக நினைத்ததுபோல் நினைத்து, ஜின்னா அஞ்சியது கிடையாது. இங்கிலாந்திற்கு வந்ததுமே அந்த எண்ணம் மற்றவர்களின் வாழ்க்கையைச் சோகமயமாக்கி விடுவதும் உண்டு. அவர்களைவிட ஜின்னா தன் புது வாழ்க்கையை மிக நன்றாகவே எதிர் கொண்டார். ஜின்னாபாய் எண்ணிச் செலவு செய்பவர்தான். மிகுந்த சிக்கனக்காரர்தான். ஆனால் தன் மகனுக்காக நல்லதொரு பணத்தை க்ரஹாம் வணிகக் குழுமத்திடம் கொடுத்திருந்தார். இரண்டு ஆண்டுகள் நன்கு வாழ்வதற்குப் போதுமான பணத்தைப் போட்டிருந்தார். ஆனால் ஜின்னா இந்தப் பணத்தைச் சிக்கனமாகக் கையாண்டு இரண்டு ஆண்டுகளுக்குக் கொடுத்த பணத்தில் மூன்றாண்டுகள் தங்கியிருக்கும்படி செய்துகொண்டார். ஜின்னாபாய் வாழ்க்கையை எப்படி சிக்கனமாக வாழவேண்டும் என்று ஜின்னாவுக்கு நன்கு கற்றுத் தந்திருக்கிறார். தான் செலவழிக்கும் ஒவ்வொரு பென்னிக்கும் கணக்கெழுதும் பழக்கத்தையும் கற்றுத் தந்திருக்கிறார். எந்த அளவிற்கு இது ஜின்னாவிடம் வேரூன்றியது என்றால், இந்தியா-லண்டன் பயணச் செலவிற்காகக் கொடுத்த பணத்தில் நிறைய மீதம் வைத்து, தன் தந்தையிடமிருந்து முதல் தவணையாகப் பணம் வரும் வரை அந்தப் பணத்தில் வாழ்க்கை நடத்தினார். வண்டி வாடகையை மிச்சப்படுத்துவதற்காக தினமும் நடந்தே தன் அலுவலகம் செல்வார். வாடகை கொடுத்து விடுதியில் தங்குவதைவிட பணம் செலுத்தும் விருந்தினராகத் தங்குவது சிக்கனம் என்றறிந்து அதற்கு மாறினார். அவருக்கு வேறு செலவுகள் எல்லாம் மிகமிகக் குறைவு. இருந்தாலும் ஒருமுறை தனக்கான சிறப்பு உடைகளுக்காக, மோகன்தாஸ் கரம்சந்த் காந்தி போன்ற குஜராத்தி இளைஞர்கள் இவருக்கு முன்பு செய்தது போல், அவரும் செய்தார். ஜின்னா இங்கிலாந்து செல்வதற்கு முன்பே காந்தி அங்கு சென்றிருந்தார். காந்தியைப் போல் ஜின்னா அவசர அவசரமாக புதிய ஆடைகள் தயாரிப்பதற்காக மெனக்கெடவில்லை. காந்தியைப் போல் ஜின்னாவிற்கு அதில் அத்தனை அவசரம் இல்லை. அதிலும் ஜின்னா இங்கிலாந்திற்குக் கப்பலில் செல்லும்போது ஒரு 'வேடிக்கையான நீண்ட மஞ்சள் வெளியாடை' அணிந்திருந்தார் என்ற கதை ஒன்று உண்டு. ஆனால் கராச்சியில் ஜின்னாவின் குருவாக இருந்த

க்ராஃப்ட் மிக அழகாக, ஆழகான ஆடைகள் அணிபவர் என்ற பெயர் பெற்றவர். அழகான ஆடையில் தினமும் ஓர் அழகிய காரனேஷன் பூவை செருகியிருப்பார். இதனால் ஜின்னா அத்தனை நல்ல உடைகள் அணியவில்லை என்று போலித்தோ தன் நூலில் கூறியுள்ளார்.

இன்னொரு வகையிலும் ஜின்னா வித்தியாசமானவராக இருந்தார். ஏனைய இந்திய இளைஞர்கள் போல் அவர் ஆங்கிலேயப் பெண்களைத் தமது திறமைகளால் கவரவேண்டும் என்று நினைப்பவரில்லை. அவர் அதுபோல் எதிர் வினையாற்றியதே, மற்றவர்களை தன் பக்கம் இழுக்கும் ரகசியமாக மாறியது. செருக்கோடு நிமிர்ந்து நிற்பார் ஜின்னா. அடுத்து சாதா நிலைக்கு மாறுவார். இதனால் தேவையில்லாத பெண்களின் தேவையில்லாத தொல்லையைத் தடுத்து விடுவார். ஜின்னாவின் வயதை ஒத்த அழகான பெண் அவர் வீட்டு உரிமையாளரின் மகள். தொடர்ந்து அவள் தன் வீட்டில் நடக்கும் விருந்து கேளிக்கைகளில் ஜின்னாவை ஈர்க்க முயல்வாள். அதிலும், தோற்றால் முத்தமிட வேண்டும் என்ற விளையாட்டுகளே அதிகம். ஜின்னா முடிந்தவரை இதுபோன்ற கேளிக்கை விளையாட்டுகளைத் தவிர்த்து வந்தார். ஆனாலும் ஒரு கிறிஸ்துமஸ் விழாவில் நடந்த விளையாட்டில் தன்னையறியாமல் மாட்டிக் கொண்டார். அவருக்குப் பிடிக்காதவாறு அவர் அணைக்கப்பட்டார். முத்தமிட வற்புறுத்தப்பட்டார். அந்த அழகிய பெண்ணைத் தள்ளி வைக்கவே முயன்று கொண்டிருந்த ஜின்னா, இப்போது அந்தப் பெண்ணின் பிடியில் அகப்பட்டுக் கொண்டார். ஜின்னா ஒரு புதிய ஆயுதத்தை அப்போது கண்டெடுத்தார். வெடுக்கென அப்பெண்ணை அதட்டித் திட்டினார். “அவளைக் கடுமையாகத் திட்டினார். எங்கள் சமூகத்தில் இந்த வழக்கமெல்லாம் கிடையாது; இதை எல்லாம் நாங்கள் அனுமதிப்பதில்லை” என்று சொல்லி அதட்டினார். இந்த அதட்டல் மிகவும் சரியாக வேலை செய்தது. அதிலிருந்தே இந்த உத்தியைத் தன் வாழ்நாள் முழுவதும் ஜின்னா பயன்படுத்தப் பழகிக் கொண்டார். அதைத் தன் இயல்பாகவும் ஆக்கிக் கொண்டுவிட்டார். இந்த நிகழ்வையும் நினைவில் வைத்து பல ஆண்டுகளுக்குப் பிறகு தன் சகோதரி பாத்திமாவுடன் பகிர்ந்து கொண்டார். எப்போதும் பெண்களை அவர் அவமரியாதையாக நடத்துவதில்லை. இருந்தும் அன்றைய நிகழ்விற்காக அவர் வருத்தப்படவுமில்லை. “அன்று அப்படி நான் நடந்து கொண்டது எனக்கு மகிழ்ச்சி தான்.

ஏனெனில், அவள் தினசரி கொடுத்த முட்டாள்தனமான அன்புத் தொல்லைகளிலிருந்து முழு விடுதலை கிடைத்தது."

லண்டன் வாழ்க்கை பழகிப்போன பின், அந்தப் புதிய வாழ்க்கையில் எந்த மாற்றமும் ஜின்னாவிற்குத் தேவையில்லாமல் இருந்தது. பின்னாளில் அவர் பாத்திமாவிடம் தனக்கு அந்த வாழ்வு மிகவும் பிடித்துப் போய்விட்டது என்று கூறியுள்ளார். அம்மா சமைத்துக் கொடுத்த குஜராத்தி உணவான கோண்டல் அத்தனை காரம் மிகுந்தது. மிளகாய் நிறைய சேர்த்து செய்யும் காரமான உணவு அது. இந்தியாவில் அது அவருக்குப் பிடித்த உணவாகவும் இருந்தது. இங்கிலாந்து வந்து அங்குள்ள உப்பு சப்பில்லாத உணவை உண்ண ஆரம்பித்தபின், பழையனவற்றைத் தேடவில்லை. ஆங்கிலேயரின் உணவான சுடப்பட்ட மாட்டிறைச்சியும், பழ ரொட்டியும் லண்டனின் மாணவப் பருவத்தில் கிடைத்த நல்ல உணவு என்றானது. கடுமையான குளிர் இன்னொரு சவாலாக இருந்தது. அதை ஜின்னா மீறிய வகை மிகவும் வேடிக்கையானது. வேண்டுமென்றே 'குளிர்ந்த' தண்ணீரை அந்தக் குளிர் காலத்திலும் குளிக்கப் பயன்படுத்துவார். அதையும் தாண்டி முந்திய நாள் இரவே குளிக்கும் தொட்டியில் நிறைய நீர் நிரப்பி, அடுத்த நாள் உறைந்திருக்கும் மேல் பகுதியை உடைத்து, தொட்டிக்குள் குதித்து விடுவார். கடும் குளிரை ஜின்னா அடிமைப்படுத்திய விதம் இப்படி! செல்லப் பிள்ளையாக வளர்க்கப்பட்ட ஜின்னா சில பழைய பழக்கங்களை மகிழ்ச்சியாக விட்டுக் கொடுத்தார். சிறுவயதில் கராச்சி வாழ்க்கையில், அவர் அறையில் அவர் பொருட்களை அங்கங்கே விட்டெறிந்து விடுவார். வெளியே போய் திரும்பி வரும்போது, எறிந்த அத்தனை சாமான்களும் ஒழுங்காக அடுக்கப்பட்டு அறை சுத்தமாக இருக்கும். ஆனால் இங்கே யார் வந்து அறையை ஒழுங்கு செய்வார்கள்? இப்போது அறையைச் சுத்தமாக வைப்பது அவரது சொந்தக் கடமையாயிற்று. எடுக்கும் பொருட்களை அதே இடத்திலேயே வைக்கும் பழக்கம் விரைவில் ஜின்னாவுக்குக் கைகூடியது. வாழ்வில் முதல் முறையாக சுத்தம் பேணும் பழக்கத்தை எளிதாக, மகிழ்ச்சியாக தன் பழக்கங்களில் ஒன்றாக மாற்றிக் கொண்டார்.

மருட்டும் தனிமை கடுமையாகப் பலமுறை அவரைத் தாக்கும். ஆனால் மெல்ல அந்தத் தனிமையையும் ரசிக்க ஆரம்பித்து விட்டார். இதுவரை கிடைத்திராத முழுச் சுதந்திரம் இப்போது அவர் கைவசம். "க்ரஹாமில் வேலை செய்யும்

சில பணியாட்கள் தவிர லண்டனில் உள்ள எவருக்கும் இவரைத் தெரியாது" என்ற இந்த நிலை அவருக்குக் கிடைத்த பெரும் கொடுப்பினையாக இருந்தது. இந்தத் தனிமையை விரட்ட புதிய பழக்கம் ஒன்றும் சேர்ந்து கொண்டது. அவர் விரைவில் "ஆங்கிலேயர்களின் நல்லதொரு பழக்கத்திற்கு அடிமையானார். காலையில் எழுந்ததும் செய்தித் தாள்களை வாசிக்க ஆரம்பித்து, காலையுணவிற்கு முன் அவைகளைப் படித்து முடித்துவிடுவது." செய்தித்தாட்கள் அவருக்கு ஒரு புதிய கதவைத் திறந்துவிட்டன. இங்கிலாந்து அரசியலில் அப்போது முற்போக்குக் கட்சியினரின் ஆதிக்கம் இருந்தது. அப்போது அரசியலில் ஒரு மகிழ்ச்சியான விஷயம் நடந்தது. முதன் முறையாக இந்தியர் ஒருவர் பாராளுமன்றத் தேர்தலில் போட்டியிட்டார். பாத்திமா தனது நூலில் தாதாபாய் நவ்ரோஜி அவர்களின் தேர்தல் பிரச்சாரக் காலத்தில் ஜின்னா லண்டன் வந்து சேரவில்லை என்று எழுதியுள்ளார். ஆனால் வேறு பல வரலாற்றாசிரியர்கள் ஜின்னா அப்போதே லண்டன் வந்து சேர்ந்துவிட்டார் என்றும், நவ்ரோஜியின் வெற்றி விழாக் கூட்டத்தில் ஜின்னாவும் பங்கேற்றார் என்றும் கூறுகின்றனர். அந்தக் கூட்டத்தில் 'இரண்டாயிரம் பேர் இந்தியாவின் நண்பர்களாகவும், சார்பாளர்களாகவும் கலந்து கொண்டனர்." இந்தப் பொதுக் கூட்டம் ஜின்னாவின் மனதில் புதிய விதை ஒன்றை விதைத்தது. இந்திய சுதந்திரம் பற்றிய ஆவல் தான் அந்த விதை. "லண்டனிலிருந்த இந்திய மாணவர்கள் அனைவரும் மகிழ்ச்சியில் துள்ளினர்" என்று பின்னாளில் ஜின்னா, பாத்திமாவிடம் கூறியுள்ளார். "பார்வையாளர் வரிசையில் நான் உட்கார்ந்து நவ்ரோஜி அவர்களின் கன்னிப் பேச்சை மக்களவையில் கேட்டபோது பெரும் புத்துணர்வும், விறுவிறுப்பும் மனதிற்குள் நுழைந்தன."

நடந்து முடிந்த அந்த வெற்றி விழாக் கூட்டம் இன்னொரு கதவையும் ஜின்னாவிற்குத் திறந்து விட்டது. அந்த வெற்றி விழாவில் பங்கேற்ற பலரும் லண்டன் சட்டக் கல்லூரியில் படிக்கும் இந்திய மாணவர்கள். இதைப் பார்த்த ஜின்னாவிற்கு முன் சில கேள்விகள் எழுந்தன. தன் எதிர்கால வேலை வாய்ப்புகள் பற்றி நினைக்க ஆரம்பித்தார். 'தான் எங்கே போனாலும் மக்கள் அதிகமாக, அரசியல் தலைவர்களின் கூற்றை அடிப்படையாக வைத்துதான் பேசினர். அரசியல்வாதிகளே எதிர்காலத்தின் விதிகளை நிர்ணயிக்கிறார்கள்... ஜின்னா, க்ரஹாமின் பல கோப்புகளுக்குள்ளே தன் வாழ்வு புதையுண்டு போகிறது' என்று நினைத்தார். காலையிலிருந்து மாலைவரை

திரு & திருமதி ஜின்னா | 147

வேலை. வேலையென்றால் ஒரே ஒரு வேலை மட்டுமே. மாற்றமில்லாத வேலை. அவருடைய பொறுமைக்கும், உழைப்பிற்கும் தொழில் பக்திக்கும் கிடைக்கக்கூடிய ஒரே பரிசு - அப்பாவின் தொழிலை மேம்படுத்துவது என்பதே. அதைத் தன் கையில் எடுத்து தொழிலை விரிவுபடுத்தி, பணம் திரட்ட வேண்டும். இந்தக் குறிக்கோள் ஏனோ ஜின்னாவிற்கு இழிவான, தாழ்வான குறிக்கோளாகத் தோன்றியது. கண்முன் இரு வழிகள் தென்பட்டன; எந்த வழியில் செல்லலாம்? 'க்ரஹாம் குழுவில் மேலும் தொடர்ந்து உழைப்பது; இல்லையேல் சட்டக்கல்லூரியின் நுழைவுத் தேர்வுக்கு தயாராகி, அங்கு படித்து, பாரிஸ்டர் பட்டம் பெறுவது.' மேலும் ஜின்னா புதிய தகவல் ஒன்றை அறிந்தார். மெட்ரிகுலேஷன் தேர்வுகள் எழுதாமலேயே 'Little Go' என்ற நுழைவுத் தேர்வு மூலம் சட்டக்கல்லூரியில் சேர முடியும். "இந்த வாய்ப்பு இந்த ஆண்டே முடிந்துவிடும். இதைத் தவறவிட்டால் பாரிஸ்டர் படிப்பிற்கு முன் 'பார்' தேர்வுகளுக்காக இரண்டு ஆண்டுகள் அதிகமாகச் செலவழிக்க வேண்டியதிருக்கும்" என்ற தகவலை பின்னாளில் பாத்திமாவிடம் ஜின்னா பகிர்ந்து கொண்டார்.

பெற்றோர் எதிர்பார்த்தது வேறு. ஆனால் ஜின்னா எடுத்த முடிவு வேறு. எளிதாகவே ஜின்னா இந்த முடிவை எடுத்தார். க்ரஹாமில் உள்ள பயிற்சிக் காலத்தை விட்டு விட்டு, நுழைவுத் தேர்விற்குத் தயாராக வேண்டும். தேர்வை முடித்துவிட்டு, கல்லூரியில் சேர்ந்த பிறகு தந்தையிடம் சொல்லிக் கொள்ளலாம் என்று முடிவெடுத்து, 'லண்டன் இன்' என்ற சட்டக்கல்லூரியில் மாணவராகச் சேர்ந்தார்.

பெற்றோரின் தாக்கத்தை, அழுத்தத்தை நினைத்தோ அல்லது நுழைவுத் தேர்வில் தேர்ச்சியடையாமல் போய் விடுவோமோ என்ற அச்சமோ... ஏதோ ஒன்று ஜின்னாவை தான் அதிகமாக மதிக்கும் தந்தையிடம்கூட தன் திட்டத்தைச் சொல்லாமல் தடுத்தது. இரு அச்சங்களும் வெகு நியாயமானவையே. ஏனெனில் நுழைவுத் தேர்வு மிகக் கடினமானது. மொத்தம் மூன்று பாடத்திட்டங்கள்: ஆங்கில இலக்கியம், ஆங்கிலேயர் வரலாறு, லத்தீன். இதில் தேறிவந்தால் 'இன்' எனப்படும் சட்டக் கல்லூரிப் பேராசிரியர்கள் முன் நேர்காணல் தேர்வுகள். ஆனால் கராச்சியில் படித்து, பள்ளியிலிருந்து விலகிய ஜின்னா, அதுவும் இதுவரை படிப்பில் சிறப்பெய்தாதவர், அதிகமாக வாசிக்கும் பழக்கமும் இல்லாதவர், இதுவரை பொதுத்தேர்வு

என்று எதுவும் எழுதாதவர்... இப்படியிருந்தும் ஜின்னாவின் நம்பிக்கை மிகவும் கேள்விக்குரியதே.

நுழைவுத் தேர்வுக்கு இன்னும் மூன்று மாதங்களே இருந்தன. இதற்குள் தேர்விற்குத் தயாராக வேண்டும். ஆகவே தன் பயிற்சிப் பணியை விட்டு விலகி விடுவது என்று ஜின்னா முடிவெடுத்தார். ஜின்னா மிக நம்பிக்கையுடன் இருந்தார். எந்த அளவிற்கு என்றால், நுழைவுத் தேர்தலில் தேர்ச்சி பெற்ற பின் லண்டனில் உள்ள நான்கு 'இன்களில்' (சட்டக்கல்லூரிகளில்) எதில் சேர்வது நல்லது என்ற விவரத்தையும் தேட ஆரம்பித்திருந்தார். எழுதவேண்டிய மூன்று தேர்வுகளில் ஒன்று லத்தீன் மொழி. இதுவரை படித்திராத ஒரு மொழி. கசடறக் கற்க வேண்டுமாயின் குறைந்தபட்சம் இரண்டு ஆண்டுகளாவது வேண்டும். ஆனால் இந்த அச்சம் எதுவுமின்றி ஜின்னாவின் தயாரிப்பு வேகமாக நடந்தது. லத்தீன் மொழியில் படிக்க வேண்டிய பாடநூல்களில் பாதியைக் கற்று முடித்தார். பல குறிப்புகள் எடுத்தார். அதைவிட பாடநூல்களில் இருந்த சில தவறுகளையும் திருத்தும் அளவிற்குக் கற்றிருந்தார். அப்போது ஒரு செய்தி கிடைத்தது. இந்தியாவிலிருந்து வரும் மக்களுக்கு லத்தீன் மொழித்தேர்வு தேவையில்லை. அவர்களுக்கு அந்த விதிவிலக்கு உண்டு என்பதுதான். இருந்தும் ஜின்னாவின் நினைவில் ஆங்கிலத்தில் மொழிபெயர்க்கப்பட்ட முக்கியமான லத்தீன் பகுதிகள் சில நன்கு பதிந்திருந்தன. சான்றாக, "மற்றவர்களை விட தன்னை உயர்த்திக் கொள்ள நினைக்கும் ஒவ்வொரு மனிதனும் தங்கள் முழு சக்தியையும் பயன்படுத்தி மிகக் கடுமையாக உழைக்கவேண்டும். முகவரி இல்லாத வாழ்க்கை எதற்கு? வெறும் கால்நடைகளாய் வயிற்றுக்கு அடிமைகளாய் போனவைகளாக இல்லாமல் இருக்க வேண்டும்." தெரியாத மொழியில் சொன்ன வார்த்தைகள், ஜின்னாவின் நெஞ்சில் கல்லில் இட்ட எழுத்துகளாக பொறிக்கப்பட்டு விட்டன. இதுவரை எந்த எழுத்தும் இத்தனை பெரிய தாக்கத்தை ஜின்னாவின் மனதில் ஏற்படுத்தியதில்லை. "ஒரு மிகப் பெரிய மாற்றம் ஜின்னாவிடம் ஏற்பட்டது. தேர்வுக்காக அப்படியே பாடநூல்களோடு ஒட்டி விட்டார்" என்று பாத்திமா எழுதியுள்ளார்.

ஜின்னாவிற்குத் தன் மீது அத்தனை ஆழமான நம்பிக்கை. ஜின்னாவின் நண்பர்களே மிகவும் நேசிப்பதும் போற்றுவதும் அவரின் இந்த நம்பிக்கையைத்தான். அவர் நம்பிக்கை வீண் போகவில்லை. எழுத்துத் தேர்வுகளில்

வெற்றிபெற்று, நேர்காணல் தேர்வுகளுக்குச் சென்றார். நேர்காணல் நடத்தியவர்கள் ஜின்னாவின் மிக அதிகமான தன்னம்பிக்கையைக் கண்டு ஆச்சரியப்பட்டனர். மிகவும் கடுமையாக உழைத்தால் வெற்றி பெறலாம் என்ற தீவிர நம்பிக்கை இருந்தாலும், இந்த நம்பிக்கை அவருக்கு அம்மா வழியில் தான் கிடைத்திருக்க வேண்டும். அந்த நம்பிக்கையை அவரால் உதறவும் முடியவில்லை. ஜின்னா தன்னை ஒரு பகுத்தறிவுவாதி, நவீன உலகின் மனிதன் என்றெல்லாம் உரத்துக் கூறினாலும், மூட நம்பிக்கைகள் மீது நம்பிக்கை இல்லை என்று கூறினாலும் இந்த நம்பிக்கை அவருடன் உள்ளடங்கிக் கிடந்தது. இதை அவர் பல ஆண்டுகள் கழித்து பாத்திமாவிடம் ஒப்புக் கொண்டுள்ளார்.

ஜின்னா மேலும் ஒரு விஷயத்தை பாத்திமாவிடம் ஒத்துக் கொண்டுள்ளார். நுழைவுத் தேர்வுகள் எழுதுவதற்கு முன்பே அவர் லண்டனில் உள்ள நான்கு 'இன்'களுக்கும் சென்று வந்தார். அங்குள்ள மாணவர்களைச் சந்தித்து எந்த இன்னில் சேரலாம் என்று முடிவெடுக்க நினைத்துள்ளார். "நான் கேட்டவைகளை வைத்து 'லின்கன் இன்' என்ற ஒரு கல்லூரியை முடிவு செய்திருந்தேன். ஆனால் அங்கு போனபோது, அக்கல்லூரி வாசலில் நமது நபியின் பெயர் பொறிக்கப்பட்டிருந்தது. மிகப் பெரிய சட்டங்களைத் தந்தவர்கள் என்ற பட்டியலில் நபியின் பெயரும் பொறிக்கப்பட்டிருந்தது." அதைப் பார்த்ததும் ஜின்னா தன் தாய் என்ன செய்திருப்பாரோ அதைச் செய்துவிட்டார். அப்போதே மனதிற்குள் ஒரு மௌன சபதம்- மன்னத்- ஒன்றை எடுத்துக் கொண்டார். நுழைவுத் தேர்தலில் வெற்றி பெற்றால் லின்கான் இன் கல்லூரியில் தான் சேர வேண்டும் என்ற சபதம் அது. ஜின்னாவின் முதல் தேர்வாக இக்கல்லூரி இல்லை. இருந்தும் அதுவே தனக்கானது என்பதை முடிவு செய்திருந்தார்.

நுழைவுத் தேர்வில் வெற்றி. முடிவு செய்தது போல் லின்கன் இன் கல்லூரியில் சேர்ந்தாயிற்று. படிப்பிற்கான கட்டணமாக 138 பவுண்டுகள் 14 ஷில்லிங்குகள் கட்டியாயிற்று. மிகப் பெரும் பணம் அது. கட்டணம் செலுத்திய பின் ஜின்னா தன் அப்பாவிற்கு இச் செய்தியை அனுப்புகிறார். ஆனால் பாவம்... ஜின்னாபாயால் ஏதும் செய்ய முடியாத நிலைமை. ஜின்னாவை நிறுத்தவும் முடியாது. ஜின்னாபாய், க்ரஹாம் மூலம் கொடுத்தனுப்பிய பணத்தில் 200 பவுண்டை எடுத்து ஜின்னா தனது தனிக் கணக்கில் சேர்த்துக் கொண்டார். ஒன்றும் செய்யமுடியாவிட்டாலும் ஜின்னாபாய் கடுமையான கடிதம்

ஒன்றை எழுதி அனுப்பி வைத்தார். தான் கொடுத்த பணத்தை வீணான முயற்சிகளில் செலவிட வேண்டாம் என்றும், இந்தியாவிற்கு உடனே திரும்பி வரவேண்டும் என்றும் எழுதினார். அப்பாவின் கட்டளைக்குக் கீழ்ப்படியாமல், ஜின்னா தந்திரமாக மன்னிப்புக் கேட்டார். அதோடு அவருக்குப் பிடித்தது போல், இனி அதிக பணம் ஏதும் உங்களிடமிருந்து கேட்க மாட்டேன் என்றும், இரண்டாண்டுகளுக்குக் கொடுத்த பணத்தை நான்காண்டுகளுக்கானதாக வைத்துக் கொள்வேன் என்றும் தாழ்மையாய் பதிலளித்தார். தன் மகன் இதுவரை படிப்பில் எப்படி என்பது ஜின்னாபாய்க்குத் தெரியும். அதனால் இப்போது அவரால் தைரியமாக இருக்க முடியவில்லை. ஆனாலும் மகனையும் அவன் நம்பிக்கையையும் எதிர் கொள்ளவில்லை. "அப்பா தன்னைத் தானே தேற்றிக் கொண்டார். எல்லாம் நல்ல படியாக நடக்கும் என்ற நம்பிக்கையோடு இருந்தார்" என்றார் பாத்திமா.

ஜின்னாபாய் தன் மகனைப் பற்றிக் கவலைப்படாமல், தன்னையும் தன் வணிகத்தையும் பற்றிக் கவலைப்படுவதுபோல் நிறைய விஷயங்கள் நடந்து முடிந்துவிட்டன. ஜின்னா இங்கிலாந்து சென்றபின் ஓராண்டிற்குள் அவரது வணிகம் திவாலாகி விட்டது. ஜின்னாபாய் வியாபாரக் குழுமம் தோல்வியுற்றது மட்டுமல்லாமல், ஜின்னாபாய் நடத்திய வேறு வியாபாரங்களும் தோற்று மூழ்கிப் போய்விட்டன. இப்போது ஜின்னாபாய் விரும்பினாலும் கூட அவரால் ஜின்னாவின் கல்விக்காக ஏதும் செய்ய முடியாத கையறு நிலை. ஆனால் அவர் ஜின்னாவிற்குக் கொடுத்திருந்த பயிற்சி மிகவும் பயனுள்ளதாக இருந்தது. இதனால் ஜின்னாவிற்கு ஈராண்டுக்குரிய பணத்தை நான்கு ஆண்டுகளுக்காக மாற்றும் திறன்வந்தது. இதில் பெரிய ஆச்சரியம் என்னவெனில் நான்கு ஆண்டுகள் கழித்து அவர் இந்தியா திரும்பும்போது அவரிடம் அப்பா கொடுத்த பணத்தில் 70 பவுண்டு மீதியாக இருந்தது. அதோடு சாப்பாட்டுக் கட்டணம் சேர்த்து கப்பல் பயணத்திற்காக 40 பவுண்டு செலவழித்திருந்தார். இது நிச்சயமாக ஒரு மிகப் பெரும் அதிசயம்தான். அவர் லண்டனில் இரு இடங்களில் வேலை செய்து கொஞ்சம் பணம் ஈட்டினார். ஆனாலும் தன் செலவுகளை அத்தனைக் கண்காணிப்புடன் கையாண்டிருக்கிறார். மாதத்திற்கு சரியாக 11 பவுண்டுகள்; இதில் 6 பவுண்டு விடுதிக்கும் உணவுக்கும்; மீதி 5 பவுண்டு அம்மாதச் செலவிற்கானது. இது அவர் தனக்கே விதித்து கொண்ட விதி.

ஒரே ஒரு முறை மட்டும்- நுழைவுத் தேர்வு முடிந்ததும்- 5 பவுண்டுகளை அதிகமாக கணக்கில் இருந்து எடுத்தார்.

பணத்தில் இத்தனை சிக்கனமாக இருந்ததால் அவருக்குப் பணத்தின் மீது அத்தனை ஆசை என்று பொருளல்ல. அதுவும் தன் தந்தையோடு ஒப்பிடும்போது இருவருக்குள்ளும் ஒற்றுமைகள் மிகவும் குறைவு. ஜின்னாபாய்க்கு பணம்தான் பெரிது... எப்போது தான் பணம் பண்ண முடியவில்லையோ அன்றே அவர் எல்லாம் முடிந்துபோன மனிதன். ஆனால் ஜின்னா ஒவ்வொரு பென்னியையும் எண்ணி எண்ணி செலவு செய்திருக்கலாம். ஆனால் அவர் காசுக்கு அடிமையல்ல. கருமியுமல்ல. பணத்தைச் சேர்த்து குவிக்க வேண்டும் என்ற ஆசையெல்லாம் இல்லை. அவர் பணத்திற்கும் மேலாக தன்னையே வைத்திருந்தார். பல நேரங்களில் கண்ணிமைக்கும் நேரத்தில் பணத்தைத் துச்சமாகக் கருதி செலவு செய்ததுமுண்டு. பையில் பணம் இருக்க வேண்டும் என்று எண்ணினார், ஆனால் எல்லாமே அதுதான் என்ற நினைவு அவருக்குக் கிடையாது.

தொடர்ந்து பல காரியங்கள் நடந்தேறின. ஜின்னா நடக்க வேண்டிய பாதை பல தனிப்பட்ட சோக நிகழ்வுகளுக்கு நடுவே தீர்மானிக்கப்பட்டது. அதில் மிக முக்கியமானது ஜின்னாவின் அம்மாவின் மரணம். ஜின்னா இங்கிலாந்திற்குச் சென்ற, பத்து மாதங்களுக்குப் பிறகு, தனது ஏழாவது குழந்தை பிறக்கும்போது மரணமடைந்தார். தாயின் மரணமும், தந்தையின் வியாபார வீழ்ச்சியும் ஒரே சமயத்தில் நடந்தன. ஒருவேளை மனைவியின் மரணம் வியாபாரம் முறிந்ததற்கான ஒரு காரணமாகவும் இருந்திருக்கலாம். ஆனால் மீண்டும் வணிகத்தைப் பெருக்க வேண்டும் என்ற ஆவல் ஜின்னாபாய்க்கு வரவே இல்லை. தாயின் மரணம் ஜின்னா மீது இடியாக இறங்கியது. கடுமையாக அவரைப் பாதித்தது. அம்மாவின் மரணச் செய்தி கேட்டதும் மிகவும் முதிர்ச்சியான, புத்திசாலித்தனமான பையனாக இருந்தும் அவரால் அது தாங்கமுடியாது போனது. செய்தி கேட்டு மயங்கி விழுந்திருக்கிறார். பலமணி நேரங்களுக்கு நிற்காத அழுகை. பாத்திமா, “மிகவும் கஷ்டப்பட்டிருக்கிறார். தாங்கமுடியாத வேதனை அவருக்கு, உலகத்திலேயே அவர் மிகவும் நேசித்தது தன் தாயைத்தான். அம்மாவினால் மட்டுமே ஜின்னாவின் கடினமான மேல் கவசத்தை உடைத்துக் கொண்டு, உள்ளே இருந்த மிக மென்மையான பையனை, கனவுலக வாசியை, பெரு நோக்காளனைக் காண முடிந்தது,” என்று குறிப்பிடுகிறார். அம்மாவின் மரணத்திற்கு முன்பே, ஜின்னா

இங்கிலாந்து புறப்பட்டுப் போன சில மாதங்களில், அவரது குழந்தை-மனைவியும் இறந்து போனார். ஆனால் இந்த மரணம் ஜின்னாவை அதிகமாகத் தாக்கவில்லை.

வீட்டிலிருந்து வெகு தொலைவுக்கு வந்தாகிவிட்டது. அம்மா இறந்த செய்தியும் வந்தது. ஜின்னா பழைய நினைவுகளிலிருந்து தன் தாயிடம் கடைசியாகப் பேசியவைகளை நினைத்துப் பார்க்கிறார். மறக்கமுடியாத நினைவுகள் அவை. அம்மா அவரிடம் பேசுகிறார்: "மகனே! உன்னிடமிருந்து விலகியிருப்பதை நினைப்பதே வேதனையாக, வெறுப்பாக இருக்கிறது. ஆனாலும் நீ இங்கிலாந்து செல்வது நீ மிகப்பெரிய மனிதனாவதற்கு உதவும். அதுவே என் வாழ்வின் கனவு." ஜின்னா அமைதியாகக் கேட்டுக் கொண்டிருந்தார். அம்மா தொடர்ந்தார். "முகமது அலி, என்னை விட்டு விட்டு நீண்ட தூரம் பயணம் போகிறாய். நீ இங்கிலாந்திலிருந்து திரும்பி வரும்போது நான் உயிரோடு இருக்க மாட்டேன் என்றுதான் நினைக்கிறேன்." அம்மாவின் அழுகை பொங்குகிறது. ஜின்னா, வளர்ந்த ஆண்மகன் போல், தன் உணர்வுகளை உள்ளடக்கி நிற்கிறார். அம்மாவைக் கடைசித் தடவையாக அரவணைத்து நிற்கிறார். அம்மாவின் இறுதி வார்த்தைகள்: "முகமது அலி, கடவுள் உன்னைக் காத்திருப்பார். உன் ஆசைகளை, கனவுகளை அவர் நிறைவேற்றுவார். நீ மிகப்பெரிய மனிதனாவாய். உன்னால் நான் பெருமை அடைகிறேன்."

அம்மாவின் இந்த வார்த்தைகள் ஜின்னாவின் மனதில் மிக ஆழமாகச் செதுக்கப்பட்டிருக்கும். ஏனெனில் மிகப் பல ஆண்டுகள் கழிந்த பிறகும், ஒரு கட்டுரையை வாசிக்கும்போது அதில், ஒரு தாய் தான் இறக்கும் தருவாயில், தன் மகன் பெரியவனாக வருவான் என்று சொல்லும் பகுதியை ஜின்னா அழுத்தமாக அடிக்கோடிட்டிருந்தார். அவரின் பழைய நினைவுகளின் சோகமான நிழல் அது!

ஜின்னாவின் சோகம் அவரை இன்னும் தீவிரமாக்கியது. தன் அம்மாவின் நம்பிக்கையைத் தான் காப்பாற்ற வேண்டும் என்ற தீவிரம் அது. லின்கன் இன் சட்டக் கல்லூரியில் சேர்ந்தாகிவிட்டது. தாய்நாடு திரும்பி, அப்பாவின் வியாபாரத்திற்குத் துணை செய்யலாம். ஆனால் அதைவிட லண்டனில் இருந்து எப்படியும் வெற்றிபெற்றுத் திரும்பவேண்டும் என்று உறுதி எடுத்துக் கொள்கிறார். சட்டப் படிப்பிற்குள் தீவிரமாக இறங்குகிறார். நிச்சயமாக கல்வியின் தரம் அவருக்கு மிக உயரத்தில் இருந்தது. ஆயினும் அவர்

மனம் தளரவில்லை. அதையும் விட அதிகமாக இன்னொரு பாடத்திட்டத்தையும் எடுத்தார்- அரசியலமைப்புச் சட்டம். இந்தியா திரும்பிய பின் எதிர்காலத்தில் பயனுள்ள படிப்பாக இருக்கும் என்பதால் அதில் சேர்ந்தார். மற்ற மாணவர்களில் பலரும் கல்லூரியில் இளம் கலை பட்டம் பெற்றவர்கள். அவர்களது கேலி, கிண்டல் எல்லாவற்றையும் ஜின்னா கண்டுகொள்ளவில்லை. அந்த மாணவர்கள் பட்டயப்படிப்பை முடிப்பதற்கு முன்பே- ஓராண்டிற்கு முன்பே- தான் முடித்துவிடவேண்டும் என்று தீர்மானமாக உழைத்தார். ஆனால் அவர் நினைத்ததைவிட அது அதிகப் பெரும் சுமையாக இருந்தது. அதுவும் முதல் பாடத்திட்டமே ரோமன் சட்டம் என்ற படிப்பு. இதைக் கற்க லத்தின் மொழியும் தேவை. இதுவரை ஜின்னாவிற்கு கடும் உழைப்பு, மனத்திடம், நம்பிக்கை என்பவை முழுதும் உதவியாக இருந்துள்ளன. அதே நினைப்பில் பாடப் புத்தகங்களோடு முழுவதுமாக ஒன்றிவிட்டார். ஆனால், இத்தனை முயற்சியெடுத்தும் முதல் முயற்சியில் அந்த தேர்வுத்தாளில் தோல்வியடைந்தார். ஆனால் ஒரு சிறு அதிசயம்! தேர்வு விதிகளில் ஒரு மாற்றம் வந்தது. பொதுத் தேர்விற்கு முன்பு ரோமன் சட்டம் தேர்வாக வேண்டும் என்ற நிபந்தனை மாறியது.

மீண்டும் ஜின்னா ஓராண்டுப் படிப்பை விரைந்து முடிக்க முயன்றார். ஆனால் முதலாண்டுத் தேர்வில் அவர் சில தேர்வுத் தாள்களில் மட்டுமே தேறியிருந்தார். மீண்டும் மீண்டும் முயற்சித்தார். இதிலும் இன்னும் சில தேர்வுத் தாள்கள் விடுபட்டுப் போயின. முயற்சியைத் தளரவிடவில்லை. நான்காவது முயற்சியில் எல்லாத் தேர்வுத் தாள்களிலும் தேர்ச்சியடைந்தார். அப்போது அவருக்கு வயது 18 ஆண்டுகளும் ஆறுமாதமும். வகுப்பில் இருந்த 58 மாணவர்களில் வயது குறைந்தவர் ஜின்னா. அதைவிடவும் பார் தேர்வுகளை இந்தச் சின்ன வயதில் முடித்த முதல் மாணவன் ஜின்னா. இது அந்த ஆண்டிற்கானது மட்டுமல்ல. முந்தைய பிந்தைய ஆண்டுகளுக்கும் ஜின்னாவே இளம் வயதுப் பட்டதாரி.

வழக்கறிஞராக இன்னும் ஓராண்டு ஜின்னா காத்திருக்க வேண்டும். ஆனாலும் அதுவரை ஜின்னா ஓய்ந்திருக்க விரும்பவில்லை. இனி அவர் செய்ய வேண்டிய வேலைகள் எல்லாம் எளிதானவை. இன்னும் இருக்கும் நான்கு பருவங்களில் நடக்கும் இருபத்தி மூன்று இரவு விருந்துகளில் ஆறு விருந்துகளிலாவது பங்கேற்க வேண்டும்.

அவ்விருந்துகளில் முறையான ஆடை அணிந்து வரவேண்டும். பல மாணவர்களுக்கு இந்தக் கட்டுப்பாடு பிடிக்காது. ஆனால் ஜின்னா அதை ஒரு மகிழ்ச்சியோடு செய்வார். கையில் இருந்த வேலைகள் எளிதாக இருந்தாலும் அவைகளுடன் சற்றே ஓய்வெடுக்கலாம் என்றெல்லாம் ஜின்னா நினைக்கவில்லை. அவர் அரசியலில் ஆழமாக ஈடுபடவேண்டும் என்ற ஆசையில் இருந்தார். ஆனால் அதற்கு முன்னால் தான் பணமும் சம்பாதிக்க வேண்டும்; அதற்கு ஒரு நல்ல வழக்கறிஞராக ஆகவேண்டும். சட்டப்படிப்புத் தேர்வுகள் எழுதுவதற்கு முன்பே தாதாபாய் நவ்ரோஜியிடம் பணிபுரிய ஆரம்பித்தார். அப்பணியில் அவர் சிறப்பாகச் செயல்பட்டதன் மூலம், இந்திய தேசியக் காங்கிரசின் இங்கிலாந்துப் பிரிவின் தேர்தலில், பல பெரும் தேசியத் தலைவர்கள் வெற்றி பெற்றது போல், ஜின்னாவும் வெற்றி பெற்றார். ஆனால் இது யானைப் பசிக்கு சோளப் பொரி மாதிரிதான். இன்னும் அதிக உயரம் எட்டவேண்டும் என்பதே அவரின் குறிக்கோள். அதற்காக ஜின்னா முதலில் தன்னைச் சரியாகத் தயார் செய்துகொள்ள வேண்டும் என்று நினைத்தார். ஆங்கிலேய அருங்காட்சியக நூலகத்தில் உறுப்பினராகச் சேர்ந்தார். தனக்காக தானே தேர்ந்தெடுத்த கல்வி மூலம், இன்றும் அன்றும் இருந்த அரசியல் வித்தகர்கள் பலரைப் பற்றிய புத்தகங்களைத் தொடர்ந்து வாசித்துக் கொண்டிருந்தார். அவரது வாசிப்பின் மூலம் அரசியல்வாதிகள் பற்றி அதிகதிகமாகத் தெரிந்து கொண்டார். அரசியல்வாதிகள் உணர்ச்சி வசப்படக் கூடாது என்பது ஓர் அடிப்படை உண்மையாக இருந்தது. தன் உணர்ச்சிகளைக் கட்டுப்படுத்தத் தெரிந்தவர்களாக இருக்க வேண்டும். அதே நேரத்தில் புகழ் மொழிகளுக்கு மயங்காதவர்களாக இருக்க வேண்டும். நிச்சயம் அவர்கள் கல்லெறி விழுவது போல் தாக்கப்படுவார்கள். அப்போதெல்லாம் உடனே திருப்பித் தாக்கும் மனவலிமை பெற்றவர்களாக இருக்க வேண்டும். படித்ததைத் தன் வாழ்க்கையில் உடனே பயன்படுத்திப் பார்க்க நினைத்தார். தன்னுடைய உணர்வுப்பூர்வமான வாழ்வின் பகுதிகளை ஒதுக்கி, விலக்கி, சாதாரண ஒரு மனிதர் போல, காரியத்தில் மட்டுமே குறியாக இருக்கும் மனிதர் போல் மாற நினைத்தார். பதினைந்து மாதங்கள் கழித்து அவர் வீட்டிற்குத் திரும்பும் போது புத்தம் புதிய மனிதராக மாறியிருந்தார். தனது தொடர்ந்த வாசிப்பினாலும், தனி மனித முயற்சியினாலும் புதிய வேறொரு மனிதராக மாறியிருந்தார். முகமது அலி-வீட்டில் செல்லமாக மமது என்றழைக்கப்பட்ட- செல்லப்

பிள்ளை, நட்பு வளையத்திற்குள் பாடப்புத்தகங்கள் பிடிக்காமல் நண்பர்களுடன் ஆடிக்கொண்டிருந்த, அன்பிற்கும் புகழ்தலுக்கும் உடனுக்குடன் பதிலளிக்கும் கூர்மையான மனிதர் இப்போது M.A. ஜின்னா-இப்போது இப்படித்தான் தான் அழைக்கப்பட வேண்டும் என்று விரும்பினார்- ஒரு தனிமை விரும்பியாக, நேரத்தையும் பணத்தையும் விரயம் செய்வதைப் பிடிக்காதவராக, எப்படிப்பட்ட மக்களை மட்டும் தன் நட்பு வட்டத்தில் வைக்கப் பிரியப்படுகிறேன் என்பதை வெட்ட வெளிச்சமாகக் காட்டிக் கொள்ளும் மனிதராக திரும்பி வந்திருந்தார்.

படிப்பு முடிவதற்காகக் காத்திருக்கும் நேரத்தில் ஜின்னா தன்னிடம் ஒளிந்திருக்கும் இன்னொரு திறமையைக் கண்டுபிடித்தார். அது அவரது நடிப்புத் திறமை. நாளை ஒரு வழக்கறிஞராக நீதிமன்றத்தில் வாதாடும்போது திறமையாக வாதாட வேண்டும் என்பதைப் பழகிக் கொள்வதற்காக, மேடைப் பேச்சை வளர்க்கும் அமைப்பில் சேர்ந்திருந்தார். அங்கே சில பகுதிகளைச் சத்தமாக வாசிக்கும் பயிற்சியில், அவர் பேசியதைக் கேட்ட நண்பர்கள் அவர் மிக அழகாக வாசிப்பதால் நாடகக் குழுமம் ஒன்றில் நடிப்பதற்கான சோதனையில் சேரும்படி கேட்டுக் கொண்டனர். இப்போதெல்லாம் அடுத்தவர் கொடுக்கும் அறிவுரைப்படி நடக்காமல் சொந்தமாக முடிவுகள் எடுக்கும் பழக்கத்தை நூலகத்தில் தான் வாசித்த நூல்களிலிருந்து கற்றுக் கொண்டிருந்தார். சோதனைக்கு நாடகக் குழுவிற்கு சென்றவருக்கு நடிக்கும் வாய்ப்புக் கிடைத்தது. உடனே ஒப்பந்தத்தில் கையெழுத்தும் போட்டு விட்டார். அதன் பின்னே ஜின்னா, தன் தந்தைக்கு இந்த வாய்ப்பு பற்றி எழுதியிருந்தார். இதில் பணம் கிடைக்கும்; அது உதவியாக இருக்கும் என்று ஜின்னா அதில் குறிப்பிட்டிருந்தார். ஜின்னாவின் கடிதத்திற்குப் ஜின்னாபாயிடமிருந்து பதில் கடிதம் வந்தது. நீளமான கடிதம். ஆனால் அதில் இருந்த ஒரு சின்ன சொற்றொடர் அவரது திட்டத்தை மாற்றியது. “நம் குடும்பத்துப் பெயரைக் கெடுத்துவிடாதே” என்பதுதான் அந்தச் சின்ன சொற்றொடர். அதுபோதும். ஜின்னா உடனே அந்த வேலையே வேண்டாமென முடிவெடுத்தார். ஜின்னா தன்னைச் சுற்றிப் போட்டிருந்த கவசத்தில் ஜின்னாபாயின் கடிதம் நல்லதொரு விரிசலை ஏற்படுத்தியது.

1896-ஆம் ஆண்டில் லண்டனிலிருந்து ஜின்னா தாய்நாடு திரும்பினார். வழக்கறிஞர் பட்டத்துடன் திரும்பிய ஜின்னா, ஒரு புதிய மனிதராகக் காட்சியளித்தார். மிக நல்ல துணியில்

தைத்த அழகான உடையுடன் வந்தார். உடையில் பணக்காரத் தனம் மின்னியது, ஆனால் அதைப் பகட்டாக ஜின்னா வெளியில் காண்பித்துக் கொள்ளாமல் மிகச் சாதாரணமாக இருந்தார். ஆனால் உடைகளை மிக அழகாகத் தேர்ந்தெடுத்திருந்தார். அதிலும் விலையின் மீதும் தரத்தின் மீதும் கண் வைத்துத் தேர்ந்தெடுத்த உடைகள். இந்திய ஆடைகளை முற்றிலுமாகத் துறந்து விட்டார். இரவு உடை கூட பருத்தி ஆடைகள் இல்லாமல், மெல்லிய பட்டுத் துணியிலும், அதன் மேல் நீண்ட அழகான அங்கியும் அணிந்து முற்றிலுமாக ஆங்கிலேயப் பாணியில் இருப்பார். இங்கிலாந்திலிருந்து திரும்பும்போது அப்போதைய புதுப் பாணியான கண்ணாடி ஒன்றை வாங்கி வந்திருந்தார். அவ்வப்போது, சூழலுக்கு ஏற்றதுபோல், நல்ல நடிகன் போல் அதை எடுத்து அணிவார். ஆனால் இவையெல்லாம் வெளி அடையாளங்கள் தான். இது எல்லோர் கண்ணிலும் படும் மாற்றங்கள் தான். ஆனால் ஜின்னா தன்னைத் தானே விரும்பும் அளவிற்கு, தன்னைப் புதியதொரு மனிதனாக உள்ளே மாற்றிக் கொண்டிருந்தார். எத்தனை பேர் கண்களுக்கு அது தெரிந்ததோ!

ஜின்னாவின் இந்த உள்ளார்ந்த மாற்றங்களின் நோக்கம் அவர் அரசியலில் புகழடைவதற்காக தன்னை மாற்றிக் கொண்டது தான். ஆனால் அவை ஒரு நல்ல வழக்கறிஞருக்கும் பொருத்தமாகவே அமைந்தது. குவிந்திருந்த பல வழக்கறிஞர்கள் நடுவில் ஒரு பாரிஸ்டர் தன் திறமையை வெளியே காண்பிக்க பல கதவுகளைத் தட்டவேண்டும். பல காலம் காத்திருக்கவும் வேண்டும். ஆனால் ஜின்னாவைப் பொறுத்தவரை அப்படிப்பட்ட கால தாமதங்களோ, காத்திருத்தலோ இல்லாமல் இரண்டே ஆண்டுகளில் சிறந்த வழக்கறிஞர்கள் வரிசையில் சுலபமாக இடம் பிடித்தார். ஆனால் அவர் தன் போக்கிலேயேதான் சென்றார். யாருடைய தயவு தாட்சண்யத்தையோ, உதவியையோ நாடவில்லை. வேலை இருக்கும்போதும் சரி, இல்லாதபோதும் சரி ஒரே மாதிரியாக கௌரவமான இறுக்கத்துடன் இருந்தார். ஆனால் அவர் தொழிலில் இறங்கிய ஆரம்ப காலத்தில் கூட அவரை அவ்வளவு எளிதில் யாரும் 'தாண்டிச் செல்ல முடியாத' ஒருவராக இருந்தார். மிகவும் நவ நாகரிக மனிதன்; அழகன்; இளம் வயதிலேயே ஒரு பாரிஸ்டர்; நீதிமன்ற வளாகத்தில் நடந்து செல்லும்போதே யாரையும் கண்டு கொள்ளாமல், பெருமிதமான, வேகமான நடை... இப்படி இருந்தால் நிச்சயம் பலரின் கண்ணும் அவர் மீது தானே விழும். வெளியில் தெரியும்

பெருமிதம் இப்படி இருந்தாலும், மாலையில், குறைந்த வாடகையில் எடுத்த தனது சின்ன விடுதி அறைக்குக் கையில் காசு ஏதுமில்லாமல், வெறும் கையோடு திரும்பும் நாட்களும் இருந்தன. ஆங்கிலேயர்கள் மட்டும் பெரிதாக வெளியில் காட்டிக்கொண்ட பெருமிதத்தை ஜின்னாவும் வெளியே காட்டிக் கொண்டார். இதனாலேயே இவரைப் பலர் வியந்து பாராட்டுவதுண்டு. அப்படி வியந்து நின்றவர்களில் ஒருவர் சர் ஜான் மோல்ஸ்வொர்த் மாக் பெர்சன். இவர் பம்பாயின் அட்வகேட் ஜெனரலாக இருந்தவர். ஜின்னாவின் ஆங்கிலேயப் பண்பு, உயர் பதவியிலுள்ள ஓர் ஆங்கிலேயரையும் ஈர்த்து மடக்கிப் போட்டது. மாக் பெர்சன், ஜின்னாவைத் தன் அறையில் இருந்து பணியாற்ற அழைத்தார். ஓர் இந்தியனை முதன் முறையாக அவர் அழைத்திருந்தார்.

இன்னொருவர் ஜேம்ஸ் மாக்டொனால்ட் என்ற ஸ்காட்லாந்துக்காரர். இவர் நகராட்சியின் மேலாளராக இருந்தார். இவரும் அந்த இளமையும் தைரியமும் உள்ள வழக்கறிஞரிடம் மயங்கியவர் தான்! இவர்கள் முதன் முறையாக மிகவும் கூட்டமாக இருந்த ஓர் அறையில் சந்தித்தார்கள். மாக்டொனால்ட் வழக்கறிஞர்களுக்காக ஒதுக்கப்பட்ட நாற்காலியில் அமர்ந்திருந்தார். தான் உட்கார்வதற்காக ஜின்னா அவரை எழுந்திருக்கச் சொன்னார். மாக்டொனால்ட் மறுத்தார். நீதிபதியிடம் முறையிடுவேன் என்றார் ஜின்னா. மாக்டொனால்ட் தன் இருக்கையை ஜின்னாவிற்காக கொடுக்க வேண்டிய நிலையை ஏற்படுத்தினார் ஜின்னா. மாக்டொனால்ட் இதனால் கோபம் கொள்ளவில்லை. பதிலாக தன்னோடு இணைந்து பணி புரிய அழைப்பு விடுத்தார்.

சர் சார்ல்ஸ் ஒலிவாண்ட் ஜின்னாவை வியப்புடன் பார்த்த இன்னொரு ஆங்கிலேயர். இவர் நீதித்துறையின் உறுப்பினராக இருந்தவர். இவரது வியப்பிற்குக் காரணமாக அமைந்தது எதுவெனில், ஜின்னா இவரை நேருக்கு நேர் சந்தித்து தனக்கு வேலை கொடுக்கும்படி நேரடியாகவே கேட்டுக்கொண்டார். யாரையும் சிபாரிசுக்கு அழைக்காமல் நேரடியாக முகத்திற்கு முகம் காட்டித் தன்னிடம் வந்து கேட்டதுதான் அவரது வியப்பிற்கான காரணம். உடனே ஜின்னாவைத் தற்காலிக மாஜிஸ்ட்ரேட்டாக நியமனம் செய்தார். அதையும் விட அவர் ஜின்னாவிற்கு அந்த வேலையை நிரந்தரமாக்கவும், அன்றைய நிலையில் மிகப் பெரும் சம்பளமாக மாதத்திற்கு 600 ரூபாய் தரவும் அழைப்பு விடுத்தார். ஜின்னா அந்த அழைப்பை

மறுத்தது மட்டுமின்றி, அந்த 600 ரூபாய் மாதச் சம்பளத்தைத் தான் ஒரே நாளில் வழக்கறிஞராகச் சம்பாதித்து விடுவேன் என்று கர்வமாகப் பதிலளித்தார். அது ஒன்றும் ஒரு மேம்போக்கான வார்த்தை இல்லை. உண்மையிலேயே அதை ஜின்னா சாதித்தார். ஆனால் இன்னும் யாருமே எதிர்பார்க்க முடியாதபடி, அந்த அளவிற்கும் இரண்டு மடங்கு அதிகமாக, ஒரே நாளைக்கு வாங்கிய காலமும் பின்னால் வந்தது.

தன் தொழில் மீது இருந்த பக்தியும், இறுமாப்பும் ஜின்னாவை அவரது வயதொத்தவர்களிடமிருந்து அந்நியமாக்கியது. இன்னொரு பாரிஸ்டர் ஜின்னா பற்றிப் பேசும்போது, "ஜின்னா போன்றவர்கள் பலரது குற்றச் சாட்டுகளுக்கு இலகுவாக அமைந்து விடுவார்கள். ஏனெனில், சோம்பேறித்தனமான கீழ்த்திசை நாடுகளில் ஒரு மனிதன் தனது நல்ல பண்பிற்காக இல்லாமல், தன் தவறுகளுக்கு எளிதாக மன்னிப்பு பெறுவான்." அந்த பாரிஸ்டர், "மற்றவர்கள் ஜின்னாவை எளிதாக மன்னிக்க மாட்டார்கள். ஓர் இஸ்லாமிய பாரிஸ்டராக அவர் இருந்தாலும் ஒரு மிகப் பெரிய புகழ் வாய்ந்த பாரிஸ்டர் ஆகிவிட்டார். அதோடு தனக்கு அவர் விதித்துக்கொண்ட உயர்ந்த வரையறைகள் மற்றவர்களுக்கான வரையறைகளாகவும் ஆகிவிட்டன" என்றார். "ஜின்னாவின் வாழ்க்கையில் எந்தவித இன்பமுமில்லை; தன்னுடைய வேலை தவிர வேறெதுவிலும் ஆர்வம் இல்லை. எப்போதும் தன் வழக்குக் கோப்புகளுக்கு உள்ளேயே இரவும் பகலும் மூழ்கிக் கிடப்பார். மேலும் அவரது தனிப்பட்ட வாழ்க்கையைப் பற்றி எந்தக் கிசுகிசுப்பும் கிடையாது. மிகவும் கஷ்டப்பட்டு உழைக்கும் கடினமான பிரம்மச்சாரி."

ஆனால் 1916-ஆம் ஆண்டு வேறுவிதமாகப் பிறந்தது. அந்த ஆண்டில்தான் ருட்டியைத் திருமணம் செய்யவேண்டுமென்று ருட்டியின் தந்தையிடம் கேட்டார். மனதின் உள்ளே இருந்த மெல்லிய மொட்டு, பூவாக மெல்ல அவிழ்ந்தது. ஏனெனில் தனக்கு அன்பளிப்பாக வந்த ரிச்சர்ட் ஜெஃப்ரிஸ் எழுதிய 'என் இதயத்தின் கதை' என்ற சுயசரிதை நூலில் 'என் இதயமோ தூசி படிந்து கிடக்கிறது' என்ற வரியை அழுத்தமாக அடிக்கோடு போடவேண்டிய காரணம் என்ன? அதோடு தனது நாட்குறிப்பேட்டில் "வறண்டு கிடக்கும் என் உள்ளத்தின் மீது உணர்வுகள் பெரு மழையாகப் பெய்ய வேண்டும். என் மனமும் இதயமும் காய்ந்து பிளந்து கிடக்கின்றன. இதயம் மட்டுமின்றி அனைத்துப் பகுதிகளிலும் தூசி படர்ந்து அடைத்துக்

கிடக்கின்றன. மனமும் உடலும் ஒரே இடத்தில் உழன்று கிடந்து காயம்பட்டு வறண்டு கிடக்கின்றன. மனதைச் சுற்றி ஒரு கடும் போர்வை சுற்றிச் சுழன்று மூடிக் கிடக்கின்றது. வாழ்க்கையே, தொடரும் சில சின்னச் சின்னப் பழக்க வழக்கங்களால் அடைத்துக் கிடக்கின்றது. மனமும் இறுக மூடிக்கொண்டு, தேவையற்ற உமியினால் மூடிக் குப்பையாகக் கிடக்கிறது." இப்படி வெறுத்துக் கிடந்து, உணர்ச்சியற்ற உன்மத்த நிலையில் கிடந்த அவர் மனதை ருட்டி தட்டி எழுப்ப முடியும் என்றால் - அவர் உண்மையிலேயே அதை வெற்றிகரமாகச் செய்துவிட்டார் - அதன் பின் ஜின்னாவை உலகமே எதிர்த்தாலும், யாரும் நிறுத்த முடியாது. ஜின்னாவைப் புரிந்தவர்களுக்கு இந்த உண்மையும் சட்டென்று புரியும்.

சர் தின்ஷா வழக்கு போட்டு தடையுத்தரவு வாங்கிவிட்டார். அவரால் முடிந்தது அது மட்டும்தான். அவரால் வேறெதுவும் செய்ய முடியாது. வெளியில் இருந்து வேடிக்கை மட்டும்தான் பார்க்க முடியும் என்ற நிலை அவருடையது. ஆனால் மிகவும் வெளிப்படையாக ஜின்னாவை எதிர்த்து அவர் நின்றதால் அந்த விஷயம் செல்லும் வழி ஒரே ஒரு வழிதான். ருட்டியின் மீதுள்ள காதல் மட்டுமல்ல; தன் பெருமையை நிலைநாட்ட வேண்டுமானால் இனி ஜின்னா அந்த ஒரே ஒரு வழியில் தான் தொடர்ந்து செல்வார்; செல்லவேண்டும். பின்னோக்குவது என்பதே ஜின்னாவிடம் நடக்காத ஒரு காரியம்.

அத்தியாயம் ஆறு

காலையுணவு நேரம். சாப்பிட்டுக் கொண்டே தின்ஷா தனக்குப் பிரியமான பம்பாய் க்ரோனிக்கிள் தினசரியை விரித்துப் படிக்க ஆரம்பித்தார். வாசித்துக்கொண்டே வந்தவர் எட்டாம் பக்கத்தில் இருந்த செய்தியை வாசித்ததும் அப்படியே மேசைமேல் சரிந்தார். பெத்தித் ஹால் அப்படியே உறைந்தது. 1918-ஆம் ஆண்டின் ஏப்ரல் மாதத்து 20-ஆம் தேதி. சனிக்கிழமை. தடபுடல் விருந்தாக எப்போதும் இருக்கும் சாப்பாட்டு மேசை வெறுமனே இருந்தது. எப்போதுமே இந்த மாதங்களில் பெத்தித் ஹால் மூடப்பட்டு, குடும்பத்தினர் அனைவரும் அடுத்துவரும் இரு கோடை மாதங்களுக்குத் தம் பரிவாரத்துடன் மலைப்பாங்கான இடங்களுக்குச் செல்வதுண்டு. முதன்முறையாக பெத்தித் ஹால் இந்த வழக்கத்தை இந்த ஆண்டு நிறுத்தியிருந்தது. சர் தின்ஷாவிற்கான பல அலுவல்கள் என்ற நொண்டிக் காரணம் வெளியே சொல்லப்பட்டது. அப்படிச் சொல்லப்பட்ட நிகழ்வுகள் எதுவுமே அத்தனை முக்கியமானதல்ல. ஒரு நிகழ்வு, வழக்கமாக நடக்கும் பம்பாய் மாநகராட்சியின் கூட்டம். இன்னொன்று, அவர்களது குடும்பம் நடத்திவந்த கால்நடை மருத்துவமனையின் அறக்கட்டளைக் கூட்டம். ஆயினும் எப்போது ஜின்னா-ருட்டி காதல் விவகாரம் வெளிவந்ததோ, அப்போதே ஒரு மேகம் பெத்தித் மாளிகையினைச் சுற்றிக் கவிந்தது. தின்ஷா கொடுத்த காரணங்களும், எடுத்த முடிவும் எந்தவித விவாதத்திற்கும் அப்பாற்பட்டு நின்றன.

இப்போது மாளிகையில் தின்ஷாவின் குடும்பத்தினரும், ஓரிரண்டு ஆலை உரிமையாளர்களும் மட்டுமே, சாப்பாட்டு மேசையில் நடந்த நிகழ்வை நேரில் பார்த்தவர்கள். ஆனால் பெத்தித் குடும்பத்தாருக்கும், பெத்தித் மாளிகையில் அன்று காலை இருந்த மக்களுக்கும், அன்று நடந்தது நிச்சயமாகத் தெரியும். ஜார்ஜெட் சேலைகள் கட்டி, முத்துச் சரங்கள் அணிந்த பெண்கள், ஆங்கிலேய ஆடையில் அமர்ந்து

உணவருந்தும் ஆண்கள் மத்தியில் கீச்சிடும் கூக்குரல்கள் எழுந்திருக்கும். உணவைப் பரிமாறிக் கொண்டிருந்தோர் நடுவிலேயே செய்வதறியாது நின்றிருப்பர். ஏனைய தாதிகளை வீட்டு மேற்பார்வையாளர் கூப்பிட்டு விசாரித்திருக்கலாம். வந்திருந்த விருந்தினர்கள் மிக அமைதியாக தங்களுக்கான விருந்தினர்கள் அறைக்குத் திரும்பியிருக்க வேண்டும். சமையற்காரர்கள், குடும்பத்து வாகனங்களின் ஓட்டுனர்கள் குறுக்கு விசாரணை செய்யப்பட்டனர். பெத்தித் மாளிகையின் பின்புறத்திலிருந்த காட்டுப்பகுதிக்கு - குடும்பத்தினர் குதிரையேற்றம் செய்யும் அந்தப் பகுதிக்கு - தேடும் குழு ஒன்றும் அனுப்பி வைக்கப்பட்டிருக்கலாம். மருத்துவர்களுக்கான அவசர அழைப்புகள் பறந்திருக்கலாம். ஏன் வழக்கறிஞர்கள்கூட அழைக்கப்பட்டிருக்கலாம். இன்னொரு கற்பனாவாதி அன்று காலை அந்த மாளிகையின் மாடியில் தங்கியிருந்த சரோஜினி நாயுடுவைச் சென்று அழைத்ததாகவும், சரோஜினி சலவைக்கல்லால் ஆன மாடிப்படிகளில் விரைந்து இறங்கி, வீட்டுத் தலைவருக்கு ஏதோ ஆகிவிட்டது; வீடே தலைகீழாகப் போய்விட்டது, என்று பதற்றத்துடன் கூறியதாகக் கூறியுள்ளார். அது உண்மையோ பொய்யோ தெரியாது. ஆனால் சரோஜினி ஒரு தேசியத் தலைவராக, வடஇந்தியாவில் அரசியல் உரைகள் நிகழ்த்துவதற்காக ஒரு வாரமாக அம்மாளிகையில் தான் தங்கியிருந்தார். ஆகவே சரோஜினி சொன்னதாகச் சொல்லப்பட்டதை எல்லோரும் நம்பினர். அதில் ஐயம் கொள்ள அவர்களுக்கு எக்காரணமுமில்லை.

ஏனெனில், அன்று காலை தினசரியில் வந்த செய்தி மிக மிக அமைதியான மனிதனைக் கூட முழுவதுமாக உலுக்கிவிடும். அதிலும் தின்ஷா போன்ற உணர்ச்சி நிறைந்த மனிதனுக்கு அது எப்படி இருந்திருக்கும்! செய்தித்தாளின் எட்டாவது பக்கத்தில் 'அதிகாரப்பூர்வமான, தனிமனிதர்களுக்கான' என்ற பகுதியில், 'தேசிய அமைப்பின் வேலையாட்கள்' என்ற அமைப்பில் உள்ள ஒருவர் கொடுத்த செய்தியாக, மதராஸ் உயர் நீதிமன்றத்திலிருந்து ரவ்லத் குழுமத்தில் பணிபுரிந்த நீதிபதி ஒருவர் கொடுத்த ஒருவரித் தீர்ப்பு வெளியாகியிருந்தது. ஒற்றை வரிதான். ஆனால், இந்தியா முழுமைக்கும் தொடர்ந்து பல மாதங்களுக்கு விவாதிக்கப்பட்ட பெரும் செய்தியாக அது இருந்தது: "மரியாதைக்குரிய M.A. ஜின்னா அவர்களுக்கும் சர் தின்ஷாவின் மகளான ருட்டிக்கும் நேற்று மாலை திருமணம் நடந்து முடிந்தது."

பம்பாய் க்ரோனிக்கிள் மட்டுமே அப்போது தேசிய உணர்வோடு வெளிவந்த ஒரே செய்தித்தாள். ஏன் அந்த செய்தித்தாள் இந்தச் செய்தியை ஒரே வரியில், செய்தித்தாளில் முக்கியமற்ற இடத்தில் கொடுத்தது என்பதற்கான காரணங்கள் மிகத் தெளிவானவைதான். மாப்பிள்ளை - அநேகமாக திருமணத்தைப் பற்றிய குறிப்பை எழுதியதும் அவராகத்தான் இருந்திருக்க வேண்டும்- இந்தச் செய்தித்தாளின் அறக்கட்டளையின் உறுப்பினர் என்பது மட்டுமல்ல... அவர் அந்தச் செய்தித்தாளின் ஆசிரியரான பெஞ்சமின் ஜி. ஹார்னிமேன் அவர்களின் மிக நெருங்கிய நண்பரும் கூட. தன் வேலையைப் பற்றிக் கவலைப்படும் எந்த நிருபரும் இந்த நிகழ்ச்சியைப் பற்றி அதிகம் எழுதி, தங்கள் வேலைக்கு தாங்களே உலை வைத்துக் கொள்வார்களா என்ன! இந்தக் காரணங்களால் தான் ஜின்னாவின் மேடைப் பேச்சுகளின் தொகுப்பான புதிய நூல் பற்றி இருந்த கருத்துகள் அந்த சனிக்கிழமை அந்தச் செய்தித்தாளில் மிக முக்கிய இடத்தைப் பெற்றது. அன்று செய்தித்தாளில் மிக முக்கிய இடம் பெற்றதே ஜின்னாவின் புத்தகத்திற்கான விளம்பரம்தான். அவரது பேச்சுகளைத் தொகுத்து, மகமுதாபாத் அரசர் கொடுத்த முன்னுரையுடனும் சரோஜினி நாயுடுவின் புகழ்ந்தோதுதலுடனும் கணேஷ் குழுமத்தினர் பதிப்பித்திருந்தனர். இந்த விளம்பரம் முக்கியமான இடத்தையும், திருமணச் செய்தி, ஒரு சிறிய செய்தியாகவும் வெளிவந்தது.

பம்பாய் க்ரோனிக்கள் இப்படிச் செய்தி வெளியிட்டது. டைம்ஸ் ஆப் இந்தியா தினசரியும் ஏறத்தாழ இதே பாணியைத்தான் செய்தது. இந்த ஆங்கில தினசரி இந்தியர்களுக்கு அப்போது பிடித்தமான நாளிதழ் அல்ல. இந்தியர்களின் உணர்வுகளையும் அந்தச் செய்தித்தாள் அதிகமாகக் கண்டுகொள்வதில்லை. ஆயினும் அந்தத் தினசரியும் ஜின்னாவின் திருமணத்தை ஒரே ஒரு வரியில் செய்தியாகத் தந்தது. அதுவும் பத்தாம் பக்கத்தின் அடியில் வந்தது இச்செய்தி. கல்கத்தா பங்குச் சந்தையின் செய்திகளுக்கு அடியில் சிறுகுறிப்பாக இச்செய்தி வந்தது. தலைப்பு மட்டும் சிறிது சிறப்புத் தன்மையோடு இருந்தது. ‘முகமதியர்-பார்சி திருமணம்’ என்ற தலைப்பு அது. இச்செய்தியில் ருட்டியை பார்சி வழக்கப்படி ருட்டன்பாய் என்ற பெயரோடு குறிப்பிட்டிருந்தது. ருட்டன்பாய் என்பது பலரும் அறியாத ருட்டியின் பெயர். ஏறத்தாழ பம்பாய் க்ரோனிக்கள் போன்றேதான் இச்செய்தியும் வந்திருந்தது. திருமணம் நடந்த இடம், நாள், நேரம், வந்திருந்த விருந்தினர்களின்

பட்டியல் என்பது போன்ற எந்த விவரங்களும் செய்திகளில் கொடுக்கப்படவில்லை. நிச்சயமாக இந்த இரு செய்தித் தினசரிகளின் நிருபர்கள் திருமணத்திற்கு அழைக்கப்படவில்லை என்பது புலனாகிறது. திருமணத்தைக் கண்ட செய்தித்துறை ஆட்களிடமும் இந்த நிருபர்கள் கேள்விகேட்க முடியாத நிலைதான் நீடித்தது. கிடைத்த செய்திகள் அனைத்துமே செய்தித் தொகுப்பாகக் கொடுக்கப்பட்டவை மட்டும்தான். ஒருவேளை ஜின்னாவின் மீதுள்ள அச்சத்தின் காரணமாகவும் இருக்கலாம். அவரின் மான நஷ்டஈடு வழக்குகளினாலும் அஞ்சியிருக்கலாம். ஏனெனில் அவர் எடுத்துக்கொண்ட பிரிட்டிஷிற்கு எதிரான ஒரு நஷ்ட ஈடு வழக்கில் இரண்டாண்டுகள் தொடர்ந்து வழக்காடி, வெற்றி பெற்றிருந்தார். அவரது நண்பரான பம்பாய் க்ரோனிக்கள் ஆசிரியரான B.G.ஹார்னிமேன் தன் இல்லத்தில் சுயபாலின உறவுகள் வைத்திருக்கின்றார் என்று வதந்தி பரப்பப்பட்டதை எதிர்த்துதான் ஜின்னா அந்த வழக்கை நடத்தி வெற்றி பெற்றார். இந்தத் திருமணம் நடந்து முடிந்த இரண்டு நாட்களுக்குப் பின்னும் இது தொடர்பான செய்திகள் அதிகமில்லை. ஒரே ஒரு செய்தி மட்டும் ஏற்கெனவே வந்த செய்திக்கு உறுதுணையாக வந்தது. பம்பாய், 19-ஆம் தேதியிட்ட செய்தி ஒன்று அடுத்த திங்கட்கிழமை ஏப்ரல் 22-ஆம் தேதி சில பத்திரிகைகளில் வந்தது. *ஸ்டேட்ஸ்மேன், பயனீர், சமூக-ராணுவ அரசாங்க அறிக்கை* போன்றவைகளில், "பார்சி செல்வந்தர் தின்ஷாவின் ஒரே மகளான ருட்டன்பாய் நேற்று இஸ்லாம் மதத்திற்கு மாறி, மரியாதைக்குரிய ஜின்னாவை மணமுடித்தார்" என்ற சுருக்கமான செய்தி வந்து.

செய்தியறிந்த பலர் மனதிலும் ஒரே ஒரு கேள்வி துளைத்துக் கொண்டிருந்தது. இரண்டு நாட்கள் தொடர்ந்து ருட்டி தனது பெத்தித் மாளிகையிலிருந்து யாரும் அறியாமல் வெளியேறியிருக்கிறார். முதலில் ஏப்ரல் 18-ஆம் தேதியில் மாளிகையை விட்டு வந்து, ஜின்னாவுடன் ஜமா மஜீத்துக்கு சென்று மிகவும் புகழ்பெற்ற மௌலானா ஒருவரின் முன்னால் இஸ்லாம் மதத்திற்கு மாறியுள்ளார். மீண்டும் அடுத்த நாள் 19-ஆம் தேதி தனது பெற்றோர்களின் கண்களுக்குத் தெரியாமல் ரகசியமாக வெளியே வந்து, ஜின்னாவின் மாளிகை இருக்கும் மவுண்ட் பெசன்ட் சாலைக்கு நடந்தே வந்து சேர்ந்திருக்கிறார். அங்கே ஜின்னா, மௌல்வி ஒருவர் முன்னிலையில் பத்துப் பன்னிரண்டு ஆண் மக்களைத் திருமணத்திற்கு சாட்சிகளாக வைத்திருந்தார். அன்றிரவே மீண்டும் தன் மாளிகையை விட்டு வெளியே வந்திருக்கிறார். அவர் இரவில் வீட்டில்

தங்கவில்லை என்பதுகூட அவரது பெற்றோர்களுக்குத் தெரியாது. திருமணம் முடிந்து விட்டது என்ற செய்தியைக் கூட ருட்டியின் பெற்றோர்கள் தினசரியில் செய்தியாக வந்ததைப் பார்த்தே தெரிந்து கொண்டார்கள். இரவு தங்கள் மகள் வீட்டில் இல்லை என்பதுகூடத் தெரியாமல் இருந்திருக்கிறார்கள். ருட்டி யாரிடமும் தன் ரகசியத் திட்டத்தைப் பற்றிக் கூறவில்லை. கையில் ஒரு குடையும், ருட்டியுடன் எப்போதும் கூடவே செல்லும் குட்டி நாயும் மட்டுமே இந்த ரகசியத் திட்டத்தின் பங்காளிகள் போலும்! வேறு யாருக்குமே தெரியாத ரகசியங்கள் அவை. அதிலும் ருட்டியின் நம்பிக்கைக்கும் அன்புக்கும் உரிய பத்மஜா, ஹைதராபாத்திலிருந்து பம்பாய் நகரத்திற்கு, கல்லூரிப் படிப்பிற்காக வந்தவர், மீண்டும் பம்பாயிலிருந்து முசௌரியில் உள்ள உள்ளுறைப் பள்ளிக்கு மாற்றிச் சென்றுவிட்டார். இதனால் அவர்கள் இருவருக்கும் நடுவில் சிறிது காலம் தொடர்பில்லாமல் போயிருந்தது. முன்புபோல் கடிதங்கள் எழுதிக்கொள்ளவில்லை. அடுத்திருந்தது ருட்டியின் இன்னொரு நம்பிக்கைக்குரியவரான சரோஜினி. அவரை மிகவும் மதிப்பான இடத்தில் ருட்டி வைத்திருந்தார். ருட்டி, ஜின்னா மீது வைத்துள்ள காதலை அறிந்து, அதற்கு ஓரளவு ஆதரவும் தெரிவித்தவர்தான். ஆனால், இப்போதுள்ள நிலையில் ருட்டி, சரோஜினியைத் தொடர்புகொள்ள எவ்வித முயற்சியும் எடுக்கவில்லை. ஒருவேளை சரோஜினியும் இந்தத் திருமணத்திற்கு ஏதேனும் தடை செய்யலாம் என்ற அச்சமே அதற்கான காரணம். சரோஜினிக்கு ஜின்னாவின் மீது மரியாதை மட்டுமல்ல அதீத அன்பும் உண்டு. இருப்பினும் ஜின்னாவின் தவறுகளைக் கண்டுகொள்ளாமலும் விடுவதில்லை. அதோடு ஏறத்தாழ ஓராண்டிற்கு முன் ருட்டி, வயதின் வேகத்தில் தவறு செய்வதாகக் கூறிக் கண்டித்திருந்தார். இந்தக் கண்டிப்பை ருட்டி சுத்தமாக விரும்பவே இல்லை. இதைப் பற்றி பத்மஜாவிடமும் ருட்டி பேசியுள்ளார். 'உங்கள் அம்மா கொடுத்த அதிபயங்கர விரிவுரைக்காக நான் அவர்களைத் திட்டினேன்' என்று ருட்டி, பத்மஜாவிடம் தன் கடிதத்தில் ஒப்புக் கொண்டிருந்தார். இதுவெல்லாம் தெரிந்திருந்தும், ருட்டி-சரோஜினி நண்பர்கள் வட்டத்தில், சரோஜினி, ருட்டியை உற்சாகமூட்டி, ஜின்னாவுடன் ஓடிவிடுவதற்கு உதவி செய்திருக்க வேண்டும் என்ற எண்ணம் இருந்தது. ஆனாலும் அது எப்போது, எப்படி நடந்தது என்பது சரோஜினிக்கும் தெரியாது. சரோஜினியும் தினசரிச் செய்திகளில் இருந்துதான் திருமணச் செய்தியை அறிய நேர்ந்தது.

திருமணம் முடிந்து ஒரு வாரத்திற்குப் பின் சரோஜினி தனது மிக நெருங்கிய நண்பரான சையது முகமது என்ற இளம் தேசியவாதிக்கு இதுபற்றி ஒரு கடிதம் எழுதியிருந்தார். பீகாரிலிருந்து வந்த அந்த இளைஞரிடம், சரோஜினி எந்த ரகசியங்களையும் மறைப்பதில்லை. அவருக்கு எழுதிய அந்தக் கடிதத்தில், ஒருவழியாக, கடைசியாக ஜின்னா தன் விருப்பத்திற்குரிய பூவைப், *'blue girl'* - பறித்து விட்டார்' என்று எழுதியிருந்தார். 'எல்லாமே திடீரென்று நடந்து முடிந்துவிட்டது. யாரும் எதிர்பார்க்காததுதான். பார்சி மக்கள் இதனால் கொதித்துப் போய்விட்டனர். கோபமும் எதிர்ப்பும் கொழுந்து விட்டு எரிந்தது. ஆனாலும் உண்மையைச் சொல்ல வேண்டுமானால், அந்தச் சிறு பெண் அவளே நினைக்காத, தெரிந்து கொள்ளாத அளவிற்கு மிகப்பெரும் தியாகம் செய்திருக்கிறாள். ஆனால் அவை எல்லாமே ஜின்னாவிற்காகச் செய்வது மிகச் சரிதான். ஏனெனில் ஜின்னா அவளை அவ்வளவு நேசிக்கிறார். அவரிடமிருந்து மனிதத் தன்மையோடும், உள்ளார்ந்த உணர்வுகளோடும் வெளிவந்த உணர்ச்சி அது. ஜின்னா எவ்வளவு அழுத்தமான, உணர்வுகளை உள்ளடக்கி வைத்திருக்கும் மனிதரென்றாலும் நிச்சயமாக அவர் அவளை மிக்க மகிழ்ச்சிகரமாக வைத்திருப்பார்'.

திருமணத்திற்கு இரண்டு மாதங்களுக்கு முன்புதான் ருட்டி தனது 18 வயதைக் கடந்திருந்தார். ஆனாலும் சரோஜினி நினைத்தது போல் ருட்டி அப்படி ஒன்றும் சின்னப் பிள்ளை அல்ல. மிகவும் உணர்ச்சிப்பூர்வமாக ஜின்னாவை அவர் காதலித்து வந்தபோதும், கடந்த பதினோரு மாதங்களில் ஜின்னா தன்னைக் கண்டும் காணாமல் இருந்ததைப் பார்க்காமல் இல்லை அவர். ஜின்னா ஒதுங்கி நின்றதை அறியாதவராகவோ, புரியாதவராகவோ இல்லை. அவர்களது காதல் மீதூறி நின்ற பொழுதிலும் கூட அவர் ருட்டியிடமிருந்து தள்ளியே நின்றார். மௌனமாகத் தொடர்ந்திருந்தார். தன்னுள் உள்ள உணர்வுகளை வெளிக்காட்டாமல் நின்றிருந்தார். தனித்து இருந்து, ருட்டியை மேலும் மேலும் காதல் ஏக்கத்தினுள்ளே அழுத்திவிட்டார். ருட்டியைப் பொறுத்தவரை அந்தக் காலமும் அந்தக் களமும் 'உயர்ந்த உணர்ச்சிக் குவியல்களும், கீழிழுக்கும் அழுத்தங்களும் நிறைந்த' ஒரு கதம்ப மாலை போல் இருந்தது. ருட்டியும் இவ்வாறாகத்தான் தனது அப்போதைய நிலையைப் பற்றிக் கூறியுள்ளார். நீதிமன்றம் கொடுத்த தடையினால் அவர்கள் அவ்வப்போது சந்திக்கும் சூழலும் மாறிவிட்டது. பொழுதுபோக்கு மன்றங்களிலோ, குதிரைப் பந்தயத்

திடல்களிலோ ‘தற்செயலாகச்’ சந்தித்து ஓரிரு வார்த்தைகள் பரிமாறிக் கொள்ளும் நிலையும் நின்று போனது. அதே போன்று நீதிமன்றத்தின் தீர்ப்பை முற்றிலும் ஒத்துக்கொண்டு, கடிதம் ஏதும் எழுதும் முயற்சியையும் ஜின்னா எடுக்கவே இல்லை. பொதுவாகவே ஜின்னாவிற்கு கடிதம் எழுதுவது போன்றவைகள் சுத்தமாகப் பிடிக்காது. அப்படியே எழுதப்படும் கடிதங்களும் மிகவும் சிக்கனமானவை; சில தேவையான வரிகள் மட்டுமே அவைகளில் இருக்கும். கடிதங்கள்... அதில் வண்ணமயமான அலங்கார வார்த்தைகள்- இதெல்லாம் ஜின்னாவின் அகராதியிலேயே கிடையாது. ருட்டியின் நீளமான கடிதங்கள்... தன் தவிப்பைச் சொல்லும் கடிதங்கள் இதற்கெல்லாம் அவரின் கடிதங்கள் பதிலேதும் சொல்லாது. அவர் மனதைத் திறந்து ருட்டியிடம் ஏதும் கொட்டுவதில்லை. ஆயினும் அவர் மனதில் ருட்டி நிறைந்திருந்தாள். அதில் சந்தேகம் ஏதுமில்லை. ஆனால் அதைக் கண்டறிவது அத்தனை எளிதல்ல. ருட்டிக்கும் சில நேரங்களில் அவர் மனதில் இருப்பதை நினைத்துக் கேள்விகள் எழும். ஆனால் அவர் மனதிலிருந்த ஆழ்ந்த காதல், அந்தத் தேடலை வினாவிலேயே முறித்துவிடும். ஆனால், ஜின்னாவின் மௌனத்தினால் ருட்டியின் மனதில் ‘ஏக்கங்கள், காலியிடங்கள்’ என்று பல உணர்வுகள் எழும்... வீழும். அவருக்கான ஏக்கமும் காத்திருத்தலும் நிலையாக ருட்டியின் மனதில் குடியிருக்கும். இதையும் தாண்டி ருட்டியின் மனதில் அத்தனை நம்பிக்கை; அத்தனை ஆழமான ஈர்ப்பு.

நிச்சயமாக ருட்டியைச் சுற்றி பலர் - நண்பர்களும், உறவினர்களும் - அக்கறையோடு அக்காதலை முடித்துக் கொள்ளுமாறு அறிவுரை கூறினர். காதலர் இருவருக்குள்ளும் அத்தனை வேற்றுமைகள். வயதின் ஏற்றத்தாழ்வு ஒருபுறம். வேறு வேறு மதங்கள் மற்றொரு புறம். இருவரது குணநலன்களும் ஆளுக்கொரு பக்கம் இழுக்கும். ஜின்னாவின் மீது பலருக்கும் மரியாதை... ஆனால் அன்பு... அது மிக சிலருக்கே. அவரைப் பொறுத்தவரை அரசியல்தான் அவரின் உள்மூச்சாக இருந்தது. அவரது உணர்வுகள், உணர்ச்சிகள், உந்துதல்கள் அனைத்தும் அரசியலிலிருந்துதான் கிடைத்தன. ஆனால் ருட்டிக்கு... அவர் ஒரு சுதந்திரக் கிளி. பலவற்றின் மீது ஆவலும் அக்கறையும் கொண்ட இளம் பெண். எல்லைகளை மிகவும் விரித்துக்கொண்ட பெண். இத்தனை இருந்தும் ஜின்னாவிற்கு எதிராகப் பேசப்படும் ஒவ்வொரு வார்த்தையையும் எதிர்த்து நிற்பார் ருட்டி. அதை அவரால் தாங்கவே முடியாது. சென்ற ஆண்டே லீலாமணிக்கு எழுதிய

கடிதம் ஒன்றில், ‘உனக்கு பூ ஒன்று கொடுக்கிறேன் என்று வைத்துக்கொள்; நீ உடனே அதில் இருக்கும் முட்களை எண்ணிக்கொண்டா இருப்பாய்? அந்தப் பூவின் வண்ணத்திலும், மணத்திலும், அழகிலும் மயங்கி நிற்க மாட்டாயா?’ என்று கடிந்துகொண்டு எழுதியிருந்தார். அவரைப் பொறுத்த அளவில் காதல் என்பது இதுதான்! வேறெதுவும் அவருக்குப் பொருட்டல்ல. அதுவும் பத்து வயதிலிருந்தே ருட்டி ஆங்கில இலக்கியத்தைத் தொடர்ந்து வாசித்துக் கொண்டிருக்கும் பெண். ‘‘நான்’ என்ற எனது பொங்கிவரும் உணர்வுகள் என்னைச் சுட்டெரிக்கின்றன. அவை என் தசைநார்களைக் கிழித்தெரிகின்றன. இவைகள் தரும் இன்ப வேதனையை என் மனமும் தொடர்ந்து நாடுகின்றது. அந்தத் துன்பத்திலும் எனக்கு அத்தனை மகிழ்ச்சி.’ இப்படித் தன் பதினேழாவது வயதில் பத்மஜாவிற்கு எழுதிய கடிதத்தில் கூறுகிறார். இன்னொரு கடிதத்தில் ‘சுட்டெரிக்கும் சோகம் எனக்கு மகிழ்ச்சியைத்தான் ஈட்டுகின்றது. அந்தத் துன்பமே என்னைப் புடமிடுகிறது: முழுமையாக்குகிறது. என் மனதையும் கனியச் செய்து விடுகிறது’ என்று எழுதியுள்ளார். அவர்கள் காதல் மலர்ந்தபோது அவர் மெல்ல மெல்லத் தன்னையே உணர்ந்து கொள்ளும் நிலைக்குள் அழுந்தினார். தான் காதலிக்கும் மனிதரின் மனதையும் விட தன் மனதைத் தானே உணரும் பக்குவம் வந்தடைந்தது. ‘உன் பசியையும், தாகத்தையும் உன்னைத் தவிர வேறு யார் தணித்துவிட முடியும்?’ என்று லீலாமணிக்கு எழுதிய கடிதத்தில் ருட்டி கேட்டிருந்தார். அதே வாரத்தில் லீலாமணிக்கு எழுதிய அடுத்த கடிதத்தில் தனது அடுத்த ஆழமான கருத்தைப் பகிர்ந்திருந்தார். ‘ஓர் உன்னதத்தை நோக்கி நீ பயணிக்கும்போது மாற்றங்கள் முதலில் உன் மனதில் ஏற்படவேண்டும். அதன் மூலமே நீ நிச்சயமாக உன்னையே உணர்ந்து கொள்ளும் உயர்ந்த நிலைக்குச் சென்றடைய முடியும்.’

அந்தக் கோடை நாளில் ஒரே ஒருமுறை சிறிது நேரமே பார்த்த ஜின்னாவுடன் முளைத்த காதலின் ஆரம்பப் புள்ளியில் அவரை நினைத்து, ஏங்கி உருகுவதை யாரிடம்தான் ருட்டி கொட்டித் தீர்க்க முடியும்? ஜின்னாவும் தன் வழக்கமான கட்டுப்பாட்டைத் தளர்த்திக்கொண்டு ஓய்வாக இருந்த விடுமுறை வேளையின்போது, அவர் தனது மனதின் ரகசியக் கதவுகளைத் திறந்து மனதில் இருந்த வண்ணங்களை வெளியே ருட்டியிடம் கொட்டியபோது, ருட்டி தன் கவிதை வரிகளில் கூறியதுபோல், எங்கேயோ தொலைதூரத்தில் இருக்கும் பிடிபடாத அந்த மனிதரை- யாரோ ஒருவர்போல் இருக்கும்

அந்த மனிதரை நோக்கி ஓடுவதை, ருட்டி யாரிடம் என்ன சொல்லித் தீர்க்க முடியும்?

ருட்டியால் இப்போது செய்ய முடிந்ததெல்லாம் ஒன்றே ஒன்றுதான்: தனது துடுக்குத் தனத்தின் பின்பு ஒளிந்துகொண்டு, தனது அறிவு, துள்ளல், ஆடை அணிகள், மிகுந்த ஒப்பனை என்று அத்தனையையும் மறைத்துக்கொண்டு, தன் ஒட்டுமொத்த உணர்வுகள் எல்லாவற்றையும் சோதித்துக் கொள்ளாமலும், யாரிடமும் அதை வெளிக் காண்பிக்காமலும் இருக்க வேண்டியிருந்தது. ஜின்னாவும் அப்படித்தான். தன் காதலியின் இதயம் பற்றிய எந்தக் கேள்வியும் அவரிடமில்லை. அவரும் தன் வாழ்க்கையிலேயே, முதன்முறையாக காதல் வலையில் விழுந்துவிட்டார். அதுவும் அது அவரின் இயல்புத் தன்மைக்கு எதிராக நடந்த ஒன்று. ஆனாலும் வீணான உணர்ச்சிகளுக்கு அவர் வாழ்க்கையில் இடமில்லை. அதுவும் தேவையில்லாத விஷயங்களைத் தலைமேல் சுமந்து செல்லும் பொறுமையும் அவரிடம் சுத்தமாகக் கிடையாது. அவரிடம் தொடர்புகொள்ளும் எவரும் அவரிடம் ரத்தினச் சுருக்கமாக இருக்கவேண்டும். இந்தக் காதல் விவகாரத்திலும் அவர் அதிகமாக யோசித்துக் கொண்டிருக்கவில்லை. எப்போது ருட்டியின் அளவில்லா அன்பையும், ருட்டியின் உறுதியையும் பார்த்தாரோ அதன்பின் அவர் முழுமையாகத் தன் அரசியல் வாழ்க்கையில் மூழ்கிவிட்டார். அதிகமான தீவிரத்துடனும், ஆவலுடனும் அரசியலில் இருந்தார். இதுவே அவர் தங்கள் காதலுக்காகக் கொடுத்த முதல் அர்ப்பணிப்பு. இதே தீவிரத்தை ருட்டியைத் திருமணம் செய்வதிலும் காட்டினார். எதிர்வந்த எதிர்ப்புகள், குழப்பங்கள் எதையும் எளிதாகப் புறந்தள்ளினார்.

ருட்டியின் வயதையொத்த இளம் பெண்களுக்கு இந்த ஜோடிப் பொருத்தம் மிகவும் தவறானதாகத்தான் தோன்றியது. மிகவும் துடிப்பான, அறிவுக் கூர்மையுள்ள, நாகரிகமான பெண்ணான ருட்டி, அன்றைய பெண்களுக்கு ஒரு பெரிய முன்மாதிரியாக இருந்தவர். அப்படிப்பட்ட ஒரு பெண் எப்படி தன் வாழ்க்கைக்கு ஒரு இஸ்லாமியரைத் தேர்ந்தெடுத்தார் என்பது போன்ற எண்ணங்கள் ஏதும் தோன்றவில்லை. அது ஆச்சரியமளிக்கவுமில்லை. ஏனெனில் அன்று இருந்த ஆங்கிலக் கல்வி பெற்ற மக்கள் யாவரும் தங்கள் நண்பர்களை இந்து, இஸ்லாம், பார்சி என்றெல்லாம் சாதி, மதவாரியாக வித்தியாசப் படுத்திப் பார்ப்பதில்லை. படிக்காத பாமர மக்களின் மத்தியில்தான் அந்த வித்தியாசங்கள் இருந்தன.

அதிலும் இதுபோன்ற ஆங்கிலவழிக் கல்வி பயின்ற பெண்கள்- மோதிலால் நேருவின் மகளான 'நன்' அல்லது ஸ்ரூப் போன்ற படித்த பெண்கள்- வேற்று மதத்தினரைத் திருமணம் செய்வது இயற்கையானது என்றும், அதில் தவறேதும் இல்லை என்றும் நினைத்தனர். ஆனாலும் ஜின்னா- இளமைத் துடுக்கும், அழகும், நல்ல நடவடிக்கைகள் உள்ள மனிதராக இருந்தபோதும்- ருட்டியைவிட இருபத்தி நான்கு வயது அதிகமானவர் என்பதால்- ருட்டியின் நண்பர்களுக்கு இது ஒரு பெரும் தவறான பொருத்தம் என்பதாகவே தெரிந்தது. மன்னிக்க முடியாத ஒன்றாகவும் இருந்தது. அவர்களைப் பொறுத்தவரை தன் வயதைவிட இரட்டிப்பான வயதைவிட அதிகமான ஒருவரைத் தேர்ந்தெடுப்பது, அன்றைய படித்த பெண்களின் நிலையை ஆங்கிலேயர்களின் முன்னால் அடித்து நொறுக்குவது போல் தோன்றியது. இருவருக்கும் நடுவில் இருந்த வயது வித்தியாசம் அதிக அளவில் எதிர்ப்புக்குள்ளானது. அந்தப் படித்த பெண்கள்... எவ்வளவுதான் படித்திருந்தாலும்... ருட்டி தன் உரிமையைக் கையாண்ட முறைக்காகவும், தன் வாழ்க்கையை தன் விருப்பத்தின்படி அமைத்துக்கொள்ள முடியும் என்ற ருட்டியின் முடிவிற்காகவும் மிக்க அதிர்ச்சியும், ஏமாற்றமும் அடைந்தனர்.

இவைகள் எல்லாமே நம்பமுடியாதவைகளாக 'நன்'னிற்குத் (ஸ்ரூப்) தோன்றியது. அவர் ஒரு இஸ்லாமியரைக் காதலித்தார். ஆனால் தன் பெற்றோர்களின் வற்புறுத்தலினால் அதைக் கைவிட்டு விட்டார். ஆனால் அதே வயது. ஏறத்தாழ அதே செல்வாக்கான குடும்பச் சூழல். ஏன் ருட்டி இப்படி தீவிரமாக இருக்கிறார்? இதற்கு காதல் மட்டுமா காரணமாக இருக்க முடியும்? அதையும் தாண்டி வேறெதெற்கோ இப்படி ஒரு வயதில் மூத்தவரைத் திருமணம் செய்து கொள்கிறார் என்று நன் நினைத்தார். நன் தன் திருமணத்திற்குப் பிறகு, தனது புதிய பெயரான விஜய லட்சுமி பண்டிட் என்ற பெயரில், 'மகிழ்ச்சிக்கான அழைப்பு' என்ற தலைப்பில் எழுதிய நூலில், ருட்டி பற்றி எழுதியுள்ளார்: 'ருட்டி எனது நண்பர். இருவரும் ஒரே வயதினர். ஆனால் நாங்கள் இருவரும் வித்தியாசமாக வளர்க்கப்பட்டோம். ருட்டி செல்லம் கொடுக்கப்பட்டு வளர்க்கப்பட்டவள்; மிகவும் அழகான பெண்; எப்போதும் தன் இஷ்டம் போல் இருப்பாள். ஜின்னாவைவிட அதிக வயது குறைவானவர். அவர்கள் இருவரும் சரியான காதல் ஜோடி அல்ல. அதிலும் ஜின்னா ஒரு இஸ்லாமியர். பார்சி இனத்து மக்களோ மிகவும் பழங்காலத்து ஆட்கள். வழக்கமாக

'விழித்தெழுங்கள்' என்று சொல்வதுபோல் இந்த நிகழ்வும் பழங்காலத்து எண்ணத்துடன் இருக்கும் பார்சி மக்களுக்கு அதிர்ச்சி கொடுப்பதற்காக இருக்கலாம். மேலும் ஜின்னா தனக்கென ஒரு பெயரை ஏற்படுத்திக் கொண்டுள்ளார். அடிக்கடி செய்திகளில் அடிபடும் ஆள்; ஒரு பெரிய அரசியல் தலைவராக உருவாகிக் கொண்டிருந்தார். இவையெல்லாம் ஒருவேளை அவளைக் கவர்ந்திருக்கலாம். அதனாலேயே தன் குடும்பத்தின் எதிர்ப்பையும், பார்சிகளின் கோபத்தையும் எதிர்த்து ருட்டி திருமணம் செய்திருக்கலாம்.

நன்... விஜயலட்சுமி பண்டிட்... கூறியது போல் ஜின்னா வெறுமனே வளர்ந்து வரும் தலைவரல்ல; அதையும் தாண்டி இந்து, முஸ்லீம், ஆங்கிலேயர் என்று தேசியவாதிகள் அனைவரையும்விட பெரிய அரசியல் நிபுணராக மாறிக் கொண்டிருந்தார். அப்படிப்பட்ட ஒருவரைத் தன் காதல் பிடிக்குள் கொண்டுவருவதும் பெருமைக்குரிய ஒன்றுதான். ஜின்னாவின் புகழிற்கு முன்னால் வயதையும் மீறி பெண்கள் ஈர்க்கப்படுவது இயற்கைதான். அவரது அழகு, கம்பீரம், ஈர்ப்பு, செல்வச் செருக்கு என்பவைகளோடு செம்மையான பழகும் தன்மை, அறிவுக் கூர்மை என்று அடுக்கடுக்காய் உள்ள அனைத்து நற்பண்புகளும் ஆண், பெண் என்று எல்லோரையும் ஈர்க்கக் கூடியவைதான். பல பெண்கள் தங்கள் ஈர்ப்பை அவரிடம் காண்பித்திருந்தாலும் அவர் தன்னை ருட்டியோடு இணைத்துக் கொண்டார். அதிலும் ருட்டி அவர்மீது காட்டிய உரிமை எல்லோருக்கும் தெரிந்ததே. ஜின்னாவும் அதை மறைக்க முற்படவேயில்லை. ருட்டிக்கும் தெரியும்படியே அவரும் நடந்து கொண்டார். ருட்டியின் விருப்பத்திற்கு ஏற்ப தன் முகத்தையே மாற்றிக் கொண்டார் ஜின்னா. நீண்ட வளைந்த தன் மீசையை ருட்டியின் விருப்பத்திற்கேற்ப மழித்துக் கொண்டார். தலைமுடியை நீளமாக வளர்த்து, பின்புறம் வழித்துச் சீவிக் கொண்டார். அதுதான் அப்போதைய பார்சி இளைஞர்களின் நாகரிகமாக இருந்தது. ஜின்னாவின் காதலை தான் அங்கீகரித்ததற்கான பரிசுகள் இவை என்று ருட்டி இந்த மாற்றங்கள் பற்றி விளையாட்டாகக் கூறினார். இந்த மாற்றங்கள் அனைத்தும் ஜின்னாவின் தோற்றத்திலிருந்த இஸ்லாமிய அடையாளங்களை முற்றிலுமாக மாற்றிவிட்டது. மீசை, தாடி, குல்லா, ஷெர்வானி என்ற அனைத்து இஸ்லாமிய அடையாளங்களும் மாறிவிட்டன. ருட்டியின் விருப்பத்திற்கேற்ப இந்த மாற்றங்களை மேற்கொள்ள ஜின்னா ஒரு வினாடி கூட யோசிக்கவில்லை. காதலை ஏற்றுக்கொள்ள ருட்டி விதித்த

விதிகள் என்பது போல் அவைகளை ஜின்னா உடனே நிறைவேற்றினார்.

ஆனாலும் ஜின்னா மீசை வைத்திருந்தாலும் சரி... எடுத்திருந்தாலும் சரி... எப்படியாயினும் ருட்டி அவரைத் திருமணம் செய்து கொண்டிருப்பார். அவருக்கிருந்த ஒரே கேள்வி ஜின்னா திருமணத்தை எப்படி எடுத்துக் கொள்வார் என்பது மட்டும்தான்; அவர் முகமதிய அடையாளங்களை களைந்து விடுவரா இல்லையா என்பதெல்லாம் அவர் மனதில் தோன்றியதில்லை. அந்தப் போர்க்காலத்தில், அனைத்து புத்தம் புதுக் கருத்துகளையும் முழுவதுமாக அறிந்து கொண்டிருந்த ருட்டிக்கு பெண்களின் கடைசி எல்லையே திருமணம் மட்டும் தான் என்பது இல்லை என்று தெரிந்திருக்காதா என்ன? அந்தப் பெரும் போர்க்காலம் முடிவுறாது நீண்டு கொண்டே செல்ல, காலங்களில் பல மாற்றங்கள் தொடர்ந்து நிகழ்ந்து கொண்டிருந்தன. இச்சூழலில், முழுமையாக வீட்டோடு ஒருங்கிணைவதோ, அல்லது ஜின்னாவின் நுரைத்துப் பொங்கிவரும் புகழ் வெள்ளத்தில் மூழ்கித் திளைப்பதோ ருட்டிக்கு ஒத்துவராதவைகளாக இருந்தன. ஆனால் ருட்டியின் நண்பர்கள் பலரும் ஜின்னாவின் புகழ் வெளிச்சத்தில் திளைப்பதற்காகவே அவரைக் காதலிக்கிறார் என்றும் நினைத்தனர். அதனால்தான், வயதில் மூத்த அவரைக் காதலிக்கிறார் என்றும் நினைத்தனர். அதில் சிறிதளவுகூட உண்மையில்லை. ஆனால் பலரும் இன்னும் பழைய நினைவுகளில் தான் தோய்ந்து கிடந்தார்கள். அவர்களுக்குப் பெண்களின் வாழ்வின் உச்சமே திருமணம் மட்டும்தான் என்ற நிலைப்பாடு இருந்தது. ருட்டி ஆழ்ந்து வாசித்துக் கொண்டிருந்த எம்மலின் பங்க்ஹர்ஸ்ட் அவர்களின் வாழ்க்கை வரலாற்று நூலும் நாகரிகமான பெண் திருமணம் செய்து, ஒரு குடும்பத்தைப் பேணிக் காக்கவேண்டும் என்றே வலியுறுத்தியது. பெண்களின் வாழ்கையை இப்படித் திரை போட்டு மறைத்தது. ஆனால் ருட்டிக்கு மிகவும் பிடித்த ஆங்கில ஆசிரியர்களான H.G. வெல்ஸ், ஜார்ஜ் மூர் போன்றோர் அந்தக் காலத்தில் முதன் முறையாக பெண்களை உயரத் தூக்கி நிறுத்தி, அந்த விக்டோரியன் காலத்து திருமணங்களையும், ஒழுக்க முறைகளையும் அடித்துத் தகர்க்க ஆரம்பித்திருந்தனர். அவர்களின் புதினங்களில் வரும் பெண்கள் இருவேறு பாதைகளுக்கு நடுவே தங்கள் போராட்டங்களை எதிர் கொண்டிருந்தனர். ஒரு பக்கம், பழமையான கருத்தை ஒட்டி, திருமணம் செய்துகொண்டு

பின்தொடரும் இனிமையான கட்டுப் பெட்டி வாழ்க்கை; இன்னொரு புறம் தங்கள் வாழ்க்கையைக் குடும்பங்களுக்கு வெளியே தேடிக் கொண்டிருக்கும் போராட்ட வாழ்க்கை. ருட்டி இத்தகைய நூல்களைத் தீவிரமாக, தொடர்ந்து வாசித்துக் கொண்டிருந்தார். அதோடு, ஜார்ஜ் மூர் எழுதிய 'பிரம்மச்சாரிகள்' *(Celibates)* என்ற கதைத் தொகுதியில் பல இடங்களில் பென்சிலால் அடிக்கோடுகள் இட்டு வாசித்துக் கொண்டிருந்தார். அதிலுள்ள கதை ஒன்றில் கதைத் தலைவி தனக்கு நிச்சயம் செய்யப்பட்டுவிட்டவனை மணக்க மறுத்து போராடிக் கொண்டிருந்தாள். ருட்டிக்கு இதைப் பற்றிய ஒரு எதிர்மறைக் கருத்து இருந்திருந்தால் அவரின் வாழ்க்கைப் பாதை வேறு வழிக்குத் திரும்பியிருக்கும். கல்வியறிவும், வாசிப்பறிவும் மிக ஆழமாக அவரிடம் இருந்தன. அப்படிப்பட்ட ஒரு பெண் வழமையான கல்யாணத்தை, தனது இனத்து மணமகனை, மணந்து, ருட்டியின் தாயைப்போல் ஒரு பெரும் செல்வ வாழ்க்கையை, அழகான வீட்டை வழிநடத்தி, நண்பர்களுக்கும் தன்னைப் போன்ற செல்வந்தர்களுக்கும் விழாக்கள் நடத்தி, அதே நேரத்தில் தாய்க்குரிய தனது கடமைகளை வெளிநாட்டு தாதிகளிடமும், ஆயாக்களிடமும் விட்டிருந்திருப்பார். இந்த வாழ்க்கை தான் மிகவும் நேர்த்தியான, நாகரிக வாழ்க்கை என்று கற்பிக்கப்பட்டிருந்தது. ஆனால் இதை உடைத்து வெளிவந்து, ஜின்னாவுடன் அவரது ஆர்வம்மிக்க அரசியலுடன் இணைந்து நிற்கும் இளம்வயது தீவிரத்துடனும், புரட்சித் தனத்துடன் ருட்டி தன்னை மாற்றிக் கொண்டார். வீட்டு வாழ்க்கையில் ருட்டி மிகவும் செல்லமான பெண். அந்த வீட்டின் செல்லக் குழந்தை அவர். சிறிதே உடல் நலம் குறைந்தாலும் படுக்கையில் பேணிக்காக்கப்படும் குழந்தை. இந்த நிலையை உதறித் தள்ளி, ஜின்னாவுடன் அவருக்கு இணையாக காதலோடு நின்று, சுதந்திரம் தேடி, போரிட்டு, நாடு இழந்த மகுடத்தை வென்று தலையில் சூட்டிக் கொள்ள வேண்டுமென்று போரிடுவது என்று முடிவெடுத்துள்ளார். காதலில் தனித்திருந்த ருட்டியின் இதயம் இந்த வாய்ப்பை நினைத்து மருகி நின்றது. ஜின்னா அரசியலில் ஆழ்ந்து நிற்பதை ஆவலுடன் பகிர்ந்துகொள்கிறார். காலக்கெடு எல்லாம் தாண்டி, நீண்ட இரவுகளைத் தாண்டி நடக்கும் அரசியல் பேச்சுகள், பிற போராட்ட வீரர்களுடன் உள்ள தோழமை, நாட்டிற்காகப் பல தியாகங்களை ஏனையோருடன் பகிர்ந்து கொள்ளுதல் என்று அனைத்தும் ருட்டியின் மனதிற்கு மிக அண்மையாக இருந்தன. உண்மையில் ஜின்னா எளிமையை நாடினார்; ருட்டியின் குடும்பம் போன்ற செல்வந்தர்களின்

ஆடம்பரங்களை ஜின்னா வெறுத்தார். ஜின்னாவின் இந்தப் பண்புதான் ருட்டிக்கு மிகவும் பிடித்துப் போனது. நிச்சயமாக நன் என்ற விஜயலட்சுமி பண்டிட் நினைத்தது போல் ஜின்னாவின் அரசியல் புகழும், அதிகாரமும் ருட்டியை ஜின்னாவின் பக்கம் இழுக்கவில்லை.

ருட்டியின் மனதில் இருந்த பெரிய போராட்டம், தன் பழைய வாழ்க்கையை விட்டு விட்டு வருவது மட்டுமல்ல; பணம், பாதுகாப்பு, பெற்றோரின் அன்பு இவைகளைத் துறந்துவிட்டு வருவதும் அல்ல. ஆனால் பின் வரும் வாழ்க்கையில் தன் தடைகளை உடைத்து நிமிர்ந்து வெற்றியோடு நிற்க முடியுமா என்பதுதான் ஒரு கேள்வியாக அவர் முன் நின்றது. வழக்கமாகவே ருட்டி தான் முடிவெடுத்த பிறகு அதனுள் முழுமையாகத் தன்னை ஈடுபடுத்திக் கொள்வார். அதன்பின் தான் கடந்து வந்ததைத் திரும்பிப் பார்க்கும் பழக்கம் ருட்டியிடம் இருக்காது. தான் எழுதிய கடிதத்தை மீண்டும் படித்துப் பார்க்கும் வழக்கம்கூட கிடையாது. ஆனால் எல்லாருக்கும் தெரிந்த ருட்டி உண்மையான ருட்டி அல்ல. ருட்டி ரகசியமாகக் கவலைப்படும் பெண். தன் பதினேழாவது வயது பிறப்பதற்கு மூன்று மாதங்களுக்கு முன்பு ருட்டி, பத்மஜாவிடம், "ஆனால் என்னால் அடைய முடியாத கற்பனை வாழ்க்கையை எதற்காக பிறரிடம் சொல்லிக்கொள்ள வேண்டும்?" என்று கேட்டுள்ளார். ஆனால் ருட்டி இப்போது தான் தப்பித்து வருவது பற்றி ஜின்னாவிடம் கூறிவிட்டார். தனது வாழ்க்கையிலிருந்து தன்னை விடுவிக்க வேண்டும் என்று ஜின்னாவிடம் இறைஞ்சிக் கேட்டுள்ளார். தன்னை முழுமையாக ஜின்னாவிடம் ஒப்படைத்திருந்தாலும், அவருக்கே தெரியாதபடி ருட்டி வேறு யாரிடமும் தன் திட்டம் பற்றி மூச்சு விடாமல் இருப்பதற்கான தைரியத்தைச் சிரமப்பட்டுத் திரட்டிக் கொண்டார். இத்தனை இன்னல்களைத் தாண்ட ருட்டிக்கு உற்சாகமும் தைரியமும் வேண்டியதிருந்தது. இதை வழக்கம் போல் அவர் தான் வாசித்த நூல்களிலிருந்து பெற்றுக் கொள்ள முயற்சித்தார். அப்போது வாசித்துக் கொண்டிருந்த வில்லியம் தாக்கரேயின் புதினமான 'சிறந்த கைகள்' *(Eminent Hands)* என்ற நூலில் அவர் அடிக்கோடிட்ட வார்த்தைகள் இவை: "ஒரு மனிதனை உருவாக்கும் அத்தனையையும் நான் துணிவோடு செய்தேன்; அவை கூடவுமில்லை; குறையவுமில்லை." தனது மாளிகையான பெத்தித் மாளிகையில் இருந்து தான் முழுமையாக வெளியேறுவதற்கு முன் இருந்த சில மாதங்களில் தன் கைகளில்

ஒரு குடையை மட்டும் எடுத்துச் செல்வதை வழக்கமாக்கி வைத்திருந்தார்.

தைரியமான பெண்தான். ஆனாலும் பெத்தித் மாளிகையின் உயர்ந்த, அழகிய வாசலைத் தாண்டும்போது மனம் அச்சத்தில் மௌனமாகக் கூச்சலிட்டது. இப்போது நுழைந்த ஜின்னாவின் மாளிகைதான் இனி அவரது வீடு. பெத்தித் மாளிகை மலபார் குன்றின் அடியில் இருந்தது. ஜின்னாவின் வீடு குன்றின் பாதி உயரத்தில் இருந்தது. வெறுமனே 300 அடி தூரம் தான். பெத்தித் மாளிகையிலிருந்து வெளிவந்து, ப்ளசன்ட் மவுண்ட் சாலையில் மேல்நோக்கி நடந்தால், வழியெல்லாம் ரோஜா வண்ணத்தில் பூத்துக் குலுங்கும் காஸியா மரங்கள், ரத்தச் சுடர்விட்டுப் பிரகாசிக்கும் குல்மோகர் மரங்கள்... எல்லாமே ருட்டிக்கு மிகவும் பழகியவைதான். அன்றைய மாலை நேரம்... கோடை வெப்பம் மெல்லத் தணியும் நேரம்... அரபிக் கடலில் இருந்து வீசும் இளம் காற்று... கடந்து செல்ல ஏதுவான சூழல்... ஐந்து அல்லது பத்து நிமிடம் நடந்து பெத்தித் மாளிகையிலிருந்து ஜின்னாவின் வீட்டிற்கு வந்துவிடலாம். ருட்டி இதுவரை ஜின்னாவின் வீட்டிற்குச் சென்றதில்லை. ஆனால் அவரது சித்தி, ருட்டியின் அம்மாவின் தங்கை கூவர்பாய் 'கூமி' பௌவலா-ஜின்னாவின் எதிர்ப்புறம் உள்ள வீட்டில் குடியிருந்தார். பலமுறை ருட்டி அந்த வீட்டிற்குத் தனியாகவோ தன் மூன்று சகோதரர்களுடனோ சென்றிருக்கிறார். தனியாகச் செல்லவும் ருட்டியின் பெற்றோர்கள் அவரை அனுமதிப்பதுண்டு. காவலுக்கோ, துணைக்கோ ஆளனுப்பாமல் தனியாகச் செல்லவும் அனுமதித்து வந்தனர்.

மலபார் குன்று மிக அழகான இடம். ஏப்ரல் மாதக் கோடை வெயில் 72 டிகிரி பாரன் ஹீட்டைத் தொட்டாலும் இப்பகுதி மலர்க் கூட்டங்களுடன் அழகாகத் தோற்றமளிக்கும். "அந்தக் காலையிலும் குல்மோகர் மரங்களின் ரத்தச் சிகப்பு பூக்குவியல்கள், ஒலியாண்டர் மரங்கள், சிகப்பு லில்லி மலர்கள், கருஞ்சிகப்பு பூக்களைத் தாங்கும் தாக் மரங்கள்... இயற்கையன்னை எழில் கொஞ்ச நின்றாள். ஏப்ரல் மாத அழகே அதுதான். திரும்பும் இடமெல்லாம் மரங்களும், மலர்களும் செறிந்திருந்தன. இந்த வண்ணம்தான் அதிகம்... அந்த வண்ணம் தான் அதிகம் என்றில்லாமல் அனைத்து வண்ணங்களும் குவிந்து, சிதறிக் கிடந்து... காதலிலிருந்தும் கவிதைகளிலிருந்தும் சில பக்கங்களைத் திருடிக் கொண்டு வந்ததுபோல் அழகு சிந்திக்கிடந்தது", என்று சரோஜினி தன் கவிதை நடையில்

கூறுவார். ஆனால் ருட்டிக்கு எங்கும் சிந்திக் கிடக்கும் அழகுக் குவியல்களையும் தாண்டி, மலபார் குன்றில் அவருக்கு மிகவும் பிடித்த இடம் குன்றின் நடு உயரத்தில் இருந்த அவரது சித்தியின் வீடுதான். ருட்டிக்கும் அவரது சகோதரர்களுக்கும் அந்தச் சித்தியின் வீடு பெத்தித் மாளிகையின் நீட்சியாகவே இருந்து வந்தது. பிள்ளைப் பருவத்திலிருந்தே வாரத்திற்கு இரண்டு, மூன்று முறைகளாகவாவது சித்தி வீட்டிற்கு வந்து விடுவார்கள். சித்தியின் மூன்று பிள்ளைகளோடு விளையாடவோ, அல்லது கூமியோடு இருந்த தங்கள் பாட்டியைக் காண்பதற்காகவோ வருவார்கள்.

ஆனால் ருட்டி இப்போது நுழைவது சித்தி வீட்டிற்கு எதிர்ப்புறம் உள்ள ஜின்னாவின் வீடு. முதல் முறையாக அவ்வீட்டினுள் நுழைகிறார். அந்த வீடு கூமி மாளிகையின் சுற்றுச் சுவர்களையும் அகன்ற வாசல்களையும் தாண்டி மறைவில் நின்றது. முற்றிலும் புதிதான ஓர் உலகத்தினுள் ருட்டி காலடி எடுத்துவைத்தார்.

காதல் வயப்பட்டு கற்பனை உலகில் சஞ்சரித்துக் கொண்டு இருந்த ருட்டி, சற்றே உணர்வுகளிலிருந்து விடுபட்டு, தனது எதிர்கால வீடு எப்படியிருக்கும் என்று நினைத்திருந்தால்...! பெத்தித் மாளிகை போல் இல்லாவிட்டாலும், தனது சித்தி கூமியின் மாளிகை போல் புதிதாக நாகரிகமாக இருக்கும் என்றே ருட்டி நினைத்திருப்பார். மலபார் குன்றில் உள்ள பல அழகு வீடுகள் போல இருக்கும் என்று நினைத்திருக்கலாம். கூமி போன்ற பணக்கார பார்சியினர் போலவே இன்னும் பல செல்வந்தர்கள் வாழ்ந்த பகுதி அது. அதே தெருவில்தான் ஜின்னாவின் வீடும் இருந்தது. ஜின்னாவும் சாதாரண ஆளில்லையே. அவரது நாகரிக வெளிப்பாடும் யாவரும் அறிந்ததுதானே. அப்படிப்பட்டவர் பம்பாயின் நாகரிகப் பகுதியில் வீடு வைத்திருக்க வேண்டும் என்றுதானே ஆசைப்படுவார். ருட்டி, ஜின்னாவை அவரது வீட்டில் வைத்து எப்போதும் சந்தித்தது இல்லை. பார்த்தது எல்லாம் குதிரைப் பந்தய மைதானத்திலோ அல்லது ஏதோ ஓர் உணவு விடுதியிலோ இருக்கலாம். அல்லது ருட்டியின் வீட்டில் வைத்தோ வேறு நண்பர்கள் வீட்டில் வைத்தோ சந்தித்திருக்கலாம். ஆனால் அதுபோன்ற வீடல்ல ஜின்னாவின் வீடு. அவர் நுழைந்த ஜின்னாவின் வீடு, ருட்டியைப் போன்ற செல்வந்தர்களுக்குச் சிறிதும் பொருந்தாத ஒன்று. அந்த வீடு ஒரு பழங்காலத்து வீடு. மலபார் குன்று வெறும் காடாக, புதர் மண்டிக்

கிடந்தபோது, இப்போதைய நாகரிகம், செல்வந்தர்கள் யாரும் அதிகம் இல்லை. அப்போதெல்லாம் செல்வந்தர்கள் வார இறுதிநாட்களில் ஓய்வெடுக்கவும், வேட்டையாடவும், கடல் காற்றை சுவாசிக்கவும் இங்கு வருவதுண்டு. ருட்டி நுழைந்த வீடு இதுவரை அவர் பார்த்திராத, மோசமான ஒரு வீடு. ஹெக்டர் போலித்தோ என்பவர் லண்டனில் ஜின்னாவின் வாழ்க்கை வரலாற்றை எழுத அமர்த்தப்பட்டார். அப்போது ஜின்னா இறந்து 3 ஆண்டுகள் ஆகிவிட்டிருந்தது. ஆனால் அப்போதே அந்த வீடு முற்றிலும் அழிக்கப்பட்டு, ‘கோவானிச மாளிகை’ என்ற பெயர் மாற்றப்பட்டு புதிதாக எழுந்திருந்தது. பழைய நிலையில், ருட்டி முதன் முதலாக நுழைந்தபோது அந்த வீடு எப்படியிருந்ததோ!? ஆனால் அந்த வீடு ஜின்னாவிற்கு முன் பல ஆங்கிலேய அரசு அதிகாரிகள் தங்கிய இடமாக இருந்தது. அந்தப் பகுதியில் இருந்த பழைய கட்டிடங்கள் புதிய அழகிய, பெரிய, கம்பீரமான செல்வந்தர்களின் கோட்டைகள் போன்ற மாளிகைகளாக மாறிக் கொண்டிருந்தன. புதிய நூற்றாண்டில் பிறந்த செல்வச் செழிப்பான மாளிகைகள் அவை. சுற்றியுள்ள செல்வச் சூழலை மறுத்து நிற்கும் அவரது வீடான ‘சவுத் கோர்ட்டின்’ எளிமையை அங்கு கண்டது ருட்டியைத் துன்புறுத்தவில்லை. ஆனால் குதிரைகள், கார்கள், நவநாகரிக உடைகள் என்று புது நாகரிகத்தில் முக்குளிக்கும் ஜின்னா, இந்த மிகச் சாதாரணமான, மங்கிப் போன வீட்டில்தான் இருக்க வேண்டுமா என்ற நினைவு ருட்டியை மிகவும் துன்புறுத்தியது. பத்மஜாவிற்கு, ருட்டி எழுதிய கடிதத்தில் இந்த வீட்டைப் பற்றி, ‘மகிழ்ச்சியைத் தொலைத்த வீடு’ என்று குறிப்பிட்டுள்ளார்.

ஜின்னா, ருட்டியிடம் வேண்டுமென்றே எதையும் மறைக்கவில்லை. ஆனால் அவரது ஆர்வம் குதிரைகளோடும், நவநாகரிக உடைகளோடும், சுருட்டோடும் முடிந்து போனதுதான் பெரும் சோகம். அவரது வீட்டிற்குச் சென்றவர்கள் வெகு சிலரே. ஜின்னா பம்பாயிலிருந்த உயர்ந்த பத்து பாரிஸ்டர்களில் ஒருவராக இருக்கலாம். ஆனால் பல வழக்கறிஞர்கள் போல அவர் தன் வீட்டுக்கு யாரையும் அழைக்கும் வழக்கமே இல்லாத மனிதர். அவர் அடிக்கடி பல விழாக்களில் பங்கெடுப்பது உண்டு. உணவு, இனிய இசை என்று நூற்றுக்கணக்கில் ஆட்கள் கூடும் விழாக்களில் கலந்து கொள்வது உண்டு. ஆனால் அதற்குப் பதிலாக அவர் அப்படி விழாக்கள் ஏதும் எடுக்கும் பழக்கம் கொண்டவரல்ல. தேநீர் அருந்தும் நேரத்தில் யாரும் வந்தால் கூட அவர்களை உபசரிக்கும் பழக்கம் அவரிடம் சுத்தமாகக் கிடையாது.

அவர் திருமணத்திற்கு முன் இரண்டே இரண்டு விழாக்களை நடத்தினார். ஆனாலும் அவைகள் அவர் வீட்டிலல்ல. அவர் பம்பாய்க்கு வந்ததும் தங்கியிருந்த அப்பல்லோ விடுதிக்கு அருகில் கோலாபா பகுதியில் உள்ள இடத்தை வாடகைக்கு எடுத்து அதில்தான் நடத்தினார். அவர் வீடான 'சவுத் கோர்ட்டை', ஆறு ஆண்டுகளுக்கு முன்பு ஸ்காட்லாந்து அரசியல் அதிகாரி இந்தியாவை விட்டுச் செல்லும்போது அவரிடமிருந்து விலைக்கு வாங்கினார். அது ஒரு நல்ல முதலீடு மட்டுமல்ல; அந்த வீட்டின் முகவரி -மலபார் குன்றில் உள்ள அந்த முகவரி- வளர்ந்து வரும் ஒரு வழக்கறிஞருக்கு மிகவும் பொருத்தமான ஒன்று. அலுவலகம் அமைக்கும் எண்ணத்தில் தான் அதை வாங்கினார். வீடாக மாற்றும் எண்ணம் ஜின்னாவிடம் இல்லை. திருமணம் ஆகாத நிலையில் அவர் எடுத்திருந்த வாடகை வீடு அவருக்குப் போதுமானதாக இருந்தது- ஆனால் அந்த வீட்டின் முகவரி அவ்வளவு நாகரிகமான, ஈர்ப்புடையதாக இல்லை. இதெல்லாமே ஜின்னாவிற்கு ஒரு பொருட்டல்ல. 'ஒழுகாத கூரையுள்ள ஒரு வீடு' – இதுதான் அவர் தன் வீட்டுக்கு வைத்திருந்த வரைமுறை! அவரது வீட்டைக் கட்டிய கட்டிட வல்லுனர் சொன்ன மேற்கோள் இது!

ஜின்னாவிற்கு இந்த வீடு மிக வசதியானது. 'மலபார் குன்று' பகுதியை விட இது வசதியானது. இது பம்பாயின் உயர்நீதி மன்றத்திற்கு மிக அருகில் இருந்தது. நீதிமன்றம் தானே அவரது வாழ்க்கையின் பெரும் பகுதி. அதுவும் உயர்நீதி மன்றத்தில் இருந்த அவரது அறையே அவரது உண்மையான வீடாக இருந்தது. அந்த அறை பம்பாயில் இருந்த இரு முக்கிய அறைகளில் ஒன்று. இன்னொன்று லோகமான்ய திலகரின் வீடான 'சர்தார் கிரக'த்தில் உள்ள அவரது அறை.

நீதிமன்றத்தில் இருந்த ஜின்னாவின் அறை கட்சிக்காரர்களைப் பார்ப்பதற்காக மட்டுமல்ல, அவர் மீது ஆர்வமுள்ள இளைஞர்களைச் சந்திக்கும் பாசறையும் அதுதான். அரசியல் கருத்துரையாடல்கள் அங்கு நிகழும். இவை இரவில் கூட பல மணி நேரங்களுக்கு நடக்கும். பல இளைஞர்களுக்கு ஜின்னா தான் முன்மாதிரி. அவரது நடையுடை பாவனை, நேர்த்தியாகத் தைக்கப்பட்ட உடைகள், அழகான தோற்றம், அக்காலத்து நாகரிகத்தின் அடையாளமான ஒற்றைக் கண்ணாடி, அவரது நகைச்சுவை உணர்வு என்று அவரது ஒவ்வொரு சொல்லும் செயலும் இளைஞர்களை இழுப்பதாக அமைந்தன. அதோடு

நாளை என்ன நடக்கும் என்பது போன்ற கவலையின்றி, இன்று தான் நினைப்பதை அப்படியே வெளிப்படையாகப் பேசுவது என்ற அவரது இயல்பு இளைஞர்களை மயக்கி, அவரிடம் இழுத்துக் கட்டிப் போட்டது. ஜின்னாவும் இளைஞர்களோடு இருக்கும்போது இயல்பாக இருப்பார். ஏனைய நேரங்களில் அவர் தன்னைச் சுற்றிக் கட்டி வைத்திருக்கும் தடுப்புச் சுவர்கள், இளைஞர்களோடு இருக்கும்போது காணாமல் போய்விடும். இளைஞர்களும் தங்கள் பிரச்சனைகள் அனைத்தையும் அவர் முன் கொட்டிவிடுவது வழக்கம். அதிலும் ஒவ்வொரு சனிக்கிழமையும் இளைஞர்களுக்காக ஒதுக்கப்பட்டது. இன வேறுபாடின்றி வரும் அவர்களிடம் அரசியல் பேச்சுக்காக மட்டுமே இரண்டு மூன்று மணி நேரத்தை ஒதுக்கி விடுவார். அந்த நேரங்களில் அவர்களில் ஏற்றத் தாழ்வு ஏதும் இருக்காது. அவர்களோடு சமமாக இறங்கி நின்று பேசுவார். அவரை எதிர்த்துப் பேசும் உரிமையை அவர்கள் எல்லோருக்கும் கொடுத்தார். வழக்குக் கட்டோடு வருபவர்களை அந்த நேரங்களில் முழுவதுமாக நிராகரித்து விடுவர். அது இளைஞர்களுக்கான நேரம்... இளைஞர்களுக்கு மட்டுமே!

வீட்டிலோ... ஜின்னாவிற்கான தேவைகள் மிகவும் குறைவு. அவரையும் முக்கியமாக அவரது உடைகளையும் கவனிக்க ஓரிரு வேலைக்காரர்கள், குற்றேவலாளர் ஒருவர், ஒன்றிரண்டு சமையல்காரர்கள், வண்டியோட்டிகள் மட்டுமே இருந்தனர். சில சமயங்களில் தன் நெருங்கிய நண்பர்களை அழைப்பதுண்டு. குடிப்பதும், அரசியல் பேச்சுகள் மட்டுமே அன்றைய இரவுகள் முழுமையும் நிறைந்திருக்கும். ஆனால் ஜின்னா அடிக்கடி வெளியே நண்பர்கள் தரும் அழைப்பின் பேரில் பல விழாக்களுக்குச் செல்வதுண்டு. அவை பொதுவாகப் பெரும் செல்வந்தர்களின் அழைப்புகளாக இருக்கும். அதனால், பதிலுக்கு அவர்களைத் தன் வீட்டிற்கு அழைக்க வேண்டிய கட்டாயம் ஏதுமில்லை. அவர்களுடைய செல்வமும், பெரும் மாளிகைகளும் அவர்மீது எவ்விதத்திலும் தாக்கம் ஏற்படுத்தாது. கடற்கரை மாளிகைகள், விரும்பிச் சேர்த்திருக்கும் அழகுப் பொருட்கள், சேமித்து வைத்திருக்கும் கலைப் பொருட்கள் என்று எத்தனை இருந்தாலும் ஜின்னா அவைகளை எளிதாகக் கடந்து போய் ஏதாவது ஒரு மூலையில் உள்ள வசதியான இருக்கையில் அமர்ந்து விடுவார். அவரை விருந்திற்கு அழைத்தவரும் ஜின்னாவுடன் அமர்ந்து அரசியல் பேசியாக வேண்டிய சூழலை ஜின்னா ஏற்படுத்திவிடுவார். அந்த

விவாதத்தின் மையப் புள்ளியாகவும் அவரே இருப்பார் என்று பொலித்தோ எழுதியுள்ளார்.

ஆனால் ஜின்னாவிற்கும் ஒன்று தெரிந்திருந்தது. பெத்தித் மாளிகையிலிருந்து வளர்ந்து வந்த ஒரு பெண்ணிற்கு அவரது கொலோபா வீடு சரியான ஒன்றாக இருக்காது. அவருடைய பெருமையும் கர்வமும் அதை ஏற்கவும் செய்யாது. திருமணத்திற்குப் பிறகு பம்பாயின் சவுத் கோர்ட் பகுதிக்குச் செல்வதுதான் சரியாக இருக்கும். அந்த வீட்டைப் புதுமைப்படுத்தி, அழகுபடுதியிருந்தால் அது புதுப் பெண்ணிற்கு வசதியாக இருக்கும். அப்படி ஓர் ஏற்பாட்டைச் செய்ய வேண்டும் என்றுதான் ஜின்னா நினைத்திருந்தார். ஆனால் இன்னொரு நடைமுறைப் பிரச்சனை எழுந்தது. தனது திருமணத்தைத் தொல்லை ஏதுமின்றி நடத்த ஜின்னா விரும்பினார். அதுவும் தின்ஷாவிற்குத் தெரியாத ஓரிடமாக இருந்தால்தான் அவர் மூலம் வரும் தொல்லைகளைத் தவிர்க்கலாம். அதற்காகவே மலபார் குன்றில் உள்ள தனது வீட்டிலேயே திருமணத்தை வைத்துக் கொள்ள விரும்பினார். பல நாள் பூட்டிக் கிடந்த வீடு. திருமணம் பற்றிய செய்தி தின்ஷாவின் காதிற்குப் போனாலும் அவர் நிச்சயமாக திருமணத்தைத் தடை செய்யத் தேடும் இடங்களில் இந்த வீடுதான் கடைசி இடமாக இருக்கும். ஏனெனில், அது ஒரு காலியான இடம் என்றே எல்லோரும் நினைப்பார்கள். தன் வீட்டிலிருந்து கல்லெறி தூரத்தில் இருக்கும் இந்த வீட்டை தின்ஷா நிச்சயமாக எதிர்பார்க்க மாட்டார்.

இந்தவித ஏற்பாடுகளாலேயே ஜின்னாவின் வீடு இன்னும் அதிகமான இருட்டடிப்பில் இருந்தது. ரகசியமான திருமண ஏற்பாடுகள். ஆகவே வீட்டின் வெளியேயும் உள்ளேயும் எந்த வித சிறப்பு ஏற்பாடுகளும் இல்லை. ஏற்கெனவே வெறிச்சோடிய வீடு, இப்போது இன்னும் அதிகமாக வெறிச்சோடிக் கிடந்தது. அதோடு இதைப்பற்றி ருட்டியோடு அவர் ஏதும் பேசவே இல்லை. ஜின்னாவோடு கடைசி பத்தாண்டுகளாக உடனிருக்கும் அவரது தங்கை பாத்திமாவை அங்கிருந்து இடம் மாற்றினார். எப்போதும் அவரோடு இருக்கும் அவரது நம்பிக்கைக்குரிய வேலைக்காரர்களுக்கு மட்டும்தான் இந்த ஏற்பாடுகள் அனைத்தும் தெரியும். ஜின்னாவின் வீட்டிற்குள் நுழையும் எவருக்கும் அது ஏமாற்றத்தைத் தான் தரும். நுழைந்ததும் தெரியும் ஹாலில் இருந்த ஒரே ஒரு, அதிகமாகப் பயன்படுத்தப்பட்ட சோபா அதன் வழக்கமான மூலையிலிருந்து

இழுத்து நகர்த்தப்பட்டு நடுவில் போடப்பட்டிருந்தது. கண்களுக்கு விருந்தாக, படங்கள் போன்றவை எதுவும் இல்லாத மொட்டைச் சுவர்கள். மிக மிகச் சாதாரணமான, அலங்காரப் பூச்சு ஏதுமில்லாத வெற்று அறைபோல்தான் அங்கு நுழைபவர்களுக்குத் தெரியும். ஆனால்... ருட்டிக்கு... அது மிகப் பெரும் அதிர்ச்சியாக இருந்தது. அதுமட்டுமல்ல வாழ்நாளெல்லாம் மறக்கவே முடியாத பேரதிர்ச்சியாகவும் போய்விட்டது.

ருட்டியின் வீட்டோடு ஒப்பிட்டால்... வாசலில் சலவைச் சிற்பங்கள் ஏதும் நிற்கவில்லை... துள்ளி விழும் நீரூற்றுகள் ஏதுமில்லை... மூலைக்கு மூலை நிற்கும் தொட்டிச் செடிகள் ஏதுமில்லை... தொங்கும் அலங்கார விளக்குகளின் அச்சாரம் கூட இல்லை. பெத்தித் மாளிகையின் முதல் முன் அறையில் மட்டும் மூன்று அழகான தொங்கு விளக்குகள் ஆடிக் கொண்டிருக்கும். அழகான படங்களுடன் உள்ள சைனாவின் திரைச் சீலைகள் ஏதும் வாசல்களில் இல்லை. பூக்கள் வைக்கும் சைனாவின் உயர் கூஜாக்கள் இல்லை. பெர்ஷியன் தரை விரிப்புகள் ஏதுமில்லாத வெறும் தரைகள். பெத்தித் மாளிகையின் முதல் அறையில் மட்டுமே அப்படிப்பட்ட அழகான நான்கு தரை விரிப்புகள் மூலைக்கு மூலை இருக்கும். வரிவரியாகச் செதுக்கப்பட்ட சலவைக் கல் தூண்கள் அறைக்கு அறை ஏதுமில்லை. வண்ணக் கண்ணாடிகள் பதித்த ஜன்னல் கதவுகள் இல்லை. ஜன்னல் வழியே வெளியே பார்த்தால் தெரியும் அழகிய தோட்டமும், அலைபாயும் கடலும் கண்ணில் படுவதில்லை. ஆனால் இந்த அலங்காரங்கள் அனைத்தும் வேண்டுமென்று ருட்டி நினைக்கவில்லை; ஆனால் என்னவெல்லாம் வேண்டும் என்று ருட்டிக்கும் தெரியவில்லை. என்ன எதிர்பார்க்கலாம் என்பதும் புரியவில்லை. எல்லைகளைத் தாண்டி வந்துவிட்டார் ருட்டி. தன் வாழ்வே இதுதான் என்று முடிவெடுத்து ஒரு தீரச் செயல்போல் காலடி எடுத்து வைத்துவிட்டார். ஆனாலும் ஜின்னாவின் வீடு அவர் எதிர்பார்க்காத அளவிற்கு இருந்ததைப் பார்த்தபோது அதன் தாக்கமும் வீச்சும் ருட்டியின் மேல் பெரிதாக இறங்கின. அது மட்டுமல்ல... வீட்டிற்குள் நுழைந்ததுமே அவர் எதிர்கொண்டது ஏறத்தாழ முற்றிலும் ஆண்கள் மட்டுமே.

ருட்டி எதிர்கொண்டது ஒன்றும் பெரிய கூட்டமுமில்லை. தின்ஷா தினமும் தன் அலுவலக அறையில் சந்திக்கும் மனிதர்களே இதைவிட அதிகமாக இருக்கும். அன்று ஜின்னாவின் திருமண விழாவிற்கு வந்தவர்கள் எண்ணிக்கையில்

அத்தனை குறைவாக இருந்தார்கள். அதுவும் வாழ்வில் முதன் முறையாக ருட்டி பர்தாவுடன் கலந்துகொண்ட நிகழ்ச்சி. அதுமட்டுமின்றி அறை முழுவதும் தாடி வளர்த்து, பைஜாமா போட்டுக் கொண்டிருந்த ஆண்களின் கூட்டம். ஜின்னாவைப் போல் முழுவதுமாக தாடியில்லாமல் இருந்தவர்கள் இரண்டே இரண்டு பேர் மட்டும்தான் அங்கிருந்தனர். ஒருவர் மிகவும் பிரபலமான மகமுதாபாத் அரசர். விருந்தோம்பலிலும், பெரும் விழா எடுப்பதிலும் புகழ் பெற்ற மனிதர் இவர். அடுத்தது, ஜின்னாவிற்கு ஹோம் ரூல் இயக்கத்தில் துணையாக நிற்கும் இளைஞர் உமர் சோபானி.

ஜின்னா தன் திருமணத்திற்கு அழைத்தவர்கள் அவர்களது சமூக நிலைக்காகவோ, பழகிய பழக்கத்திற்காகவோ அழைக்கப்பட்டவர்கள் அல்ல. தன் திருமணத்திற்கான -நிக்காஹிற்கான- நம்பிக்கைக்கு உகந்த சாட்சிகளாகத் தான் தேர்ந்தெடுத்து அழைத்திருந்தார். அவர் தன் திருமணத்திற்கு அழைத்திருந்த இரண்டே இரண்டு பெண்கள், அவரது தங்கைகள் இருவர் மட்டும் -ஷிரின் பீர்பாய், பாத்திமா. ஒருவேளை இந்த இருவரும் மணப் பெண்ணிற்கு நல்ல தோழிகளாக இருப்பார்கள் என்று ஜின்னா நினைத்திருந்தால் அதுவே ஒரு பெரிய தவறு. ஜார்ஜெட் பட்டு உடையுடுத்தி, உதட்டுச் சாயம் பூசிக் கொண்டு, சாட்டின் துணியில் தாழ்த்தி வெட்டப்பட்ட ரவிக்கை போட்டிருந்த பார்சி மணப்பெண் அவர்களுக்கு மிகவும் விநோதமாகத் தோற்றமளித்தார். சுற்றியிருந்தவர்கள் விநோதமாகப் பார்த்துக் கொண்டிருந்தனர். ருட்டி நேரடியாக ஜின்னாவை நோக்கி நடந்தார். ஆனால் ஜின்னா மற்றவர்கள் போல் விதிர்த்து நிற்கவில்லை. அவர் வழக்கம் போல் தன் அழகிய உடை பளபளக்கும் உயரக் காலணிகளுடன் தனித்து, மிக அழகாக நெடிதுயர்ந்து நின்று கொண்டிருந்தார். அவரை வரவேற்க முன்னெடுத்து நடந்தார். ஜின்னாவின் கண்களுக்கு ருட்டி அணிந்திருந்த மெல்லிய பட்டு சேலையும், கைகள் இல்லாமல், தாழ்ந்த கழுத்துடன் இருந்த ரவிக்கையும் எதுவும் வித்தியாசமாகப் படவில்லை. ஆனால் அங்கு கூடியிருந்த மக்களுக்கு இது மிகவும் வித்தியாசமாகவும் வியப்பாகவும் அதிர்ச்சியாகவும், பொருத்தமற்றதாகவும் தெரிந்தது உண்மை.

ஜின்னாவிற்கு அந்த ஆண்டு மிகக் கடுமையான ஆண்டு. அரசியல் நிகழ்வுகள் கொதித்துக் கொண்டிருந்த நேரம். அப்போதிருந்த மாகாணச் செயலர் எட்வின் மோன்டேஜ் சொன்னது போல், சீறிக் கொண்டும், கொதித்துக் கொண்டும்

இருந்த அரசியல் வெள்ளம் நாடு முழுவதிலும் பரவி நிரப்பிக் கொண்டிருந்த காலம். இரவு முழுவதும் மாற்றி மாற்றி உரையாடல்கள்... விவாதங்கள். திறந்தவெளிக் கூட்டங்கள்... நித்தம் நித்தமும் அரசிற்குத் தரவேண்டிய முடிவுகள், தீர்மானங்கள்... திருமணத்திற்கு இதைவிட மோசமான ஒரு காலகட்டத்தை ஜின்னாவினால் தேர்ந்தெடுத்திருக்க முடியாது. இத்தனை வேலைகளுக்கும் நடுவில் ஜின்னா, ஹோம் ரூல் லீக்கிற்குத் தலைமை தாங்க வேண்டுமென்று சென்ற ஆண்டே அன்னி பெசன்ட்டிடமிருந்து அழைப்பு வந்திருந்தது. சென்னையில் வளர்ந்திருந்த இந்த லீக் பம்பாயில் இன்னும் நன்கு கால் ஊன்றவில்லை. பெரும் அரசியல்வாதிகள் அனைவருமே சேலை உடுத்திக்கொண்டு, விறுவிறுப்பான உயர்ந்த குறிக்கோளோடு இருக்கும் அந்த ஐரீஷ் பெண்மணியை முழுமையாக நம்ப முடியாதிருந்தனர். அன்னி பெசன்ட் ஒரு வருடமாகக் கேட்டுக் கொண்டிருந்தார். ஜின்னா மறுத்து வந்தார். ஏனைய வேலைகளின் அழுத்தத்தைக் காரணமாகச் சொல்லிவந்தார். ஆனால் 1917-ஆம் ஆண்டு அன்னி பெசன்ட் சென்னையில் கைது செய்யப்பட்டார். இந்த நிகழ்வின் தாக்கம் அனைத்து இந்திய அரசியல்வாதிகளுக்கும் மாற்று சிந்தனையைத் தந்தது. ஜின்னா ஏற்கெனவே மறுத்துக் கொண்டிருந்தார். காங்கிரஸ், முஸ்லீம் லீக் இரண்டின் தலைமைப் பொறுப்புகள் இதற்குக் காரணமாக இருந்தன. ஆனால் அன்னி பெசன்ட் கைதானதிற்குப் பின் பம்பாயில் இருந்த அவரது இளம் உதவியாளர்கள் அவர் விடுதலை அடையும்வரை தலைமைப் பொறுப்பை ஏற்க வற்புறுத்தினர். ஜின்னா இதுவரை அந்த அம்மையார் மீது பெரும் மதிப்போ, அவருடைய சமூகப் போராட்டத்தின் மீது நம்பிக்கையோ வைத்திருக்கவில்லை. ஜின்னாவைவிட முப்பது வயது மூத்த அப்பெண்மணியின் வேகமும், தீவிரத் தன்மையும் அர்த்தமற்றதாகவும், பொருத்தமற்றதாகவும் தோன்றியது. இத்தனை சிக்கல்களுக்கும் நடுவில் அந்தத் தலைமைப் பொறுப்பை எடுத்த ஜின்னா அந்த இயக்கத்தை முற்றிலுமாக மாற்ற ஆரம்பித்தார். தெரிந்தவர்களையும் நண்பர்களையும் இயக்கத்திற்குள் இழுத்தார். முன்பு இயக்கத்தை முன்னெடுத்துச் சென்றவர்களை ஓரங்கட்டினார். இயக்கம் புதுப் பொலிவெடுத்தது. பெரிதும் மாறிவிட்டது. அந்த இயக்கம் இப்போது அவரது அரசியலுக்குப் புதுக் களமாக அமைந்தது. படித்த மக்களிடையே ஊடுறுவ இந்த இயக்கத்தின் மூலமாகப் பல திறந்த வெளிக் கூட்டங்கள் நடத்த முடிந்தது. தன் திருமணத்திற்கு முன்பே ஜின்னா

இந்த இயக்கத்தை மிகவும் பெரிய வலுவுள்ள ஒன்றாக மாற்றி விட்டிருந்தார். பல கிளைகள் பம்பாய் முழுமைக்கும் மட்டுமல்லாது, பம்பாய் ராஜதானி முழுவதும் அதிலும் சிறப்பாக குஜராத்திலும் ஆரம்பித்தார். அது மட்டுமின்றி, தன் தொழில் சார்ந்த நீதித் துறையிலிருந்து மிகப் பலரையும் இயக்கத்திற்குள் கொண்டுவந்தார். இதன்மூலம் மிக அதிகமான பணமும் சேர்ந்தது. வாராவாரம் புதிது புதிதாக கையேடுகளும், கொள்கைப் பரப்பும் செய்தித் தாள்களும் அச்சடிக்கப்பட்டு பரப்பப்பட்டன. பல கூட்டங்கள் அடிக்கடி மாலை நேரங்களில் நடக்கும். மாலையில் ஆரம்பித்து இரவு நெடும் நேரம்வரை நடக்கும். சாந்தாராம் சாவல் என்ற இடம் மட்டுமே பொதுக் கூட்டங்களுக்காக ஒதுக்கப்பட்ட இடமாக இருந்தது. அங்கே கூட்டமும் பேரணிகளும் நடத்தப்பட்டன. இதுபோன்ற கூட்டங்களுக்கு சிறப்பு அனுமதி கட்டாயம் தேவை. இப்பெரும் இயக்கம் தொடர்ந்து நன்முறையில் செல்ல தன்னோடு துணை நிற்பவர்களை தனது அறையில் தினமும் இரண்டு அல்லது மூன்று மணி நேரம் சந்தித்து உரையாடுவார்.

இந்த அலுவல்கள் காரணமாக ஜின்னா தன் மற்ற வேலைகளைப் புறக்கணிக்கவில்லை. இம்பீரியல் லெஜிஸ்லேடிவ் கவுன்சிலில் ஜின்னா மிகவும் பொறுப்பான உறுப்பினராக இருந்தார். தீவிரமான பங்களிப்பும், ஒவ்வொரு விவாதத்தின் போதும் தன் கருத்துகளை அதிகமாகக் கூறுவதும் அவரது வழக்கமாக இருந்தது. தனி ஒரு மனிதனாக நின்று இந்திய ராணுவத்தை இந்திய மயமாக்கும் சட்டம் இயற்ற வழிகோலினார். சட்டசபைப் பேச்சாளர்கள் மத்தியில் ஜின்னா உச்சத்திற்குச் சென்று அனைவரின் பாராட்டையும் பெற்றார். தன் கோட்பாட்டை மிகவும் வற்புறுத்தி சபையில் ஆணித்தரமாகப் பேசியதால் அவர் ஆங்கிலேயர்களுக்கு ஒரு சிம்ம சொப்பனமாக இருந்தார்.

இந்திய தேசிய காங்கிரஸ் கட்சியிலும், முஸ்லீம் லீக்கிலும் அவர் ஒரு புறந்தள்ள முடியாத சக்தியானார். இவ்விரு கட்சியினரும் அரசிற்கோ, லண்டனுக்கோ, பாராளுமன்றத்திற்கோ குழுவாகத் தங்கள் கருத்தை எடுத்துச் செல்லும் நேரம் அனைத்திலும் அவரது பங்கு மிக முக்கியமானதாக இருந்தது. அவரது மேடைப் பேச்சுகள் மனதை உருக்குவதில்லை; இதயத்தைக் கிளர்ந்தெழச் செய்வதில்லை. இதயத்தைத் தொடாத ஆனால், மூளையைக் கிளறும் வார்த்தைகள் அவருக்குச் சொந்தம். அதேபோல் தூதுக் குழுவாகச் செல்லும்போது மற்ற எந்த

தேசியத் தலைவர்களை விடவும் ஜின்னாவின் குரலுக்குத் தனி மதிப்பு வருவது போல் பேசுவார். இன்னொரு வகையிலும் ஜின்னா மற்றவர்களிடமிருந்து தனித்து நின்றார். அவர் ஆளும் ஆங்கிலேயர்களிடம் கிஞ்சித்தும் கூனிக் குறுகி நிற்கும் மனிதரல்ல. ஆங்கிலேயர்களிடம் அவர்கள் மொழியில், அவர்கள் நடை உடை பாவனைகளில் அவர்களோடு சமமாக நின்று, அல்லது ஒரு படி மிஞ்சி நின்று பேச்சு வார்த்தைகளில் ஈடுபடுவார். உடையணிவதில் எப்போதுமே அவருக்கு ஆங்கிலேயர்களும் கூட ஈடாக இருந்ததில்லை. பொதுவாக அரசியல்வாதிகள் காண்பிக்கும் போலிப் பணிவு ஜின்னாவிடம் எப்போதும் இருந்ததில்லை. அரசுடனும், ஆங்கிலேயருடனும் தொடர்ந்து நடந்த பல பேச்சுவார்த்தைகளில் உயிர்ப்போடு கலந்து கொண்டதால் அவர் அரசியல் வானில் உயர்ந்த ஒரு நட்சத்திரமாக ஒளிவீசி நின்றார். ஆங்கிலேயர்களிடமும், ஏனையோரிடமும் எதிர்கால இந்தியாவின் புதிய தனிப்பெரும் தலைவராக ஜின்னா இருப்பார் என்ற எண்ணமே பரவி நின்றது. இந்தக் கால கட்டத்தில் ஜவஹர்லால் நேரு இன்னும் அரசியலில் இறங்கவில்லை. காந்தி இன்னும் அரசியலில் உச்ச நிலை பெறவில்லை.

வழக்கறிஞர் பொறுப்புகள் தோளுக்கும் மிஞ்சி மிகைந்திருந்தன. இதனால் அவரது வாழ்க்கையில் நடக்காத ஒன்றும் நடந்தது. வழக்குகளுக்கு வாய்தா வாங்கும் பழக்கமில்லாத ஜின்னா தனது 18 ஆண்டுகளில் முதல் முறையாக ஒரு வழக்கில் வாய்தா கேட்டே ஆகவேண்டிய சூழல் வந்தது. ஏனெனில் அவர் ஒன்றல்ல, இரண்டு தூதுக் குழுவில் இருந்தமையால் தில்லிக்குக் கட்டாயம் செல்லவேண்டிய நிலை. இரு தூதுக் குழுக்களும் அப்போதைய வைஸ்ராயைச் சந்தித்தது, புதுச் சீர்திருத்தங்கள் பற்றிப் பேசுவதற்கானவை.

நடக்கும் இத்தனையும் ருட்டியை ஜின்னா மறப்பதற்கான சாத்தியக் கூறுகளை அளித்தன. ஆனால் இதுவும் போதாது என்பதுபோல் முதல் உலகப் போரில் முதல் வெற்றியை நேச நாடுகள் பெற்று மகிழ்ந்திருந்தன. இது ஜின்னாவின் திருமணத்திற்கு ஒரே ஒரு மாதத்திற்கு முன் நடந்தது. இதனால்; போர் முடியும் முன் சுயாட்சிக்கு வித்திடுவதற்கான பேச்சு வார்த்தைகளை மும்முரமாக ஆளும் அதிகாரத்திடம் பேச வேண்டிய கட்டாயச் சூழல் உருவானது. இதையும் விட திருமணத்திற்கு இரு நாட்களுக்கு முன்பு ஜின்னா ஹோம்ரூல் இயக்கத்தினருடன் விவாதித்து, ஆங்கிலேய அரசிற்கு அவசரத்

தந்தி ஒன்று அனுப்புவதற்கான ஏற்பாடுகளைச் செய்து கொண்டிருந்தார். அந்தத் தந்தி ஆங்கிலேயப் பிரதமர், வைஸ்ராய், உள்துறை செயலர் போன்ற முக்கியமானவர்களுக்கு, திலக் அவர்களின் லண்டன் பயணத்திற்கு கடைசி நிமிடத்தில் தடை விதித்ததற்கு எதிர்ப்பு தெரிவித்து அனுப்பப்பட்டது.

அரசியல் ஆர்வமும், வாய்ப்புகளும், ஆழ்ந்த ஆசைகளும் ஜின்னாவை அரசியல் சுழியின் ஆழத்தில் இழுத்திருந்தன. இதனால் அவர் ருட்டியை மறந்து விட்டார்; திருமணம் பற்றி நினைக்கக் கூட முடியாது என்று தின்ஷா போலவே பலரும் நினைத்துக் கொண்டிருந்தனர். ஆனால் நடந்தது வேறு.

தங்கை பாத்திமாவுடன் நெருங்கியிருந்தாலும், அவருக்கே ஜின்னாவின் ஆழ் மனது புரியவில்லை போலும். ஏனெனில் ஜின்னா என்ன செய்ய நினைக்கிறார் என்பது கூட அவருக்குச் சுத்தமாகத் தெரியாது. அதுவும் திருமணத்திற்கு முந்தைய மாதங்களில் ஜின்னா மிக மிக வேகமாக உழைத்துக் கொண்டிருந்தார். அவரின் உழைக்கும் நேரம் வழக்கமான பதினான்கு மணி நேரத்தையும் தாண்டி நீண்டது. இந்தியாவின் ஒரு கோடியிலிருந்து மறுகோடிக்கு சுற்றுப் பயணம் செய்தார். பாத்திமா பத்தாண்டுகள் தன் அண்ணனோடு இருந்தார். வழக்கமாக அவர் தினமும் நீதிமன்றம் செல்லும்போது அண்ணனோடு சென்று, வழியில் தன் தமக்கை ஷிரின் வீட்டில் இறங்கிக் கொள்வார். பின், மாலையில் ஜின்னா திரும்பும் வழியில் தங்கையைக் கூட்டி வந்துவிடுவார். ஆனால் பாத்திமாவிற்கு ஒருநாள் அதிர்ச்சியாக ஆரம்பித்தது. தான் திருமணம் செய்ய நினைத்திருப்பதாகவும், அதனால் பாத்திமா தன் உடைமைகளோடு தமக்கையின் வீட்டிற்குச் செல்லவேண்டும் என்று உத்தரவிட்டார். அவரோடு அதன் பின் எப்படி விவாதிப்பது? மூட்டை முடிச்சுகளோடு வெளியேறினார். ஜின்னா அப்படித்தான் - நினைத்தால் நினைத்ததைச் செய்வார். அவர் தீர்மானத்தைத் தகர்க்க முடியவே முடியாது. இது பாத்திமாவுக்கு மிக நன்றாகவே தெரியும். என்னதான் பிரியமான தங்கையாக பாத்திமா இருந்தாலும் ஒரே ஒரு சொல். அது மாறாது. அழுதாலும் விவாதித்தாலும் ஜின்னாவின் சொல்தான் மேடையேறும்! அவரது அலட்டிக்கொள்ளாத ஆனால் அழுத்தமான அந்த ஒரு சொல் போதும் பாத்திமாவிற்கு. 'என் சகோதரன்' என்று பாத்திமா எழுதிய நூலில் அவர், 'அலைகளோடு பொங்கி எழும் கடல் நீர் அத்தனை தடைகளையும் உடைத்துத் தாண்டி நீளும்' என்று தன் அண்ணன் பற்றிக் குறிப்பிட்டுள்ளார்.

ஜின்னாவின் மன உறுதி மிக வலிமையானது தான். ஆயினும் திருமணம் என்பது கைக்கெட்டா கனியாகவே இருந்தது. எந்தக் கோணத்திலிருந்து பார்த்தாலும்- தனிப்பட்ட நிலை, அவரது அரசியல் நிலை, சட்டம், சமூகம் முன்னால் அவர் நிலை - திருமணத்திற்கான தடைகள் மீற முடியாதவைகளாகவே இருந்தன. ஒரு வழி... எளிதான வழி... அக்காலத்து படித்த, அதுவும் ஆங்கிலக் கல்வி பெற்ற காதலர்கள் செல்லும் வழி... ரகசியமாகத் திருமணம் செய்து கொண்டு- அது சட்டப்படியோ, சமயத்தின் படியோ- அதன் பின் வீட்டைவிட்டு ஓடி விடுதல்... தொல்லைகள், தகராறுகள் ஓய்ந்த பின் வீடு திரும்புதல். எதையும் ஆய்ந்து முடிவெடுக்கும் ஜின்னாவிற்கு இந்த வழி சரியான வழியாகத் தோன்றவில்லை. ஆனாலும் இந்த முடிவை எடுப்பதற்கு முன்பே தின்ஷா நீதிமன்றத்தின் கதவுகளைத் தட்டிவிட்டார். ஜின்னா அகங்காரம் பிடித்த மனிதராக இருக்கலாம். யாரைப் பற்றியும் எதைப் பற்றியும் கவலைப் படாத மனிதராக இருக்கலாம். ஆனால் அவர் பம்பாய்க்கு வந்த பிறகு தன் புகழுக்குக் களங்கம் வரும்படியான எந்தச் செயலையும் செய்ததில்லை. இருபதாண்டுகளாக தனது நற்பெயரை அப்படியே தக்கவைத்துக் கொண்டுள்ளார். இப்போது புகழின் உச்சாணிக் கிளைக்கு வந்துவிட்டார். இந்த சமயத்தில் அப்படி எந்த தவறுக்கும் இடம்கொடுக்க மாட்டார். ஆனாலும் தின்ஷா வழக்காடு மன்றம் சென்று தடைவாங்கியதும் அவருக்கு நல்லதாயிற்று. எப்படியும் ஓராண்டு காலம் காத்திருக்க வேண்டும். ருட்டிக்கு பதினெட்டு வயதாகும் வரை, ஓராண்டு ஜின்னாவின் கைகள் கட்டுப்பட்டுதான் இருக்கவேண்டும். அவருக்குப் பதினெட்டு வயதானதும் தின்ஷா பெற்றிருக்கும் தீர்ப்பு செல்லாத ஒன்றாக ஆகிவிடும். இந்த ஓராண்டிற்குள் ஜின்னா தனது திட்டத்தைச் செவ்வனே திட்டமிட்டு எல்லா வழிமுறைகளையும் ஆய்ந்து செய்ய முடியும்.

முதலில் ஓராண்டு காத்திருக்க வேண்டும் என்பதை ருட்டி ஒத்துக் கொள்ளவில்லை. நீதிமன்றத்தின் தீர்ப்பை மீற வழியுண்டா என்று யோசித்தார். ஓராண்டு காலம் காத்திருக்காமல் தீர்ப்பை சட்ட வழியில் தகர்க்க முடியுமா என்ற கேள்வி அவர் முன் நின்றது. சட்ட ஆலோசனை கிடைக்குமாவென்று பார்த்தார். அதைத் தன் ஒரே தோழி பத்மஜா மூலம் முயற்சி செய்தார். அவர் லக்னோவில் உள்ள தனக்குத் தெரிந்த பாரிஸ்டர் சையது நபியுல்லா என்பவரைப் பரிந்துரைத்தார். இந்த வழக்கறிஞர் செல்வந்தர் மட்டுமல்ல; லக்னோ முனிசிபல் போர்டின் உறுப்பினருமாவார். இவர் அலிகாரிலிருந்து

வந்த ஒரு சீர்திருத்தவாதி. அதேசமயம் பத்மஜாவிற்கும் அவர் அன்னைக்கும் நன்கு தெரிந்தவர். ஆகவே அவருக்கு ரகசியம் தெரிந்து விடும் என்று பத்மஜா நினைத்தார். ஜின்னாவிடம் அவர் எதையும் சொல்லமாட்டார் என்ற நம்பிக்கை. ஆனால் ஏனோ தெரியவில்லை, ருட்டி அந்தத் திட்டத்தை அப்படியே விட்டுவிட்டார். அந்த வழக்கறிஞரைப் பார்ப்பதற்குக்கூட ருட்டி முனையவில்லை. ஒருவேளை ருட்டிக்கு இது அச்சம் தந்திருக்கலாம். அல்லது ருட்டி தன் இஷ்டத்திற்கு நடந்து கொள்கிறாள் என்று தெரிந்து ஜின்னா கோபப்படலாம் என்ற பயமாகவும் இருக்கலாம். மேலும் ஜின்னா காத்திருத்தலே மிகச் சரியான வழி என்று ருட்டியிடம் வலியுறுத்தியுள்ளார். அந்த ஒரே ஒரு வழிதான் நம் முன் இருக்கிறது என்று ஜின்னா அறிவுறுத்தியிருக்கலாம். நபியுல்லா பின்னாளில் பத்மஜாவிற்கு எழுதிய கடிதத்தில் தன் தோழிக்காக பத்மஜா எடுத்த முயற்சி பற்றிக் குறிப்பிட்டுள்ளார். "அந்த ரகசியமான கட்சிக்காரர் பற்றித் தெரிந்துகொள்ள எனக்கும் அதிக ஆவல். நானும் கடந்த செப்டம்பர் மாதம் அவரைச் சந்திக்க வேண்டும் என்று ஆசைப்பட்டேன். ஆனால் அவருக்கு அது பிடிக்காமல் போகலாம் என்று நினைத்துத் தவிர்த்துவிட்டேன்" என்று எழுதிவிட்டு பின் விளையாட்டாக, "பார்த்திருக்க நேர்ந்தால் அழகும் கவர்ச்சியும் இணைந்திருப்பதைப் பார்த்து மகிழ்ந்திருப்பேன்" என்றும் எழுதியிருந்தார்.

ருட்டி புரிந்து கொள்ளாததும், ஜின்னா மிக நன்றாகப் புரிந்து கொண்டதும் என்னவெனில், ருட்டிக்கு பதினெட்டு வயதாகும்போது அவர் மேஜராகி விடுகிறார். நீதிமன்றத்தின் தீர்ப்பு அப்போது அவர்களைக் கட்டுப்படுத்தாது. அடுத்த கேள்வி: எப்படி இந்தத் திருமணத்தை அதன்பின் சட்டப்படி நடத்துவது? ஏனெனில் அவர்கள் இருவரும் முஸ்லீம்-பார்சி மதத்தினர். இப்படிப்பட்ட ஒரு திருமணம் ஏதும் நடந்ததில்லை. நேரடியாகப் பார்க்கும்போது சிவில் திருமணம் ஒன்றே சரியான வழியாகத் தெரிகிறது. ஆனாலும் அதிலும் சில பிரச்சனைகள்... குளறுபடிகள். சிறப்புத் திருமணச் சட்டத்தில் அதற்கேயான சிக்கல்கள் இருக்கின்றன. இச்சட்டப்படி பதினான்காவது வயதிலேயே ஒரு பெண் திருமணம் செய்து கொள்ளலாம். ஆனால் அவளுக்கு அவளது தந்தையின் சம்மதம் கட்டாயம் வேண்டும். 21 வயதிற்கு மேல் அந்தச் சம்மதம் தேவையில்லை. அந்த இளம் வயதுத் திருமணத்திலும், திருமணத்தின்போது தந்தை பதிவாளர் முன் கட்டாயம் இருக்கவேண்டும். அவரின் சம்மதம் ஒரு கட்டாயத்தேவை.

ஆனால் பெண்ணும் மாப்பிள்ளையும் இந்து மதத்தில் இல்லாதவர்களாக இருந்தால் அந்த இருவரும் தங்களைத் தங்கள் மதத்திலிருந்து விடுபட்டவர்களாக எழுதிக் கொடுத்து, உறுதிமொழி எடுக்கவேண்டும். அதாவது இருவரும் தம் தம் சமயத்தை விட்டு வெளியேறுகிறோம் என்பதே அதன் பொருள். இது நிச்சயமாக ஜின்னாவைப் பொறுத்தவரையில் ஒரு அரசியல் தற்கொலைக்கு ஒப்பானது. ஜின்னா எப்போதுமே ஒரு முழு இஸ்லாமியராக இருந்ததில்லை. கோஜா இஸ்லாமிய வழியில் வளர்க்கப்பட்டவர். அதன்பின் கல்வியும் சமயச் சார்பில்லா பள்ளிகளில் அல்லது கிறித்துவப் பள்ளிகளில். கோஜா இஸ்லாமியர்கள் குரானை உருவகமாகப் பார்ப்பவர்கள்- வார்த்தைக்கு வார்த்தை என்று குரானைப் பார்ப்பவர்கள் அல்ல. இதனால் இஸ்லாமியர்கள், அதுவும் சிறப்பாக சன்னிகள், இந்த கோஜா இஸ்லாமியத்தை முழுமையான இஸ்லாமாகக் கருதுவதில்லை. இது ஜின்னாவிற்கு ஒரு தடைக்கல்தான். அவரது அரசியல் வளர்ச்சிக்கு இது கேடு விளைவிக்கலாம் என்பதால் முதலிலிருந்தே தனது இஸ்லாமிய அடையாளங்களுக்குத் தனி மரியாதையும் இடமும் கொடுப்பதுண்டு. அதிலும் அவரது ஆங்கிலேய வெளி அடையாளங்களை வைத்து அவரை ஓரங்கட்ட நடந்தவைகளைத் தாண்டி வளர்ந்துள்ளார். ஆங்கிலப் பழக்க வழக்கங்கள், அவரது ஆங்கிலேய ஆடைகள், தாடியின்றி வழு வழு முகம் என்று அடிப்படைவாதிகளின் கிண்டலோ கண்டனமோ வரும். அவைகளையெல்லாம் தாண்டி வந்து தான் இஸ்லாமியர்களின் தனிப்பட்ட ஒரே தலைவன் என்று பெயரெடுத்துள்ளார். தொடர்ந்து மூன்று முறை சட்டசபை இஸ்லாமிய உறுப்பினராகத் தேர்ந்தெடுக்கப்பட்டுள்ளார். இந்த அளவு உயர்ந்த பின் அடிப்படைவாதிகளின் இடித்துரை வாதங்கள் செல்லாதவைகளாக ஆகிவிட்டன. ஐந்து ஆண்டுகளுக்கு முன்புகூட அந்த அடிப்படைவாதிகள் எவ்வாறு ஜின்னா தன்னை ஒரு இஸ்லாமியர் என்று சொல்ல முடியும் என்று கேள்வி கேட்டுக்கொண்டு இருந்தனர். ஆங்கிலேயர் போல் உடையுடுத்திக் கொண்டு, ஆங்கிலத்திலேயே பேசிக்கொண்டு, உருது மொழியைத் தவிர்க்கும் அவர் மீது கேள்விகள் பல எழுந்தன. இந்தக் கூக்குரல்களைத் தாண்டி வந்தவர் ஜின்னா. இப்போது அவர் தன்னை ஒரு இஸ்லாமியராகவும், இஸ்லாமியர்களின் தலைவனாகவும் தக்க வைத்துக் கொண்டார். அவரே தன்னைப் பற்றி, "நான் இஸ்லாமியர்களின் அரசியல் தலைவன்; நிச்சயமாக அவர்களின் சமயத் தலைவர் அல்ல"

என்று கூறியுள்ளார். இஸ்லாமிய அடிப்படைவாதத்தை எதிர்த்து மது அருந்துவதோ, சிகரெட் குடிப்பதோ வேறு. ஆனால் சட்டப்படி எழுத்து மூலம் தான் ஒரு இஸ்லாமியன் இல்லை என்று அறிவிப்பது வேறு. நிச்சயமாக அந்த அளவிற்குச் செல்ல கட்டாயமாக அவர் விரும்பவில்லை.

ருட்டிக்கு இருந்த ஒரே வழி இஸ்லாமிய மதத்திற்கு மாறி விடுவதுதான். இஸ்லாமியத் திருமணச் சட்டத்தின்படி இஸ்லாமியராக மாறித்தான் திருமணம் செய்து கொள்ள வேண்டும். ஜின்னாவின் நல்ல காலம் ருட்டி தன் மதத்திற்கு ஜின்னா மாறவேண்டும் என்றெல்லாம் எந்த நிபந்தனையும் விதிக்கவில்லை. ஆனாலும் இருவருக்கும் உண்மை நிலவரம் என்னவென்று தெரியும். பார்சி சட்டம், பழக்க வழக்கம் எல்லாவற்றிலும் பார்சி அல்லாத ஒரு தகப்பனுக்குப் பிறந்தவர் பார்சிகளின் மதமான ஜோராஸ்ட்ரியன் மதத்திற்கு மாறக்கூடாது. இதுவரை பார்சி இனத்து ஆணுக்கோ, பெண்ணுக்கோ இஸ்லாமிய மதத்தினரைத் திருமணம் செய்யலாம் என்ற அளவிற்கு தைரியம் கூட வந்தது கிடையாது. அதுவும் பார்சி இனத்தில் அப்படிப்பட்ட ஒரு திருமணம் என்பதே இதுவரை கிடையாது. இதில் மத மாற்றம் என்பதற்கான வேலையே சுத்தமாகக் கிடையாது. ஆனால் இதையெல்லாம் நினைத்தும் பார்க்கவில்லை. மிக எளிதாக, எந்தத் தயக்கமும் இல்லாமல் முடிவெடுத்தார். ஆனால் ருட்டியின் தோழி ஸ்ரூப் (விஜயலட்சுமி பண்டிட்), ருட்டியின் காலை வாருவது போல், ருட்டியின் தீர்மானம் தங்கள் இனத்துப் பழக்கங்களை முற்றிலுமாக தன் இஷ்டம் போல் மறுத்து எறிவது என்ற ஒரு சிறுபிள்ளைத்தனமான மனப்பான்மை என்று கூறியிருந்தார். அதோடு 'விழித்தெழுங்கள்' என்று ருட்டி அடிக்கடி சொல்வது போல் இப்போது தன் இனத்து மக்களைப் பார்த்தும் 'விழித்தெழுங்கள்' என்று சொல்லியுள்ளார். ஆனால் இதில் ஒரு குழப்பமான உண்மை உள்ளது. தான் எவ்வித பிரச்சனைகளைச் சந்திக்க நேருமென்று ருட்டிக்கு மிக நன்றாகவே தெரியும். ருட்டிக்குத் தன் மதம், அதன் சட்ட திட்டங்கள் மீதெல்லாம் எவ்விதமான பிடிப்பும் கிடையாது. அதிலும் பார்சி மக்கள் இதுபோன்ற காரியங்களில் ஏன் இந்த அளவு கெடுபிடிகளுடன் இருக்கிறார்கள் என்று அவருக்குப் புரியவில்லை. எடுத்துக்காட்டாக, பார்சி இனத்தில் ருட்டியின் பெற்றோருக்கு நெருங்கிய நண்பரான ரத்தன் பி. டாடா ஒரு பிரெஞ்சுப் பெண்ணைத் திருமணம் செய்தபோது நடந்த குழப்பங்கள் ருட்டிக்குத் தெரியாமல் இருக்காது. அந்தத்

திருமணம் நடந்தபோது ருட்டியின் வயது மூன்றுதான். ஆனால் அந்தத் திருமணத்தால் எழுந்த பிரச்சனை அவர் வளர்ந்த பிறகும் தொடர்ந்தது. பலப்பல கூட்டங்கள் நடத்தப்பட்டன. பல குழுக்கள் அமைக்கப்பட்டன. படித்த பார்சி இனத்து மக்கள் பலர் ஒன்று கூடி விவாதித்தனர். பல சமயத் தொடர்பான விவாதங்கள் நடந்தன. இறுதியாக, டாடா மணந்த பெண்ணிற்கு புத்தாடையும், பூணூலும் அணிவித்து, பார்சி இனத்து குருமார்கள் மீண்டும் ஒரு திருமணத்தை அவர்களுக்கு செய்து வைத்தனர். இதுவும் பல அடிப்படைவாத பார்சியினருக்குக் கோபத்தைத் தந்தது. நீதியரசர் தனது தீர்ப்பில் "இவர்கள் தங்கள் முன்னோர்களைவிட பெரிய புத்திசாலிகள்; தங்கள் தாத்தாக்கள் செய்த தவறுகளைத் திருத்துவதற்காகவே இப்போது இவர்கள் பிறவி எடுத்து வந்துள்ளார்கள்" என்று கூறியுள்ளார். இது ஆங்கில வழிக் கல்வி கற்ற ருட்டியின் குடும்பத்தினருக்கும் பொருந்தும்.

சமய நம்பிக்கைகள் அற்றுப் போய்க் கொண்டிருந்த காலம். ருட்டியைச் சுற்றியுள்ள பார்சி இனத்து இளைஞர்கள் தங்களை இறை, சமய மறுப்பாளர்கள் என்று பெருமையுடன் வெளிப்படுத்திக் கொண்டனர். தங்கள் 'நெருப்புக் கோயில்களுக்குப்' போவதில்லை; வீட்டில் நடக்கும் வழிபாடுகளிலும் கலந்து கொள்வதில்லை. தங்கள் சமய அடையாளங்களை அணிவதையும் தவிர்த்தனர். இவையெல்லாவற்றையும் விட பல பார்சி இனத்துப் பெற்றோர்கள் இந்த மாற்றங்களின் மீதான எந்தத் தாக்கமும் இல்லாமல் இருந்தனர். ஏனெனில் இறை மறுப்பு என்பதே உலகம் முழுவதும் நாகரிக அறிகுறியாகப் பார்க்கப்பட்டது. ஆனால் அடிப்படைவாதிகளுக்கு இது மிகவும் உறுத்தலைத் தந்தது. அவர்களின் கோபமெல்லாம் ஆங்கில வழிக் கல்வி பயின்ற நாகரிக பார்சி மக்கள் மீது பாய்ந்தது. மேற்கத்திய உலகம் பொருள்வாதத்தையும், சமய, இறை மறுப்பையும் முன்னேற்றி எடுத்துச் செல்வதைக் கடுமையாக எதிர்த்தனர். இதே அளவில் மாற்றங்கள் நிகழ்ந்தால் விரைவில் பார்சி இனமும், அவர்களது பழக்க வழக்கங்களும், மரபுகளும் முற்றிலும் அழிந்துவிடும் என்று அச்சமூட்டினர். ஆனால் தின்ஷாவின் வழக்கறிஞர்கள் கூறியது போல் 'இந்த பயமுறுத்தல்களை எல்லாம் வெறும் குப்பையாகப் புறந்தள்ள வேண்டும்; இவையெல்லாம் சமய வெறுப்பினால் எழும் வெற்றுச் கூச்சல்கள்: இவையெல்லாம் வெல்லிங்டன் கிளப் உறுப்பினர்களிடம் செல்லுபடியாகாது. தன்னைப் போன்ற

சமயச் சார்பில்லாத பார்சி மக்களுக்கும், குஜராத்தி பேசும் அடிப்படைவாதிகளுக்கும் நடுவில் நடக்கும் இந்தப் பிளவுகள் ருட்டிக்கு மிக நன்கு தெரியும். இவைகளைக் காணும் போதெல்லாம், ருட்டி அவர்களை 'உலுக்கிவிடவேண்டும்' என்று கூறுவதுண்டு. அதுவும் இது மாதிரி எதிர்ப்பாட்டு பாடும் சமயக் குருமார்களை, தன் தந்தை போன்றவர்கள் காசு கொடுத்து சட்டங்களை வளைப்பதையும் பார்த்துள்ளார். இதனால் இந்தச் சட்டதிட்டங்கள் எல்லாம் தன்னைப் போன்ற மக்களுக்கு இல்லை என்றுதான் ருட்டியும் நினைத்திருப்பார். ஆயினும் ருட்டிக்காக அவர்கள் சமயச் சடங்கான 'நவ்ஜோத்' விழா நடந்தது. குழந்தையை சமயத்தில் சேர்க்கும் விழா அது. சமயக் குருமார்கள் இதனை நடத்துவர். 7-9 வயதில் இந்தச் சடங்கு நடைபெறும். பருத்திச் சட்டை அணிவித்து, பூணூல் போட்டு விடுவார்கள். இதன் மூலம் பார்சி இனத்தவர் தங்கள் சமயமான ஜோராஷ்ட்ரியன் மத உறுப்பினராகி விடுவார்கள். ஆனால் இந்தச் சமய விழாவை ருட்டியின் பெற்றோர்கள், மற்றுமொரு பெரும் விழாவும் விருந்தும் நடத்துவதற்கான ஒரு வாய்ப்பு என்றே கருதினார்கள். தங்கள் இனத்திலிருந்தும், வெளியிலிருந்தும் ஆயிரக்கணக்கானவர்களை அழைத்து நடத்தும் விருந்து விழா. அவ்வளவே! அதேபோல் இந்தச் சடங்கு முறையால் ருட்டிக்கு அச்சமயத்தின் மீது ஆழ்ந்த பற்றுதலோ, பிடிப்போ ஏதும் ஏற்படுவதில்லை. ருட்டியைப் பொறுத்தவரை அவர் பெயரளவில் ஒரு பார்சி. அவ்வளவே!

ருட்டியின் சமய நம்பிக்கைகளோடு ஜின்னாவின் சமய நம்பிக்கைகள் ஒத்துப் போகாது. ஜின்னா ஒரு நம்பிக்கையாளர் போல் இருப்பதில்லை. சமயச் சார்புள்ளவைகளிலிருந்து விலகியே இருப்பார். பிற சமயத்தினரிடமிருந்து தன்னைப் பிரித்துப் பார்க்கும் பழக்கம் கிடையாது. ஆனாலும், செல்வந்தர் வீட்டில் பிள்ளைகள் வெள்ளைக்காரத் தாதிகளால் வளர்க்கப்பட்டு, ஆங்கில வழிக் கல்வி மட்டும் பயின்று, இந்தியக் கலாச்சாரம், பண்பாடுகளிலிருந்து விலகி நிற்பது போல் ஜின்னா இருந்ததில்லை. தனது தாய் உயிரோடு இருக்கும் வரை ஜின்னா தன் தாயிடம் மிகுந்த அன்போடும் மரியாதையோடும் இருந்தார். ஜின்னாவின் தாய் ஆழ்ந்த சமய நம்பிக்கையுள்ளவர். ஆனால் இஸ்லாமிய அடிப்படைவாதிகள் அவரது இஸ்லாமியத்தை ஒத்துக் கொள்வதில்லை. ஜின்னாவின் தந்தையும் ஒரு இஸ்மெய்லியாக வளர்க்கப்பட்டவர். இதனால் இந்து சமய நம்பிக்கைகளும் பழக்க வழக்கங்களும் அவரிடம் இருந்தன. கராச்சிக்கு வந்த பிறகே அவர் ஒரு முழுமையான

இஸ்லாமிய நம்பிக்கையாளர் ஆனார். இஸ்மெய்லி வழக்கத்தில் குழந்தைகளுக்கு இந்துப் பெயர் வைப்பது வழக்கமாக இருந்தாலும் ஜின்னாபாய் தன் குழந்தைகளுக்கு இஸ்லாமியப் பெயர்களை மட்டும் வைத்தார். தினமும் அவர்களுக்குக் குரானைக் கற்றுக் கொடுத்தார். தன் தங்கை பாத்திமா போல் சமயம் சார்ந்த நம்பிக்கை மிகுதியாக இல்லாமலிருந்தாலும், ஜின்னாவுக்கு குரான் அறிவு அதிகமாக இருந்தது. ஆனால் பகுத்தறிவோடு, இஸ்லாம் மீது மேலெழுந்த ஆர்வத்தோடு மட்டும் இருந்தார். இங்கிலாந்தில் பார் தேர்வுகளுக்காகப் படிக்கும்போது முகமது நபியின் வாழ்க்கை வரலாற்றினை ஆங்கில நூல் மூலம் வாசித்தறிந்தார். சட்டக் கல்லூரி மாணவனாக இருந்தபோது இஸ்லாமியச் சட்டங்கள் பற்றியும் படித்துக் கொண்டார். ஏனெனில் எதிர்காலத்தில் இந்தியாவில் வழக்கறிஞராக இருக்கும்போது அது உதவும் என்பது தெரியும். இந்தியாவிற்கு வந்தபின்னும் ஜின்னாவின் மத நம்பிக்கைகளும் ஆர்வமும் ஒருவிதக் கலவைதான்.

இஸ்லாமியர்களின் பின்தங்கிய நிலையும், அவர்களது மூட நம்பிக்கைகள், பழமைத்தனம், தடைகள் என்று அனைத்தையும் அறிந்திருந்தாலும், அவர் தன்னை ஒரு இஸ்லாமியராக வெளிப்படையாகக் காண்பித்துக் கொள்ளவேயில்லை. சமய அடையாளங்களான வட்டத் தலைப்பாகை, வழக்கமான இஸ்லாமியத் தாடி, நீண்ட கறுப்பு அங்கி போன்றவைகளை - பல படித்த இஸ்லாமியரும் கைக்கொண்டிருந்த பழக்கங்களை முற்றும் துறந்திருந்தார். எப்போதும் ஆங்கிலேயரின் உடையை அவர்களே பொறாமைப்படும் அளவிற்கு அணிவது வழக்கம். சிகரெட் பிடிப்பது, குடிப்பது, பன்றிக்கறி உண்பது போன்றவைகளை மிகவும் வெளிப்படையாகச் செய்துவந்தார். தனது கோஜா இனத்தவர் மிகவும் கடுமையாக எதிர்த்தாலும், துணிந்து தன் தங்கையை கிறித்துவப் பள்ளியில் சேர்த்தார். இத்தனை இருந்தும் முழு முற்றாக இஸ்லாமியத்திலிருந்து வெளி வரவில்லை. தான் ஒரு வித்தியாசமான இஸ்லாமியர் என்பதுபோல், ஜாக்கிரதையாகத் தன்னை வெளிக் காண்பித்துக் கொண்டார். தொழுகைக்குப் பள்ளிவாசல் செல்லமாட்டார், ஆனாலும் ஒரு இஸ்லாமியனாகத் தன்னை வெளிப்படுத்திக் கொண்டார். இப்படித் தன்னை ஒரு வேறுபட்ட இஸ்லாமியராகக் காண்பித்துக்கொண்ட ஜின்னா இருபதாம் நூற்றாண்டின் ஆரம்ப காலங்களில் ஆரம்பித்த கோஜா ஷியா இஸ்னாஷாரி ஜமாத் என்ற அமைப்பில் தன்னை இணைத்துக் கொண்டார். இவ்வமைப்பு சில கோஜா இஸ்லாமியர்களால்,

திரு & திருமதி ஜின்னா | 193

இஸ்லாமியரை பெரும்பான்மையரோடு ஒன்றிணைக்கும் முயற்சியாக ஆரம்பிக்கப்பட்டது. இவர்கள் இஸ்லாமிய மிதவாதிகளாகவும், காலத்திற்கேற்ப மாறியிருப்பவர்களாகவும் இருந்தனர். இந்த அமைப்பு தங்களுக்கென பள்ளிவாசல்கள், மதரஸாக்கள், இமாம்வதாக்கள் ஆரம்பித்து தங்களை இஸ்மெயிலிகளிடமிருந்தும் வேறுபடுத்திக் காண்பித்துக் கொண்டிருந்தனர். இவர்களோடு ஜின்னா தன்னையும் இணைத்துக் கொண்டார். இதனால் இவர் இங்கிலாந்திலிருந்து புது பாரிஸ்டராக இந்தியாவிற்கு வந்த பின் தன் தந்தை தனக்காக ஏற்பாடு செய்ய முனைந்த திருமணத்தைத் தடுத்து நிறுத்திவிட்டார் என்று அவரது வாழ்க்கை வரலாற்றை எழுதியவர்கள் சிலர் குறிப்பிடுகின்றனர்.

ஜின்னாவிற்கு இஸ்லாம் சமயத்தின் மீது சட்டப்பூர்வமான, அறிவுப்பூர்வமான ஒன்றிப்பு மட்டுமே இருந்தது. இம்பீரியல் லெஜிஸ்லேடிவ் கவுன்சில் உறுப்பினராக ஆன பின்பு முதல் முஸ்லீம் வக்ப் சட்டத்தின் வரைவு உருவாக்கும் பணியை எடுத்துக் கொண்டார். பல ஆண்டுகள் தொடர்ந்த வாசிப்பு மற்றும் பல சமயத் தலைவர்களுடன் கருத்துரையாடல்களால் இஸ்லாமியச் சட்டதிட்டங்கள் பற்றி முழுமையாகத் தெரிந்து கொண்டார். ஜின்னாவின் வெளிப்புற ஆங்கிலேய அடையாளங்களை வைத்து ருட்டி என்ன முடிவெடுத்திருந்தாரோ... ஆனால் அதையெல்லாம் மீறி ருட்டி இஸ்லாம் மதத்திற்கு மாறவேண்டும் என்பது மிக்க அவசியமான ஒன்றாக இருந்தது. அவரைப் பொறுத்தவரை ஜின்னாவிற்கு இது வெறும் சட்டப் பிரச்சனை மட்டுமல்ல. அதையும் தாண்டிய முக்கியத்துவம் அதில் இருந்தது. ஏற்கெனவே ஜின்னா ஒரு பெரும் யுத்தக் களத்தில் இருந்தார். அவரைப் பிடிக்காத இஸ்லாமிய எதிரிகள் ஜின்னாவை ஒரு 'காஃபிர்' என்றே நினைத்தனர்; அழைத்தனர். அப்படிப்பட்ட ஒரு மத நம்பிக்கையற்றவர் இன்னொரு பெண்ணை, அதுவும் ஒரு 'காஃபிர்' பெண்ணை, மணம் செய்யப்போகிறார். எதிரிகள் தங்கள் கத்தியை நீட்டிக்கொண்டு நிற்கிறார்கள். இந்தப் போராட்டத்தில் ஜின்னா வெற்றி பெற்றே ஆகவேண்டும். ஆகவே ருட்டியின் மத மாற்றத்திற்கு மிகச் சரியான மத குருவை ஜின்னா தேடிக் கொண்டிருந்தார். ஏனெனில் அவர் இந்த நிக்காஹ் சட்டப்பூர்வமானது என்பதை மட்டுமல்ல, மிகச் சரியானதே என்று ஜின்னாவை எதிர்ப்பவர்கள் முன்னால் ஆணித்தரமாக அழுத்திச் சொல்லக் கூடியவராகவும், அவரது சாட்சியம் ஆண்டுகள் பல சென்ற பின்னும் உறுதியாக

இருக்க வேண்டும் என்றும் ஜின்னா நினைத்தார். அப்படி ஒரு சாட்சியத்திற்கு ஜின்னா அதிகம் சிரமப்படவும் இல்லை.

இஸ்லாமிய சன்னிப் பகுதியினரின் மத்தியில் பெயர் பெற்றவராகவும், பம்பாயின் ஜமா மஸ்ஜித்தில் தலைமை இமாமாகவும், முஸ்லீம் லீக்கின் உறுப்பினராகவும் இருந்த மௌலானா நாசிர் அகமது குஜ்ஜாண்டி என்ற மதப் பெரியவரே ஜின்னா தேர்ந்தெடுத்தவர். ஜின்னவோ லீக்கின் தலைவர். ஆகவே தன் தலைவருக்காக மௌல்வி முடிந்த அளவு வளைந்து கொடுப்பார். திருமணத் திட்டம் சொல்லும் ருட்டியின் மத மாற்றத்தை ரகசியமாக வைத்திருக்க வேண்டும். ஏப்ரல் 18-ஆம் தேதி வியாழக் கிழமை. இந்த நாள் மிகவும் கவனத்துடன் தேர்ந்தெடுக்கப்பட்டிருந்தது. அந்த நாள் அஜ்மெரி சூபி புனிதர் க்வாஜா மொய்னுதீன் சிஷ்தி என்பவரின் ஆண்டுவிழா நாள் என்பதாலோ அல்லது பாகிஸ்தானிய வரலாற்றாசிரியர்கள் சொன்னதுபோல் அந்த நாள் இஸ்லாமிய நாட்கணக்கில் மிக முக்கியமான புனித நாள் என்பதற்காகவோ ஜின்னா இந்த நாளைத் தேர்ந்தெடுக்கவில்லை. ஆனால் அந்த நாளை மிக ரகசியமாகக் கடைசிவரை வைத்திருக்க முடியும் என்பதால் மட்டுமே, அந்த நாள் திருமணத்திற்காக ஜின்னாவினால் தேர்ந்தெடுக்கப்பட்டது. திருமணத்திட்டம் அந்த அளவு திட்டவட்டமாகவும், ரகசியமாகவும் திட்டமிடப்பட்டிருந்தது. வேண்டியவர்களை மட்டும் ரகசியமாகக் கூப்பிடுவதற்கும், அதேபோல் வந்த விருந்தினர் திரும்பிச் செல்லும் வரை திருமணம் ரகசியமாக வைக்கப்படவும் திட்டமிட்டு நடத்தினர். ருட்டி செய்ய வேண்டியதெல்லாம் திருமணத்திற்கு முந்தைய நாள் ஜின்னாவின் ஆழ்ந்த நம்பிக்கைக்குரிய உமர் சோபானியின் துணையுடன் ஜமா மஸ்ஜித்திற்குச் செல்ல வேண்டும். இதுவரை அந்த மஸ்ஜித்திற்கு உள்ளே பர்தா அணிந்த பெண்ணோ அணியாத பெண்ணோ கால் வைத்தது கிடையாது. ஆனால் ஜின்னாவின் மனைவியாகப் போகும் பெண் என்பதால் ஒரு விதிவிலக்கு. நடந்த சடங்குகள் நீளமானதாக இல்லை. சொல்ல வேண்டிய வசனங்களை ருட்டி ஒரு வழியாகச் சொல்லி முடித்தார். அந்த வசனங்களை ஏற்கெனவே மனப்பாடம் செய்ய முயன்றது போல் ருட்டி நடிக்கக்கூட இல்லை. அந்த சமயச் சடங்குகளை விரைவாக முடித்துவிட்டு, இரவு சாப்பாட்டு நேரத்திற்குச் சரியாக பெத்தித் மாளிகைக்கு ருட்டி திரும்பி வந்து விட்டார். தற்செயலாக ருட்டி மதம் மாறிய நாள் ஒரு பார்சி பண்டிகை தினம். பண்டிகையின் பெயர் அபன் ஜாசன். கடலைக் காத்து நிற்கும் தேவதைகளுக்கான பண்டிகை தினம் அது.

தேங்காய், பூ வைத்து கடலுக்குச் சென்று, அந்த தேவதைகளைக் கொண்டாடுவார்கள். அந்த நாள் பார்சிகளின் ஒரு முக்கிய நாளான அதர் ஜாசன் என்ற திருநாளுக்கு அடுத்த நாள். அந்தத் திருநாள் ஒன்பதாவது மாதத்தின் ஒன்பதாவது நாள் வரும். ஒவ்வொரு பார்சியும் அதே நாளில் கட்டாயம் தங்கள் நெருப்புக் கோவிலுக்குச் செல்வார்கள். ஆனால் ருட்டிக்கு அந்த வாய்ப்பு நழுவிப் போனது.

ஆனால் ஜின்னாவிற்கு இது ஒரு நல்ல வாய்ப்பை அளித்தது. மூன்று நாட்கள் தொடர்ந்து விடுமுறை. பார்சி திருவிழா நடந்த புதன், வியாழன் - அதை அடுத்து இந்துக்களுக்கான பண்டிகை தினம்- ராம நவமி. அது வெள்ளிக் கிழமை. அதன் பின் வார விடுமுறை நாட்கள். இதுபோன்று அதிர்ஷ்டவசமாகச் சிக்கிய, தொடர்ந்த அந்த விடுமுறை நாட்களை ஜின்னா மிகச் சரியாகப் பயன்படுத்தினார். ஏற்கெனவே உயர்நீதிமன்றம் கோடை விடுமுறைக்காக மூடப்பட்டிருந்தது. இருந்தும் தின்ஷா மிகவும் ஜாக்கிரதையாக இருந்தார். தன் மகளைக் கண்காணித்துக் கொண்டிருக்க வேண்டும் என்பதற்காக அக்கோடை விடுமுறை நாட்களில் வெளியூர் செல்லாமல் இருந்தார். ஆனால் இப்போது கடைசி நிமிடத்தில் அவருக்குத் தெரிய வந்தாலும் அடுத்த திங்கட் கிழமைதான் அவர் நீதிமன்றத்தை அணுக முடியும். அன்று காவல்துறை நீதிமன்றங்கள் திறந்திருக்கும். ஆனால் அதற்குள் திருமணம் முடிந்திருக்கும். அதோடின்றி திருமணம் முடிந்ததும் ஜின்னா தன் புது மனைவியோடு யாருக்கும் தெரியாத ரகசிய இடத்திற்குச் சென்றுவிடுவார். செல்லும் இடத்தை யாருக்குமே தெரியாமல் ஜின்னா வைத்திருந்தார். இன்னும் இதைவிட மற்றொன்றையும் திட்டமிட்டிருந்தார். தன் திருமணத்தைத் தினசரிகளுக்கு செய்தியாகக் கொடுத்து விடுவது; அதனால் ரகசியத் திருமணம் என்ற பேச்சுக்கே இடமிருக்காது. அமைதியாக ஆரவாரமில்லாமல் ஆனால் மறைந்து ஏதும் செய்யாமல் வெளிப்படையான திருமணம் என்ற செய்தியே மக்களுக்குப் போய்ச் சேரும். இப்படிக் கொடுக்கும் செய்திகள் வெளிஉலகிற்குப் போவதற்குள் திருமணம் இனிதே நடந்து முடிந்திருக்கும்.

திருமணமும் எளிதாகவும் விரைவாகவும் நடந்து முடிந்தது. ருட்டி பார்த்திருந்த பார்சி திருமணங்களில் வெள்ளை உடை அணிந்த குருக்கள் திறந்த வெளி அரங்குகளில் ஆடம்பரத்தோடு திருமணத்தை நடத்துவார். அதோடு ஏராளமான விருந்தினர்கள் சுற்றி நின்று உணவருந்துவர். அப்படி ஏதும் இங்கே இல்லை.

ருட்டி எல்லாமே மிக எளிமையாக நடந்ததைப் பார்த்தார். பெண்ணுக்கும், மாப்பிள்ளைக்கும் கூட அரபி மொழி தெரியாது. ஆகவே அவர்களுக்குப் பதிலாக நிக்காஹ் வசனங்களை மற்றவர்கள் சொன்னார்கள். அதன்பின் மௌல்வி அல்லாவின் அறிவைப் போற்றிப் பேசி, மூன்று குரான் வசனங்களை வாசித்தார். பெண்ணுக்கும் மாப்பிள்ளைக்கும் அவை ஏதும் புரியாது. அதன் பின் சிறிது மகர் பற்றிய விவாதம் நடந்தது. அதன்பின் திருமணப் பதிவேட்டில் கையெழுத்திட்டனர். இனிதே திருமணம் முடிந்தது! எல்லாம் ஒரு மணி நேரத்திற்குள் நடந்தேறியது. மாலை 7 மணியிலிருந்து 8 மணிக்குள் நடந்து முடிந்தது.

அடுத்து நடந்தது எல்லோருக்கும் நிச்சயம் நினைவில் நிலைத்திருக்கும்! மறக்க முடியாத நிகழ்வு! ஜின்னா எல்லாவற்றையும் கணக்கிட்டு திருமணத்தை ரகசியமாக நடத்தி முடித்தார். கையெழுத்திட்டு திருமணத்தை முடித்ததும், மணப்பெண் கையில் மோதிரம் அணிவிக்க வேண்டும். எல்லாம் நினைவில் வைத்துத் திட்டம் தீட்டி திருமணத்தை நடத்திய ஜின்னா மோதிரம் வாங்கவேண்டியதை சுத்தமாக மறந்து விட்டார். ஆபத்துக்குக் கை கொடுக்கும் நட்பு போல், மகமுதாபாத் ராஜா தன் கையில் இருந்த வைர மோதிரத்தைக் கழட்டி ஜின்னாவிடம் கொடுத்தார். ராஜா, ஜின்னாவின் நண்பர் மட்டுமல்ல. ஜின்னாவை மிகவும் மதிக்கும் மன்னர். இக்கட்டான நேரத்தில் உதவிக் கரம் நீட்டினார்.

ராஜாவின் மகனும், அரசு வாரிசும் சொல்லிய விவரங்களின்படி திருமணம் ஷியைட் சடங்கு முறையில் நடந்தது என்றும், ருட்டியின் சார்பாளராக மௌலானா முகமது ஹாசன் நஜாபி இருந்தார் என்றும், நிக்காஹ் பதிவேட்டில் ருட்டிக்காக அவர் கையெழுத்திட்டார் எனவும், மாப்பிள்ளை ஜின்னாவிற்காக ஷரியத் மடர் அக்கை ஹஜி மொகமது அப்துல் ஹஷிம் நஜாபி கையெழுத்திட்டார் எனவும் கூறினார். வக்கீல்களாகவும் சாட்சிகளாகவும் ஷரீப் தேவ்ஜி கஞ்சி, உமர் சோபானி, மகமுதாபாத் ராஜாவும் இருந்தனர். திருமண ஒப்பந்தம் பெர்ஷியன் மொழியில் எழுதப்பட்டது. நிக்காஹ் பதிவேட்டின் சீரியல் எண் 118.37. நிக்காஹ் ஒப்பந்தத்தின் படி மகர் 1001 என்று தீர்மானிக்கப்பட்டது. ஆனால் நிக்காஹ் தவிர ஜின்னா ருட்டிக்கு அன்பளிப்பாக 1,25,000 ரூபாய் பணம் அளித்தார். இது ராஜ்பிப்ளி பகுதியின் ராஜா, யுத்த நிதிக்காக அளித்த பணத்திற்கு இணையானது. இவ்வளவு அதிக அளவு பணம்

ருட்டியிடம் எந்தப் பதட்டத்தையுமோ ஆச்சரியத்தையுமோ உருவாக்கவில்லை. கணக்கில் ருட்டிக்கு நிபுணத்துவம் ஏதும் கிடையாது என்பதோடு, அவர் எப்போதும் பணத்தைக் கையாண்டதும் இல்லை.

திருமணம் முடிந்ததும் அனைவருக்கும் சிற்றுண்டி வழங்கப்பட்டது. செய்தித்தாட்கள் இதுபோன்ற செய்திகளுக்கு முதலிடம் தரும். ஆனால் இப்போது அவை இதனைக் கண்டு கொள்ளவில்லை. தம்பதிகள் இப்போது ஒரு அவசரத்தில் இருந்தனர். பம்பாயை விட்டு விரைவில் கிளம்ப வேண்டும். செய்திப் புயல் பரவுவதற்கு முன் அவர்கள் வெளியேற வேண்டும். ஆனால் அத்தனை அவசரத்திலும் ஜின்னா, இன்னும் மூன்று நாட்கள் கழித்து காந்தி பேசப் போகும் கூட்டம் ஒன்றிற்கான அனுமதிக் கடிதத்தில் அமைதியாகக் கையெழுத்திட்டுக் கொடுத்தார். அந்தக் கூட்டம் நடக்கும்போது அங்கே ஜின்னா இருக்கமாட்டார். இருந்தும் தன் பொறுப்பிலிருந்து வழுவாது கூட்டத்திற்கான முன்னேற்பாடுகள் அனைத்தையும் செவ்வனே செய்து முடித்தார். புதுப் பெண்ணாக ருட்டி பக்கத்தில் நின்றிருந்தாலும் அரசியல் அவர் மனதை அத்தனை இறுக்கிச் சூழ்ந்திருந்தது.

அத்தியாயம் ஏழு

தேனிலவுக்குச் சென்ற அந்த இருவரையும் பார்ப்பவர்களுக்கு அவர்கள் இருவரும் பொருத்தமான நல்ல ஜோடி என்ற நினைவுதான் முதலில் வரும். இருவருக்குள்ளும் இருபத்தி நான்காண்டுகள் வயது வித்தியாசம் இருந்தாலும் இருவரும் மிக அழகிய, நாகரிகமான, அறிவுள்ள, மகிழ்ச்சியான தம்பதிகளாகத்தான் தெரிந்தார்கள். ஆனால் உண்மையில் அந்த இருவரும் பல விஷயங்களில் நேரெதிராக இருந்தனர். ஜின்னா- நல்ல உயரமான ஒல்லியான உருவம்; செதுக்கி எடுத்தது போன்ற முகம், அழகான நீண்ட புருவங்களுக்குக் கீழே சின்னஞ் சிறு கண்கள்; ஆனால் அமைதியான அறிவு ததும்பும் கண்கள். தனித்துத் தெரியும் மனிதர்; அவர் இதழ்களில் எப்போதாவது தான் புன்னகை தோன்றும்; ஆனால் பேசும் ஒவ்வொரு வார்த்தையும் அழுத்தமாக, ஆணித்தரமாக, கணீரென்ற குரலில் ஒலிக்கும்; பேசும்போதே அவரது ஆள்காட்டி விரலின் அசைவுகள் அவரின் ஆளுமையைக் காண்பிக்கும். அவரின் குதிரையேறுதல் இன்னொரு அழகிய அம்சம். அவரது தலை நடுவில் இருந்த வெண்முடிக் கற்றை அவரது அழுத்தமான ஆழமான பேச்சுக்குத் தனி ஒரு ஆளுமையைத் தரும். எப்போதும் மிக மிகச் சரியாக, வெகு சீரான ஆடைகளைத்தான் அணிவார். படுக்கையிலிருந்து எழுந்து வரும்போது கூட தனது சில்க் பைஜாமாவின் மேல் நீள சில்க் மேலாடையை அணிந்துதான் வெளியே வருவார். தன் உடைகள் மீது ஜின்னா அதி தீவிரமான கவனிப்பு வைத்திருப்பார். இதனாலேயே பம்பாய் உயர்நீதிமன்றத்து இளம் வழக்கறிஞர்கள், பத்தொன்பதாம் நூற்றாண்டில் லண்டன் நாகரிகத்தின் உச்சியில் இருந்த 'அழகன் ப்ரம்மல்' என்பவர் போல், ஜின்னாவின் உடை பாணி உச்ச தரத்தைத் தொட்டதற்காக அவருக்கும் 'அழகன் ப்ரம்மல்' என்று பெயர் வைத்திருந்தனர். எப்போதும் முறையான சீரான உடை அணிந்திருப்பார். ஒவ்வொரு

ஆடையும் மிக நன்கு தைக்கப்பட்டு அவரது ஐந்தடி பதினோரு இன்ச் உயர உடம்பை அழகாகப் போர்த்தியிருக்கும். ஒவ்வொரு உடையிலும் கடைசித் தையல் வரை அனைத்தும் சரியாகப் பார்த்து பார்த்துச் செய்ததாக இருக்கும். சில்க் மேலாடை, வெள்ளைக் கழுத்து மடிப்பு உள்ள சட்டை, அதற்குப் பொருத்தமான கழுத்துப் பட்டை, சட்டைப் பையில் சீராக மடித்து வைத்த கைக்குட்டை, முன்பகுதி திறந்திருக்கும் நாகரிக காலணி போன்ற அவருடைய ஆடைகள்- உண்மையைச் சொல்ல வேண்டுமானால்- முந்தைய தலைமுறை சார்ந்த உடைகள். இப்போது நாகரிகப் போக்கில் இதுபோன்ற ஆடைகளை ஒதுக்கி வைக்க ஆரம்பித்து விட்டனர். அதுவும் முதல் உலகப் போர் முடியும் காலத்திற்கு முன்பே இந்த சமூக மாற்றங்கள் வந்து விட்டன. சரியாகவும் இறுதியாகவும் ஜின்னாவைப் பற்றி சொல்ல வேண்டுமானால் அவர் முடிந்து போன பழைய நாகரிக காலத்து மனிதர்.

ஜின்னாவிற்கு மாற்றான ஆளாக இருந்தார் ருட்டி. மிக மிக மென்மையான, வெளிப்படையாகவே மிக இனிமையான, இயல்பான பெண். அவர் குரலோ ஆழ்ந்து, துள்ளலோடு இருக்கும். எப்போதும் அவரிடம் காணப்படும் துடுக்குத்தனம் அனைவரையும் சுண்டி இழுக்கும். தேனிலவின் முதல் நாள் மாலையில், லக்னோவில் மகமுதாபாத் ராஜாவின் அரண்மனையில், ராஜாவின் குடும்பத்தோடு மாலை உணவிற்கு ஒன்று கூடியிருந்தனர். ஜின்னாவைப் போலல்லாமல், ருட்டியின் உடைகள் மிகச் சாதாரணமானவை. கவனமாகத் தேர்ந்தெடுக்கப்பட்டவை அல்ல. அதிலும் அவர் புதுமணப் பெண்! ஒரு சாதாரண வெண்ணிற சேலை - கருப்பு, தங்க வண்ணத்தில் எம்ப்ராய்டரி செய்த சேலை. வெட்கப்பட்டு முடங்கியோ மயங்கியோ நிற்காது மிக இயல்பாக இருந்தார். ஜின்னா தங்கள் தேனிலவுக்கு நைனிடால் செல்வதாகத் திட்டமிட்டிருந்தார். ஆனால் அதற்கு முன்பு தனது நெருங்கிய நண்பரான ராஜாவின் அரண்மனைக்கு வந்திருந்தார். நைனிடாலிலும் ஒரு மாதம் தங்கத் திட்டமிட்டிருந்தார் ஜின்னா. அந்த இடமும் ராஜாவின் இடம் தான். மாலை எல்லோரும் கூடும் அந்த அறைக்கு ஜின்னாவோடு ருட்டி நுழைந்தார். சின்னப் பெண்ணாக, ஜின்னாவோடு இணைந்து வந்தபோது அவரது அழகு எல்லோரையும் திக்கு முக்காட வைத்தது. பின்னாளில் இந்தக் காட்சியை, ராஜாவின் இளைய மகன் முழுமையாக நினைவுக்குக் கொண்டுவந்தார். அப்போது அந்த இளவரசரின் வயது நான்குதான். ஆயினும் இன்னும் மனதில்

எழுதிய சித்திரமாக அக்காட்சி அவருக்கு நிலைத்திருந்திருக்கும் போலும். ஏனெனில் அக்காட்சி நடந்து எழுபது ஆண்டுகள் கழிந்த பின்னும் தன் நினைவில் நின்று நிலைத்ததை மீண்டும் நினைவுக்குக் கொண்டுவந்து பேசினார்: "ஒரு அழகு தேவதை போல் இருந்தார்... கண்ணாடியில் செதுக்கப்பட்ட அழகான சிலை போல்... அத்தனை அழகு... அத்துணை நேர்த்தி... தெய்வீகம். அப்படி ஒரு அழகை நான் எப்போதும் பார்த்ததே இல்லை... அன்று ஒரு சின்னக் குழந்தையாய் அவரை அண்ணாந்து பார்த்தேன். ஒரு தேவதை குதித்து ஓடி வந்து எங்கள் அரண்மனைக்குள் நுழைந்து விட்டது என்று நினைத்தேன்."

அறைக்குள் நுழைந்த ருட்டி தன்னை அண்ணாந்து பார்த்துக் கொண்டிருந்த அந்தச் சிறு பையனை குனிந்து அள்ளிக் கொண்டார். அழகோடு அவனைத் தூக்கி தன் மடியில் அமர்த்திக் கொண்டு அங்கிருந்த சோபாவில் அமர்ந்தார். ருட்டி வீட்டிலும் மூத்த பெண். ஆகவே குடும்பத்தில் இருந்த உடன்பிறந்தோர், மற்ற சகோதர, சகோதரிகளிடம் இயல்பாய் இருந்த ருட்டிக்கு இன்று புதிதாகப் பார்த்த சிறு பையனைத் தூக்கி வைத்துக் கொஞ்சுவது வெகு இயல்பான ஒன்றாக இருந்தது. அதுவும் புதிதான சிலரோடு ஒன்றாக அமர்ந்து உரையாட வேண்டிய நேரம் இது. வித்தியாசமான அச்சூழலில் அச்சிறுவனை மடியில் இருத்தி இயல்பாக இருப்பது ருட்டிக்குப் பிடித்திருக்க வேண்டும். ஆனால் அங்கிருந்த நான்கு பெரியவர்கள் மத்தியில் அச்சிறுவன் ருட்டியின் மடியிலிருந்து இறங்க மறுத்து அனைவரிடமும் இருந்த தயக்கத்தை உடைத்தான். "நான் தொடர்ந்து ருட்டியின் மடியில் அதிக நேரம் உட்கார்ந்திருந்தேன். அம்மாவும் அப்பாவும் மடியை விட்டு இறங்கி வரச் சொல்லிப் பார்த்தனர். உணவருந்த உட்காரும் வரை நான் இறங்க மறுத்து விட்டேன்." அச்சிறுவன் இதைச் சொல்லும்போது வயது முதிர்ந்த அமீர் அஹமது கான், மகமுதாபாத் அரசராக இருந்தார். மேலும் தொடர்ந்து அவர், "மிகவும் அழகான நறுமணம் அவரிடமிருந்தது... அந்த வாசனை இன்னும் கூட என் ஆன்மாவைச் சுற்றி சுற்றி வருகிறது" என்றார்.

மகமுதாபாத் அரசரின் விருந்தோம்பல் அனைவரும் அறிந்ததே. அதுவும் இது ஒரு சாதாரண நிகழ்வல்ல. அவரும் ஜின்னாவின் மிக நெருங்கிய நண்பர். பம்பாய் வரும்போதெல்லாம் தவறாமல் ஜின்னாவைச் சந்தித்துப் பேசுவார். அதேபோல் லக்னோ வரும் போதெல்லாம் தன் அரண்மனைக்கு ஜின்னா

வந்துவிட வேண்டும் என்பது நண்பர்களிடையேயான ஓர் ஒப்பந்தம். இருவருக்கும் ஒரே வயதுதான். ஆனால் பார்ப்பதற்கு ராஜா சிறிது... இல்லை... இல்லை... இருபதாண்டுகள் மூத்தவர் போல் தோன்றுவார். அரச தோரணை, செல்வாக்கு எல்லாவற்றிலும் உயர்ந்த படியில் இருந்தாலும் ராஜா, ஜின்னாவைத் தன்னைவிட மூத்தவர் போல் மதிப்பார். ஜின்னாவின் அறிவு, ஆற்றல், பண்பு பற்றிய புரிதலால் வந்த மதிப்பு அது. ருட்டி சிறு குழந்தையாக இருந்தபோது இவ்விருவரும் முதன் முறையாகச் சந்தித்தனர். இருவரின் குணங்கள், பண்புகள் வெவ்வேறாக இருப்பினும், இருவரும் நெருங்கிய நண்பர்களாக ஆகிவிட்டனர். இருவரும் பெரிய தேசியவாதிகள். அதோடு ஜின்னாவின் மீதும், அவர் புலமையின் மீதும் அரசருக்கு அத்தனை ஈடுபாடு. அந்த அன்போடு ஜின்னாவின் இதயத்துடன் ஒன்றிவிட்ட நண்பர். இருவரும் சந்திக்கும்போது இரவில் தொடங்கி ஏறத்தாழ காலை நேரம் வரை விழித்திருந்து பேசுவார்கள். பேசுவதெல்லாமே அரசியல்தான். அதுவும் ஜின்னாவின் காதல் ராஜாவுக்குத் தெரிந்ததும் அவருக்கு மட்டற்ற மகிழ்ச்சி. தன்னுடைய 'அமைதியான, தத்துவார்த்தமான' நண்பன், 'எவ்வித ஆவேசமும் இல்லாத' நண்பன், வித்தியாசமான தனது நண்பன், சாதாரண மற்ற மனிதர்கள் போலவே காதல் வலைக்குள் விழுந்தது ராஜாவிற்கு மட்டற்ற மகிழ்ச்சியளித்தது. இருந்தும் 'காதல் பிரதேசம்' ஜின்னாவை விட தனக்குத்தான் நெருங்கியது என்பது ராஜாவின் நம்பிக்கை. அதனால் வாழ்வியலோடு வாழும் தன் பிரம்மச்சாரி நண்பனுக்குத் தேவையான அறிவுரைகளும், உதவிகளும் செய்ய உறுதி எடுத்தார். ஜின்னாகூட தேனிலவு பற்றி ஏதும் யோசிக்காமல் இருந்திருக்கலாம். ஆனால் ராஜா அதை முன்பே யோசித்து வேண்டிய ஏற்பாடுகளைச் செய்து வைத்தார்.

ஜின்னாவிற்கு விடுமுறை எடுப்பது அறவே பிடிக்காத ஒன்று. ஓரிரு நாள் விடுமுறை எடுத்துக்கொண்டு சட்ட வேலைகளோ, அரசியல் வேலைகளோ செய்யாமலிருப்பது என்பதே ஜின்னாவிடம் நடக்காத ஒரு விஷயம். இந்தப் பண்பு ஜின்னாவின் தேனிலவையும் நடுவிலேயே முறித்தது. தேனிலவின் ஐந்தாவது நாளிலேயே அதை முடிக்கும் கட்டாயம் ஜின்னாவிற்கு நேர்ந்தது. தில்லியில் வைஸ்ராயிடம் அரசியல் தலைவர்கள் அனைவரும் கூடி விவாதிக்க வேண்டிய போர் பற்றிய மாநாடு அது. ஜின்னா அதில் கலந்துகொள்ள விரும்பினார். இம்மாநாடு பற்றிய தகவல் ஜின்னா ருட்டியோடு

பம்பாயிலிருந்து கிளம்பிய பிறகு செய்தித் தாள்களில் வந்தது. உலகப் போரில் இங்கிலாந்திற்கு இந்தியாவின் ஆதரவு வேண்டும் என்ற நிரலுடன் அம்மாநாடு கூட்டப்படுகிறது. இதில் கலந்துகொள்ள இந்திய அரசர்கள், காந்தியையும் சேர்த்து அனைத்து இந்திய அரசியல் தலைவர்களும் வைஸ்ராயின் செயலகத்திற்கு அழைக்கப்பட்டிருந்தனர். தங்கள் கருத்துகளை வெளிப்படையாகத் தெரிவிக்க வருமாறு அழைப்பு விடுக்கப்பட்டிருந்தது. ஜின்னாவிற்கு வேறு வழியும் தெரியவில்லை. கட்டாயம் அவர் பங்கெடுத்தே ஆகவேண்டும். அப்போதைய நிலையில் தில்லி நிச்சயமாகத் தேனிலவுக்கான இடமில்லை. அதுவும் அந்தக் கோடை மாதங்களில் பெரும்பாலான விடுதிகள் மூடப்பட்டிருந்தன. ஆனால் ருட்டி தடையேதும் சொல்லவில்லை.

இளமைத் துடிப்போடு இருந்த ருட்டி தானும் இந்தத் தேசியப் பிரச்சனையில் கலந்துகொள்ள விரும்பினார். ஜின்னா அரசியல் சாசனத்தில் புதிய மாற்றங்களைக் கொண்டுவருவதற்கு இதுவே சரியான நேரம் என்று கணித்தார். அரசியல் சாசனத்தில் மாற்றங்களைக் கொண்டுவந்தால் உலகப் போரில் இந்தியா இங்கிலாந்தின் பக்கம் நிற்கும் என்பது ஜின்னாவின் கருத்து. இக்கருத்தை ஜின்னா பலமுறை வெளிப்படையாய் பேசியுள்ளார். அவரின் திருமணம் முடிந்த இரண்டாம் நாள் ஹோம்ரூல் லீக்கின் உறுப்பினர்களின் தூதுக்குழு தங்கள் கோரிக்கை மனுவை வைஸ்ராயிடம் ஒப்படைத்தது. இந்த மனு ஏற்கெனவே ஜின்னாவினால் தயாரிக்கப்பட்டிருந்தது. இந்த மனுவின் நகல் இங்கிலாந்தில் உள்ள வெளிநாட்டுத்துறை அமைச்சருக்கும் முன்பே தந்தி மூலம் அனுப்பப்பட்டிருந்தது.

இந்தத் தந்திக்கு எவ்வித மறுமொழியும் அரசிடமிருந்து வரவில்லை. ஆனால் ஜின்னாவின் மீது ஒரு ரகசியக் குறிப்பு எழுதிவைக்கப்பட்டது. ஜின்னாவின் நடவடிக்கைகள் முழுவதுமாகக் கண்காணிக்கப்பட வேண்டும். ஏனெனில் அவர் ஒரு 'தீவிரவாதி', 'போராட்டக்காரர்' என்ற தனிக் குறிப்புகள் எழுதப்பட்டன. ஆனால் ஜின்னாவிற்கு மனமாற்றம் ஏற்படுத்துவதற்கான திறமை தங்களிடம் இருப்பதாக அவர்கள் உறுதியாக நம்பினார்கள்.

ருட்டி தன் ஏமாற்றங்களை வெளிக் காண்பிக்காது மறைத்துக் கொண்டார். தில்லி செல்வதற்குப் புறப்படத் தயாரானார். தாங்கள் இருவரும் ஒன்றாக இருப்பதற்காகக் கொண்டுவந்த

பொருட்கள் அனைத்தையும் பிரிப்பதற்குள் மீண்டும் மூட்டைகட்ட வேண்டிய சூழல்.

மற்றவர்களை விட இவர்களே முதலில் தில்லிக்கு வந்தனர். ஏனெனில் ஜின்னா போர் பற்றிய மாநாட்டிற்கு முன்பு நடக்கும் லெஜிஸ்லேட்டிவ் அசெம்ப்ளி - மக்கள் பேரவைக் - கூட்டத்திற்கு வந்துவிட வேண்டும் என்று விரைந்து வந்தார். ருட்டிக்கு தில்லி தான் நினைத்ததைவிட மோசமாக இருப்பது போல் தோன்றியது. தில்லியில் உள்ள பெரிய விடுதியான மெய்டன்ஸ் விடுதியில் தங்கினர். தில்லியின் மிகப் பெரிய, பெயர் பெற்ற விடுதி. ஜின்னா தில்லி வரும் போதெல்லாம் தங்கும் விடுதி. அவ்விடுதியில் இருந்த இரண்டே இரண்டு சூட்களில் ஒன்றைத் தங்களுக்காக எடுத்துக் கொண்டார். 'மிகவும் அமைதியான நல்ல விடுதி' என்று ருட்டி வைஸ்ராயின் ADC-யிடம் பல ஆண்டுகளுக்குப் பிறகு ஒரு விருந்தின்போது சொல்லியுள்ளார். அச்சமயத்தில் அந்த ADC ருட்டி தங்கியிருந்த விடுதி மிகவும் நன்றாகவும் இரவில் வெகு அமைதியாகவும் இருக்கும் என்று கூறியுள்ளார். ஆனால் ருட்டி அதற்குப் பதிலாக, "எனக்கு நல்ல, அமைதியான இரவுகள் பிடிக்காது; நிகழ்வுகள் நிறைந்த இரவே பிடிக்கும்! என்று சொல்லியுள்ளார்.

விடுதியின் பகல் பொழுதுகளும் சொல்லிக் கொள்ளும் அளவில் இல்லை. அடுத்த இரு நாட்களும் தனியே விடுதியில் இருப்பதைவிட, தில்லியின் லெஜிஸ்லேட்டிவ் கவுன்சிலின் பார்வையாளர் கூடத்தில் தன் நேரத்தை ருட்டி கழித்தார். மாநாட்டிற்கு நூற்றுக்கணக்கானோர் வந்திருந்தனர். அதெல்லாம் வயதானவர்கள் கூட்டம் தான். ஏறத்தாழ முப்பது பேர் பேசினர். முதலில் வைஸ்ராய் இங்கிலாந்து மன்னரின் செய்தியை வாசித்தார். பின் ஒவ்வொருவராகப் பேச ஆரம்பித்தனர். முதலில் பரோடாவின் கெய்க்வாட், இங்கிலாந்து மன்னரின் செய்திக்குப் பதிலளித்தார். பின்வந்த மன்னர்கள், இளவரசர்களும் தங்கள் சாதகமான பதிலைத் தந்தனர். ஜின்னாவின் பேச்சு கடைசியாகத் தான் வரும். ஆகவே ருட்டி கடைசி வரை காத்திருக்க வேண்டிய கட்டாயம். இப்படிப்பட்ட ஓர் அரசியல் வாழ்க்கையைப் பகிர்ந்து கொள்வதற்காக தன்னை ஜின்னாவோடு இணைத்துக் கொள்ளவில்லை. எப்படியோ மாநாட்டின் இறுதியில் பம்பாய் ஆளுநர் லார்ட் வில்லிங்டன் நடந்து முடிந்த மாநாட்டை, 'பெரும் தோல்வி' என்று கூறினார். அவர் சொன்னது ருட்டிக்கு எல்லாவிதத்திலும் சரியாகத் தோன்றியது.

அப்போது எல்லா செய்தித் தாள்களிலும் தங்கள் திருமணச் செய்தி தீயாக பரவியிருந்தமையால் திருமணம் முடிந்தவுடனேயே தில்லி செல்வது ருட்டிக்கு உகந்ததாக இல்லை. செய்தித்தாள்கள், அதிலும் உருது, பார்சி மொழி செய்தித்தாள்கள் ஏதோ அவர்கள் வீட்டில் நடந்த நிகழ்வை விமர்சிப்பது போல் போட்டி போட்டுக்கொண்டு தொடர்ந்து எழுதிக் கொண்டிருந்தனர். கல்யாணம் என்னவோ ஜின்னாவுக்கும் ருட்டிக்கும் தான் நடந்தது. ஆனால் அவர்களோ சொந்த வீட்டுக் கல்யாணம் போல் நினைத்துக்கொண்டு எழுதுவதாகத் தெரிந்தது. அதிலும் பார்சி மொழி செய்தித்தாள்கள் மிகுந்த கோபத்துடன் கல்யாணத்தைத் தீவிரமாக விமர்சித்துக் கொண்டிருந்தன. அப்பாவின் வார்த்தையை மதிக்காமல் ருட்டி திருமணம் செய்ததைவிட, பார்சி மதத்திலிருந்து இஸ்லாமிய மதத்திற்கு மாறியதே அவர்கள் கோபத்திற்கு எண்ணெய் ஊற்றியது. இந்த மதமாற்றத்திற்கு ருட்டியின் மீது கோவப்பட்டதைவிட, ஜின்னா மீதும் அவர் சார்ந்த இஸ்லாமிய சமுதாயத்தின் மீதும் அவர்கள் வஞ்சினம் கொண்டார்கள். ஏதோ ருட்டியைக் குழந்தை போலவும், அப்படிப்பட்ட ஒரு சின்னப் பெண்ணை அவர்கள் வலிந்து பார்சி மதத்திலிருந்து மாற்றிச் சதி செய்து திருமணம் செய்து கொண்டதாக விவரித்து, விவாதித்துக் கொண்டிருந்தனர்.

ஆனால் இஸ்லாமிய சமயத்தினருக்கும் இதில் அத்தனை திருப்தியில்லை. ருட்டியின் தியாகம் அவர்கள் கண்களுக்குப் பெரிதாகத் தெரியவில்லை. அதுவும் பல பார்சி செய்தித் தாள்கள் வெள்ளியன்று நடந்த அவர்களின் திருமணத்தால் அந்த நாளைக் 'கறுப்பு வெள்ளிக் கிழமை' என்று அழைத்தனர். இது இஸ்லாமியரின் கோபத்திற்கான காரணமாய் அமைந்துவிட்டது. லாகூரிலிருந்து வெளியாகும் '*பைசா அக்பர்*' என்ற உருது நாளிதழ் மிகவும் அச்சம் தரும் வகையில் கடுமையாக எழுதியிருந்தது. எழுதியது எல்லாமே பெரும் எச்சரிக்கையாகவே இருந்தது. மொத்த இஸ்லாமிய சமுதாயத்தையும் குறை கூறியதால் எழுந்த கோபம் அது. "வாழும் மதமான இஸ்லாமியத்தை நம்பி வழிபடும் நாடுகளின் மத்தியில் உயிர்ப்போடு இருக்கும் இஸ்லாமிய நாடு..." என்றெல்லாம் கடுமையாகச் சாடியிருந்தது. அதிலும் அந்த நாளிதழ் ஜின்னாவைக் கண்டுகொள்ளவேயில்லை. ருட்டியும் ஜின்னாவை 'ஜே' *(J)* - என்றழைக்கும் பழக்கத்தை ஏற்படுத்திக் கொண்டார். ஏற்கெனவே, திருமணம் முடிந்த பிறகு அவர் ஒரு வித்தியாசமான மனிதராகத் தெரிந்தார். ருட்டிக்குத் தெரிந்த அவர்

தான் காதலித்த மனிதர் போல் இல்லாமல் மாறித் தெரிந்தார். அந்த நாளிதழில், 'இஸ்லாமிய மதத்தைப் பொறுத்தவரை ஜின்னா அதில் ஓர் எடுத்துக்காட்டு போல் ஓங்கி உயர்ந்து நின்ற மனிதரில்லை. ஆனால் இப்போது அவர் செய்திருப்பது இஸ்லாமிய மதத்தினர் மீதும், அச்சமுதாயத்தினர் மீதும் கறுப்புச் சாயம் பூசுவது போல் உள்ளது. மதத்தின் புனித எல்லைகள் மீது அவர் செயல் கருப்பு மேகம் போல் கவிந்து இருட்டடிப்பு செய்துவிட்டது' என்றும் எழுதியிருந்தது. இந்த நாளிதழ் சொல்வதும் முழுதும் உண்மைதான். 'ஜே' பெயரளவில்தான் ஓர் இஸ்லாமியர்; 'ஜே' இந்த தினசரியின் கூற்றுகளை, ருட்டி எதிர்பார்த்ததை விட, ஆழ்ந்து ஏற்றுக் கொண்டார். எல்லாமே மாறிக் கொண்டிருந்தன. காதலர்கள் இருவர் விரும்பி திருமணம் செய்து கொண்டனர் என்ற ஒரு தனிப்பட்ட விஷயமாக அல்லாமல், அந்தத் திருமணத்தின் மீது இனச் சார்புகளும், சமயச் சார்புகளும் அடர்த்தியாகப் பூசப்பட்டன.

அந்த தினசரி அடுத்த இரண்டு நாட்களில் இத்திருமணம் பற்றி ஒரு தலையங்கமே எழுதியது. அதில் வெற்றுப் பெருமைக்காகவும், புகழுக்காகவும் ருட்டி, ஜின்னாவைத் திருமணம் செய்திருப்பதாகக் குறிப்பிட்டது. அவரைத் தக்கவைத்துக் கொள்ளவே ருட்டி இஸ்லாமிய மதத்தில் இணைந்துள்ளார் என்று எழுதியிருந்தது. 'ஒரு பெரும் செல்வந்தரின் மகள் இஸ்லாமில் இணைந்துள்ளார்' என்ற தலைப்பிடப்பட்ட அந்தத் தலையங்கத்தில் கீழ்க்கண்டவாறு எழுதப்பட்டிருந்தது.

> 'ஏற்கெனவே வாசகர்கள் பார்சியின பெரும் செல்வந்தரான சர் தின்ஷாவின் மகள் ரூட்டன் பாய் இஸ்லாமில் இணைந்து, இஸ்லாமியத் தலைவரும், புகழ்பெற்ற அரசியல் தலைவரும் பாரிஸ்டருமான மதிப்பிற்குரிய முகமது ஜின்னாவைத் திருமணம் செய்துகொண்ட செய்தியைப் படித்திருப்பீர்கள். அவர் மனம் மாறியது உண்மைதானா? இஸ்லாமியத்தின் தெய்வீகத் தன்மையா அல்லது ஜின்னாவின் மீதான அவருடைய காதலா?- எது இந்த மதமாற்றத்திற்குக் காரணமாக இருந்தது. எது உண்மையோ தெரியவில்லை. ஆனால் இந்தத் திருமணம் பார்சி இனத்தவரின் மத்தியில் ஒரு பெரும் பரபரப்பை உண்டாக்கியுள்ளது. மதம் மாறும் அளவிற்கு காதலுக்கு ஆற்றல் இருந்ததால், அது பெரிய அளவிற்கு நடந்து முடிந்திருக்கிறது.

ஆனாலும் தாராள மனப்பான்மையோடும், பொருள் மீதான அக்கறையுமுள்ள மக்களுக்கு, மதம், மதச் சடங்குகளின் மீது அதிக ஆர்வமோ, நம்பிக்கையோ இருக்காது. உண்மை நிலை இப்படியிருந்தாலும் சர் தின்ஷா அவர்களும், அவரது பார்சி இனத்தாரும் இத் திருமணத்தைச் சரியான கோணத்தில் பார்த்தால் நலமே. ஜின்னா மிகப் பெரிய ஒரு வழக்கறிஞர்; தேசிய உணர்வுள்ள மக்கள் தலைவர்களில் ஒருவர்; பம்பாய் உயர்நீதி மன்றத்தில் பார்-அட்-லா வழக்கறிஞர், அனைவரின் அன்பிற்கும் மரியாதைக்கும் உரியவர்; அது மட்டுமின்றி வைஸ்ராயின் சட்டசபை உறுப்பினர்; பம்பாய் மாகாணத்து இஸ்லாமியர்களின் பெரும் தலைவர். சுருக்கமாகச் சொல்ல வேண்டுமாயின், எல்லாவித ஐயத்திற்கும் மேலாக அவர் மிகவும் பிரபலமான பெரும் வழக்கறிஞர். மிக மரியாதையோடு கூறுவதென்றால், திருமணச் சந்தையில் மிகவும் சரியான தரத்தில் உள்ள மனிதர். ஒரு பார்சி பெண்மணி மதம் மாறுவதும், ஒரு தரமான இஸ்லாமியரை மணப்பதும் பம்பாயின் வரலாற்று ஏடுகளில் புதிதான ஒன்றல்ல; ஆனாலும் மிகவும் குறிப்பிடத் தகுந்த வித்தியாசமான நிகழ்வு என்று சொல்வதில் மாற்றம் ஏதுமில்லை.'

'ஜே' முன்னால் ருட்டி சத்தமாகச் சிரித்து கொண்டாட்டமாக இருக்கலாம், ஆனால் அப்போதெல்லாம் ஜின்னாவின் முகம் சிறிது சுருங்கி விரியும். அதேவேளையில் கரிசனத்தையும் காட்டுவார். ஆனால் இந்த மாற்றங்கள் ருட்டிக்கு நெருடலாக இருந்தது. இதையும் விட இன்னொரு உறுத்தலும் ருட்டியின் மனதில் பட்டது. சுற்றியிருப்போர் தன்னைப் பார்ப்பதிலிருந்தே அனேகமாக அவர்கள் அனைவரும் தங்கள் உறவைப் பற்றிக் கதை கதையாக நிறைய வாசித்திருப்பார்கள் என்பதை உணர்ந்தார். மனதிற்குள் பல வேறுபட்ட உணர்வுகள் எழுந்தன. கதைகள் போல் தம்மைப் படித்திருப்பார்களே என்பது கொஞ்சம் கேவலமாகத் தோன்றியது. இதைப்பற்றி அலட்டிக்கொள்ளாமல் இருந்தாலும் உள்ளே அந்த நெருடல் இருக்கத்தான் செய்தது. அதையும் விட இந்தக் காதல்-திருமணக்-குழப்பங்களோடு அதில் தேவையில்லாமல் அவரது தந்தை தின்ஷாவின் பெயரும் வீணாக இழுத்தடிக்கப்பட்டது. அப்பாவின் பெயர் இழுத்தடிக்கப்படுவதைப் பார்க்கும் போது சோகம் கப்பியது.

ஆனால் இப்போது 'ஜே'யுடன் தில்லி வந்தாயிற்று. நிச்சயம் ஒரு மாத காலம் வரை அந்தக் கவலை, ஏக்கம் ஏதுமில்லாமல் இருக்கமுடியும். வரப்போகும் மே மாதம் முழுவதும் நைனிடால் சென்று 'ஜே'யுடன் தனியாக இருக்க முடியும். மகமுதாபாத் அரசர் நைனிடாலில் உள்ள தனது ஸ்காட்லாந்து மாதிரி மாளிகையை 'ஜே'யின் தேனிலவிற்காகக் கொடுத்திருந்தார். 'ஜே'யும் ருட்டியும் இன்னும் ஓரிரு நாளில் லக்னோ சென்று அங்கிருந்து சாலை வழியாக நைனிடால் செல்ல வேண்டும். நல்லவேளை, அடுத்து வரும் ஒரு மாதத்தில் பெரிய அரசியல் நிகழ்வுகள் ஏதும் இல்லை. கட்டாயம் ஒரு மாத காலத்திற்கு 'ஜே'-க்கு வேறு முக்கிய வேலைகள் இல்லை.

அந்த ஒரு மாதமும் விரைவாக ஓடிக் கழிந்தது. ஆனால் நடந்து முடிந்த அந்தக் காலகட்டம் ருட்டி எதிர்பார்த்ததுபோல் மிகுந்த உணர்ச்சிகரமாகவோ, ஆச்சரியமும் அன்பும் குவிந்தோ இல்லாமல் ஓடிப் போனது. இதுவரை ருட்டியின் வாழ்க்கை பெரும் எதிர்பார்ப்புகள் இல்லாமல்தான் கழிந்தது. திருமண வாழ்க்கையைப் பெரிதாக நினைத்து பல கற்பனைகள் இருந்தன. ஆனால் அந்த வாழ்க்கை கனிந்து, தேனிலவிற்கு வந்த பிறகு... ஏனோ ஓர் ஏமாற்றம்தான் எஞ்சி நின்றது. இந்த ஏமாற்றம் கூட ருட்டிக்கு ஆச்சரியத்தைத்தான் தந்தது. அதுவும் இந்த ஏமாற்றத்தை வெளியில் யாருக்கும் காட்டிக் கொள்ளாமல் மனதிற்குள் பூட்டி வைத்துக் கொண்டார். தன் ஏமாற்றத்தைக்கூட தனக்குத் தானே மறைத்துக் கொள்ள முயலும் மனநிலையில் ருட்டி இருந்தார். 'ஜே'யின் நிமிர்ந்த நேர் நடையைப் பார்த்த போதெல்லாம் தன்னைப் போலவே அவரும் எதைப் பற்றியும் அலட்டிக் கொள்ளாதவர் என்றே ருட்டி நினைத்திருந்தார். அதில் ருட்டிக்குப் பெருமையும் கூட. ஆனால் இப்போது அவரின் சில நடவடிக்கைகள் மிகுந்த ஏமாற்றமளித்தன. எல்லாவற்றிற்கும் மேலாக தன் கடமைகளிலும், வேலைகளிலும் மிகவும் கண்ணும் கருத்துமாக இருந்தார். சோறு, தண்ணீர் என்பதையும் தாண்டி அவர் இருந்ததைப் பார்த்தபோது மறுபடியும் மனதிற்குள் ஏமாற்றம் தலைகாட்டியது. ஏமாற்றத்தையும் தாண்டி அதிர்ச்சியும் அதிகமாக மிஞ்சி நின்றது. ருட்டி, 'ஜே'யினை மூடி மறைத்து நிற்கும் அனைத்துத் திரைகளையும் உடைத்தெறிந்து, அவரை ஒரு தனி மனிதராகக் காணவேண்டும் என்ற வேட்கையின் உச்சத்தோடு திருமண வாழ்விற்குள் நுழைந்திருந்தார். தன்னைப் போலவே அவரும் ஆழமான காதல் உணர்வுகளோடும், அனைத்துத் தடைகளையும் தகர்த்துக்கொண்டு இருக்க வேண்டும் என்று கற்பனை

செய்திருந்தார். ஆனால் அந்த வாய்ப்புகளை 'ஜே' ருட்டிக்குத் தரவேயில்லை. எப்போதும் மிகவும் மிதமான ஒரு மனிதராக, தன் ஆய்ந்த அறிவை முன்னிறுத்திக்கொண்டு, எந்தவித சாதாரண உணர்வுகளையும் வெளியே காண்பிக்காமல் நின்றிருந்தார். காதல் உணர்வுகள்... மென்மையான செயல்கள்... என்று ஏதும் இல்லை. அவ்வளவு ஏன்? பாலியல் உறவும் வெறுமனேதான் என்பதுபோல் தானிருந்தது. புதிய ஆரம்பம் என்ற நிலை கடந்த பிறகு அதில் எழுச்சியூட்டும் நிகழ்வுகள் ஏதுமில்லாமல் நாட்கள் கடந்து சென்றன.

தங்கள் காதல் நாட்களைத் திரும்பிப் பார்த்தார் ருட்டி. அப்போதும் 'ஜே' சுத்த சந்நியாசி போல், காதல் நாட்களுக்கே உரிய உடல்மொழிகள் ஏதுமில்லாமல்தான் இருந்தார். ஆனால் அப்போது ருட்டிக்கு அது வித்தியாசமாகவோ பெரிதாகவோ தோன்றவில்லை. ஒருவேளை அப்போதே ருட்டி அதை உணர்ந்திருந்தால் கூட, அதுவும் 'ஜே'யின் மனக் கட்டுப்பாடு என்றுதான் வியந்தோதியிருப்பார் போலும். அதுவும் பாலியல் உறவுகள் பற்றி வெளிப்படையாகவா விவாதிக்க முடியும்! பெண்ணுக்கே உரிய தடைகளுடன், தன் தோழி பத்மஜாவிடம் கூட ருட்டி ஏதும் பகிர்ந்து கொண்டதில்லை. ஒரேயொரு முறை ருட்டி தான் காதலித்த காலத்தில் பத்மஜாவிடம் ஒரேயொரு கேள்வியை மேலெழுந்த வாரியாகக் கேட்டிருந்தார். பத்மஜாவின் புதிய நண்பனைப் பற்றி விசாரிக்கும்போது 'இவர் அவரைவிட பரவாயில்லையா...?' என்று போகிற போக்கில் அரைகுறையாக ஒரு கேள்வியை பத்மஜாவிடம் கேட்டிருந்தார். ஏனெனில் அந்தக் கேள்வி கேட்கும்போதே மிகுந்த வித்தியாசமான உணர்வுகள் இருந்ததால் தான் கேட்க நினைத்த அந்த ஒரு கேள்வியையும் முழுமையாகக் கேட்காமல், இழுத்துக்கொண்டு அரைகுறையாகக் கேட்டார்.

ஆனால் இப்போது காதல், திருமணத்தில் முடிந்துவிட்டது. 'ஜே'-வெளியே காண்பித்த தன்னம்பிக்கை, உலக ஞானம் என்ற அவரது அனைத்து வெளிக் கவசங்களும் உடைந்து நொறுங்கிப் போய்விட்டன. அவர் வெளியே காண்பித்துக்கொண்ட 'ஜே'-வை இப்போது ருட்டி பார்க்கவில்லை. ருட்டி தன் கனவுகளில், அவரது ஆழமான உணர்வுகள் தனது ஒவ்வொரு நரம்பையும் தட்டி எழுப்பும் என்று பெரும் கற்பனைக் கோட்டை கட்டியிருந்தார். ஆனால் அப்படி ஒரு வேகமான உணர்ச்சி வெள்ளம் அவரிடமிருந்து பீறிட்டு வரவில்லை. பதிலாக, பயந்துபோய் நின்ற ஒன்றுமறியாத அப்பாவிக் குழந்தை போல்

'ஜே'-நின்றிருந்தார். ஆயினும் மனைவியின் மகிழ்ச்சியை எதிர்பார்ப்பது போல் நின்றிருந்தார். உண்மையிலேயே ருட்டி அவரை 'வாரியெடுத்து' தன் மடியில் சாய்த்துக்கொண்டார். ஒரு குழந்தையைப் போலவே ருட்டி அவரைக் கவனிக்க வேண்டிய நிலை. கணவனாக இல்லாமல் தன் மனைவிக்குக் குழந்தையாக இருந்தார் 'ஜே'. ருட்டியின் வாழ்க்கை வரலாற்றை எழுதிய காஞ்சி துவாரகாதாஸ், 'ருட்டி அவரோடு ஒப்பிடும்போது மிகச் சிறிய பெண்; இருந்தும் அதைக்கூட தான் உணராமல், ருட்டி அவரைக் கவனித்துக் கொண்டார்' என்று எழுதியுள்ளார்.

ருட்டி தாய்மையுணர்வுடன் 'ஜே'-யைக் கவனித்துக் கொண்டார். அவரது கறார் தன்மை, மேலுணர்வு, 'முட்டாள்தனமான' உணர்ச்சிப் பூர்வம் போன்றவைகளைப் புறந்தள்ளி விட்டார். மேலும் தன் கவிதைகளை அவர் அலட்சியப்படுத்துவதையும், மெல்லிய உணர்வுகளைக் கண்டுகொள்ளாமல் செல்வதையும் மறந்துவிட்டு, தன் மனதின் உணர்வுகளைத் தனக்குள்ளே பூட்டி மறைத்துக் கொள்வதிலும் கவனமாக இருந்தார். தன்னை 'ஜே'-புரிந்து கொள்ளாமல் இருந்தாலும், ருட்டி தன் கனவுகளை ஒதுக்கிவிடாமல், புரிதல் இல்லாத, இருண்டு, காய்ந்து கிடந்த மனிதன் மீது தன் காதல் அத்தனையையும் பொழிந்து கொண்டிருந்தார். இதன் காரணம் அவரது புரிந்துகொள்ளும் முயற்சியா அல்லது அவரது இரக்கமா? லீலாமணிக்கு அவர் முன்பொரு முறை எழுதியது போல், தன் காதலை அள்ளித் தருவது போல் தோன்றியது. இத்தனை குறைகளையும் தாண்டி, ருட்டி தன் முழுப் பண்புகளையும் வெளிக்கொணர முடிந்தது. காதல் நிறைந்த தன் வாழ்க்கையை அப்பண்புதான் கட்டிக் காத்தது. காதலும் இரக்கமும் கலந்த அப்பண்பு அவரது உணர்ச்சி மிகுந்த மனதில் அழகாகப் பூத்துக் குலுங்கிக் கொண்டிருந்தது. அந்த மனம் அத்தனை அழகாக இருந்தது. அந்த அழகில் காதல் கோலோச்சிக் கொண்டிருந்தது.

ஜின்னாவிற்கு ஓர் அதிர்ச்சி காத்திருந்தது. முறைப்படி அவர் வைத்திருந்த பழக்க வழக்கங்களில் மாற்றம் வந்ததே அதிர்வுதான். காலையில் எழுந்ததும் தினசரியில் மூழ்குவதற்குப் பதிலாக குதிரையிலோ காரிலோ கிராமப் பகுதிகளில் சுற்றிவர வேண்டிய சூழல் ஏற்பட்டது அவருக்கு. அவருக்கோ காரும் பிடிக்கும், குதிரைகளும் பிடிக்கும். ஆனால் இளம் காலை நேரத்தில் ஊர்கோலம் போவது போல் சுற்றிவருவது அவருக்குப் பொருந்தாத ஒன்றாகத் தோன்றியது. ருட்டிக்கு இயற்கையோடு இயைந்த அந்தப் பழக்கம் அத்தனை பிடித்துப்

போனது. ஆனால் இயற்கையின் அந்த உச்ச அழகும், இயற்கைச் சூழலில் பாடிப் பறந்து திரியும் பறவைகளும் அவைகளின் கீச்சுக் குரல்களும் 'ஜே'-யின் விருப்பப்பட்டியலில் சுத்தமாக இடம்பெறவேயில்லை. இரவு வேளைகளில் வானத்தில் சிதறிக்கிடக்கும் விண்மீன்களைக் கண் கொட்டாமல் பார்த்துக் கிடப்பதும், ஒளிச்சித்திரம் போடும் மின்மினிப் பூச்சிகளின் கோலம் காணவும் அவருக்குப் பொறுமையுமில்லை; விருப்பமுமில்லை. ஜின்னாவுக்கு இரவின் அமைதியில் கையில் ஒரு சிறு மதுக் கோப்பையுடன் தன் உதட்டசைவை விரும்பும் ஆண் மக்களோடு அமர்ந்து அரசியல் பற்றிப் பேசுவதில்தான் ஆர்வம் அதிகமாயிருந்தது. அதோடு, ஜின்னாவிற்கு தானும் தன் ரசனையும் இதுதான் என்று ருட்டியிடம் உடைத்துச் சொல்லக் கூடிய தைரியமும் இருந்தது. ஆயினும் நாகரிகம் கருதியோ என்னவோ ருட்டியிடம் அவ்வாறு கண்ணாடியை உடைப்பது போல் சொல்லவில்லை. ருட்டியின் இருப்பிற்கு சிறிது இடம் கொடுத்தார். ருட்டியுடன் இணைந்து பூந்தோட்டத்திற்குச் சென்று தங்கள் காதல் நினைவாக ஒரு மரக் கன்றை இருவரும் நடுவதற்கு உடன்பட்டார். ஆனாலும் இன்னொன்றில் இருவரும் வேறுபட்டு நின்றனர். பல தந்திகள் இருவருக்கும் வந்து குவிந்தன. எல்லாமே அவர்கள் திருமணத்திற்கான வாழ்த்துகள். அவைகளுக்கு நன்றியும், பதிலும் வரிந்து வரிந்து எழுதுவது ஜின்னாவிற்குத் தேவையில்லாத ஒன்றாக இருந்தது. ஆனால் ருட்டி தன் விருப்பப்படி பதில்களும் நன்றியும் தெரிவித்து எழுதுவதற்கு அவர் தடையேதும் தரவில்லை.

ருட்டிக்கு ஒரு முழுப் பக்கத்திற்கு நன்றி சொல்லி ஒரு ஒற்றை வரியை எழுதுவது மிகவும் பிடித்தது. பெரிய எழுத்துகளில் அழகான முறையில் ஓடிச் செல்லும் ஒரு வரிக் கடிதங்களை ருட்டி அனுப்பினார். 'அன்புள்ள திரு சையது முகமது, எங்கள் இருவரின் நன்றியை உங்கள் வாழ்த்திற்குத் தெரிவிப்பதில் மகிழ்ச்சி' என்று எழுதி, புதியதாக ருட்டி ஜின்னா என்று கையெழுத்திட்டு அனுப்புவதில் ருட்டிக்கு அத்தனை மகிழ்ச்சி.

தனக்கு வந்துள்ள புதிய பொறுப்பும் ருட்டிக்கு பெரும் மகிழ்ச்சியை அள்ளித் தந்தது. ஜின்னாவின் உடை, உணவு என்று அனைத்திலும் தன்னை முழுமையாக அன்புடன் திணித்துக் கொண்டார். மெல்ல அவரது ஆளுமை ஜின்னாவின் மீது படர்ந்தது. தன்னையறியாமலே ஜின்னாவும் தன் அனைத்து செயல்களிலும் ருட்டியின் ஒப்புமையை எதிர்பார்த்தார். ருட்டியின் முடிவுகள், தேர்வுகள் மீது ஜின்னாவிற்கு அத்தனை

நம்பிக்கை. ருட்டியின் ஒப்புதலுக்கு ஜின்னா காத்திருந்தார். இந்தக் காத்திருப்பு இருவர் மனதிலும் நிறைந்த மகிழ்வையும் திருப்தியையும் அளித்தது. இருவருக்கும் அதில் பெருமையும் இறுக்கமும் அதிகமாக இருந்தது.

ஆனால்... ஜூன் மாதம் பிறந்து விட்டது. பம்பாய்க்கு, தங்கள் வழக்கமான வாழ்க்கைக்குத் திரும்ப வேண்டிய நேரம். நல்லதோ, கெட்டதோ தங்கள் வழக்கமான வாழ்க்கையை எட்டிப் பார்க்கத் தயாரானார்கள்.

அத்தியாயம் எட்டு

ருட்டிக்கு இது ஒன்றும் தள்ளிப் போடக்கூடிய ஒன்று அல்ல என்பது நன்றாகவே தெரியும். எப்படியோ இன்றோ நாளையோ ருட்டி தன் பெற்றோர்களை எதிர்கொள்ளத்தான் வேண்டும். ஆனால் அதில் ருட்டிக்கு ஒரு சின்ன ஆறுதலும் இருந்தது. அதுபோன்ற நெருக்கமான நேரங்களில் 'ஜே' அவருக்கு அருகில் இருப்பார் என்ற நம்பிக்கைதான் அது. 'ஜே' தைரியம் கொடுக்கும் நேரம் அது. அவரது நேரடி ஆளுமை பெற்றோர்களுடைய சந்திப்பைச் சமாளித்து அந்த நேரத்தின் கடுமையைக் குறைத்துவிடும். ருட்டியின் மனதில் இன்னும் பல குழப்பங்கள், ஐயங்கள். ஆனால் இவைகளை 'ஜே'-யிடம் காண்பிக்கவில்லை. அவருக்கு ஒரு நம்பிக்கை- அவருக்கும் அவர் பெற்றோர்களுக்கும் நடுவில் பிரச்சனைகள் தீர்ந்து எல்லாம் எளிதாகிவிடும். ருட்டியின் அப்பா வெளியே பரந்த மனப்பான்மை உடையவராகத் தன்னைக் காட்டிக் கொண்டிருந்தாலும், உள்ளுக்குள் இன்னும் ஒரு பழமைவாதியாகத்தானிருந்தார். ஆனால் இப்போது ருட்டி திருமணம் முடிந்து வாழ்வின் அடுத்த கட்டத்தில் உள்ளார். தன் வாழ்வில் இதுவரை தன் தந்தை கொண்ட ஈடுபாட்டையும் வழிநடத்துதலையும் ருட்டி நினைத்துப் பார்த்தார். இதுவரை தந்தையின் மகிழ்ச்சிக்கும், பெருமைக்கும் அவர் காரணமாகி இருந்தார். ருட்டியின் அழகு, திறமை, சாமர்த்தியம் அனைத்தும் தந்தையின் மகிழ்ச்சிக்குக் காரணமாக இருந்தன. அதில் அவருக்கு அத்தனை பெருமை. அதுவும் தன் மகளின் பரந்த வாசிப்பு மீது அவருக்கு அவ்வளவு பெருமிதம். தின்ஷா பெரிய வாசகர் இல்லை. ஆனால் தனது மகளின் வாசிப்பின் மீது அவருக்கு மகிழ்ச்சியும் பெருமையும் அதிகமாக இருந்தது. ருட்டிக்குத் தன் தாய் மீது அதிக நம்பிக்கை இருந்தது. ஏனெனில் அவரது தாய்க்கு 'ஜே'-யை எப்போதும் நிறையப் பிடிக்கும். அதுவும் அவரது கணவர் தன்

மனத்தை மாற்ற முயற்சித்த நிலையிலும் அவர் 'ஜே'-யின் மீது வைத்திருந்த எண்ணம் மாறாமலேயே இருந்தது. இப்போதோ... திருமணமே முடிந்துவிட்டது. ருட்டி தன் அம்மா தனக்காக பலவற்றைத் திட்டமிட்டிருப்பார் என்று நம்பினார். தனக்காக அழகழகான சேலைகள், விருந்துகள் என்று தயாராக இருப்பார். ஆனால்... அப்பா...? அவருக்கு மகள் மேல் அத்தனை பிரியம்... பாசம். கோபத்தையெல்லாம் மீறி இந்த அன்புதான் மேலெழுந்து நிற்கும். அவர்களுக்கும் திருமணம் முடிந்து ஐந்து வார காலங்கள் ஓடிவிட்டன. இன்னும் தின்ஷா தன் பெருமைக் கொடியைப் பிடித்துக்கொண்டு நிற்க வேண்டுமா? இத்தனை நம்பிக்கைகள் மனதில் இருந்தாலும் நைனிடால் மாளிகையிலிருந்து புறப்பட தன் பெட்டிகளைத் தயார்படுத்தும் ருட்டிக்கு, 'ஜே'-வின் மனதிலிருந்த, வீட்டுக்குத் திரும்புகிறோம் என்ற ஆவல் சுத்தமாக இல்லை. இன்னும் நீதிமன்றத்தின் கோடை விடுமுறை நாட்கள் கூட முடியவில்லை. ஆனால் திரும்பவும் தன் வேலைப் பளுவை எடுத்துக்கொள்ள 'ஜே' ஆர்வமாகப் புறப்பட்டுக் கொண்டிருந்தார். இந்த முனைப்போ, தீவிரமோ ருட்டியிடம் இல்லை.

ஜின்னா வீடு திரும்பும் மனநிலையில் முனைப்போடு இருந்தார். தேனிலவு முடிந்து வீடு திரும்பவேண்டிய கட்டாயத்தில் இருக்கும் ஒரு புது மாப்பிள்ளையின் மனநிலையில் அவர் இல்லை. ஒருவேளை அவரை எதிர்நோக்கிக் காத்திருக்கும் போர்க்கால மாகாண மாநாடு கூட இன்னொரு முக்கியக் காரணமாக இருக்கலாம். தில்லியில் போர் மாநாடு கடந்த ஏப்ரல் மாதத்தில் நடந்து முடிந்திருந்தது. அதன் தொடர்ச்சியாக இந்தப் புதிய மாநாட்டிற்கான அழைப்பு பம்பாய் ஆளுநரிடமிருந்து ஜின்னாவிற்கு வந்திருந்தது. பம்பாய் ராஜதானியில் உள்ள பெரிய மனிதர்கள், அரசியல் தலைவர்கள், ஆட்சி நடத்தும் இளவரசர்கள் என்று அனைவரின் ஆதரவும் போர் நடவடிக்கைகளுக்குக் கிடைக்கவேண்டும் என்ற காரணத்தோடு கூட்டப்படும் மாநாடு இது. இதற்கு முந்தைய தில்லி மாநாட்டில் ஜின்னா கோரிய புதிய சலுகைகள் எதையும் அவரால் பெறமுடியவில்லை. ஆகவே இந்த முறை கிடைக்கும் வாய்ப்பைத் தவறவிட ஜின்னா தயாரில்லை. அவரது கூட்ட உரைகளும், அவர் கொடுத்த வேண்டுகோளும் ஒன்றுமில்லாமல் பயனின்றிப் போவது அவருக்குப் பிடிக்காத ஒன்று. ஆகவே மாநாடு ஆரம்பிப்பதற்கு மூன்று நாட்களுக்கு முன்பே ருட்டியுடன் பம்பாய்க்குத் திரும்பி வந்தார். இந்த மூன்று நாட்களும் அவர் தன் புதிய திட்டத்தைத் தயாரிக்கவும்,

புது வலிமையோடு அரசாங்கத்திடம் தன்பக்கத்து பலனிற்காக எப்படி வியூகம் அமைக்கலாம் என்று திட்டமிடவும் இந்த நாட்கள் அவருக்குத் தேவையாக இருந்தன.

நைனிடாலில் தேனிலவிற்காக அவர் எடுத்த நான்கு வாரம் தான் அவரது அரசியல் வாழ்க்கையிலிருந்து விலகி நின்ற நீண்ட விடுமுறை. நீண்ட கால இடைவெளி அது. விட்டதைத் தொடர அத்தனை அத்தனை விஷயங்கள் காத்திருந்தன. இவை எல்லாம் மனதில் வரிசைகட்டி நின்ற அந்த சமயத்தில் அவருக்குத் தன் மாமனாரான தின்ஷாவின் கோபம், தாபம் எதுவும் நினைவுக்கு வரவே இல்லை. தின்ஷா என்ன செய்வார், அதை எப்படி எதிர்கொள்ளவேண்டும் என்ற முனைப்புகள் இல்லை. ஆனால் தின்ஷா வழக்கு மன்றத்தில் வாங்கி வைத்திருந்த தீர்ப்பு ஒரு தடையாக இல்லாமல் இருக்கவேண்டும் என்பதற்காக முன்னெச்சரிக்கையாக இருந்தார். அந்தத் தீர்ப்பிற்கு எதிராக அவர் நீதிமன்றத்தில் மேல்முறையீடு எதுவும் போடவில்லை. ஏனெனில் அப்படிச் செய்திருந்தால் அந்த வழக்கே ஒரு தடையாகப் போயிருந்திருக்கும். அனைத்து சட்டபூர்வ நடவடிக்கைகளையும் முதலிலேயே எடுத்திருந்ததால் இப்போது அவருக்கு அந்தத் தொல்லைகள் ஏதுமில்லை. அவர் தன் அரசியல் நடவடிக்கைகளைத் தொடர நிலைமை சீராக இருந்தது.

ஹோம் ரூல் இயக்கத்தில் அவருக்குக் கீழ் இருந்த வாலிபர்கள் ஜின்னா இல்லாத காலத்தில் தேவையான அரசியல் தீவிரத்தைச் சரியாக, தொய்வுகள் ஏதுமில்லாமல் கையாண்டிருந்தனர். தொடர்ந்து மேடைப் பேச்சுகள் நடந்தேறின. சாந்தாராம் தொகுதியில் 2000 மக்களுக்கு மேல் கலந்துகொண்ட மக்களுடன் பெரிய அரசியல் கூட்டம் நடத்தப்பட்டது. திரும்பி வந்த ஜின்னா இயக்கத்தின் முனைப்புகளை தன் கையில் எடுத்துக் கொண்டார். நைனிடாலிலிருந்து திரும்பி வந்த அதே நாளின் மாலையில் அன்னி பெசண்ட் அம்மையார் பேசும் பொதுக் கூட்டத்தின் தலைவராக இருந்து செயல்படுத்தினார். இந்தக் கூட்டத்திற்கு ஜின்னாவுடன் ருட்டியும் இணைந்து வந்தார். ருட்டிக்கு இதில் ஒரு லாபம் - தன் பெற்றோர்களைப் பார்ப்பது இந்தக் கூட்டத்தால் சற்று தள்ளிப் போகுமே என்ற திருப்தி ருட்டிக்கு! ஆனால் இதிலும் ஒரு மகிழ்ச்சியான திருப்பம் அவருக்குக் கிடைத்தது. ஜின்னாவின் நண்பரும், ஒன்றி நிற்கும் துணைவருமான ஹார்னிமேன் தனது நன்றியுரையில் அரசு தனது அரசியல் சீர்திருத்தங்களை உடனே செய்து முடிக்காமல் போனால் ஜின்னா அடுத்து இதுவரை நாடு காணாத அரசியல்

போராட்டத்தை முன்னெடுப்பார் என்று அறிவித்தார். இந்த அறிவிப்பு ருட்டியைத் தன் பெற்றோர்கள் பற்றிய கவலையை மறைக்கச் செய்தது. 'ஜே'-யின் அருகே அமர்ந்து, அவர் நடத்தும் போராட்டங்களில் முழுமையாக ஈடுபட்டு நாட்டின் சுதந்திரப் போரில் பங்கு கொள்ளமுடியும். ஆங்கிலேயரின் அடக்கு முறையை முறியடித்து சுதந்திரப் போராட்டத்தில் ஈடுபடும் உணர்வு அது.

ருட்டியின் பெற்றோர்களை முகத்திற்கு முகம் பார்க்கும் வாய்ப்பு ஜின்னாவிற்குத்தான் முதலில் கிடைத்தது. இது அவர்கள் பம்பாய் வந்த மூன்று நாள் கழித்து ஒரு மாலையில் நடந்தது. அப்போது மாகாணப் போர் மாநாடு நடந்து கொண்டிருந்தது. அந்தக் கூட்டத்திற்கு தின்ஷாவும் அவர் மனைவியும் அழைக்கப்பட்டிருந்தனர். அவர்கள் ஆங்கிலேயருக்கு மிகவும் அனுசரணையாக இருந்ததால் ஆளுநரே அவர்களைத் தேர்ந்தெடுத்து அழைத்திருந்தார். மகளின் எதிர்பாரா திருமணத்தினால் பல அழைப்புகளை நிராகரித்த தின்ஷாவினால் இந்த அழைப்பைத் தவிர்க்க முடியவில்லை. போர்க்கால மாநாடு... அதுவும் ஆளுநரே அழைத்துள்ளார். இவைகளைப் புறந்தள்ள தின்ஷாவினால் முடியாது. வேறுவழியின்றி வந்திருந்தனர். அங்கு தாங்கள் கட்டாயம் ஜின்னாவைச் சந்திப்போம் என்று அவர்களுக்கு நன்கு தெரியும். இதில் பெரிய சிரமம் யாதெனில், ஜின்னா தலைநிமிர்ந்து தன் நடவடிக்கைகளை மிகச் சாதாரணமாக செய்து கொண்டிருப்பார். ஆனால் இவர்கள் இருவரும் எல்லோர் கண்களிலும் விழுந்து, மிகுந்த சிரமத்தைச் சந்திப்பார்கள். வேறு வழியில்லை அவர்களுக்கு. மேடையில் தின்ஷா ஒரு சிறு பேச்சின் மூலம் தனது ஆதரவை ஆங்கிலேய அரசிற்கு தெரிவித்து விட்டு, அவசர அவசரமாகக் கூட்டத்தின் கண்களிலிருந்து தப்பிச் சென்றனர். முடிந்தவரை தங்கள் மரியாதையைக் காப்பாற்றிக் கொண்டு திரும்பினர்.

ஆனால் ஜின்னாவிற்கு இதெல்லாம் மிக எளிதான ஒன்றாக இருந்தது. தன்னை நோக்கிப் பாயும் கோபப் பார்வைகள், அதுவும் பார்சி மக்களின் அக்னிப் பார்வைகள் அவருக்குச் சிரமத்தைத் தரக்கூடியதுதான். ஆனால் பார்க்க விரும்பாத எதையும் ஏறெடுத்தும் பார்க்காத தன் குணத்தால் இந்தச் சிரமங்களை அவர் எளிதாகக் கடந்தார். ஆனாலும் கூட்டம் நடந்த நகர் மன்றக் கட்டிடத்தில், ஒன்று மாற்றி ஒன்று எனப் பல நிகழ்வுகள் நடந்து கொண்டிருந்தன. அத்தனை

நிகழ்வுகளிலும் நடு நாயகனாக இருந்த ஜின்னாவிற்கு மற்ற நினைவுகளோ, தடங்கல்களோ எதுவும் எழவில்லை. கை நிறையப் பொறுப்பு. அவைகளை அவர் கவனித்துக் கொண்டிருந்தார். வாழ்க்கைப் பிரச்சனைகள் மற்ற வேலைகளுக்கும், கடமைகளுக்கும் பின்னால் ஓடி ஒளிந்து கொண்டன. ஒரு பெரிய அரசியல் நிகழ்வே நடந்து, அவரது கவனம் அனைத்தையும் இழுத்துக் கொண்டது. அவரது தனி மனிதக் கவலைகளோ, குழப்பங்களோ எதுவும் தலையெடுக்கவில்லை. ஆளுநர் லார்ட் வில்லிங்டன் நிகழ்வுகளை நடத்திக் கொண்டிருந்தார். அவரது குறியெல்லாம் ஹோம் ரூல் ஆட்கள் மீதுதான் இருந்தது. தனது பேச்சினூடே அவர் ஹோம் ரூல் இயக்கத்தினரின் உண்மைத் தனத்தை கேள்விக்குள்ளாக்கினார். அவர்கள் அரசினை முழு மனதுடன் ஆதரிக்க வேண்டும். அரசு அவர்களின் அரைவேக்காடான ஆதரவை நிச்சயமாக ஒத்துக் கொள்ளாது என்று எச்சரித்தார். இந்தப் பண்பற்ற எச்சரிப்பை ஹோம் ரூல் இயக்குநர்கள் எப்படிச் சாதாரணமாக எடுத்துக் கொள்ளமுடியும்? முதன் முதலில் பேச எழுந்த திலகர் ஆளுநரின் இந்த எச்சரிக்கையை வன்மையாகக் கண்டித்தார். திலகரின் பேச்சை ஆளுநர் ஊடறுத்தார். திலகர் பேசுவதைத் தடைசெய்தார். இது அரசியல் விவாத மேடையல்ல என்றார் ஆளுநர். திலகர் மிகுந்த கோபத்துடன் வெளிநடப்பு செய்தார். இன்னொரு சட்டமன்ற உறுப்பினர் N.C. கேல்கர், தீர்மானத்தின்போது தன் கருத்தைச் சொல்லிக்கொண்டிருந்தபோது ஆளுநரால் இடையில் நிறுத்தப்பட்டார். ஆகவே இவரும் திலகரைத் தொடர்ந்து வெளிநடப்பு செய்தார். இவர்கள் இருவரையும் அடுத்து ஜின்னாவோடு இணைந்திருந்த ஹோம் ரூல் உறுப்பினர்களான ஹார்னிமேன், ஜம்னாதாஸ் துவாரக்தாஸ், பொமான்ஜி என்பவர்களும் வெளிநடப்பு செய்தனர். ஹோம் ரூல் உறுப்பினர்களின் ஒரே ஆளாக ஜின்னா மட்டும் வெளிநடப்பின்றி உள்ளே இருந்தார். அவர் தன் பேச்சைப் பேசிவிட்டு வெளிநடப்பு செய்வதற்கு அவரது பெருமை இடம் கொடுக்கவில்லை. தன் கருத்துகளைச் சொல்லி, அதற்காக அனைத்துப் பக்கங்களிலிருந்தும் வரும் எதிர்ப்புகளையும் எதிர்கொண்டு, தீர்மானத்திற்கு ஓட்டளிக்காமல் இருந்து தனது கோபத்தை முழுமையாகக் காண்பித்தார்.

கூட்டம் நடக்கும் நகர மன்றத்தின் உள்ளே பார்சி மக்கள் பலரின் கோபப் பார்வைகளைச் சந்தித்த ஜின்னா, கட்டிடத்திற்கு வெளியேயும் பலரது பார்வையில் விழுந்தார். முதலில் அது

மிகுந்த சிரமமாகவே இருந்தது. அவர்கள் கோபத்திற்கான காரணம் அவர் ஒரு பார்சிப் பெண்ணை, அவளது அப்பாவின் கண்களில் மண்ணைத் தூவி, அவளைக் கவர்ந்து சென்றது மட்டுமில்லாமல் அவளை இஸ்லாமிய சமயத்திற்கு மதமாற்றம் செய்வித்து விட்டார். இப்போதோ கூட்டத்திலிருந்து அரசை எதிர்த்துப் பேசி வெளியே வந்துள்ளார். அரசுக்கு எதிரான நடவடிக்கை அது. இந்த இரண்டும் இணைந்து ஓர் எதிர்ப்பும் வந்தது. மாநாட்டில் ஆளுநர் ஜின்னாவையும், அவரது ஹோம் ரூல் இயக்கத்தையும், அதன் உறுப்பினர்களையும் வன்மையாகத் தாக்கும்போது அந்தக் கோபக்கார பார்சி மக்களும் ஆளுநரோடு இணைந்து கொண்டு ஒலியெழுப்பினர். இந்த மாநாடு நடந்து முடிந்த இரு நாட்களுக்குப் பிறகு பார்சி இனத்துத் தலைவரான சர் ஜாம்செட்ஜி ஜீஜிபாய் ஒரு பொதுக் கூட்டம் ஏற்பாடு செய்தார். இதில் இரண்டாம் உலக யுத்தக் கடனிற்காக உதவ மக்களை அழைத்திருந்தார். ஆனால் ஹோம் ரூல் இயக்கத்தின் உறுப்பினர்கள் தாங்கள் மாநாட்டில் எச்சரிக்கப்பட்டதற்கு எதிராக அக்கூட்டத்தை முழுமையாக நிராகரித்தனர்.

பார்சி மக்கள் எடுத்த இன்னொரு முயற்சி பலிக்காது போய்விட்டது. சில பார்சி மக்கள் ஆளுநரை அணுகி ஜின்னாவை மட்டம் தட்டும்படி செய்ய முயன்றனர். ஆனால் அது முடியாது போயிற்று. *'பம்பாய் குரோனிக்கிள்'* நாளிதழ் இந்த மாநாடு பற்றிக் கூறும்போது முழுமையாக ஜின்னாவை ஆதரித்து எழுதியது. மேலும் ஏனைய ஹோம் ரூல் உறுப்பினர்கள் வெளிநடப்பு செய்தும், இறுதிவரையில் உறுதியாக எதிர்நின்ற ஒரே தலைவர் ஜின்னா என்று புகழாரம் சூட்டியது. அதோடு ஆளுநர் உறுப்பினர்கள் மீது எறிந்த அவமானத்தையும் எச்சரிக்கையையும், துணிந்து மீண்டும் ஆளுநர் முகத்தின் மீது எறிந்த ஜின்னாவின் புகழையும் பறைசாற்றியது. மாநாட்டில் நடந்த நிகழ்வுகள் மொத்தத்தில் ஜின்னாவின் புகழை உயர்த்தி அவரை மக்களின் நாயகன் என்ற நிலைக்கு உயர்த்தின.

அரசியலில் ஓர் உச்ச நிலையை எட்டிய மகிழ்ச்சியான பொழுதில் புதுத் தம்பதியர்கள் தின்ஷாவை முதன் முறையாகப் பார்க்கும் தருணம் வந்தபோது, ருட்டி எதிர்பார்த்தது போல் அவர்கள் பெத்தித் மாளிகைக்கு வரவேற்கப்படவில்லை. எதிர்மாறான ஒன்று நடந்தது. அழைப்பு பெத்தித் மாளிகையிலிருந்து வரவில்லை; நீதிமன்றத்திலிருந்து தான் ஓரழைப்பு வந்து சேர்ந்தது. தின்ஷா புதிய

வழக்கொன்றை ஜின்னா மீது தொடுத்திருந்தார். தன் மகளை விருப்பத்திற்கெதிராகக் கடத்திக்கொண்டு சென்று, கட்டாயத் திருமணம் செய்து விட்டார் என்ற குற்றச்சாட்டோடு வழக்கைத் தொடுத்திருந்தார்.

ஜின்னாவை இந்த வழக்கு மிகவும் ஆழமாகக் காயப்படுத்தி விட்டது. ஆழ்ந்த ரணம். இதுவரை தன் சொந்த முயற்சியில் பெரும் வழக்கறிஞரானது மட்டுமல்லாமல், பெரும் செல்வ நிலையையும் அடைந்து விட்டார். அப்படிப்பட்ட தன்னை இந்த அளவு இழிவுபடுத்தி விட்டார் என்ற பெருஞ்சினமும் வருத்தமும் அவருக்கு. கீழ்த்தரமான வழக்காக, பணத்திற்காக செய்தாரென்று வழக்கு தொடுத்திருப்பதை நினைத்துக் கவலைப்பட்டார். இந்த வழக்கினால் அவர்களுக்குள் தொடரக் கூடிய உறவு முறைகள் அனைத்தும் முழுமையாக மூடப்பட்டு விட்டன. இனி அவர்களோடு எந்த உறவும் இல்லாமல், செல்வச் செழிப்பில் வளர்ந்த தன் மனைவியை அதே செல்வச் செழிப்பில் வைத்து, அவள் தன் பழைய வழக்கமான வாழ்க்கையைத் தொடர்ந்து வாழவும், முந்தைய பெத்திக் குடும்ப வாழ்க்கையைத் திரும்பியும் பார்க்கத் தேவையில்லாத நிலையில் வாழ்வோமென்பதை ஊருக்கே காண்பிப்போம் என்று ஜின்னா நினைத்துக் கொண்டார்.

ருட்டியின் நிலையோ வேறு மாதிரி இருந்தது. ஒரே குழப்பமான நிலை. அப்பாவைப் பார்த்தது மிக்க அதிர்ச்சிகரமாக இருந்தது. ஐந்தே வாரங்களில் அவரது அப்பா அதிகமாக மூப்படைந்த தோற்றத்தில் இருந்தார். அப்பாவின் துள்ளல்கள் முற்றிலும் காணாமல் போயிருந்தன. தோல்வியின் வடுக்கள் முகத்தை முற்றிலும் மாற்றிவிட்டிருந்தன. ஜின்னாவை விட இருபது வயது மூத்த தோற்றம். அப்பாவின் கண்களைப் பார்ப்பதை ருட்டி தவிர்த்தார். நீதியரசர் ஜின்னாவைப் பார்த்து, ருட்டியை அவரது தந்தை வீட்டிலிருந்து கடத்தினீர்களா? என்று கேட்டார். ஜின்னா அதற்குப் பதில் சொல்வதற்குள் ருட்டி துள்ளியெழுந்து நீதிபதிக்குப் பதில் சொல்ல ஆரம்பித்தார். பெற்றோருக்குத் தெரியாமல் வீட்டை விட்டுப் போனதைவிட, இந்தச் செயல் புண்பட்ட தின்ஷாவை மேலும் அதிகமாக வருத்தியது. ருட்டி மிகத் தீவிரமாக, மிகுந்த உறுதியுடன் ‘அவர் என்னைக் கடத்தவில்லை; உண்மையைச் சொன்னால் நான்தான் அவரைக் கடத்திவிட்டேன்’ என்றார். ஏற்கெனவே ‘ஜே’ மீது ருட்டி வைத்திருந்த பாதுகாப்பு உணர்வு மேலெழுந்து, இப்படி உறுதியாகச் சொல்லவைத்தது. இந்தத் தீவிரச் செயல்

தின்ஷா-வை மிகவும் ஆழமாகக் காயப்படுத்தியது. இந்த வார்த்தைகளையும், அதை ருட்டி ஆவேசமாகப் பேசிய முறையும் அழிக்க முடியாத ஆழமான, சோகமான சித்திரமாக தின்ஷா மனதில் பதிந்து போனது. அவளைக் காப்பாற்ற வேண்டும் என்ற அதி தீவிர ஆவலில் இந்த வழக்கைத் தொடுத்தார் தின்ஷா. ஆனால் அவரது மகள் ருட்டிக்கு தந்தையைவிட காதலனே பெரிதாகத் தெரிந்தார். எந்த தந்தையின் நெஞ்சையும் அறுக்கும் செயல்தானே இது! இந்த வார்த்தைகளோடு... எல்லாம் முடிந்தது. இனி மீதி இருப்பதெல்லாம் சொத்தில் தனக்கு எந்தப் பங்கும் வேண்டாம் என்ற முடிவு எழுதிய தாளில் கையெழுத்து இடுவது மட்டும் தான்.

ருட்டியின் கண்களில் அவரது தந்தையின் ஏமாற்றமும், துயரமும் சிறிதும் படவேயில்லை. நீதிபதி ஜின்னாவிடம் கேட்ட கேள்விக்கு விரைந்து ருட்டி சொன்ன பதில் வழக்காடு மன்றத்தில் இருந்த அனைவரையும் மிகுந்த ஆச்சரியத்துக்கு உள்ளாக்கியது. எல்லோரையும் போல் ஜின்னாவும் ஆச்சரியத்திலும் அதிர்ச்சியிலும் உறைந்து நின்றார். உறைந்து நின்றாலும் ருட்டியின் அந்த வார்த்தைகளைக் கேட்டதும் அவரது உதட்டில் தோன்றிய புன்னகையை அவரால் மறைக்க, நிறுத்த முடியவில்லை. அந்தப் புன்னகை அவரை மகிழ்ச்சியின் உச்சாணிக்குக் கொண்டு சென்றது. வேறெதுவும் அவர் கண்களுக்கோ, மனதிற்கோ தெரியவில்லை.

தான் முழுமையாகக் காதலித்த மனிதனின் அந்த அபூர்வப் புன்னகைக்காகத்தானே அவளின் காதல் மனது தவித்தது. வேறெந்த நிமிடத்திலும் ருட்டிக்கு இத்தகைய ஆவேசம் வந்ததில்லை. தங்கள் மாளிகையிலிருந்து வெறும் குடை ஒன்றுடன் வெளியே நடந்து வந்த ருட்டியை விட, இந்த நீதிமன்றத்து ருட்டி அச்சமும், தயக்கமும் ஏதுமின்றி நிமிர்ந்து தைரியமாக நின்றார். அப்பாவையும் அம்மாவையும் வெட்டித் துண்டித்துவிட்டு வந்ததும், எல்லாமே இதற்குத்தானே!

தின்ஷா முரட்டுப் பிடிவாதத்துடன், புரிந்து கொள்ளாத மனதுடன் தனியே நின்றார். ஆனால் அவரது உண்மையான சங்கடமான நிலைமை என்னவென்பது ருட்டிக்கும், ஜின்னாவிற்கும் புரியாத ஒன்று. அவர்களின் திருமணம், அதிலும் ஒரு பார்சிப் பெண் மதம் மாறி இஸ்லாமிய மதத்திற்குள் சென்றது ஒரு பெரிய பிரச்சனையாக அந்தக் குடும்பத்திற்கு மட்டுமில்லாது, அனைத்து பார்சி மக்களையும் பாதித்தது. அந்த இனமே ஒட்டு

மொத்தமாக ஒரு போர்க்களத்தில் குதித்து விட்டார்கள். சர் தின்ஷா எதிர்த்து நின்றது பழமைவாதிகளான, ஓரளவு ஏழ்மையில் இருந்த பார்சி மக்கள் மட்டுமல்ல, இந்த வகை மக்களை அவர் துச்சமாக மதித்ததும் உண்டு. ஆனால் இப்போது அவர்கள் துச்சமாக எறியக் கூடிய நிலையில் இல்லை. அதோடு இந்தத் திருமணத்தை அவரும் வெறுத்தார்; நிறுத்த முயன்றார்; வழக்காடு மன்றம் வரையிலும் சென்றார். இத்தனை செய்திருந்தும், அவர் இனத்து மக்கள் தின்ஷாவின் தலையையே காவு கொடுக்கவேண்டும் என்று கத்திக் கொண்டிருந்தனர். அவரின் நெருங்கிய உறவினர்களும், நண்பர்களும், ஆங்கிலக் கல்வி பெற்ற மக்களும் அவரோடு துணை நிற்காது, காவு கேட்கும் கூட்டத்தினருக்கு மிக்க அனுசரணையாக நின்றார்கள். மிகவும் கடினமான ஒரு சூழலில் தின்ஷா தனித்து நிற்க வைக்கப்பட்டு விட்டார். அவர் முற்றிலுமாக மகளையும் மருமகனையும் தன் வாழ்க்கையிலிருந்தே நீக்கியாக வேண்டும். இல்லையேல் அவர், அவரது மனைவி, மகன்கள் என்று அனைவரும் பார்சி இனத்திலிருந்து ஒதுக்கிவைக்கப்படுவார்கள் என்பது உறுதி. தலைக்கே வந்த ஆபத்து இது. எப்போது வெடிக்கும் என்று சொல்ல முடியாத துப்பாக்கி... அவரது தலையைக் குறிவைத்தபடி நிற்கிறது. அவரது சோகத்திற்கும், ஏமாற்றத்திற்கும் இதுவே ஒரு உண்மையான காரணமாக முன் நிற்கிறது.

எதிர்ப்புகள் முந்தைய மாதமே ஆரம்பித்திருந்தது. மே மாதம் 26-ம் நாளில்- ருட்டியும் ஜின்னாவும் நைனிடாலிலிருந்து திரும்பி வருவதற்கு முன் பம்பாய் நெருப்புக் கோவிலில் உள்ள சில மத குருமார்கள் அகியாரி தெருவில் இருந்த முக்கிய பெரிய பார்சி கோவிலான தாதி சேத் அக்னி கோவிலின் முன் ஒன்று கூடினர். மிக அமைதியாக ஒரு புனிதமான காரியத்திற்கான கூடுதல் போன்று அது இருந்தது. கூட்டத்தின் தலைவராக பம்பாயின் தலைமைப் பாதிரியார் ஷாம்ஸ்-உல்-உல்மா தஸ்தூர் தூரப் பெஷோடன் சஞ்சனா தேர்ந்தெடுக்கப்பட்டார்.

அன்று ஞாயிற்றுக் கிழமை. வெளியாட்கள் எவரும் அழைக்கப்படவே இல்லை. பார்சி குருமார்கள், தங்கள் இனத்துப் பெண்ணை பார்சி அல்லாத ஒருவர் செய்துகொண்ட திருமணத்திற்காக தங்கள் எதிர்ப்பைத் தெரிவிக்கக் கூடினர். ஆரம்பித்தது எளிதாக இருந்தாலும் ஊடகங்களில் பெரும் இடத்தை இந்நிகழ்வு பெற்றது. ஆங்கிலேயர்களால் நடத்தப்பட்ட ‘டைம்ஸ் ஆப் இந்தியா’ தினசரியில் முதல் முறையாக இந்த இந்திய நிகழ்வு குறித்தும் விரிவான செய்திகள்

வெளிவந்தன. குருமார்கள் தங்கள் போராட்டத்தில் ஜின்னாவின் பெயரையோ ருட்டியின் பெயரையோ உச்சரிக்கவே இல்லை. ஆனாலும் ஏன் கூடினர்? எதற்காகக் கூடினர்? யாருக்காகக் கூடினர்? என்பது அனைவருக்கும் தெரியும். அதுவும் ஆங்கில ஊடகத்தினர் அனைத்தையும் முழுவதுமாகத் தெரிந்து, அனைத்தையும் தங்கள் செய்திகளில் தெளிவாகக் கொண்டு வந்தனர். டைம்ஸ் ஆப் இந்தியா தினசரி, "இந்த நிகழ்வில், கடந்த சில மாதங்களாக பார்சி பெண்கள் வேற்றினத்தவரைத் திருமணம் செய்துகொண்டு வருவது பார்சி இனம் முழுமைக்கும் தீராத துன்பத்தைத் தருகிறது. அதைத் தெரிவிக்கவே இந்த குருமார்களின் எதிர்ப்பு வெளிவந்திருக்கிறது" என்று தன் பக்கங்களில் குறிப்பிட்டிருந்தது.

மத குருமார்களின் எதிர்ப்பு மிகவும் எளிதாக, எந்த படோடாபமும் இல்லாமல் செய்யப்பட்டது. ஆனால் ஊடகங்கள் இதனை அத்தனை எளிதாக எடுத்துக் கொள்ளவில்லை. இதுதான் சரியான கனிந்த நேரம் என்று நினைத்து ஊடகங்கள் பல அடிப்படைப் "பாடங்களை" நடத்த ஆரம்பித்துவிட்டன. பார்சி இனத்து செல்வந்தர்களின் வாழ்க்கையில் அவர்கள் 'மாற்றியாக வேண்டிய ஆரம்பப் பாடங்களைக் கற்றுக் கொடுக்க ஆரம்பித்தனர். அதிலும் முக்கியமாக அந்தச் செல்வந்தர்கள் தங்கள் பெண் குழந்தைகளை வளர்ப்பதில் மாற்றம் தேவை என்றனர். தலைமைக் குழு, 'இதுபோன்ற வெளி உறவுகளைத் தவிர்ப்பது இனத்தின் நன்மைக்கு நல்லது. பார்சி பெற்றோர்கள் தங்கள் பெண் பிள்ளைகளை வேற்றினத்தாரோடு பழக விடாமல் தடுத்து, தங்கள் ஜோராஸ்ட்ரியன் மதத்தின் கோட்பாடுகளை அவர்களுக்குக் கற்றுத் தரும் காலம் வரை, இதுபோன்ற உறவுகளுக்குத் தடைவிதிக்க வேண்டும்', என்று அறிவுறுத்தியது. குருமார்களின் கூட்டத்திலிருந்தே அனைவரும் அவர்களையும் அவர்கள் எதிர்ப்பையும் முழுமையாகப் புரிந்து கொண்டார்கள். பார்சிப் பெண்கள் ஏறத்தாழ நூறாண்டுகளுக்குப் பிறகு தங்கள் பர்தா பழக்கத்தைக் கைவிட்டு விட்டார்கள். ஆனால் மற்ற இனத்துப் பெண்கள் மீதுள்ள கட்டுப்பாடுகள் போன்று பார்சிப் பெண்களும் கட்டுப்பாட்டுக்குள் வந்தாக வேண்டும். அப் பெண்களுக்குத் தரப்படும் தனித்த ஆங்கில ஆசிரியர்கள், நடன ஆசிரியர்கள், அவர்களின் குதிரையேற்றம், விருப்பத்திற்கேற்ப கண்டவற்றை வாங்கித் தீர்க்கும் ஆவல், தோட்டத் திருவிழாக்கள் போன்ற அவர்களது அதீத நடவடிக்கைகளை கட்டுப்படுத்த வேண்டும். வில்லிங்டன் சங்கங்களில் நடத்தப்படும் உணவுத்

திருவிழாக்களும் நிறுத்தப்பட வேண்டும். இவ்வளவு நீட்டி முழக்கி சொல்வதற்குப் பதிலாக, 'உங்கள் பெண் பிள்ளைகளை வீட்டில் பூட்டிவைத்து, பழைய பாரம்பரிய வழக்கத்தின்படி பெற்றோர்கள் பார்த்து வைத்த பையனுடன் திருமணம் செய்து வையுங்கள்,' என்று சொல்வதே மிகச் சரியாக, பொருத்தமானதாக இருந்திருக்கும்!

இதைப் போலவே தம் பெண்களைத் தடுத்து நிறுத்திவைக்கும் வேறு நடவடிக்கைகள் பற்றியும் பேசப்பட்டன. அதுவும் அனைத்து பார்சி குருமார்களும் ஒரே மனதுடன் கொண்டுவந்த தீர்மானம் ஒன்றும் வெளிவந்தது. அந்தத் தீர்மானம் அவர்கள் மத்தியில் நடக்கும் வேலிதாண்டுதலைக் கட்டாயமாக நிறுத்திவிடும் என்றும் நம்பினர். பார்சி இனத்து செல்வந்தர்கள் ஆங்கிலக் கல்வி பெற்றுக்கொண்டு, அதே சமயத்தில் தங்கள் மதக் கோட்பாடுகளைப் புறந்தள்ளி விடுகிறார்கள். இந்தத் தீர்மானத்தைக் கொண்டு வந்தவர் தஸ்தூர் தின்ஷா 'ஜே'- கார்டா. இவர் இனமாற்று திருமணங்களுக்கு எதிர்ப்பு தெரிவித்துவிட்டு, பின்பு, குறிப்பாக பார்சிப் பெண்கள் கலப்புத் திருமணங்கள் செய்வதைக் கண்டித்து விட்டு, பார்சி இனத்தவர் அனைவருக்கும் ஓர் அறைகூவலை விடுத்தார். "உங்கள் குழந்தைகளுக்கு முழுமையான சமயக் கருத்துகளை ஊட்டி, அவர்களை நமது முன்னோர்களின் காலடித் தடத்தின் வழியே, நம் பாரம்பரிய உணர்வுகள் ஏதும் சிதறாமல் தங்கள் வாழ்க்கையைச் செம்மைப்படுத்தி வைத்துக் கொள்ளப் பழக்க வேண்டும்" என்று அத்தீர்மானத்தின் மீது தம் கருத்தைச் சொல்லி வலியுறுத்தினார்.

முதல் தீர்மானம் இத்தனை கடினமாக இருந்தது. ஆனால் இரண்டாவது தீர்மானம் வெறும் வார்த்தைகளாக மட்டும் இல்லாமல் செயலாக மாறியது. செயலாக என்பதைவிட தண்டனையாக மாறியது. மதகுருமார்கள் தீவிரமாக தம் இனத்தவருக்குத் தண்டனை தருவது இதுவே முதல் முறை. தண்டனை, வேலியைத் தாண்டிச் சென்று வேற்றினத்தவரைத் திருமணம் செய்துகொண்ட பெண்ணுக்கும் மட்டுமல்லாமல் அப் பெண்ணின் பெற்றோர் மீதும் பாய்ந்தது. பெற்றோர்களுக்கும் பெண்ணின் குற்றத்திற்கான பொறுப்புள்ளது. ஆகவே அவர்களும் குற்றம் செய்தவர்களே. இந்த இரண்டாம் தீர்மானம் பெற்றோர்கள் தவறாகத் திருமணம் செய்துகொண்ட தங்கள் மகளோடு சமாதானம் செய்து கொண்டாலோ தொடர்பு வைத்துக் கொண்டாலோ, அவர்களும் பார்சி இனத்திலிருந்தே விலக்கி வைக்கப்படுவார்கள் என்று அழுத்தம்திருத்தமாகக்

கூறியது. அவ்வாறு விலக்கப்பட்டவர்களின் வீட்டுச் சமயச் சடங்குகளிலோ, மரணச் சடங்குகளிலோ எந்த பார்சி குருமார்களும் நிச்சயமாகப் பங்கேற்று நடத்தித் தர மாட்டார்கள்.

இந்த நடவடிக்கைகள் எல்லாமே ஓர் ஆரம்பம்தான். பல கசப்பான தொடர் நிகழ்வுகளும் இதன்பின் நடந்தேறின. பம்பாயில் கூடிய குருமார்களின் கூட்டம் மிகச் சிறியதுதான். ஆனால் இந்நிகழ்வு மிக விரைவாக நாடெங்கும் செய்திகளாகச் சிதறி நிறைத்தது. தியோலாலி போன்ற பல ஊர்களில் பார்சி பஞ்சாயத்துகள் ஒன்றுகூடி இந்த இரு தீர்மானங்களையும் முழுமையாக ஆதரித்தன. இந்த ஆதரவையும் தாண்டி பார்சி இனத்து 'கைசர்-இ-இந்து', 'ஜாம்-இ-ஜாம்ஷெட்' என்ற இரு செய்தித்தாள்களும் மிகத் தீவிரமாக இத்திருமணத்தையும், அதன் விளைவாக எழுந்த தீர்மானங்களையும் பற்றி பல கட்டுரைகளை வெளியிட்டனர். இதன்மூலம் ஒவ்வொரு பார்சியையும் இது ஓர் ஆழ்ந்த சமயக் கோட்பாடு என்று நினைக்க வைத்தனர். இந்நிகழ்வு, 'இது போன்ற திருமணங்கள் பார்சி இனத்திற்கே பெரும் இழுக்கு' என்பதை ஒவ்வொரு பார்சி மனதிலும் பதிய வைத்தது.

நாடு முழுவதும் கிடைத்த ஆதரவினால் பம்பாய் மதக் குருமார்கள் முதன் முறை கூடியபோது இருந்ததைவிட அதிகமான எண்ணிக்கையில் தாதி சேத் நெருப்புக் கோவிலில் இரண்டாம் கூட்டத்தைக் கூட்டினர். முதலில் கூடியபோது மதக் குருமார்கள் மிகுந்த எச்சரிக்கையுடன் தங்கள் தீர்மானங்களைக் கொண்டு வந்தனர். தீர்மானங்களை தங்களது கருத்துகளாக, பரிந்துரைகளாகக் கொடுத்தனர். ஏனெனில், என்னதான் இருந்தாலும், குருமார்களின் வாழ்க்கையும் செழுமையும் பணக்கார பார்சிகள் தரும் ஆதரவிலிருந்து வருவது தானே! அதிலும் இதற்கு முன்பு அயல் நாட்டுப் பெண்களைத் திருமணம் செய்துகொண்ட பார்சி இனத்து செல்வந்தர்கள் தங்கள் புதிய அயல்நாட்டு மனைவிகளைக் கோவிலுக்குள் கொண்டுவருவதற்காக அள்ளித் தரும் வள்ளல்களாகத் தானே இருந்தார்கள். அவர்களைப் போன்ற வள்ளல்களை குருமார்கள் எதிர்ப்பார்களா என்ன? ஆனால் இப்போது அவர்கள் ஆரம்பித்த போர் மிகத் தீவிரமடைந்தது. அது அவர்களுக்குப் புது தைரியத்தை அளித்தது. முதலில் செல்வந்தர்களுக்குச் சாதகமான மதக் குருமார்கள் மீதே தங்கள் சாட்டையைச் சொடுக்கினார்கள். அதை ஒரு புதிய தீர்மானமாகக் கொணர்ந்தனர். செல்வந்தர்களின் காசுக்கு மயங்கி எந்தக் குருவும் சமயச் சடங்குகளை

அவர்களுக்குச் செய்யக் கூடாது என்பது மட்டுமின்றி, அப்படி ஒதுக்கி வைக்கப்பட்ட எந்தக் குடும்பத்தோடும் தொடர்பில் இருந்தால் அந்த மதகுரு மிகவும் கடினமாகத் தண்டனை பெறுவார். "ஏதாவது ஒரு பார்சி இனத்துக் கூட்டத்தில், இனம் மாற்றித் திருமணம் செய்துகொண்ட பார்சி யாரும் ஒருவர் இருந்தால், எந்த மதகுருவும் அங்கு எந்த சமயக் காரியங்களையும் செய்யாமல், எழுந்து வெளியே செல்ல வேண்டும்' என்ற கடுமையான தீர்மானம் நிறைவேற்றப்பட்டது. இவ்வாறு எந்த குருவாவது செயல்படத் தவறினால் அந்த குருவும் இனத்திலிருந்து கட்டாயமாக விலக்கி வைக்கப்படுவார்.

இத்தனை நடந்தும் பார்சி இனத்தவருக்கு இது போதவில்லை. அவர்கள் கோபமும் தணிந்து விடவில்லை. சர் தின்ஷாவும் மிகவும் தைரியமாக, பொதுவில் தன் மகளையும், மருமகனையும் ஒதுக்கி விட்டதோடு இல்லாமல் நீதிமன்றத்தில் அவர்களை எதிர்த்து வழக்கும் தொடுத்திருந்தார். இந்த வழக்கு விவகாரமெல்லாம் பார்சி இனத்தவரைத் திருப்திபடுத்தவேயில்லை. பம்பாய் பார்சி இனத்து மக்கள் அனைவரும் இணைந்து கூட்டம் ஒன்று போடவேண்டுமென்றனர். அக்கூட்டத்தில் இந்தப் பிரச்சனைக்குத் தீர்வு காணவேண்டும் என்றனர். இதுபோன்ற பொதுக் கூட்டம் ஒருநாளும் இதுவரை நடந்ததே இல்லை. பார்சி இனத்து அனைத்து ஆண்களும்- ஜோராஸ்ட்ரியன் அஞ்சுமேன்- பம்பாயில் ஒன்று கூடுவது என்று தீர்மானமானது. பார்சி இனத்து அறங்காவலர் ஒருவர் இறந்து, புதியவராக ஒருவரைத் தேர்ந்தெடுக்கும்போது கூட இப்படி ஒரு பொதுக் குழுக் கூட்டம் நடந்ததில்லை. ஆனால் இப்போதிருந்த சூழலில் இப்படி ஒரு கூட்டம் தேவையாக இருந்தது. அப்படி ஒரு சூழல் இது என்று பார்சி பஞ்சாயத்தின் தலைவராக இருந்த சர் ஜாம்ஷெட்ஜி ஜீஜீபாய் தீர்மானமாக நம்பினார்.

இதிலும் ஒரு வேடிக்கை இருந்தது. ஐந்தாம் ஜாம்ஷெட்ஜி சீமாட்டி பெத்தித் அவர்களுக்கு (ருட்டியின் தாய்) நெருங்கிய உறவினர். சித்தப்பா மகன். அவர் அப்பாவின் சொத்துக்கு முழு உரிமையாளர். ஆனால் ஜாம்ஷெட்ஜிக்கும் பெத்தித்திற்கும் நடுவில் நல்லுறவு ஏதுமில்லை. பங்காளிப் பகையாளிகள். இந்த இருவரின் தந்தைமார்களும் தங்களுக்குள் கடுமையான பகையை வளர்த்திருந்தனர். இருவரில் யார் பார்சி பஞ்சாயத்தின் தலைவராக ஆவது என்ற போட்டி வேறு. இந்தப் பகை நான்காம் ஜாம்ஷெட்ஜி காலத்திலேயே ஆரம்பித்துவிட்டது. இவர் பெத்தித்

அவர்களின் சித்தப்பாவும், மொத்த சொத்துக்கான வாரிசும் ஆவார். 1906-ம் ஆண்டிலேயே சர் தின்ஷா வழக்கொன்றை நான்காம் ஜாம்ஷெட்ஜிக்கு எதிராகத் தொடுத்திருந்தார். (இதே வழக்கில்தான் R.D. டாடா பார்சி அல்லாத பெண்ணை மணமுடித்து, அப்பெண்ணை ஜோராஸ்ட்ரியன் மதத்தில் இணைத்து, தங்கள் நெருப்புக் கோவிலுக்குள் செல்வதற்கான உரிமையை டாடா அவர்களுக்கும் வழங்க வேண்டுமென்ற வழக்கும் இணைக்கப்பட்டிருந்தது.) இந்த வழக்கு சர் ஜாம்ஷெட்ஜி பார்சி பஞ்சாயத்தின் தலைமைக் குழுவில் வாரிசாக இடம் பெறவேண்டும் என்பதை எதிர்த்துப் போடப்பட்டதாகும். இந்த வழக்கு 1908 ஆம் ஆண்டு வரை நீடித்தது. வழக்கின் தீர்ப்பு வரும்போது நான்காம் ஜாம்ஷெட்ஜி மரணமடைந்திருந்தார். அவருக்குப் பதிலாக அவரது மகன் தலைமைக் குழுவின் தலைவரானார். இவ்வழக்கில் வெற்றி பெற்றது என்னவோ சர் தின்ஷா தான். ஆனால் ஐந்தாம் ஜாம்ஷெட்ஜி தன் பதவியிலிருந்து கீழிறங்கவே இல்லை. ஏனெனில் அனைத்து பார்சி மக்களும் ஐந்தாம் ஜாம்ஷெட்ஜியைத் தங்கள் தலைவராகவே ஏற்றுக் கொண்டு விட்டனர். தேர்வோ, தேர்வில்லாமலோ... அவர்தான் தலைவர் என்ற நிலையே நீடித்தது. இத்தனை வழக்குகளும், வில்லங்கங்களும் இருவருக்குள்ளும் இருக்கும்போது அவர்களுக்குள் எங்கே சமாதானம் இருக்கும்! இதனால்தான் ஜாம்ஷெட்ஜி, தின்ஷாவை அவமானப்படுத்தவே இந்தக் கூட்டத்தைக்கூட்ட முடிவு செய்திருந்தார்.

ஆனால் ஒன்று நிச்சயம். அவரது உறவினரின் வீட்டுத் திருமணத்தின் மீது அத்தனை பார்சி மக்களும் கோபம் கொண்டிருந்தனர் என்பது வெளிப்படையான உண்மை. இது ஜாம்ஷெட்ஜிக்கும் வசதியான ஒன்றாக ஆகிவிட்டது. அழைப்பை ஏற்று பலரும் திரண்டு வந்திருந்தனர். வருகைக் கையேட்டில் 8500 பேர் கையொப்பமிட்டிருந்தனர். ஒருவேளை அத்தனை பெரிய எண்ணிக்கையை அவர்கள் எதிர்பார்க்கவில்லை போலும். பலரும் உட்கார இடமில்லாமல் நின்று கொண்டிருந்தனர். கூட்டத்தில் பெரும் குழப்பமிருந்தது. பலரும் பேச முயற்சித்தனர். எல்லோரையும் கட்டுக்குள் கொண்டுவர ஜாம்ஷெட்ஜி முயன்றார். முயற்சி தோல்வியில் முடிந்தது. ஜாம்ஷெட்ஜி கூட்டத்தை ஒத்திவைக்க வேண்டியதாயிற்று. ஆனால் கூட்டம் அத்தனை எளிதில் கலையவில்லை. ஜாம்ஷெட்ஜி மீண்டும் கூட்டத்தைக் கூட்டுவேன் என்று உறுதியளித்த பிறகே கூட்டம் கலைந்தது. இதுபோன்ற திருமணங்கள் எதிர்காலத்தில்

நிகழவே கூடாது; நிகழ்ந்த திருமணத்திற்கான தண்டனையும் மக்களுக்குக் கொடுக்கப்பட்டே ஆகவேண்டும் என்ற கருத்தே ஜாம்ஷெட்ஜியின் உறுதிமொழிக்கான காரணம்.

ஜாம்ஷெட்ஜி தன் உறுதிமொழியை நிறைவேற்றினார். மீண்டும் பஞ்சாயத்துக் கூட்டம் ஏற்பாடு செய்யப்பட்டது. அதற்கான தகவல் அனைவருக்கும் அனுப்பப்பட்டது. தகவல் பெற்ற பஞ்சாயத்துக் குழுவின் தலைவர்கள் அனைவரும் கையெழுத்திட்டனர். சர் தின்ஷா தவிர அனைத்துத் தலைவர்களும் கையெழுத்திட்டனர். தின்ஷாவின் ஒன்றுவிட்ட தம்பி ஜெஹாங்கீர் பெத்தித்தும் கையெழுத்திட்டு, கலந்து கொண்டார்.

சர் தின்ஷாவின் அச்சத்தையும் தாண்டி அனைத்தும் அவருக்கு எதிராகவே நடந்து முடிந்தன. அனைவருக்கும் ஒருமித்த கருத்துதான்: "இனி ருட்டியின் திருமணம் போன்றவைகள் சுத்தமாகத் தடுத்து நிறுத்தப்பட வேண்டும்" என்பதே அவர்களது திருத்தமான முடிவு. அதோடு, "ருட்டி மட்டுமின்றி, அவர் மூலம் இனி வரப்போகும் குழந்தைகளும் பார்சி இனத்திலிருந்து ஒதுக்கி வைக்கப்படுவார்கள். மீண்டும் எக்காரணம் கொண்டும் அவரை பார்சி இனத்திற்குள் திரும்ப அழைப்பது என்பதே கூடாது" என்றும் அறுதியிட்டனர். இதன்மூலம் அவர்(கள்) பார்சி திருமணங்கள், சமூக விழாக்கள், நவ்ஜோத்துகள் என்று அனைத்திலிருந்தும் ஒதுக்கி வைக்கப்படுகிறார்கள். இத்தோடு நிற்காமல் இன்னும் அதிக அவமதிப்பைக் கொடுக்க வேண்டும் என்பதால், அனைத்துத் தீர்மானங்களும் அச்சிடப்பட்டு இந்தியா முழுமையிலும் உள்ள அனைத்து பார்சி மக்களுக்கும் அனுப்பப்பட்டு, அவர்கள் எல்லோருக்குமான ஓர் எச்சரிக்கையாக அது சென்றடைந்தது.

இதுவரை இல்லாத அளவில் பார்சி இனமக்களுக்கே புதிதாக இருக்கும்படி இந்த சூனிய வேட்டை நடந்தது. மேலும் அளவுக்கதிகமான முன்னெச்சரிக்கையும் கைக்கொள்ளப்பட்டது. எந்த இடத்திலும் ருட்டி - ஜின்னா பெயர்கள் குறிப்பிடப்படவே இல்லை. ஏதோ முன்காலத்தில் தவறாகக் காதலித்துத் திருமணம் செய்துகொண்டவர்களை தலையை மொட்டையடித்து அரைகுறை ஆடையோடு தெருவில் கேவலமாக இழுத்துச் செல்வார்களே... ஏறத்தாழ அதேபோன்ற மிகக் கேவலமான நிகழ்வுதான் அது. ஏதோ அதன் மேல் சிறிதே சிறிது நாகரிகத்தைக் கலந்து கொண்டார்கள்... அவ்வளவே!

அத்தியாயம் ஒன்பது

நடந்தவைகள் அனைத்தையும் வெளித்தோற்றத்தில் ருட்டி ஏதும் கண்டுகொள்ளாமல் இருப்பது போல் நடித்தார். தன் குடும்பம், நெருங்கிய உறவினர்கள், அடிக்கடி வரக்கூடிய, சந்திக்கக்கூடிய இடங்களை முற்றாகத் தவிர்த்தார். வில்லிங்டன் க்ளப் - பெரும்பாலும் பார்சி மக்கள் மிக அதிகமாக இருக்கும் அமைப்பு. இப்போது அது எதிரணிகளின் இடமாகப் போய்விட்டது. ஜின்னாவிற்கும் தொல்லைகள் இருந்தன. இதுவரை அவர் எந்த அமைப்பிலும் உறுப்பினராக இருந்தது கிடையாது. ஓரியண்ட் க்ளப் தவிர. பில்லியர்ட்ஸ் விளையாட்டிற்காகவோ, நண்பர்களைச் சந்திக்கவோ அதில் உறுப்பினராயிருந்தார். அது வில்லிங்டன் க்ளப் போல் இல்லை; இருந்தாலும் பெரும்பான்மை உறுப்பினர்கள் பார்சி இனத்தவரே. தின்ஷாவும் அதில் உறுப்பினர். வேறென்ன செய்ய முடியும்? ஆகவே ஜின்னா அதிலிருந்தும் விலகிவிட்டார். பார்சியின் எதிர்ப்பலைகள் மிகவும் தீவிரமாகவே அவை ஜின்னாவையும் தாக்கின. முதன் முறையாக ஜின்னா 'மேற்கிந்திய டர்ப் க்ளப்'பில் உறுப்பினராகச் சேர்வதற்காக முயன்றபோது அவரது பெயரை முன்னெடுத்துச் செல்ல ஒருவருமே தயாராக இல்லை. ருட்டி தனக்குப் பிடித்த பெண்களுக்கான ஜிம்கானா குழுவிற்குள் செல்ல முடியாது போயிற்று. அவ்வமைப்பு அவரின் அம்மாவுடைய நண்பர்களால் நடத்தப்பட்டு வந்தது.

பெண்கள், அதிலும் குறிப்பாக இளம் பெண்கள் ருட்டியை ஆண்களை விடவும் அதிகமாக வெறுத்தனர். ஏனெனில் ருட்டியின் தீ(வி)ரச் செயலால் அதிகம் பாதிக்கப்பட்டவர்கள் அவர்கள் தானே. வில்லிங்டன் க்ளப் பெண்களும், ஏனைய இளம் பெண்களும் மேலும் அதிகமான அழுத்தத்தால் தொல்லையுற்றனர். பரம்பரைப் பழக்கங்களைப் பேணும் பழமைவாத பார்சிகள் அதிக அழுத்தம் கொடுத்தனர்.

ஆனால் ஆங்கிலக் கல்வி, ஆங்கில நாகரிகம் என்று வளர்ந்து கொண்டிருந்த பார்சிகள் தங்கள் பக்கத்தை நியாயப்படுத்த முனைந்தனர். அவர்களது வாழ்வியல் முறையையும், தங்கள் வீட்டுப் பெண் பிள்ளைகளை வளர்ப்பதையும் சரியென்று நியாயப்படுத்திக் கொண்டிருந்தனர். பல பார்சி வீடுகளில் பெண்களைப் பள்ளிகளிலிருந்து நிறுத்திவிட்டு, வீட்டுப் பறவைகளாக்கி முழுத் தடைகளை அவர்கள் மீது விதித்தனர். ஒவ்வொரு வீட்டிலும் ஒவ்வொரு விதமாக நடந்து கொண்டிருந்தனர். ஆனால் எல்லோருமே ஒரு விஷயத்தில் ஒரேமாதிரி நடந்து கொண்டனர். அது ஜின்னா-ருட்டிக்கு எதிராக இருந்தது. ஒவ்வொரு வீட்டுக் கதவும் அவர்களுக்கு எதிராக சாத்தப்பட்டன. ஜின்னாவுடன் நெருங்கிப் பழகிய சில பார்சி நண்பர்கள் கூட தங்கள் நட்பை வெளிக் காண்பிக்காது தயங்கி நின்றனர். ருட்டிக்கோ மேலும் அதிகப் பிரச்சனை. தங்கள் குடும்பத்துக்குத் தெரிந்தவர் எவர் முகத்திலும் படாதவாறு இருக்க முயன்றார். ஆனால் பம்பாயின் முக்கியப் புள்ளிகளாக அவர்கள் தானே இருந்தனர்.

ஒருவேளை ருட்டி K.L. கௌபாவின் மனைவியான ஹஸ்னா தன் திருமணத்திற்குப் பின் நடந்து கொண்டதுபோல் நடந்து கொண்டிருக்கலாம். ருட்டியின் திருமணத்திற்கு ஈராண்டுகள் கழித்த பின் அந்தத் திருமணம் நடந்தது. அவரது திருமணம் இந்து-முஸ்லீம் இணை திருமணம். லாகூரில் நடந்தது அது. திருமணத்திற்கு எதிர்ப்பு இருந்தாலும், மிக ஒழுங்காக, தீவிரமாக தொடர்ந்து பல விழா நிகழ்வுகளைத் அவர் நடத்திக் கொண்டிருந்தார். அவை யாவும் மறுக்க முடியாத அளவிற்கு அத்தனை சிறப்பாக இருந்தன. ஹஸ்னாவைப் பிடிக்குமோ, பிடிக்காதோ... அது வேறு விஷயம். ஆனால் அவர் அனுப்பிய அழைப்பிதழ்களை மறுப்பது அத்தனை எளிதல்ல. ஆகவே ஹஸ்னாவுக்கு சமூக விலக்கம் ஏதுமில்லாமல் ஆனது. ஆனால் ருட்டியின் சூழல் மிக மிக வித்தியாசமாக இருந்தது. ஆகவே ஹஸ்னா போல் ருட்டி இயங்க முடியவில்லை. ருட்டியின் மனதும், சார்பும் அப்படியே வேறாக இருந்தது. ருட்டி முழுவதுமாக ஜின்னாவின் உலகத்திற்குள் கரைந்து போக நினைத்தார். அவரைப் போல் யாரையும் சாராது, தன்னிலை நிறுத்தி நிற்க ஆசைப்பட்டார். இதனால் ருட்டி தன் வாழ்வில் இதுவரை தனக்குத் தெரிந்த அனைத்து விஷயங்களிலிருந்தும் மாறி நடக்க வேண்டியிருந்தது.

ஆனால் ஜின்னாவின் வழியோ எப்போதும் போல் தனி வழி. அவரை இந்த எதிர்ப்புகள் எதுவும் சிறிதும் அசைக்கவேயில்லை. ஓரளவு இவை அவருடைய நன்மைக்குத்தான் ஏதுவாக இருந்தன. அவர் தன்னைப் பற்றி பிறருக்காகக் கட்டி வைத்திருந்த கோட்டையில் எந்தவித சேதமும் இல்லை. அவரது படிமம் மேலும் உயர்ந்தது. கொதித்தெழும் ஒரு இனத்தையே எதிர்த்து, தான் விரும்பிய பெண்ணைத் திருமணம் செய்துகொண்ட தீரன் என்ற எண்ணமே பலர் மனதிலும் தோன்றியது. அவரே பலருக்கும் ஒரு முன்மாதிரியாகி விட்டார். மிகுந்த ஆணவத்துடன் அவர் தனக்கு எதிராக வந்த போரைத் துச்சமெனத் தூர எறிந்தார். மேலும் அவர், மிகவும் தெளிவாக மக்கள் சபையிலேயே தன்னைப் போன்று ஆங்கிலக் கல்வி பயின்றிருக்கும் எவரும் 'தனக்கு எதிரே போரிட்டு தன்னை ஒதுக்கித் தள்ளும் ஒரு சமூகத்தை வெறுமனே ஒன்றும் செய்ய முடியாமல் உட்கார்ந்திருப்பது தவறு' என்று தீவிரமாகப் பேசினார். அவர் உயர்ந்து நின்றிருந்தார்; ஒரு வேகமான நாகரிகமான மனிதனாகத் தன்னை முன்னிறுத்தினார்; தன் உரிமைகளுக்காக முழுமையாகப் போராடும் வீரனாகக் காட்டிக்கொண்டார்; தனக்குப் பிடித்த பெண்ணை தானே தேடிக் கொள்ளும் முதிர்ச்சியான மனிதராக வெளிப்படுத்திக் கொண்டார். ஆனால் அவர் ஒன்றை மட்டும் பார்க்காமல் விட்டுவிட்டார். ஜின்னா எதிர்ப்புகளை மீறி நின்றார்; ஆனால் இப்போராட்டத்தில் ருட்டிதான் முழுவதுமாகக் காவு கொடுக்கப்பட்டார். 'பம்பாயின் நீலப் பெண்' என்ற புகழுரையில் நாளெல்லாம் எல்லோராலும் போற்றப்பட்டும், பொறாமைப்பட்டும் இருந்த அந்தப் பெண் இப்போது அனைவராலும் ஒதுக்கித் தள்ளப்பட்ட, வெறுக்கப்பட்ட, பாவப்பட்ட பெண்ணாகத் தனித்து நின்றார்.

ஆனாலும் ஜின்னா என்ன தெய்வீகப் பிறவியா? அடுத்தவர்கள் மன ஓட்டத்தை அப்படியே அறிந்து கொள்ள! அவருடைய மனைவியின் எண்ணத்தை அவர் அறிந்துகொள்ளவே இல்லை. இதே பிரச்சனை ருட்டியின் நண்பர்களிடமும் இருந்தது. ருட்டி எதையும் வெளியே காண்பிக்காமல் இருந்தார் அவர் தனக்குத் தானே கட்டிய கோட்டையை உடைத்து உண்மையை அறிய அவரது நெருங்கிய நண்பர்களால் கூட முடியவில்லை. அவர் உண்மையில் என்ன நினைக்கிறார் என்பது அவர் மனதோடு மூழ்கிக் கிடந்தது. பார்சி மக்களின் பஞ்சாயத்துகளும், அவை எடுத்த முடிவுகளும் ருட்டியைப் பாதித்ததாகத் தோன்றவில்லை. அதுவும் ருட்டியின் தாயாரும் முழுமையாக மகளிடமிருந்து

விலகி நின்றிருந்தார். பெத்தித் தன் கணவரின் ஆணையின்படி ருட்டியோடு எவ்வித தொடர்பும் கொள்ளாமல் நின்றுவிட்டார்.

தின்ஷா தன் மகள் மீதும் அவர் எடுத்த புரட்சிப் பாதை மீதும் பெருத்த கோபத் தீயை மனதில் வளர்த்துக் கொண்டார். ஆனாலும் அதையும் விட தன் இனத்தின் கோபமும், தீர்மானங்களும் அதிக அச்சத்தை விளைவித்திருந்தன. தனது மூன்று மகன்களின் எதிர்காலம் கண்முன் தோன்றி அச்சுறுத்தியது. ருட்டியுடன் எவ்விதத் தொடர்பு கொண்டாலும் அது தன் வாழ்க்கையையும், தன் மகன்களின் எதிர்காலத்தையும் அதிகமாகப் பாதித்துவிடும் என்பது அவருக்கு நிச்சயமாகத் தெரியும். இவர்கள் எல்லோரையும்விட ருட்டி மட்டும் சொந்தப் போராட்டங்களோடு தனித்து நின்றார். அவர் மனதில் என்ன எண்ணங்கள் ஓடினவோ... இதுவரை ருட்டி தன் குடும்பத்தின் முழுப் பாதுகாப்பில் இருந்தார். செல்வாக்கான குடும்பம். குடும்பச் சூழலே பாதுகாப்பாய் அமைந்திருந்தது. ஆனால் இன்று தனித்து விடப்பட்டு விட்டார். அப்படியிருந்தும் ருட்டி தலைநிமிர்ந்து பெருமிதத்தோடு தன்னைக் காண்பித்துக் கொண்டார். இப்பெருமிதம் அப்படியே ஜின்னாவிற்கு இணையாக இருந்தது. இருவருமே நடந்த நிகழ்வுகளில் அடிபட்டுக் காயம் பட்டவர்களாகத் தங்களைக் காண்பித்துக் கொள்ளவேயில்லை.

ருட்டியை அவர் குடும்பத்திலிருந்த ஒருவர் தனியே சந்தித்தார். ஆனால் அவரும் ருட்டியின் மனதின் உள்ளோடும் எண்ணங்களையும் ஆதங்கங்களையும் புரிந்து கொள்ளவேயில்லை. அந்த ஒரே ஒருவர் ருட்டியின் சகோதரர் பாலி. அவர்தான் தின்ஷா குடும்பத்தின் அடுத்த வாரிசுதாரர். அவர்கள் இருவருக்கும் ஒரு வயதுதான் வித்தியாசம். இருவரும் ஒரே விதமான உயர் பெருமைக்காரர்கள் தான். பெத்தித் மாளிகையில் நடக்கும் விருந்து விழாக்களை இருவரும் உயர்நிலைக்கு எடுத்துச் செல்லும் ஆற்றலுள்ளவர்கள். இருவரும் ஒற்றுமையான சகோதர சகோதரிகள். இருவருக்கும் நன்கு ஒத்துப்போகும். ஆனால் இப்போதோ இருவருக்கும் நடுவில் கண்ணுக்குத் தெரியாத நெடுஞ்சுவர் ஒன்று முளைத்து விட்டது. இருவரின் தனிப்பட்ட பண்பு நலன்களிலும் பெரும் ஒற்றுமை இருந்தது. இருவரின் மனப்போக்கும், ரசனைகளும், தேர்வுகளும் ஒன்றுபோல இருப்பதை சில ஆண்டுகள் கழித்தும் காணலாம். அவர்கள் இருவரது துறு துறுப்பும், நகைச்சுவை உணர்வும் ஒன்றே. இருவரும்

வெட்டியாய் தலைதூக்கி ஆடிக் கொண்டிருப்பவர்களை மிக எளிதாகக் கையாண்டு, அவர்கள் கர்வத்தைக் கலைத்து, எளிதாக அவர்களை நிஜ உலகிற்கு அழைத்து வரும் லாவகம் பெற்றவர்கள். இருவருக்குமே நாய்களை மிகவும் பிடிக்கும். இருவருமே சிறந்த வாசகர்கள். விலை மதிப்புள்ள, அதிலும் சிறப்பாக பச்சை மாணிக்கக்கல் போன்ற பொருட்கள் மீது இருவருக்குமே ஆவல் அதிகம். இருவருக்குமே பணத்தின் மீது செல்வந்தர்களுக்கு இருக்கும் வழமையான அலட்சியம் இருந்தது. இருவருக்கும் இத்துணை ஒற்றுமை இருந்தும் இன்று நடந்துள்ளது என்ன! பாலிக்கு 17 வயது. இன்னும் பள்ளிச் சீருடை அணிபவர். எதற்கும் அப்பாவை எதிர் நோக்கி நிற்கும் சிறுவன். ஆனால் ருட்டி... இளம் பருவத்தில் அவர் தனக்குத் தானே தலைவராகிக் கொண்டார். சிறு வயதில் நண்பர்களோடு ஆட்டம் போட்டுக்கொண்டு, 'மூன்று தீரர்கள்' என்ற ஆட்டத்தை விளையாடிக் கொண்டிருந்த பெண்ணுக்கு, நடப்பது எல்லாமே நன்மைக்குத்தான் என்ற மனப் போக்கை ஏற்படுத்திக் கொள்வது மிக எளிதான ஒன்றாகவே இருந்திருக்கும்.

பாலி தங்கள் மாளிகையில் வாழப்போவது இன்னும் சில ஆண்டுகளுக்குத்தான். அவர் நடந்து வரும் உலகப் போரின் முடிவிற்காகக் காத்திருக்கிறார். போர் முடிந்ததும் மேற்படிப்புக்காக, தின்ஷாவின் திட்டத்தின்படி, கேம்ப்ரிட்ஜ் பல்கலைக்குச் செல்ல வேண்டும். அப்படிப் பிரிந்து செல்லும் நாள் வரை இருவரும் தொடர்பில் இருந்து வந்தார்கள். அந்தச் சந்திப்புகள் மிகவும் ரகசியமானதாகவும், சிறு நேரச் சந்திப்புகளாக மட்டுமே இருந்தன. இரண்டாண்டுகளுக்குப் பிறகு அவர் கேம்பிரிட்ஜ் செல்லும்போதும் தன் சகோதரியிடம் பிரியாவிடை வாங்க வந்திருப்பார் போலும். ஏனெனில் ருட்டி, லீலாமணிக்கு 1920 ஏப்ரல் 18-ம் தேதி எழுதிய கடிதத்தில் தன் சகோதரன் பற்றிய ஒரு குறிப்பை இவ்வாறாக எழுதியுள்ளார்: "எதிர்காலத்தில் அவனைத் திருமணம் செய்யவேண்டும் என்று நீ நினைத்திருப்பதால், பாலி இங்கிலாந்திற்கு விரைவில் செல்லப் போகிறான் என்ற செய்தியைத் தெரிந்துகொள்."

தங்கள் இனத்திலிருந்து தள்ளி வெளியேற்றப்பட்டமைக்காக பாலி மட்டுமல்ல எல்லோருமே ஏமாற்றப்பட்டார்கள். ஏனெனில் ருட்டி அந்தச் செயலை எளிதாக எடுத்துக்கொண்டு, அதனை எள்ளி நகையாடுவதாகவும் அவளைத் தொடர்பு கொண்டோர் அனைவரும் நினைத்தனர். கவலை தோயாத

சிரித்த முகத்துடன் இந்தச் செயலை மிக எளிதாக எதிர் கொள்வது போல் இருந்ததைப் பார்த்து, ருட்டியைச் சந்தித்தவர்கள் எல்லோரும் அவரைப் பாவம் என்றெல்லாம் இரக்கத்தோடு எண்ணாமல் பெரும் அதிர்ச்சியோடுதான் திரும்பினர். ருட்டி பார்சி இனத்தவரை எள்ளி நகையாடினார். அச் சமூகத்தின் முதிர்ச்சியற்ற குழந்தைத்தனமான வெட்டி முயற்சி இது என்றார். அந்த மக்கள் தங்கள் ஆழ்ந்த தூக்கத்திலிருந்து விழித்தெழ வேண்டும் என்று பெரிய மனதுடன் சொன்னதைப் பார்த்த எல்லோரும் அவரின் போராட்டக் குணத்தைப் பார்த்து வியந்து நின்றனர். இதனால் அவர் மீது அவர்களுக்கெல்லாம் கோபம்தான் மிஞ்சி நின்றது. ஏனெனில் அவர் வெறுத்தொதுக்கும் இனத்தவர்களில் அவர்களும் ஒருவராக இருந்ததால் வெறுப்பு மட்டும்தான் மிஞ்சியிருந்தது.

ருட்டிக்குக் கிடைத்த இந்தப் 'புதிய விடுதலையால்' முதல் சில மாதங்கள் அவருக்கு மிக எளிதாகவே இருந்தது. ஏனெனில் அப்போது அவரது வாழ்வில் நடந்து கொண்டிருந்த ஏனைய விஷயங்களிலிருந்து மனதைத் திருப்ப இந்த 'விடுதலை' உதவியாக இருந்தது. இதனால் கிடைத்த பல அவமானங்கள் அதிகமான அதிர்வுகளையோ தாக்கங்களையோ தரவில்லை. ருட்டி-ஜின்னாவின் நட்பு வட்டத்தில் ஒரு நவ்ஜோத் விழாவிற்கு அனைவரும் அழைக்கப்பட்டிருந்தனர்- ஆனால் ருட்டி-ஜின்னா அழைக்கப்படவில்லை. ருட்டியின் அத்தை, பாட்டி என்று அத்தனை உறவுகளும் அடுத்த வீட்டில் இருப்பதுபோல் நெருங்கி இருந்தும் யாரும் ருட்டியைப் பார்க்கவோ, தொடர்பு கொள்ளவோ இல்லை; வேறெந்த அழைப்பும் இல்லை. இன்னும் இதுபோல் எத்தனை எத்தனையோ...

ஜின்னாவின் வீடான 'சவுத் கோர்ட்' விறுவிறுப்பு ஏதுமின்றி தொடர்ந்து இயங்கியது. அந்த வீடு ஏதோ ஒரு இயந்திரம் இயங்குவது போல், நடக்க வேண்டியவையெல்லாம் அந்தந்த நேரத்தில் இயல்பாக நடந்தன. எல்லாமே விசன் என்பவரின் மேற்பார்வையில் சீராக இருந்தது. விசன் ஜின்னாவின் அனைத்து வேலைகளுக்குமான பொறுப்பாளர்; அதுமட்டுமின்றி ஜின்னாவின் கணக்கு வழக்குகள், அன்றாடத் தேவைகள், வீட்டின் பொறுப்பு என்று அனைத்தையும் இழுத்துப் போட்டுக் கவனிப்பவர். ஜின்னா பம்பாய்க்கு வந்த நாளிலிருந்து விசன், ஜின்னாவோடு இருந்து வந்தவர். ஜின்னாவின் வாழ்க்கை வரலாற்றை எழுதிய G. அல்லானா என்பவர் விசன் பற்றிக் கூறும்போது, "இன்று இத்தனை பேர்

வீட்டிற்கு விருந்தாளிகளாக வருவார்கள் என்று மட்டும் ஜின்னா சொன்னால் போதும், விசன் அதற்குத் தேவையான அனைத்தையும் அசராது, மிகச் சரியாக செய்து முடிப்பார்" என்று எழுதியுள்ளார். இன்னொரு வரலாற்று ஆசிரியரான ரிஸ்வான் அகமது தன் வரலாற்று நூலிலும் விசன் பற்றி எழுதியுள்ளார். "ஜின்னாவின் கோப்புகள், புத்தகங்கள் என்று அனைத்தையும் அவைகளின் உள்ளடக்கத்தோடு தெரிந்து வைத்திருப்பார்" என்று விசனைப் பற்றி எழுதியுள்ளார். அந்த அளவிற்கு ஜின்னாவின் உள்ளும் புறமும் அறிந்த துணையாளராக விசன் இருந்திருக்கிறார். விசனுக்கு அடுத்ததாக அந்த வீட்டின் சமையல்காரரும் பல்லாண்டுகளாக ஜின்னாவோடு இருந்து வந்தவர்தான். சாப்பாடு ஜின்னாவுக்கு எப்படியெல்லாம் இருக்கவேண்டும் என்று அனைத்தும் அவருக்கு அத்துபடி.

ஜின்னாவும் ஒரு கண்ணியமான கணவனாகவே இருந்தார். ருட்டி வீட்டிற்கு வந்ததும் அவரை வீட்டின் ராணியாக்கி விட்டார். எல்லாம் ருட்டியின் தீர்மானப்படிதான் என்று வீடு மாறியது. ஜின்னா, ருட்டியை எந்தவிதத்திலும் கட்டுப்படுத்தவில்லை; எந்தக் குறுக்குக் கேள்வியும் கேட்டதில்லை. ருட்டி செல்வந்தர் வீட்டுப் பெண்ணல்லவா... கை நீட்டம். நல்ல செலவாளி. ஆனாலும் ஜின்னா மனதிற்குள் என்ன நினைத்திருந்தாலும்-வெளியே எதையும் காட்டிக் கொண்டதில்லை. பொறுப்பை ருட்டியிடம் ஒப்படைத்தாகிவிட்டது; அதன் பின் அவரின் அதிகாரத்தில் எப்படிக் குறுக்கிடுவது என்ற கண்ணியம் அது. தேவையில்லாதவைகளுக்கு ருட்டி செலவு செய்த போதும் அவர் தடையேதும் போடவில்லை. அதேபோல் தன் மனதின் எண்ணங்களையும் ஜின்னா யாரிடமும், எந்த வகையிலும் வெளிக் காண்பிக்கவேயில்லை.

இதுமட்டுமல்ல... ஜின்னா தன் பழைய பழக்க வழக்கங்களையும் மாற்றிக்கொண்டு விட்டார். கடந்த எட்டு ஆண்டுகளாக, அவரது தங்கை பாத்திமா, தன் பள்ளிப் படிப்பை முடித்தபின் ஜின்னாவின் வீட்டிலேயே தங்கியிருக்கிறார். அப்போதெல்லாம் ஜின்னா மாலையில் வீட்டுக்குத் திரும்புவதெல்லாம் அவர் இஷ்டம் தான். எப்போது வேண்டுமானாலும் எந்த நேரமானாலும் திரும்புவார். அதோடு முன்பெல்லாம் காலையுணவு முடிந்த பின், பாத்திமாவை வழியில் உள்ள இன்னொரு திருமணமான சகோதரி ஷிலின் வீட்டில் விட்டுவிட்டு நீதிமன்றம் சென்று விடுவார். தன் தங்கைக்கென்று நேரம் ஏதும் செலவழிக்க வேண்டும் என்ற

கட்டாயம் ஏதும் கிடையாது. ஜின்னாவோடு தொழில் புரிவோரில் பலரைப் போல் மதுவருந்த அடிக்கடி ஜிம்கானா செல்வதில்லை. அங்கேபோய் மது அருந்துவதோ, போக்கர், பிரிட்ஜ் போன்ற விளையாட்டுகளை விளையாடுவதோ நேரவிரயம் என்பது ஜின்னாவின் எண்ணம். ஆனால் அவருக்கு மிகவும் பிடித்தது அவருடைய அலுவலக அறையில் அமர்ந்து வளர்ந்து வரும் தனது இளம் ரசிகர்களோடு பேசிக் கொண்டிருப்பதும் விவாதித்துக் கொண்டிருப்பதுமாகும். கடந்த இரு ஆண்டுகளாக அவரது அரசியல் ஈடுபாடு மிக அதிகமாகவே இருந்தது. இந்தக் காலகட்டத்தில் அவருக்கு இவ்வித விவாதங்கள் மிகவும் பிடித்துப் போய்விட்டன. வழக்கு தொடர்பாக கட்சிக்காரர்களிடம் பேசிக் கொண்டிருக்கும் நேரத்தில் கூட அவரோடு இயைந்த இளைஞர்கள் வந்துவிட்டால் வழக்கை மூட்டை கட்டி ஒதுக்கிவிட்டு அந்த இளைஞர்களிடம் பேசுவதில் ஆர்வம் காட்டுவார். இந்த விவாதங்கள் நீண்டு கொண்டே போகும். இரவு நெடுநேரம் வரை பேசிவிட்டு மிகவும் தாமதமாக வீட்டிற்குப் புறப்படுவார். அரசியல் வேலைகள் வழக்கு வேலைகளை மிஞ்சிய காலமது.

வீட்டில் இருக்கும்போதும் ஜின்னா மாலை வேலைகளில் தன்னுடைய படிப்பறையில் நாளிதள்களின் குவியலோடு ஐக்கியமாகி விடுவார். அவரது தங்கை தன் வேலை எதையாவது பார்த்துக்கொண்டு தன் வழிதான் போகவேண்டும். சகோதரன் தன்னைக் கண்டுகொள்வதே இல்லை என்று யாரிடம் போய் அவர் புகார் கொடுக்க முடியும்? எப்போதாவது தனிமை தரும் எரிச்சலில் கதவுகளை பெரும் சத்தத்துடன் ஓங்கி அறைந்து மூடமுடியும். அது ஒன்றுதான் அவர் செய்யக் கூடியது. இல்லையேல் தன் அறையில் முடங்கிக் கொள்ள வேண்டியதுதான்.

ஆனால் இதெல்லாம் திருமணத்திற்கு முந்தைய நாட்களில் தான். இப்போதெல்லாம் வீட்டுக்கு விரைவாகத் திரும்பி விடுகிறார். மாலை நேரத்தை ருட்டியுடன் செலவிடுவதற்காகவே வருகிறார். ஆனால் ருட்டிக்கு எந்தத் திட்டமும் இல்லாமல் வெறுமனே ஜின்னாவுடன் அமர்ந்திருப்பது வேதனையாக இருந்தது. திரையரங்குகளுக்கோ, கிளப்புகளுக்கோ செல்லாமல் வெறுமனே அமர்ந்திருப்பது அவருக்குப் பிடிக்கவில்லை. அப்படியே ஜின்னாவுடனான மாலை நேரங்களில் ஜின்னா பெரிய நாளிதழ் குவியல்களின் வாசிப்பில் மூழ்கி விடுவார். இந்த அளவு யாரும் தினசரிகளில் மூழ்க முடியுமா என்பது ருட்டிக்கு

மிகுந்த வியப்பளித்தது. செய்தித்தாள்களுக்கு இந்த அளவு இடம் கொடுப்பவர்களை ருட்டி பார்த்ததே இல்லை. அந்த வீட்டில் ருட்டி முதலில் செய்தது ஜின்னாவின் படிப்பறையை மாற்றியது தான். அறையை புதிதாக மாற்றினார். அதோடின்றி, மதிப்பிற்குரிய பல முதல் அச்சு நூல்களையும், கிடைத்தற்கரிய நூல்களையும் வாங்கி அழகாக அடுக்கி வைத்தார். பெரிய மனிதர்கள் பெருமை கொள்ளும் புத்தக அறையாக அது மாறியது. ஜின்னா எந்தவித எதிர்ப்போ, முணுமுணுத்தலோ இல்லாமல் அதற்குரிய பணத்தைக் கொடுத்தார். ஆனால் அந்தப் புத்தகங்களை அவர் கண்ணெடுத்தும் பார்க்கவில்லை. அவருக்கு அவரது தினசரிகள் போதும். அவைகளைத் தாண்டி ருட்டி வாங்கிய நூல்களைப் படிக்கும் ஆர்வம் அவருக்குச் சுத்தமாகக் கிடையாது.

ருட்டி தன் முன்னாலிருப்பது ஜின்னா அல்லாமல் வேறு யாராக இருந்தாலும் அவரை மனமாற வெறுத்து ஒதுக்கி இருந்திருப்பார். தினசரிகளைத் தவிர வேறு எதையும் சீண்டாத அவரைப் பார்க்கும்போது ஆங்கில அறிவை வளர்க்க வேண்டும் என்ற ஒரே காரணத்திற்காக நாளேடுகளை மேயும் பழக்கமுள்ளவர்களின் நினைவுதான் வந்தது. அதுவும் அந்தக் காலத்தில் தினசரி வாசித்துப் புரிந்து கொள்வதற்காகவே துணை நூல்கள் புழக்கத்தில் இருந்தன. நாளேட்டில் அடிக்கடி வரக்கூடிய வழக்கமான சொற்கள், மரபு மொழிச் சொற்கள், தொடர் சொற்கள், சொற்றொடர்கள், அவை தவிர லத்தீன் அல்லது வேறு மொழிச் சொற்கள் போன்றவற்றைப் பயிலுவதற்கான துணை நூல்கள் அவை. இந்த நூலுக்கான விளம்பரம் பம்பாய் க்ரோனிக்கிள் செய்தித் தாளில் அடிக்கடி வரும். ருட்டியின் அப்பா அப்படி ஒன்றும் அதிகம் வாசிக்கும் மனிதரில்லை. ஆனாலும் அவர் பெரிய ஆங்கிலக் கவிஞர்கள், எழுத்தாளர்கள் போன்றவர்களைப் பற்றித் தெரிந்து வைத்திருந்தார். ஆனால் அது போன்றவர்களின் பக்கம் கூட ஜின்னா தலை வைத்துப் படுப்பதில்லை! அத்தனை ஆர்வமின்மை அவருக்கு. ருட்டிக்கே இன்னும் அந்த ஆச்சரியம் விலகவில்லை. மாலை வீடு வந்ததும் செய்தித்தாள் குவியலோடு ஜின்னா உட்கார்ந்து விடுவார். சின்னப் பையன்கள் தபால் தலை ஆர்வம் வந்த ஆரம்ப காலத்தில் அத்தனை ஈடுபாட்டோடு அமர்ந்திருப்பார்களே, அதே ஆர்வம் ஜின்னாவிடம் தெரியும். எல்லா செய்தித்தாள்களுக்கும் ஜின்னா பதிவு செய்திருப்பார். ஆங்கிலேய நாட்டில் வெளியாகும் லண்டன் டைம்ஸ் செய்தித் தாளில் ஆரம்பித்து, இங்கே உள்ள அனைத்து சிறிய பெரிய நாளிதழ்களையும்

வாங்கி, அவைகளைப் பக்கம் பக்கமாக படித்து முடிப்பார். விளம்பரங்களைக் கூட வாசிக்காமல் விடுவதில்லை. வாசித்து முடித்த பிறகும் அவைகளைப் புறந்தள்ளாமல், அழகாக அடுக்கி வைத்து விடுவார். அவைகள் எல்லாம் அடுத்து ஜின்னாவின் கத்திரிக்கோல்களுக்காகக் காத்திருக்கும். அப்படி சேகரிக்கும் துணுக்குகள் அனைத்தையும் தனியாக ஒட்டி சேகரித்து வைத்திருப்பார்- தனது நூல்களில் இடைச் செருகல்களாக அவைகளைப் பயன்படுத்துவார். ஜின்னா இவ்விதம் நாளிதழ்களில் மூழ்கிப் போக... ருட்டி தனிமையில் வாடிக் கொண்டிருப்பார். அதைப் பற்றி ஜின்னாவிடம் பேசுவதையும் ருட்டி விரும்பவில்லை.

நாள் முழுவதும் தனிமைதான் ருட்டிக்கு. சரோஜினி மட்டும் ஒரே ஒரு தோழியாக சில உணர்வுகளைப் பகிர்ந்து கொண்டார். அதுவும் அவரும் பல மாதங்களாக பம்பாய்க்கு வருவதே இல்லை. சரோஜினி தன் கவிதைகளை முன்னிறுத்தினாலும், அரசியல் மேடைப் பேச்சுகளுக்கு இரண்டாம் இடம் கொடுத்திருந்தார். இந்த ஆண்டு நாட்டின் நெடுகிலும் பல இடங்களில் அவரது மேடைப் பேச்சுகள் தொடர்ந்து நடந்து கொண்டேயிருந்தன. மதராஸிலிருந்து சிந்து வரையிலும், பலுசிஸ்தானிலிருந்து பஞ்சாப் வரைக்கும் விரிந்து படர்ந்த அந்த எல்லைக்குள் அவரது குரலுக்காக அரசியல் மேடைகள் காத்திருந்தன. எல்லாவற்றையும் முடித்து பம்பாய் வந்து, அங்கே தாஜ்மஹல் விடுதியில் உள்ள அவரது அறைக்கு வந்த பிறகும் ஓய்வு ஏதுமின்றி காங்கிரஸ் தலைவர்களை ஒருங்கிணைப்பதிலும், ஒருமைப்படுத்துவதிலும் தன் நாட்களைச் சுறுசுறுப்பாக நடத்த வேண்டியதிருக்கும். இந்தப் பரபரப்பில் ஓரிரு மணி நேரம் ருட்டியோடு அவரது அறையில் செலவழிக்க முடியும். அந்த நேரத்திலும் ஓரிரு நிமிடங்கள்கூட அவர்கள் தனியாக இருக்க முடியாதபடி அறையில் அத்தனை நண்பர்கள் குழுமி இருப்பார்கள்.

சரோஜினி இப்படி கைக்கெட்டாத தூரத்தில் இருப்பது போல் அவரது இரு மகள்களின் சூழல்களும் இந்த இறுக்கமான நேரத்தில் அவர்களை ருட்டிக்குத் துணையாக இருக்கமுடியாமல் செய்துவிட்டது. பத்மஜாவும், லீலாமணியும் உற்ற தோழிகளாக ருட்டிக்கு ஆறுதலாக இருந்திருக்க முடியும். ஆனால் இப்போது அவர்கள் பஞ்சகனியிலிருந்து முஸோரியில் உள்ள பள்ளி ஒன்றின் உள் விடுதிக்கு அனுப்பப்பட்டிருந்தனர். பத்மஜாவிற்கு அப்போது வயது பதினேழரை. சரோஜினி வீட்டில் இல்லாத

நேரங்களில் வீட்டுப் பொறுப்பையும், அவரது தந்தைக்கு உதவியாகவும் இருக்குமளவிற்கு அவருக்கு வயதாகவில்லை என்ற காரணத்தால் தொலைவில் உள்ள பள்ளிக்கு உள்ளுறை மாணவராக அனுப்பப்பட்டிருந்தார். உலகப் போர் முடியும் வரை இப்படித்தான் என்று முடிவு கட்டியிருந்தனர். போர் முடிந்தபின் அவரைப் படிப்பிற்காக வெளிநாட்டிற்கு அனுப்பவோ அல்லது மீண்டும் ஹைதராபாத்திற்குச் செல்ல வேண்டுமா என்பதை பத்மஜாவின் விருப்பப்படி வைத்துக் கொள்ளலாம் என்று குடும்பத்தினர் திட்டமிட்டிருந்தனர்.

பார்சி மக்களின் சமூகப் புறக்கணிப்பு மட்டுமே ருட்டியைத் தனிமையில் ஆழ்த்தியது என்று சொல்ல முடியாது. ஏனெனில் பல அரச குடும்பத்து நண்பர்களும் அவருக்கு இருந்தனர். அதிலும் ஷாமா ரோ என்ற தோழி ருட்டியின் சம வயதுதான். ருட்டியைப் போலவே பெரும் செல்வந்தர் வீட்டுப் பெண். ஆனால் அவருக்குச் சில ஆண்டுகளுக்கு முன்பே திருமணம் முடிந்து ஒரு குழந்தைக்குத் தாயாகியிருந்தார். பத்மஜா, லீலாமணி போன்ற நண்பர்கள் இந்த இருவருக்கும் இருந்தனர். இருவருக்குமே ஊர் சுற்றுவதிலும், ஆங்கில இலக்கியத்திலும் ஆழ்ந்த ஆர்வம் இருந்தது. ருட்டியைப் போலவே, ஷாமாவும் தனது வாழ்வில் பிள்ளை வளர்ப்பு, நவீன உடையகம் நடத்துவது போலின்றி வேறுவிதமாகத் தன் வாழ்வை வாழ ஆசைப்பட்டவர். இந்த இருவருக்குள் இருந்த நட்பும் வலியதாகவே இருந்தது. ருட்டியின் அழகு, அறிவு, நவீனம் என்ற அனைத்தின் மீதும் ஷாமாவிற்கு அளப்பரிய ஆர்வமும் ஈர்ப்பும் இருந்தது. அதேபோல் ஷாமாவின் போலிப் பெருமித நினைப்பை ருட்டி அனுமதித்து, ஷாமாவிடம் பொறுமையாக இருப்பார். ஆனால் இப்போது நிலைமைகள் மாறிவிட்டன. இந்த மாறுபட்ட சூழலில் ஷாமாவின் நட்பைத் தேடிச் செல்லும் மனது ருட்டியிடம் இல்லாது போயிற்று.

இந்த இயலாமையைத் தவிர்த்துவிட்டு, ருட்டி தன் வாழ்வு முழுமையையும் ஜின்னாவின் வாழ்க்கையோடு இணைத்துக் கொள்ளவே விரும்பினார். காஞ்சி பின்னாளில் எழுதியது போல், 'மகிழ்ச்சியிலும், விட்டேத்தியாகவும், வாழ்க்கை முறையிலும் என்று அனைத்திலும்' ஜின்னாவுடன் ஒன்றாக இணைந்திருக்க ஆசைப்பட்டார். ஆனால் அது அத்தனை எளிதாக இல்லை. பெரும் போராட்டமாகவே இருந்தது. முதலில் ஜின்னாவின் உணவுப் பழக்கத்தில் சில மாற்றங்கள் கொண்டுவந்தார். ஆனால் அதன் பிறகுதான் தெரிந்தது ஜின்னா மிகுந்த விருப்பத்துடன்

உண்ணும் ஆள் இல்லை என்று. கட்டாயத்திற்காக சாப்பாடு சாப்பிடுபவர். தேர்ந்து, ருசித்து உண்பது என்ற பழக்கம் சுத்தமாக இல்லாதவர். சாப்பாட்டை முற்றாக மறந்திருக்கும் நாட்களும் உண்டு. ஆனால் ருட்டியின் உணவுப் பழக்கம் இதற்கு நேர் மாறானது. காலை உணவு கூட பலவகைகளாக மேசையில் நிரம்பி வழியும். எதையெல்லாம் சாப்பிடுவது என்பதே ருட்டிக்கு முன்னால் சிறுவயதிலிருந்தே இருந்து வந்த கேள்வி. ஆனால் ஜின்னா இளம் வயதிலிருந்தே உணவின் மீது பெரும் ஆர்வம் கொண்டிருந்ததில்லை. ஜின்னாவின் அம்மா தன் மகன் நன்றாக உண்ணுவதில்லையே என்று வருத்தப்படுவதுண்டு. அந்தச் சிறுபிள்ளைக் குணத்திலிருந்து வளர்ந்து இங்கிலாந்து சென்றபின் அங்குள்ள வறுத்த மாட்டுக் கறியும், ஆப்பிள் இனிப்புத்திரளும் அவருக்குப் பிடித்தமான உணவுகளாகி விட்டன.

ஆனாலும் ஜின்னா உணவின் மீது அதிக அக்கறை காட்டாதவராகவே இருந்து வந்துள்ளார். தினசரி வாழ்க்கையில் முக்கியமில்லாத ஒரு விஷயமாகவே அவரின் உணவுப் பழக்கம் இருந்தது. சாப்பாடு, அது மதியச் சாப்பாடோ, இரவு சாப்பாடோ, தயாராகி விட்டது என்று அறிவிப்பு வந்தாலும் அவர் தான் பார்த்து வரும் வேலையை விட்டுவிட்டு ஓடி வந்துவிட மாட்டார். அது ஒரு முக்கிய விவாதமாக இருக்கலாம்... அல்லது ஏதாவது ஒரு எழுத்து வேலையாக இருக்கலாம்... அப்பொழுதெல்லாம் உணவைப் பற்றி ஏதும் கண்டு கொள்ளமாட்டார். உணவு ஆறிப் போனாலும் கவலையில்லை. மீண்டும் சாப்பிட அழைப்பு வந்தாலும், 'இதோ... ஒரு நிமிஷம்' என்பார். அல்லது 'நீங்கள் ஆரம்பியுங்கள். நான் இதோ வந்து விடுகிறேன்' என்பார். காலம் கண்டுகொள்ளாமல் ஓடும். ஜின்னாவும் தன் வேலையில் ஒன்றியிருப்பார். நேரம் செல்லச் செல்ல ருட்டி கெஞ்சிக் கூத்தாடி அவரைச் சாப்பாட்டு மேசைக்கு இழுத்து வரவேண்டியதிருக்கும். அப்படியே அவரை வலுக்கட்டாயமாக இழுத்து வைத்து இருத்தினாலும், அவரைச் சாப்பிட வைக்க ருட்டி மிகவும் சிரமப்பட வேண்டும். அவர் இவ்வளவுதான் என தன் உணவிற்கு ஓர் அளவு வைத்திருப்பார். அதை அவர் தாண்ட என்ன முயற்சியெடுத்தாலும் ஏதும் நடக்காது. அவ்வளவு ஏன்... புதிய உணவு வகைகள் செய்தாலும் அவைகளைத் தொடக்கூட மாட்டார். அவற்றைச் சாப்பிட வைப்பது அப்படி ஒரு பெரும் கடினமான செயல்.

திரு & திருமதி ஜின்னா | 239

இதைவிடக் கடினம் அவரை அவரது தனிமையிலிருந்து வெளியேற்றுவது. அநேகமாக அது ஓர் இயலாத காரியமே. ருட்டியின் வாழ்க்கையோ முன்பு வேறு மாதிரி இருந்தது. சாப்பாட்டு மேசையில் உணவருந்தும் போதெல்லாம் பலரோடு உட்கார்ந்து பேசிக்கொண்டே சாப்பிடும் பழக்கம் உடையவர். ஆனால் இந்த சவுத் கோர்ட் வீட்டில் ஆட்கள் வருவது என்பதே அரிதான ஒன்றாக இருந்தது. அதையும் மாற்ற ருட்டி முயற்சித்தும் ஜின்னா விடாப்பிடியாக அதை மறுத்து வந்தார். வெகு காலமாகவே அப்படிப் பலரோடு எப்போதும் தொடர்பு வைத்திருப்பது அவருக்குத் தேவையாக இல்லையென்று தோன்றியது. அரசியலை மட்டும் தன் கூர் பார்வையில் வைத்திருந்த அவருக்கு, இந்த மக்கள் கூட்டமெல்லாம் வீட்டிற்கு வந்து போவது என்பது அவசியமில்லாத ஒன்றாக இருந்தது. இந்தச் சமூகப் பழக்கம் அவருக்குத் தேவையில்லை என்று உறுதியாக நினைத்தார். வீட்டிலோ தோட்டத்திலோ நண்பர்களுக்காக விருந்து நடத்துவது, ஆட்டம் பாட்டம் என்று அமர்க்களப்படுத்துவது அவருக்கு மிகவும் அந்நியமாகப் பட்டது. நாகரிக செல்வந்தர்களுக்கு இது தேவையாக இருக்கலாம். ஆனால் அவருக்கு அல்ல. இவரைப் போலவே சரோஜினியின் கணவர் டாக்டர். நாயுடு போன்ற சிலர் இருந்தனர். நாள் கணக்கிலோ, வாரக் கணக்கிலோ மீண்டும் மீண்டும் உணவு... விருந்து... என்று இருப்பதும், வகைவகையான விருந்துகளோடு வீட்டிலோ, வெளியிடங்களிலோ நடத்துவதும், திருமண விருந்துகள் போன்று நாட்கணக்கில் உண்டு மகிழ்தலும் என்பதன் மேல் ஒரு வெறுப்புணர்வை வளர்த்துக் கொண்டனர். ஏதோ இந்த நாகரிக மனிதர்கள் இரவெல்லாம் கூட உண்ணாமல், உறங்காமல் எல்லாவற்றையும் விட- ஆக்கப்பூர்வமான வேலை ஏதும் செய்யாமல் இருப்பது வேதனையான காரியம். ஜின்னாவைப் போல் வெகு வெகு சிலர்தான் இந்தப் பண்பாட்டை எதிர்த்து நின்றனர். விருந்தளிப்பதோ, விருந்துகளில் கலந்து கொள்வதோ தனக்கு எதிரானது என்று ஜின்னா வெளிப்படையாகக் காண்பிப்பார். இதற்காக அனைவரும் ஜின்னாவை ஒரு பெரிய கருமி என்றழைத்தாலும் அவர் அதைக் கண்டுகொள்வதே இல்லை.

இன்னொரு விநோதப் பழக்கமும் இருந்து வந்தது. காரியம் ஏதுமில்லாமல் அவர் யாரையும் வீடு தேடிச் சென்று சந்திப்பதே இல்லை. அவர்கள் நெருங்கிய உறவினராகவோ நண்பராகவோ இருந்தாலும். அப்படிப்பட்ட நெருங்கிய

மனிதர்கள் உடல் நலமில்லாமல் இருந்தாலும்... அவ்வளவு ஏன்... மரணப் படுக்கையில் இருந்தாலும் ஜின்னா அவர்களைச் சென்று பார்ப்பதில்லை. தன்னைச் சுற்றி நிற்கும் இளைஞர் கூட்டத்திடம், 'இப்படியெல்லாம் போய் ஆட்களை மாறி மாறிப் பார்த்துக் கொண்டிருந்தால் முக்கியமான நமது வேலைகளைச் செய்யக் கூட நேரம் கிடைக்காமல் போய்விடும்,' என்பாராம். இப்படிப் பேசுவதை முதல் முறையாகக் கேட்ட ஜின்னாவின் ஆர்வலர் ஒருவர், M.A.H. இஸ்பாஹனி - 'அப்படியே வாயடைத்து அதிர்ச்சியோடு நின்றிருந்தேன்' என்று எழுதியுள்ளார். ஆனால் அந்த அதிர்ச்சியையும் மீறி, ஜின்னாவின் 'ஆளுமையையும் அசராத மன உறுதியையும்' பார்த்து வியந்து நின்றுள்ளார். ஜின்னா ஒரு முடிவை எடுத்துவிட்டால் இறுதிவரை அவரது பிடி அதுவாகத்தானிருக்கும். அவர் வழி தனி வழி... அதிலிருந்து அவரை யாராலும், எந்த சக்தியாலும் மாற்ற முடியாது. சான்றாக, ஜின்னா ஏதோ ஓரிடம் செல்ல முடிவெடுத்தாலோ, உணவில் இது போதும் என்று முடிவெடுத்து விட்டாலோ யார் எவ்வளவு முயன்றாலும் அவரது முடிவை மாற்றவே முடியாது. அது எப்படியோ ஒரு மாயம்... தன் முடிவுகளுக்கு எதிராக வரும் எந்த அலையும், தொல்லையும், துயரமும் அவரை அசைக்க முடியாது.

இத்தனை உறுதியான ஜின்னாவையும் ருட்டியின் பல முயற்சிகள் சிறிதே மாற்றின. அவர் வாழ்வியல் முறையைச் சிறிது மாற்ற ருட்டி முயன்றார். ஜின்னா தன் தத்துவங்கள் எதையும் விட்டுக் கொடுக்காமல் அந்த மாற்றங்களுக்கு சிறிது இடமளித்தார். ருட்டியும் வழக்கமான விருந்துகள், கூட்டங்கள் எதையும் திடீரென்று கூட்ட முயற்சிக்கவில்லை. அவர் தனது வீட்டில் அப்பாவும், அம்மாவும் நடத்தும் பணக்காரத்தனமான நிகழ்வுகள் எதையும் நிகழ்த்தவில்லை. புத்திசாலித்தனமாக அது போன்றவைகள் பக்கமே ருட்டி போகவில்லை. ஆட்டம் பாட்டம் போன்றவைகளை முழுவதுமாகத் தவிர்த்து விட்டார். அதோடு தன் நெருங்கிய நண்பர்களை அழைத்து அவர்கள் ஜின்னாவின் நேரத்தைப் பகிர்ந்து கொள்வதையும் தவிர்த்தார். ஏனெனில் ருட்டிக்கு, சரோஜினி, அவரது மகள்கள் போன்ற சிலர்தான் ஜின்னாவுடன் அரசியல் சார்புள்ளவைகளைப் பற்றிப் பேசமுடியும் என்பது தெரியும். எந்த விழாவாக, நிகழ்வுகளாக இருந்தாலும் ஜின்னா தன்னைச் சுற்றி அரசியல் பேச்சுகள், விமர்சனங்கள் இருப்பதை மட்டுமே விரும்புவார் என்று ருட்டிக்கு நிச்சயமாகத் தெரியும்.

இதுபோன்ற பொருத்தமான சிலரின் பட்டியல் ஒன்றை ருட்டி கவனமாகத் தயாரித்தார். அவர்களை மட்டும் தனது இப்போதைய வீடான 'சவுத் கோர்ட்'டிற்கு அழைக்க முற்பட்டார். அவர்களில் பலர் ஜின்னாவுடன் நெருங்கி இருக்கும் அவரது இளம் வயது ஆர்வலர்களாக இருப்பார்கள். அல்லது வெளியூர்களிலிருந்து அவ்வப்போது வந்து போகும் மோதிலால் நேரு, மகமுதாபாத் அரசர் போன்ற நண்பர்களாக இருப்பார்கள். இதுவரை ஜின்னா தன் ஓரிரு ஆண் நண்பர்களை அழைத்திருப்பார். அவர்களோடு அமர்ந்து, சாப்பாடு என்ற பெயரில் எதையோ கொறித்துக்கொண்டு, நீண்ட நெடும் அரசியல் விவாதங்கள் நடைபெறும். மதுவும், சிகரெட்டுகளும் அரசியலோடு கலந்து ஒரு மேக மூட்டமாக இருக்கும். பெண்கள் யாரும் நிச்சயமாக அந்த நிகழ்வில் இருக்க மாட்டார்கள். சாப்பாடும் தடபுடலாக இல்லாமல் எளிமையாக இருக்கும்.

இப்போது விருந்தினர்களின் அழைப்புப் பட்டியல் ருட்டியின் கையில் இருந்தது. அதில் ருட்டி - ஜின்னாவின் வழக்கமான நெருங்கிய நண்பர்களோடு, ஜின்னாவோடு அரசியல் தொடர்புகள் வைத்திருந்த ஹோம் ரூல் குழுவினர்களும் சேர்க்கப்பட்டிருந்தனர். அவர்களையும் சாதாரணமாக அழைக்காமல், அதை ஒரு 'கூட்டுச் சாப்பாடு' என்ற பெயரில் அனைவரையும் உணவுத் தயாரிப்பிலும் ஈடுபடவைத்தார். அதேசமயம் ஒட்டு மொத்தமாக அனைவரையும் கூப்பிடாமல் ஒவ்வொரு முறையும் ஒவ்வொரு சில நண்பர்களை மட்டும் அழைப்பார். அழைப்பிதழையும் தானே கைப்பட எழுதித் தயாரிப்பார். மென்மையான அழைப்பாக அவை இருக்கும். "எங்களோடு உணவருந்த வாருங்கள் - இன்னும் ஓரிரு நண்பர்களோடும்" என்று அழைப்பிதழ் விடுவிப்பார்.

அவர் அழைப்பிதழ்கள் கொடுத்தும் வராதிருப்பது வெகு வெகு அரிய நிகழ்வாக இருக்கும். ஜின்னாவின் ஆர்வலர்களுக்கு அவரை அவரது வீட்டிலேயே சந்தித்து அளவளாவுவது அத்தனை பிடித்த ஒன்று. ஆனால் இந்தச் சந்திப்புகளில் ருட்டி அனைவரின் ஈர்ப்புக்கும் உள்ளானார். ஜின்னாவை அந்த அழைப்பாளர்களுக்கு மிகவும் பிடிக்கும். ஆனால் ஜின்னாவை அவரது அலுவலகத்தில் கூட எளிதாகச் சந்திக்க முடியும். ஏனெனில் ஜின்னாவின் அலுவலகம் அவரது ஆர்வலர்களுக்கு எப்போதும் திறந்தே இருக்கும். ஆனால் இப்போது சவுத் கோர்ட்டிலிருந்து ஒரு அழைப்பு என்றால் ருட்டியுடன் சில மணிநேரச் சந்திப்பு என்றாகி விடுகிறது.

அப்படி அழைக்கப்படுபவர்களில் பலரும் திருமணம் ஆகாத இளைஞர்கள். திருமணம் ஆனவர்களும் தனியாளாகவே வந்தனர். அவர்களைக் கவர்ந்தது ருட்டியின் அழகும், நேர்த்தியும் மட்டுமல்ல, மிக சாதாரணமாக இயல்பாக அவர்களோடு ருட்டி பழகுவார். இதுவரை செல்வந்தர் வீட்டு இளம் பெண்கள் இப்படிப்பட்ட விருந்து நிகழ்வுகளில் கலந்து கொண்டது கிடையாது. ருட்டியைப் போல் யாரும் முழுவதும் விழித்திருந்து, இதுபோல் அரசியலைப் பற்றி விவாதிக்க முடிந்திருக்காது. அதுவும் மதுவின் வீச்சும், சிகரெட்டின் புகை வீச்சும் கலந்திருந்த அச்சூழலில் பெண்ணொருவர் தனியே அரசியல் பற்றி விவாதிப்பதா! அழைப்பிற்கு வந்து கலந்து கொண்டவர்கள் எல்லோருக்கும் மனக் களைப்பு சிறிதேனும் இருந்திருக்கும். அதிலும் ஒரு அழைப்பாளருக்கு-காஞ்சி துவாரகாதாஸ் அவர்களுக்குத் தன் வாழ்வின் முக்கிய விளைவாகவே இது இருந்தது.

ஆனால் ருட்டியின் அனைத்துக் கவனமும் ஜின்னாவின் மீது மட்டுமே இருந்தது. ஜின்னா கால்களை நீட்டி வைத்துக்கொண்டு வெகு இயல்பாகத் தன் இருக்கையில் அமர்ந்து ஏதாவது ஒன்றைப் பற்றிய தன் தீர்மானக் கருத்துகளைக் கூறிக் கொண்டிருப்பார். எல்லாம் ருட்டியின் கவனத்தில் இருக்கும். ஜின்னா எப்போதாவது தன்னைப் பற்றியோ, தனக்கு நடந்த பழைய நிகழ்வுகள் பற்றியோ தனது நாடகத் தன்மையோடு நகைச்சுவையை இணைத்துப் பேசுவதுண்டு. சுற்றியிருப்பவர்கள் அதை ரசிப்பதைவிட அதிகமாக அவற்றை ருட்டி கேட்டுக் கொண்டிருப்பார். இந்தத் தனிப்பட்ட பேச்சுகளும், ஜின்னாவிற்கு மிகவும் பிடித்துப்போன அரசியல் விவகாரங்கள் போலவே எளிதாக இழைந்தோடும். இவை எல்லாமே ருட்டிக்குத் தன் திருமண நாட்களுக்கு முன் ஜின்னாவோடு இருந்த கணங்களை நினைவூட்டும். மீண்டும் ருட்டியைக் காதல் வலைக்குள் மூழ்கடிக்கும். இதுபோன்ற சின்னச் சின்னக் குழுக்களில் நடக்கும் நிகழ்வுகளில் இருவருமே மிகவும் இயல்போடு இருப்பார்கள். ஜின்னா தன் அரசியல் பேச்சுகளின் போது ருட்டியையும் தன்னோடு இணைத்துப் பேசுவதையும், ருட்டி அந்தப் பொழுதுகளில் பேசும் ஒவ்வொன்றையும் ஜின்னா கவனமாக உன்னித்துக் கேட்பதையும் ருட்டி மிகவும் ரசித்தார். அவ்வப்போது ருட்டி, ஜின்னாவின் பேச்சினூடே அவரைக் காலை வாருவது போல் துடுக்காகப் பேசுவதையும் ஜின்னா ரசித்தார். இப்படிக் கேலியாகப் பேசுவதன் மூலம் ருட்டி ஜின்னாவின் மீதுள்ள தன் அன்பையும் ஆளுமையையும்

நிலைநாட்டினார். அதுவும் வேறு யாரும் ஜின்னாவின் பேச்சை இடைமறுத்துப் பேசாமல், கவனித்துக் கேட்கும்போது, ருட்டி மட்டும் எளிதாக ஊடறுத்துப் பேசுவார். சுற்றியிருக்கும் ஜின்னாவின் இளம் வயதுக் கூட்டத்திற்கு ருட்டியின் நடவடிக்கைகள் மிகுந்த அதிர்ச்சிகளையே அளித்தன. ஜின்னா எவ்வளவு பெரிய மனிதர்... அவரிடம் இத்தனைத் துணிச்சலாக ருட்டி பேசுகிறாரே என்று வியப்பிலும் அதிர்ச்சியிலும் அவர்கள் மூழ்கினர். ஜின்னாவும் ருட்டியின் தனிப்பட்ட கவனிப்பில் தனது சாப்பாட்டு மேசைப் பேச்சுகளில் தன் முழு ஆற்றலோடு பேசி வந்தார். அதுவும் இப்படிப் பேசும் குழுக்கள் எண்ணிக்கையில் குறைந்து, ஓரிருவர் மட்டும் இருக்கும்போது இன்னும் அதிகமாகப் பங்கெடுப்பார். தங்களது திருமண வாழ்க்கை சிறப்பாக இருப்பதை முழுமையாக வெளிக் காண்பிப்பார்.

இதுபோன்ற உரையாடல்களையும் தாண்டி ருட்டி கொண்டு வந்த சில மாற்றங்கள் அத்தனை வெற்றிகரமாக அமையவில்லை. ஜின்னாவிற்கு எந்தப் பிரச்சனையும் இல்லை. ஆனால் சுற்றியிருக்கும் மக்களுக்கு அவை வித்தியாசமாகப் பட்டன. ஒவ்வொரு நாள் மாலையும் ருட்டி ஜின்னாவின் அலுவலக அறைக்கு வந்துவிடுவார். இதனால் வீடு திரும்பும்போது இருவரும் இணைந்து திரும்ப முடியும். இந்தப் பழக்கம் ருட்டிக்கோ, ஜின்னாவிற்கோ எந்தக் குழப்பத்தையும் தரவில்லை. இங்கிலாந்து நாட்டு மக்களின் பழக்கம் இது. அதுவும் குதிரை வண்டிகளின் காலம் முடிந்து, கார்கள் பழக்கத்திற்கு வந்த பிறகு பெண்கள் 'தங்கள் கணவர்களைப் பக்கத்தில் அமரவைத்து காரோட்டிச் செல்வது' என்று தினசரிகளில் வழக்கமாக எழுதுவது போல் தினமும் செய்வதுண்டு. ருட்டி இன்னும் காரோட்டிப் பழகவில்லை. இருந்தும் தங்களது காரோட்டியுடன் மாலை அலுவலகம் வந்து, பின் இணைந்து திரும்பிப் போவது ருட்டிக்கு மிகவும் பிடித்துப்போன பழக்கமாக ஆகியிருந்தது. காரின் மேல்பாகத்தைத் திறந்து வைத்துக்கொண்டு, ஜின்னாவுடன் திரும்புவது பிடித்துப் போனது. ருட்டி இப்போது தன்னோடு நெருக்கமாக ஒட்டிக் கொண்டிருப்பதில் ஜின்னாவிற்கு எந்தப் பிரச்சனையும் இல்லை. சொல்லப் போனால் இது ஜின்னாவிற்கும் மிகவும் பிடித்துப் போனது. தான் செல்லுமிடங்களுக்கெல்லாம் மனைவியை உடனழைத்துச் செல்லும் பெருமை அதில் தொக்கி நின்றது.

ருட்டிக்கும் ஜின்னாவுக்கும் பிடித்துப் போன இந்தப் பழக்கம் ஏனைய அனைவருக்கும் பிடித்ததா- அதுவும் ஜின்னாவோடு பணியாற்றும் மற்றவர்களுக்கும் பிடித்ததா என்பது ஒரு முக்கியமான கேள்வி. இதுவரை எந்த வழக்கறிஞரின் மனைவியும், அதுவும் ருட்டி போன்ற அழகுடன் கூடிய எந்தப் பெண்ணும், இப்படித் தன் கணவரின் அலுவலகத்திற்கு வருவார் என்பது எங்கும் நடக்காத ஒரு காரியமாகவே இருந்தது. ருட்டியின் பழக்கம் அவர்களுக்கு அதிர்ச்சியளித்தது. அதுவும் நீதிமன்ற வளாகத்தில் சிங்கம் போல் நடந்து திரியும் ஜின்னா இந்தப் பழக்கத்தைக் கண்டுகொள்ளவே இல்லை; தடையேதும் சொல்லவில்லை என்பதும் பெரும் அதிர்ச்சியை அளித்தது. அதுவும் ஜின்னா தனது கட்சிக்காரர்களோடு அல்லது ஏனைய வழக்கறிஞர்களோடு மிகத் தீவிரமாக விவாதித்துக் கொண்டிருக்கும் நேரத்திலும் வெகு சாதாரணமாக அலுவலகத்திற்குள் வந்து அமர்வது அவர்கள் அனைவருக்கும் அத்தனை பெரிய அதிர்ச்சி.

இவர்களையெல்லாம் விடவும் ஜின்னாவின் இளைஞர் வட்டாரத்திலிருந்த M.C. சக்ளா, ஜின்னாவைத் தன் முன்மாதிரியாக அரசியலிலும், தன் தொழிலிலும் வைத்திருந்தார். அவருக்கும் ருட்டியின் பழக்கம் சுத்தமாகப் பிடிக்கவில்லை. சக்ளா பின்னாளில் தான் எழுதிய ‘டிசம்பர் மாதத்து ரோஜாக்கள்’ என்ற தன் நூலில் ‘நாங்கள் ஜின்னாவுடன் விவாதித்துக் கொண்டிருக்கும் நேரத்தில் ருட்டி, ஜின்னாவின் அறைக்குள் நுழைந்து, நாகரிக மனிதர்கள் கூட அநாகரிகம் என்று நினைக்கும் அளவில், ஜின்னாவின் மேசைமீது ஏறி உட்கார்ந்து, காலாட்டிக் கொண்டு, எங்கள் விவாதங்கள் முடிந்து ஜின்னாவுடன் திரும்பிச் செல்வதற்காகக் காத்திருப்பார்’ என்று எழுதியுள்ளார். எந்த ஒரு கணவருக்கும் எரிச்சலைத் தரக்கூடிய பழக்கம் இது. ஆனால் ஜின்னா இதற்கு எந்தவித எதிர்ப்புணர்வையும் காட்டியதே இல்லை என்பது சக்ளாவிற்கு மிகுந்த ஆச்சர்யத்தை அளித்தது. தன் நூலில், ‘ஜின்னா எந்த ஒரு சொல்லையும் கூட எதிர்ப்பாகச் சொன்னதில்லை. ருட்டி வருவதைக் கண்டும் காணாமலும் ஜின்னா தன் வேலையைத் தொடர்ந்து செய்து கொண்டிருப்பார். ஜின்னாவின் குணத்திற்கு முன்னால் அவர் இவ்வளவு பொறுமையாக இருப்பதை நினைத்தும் பார்க்க முடியவில்லை’ என்று சக்ளா எழுதியுள்ளார். ஆனால் உண்மையிலேயே ருட்டியின் இந்தப் பழக்கம் ஜின்னாவை எந்தவிதத்திலும் பாதிக்கவேயில்லை.

இதையும் விட ருட்டி அணியும் உடைகள் கூட அவரிடம் எந்த எதிர்ப்புணர்வையும் எழுப்பவில்லை. ருட்டியின் அழகுணர்வு மீது அவருக்கு முழுமையான திருப்தி. எந்த அளவிற்கு என்றால், ஜின்னா தன்னை முழுவதுமாக ருட்டியிடம் ஒப்படைத்து விட்டார். ஜின்னாவை வேறு விதமாக வடிவமைக்க ருட்டி ஏதேதோ செய்தார். தலைமுடியைப் புது விதமாக மாற்றி ஒட்ட வெட்ட வைத்தார். ஏற்கெனவே ஜின்னாவிடம் இருந்த கம்பளித் துணியினால் ஆன மேல் கோட்டையும், விரைப்பான சட்டைக் காலர், கழுத்துப் பட்டையையும்- அதாவது முந்திய தலைமுறையின் நாகரிக உடையையும்- ருட்டி மாற்றிவிட்டார். புதிய மேலாடைகளை ஜின்னாவிற்காகத் தேர்ந்தெடுத்தார். மெல்லிய பட்டுத் துணியால் ஆனவை அவை. இறுகப் பற்றும் கழுத்துப் பட்டை தவிர்க்கப்பட்டு, திறந்த கழுத்துள்ள மேலாடைகள் இடம் பிடித்தன. மெல்லிய அவரது நீண்ட உயர உடம்பிற்கு ருட்டி தேர்ந்தெடுத்த உடைகள் சீராகப் பொருந்தின. மெல்லிய மாற்றங்கள் தான். ஆனால் ஜின்னாவின் தோற்றப் பொலிவோ வெகுவாக மாறியது. இந்த மாற்றம் பிறரை ஈர்க்கும்படியும், ஆனால் அதே சமயத்தில் ஆங்கிலேயர்களைத் தாண்டி நாகரிகமாகத் தோன்றி அவர்களின் வெறுப்பைச் சம்பாதிக்கும் அளவிற்குப் போகாத ஓர் எல்லையை உருவாக்கிக் கொடுத்தார். இப்புதிய உடைகளில் ஜின்னா இயல்பாகவும், எழிலாகவும் மாறினார். இந்தியர்களுக்கும், ஆங்கிலேயர்களுக்கும் ஜின்னாவின் இந்த மாற்றம் மிகவும் பிடித்துப் போனது. பின்னாளில் காஞ்சி இதைக் குறிப்பிடும்போது 'இந்த மாற்றங்களுக்கெல்லாம் காரணமாயிருந்த ருட்டிக்கு ஜின்னா எந்த அளவு கடன்பட்டிருக்கிறார் என்பது யாருக்கும் தெரியாது' என்று எழுதியுள்ளார்.

ருட்டி உலகத்தைப் பார்க்கும் விதமே தனி. தன்னம்பிக்கையுடன் வளர்க்கப்பட்டவர் அவர். யாரையும் ஏதேனும் செய்து ஈர்க்க வேண்டும் என்ற இயல்பு நிச்சயமாக அவரிடம் இல்லை. இந்தத் தலைமுறையில் இங்கிலாந்து மக்களின் நடை, உடைகளை ஒட்டி இருந்தார். 'எப்போதும் புதிய, மிக அழகான, கற்பனை வளம் மிக்க உடைகள்; பார்ப்போரெல்லாம் வியக்கும் வண்ணம் சரியான தேர்வுகள்! அவரது சூழலில் அவரது நாகரிகம் அனைவராலும் பிரமிப்போடு வரவேற்கப்பட்டது. அழகுணர்வு மிக்க, குறும்புத் தனமான, எல்லோருக்கும் ஒருமித்துப் பிடித்த பெண்ணாக ருட்டி அந்தச் சூழலில் தனித்து நின்றார்.' ஆனால் இந்தத் தனிப் பண்பு எல்லோர் கண்களுக்கும் விருப்பமானதாகத் தோன்றவில்லை. பழமை உணர்வோடு ஜின்னாவைச்

சுற்றியிருந்த ஆங்கிலேயர்களுக்கும், இந்தியர்களுக்கும் ருட்டி வேறொரு விதமாகத் தோற்றமளித்திருப்பார்.

ருட்டி தனக்கே உரித்தான தனிப்பட்ட பாணி ஒன்றினை உருவாக்கியிருந்தார். இந்திய உடைகள்... ஆனால் இங்கிலாந்து பாணி. அதன் இறுதி வடிவம் அழகுணர்ச்சியும் பளிச்சென்ற அழகுத் தோற்றமும் பெற்றன. அவரது பாணி உடைகளை நகல் எடுப்பதற்கென்றே பழைய நண்பர்கள் குழாமும், பெண்களும் காத்திருப்பது போலிருந்தனர். ஆனால் அந்த உடைகளை நகல் எடுப்பது கூட அத்தனை எளிதல்ல. ஏனெனில் இங்கே துணியால் ஆன வெறும் உடை மட்டுமல்ல... அதை உடுத்துபவரின் முழுத் தன்னம்பிக்கையும், பாவனைகளும் மிகவும் முக்கியமல்லவா! அவரது வயதுப் பெண்கள் அணியும் சேலைகளைப் போலல்லாது ருட்டியின் சேலைகளின் தரமும், அழகும், பாணியும் அத்தனை உயர்ந்தது. மிக மெல்லிய துணிகள்... அழகிய வானவில்லின் வண்ணங்களில் ஒளிர்ந்தன. அந்தத் துணிகள் ருட்டியின் அம்மா வயதினர் முன்பு உடுத்திய ஆடைகளைவிட மெல்லியதாக, அழகாக இருந்தன. அந்தப் பழைய ஆடைகள், ஓரங்களில் நூல் வேலைப்பாடுகளுடன் கூடிய மெல்லிய துகில்களாக இருந்தன.

ருட்டி இதை ஒத்துக் கொள்வாரோ என்னவோ... ருட்டியின் பாணி அவரது அம்மாவிடமிருந்த பாணியின் நீட்சிதான். அதிலிருந்து அதிகம் மாறாமல் ஆனால் சிறிது வளர்ந்திருந்தது. இதை அநேகமாக ருட்டி ஒத்துக் கொள்ளாமல் இருக்கலாம். இருவருமே தங்கள் ஆடை அணிகலன்களில் மிகுந்த கவனம் செலுத்துபவர்கள். பளீரென்ற வண்ண ஆடைகளின் பக்கமே போகமாட்டார்கள். மிகவும் கண்ணைப் பறிக்கும் பளிச்சென்ற ஆடைகளையும் ஒதுக்கி விடுவார்கள். அதிலும் இந்த இருவரில் ருட்டி அவ்வகை ஆடைகளின் பக்கமே போகமாட்டார். அதுவும் பட்டு நூல் ஜரிகை வேலைப்பாடுகளில் சுத்தமாக ஆர்வம் கிடையாது. இந்தத் தனித்த ரசனையினால் ருட்டி ஏற்கெனவே தயாரித்து முடித்து கடைகளில் அடுக்கி வைத்திருக்கும் சேலைகளை வாங்குவதேயில்லை. தன் வீட்டிற்கு வரும் வணிகர்களின் பெட்டிகளில் அடுக்கி வைக்கப்பட்டிருக்கும் சேலைகளை வாங்குவதைத் தவிர்த்து, தன் பாணிக்கேற்ப புதுவகை சேலைகளைத் தயாரித்துக் கொள்வார். அவர் விரும்பியபடி புதிய துணி வகைகளில் மெல்லிய, மென்மையான அலங்காரங்கள் மட்டுமே இருக்கும். 'ஆளை அடிக்கும்' வகையானவை ஏதும் அவைகளில் சுத்தமாக

திரு & திருமதி ஜின்னா | 247

இருக்காது. இதுபோன்று தன் விருப்பத்தைச் சொல்லி, புதிய சேலைகள் உருவாக எத்தனை மாதங்களானாலும் காத்திருக்கவும் தயாராக இருப்பார். பத்மஜா உள்ளடங்கிய ருட்டியின் தோழிகள் அனைவரும் ருட்டியின் ரசனை மீது அத்தனை நம்பிக்கை வைத்திருந்தனர். அதனால் ருட்டி தன் விருப்பப்படி சேலைகளைத் தங்களுக்குத் தேர்ந்தெடுத்துத் தருவார் என்ற நம்பிக்கையோடு இருந்தனர். இதைப் பற்றிய கடிதம் ஒன்று - எந்த ஆண்டு என்று தெரியவில்லை; மார்ச் மாதம் 3-ஆம் தேதியிட்ட கடிதம் ஒன்று - அதில் ருட்டி பத்மஜாவிற்கு, 'நீ விரும்புவது போன்ற சேலை எடுப்பது மிகவும் கடினம். எனது தோழி ஒருத்தி இரு நாட்களுக்கு முன்பு ஊதா நிறத்தில் ஒரு துணியை அனுப்பியிருந்தாள். விற்பனைக்காக அனுப்பியிருந்தாள். ஆனால் துணி முழுவதும் எக்கச்சக்கமான ஜிகினா வேலைகள். நிச்சயமாக அதை நான் எனக்காக கட்டாயம் வாங்கவே மாட்டேன். அதனால் அதை உனக்காகவும் நான் தேர்ந்தெடுக்கவில்லை. உனக்கே தெரியுமே... என் பெரும்பாலான சேலைகள் நான் விரும்பிய பாணியில் அமையும் சேலைகள் மட்டுமே. எப்போதாவது சேலைக்காரர் அபூர்வமாக மிக நல்ல சேலைகள் கொண்டு வருவதும் நடக்கலாம். ஆனால் சமீபத்தில் அப்படி எதுவுமே நடக்கவில்லை. அப்படி சொல்லிக் கொள்ளும்படியான நல்ல சேலைகள் கொண்டு வருவதே இல்லை... கொஞ்சம் பொறுத்திரு. நல்ல சேலைகளை உனக்குத் தேர்ந்தெடுத்து விடுகிறேன்' என்று தன் கடிதத்தில் எழுதியிருந்தார்.

ருட்டியின் சேலைகள் மட்டுமல்ல... அவர் அணியும் ரவிக்கைகளும் இளம் வயதினர் பலரின் கண்ணைக் கவரும் விஷயம் தான். ருட்டியின் அம்மாவின் வயதையொத்த பார்சி பெண்கள் பலரும் ஆங்கிலேய அதிகாரிகள் வீட்டுப் பெண்கள் அணியும் ஆடைகளை ஒத்த ஆடைகளை இந்தியப் பாணியில் மாற்றிப் பயன்படுத்திக் கொண்டிருந்தனர். ஆங்கிலேயப் பெண்கள் அளவிற்கு உடலைக் காண்பிக்காமல் அப்பெண்கள் தங்கள் சேலைகளோடு முழுக்கை நீளமும், இடுப்பு வரையிலும் உள்ள ரவிக்கைகளை அணிந்து கொண்டிருந்தனர். அந்த ரவிக்கைகளுக்காக மட்டுமே 10-15 பவுண்டு விலை கொடுக்கவும் அந்த பார்சிப் பெண்கள் தயங்கவேயில்லை. இந்த பாணி உடையே அப்போது 'பார்சி பாணி' உடை என்ற பெயரை வாங்கியது. ஆனால் இந்த செல்வந்தர் வீட்டுப் பெண்களுக்கு அடுத்து வந்த தலைமுறைப் பெண்களுக்கு இந்த பார்சி பாணி ரவிக்கைகள் பிடிக்காமல் போய்விட்டன. விஜயலட்சுமி பண்டிட் இவர்களுக்கெல்லாம் ஒரு மாதிரி. அவர் இந்த பார்சி

ரவிக்கைகளை பழைய காலத்து விக்டோரியன் கால உடை என்று அலட்சியமாகக் கூறுவதுண்டு. அதை ஒரு 'கொடூரமான பாணி' என்று அவர் அழைத்தார். அடுத்து வந்த விஜயலட்சுமி, ருட்டி போன்றோரின் தலைமுறையில் இந்த ரவிக்கைகள் இறுக்கமான உடையாகவும், கழுத்தின் முன்னும், பின்னும் ஆழமாக வெட்டித் தைக்கப்பட்ட நவீன உடையாகவும் மாறிவிட்டன. அதே சமயத்தில் யுத்த கால இங்கிலாந்திலும் இந்தப் பாணியே புதுப் பாணியாக மாறியது. இருப்பினும் ஏனோ இங்கிலாந்திலும் இந்தப் பாணிக்கு 'இந்தியப் பாணி' என்றே பெயர் வந்தது.

இந்தப் புதிய பாணி இளம் பெண்களிடையே வெகு வேகமாகப் பரவிக் கொண்டிருந்தது. ஆனாலும் பொதுவெளியில் இன்னும் இது பிரபலமடையவில்லை. அதுவும் ஆங்கிலேய அதிகாரிகளின் மனைவிகள் மத்தியில் இந்த உடை அவர்களுக்கு அதிர்ச்சியைத்தான் அளித்தது. இதற்கு காரணம் அவர்களது இனவெறித்தனம் தான் என்றார் பொலித்தோ. அதனோடு 'இது போன்ற முட்டாள்தனம் அவர்களின் கணவன்களின் திறமைமிக்க ஆளுமைகளுக்கு இழுக்கு தேடித் தருவதாக உள்ளது. அதனோடு இந்தியாவை ஆங்கிலேயர் இழப்பதற்கும் இது ஒரு காரணமாகி விடும்' என்றார்.

ஆனால் ருட்டியின் பாணி வருவதற்கு இருபது ஆண்டுகளுக்கு முன்னரே இந்தியப் பெண்களின் ரவிக்கைகள் பற்றி கர்சனின் மனைவி தன் எண்ணங்களை இங்கிலாந்திற்கு எழுதிய கடிதமொன்றில் குறிப்பிடுகிறார். ஹைதராபாத்தில் பர்தா போட்டிருக்கும் பெண்கள் கலந்து கொண்ட ஒரு விருந்து நிகழ்வில் தான் பார்த்த ஒரு பெண்ணின் 'அலங்காரம்' பற்றிய வர்ணனை அது! "அகன்ற பெண்; ஒரு பர்தா பெண்; எங்களுக்கெல்லாம் சிரிப்பூட்டும்படி உடையணிந்திருந்தார். பச்சை வண்ணத்தில் பட்டுக் கால்சட்டை... அதற்கு மேலே ஏறத்தாழ அதிக மறைப்பேதுமில்லை. ஒரு குட்டையான, சிறிய பச்சை வண்ண இழையாடிய மேல்சட்டை... அதற்கு மேல் போர்த்திய மெல்லிய சேலை. கற்பனைக்கென்று ஏதுமில்லாமல்... திறந்த வெளியாக..." என்று எழுதியிருந்தார்.

ஆனாலும் ஆங்கிலேய துரைகளின் துணைவியர்கள் மட்டுமல்ல... வேறு பலரும் ருட்டியின் ஆடையால் அதிர்ச்சிக்குள்ளாகி இருந்தார்கள். அதுவும் பழமை விரும்பிகளான இஸ்லாமிய மக்களுக்கு இந்த அதிர்ச்சி மிகவும் பெரியது. அதனாலேயே ருட்டியின் ஆடைகள் ஒரு 'மட்டமான

திரு & திருமதி ஜின்னா | 249

பெண்'ணின் உடை போலிருப்பதாக நினைத்தனர். ஜின்னாவின் அரசியல் களத்தில் முக்கியமானவர்களாக இருக்கும் தாடிவைத்த மௌலானாக்களும், மௌல்விகளும் இந்த உடையால் குத்திக் கிளப்பப்பட்டனர். அப்போது நடந்த நிகழ்வு ஒன்றினைப் பற்றி சக்ளா எழுதியுள்ளார். பம்பாய் குளோப் சினிமா தியேட்டரில் முஸ்லீம் லீக் மாநாடு ஒன்று நடந்தது. அன்று முக்கிய உறுப்பினர்கள் மேடையில் அமரும் இடத்தில் ருட்டி வந்து அமர்ந்து கொண்டார். 'அன்று அரங்கம் நிறைந்த தாடிவைத்த மௌலானாக்களும், மௌல்விகளும் நிறைந்திருந்தனர். அதில் சிலர் மிகுந்த கோபத்துடன் என்னிடம் வந்து அந்தப் பெண் யாரென்று கேட்டனர். அந்தப் பெண்ணை அரங்கை விட்டு போகச் சொல்லவேண்டும் என்றனர். அந்தப் பெண்ணின் உடை எங்கள் கண்களுக்கு மிகவும் குற்றமானதாகத் தெரிகிறது என்றார்கள்' என்று சக்ளா குறிப்பிட்டுள்ளார்.

இந்த எதிர்ப்புகள் எல்லாம் ருட்டியைச் சிறிதும் அசைத்திடவில்லை. மக்களை மேலும் நோகடிக்க குறும்புத் தனத்தின் குதூகலத்துடன் தொடர்ந்து அதே போலிருந்தாள். திருமணம் முடிந்து ஏறத்தாழ ஒரு மாதம் முடிகையில் ருட்டி சிம்லாவில் உள்ள வைஸ் ரீகல் தங்கும் விடுதிக்குத் தடபுடலாக வந்திறங்கினார். வழக்கமாக அணியும் கையில்லாத ரவிக்கை... மேலே மிக மெல்லிய சேலை. எல்லோரும் அநேகமாக உற்றுப் பார்ப்பதை ருட்டி கண்டுகொள்ளவே இல்லை. அதேபோல் வைஸ்ராயைக் காணுவதற்கான வரைமுறைகளையும் எளிதாகப் புறந்தள்ளினார். வைஸ்ராயிடம் கைகுலுக்கினார். அதன் பின் இந்திய வழக்கத்தின்படி கரம் கூப்பினார். வைஸ்ராய் செம்ஸ்போர்டு வரைமுறையை வழுவவிட்டதை எளிதாக எடுத்துக் கொள்ளவில்லை. மாலை உணவிற்குப் பிறகு வைஸ்ராயின் அதிகாரி A.D.C. ருட்டியை வைஸ்ராயிடம் பேசுவதற்கு அழைத்துச் சென்றார். வைஸ்ராய் பெரிய மனிதத் தோரணையில், "திருமதி ஜின்னா, உங்கள் கணவருக்கு அரசியலில் பெரிய இடம் காத்திருக்கிறது. நீங்கள் அதைக் கெடுத்துவிடக் கூடாது. ரோமில் இருக்கும்போது ரோமர்கள் மாதிரியே நடக்கவேண்டும்" என்று அழுத்திக் கூறினார். ருட்டி ஒரு நிமிடமும் தாமதிக்கவில்லை, வேகமாக பதிலளித்தார்: "ஐயா, அதைத்தானே நான் செய்தேன். இந்தியாவில் இந்திய முறைப்படி வணக்கம் செய்தேன்." இந்த நிகழ்வை *'ஜின்னாவின் காலக் குறிப்புகள்' (Jinnah and His Times)* என்ற தன் நூலில் அசிஸ் பெக், இதுவே ருட்டி, செம்ஸ்போர்டை சந்தித்த முதலும் கடைசி நிகழ்வுமாக அமைந்தது என்று எழுதியுள்ளார்.

இந்த நிகழ்வு நடந்து முடிந்து பல ஆண்டுகள் கழித்து இன்னொரு வைஸ்ராயான ரீட் அவர்களின் மனைவி முதன்முதலில் ருட்டியைப் பார்த்ததைப் பற்றி தன் நண்பருக்கு ஒரு கடிதத்தில் எழுதியுள்ளார்: "ஜின்னாவைப் பற்றிச் சொல்லவேண்டும்... அதுவும் அவரது மனைவிக்காகவே. பிரமிக்க வைக்கும் அழகு... மதிய உணவிற்காக ஜின்னா தன் மனைவியுடன் வந்திருந்தார். பெரிய அழகி... ஆனால் பெரிய சிலுப்பி... அவள் ஒரு பார்சி... அவர் ஓர் இஸ்லாமியர் (இரு இனத்தவரும் இவர்கள் திருமணத்திற்கு எதிராக நின்றனர்.) நான் இதுவரை பார்த்த பெண்களில் மிகக் குறைந்த இறுக்கமான உடையில் வந்திருந்தாள். கையில்லாத ரவிக்கை. முன்னும் பின்னும் பட்டு வேலைப்பாடுகள் செய்யப்பட்டிருந்தன. அதற்கு மேல் பூப்போட்ட சேலை." இன்னொரு கடிதத்தில், "அணிந்திருந்த அணிகலன்கள் அழகு... முறுக்குச் சங்கிலி; பச்சைக்கல் பதித்த கழுத்தணி; பெரும் பேரழகி. ஆச்சரியப்பட வைக்கும் அழகி. அவளைப் பார்த்த ஆண்களின் பெருமூச்சு... பார்த்த பெண்களுக்கோ அத்தனை வயிற்றெரிச்சல்..."

மற்றவர்களுக்கு ஆயிரம் தோன்றினாலும் ஜின்னாவிற்கு எதுவும் தவறாகத் தெரியவில்லை. ருட்டியின் உடையிலோ... பழக்க வழக்கங்களிலோ... எதிலும் அவர் குறை காணவில்லை. அதுவும் பழக ஆரம்பித்த காலத்தில் ருட்டியிடம் இருந்த முழு உயிர்த்துடிப்பும், விளையாட்டு மனமும் தான் ஜின்னாவிற்கே மிகவும் பிடித்தது. அதோடு ருட்டியின் பகட்டுத்தனம் பற்றி ஜின்னாவிடம் குறையாகச் சொல்லும் தைரியம் யாரிடம்தான் உள்ளது. அப்படிப்பட்ட சூழல்களில் ஜின்னா சினம் கொண்டு, அவர்களோடு பேசுவதையை வாழ்நாள் காலத்திற்கும் நிறுத்தி விடுவார். இதற்கு இன்னொரு உதாரணம் உண்டு. நீதிமன்றத்தில் இன்னொரு பாரிஸ்டர், ஸ்ட்ரங்மென் *(Strangman)* என்பவருக்கு 'எல்லோரையும் விட தான் பெரியவன் என்ற மமதை உண்டு. வழக்கறிஞராகவும் ஆங்கிலேய இனத்தாலும் தனக்கு இந்தப் பெருமை என்ற இறுமாப்பு. இவருக்கும் ஜின்னாவிற்கும் கடும் பகை என்பது அனைவரும் அறிந்தது. அந்த மனிதர் ஒருமுறை செய்த அவமதிப்பால் ஜின்னா அவரோடு பேசுவதை முற்றிலுமாகத் தவிர்த்துவிட்டார். அலுவல் காரணமாகக் கூட அந்த மனிதரின் அறைக்குள் ஜின்னா காலடி எடுத்து வைக்க மறுத்துவிட்டார். இந்த இருவரும் ஒரே நீதிமன்ற அறைக்குள் இருக்க நேர்ந்தால் அவர்கள் இருவரையும் 'வேடிக்கை' பார்க்க ஒரு பெரும் இளம் வழக்கறிஞர்கள் கூட்டம் காத்திருக்கும். சக்ளா இந்த இருவரையும் பற்றிச் சொல்லும்போது, 'பாவப்பட்ட

ஏதாவது ஒரு நீதியரசரின் கீழ் இந்த இருவரும் விவாதித்தால் அந்த இரு சிங்கங்களையும் அமைதிப்படுத்துவது மிகச் சிரமமாகப் போய்விடும்' என்று எழுதியுள்ளார்.

ஆனாலும் யாராலும் முடியாத இந்த விஷயத்திற்கும் ஒரு விடிவு வந்தது. பூனைக்கு மணிகட்டியது கவர்னர் வில்லிங்டன்னின் மனைவி தான். இந்நிகழ்வை ஜின்னாவின் வாழ்க்கை வரலாற்றை எழுதிய ஹெக்டர் பொலித்தோ தனது நூலில் குறிப்பிட்டுள்ளார். இரு ஜின்னாக்களும் கவர்னர் வீட்டு விருந்திற்காகச் சென்றுள்ளார். ருட்டி போட்டிருந்த உடை கவர்னரின் மனைவிக்குப் பிடிக்கவில்லை. ருட்டியின் உடையின் கழுத்து கீழ்வரை சென்றது அவருக்குப் பிடிக்கவில்லை. சாப்பிட அமர்ந்ததும், கவர்னரின் மனைவி A.D.C. யிடம் 'ருட்டிக்கு மேலே போர்த்திக்கொள்ள துண்டு ஒன்று கொடுங்கள்... ஒருவேளை குளிராக இருந்தால் போர்த்திக் கொள்ளலாம்' என்றிருக்கிறார்.

இதற்கு ருட்டி கூட பதில் சொல்லவில்லை. ஜின்னா விரைந்து எழுந்து, 'என் மனைவிக்கு குளிரடித்தால் அப்போது அவர் சொல்வார். உங்களிடமும் துண்டு கேட்பார்' என்று கடுமையாகச் சொல்லிவிட்டு மனைவியை அழைத்துக்கொண்டு வெளியேறிவிட்டார். அதன் பிறகு கவர்னர் மாளிகை மட்டுமல்ல அந்த அரசு மாளிகைக்கும் அவர் சென்றதே இல்லை.

ஆனால் இந்த நிகழ்வு ருட்டியைச் சிந்திக்க வைத்துவிட்டது. மனம் குழப்பத்தில் ஆழ்ந்தது. ஜின்னா உடனே எழுந்து, தக்க பதிலடி கொடுத்துவிட்டு தன்னை வெளியே அழைத்துச் சென்றது, அதில் அவர் வெளிப்படுத்திய பேராண்மை, கர்வம் எல்லாம் பிடித்திருந்தது. ஆனாலும் இதற்குப் பிறகும் எதிர்ப்பில்லாத சாதாரண உடைகளை அணியவும் அவருக்கு விருப்பமில்லை. ஆனால் பலரின் விரோதம் அவரை நச்சரிக்க ஆரம்பித்துவிட்டது. இதனால் தானோ என்னவோ... அவர் உடல் நலம் குறைய ஆரம்பித்தது. சரோஜினி, திருமணம் முடிந்து ருட்டியை முதல் முறையாகப் பார்க்க மூன்று மாதம் ஆகிப்போனது. அவருக்கு அத்தனை அதிர்ச்சி. ருட்டி முன்பிருந்த துடிப்புகளை இழந்து ஒன்றுக்குப் பாதியாக நின்றிருந்தார். ஆனால் தன் உள் உணர்வுகளை முழுவதும் வெளிக் காண்பிக்காமல், 'உடல் நலமில்லாவிட்டாலும் மனம் மகிழ்ச்சியில் இருப்பதுபோல் காட்டிக் கொண்டார்' என்று சரோஜினி குறிப்பிட்டுள்ளார்.

அத்தியாயம் பத்து

டிசம்பர் மாதம். ஒரு வழியாக உலகப் போர் முடிவிற்கு வந்தது. குளிர்கால சட்டசபைக் கூட்டத் தொடரும் முடிவிற்கு வந்தது. ஜின்னா பம்பாய்க்குத் திரும்ப ஆயத்தமானார். சென்ற மூன்று மாதங்களும் இரு ஜின்னாக்களும் தில்லியில் தங்கியிருந்தனர். ஒருவேளை இந்த 3 மாதம்தான் ருட்டியின் வாழ்க்கையின் ஒளியிழந்த நாட்களாக இருந்திருக்கலாம். ருட்டிக்கு செய்வதற்கென்று ஏதுமில்லாத சோம்பேறித்தனமான நாட்கள் இவை. ஆனால் ஜின்னா முழு மூச்சாக சட்டசபை வேலைகளுக்குள் மூழ்கிக் கிடந்தார். ஆங்கிலேய அரசின் சீர்திருத்தங்கள் மாண்டேக்-செம்ஸ்போர்ட் சீர்திருத்தங்கள் என்ற பெயரில் வெளிவந்திருந்தன. இதனால் ஜின்னாவின் வேலைப் பளு அதிகரித்தது. சட்டசபைக் கூட்ட நாட்கள் அவரை முழு நேரமும்- இரவு பகல் என்ற எந்த வித்தியாசமும் இல்லாமல்- தொடர்ந்து பணிக்குள் மூழ்க வைத்தன. சட்டசபைக் கூட்டத்திற்கான விவாதங்களுக்குத் தொடர்ந்து அவர் உழைத்தாக வேண்டியதிருந்தது. தில்லியில் அவர்கள் மெய்டன்ஸ் என்ற தங்கும் விடுதியில் இருந்தனர். இந்த விடுதி ஜின்னாவிற்கு மிகவும் பிடித்த சூழலைக் கொடுத்தது. அந்த விடுதி ஊரிலிருந்து விலகி தனியாக இருந்தது. இதுவே ஜின்னாவிற்கு மிகவும் பிடித்த ஒன்றாக இருந்தது. வைஸ்ராயின் A.D.C. ருட்டியிடம் இந்த விடுதியைப் பற்றிப் பேசும்போது, 'இரவில் அமைதியாகவும் நன்றாகவும் அந்த விடுதி இருக்கும்' என்று கூறினார். ஆனால் ருட்டிக்கோ இந்தத் தனிமையும் அமைதியும் பிடிக்காதவைகளாக இருந்தன. ஏதோ நாட்டை விட்டுத் துரத்தப்பட்டு அமைதியான அத்துவானக் காட்டில் இருப்பது போன்ற உணர்வுதான் ருட்டிக்கு மிஞ்சியது.

நல்லவேளையாக தில்லி வாழ்க்கை முடிவிற்கு வந்தது. பம்பாயில் வாழ்க்கை முறை மாறித்தானே ஆகவேண்டும். அத்தனை விஷயங்கள் அங்கே நடந்து கொண்டிருந்தன.

பருவகால நடவடிக்கைகள் தொடர்ந்து வர ஆரம்பித்தன. அது கவர்னர் மாநிலத்தை விட்டு வெளியேறும் காலம். இதனால் வழக்கமாக வரவேற்புகளும் தொடர்ந்து நடக்க ஆரம்பித்தன. ஆனால் இந்த அனைத்து நிகழ்ச்சிகளிலும் ருட்டி ஒதுக்கப்பட்டு தனித்து நின்றார். ஆனால் இது ருட்டியை ஏமாற்றத்தில் எதுவும் தள்ளி விடவில்லை. அதற்குப் பதிலாக ருட்டி முழுமையாக ஜின்னாவின் அரசியல் நடவடிக்கைகளோடு ஒன்றிப் போக ஆரம்பித்தார். இதயமும் மனமும் ஒன்று சேர்ந்து, அவைகளில் ருட்டி ஈடுபட்டார். பொதுவாக இந்த நிகழ்வுகள் அனைத்துமே மிகவும் அலுப்பானவை தான். துள்ளி ஆடுவதற்கான வாய்ப்பு அங்கே ஏது? சாந்தாராம் சௌல் போன்ற கூட்டம் நடக்கும் இடங்களில் நடக்கப் போகும் நிகழ்விற்கான அனைத்து ஏற்பாடுகளும் செய்யப்பட்டிருக்கும். இவர்கள் வருகைக்கு முன்பே அங்கே அனைத்தும் முழுமையாக ஏற்பாடு செய்யப்பட்டுவிடும். மேடையில் ஏறி ஜின்னாவோடு அமர்ந்திருப்பார். எதிர்த்தாற்போல் இருக்கும் மனிதர்கள் தன்னை ஒருவித வெறுப்போடு, மதிப்பிடுவதுபோல் குறைத்துப் பார்ப்பது தெரிந்தும், ருட்டிக்கு அது ஒரு பொருட்டல்ல.

நல்லவேளை! ஜின்னா நீண்ட நெடும் நேரப் பேச்சாளர் அல்ல. அதுபோலப் பேசுபவர்கள் மணிக்கணக்காக நீட்டி முழக்கிப் பேசிக் கொண்டே இருப்பார்கள். ஆனால் ஜின்னா அளவெடுத்தது போல, சுருக்கமான, பெரும் உணர்ச்சிக் கொந்தளிப்பற்ற மேடைப் பேச்சாளர். ருட்டி ஜின்னாவின் பேச்சைத் தொடர்ந்து கவனித்துக் கொண்டிருப்பார். ஆனால் ருட்டியின் உண்மையான ஆவலும், கற்பனையும் என்னவென்றால், ஜின்னாவுக்குத் துணையாக அவர் பக்கத்தில் நின்று, வாளும் கத்தியும் ஏந்தி விடுதலைக்காகப் போராடுவது அல்லது ஒரு களத்தில் தன் கற்பனையில் நடந்தது போல். “அனைத்தையும் தாய் நாட்டின் காலடியில் சமர்ப்பிப்பது.” இதுவே அவரின் கனவாக இருந்தது. ஆனால் கடந்த ஏழு மாதங்களில் தொடர்ந்து வந்த அலுப்பூட்டும் பொதுக் கூட்டங்களையும், மேடைப் பேச்சுகளையும் பார்த்து அலுத்துப் போன பின்பு, இப்போது அவர் கற்பனை செய்தது போல் கத்தியும் வாளும் இல்லாமல், ‘பேனாவையும் பேப்பரையும் வைத்து நடந்து வரும் நிழல் யுத்தமும், அல்லது ‘மேல்மட்ட பேச்சு வார்த்தைகளும்’ வாழ்க்கையில் சிறிது சுவையைக் கூட்டத்தான் செய்தன. ஜின்னா தன் தனிப்பட்ட விருப்பு வெறுப்புகளை ஒதுக்கி வைத்துவிட்டு உறுதியோடு தான் ஆரம்பித்த அரசியல் பயணத்தைத்

தொடர்வதும் பிடித்தது. ஜின்னா அடிக்கடி சொல்வது போல், 'அரசியலில் உணர்ச்சிகளுக்கு இடமேதும் கிடையாது'. ஆனால் இப்போதெல்லாம் ருட்டி தன் முழு ஆற்றலையும் ஆவலையும் ஜின்னாவின் அருகில் நின்றுகொண்டு தொடர்ந்து வெளிப்படுத்த முடிகிறது. அது ஒரு முழுமையான போர்க்களமாக அவருக்குத் தோன்றியது. அவரது கனவுகள் இவ்வாறு நிஜமாகின.

இப்போதெல்லாம் ஜின்னா மக்கள் கூட்டத்தின் உணர்வுகளுக்குத் தலைசாய்த்து அதனை வரவேற்கிறார். மேசையை ஓங்கித் தட்டிப் பேசும் பேச்சாளர்களைக் கேலியாக நினைக்கும் ஜின்னா இப்போது அப்படிப்பட்ட ஒரு தலைவராகவும் தன்னைக் காட்டிக் கொள்ளத் தயங்கவில்லை. ஜின்னாவின் இந்தப் புதிய மாற்றங்களால் ஜின்னாவை ருட்டிக்கு இதுவரை இல்லாத அளவு பிடித்துப் போயிற்று. ஜின்னாவின் இந்தப் புதிய நடவடிக்கைகள் ருட்டி எதிர்பார்த்த கனவுச் சித்திரமான கத்தியும் வாளும் என்றில்லாவிட்டாலும் ஏறத்தாழ அதற்கு வெகு அருகில் வந்துவிட்டன. அது பம்பாய் நகரத்து மக்களே உணரும் வகையில் நடந்தது. மிக முக்கியமான மக்களின் எழுச்சிப் புரட்சி அது. இதுவரை இப்படி ஏதும் நடந்ததில்லை. நகர் முழுவதும் இரவு நேரங்களில் நடந்த கூட்டங்கள், உணர்ச்சியூட்டும் முழக்கங்கள், ஆயிரக்கணக்கான மக்கள் தங்கள் ஒற்றுமையையும் ஒத்துழைப்பையும் காட்டுவதற்காக சாலைகளில் இறங்கிப் போராடுதல், துடித்தெழும் நாட்டுப்பற்று... என்று போராட்டங்களின் அத்தனை முகங்களும் வெளிப்பட்டன. இந்தப் போராட்டங்கள் ருட்டிக்கு தான் ஏதோ ஒரு பெரும் யுத்தக் களத்தின் வியூகத்திற்கு நடுவில் இருப்பது போன்ற உணர்வைக் கொடுத்தன. ஜின்னாவின் போர்க்கால நடவடிக்கைகளைப் பார்க்கும்போது - ருட்டி, இங்கிலாந்தில் போர் விற்பன்னர்கள் இதுபோன்ற நடவடிக்கைகள் நடத்துவது பற்றி நிறைய வாசித்துள்ளார் - அந்த நாட்டின் அரசியல் செயல்பாட்டாளரான எம்லின் பாங்ஹார்ஸ்ட் (Emmeline Pankhurst) என்ற பெண்மணி போல் தான் இந்தியாவில் இருப்பதாக தன்னைப் பற்றி நினைத்துக் கொண்டார். ஏனெனில் அத்தனை பெரிய போராட்டத்திலும் கலந்துகொண்ட ஒரே ஒரு பெண்ணாக அவர் மட்டுமே இருந்திருந்தார்.

மூன்று வாரங்களுக்கு முன்பாக ஒரு புதிய பிரச்சாரம் ஆரம்பித்தது. அதன் ஆரம்பப் புள்ளியாக, பம்பாய் ஆளுநரான வில்லிங்டன் ஆதரவாளர்கள் சிலர் அவர் பதவியிலிருந்து ஓய்வு பெறப் போகும் மாதத்தில் அவருக்காக ஒரு

நினைவகம் கட்டவேண்டுமென்று முடிவெடுத்தார்கள். அவர்கள் தன்னிச்சையாக இதைக் கட்ட ஆரம்பித்திருந்தால் ஒருவேளை பிரச்சனைகள் ஏதும் முளைத்திருக்காது. ஆனால் அவர்கள் நகரத் தலைவரை இதற்காக ஒரு பொதுக் கூட்டம் நடத்தவேண்டுமென்று வேண்டுகோள் விடுத்தனர். ஜின்னாவிற்கும் ஆளுநருக்கும் நடுவில் ஏற்கெனவே பொருமல் இருந்து வந்தது. அது வெளிப்படையாக அனைவருக்குமே தெரியும். கடந்த ஆறு மாதங்களில் ஆளுநரின் வீட்டிற்கும் சென்றதில்லை. அதோடு ஆளுநர் அவர் ஆதரவாளர்களோடு நடத்திய எல்லா சந்திப்புகளையும் ஜின்னா கண்டு கொண்டதேயில்லை. அவைகளை முற்றாகப் புறக்கணித்து விட்டார். ஜின்னாவிற்கு எப்போதுமே இந்தியர்கள் ஆங்கிலேய அதிகாரிகளிடம் காட்டும் 'பொங்கிவரும் நன்றிக் கடனாற்றுவதோ' அல்லது ஜின்னாவும் அவர் நண்பர்களும் கேலியாகச் சொல்லும் 'கெஞ்சிக் கூத்தாடுவதோ' சுத்தமாகப் பிடிக்காது. அவ்வாறு கூனிக்குறுகுவதை அறவே வெறுப்பார். அதிலும் ஆங்கிலேயர்கள் ஏதாவது பட்டம் தரமாட்டார்களா என்று தேடி அங்கலாய்த்து, காத்திருக்கும் ஆட்களையும் வெறுத்தொதுக்கினர். பொது நலத்திற்காக என்ற பெயரில் அவரது சமூகத் தரத்தில் உள்ள ஆட்கள் இதுபோன்ற இழி செயல்களைச் செய்யும்போது ஜின்னா இதுவரை இத்தனை கடுமையாக எதிர்த்ததில்லை. ஆனால் இந்த முறை அவர் தன் எல்லையை விரிவாக்கினார். முடிவு வரை செல்வதென்று முடிவெடுத்துவிட்டார்.

ஆறு மாதங்களுக்கு முன்னால் ஜின்னாவிடம் யாராவது, அதுவும் திருமதி, திரு வில்லிங்டன் மூலமாக ருட்டி அவமானப்பட்டதற்கு முன்னால், ஆளுநர் வில்லிங்டன்னை எதிர்த்து முழு வீச்சில் ஜின்னாவும் அவரது ஆதரவாளர்களும் இறங்கி, தங்கள் உயிருக்கு நேரக்கூடிய ஆபத்துகளையும் தாண்டி போராடுவார்கள் என்றோ, அந்தப் போராட்டம் வன்முறைக் கலவரமாக மாறி ஒருவருக்கொருவர் நாற்காலிகளை எறிந்து தாக்கிக் கொள்வார்கள் என்றோ சொல்லியிருந்தால் ஜின்னா வெறுமனே சிரித்து அவைகளைப் புறந்தள்ளியிருப்பார். ம்ம்... ஜின்னா சிரித்திருக்க மாட்டார். ஏனெனில் அவரைப் பொறுத்தவரை சத்தமாகச் சிரித்தலும் ஒரு பெரிய மனிதனுக்கு அழகில்லை என்ற நினைப்புடன் இருந்தவர். சிரிப்பதற்குப் பதில் நம்பிக்கையில்லாமல் பெரிதாகப் புன்னகைத்திருப்பார். ஜின்னாவிற்கு ஆர்ப்பாட்டங்கள், அதுவும் போராட்டங்களோடு கூடிய ஆர்ப்பாட்டங்கள் எதுவும் பிடிப்பதில்லை.

ஜின்னாவும் ஆளுநரும் ஒருமித்த உறவுகள் இல்லாதவர்கள். இதற்கு அரசியல் வேற்றுமைகள் மட்டும் காரணமில்லை. அதையும் விட இருவரின் மனப்பாங்குகள் அத்தனை வித்தியாசமானவை. லார்ட் வில்லிங்டன் தன் அதிகாரம் எதிர்க்கப்படுவதை அறவே வெறுத்தார். பொது வாழ்வு, பொது ஒழுக்கம் என்பவற்றையெல்லாம் விட அவருக்கு அவரது மகிழ்ச்சியே மிக முக்கியம். தன் ஆட்சியின் ஆளுமைக் குறைகளைப் பற்றி கண்டுகொள்வதேயில்லை. அதனால் குறைகளும் பெருகிவந்தன. அதுவும் தன் காரியம் நிறைவேற எதனை வேண்டுமானாலும் செய்வார். இவைகளுக்கெல்லாம் நேர் எதிர் ஜின்னா. தன் கடமைகளைக் கண்போல் பாவிப்பவர். இங்கிலாந்து பாராளுமன்ற உறுப்பினர் போன்று மிகத் திறமையாக விவாதிக்கும் முழுத் திறமை பெற்றவர். (நிச்சயமாக ஜின்னா எதிரில் இருப்பது ஆளுநராக இருந்தாலும், இந்தியச் செயலராக இருந்தாலும் அவர்களை உண்டு இல்லையென்று பார்க்கக் கூடியவர். தர்க்கத் திறமையும், சிந்தனைகளும் எதிராளிகளை வாயடைக்க வைப்பவை.) ஆங்கிலேயர்களின் முறையான நெறிமுறைகளையும், மரியாதை முறைகளையும் தனக்குத் தானே விதித்துக் கொண்டு தன்னைச் சீர்படுத்தி வைத்திருந்தார். பதினேழு வயதில் லண்டனிற்கு வந்த நாளிலிருந்து- அப்போது அவர் எதுவுமில்லாத ஒரு சாதாரண மனிதன்- இந்த வரைமுறைக்குள் தன்னைப் பழக்கிக் கொண்டவர். அதேபோல் மனிதர்களோடு மோதும்போது அவை கருத்துகளால் எழும் வேற்றுமைகள் தானே தவிர அந்தத் தனி மனிதர் மேல் இல்லை என்று ஜின்னா சொல்வதெல்லாம் வெறும் வெற்றுச் சொல்லல்ல. அத்தனையும் முழு உண்மை. இதை நிரூபிப்பதற்காக ஜின்னா தன் வாழ்வில் நடந்த ஓர் உண்மை நிகழ்வைக் கூறுவதுண்டு: 'சர் ஜார்ஜ் லவுண்ட்ஸ் (Sir George Lowndes) அறைக்கு நான் சென்றேன். அப்போது நான் கையில் காசில்லாத மனிதன். அவர் என்னை ஒரு தந்தை போல் அரவணைத்து, மகனென என்னை நடத்தினார். ஆனால் அதே மனிதர் இந்திய அரசிற்கான இம்பீரியல் சட்டமன்றக் குழுவில் சட்ட அமைச்சராக இருந்தபோது அவரை நான் முழுமையாக எதிர்த்து நின்றேன். ஆனால் இதனால் எங்கள் உறவு நலிந்து விடவில்லை. அன்றுபோல் இன்றும் எங்கள் உறவு அப்படியே நிலைத்து நிற்கிறது!'

ஜின்னா இந்த உயர் பண்புகளைச் சக மனிதர்களிடமிருந்து கற்கவில்லை. தான் படித்த பழைய இலக்கியங்களில் உள்ள பெரும் மனிதர்களின்வழி நடக்கப் பழகிக்கொண்டார். முதல்

நூற்றாண்டு இலக்கியமான ரோம் நகரப் பெரும் மனிதன் சீசரோவின் - *அலுவலகம் (The Office)* என்ற இலக்கியம் கற்றுக் கொடுத்த பாடங்கள் அவை. இருந்து மறைந்த பெருமகன்களைப் பற்றிய எழுத்துகளும் கருத்துகளும்தான் அவரை உருவாக்கின. அவர்களே தன் வழிகாட்டிகள் என்று எடுத்துக்கொண்டார். தன் வாழ்வியலைச் செம்மைப்படுத்தியவர்களாக அவர்களைக் கருதினார். இலக்கியங்களை வாசிக்கும்போது சில அழுத்தமான சொற்களை அடிக்கோடிட்டு வைத்திருப்பது அவரது பழக்கம். 'ஒப்புயர்வு' 'நீதி', 'முன்னெச்சரிக்கை', 'தயாளப் பண்பு' 'தாராள குணம்', 'தைரியம்', 'மிதவாதம்' போன்ற சொற்களை மிகவும் கவனமாகக் கோடிட்டு குறித்து வைப்பார். இந்தச் சொற்களைச் சிரத்தையோடும், உணர்வுகளோடும் இதயத்தில் பதித்துக் கொண்டார். அதன்மூலம் தன்னை வடிவமைத்துக் கொண்டு அமைதியான, பதட்டப்படாத மனிதராகத் தன்னை உருவாக்கிக் கொண்டார். அதனால் அவரது பண்பு வாழ்நாள் முழுவதும் சீராகவும் சிறப்பாகவும் அமைந்தது. சீசரே, தன் மகனுக்கு அறிவுரை தரும் இடத்தில் அந்தப் புத்தகத்தின் பக்கத்தில் இரட்டைக் கோடுகள் வரைந்து அதன் சிறப்புத் தன்மையைக் காண்பித்திருப்பார். 'எந்தச் சூழலிலும் தன் உணர்ச்சிகளைச் சமன் நிலையில் வைத்திருப்பதே உண்மையான வீரம்' அல்லது 'புகழ்பாடித் திரிபவர்களின் சொற்களுக்குச் செவிடாகி விடவேண்டும்; அவைகளைக் காதுகள் குளிரக் கேட்டுவிட்டு தன்னைப் பற்றிய மிகுதியான மதிப்பினால் அந்தப் புகழ்ச்சியுரைகளால் சுயமகிழ்வு அடையக்கூடாது'.

... ஆனால் ஜின்னாவின் உண்மையான ஆதங்கத்தையும் அவரது நேர்மையையும் ஆளுநர் லார்ட் வெலிங்டன் ஏன் இறுதிவரை புரிந்து கொள்ளாமல் போனார் என்பது யாருக்கும் தெரியாது. ஆளுநர் தனது சிடுமூஞ்சித் தனத்தின் உள்ளே தன்னையே அழுத்திக்கொண்டு இருந்துவிட்டார். அடுத்தவர்கள் மீது தவறான அவநம்பிக்கைகளை ஏற்றிவைத்து விட்டார். ஜின்னாவை மிகவும் மோசமாக நினைத்தது மட்டுமல்லாமல் ஆளுமை இல்லாத, தவறுகள் நிறைந்த மோசமான ஒரு மனிதர் என்று நினைத்திருந்தார்.

இந்த இருவருக்குள்ளும் சில பிரச்சனைகள் ஏற்கனவே இருந்து வந்திருக்கின்றன. மூன்று ஆண்டுகளுக்கு முன்பு ஜின்னா சிறிதும் எதிர்பார்க்காத அளவு வெல்லிங்டன் பல தவறுகள் செய்தார். அப்போது ஜின்னா நடத்திய முஸ்லிம் லீக் கூட்டம் ஒன்றில் சில வெளியாட்கள் வேண்டுமென்றே

அந்தக் கூட்டம் நடக்க விடாதபடி தகராறு செய்தார்கள். அங்கிருந்த காவல் அதிகாரியிடம் அதை அடக்குமாறும் அவர்களை வெளியே அனுப்புமாறும் ஜின்னா கேட்டிருக்கிறார். ஆனால் அந்த அதிகாரி தவறு செய்தவர்கள் பக்கம் நின்று கொண்டு முஸ்லிம்களின் கூட்டம் நடக்க முடியாத் அளவிற்கு, அவர்களுக்குத் துணையாக இருந்தார். ஜின்னா உடனே அந்த காவல் அதிகாரி மீது புகார் கொடுத்தார். ஆனால் ஆளுநர் அதில் கவனம் செலுத்தாமல் அப்படியே விட்டு விட்டார். அதுகூடப் பரவாயில்லை. அதற்குப் பிறகு ஒரு கூட்டத்திற்காக ஆளுநர் அழைப்பு விடுக்கிறார். ஜின்னா அங்கு செல்கிறார். அந்த காவல் அதிகாரியும், அவரோடு இணைந்த வேறு அதிகாரிகளும் அதே கூட்டத்திற்கு அழைக்கப்படுகிறார்கள். அந்தக் கூட்டத்தில் அவர்கள் மிக முக்கியமான சிறப்பான விருந்தினர்கள் போல் கவனிக்கப்படுகிறார்கள். இது வேண்டுமென்றே ஜின்னாவைக் கோபப்படுத்த வேண்டும் என்ற ஒரே காரணத்திற்காக வெல்லிங்டன் செய்த வேலை. ஜின்னா அதைக் கண்டு கொள்ளவும் இல்லை; அதைப் பற்றி ஆளுநரிடம் பேசவும் இல்லை. ஆனால் கூட்டம் முடிந்து வெளியே வந்தவுடன் ஜின்னா தான் முறையாக என்ன செய்ய வேண்டுமோ அதைச் செய்ய ஆரம்பித்தார். ஊடகங்களில் ஜின்னா மிகவும் காட்டமாக வெள்ளை ஆளுநர் நடத்திய தவறுகளை சுட்டிக் காண்பித்து அதை வெளிப்படையாக விமர்சித்தார். ஜின்னாவைப் பொறுத்தவரையில் இது அவருடைய கடமை என்று முழுமையாக நம்பினார். ஆளுநர் செய்த தவறுகளைச் சுட்டிக்காட்ட வேண்டியது தனது கடமை என்ற உணர்ச்சியில் எழுந்த விமர்சனம் அது. ஜின்னாவிற்கு ஆளுநரைத் தனிப்பட்ட முறையில் பிடிக்கவில்லை; அதனால் தான் இப்படி எழுதினார் என்று குறை சொல்ல முடியாது. அரசியல்வாதி என்ற முறையில் அவர் அதை ஒரு கடமையாக எண்ணி வெளிப்படையாக விமர்சிக்கிறார். இதில் படித்தவர் படிக்காதவர், பிடித்தவர் பிடிக்காதவர் என்ற வேற்றுமைகள் ஏதும் இல்லை. ஜின்னாவின் கடமை உணர்வு மட்டுமே இதில் இருந்தது. புரிந்து கொள்ளக் கூடியவர்களுக்கு இது மிக எளிதாகப் புரிந்துவிடும். ஆளுநர் பதவியேற்று ஐந்தரை ஆண்டுகள் ஆகிவிட்டன. இத்தனை ஆண்டுகளிலும் எப்போதும்போல் ஆளுநரிடம் ஒரே விதமான உறவு வைத்திருக்கிறார். அது தனிப்பட்ட விருப்பு வெறுப்பு இல்லாமல், ஆளுநர் என்ற முறையில் அவர் என்ன செய்ய வேண்டும் என்று கவனிப்பதும், எதைச் செய்யத் தவறினார் என்பதை வெளிப்படையாக விமர்சிப்பதும் ஆகும். இதுவே

ஜின்னாவின் வழக்கம். விமர்சனம் இத்தனை இருந்தாலும் அவர் ஆளுநரோடு 'நல்லுறவு' வைத்திருந்தார் என்று சொன்னாலும். ஜின்னாவின் பொருளகராதியில் 'நல்லுறவு' என்பதற்கு என்ன சரியான பொருள் என்பது யாருக்கும் புரியாது... தெரியாது!

ஜின்னா தனிப்பட்ட முறையில் இல்லாமல் ஓர் அரசியல்வாதி என்ற முறையில் மட்டுமே ஆளுநரை விமர்சித்திருக்கிறார். ஒரு விரோத மனப்பான்மை நிச்சயமாக மனதில் குடியிருந்திருக்கலாம். அதோடு, ஆறு மாதங்களுக்கு முன்பு ஆளுநர் மிகவும் எரிச்சல்படுத்தும் வேலை ஒன்றைச் செய்திருந்தார். ஜின்னாவால் அதை உண்மையிலேயே புரிந்துகொள்ள முடியவில்லை. ஆளுநர் ஹோம் ரூல் இயக்கத் தலைவர்கள், உறுப்பினர்கள் அனைவரையும் ஒரு கூட்டத்திற்காக அழைத்திருந்தார். இந்தக் கூட்டம் அப்போது நடந்து கொண்டிருந்த உலகப் போர் பற்றிய ஒரு உரையாடலுக்கான, விவாதத்திற்கான கூட்டம். ஆனால் அந்த கூட்டத்திற்கு அனைவரையும் அழைத்துவிட்டு அங்கேயே அவர்களை மிகவும் அவமரியாதையாகப் பேசினார் ஆளுநர். அந்த உறுப்பினர்கள் முறையாக நடந்து கொள்ளவில்லை என்று குற்றம்சாட்டினார். உறுப்பினர்கள் இடைமறித்து தங்களது கருத்தைச் சொல்ல முயற்சி செய்த போதெல்லாம் அவர்களை மட்டம் தட்டி உட்கார வைத்தார். அவர்கள் பேசுவதற்கு எந்த வாய்ப்பையும் தரவில்லை. இறுமாப்புடன் எல்லோரையும் மிக அவமரியாதையாக நடத்தினார். தங்களை மிகவும் அவமதித்தார் என்ற காரணம் காட்டி உறுப்பினர்கள் அனைவரும் - ஜின்னா ஒருவரைத் தவிர - வெளிநடப்பு செய்தனர். அவர்களோடு சேர்ந்து ஜின்னா வெளியே வரவில்லை. ஒருவேளை ஜின்னாவிற்கு ஆளுநரின் போக்கு புரியவில்லையா அல்லது உள்ளேயிருந்து நேரடியாக ஆளுநருக்குக் 'கொடுக்க வேண்டிய மரியாதையை'க் கொடுப்பதற்காகவே, அதையும் உள்ளேயே கொடுப்பதற்காக இருந்திருக்கலாம் என்று ஹார்னிமேன் சொல்லியிருந்தார். இந்த நிகழ்வுக்கு பிறகு ஆளுநருக்குக் எந்தவித மரியாதையையும் கொடுப்பதற்கு ஜின்னா தயாராக இருக்கவில்லை.

நடந்தவையெல்லாம் அரசியல்வாதியான அவருக்கு மிகவும் வசதியாக போய்விட்டது என்பதை ஜின்னா நிருபித்தார். ஆளுநரின் முட்டாள்தனமான செயலை மிகவும் வெளிப்படையாகப் பேசினார்... எழுதினார். 'மிகப் பெரும் தவறு' என்று ஆளுநரின் இச்செயலை பகிரங்கமாகச் சுட்டிக்

காண்பித்தார். ஆளுநரைப் பற்றி வெளியுலகிற்குப் புரிய வைத்தார். ஜின்னா பெரிய வழக்கறிஞர் அல்லவா? ஆகவே ஒரு வழக்கறிஞரின் திறமையோடு தனது சாட்டையைக் கடுமையாகச் சொடுக்கினார். பொதுக்கூட்டங்களிலும், தினசரிகளிலும் ஆளுநரின் அராஜகத் தன்மையை கடுமையாகத் தட்டிக் கேட்டார். ஆளுநர் இந்தியர்களிடம் மட்டும் இந்தப் போலித் தன்மையை காண்பித்தார் என்றும், இந்தியர்களின் மீது எவ்வித நம்பிக்கையும் வைத்திருக்கவில்லை என்பதையும் கடிந்து எழுதினார். இந்தியர்களிடம் முழுமையாக நேர்மை இல்லாமல் நடந்து கொண்டார் ஆளுநர். ஆனால் ஜின்னா, ஆளுநரை இவ்வாறு கண்டிக்கும் போதெல்லாம் தன்னுடைய சொந்தக் கருத்துகளை அதில் வெளிக்கொண்டு வரவில்லை. ஒரு ஆளுநர் எப்படி இருக்க வேண்டும்... இந்த ஆளுநர் எப்படி இருந்தார்... எதைத் தவற விட்டுவிட்டார் என்பதை மட்டும் சுட்டிக் காண்பிக்கும் விதமாகத்தான் எழுதினார்... பேசினார். ஜின்னாவின் இந்த விமர்சனங்கள் ஆளுநரை மிகவும் அதிகமாகவே பாதித்து விட்டன. இந்தியாவிலும் இங்கிலாந்திலும் இதுவரை எந்த ஆங்கிலேய அதிகாரிகளும் 'வாங்கிக் கொள்ளாத' அளவிற்கு ஒரு இந்தியரிடம் வில்லிங்டன் வாங்கிக் 'கட்டிக் கொண்டார்.' செப்டம்பர் மாதம் சட்டசபைக்காக ஜின்னா தில்லி சென்ற பிறகுதான் ஆளுநர் கொஞ்சம் நிம்மதியாக இருந்திருப்பார். ஆளுநருக்கு ஜின்னாவிடமிருந்து விடுதலை கிடைத்தது!

அதே ஆண்டு நவம்பர் மாதத்தின் நடுவில் ஆளுநரின் ஆட்சிக்காலம் முடிவுக்கு வந்தது. அதனால் மேலும் சில தொல்லைகளும் ஆளுநருக்கு வந்தன. பிரச்சனைகள் புதிதாக எப்படி ஆரம்பித்தன என்றால் ஆளுநரின் சில ஆதரவாளர்கள் அவர் ஓய்வு பெற்று இந்தியாவை விட்டுச் செல்வதால் அவருக்கு ஒரு நினைவகம் கட்ட வேண்டும் என்று திட்டம் போட்டனர். இதுபோல் வெள்ளை அதிகாரிகளுக்கு செல்வந்தர்கள், ஆங்கிலேய மரியாதைப் பட்டம் பெற்றவர்கள், ஆதரவாளர்கள் நினைவகங்கள் கட்டுவது புதிதான விஷயமல்ல. அப்படிப்பட்ட ஒரு நினைவகம் வருவது மிகவும் தேவைப்பட்ட ஒன்றுதான். ஏனென்றால் ஜின்னாவின் மூலம் அவர் அத்தனை சிரமப்பட்டிருக்கிறார். அவருக்கு ஒரு நினைவகம் என்பது மருந்து தடவுவது போன்ற ஒரு விஷயம்தான். ஆனால் இதற்கு ஜின்னா ஒரு பெரும் தடைக்கல்லாக இருந்தார். ஏதோ போகட்டும் என்று ஏதும் செய்யாமல் இருப்பதும் ஒரு தவறான விஷயம் தான்.

ஜின்னா கொள்கையளவில் இது மிகவும் தவறானது என்று உறுதியாகப் பேசினார். மக்களிடமிருந்து இப்படி ஒரு நன்னடத்தை சான்றிதழ் வாங்க வேண்டும் என்பது ஒரு கட்டாயமா? ஆளுநர் மக்களின் தலைவர். உயரதிகாரி. அவருக்கு இப்படி ஒரு சான்றிதழ் என்பது தேவையில்லாத ஒன்று என்றார் ஜின்னா. ஜின்னாவை விட ஒரு படி மேலே போய் விட்டார் அவரது நண்பர் பெஞ்சமின் ஹார்னிமன். 'பாம்பாய் க்ரானிக்கிள்' செய்தித்தாளின் ஆசிரியரான இவர், கடந்த ஐந்தரை ஆண்டுகளில் ஆளுநர் வில்லிங்டன் செய்த தவறுகளை ஒன்றன்பின் ஒன்றாக அடுக்கி ஒரு பெரும் கட்டுரையை எழுதினார். இந்தக் காலத்தில் ஆளுநரின் ஆளுமை எவ்வளவு மோசமாக இருந்தது என்பதை ஒவ்வொன்றாக அடுக்கி வைத்தார். ஆளுநர் செய்த தவறுகளையும், செய்யாமல் விட்ட நல்லவற்றையும் என்று அனைத்தையும் தொகுத்து எழுதினார். ஆளுநர் ஜனநாயகத்தை எவ்வளவு அவமதித்தார், ஹோம் ரூல் உறுப்பினர்களை அவர் நடத்திய கீழ்த்தரமான முறை என்று எல்லாமே பட்டியலிடப்பட்டன.

இந்த இருவரின் எதிர்ப்பைக் கண்டு ஆளுநரின் ஆதரவாளர்கள் சிறிது பின்வாங்கினர். அவர்கள் இருவரும் நகரத்தின் மிக முக்கியமானவர்கள்; நண்பர்கள். ஒருவர் பெரும் வழக்கறிஞர்; இன்னொருவர் பெரிய செய்தித்தாளின் தலைமை ஆசிரியர். இது மட்டுமல்ல; ஹோம்ரூல் இயக்கத்தின் முழுப் படையும் அவர்கள் பின்னால் நின்றது. அவர்கள் பல அரசியல் போராட்டங்களில் ஈடுபட்டு பழம் தின்று கொட்டை போட்டவர்கள். ஆனால் பாவம் ஆளுநர்...! அவர் ஏற்கனவே அந்த உறுப்பினர்களுக்குக் கொடுத்த வேதனைகள் எல்லாவற்றையும் மறந்து விட்டார் போலும். மேலும் அவர் இப்போது சிறிதாவது நல்ல பெயர் வாங்க வேண்டிய ஒரு கட்டாயத்தில் இருந்தார். இந்த ஆளுநர் பதவியோடுதான் அவருக்கு அரசுப் பதவி ஆரம்பித்தது. நடப்பதைப் பார்த்தால் அது இதோடு முடிந்தே விடும் என்ற நிலைதான் இருந்தது. இந்தியாவில் பதவி நீட்டிப்பு வேண்டும் என்பதால் அவர் ஏதேனும் நல்லது நடந்து விடாதா என்ற ஆவலில் இருந்தார். அதற்காகப் பெரும் முயற்சி ஒன்றை எடுத்தார். ஜின்னாவைத் தவிர மற்ற அனைத்து மக்களும் தனக்குப் பின்னால் நின்று தன் புகழைப் பாடுவதாகக் காண்பித்துக் கொள்ள ஆசைப்பட்டார். இதற்காக ஜின்னாவையும் அவருடைய ஆதரவாளர்களையும் தனியே ஒதுக்கி, அவர்கள் தன் மேலுள்ள தனிப்பட்ட கோபத்தை

அரசியல் மூலமாக வெளிக்கொண்டு வர முயற்சிக்கிறார்கள் என்ற ஒரு சித்திரத்தைத் தீட்ட முற்பட்டார். இந்த முயற்சியில் ஆளுநருக்கு நல்ல ஒரு துணைவர் கிடைத்தார். அவர் ஏற்கனவே ஹோம் ரூல் இயக்கத்தில் பணியாற்றியவர். ஆனால் இப்போது எதிரியின் பக்கம் சாய்ந்து விட்டார். தனிப்பட்ட விருப்பு வெறுப்புகளாலும், தனிப்பட்ட கோபத்தாலும் ஜின்னாவும் அவரது ஆதரவாளர்களும் நடந்துகொள்கிறார்கள் என்ற கருத்தினை வேகமாகப் பரப்ப இவர் முயற்சி எடுத்தார். இந்தக் 'கோடாரிக் காம்பின்' பெயர் எஸ் ஆர் பொமான்ஜி. இவர் ஒரு செய்தித்தாளின் நேர்காணலில் ஜின்னா ஏன் தனி வெறுப்பு கொண்டுள்ளார் என்பதற்கான காரணங்களைக் கூறினார். ஆளுநரின் சட்டசபையில் தனக்கு ஓரிடம் வேண்டும் என்ற ஜின்னாவின் கோரிக்கையை ஆளுநர் மறுத்ததால் ஜின்னாவுக்கு இந்தக் கோபம். ஜின்னாவின் ஏமாற்றத்தினால் வந்த கோபம் தான் இது என்று வேகமாகப் பறையடித்தார். இந்த நேர்காணல் பார்சி இனத்தாரின் செய்தித்தாள் ஒன்றில் வெளிவந்தது. செய்தித்தாளின் பெயர் *ஜாம்- இ- ஜாம்ஜெட்*. ஜின்னாவின் மீது மிகவும் கோபம் கொண்டிருந்த பார்சி மக்களுக்கு இந்தச் செய்தி பெரிய இனிப்பாக இருந்தது. தங்கள் பார்சி இனத்து இளம்பெண்ணைத் திருமணம் செய்த ஜின்னாவின் மேல் கோபமாக இருந்த அவர்களுக்கு இது மிகவும் உண்மையாகப் பட்டது. பொமான்ஜி ஏன் ஆளுநர் வில்லிங்டனுக்கு ஒரு நினைவகம் கட்ட வேண்டும் என்பதற்கு இன்னொரு காரணமும் கொடுத்தார். வில்லிங்டன் தன் பதவிக் காலம் முடிந்து இங்கிலாந்துக்கு திரும்பிச் செல்கிறார். அங்கிருந்து அவர் கட்டாயம் இந்தியாவிற்கும் இந்திய மக்களுக்கும் உதவ முடியும். அப்படிப்பட்ட ஒருவருக்கு ஏன் ஒரு நினைவகம் கட்டக் கூடாது என்பது பொமான்ஜியின் கேள்வி. ஜின்னாவின் மேல் வெறுப்பில் இருந்த பார்சி மக்களுக்கு இந்த இரண்டாவது காரணம் மிகவும் பிடித்துப்போனது. அதைக் கெட்டியாகப் பிடித்துக் கொண்டார்கள். நினைவகம் எடுப்பதற்குத் தங்கள் முழு ஒத்துழைப்பைக் கொடுக்க தயாராக இருந்தனர். அதற்காக அணிவகுத்துத் திரண்டனர். பார்சி இனத்து மக்கள் எல்லோரும் வில்லிங்டன் பின்னால் சென்றுவிட்டனர். ஆளுநருக்குத் துணையாக ஆட்கள் கிடைத்ததும் அவருக்கு மிகவும் வசதியாகப் போய்விட்டது. ஜின்னாவையும் அவரது ஆதரவாளர்களையும் எதிர்த்து நினைவகம் கட்ட முனைந்து செயல்பட ஆரம்பித்தனர்.

தன் பக்கம் ஒரு போராளியாக நின்றவர் இப்படி ஒரு கோடாரிக் காம்பாக மாறி முதுகில் குத்திய பின்னும் ஜின்னாவின்

மனம் தன் முடிவிலிருந்து மாறவில்லை. ஒரு படி வழுக்கி விட்டுவிட்டது. ஆனால் அடுத்த படியில் உறுதியாகக் கால் வைத்தார். ஆளுநரின் பிரித்தாளும் சூழ்ச்சியை உடைத்து, எப்படியேனும் இந்த நினைவகம் கட்டுவதை நிறுத்தி விட வேண்டும் என்று உறுதியாக முடிவெடுத்தார். அவர் போராட்டக் களத்தில் குதித்தது அவரது நண்பர்களுக்கு கூட புதியதாகத் தோன்றியது. அவரது அமைதியான தோற்றத்திற்குள் எந்தத் தருணத்திலும் எந்தக் கொள்கையையும் விட்டுக் கொடுக்கக்கூடாது என்ற திண்மை இருப்பதைப் புரிந்து கொண்டனர். இது ஒரு குறுகிய வட்டத்திற்குள் ஏற்பட்ட போராட்டம். அனைவரும் இதில் ஈடுபடுவார்களா என்ற கேள்விக்குறி எழுந்தது. இருந்தும் முழுமூச்சாகப் போராட்டத்தில் இறங்கினார். மக்களின் ஆதரவை எந்த அளவுக்கு எவ்வளவு காலம் வரை நீட்டித்து வைத்திருக்க முடியும் என்று தெரியாத ஒரு நிலைமைதான். இருப்பினும் கையிலெடுத்த பிறகு மிகக் குறுகிய காலத்தில், ஒரு சாதாரண குறுகிய வட்டத்தின் பிரச்சனை தானே என்று எல்லோரும் நினைக்கும் நேரத்தில், அவர் இந்தப் பிரச்சனையை ஒரு பெரிய வட்டத்திற்குள் எடுத்துச் சென்றார். அதிகாரிகள் அதிகமாக அலட்டிக்கொள்ளாத நேரத்தில் இந்தப் போராட்டம் வலுவெடுத்து பூதாகரமாக மாறியது. ஒரு வரலாறு காணாத போராட்டமாகவும் இது உருவெடுத்தது.

வழக்கமாக முக்கியமான ஒரு பேச்சாளராக இருந்துகொண்டு மற்ற வேலைகளை தன் ஆதரவாளர்களிடம் விட்டு விடுவது ஜின்னாவின் வழக்கம். ஆனால் இந்த முறை வழக்கத்தை அவர் மாற்றினார். முதல் படியிலிருந்து அனைத்தையும் கவனித்துக் கவனித்து மேற்கொண்டார். அந்தப் போராட்டத்தின் ஒவ்வொரு பணியையும் அவரே திட்டமிட்டார். எதிர்ப்பாளர்கள் எடுக்கும் ஒவ்வொரு அடியையும் கணித்து எதிரணியைத் திட்டமிட்டு எதிர்கொண்டார். போராட்டத்திற்குள் முங்கியவருக்கு அவரது திறமைகள் அனைத்தும் துணையாக நின்றன. ஜின்னா ஒரு பெரும் சதுரங்க விளையாட்டு வீரர். அவர் விரும்பி விளையாடும் விளையாட்டு அது. இப்போது எதிராளிகளைத் தோற்கடிக்க அவர்களுக்கு செக் மேட் வைக்கத் திட்டமிட்டுச் செயல்பட்டார். இதில் கோபம் இல்லை... வெறி இல்லை... ஆனால் வெற்றி பெறவேண்டும் என்ற நோக்கம் மட்டும் திண்ணமாக இருந்தது. இதனால் ஜின்னாவுக்கு இழப்பும் இருந்தது. தனது வழக்குகளுக்கு அதிக நேரம் கொடுக்க முடியாது போனது. பல இரவுகள் தூக்கம் இல்லாமல் கழிந்தன.

ஆனாலும் எப்போதுமே ஜின்னா தன் சொந்த வசதிகளுக்காகத் தனது வழக்கு வேலைகளையும், அரசியல் வேலைகளையும் என்றும் விட்டுக் கொடுத்தவர் அல்ல. இரண்டு வேலைகளையும் சிரமப்பட்டு சுமந்து சென்றார்.

ஜின்னாவைப் பொருத்தவரையில் இது வெறும் ஒரு தன்மானப் பிரச்சனை அல்ல. இப்போராட்டத்தை அவர் தனது கடமையாக மேற்கொண்டார். இது ஒரு போராட்டம்; ஓர் அறப்போராட்டம். இந்தப் போராட்டம் வெறுமனே ஒரு ஆளுநரை எதிர்த்து மட்டுமல்ல. இந்த ஆட்சி மாறி, நம்மை நாமே ஆள வேண்டும் என்ற எண்ணத்தில் எழுந்த ஓர் அறப்போராட்டம். நமது கடமைகளைக் காப்பாற்ற வேண்டும். உரிமைகளை அடைய வேண்டும். பெருமைகளை விட்டுக் கொடுக்கக் கூடாது. அதேசமயம் அரசுக்கு எதிராக நம் போராட்டங்களை முன்னெடுக்க வேண்டும். அதுவே மக்களின் அரசியல் உரிமை. உலகப் போர் முடிந்துவிட்டது. இப்போதுதான் அந்நியர் ஆட்சியின் மீது நாம் அழுத்தம் கொடுக்க வேண்டும். நமது உரிமைகளை மீட்க, ஆங்கிலேயர்கள் கொடுத்த வாக்குறுதிகளை நிறைவேற்ற இந்தப் போராட்டங்கள் தேவை. அடுத்தடுத்து பல கூட்டங்கள். எல்லாக் கூட்டங்களிலும் இந்தப் பிரச்சினைகளை மக்கள் முன் வைத்தார். அதேநேரத்தில் ஆளுநரின் ஆதரவாளர்கள் நினைவகம் கட்டுவது மக்களின் நன்றிக்கடன் என்ற கருத்துகளை மக்களிடம் விதைத்தார்கள். அதை மக்கள் கட்டாயம் செய்ய வேண்டும் என்பது அவர்களின் ஆணித்தரமான நம்பிக்கை. ஆனால் அரசியல் கடமைகளில் இருந்தும், மனித மாண்புகளிலிருந்தும் மிக அதிகமான அளவு ஆளுநர் தவறிவிட்டார் என்று ஜின்னா பம்பாய் நகரின் மூலை முடுக்குகளில் நடந்த ஒவ்வொரு கூட்டங்களிலும் தெளிவுபடுத்தினார். ஆட்டிவைக்கும் ஆங்கிலேயர்களின் புகழ் பாடுவது, அவர்கள் செய்வதை எல்லாம் தலையாட்டி ஆமோதிப்பது நம்மையும் நாட்டையும் இழிவுபடுத்தும் செயல் என்றார். மேலும் அவர் ஒரு புதிய ஜனரஞ்சகமான செயலைக் கையில் எடுத்தார். ஒவ்வொரு கூட்டத்திலும் பேசி முடித்ததும் ஆள்காட்டி விரலை எடுத்து கூட்டத்தை நோக்கி நீட்டி மக்களைப் பார்த்து ஒரு கேள்வி கேட்பார். "இந்த ஆளுநருக்கு ஒரு நற்சான்றிதழ் கொடுப்பதற்கு அவர் ஏதுவான ஆள் தானா?" என்பது போன்ற கேள்விகளைக் கேட்பார். முன்னால் கூடியிருக்கும் கூட்டம் ஆரவாரமாக "இல்லை... இல்லை" என்று பதில் கொடுக்கும். இந்தக் கேள்வி- பதில் மக்களின் தேசியப்

பற்றைத் தட்டியெழுப்பும் பெருத்த அறைகூவலாக அன்று இருந்தது.

இந்தப் போராட்ட நெருப்பு ஜின்னாவை மட்டுமில்ல அவரையும் அவரைச் சுற்றியிருந்த அனைவரையும் ஒரே நேரத்தில் பற்றி எரித்தது. ருட்டி மட்டும் விதிவிலக்கா என்ன? பம்பாய் நகரில் எங்கெங்கு கூட்டம் நடக்கின்றனவோ அங்கேயெல்லாம் ஜின்னாவுடன் சென்றார் ருட்டி. இரவில் கூட்டம் எவ்வளவு தாமதமாக முடிந்தாலும் ஜின்னாவுடன் இருப்பார். கடமைக்காக ருட்டி இதைச் செய்யவில்லை. அவரையும் போராட்ட நெருப்பு முழுவதுமாக எரிக்க ஆரம்பித்திருந்தது. நெருக்கியடிக்கும் மக்கள் கூட்டமும் கூட்டத்திற்கான காரணமும் ருட்டிக்கு மிகவும் பிடித்துப் போனது. அந்தக் கூட்டத்தில் ருட்டி ஒரே பெண்ணாக இருந்தாலும் அவர் அதில் ஆர்வமாகக் கலந்து கொண்டார். ஜின்னாவிற்கே இது மிகுந்த ஆச்சரியமாகவும் இருந்தது; ஜின்னாவுக்கும் இது மிகவும் பிடித்துப் போனது. போராட்டத்தின் ஒவ்வொரு கட்டத்திலும் தீவிரமாகப் பங்கேற்க ருட்டிக்கு இடம் கொடுத்தார். ஜின்னா பேசிக் கொண்டிருக்கும்போது கீழே அவரது இளையோர் கூட்டத்தோடு சேர்ந்து ருட்டி அமர்ந்திருப்பார். தங்களை எதிர்ப்பவர்கள் என்னவெல்லாம் திட்டம் வைத்திருக்கிறார்கள்; அவைகளை எப்படி செயல்படுத்தப் போகிறார்கள் என்பதை எல்லாம் மிகவும் கவனமாகக் குறித்துக் கொண்டிருப்பார். ஜின்னாவின் ஆயிரக்கணக்கான ஆதரவாளர்கள் ஆளுநரின் திட்டத்திற்கு எதிர்த்து நின்றாலும் எதிரிகள் கூட்டமும் தீவிரமாக முயன்று கொண்டிருந்தது. ஆளுநர் ஆதரவாளர்களுக்கு ஒன்று புரிந்துபோனது. எதிர்க்கும் கூட்டம் மிகத் தீவிரமானது. அவர்கள் கையெழுத்து வேட்டையை ஆரம்பித்தனர். அறிந்தவர்கள் அறியாதவர்கள் தெரிந்தவர்கள் தெரியாதவர்கள் என்று யாரெல்லாம் கண்ணில் படுகிறார்களோ அவர்களிடம் கையெழுத்து வாங்கினார்கள். *பம்பாய் க்ரானிக்கள்* செய்தித்தாள், என்னவென்றே தெரியாமல், புரியாமல் மக்கள் கையெழுத்து போடுகிறார்கள் என்ற செய்தியை எழுதியது. ஆளுநரின் ஆதரவாளர்கள் தங்கள் பட்டியலில் புதிதாக ஒரு ஆளைச் சேர்த்தார்கள். அவர் சுலைமான் காசும் மித்தா. இவர் பம்பாயின் கோஜா முஸ்லிம்களின் முக்கியத் தலைவர். எப்போதுமே ஆங்கிலேயரின் அடிவருடி. ஆங்கிலேயர்கள் கூட்டும் கூட்டத்திற்கு ஆள் சேர்த்துக் கூட்டி வருபவர். பத்தான் இஸ்லாமியர்களைத் எப்போதும் தன்பக்கம் வைத்திருப்பார்.

கூட்டத்தைக் காண்பிக்க வேண்டும் என்றால் இவர்களை எல்லாம் அழைத்து வந்து விடுவார். வெளியூர் ஆட்களை உள்ளே கொண்டு வந்து குடியமர்த்தியிருக்கிறார். பெந்தி பஜாரில் உள்ள இஸ்லாமியர்கள் அனைவரும் மித்ரா கூட்டி வந்து குடியேற்றியவர்கள். அவர்கள் எல்லோருமே அவர் கூப்பிட்ட குரலுக்கு அப்படியே செவிமடுப்பவர்கள். எப்போது வேண்டுமானாலும் மித்ரா கையசைத்தால் அவர்கள் அனைவரும் நகர் மன்றத்திற்கு விரைந்து வந்து விடுவார்கள். இத்தனை எதிர்ப்புகள் பற்றாது என்பது போல் காவல்துறையினர் வழக்கம் போலவே ஆளுநர் பக்கமே சாய்ந்து நின்றனர். அவர்கள் எதிர்க்கட்சியினருக்கு அவ்வப்போது தொல்லை கொடுத்தும், பயமுறுத்திக் கொண்டும் இருந்தார்கள்

ஆனால் ஜின்னா இதுபோன்ற கீழ்த்தரமான வேலைகள் எதையும் செய்யவில்லை. ஒவ்வொரு கூட்டத்திலும் ஒவ்வொரு குடிமகனும் இந்த நினைவகம் கட்டுவதை எதிர்க்க வேண்டியது அவனது கடமை என்று நேரடியாகப் பேசிக் கொண்டிருந்தார். வாக்களிக்க வேண்டிய சூழல் வந்தாலும் ஒவ்வொரு குடிமகனும் வாக்களிக்க வேண்டும். சட்டப்படி இது சரியா என்று கேட்டால், வழக்கறிஞர் என்ற முறையில் இவ்வாறு செய்வது அரசியல் சட்டத்திற்கு புறம்பானது அல்ல என்பதைச் சொல்லி வலியுறுத்தினார். இப்படிச் செய்ய வேண்டியது நமது கடமை என்பதிலும் உறுதியாக இருந்தார். அவரின் அழைப்புக்குச் செவிசாய்த்து, 20 ஆயிரம் மக்கள் திரண்டு வந்தனர். உடல், உயிர் எதைப்பற்றியும் கவலைப்படாமல் இந்தக் கூட்டம் வந்து சேர்ந்தது. வாக்களிக்க வேண்டிய நாளுக்கு முந்தைய இரவே பம்பாய் நகர மன்றக் கட்டிடத்தின் முன் காத்திருக்கவும் தயாராக இருந்தனர். இரவு நகர மன்றத்திற்கு முன்பே படுத்துத் தூங்குவதற்கு அத்தனை பேரும் தயாராகவே இருந்தார்கள். ஏனென்றால் வாக்களிப்பதற்காக முதல் ஆளாக உள்ளே போக வேண்டிய கட்டாயமான ஒரு சூழ்நிலை உருவாகியது.

இரு அணிகளின் திட்டமும் ஒரே விதமாகவே இருந்தது. ஏனெனில் அந்த நகர மன்றத்திற்குள்ளே 1500 ஆட்கள் மட்டுமே செல்ல முடியும். ஆகவே இரு தரப்பினரும் முடிந்தவரை அதிகமாக ஆட்களை மன்றத்திற்குள்ளே அனுப்ப முயற்சி செய்துகொண்டிருந்தார்கள். ஏனென்றால் ஆட்களின் எண்ணிக்கை ஆயிரத்தைத் தாண்டினாலே மன்றத்தை உடனே மூட வேண்டும். எந்த அணி முதலில் அதிக எண்ணிக்கையில் ஆட்களை மன்றத்தின் உள்ளே அனுப்புகிறார்களோ அவர்களே

வெற்றி பெற முடியும். நிச்சயமாக எந்த அணி முதலில் உள்ளே நுழைந்ததோ அவர்கள் அதிக எண்ணிக்கையில் இருக்கையைப் பிடிப்பார்கள். அவர்களே நிச்சயமாக நடக்கும் கூட்டத்தையும் தங்கள் பக்கம் திருப்ப முடியும். ஆனால் மன்றத்திற்குள் நுழைவதற்கு ஆளுநரின் ஆதரவாளர்களுக்குத் தான் அதிகமான வாய்ப்புகள் இருந்தன. காவல்துறை அவர்கள் கைவசம் இருந்தது. அதிகாரிகளின் ஆதரவும் அவர்களுக்கு இருந்தது.

மேலும் சில ஏற்பாடுகள் மன்றத்தினுள்ளே நடக்க ஆரம்பித்தன. ஒரு பெரிய மேடையைத் தயார் செய்தார்கள். அதில் மிக முக்கியமானவர்கள் வருவதற்கு ஏற்ப இருக்கைகள் வைக்கப்பட்டன. இந்த முக்கியமான மக்களுக்கு ஒரு தனி நுழைவுச்சீட்டு கொடுக்கப்படும். தலைவாசல் வழியே இல்லாமல் பக்கத்து வாசல் வழியாக அவர்கள் எளிதாக நுழைய முடியும். அதோடு மட்டுமில்லாமல் தொண்டர்கள் என்ற பெயரில் சிலருக்குத் தனி அடையாள அட்டைகளும் கொடுத்து அவர்களையும் உள்ளே கொண்டுவந்தனர். இவர்கள் எல்லோருமே ஆளுநரது குழுவைச் சேர்ந்தவர்கள். ஆனால் ஜின்னாவின் ஆதரவாளர்கள் இதுபோன்ற குறுக்கு வழிகளில் நுழையமுடியாது. ஜின்னாவின் ஆட்களால் முடிந்ததெல்லாம் ஒழுங்காக வரிசையில் நின்று சீராக உள்ளே நுழைவது மட்டுமே. மேலும் ஆளுநருக்கு உதவி செய்வதற்காக, ஜின்னா எத்தனைமுறை கேட்டாலும், அதிகாரிகள் நகர மன்றக் கதவுகள் எத்தனை மணிக்குச் சரியாகத் திறக்கும் என்ற விவரத்தை சொல்ல மறுத்துவிட்டனர். ஜின்னா அழுத்திக் கேட்டபோதும் அந்த அதிகாரியிடம் இருந்து வந்த பதில் வழக்கமான ஒன்றுதான். "எங்களுக்குத் தெரியாது!"

இரண்டு அணிகளும் போர்க்காலம் போல் இந்தப் போட்டியில் போட்டியிடுவது ஒரு புதிய அனுபவமாக இருந்தது. இதுபோன்ற போட்டிகளை இதுவரை எப்போதும் பம்பாய் நகரம் கண்டதில்லை. முந்தை நாள் இரவு ஜின்னா ஆதரவாளர்கள் சாந்தாராம் சவுல் என்ற இடத்தில் தங்கள் ஆர்ப்பாட்டத்தை ஒரு பொதுக்கூட்டம் மூலம் நடத்தினார்கள். இதுவரை ஜின்னா கூட்டிய கூட்டத்திலேயே மிகப் பெரும் கூட்டம் இதுதான். ஆதரவாளர்கள் அனைவரும் மிகவும் ஆர்வத்தோடு காத்திருந்தனர். அந்தக் கூட்டத்தில் இருந்து "அவமானம்... அவமானம்" என்ற சொற்கள் பொங்கிப் பிரவாகம் எடுத்தன. ஜின்னா இந்தப் பெரும் கூட்டத்தில் பேசிக் கொண்டிருந்தார். அப்போது அவர் கொடுத்த ஒரே ஒரு

வேண்டுகோள், முடிந்தவரை வெகுவிரைவில் மன்றத்திற்குள் நுழைந்து விடுங்கள். இந்த வேண்டுகோளுக்கு கூட்டத்தினர் தங்கள் ஆதரவை உற்சாகமாக அளித்தனர். இந்தக் கூட்டம் நடக்கும்போது ருட்டி மேடையில் ஜின்னாவின் பக்கத்திலேயே அமர்ந்திருந்தார். வேறு சிலரும் பேசினர். ஒவ்வொரு பேச்சையும் ருட்டி கேட்டுக் கொண்டிருந்தார். ருட்டியும் தீவிரமான மனநிலையில் இருந்தார். ஜின்னாவின் நண்பர் ஒருவர் கூட்டத்தைப் பார்த்து எல்லோரும் மன்றத்திற்கு வந்து விடுகிறார்களா என்று உரத்த குரலில் கேட்டதும் கூட்டமே "சரி... சரி" என்று பதில் கொடுத்தது. அந்த குரலோடு இணைந்து ருட்டியும் குரலெடுத்து "சரி... சரி..." என்று ஆர்வத்தோடு உரக்கக் கத்தினார்.

அன்றைய தினம் நகர்மன்றத்தில் பெண்கள் வருவதற்கே முடியாத ஒரு சூழல். ஆண்கள் மட்டுமே நிறைந்திருந்தனர். பெண்களுக்கு இடம் ஏதுமில்லை. ஆனால் ருட்டி மிகுந்த உற்சாகத்தோடு மண்டபத்திற்கு வந்தார். ஜின்னா அவரை மறுக்கவோ தடை செய்யவோ இல்லை. வீட்டிலேயே இருந்து விடு என்று ஏதும் சொல்லவில்லை... ருட்டியின் தீவிரத்தைப் பார்த்த ஜின்னாவால் அதுபோல ஏதும் பேச முடியவில்லை. மறுப்புக் கொடுக்கும் நிலையிலும் அவர் இல்லை. ஆனால் ஜின்னா வீட்டைவிட்டுப் புறப்படும் பொழுது மட்டும் ருட்டியிடம் சொல்லாமல், அதிகாலை ஐந்தரை மணிக்கே மன்றத்திற்குப் போய்விட்டார். அந்த இளம் காலை நேரத்தில் அவர் ருட்டியை எழுப்பாமலேயே புறப்பட்டு வெளியே வந்துவிட்டார். அவர் மன்றத்திற்கு வந்து சேர்ந்த நேரம் காலை 7 மணி. அந்த நேரத்தில் காவல் துறையினர் மன்றக் கட்டிடத்தைச் சுற்றிப் பாதுகாப்பு படைகளை நிறுத்தி வைத்திருந்தனர். அது மட்டுமன்றி முந்தைய நாள் இரவு மன்றத்தின் படிகளில் படுத்துத் தூங்குவதற்கு ஜின்னாவின் ஆதரவாளர்களை அனுமதிக்கவில்லை. முதலில் வந்தவருக்கு முதல் இடம் என்ற முறையை மட்டுமே அதிகாரிகள் அனுமதித்தனர். காலையிலேயே ஆதரவாளர்கள் உள்ளே நுழைந்து நிறைய இடங்களைப் பிடித்து விடுவார்களோ என்ற அச்சம் அவர்களுக்கு இருந்திருக்கிறது. பொதுவாக இதுபோல மன்றங்களில் வாக்களிப்புகள் நடக்கும் பொழுது, வெகு நேரத்திற்கு முன்பே கதவுகள் எப்பொழுது திறக்கப்படும் என்பதை அதிகாரிகள் அறிவித்து விடுவார்கள். ஆனால் அந்த வழக்கம் இங்கே பின்பற்றப்படவில்லை. அறிவிப்புகள் எதுவுமே கொடுக்கப்படவில்லை. எப்போது கதவுகள்

திறக்கப்படும் என்ற அறிவிப்போ, வேறு எந்த அறிவிப்புமோ கொடுக்கப்படவில்லை. இருந்தும் ஆதரவாளர்கள் பொறுமையோடு சரியான நேரத்திற்காகக் காத்திருந்தார்கள். அவர்கள் நகர் மன்றத்தைச் சுற்றி அமர்ந்திருந்தனர். காலையில் ஜின்னாவும் அவரது நண்பரும் மன்றத்திற்கு வந்து சேரும்பொழுது 200, 300 ஆதரவாளர்கள் ஏற்கனவே அங்கே காத்திருந்தனர். ஜின்னா தன் தோழர்களோடு வருவதைப் பார்த்து பெரும் மகிழ்ச்சிக் கூச்சல் எடுத்து தங்கள் அன்பையும் ஆதரவையும் வெளிக்காட்டினர்.

கதவுகள் இன்னும் திறக்கப்படவில்லை. அதற்குள் படிகள் முழுமையும் ஆளுநர்களின் தொண்டர்களால் சூழப்பட்டு ஆக்கிரமிக்கப்பட்டு இருந்தன. அந்தத் தொண்டர்களில் பெரும்பாலோர் வெள்ளையர்களாகவும் பார்சி இன மக்களாகவும் இருந்தனர். ஜின்னா அந்தப் பக்கம் செல்லவே இல்லை. அதற்கு பதில் கடைசிப் படியில் வைத்திருந்த தடைகளுக்கு வெளிப்பக்கம் நின்று கொண்டிருந்தார். அங்கிருந்து பெருங்குரலெடுத்து படியில் நின்று கொண்டிருந்த பார்சி இனத்துச் செல்வந்தரான சர் கௌசாஜி ஜஹாங்கீர் என்பவரைப் பார்த்து கதவுகள் எப்போது திறக்கும் என்று கேட்டார். ஜஹாங்கீர், ஜின்னா இருவரும் மிகவும் நெருங்கிய நண்பர்கள். மலபார் ஹில்சில் உள்ள ஜஹாங்கீரின் வீட்டிற்குப் பலமுறை ஜின்னா சென்றிருக்கிறார். ஆனால் அதெல்லாம் அந்தக் காலம். இப்போது இல்லை. ஜஹாங்கீரிடமிருந்து சுரத்தில்லாமல் ஒரு பதில் வந்தது. "எனக்குத் தெரியாது."

ஜின்னா தான் நின்றிருந்த இடத்திலேயே தனது ஆதரவாளர்களோடு காத்திருப்பதாக முடிவெடுத்தார். ஆளுநரின் ஆட்கள் தன்னுடைய ஆதரவாளர்களுக்குத் தொல்லை கொடுத்தால் அவர்களைக் காப்பாற்றுவதற்காக அவர்களுடன் இருந்து கொண்டார். நேரமாகிக் கொண்டிருந்தது. ஒன்றரை மணி நேரம் முடிந்து விட்டது. ஜின்னாவின் ஆதரவாளர்களின் எண்ணிக்கைக்கு ஈடு கொடுப்பதற்காக புதிய தொண்டர்களை வரவழைக்கவே இந்தக் கால தாமதம் நடந்தது. அந்தக் கூட்டத்தில் ஆலைத் தொழிலாளர்கள், கோவா மாநிலத்தின் எழுத்தர்கள், அவர்களோடு நிறைய இஸ்லாமியர்களும் இருந்தனர். இந்த இஸ்லாமியர்கள் அனைவரும் மித்தா என்பவர் கொண்டு வந்த கூட்டம் என்று பம்பாய் க்ரானிக்கிள் தன் செய்தித் தொகுப்புகளில் எழுதியது. இப்போது காவலர்கள் காத்திருப்போரை வரிசைக் கிரமமாக

நிற்க வைக்க முயன்றனர். ஜின்னாவின் ஆதரவாளர்களைப் பிரிப்பதற்காகவே இந்த ஏற்பாடு. இருப்பினும் அவர்கள் நகர் மன்றத்தின் முன்வரிசைக்கு வந்து விட்டார்கள். ஆளுநரின் ஆதரவாளர்கள் தோல்வியை ஏறத்தாழப் புரிந்து கொண்டார்கள். ஜின்னா தன் உதவியாளர்களுடன் வரிசையில் நின்று நகர மன்றத்தின் நுழைவாயிலில் எல்லோருக்கும் முன்பாக நுழைந்து விட்டார். அரசியல் வாழ்வில் முதல் முறையாக ஒரு பெரிய கூட்டத்திற்கு தலைவராக நின்று அவர்கள் அனைவரையும் ஒரு நிலைப்படுத்தி தானே மன்றத்தினுள்ளே சென்றார். அவர் பின்னே பெரும் திரளாக அவருடைய ஆதரவாளர்கள், அவர்களின் முனைப்பை முழுமையாக காட்டிக்கொண்டு உடன் வந்தனர். கூட்டம் ஆரம்பிக்கவே இன்னும் ஆறரை மணி நேரம் ஆகும். எதிராளிகள் தங்கள் வீடுகளில் மெல்ல எழுந்து, காலை உணவு முடித்து வந்து சேர்வதற்குள் ஜின்னா தன் திறமையின் மூலம் பெரும் மக்களைத் திரட்டி வைத்து விட்டார்.

போராட்டக் களம் சூடு பிடித்தது. ஜின்னாவின் ஆதரவாளர்கள், மன்றத்தில் உள்ள மிக நல்ல இடங்களை ஆக்கிரமித்துக் கொண்டார்கள். இதைப் பார்த்த ஆளுநரின் தொண்டர்கள் சோர்ந்து விட்டார்கள். முதல் வரிசைகளில் இருந்த ஜின்னாவின் ஆதரவாளர்களை, தொண்டர்கள் பின்பகுதிக்குச் செல்லும் படி பணித்தனர். ஆனால் இது ஒரு மோசமான நடவடிக்கை. ஏனெனில் இந்த மாற்றம் நடக்கும் பொழுது ஜின்னா அங்கே மிக அருகில் இருந்தார். தொண்டர்கள் நூற்றுக்கணக்கில் இருந்தார்கள். அனைவரும் ஆளுநரின் ஆட்கள். இவர்களைத் தவிர பார்சி மக்கள், புதிதாக அடையாள அட்டைகளை மாட்டிக்கொண்டு ஜின்னாவின் ஆதரவாளர்களைப் பின்னால் அனுப்புவதில் மும்முரமாக இருந்தார்கள். அந்தத் தொண்டர்களோடு பார்சி மக்களும் அடையாள அட்டைகளை மாட்டிக் கொண்டு அங்குமிங்கும் ஓடித் திரிந்து கொண்டிருந்தார்கள். அதனால் எந்தப் பயனும் இல்லை என்று பம்பாய் க்ரானிக்களின் செய்தியாளர் தன் குறிப்பில் கோபத்தோடு குறிப்பிட்டிருந்தார். பார்சி மக்கள் அனைவருக்கும் ஜின்னாவின் மேல் இருந்த கோபம் இன்னும் மாறவே இல்லை. ஆகவே இந்த அடையாள அட்டைகளை மாட்டிக் கொண்டு ஜின்னாவின் ஆதரவாளர்களைச் சீண்டுவது அவர்களுக்குப் பிடித்த ஒன்றாக இருந்தது. அவர்களின் செயல் ஆதரவாளர்களுக்கு மிகவும் சிரமமாக இருந்தது. இதனால் அங்கேயே ஒரு விவாதம் ஆரம்பித்தது. அதைப் பார்த்தும் ஜின்னா தன் சமநிலையை இழக்கவேயில்லை. ஆதரவாளர்களை

அவர் அமைதிப்படுத்தினார். ஆனால் அதே சமயம் எதையும் விட்டுக்கொடுக்கவும் தயாராக இல்லை. "ஏற்கனவே முதலில் வந்தவர்களுக்குத்தான் இருக்கைகள் கொடுக்கப்படும் என்று கூறியுள்ளீர்கள். என் மக்கள் முன்பே வந்துவிட்டார்கள். அவர்களை நீங்கள் தடுக்கக்கூடாது... தடுக்கமுடியாது" என்று ஜின்னா ஆணித்தரமாகக் கூறினார். அவர் கூறியதை மறுப்பதற்கு ஆளுநரின் தொண்டர்களிடம் எதுவுமில்லை. மெல்லப் பின்வாங்கினார்கள். ஆனாலும் அந்த மக்களின் கோபம் எதுவும் மாறவில்லை.

மன்றத்தின் கதவுகள் திறந்தன. உடனே அங்கே அமைதி குலைந்து இருதரப்பினரும் மோதிக்கொள்ள ஆரம்பித்தனர். வாக்களிக்க இன்னும் ஆறு மணி நேரம் இருந்தது. எல்லோரும் தங்கள் இடங்களைப் பத்திரமாகப் பாதுகாக்க முயன்று கொண்டிருந்தார்கள். ஆனால் அதற்குள் ஆளுநரின் ஆதரவாளர்களில் பலர் முரட்டுத்தனமாக நடக்க ஆரம்பித்தார்கள். வேண்டுமென்றே ஜின்னாவின் சில ஆதரவாளர்கள் பெயர்களைக் கேலி செய்து உரத்துக் குரல் கொடுப்பார்கள்... கத்துவார்கள். ஆதரவாளர்கள் பொறுமை காத்தார்கள். ஆனால் ஒரு பார்சி தொண்டர் ஜின்னாவின் ஆட்களில் ஒருவரை அடித்து விட்டார். ஜின்னா எப்போதுமே இளம் வயதிலிருந்தே வன்முறையைக் கையாண்டதே கிடையாது. எப்போதுமே, ஏன் தன் இளம் வயதில் கூட, முரட்டுத்தனத்தின் பின்னால் சென்றது இல்லை. இப்போதும் அதையே கடைப்பிடிக்க எண்ணினார்.

ஆனால் இப்பொழுது எல்லாமே எல்லையைக் கடந்து விட்டன. ஒருவரை ஒருவர் அடித்துக் கொள்ள ஆரம்பித்தனர். நாற்காலிகள் பறக்க ஆரம்பித்தன. எங்கும் கூச்சலும் குழப்பமுமாக இருந்தது. இந்த குழப்பத்தைப் பற்றி அசிஸ் பெக் என்பவர் தனது நூலில் சிலர் ஜின்னாவையும் படிக்கட்டுகளில் தள்ளிவிட முயன்றனர் என்று எழுதியுள்ளார். ஆனால் இந்த வன்முறை கூட ஜின்னாவை மாற்றவில்லை. ஜின்னாவும் அவரது நெருங்கிய தோழர்களும் கூட்டத்தினரைக் கட்டுப்படுத்த கடும் முயற்சி எடுத்தனர். சிறிது நேரத்தில் அவர்கள் முயற்சிக்கு வெற்றி கிடைத்தது. ஓரளவு அமைதி திரும்பியது. சண்டை போடும் தொண்டர்கள் அப்புறப்படுத்தப்பட்டனர். அவர்கள் மன்றத்தின் வேறு பக்கத்திற்கு அனுப்பப்பட்டனர். ஆதரவாளர்கள் மீண்டும் தங்கள் பழைய இருக்கைகளில் சென்று அமர்ந்தனர். ஆதரவாளர்கள் இருவர் மிகவும் மோசமாக அடிபட்டு விட்டனர்.

சிகிச்சைக்காக அவர்கள் வெளியே எடுத்துச் செல்லப்பட்டனர். இந்த நிகழ்வுகள் ஜின்னாவை மிகவும் உலுக்கி விட்டது.

திரும்பிய அமைதி நெடுநேரம் நீடிக்கவில்லை. மீண்டும் குழப்பங்கள் ஆரம்பித்தன. இந்தத் தகராறு பெண்கள் பக்கம் உள்ள இருக்கைகள் பற்றியது. வன்முறை தோன்றிய பொழுது மேடைக்குச் சென்ற தொண்டர்கள் திரும்பவும் தங்கள் இருக்கைக்குச் செல்ல ஆரம்பித்தபோது அவர்கள் இருக்கைகள் எல்லாம் ஜின்னாவின் ஆதரவாளர்களால் கைப்பற்றப்பபட்டு விட்டன. இருக்கைகளில் அமர்ந்து விட்டவர்களை ஆளுநரின் ஆட்களால் எதுவும் செய்ய முடியவில்லை ஆகவே மீண்டும் நாற்காலிப் போராட்டம் ஆரம்பித்தது. அதுவும் தோல்வியில் முடிந்தது. ஆகவே ஆளுநரின் தொண்டர்கள் பெண்களுக்காக ஒதுக்கப்பட்ட இடங்களில் சென்று அமர்ந்தனர். ஆதரவாளர்கள் கடும் எதிர்ப்பு தெரிவித்தனர். பெருத்த எதிர்ப்பு அவர்களிடமிருந்து கிளம்பியது. பெண்களுக்கான இருக்கைகள் பெண்களுக்கு மட்டுமே என்று ஜின்னாவின் ஆதரவாளர்கள் குரல்கொடுத்தனர். ஜின்னாவும் குரல் எழுப்பி அவர்கள் அங்கு அமர்ந்ததை எதிர்த்தார். ஆளுநரின் ஆதரவாளர்கள் பெண்கள் யாரும் வரப்போவதில்லை என்றனர். ஆனாலும் ஜின்னா ருட்டியும் இன்னும் சில பெண்களும் வருவார்கள் என்று எதிர்பார்த்திருந்தார். பெண்கள் பகுதியில் உட்கார்ந்த அவர்களை வெளியேற்ற முயற்சி செய்தார்கள். ஆனால் அந்த முயற்சிகள் பலனளிக்கவில்லை. *பாம்பாய் க்ரானிக்கள்* செய்தியாளர், “பெண்கள் வந்தால் நாங்கள் எழுந்து கொள்கிறோம் அதுவரை அமர்ந்திருப்போம்” என்று அடம்பிடித்தார்கள் என்று எழுதியுள்ளார். பெண்கள் யாரும் வர மாட்டார்கள் என்று அவர்கள் நிச்சயமாக நம்பியிருந்தார்கள். அதுதான் நடந்தது. யாரும் வரவில்லை. ருட்டி கூட வரவில்லை.

இல்லை... ருட்டி வந்திருந்தார். தனியாகவே வந்திருந்தார். ஆனால் தொண்டர்கள் அவரை உள்ளே அனுப்பவில்லை. வெளியே நிற்க வைத்து விட்டார்கள். அரங்கு நிறைந்து விட்டது என்று சொல்லி வெளியே காத்திருக்க வைத்தார்கள். ஆனால் உள்ளே பெரும் கலகம் நடந்து கொண்டிருந்தது. ஒருவேளை அது தெரிந்திருந்தால் ருட்டியும் நிச்சயம் உள்ளே வர முயற்சி செய்திருப்பார். ஏனெனில் அவரது கனவுலகில் இதுபோன்ற தெருச்சண்டைகளுக்கு தனி இடம் இருந்தது. அதுபோன்ற இடத்தில் அவர் இருக்க மிகவும் ஆசைப்பட்டிருப்பார். ஆனால் வாசலில் இருந்த பார்சித் தொண்டர்களைத் தாண்டி அவர்

உள்ளே செல்ல முடியாது போயிற்று. வெளியே காத்திருந்த ஜின்னாவின் ஆதரவாளர்களோடு சேர்ந்து அவரும் நின்று கொண்டிருந்தார். ஆனால் உள்ளே இருந்த அவருடைய ஆதரவாளர்கள் ஏதோ ஒரு கூண்டுக்குள் சிக்கிக்கொண்டது போல் உணர்ந்தார்கள். உள்ளே இருப்பதும் கடினமாக இருந்தது. வெளியே செல்லவும் முடியாது. வெளியே சென்றால் திரும்பி வர முடியாது என்று தொண்டர்கள் கூறினார்கள். உள்ளே வர விடமாட்டோம் என்றும் சொன்னார்கள். உள்ளே வந்து பல மணி நேரம் ஆயிற்று. ஜின்னாவின் ஆதரவாளர்கள் பசியோடும் போரிட வேண்டியிருந்தது. இது ஒன்றும் பெரிய பிரச்சனை அல்ல. நாள் முழுதும் பட்டினி கிடந்தாலும் ஜின்னாவின் போராட்ட உணர்வை நசுக்க முடியாது. ஆனால் பாவம்... அவரது ஆதரவாளர்களும் அப்படிப் பட்டினி கிடக்க முடியாதே. அதைவிட அவர்களைக் கேலி செய்வது போல் ஆளுநரின் ஆதரவாளர்கள் அவ்வப்போது சிறு குழுக்களாக வெளியே சென்று பிரியாணி பொட்டலங்களோடும், வேறு 'சில விஷயங்களோடும்' மகிழ்ச்சியாகத் திரும்பி உள்ளே வந்தனர். இதற்கு எதிர்ப்பு தெரிவித்ததால் கதவுகளைப் பூட்டி வைத்து விட்டனர். மன்றத்திற்கு வெளியேயும் செல்ல முடியாது; வெளித் தாழ்வாரத்திற்கும் செல்ல முடியாது. ஆனால் அது ஜின்னாவின் ஆதரவாளர்களுக்கு மட்டும் தான். ஏனென்றால் இந்தத் தொல்லை எல்லாம் ஆளுநரின் ஆதரவாளர்களுக்குக் கிடையாது. அவர்கள் சிறு சிறு குழுக்களாக உள்ளேயும் வெளியேயும் சென்று வந்து கொண்டிருந்தார்கள்.

நல்லவேளை... இரண்டே இரண்டு ஜின்னாவின் ஆதரவாளர்கள் மட்டும் உணவு, தண்ணீர் எடுத்துக்கொண்டு மண்டபத்திற்கு உள்ளே வர அனுமதிக்கப்பட்டனர். அதுவும் உணவைக் கொடுத்து விட்டு உடனே அவர்கள் இடத்தைக் காலி செய்ய வேண்டும் என்று நிபந்தனை விதிக்கப்பட்டது. உணவோடு இருவர் உள்ளே நுழைந்ததும் ஜின்னாவின் ஆதரவாளர்கள் பலத்த கரவொலி எழுப்பி மகிழ்ச்சிக் கூக்குரலிட்டார்கள்.

ஒரே ஒரு வன்முறைச் செயல் தவிர மற்றபடி இதுவரை எல்லாமே வாய்ச் சண்டைகள் தான். இரு தரப்பினரும் அவ்வப்போது கூச்சலிட்டுக் கொண்டிருந்தனர். ஏற்கனவே பிரியாணி பரிமாற்றம் தொண்டர்களுக்காக மட்டும் நடந்து முடிந்தது. ஆனால் அப்போது அந்தக் கதவு மெல்லத் திறந்தது. ஏறத்தாழ இருநூறு பேர் அதன் வழியே உள்ளே அழைத்து வரப்பட்டனர். அவர்களில் பலபேர் இஸ்லாமியர்கள்.

பத்தான் இனத்தவர். அவர்களை கூட்டிக்கொண்டு வந்தது மித்தா. வழக்கம்போல் மித்தா ஆட்களை திரட்டிக் கொண்டு வருவதற்காகவே ஆளுநரின் கூட்டத்தில் இருப்பவர். ஜின்னாவின் ஆதரவாளர்கள் பெருத்த குரல் எழுப்பினார்கள். உள் நுழையும் இந்தக் கூட்டத்தினருக்குப் பின்னால் ஒரு வெள்ளைக் காவல் அதிகாரி பாதுகாப்பிற்காக வந்தார். அவரைப் பார்த்ததும் ஜின்னாவின் கூட்டத்தினர் "கேவலம்... கேவலம்" என்று கத்தினர். ஏறத்தாழ மாலை 5 மணி அளவில் ஆளுநரின் ஆதரவாளர்கள் சிறிது சிறிதாக உள்ளே நுழைய ஆரம்பித்தனர். நகர் மன்றம் மக்களால் நிரம்பி வழிந்தது. ஜின்னா முதல் இரு வரிசைகளில் தனது நண்பர்களுடன் அமர்ந்திருந்தார். ஆனால் அவர்களுக்கு முன்னால் மேடையில் வில்லிங்டனின் ஆதரவாளர்கள் பெரும் சங்கடத்தோடு அமர்ந்திருந்தார்கள். பெரும் எண்ணிக்கையில் ஜின்னாவின் ஆட்கள் சிரமத்தோடு இருக்கும்பொழுது சிலர் மட்டும் மேடையில் அமர்ந்திருந்தனர். மேடையில் இருந்தவர்களில் நூறு பேராவது வெள்ளையர்களாக இருந்தார்கள். மற்றவர்கள் பார்சி மக்களும் ஆங்கிலோ இந்தியர்களும். மேடையில் இருந்தவர்கள் ஜின்னாவின் ஆதரவாளர்கள் முன்னே ஒரு காட்சிப்பொருள் போல் அமர்ந்திருந்தனர்.

பம்பாய் நகரத்தின் ஷெரிஃப் உள்ளே நுழைந்தார். ஆளுநரின் தொண்டர்கள் கைதட்டி குரல் எழுப்பி வரவேற்றனர். ஆனால் அவர்கள் குரல் அடங்கும் முன் "கேவலம்... ஷெரிஃப் அவர்களே கேவலம்" என்று ஜின்னா ஆதரவாளர்கள் குரல் எழுப்பினர். ஆளுநரின் ஆதரவாளர்கள் வரிசையாக வந்து அமர்ந்தனர். அவர்கள் சர் சபூர்ஜி ப்ரோச்சா, சர் தின்ஷா வாச்சா, சர் இப்ராஹீம் ரகிம்ரூலா, திரு. கார்மைக்கிள். இவர்களெல்லாம் வரும்போது ஒரு பக்கம் வரவேற்பு கோஷமும் அடுத்த பக்கம் எதிர்ப்புக் கோஷமும் எழுந்தன. ஆனால் கடைசியாக ஆளுநருக்கான பிரியாவிடை விழாவில் பேசுவதற்காக அழைக்கப்பட்டிருந்த சர் நாராயணன். சந்தவார்க்கர் உள்ளே நுழைந்தபோது இரண்டு குழுவினரும் தங்கள் 'வழியில் அவருக்கு வரவேற்புரை' வாசித்தார்கள்... எல்லாமே குரல் ஒலிகள் தான்... எதிரும் புதிருமாக! 'மங்கலம் பாடுவதற்காகவே வந்திருந்த நாராயணனை எதிர்த்துக் குரல் எழுப்புவதில் ஜின்னாவின் ஆட்களுக்குக் களைப்பே தெரியவில்லை. தங்கள் தொண்டையின் முழு பலத்தையும் நாராயணனுக்கு எதிராக எழுப்பினார்கள்', என்று *பம்பாய் க்ரானிக்கிள்* செய்தியாளர் தன் கட்டுரையில் குறிப்பிட்டிருந்தார்.

தன்னுடைய ஆதரவாளர்கள் குரல் எழுப்பித் தங்கள் எதிர்ப்பைக் காண்பித்து கொண்டிருந்தனர். முறைப்படி தங்கள் எதிர்ப்புகளைக் காட்ட வேண்டும் என்று ஜின்னா திண்ணமாக நினைத்தார். எப்படி சட்டப்படி நடக்க வேண்டுமோ அதன்படி நியாயத்தின் வழியில் போராட முனைந்தார். ஒரு நிமிடம் கூட வேறுவழியில் செல்ல வேண்டும் என்று அவர் நினைக்கவே இல்லை. சரியாக ஐந்தரை மணிக்கு கூட்டம் முறையாக ஆரம்பித்து வைக்கப்பட்டது. ஜின்னா எழுந்து நின்று தன் ஆதரவாளர்களைப் பார்த்து அமைதியாக இருக்கும்படி கட்டுப்படுத்தினார். கூட்டம் ஆரம்பித்தது. ஒருவேளை ஆதரவாளர்கள் முறைப்படி நடந்திருந்தால் பிரச்சனை இவ்வளவு பெரிதாகப் போய் இருந்திருக்காது. தங்களின் திட்டப்படி ஜின்னாவின் நண்பர் ஹார்னிமன், ஷெரிஃப் கூட்டத்தின் குறிக்கோள் பற்றிய செய்தியை வாசித்து முடித்ததும், எழுந்து நின்று தங்களது எதிர்ப்பைத் தெரிவித்தார். அவர் பேசுவதற்கு இடம் கொடுத்திருக்க வேண்டும்... சட்டப்படி... நியாயப்படி. ஆனால் அது நடக்கவில்லை. ஆளுநரின் ஆதரவாளர்கள் ஹார்னிமன் பேச விடாதபடி கூச்சலிட்டு, அவரை உட்காரச் சொல்லிக் கத்தினார்கள். அதையும் மீறி ஹார்னிமன் மேலும் பேச முயன்றபோது எதிராளிகள் பிரச்சனையை முழுவதுமாக தங்கள் கைகளில் எடுத்துக் கொண்டார்கள். மேடையிலிருந்த தலைவர்களில் ஒருவர் சர் ஜாம்ஷெட்ஜி ஜீஜீபாய் அவர்களை தலைமையேற்கச் சொல்லி அழைத்தார். எதிர்ப்புகள் கண்டுகொள்ளப்படவில்லை; எதிர்ப்பாளர்கள் பேசமுடியவில்லை; தங்கள் கருத்தைச் சொல்ல அவர்களுக்கு அவகாசம் தரப்படவில்லை. இத்தகைய குழப்பத்தின் காரணமாக ஜாம்ஷெட்ஜி மிகவும் தயக்கத்துடன் தலைவருக்குரிய நாற்காலியில் அமர்வதற்கு மெல்ல நடந்தார்.

இதுபோன்ற ஒழுங்கற்ற சூழ்ச்சி முறைகள் ஜின்னாவின் கூட்டத்தினருக்கு பொருந்தாத ஒன்றாக இருந்தது. ஜின்னாவின் ஆதரவாளர்கள் "முடியாது... முடியாது" என்று தங்கள் எதிர்ப்பைக் கூச்சலிட்டு காட்டினர். ஆனால் மேடையிலிருந்த சார்பாளர்களும் பதிலுக்கு கூச்சலிட்டுக் கத்தினார்கள். அதோடு நில்லாமல் எதிர்தரப்பினர் மீது கடுமையான சொற்களைப் பயன்படுத்தினர்; கேலி செய்தனர். மேடையில் என்ன நடக்கிறது என்று யாருக்கும் தெரியாத அளவுக்கு கூச்சலும் குழப்பமும் மிகுந்திருந்தது. மேடையில் தீர்மானம் வாசிக்கப்பட்டது. உடனே அங்கீகரிக்கப்பட்டது. தீர்மானத்தை நிறைவேற்ற முடிவு எடுக்கப்பட்டது. உண்மையிலேயே தீர்மானம்

வாசிக்கப்பட்ட பிறகு வாக்களிப்பு நடந்ததா; அதன் முடிவு என்ன என்பது போன்ற விவரங்கள் யாருக்குமே தெரியாது. இரு தரப்பினரும் தாங்களே வெற்றி பெற்றதாக நினைத்துக் கொண்டார்கள். *பம்பாய் க்ரானிக்கிள்* மேடையில் நடந்ததை பற்றி விரிவாக எழுதியிருந்தது: "சர் ஜாம்ஷெட்ஜி தலைமைப் பொறுப்பில் இருந்து வில்லிங்டன் அவர்களுக்கு ஒரு நினைவகம் எழுப்ப தீர்மானம் வாசிக்கப்பட்டு ஆமோதிக்க, அது ஏற்கப்பட்டுவிட்டதாகச் சொல்லப்பட்டது. ஆனால் பம்பாய் மக்கள் அனைவரும் கூடி இந்த தீர்மானம் நிறைவேற்றப்பட்டது என்று சொன்னால் அது ஒரு மிகப் பெரும் தவறு. அப்படிக் கூறினால் அது நிச்சயமாக ஆளுநர் வில்லிங்டன்னிற்கு அவமரியாதை. ஆனால் இதெல்லாம் நல்ல மனமும் பண்பும் இருந்தால் மட்டுமே அவருக்குப் பொருந்தும்."

அடுத்த இருபது நிமிடங்கள் மன்றம் அமைதியிழந்து கானப்பட்டது. நிமிடத்திற்கு நிமிடம் ஜின்னாவின் மனதில் பல எண்ணங்கள் ஓடின. இப்படித்தான் கூட்டம் நடக்க வேண்டும் என்று அவர் எப்போதும் நினைத்ததே இல்லை... இது ஒரு சோகமான நிகழ்வு என்று ஜின்னாவுக்குத் தோன்றியது. இப்போது ஏதாவது செய்யாவிட்டால் தன் ஆதரவாளர்கள் வன்முறைகளால் தாக்கப்படலாம் என்ற பயமும் இருந்தது. அப்படி ஏதாவது நடக்கக் கூடாது என்பதற்காகக் காவல்துறையை அணுக முயற்சித்தார். ஆனால் அதிலும் அவர் எதிர்பாராத விஷயம் தான் நடந்தது. இவர் சந்திப்பதற்கு முன்பே காவல்துறை மன்றத்திற்கு நுழைந்தது. கூட்டத்தினர் வெளியேறவேண்டும் என்ற அறிவிப்பு காவல் துறையிடம் இருந்து வந்தது. ஜின்னாவும் அவரது தோழர்களும் கூட்டத்தை முறைப்படி வெளியே அனுப்ப முயற்சி எடுப்பதற்கு முன்பே காவல்துறை லத்தியைக் கையில் எடுத்துக்கொண்டது. கூட்டத்தினர் வெளியேற முயற்சிக்கும்போது காவல்துறை தடியடியை ஆரம்பித்துவிட்டது, ஆனால் அடிபட்ட எல்லோருமே ஜின்னாவின் ஆட்கள்தான். இதில் அதிர்ச்சி அளிக்கும் ஒரு விஷயமும் நடந்தது. காவல்துறையின் தடியடியில் அடிபட்டது ஜின்னாவும் தான். விழுந்த அடிகளால் உடம்பில் பெரிதாக ஒன்றுமில்லை. ஆனால் அவை ஜின்னாவின் மனதில் ஆழமான காயத்தை ஏற்படுத்தின. உடம்பில் அடிபட்டதை விட அவரது பெருமை மீதும் அவர் புகழின் மீதும் விழுந்த அடிகள் அவை.

ஜின்னா மன்றத்தை விட்டு சிரமத்தோடு வெளியேறினார். வெளியேறியவரின் கண்களுக்கும், காதுகளுக்கும் அதிர்ச்சியான ஒரு காட்சி காத்திருந்தது. மன்றத்தின் உயரமான படிகளில் நின்று அவர் பார்த்தபோது கண் முன்னே பெரிய மக்கள் வெள்ளம். மன்றத்திலிருந்து எல்பின்ஸ்டன் சர்க்கிள் என்ற இடம் வரை மக்களின் கூட்டம் அலைமோதியது. குறைந்தது 25 ஆயிரம் பேராவது கூடியிருந்திருப்பார்கள். ஆதரிப்பதற்காக வந்து மன்றத்திற்குள் செல்ல முடியாத மக்கள் எல்லோரும் திரண்டு மன்றத்தில் இருந்து வரும் தலைவர்களைக் காண்பதற்காகக் காத்திருந்தார்கள். ஜின்னாவும் அவரது நண்பர் ஹார்னிமனும் மன்றத்தின் வாசலைத் தாண்டும் பொழுது மக்களிடமிருந்து பேரிரைச்சல் எழுந்தது. மக்களின் ஆர்வம் அவர்கள் குரலில் வெளிப்பட்டது. அத்தனை ஆர்வம்... அத்தனை உற்சாகம்... அத்தனை மகிழ்ச்சி. இந்த மகிழ்ச்சி அலைகள் சாலையில் இருந்த மக்களிடமிருந்து மட்டுமல்லாமல், சாலையின் இரு பக்கமும் இருந்த வீடுகளிலும், அலுவலகங்களிலும் காத்திருந்த மக்களின் பேரானந்தக் குரலாகவும் சேர்ந்து ஒலித்தது. தெரு நிறைந்திருந்தது; பக்கத்தில் இருந்த அனைத்துக் கட்டிடங்களிலும் மக்கள் நிறைந்திருந்தனர். மக்கள் அனைவரும் தங்கள் கைகளில் கைக்குட்டைகளை அசைத்துத் தங்கள் மகிழ்ச்சியை வெளியே காட்டிக் கொண்டிருந்தனர். மக்களின் மகிழ்ச்சி ஒலிகள் தலைவர்களுக்கான வரவேற்புரையாக இருந்தன. ஹார்னிமன் மன்றத்துப் படியிலிருந்து இறங்கி வரும்போது அவரை அப்படியே தோள் உயரம் தூக்கி மக்கள் பெரிதாகக் கொண்டாடினார்கள். கூட்டத்தின் நடுவே அவரைத் தூக்கிக்கொண்டு ஊர்வலம் சென்றனர். ஜின்னாவிற்கும் இதேபோல் நடந்திருக்கலாம். ஆனால் மக்களின் மனதில் ஓர் அச்சம். இதுபோன்ற விஷயங்களில் ஜின்னா கொஞ்சம் விலகியே இருப்பவர். மக்களிடமிருந்து எப்போதும் சிறிது விலகி இருக்கக்கூடிய மனிதர் அவர். புதியவர்கள் கூட இதை எளிதாகப் புரிந்து கொள்வார்கள். அது ஜின்னாவின் குணம். மக்கள் ஜின்னாவை அன்று தோளில் தூக்காமல் இருந்திருக்கலாம். ஆனால் அவர்கள் ஜின்னாவின் வார்த்தைகளுக்காகக் காத்திருந்தனர். ஜின்னா மன்றத்தின் பக்கத்தில் இருந்த ஒரு நண்பரின் அலுவலகத்திற்குச் சென்று அங்கிருந்து மக்களைப் பார்த்து ஒரு குறுகிய உரையை நிகழ்த்தினார். ஆழமான உணர்ச்சிகரமான உரை அல்ல அது. குறைந்த வார்த்தைகள். ஆர்வம் எதுவும் கொப்பளிக்காத வார்த்தைகள்.

ஜின்னா, அவரது நண்பர்கள், ஆதரவாளர்கள் மன்றத்தில் போராடிக் கொண்டிருக்கும் பொழுது ருட்டி ஒன்றும் செய்யாமலா இருக்க முடியும்? ருட்டி மன்றதிற்குள் நுழைய முற்பட்டார், ஆனால் தடுக்கப்பட்டார். எப்படியோ நகர் மன்ற வாசகசாலையின் மேலுள்ள முகப்பு மேடைக்குச் சென்று விட்டார். அங்கிருந்து பார்க்கும்போது மன்றம் நிறைந்து வழிவதும் மன்றத்திலிருந்து சர்க்கிள் வரை மக்கள் கூட்டம் நிறைந்து இருப்பதையும் பார்க்க முடிந்தது. காவல்துறையின் கெடுபிடியைப் பார்க்க முடிந்தது... காவல்துறையினரையும் தாண்டி சர்க்கிளுக்கு அந்தப்புறமும் மக்கள் திரண்டிருந்தனர். அந்த மக்கள் செய்வதற்கு என்று எதுவுமே இல்லை. அவர்களின் தலைவர்கள் மன்றத்தின் உள்ளே இருக்கிறார்கள். அங்கே என்ன நடக்கிறது என்று யாருக்கும் தெரியாது. பெரும் எதிர்பார்ப்புகளோடு அவர்கள் காத்துக் கொண்டிருந்தனர். கூட்டம் எப்போது முடியும்... எப்போது தலைவர்கள் வெளியே வருவார்கள்... அவர்கள் கொண்டுவரும் செய்தி என்னவாக இருக்கும்... இந்த எண்ணங்களோடு மக்கள் காத்திருந்தனர்.

மக்களையும் அவர்களின் ஆர்வத்தையும் பார்த்துக்கொண்டிருந்த ருட்டிக்கு மக்களோடு இணைந்து காத்திருக்க வேண்டும் என்று தோன்றியது. கட்டிடத்தின் மேலிருந்து இறங்கி மக்களோடு மக்களாகக் கலந்து கொண்டார். மக்களின் கூட்டமும் நெருக்கடிகளும் ருட்டிக்கு ஈர்ப்பை ஏற்படுத்தின. அதுவும் இப்போது அவரைத் தடுத்து நிறுத்த யாரும் இல்லை. கூட்டத்திற்குள் நுழைந்த ருட்டிக்கு எப்போதும் மனதில் நிற்கும் ஒரு ஆர்வம் செயலாக வெளிப்பட்டது. இதுவரை இல்லாத தைரியம் மனதில் நுழைந்தது. அருகே இருந்த ஒரு உயரமான பெட்டியின் மேல் ஏறி ஆங்கிலத்தில் மக்களிடம் பேச ஆரம்பித்தார். அவரது கன்னிப்பேச்சு அது. ஆனால் எந்தத் தயக்கமும் இன்றி அழகான வார்த்தைகள் அவரிடமிருந்து வந்து விழுந்தன. இயல்பான பேச்சு... இசைவான பேச்சு. உச்சக் குரலில் “நாம் யாருக்கும் அடிமை இல்லை” என்று முழங்கினார்.

அத்தனை கூட்டமும் அவர் பேச்சில் மயங்கி நின்றது. அடுத்த நாள் *பம்பாய் க்ரானிக்கிள்* செய்தித்தாளில் ருட்டியின் பேச்சு பற்றிய ஒரு குறிப்பு வந்திருந்தது. ஆசிரியருக்கு வந்த கடிதம் அது. கூட்டத்தில் பங்கேற்று அவர் நேரடியாகப் பார்த்து அனுபவித்து எழுதிய கடிதம் அது: “அவருடைய பேச்சின் போது பாராட்டுகள் குவிந்தன.” நேரில் பார்த்ததை அவர்

எழுதியிருந்தார். ஆனால் மக்களின் உணர்ச்சிக்கு காரணம் என்ன என்பது சரியாகத் தெரியவில்லை... அவர் பேச்சில் துள்ளி எழுந்த உற்சாகமா அல்லது இவ்வளவு அழகான ஒரு இளம் பெண் இவ்வளவு தைரியமாக, இத்தனைப் பெரிய கூட்டத்தில் பேசுகிறார் என்ற ஆச்சரியமா... எந்தவிதத் தடையும் இல்லாமல், பேசிப் பழகிய ஒரு பெரும் பேச்சாளர் போல் அவர் பேசிய அழகு காரணமா? தெரியவில்லை.

மக்களை உணர்ச்சிப்பெருக்கில் தள்ளிய ருட்டியின் பேச்சு காவல் அதிகாரியையும் விட்டு வைக்கவில்லை போலும்! காவல் கமிஷனர் திரு வின்சென்ட் கூட்டத்தை விலக்குகிறேன் என்ற பெயரில் பல முயற்சிகள் எடுத்துக் கொண்டிருந்தார். அவர் நேரடியாக ருட்டியிடம் வந்து "பேச்சை நிறுத்துங்கள்; குழப்பமும் கூச்சலும் அதிகமாகிறது. நிறுத்துங்கள்" என்றார். பொதுவாகவே மிரட்டலுக்கு பணியாத ஆள் ருட்டி. இப்போதிருக்கும் மனநிலையில் அவ்வளவு எளிதாக அடங்கிவிடுவாரா? அதுவும் தன் முதல் அரசியல் முயற்சியில் வெற்றிக்கொடி நாட்டியிருக்கிறார். காவல் அதிகாரியை எதிர்த்து நின்றார் ருட்டி. அதிகாரியின் ஆணையை எதிர்த்துப் பேச ஆரம்பித்தார்: "திரு வின்சென்ட் அவர்களே! என் பேச்சை நிறுத்துவதற்கு உங்களுக்கு எந்த அதிகாரமும் இல்லை. பேச்சு சுதந்திரம் உண்டு. ஒரு குடிமகளாக நான் பேசுகிறேன். என்ன செய்தாலும் அஞ்சப்போவதில்லை, இங்கிருந்து நகரப் போவதுமில்லை" என்று திடமாகப் பதிலளித்தார். ஜின்னாவின் அருகிலேயே இருந்ததால் சட்ட திட்டங்களை எப்படிக் கையில் எடுக்க வேண்டும்... எப்படி அதைக் கையாள வேண்டும் என்று தெரிந்து வைத்திருந்தார் போலும்! அதிகாரி வின்சென்ட்டிற்கு ஒரே ஒரு வழிதான் இருந்தது... வன்முறையோடு கையைப் பிடித்து இழுத்துத் தள்ளவேண்டும் என்பதுதான் அது. அதற்கு அவர் தயாரில்லை. மெல்ல அந்த இடத்தை விட்டுக் கிளம்பி விட்டார்.

ஆனாலும் வின்சென்ட் தன் முயற்சியை முழுவதுமாகக் கைவிடவில்லை. கைப்பிரம்புகளோடு காவலர்களை கூட்டத்திற்குள் அனுப்பவும் விரும்பவில்லை. அதற்கு பதிலாக இன்னொரு கடுமையானமுயற்சியைக் கையில் எடுத்தார். காவலர்கள் கையில் கைப்பிரம்புகள் இல்லை; பதிலாக தண்ணீர்க் குழாய்கள் வந்தன. கூட்டத்தினர் மீது வேகமாக நீரைப் பீய்ச்சி அடித்தனர். மன்றத்தில் கூட்டத்தை விலக்கும்போது ஜின்னா அடி வாங்கினார். அதேபோல்

இப்போது ருட்டியும் தண்ணீர் தாக்குதலுக்கு உள்ளானார். உடை முழுவதும் ஈரமாகி நின்றார். ஆனாலும் நின்ற இடத்தை விட்டு விலகவில்லை. தொடர்ந்து உரையாற்றிக் கொண்டு இருந்தார். அனைவரும் ஆண்கள். அவர்களும் விலகவில்லை. தொடர்ந்து ருட்டியின் பேச்சைக் கேட்டுக்கொண்டிருந்தனர். எல்லாம் ஒரு கனவில் நிகழ்வது போல இருந்தது. ஆனாலும் சில கண்களுக்கு வேறுவிதமாகவும் தோன்றியிருக்கலாம் போலும். ஏனெனில் 50 ஆண்டுகளுக்குப் பிறகு பாகிஸ்தானிய வரலாற்றாசிரியர் அஸீஸ் பெக் என்பவர் அந்த நாளைய 'உணர்ச்சிப் பெருக்கை' தனது நூலில் கொட்டியிருக்கிறார்! 'முற்றிலும் நனைந்திருந்த ருட்டி அழகான வடிவழகை மேலும் அழகாக்கி காண்பித்துக் கொண்டிருந்தார்'. யார் கண்கள் எப்படி இருந்தனவோ... எத்தனை பேர் இந்த வரலாற்று ஆசிரியர் போல் கேவலமாகப் பார்த்துக் கொண்டிருந்தனரோ! தெரியாது. ஆனால் ருட்டி எந்த விதக் கவலையும் இல்லாமல் தொடர்ந்து தன் பேச்சின் மூலம் எல்லோரையும் கவர்ந்து கொண்டிருந்தார். ஜின்னாவின் ஆதரவாளர்கள் நகர மன்றத்திலிருந்து வெளிவரும்வரை தொடர்ந்து பேசிக் கொண்டிருந்தார். காஞ்சி துவாரகதாஸ் கூட்டம் முடிந்து மக்கள் வரும்போது ருட்டி மன்றத்துக் கட்டிடத்தின் படிகளில் அமர்ந்துகொண்டு சிகரெட் பிடித்துக் கொண்டிருந்தார் என்று குறிப்பிடுகிறார்.

அடுத்த நாள் காலை *பம்பாய் கிரானிக்கிள்* செய்தித்தாளில் அன்றைய நிகழ்வு எழுதப்பட்டிருந்தது. நடந்தவைகள் அனைத்தையும் அறியும்போது ருட்டியின் கணவர் எவ்வளவு பெருமைப்பட்டிருக்க வேண்டும் என்பதை அனைவரும் அறிவர். ஆனால் இதில் ஒரு அதிசயம், நடந்தவை எல்லாவற்றையும் ஜின்னாவிடம் உடைத்துப் பேச யாருமில்லை. அதனால் உண்மையில் ஜின்னா என்ன நினைத்தார் என்பது யாருக்கும் தெரியாது. தன் பெருமையை வெளியே காட்டிக் கொண்டார்; ஆனால் அதிகமாக அலட்டிக் கொள்ளவில்லை. ருட்டி அன்று செய்தவைகள் முழுவதும் ஜின்னாவுக்குத் தெரியாது. ஆனாலும் விரைவில் அனைத்தையும் தெரிந்து கொண்டார். அவர் நகர மன்றத்தை விட்டு வெளியே வந்ததும் பத்திரிகையாளர்களால் சூழப்பட்டார். பல கேள்விகள். அவர் மனைவியின் தீரச் செயல்கள் பற்றிய கேள்விகளும் இருந்தன. மிகுந்த அச்சத்துடன் தான் அந்த கேள்விகளைக் கேட்டிருந்தார்கள். நல்லவேளை... ஜின்னா நிருபர்களை அவமானப்படுவது போல் எந்த பதிலையும் கூறவில்லை. அதனால் தைரியமாக இருந்த ஒரு பத்திரிகையாளர் "உங்கள் மனைவியை வீட்டிலேயே இருக்க

வைக்க முயற்சிக்கவில்லையா?" என்று கேட்டார். கண்டிப்புடன் மனைவியை வீட்டிலேயே இருக்க வைத்திருக்க வேண்டும் என்ற அழுத்தம் அந்தக் கேள்வியில் இருந்தது. ஆனால் இந்தக் கேள்வியை அவர் பெருந்தன்மையோடு ஏற்றுக்கொண்டார். க்ரானிக்கிள் செய்தித்தாளில், "ஜின்னா ருட்டியின் ஆர்வத்தைக் குறிப்பிட்டுப் பேசினார். போராட்டத்திற்கு முந்தைய நாள் நடந்த கூட்டங்களில் அவர் முக்கியப் பங்கு வகித்தார். அதோடு அக்கூட்டத்தில் ஹார்னிமன் கேட்ட கேள்விக்கு சுற்றி இருந்த மக்கள் அனைவரும் ஆமாம் என்று தீவிரமாகப் பதில் சொல்லியது போலவே ருட்டியும் சொன்னார். அதன் நீட்சியாகத் தான் இந்தப் போராட்டக் களத்திலும் இன்று வந்துள்ளார்" என்ற ஜின்னாவின் முறையான பதில் வந்தது.

ஜின்னா மனதளவில் பெண்களின் உரிமைகளில் தீவிர ஈடுபாடு கொண்டவர். அதனால்தான் தனது மாணவப் பருவத்தில் இங்கிலாந்தில் பெண்களுக்கான ஓட்டுரிமை பற்றிய போராட்டங்களில் தீவிரமாகக் கலந்து கொண்டார். அதற்கான அனைத்துக் கூட்டங்களிலும் பங்கேற்றார். ஆனாலும் அவருக்கே தனது மனதின் ஓரத்தில் ஒரு சிறு கேள்விக்குறி எழும்பியுள்ளது என்று புரிந்தது. ருட்டியைப் பற்றி அந்தச் செய்தியாளர் சொன்னதுபோல் அவர் உண்மையில் பெருமிதம் கொண்டாரா? ஜின்னா பெருமிதம் கொண்டது உண்மைதான்; தன்னோடு தோளுக்குத் தோள் கொடுத்து நின்றது மகிழ்ச்சியைத் தந்தது தான்; ஆனால் அந்த மேடைப் பேச்சு...? அது மட்டும் சிறிது அதிகமாகத் தெரிந்தது. அதுதான் ஜின்னாவின் எல்லைக் கோடு என்று எடுத்துக் கொள்ளலாம். இதையும் அவர் அறிவுப்பூர்வமாகவே செய்து வந்திருப்பார். ஏனெனில் ஜின்னாவின் நண்பர் காஞ்சி ஹோம் ரூல் இயக்கத்தில் சேரும் பொழுது, ஜின்னா அவரிடம் "மேடைக்குப் பின்னால் நடக்க வேண்டிய காரியங்களை மட்டும் செய்து கொண்டு வா; ஒரு பணியாளன் போல் வேலை செய்... மேடைப்பேச்சாளர் போல் இல்லாமல் பணிபுரிந்து வா" என்று கூறியிருந்தார். அதேபோல் பலரிடம் காஞ்சி மிக நல்ல பணியாளர் என்று பெருமை பாராட்டி வந்திருக்கிறார். "அவர் பணி செய்கிறார்; ஏனையோர் மேடையில் பேசி விட்டுப் போய் விடுகிறார்கள்" என்று காஞ்சி பற்றியும், தன்னைப் போன்ற மற்றவர்கள் பற்றியும் கூறியுள்ளார்.

ஆனாலும் ஜின்னா போட்ட அந்த எல்லைக்கோடு இருவரின் பிறப்பு வளர்ப்புச் சூழலால் அமைந்தது. இருவரும் வளர்ந்த உலகங்கள் வெவ்வேறானவை. ஜின்னாவின் திறமை, அவர்

அணியும் ஆடைகள், எட்மண்ட் பர்க் போன்ற அறிவாளிகளின் கட்டுரைகளில் உள்ள தேர்ச்சி இவையெல்லாம் இணைந்து மனதில் இருக்கும் பழமைவாதத்தை முற்றிலுமாக அழித்துவிட முடியாது. இதுபோன்ற புதுமையான காரியங்களை மறுத்து ஒதுக்கும் ஒரு தகப்பனின் எண்ண ஓட்டம் அவர் மனதினுள்ளே ஒதுங்கி இருக்கலாம். சிறுவயதில் அந்த நீண்ட அங்கியை வேண்டாம் என்று ஒதுக்கியது எளிதாக இருந்தது. ஆனால் இந்தக் கொள்கை விஷயங்கள் அப்படிப்பட்டவை அல்லவே! ருட்டியின் வாழ்க்கையோ வேறுவிதமாக இருந்தது. அதுபோன்ற ஒரு பெண்ணிடம் எவ்வளவுதான் கண்டிப்போடு இருக்க முடியும்? அவரோ பெண்களிடம் அதிகமாக பழகியவர் அல்ல. ஒன்று அவரது சகோதரி பாத்திமா; மிக இளம் வயதில் அவரது மனைவி. அவர் தனது மனைவியிடம் தனது அப்பா, அம்மாவின் முன்னால் தலை முக்காட்டை நீக்க வேண்டாம் என்று தொடர்ந்து சொல்லிக் கொடுக்க வேண்டியதிருந்தது.

ஜின்னாவின் மனதில் பல கேள்விகள். வெற்றிக் களிப்போடு இருந்த நேரம் அது. ஆனால் மனதில் பல அரசியல் கேள்விகள் எழும்பின. இருந்தாலும் அவருக்கு எளிமையான பதில்கள் கிடைத்திருந்தன. இளையோர் - முதியோர், ஏழை - பணக்காரர்கள் எல்லோருமே ஒருமித்து இது ஜின்னாவின் பொன்னான நேரம் என்று நினைத்தனர். பார்சிகளைத் தவிர அனைவரும் இதுபோலவே எண்ணினர். நகர் மன்றத்தின் நிகழ்வில் அவர் வெற்றியைக் கொண்டாட ஒரு பொதுக்கூட்டம் ஏற்பாடு செய்யப்பட்டது. அக்கூட்டத்தில் ஜின்னா மகிழ்ச்சியில் மேகத்தைத் துளாவிக்கொண்டிருந்த தன் ஆதரவாளர்களைத் தரையில் இறக்குவதற்குப் பெரும் முயற்சி செய்தார். ஆனாலும் மக்களுக்கு அந்த வெற்றி மிகப்பெரும் வெற்றியாகத் தெரிந்தது. ஆளுநரையும் அவரது ஆதரவாளர்களையும் ஒருமித்து வீழ்த்திய பெருமை அது. ஜின்னா வருவதற்கு முன்பே கூட்டம் நடக்கும் சாந்தாராம் சவுலில் ஆயிரக்கணக்கான மக்கள் குழுமி விட்டனர். நிற்பதற்குக் கூட இடமில்லை. பக்கத்துக் கட்டிடங்கள், வீட்டு முகப்புகள், ஜன்னல்கள், வெற்றுச் சுவர்கள்... ஏன் மரங்கள் கூட மக்கள் கூட்டத்தால் நிரம்பி வழிந்தன. இன்னும் கூட்டம் பெருகிக்கொண்டே இருந்தது. புதியதோர் இடத்தில் வேறு ஒரு கூட்டம் நடத்த ஏற்பாடு செய்தனர். சௌபாத்தியில் உள்ள பிரான்ஸ் பாலத்தில் அந்தக் கூட்டம் நடத்த ஏற்பாடு செய்யப்பட்டது. அங்கும் மக்கள் பெரும் திரளாகத் திரண்டனர். 15 ஆயிரம் மக்களுக்கு மேல் கூடியிருப்பார்கள். ஜின்னா அந்தக் கூட்டத்திற்கு வந்த பொழுது ஒரு பெரிய வீரருக்கான

வரவேற்பு அவருக்காகக் காத்திருந்தது. மக்களின் எழுச்சியான பாராட்டு மழையில் நனைந்தாக வேண்டியதிருந்தது. ஆனால் ஜின்னா தன் மனதைச் சமநிலையில் வைத்துக் கொண்டார். இதை ஒரு வாய்ப்பாகக் கருதி அவர்களைப் போற்றிப் பேசுவது அல்லது தன்னையே பெருமைப்படுத்திப் பேசிக் கொள்ளாமல் அமைதியாக உரையாற்றினார். நல்லவேளையாக நகர் மன்றத்தில் ஏற்பட்ட கலகம் அதிகமாக ஆகியிருந்ததால் சிலர் உயிர்களை இழக்க நேர்ந்திருக்கும் என்று மிகுந்த அமைதியாகக் கூறினார். இறுதியில் என் கடமையை நான் எப்பொழுதும் செய்வேன் என்று மக்களுக்கு வாக்குறுதி கொடுத்த நேரத்திலும்கூட ருட்டியிடம் காவல்துறை செய்த அதிகார மீறலைப் பற்றி எதுவுமே குறிப்பிடவில்லை

இந்த வெற்றிக் கூட்டத்தில் ருட்டி, ஜின்னாவுடன் மேடையில் இருந்தாரா இல்லையா என்பது தெரியவில்லை. வேறு சில பெண்கள் மேடையில் இருந்திருக்கிறார்கள். ஆனால் ருட்டி அங்கு இருந்தாரா இல்லையா என்பது பற்றிய குறிப்புகள் செய்தித்தாள்களில் இல்லை. வேறு ஒரு பெண்மணியைப் பற்றிய குறிப்புகள் காணப்படுகின்றன. அவர் திருமதி கம்தார். அவர் ஒரு வழக்கறிஞரின் மனைவி. பம்பாய் மக்களின் உரிமைக்காகப் போராடியவர்களுக்குத் தங்கள் நன்றிக் கடனைச் சமர்ப்பித்தார். அந்த உரையிலும் ருட்டியின் பெயர் வரவில்லை. ஆனால் ருட்டிக்கான நன்றி ஒரு வாரம் கழித்து நடந்த இன்னொரு கூட்டத்தில் மிக அழகாகச் சொல்லப்பட்டது. அந்தக் கூட்டம் கர்ட்கோபர் என்ற இடத்தில் நடந்தது. அங்கேயே ஜின்னாவுக்கு தங்கத்தில் ஒரு மெடல் அன்பளிப்பாகத் தரப்பட்டது. அதுமட்டுமல்லாது ருட்டியின் வீராவேசம் பற்றியும் அதற்கான பாராட்டுகளும் அளிக்கப்பட்டன. அந்தப் பகுதி ஆதரவாளர் தன் வரவேற்புரையில் பேசும் போது ருட்டியின் மீது அடுக்கடுக்காகப் புகழ் மாலை சாற்றினார். 'சீதாபிராட்டி ராமரோடு உடன் இருந்தது போல்', ஜின்னாவுடன் நின்று காவல் அதிகாரியை எதிர்த்து நின்ற ருட்டியின் வீரம் பற்றிப் பெருமையாகப் பேசினார். அதற்கு மேலும் அவர் பேசுகையில் "ருட்டி பெண் குலப் பெருமையை உச்சத்துக்கு எடுத்துச் சென்றுவிட்டார். பெண்களுக்கு ஒரு மரியாதையான இடத்தைப் பெற்றுக் கொடுத்து விட்டார்" என்று புகழ்ந்தார். இந்தப் பாராட்டுரைகளுக்கு மக்களிடம் இருந்தும் பெரும் ஆதரவு கிடைத்தது. இந்தப் பேச்சுக்கு ருட்டி நன்றி சொல்லவில்லை. ஆனால் ஜின்னா எழுந்து நின்று அந்தப் பாராட்டுகளுக்கு நன்றி கூறினார். தன்னையும் தன் மனைவியையும் பாராட்டியதற்காக

நன்றி தெரிவித்துவிட்டு, அதோடு நான் என் கடமையை எப்போதும் செய்வேன் என்ற உறுதிமொழியையும் கொடுத்தார்.

இந்த நிகழ்ச்சியைப் பற்றி ருட்டி - ஜின்னா இருவர் நடுவிலும் எந்தக் கருத்துப் பரிமாற்றமும் நடக்கவில்லை. ஆனால் ருட்டியால் ஜின்னாவின் மனம் முழுவதையும் படிக்க முடிந்தது. அதுமட்டுமில்லாமல் அப்போது ருட்டி ஐந்து வாரக் கர்ப்பிணியாக இருந்தார். என்னதான் இருந்தாலும் ஜின்னா இன்னும் ஒரு பழைய காலத்து ஆண் தான். இதுபோன்ற நேரத்தில் பெண்கள் பிரச்சனைகளின் அருகில் கூட செல்லக்கூடாது என்ற மனப்பான்மை உள்ளவர்தான். ஆனால் இந்த நிகழ்ச்சிக்குப் பின் ருட்டி ஒரு முடிவெடுத்திருந்தார். இனி எந்த அரசியல் நிகழ்வுகளிலும் தேவைகள் இருந்தாலும்கூட எவ்விதத்திலும் பங்கெடுக்கக் கூடாது. இனி அதிகமாகப் போனால் ஜின்னாவின் அருகிலேயே இருந்தாலும் இன்னொரு ஜடப்பொருள் போலவே இருக்க வேண்டும் என்று முடிவெடுத்திருந்தார். ருட்டியின் மனதில் ஏற்பட்ட இந்தப் பணிவு நிச்சயம் அவரது தந்தை தின்ஷாவிற்குக் கூட மிகுந்த ஆச்சரியத்தை உண்டு பண்ணியிருக்கும். தன் இயற்கையான பண்புகளை ஒதுக்கி வைத்துவிட்டு தனக்கென தானே உண்டுபண்ணியிருக்கும் கோட்டிற்குள் தன்னையே சிறை வைத்துக் கொண்டார் ருட்டி.

அத்தியாயம் பதினொன்று

அவர்கள் இருவர் வாழ்க்கையிலும் அவர்கள் எதிர்பார்க்காத நேரத்தில் ஒரு புதிய ஊடுருவல். அது அவர்களின் குழந்தை. ஜின்னாவின் வாழ்க்கையிலோ பெரும் தடைகள் இப்போது அடுத்தடுத்து வந்தன. அது ருட்டியினாலோ அல்லது குழந்தையினாலோ அல்ல. தொடர்ந்து நடந்த பல விஷயங்கள் அவர் வாழ்க்கையையே புரட்டிப் போடப் பார்த்தன. சிறப்பாகச் சென்று கொண்டிருந்த அவரது அரசியல் வாழ்க்கையில் அவை தொடர்ந்த அச்சுறுத்தல்களைத் தந்து கொண்டே இருந்தன. இந்தத் தடங்கல்களும் அச்சுறுத்தல்களும் அவரது அரசியல் வாழ்க்கையைக் கேள்விக் குறியாக்கிக் கொண்டிருந்தன.

ஆரம்பிக்கும்போது அந்த ஆண்டு மிக அழகாகவே ஆரம்பித்தது. சொல்லப்போனால் எந்த ஆண்டும் இவ்வளவு அழகாக ஆரம்பித்ததில்லை. நடந்து முடிந்த வில்லிங்டனுக்கு எதிரான போராட்டத்தின் மூலமாக அவரது புகழ் நாடெங்கும் பரவி விரிந்திருந்தது. போராட்டம் என்னவோ பம்பாயில் தான் நடந்தது. ஆனால் அந்த நிகழ்வு பற்றிய செய்திகள் நாடெல்லாம் பரவி அவர் புகழையும் பெயரையும் நாடு முழுவதிலும் நிலைநாட்டிச் சென்றன. அந்தப் போராட்டங்கள் முடிந்து சில நாட்களுக்குப் பிறகு ஜின்னாவின் பெயரில் ஒரு புதிய கட்டிடம் கட்ட ஜின்னாவின் நண்பர்களும் ஆதரவாளர்களும் முடிவெடுத்தனர். அதற்கான நன்கொடைகள் வசூலிக்கப்பட்டன. தாராளமாக நன்கொடைகள் வந்து கொட்டின. யார் யார் கொடுத்தார்கள் என்பது கூடத் தெரியாமல் பலரும் கொடுத்தனர். *பம்பாய் க்ரானிக்கிள்* செய்தித்தாளில் நன்கொடையாளர்கள் பட்டியல் தொடர்ந்து வந்துகொண்டே இருந்தது. ஒவ்வொரு நாளும் இந்தப் பட்டியலின் நீளம் அதிகரித்துக்கொண்டே போனது. இதனால் ஜின்னா ஆளுநருக்கு எதிராக நடத்திய போராட்டம் மக்களின் மனதில் வலுவாக, ஆழமாகப் பதிந்து விட்டது என்பது புரிந்தது. ஆனால் ஜின்னாவும் ருட்டியும் இந்த

இனிய நிகழ்வை, தொடர்ந்து பம்பாயில் இருந்து கவனித்துக் கொண்டிருக்க முடியவில்லை. ஆளுநரை எதிர்த்து நடந்த போராட்டம் முடிந்து இரண்டே வாரங்களில் அவர்கள் தில்லி நோக்கிப் பயணப்பட வேண்டியதிருந்தது. அந்த ஆண்டின் இறுதி நிகழ்வாக காங்கிரஸ் கட்சியின் மாநாடும், முஸ்லிம் லீக்கின் மாநாடும் நடக்கவிருந்தன. ஜின்னா பங்கேற்க வேண்டிய நிகழ்வுகள் அவை. ஆனால் ஜின்னா பம்பாய்க்குச் சென்று இரண்டு நாட்கள் தங்கிவிட்டு உடனே திரும்பி வரவேண்டியதிருந்தது. இந்திய அரசின் சீர்திருத்தக் கமிட்டி பம்பாயில் கூடும் போது அவரது இருப்பு அங்கு தேவையாக இருந்தது. அது முடிந்தவுடன் அவர் விரைந்து கல்கத்தா சென்று அங்கேயும் சீர்திருத்தக் குழுவின் கூட்டத்தில் கலந்து கொள்ள வேண்டியதிருந்தது. இந்த இரண்டு கூட்டங்களிலும் கலந்தாலோசிக்கப்பட்ட முக்கிய இந்தியத் தலைவர்களுள் ஜின்னா முக்கியமானவர். இந்த அவசரப் பயணங்கள் தவிர்க்க முடியாதவைகளாக இருந்தன.

திருமணம் ஆவதற்கு முன்பு ஜின்னா இதுபோன்ற பணிகளை மிக எளிதாகச் செய்து விடுவார். ஊருக்கு ஊர் பயணிப்பது அப்போது அவருக்கு அத்தனை சிரமமான காரியமல்ல. கோவாவைச் சேர்ந்த ஓர் உதவியாளர் அவருக்கு உண்டு. எப்போதும் ஜின்னாவோடு பயணிப்பது அவர் மட்டும்தான். ஜின்னாவின் தேவைகள் அனைத்தும் அவருக்கு அத்துப்படி. ஜின்னா பயணிக்கும்போது மூட்டை கட்டுவது அவருக்கு மிகவும் எளிதான வேலை. ஜின்னாவின் பயணத்தேவைகள் அதிகம்தான். ஏனெனில் அவர் மிடுக்காக உடை அணிபவர். அவருக்கு வேண்டிய உடைகள், காலணிகள், தொப்பிகள் எல்லாம் வகை வகையாக இருக்கும். ஒரே ஒரு இரவு தங்க வேண்டுமானால் கூட ஜின்னாவின் தேவைகள் அதிகமாகவே இருக்கும். ஆனால் ஜின்னாவின் அந்தத் துணைவருக்கு இவை ஏதும் தடையில்லை. வகைவகையான பெட்டிகள்; விதவிதமான ஆடைகள்; எல்லாவற்றையும் ஒழுங்காக எடுத்து வைக்கவேண்டும். அவர்களின் பாதுகாப்பு மிக முக்கியம். ஜின்னா ஒரே சமயத்தில் இரண்டு குதிரைகளில் பயணம் செய்பவர்; ஒன்று அரசியல்; இன்னொன்று வழக்கறிஞர் வேலை. அவரது வேலையாட்கள் மிகச் சரியாகவும், மிகத் திறமையோடும் இயங்க வேண்டும். அதோடு ஜின்னா தன் உதவியாளர்களிடம் இருந்து வேலை வாங்குவதில் மிகக் கெட்டிக்காரர். அவர்கள் குற்றம் ஏதும் செய்தாலும் தண்டனை அதிகமாகவே இருக்கும். தவறுகள், மன்னிப்புகள்

என்பவையெல்லாம் ஜின்னாவின் அகராதியில் கிடையவே கிடையாது. ஆனாலும் இதற்காக ஜின்னா வேலையாட்களின் தோள்களில் உட்கார்ந்துகொண்டு அவர்களுக்கு எப்போதும் கட்டளை இட்டுக் கொண்டிருக்கும் முரட்டு எஜமானர் இல்லை. எல்லாம் தானாக இயல்பாக இயங்க வேண்டும். அவர் எதிர்பார்த்தது போலவே அவரது உதவியாளர்கள் அனைவரும் சொல்லிவைத்தது போல் மிகமிக ஒழுங்காக தங்கள் பணிகளில் குறையின்றி செயலாற்றுபவர்கள். ஜின்னாவின் திருமணத்திற்கு முன்பு இயல்பாக இயங்கிவந்த இந்த வழக்கங்கள் திருமணத்திற்குப் பின்பு மாறும்படியான சூழ்நிலை உருவானது. அதோடு ஜின்னா எங்கு சென்றாலும் இப்போதெல்லாம் தன் மனைவியையும் உடன் அழைத்துச் செல்வது வழக்கம். இதனால் சில குழப்பங்களும் நேர்ந்ததுண்டு. ஆனால் ஜின்னா அவைகளைக் கண்டு கொள்வதில்லை. மேலும் ஜின்னாவை விட ருட்டியின் தேவைகளும் பெட்டிகளும் பயணத்தின்போது அதிகம். அதனால் குழப்பமும் அதிகம். ஆனால் ஜின்னா இவைகளைக் கண்டு முகம் சுளித்ததில்லை. ஒருவேளை ஜின்னா தன் அடிமனதில் தூங்கிக்கொண்டிருக்கும் பொறுமையை வெளிக்கொணர்ந்து, இப்போது ஒரு பெரும் பொறுமைசாலியாக தன்னை ஆக்கிக்கொண்டு விட்டாரோ! ருட்டி, ஜின்னாவோடு செல்லும் போது மலையளவு பொருட்களை எடுத்துச் செல்வார். அதோடு மட்டுமல்லாமல் படை போல் அவர் வேலையாட்களும் உடன் வருவர். அவரது நாயும் உடன் வரும். அந்த நாய்க்கான பொருட்களும் மூட்டை முடிச்சுகளோடு சேர்ந்து கொள்ளும். கோடைக்காலம் என்றால் ஐஸ் பெட்டிகள் வரும். ஆனால் இதனாலெல்லாம் ஜின்னாவின் மௌனம் கலைவதில்லை. மூட்டை முடிச்சுகளைக் கொஞ்சம் குறைத்துக் கொள்ளலாமே என்று கூட அவர் கேட்டதும் இல்லை; அவ்வாறு நினைத்ததுமில்லை. இதனால் பயணம் எளிதாக இருக்குமே என்ற எண்ணத்தைக் கூட வெளிக்காட்டியது இல்லை. அதோடு இருவருக்குமே இப்படி அடிக்கடி பயணம் மேற்கொள்ள வேண்டியதிருக்கிறது; யாராவது ஒருவர் பயணம் செய்வதைத் தவிர்த்து விடலாமே என்ற எண்ணமும் அவருக்கு வந்ததில்லை. இணைபிரியாத தம்பதிகள் போல் இருவரும் ஒன்றாகவே இதுவரை பயணங்களை மேற்கொண்டிருந்தார்கள்.

ஆனால் இப்போது ருட்டி இருக்கும் நிலை வேறு. கடினமான பயணங்கள் மேற்கொள்வது சிரமமான ஒன்று; அதை நிறுத்த வேண்டிய தேவையும் இருந்தது. ருட்டியை பம்பாயில் வீட்டிலேயே விட்டுவிட்டு தனது சிரமமான

பயணங்களை மேற்கொள்ள வேண்டும் என்று ஜின்னா நினைத்தார். பம்பாயில் இருந்து தில்லிக்குச் செல்ல வேண்டும். சட்டசபைக் கூட்டங்களில் பங்கேற்க வேண்டும். வாரத்தின் இறுதியில் மீண்டும் பம்பாய் வந்து வழக்கு விவகாரங்களைக் கவனிக்க வேண்டும். சட்டப்பேரவைக் கூட்டம் கூடுவதற்குள் முடிக்க வேண்டிய பல வழக்குகள் கைகளில் இருந்தன. அவர்களுக்கு வேண்டிய ஏற்பாடுகளைச் செய்ய பம்பாய்க்கு வந்தாகவேண்டும். திருமணத்திற்குப் பிறகு முதல் முறையாக தில்லிக்கு தான் மட்டும் சென்றார். இதற்கு முன்பு கல்கத்தா சென்று அங்கு நடந்த சீர்திருத்தக் குழுவின் கூட்டத்தில் கலந்துகொண்டு பம்பாய் திரும்பியிருந்தார். ருட்டிக்கு இதுவொரு ஒரு நல்ல மாற்றமாக இருந்திருக்கலாம். ஏனெனில் தில்லியில் தோழமை ஏதுமில்லாமல் தன்னந்தனியாக ஊருக்கு வெளியே ஒதுங்கியிருந்த ஒரு விடுதியில், ஜின்னாவிற்காகக் காத்திருப்பதைத் தவிர வேறெந்த வேலையும் இல்லாமல் அலுப்புடன் இருப்பார். ஜின்னாவும் மிகவும் காலம் தாழ்த்தியே விடுதிக்குத் திரும்பி வருவார். அதன் பிறகு அவர்கள் இருவரும் வெளியே கிளம்பி, சுற்றி வருவதற்கான வாய்ப்புகள் ஏதுமில்லை. தில்லி தான் இப்படி இருக்கிறது என்றால் அவர் பிறந்து வளர்ந்த பம்பாயில் நண்பர்கள் இல்லாத சூழலில் மீண்டும் தனிமையில் உட்கார்ந்திருந்தார். அதுவும் தில்லியை விட பம்பாயின் நிலைமை கொஞ்சம் மோசம்தான். ஏனெனில் தில்லியில் ஜின்னா ஓரளவு விரைந்து திரும்பி வர வேண்டிய கட்டாயம் இருந்தது. அவர் திரும்பி வந்ததும் அவருக்கு வேண்டிய உதவிகளைச் செய்து, அதன் மூலம் சில இனிமையான மணித் துளிகள் கரையும். வெளியூரில் இருக்கும் பொழுதுகளில் ஜின்னாவும் முழுமையாக ருட்டியின் விருப்பப்படி அவரிடம் முழுப் பொறுப்பையும் ஒப்படைத்து விடுவார். ஆனாலும் தான் இல்லாத நேரத்தில் ருட்டி தனிமையில் எப்படித் தனது பொழுதைக் கழிக்கிறார் என்று ஜின்னா யோசித்ததே இல்லை. நீண்ட நேரம்... தனிமையில் காத்திருப்பு... என்று இதெல்லாம் ருட்டிக்கு வழக்கமான ஒன்றாகப் போய்விட்டது. எல்லாவற்றையும் பழகிக் கொண்டு விட்டார்.

இப்போது மீண்டும் ஒரு பெரிய மாற்றம். காத்திருக்கவோ, உடனிருந்து உதவி செய்யவோ ருட்டி இப்போது இல்லை. அவர் உடன் இல்லாததால் ஜின்னாவின் பழைய வரலாறு மீண்டும் திரும்பி விட்டது. ஜின்னா இப்போது தனித்திருந்தார். தனித்திருந்ததால் அல்லும் பகலும் அரசியலைச் சூழ்ந்தே

அவரது பொழுது கழிந்தது. ருட்டியின் அருகாமை ஜின்னாவுக்குத் தேவையில்லாமல் இருந்தது. பிப்ரவரி மாதம் பிறந்தது. திருமதி ஜின்னாவின் பிறந்த நாளுக்கு இரண்டு வாரம் இருந்தது. திருமணம் முடிந்த பிறகு வரும் முதல் பிறந்தநாள். ஆனால் ஜின்னா அரசியல் சூழலில் ஆழமாகச் சிக்கியிருந்தார். இம்பீரியல் ரெஜிஸ்ட்ரி கவுன்ஸில் அமைப்பின் திட்டங்களில் அவர் மிகத் தீவிரமாக ஈடுபட்டிருந்தார். அவரது அரசியல் வாழ்க்கையின் மிகவும் முக்கிய நடுப்புள்ளியாக அது இருந்தது. தன் சொந்த விருப்பு வெறுப்புகளை புறந்தள்ளிவிட்டு இந்தத் திட்டத்தில் மிக ஆழமாக ஈடுபட்டிருந்தார். ருட்டியின் பிறந்தநாள் அவர் நினைவுக்கு வரவே இல்லை. அதே நேரத்தில் ரௌலத் திட்டம் விவாதத்திற்கு வந்தது. இது ஜின்னாவின் அரசியல் வாழ்க்கையில் ஒரு சூறாவளியை ஏற்படுத்தியது. இத்திட்டத்தை பற்றிய விவாதங்களில் ஜின்னா முழுமையாக ஈடுபட்டு விட்டார். அதனால் அவர் பம்பாய் செல்லும் திட்டம் எதையும் வகுக்கவில்லை. விடுபட்ட பயணத்தோடு ருட்டியின் பிறந்தநாள் நினைவும் விடுபட்டுப் போனது. ருட்டிக்கு இது ஒரு புதிய அனுபவம். அவரது பிறந்தநாளில் அவருடன் யாரும் இல்லை. கசப்பான அனுபவம். ஆனால் ஜின்னா அரசியலே தனது குறிக்கோள் என்பதை ருட்டி நன்கு புரிந்துகொள்ள வேண்டுமென்று எதிர்பார்த்திருந்தார். ருட்டியும் அதைப் புரிந்துகொண்டு வாழ்க்கையின் அந்தக் கசப்பான உண்மைகளை அப்படியே ஏற்றுக்கொண்டார்; ஏமாற்றங்களை விழுங்கிக்கொண்டார்.

ஆங்கிலேயர்கள் கொண்டு வரும் இந்தப் புதிய திட்டம் ஜின்னாவுக்கு மட்டுமல்ல இந்தியாவின் அனைத்து அரசியல் தலைவர்களுக்கும் பெரும் தலைவலியையும், வேதனையையும் அளித்தது. எல்லோரும் குழம்பி நின்றனர். உலகப் போர் முடிந்து விட்டது. இதனால் இந்தியப் பாதுகாப்புச் சட்டம் ஒரு முடிவுக்கு வந்துவிட்டது. ஆங்கிலேய அரசு போருக்குப் பிறகு இரண்டு புதிய மசோதாக்களைக் கொண்டு வந்தது. இந்த மசோதாவின் மூலம் அது, சட்டத்தையும் தாண்டிய உரிமைகளைப் பெறுவதற்கான முயற்சியில் ஈடுபட்டிருந்தது. நாட்டில் உரிமைப் போராட்டங்கள் வலுத்துக் கொண்டு வர ஆரம்பித்திருந்தன. போர்க்காலத்தில் இப்போராட்டங்கள் அதிக எண்ணிக்கையில் நடந்து கொண்டிருந்தன. இதையெல்லாம் அடக்குவதற்கு ஆங்கிலேய அரசிற்கு பெரும் அதிகாரம் வேண்டியிருந்தது. இந்த அதிகாரத்திற்காகத் தான் 2 புதிய மசோதாக்கள் சட்டப் பேரவைக்குக் கொண்டு வரப்பட்டிருந்தன.

இது வரம்பு மீறிய அதிகாரத்தை அரசுக்கு அளிக்கும். இதற்காக ரௌலத் தலைமையில் தேசத் துரோக தடுப்புச்சட்டம் கொண்டுவருவதற்கான ஒரு குழு அளித்த சிபாரிசுகள் மூலம் இந்த மசோதாக்கள் பிறப்பிக்கப்பட்டுள்ளன. அதனால் இக்குழுவின் தலைவராக இருந்த நீதியரசர் S.A.T.ரௌலத் பெயரில் இவை 'ரௌலத் மசோதா' என்று அழைக்கப்பட்டன. இந்த மசோதாக்கள் மூலம் ஆங்கிலேய அரசு எப்பொழுதுமே அவசரகாலச் சட்டங்களை இயற்றி அவை மூலம் யாரை வேண்டுமானாலும், எப்போது வேண்டுமானாலும் கைது செய்து தண்டனைக்கு உள்ளாக்கலாம். அதுவும் எவ்வித விசாரணையுமின்றியே இந்தச் சட்டங்களை ஆங்கிலேயே அரசு கையாள முடியும். இந்த இரண்டு மசோதாக்களில் ஒன்று 'குற்றவியல் அவசரச் சட்ட மசோதா'; இரண்டாவது 'குற்றவியல் திருத்த மசோதா'. இரண்டாவது மசோதா - குற்றவியல் திருத்த மசோதா - கைவிடப்பட்டது. ஆனால் முதல் மசோதா மக்கள் பேரவையில் அனைத்து இந்திய உறுப்பினர்களாலும் எதிர்க்கப்பட்டது. அரசாங்கத்தினால் இது நிச்சயமாகத் தவறாகப் பயன்படுத்தப்படும். மக்களின் எந்த எதிர்ப்பையும் அது எளிதாக முறியடிக்க முடியும்; எந்த உரிமைப் போராட்டத்தையும் வலுவிழக்கச் செய்ய முடியும் என்பது அனைவருக்கும் எளிதாகப் புரிந்தது. சட்டம் மிகவும் கடுமையானது; கொடூரமானது. இச்சட்டத்தின் மூலம் அரசு மிகவும் அச்சமூட்டும் நிலைப்பாடுகளை எடுக்கமுடியும். இதை எதிர்க்க வேண்டியது ஒவ்வொரு இந்தியத் தலைவரின் கடமை. ஜின்னா தனியொரு எதிர்க்கட்சித் தலைவர் போல முழுமையாக இந்த மசோதாவை எதிர்த்து நின்றார். இதனால் அவர் சட்டப் பேரவையின் அனைத்துக் கூட்டங்களிலும் தவறாது இருக்க வேண்டிய சூழ்நிலை ஏற்பட்டது. மசோதா மீது விவாதங்கள் நடந்தன. பல தலைவர்கள் எதிர்த்தார்கள். அவர்களையும், அனைத்து விவாதங்களையும் ஒன்று சேர்க்க வேண்டியது ஜின்னாவின் பொறுப்பாக இருந்தது. தன்னுடைய சட்ட அறிவைப் போராட்ட மொழிகள் மூலம் ஆணித்தரமாகக் கொடுக்க வேண்டியிருந்தது. அரசுக்கு எதிராக நின்ற எதிர்க்கட்சியின் தலைவராக அவரது பணியை மிகச் செம்மையாக தொடர்ந்து ஈடுபாட்டுடன் செய்து கொண்டே இருந்தார்.

இந்த மசோதா ஜின்னாவின் ஆன்மாவையே ஒரு உலுக்கு உலுக்கிவிட்டது. அவர் மனதில் இருந்த எதிர்பார்ப்பும் அவரது எதிர்காலக் கற்பனைகளும் மெல்ல ஆட்டம் கண்டன. தனக்கே தெரியாமல் அவர் வளர்த்து வந்த உயர்ந்த கருத்துகளை வழங்கிக்

கொண்டிருந்த அவரது ஆன்மாவின் அடித்தளமே இதில் ஆட்டம் காண ஆரம்பித்தது. தன்னைப்பற்றியும், உலகத்தைப் பற்றியும் தெள்ளெனத் தெரிந்துகொள்ள அவருக்கு ஒரு புதிய பார்வை தேவைப்பட்டது. இந்த மசோதா முன்மொழியப்பட்டதும் அவருடைய அரசியல் எதிர்பார்ப்புகள் ஏமாற்றம் என்ற பெரும் குழிக்குள் விழுந்தன. போர் முடிந்துவிட்டது. இப்பொழுது ஆங்கிலேயே அரசு செல்லும் வழியை, எடுக்கும் முடிவுகளை ஏமாற்றத்துடன் பார்த்துக்கொண்டிருந்தார். இளம் வயதிலேயே இங்கிலாந்து சென்று தனது கல்வி, பயிற்சி அனைத்தையுமே அந்த நாட்டில்தான் பெற்றிருந்தார். அதைப் பற்றிய பெருமிதம் அவரிடம் உண்டு. ஏனெனில் ஆங்கிலேயர்கள் எதையும் முறையாக, ஒழுங்காக, சட்டப்படி செய்வார்கள் என்ற எண்ணம் அவருக்கு வலுவாக இருந்தது. இப்போது அது ஒரு பெரும் கேள்விக்குறியாக மாறிவிட்டது. இந்தச் சூழலில் தான் ஒரு தலைவராக பலரை வழி நடத்திச் செல்ல முடியுமா என்ற கேள்வியை தனக்குத் தானே நம்பிக்கையில்லாமல் கேட்டுக்கொள்ள ஆரம்பித்திருந்தார். தான் நினைத்ததை இனிமேல் செய்ய முடியுமா என்ற ஐயம் பிறந்தது. ஆங்கிலேய அரசு இந்தியாவுக்கு இட்டிருந்த கொடிய விலங்கை உடைத்து நொறுக்க முடியுமா என்ற ஐயமும் எழுந்தது. ஏனெனில் இதுவரை முறைப்படி, சட்டப்படி அதுவும் இங்கிலாந்து நாட்டின் சட்டப்படி அனைத்தையும் முழுமையாகச் செய்ய முடியும் என்று அவர் நம்பிக் கொண்டிருந்தார். அந்த நம்பிக்கைகள் கைவிட்டுப்போக ஆரம்பித்தன. அவரது அரசியல் வாழ்க்கையில் பெரும் தடை ஒன்று ஏற்பட்டு விட்டது. தோல்வி மனப்பான்மை மனதின் மேல் எழுந்து நிற்க ஆரம்பித்தது.

நம்பிக்கை இழந்த நிலையிலும் ஜின்னா தன் முறையான வழிகள் மூலமாகவே ஆங்கிலேய அரசை எதிர்க்க ஆரம்பித்தார். தன் எதிர்ப்புகளுக்கான சரியான காரண காரியங்களையும், அதனால் விளையும் தன் எதிர்ப்பையும் அதற்கான விவாதங்களையும் வெளிக்கொண்டு வந்தார். அரசு மக்களின் நலன்களை முன்னெடுக்க வேண்டும். ஆனால் இந்த மசோதா மக்களுக்குத் தீமையை மட்டுமே தரக்கூடிய, அச்சம் தரக்கூடிய ஓர் ஆயுதமாக இருக்கிறது. ஜின்னா திறமையான விவாதங்களையும் சரியான காரணங்களையும் தொடர்ந்து எடுத்துக் கொடுத்திருந்தாலும் அரசு அசையவில்லை. எதையும் செவிமடுக்காத அரசாக மாறி விட்டது. ஜின்னா எடுத்த கடினமான முயற்சிகள் அனைத்தும் பாறை மீது விழுந்த நீரலைகள் போல் சிதறி விட்டன. எல்லா எதிர்ப்புகளையும்

அரசு தன் அதிகாரத்தால் எளிதாகப் புறந்தள்ளி விட்டது. மசோதாவைச் சட்டமாக்குவதற்கு அத்தனை எதிர்ப்பு கொடுத்தும், அரசு அவைகளையும் மீறி அதைச் சட்டமாக மாற்றுவதிலேயே குறியாக இருந்தது. ஜின்னா உணர்ச்சிப் பூர்வமாகப் பேசினார்; சட்ட நுணுக்கங்களை முன்னெடுத்து வைத்தார். எல்லாம் காற்றோடு போயின. அந்த மசோதா சட்டமாக மாறுவதை அவரால் தடுக்க முடியாது போயிற்று. அடுத்ததாக அந்த மசோதாவை சட்டமாக மாற்றுவதற்கு முன் உயர்நீதிமன்றத்திற்கோ, வேறு உயர் குழுவினருக்கோ எடுத்துச் செல்லவேண்டும் என்று ஒரு தடை வாங்க முயற்சித்தார். அதுவும் ஈடேறவில்லை. மிகவும் மனம் நொந்துபோய் சட்டப்பேரவையில் வேதனை தெறிக்க, "இங்கு உட்கார்ந்துகொண்டு, எங்கள் விவாதங்களை கேலிக்கூத்தாக்கும் போக்கைப் பார்த்து வேதனைப்படுகிறேன்" என்றார். ஆனால் எவ்வளவு கண்டித்தாலும், கோபப்பட்டாலும் வேதனை மட்டும் தான் மிஞ்சும்; காரியம் எதுவும் நடக்கப் போவதில்லை என்பது அவருக்குத் தெளிவாகப் புரிந்தது. அரசு கண்டு கொள்ளவில்லை; கண்டு கொள்ளப் போவதுமில்லை என்பதைத் தெரிந்து வருந்தினார் ஜின்னா. தன்னுடைய கோபத்தையும் வெறுப்பையும் ஆதங்கத்தையும் வெளிப்படுத்தினார். தன்னால் முழு வேகத்துடன் நன்றாகப் பேச முடியுமா என்று ஜின்னாவே தன்னைப்பற்றி சந்தேகப்பட்டார். தன் கருத்துகளை முன் வைக்க அவர் தயங்கவில்லை. அந்த இறுதிப் பேச்சு அந்த விவாதத்தின் முக்கியப் புள்ளியாக அமைந்தது. பேச ஆரம்பித்தார் ஜின்னா. பேச்சு வெகு நேரம் நீண்டது.... நீண்ட நேரம் தொடர்ந்தது. அந்த இறுதிப் பேச்சு முழுவதும் வேதனை நிறைந்ததாக இருந்தது; உணர்ச்சிப் பூர்வமாக இருந்தது. நாட்டின் மீது அவர் வைத்திருந்த அன்பு, நாட்டிற்கு ஏதாவது செய்துவிட வேண்டும் என்ற துடிப்பு... எல்லாமே அந்தப் பேச்சில் நிறைந்திருந்தன. வாழ்க்கையில் ஒரு குறிக்கோளையும், ஒரு திண்மையையும் தனக்கு ஏற்படுத்திக் கொடுத்த இங்கிலாந்து நாட்டின் மீது அவருக்கிருந்த பாசமும், இப்போது அந்த நாட்டு அதிகாரிகளினால் ஏற்பட்டுள்ள அவநம்பிக்கையும் அந்தப் பேச்சில் வெளிப்பட்டது.

ஜின்னா சட்டப்பேரவையை விட்டு வெளியேறும்போது மனம் ஏமாற்றத்தில் வெதும்பிப் போயிருந்தது. அங்கிருந்து வேதனையோடு பம்பாய் திரும்பினார். அங்கே ஜின்னாவிற்கு நிறைய பொறுப்புகளும் புதிய வேலைகளும் காத்திருந்தன. ரௌலத் திட்டத்தை நிறுத்தி அதை சட்டத்தின்மூலம் எதிர்க்க

புது முயற்சிகள் எடுத்தார். அதோடு மட்டுமின்றி ரௌலத் திட்டத்திற்கான எதிர்ப்பை மக்களிடம் கொண்டு போய்ச் சேர்க்க தனது முயற்சிகளை ஆரம்பித்தார். போர் முடிந்திருந்த சூழ்நிலை; ஆங்கிலேய அரசு புதுத் திட்டங்களை கொண்டு வருவதற்கு எடுக்கும் முயற்சிகள்; இவையெல்லாம் ஜின்னாவை ஒரு முன்னணி தேசியத் தலைவராக முன்னிறுத்தின. தன்னை நிலைநிறுத்திக் கொள்ள அவர் இன்னும் பல பணிகளைத் தன் தலைமேல் சுமக்க வேண்டியிருந்தது.

ஜின்னா இருந்த இக்கட்டான சூழ்நிலையில் ருட்டியும் தன் சோகத்தைத் தானே மூட்டை கட்டிக்கொண்டு தனியே பம்பாயில் தவித்துக் கொண்டிருந்தார். உள்ளத்தில் தனிமை; உடலுக்குள் வளரும் குழந்தை; சிறை வாழ்வு போன்ற ஒரு நிலைமை. எல்லாமே ஒன்று சேர்ந்து ருட்டியின் மனதை அழுத்தின. ஆனால் வார இறுதி நாட்களில் ஜின்னா பம்பாய் வரும்பொழுது தன் சோகங்களை அவரிடம் சிறிதும் காட்டிக் கொள்ளவே இல்லை. அந்த நேரத்தில் ஜின்னாவின் மனதை ஆசுவாசப்படுத்த முயன்றார். உற்ற தோழியாய் இருந்த சரோஜினியிடம் கூட ருட்டி இதை வெளிக்காட்டவில்லை.

ருட்டி தன் திருமணத்திற்குப் பிறகு சரோஜினியைச் சந்திப்பது எப்போதோ ஒரு தடவை என்றானது. சென்ற ஆண்டு ஆகஸ்ட் மாதம் சந்தித்தது. அப்போது இருவருமே பம்பாயில் இருந்தார்கள். இப்போது சரோஜினி தாஜ்மஹால் ஹோட்டலில் மாத வாடகையில் ஓர் அறையைத் தனக்காக வாடகைக்கு எடுத்து இருந்தார். ஆனால் சென்ற ஆண்டு அவர் அந்த விடுதியில் தங்கியிருந்தது எப்போதோ ஓரிரு நாட்கள்தான். ஏனெனில் அவருக்கு அரசியல் கூட்டங்களுக்கான அழைப்புகள் தொடர்ந்து வந்துகொண்டே இருந்தன. ஒரு பெரும் அரசியல் தலைவராக அவரது வாழ்க்கை விரைந்து சென்று கொண்டிருந்தது. பேச்சுத் திறமை உள்ள தலைவர்கள் மிகுந்த தேவையாக இருந்தார்கள். சரோஜினியின் பேச்சுத் திறமை பற்றிச் சொல்லவா வேண்டும்! நாட்டின் மூலை முடுக்குகளில் இருந்தும் அவருக்கு தொடர்ந்து அழைப்புகள் வந்து கொண்டே இருந்தன. அவரது தனிப்பட்ட வாழ்க்கையில் இப்போது நட்புக்கும், உறவுக்கும் நேரம் இல்லாமல் போய்விட்டது. கடந்த சில மாதங்களாக ருட்டி ஜின்னாவோடு தன் வாழ்க்கையை இணைத்து விட்டார். ஜின்னா எங்கெல்லாம் செல்கிறாரோ அங்கெல்லாம் அவரோடு இணைந்து ருட்டி சென்றுகொண்டே இருந்தார். அதே சமயத்தில் சரோஜினி நாடு முழுவதும் மேடைப்பேச்சுகளுக்காக

சுற்றித் திரிந்து கொண்டிருந்தார். ஒரு நாள் பனாரஸில் கூட்டம்; அடுத்தது கோயமுத்தூரில்; அங்கிருந்து எல்லைப்புற மாகாணங்கள். இப்படியாக அவரது அரசியல் வாழ்க்கை சுற்றிச் சுழன்று கொண்டிருந்தது. இருவரது பாதைகளும் வெவ்வேறு வழிகளில் தீவிரமாகச் சென்று கொண்டிருந்தன. ஒருவழியாக 1919ஆம் ஆண்டு பிப்ரவரி மாதம் 13-ஆம் தேதி இருவரது பாதைகளும் ஒரு புள்ளியில் சந்தித்தன. சரோஜினியின் நாற்பதாவது பிறந்த நாள். அதை ஒட்டிய இரு நாட்கள் அவர் பம்பாயில் இருந்தார். ருட்டி தாஜ் மஹால் விடுதிக்கு விரைந்தார்; எப்படியும் சரோஜினியைச் சந்திக்க வேண்டும் என்ற ஆவல். வெகு நாட்களுக்கு பிறகு இந்தச் சந்திப்பு நடந்தது. ருட்டி ஓர் அழகான சேலையை பிறந்தநாள் பரிசாக வாங்கிச் சென்றிருந்தார். காதலுக்கும் அன்பிற்கும் அடையாளமாகக் காட்டப்படும் ஓப்பல் வண்ணத்தில் நூல் வேலைப்பாடு அமைந்த அழகிய சேலை அது. பரிசைப் பார்த்து பரவசம் அடைந்தார் சரோஜினி. அவர்கள் இருவருக்குமே சிறந்த கவிதைகளும் பிடிக்கும்; உயர்ந்த சேலைகளும் பிடிக்கும். அன்று மாலை முழுவதும் அந்த சேலைக்குப் பொருத்தமான சட்டைத் துணி வாங்க இருவரும் கடைகளில் அதிக நேரம் செலவழித்தனர். அந்த சேலையைப் பற்றி தன் மகளுக்கு எழுதிய கடிதத்தில் சரோஜினி அந்தச் சேலையை வானளாவப் புகழ்ந்திருந்தார். "நீலமும் வெள்ளையும் கலந்த வண்ணத்தில், மாலைச் சூரியனின் ஒளியில் மின்னி மிதக்கும் கடல் பாசி போல் இருந்தது" என எழுதியிருந்தார். இருவரும் அன்போடு ஒருமித்து தங்கள் நேரத்தைச் செலவிட்டனர்; மாலையில் பிரிந்து சென்றனர். சரோஜினி அப்போது ருட்டியிடம் எந்த மாற்றத்தையும் காணவில்லை. அது மட்டுமல்ல ருட்டி கர்ப்பமாய் இருப்பது கூட சரோஜினிக்குத் தெரியாது. ஏனெனில் அவர் தன் வீட்டுக்கு எழுதிய கடிதத்தில் இதைப் பற்றி ஏதும் குறிப்பிடவில்லை. அவர் நினைவில் இருந்ததெல்லாம் ருட்டியின் அழகிய தோற்றம் தான். "நீலம், ஆரஞ்சு, தங்கம் என்ற வண்ணங்களில் உடை உடுத்தி தேவதை போல் மிதந்து வந்தாள்" என்று எழுதியிருந்தார்.

இந்தச் சந்திப்பு நடந்து முடிந்த பிறகு அடுத்த இரண்டு வாரங்களில் அவர்கள் மீண்டும் சந்தித்தனர். ருட்டி ஹோட்டலில் சரோஜினியைச் சந்தித்தார். ருட்டி மிக அழகிய சைனா சேலையில் ஒரு மேல் ஆடையுடன் வந்திருந்தார். இருவரும் நட்புறவோடு பேசிக்கொண்டு, மதிய உணவை ஒன்றாய் உண்டனர். ருட்டியின் ஆடைகள், பேசிய பேச்சுகள் என்று

அனைத்தையும் கடிதங்கள் மூலம் தன் குடும்பத்திற்கு தொடர்ந்து தெரிவித்துக் கொண்டிருந்தார் சரோஜினி. பெரும் செல்வந்தர்களின் வீடுகளில் மட்டும் கிடைக்கக்கூடிய புத்தம் புதிய நத்தைக் கூட்டு அவர்கள் சாப்பாட்டில் இடம் பெற்றது. தாஜ் ஹோட்டலின் சிறப்பான இந்த உணவை ருட்டி ருசித்துச் சாப்பிட்டார். மாலை வரை சரோஜினியிடம் பேசிக் கொண்டிருந்தார். மிகச் சரியாக ஏழு மணிக்கு அவர்கள் சந்திப்பை முடிக்க வேண்டியதிருந்தது. ஏனெனில் அதன் பிறகு ருட்டியின் கார் ஜின்னாவை வீட்டிற்கு அழைத்து செல்ல வேண்டிய நேரமது.

அதன் பிறகு இதுபோன்ற சந்திப்புகள் தொடர ஆரம்பித்தன. நாளாக நாளாக இந்தச் சந்திப்புகள் சரோஜினிக்கு கொஞ்சம் எரிச்சலைக் கொடுத்தன. ஏனெனில் அவர் பம்பாய் வரும் நேரத்தில், மதிய நேரத்தில் ருட்டி திடீரென்று சொல்லாமல் கொள்ளாமல் வந்து இறங்குவார். சிறப்பான ஆடைகளுடன், வேறு எங்கும் செல்ல வேண்டிய தேவை இல்லாமல், உட்கார்ந்து அரட்டை அடிப்பதற்காக தாஜ் ஹோட்டல் வந்துவிடுவார். சரோஜினிக்கு இது சற்று எரிச்சலாக இருந்தது. அதுமட்டுமின்றி சரோஜினி ஏதாவது வேலை செய்து கொண்டிருந்தாலும், இல்லை அவரைக் காண மக்கள் யாரேனும் வந்திருந்தாலும் அவை எதையும் கண்டுகொள்ளாமல் ருட்டி மாலைவரை ஹோட்டலில் தங்கி இருப்பார். சரோஜினி வேறு வேலை செய்ய வேண்டுமென்றால் கூட அவரால் அது முடியாது. ஜின்னாவை அழைக்கக் கார் செல்ல வேண்டிய நேரம் வரும் வரை ருட்டி சரோஜினியின் அறையில் தங்கியிருப்பார். சரோஜினி தன் எரிச்சலை வெளியே அதிகமாக காட்டிக் கொண்டதில்லை; மனதிற்குள்ளேயே அதை மறைத்து வைத்திருந்தார்.

சரோஜினிக்கு ருட்டியிடம் ஏதோ பிரச்சனை இருக்கிறது என்பது தெரிந்திருந்தது. ஆனால் அவராக எதையும் தூண்டிக் கேட்கவில்லை. ருட்டி வெளியே தெரியாத அளவு அதைச் சமாளித்துக் கொண்டார். ருட்டி எதையும் வெளியே காண்பிக்காமல் மகிழ்ச்சியாக உட்கார்ந்து சரோஜினியோடு கிடைத்த நேரத்தைச் செலவழித்தார். சரோஜினி எவ்வளவோ பெரிய அறிவாளியாக இருந்தாலும் அவரும் கூட ருட்டியை முழுமையாகப் புரிந்துகொள்ள முடியாமல் இருந்தது. மகிழ்ச்சியாக வெளியே காண்பித்துக் கொண்டிருக்கும் ஓர் அழகிய இளம்பெண் தனிமையில் சிக்கித் தவிக்கிறார் என்பதை

அவரால் புரிந்து கொள்ள முடியவில்லை. சரோஜினி பம்பாயில் இருக்கும் நாட்களிலெல்லாம் ருட்டி காலையியே தாஜ் ஹோட்டலுக்கு விரைந்து வந்து விடுவார். ஒரு திருமணமான பெண் தன் வீட்டு வேலைகளையோ அல்லது தன் வயதுப் பெண்களோடு நேரம் கழிக்கவோ விரும்பாமல் தன்னைப் பார்க்க விடுதிக்குத் தொடர்ந்து வந்துவிடுகிறாரே என்று சரோஜினி ஏனோ யோசிக்கவேயில்லை.

சரோஜினி அழையா விருந்தாளியாக வரும் ருட்டியிடம் கனிவாகவும் அன்பாகவும் நடந்து கொண்டாலும் வீட்டிற்கு எழுதும் கடிதங்களில் ருட்டி அழைக்காமலேயே வந்து விடுவதாகவும் அதனால் தன் வேலைகள் பாதிக்கப் படுவதாகவும் கூறியிருந்தார். தன் வேலைகளை முழுமையாகச் செய்ய முடியாமல் போய்விடுவதாகவும் எழுதியிருந்தார். ஆனால் நேரடியாகப் பார்க்கும் போது ருட்டியிடம் மிகவும் அன்புடன் நடந்து கொண்டார். மிகவும் கரிசனத்தோடு ருட்டிக்கு நல்ல உணவுகளை ஹோட்டலின் கீழேயுள்ள உணவருந்தும் இடத்திலிருந்து கொண்டுவர வைத்து விடுவார். ருட்டி அந்த உணவை ருசித்துச் சாப்பிடுவதைத் தாய்மை உணர்வோடு ரசித்துக் கொண்டிருப்பார். ருட்டிக்கு தாஜ் ஹோட்டலின் உணவு மிகவும் பிடித்துப் போனது. ஆனால் சரோஜினிக்கு அந்த உணவு அவ்வளவாகப் பிடிப்பதில்லை. உப்பில்லாமல், சப்பில்லாமல், உறைப்பில்லாமல் வெற்று சாப்பாடாகத் தோன்றும். சரோஜினி தென்னிந்திய உணவுக்கு மிகவும் பழக்கப்பட்டவர். சுளீரென்று உரைப்போடு இருக்கும் உணவு அவருக்கு மிகவும் பிடிக்கும். ஆனால் ருட்டி இந்த விடுதியின் உணவை மிகவும் விரும்பிச் சாப்பிடுவார். சரோஜினியைப் பார்க்கவரும் நண்பர்களோடு போட்டி போட்டுக் கொண்டு தட்டில் இருக்கும் கடைசி உணவுப் பண்டத்தைக் கூட ருட்டி எடுத்து சாப்பிட்டு விடுவார். ருட்டியின் விளையாட்டுத் தனமும், சிறுபிள்ளைத்தமும் இன்னமும் அப்படியே நீடித்து நிலைத்து இருப்பதாகத் தோன்றும். ஆனால் உண்மையில் ருட்டி தாஜ் ஹோட்டலில் சரோஜினி அறையில் மட்டுமே இவ்வாறு எளிதாக, இயல்பாக இருந்தார். வீடு திரும்ப வேண்டிய நேரத்தில் அங்கு எதிர்நோக்கியிருக்கும் தனிமையை நினைத்து அஞ்சி ஒடுங்கி விடுவார். இங்கு சிறுபிள்ளைத்தனம் மேலோங்கி நின்றது; ஆனால் அங்கே வீட்டிலோ தனிமை அவரைக் கொன்று தின்றது.

ருட்டி தான் பழகி வந்த அனைத்துக் குடும்ப உறவுகளையும் முற்றிலுமாக இழந்து தனிமைப்படுத்தப்பட்டு இருந்தார். அந்தக் குடும்ப உறவுக்காக அவர் மனம் ஏங்கியது. தண்ணீரை விட்டு வெளியே விழுந்த மீன்தான் ருட்டி. இழந்த அந்த உறவுகளை ஈடுகட்டுவதற்காக சரோஜினியின் உறவுகளோடும், அவரது குழந்தைகளோடும் நெருக்கம் காண்பித்தார். அது மட்டுமல்லாது சரோஜினியின் அண்ணன், தம்பி என்று அனைத்து உறவுகளோடும் நெருக்கம் காண்பித்தார். அந்த உறவுகள் தொடர்ந்து செய்து வரும் அனைத்திலும் தன் ஈடுபாட்டைக் காண்பித்தார். உதாரணமாக சரோஜினியின் சகோதரர் நரேந்திர நாத் சட்டோபாத்யாயா புதிதாக ஒரு நூலை எழுதி வெளியிட்டிருந்தார். நூலின் தலைப்பு *"இளமையின் அச்சங்கள்" (Fears of Youth).* ருட்டி ஆசிரியரின் கையெழுத்தோடு அந்த நூலை உடனே வேண்டும் என்று கேட்டிருந்தார். ஆனால் அது முடியாது போனது. ருட்டிக்கு சரோஜினியை ஹோட்டலில் தனியாகச் சந்திக்கக்கூட முடியாமல் போனது. ஏனென்றால் சரோஜினியைப் பார்க்க ஏராளமான மக்கள் திரண்டு வந்து கொண்டிருந்தனர். நாள் முழுதும் அவ்வாறே கழிந்தது. வந்திருந்தவர்கள் பெரும் அரசியல் தலைவர்களாகவும் நெருங்கிப் பழகியவர்களாகவும் இருந்தனர். பலர் வேலை நிமித்தம் வந்தனர். இன்னும் சிலர் நட்பின் பெயரில் வந்தனர். வந்தவர்கள் எல்லோரையும் உபசரிக்கவும் வேண்டியதிருந்தது. இதுபோன்ற நண்பர்கள் கூட்டம் மிகுந்த உயிர்த்துடிப்போடு இருந்தன. பல செய்திகள்... பல வதந்திகள்... பல ரகசியங்கள்... என்று எல்லாம் கலந்து சுவையாக அவை இருந்தன.

சரோஜினி தனது அறையில், ஒரு சிறு தேனீர் விழாவில் நடந்த நிகழ்வொன்றைப் பற்றி இளைய மகள் லீலாமணிக்கு பிப்ரவரி மாதம் 28 ஆம் தேதி எழுதிய கடிதத்தில் கீழ்க்கண்டவாறு குறிப்பிட்டுள்ளார்: "ருட்டி பிரெஞ்சு நாட்டு இளவரசி போல நீல வண்ணத்தில் அழகிய ஆடை அணிந்திருந்தார். அந்த ஆடையில் கையினால் வரையப்பட்ட விளக்குகளும், வண்ணத்துப் பூச்சிகளும் பறந்தன." அங்கேயே மாலை விழாவில் ருட்டியோடு இன்னும் பலர் கலந்து கொண்டனர். அவர்களும் நவநாகரீக உடை அணிந்திருந்தனர். அவர்களில் ஒருவர் லீலா முகர்ஜி. சமுதாயத்தில் ஒரு முக்கியப் புள்ளி. அவரைப்பற்றி சரோஜினி தன் கடிதத்தில் குத்தலாக சில வரிகள் எழுதியிருந்தார். "கண்ணால் பார்ப்பதற்கே திகட்டுவது போல் உடை அணிந்திருந்தார். கட்டங்கள் போட்டிருந்த மெல்லிய மஞ்சள் துணியில் பெரிய உடை; வெற்றுப் பாதங்களில்

தங்கக் காலணிகள்; பளபளக்கும் முகம்; முகத்தில் ஒரு கண்திருஷ்டிப் பொட்டு. (இந்தப் பொட்டு மட்டும் ஏன் அடிக்கடி முகத்தில் இடம் மாறுகிறது? என்ற கேள்வி லிம்கத் அலி என்பவரிடமிருந்து வந்தது.)

இதுபோன்ற விழாக்களில் பம்பாயின் செல்வம்பெருத்த பெண்மக்கள் முழுவதுமாக நட்போடு இருப்பதில்லை. குத்தல் மொழிகளும், கேலிப் பேச்சுகளும் அவ்வப்போது ஊடாடும். சரோஜினியின் அறையில் இதுபோன்ற வாய்ப்பு கிடைக்கும் பொழுது ருட்டியை இழிவுபடுத்துவது போன்ற சில பேச்சுகள் எழுவதுண்டு. அப்படிப்பட்ட காட்சிகளைக் கண்டு ருட்டி துவண்டு விடுவதில்லை. அதற்கான பதில்கள் அவரிடமிருந்து காத்திரமாக வரும். ஜின்னா மக்களவையில் உள்ளேயும் வெளியேயும் தன் கருத்துகளை மிக ஆழமாகப் பதிவு செய்வது போலவே ருட்டியும் நல்ல பதில்களைக் கொடுப்பார். சரோஜினி, லீலாமணிக்கு எழுதிய கடிதம் ஒன்றில் "மேத்தா என்ற பெண்மணி ருட்டியையும், லீலாவையும் கிண்டல் செய்தார். அது லீலாவுக்குப் புரியவில்லை. மௌனமாக இருந்தார். ஆனால் அந்தக் கிண்டல் ருட்டிக்கு மிக எளிதாகப் புரிந்தது. அழகான, 'புத்திசாலித்தனமான பதில் ஒன்றைக் கூறி மேத்தாவின் மூக்கை உடைத்தார்" என்று எழுதியிருந்தார்.

பிப்ரவரி மாதத்தில் ஜின்னா சட்டப் பேரவையில் வெளிநடப்பு செய்துவிட்டு, ஒருவழியாக தில்லியிலிருந்து பம்பாய்க்குத் திரும்பினார். இதன்பிறகு ருட்டி, சரோஜினி அறைக்குச் செல்வது அதிகமானது. மார்ச் 20ஆம் தேதி கடிதத்தில், சரோஜினி மிகுந்த அயர்ச்சியுடன் தன்னைச் சுற்றி பொருட்களைவிட ஆட்களே அதிகமாகக் குவிந்திருந்தனர் என்று குறிப்பிட்டுவிட்டு, ருட்டி அழகான வேலைப்பாட்டுடன் மெல்லிய சேலையில் நிறையப் புகைப்படங்களோடு அறைக்கு வந்து சேர்ந்ததைக் குறிப்பிட்டிருக்கிறார். அவர்கள் இருவரும் நகரத்திற்குள் வந்திருக்கின்றனர். அங்கேயே சரோஜினியின் தோழியான நெல்லி சென்குப்தா என்பவருக்கு திருமணப் பரிசாக வழங்கிட சேலை ஒன்றை ருட்டி தேர்ந்தெடுத்திருக்கிறார். தங்க ஜரிகை வைத்த சேலை; அதற்கு அழகிய துணியில் சட்டைத் துணி என்று பொருத்தமாக வாங்கி இருந்தனர்.

ருட்டி, சரோஜினியின் குடும்பத்தோடு ஒட்டி உறவாடும் ஆசை கொண்டிருந்தார் என்பதற்குச் சான்றாக ஒரு நிகழ்வு நடந்தது. சரோஜினி பார்த்து பரவசம் அடைய வேண்டும் என்ற நோக்கோடு தன்னுடைய புகைப்படங்களை ருட்டி கொண்டு

வந்திருந்தார். முன்பெல்லாம் ருட்டியின் அம்மா நிறையப் புகைப்படம் எடுக்க ஆசைப்படுவார். அது இப்போது ஒரு பழைய நினைவாய்ப் போனது. ஆகவே ருட்டி புகைப்படக் கடைக்குச் சென்று பல மணி நேரம் புகைப்படக்காரர்கள் தங்கள் கருவிகளோடு போராடிப் படம் எடுக்கும் வரை காத்திருந்து, நிறைய புகைப்படங்களோடு சரோஜினியைச் சந்திக்க வருவார். அந்தப் புகைப்படங்களை லீலாமணிக்கு ஆசையோடு அனுப்பி வைப்பார். சரோஜினி தன் மகளுக்கான கடிதத்தில், "ருட்டி உனக்காகத் தன் படங்களை அனுப்பி உள்ளார். அது உன் பிறந்தநாளுக்கு என்று வைத்துக்கொள். ஒருவேளை அதோடு வேறு பரிசுப்பொருட்கள் வரலாம். நீர்ச் சித்திரம் வரைவதற்கான வண்ணங்களை ஒருவேளை வாங்கி அனுப்பலாம். நான்தான் இந்த வண்ணங்களை ருட்டிக்கு நினைவுபடுத்தினேன். ஒருவேளை இந்த வண்ணங்களைத் தவிர உனக்கு வேறு ஏதாவது தேவையாக இருக்கிறதா?" என்று கேட்டிருந்தார்.

லீலாமணிக்கு அனுப்பிய அந்தப் புகைப்படத்தை ஒருவேளை ருட்டி, ஜின்னாவிற்குக் கொடுக்கும் முதல் திருமண நாள் பரிசாகக் கருதியிருக்கலாம். அவர்கள் திருமண நாள் லீலாமணி பிறந்த நாளுக்கு முந்தைய நாள். ஜின்னாவின் ஆர்வமின்மையால் தூண்டிவிடப்பட்டு ருட்டி அப்பரிசை லீலாமணிக்கு அனுப்பியிருக்கலாம். அவர்கள் திருமண நாளும் ருட்டியின் பிறந்தநாள் போலவே சிறப்பு ஏதுமின்றிக் கழிந்தது. அந்த வாரம் ஜின்னா ஒரு வழக்கின் நிமித்தம் ஹைதராபாத் செல்ல வேண்டியதிருந்தது. இதைச் சாக்காக வைத்துக்கொண்டு பத்மஜாவை நேருக்கு நேர் பார்க்கலாம் என்று ருட்டி நினைத்திருக்கலாம். ஆனால் அந்த வாய்ப்பு கைநழுவிப் போனது. ஒரு மேடைப் பேச்சில் ஜின்னா ஹைதராபாத் நிஜாமின் கோபத்தைக் கிளறும் வகையில் பேசியிருந்தார். ஆகவே ஹைதராபாத்திற்கு ஜின்னா வரக் கூடாது என்று தடை உத்தரவு பிறப்பிக்கப்பட்டிருந்தது. ஜின்னாவிற்கும் ஹைதராபாத் நிஜாமிற்கும் நடுவில் எழுந்த விரோதம் முதல் திருமண நாள் விழாவைக் கூட கொண்டாட முடியாதபடி செய்துவிட்டது. ருட்டிக்கு இது பழகிப் போன ஒன்றுதான். ஜின்னாவின் அரசியலுக்காகத் தன் சந்தோஷங்களை விட்டுக் கொடுப்பது ருட்டிக்கு இப்போதெல்லாம் சிரமமாக இல்லை; எளிதானது தான். அல்லது அந்த அளவு பழகிப் போய்விட்டது.

ஜின்னா தில்லியிலிருந்து வந்து இரண்டு மாதங்கள் ஓடிவிட்டன. ஆனால் ருட்டி ஜின்னாவைப் பார்ப்பதே அரிதாகிக்

கொண்டுபோனது. ருட்டி தூங்கி எழுவதற்கு முன்பே ஜின்னா எழுந்து தன் காலை உணவை முடித்துக் கொண்டு நீதிமன்றம் சென்று விடுவார். மாலையில் ருட்டி, ஜின்னாவை அவரது அலுவலகத்தில் இருந்து காரில் அழைத்துக்கொண்டு வீட்டுக்கு வந்து சேர்வார். அதற்குப் பிறகு மதுவிற்கும், உணவிற்கும் சிறிது நேரம் ஒதுக்கப்படும். அதன் பிறகு ஜின்னா தனிமையையே நாடுவார். நூலகத்திற்குச் சென்று விடுவார். அங்கே அவருக்காக வழக்குக் கட்டுகளும் செய்தித் தாள்களும் காத்திருக்கும். ஜின்னா தில்லியிலிருந்து பம்பாய் வந்த பிறகு இரு வாரங்கள் ஒரு குழப்பத்தில் இருந்தார். அவர் மிகவும் தீவிரமாக எதிர்த்து வாதாடியும், அரசைக் கெஞ்சியும் எதுவும் நடக்காமல் அந்த சட்டம் இயற்றப்பட்டது. இந்த நிலையில் தான் இன்னும் மக்கள் பேரவையில் நீடிக்கலாமா வேண்டாமா என்பது ஒரு பெரிய கேள்விக்குறியாக ஜின்னாவின் முன்னால் நின்றது. அந்தக் கேள்வியோடு ஜின்னா போராடிக் கொண்டிருந்தார். அரசின் ஆணவம் அவரை மிகவும் அவமானப்படுத்தி விட்டது. அதையும் விட மார்ச் 28ஆம் தேதி நம்பிக்கைகளையும், அவநம்பிக்கைகளையும் மூட்டை கட்டி வைத்துவிட்டு, மக்கள் பேரவையிலிருந்து விலகுவதாக இருந்த ஜின்னாவுக்கு இன்னொரு ஐயமும் மனதில் எழுந்தது. ஒருவேளை இந்தத் தோல்வி தனது அரசியல் பயணத்தின் கடைசிப் புள்ளியாக இருக்குமோ என்ற அச்சமே அது. அரசியலின் இறங்கு முகத்தின் ஆரம்பமாக அது இருக்குமோ என்று நினைத்தார். ஏற்கனவே காந்தி இந்த ரௌலத் சட்டத்திற்கான எதிர்ப்பை மக்கள் மன்றத்திற்கு இழுத்துச் சென்றுவிட்டார். இதனால் எழுந்த இரண்டு பிரச்சினைகள் அவர் கண்முன் தோன்றின. சட்டத்தின் மூலமாகவோ, அரசியலமைப்பின் வழியாகவோ சுதந்திரம் பெற்று விடலாம் என்று நம்பியிருந்த ஜின்னாவிற்கு அந்த வழியும் கேள்விக்குறியானது. அவரின் நம்பிக்கைகள் நொறுங்கிப் போய்விட்டன. இரண்டாவது பிரச்சனை இதுவரை சுதந்திரத்திற்காகப் போராடும் இந்தியத் தலைவர்களில் முதல்வர் என்ற நிலையை ஏறத்தாழ ஜின்னா பெற்றிருந்தார். ஆனால் இந்தச் சட்ட எதிர்ப்புப் போராட்டத்தை ஜின்னா கையில் எடுத்தால், அதற்காக அவர் காந்திக்குப் பின்னால் அணிதிரள வேண்டியதிருக்கும். இதுவரை இருந்த முதல்வர் என்ற நிலையை விட்டு கொடுக்க வேண்டியதிருக்கும். இது ஜின்னாவுக்கு முற்றாகப் பிடிக்காத ஒன்று. ஏனெனில் அவருக்கு காந்தியின் மேல் நம்பிக்கையும் இல்லை; மரியாதையும் இல்லை. இதனால் இருதலைக்கொள்ளி எறும்பு போல்

ஆனார் ஜின்னா. ஒரு கடிதத்தை வைஸ்ராய் அவர்களுக்கு அனுப்பி வைத்தார். அதன் தொடர்ச்சியாக, நடக்கும் ரௌலத் போராட்டத்தில் காந்திக்குப் பின்னால் இணைந்து கொண்டார்.

காந்தியின் போராட்டத்தில் ஜின்னா தன்னை இணைத்துக்கொண்ட பின், வெறும் ஆதரவாளராக மட்டுமல்லாமல் முனைப்போடு அந்தப் போராட்டத்தில் இறங்கினார். வழக்கமாக ஆர்வத்தோடு முழுமையாகப் போராடும் ஜின்னா இந்தப் போராட்டத்திலும் அதேபோல் பங்கெடுக்க ஆரம்பித்தார். அவர் பேரவையிலிருந்து விலகிய இரு வாரங்களுக்குப் பின் ஓர் உண்மை தெரிந்தது. இதுவரை ஆங்கிலேயர்கள் பயந்த ஒரே இந்தியர் ஜின்னா மட்டும் தான். அவர் காந்தியை விட அதிக மக்கள் ஆதரவு கொண்டவர்; இந்திய மக்கள் சக்தியின் மையப் புள்ளி அவர்தான்; ஆங்கிலேய அதிகாரிகள் மத்தியில் ஜின்னாதான் மிகுந்த ஆபத்தான இந்தியத் தலைவர் என்ற கருத்தே அப்போது நிலவி இருந்தது. ஆனால் மக்கள் பேரவையிலிருந்து அவர் ராஜினாமா செய்தது ஆங்கிலேயர்களுக்கு ஓர் அனுசரணையான விஷயமாகிவிட்டது. உதாரணமாக, உலகப் போருக்கு முன்னால் இந்தியர்களை ஆங்கிலேயப் படையில் சேர்க்கலாமா கூடாதா என்ற கேள்வி எழுந்துள்ளது. காந்தி குழப்பமான விவாதங்களையே தந்து கொண்டிருந்தார். அதுவுமின்றி இறுதியில் எந்தக் காரணமும் விதிகளும் ஆங்கிலேயர்களுக்கு விதிக்காமலேயே இந்தியர்களைப் பணியில் சேர்க்க காந்தி தயாராக இருந்தார். அவர் எதிர்ப்புகள் எப்போதும் அத்தனை கூர்மையாக இல்லை. ஆனால் அதற்கு நேர்மாறாக ஜின்னா ஆங்கிலேயரை முழு மூச்சாக எதிர்த்து நின்றார். இதன் காரணமாகவே அடுத்து வந்த ஆளுநர் சர் ஜார்ஜ் லாய்ட் அவருக்கு முந்திய ஆளுநர் வில்லிங்டன் போலவே ஜின்னாவையும் தனது முதல் எதிரியாகப் பார்க்க ஆரம்பித்தார். இந்தியச் செயலராக இங்கிலாந்தில் இருந்த மாண்டேகு அவர்களுக்கு எழுதிய கடிதத்தில் ஜின்னா பற்றிய அவரது குறிப்பு மிகவும் காட்டமாகவும், எதிர்ப்பாகவும் இருந்தது. "ஜின்னா மிகவும் மட்டமான ஒரு மனிதர்; பேசவும் பழகவும் நன்றாக இருக்கலாம்; ஆனால் மிகவும் நேர்மையற்ற மனிதர்", என்று குற்றம் சாட்டி எழுதியிருந்தார். பகைமை கொப்பளிக்கும் வார்த்தைகள். மக்கள் பேரவை உறுப்பினர் பதவியை ராஜினாமா செய்த பிறகும் ஜின்னா அச்சட்டத்திற்கு எதிராகக் கொடி பிடித்துக் கொண்டிருந்தார். போராட்டம் தொடர்ந்து கொண்டே இருந்தது. ஆகவே ஆங்கிலேய அரசு ஜின்னாவையும்,

காந்தியையும் நாடு கடத்தி பர்மாவுக்கு அனுப்பலாமா என்று யோசித்துக் கொண்டிருந்தது. என்ன காரணத்தினாலோ அப்போது காந்தி திடீரென்று இந்தச் சட்ட எதிர்ப்புப் போராட்டத்தை நிறுத்தி விட்டார். ஆகவேதான் ஆங்கிலேய அரசு அவர்களைப் பர்மாவுக்கு அனுப்பும் திட்டத்தைக் கைவிட்டது.

ஏப்ரல் மாதம். பம்பாய் மயான அமைதியுடன் இருந்தது. எங்கும் எதிலும் சோர்வும் சோகமும் அப்பியிருந்தன. கோடைக்கால வெப்பமும் இவற்றோடு சேர்ந்து கொண்டது. மலபார் பகுதியில் இருந்த செல்வந்தர்கள் கோடைக்கு வணக்கம் சொல்லிவிட்டு, குளிர் பகுதிகளுக்குப் புறப்பட்டு விட்டனர். ருட்டியின் பெற்றோர்கள் தங்கள் மூன்று மகன்களோடு மத்தீரன் (Matheran) என்ற மலை சூழ் பகுதியிலுள்ள தங்கள் மாளிகைக்குப் பயணப்பட்டு விட்டனர். ருட்டியின் தோழி, ஷாமா தன் கணவருடனும் குழந்தையோடும் மகாபலேஷ்வர் சென்றுவிட்டார். ருட்டிக்கு பம்பாய் முழுவதுமே காலியாகிவிட்டது போன்று தோன்றியது. பெற்றோர்கள் போய்விட்டனர்; தோழி சென்றுவிட்டாள்; ருட்டி மட்டும் பம்பாயில் ஜின்னாவுடன் இருப்பதாகத் தோன்றியது. எப்படியோ தனக்குப் பிடித்த சரோஜினி மட்டுமே பம்பாயில் இருக்கிறார் என்று ருட்டிக்குத் தோன்றியது. உண்மையில் சரோஜினியும் இங்கிலாந்து செல்வதற்காக பம்பாயில் காத்துக்கொண்டிருந்தார். போர்க்காலப் பிரச்சனைகள் அவரது காத்திருப்பைத் தள்ளிப் போட்டுக் கொண்டே இருந்தன. சரோஜினி தனது இதயப் பிரச்சனைக்கான மருத்துவ உதவிக்காக இங்கிலாந்து செல்ல காத்துக்கொண்டிருந்தார். ஆனால் போர் முடிந்து வீடு திரும்பும் அரசு அதிகாரிகளுக்கும், போர் வீரர்களுக்குமே கப்பலில் செல்ல முதல் வாய்ப்புகள் கிடைத்தன. பெரும் தலைவராக இருந்தும், பல நல்ல தொடர்புகள் இருந்தும் சரோஜினியால் உடனே கப்பலில் இடம் பெற முடியவில்லை.

சரோஜினி பம்பாயில் காத்திருந்ததால் அவரைப் பார்ப்பதற்காக அவரது மகள் பத்மஜா பம்பாய் வந்தார். சில நாட்கள் மட்டுமே தங்குவதற்காக வந்தார். நோய்வாய்ப்பட்ட சரோஜினிக்கு இதுவே பெரும் ஆறுதலாக இருந்தது. அருமை மகள் சரோஜினியோடு சில நாட்கள் இருக்க வந்திருந்தார். தான் நாடெல்லாம் சுற்றும் பொழுது வீட்டையும் தன் தந்தையையும் கவனித்துக் கொண்டிருக்கும் மகள் பத்மஜா ஹைதராபாத்தை விட்டு வேறு இடங்களுக்குச் செல்வது மிகக் கடினம்.

அப்படிப்பட்ட அன்பு மகள் வந்ததால் அதைக் கொண்டாடும் விதமாக தனது அனைத்து வேலைகளையும் கடமைகளையும் தள்ளிவைத்துவிட்டு மகளோடு இருந்தார் சரோஜினி. மகளோடு தனித்து இருக்க வேண்டும் என்று நினைத்த செயல் திட்டத்தை எளிதாக ருட்டி உடைத்து விட்டார். பத்மஜா, ருட்டிக்கும் நெருங்கிய தோழி அல்லவா? அவரை ஒரு வினாடி கூட தன் தாயுடன் தனித்திருக்க விடாமல் ருட்டி, பத்மஜாவோடு ஒட்டிக் கொண்டுவிட்டார். பத்மஜாவைத் தன் வீட்டிற்கு அழைத்தும் அவர் வராததால், ருட்டி சரோஜினியின் அறையில் அந்த நாட்களில் முழுவதுமாகத் தங்கி விட்டார்.

ஆனால் பாவம் பத்மஜா! நான்கே நாட்களில் அவரது தந்தை அவரை ஹைதராபாத்திற்கு உடனே திரும்பி வரும்படி கேட்டுக் கொண்டார். பத்மஜா கிளம்பிவிட்டார். ருட்டிக்கு காலமே பெரும் பழுவாகி விட்டது... அது மெல்ல ஊர்ந்தது. எங்கும் வெறுமை. தனிமை. தேவையில்லாத ஒரு குழந்தையும் வயிற்றுக்குள் பாரமாய் கனத்தது. ஆனால் எதிர்பாராத நேரத்தில் நடந்த ஒரு எதிர்பாராத விளைவு நிலைமையை இன்னும் மோசமாக்கியது. பத்மஜா பம்பாயிலிருந்து சென்ற ஒரு வாரத்திற்குப் பின் ஜின்னாவின் நெருங்கிய நண்பரும் ஆதரவாளராக இருந்தவரும், *பம்பாய் க்ரானிக்கிள்* செய்தித்தாளின் தலைமை ஆசிரியருமான பெஞ்சமின் ஹார்னிமன் காவல்துறையால் நள்ளிரவில் அள்ளிச் சுருட்டப்பட்டு லண்டனுக்குச் செல்லும் கப்பலில் வலுக்கட்டாயமாக ஏற்றப்பட்டுவிட்டார். இந்த நாடு கடத்தும் திட்டம் பற்றி ஏதும் அறியாத ஹார்னிமன் தன் வழக்கமான மருத்துவப் பரிசோதனைக்காக ராணுவ மருத்துவமனை சென்று தங்கி இருக்கும்பொழுது இரவோடு இரவாக எவ்வித முன்னறிவிப்புமின்றி கொண்டு செல்லப்பட்டார். நடுவில் எங்குமே நிற்காமல் லண்டனுக்குச் செல்லும் நீராவிக் கப்பலில் அவர் ஏற்றப்பட்டார். அவர் மேல் ஒரு பொய்யான குற்றச்சாட்டு பதிவு செய்யப்பட்டது. அவர் தனது செய்தித்தாளில் இங்கிலாந்து ராணுவம் இந்திய மக்கள் கூட்டத்தைக் கட்டுப்படுத்த கூர்மை இல்லாத துப்பாக்கிக் குண்டுகளைப் பயன்படுத்துவதாக எழுதி, ஆங்கிலேய அரசைத் தவறாகக் குற்றம் கூறியதாக அவர் மீது குற்றச்சாட்டு பதிவு செய்யப்பட்டது. இந்தக் குற்றச்சாட்டு உண்மையில்லை; இது பற்றி ஹார்னிமனுக்கோ, ஜின்னோவிற்கோ சுத்தமாகத் தெரியாது. மீண்டும் இந்த நிகழ்வைத் திரும்பிப் பார்க்கும் பொழுது இதில் ஆச்சரியப்பட எதுவுமில்லை. ஏனெனில்

ஜாலியன் வாலாபாக் துப்பாக்கிச் சூட்டிற்கு பிறகும், பஞ்சாபில் ராணுவச் சட்டம் இயற்றப்பட்ட பிறகும் பம்பாய் க்ரானிக்கிள் செய்தித்தாளில் ஆங்கிலேயர்களுக்கு எதிரான செய்திகள் தொடர்ந்து வந்து கொண்டிருந்தன. ஆங்கிலேயர்களின் அராஜகத்தனம், எதையும் எடுத்தோம் கவிழ்த்தோம் என்று செயல்படும் முரட்டுத்தனம், அவர்களது தவறான ஆளுமை பற்றிய செய்திகள் இச்செய்தித்தாளில் தொடர்ந்து வெளிவந்தன. இதனால் ஆங்கிலேய அரசு பெஞ்சமின் ஹார்னிமன் மீது கடும் கோபத்தில் இருந்தது. அந்தக் கோபத்தின் வெளிப்பாடே இந்த நாடு கடத்தும் யுக்தி.

ஜின்னா - ஹார்னிமன் நட்புறவு ஜின்னா லண்டனில் மாணவராக இருக்கும்போதே ஆரம்பித்தது. இருவரும் ஒரு நாடகக் கம்பெனியில் இணைந்து பணி செய்திருந்தனர். உண்மையில் இருவரும் இரு வேறு துருவங்கள். ஹார்னிமன் ஜின்னாவை விட வயதில் அதிகம் மூத்தவர்; திருமணம் செய்து கொள்ளவில்லை; உணர்வுப்பூர்வமான மனிதர்; தனது செயல்களில் தனித்தன்மையை கொண்டிருக்கும் வித்தியாசமான மனிதர். ஆனால் ஜின்னாவோ உணர்ச்சிவசப்படாத, ஒத்திசைந்து கட்டுப்பாட்டிற்குள் வாழும் மனிதர். ஆனால் இருவருக்குள்ளும் மிகவும் இறுக்கமான நட்பு முதலிலிருந்தே முகிழ்த்திருந்தது. ஹார்னிமன் இந்தியாவிற்கு வருவதற்கே இந்த நட்புதான் ஒரு காரணமாக இருந்தது. ஹார்னிமன், ஜின்னாவோடு இந்தியாவிற்கு வந்தபோது கல்கத்தாவிலிருந்து வெளியான ஸ்டேட்ஸ்மேன் என்ற செய்தித்தாளில் ஆசிரியராகச் சேர்ந்தார். அதன் பின் பம்பாயில் புதிதாக ஆரம்பிக்கப்பட்ட தேசிய செய்தித்தாளான பாம்பாய் க்ரானிக்கிளின் மூத்த ஆசிரியராக சேர்ந்தார். இந்தப் புதிய வேலை ஜின்னாவால் பெறப்பட்டது. ஜின்னாவின் நண்பரும் ஊக்கம் அளிப்பவருமான சர் பெரோஷ்ஷா மேத்தா இந்தப் புதிய செய்தித்தாளை பம்பாயில் ஆரம்பித்திருந்தார். அப்போது இந்த மூவருமே திருமணம் ஆகாதவர்கள். ஆகவே மூவரும் பம்பாயில் ஒன்றாக, ஒரே வீட்டில் சேர்ந்து இருந்தனர். விடுமுறைக் காலங்களில் புனாவில் உள்ள மேத்தாவின் மாளிகையில் ஒன்றாகத் தங்கியிருந்தனர். மேத்தாவின் மறைவிற்குப் பின்னும் ஜின்னாவும் ஹார்னிமன்னும் தொடர்ந்து நெருங்கிய தோழர்களாகவே இருந்து வந்தனர்.

இந்த நெருக்கத்தினால் ஜின்னா பம்பாய் செய்தித்தாள் நிறுவனத்தின் ஆட்சிக் குழுமத்தின் தலைவரானார். ஏனெனில்

1915-ஆம் ஆண்டில் தலைமை ஆசிரியரான ஹார்னிமனுக்கும் ஏனைய உறுப்பினர்களுக்கும் நடுவில் கடுமையான விவாதம் ஒன்று நடந்தது. ஹார்னிமன் கோபித்துக்கொண்டு தன்னோடு தன் சக ஆசிரியர்களையும் அழைத்துக்கொண்டு வெளியேறினார். ஹார்னிமனின் புகழ் அப்போது ஊடகத்துறையில் உச்சாணிக் கொம்பில் இருந்தது. ஹார்னிமன் வெளியேறியதை செய்தித்தாளின் பங்குதாரர்கள் ஒத்துக் கொள்ளவில்லை. இதனால் ஏற்கெனவே இருந்த ஆட்சிக் குழுமம் மொத்தமும் வெளியேற வேண்டிய நிலை வந்தது. அடுத்ததாக பங்குதாரர்களால் புதிய குழுமம் ஒன்று அமைக்கப்பட்டது. ஜின்னா அதற்கு தலைவராக ஆனார். தலைவரானதும் அவர் செய்த முதல் வேலை ஹார்னிமனையும் அவரது குழுவையும் மீண்டும் பணியில் அமர்த்தியதே. ஹார்னிமன் தலைமை ஆசிரியராகப் பதவியேற்றார். இந்த நிகழ்ச்சிக்குப் பிறகு ஜின்னா-ஹார்னிமன் இருவரின் ஒற்றுமையும், பலமும், ஆளுமையும் யாருடைய கேள்விகளுக்கும் அப்பாற்பட்டு நின்றது. அவர்களுடைய செல்வாக்கு பம்பாயையும் தாண்டி எங்கும் பரவியது. ஜின்னா அரசியலில் ஆர்வம் காண்பித்து முழுமையாக அதில் ஈடுபட்ட பிறகு ஹார்னிமன் அவருக்குப் பின்னால் முழுத் துணையாக இருந்தார். அவர் மட்டும் இல்லாமல் அவரின் செய்தித்தாளும் ஜின்னாவின் பின்னால் நின்றது.

ஹார்னிமன் நாடு கடத்தப்பட்டது ஜின்னாவின் தலையில் பேரிடியாக இறங்கியது. புதிய ஆளுநர் சர் ஜார்ஜ் லாய்ட் இந்த நாடு கடத்தலை மிகத் தீவிரமாகவும், ரகசியமாகவும் செய்து முடித்தார். பம்பாயில் அமைதியை ஏற்படுத்துவதற்காக ஹார்னிமன் நாடு கடத்தப்பட்டார் என்ற செய்தி பரவியது. ஆனால் உண்மையில் லாய்ட் அவர்களின் குறி ஹார்னிமன் அல்ல. அவரின் குறி ஜின்னாதான். முந்தைய ஆளுநர் வெல்லிங்டன் நினைத்தது போலவே இவரும் ஆங்கிலேயர்களின் முதல் எதிரி ஜின்னாதான் என்று ஆணித்தரமாக நம்பினார். ஜின்னாவின் அரசியல் ஆதிக்கமும் ஆளுமையும் ஒடுக்கப்பட வேண்டும், அழிக்கப்பட வேண்டும் என்று திடமாக நம்பினார். அதற்காக எந்த விலையைக் கொடுக்கவும் அவர் தயாராக இருந்தார். ஆனால் ஜின்னாவை நேரடியாகத் தொடாமல் மறைமுகப் போர் தொடுத்தார். ஏதோ சில பல காரணங்களைக் காண்பித்து *பம்பாய் கிரானிக்கள்* செய்தித்தாள் மூடப்பட்டது. இந்த செய்தித்தாள் ஜின்னாவின் ஊதுகுழல் போல் செயல்பட்டு வந்தது. ஜின்னாவின்

அரசியல் அலைகள் இந்த செய்தித்தாள்கள் மூலம்தான் எங்கும் பரப்பப்பட்டன. செய்தித்தாளை முடக்கி அதன் மூலம் ஜின்னாவையும் அரசியலிலிருந்து முடக்க நினைத்த முயற்சி இது. ஆனால் ஜின்னா இதன் மூலம் சோர்வடைந்து விடவில்லை. அவரது அரசியல் பயணம் மேலும் தீவிரமாக நடந்தேறிக் கொண்டிருந்தது.

ஆனால் இந்த ஆளுநர் பழைய ஆளுநர்களை விட அதி புத்திசாலி. ஜின்னாவை எப்படி எப்படி நோகடிக்கலாம் எனத் தெரிந்து வைத்திருந்தார். ஆளுநரும் தன் முயற்சியைக் கைவிடவில்லை. ஜின்னா பெரும் சட்ட நிபுணர்; சிறந்த வழக்கறிஞர் என்று ஆளுநருக்கு நன்கு தெரியும். ஆகவே ஜின்னாவோடு நேரடியாக மோதாமல் அவரை வெறுப்பேற்றுவதற்காக ஜின்னாவைப் புறம் தள்ளி வைத்திருந்தார். ஏனெனில் இதுவரை தனக்கு வரும் சிக்கல்களை நீதிமன்றங்களில் சட்டபூர்வமாக வாதாடி வெற்றி பெற்றுப் புகழடைந்தவர் ஜின்னா. இந்த ஆளுநரின் அதிகார வர்க்கம் நேரடியாக அவரைப் பார்க்க முடியாதபடி ஜின்னாவுக்குத் தடை விதித்தது; அதிகாரிகள் பல தடங்கல்களைக் கொடுத்தார்கள். செய்தித்தாளை மீண்டும் திறக்க முடியாத அளவிற்கு தொல்லைகளைக் கொடுத்தார்கள். சட்டப்படி ஏதும் செய்ய முடியாத அளவிற்கு நிலைமை மோசமாக இருந்தது. ஏற்கனவே ஹார்னிமன் இங்கிலாந்து செல்ல நேரடியாகக் கப்பலில் ஏற்றப்பட்டு பயணப்பட்டு விட்டார். அதனால் ஜின்னா அவருக்கு இப்போது எந்த உதவியும் செய்ய முடியாது. ஒருவேளை அவர் லண்டன் சென்று சேர்ந்த பின்னர் ஜின்னா ஏதாவது செய்யக்கூடும். எத்தனை தடங்கல்கள் இருந்தாலும் செய்தித்தாளை மீட்டெடுப்பதற்கான போராட்டங்களில் தீவிரமாக இறங்கினார். அதற்கு முதல் கட்டமாக ஆளுநரை நேரடியாகப் பார்ப்பதற்காக தொடர்ந்து முயற்சிகள் எடுத்துக் கொண்டிருந்தார். அது அத்தனை எளிதாக முடியவில்லை. ஆளுநர் ஜின்னாவை நேரடியாகப் பார்ப்பதைத் தவிர்த்து அதற்குப் பதிலாக நீதித்துறையின் செயலரை வேண்டுமானால் பார்க்கட்டும் என்று தெரிவித்தார். அடுத்த சில வாரங்களுக்கு ஜின்னா வெகு மும்முரமாக பல கடிதங்களை நீதித்துறையின் செயலருக்கு எழுதிக்கொண்டே இருந்தார். கேள்வி மேல் கேள்விகள். ஜின்னா அயராது கேள்விகளை எழுப்பிக்கொண்டே இருந்தார். முறையான பதில்கள் ஏதுமில்லை. ஒரு மாதத்திற்கும் மேலாக இந்த சம்பவம் நீண்டு கொண்டே இருந்தது. தினமும் பக்கம் பக்கமாகக் கடிதங்கள்; அடுக்கடுக்காய் கேள்விகள்.

ஏறத்தாழ ஒரு மாதம் தாண்டிய பின் செய்தித்தாள் பதிப்பிக்கப் படலாம் என்ற உத்தரவு வந்தது. ஆனால் இந்த உத்தரவு பல புதிய கட்டளைகளோடு இணைந்து வந்தது. தலையங்கங்கள் மறுபரிசீலனைக்குப் பிறகே வெளியிடப்பட வேண்டும் என்பது ஒரு மிக முக்கியமான கட்டளை. அரசோடு நடத்திய இந்த நிழல் யுத்தத்தினால் ஜின்னா தன் சக்திகள் அனைத்தையும் வீணாகச் சிதறடிக்க வேண்டிய கட்டாயம் நேர்ந்தது. தன் தொகுதி வேலைகளைப் பார்க்கவும் கூட அவருக்கு நேரம் கிடைக்காது போயிற்று.

ருட்டியும் ஹார்னிமன் மீது தனி மரியாதை வைத்திருந்தார். இங்கிலாந்து நாட்டிலிருந்து வந்திருந்தாலும் இந்தியாவிற்கு வந்து இன்னொரு இந்தியனாகவே ஆகிவிட்ட ஹார்னிமன் மீது அவருக்கு அத்தனை மரியாதை. ஆகவே ஜின்னாவோடு இணைந்து ஹார்னிமன் திரும்பி வருவதற்கான அனைத்து முயற்சிகளிலும் முழுமூச்சாக ஈடுபட்டார். இம்முறை ருட்டி செய்த செயலின் மீது ஜின்னாவுக்கு மிகவும் திருப்தி. ஜின்னா தீவிரமாக பம்பாய் க்ரானிக்கள் பற்றிய தரவுகளைத் தேடிக் கொண்டிருக்கும் போது, ருட்டி முதல்முறையாக காங்கிரஸ் தொழிற்சங்கக் கூட்டத்தில் கலந்து கொண்டு ஹார்னிமன் திரும்பி வருவதற்கான தீர்மானம் ஒன்றை முன்மொழிந்தார். அந்த காங்கிரஸ் மாநாட்டுக்கு மிக அதிகமான மக்கள் திரண்டு வந்திருந்தனர். பெரிய அரசியல் தலைவர்கள் பலர் வந்திருந்தனர். ஆனால் ருட்டி தனியாக ஒரு ஓரத்தில் அமர்ந்திருந்தார். தீர்மானத்தைக் கொண்டு வந்திருந்த ருட்டி, தன் தீர்மானத்தை அறிமுகம் செய்துவிட்டு, அதன் பின் ஆங்கிலத்தில் மிக அழகாக, ஆழமாக தீர்மானம் பற்றிய கருத்துகளைக் கூறி விட்டு அமர்ந்தார். கூட்டத்திற்கு வந்திருந்த பலர் அவரது பேச்சையும், கருத்துகளையும் முழுமனதோடு ஆதரித்தனர்; பாராட்டினர். இந்த ஒருமுறை தான் ருட்டி மேடையேறி தன் கருத்துகளைப் பகிரங்கமாகப் பேசி பலரின் பாராட்டுகளையும் பெற்றார். ஆனால் இந்த நிகழ்வுக்கு பிறகு அவர் எப்போதும் எதற்காகவும் மேடையேறியது இல்லை. ஒருவேளை மேடைப்பேச்சு அனைத்தையும் அவர் ஜின்னாவிற்கே கையளித்து விட்டார் போலும். அதன்பின் அவர் ஜின்னாவின் அந்த எல்லைக்குள் நுழையவே இல்லை.

அரசியல் நிகழ்வுகள் பல விரைந்து நடந்து கொண்டிருந்தன. இந்த அவசரமான காலத்தில் வயிற்றில் வளரும் குழந்தையைப் பற்றி பெற்றோர்கள் கவலை ஏதும் கொள்ளவில்லை.

அது ஒரு மறந்துபோன, மறைந்துபோன விஷயமாகவே அவர்களுக்கு நடுவில் இருந்தது. குழந்தை பிறக்க இன்னும் 3 மாதங்களே இருந்தன. ஆனால் குழந்தைப் பிறப்பிற்கான விஷயங்களைத் திட்டமிடுவதை விட்டுவிட்டு அவர்கள் எத்தனை காலம் ஆகும் என்று தெரியாமலேயே கடல் வழியாக இங்கிலாந்து செல்லத் திட்டமிட்டனர். ஜின்னாவினால் மறுக்க முடியாத திட்டமொன்றை ஹோம் ரூல் இயக்கத்தின் தலைவர் அன்னிபெசன்ட் கொடுத்தார். அதாவது இங்கிலாந்து பாராளுமன்றத்தில் மாண்டேகு செம்ஸ்போர்டு சீர்திருத்தம் பற்றிய விவாதம் ஒன்றில் ஜின்னா கலந்து கொள்ள வேண்டும். இதற்குச் சம்மதம் சொன்னால் இங்கிலாந்து செல்லும் அனைத்து ஏற்பாடுகளையும் தான் செய்வதாக அன்னிபெசன்ட் கூறினார். ஜின்னாவிற்கு இது ஒரு தவிர்க்க முடியாத பொன்னான வாய்ப்பு. போர் அப்போதுதான் முடிந்திருந்தது. அதனால் இங்கிலாந்து செல்வது அவ்வளவு எளிதல்ல. ஏனெனில் இராணுவ அதிகாரிகளும் சிப்பாய்களும் சொந்த நாடு திரும்பிக் கொண்டிருந்தனர். இந்தியாவிற்கு அதிகாரம் செய்வதற்காக வந்த ஆளுநர்கள் ஜின்னாவிற்குப் பாடம் சொல்லித் தருவதற்கும், தண்டனை தருவதற்கும் வந்தவர்கள் போலவே நடந்து கொண்டிருந்தனர். ஆனால் இங்கிலாந்து செல்ல வாய்ப்பு கிடைத்தாலோ அல்லது அங்குள்ள பாராளுமன்றத்தில் பேசுவதற்கு வாய்ப்பு கிடைத்தாலோ நிச்சயமாக இங்கிலாந்தில் உள்ள தனது நண்பர்கள் தனக்கு உதவுவார்கள் என்று நம்பினார். தன் கருத்துகளை அவர்கள் புரிந்து கொள்வார்கள் என்றும் நம்பினார். இந்தப் புரிதல் மூலம் நிச்சயமாக ஹார்னிமன் இந்தியா திரும்புவதற்கான ஏற்பாடுகளையும் வெற்றிகரமாகச் செய்து, அவரை மீண்டும் பம்பாய்க்கு அழைத்து வர முடியும் என்றும் ஆசைப்பட்டார். இந்தியாவிலிருந்து இங்கிலாந்திற்கு செல்வதற்கு ஏறத்தாழ இருபது நாட்கள் ஆகிவிடும். பாராளுமன்றம் கூடுவதற்கு இரு மாதங்கள் ஆகலாம். அப்படியானால் குழந்தை பிறப்பு நேரத்தில் அவர் இந்தியாவில் இருக்க முடியாமல் போய்விடலாம். ருட்டியை இங்கே விட்டுவிட்டுச் செல்லவும் அவருக்கு மனமில்லை. ஏனெனில் உறவுகளோடும் குடும்பத்தோடும் நண்பர்களோடும் ருட்டி முழுவதுமாகப் பிரிக்கப்பட்டு இருந்தார். அவரை எப்படித் தனியே விட்டுச் செல்ல முடியும்? கூழுக்கும் ஆசை மீசைக்கும் ஆசை என்பது போன்ற நிலை ஜின்னாவிற்கு. ஒரு பக்கம் தனது குழந்தை; மறுபக்கம் இங்கிலாந்து பாராளுமன்றத்தில் பேசும் வாய்ப்பு. யாரும் எடுக்க முடியாத முடிவு ஒன்றை

ஜின்னா எடுத்தார். ருட்டியையும் தன்னோடு இங்கிலாந்திற்கு அழைத்துச் செல்ல முடிவெடுத்தார். ருட்டியோ மிக ஆவலுடன் இதற்குச் சம்மதித்தார். திருமணத்திற்குப் பிறகு முதல் முறையாக ஒரு கடல் பயணம். ஒருவேளை இங்கிலாந்து சென்ற பின் தன் வாழ்க்கையில் புதிய நல்ல மாற்றங்கள் ஏதாவது ஏற்படலாம் என்ற நம்பிக்கை ருட்டியின் மனதில் உதித்திருக்கலாம். குழந்தை... அதைப் பற்றி இருவருமே அதிகமாக யோசிக்கவில்லை!

அத்தியாயம் பன்னிரண்டு

ருட்டியின் கடைசிக் கடல் பயணம் நடந்து ஆறு ஆண்டுகள் முடிந்திருந்தன. அப்போது அவருக்கு வயது வெறும் 13. பள்ளிக் குழந்தை. அப்போதெல்லாம் கோடை விடுமுறைக்குத் தன் பெற்றோர்களோடும், சகோதரர்களோடும் ஒரு பெரிய வேலைக்காரப் பட்டாளத்துடன் அயல்நாடு செல்வது வழக்கமாக இருந்து வந்தது. இவர்களது முக்கிய வேலைக்காரர்கள் அந்தக் குடும்பம் எங்கு சென்றாலும் உடன் செல்வது வழக்கம். அந்தக் காலகட்டத்தில் இவ்வாறு வெளிநாடு செல்வது பல பணக்காரக் குடும்பங்களுக்கு ஒரு வழக்கமாகவே இருந்து வந்தது. அதுவும் பெத்தித் குடும்பத்திற்கு பிரான்ஸ் நாட்டின் தெற்குப் பகுதியில் அவர்களுக்குச் சொந்தமான பண்ணை நிலங்கள் இருந்தன. இங்கிலாந்தில் மாளிகை ஒன்று இருந்தது. ஆகவே மற்ற செல்வந்தர்கள் குடும்பத்தை விட பெத்தித் குடும்பத்தினர் ஒரு படி மேல்தான். ஆச்சரியம்தான்... ஆறு ஆண்டுகளுக்கு முன் ருட்டி சென்ற அதே கப்பலில் ஜின்னாவும் இங்கிலாந்து சென்று கொண்டிருந்தார். அவரும் கோடை விடுமுறைக்காகத் தான் சென்றுகொண்டிருந்தார். அப்போதெல்லாம் ருட்டி அவருக்கு ஒரு நெருங்கிய நண்பரின் மகள். அவ்வளவே. கப்பலின் மேல்தளத்தில் தற்செயலாகச் சந்திக்கும் போது சில வார்த்தைகள் பகிர்ந்து கொண்டதுண்டு. சின்ன வயது... துடுக்குத்தனமான பெண். தன் சகோதரர்களோடு ஓடிப்பிடித்து விளையாடும் சிறு வயதுப் பெண். விளையாட்டு முடிந்ததும் தனது புத்தகங்களோடு ஐக்கியமாகி விடும் அறிவான பெண். பம்பாயில் இருக்கும்போது அரசியல் பேச்சுகள் பலவற்றையும் ஜின்னாவிடம் பேசும் பழக்கம் அவரிடம் இருந்தது. ஆனால் இப்போது அயல்நாடு செல்லும் ஆசையில் அரசியல் பேச்சு திகட்டிப் போனது. அதேபோல் ஜின்னாவுக்கும் வேறு சில வேலைகள் முக்கியமாக இருந்தன. அதே கப்பலில் பயணம் செய்த, தன்னை உருவாக்கிய கோகலே

அவர்களிடம் அரசியலைப் பற்றிப் பேசுவதில் ஜின்னா ஆர்வமாக இருந்தார். ஜின்னா திட்டமிட்டே கோகலே செல்லும் கப்பலில் இடம் பிடித்தார். பல நாட்கள் கப்பலில் ஒரு சேர செல்வதால் அவரோடு நெடுநேரம் செலவிட முடியும் என்று நினைத்திருந்தார் ஜின்னா. சரோஜினி, கோகலே அவர்களுக்குத் தன் கடிதத்தின் மூலம் இதைத் தெரியப்படுத்தியிருந்தார். கப்பலில் பெண்களைச் சந்திக்கும்போது மரியாதை நிமித்தம் அவர்களோடு ஜின்னா பேசினார். மற்ற நேரங்கள் எல்லாமே கோகலேயிடம் அரசியல் விவாதங்கள் தொடர்ந்து நடந்தன. ருட்டிக்கும் அது கடைசிப் பயணமாகப் போய் விட்டது. ஏனெனில் அதன் பிறகு உலகப் போர் ஆரம்பித்துவிட்டிருந்தது.

ஒருவேளை உலக யுத்தம் என்று ஏதும் நடக்காது இருந்திருந்தால் திருமணம் முடிந்தபின் தேனிலவுக்காக ஜின்னா தம்பதியினர் கட்டாயம் வெளிநாடு சென்றிருப்பார்கள். ருட்டிக்கு நாட்டை விட்டு வெளியே செல்ல வேண்டுமென்றிருந்தது. ஆனால் அது முடியாது போயிற்று. திருமணத்திற்குப் பின் ஏற்பட்ட குழப்பமான சூழ்நிலையும், அவர்களைப் பற்றிப் பரவிய வதந்திகளும், ஜின்னாவை அரசியலிலிருந்து பிரிக்க முடியாமல் போனதும் அதற்கான முக்கியக் காரணங்களாக இருந்தன. இங்கிலாந்துக்குச் சென்று தாங்கள் ஒரு சாதாரண கணவன் மனைவியாக வாழ முடியும் என்று நினைத்தார். அரசியலில் ஆர்வம் இருந்தாலும் அதனோடு சேர்ந்து இசைக்கச்சேரிகள், கலைநிகழ்வுகள், இங்கிலாந்தில் உள்ள பிராட்வே நாடகங்கள் என்று மற்ற அனுபவங்களும் சேர்ந்து கிடைக்கும் என்று ருட்டி நினைத்தார். பம்பாயிலிருந்தது போல வெறும் வீட்டோடு ஒன்றிய ஒரு தனிப்பட்ட வாழ்க்கையாக இல்லாமல் மக்களோடு இணைந்து உணவு விழாக்கள், பல இடங்களுக்கான பயணங்கள், வேடிக்கைகள் என்று வாழ்க்கையை இங்கிலாந்து மாற்றிவிடும் என நினைத்தார். பம்பாயை விட்டு வெளியே வந்துவிட்டால் ஜின்னா தான் முந்திய வாழ்க்கையில் பார்த்ததுபோல் ஒரு மகிழ்ச்சியான மனிதராக இருப்பார் என்பது ருட்டியின் கனவு. ருட்டியைக் காதலித்த நாட்களில் ஜின்னா அப்படிப்பட்ட ஒரு மனிதராகத்தான் இருந்தார். இந்த எண்ணங்களினால் ருட்டி தனியே ஒரு கற்பனை உலகில் மிதந்து வந்தார். அவ்வளவு ஏன் சில நாட்களில் பிறக்கப்போகும் குழந்தையைப் பற்றிக் கூட அவர் அதிகமாக யோசிக்கவில்லை.

ருட்டி இத்தனை கற்பனைகளோடு தன் பயணத்தை ஆரம்பித்தார். அப்போது இன்னொரு விஷயம் ஒன்றும்

நடந்தது. அவர்கள் சென்ற எஸ். எஸ். மெர்க்கரா கப்பலில் சரோஜினிக்கும் இடம் கிடைத்து விட்டது. தன் இதயப் பிரச்சனைக்காக இங்கிலாந்து மருத்துவர்களிடம் சிகிச்சை எடுக்க வேண்டும் என்று பல நாள் காத்திருந்த சரோஜினிக்கு இந்தக் கப்பலில் இடம் கிடைத்தது நல்ல வாய்ப்புதான். ஜின்னாவைப் போல் சரோஜினியும் அன்னிபெசன்ட் அழைத்து வரும் குழுவில் ஒருவர் என்ற முறையில் அவருக்கும் கப்பலில் இடம் கிடைத்தது. ருட்டிக்கு இதில் இரட்டிப்பு மகிழ்ச்சி. ஏனென்றால் எப்படியும் ஜின்னா ஏதாவது ஒரு முடிவே இல்லாத அரசியல் விவாதத்தில் ஈடுபட்டு இருப்பார். அப்போதெல்லாம் சரோஜினியின் இருப்பு ருட்டிக்குக் கைகொடுக்கும். பம்பாயில் ஜின்னாவிடம் இருந்தும் விலகியிருக்க வேண்டியிருந்தது. அதேபோல தாஜ்மஹால் ஹோட்டலில் சரோஜினியோடும் முழு நேரமும் இருக்கமுடியாமல் போனது. இவைகளையெல்லாம் ஈடு கட்டுவது போல் அவரோடு சேர்ந்து தொடர்ந்து இருபது நாட்கள் கப்பல் பயணம். ருட்டிக்கு இது நல்லதொரு வாய்ப்பு. ஏனெனில் தனக்குப் பிடித்த சரோஜினியுடன் தொடர்ந்து இருபது நாட்களை மகிழ்ச்சியோடு கழிக்கலாம். கப்பலின் மேல் தளத்தில் படுத்துக்கொண்டு சரோஜினியுடன் பேசி மகிழ்ந்து கொண்டோ, பிடித்த புத்தகங்களை வாசித்துக் கொண்டோ அல்லது எதுவுமில்லாமல் மெல்லிய தூக்கத்திலோ பொழுதுகளை இனிமையாகக் கழிக்க முடியும்.

ருட்டியின் இந்த நினைவுகள் எல்லாமே கனவுகளாகவே முடிந்தன. ஏனெனில் அவரது உடல்நிலை இந்த நினைவுகளுக்கு ஏற்றதாக இல்லை. கடல் பயணம் ஒத்துக் கொள்ளவில்லை. அதனால் சரோஜினியுடன் உடனிருக்க முடியாமல் போனது. முதல் பாதி பயணம் முடிந்து, ஏடன் துறைமுகம் வரும் வரை ருட்டி படுக்கையிலிருந்து எழுந்திருக்கவே முடியவில்லை. கடுமையான வெப்பம்; அலை புரளும் கடல்; இரண்டும் சேர்ந்து ருட்டியை முழுமையாகப் படுத்தி விட்டன. படுத்த நிலையிலிருந்து அவரால் தலையைத் தூக்கவும் முடியவில்லை. ஏடனில் கப்பல் நின்றபோதும் இறங்கி இடங்களைச் சுற்றிப் பார்க்க முடியாமல் இருந்தார். அந்த ஆண்டு 1919 ஜூன் 15ஆம் தேதி தன் வீட்டிற்கு அந்தக் கப்பலில் இருந்து சரோஜினி ஒரு கடிதம் எழுதியிருந்தார். ஏடன் துறைமுகத்தைப் பற்றிய விளக்கங்கள் அதில் இருந்தன. கப்பலைச் சுற்றி சின்னச் சின்னப் படகுகள். அதில் சுருட்டை முடி கொண்ட சின்னப் பையன்கள் தங்கள் பாலைவனப் பகுதியிலிருந்து பல பொருட்களை விற்பனைக்காக எடுத்து வந்திருந்தனர். தீக்கோழி முட்டை,

பேரீச்சமரப் பனை ஓலைகளில் செய்யப்பட்ட வண்ண வண்ணப் பெட்டிகள், பேரீச்சம்பழங்கள், சிகரெட்டுகள், நத்தை ஓடுகள், பாசிகள், விலங்கின் தோல்கள்... என்று வகை வகையாக வைத்துக் கொண்டு வேகமாக விற்றுக் கொண்டிருந்தார்கள். இந்த மிதக்கும் கடைகளை ருட்டி பார்க்கக்கூட முடியவில்லை. கடல் அலைகளும், வெப்பத்தின் தாக்கமும், உடல்நிலையின் பிரச்சினைகளும் ருட்டியைக் கப்பல் அறைக்குள்ளேயே பூட்டி வைத்துவிட்டன.

இந்தப் பிரச்சினை ஒருபுறம் இருக்க, ஜின்னா, ருட்டியின் பக்கமே அதிகமாகத் திரும்பவே இல்லை. அவர் ருட்டியோடு கப்பல் அறைக்குள்ளேயே இருந்தாலும் அவர் நினைவுகளெல்லாம் பம்பாயில் தான் நிலைத்திருந்தன. ஏனெனில் அவருடைய பிரச்சனைகள் எல்லாமே அங்கேதான் நிலை கொண்டிருந்தன. *பம்பாய் கிரானிக்கள்* செய்தித்தாளின் மீது ஆங்கிலேய அரசு விதித்திருந்த தடைகள் எதுவும் நீங்கவில்லை. தலையங்கங்களின் மீது விதித்திருந்த தடைகள் இன்னும் அப்படியே செய்தித்தாளின் தலைமேல் கத்தி போல் தொங்கிக் கொண்டிருந்தன. ஜின்னா பல முயற்சிகள் எடுத்துவிட்டார். பயனேதுமில்லை. ஆளுநரைப் பார்ப்பதற்கு மனு அனுப்பிக்கொண்டே இருந்தார். ஆளுநரின் அதிகாரிகளைக் காண்பதற்கும் பெரும் முயற்சி எடுத்துக் கொண்டிருந்தார். அவர்கள் அனைவரும் நேரத்திற்கு ஒரு விதிகளை விதித்துக் கொண்டிருந்தனர். அந்த விதிகளை ஏற்றுக் கொள்ளவும் முடியவில்லை. ஆனால் எதிர்ப்புகளையும் அவர்கள் முன் காட்ட முடியவில்லை. ஆளுநருக்கும் அதிகாரிகளுக்கும் ஜின்னாவின் பல்லைப் பிடுங்க வேண்டும், அதன் மூலம் ஜின்னாவை அரசியலிலிருந்து ஓரம் கட்ட வேண்டும் என்ற தீர்மானமான எண்ணம் மட்டுமே இருந்தது. அதற்கான அனைத்து முயற்சிகளையும் அவர்கள் எடுத்தார்கள். ஜின்னாவிற்கு வேறு வழி இல்லை. ஆகவே அவர் தலையங்கங்கள் இல்லாத செய்தித்தாளை வெளியிட ஆரம்பித்தார். இவைகளெல்லாம் ஜின்னா இங்கிலாந்து புறப்படுவதற்கு ஒரு வாரத்திற்கு முந்தைய செய்திகள். இதுபோன்ற ஒரு கடுமையான சூழலில் அவர் பம்பாயை விட்டுக் கிளம்புவதற்கே மிகவும் தயங்கினார். செய்தித்தாளை ஒப்படைத்து விட்டு வந்திருந்தவர்கள் மீது ஜின்னாவிற்கு முழு நம்பிக்கை கிடையாது. அவர்கள் செய்தித்தாளை எப்படி நடத்துவார்கள் என்ற ஐயம் அவரிடம் இருந்தது. அதிலும் முக்கியமாக துணை ஆசிரியராக எஸ்.ஏ. ப்ரெல்வி என்பவரை நியமித்து இருந்தார். அவர்தான்

ஹார்னிமன் இடத்தை அப்போது நிரப்பியிருந்தார். பயணம் முழுவதிலும் ஜின்னாவிடம் இந்தப் பதைபதைப்பு இருந்து கொண்டே இருந்தது. ஒரு வழியாகக் கப்பல் போர்ட் துறைமுகம் வந்தடைந்தது. அங்கு சென்றதும் ஒரு கடிதத்தை எழுத ஆரம்பித்தார். நிச்சயமாக இது ருட்டியை ஆச்சரியப்பட வைத்திருக்கும். ஏனெனில் ஜின்னா கடிதம் எழுதுவதை விரும்பாத ஒரு மனிதர் என்பது ருட்டிக்கு நன்கு தெரியும். ஆனால் இந்த நகைமுரணைப் பார்த்து மகிழ்வதற்கு ருட்டியின் உடல்நிலை இடம் கொடுக்கவில்லை.

ஜின்னா எழுதிய கடிதம் சிறியது தான். ஆனால் தன் ஆதங்கம் அனைத்தையும் அவர் அதில் கொட்டியிருந்தார். தான் இல்லாத போது பம்பாயில் என்ன நடக்கிறதோ என்ற கவலை அவருக்கு. "அன்புள்ள ப்ரெல்வி, எங்கள் கப்பல் போர்ட் துறைமுகம் வந்து சேர்ந்து விட்டது என்பதைத் தெரிவிக்கவே இந்த கடிதம்" என்று ஆரம்பித்திருந்தார். அதன் பிறகு பம்பாயில் என்ன நடக்கிறது என்று கேட்டிருந்தார். கடிதம் எழுதும் உண்மையான காரணத்தை அவரால் மறைக்க முடியவில்லை. மேலும் தொடர்ந்து, "என் முகவரிக்கு தொடர்ந்து பம்பாய் க்ரானிக்கிள் செய்தித்தாளை அனுப்பி வைக்கக் கேட்டுக் கொள்கிறேன். பம்பாயில் என்ன நடக்கிறது? தெரிந்துகொள்ள பெரும் ஆவல். என்னோடு தொடர்பில் இருந்துகொண்டே இருங்கள். தலையங்க தடைச் சட்டம் இன்னும் இருக்கிறதா?" ஏறத்தாழ முக்கியமான விஷயங்களைக் கேட்டு விட்டார். ஆனால் கடைசியில் ஒரு நேரடித் தொடர்பு இருக்க வேண்டும் என்பதற்காகவோ என்னவோ, "எங்களது பயணம் இனிமையாக இருந்தது. (ஆனால் நிச்சயம் ருட்டி இதை ஒத்துக்கொள்ளவே மாட்டார்!) நல்லவேளையாக மழைக்காலத்திற்கு முந்தி விட்டோம். இதுவரை எல்லாமே இனிமையாகவே நடந்துகொண்டு வருகிறது. நீங்கள் எல்லோரும் நன்றாக இருப்பீர்கள் என்று நம்புகிறேன்", என்று எழுதி கையெழுத்திட்டு அனுப்பியிருந்தார்.

கப்பலில் இருந்தபோது இன்னொரு கடிதமும் எழுதியிருந்தார். அது காந்திக்கு. கட்டாயம் எழுத வேண்டிய ஒரு சூழ்நிலை. நாட்டுநடப்பு தெரிய வேண்டுமே என்பதற்காக எழுதிய கடிதம் அது. அரசியல் நிலைப்பாடுகள் பற்றித் தெரிந்து கொள்ள அத்தனை ஆவல், அதோடு ஆங்கிலேய அரசு கொண்டுவந்த சீர்திருத்த சட்டங்களைப் பற்றிய காந்தியின் கருத்துகளைத் தெரிந்து கொள்ளவும் ஆசைப்பட்டார். காந்தியிடமிருந்து உடனே பதில் வந்தது. ஆனால் பாவம் ஜின்னா! அவர்

எதிர்பார்த்தது போல் காந்தி அரசியல் நிலைப்பாடுகளைப் பற்றி ஏதும் பேசவில்லை. அதற்குப் பதிலாக பல இலவசக் கருத்துகளை அள்ளித் தெளித்திருந்தார். இங்கிலாந்தில் இருந்து இந்தியாவுக்குத் திரும்புவதற்கு முன் குஜராத்தி மொழியையும், இந்தி மொழியையும் கற்றுக்கொள்ள ஜின்னாவைப் பணித்திருந்தார். அதோடு நில்லாது, ருட்டி இந்தியாவிற்குத் திரும்பி வந்ததும் கைராட்டை சுற்றும் வகுப்பிற்கு வரும்படியும் கேட்டிருந்தார். அதுவும் காந்தி பம்பாயில் ஆரம்பித்திருந்த கைராட்டை வகுப்பிற்கு நேரடியாக வந்து சேரும்படி அழைப்பு விடுத்திருந்தார்!

ருட்டி, ஜின்னா இருவரின் நிலையைவிட சரோஜினியின் நிலைமை மிகவும் நன்றாக இருந்தது. ஜின்னாவுக்கு இருந்ததுபோல் இந்தியாவின் அரசியல் நிலைமை பற்றிய கவலை அவருக்கு இல்லை. ருட்டியைப் போல் இல்லாமல் சரோஜினியின் உடல் நன்றாகவே இருந்தது. ஆகவே ருட்டி கனவு கண்டது போல், சரோஜினிக்கு கப்பலின் மேல்தளத்தில் படுத்துக்கொண்டு இயற்கையை ரசிக்கும் அழகான அனுபவம் அமைந்தது. அந்த அனுபவங்களை கடிதத்தில் எழுதி தன் குடும்பத்திற்கு அனுப்பியிருந்தார். "கப்பலிலிருந்து விழும் கழிவிற்காகப் பின் தொடர்ந்து வரும் சுறா மீன்கள்; தவ்வித் தவ்வி தண்ணீருக்கு மேல் வரும் கடல் பன்றிகள்; எல்லாமே பார்க்க அத்தனை அழகு!" என்று தன் மகள்களுக்கு எழுதியிருந்தார். இயற்கையை மட்டுமல்ல தன்னைச் சுற்றியிருந்த மனிதர்களையும் அந்த மனிதர்கள் போடும் வேஷங்களையும், முகமூடிகளையும் கவனித்துக்கொண்டே இருந்தார். "கப்பலின் மேல் தளத்தில் ஒரு மூலையில் தனியாக அமர்ந்துகொண்டு எல்லோரையும் கவனித்துக்கொண்டே இருந்தேன். பல சுவையான விஷயங்களைக் காணமுடிந்தது. எல்லோரையும் வேடிக்கை பார்த்தேன். விதவிதமான மனிதர்கள். அவர்கள் ஒருவரை ஒருவர் புரிந்து கொண்டு தங்களுக்குள் விதவிதமான குழுக்களாக இணைந்து கொண்டார்கள். சீட்டாட்டக்காரர்கள், பெரும் தோரணைக்காரர்கள், அசட்டையான மனிதர்கள், ஆட்டம் போடும் மனிதர்கள், பாவப்பட்ட மனிதர்கள் என்று வகை வகையான மனிதர்கள். இந்த மனிதர்கள் தங்களைப் போன்ற குணம் கொண்ட மனிதர்களை அடையாளம் கண்டு, அவர்களோடு ஒன்று சேர்ந்து பல குழுக்களாக ஒருங்கிணைந்து கொண்டனர். இவர்களில் பல மனிதர்கள் அதிக ஆர்வமூட்டும் மக்களாக இருந்தார்கள். எனக்கும் வேறு வேலை இல்லை. இந்த

மனிதர்களைப் பார்ப்பேன் அல்லது கண்மூடிப் படுத்திருப்பேன் அல்லது என் கனவுலகத்தில் விழுந்திருப்பேன். நான் யாரிடமும் அதிகமாகப் பேசவில்லை. யாரிடமாவது எப்போதாவது சில வார்த்தைகள் மட்டுமே பேசியிருப்பேன். இரவு எட்டு அல்லது ஒன்பது மணிக்கு படுக்கைக்குச் சென்று விடுவேன்."

ஏடன் துறைமுகம் தாண்டிய பிறகு, வீட்டுக்கு எழுதிய மற்றொரு கடிதத்தில் சரோஜினி, மிகவும் கடுமையான வெப்பத்தில் இருந்து தப்பிய கதையைப் பற்றிக் கூறுகிறார்: "ஏடன் துறைமுகத்தில் மக்கள் மெல்லிய ஆடைகளை அணிந்துகொண்டு வெப்பத்தை எதிர்நோக்கிக் காத்திருந்தனர். ஆனால் அப்போது அடிக்க ஆரம்பித்த பலமான காற்றினால் எல்லோருக்கும் குளிர ஆரம்பித்தது. இப்போது எல்லோரும் அவசர அவசரமாக குளிர்கால உடைக்கு மாறினோம். கோடை வெப்பத்தில் இருந்து தப்பித்தது பெருமகிழ்ச்சி தந்தது..." இந்தக் கடிதத்தில் மட்டும் சரோஜினி ருட்டியின் உடல்நிலை பற்றி எழுதியுள்ளார். "ருட்டிக்கு அந்தக் கடல் நோவு இன்னும் நீடித்துக் கொண்டே இருந்தது. ஆனால் ஏடன் துறைமுகம் தாண்டிய பின் அவர் ஓரளவு நன்கு தேறி, மாலை வேளைகளில் கப்பலின் மேல்தளத்தில் புத்தம் புதிதாகப் பூத்த மிக அழகான மலர் போல் தோன்றுவார். சுற்றி இருக்கும் பெண்களின் கண்களில் எல்லாம் அப்போது பொறாமைப் பூ பூக்கும். ருட்டி, நோயோடு இருந்த அந்தக் காலத்திலும் எல்லோர் கண்களுக்கும் அழகாகக் காட்சி அளித்தார். ஆனால் அவரது உடல் நலம் முற்றிலும் சரியாகிவிட்டது என்று சொல்ல முடியாது."

நல்லவேளையாக ஜின்னா முன்னெச்சரிக்கையோடு லண்டனில் தங்குவதற்காக ஒரு வாடகை வீட்டை ஏற்பாடு செய்திருந்தார். ஜின்னாவிற்கு வாடகை வீட்டை விட ஏதாவது ஒரு ஹோட்டலில் தங்குவது ஏதுவாக இருந்திருக்கும். லண்டனில் அவர் வழக்கமாகத் தங்கும் ஹோட்டலில் தங்குவது அவருக்கு பிடித்திருந்திருக்கும். ஆனால் அப்படிச் செய்யாமல் ருட்டிக்காக வீடு ஒன்றை வாடகைக்கு எடுத்திருந்தார். ருட்டியின் பிரசவகாலமும் நெருங்கிக்கொண்டிருந்தது. புதிதாக வீடு ஒன்றை வாடகைக்கு எடுத்து விட்டதோடு கணவன் என்ற கடமை முடிந்ததாக ஜின்னா நினைத்துக் கொண்டார் போலும். வீட்டுக்கு வெளியே அவருக்கு அதிக வேலைகள் காத்திருந்தன. ஜின்னாவோடு வந்த ஏனைய தூதுக் குழு உறுப்பினர்கள் எந்த அளவு தங்களைத் தயார்படுத்தி வந்திருந்தார்களோ தெரியாது. ஆனால் ஜின்னா தன் வேலையை எளிதாக எடுத்துக்

கொள்ளவில்லை. அவரது கடமை உணர்வு அவரை உந்தித் தள்ள மிக முக்கியமான செல்வாக்குள்ள மக்களைப் பார்க்க முற்பட்டார். "தன் தாய் நாட்டிற்காக ஜின்னா செய்ய வேண்டிய வேலைகள் அவர் முன்னால் குவிந்து நின்றன", என்று *பம்பாய் க்ரானிக்கிள்* செய்தித்தாள் குறிப்பு ஒன்றை வெளியிட்டது. ஏனைய தூதுக்குழு உறுப்பினர்கள் லண்டன் வருவதற்கு முன்பே ஜின்னாவின் தூதுக்குழு லண்டனைச் சென்றடைந்தது. ஆங்கில அரசின் சீர்திருத்தக் குழுவை சந்திப்பதற்கு ஏறத்தாழ இன்னும் ஒரு மாத காலம் இருந்தது. 1919 ஆகஸ்ட் மாதத்தின் முதல் வாரத்தில் தான் இந்தக் குழு கூடும். அதற்கு முன்பே மாண்டேகு அவர்களைச் சந்திக்க ஜின்னா முயன்றார். அவர் மூலமாகவே ஹார்னிமனின் கடவுச் சீட்டைப் புதுப்பித்து, அவரை மீண்டும் இந்தியாவிற்கு அனுப்ப முடியும். இதற்கான முயற்சிகளை மேற்கொண்டார். இதுமட்டுமில்லாமல் இந்தியச் செயலரோடு ரௌலத் மசோதாவைப் பற்றியும் விவாதிக்க விரும்பினார். நிச்சயமாக இந்தியச் செயலர் தனக்குத் துணையாக இருப்பார் என்ற நம்பிக்கை ஜின்னாவுக்கு இருந்தது.

ஆனால் அதிர்ச்சிதரும் விதமாக ஜின்னா எதிர்பார்த்தது போல் இல்லாமல், மாண்டேகு மேல் அவர் வைத்த நம்பிக்கை பொய்த்துப் போனது. ஜின்னா எப்போதுமே மக்களின் முதுகுகளுக்குப் பின்னால் நடக்கும் வதந்திகள் பக்கம் போகாதவர். ஆகவே அப்போது லண்டனில் நடந்து கொண்டிருந்த அதிகார மாற்றங்கள் அவருக்குத் தெரியாமல் போய்விட்டன. மாண்டேகுவின் அதிகாரங்கள் நொறுங்கிக் கொண்டிருந்த நேரம் அது. இதற்கான முதல் காரணம் அவரது உடல் நலம். உடல் நலம் குன்றிய இந்தக் காலத்தில் அவரால் முன்பு போல் வெற்றிகரமாக விவாதங்களில் ஈடுபட முடிவதில்லை. ஆனாலும் அதைவிட இன்னொரு முக்கியமான காரணமும் இருந்தது. இந்தியாவில் நடந்த ஜாலியன் வாலாபாக் படுகொலைக்குப் பிறகு ஆங்கிலேயர்கள் இந்தியாவிடம் வைத்திருந்த தாராள மனப்பான்மை மெல்ல விலக ஆரம்பித்த நேரம் அது.

மாண்டேகு இரு ஆண்டுகளுக்கு முன்பு இந்திய தேசியத் தலைவர்களை நேரடியாக சந்தித்துப் பேசினார். அப்போது அவர் ஜின்னாவிடம் கொண்டிருந்த கனிவும், உயர்ந்த எண்ணமும் இப்போது கரைந்து, மறைந்து போக ஆரம்பித்திருந்தன. அன்று இந்தியாவில் ஜின்னா கூறிய ஆக்கபூர்வமான சீர்திருத்தக் கருத்துகளைக் கேட்டறிந்த பிறகு ஜின்னாவின் மீது மிகுந்த

நல்லெண்ணம் கொண்டிருந்தார். இந்த மாற்றத்திற்கான காரணம் மிகவும் எளிதாகப் புரிந்தது. இந்தியாவின் வைஸ்ராய்களாக இருந்த வெல்லிங்டன், ஜார்ஜ் லாய்ட் இருவருமே ஜின்னாவைப் பற்றி எதிர்மறையான கருத்துகளையே கூறியுள்ளனர். ஜின்னா நம்பிக்கைக்கு உரியவர் அல்ல என்ற அவர்களது கருத்து மாண்டேகுவின் மனதில் ஆழமாக பதிந்து விட்டது. மேலும் லாய்ட் பம்பாயில் அமைதியை நிலைநாட்டுவதற்காக *பம்பாய் க்ரானிக்கள்* செய்தித்தாளை முடக்கி இருப்பதையும், அதன் மூத்த ஆசிரியர் ஹார்னிமன் அவர்களை நாடு கடத்தியது பற்றியும் ஏற்கெனவே மாண்டேகுவிடம் கூறியிருந்தார். அதிலும் முக்கியமாக பம்பாய் நகரத் தீவிரவாதிகளின் ஒட்டு மொத்த தலைவராகவே ஜின்னாவை அவர் படைத்திருந்தார். இந்தக் கருத்துகளுக்கு ஏற்றாற்போல் இப்போது பம்பாயில் அமைதி நிலவுவதாகவும் அதற்குக் காரணம் *பம்பாய் க்ரானிக்கள்* செய்தித்தாள் முடக்கப்பட்டதுதான் என்றும் தன் கருத்துகளை மாண்டேகுவிடம் பதிந்து வைத்தார் லாய்ட். இல்லையேல் அந்த செய்தித்தாள் தினமும் பட்டியல் பட்டியலாக அரசாங்கத்திற்கு எதிரான கருத்துகளைத் தொடர்ந்து வெளியிட்டுக் கொண்டே இருக்கும் என்று கூறி, தனது அடக்குமுறையே இந்த வெற்றிக்குக் காரணம் என்பதை நிறுவி இருந்தார்.

இந்த அடிப்படை உண்மைகள் ஜின்னாவிற்கு சுத்தமாகத் தெரியாது. இதனால் ஜின்னாவின் அடித்தளமே ஆட்டங்கண்டு போய்விட்டது. இந்த அடிப்படை நிலவரம் புரியாமலேயே மாண்டேகுவையும் இன்னும் பல அரசியல் தலைவர்களையும் நேரடியாகச் சந்தித்து தொடர்ந்து பேசிக்கொண்டே இருந்தார். வீட்டிலிருந்த சிறிது நேரமும் அவர் செய்தித்தாள்களையே வாசித்துக் கொண்டிருந்தார். இந்திய நிலவரம் பற்றி தெரிந்துகொள்ள அவருக்கு அத்தனை அக்கறை... ஆர்வம். பயணத்தின் போது விட்டுப்போன செய்திகளைத் தெரிந்துகொள்ள தீவிரமாக இருந்தார். இந்தியச் செய்திகள், இங்கிலாந்து செய்திகள் என்று அனைத்தையும் வாசித்துக் கொண்டிருந்தவர் அப்படியே பழைய செய்தித்தாள்களையும் முனைந்து வாசிக்க ஆரம்பித்தார். பழைய செய்தித்தாள்களில் இருந்து அதிக விவரங்களையும் மேற்கோள்களையும் சேர்த்து வைத்துக்கொண்டார். மேலும் தொடர்ந்து தனது கருத்துகளை செய்தித் தொடர்பாளர்களிடம் கொடுத்துக் கொண்டிருந்தார். வாசிப்பதற்குப் போதுமான அளவு செய்தி இதழ்கள் கிடைக்காததால், தனது வழக்கமான பழக்கத்தில் இருந்து மாறுபட்டு, இங்கிலாந்தில் படிக்கும் இந்திய மாணவர்களை

பால் மால் என்ற இடத்தில் உள்ள தன் வீட்டிற்கு அழைத்து, அவர்களோடு அரசியல் விவாதங்கள் நடத்திக்கொண்டிருந்தார்.

ஜூலை மாதம் பிறந்தது. ஜின்னா சீர்திருத்த மசோதாவைப் பற்றி தன் கவனத்தைத் திருப்பினார். இப்போது இந்தியாவில் இருந்து வரவேண்டிய தூதுக்குழு உறுப்பினர்கள் அனைவரும் வந்து சேர்ந்திருந்தனர். இந்திய அரசியலில் ஆர்வம் உடையவர்கள் பலர் இந்த உறுப்பினர்களைத் தங்கள் கூட்டங்களுக்கு அழைத்துப் பேச வைத்து, மரியாதை செலுத்தினர். இந்த இந்திய உறுப்பினர்கள் மத்தியில் பலரும் அறிந்தவராக இருந்தார் ஜின்னா. ஆகவே பலரால் அவர் கூட்டங்களில் பேசுவதற்காகவும், விவாதிப்பதற்காகவும் அழைக்கப்பட்டார். கூட்டங்களுக்குப் போவதோடு மட்டுமல்லாமல் ஜின்னா இன்னொரு மிக முக்கியமான வேலையையும் செய்துகொண்டிருந்தார். இங்கிலாந்து அரசியல்வாதிகளில் பலரும், இந்தியாவில் படித்த சில மனிதர்களும் வழக்கறிஞர்களும் மட்டுமே இந்திய சுதந்திரத்தில் ஆர்வம் உள்ளவர்களாக இருக்கிறார்கள் என்று நினைத்துக் கொண்டிருந்தனர். அந்த எண்ணத்தை உடைக்க, அனைத்து இந்திய மக்களும் நாட்டின் விடுதலைக்காக ஆவலோடு காத்திருக்கிறார்கள் என்பதை உணர்த்துவதற்காக, ஜின்னா இந்தியாவிலிருந்து வந்த உறுப்பினர்கள் அனைவரையும் சந்தித்து நாம் எல்லோரும் ஒரே குரலாய் சுதந்திரம் பற்றிப் பேசவேண்டும் என்று வலியுறுத்த முயற்சித்தார். அந்த ஒரே குரல்தான் உரிமைக்குரலாக இருக்கும் என்று ஜின்னா நம்பினார். ஆனால் இந்த முயற்சி முழு வெற்றி அடையவில்லை. ஜின்னா இதற்காகத் தேவையில்லாமல் தன் சக்தியை செலவிட்டு விட்டார் என்றுதான் தோன்றியது.

காங்கிரஸ் உறுப்பினர்களும், ஏனைய உறுப்பினர்களும் சீர்திருத்தம் பற்றிய தங்கள் கருத்துகளை மாற்றத் தயாராக இல்லை. ஒன்று ஒரேயடியாக அவைகளை எதிர்த்தார்கள் அல்லது முற்றிலுமாக ஆதரித்தனர். சமநிலைக் கண்ணோட்டம் என்று யாரிடமும் இல்லை. அன்னிபெசன்ட் தலைவராக இருந்த ஹோம் ரூல் லீக் உறுப்பினர்கள் மட்டும் ஒரே எண்ணத்துடன் ஆதரவு கொடுத்து, அனைவரும் ஜின்னாவின் சொல்படி கையெழுத்திட்டனர். ஆனால் காங்கிரஸ் உறுப்பினர்களும் மற்றவர்களும் தங்களது ஒரு பக்கச் சார்பை விட்டு விலகவில்லை.

இத்தனை வேலைகளுக்கு நடுவே ஜின்னா வீட்டிற்குக் கொடுக்க வேண்டிய கவனத்தை கொடுக்காமல் விட்டுவிட்டார். யாருடைய உதவியும் துணையும் இல்லாமல் ருட்டி தனித்திருந்தார். இந்தியா போய் இங்கிலாந்து... இடங்கள் மட்டும் மாறி இருந்தன; வேறு எதுவும் மாறவில்லை. நாடு மாறி நாடு வந்திருந்தாலும் மாற்றமில்லாத வாழ்க்கை. பணத்தினால் வாங்கக் கூடியவைகளைத் தவிர வேறு எதையும் ஜின்னா தர முடியாத நிலை. இந்தியாவிலும் தனிமைச் சிறை; இப்போது இங்கிலாந்திலும் தனிமைச் சிறை. சரோஜினி சொன்னது போலவே, 'உலகப் போருக்குப் பின் இங்கிலாந்து ஏதோ ஒரு குறிக்கோளோடு வாழ்பவர்களுக்கு மட்டுமான இடமாக' இருந்தது. ருட்டி தன் சிறுவயதில் பார்த்த இங்கிலாந்து அல்ல இப்போது. அந்த நாடு முழுவதுமாக மாறியிருந்தது. அவர் தங்கியிருந்த வீடு 'பால் மால்' என்ற இடத்திற்கு அருகில் இருந்தது. இது ஜின்னா, ருட்டி இருவருக்கும் ஏற்ற ஒரு இடமாக இருந்தது. ஒருபுறம் கடைகள். ஆகவே ருட்டி எளிதாக அங்கு செல்ல முடியும். அதேபோல் ஜின்னா கூப்பிடு தூரத்தில் தன் அலுவலகத்தை வைத்திருந்தார். கடைகள் பக்கத்தில் இருந்தாலும் அங்கே வாங்குவதற்கு ஏதுமில்லை. உலகப் போர் அப்போதுதான் முடிந்திருந்தது. இல்லாமையே அதிகமாக இருந்த காலம் அது. உணவு கிடைப்பது கூட சிரமம்; அதேபோல் மிகவும் தேவையான நிலக்கரி கூடக் கிடைக்காத காலம். அதைவிட எந்த உதவிக்கும் யாரையும் கூப்பிட முடியாத நிலை. ருட்டி சிறுவயதில் இங்கிலாந்து வந்தபோது சிலரைத் தெரிந்து வைத்திருந்தார். அந்த மக்கள் அனைவருமே அவரது பெற்றோர்களோடு நெருங்கியவர்கள். ஆனால் அவர்கள் இப்போது விலகி இருந்தார்கள். சரோஜினியைத் தவிர ருட்டிக்கு வேறு வழி ஏதும் இல்லை. ஆனால் சரோஜினி சீர்திருத்த கமிட்டி ஆரம்பிப்பதற்கு ஒரு மாதத்திற்கு முன்பே அயர்லாந்து, லேக் டிஸ்ட்ரிக்ட் போன்ற இடங்களுக்கு பயணம் செய்ய முடிவு செய்திருந்தார். ஜின்னாவோ கூட்டுத் தேர்வுக் குழு நடத்தப்போகும் நேர்காணல் பற்றிய சிந்தனையிலேயே இருந்தார். அந்த நேர்காணலில் என்னென்ன கேள்விகள் கேட்கப்படலாம் என்பதைத் தெரிந்து கொள்வதற்காக இந்திய மாணவர்களை அழைத்து அவர்களோடு விவாதங்கள் நடத்திக் கொண்டிருந்தார். நேர்காணலுக்குத் தன்னைத் தயாரித்துக் கொள்வதிலேயே தீவிரமாக இருந்தார். அப்போது அவருடன் இணைந்து செயல்பட அழைக்கப்பட்ட திவான் சமன்லால் என்ற மாணவர் தனது அனுபவத்தை இவ்வாறு பகிர்ந்து கொள்கிறார்:

"ஜின்னா அழைத்த நாளில் நான் அவரது ரீஜெண்ட்ஸ் பார்க்கில் உள்ள அலுவலகத்திற்குச் சென்றேன். நான் உள்ளே அமர்ந்து எனக்கு வந்த உணவில் கை வைப்பதற்கு முன்பே ஜின்னா என்னிடம் பல கேள்விகளைக் கேட்க ஆரம்பித்து விட்டார். அத்தனை முனைப்பு. அத்தனை ஆர்வம். இந்தியாவில் கல்வி அறிவு மிகவும் குறைவாக இருப்பதற்கான காரணம் என்ன என்பதைக் கண்டறிய என்னிடம் கேள்விகள் கேட்டார். இந்தக் கேள்வி நேர்காணலில் விவாதிக்கப்படும் என்று எதிர்பார்த்திருந்தார். சமன்லால் அப்போது ஆக்ஸ்போர்ட் பல்கலைக்கழகத்தின் மாணவர். அவர் தனக்குத் தெரிந்த பதிலை மகிழ்ச்சியோடு கொடுத்தார். மேலும் ஜின்னா அவரை எப்படி அன்போடு வரவேற்றார் என்றும், அரசியல் நிலை பற்றியும், நாட்டு நடப்புகளைப் பற்றியும் தன்னிடம் கேட்டறிந்தார் என்றும், கூட்டுத் தேர்வுக் குழுவில் இதுபோன்ற பல கேள்விகள் எழுப்பப்படும் என்றும் எதிர்பார்த்திருந்தார்" என்பதை எழுதியுள்ளார்.

ஒரு மாதம் கழித்து தேர்வுக் குழு தன்னுடைய செயல்பாட்டை ஆரம்பித்தது. இதன் பிறகு ருட்டி, ஜின்னாவைப் பார்ப்பதே அரிதாகிவிட்டது. வாரத்துக்கு 3 நாட்கள் இந்தக் குழு பலமணிநேரங்கள் தன் கூட்டங்களை நடத்தியது. ஜின்னா அனைத்துக் கூட்டங்களுக்கும் தவறாது சென்றார். முழுநேரமும் பங்கெடுத்தார். பன்னிரண்டு ஆங்கிலேய பாராளுமன்ற உறுப்பினர்கள் இதில் கலந்து கொண்டனர். அங்கு பேசப்பட்ட எந்த ஒரு வார்த்தையையும் ஜின்னா தவற விடவில்லை. பல குழுக்கள் கலந்து கொண்டன. ஆகவே இந்தத் தேர்வுக்குழு நிச்சயம் ஒரு மாதத்திற்கு மேல் நீடிக்கும். நிலைமை இதுதான் என்றால் ருட்டி, ஜின்னாவைச் சந்திப்பதே கடினமாகிவிடும். அவரோடு சிறிது நேரம் கூட ருட்டியால் செலவழிக்க முடியாமல் இருந்தது.

அந்தக் குழுவின் முன் இந்தியத் தலைவர்கள் ஒவ்வொருவரும் தனித்தனியாக தங்கள் கருத்தைச் சொல்ல வேண்டியிருந்தது. இந்த வாய்ப்பு ஜின்னாவிற்கு மிகவும் ஆரம்ப கட்டத்திலேயே வந்தது. ஆகஸ்ட் மாதம் 13ஆம் தேதி. இது அவருக்காக குறிக்கப்பட்ட நாள். இதற்காக மிகவும் கடுமையாக உழைத்து தன் கருத்துகளை மிகத் தெளிவாகவும் வெளிப்படையாகவும் முன்வைத்தார். கடுமையான உழைப்பு மட்டுமல்ல கருத்துகளைச் சொன்ன விதமும் ஒரு போர்க்கால நடவடிக்கை போல் திட்டமிடப்பட்டு இருந்தது. ஆனால் சொல்லப்பட்ட

கருத்துகளும், சொல்லியவிதமும் பலருக்கும் பிடிக்காத அளவு இருந்தது. முக்கியமாக மாண்டேகு வருந்தும், வெறுக்கும் அளவிற்குச் சென்று விட்டது ஜின்னாவின் வார்த்தைகள்.

ஜின்னா தனது கருத்துகளைக் கூற ஆரம்பித்த போது மாண்டேகு உள்ளே நுழைந்தார். ஜின்னா சீர்திருத்தக் கருத்துகளைப் பற்றிக் கூறும் பொழுது அவைகள் பயமுறுத்தும் சட்டமாகவும், அதே சமயத்தில் ஒருதலைப்பட்சமாகவும் இருக்கின்றன என்று வலியுறுத்திக் கொண்டிருந்தார். ஜின்னா தனது கருத்துகளை வலியுறுத்தும் பொழுது அவை மற்றவர்களை எந்த அளவு அல்லது எந்த விதத்தில் சிரமப்படுத்தும் என்பதைப் பற்றிக் கவலைப்படுவதில்லை. கேட்போரின் மனதில் எழும் எதிர்ப்புகளை அவர் கண்டுகொள்வதுமில்லை. தான் நினைப்பதை தவறாமல் சொல்ல வேண்டும் என்று நினைப்பவர். தொடர்ந்து பேசிய ஜின்னா மாண்டேகு இந்திய செயலாளர் ஆவதற்கு முன்பே இந்தியச் செயலாளராக இருந்த மார்லின் பற்றி புகழ்ந்து பேச ஆரம்பித்தார். இதுவரை இந்திய செயலாளர்களாக இருந்தவர்களில் மார்லின் மிகச்சிறந்த மனிதர் என்ற கருத்தையும் இனி அப்படி ஒரு மனிதன் இந்தியாவுக்குச் செயலராகக் கிடைப்பாரா என்ற சந்தேகம் தனக்கு இருப்பதாகவும் கூறினார். தன் மீது அதிருப்தியோடு இருக்கும் இந்தியச் செயலாளரான மாண்டேகுவின் முன்னாலேயே ஜின்னா இவ்வாறு சொன்னார். இதனால் மாண்டேகு மிகுந்த கோபமடைந்தார்.

ஒருவேளை ருட்டி அங்கே இருந்திருந்தால் ஜின்னாவின் இந்த பேச்சுக்கு மற்றவர்களின் முகம் என்னவாக மாறியது என்பதைப் பார்க்க முனைந்திருப்பார். ருட்டிக்கு ஒன்று நன்றாகத் தெரியும். ஜின்னா முற்றிலும் வெளிப்படையாகப் பேசும்போது மற்றவர்கள் அதைப் பற்றி என்ன நினைப்பார்கள் என்ற கருத்தோட்டம் நிச்சயமாக அவர் மனதில் எழுவதே இல்லை. அவரது வெளிப்படையான, கூர்மையான வார்த்தைகளைக் கேட்டு மாண்டேகு மிகுந்த அதிர்ச்சியடைந்தார். இதுவரை ஜின்னாவின் மீதிருந்த மரியாதையும் மதிப்பும் இப்போது பழைய விஷயங்களாக மாறிவிட்டன. ஜின்னாவைத் தன் வீட்டுக்கு அழைத்திருந்த மாண்டேகு, ஜின்னா பல்வேறு விஷயங்களை வலியுறுத்துவதாகவும், தனது கோரிக்கைகளின் எண்ணிக்கைகளைக் கூட்டிக் கொண்டே இருப்பதாகவும் குற்றம் சாட்டினார்.

மாண்டேகு மட்டுமல்ல, ஏனைய குழு உறுப்பினர்களையும் ஜின்னாவின் பேச்சு உரசிச் சென்றது. ஜின்னா இந்தச் சீர்திருத்தச் சட்டங்களின் அனுகூலங்கள் மிகவும் குறைவு என்றும் அவை மிகவும் காலம் தாழ்த்தி அளிக்கப்படுகின்றன என்றும் பேசினார். அந்தக் குழுவில் மற்ற உறுப்பினரிடம் கேட்கப்பட்ட ஒரே ஒரு கேள்வியைத் தவிர மீதிக் கேள்விகள் எல்லாம் ஜின்னாவை நோக்கி வந்தன. அவர் தவறு செய்திருப்பாரரா? புரியாமல் பேசி இருப்பாரா? போதுமான தயாரிப்பு இல்லாமல் வந்திருப்பாரா? பேசியது எல்லாம் சரியா?... இதுபோன்ற கேள்விகள் ஆங்கிலேயே பாராளுமன்ற உறுப்பினர்களின் நினைவிற்கு வந்தன. ஆனால் அவர்களது எண்ணங்கள் எல்லாமே தவிடுபொடியாகின. எந்தக் கண்ணியிலும் ஜின்னா சிக்கவில்லை. இதனால் ஆங்கிலேய பாராளுமன்ற உறுப்பினரான பி.ஜி.தெலாங் "கேள்வி கேட்பதிலும், பதில் சொல்வதிலும் எல்லாவற்றிலுமே அவர் எல்லோருக்கும் இணையாகவே இருந்தார்" என்று ஜின்னாவைக் குறித்துக் கூறியுள்ளார். ஆனாலும் அவர் குறை ஒன்றைக் கண்டுள்ளார். ஜின்னா சீர்திருத்தக் கருத்துகளைப் பற்றி அனைத்தும் அறிந்திருந்தார். ஆனால் அவைகளை எப்படி நடைமுறைப்படுத்துவது என்பதற்கான உத்திகள் அவரிடம் இல்லை. அவைகளைப் பற்றி ஆணித்தரமாக ஜின்னாவினால் ஏதும் கூற முடியவில்லை என்றும் சொல்லியுள்ளார்.

ஆனால் இந்த கருத்தை ஜின்னா ஒத்துக் கொள்ளவில்லை. அத்தனை தன்னம்பிக்கை ஜின்னாவிற்கு. தன் கடமையைச் செய்து முடித்துவிட்டதாகவும், அதை முழுமையாகச் செய்திருக்கிறோம் என்ற நம்பிக்கையும் அவரிடம் இருந்தது. அதனாலேயே அடுத்த நாள் மாலை நேரமொதுக்கி, ருட்டியை அழைத்துக் கொண்டு அருகில் இருந்த நாடகக் கொட்டகைக்குச் சென்றார். அவர் காதலித்த காலத்தில் தனக்கு நாடகங்கள் பிடிக்கும் என்று ஜின்னா சொல்லியுள்ளார். அதைக் காரணம் காட்டியே ருட்டி நாடகத்திற்கு அழைத்துச் சென்றார். அடுத்தநாள் மாலை இருவரும் நல்ல உடை அணிந்து நவநாகரீகத் தம்பதிகளாக நாடகக் கொட்டகைக்குச் சென்றனர். ருட்டிக்குக் கிடைத்த இந்த இன்பம் வெகு சில நிமிடங்களுக்கு மட்டும் தான் நீடித்தது. நாடகம் பாதியளவு நடந்த பொழுது அவர்களின் குழந்தை வெளியே வருவதற்கு தயாரானது. நாடகக் கொட்டகையை விட்டு விரைந்து வெளியேறினார்கள்.

ஆகஸ்ட் 14ஆம் தேதி, நள்ளிரவு. பெண் குழந்தை பிறந்தது. தாயைப் போல் அழகிய பெரிய கண்கள்; திருத்தமான, அழகான உதடுகள். பக்கத்தில் யாரும் இல்லை. உறவினர்களும் இல்லை; நண்பர்களும் இல்லை. பிறந்த குழந்தையைக் கொஞ்ச பெற்றவர்களைத் தவிர யாருமில்லை. குழந்தையின் அழகைப் பாராட்டவும் பெற்றெடுத்த தாயைப் பார்த்துக் கொள்ளவும் யாரும் இல்லை. ருட்டியின் அம்மா சீமாட்டி பெத்தித் அப்போது பம்பாயில் இருந்தார். விடுமுறை முடிந்து பம்பாய்க்கு திரும்பிச் சென்று அங்கே காந்தி கற்றுக்கொடுக்கும் கைராட்டைப் பயிற்சி எடுத்துக் கொண்டிருந்தார். சரோஜினி அதை வேடிக்கையாக "அழகிய பட்டுப் புடவையில் பெத்தித்; முத்துநகை அழகோடு திருமதி டாட்டா; இரு செல்வச் சீமாட்டிகளும் அமைதியாக உட்கார்ந்து நூல் நூற்றுக் கொண்டிருந்தனர்" என்று ஒரு கடிதத்தில் எழுதியிருந்தார். ஒருவேளை குழந்தை பிறந்த நேரத்தில் சரோஜினி லண்டனில் இருந்திருக்கலாம். ஏனெனில் அவர் தன் மகன் ரணதீராவுக்கு எழுதிய ஒரு கடிதத்தில் லண்டன், ஆகஸ்ட் 13 என்று தேதி என்று குறிப்பிடப்பட்டிருந்தது. ஜின்னாவின் குழந்தை பிறந்ததற்கு முந்தைய நாள். ஆனால் ஒருவேளை ஜின்னாவிற்கு முன்பு சீர்திருத்தக் கமிட்டியில் பங்கெடுத்த சரோஜினி அது முடிந்தவுடன் அயர்லாந்துக்குச் செல்லும் தன் பயணத்தைத் தொடங்கி இருக்கலாம். ஏனெனில் இங்கிலாந்தில் அவருக்கு ஏகப்பட்ட தொடர் நிகழ்வுகள் இருந்தன. பல இடங்களில் பேசுவதற்காக அவரை அழைத்தனர். ஏறத்தாழ இங்கிலாந்து முழுவதும் சுற்றி வந்து விட்டார். காங்கிரஸ் கட்சி சீர்திருத்தக் குழுவின் மீது வைத்திருந்த கருத்துகளைப் பற்றி பல இடங்களில் பேசிவிட்டார். மேலும் அவர் எழுதிய அடுத்த கடிதம் 1919 ஆகஸ்ட் 27 ஆம் தேதி என்ற குறிப்போடு இருந்தது. இது டப்லின் நகரத்திலிருந்து எழுதப்பட்ட கடிதம். இந்தக் கடிதத்திலும் ருட்டியைப் பற்றிய குறிப்பு ஏதும் இல்லை. ஒருவேளை குழந்தை பிறந்தபோது அவர்கள் லண்டனிலேயே இருந்திருந்தாலும் ஜின்னாவின் பெருமை சரோஜினியைத் தொடர்பு கொள்ளத் தடையாக இருந்திருக்கலாம். அப்போது சரோஜினி இருந்திருந்தால் தன் மனைவிக்கு துணையாக இருந்திருக்கும். ஒருவேளை ஜின்னாவின் பெருமை இதைத் தடுத்திருக்கலாம். அதோடு சரோஜினி லண்டனிலிருந்து எழுதிய கடிதங்களில் கூட ருட்டி, ருட்டியின் குழந்தை ஆகியோரைப் பற்றி எதுவுமே பேசவில்லை. ஆனால் இதற்கெல்லாம் அசரப் போகிறாரா ஜின்னா? பணம் கொடுத்து துணைகளை

வாங்கினார். தாயையும் மகளையும் நன்கு கவனிக்கத் தேவையான ஏற்பாடுகளைச் செய்து விட்டார். அந்தக் கடமைகளை முடித்த பின் தன் அரசியல் கடலில் ஆழ்ந்து விட்டார்.

ஏனோ தெரியவில்லை, ருட்டி தன் குழந்தையின் மீது அதிக அக்கறை எடுத்துக் கொள்ளவில்லை. ருட்டி வழக்கமாக பாவப்பட்ட மனிதர்கள், துணையற்றவர்கள் மீது அதிக அக்கறை எடுத்துக்கொள்வார். ஆனால் அந்த அளவுகூட தன் குழந்தை மீது தன் அன்பை, அக்கறையைக் காட்டவில்லை. ஜின்னா பணம் கொடுத்து குழந்தைக்குத் தேவையான தாதிகள், ஆயாக்கள் என்று நிறைய வாங்கி இருக்கலாம். ஆனால் குழந்தைக்கு அதைவிட அதிகமாக அன்பும் கவனிப்பும் வேண்டுமல்லவா? ஆனால் ருட்டி தன் சின்னஞ்சிறு குழந்தைக்குத் தேவையான அனைத்தும் கிடைக்கிறது என்ற எண்ணத்திலோ என்னவோ, சிறிது நாட்களிலேயே அனைத்துக் கூட்டங்களுக்கும் விழாக்களுக்கும் ஜின்னாவோடு உடன் செல்ல ஆரம்பித்தார். குழந்தையோ தாதிகளின் கைகளிலும், ஆயாக்களின் அரவணைப்பிலும் வாழ்ந்து கொண்டிருந்தது.

குழந்தை பிறந்த வெகு சில நாட்களிலேயே ருட்டி தன் பழைய நிலைக்குத் திரும்பி விட்டார். ஆனாலும் ஏதோ ஒன்று குறையாக இருந்தது. சரோஜினி தன் சுற்றுப்பயணம் முடிந்து லண்டன் திரும்பினார். திரும்பியதும் ருட்டியைக் காண வந்தார். ருட்டியிடம் ஏதோ குறை இருப்பதாக உணர்ந்தார். தன் மகள் பத்மஜாவுக்கு எழுதிய கடிதத்தில், "ருட்டியைப் பார்ப்பதற்கு தங்கச் சிறகுகள் உள்ள வண்ணத்துப்பூச்சி போல் இருந்தது; ஆனால் ஏனோ ஒரு பாவப்பட்ட பெண்ணாகவும் தோன்றினாள்", என்று எழுதியுள்ளார். இந்தக் கடிதம் 1919 அக்டோபர் 8-ம் தேதி எழுதப்பட்டது. மேலும் அக்கடிதத்தில், "அவள் அதிக மகிழ்ச்சியாக இருந்தது போல் தெரியவில்லை. ஆனால் மிகவும் அழகாக இருந்தாள். அதுவும் ஒரு தைரியமான, ஆனால் பாவப்பட்ட அழகாகத் தெரிந்தது", என்று ருட்டியைப் பற்றி எழுதியுள்ளார்.

சரோஜினி ருட்டியையும் குழந்தையைப் பார்த்த இரண்டு வாரங்களுக்குப் பிறகு ஜின்னாவின் குடும்பம் கப்பலில் ஏறியது. குழந்தைக்கு இப்போது இரண்டே மாதம் தான் முடிந்திருந்தது. ஜின்னாவால் இன்னும் காத்திருக்க முடியாது. அவர் இந்தியாவிலிருந்து போய் நான்கு மாதங்கள் முடிந்து விட்டன. ஆகவே விரைந்து இந்தியா திரும்ப ஆசைப்பட்டார்.

இந்திய அரசியல் உலகின் உயரத்தில் தான் இருப்பதாகத் தெரிந்த பிறகும் கூட சமீபத்தில் நடந்த சில நிகழ்வுகள் அவரை சந்தேகத்திற்குள் ஆழ்த்தின. அந்த நிகழ்வுகள் அரசியலில் தன்னை ஓரம் கட்டி விடுமோ, அரசியல் அஞ்ஞாதம் வந்து விடுமோ என்ற அச்சம் துளிர்விட்டது. அரசியலில் ஜின்னா பிழைப்பாரா என்ற கேள்வி ஜின்னாவின் மனதிற்குள்ளேயே மெல்லத் தோன்றியது.

அத்தியாயம் பதிமூன்று

மூன்று வாரங்கள் உருண்டோடின, ஜின்னா தம்பதியினர் பம்பாய் வந்து சேர்ந்தனர். நல்லவேளையாக ருட்டியை விட அவரின் குழந்தை கடல் பயணத்தை எளிதாக எடுத்துக் கொண்டது. அம்மா பட்ட கஷ்டம் குழந்தைக்கு இல்லை. கப்பலின் ஒவ்வொரு குலுங்கலும் என் வயிற்றைப் பதம் பார்த்தது என்று ருட்டி, காஞ்சிக்கு தன் கடிதத்தில் எழுதியுள்ளார். அவர்கள் பம்பாய் வந்து சேர்ந்ததும் அவர்களைப் பற்றிய செய்திகளும் பத்திரிக்கைகளில் வந்தன. ஆனால் இதில் ஆச்சரியம் என்னவென்றால் தம்பதிகளைப் பற்றித்தான் செய்தி வந்ததேயொழிய அவர்கள் குழந்தையைப் பற்றி எந்தச் செய்தியும் வெளிவரவில்லை. பம்பாய் க்ரானிக்கிள் செய்தித்தாளில் எஸ்.எஸ். மால்வா கப்பலின் மூலம் திரு, திருமதி ஜின்னா பம்பாய் வந்து சேர்ந்தார்கள் என்ற செய்தி மட்டும் வந்திருந்தது.

ஜின்னா ஒரு வாரஇறுதியில் தான் பம்பாய் வந்து சேர்ந்தார். ஆயினும் இறங்கியதுமே காலில் சுடுதண்ணீர் ஊற்றிக் கொண்டவர் போல் உடனே தன் அரசியல் வேலையை ஆரம்பித்து விட்டார். பம்பாய் க்ரானிக்கிள் செய்தித்தாளுக்கு தனது இங்கிலாந்துப் பயணம் பற்றிய நேர்காணல் ஒன்றைக் கொடுத்தார். இங்கிலாந்தில் தன்னால் என்னவெல்லாம் செய்ய முடிந்தது; இந்தியாவின் நன்மைக்காக அவர் எடுத்துக்கொண்ட கடுமையான உழைப்பு; இந்திய நன்மைக்காக இங்கிலாந்தில் அவர் சந்தித்த பெரிய மனிதர்கள்; அவர்களோடு தான் மேற்கொண்ட விவாதங்கள்; அடுத்து வரப்போகும் சமூக சீர்திருத்தத்திற்கு அவர் எடுத்துக்கொண்ட சிறப்பான முயற்சிகள்... என்று ஒவ்வொன்றையும் பற்றித் தீர்க்கமாகத் தன் கருத்துகளை எடுத்துக் கூறினார். ருட்டி எப்போதுமே தன்னைப்பற்றி அதிகமாக பெருமை அடித்துக் கொள்பவரல்ல. திட்டமிட்டு செயல்படுபவரும் அல்ல. தன் பெருமையை

தன் வாயாலேயே சொல்லும் வழக்கம் அவரிடம் ஒருபோதும் கிடையாது. ஜின்னா கூறிய கருத்துகள் அடுத்த வாரம் திங்கட்கிழமை செய்தித்தாள்களில் வெளிவந்தன. அதைப் பார்த்தபோது ருட்டி மிகவும் ஆச்சரியப்பட்டார். தன் பெருமைகளைத் தானே பேசிப் பீற்றிக் கொள்வது போல் ஜின்னா பேசியிருந்தார். ருட்டிக்கு இது ஒரு வெட்கமான விஷயமாகத் தோன்றியது. ஆனால் ஜின்னாவின் எண்ணம் வேறுவிதமாக இருந்தது. நடைமுறை வாழ்க்கையில் இதுவே சரி என்று அவர் நினைத்தார். ஊடகங்களில் தனக்கென ஒரு பெரும் உருவத்தைப் படைக்க வேண்டும்; அதுவே மாறிவரும் அவரது அரசியல் நிலையை உயர்த்தும் என்பது அவரது எண்ணம்.

ஜின்னா இங்கிலாந்திற்குச் சென்ற சமயத்தில் இந்தியாவில் பல மாற்றங்கள் நடைபெற்றிருந்தன. அரசியலில் தன் பிடிமானம் நலிவுற்ற நிலையில் இருப்பதாக அவர் நினைத்தார். அதற்காகக் களத்தில் இறங்கி தன்னைத் தூக்கி நிறுத்திக் கொள்ள வேண்டும் என்று முடிவெடுத்தார். அவர் இங்கிலாந்து சென்றபோது அங்கே ஆங்கிலேய அரசு இந்தியர்களுக்கான நல்ல சீர்திருத்தங்களைக் கொண்டுவர வேண்டும் என்பதற்காகப் பாடுபட்டுக் கொண்டிருந்தது. ஆனால் இங்கே இந்தியாவில் இஸ்லாமியர்கள் சுயாட்சி கோருவதை நினைவில் இருந்து எடுத்துவிட்டு, அதற்கு வெளியே நகர்ந்து கொண்டிருந்தார்கள். இப்போதெல்லாம் இஸ்லாமியர்களின் முக்கியக் கோரிக்கையாக, முக்கியக் கவலையாக கிலாஃபத் பிரச்சனைதான் நின்றது. துருக்கியில், காலிஃப் முதல் உலகப்போரின் போது தவறான பக்கம் சாய்ந்து இருந்தார். அவர் இருந்த பக்கம் முழுத் தோல்வி அடைந்தது. ஆகவே அரேபியாவில் இருந்த முக்கியமான சமயச் சார்புள்ள இடங்கள் அனைத்தும் நேச நாடுகளின் பக்கம் வந்து சேர்ந்தன. இதன் மூலம் துருக்கி காலிஃபாவுக்கு இருந்த உரிமைகள் பறிக்கப்பட்டு விட்டன. இதனால் இப்போது அனைத்து இஸ்லாமியர்களின் கவலையும் துருக்கி சுல்தானைப் பற்றியதாகவே இருந்தது. அதன் விளைவே கிலாபத் இயக்கம்.

இந்த இயக்கத்தில் முழு ஈடுபாடு காண்பிப்பது ஜின்னாவிற்கு ஒரு பெரும் பிரச்சனையாக இருந்தது. ஜின்னா எப்போதுமே தனது அரசியல் வாழ்க்கையில் மதத்தைத் தனியே பிரித்து வைத்திருந்தார். அவருடைய அரசியலுக்கும், மதத்துக்கும் எந்த தொடர்பும் இல்லாமல் இருந்தது. அதுவே அவரது ஆசையாகவும் இருந்தது. அப்படிப்பட்ட ஜின்னாவிற்கு இப்போது கிலாபத் இயக்கத்தில் கலந்துகொள்வது ஒரு

சிரமமாகத் தோன்றியது. ஆனால் கிலாபத் இயக்கத்தின் ஆட்கள் அவரைத் தம் பக்கம் இழுக்க பெரும் முயற்சி எடுத்தனர். ஜின்னா இங்கிலாந்து செல்வதற்கு முன்பே இந்த பிரச்சனை இருந்தது. இங்கிலாந்தில் பெயரளவிற்கு ஒரு கண்டனத்தை ஆங்கிலேய அரசிடம் அவர் தெரிவித்திருந்தார். அங்கிருந்து இந்தியா திரும்பியபோது கிலாபத் இயக்கத்தினர் அரசியலில் ஒரு முக்கியமான இடத்தைப் பிடித்திருந்தனர். ஒவ்வொரு மாநிலத்திலும் ஒரு குழு அமைக்கப்பட்டு இருந்தது. அவர்களின் குரல் எங்கும் ஓங்கி ஒலித்துக் கொண்டிருந்தது. ஒரு பலமான இயக்கமாக அது உருவெடுத்திருந்தது.

ஜின்னா இங்கிலாந்திலிருந்து திரும்பிய பின்னர், நவம்பர் மாதம் அனைத்து இஸ்லாமியர் மாநாடு ஒன்றை சிம்லாவில் நடத்துவதற்கான ஏற்பாடுகள் ஆரம்பித்தன. அந்த மாநாட்டிற்கு ஜின்னா அழைக்கப்பட்டார். ஏதோ ஒரு சாதாரண காரணத்தைச் சொல்லி அவர் அந்த மாநாட்டில் கலந்து கொள்ளவில்லை. தான் மாநாட்டுக்கு வரவில்லை என்பதைத் தந்தி மூலம் தெரிவித்திருந்தார். அதே சமயத்தில் அரசு கிலாபத் தொடர்பாக ஒரு சமாதான அமைப்பை நிறுவுவதற்கு ஜின்னாவையும் அழைத்திருந்தது. ஆனால் ஜின்னா கிலாபத் இயக்கத்தில் ஆர்வம் இருப்பதால் தான் இந்த அமைப்பில் சேரவில்லை என்று கூறிவிட்டார். இவ்வாறு மாறி மாறி அவர் ஆடிய ஆட்டம் ஆங்கிலேயர்களுக்கும் நன்கு புரிந்தது; இஸ்லாமியர்களுக்கும் நன்கு புரிந்தது.

இஸ்லாமியர்கள் மத்தியில் தன்னை நிலை நாட்டுவதற்கு ஜின்னா போராட வேண்டியிருந்தது. அதே போலவே காங்கிரஸ் கட்சியில் வீழ்ந்து கொண்டிருந்த தன்னுடைய இடத்தை தக்கவைத்துக் கொள்ளவும் ஜின்னா பெருமுயற்சி எடுக்க வேண்டியதிருந்தது. சீர்திருத்தங்களைப் பொருத்தவரையில் ஜின்னா ஒரு மிதவாதியாக இருந்தார். அதோடு ஆட்சியினர் மக்களுக்குத் தரும் நன்மை மிகவும் சிறிதாக இருந்தாலும் கூட, காங்கிரஸ் அரசோடு இணைந்து இயங்க வேண்டும் என்று கூறினார் ஜின்னா. இந்த மிதவாதக் கருத்துகள் அவரின் உயர்வுக்கு எதிராக நின்றன. காங்கிரசில் ஜின்னாவின் நிலைமை இறங்குமுகத்தில் இருந்தது. இப்போது அவரது குரலும் கேட்கப்பட வேண்டுமாயின் அவர் நிச்சயமாக காந்தியின் பின்னால், அவரது அணி வகுப்பில் சேரவேண்டும். இது ஜின்னாவுக்குப் பிடிக்காத ஒன்று. ஆனால் இப்போது அது தவிர்க்க முடியாத ஒன்றாக ஆகிவிட்டது. காந்தியின் பின்னால்

ஜின்னா செல்வது கொஞ்சம் அவமானகரமான ஒன்றாகவும் இருந்தது. ஆனால் வேறு வழியும் இல்லை.

இந்த அரசியல் விஷயங்களை ஜின்னா, ருட்டியோடு சிறிதுகூட பகிர்ந்து கொள்ளவே இல்லை. ருட்டி சிறிதளவாவது அரசியலோடு தன் வாழ்க்கையைப் பிணைத்துக் கொள்ள வேண்டும் என்று ஆசைப்பட்டார். ஆனால் ஜின்னாவுக்கு அது சுத்தமாகப் பிடிக்கவில்லை. அதனால் ருட்டியின் முயற்சிக்குக் கை கொடுக்கவும் இல்லை. எப்போதுமே அரசியலில் ஒரு முடிவு எடுக்க வேண்டுமானாலும் தானே சிந்தித்து தானே அந்த முடிவை எடுக்க வேண்டும்; யாரோடும் கலந்து கொள்ளக் கூடாது என்ற சிந்தனையில் ஜின்னா ஆழமாக இருப்பவர். அவருடைய முடிவு அவரின் சொந்த முடிவாக மட்டுமே இருக்க வேண்டும் என்று விரும்புவார். முன்பெல்லாம் ருட்டி, முடிவு எடுக்க ஜின்னாவைத் தூண்டுவது, வழிமுறைப்படுத்துவது என்று முயற்சிகள் எடுத்ததுண்டு. இப்போது அந்த முயற்சிகளை எல்லாம் கைவிட்டு விட்டார். அதோடு இப்போது ஜின்னா கையில் வைத்திருக்கும் அனைத்துப் பிரச்சனைகளும் ருட்டிக்குப் பிடிக்காதவைகளாக இருந்தன; சட்டப்பூர்வமாகவும் அப்படியே தோன்றின. அவைகளின்மேல் ஆக்கப்பூர்வமான ஆர்வம் ருட்டிக்கு இல்லை. ருட்டியின் இந்த வித்தியாசமான மனப்பான்மை ஒருவேளை அவர் குழந்தை பெற்றுக் கொண்டதால் ஏற்பட்டதாக இருக்கலாம். அதோடு ருட்டி தன் இளமையும் சுதந்திரமும் அழிக்கப்பட்டுவிட்டன என்ற நினைப்பில் இருந்தாரோ என்னவோ; ஆனால் அமைதியற்ற மனதோடு இருந்தார் என்பது உறுதி. அவரது வயதென்னவோ வெறும் பத்தொன்பது தான். ஆனால் இந்த நினைவுகள் அவரிடம் குவிய ஆரம்பித்திருந்தன. தனது வாழ்க்கையையும் ஒரு சட்டத்திற்கு உள்ளே மட்டும் இயக்கிக் கொண்டிருந்தார்.

ஜின்னா தில்லி மக்கள் பேரவையில் இருந்து விலகிவிட்டார். ஆகவே அவர்கள் இருவரும் இனி அடிக்கடி தில்லி செல்ல வேண்டிய அவசியமும் இல்லாமல் போய்விட்டது. ஜின்னாவும் இயந்திரம் போல் தன் வாழ்வில் முழுதாக மூழ்கிவிட்டார். அதிகாலையில் எழுந்து வேலைக்குச் செல்வது; நாள் முழுவதும் உழைப்பு; மாலையில் வீடு வந்த பிறகும் அதே உழைப்பு நீடித்தது; ஓய்வெடுப்பது, பொது நிகழ்ச்சி என்று எதிலும் ஈடுபடுவதில்லை. இப்படியாக ஜின்னா ஓடிக்கொண்டே இருந்தார். ருட்டிக்கு அவர் நேரம் ஒதுக்கவேயில்லை. ருட்டி தன் வேலைகளோடு மட்டுமே ஐக்கியமாக வேண்டியதிருந்தது.

ஆனால் இப்போது அவருக்கென்று வேலையும் எதுவும் இல்லை. அதோடு தன்னைச் சுறுசுறுப்பாக வைத்திருக்க வேண்டிய முறையும் அவருக்குத் தெரியவில்லை. படித்த, பணம் படைத்த பல செல்வந்தர் வீட்டுப் பெண்கள் போல தன் குழந்தையின் கவனிப்பை செவிலியர்களிடமும், ஆயாக்களிடமும், தாதிகளிடமும் முழுவதுமாக விட்டு விட்டார். அவர் குழந்தையைக் கவனிப்பதே இல்லை. ருட்டியின் அம்மா திருமதி பெத்தித்தும் ஏறத்தாழ இதுபோலவேதான் இருந்தார். ஆனால் குழந்தைகளிடமிருந்து சுத்தமாக ஒதுங்கவில்லை. குழந்தைகளுக்கு அழகான உடை அணிவிப்பது, அழகுபடுத்துவது, அவர்களை நிறையப் புகைப்படங்கள் எடுப்பது போன்றவைகளில் மிகுந்த ஆர்வம் கொண்டிருந்தார். குழந்தைகளுக்கு வரும் சில உடல் நலக் குறைகளைக் கூட பெரிதாக்கிப் பேசும் பெருமை படைத்தவர் திருமதி பெத்தித். ஆனால் அந்த அளவு கூட ருட்டி தன் குழந்தையிடம் அக்கறை கொள்ளவில்லை. திறமையான செவிலியரா, நல்ல தாதிதானா, நல்ல ஆயாக்கள்தானா என்பதை மட்டும் நன்றாகப் பார்த்துக் கொண்டார்.

ருட்டி இப்போது வீட்டையும் நன்கு மாற்றியிருந்தார். புதிய நாகரிக மாற்றங்கள். அதோடு, திரும்பும் இடமெல்லாம் வேலைக்காரர்கள், சமையல்காரர்கள், தோட்டக்காரர்கள்... என்று நிறைய வேலைக்காரர்களை வைத்திருந்தார். இத்தனை எண்ணிக்கையில் வேலைக்காரர்களை வைத்திருந்ததால் ருட்டி வீட்டில் செய்வதற்கு என்று ஏதுமில்லை. வெறுமனே என்ன உணவு சமைக்கலாம் என்று உத்தரவிடும் வேலை மட்டும்தான் அவருக்கு இருந்தது. ஆனால் ஜின்னாவுக்கு இதைப் பற்றியெல்லாம் கவலையில்லை. அவரைப் பொறுத்தவரையில் காலை உணவு சரியான நேரத்தில் அவருக்காகக் காத்திருக்க வேண்டும். அவ்வளவே. காலை உணவைத் தவிர வேறு எதுவும் சாப்பிட்டாரா என்பதே ஒரு பெரிய கேள்வி. உணவில் அத்தனை நாட்டமில்லை அவருக்கு. வேறு வழி இல்லாமல் ருட்டி தனக்கான சமையல் குறிப்பை சமையல்காரர்களிடம் கூறிவிடுவார். அவருடைய தனித்துவமான ருசிக்கு ஏற்றது போல் அந்தப் பட்டியல் இருக்கும். ஆனால் அதிலும் ஒரு வேடிக்கை. பலர் உணவருந்த வரும் நாளில் சுத்தமான சைவ சாப்பாட்டை முன்மொழிந்தார். சாக்ளா ஏன் என்று கேட்டபோது ருட்டி சொன்ன பதில் ஆச்சரியமாகவும் வேடிக்கையாகவும் இருந்தது: “எனது நாயின் உடல் நலம் நன்றாக இல்லை!!”

முன்பெல்லாம் கடைக்குப் போவது, பொருட்கள் வாங்குவது போன்றவைகள் அவருக்கு பிடித்தமானவைகளாக இருந்தன. ஆனால் இப்போது அதிலும் ஆர்வமில்லை. இங்கிலாந்திலிருந்து திரும்பிய அடுத்த நாள் தனது வழக்கமான சேலை வியாபாரியிடம் சேலைகள் கொண்டு வரச் சொல்லியிருந்தார். அவரும் பெட்டி பெட்டியாகக் கொண்டுவந்தார். அவைகளில் எதுவும் ருட்டிக்குப் பிடிக்கவில்லை. ருட்டி தன் பழைய வழக்கத்தின்படி சில சேலைகளுக்கு மாதிரிகள் சொல்லி அவைகளைத் தயார் செய்து மீண்டும் கொண்டுவரச் சொல்லியிருந்தார். அவ்வளவுதான். அதன்பின் வியாபாரியைத் தொடர்புகொண்டு சேலையைப் பற்றிப் பேசுவதெல்லாம் நடக்கவே இல்லை. அதைப் பற்றிய கவலை ஏதும் அவருக்கு இல்லை.

1919-ஆம் ஆண்டின் டிசம்பர் மாத இறுதியில் முதல் முறையாக ஜின்னா, ருட்டி இருவரும் வெளியூர் சென்றார்கள். அவர்களோடு குழந்தையை எடுத்துச் செல்லவில்லை. செவிலியர்களோடும், ஆயாக்களோடும் குழந்தை இருந்தது. அந்த ஆண்டின் இறுதியில் காங்கிரஸ், முஸ்லிம் லீக் இரண்டு கட்சிகளுமே தங்களது மாநாட்டை அம்ரித்சரில் நடத்தினார்கள். மூன்று ஆண்டுகளுக்கு முன்பு இதேபோல், தனது பதினாறாவது வயதில் ருட்டி தன் அத்தையுடன் காங்கிரஸ் மாநாட்டைக் காண்பதற்காக ரயிலில் புறப்பட்டுச் சென்றார். அப்போதெல்லாம் மூன்று நாட்களும் பலருடைய மேடைப்பேச்சுகளைக் கேட்கலாம் என்ற ஆர்வத்தோடு சென்றார். ஆனால் அந்த ஆர்வமெல்லாம் இப்போது வற்றிப் போய்விட்டது. அதுபோன்ற மேடைப்பேச்சுகள் இப்போதெல்லாம் அலுப்பை மட்டுமே கொடுத்தன. மேடைப் பேச்சுகளின் நீளத்தை நினைத்தாலே அச்சம் எழுந்தது. ஏற்கனவே அலுப்போடு சென்ற ருட்டியை எரிச்சலூட்டும் மழையும் குளிரும் அம்ரித்சரில் வரவேற்றன. அவை மன அழுத்தத்தை அதிகரித்தன. முஸ்லீம் லீக் கட்சி மாநாட்டிற்கு வெகு சிலரே வந்திருந்தனர். அதிலும் முதல் நாள் மிகவும் சிரமமானதாக மாறிப்போனது. ஏனெனில் தலைமையுரை என்ற ஒன்றை யாரோ ஒருவர் வெகுநேரம் வாசித்துக் கொண்டேயிருந்தார். அந்த வாசிப்பு நீண்ட நேரம் நடந்தது. கூட்டம் நடந்து கொண்டிருந்த சமயத்தில் அலி சகோதரர்கள் இருவரும் மாநாட்டுப் பந்தலுக்குள் நுழைந்து மேடையில் அமர்ந்தார்கள். அவர்கள் வந்து அமர்ந்ததும் கூட்டத்தினர் அனைவரும் அல்லாஹு அக்பர் என்று உரத்த

குரலில் கத்தினார்கள். பலர் அழவும் ஆரம்பித்துவிட்டனர். அங்கு நிகழ்ந்ததைப் பார்க்கவே யாருக்கும் பிடிக்கவில்லை.

பக்கத்திலேயே நடந்த காங்கிரஸ் மாநாடும் இதேபோல் ஆர்வமில்லாத நிகழ்வாகவே நடந்தது. ஏதாவது ஒரு தீர்மானத்தை எடுத்துக்கொண்டு அதில் ஒரு திருத்தம் கொண்டு வருவதற்காக மணிக்கணக்காக விவாதித்துக் கொண்டிருந்தார்கள். சென்ற முறை வந்தபோது மேடைப் பேச்சுகள் ஆர்வத்தைத் தூண்டி தேசியப் பற்றை வளர்த்து விட்டன. ஆனால் இப்போது அலுப்பு தான் மிச்சம். ருட்டிக்கு எல்லாமே வெறுமையாக இருந்தன.

மிகுந்த மன அழுத்தத்திலிருந்த ருட்டிக்குத் தனியாக வெளியூர் சென்று வருவது ஒரு நல்ல மருந்தாகத் தோன்றியது. தனது தோழி பத்மஜா ஹைதராபாத்தில் இருக்கிறார். குழந்தையும், ஜின்னாவும் இல்லாமல் தனித்துச் சென்று தன் தோழியைப் பார்த்து வர விரும்பினார். இதுவரை அவர் ஹைதராபாத் சென்றதில்லை. சென்ற முறை ஏப்ரல் மாதம் ஜின்னாவோடு சென்றிருந்தார். ஆனால் நகருக்குள் நுழைய அவர்களுக்கு அனுமதி கிடைக்கவில்லை. நிஜாம் அரசு ஜின்னாவைத் தடை செய்திருந்தது. ஜின்னா நிஜாமை எதிர்த்துப் பேசியதால் வந்த விளைவு இது. ஆகவே அவர்கள் ரயில் நிலையத்திலிருந்து அப்படியே திரும்பினர். ருட்டிக்கு அந்த நகருக்குச் செல்வதில் அத்தனை ஆசை. அதுவும் சரோஜினியோடும் அவர்கள் மகள்களோடும் பழகிய பிறகு இந்த ஆர்வம் அதிகமாக இருந்தது. சிறுபிள்ளை போல் பத்மஜா தங்கள் நகரிலும், தன் வீட்டிலும் நடக்கும் நிகழ்ச்சிகளைப் பற்றி தன் கடிதத்தில் தொடர்ந்து எழுதிக் கொண்டிருந்தார். திடீரென்று நடக்கும் விழாக்கள், நண்பர்களுடனான சந்திப்புகள், சின்னச்சின்ன சுற்றுலாக்கள், இரவு நேரத்துப் பாட்டுக் கச்சேரிகள், நண்பர்களோடு ஒருங்கே அமர்ந்து காலை உணவு என்ற பத்மஜாவின் பட்டியலைப் பார்த்து ருட்டிக்கும் அங்கு செல்லும் ஆசை வந்தது. அதுவும் பம்பாயில் இப்போது அவர் ஒரு கூண்டுக்கிளி. தனியாக அடைபட்டுக் கிடந்தார். பம்பாயில் தனித்திருந்த ருட்டி ஹைதராபாத் நண்பர்கள் குழாமிற்காக ஏங்கினார். தனது பதினைந்தாவது வயதில் புனாவிலிருந்த தங்கள் மாளிகையில் உடல் நலமின்மைக்குப் பிறகு ஓய்வெடுத்துக் கொண்டிருக்கும்போது, பத்மஜாவுக்கு ஐதராபாத்தில் அவர்களோடு இருக்க ஆசைப்பட்டதை எழுதியிருந்தார். அதன் பிறகு ஓராண்டு கழித்து லீலாமணிக்கு

எழுதிய கடிதத்தில் "ஹைதராபாத் நகரமே - அழகான இஸ்லாமியப் பெண்கள்; நிஜாம் மன்னர்; மல்லிகை மணக்க, ஊதுபத்தி புகை சூழ அழகான இருக்கைகளில் அமர்ந்திருக்கும்போது தூரத்திலிருந்து காதில் விழும் பள்ளிவாசல் தொழுகைச் சத்தம்; அம்பாரி வைத்த யானைகள்; தென்னாட்டு செல்வம்... அனைத்தும் தன்னை ஈர்க்கிறது" என்று எழுதியிருந்தார்.

பத்மஜா, லீலாமணி இருவரையும் ருட்டி தன் கல்யாணத்திற்குப் பிறகு முசவ்ரியில் அவர்களது பள்ளி விடுதியில் ஒரு முறையும், பத்மஜாவை சரோஜினி இங்கிலாந்து புறப்படுவதற்கு முன்பு பம்பாய்க்கு அவரைப் பார்க்க வந்தபோது தாஜ் ஹோட்டலில் சிறிது நேரமும் சந்தித்திருக்கிறார். கடந்த இரண்டு ஆண்டுகளில் ருட்டி தன் தோழிகளைப் பார்த்து அவர்களோடு நேரம் செலவிட்டது இல்லை. அதுவும் திருமணத்திற்குப் பிறகு அவருடைய கடிதப் போக்குவரத்தும் ஒன்றுமில்லாமல் போனது. தன் தோழிகளோடு நேரம் கழிக்க வேண்டும்; அதுவும் அவர்களது வீட்டில் இருக்க வேண்டும்; தங்கள் ரகசியங்களைப் பகிர்ந்து கொள்ள வேண்டும்; இதன்மூலம் தனிமைப் பேயைத் தன்னிடமிருந்து விரட்ட முடியும் என்று நம்பினார் ருட்டி.

ஜின்னாவோடும், தன் குழந்தையோடும் உள்ள இறுக்கத்தை தளர்த்தி தன் தோழிகளோடு சேர்ந்து இருந்தால் தனிமையின் தாக்கம் குறையும்; அதுவே தனக்கு நல்லது என்று ருட்டி நினைத்தார். ஆகவேதான் ஹைதராபாத் நகரைத் தேர்ந்தெடுத்தார். தடை உத்தரவு இருப்பதால் ஜின்னாவால் உடன்வர முடியாது என்பதும் அவருக்குத் தெரியும். இப்போது ருட்டியால் தான் மட்டும் தன் தோழிகளோடு தனியாக இருக்க முடியும். ஜின்னாவும் இல்லை; குழந்தையும் இல்லை; தனிப் பறவையாய் ருட்டி. சரோஜினி இன்னும் இங்கிலாந்தில் தான் இருந்தார். அறுவை சிகிச்சை முடிந்தபின் ஓய்வில் இருந்தார். தோழிகள் இருவரும் தந்தையோடு ஹைதராபாத்தில் இருந்தார்கள். இருவரில் இளையவர் லீலாமணி அப்போதுதான் பள்ளிப்படிப்பை முடித்திருந்தார். ருட்டியின் திட்டம் தெரிந்து தோழியர் இருவரும் மகிழ்ச்சியுற்றார்கள். ஜின்னாவிற்கு மட்டும் சிறு தயக்கம் இருந்தது.

ருட்டி புறப்படும்போது தடைசெய்ய ஜின்னாவுக்கு மனது வரவில்லை. ஆனால் ருட்டி ஹைதராபாத் சென்றபின், ஜின்னா தனது தற்பெருமையை விட்டுக்கொடுத்து, விரைவில் திரும்பும்படி ருட்டிக்கு கடிதம் எழுதினார். பத்மஜா தன்

சகோதரன் ரணதீராவிற்கு ருட்டியின் வருகை பற்றி எழுதிய கடிதத்தில் ஜின்னாவின் இக்கடிதம் பற்றி எழுதியுள்ளார். நிச்சயமாக ஜின்னா இப்படி எழுதுவது அவருக்கே கொஞ்சம் கடினமாக இருந்திருக்கும். ருட்டிக்கும் அது புரிந்தது. தன் உணர்வுகளை வெளியே காண்பிக்காமல் மனதிற்குள்ளேயே வைத்து புளுங்கிக் கொள்ளும் பண்புடையவர் ஜின்னா என்பதும் ருட்டிக்குத் தெரியும். ஆனால் வெளித்தோற்றம் அதைக் காண்பிக்காது. தான் ஐதராபாத் வரமுடியாது என்பது தெரிந்தபிறகும், ருட்டி தன்னை விட்டுவிட்டு அங்கு தனியாகச் செல்வது ஜின்னாவிற்கு நிச்சயமாகப் பிடிக்கவில்லை. ஒருவேளை இந்த நிகழ்வு அவரது இரு வேறுபட்ட பண்புகளுக்கு நடுவில் ஒரு போரை மூட்டியிருக்கலாம். வெளியே அவர் மிகவும் படித்த பண்புள்ள மனிதர்; ஆனால் அதே சமயத்தில் இன்னொருவர் - அவரது தந்தையின் மகன் - என்ற வடிவத்திலும் உள்மனதிற்குள் இருந்தார். ‘அந்த இருவருக்குள்ளும்’ ஏற்பட்ட இந்தப் போர் முதல் முறையானது அல்ல. ஏற்கனவே இதுபோன்ற நிகழ்வுகள் நடந்து, ‘அந்த இருவருக்குள்ளும்’ உள்ள பெரிய வேற்றுமையை அவர் உணர்ந்திருக்கிறார். இது மட்டுமல்ல, ஜின்னாவின் அம்மா அவர் கணவரிடமிருந்து ஒருநாள் கூட பிரிந்து இருந்ததில்லை. ஜின்னாவின் இளம் வயதுக் கல்யாணத்தின் போது அவர் மகனோடு தங்கியிருக்கச் சம்மதிக்கவில்லை. கணவர் தன்னை விட்டுவிட்டுப் பிரிந்து செல்வது அவருக்குப் பிடிக்கவில்லை. கணவர் கூடவே சென்றுவிட்டார். ஆனால் இங்கே, வேறு சூழ்நிலையில் வளர்ந்த அவரின் மனைவி அவரைத் தனியே விட்டுவிட்டு மகிழ்ச்சியாக வேற்றூருக்குப் பயணம் செய்து விட்டார். இது ருட்டிக்கு மிகவும் சாதாரணமாகவே இருந்தது. கணவர்கள் தனி வாழ்க்கை... மனைவிமார்கள் தனி வாழ்க்கை... என்ற சூழலில் ருட்டி வளர்ந்து விட்டார். தன் மனதிற்குள் இத்தனை எண்ணங்கள் இருந்தாலும் இவைகளில் எதையும் ஜின்னா வெளியே காட்டிக் கொள்ளவில்லை. தன் எண்ணங்களைத் தனக்குள்ளேயே புதைத்துக்கொண்டார். ருட்டியிடம் எந்த எதிர்ப்பையும் தெரிவிக்கவில்லை.

ஆனால் மிக ஆச்சரியமான ஒரு விஷயம், பெற்றவர்கள் இருவரும் குழந்தையை நினைத்தும் பார்க்கவில்லை. ஐந்தே மாதக் குழந்தை. இருவருக்கும் ‘அது’ எப்போதும் ஒரு பொருட்டாகவும் இருந்ததில்லை. லண்டனில் இருந்து திரும்பி வந்ததுமே குழந்தைக்கு வசதிகள் படைத்த அறையை அமைத்துக் கொடுத்தாகி விட்டது. ஏறத்தாழ அதன் பிறகு ஒரு குழந்தை

இருப்பதையே அவர்கள் மறந்து விட்டது போலாகிவிட்டது. குழந்தையைக் கண்டுகொள்ளாமல் இருப்பது அவர்களுக்கு ஒருவேளை பழகி இருக்கலாம். அடுத்த ஓராண்டிற்கு யாரும் இதைக் கவனத்தில் எடுத்துக்கொள்ளவில்லை. ஆனால் அதற்குப் பிறகு குழந்தையைக் கவனிக்காத தாய் என்று பலரும் பேச ஆரம்பித்தனர். ஆனாலும் இந்தக் காலகட்டத்தில் எவ்வளவு சிரமம் இருந்தாலும், வேலைப்பளு அதிகமாக இருந்தாலும் தாய் - மகள் என்ற உறவு எல்லோருக்கும் இருக்கும். அதுவே இயற்கை. ஆனால் இந்தப் பெற்றோர்கள் அன்பு உணர்ச்சியோ, கடமை உணர்வோ இல்லாமல் குழந்தையை கவனிக்காமல் இருந்தார்கள். அதுமட்டுமல்ல தங்கள் குழந்தைக்கு பெயர் வைப்பதற்குக் கூட அவர்கள் இன்னும் யோசிக்க ஆரம்பிக்கவில்லை.

இதில் ஆச்சரியப்படக்கூடிய விஷயம் என்னவென்றால் ருட்டி மிகவும் இளகிய மனதுடையவர். துன்பப்படுபவர் யாராக இருந்தாலும் உதவி செய்யும் பண்புள்ளவர். ஆனால் இப்போது தன் குழந்தையை பார்த்தே முகத்தை திருப்பிக் கொண்டு சென்று கொண்டிருக்கிறார். ஆச்சரியம்தான். ஏதோ ஒரு மன அழுத்தம். காரணம்... யாருக்குத் தெரியும்? அவரின் அடிமனதின் ஆழத்தில் என்ன நினைவுகளோ? அக்கறை இல்லாததாகக் காட்டிக் கொண்டிருந்தாலும் வாழ்க்கையே ஒரு அடிமைத்தனத்துடன் இயங்குவதாக ஏங்கினாரோ? பின்னாளில் ருட்டியே சொன்னது போல், மனைவி - தாய் என்ற இரு உறவுகளுமே அவரின் வாழ்க்கைத் தேடலின் வழியில் வந்த தடங்கல்களா? தேடாமல் கிடைத்த சிரமங்களா? ‘விடுதலை... விடுதலை’ என்று கூக்குரலிடும் மனதின் ஓங்காரமான ஓலத்தை அழுத்தி மூடி, வெளியில் காட்டாமல் இறுக்கி, உள்ளுக்குள் மறைத்து வைத்து விட்டார். அவை வெடித்து வெளி வந்து புரட்சியாக மாறாமல் மறைத்து வைத்துக் கொண்டுவிட்டார். இளமை நழுவிக்கொண்டிருக்கிறது... வாழ்க்கை கைவிட்டுப் போய்க் கொண்டிருக்கிறது என்ற எண்ணங்களின் சூழலில் சிக்கிக் கொண்டு தவிக்கிறாரா? எல்லாத் தடைகளையும் நொறுக்கித் தூர எறிந்துவிட்டு தன் பழைய நினைவுகளோடு புதிய வாழ்க்கை ஒன்றைக் காணும் ஆவலா இது?

தன் தோழிகளுடன் சில நாட்கள் தனியே இருக்க விரும்பினார். தன் பழைய இனிய வாழ்க்கையைத் திரும்பிப் பார்ப்பது போன்ற ஓர் உணர்வு வேண்டும் என்று விரும்பினார். குடும்பத்தைப் பொருத்தவரையில் திருமதி பெத்தித் தன்

மகளோடு மீண்டும் சமாதானம் செய்துகொள்ள ஆசைப்பட்டார். அதையும் தாண்டி தன் பேத்தியைக் காண மிகுந்த ஆவலோடு இருந்தார். ஆனால் ருட்டி, ஜின்னாவைப் போலவே, மிகவும் பிடிவாதமாகத் தன் தாயைப் பார்க்க மறுத்துவிட்டார். தாயை மறுத்த ருட்டி தோழிகள் வேண்டும் என்று ஆவலோடு ஹைதராபாத் புறப்பட்டார். தோழிகள் மட்டுமே தன் குடும்பம் என்று நினைத்துக் கொண்டாரோ என்னவோ!

ஹைதராபாத் செல்லும்போது தன் கணவர் ஜின்னாவை விட்டு விட்டார்; தன் மகளையும் விட்டுவிட்டார். ஆனால் செல்ல நாய்க்குட்டியை விட மனதில்லை. நாயின் பெயர் ஆர்லெட். இரண்டு வாரம் மட்டுமே என்றாலும் ருட்டிக்குத் தன் நாயை விட்டுவிட்டுச் செல்லும் மனதில்லை. ஆர்லெட் மட்டுமில்லாமல் அதன் பெட்டி, படுக்கை என்று அனைத்தும் தயாராகிவிட்டன. ஏற்கனவே சரோஜினி வீட்டில் பெரிய விலங்குக் கூட்டமே இருந்தது. பல நாய்கள், பூனைகள், ஒரு அணில், ஒரு மான், ஒரு கீரிப்பிள்ளை... என்று வரிசை கட்டி அங்கிருந்தன. ஆர்லெட்டின் பெட்டி, படுக்கைகளோடு அதன் உணவுத் தேவைகளும் சேர்ந்துகொண்டன. ஜின்னா அனைத்தையும் மௌனமாகப் பார்த்துக்கொண்டே இருந்தார். அவர் முகம் எதையும் சொல்லவில்லை. ருட்டி, ஜின்னாவையும் குழந்தையையும் விட்டுவிட்டு தனியாக தன் முதல் விடுமுறைப் பயணத்தை மேற்கொண்டார்.

அத்தியாயம் பதினான்கு

ருட்டி திரும்பி வந்தவுடன் திருமண வாழ்வில் சண்டையும் ஆரம்பித்து விட்டது. சண்டை என்றால் வழக்கமாக தம்பதிகளுக்குள் வரும் சண்டை போல் இல்லை. கோபத்தின் உச்சத்தில் ஆளுக்கு ஒரு பக்கம் கத்துவது, தடால் தடாலென்று கதவைச் சாத்துவது என்று எதுவுமே இல்லை. ஒருவேளை அப்படி இருந்திருந்தால் சூழல் இன்னும் கொஞ்சம் எளிதாகக் கூட இருந்திருக்கும். அது மனதிற்கும் சிறிது அமைதி அளித்திருக்கும். சண்டைகள் ஓய்ந்து ஒரு சமாதானமான நிலைப்பாட்டிற்கும் வந்திருக்கும்; அமைதி துளிர்த்திருக்கும்; இருவருக்குள்ளும் ஒற்றுமை வளர்ந்திருக்கும். ஆனால் அங்கு அப்படியெல்லாம் நடக்கவில்லை. தன் கோபத்தை வெளிக்காட்டிக் கொள்வதே தனது பெருமைக்கு இழுக்கைத் தரும் என்று ஜின்னா நினைத்திருக்கலாம். வேலைக்காரர்களைப் பார்த்துக்கூட அவர் இதுவரை தன் குரலை உயர்த்தியதே இல்லை. ருட்டியைப் பொருத்தவரையில் ஜின்னா தன் எண்ணங்களை வெளிக்காட்டவில்லை. இறுக்கமான மௌனமே அவரிடமிருந்தது. ருட்டி அவர் கோபத்தை நீக்க எடுத்த முயற்சிகள் எதுவும் பயனின்றிப் போய்விட்டன.

ருட்டி எவ்வளவு கிண்டல் செய்து, கோபத்தைக் குறைக்க முயற்சி எடுத்தாலும் ஜின்னா மசியவில்லை. இதனால் ருட்டிக்கு ஒரு சந்தேகமே வந்து விட்டது. உண்மையிலேயே ஜின்னா கோபத்தில் தான் இருக்கிறாரா? அவர் கோபப்படுவதற்கு நாம் என்ன செய்துவிட்டோம் என்று யோசிக்க ஆரம்பித்தார். ஆனால் ஹைதராபாத்திலிருந்து திரும்பிய பின்பே இப்படி இருக்கிறார். அதுதான் காரணம் என்றாலும் அதற்காக ஏன் இவ்வளவு கோபித்துக் கொள்ள வேண்டும் என்று எண்ணினார். ஹைதராபாத் சென்றது ஜின்னாவுக்குப் பிடிக்கவில்லை. அதற்காகவே இந்த கோபம். ஆனால் ருட்டி ஹைதராபாத்தில் ஒரு அன்பான சூழலில் இருந்துவிட்டு பம்பாய் வந்ததும்

ஜின்னாவின் இந்தக் கோபம் அவருக்கு மிகவும் அதிகமாகத் தெரிந்தது. ருட்டியால் தன்னைத் திருப்திப்படுத்திக் கொள்ள முடியவில்லை.

பத்மஜா தனது நகரைப் பற்றிச் சொன்னது எதுவும் பொய்யில்லை. அனைத்தும் உண்மையே. அழகான நகர். பெரும் நண்பர்கள் பட்டாளம். ருட்டியை எல்லோருக்கும் பிடித்துப் போனது. ஒருவேளை நண்பர்கள் தங்களின் எல்லா மகிழ்ச்சி நிகழ்வுகளுக்கும் ருட்டியை அழைக்காமல் இருந்திருக்கலாம். ஆனால் அவரை அடிக்கடி தங்களோடு இணைத்துக் கொண்டார்கள். பம்பாயில் தனிமையில் வெந்து கொண்டிருந்த ருட்டிக்கு இது மிகவும் இதமளித்தது. மகிழ்ச்சியோடு அவர்களுடன் இணைந்து கொண்டார். ஹைதராபாத்தில் ருட்டியைப் பார்த்த பலரும் அவரின் அழகில் மயங்கி நின்றனர். அதை அவர்கள் ரகசியமாகவும் வைத்துக் கொள்ளவில்லை. அவர்களின் புகழாரம் ருட்டியை எப்போதும் சூழ்ந்து நின்றது. ருட்டியும் பழைய ருட்டியாகி விட்டார். பழைய கேளிக்கையும், விளையாட்டுத்தனமும் அவரோடு மீண்டும் வந்து ஒட்டிக்கொண்டன. மற்றவர்களிடம் இருந்து தன்னை வித்தியாசப்படுத்திக் காண்பிப்பதற்காக, எல்லோரையும் கேலி செய்துகொண்டு, சிகரெட் புகைத்துக் கொண்டு, எதைப்பற்றியும் கவலைப்படாத தன் மனப்பாங்கை உதறிவிட்டு, இளகிய மனது என்ற தன் முழுமையான பண்பை வெளிப்படுத்தினார். அதனாலேயே அவரின் அழகு அதிகமாக மெருகேறி அவர்களுக்கு முன்னால் தேவதையாக நின்றார்.

பத்மஜா, அவரின் நண்பர்கள் என்று அனைவருடனும் பல இடங்களுக்குச் சென்று வந்தார். அப்போது அவர்களோடு இயைந்து பழகியது அவர்களுக்கு ஆச்சரியத்தையும், மகிழ்ச்சியையும் ஒருசேரக் கொடுத்தது. அவர்களிடமிருந்து விலகி நிற்காமல் அவர்களை அன்பால் அணைத்துக் கொண்டார். அவரோடு இருந்த பலருக்கு ருட்டி பெரும் பணக்கார வீட்டுப் பெண்; மிகுந்த நாகரிகமான பெண் என்பது தெரிந்திருந்தது. அவர்களைப் பொருத்தவரை ருட்டி அவர்கள் தொடமுடியாத உயரத்தில் இருப்பதாகத்தான் நினைத்திருந்தார்கள். ஆனால் ருட்டி அவர்களோடு பழகிய விதமும், அவரின் வெளிப்படையான அன்பும் அவர்கள் அனைவரின் மனதையும் தொட்டது. வேடிக்கை விளையாட்டுகளில் அவர்களின் குறைகள் வெளியே வந்தாலும் அவைகளைக் கண்டுகொள்ளாமல் இயல்பாக இருந்தார் ருட்டி. அவர்கள் தன்னோடு மிக எளிதாகப்

பழக வேண்டும் என்று பெருமுயற்சி எடுத்துக் கொண்டார். ருட்டிக்கு இது வெகுநாள் கழித்து நடக்கும் இனிய நிகழ்ச்சி. ஏனெனில் பம்பாயில் அவர் ஒரு தனி மரம். உடன் பேச, விளையாட ஆளில்லாமல், அதுவும் இளம் வயதினர் யாரும் உடன் இல்லாமல், வருந்திய நேரம். அப்படிப்பட்டவருக்கு இப்போது இனிமையான, இளம் வயதினர் கூட்டம் எப்போதும் அவரைச் சூழ்ந்து இருந்தது. பொழுதுகள் இனிமையாகக் கழிந்தன. நண்பர்கள் அவரை மிகவும் மதித்து, பெருமையுடன் நடத்தினர். ஆகவே அவர்களும் மகிழ்ச்சியாக இருக்கும்படி ருட்டியும் நடந்துகொண்டார். மீண்டும் கவலையேதுமில்லாத ஓர் இளம்பெண்ணாக அவர்களோடு இருந்தார். அவர்களில் பலரும் தங்கள் வீட்டுக்கு அவரை அழைத்தார்கள். பழைய காலத்து மரியாதையை அவர்மேல் அள்ளிக் குவித்தார்கள். அவர்களின் அன்பு ருட்டியை மிகவும் மகிழ்வித்தது.

கண்ணில்பட்ட நல்ல பொருட்களை எல்லாம் தொடர்ந்து வாங்கிக் கொண்டே இருந்தார். வாங்கிய பொருட்களில் மரச் சாமான்கள் இருந்தன; பித்தளை அடுப்புகள் இருந்தன; ஏன் ஒரு ஒரு குதிரை கூட இருந்தது. பல வீடுகளுக்குச் சென்று விருந்துண்டார். *18* நாட்கள்தான் ஹைதராபாத்தில் இருந்தார்; *18* மாதங்கள் சவுத்கோர்ட் வீட்டில் இருந்ததை விட இந்த பதினெட்டு நாட்கள் இனிமையாகக் கழிந்தன. அவருக்கென்று ஒரு சுதந்திரம் இருந்தது. அவர் அவராகவே இருக்க முடிந்தது. நண்பர்களும் அவரிடம் அன்பையும் மரியாதையையும் கொடுத்து மகிழ்ந்தனர்; மகிழ்வித்தனர். பம்பாயில் ஓரக்கண் பார்வைகளையும், கேலிப் பேச்சுகளையும் பார்த்துப் பழகிய பின், ஹைதராபாத் தன் சொந்த இடமாக அதுவும் திருமணத்திற்குப் பிறகு தனது சொந்த வீடாகவே அவருக்குத் தோன்றியது.

பத்மஜாவின் நண்பர்களோடு இருந்த இனிமையான நேரம் தவிர அல்லது அந்த இன்பத்தையும் தாண்டி தனிமையாக இருந்த நேரங்கள் - அது சிறு நேரமாக இருந்தாலும் - ருட்டி தன்னை தன்னிலிருந்து விடுவித்துக்கொண்ட நேரங்கள் அவை. அந்த நேரங்களையும் தாண்டி பத்மஜாவோடு இருந்த நேரமும் அவர் தன்னை விடுவித்துக் கொள்ள ஏதுவான நேரமாக இருந்தது. பத்மஜாவும் தனது ரகசியங்கள் அனைத்தையும் - அதில் காதல் விஷயங்களும் அடங்கும் - ருட்டியிடம் பகிர்ந்து கொண்டார். பத்மஜா ரகசியங்களை தன் மற்ற நண்பர்களிடமும் பகிர்ந்துள்ளார். இப்போது ருட்டி தன்

ரகசியங்களை பத்மஜாவிடம் கொட்டிப் பகிர வேண்டிய சூழ்நிலை. திருமணத்தைப் பற்றிய அவரது குழப்பமான எண்ணங்கள், ஜின்னாவைப் பற்றிய கருத்துகள், தான் விடுமுறைக்கு ஹைதராபாத் வந்ததை கூடத் தாங்க முடியாத அளவிற்கு ஜின்னா காட்டும் நெருக்கம் என்று அனைத்தும் சொல்வதற்கு இருந்தன.

சரோஜினியின் முதல் புத்தகத்தின் தலைப்பு 'பொன் வாசல்' (The Golden Threshold). அந்தப் பெயரையே தங்கள் வீட்டிற்கும் வைத்திருந்தனர். அந்த வீட்டைப் பற்றி அவர்களின் விருந்தினர் ஒருவர், "அமைதியான மாளிகை; வீட்டைச் சுற்றி நீண்ட சுற்றுச் சுவர்; எங்கும் நிழல் தரும் மரங்கள்; தென்னிந்திய வீடுகளில் இருக்கும் அழகான ஊஞ்சல்; மேற்கத்திய, கிழக்கத்திய நாகரிக வசதிகள் கலந்து உருவான வீடு", என்று குறிப்பிட்டு எழுதியிருந்தார். அந்தச் சூழல் ஒரு மந்திர உலகமாக ருட்டிக்குத் தோன்றியது. வழக்கத்துக்கு மீறிய இன்பமான ஒரு வீடு என்பது மட்டுமல்ல அங்கு அவருக்கு சுதந்திர உணர்வும், தன்னை முழுதும் சூழ்ந்துகொண்ட இயல்புத் தன்மையும் அவருக்கே மிகவும் வித்தியாசமாக இருந்தது. ருட்டியோடு இருந்த பெண்கள் அனைவரும் அப்போதுதான் பள்ளிப் படிப்பை முடித்தவர்கள். ஆகவே பகல் நேரம் முழுவதும் அவர்களின் நேரமாகவே இருந்தது. நினைத்தபோது தூங்கி எழுவது; பிடித்தமானவற்றைச் செய்வது என்று பொழுது கழிந்தது. சாப்பிடுவதற்கு, ஆடுவதற்கு இதுதான் நேரம் என்று எதுவும் இல்லை. அங்கிருந்த பணியாளர்கள் கூட மிகவும் இயல்பாகவே இருந்தார்கள்.

வீட்டைச் சுற்றியிருந்த தோட்டம் முறையாக இல்லாவிட்டாலும் அழகாக இருந்தது. புத்தகங்களும் பேனாக்களும் எங்கும் இரைந்து கிடந்தன. யார் யாரோ வீட்டுக்கு வந்து போய்க்கொண்டிருந்தார்கள். வந்தவர்களும் எளிதாக வீட்டு மக்களோடு உட்கார்ந்து உணவருந்தினர். நண்பர்கள் திடீரென்று முடிவு எடுப்பார்கள்; உடனே செயலில் இறங்கி விடுவார்கள். பம்பாயில் தன் வீட்டில் இருந்தபோது இருந்த இறுக்கமும், நெகிழ்வற்ற தன்மையும் இங்கே சுத்தமாக இல்லை என்பது ருட்டியின் மனதில் தைத்தது. இந்த வேற்றுமை அவருக்கு மிகவும் பெரிதாகத் தோன்றியது. எளிதாக, இயல்பாக தன் இஷ்டத்திற்கு வாழும் வாழ்க்கையும், அதன் விளைவு பற்றிய எந்த பயமும் இல்லாமலிருப்பது அவருக்கு மிகவும் பிடித்தமானதாக இருந்தது.

பத்மஜா வீட்டில் இருந்த தோட்டம்கூட பம்பாய் வீட்டுத் தோட்டத்திற்கு நேர்மாறாக இருந்தது. ஒழுங்கு முறைக்குப் பெயர் போன ஜின்னா தனது தோட்டத்தில் செடிகள் சீராக இருக்க வேண்டும்; முறையாக நேர்கோட்டில் நடப்பட்டிருக்க வேண்டும். அழகாக பேணப்பட்டிருக்க வேண்டும் என்றெல்லாம் கட்டளையிட்டு இருப்பார். முறையற்ற தோட்டம் வெறும் காடு என்பார் ஜின்னா. ஆனால் இங்கே அந்தத் தோட்டம் முறையாகப் பராமரிக்கப்படவில்லை; ஆனால் மிக அழகாக இருந்தது. அழகான மலர்க் கூட்டம்; ஆங்காங்கே செடிப் புதர்கள்; அதைத் தாண்டிக் கண்டபடி வளர்ந்திருக்கும் செடிகள், மரங்கள். இதுவே ருட்டிக்கு பார்ப்பதற்கு அழகாக, இயற்கையாகத் தெரிந்தது.

ருட்டிக்கு வீட்டின் ஒவ்வொரு உறுப்பினரையும் மிகவும் பிடித்துப்போனது. டாக்டர் நாயுடுவை முதல்முறையாக இப்போது தான் பார்க்கிறார். மிகவும் அமைதியான மனிதர்; எப்போதும் அவரைச் சுற்றி மௌனம் காற்றில் மிதந்து கொண்டிருக்கும். ருட்டி எப்போதுமே பிறர் மனதை அவர்கள் முகத்தின் மூலம் படித்து விடும் திறமை இருப்பதாக நினைத்துக் கொள்வார். முகத்தைப் பார்க்கும் அவரது திறமைக்கு டாக்டர் நாயுடுவின் கண்கள், அவருடைய ஆழ்ந்த தெய்வீக மனத்தை சுட்டிக் காண்பித்ததாக உணர்ந்தார். அவர் அதை தன் இரு தோழிகளிடமும் சொன்னதோடு, ஆண்களில் இப்படிப்பட்ட கண்கள் யாருக்கும் இருந்து பார்த்ததில்லை என்றும் கூறினார். பொதுவாக அவர் வீட்டில் அதிக நேரம் இருப்பதில்லை. இருப்பினும் அவர் தன் இரு மகள்கள் மீதும் கொண்டிருந்த அன்பும் பற்றுதலும் புதிதாக வந்த தனக்கே எளிதாகப் புரிந்து விடுகிறது என்று நினைத்தார் ருட்டி. அதேபோல் தன் தோழிகளும் அப்பாவைத் தெய்வமாகக் கொண்டாடினர். சரோஜினி ஒரு கவிதாயினி; அரசியலில் உச்சம் நோக்கிச் சென்று கொண்டிருக்கிறார். ஆகவே குடும்பக் கடமைகளில் இருந்து அவரை விலக்கி வைத்து, அவர் உயரத்தை அவர் சென்றடைய, குடும்ப பொறுப்புகள் அனைத்தையும் டாக்டர் நாயுடு ஏற்றுக்கொண்டார். குடும்பத்திற்காக அவர் செய்திருக்கக்கூடிய தியாகங்களை மனதுக்குள் எடைபோட்டுப் பார்த்தார் ருட்டி. பம்பாய்க்குத் திரும்பியதும் தன் தோழிகளிடம் டாக்டர் நாயுடு எந்த அளவுக்குக் குடும்பப் பொறுப்புகளை தன் தலைமேல் சுமந்து கொண்டிருக்கிறார் என்பது பற்றியும் உண்மையில் அவர்தான் கவிதைகளை எழுதுகிறார்; ஆனால் தன் மனைவிக்கு அந்தப் புகழ் அனைத்தையும் தந்து விட்டார் என்றும் கூற

வேண்டும் என்று யோசித்துக் கொண்டிருந்தார். அதுவும் ஒரு கதைதான். ஆனால் அதுவே உண்மையாக இருக்க வேண்டும் என்பது ருட்டியின் ஆசை.

டாக்டர் நாயுடுவுக்கு ருட்டியின் எண்ணம் தெரிந்திருந்தால் எப்படி ருட்டிக்கு தன் மீது இத்தனை மரியாதை என்று அவரே மிகவும் ஆச்சரியப்பட்டிருப்பார். அதுவும் ருட்டி அவர்கள் வீட்டில் இருக்கும்பொழுது சில நாட்களே அவரும் வீட்டில் இருந்தார். அவர் நிஜாமின் ராணுவத்தில் மருத்துவராகப் பணி புரிந்தார். ஆகவே நீண்ட நேரம் பணிபுரியும் கட்டாயம் அவருக்கு இருந்தது. அந்த சமயத்தில் அங்கே இருந்த புதிய பிளேக் நோயை குணப்படுத்தும் தீவிரப் பணியிலும் இருந்தார். தன் வீட்டுக்கு வரும் விருந்தினரைப் பற்றித் தனது எண்ணங்களை அவர் எப்போதும் வெளியே காட்டிக் கொண்டதில்லை. தன் எண்ணங்களைத் தனக்குள்ளேயே வைத்திருப்பார். மிகத் திறமையான நண்பர்களைப் பார்க்கும்போது அவருக்கே சிறிது அலுப்பாக இருக்கும். இப்போதோ ருட்டி தன் கணவரையும், தன் சிறு பச்சிளங் குழந்தையையும் வீட்டில் விட்டுவிட்டு, தனியே பொழுதைக் கழிப்பதற்காக ஹைதராபாத் வந்திருக்கிறார் என்பதால் அவர் ருட்டியிடம் இருந்து சற்று விலகியே இருந்தார். தன் மகனுக்கு டாக்டர் நாயுடு அப்போது எழுதிய கடிதத்தில் அடிக் குறிப்பாக ஒரே ஒரு வரியில் "திருமதி ஜின்னா இன்று நம் வீட்டிற்கு விருந்தாளியாக வந்துள்ளார்", என்று மட்டும் குறிப்பிட்டிருந்தார். இதிலும் அவர் ஜின்னா என்ற பெயரை எழுத்துப் பிழையோடு - Jinna - எழுதியிருந்தார்! அதற்கு அடுத்த வாரம் அவர் எழுதிய கடிதத்தில் கூட ருட்டியைப் பற்றி எதுவும் குறிப்பிடவில்லை. ஆனால் இந்த ஒரு வாரம் ருட்டி விருந்தினராக இருந்ததால் ஒரே ஒரு முன்னேற்றம் இருந்தது. இன்னும் திருமதி ஜின்னா விருந்தினராக இருக்கிறார் என்று எழுதியிருந்தார். அதுமட்டுமல்லாமல் இந்த முறை ஜின்னாவின் பெயரை சரியாக எழுத்துப் பிழையில்லாமல் எழுதியிருந்தார்.

ருட்டி அங்கு தங்கியிருந்த இரண்டு வார காலத்தில் வீட்டில் ஒரு முக்கியமான பிரச்சினை விவாதிக்கப்பட்டது. அவரது தோழிகள் இருவரும் மேற்படிப்பை இங்கிலாந்து சென்று தொடர வேண்டுமா வேண்டாமா என்பது பற்றியது அது. தனது பிள்ளைகள் சிறுவயதில் இருக்கும் பொழுதே டாக்டர் நாயுடுவும், சரோஜினியும் தங்கள் பிள்ளைகள் அனைவரையும் மேற்படிப்புக்காக இங்கிலாந்திற்கு

அனுப்ப வேண்டும் என்று முடிவு செய்திருந்தனர். பரந்த மனதுக்காரர்கள்தான். ஏனெனில் தன் மகன்களுக்குக் கொடுத்த அதே சுதந்திரத்தையும் வாய்ப்பையும் மகள்களுக்கும் கொடுக்க இருவரும் நினைத்திருந்தனர். இப்போது பத்மஜா தனது சீனியர் கேம்பிரிட்ஜ் தேர்வுகளை முடித்து விட்டார். அவளை வெளிநாட்டுக்கு அனுப்புவதற்குத் தேவையான வேலைகளை ஏற்கனவே ஆரம்பித்திருந்தார்கள். இதற்காக ஹைதராபாத்தில் இருந்த ஒரு கிறித்துவ பிரச்சாரகர் திருமதி விகல் என்பவரைத் தொடர்புகொண்டு, பத்மஜாவிற்கு ஆக்ஸ்போர்ட் பல்கலைக்கழகத்தில் இடம் வாங்குவதற்கான முயற்சியை எடுத்துக் கொண்டிருந்தனர். ஏற்பாடுகள் இந்த அளவு நடந்து கொண்டிருக்கும் போது, பத்மஜா திடீரென்று அயல்நாடு செல்லவில்லை என்று சொல்ல ஆரம்பித்திருந்தார். இதற்குக் காரணமாக தன் தந்தை டாக்டர் நாயுடு மிக அதிகமாகப் பணம் செலவு செய்ய வேண்டியதிருக்கும். அவருக்கு அது அதிகமான அழுத்தத்தைக் கொடுக்கும் என்று பத்மஜா கூறினார். டாக்டர் நாயுடு ஹைதராபாத் நிஜாம் ராணுவத்தில் பணி புரிந்ததால் அவருக்குக் கிடைத்த சம்பளம் மிக அதிகமானது தான். ஆனால் நான்கு பிள்ளைகளை இங்கிலாந்தில் படிக்க வைப்பதற்கு நிச்சயம் சிரமமாகத்தான் இருக்கும். உண்மையில் இதுதான் காரணமா அல்லது ஹைதராபாத் நகரில் இருந்த இளம் அதிகாரி ஒருவர் மீது ஏற்பட்ட காதலா என்பது தெரியவில்லை. எப்படியோ பத்மஜா தன் தந்தையின் திட்டத்தை மறுத்துக் கொண்டிருந்தார். எதுவும், யாரும் அவர் மனதை மாற்ற முடியாமல் இருந்தது. ஆகவே டாக்டர் நாயுடு இங்கிலாந்தில் மேற்கொண்டிருந்த முயற்சிகளையெல்லாம் கைவிட வேண்டிய சூழல் உருவானது.

ஆனால் லீலாமணிக்கு இதுபோன்ற பிரச்சினைகள் எதுவும் இல்லை. ஆகவே அவள் மிகவும் ஆசையுடன் தன் அக்காவின் இடத்தை தான் நிரப்பப் போவதாக முன்வந்தார். வயது வெறும் பதினைந்தரை தான். சிறுபிள்ளை தானே. ஆகவே தன் தந்தையின் தோளில் ஏறப்போகும் பணச்சுமை பற்றி அவர் ஏதும் கவலைப்படவில்லை. அதோடு அவர் இங்கிலாந்து சென்றால் பல்கலை நுழைவுக்தேர்வுகளுக்கு முன்பாகவே ஓராண்டு ஆங்கிலப் பள்ளியின் விடுதியில் தங்க வேண்டியதிருக்கும். சரோஜினி இன்னும் இங்கிலாந்தில் தான் இருக்கிறார். தனக்கு நடந்த அறுவை சிகிச்சைக்கு ஓய்வெடுத்துக் கொண்டிருக்கிறார். இதனால் இந்த விஷயம் எளிதாகிப் போனது. எளிதாகத் தன் தந்தையை இணங்க வைப்பதற்கு முயன்றார். டாக்டர் நாயுடு

தன் காலத்திற்கும் முந்தைய முன்னேற்ற எண்ணம் கொண்ட மனிதர்; பெண்களின் உரிமைக்காகவும் உயர்வுக்காகவும் குரல் கொடுக்கும் மனிதர். ஆகவே சரோஜினியும் இங்கிலாந்தில் இருப்பதால் லீலாமணியின் படிப்பிற்கு டாக்டர் நாயுடு மிக எளிதாகச் சம்மதித்தார். இப்படி ஒரு சூழல் இருக்கும் பொழுதுதான் ருட்டி அந்தக் குடும்பத்திற்கு ஒரு விருந்தாளியாக நுழைந்தார் . குடும்பத்தின் விவாதங்களில், முடிவுகளில் அவரும் தன்னை ஈடுபடுத்திக்கொண்டார்.

ருட்டி எப்போதுமே பெண்களின் உரிமை, உயர்வு, உயர்கல்வி போன்ற அனைத்திலும் ஆர்வம் கொண்டவர் என்பது மட்டுமல்லாமல் அவர்களுக்காக தன் குரலை உயர்த்தி எழுப்பும் பெண்மணி. பெண்களுக்கு ஓட்டுரிமை வேண்டும் என்று போராடிய ஆங்கிலேயப் பெண்மணி எம்மெலின் பங்க்ஹர்ஸ்ட் என்பவரின் சுயசரிதையை வாசித்தவர் ருட்டி. 'எனது கதை' என்று அவர் எழுதிய நூலை 1914இல் வெளியான உடனேயே வாங்கி வாசித்தவர். அப்போது அவருக்கு வயது வெறும் 14. அந்தப் புத்தகத்தின் முதல் தாளில் 'ருட்டி பெத்தித்' என்று கையெழுத்திடப்பட்டிருந்தது. அப்போது சிந்திய மையினால் அடுத்த பக்கங்களில் கறை பட்டிருந்தது. மிகவும் ஆர்வமாக அந்த நூலை வாசித்திருந்தார். பல பக்கங்களில் பல வரிகளை அடிக்கோடிட்டு வைத்திருந்தார். அதிலும் முக்கியமாக மகளைவிட மகன்களுக்குக் கல்வி கற்பதற்கான அதிக வாய்ப்புகளைத் தருவதாக எழுதியிருந்த பகுதியை அடிக்கோடிட்டு வைத்திருந்தார். அதே புத்தகத்தில் ஆறாவது பக்கத்தில் 'நான் ஒரு பையனாக இருக்க விரும்பவில்லை' என்றிருந்த வாக்கியமும் அடிக்கோடு இடப்பட்டு பக்கத்தில் அதைப் பாராட்டும் விதமாக "பிரமாதம்" என்ற வார்த்தையும் எழுதப்பட்டிருந்தது. வெறும் 14 வயதிலேயே ருட்டி, எம்மலின் என்பவரைத் தன்னுடைய முன்மாதிரியாக எடுத்துக் கொண்டது எப்படி, ஏன் என்றே தெரியவில்லை. ருட்டிக்கும் எம்மலினுக்கும் இன்னொரு ஒற்றுமையும் இருந்தது. எம்மலின் தன்னைவிட 24 வயது அதிகமான வழக்கறிஞர் ஒருவரைத் தன் இளம் வயதில் திருமணம் செய்து கொண்டார். அதோடு அவருக்குப் பெண்களின் உரிமை மேல் அத்தனை வேகமும் நம்பிக்கையும் இருந்தது. அவரைத் திருமணம் செய்த ரிசார்ட் பங்க்ஹர்ஸ்ட் பொதுநல வாழ்க்கையில் முழுவதுமாக ஈடுபட்டிருந்தார். திருமணத்தை அவர் தன் வாழ்க்கையிலிருந்து ஒதுக்கி வைத்திருந்தார். ஆனால் எல்லாம் எம்மலினைப் பார்ப்பது வரைக்கும் தான். அதன் பிறகு அவள் மேல் காதலுற்று

அவரைத் திருமணம் செய்து கொண்டார். எம்மலினின் தாயார் இந்த திருமணத்திற்கு மிகவும் எதிர்ப்பாகவே இருந்தார். ஆனால் அதையெல்லாம் கண்டுகொள்ளாமல், தாயின் மறுத்தலை மீறி அவருடன் திருமணம் செய்யாத வாழ்க்கை வாழலாம் என்று முதலில் சிந்தித்தார். ஆனால் இறுதியில் திருமணம் செய்துகொண்டார். அவர்களுக்கு 5 குழந்தைகள். தன் வாழ்வை முழுவதும் பொதுவாழ்க்கைக்காகவே அர்ப்பணித்து, தனது கணவருடன் தன் வாழ்நாளைக் கழித்தார்.

லீலாமணி இப்போது படிப்பிற்காக இங்கிலாந்து செல்லத் தயாராக இருக்கிறார். ஆனால் ருட்டி உலகப் போர் முடிந்தவுடன், கல்விக்காக அயல்நாடு செல்வதைத் தவிர்த்து விட்டு, ஜின்னாவைத் திருமணம் செய்து கொண்டார். வெளிநாடு சென்று படிக்கக்கூடிய தன் வாய்ப்பைத் தவற விட்டு விட்டார். அப்படியிருந்தும் இப்போது பத்மஜா விஷயத்தில் ஏற்பட்ட பிரச்சனைகளில், அவர் பத்மஜா பக்கமே நின்றார். அதேபோல் இங்கிலாந்து செல்வதற்கு இன்னும் யோசித்துக் கொள் என்று லீலாமணியிடமும் அறிவுரை கூறினார். ஒருவேளை இது பொறாமையின் ஒரு சிறு அறிகுறியோ? அந்தச் சின்னப்பெண் படிப்பிற்காக இங்கிலாந்து செல்வது அவருக்குப் பொறாமையைத் தோற்றுவித்ததோ? தான் தவற விட்டதை அவள் பெறுகிறாளே என்ற பொறாமை மேலெழுந்ததுவோ? இப்பொழுது உள்ள நிலைமையில், அதுவும் திருமணத்தைப் பொறுத்த வரையில் அவரது வாழ்க்கையில் நடந்தவைகளை வைத்துப் பார்க்கும்பொழுது, லீலாமணியின் சுதந்திரம் அவருக்குப் பொறாமையைக் கொடுத்திருக்கக் கூடும். ஆனால் லீலாமணி ஆசைப்பட்டதோடல்லாமல் அவளது தந்தையின் ஆதரவும் அவளுக்கு முழுமையாக இருந்தது. ருட்டி ஒருவேளை தனக்குள் தன்னையே உற்றுப் பார்த்து இருக்கலாம். லீலாமணியின் மேல் உள்ள தன் அன்பின் அதிகாரத்தை விரைந்து செயல்படுத்த ருட்டி விரும்பினார். லீலாமணி தனது திட்டத்திலிருந்து, தன் எண்ணத்தில் இருந்து விலக வேண்டும் என்று ருட்டி விரும்பினார். இந்த முயற்சியில் தான் வெற்றி பெற்று விடுவோம் என்றும் ருட்டி நினைத்தார். பின்னாளில் பத்மஜாவுக்கு எழுதிய கடிதம் ஒன்றில் "நான் சொன்னதை, என் முடிவைக் கேட்டு லீலாமணி மாறிவிட்டாளா அல்லது இன்னும் இங்கிலாந்து செல்வதைப் பற்றி தீவிரமாக யோசித்துக் கொண்டிருக்கிறாளா?" என்று கேட்டிருந்தார். ஆனால் லீலாமணி ருட்டியின் எதிர்பார்ப்புகளை தோல்வியுறச் செய்தார். அந்த இளம் வயதிலேயே அயல்நாட்டுக்குச்

சென்று, நான்கு வருடங்கள் குளிரான அந்த நாட்டில் தனியே தங்கியிருந்து படிக்க வேண்டும். இங்கே வீட்டில் கிடைக்கும் வசதிகள் எதுவும் அங்கே இருக்காது. குடும்பத்தின் துணை அருகிலிருக்காது. அதேபோல் அச்சமயத்தில் 15, 16 வயதுப் பெண்கள் தங்கள் வீட்டில் பல நல்ல வசதிகளை அனுபவிக்க முடியும். ஏன் காதல் விவகாரங்களும் கைகொடுத்து, அடுத்தாற்போல் வரும். அதுவும் பர்தா இல்லாத சமூகமாயிருப்பதால் அது கொஞ்சம் எளிதாகவே நடக்கக் கூடிய ஒன்று தான். ஆனால் இத்தனையையும் புறம்தள்ளிவிட்டு லீலாமணி இங்கிலாந்து செல்வதற்கு தயாராகிக் கொண்டிருந்தார்.

ருட்டி ஹைதராபாத் வந்து இரு வாரங்கள் மகிழ்ச்சியாக ஓடிவிட்டன. ஆனால் ஜின்னாவுக்கு எப்படி இருந்ததோ தெரியாது. அவர் தன்னுடைய வழக்கமான பெருமிதத்தை எல்லாம் ஒதுக்கி வைத்து விட்டு, அந்த இரு வாரத்திற்குள் இரண்டு, மூன்று கடிதங்களை ருட்டி விரைவில் திரும்பி வர வேண்டும் என்று எழுதியிருந்தார். ருட்டிக்குத் திரும்புவதற்கு மனமில்லை. இரண்டு வாரம் என்பதையும் தாண்டி மேலும் அதிகமாக மூன்று நாட்கள் தங்கியிருந்தார். பிறகு வேறு வழியில்லாமல் மகிழ்ச்சியற்ற தன் வீட்டிற்குத் திரும்புவதற்காகப் புறப்பட ஆரம்பித்தார். இதைப்பற்றி பத்மஜா தன் தம்பி ரணதீராவிற்கு எழுதிய கடிதத்தில் "இரண்டு வாரத்திற்கு மேல் நம் வீட்டில் தங்கியிருந்தார். குழந்தை போல் அத்தனை மகிழ்ச்சியாக அவர் இங்கே இருந்தார்" என்று எழுதியிருந்தார். பத்மஜாவுக்கு ருட்டியின் திருமண வாழ்க்கை பற்றி, அதன் அந்தரங்களைப் பற்றி இப்போது அதிகம் தெரிந்திருக்கும். அதனால் பத்மஜா தன் கடிதத்தில் தொடர்ந்து "அவரை விரைவில் திரும்பும்படி ஜின்னா கடிதம் எழுதிக் கொண்டிருக்கிறார். ஆகவே வரும் சனிக்கிழமை அவர் புறப்படுகிறார். அதுவும் இப்பொழுது புறப்படா விட்டால் மறுபடியும் இங்கே வர முடியாதபடி ஆகி விடுமோ என்ற அச்சத்தில் புறப்படுகிறார்", என்று எழுதியிருந்தார். ஆனால் புறப்படுவதற்கு முன் ருட்டி ஹைதராபாத்தில் ஆசை தீர மகிழ்ச்சியாக இருக்க முடிவெடுத்திருந்தார். ஏனென்றால் பத்மஜா தனது கடிதத்தில் "ருட்டியும், பப்பியும் - அது லீலாமணியின் செல்லப்பெயர் - இன்னொரு தோழி இவர்கள் மூவரும் காலையில் எழுந்து ஊர்சுற்றப் போய்விட்டார்கள்", என்று எழுதியிருந்தார். ருட்டி இத்தனை மகிழ்ச்சியாக இருந்தாலும் பத்மஜாவுக்கு களைப்பே தோன்றிவிட்டது. இதுவரை விருந்து, சாப்பாடு என்று பல மகிழ்ச்சியான

நிகழ்வுகள் தொடர்ந்து வந்துகொண்டே இருந்தன. "நானும் அதில் களைத்து விட்டேன்", என்றும் கடிதத்தில் எழுதியிருந்தார்.

ஹைதராபாத்தில் இனிமையான விஷயம் ஒன்றும் நடந்தது. அவர்கள் ஊர் சுற்றிக் கொண்டிருக்கும் போது கோல்கொண்டா பகுதிக்குச் சென்றனர். அங்கே அழகான பஞ்சரா இனத்து நாய் ஒன்றை ருட்டி பார்த்தார். அதை வாங்கியும் விட்டார். அதற்கான சோப்பு, எண்ணெய், தைலம் என்று வகைவகையாக வாங்கினார். அதற்காக எவ்வளவு செலவழித்தார் என்பதே தெரியாது. பணத்தைக் கொட்டினார். மிக அழகான நாய். ஆனால் ருட்டியின் முந்தை வளர்ப்பு நாய் ஆர்லெட்டிற்கு அதைக் கண்டாலே பிடிக்கவில்லை!

ஆர்லெட் போலவே ஜின்னாவுக்கும் அந்தப் புதிய நாயைக் கண்டதும் பிடிக்கவில்லை. அல்லது ஒருவேளை ருட்டியின் மேல் இருந்த கோபத்தை அந்த நாயின் மீது காண்பித்தாரோ என்னவோ? இருந்தாலும் கணவன் என்ற முறையில் தன் விருப்பு வெறுப்புகளை ஒதுக்கி விட்டு மகிழ்ச்சியாகத் தன்னைக் காண்பித்துக் கொண்டார். இந்தப் புதிய மாற்றம் ருட்டிக்கு மிகுந்த ஆச்சரியத்தை அளித்தது. ஜின்னா தன்னை அத்தனை எளிதில் மாற்றிக் கொள்வாரா என்ற ஐயம் அவருக்கு. நாய் பிரச்சினையைப் பற்றிப் பேசும்போது, ஜின்னா ஏற்கனவே வீட்டில் இருந்த 2 நாய்களோடு கஷ்டப்பட்டுக் கொண்டிருந்தார். முதலில் இருந்த ஃபிடோ என்ற நாயின் இடத்திற்கு புதிதாக ஆர்லெட் வந்தது. குட்டி நாய். ருட்டியின் செல்ல நாய். ருட்டி 16 வயதில் விருந்துகளுக்குச் செல்லும்பொழுதெல்லாம் அவருடைய சேலை போலவே கழுத்தில் ரிப்பன் ஒன்றை அணிந்திருக்கும். இன்னொரு நாயும் வீட்டில் இருந்தது. அதன் பெயர் போல்ஷெவிக். ஆனால் செல்லமாகக் கூப்பிடுவது போல்ஷி. இந்த நாய்களை மிகவும் செல்லமாக ருட்டி வைத்திருந்தார். பணியாட்கள் யாரும் இந்த நாய்களை அடிக்கவோ, அவ்வளவு ஏன், திட்டக் கூட முடியாது. இந்த நாய்களை எல்லாம் ஜின்னா மிகவும் வெறுத்தாலும் கஷ்டப்பட்டு தன்னை அடக்கி வைத்துக் கொண்டார். இப்பொழுது மூன்றாவதாக புதிய நாயொன்று வந்திருக்கிறது. ஹைதராபாத்திலிருந்து. அதன் பெயர் லோபர்-அல்-முல்க். வேடிக்கையான பெயர் தான். ஒருவேளை இந்த நாயின் நாடோடித்தனமான பஞ்சாரா இனத்தின் மேலுள்ள கோபத்தைக் காண்பிப்பதற்காக அந்தப் பெயரை வைத்திருக்கலாம். ஏற்கனவே போல்ஷி மிகுந்த ஆளுமையான நாயாக இருந்தது. இப்பொழுது

புதிதாக லோஃபர் வந்துவிட்டது. அடுத்த இயற்கையான நிகழ்வு என்னவாக இருக்குமோ? வீடு வந்து சேர்ந்ததும் பத்மஜாவுக்கு எழுதிய கடிதத்தில் நாய்களின் சண்டை பற்றி எதுவும் எழுதவில்லை. ஆனால் ஜின்னா நாய்களுக்காக புதிதாக ஆரம்பித்திருக்கும் பயிற்சி வகுப்புகள் பற்றி எழுதியிருந்தார். பம்பாயிலிருந்து 1920 பிப்ரவரி மாதம் 9 ஆம் தேதி எழுதிய அக்கடிதத்தில் "ஜே" லோஃபர், போல்ஷி இரண்டிற்கும் புதிய பாடங்களைக் கற்பிக்க முயற்சித்துக் கொண்டிருப்பது பற்றி எழுதியிருந்தார். அதில் அவைகளை அடிப்பதற்காக "பிரம்பு ஒன்று அவரது கால்களுக்குப் பக்கத்தில் இருந்தது" என்று சோகத்தோடு எழுதியிருந்தார்.

ருட்டி மிகவும் கேலியாகவே நாய்களுக்கு ஜின்னா பயிற்சி கொடுக்கிறார் என்று எழுதியிருந்தார். ஏனென்றால் ருட்டிக்கு அதில் அத்தனை கோபம். நாய்களை இவ்வாறு நடத்துவது அவருக்குப் பிடிக்காத ஒன்று. பொங்கி வந்த கோபத்தை வேறு வழியில்லாமல் மனதிற்குள்ளேயே அடக்கிக் கொண்டார். மௌனமாக அந்த வருத்தத்தைச் சுமந்து கொண்டிருந்தார். ஏனென்றால் சிறுவயதிலிருந்தே ருட்டி அந்த நாய்களை வெகு செல்லமாக வைத்திருப்பார். திருமணத்திற்கு முன் தனது வீட்டில் இரண்டு முறை நாய்களுக்காகக் கோபித்துக் கொதித்தெழுந்தார். ஒருமுறை தன் அம்மாவிடம்; இன்னொருமுறை தன் தாதியிடம். நடந்தது வேறொன்றுமில்லை, அந்த நாய்களுக்கு பயங் காட்டுவதற்காக, அச்சமூட்டுவதற்காக அவர்கள் இருவரும் பிரம்பை லேசாகத் தூக்கிக் காண்பித்திருக்கிறார்கள். அவ்வளவு தான். ருட்டிக்கு அத்தனை கோபம். பெரும் கோபத்துடன் கத்தித் தீர்த்து விட்டார். மக்கள் தங்கள் வீட்டில் வளைய வருவது போலவே, நாய்களும் அதே சுதந்திரத்துடன் வீட்டில் இருக்க வேண்டும். அப்படியே பராமரிக்கப்பட வேண்டும் என்பார் ருட்டி. அத்தனை வேகமாக இருந்த ருட்டி கடந்த 18 மாதங்களில் முழுவதுமாக மாறி விட்டிருந்தார். ஜின்னா நாய்களை விரட்டிக் கொண்டு இருப்பதைப் பார்த்து அமைதி காத்தார். ஆனாலும் உள்ளே கோபம் கனன்று கொண்டிருந்தது. அவருக்கு ஒரு ஆசை. நாய்களுக்குக் கோபம் வந்து ஜின்னா மேல் பாய்ந்து விடாதா என்று! ஆனால் அப்படி எதுவும் நடக்கவில்லை. நாய்களும் பயந்துபோய் அமைதி காத்தன. இதைப் பற்றி தன் கடிதத்தில், "அவர்கள் இருவரும் - லோஃபர், போல்ஷி - இணைந்து ஜின்னாவை ஒரு பொது எதிரியாக ஆக்கிக் கொள்வார்கள் என்று நினைத்தேன். ஆனால் அது நடக்கவில்லை." இவ்வாறு ருட்டி அமைதி காப்பது பெத்தித் மாளிகையில் இருப்பவர்களுக்குத்

தெரிந்தால் நிச்சயமாக அது ஒரு பெரிய ஆச்சரியத்தை அளித்திருக்கும். தன்னுடைய துன்பத்தைக் கடிதத்தில், "ஜின்னா கொடுத்த பயிற்சியினால் போல்ஷி இப்போது நொண்டிக் கொண்டிருக்கிறது; லோஃப்ர் தன்னைக் கட்டி வைத்திருந்த சங்கிலி மீது தன் கோபத்தை காட்டிக்கொண்டிருந்தது" என்று எழுதியிருந்தார்.

நண்பர்களோடு மகிழ்ந்திருக்கும் போது வெளியில் தெரிந்த அவருடைய அறிவுக்கூர்மை இப்போது மகிழ்ச்சி இல்லாத அவர் இல்லத்தில் காய்ந்துபோய் அவர் மனதின் துயரங்கள் மட்டும் வெளியில் தெரிந்தன. மேலே சொன்ன கடிதத்தில் தொடர்ந்து, "ஹைதராபாத்தில் அத்தனை மகிழ்ச்சியாக ஒவ்வொரு கணமும் வாழ்ந்தேன்" என்று எழுதியிருந்தார். மகிழ்ச்சியாக எழுத ஆரம்பித்த ஒரு சொற்றொடர் கவலையடைந்த வார்த்தைகளுடன் முடிந்தது. "சாதாரண வார்த்தைகளால் மேலோட்டமாக உனக்கு நன்றி சொல்ல முடியாது. நெஞ்சின் ஆழத்திலிருந்து தான் அந்த வார்த்தையைச் சொல்ல முடியும். அந்தப் 'பொன் வாசல்' வீட்டின் பழக்க வழக்கங்களையும் மீறி மகிழ்ச்சியாக இருந்த ஒவ்வொரு வினாடியையும் நினைத்துப்பார்க்கிறேன். நான் எப்படி ஒவ்வொன்றையும் ரசித்து உன்னைப் பாராட்டுகிறேன் என்பதை நிச்சயமாக உன்னால் புரிந்துகொள்ள முடியும். அங்கிருந்த ஒவ்வொரு வினாடியும் என் வாழ்வின் மிக மகிழ்ச்சியான 'நினைவுகள்' என்ற வார்த்தையை எழுத ஆரம்பித்து, பின்னால் அதை மாற்றி 'எண்ணக் கோர்வைகள்' என்ற சொல்லைத் தன் கடிதத்தில் பயன்படுத்தினார்.

அவர் புறப்படும் பொழுது, நண்பர்களில் இருவர் அவரை அன்போடு தேடிவந்து நினைவுப் பரிசுகளைக் கொடுத்துச் சென்றார்கள். "ஒருவர் ஹைதர்; மற்றொருவர் அன்சாரி. அன்சாரி ஏதோ ஒரு ரயில் நிலையத்தில் வந்து வாசனைத் திரவியம் ஒன்றைக் கொடுத்து விட்டுப் போனார். நிச்சயமாக நம் பப்பிக்கு அது மிகவும் பிடித்திருக்கும். வந்தவர்கள் என்னிடம் அத்தனை மரியாதையாக நடந்து கொண்டார்கள்."

வீட்டுக்கு வந்து சேர்ந்த ருட்டி அங்கிருந்த தன் நாத்தனார் பாத்திமாவை ஏனோ மிக அதிகமாக வெறுத்தார். ருட்டி வந்து சேர்ந்த தினம் ஞாயிற்றுக்கிழமை. இவர்களைப் பார்ப்பதற்காக பாத்திமா வந்திருந்தார். ஆனால் அன்றுதான் ருட்டி தன் சகோதரனைப் பார்ப்பதற்கு ஏற்பாடு செய்திருந்தார். வேண்டுமென்றே பாத்திமாவைக் கேலி செய்து மட்டம் தட்ட முயற்சி செய்தார். வெளியில் பார்ப்பதற்கு விளையாட்டாகத்

தோன்றினாலும் ருட்டி சொன்னதன் உள்ளே வன்மம் இருந்தது. இதைத் தன் கடிதத்திலும் அவர் எழுதியுள்ளார். "ஹைதராபாத்தில் உனக்காக ஒரு மாப்பிள்ளை பார்த்தேன் என்று சொல்லி தவ்ஃபீக் போட்டோவை காண்பித்தேன்." பாவம்... பாத்திமாவும் நம்பி விட்டார். அதை வைத்து மேலும் அவர் கிண்டலடித்தார். 26 வயதாகியும் இன்னும் திருமணம் செய்து கொள்ளாமல் வேலைக்காரி போலிருக்கும் பாத்திமாவைத் தொடர்ந்து கிண்டல் செய்து கொண்டிருந்தார். ஆனால் அவைகளை அவர் உடனே நிறுத்த வேண்டியதிருந்தது. ஏனெனில் ஜின்னா, ருட்டியை முறைத்துப் பார்த்துக் கொண்டிருந்தார். பின்னாளில் ஜின்னாவின் இரு கண்களையும் "உண்மையை தேடிப் படிக்கும் இரண்டு விளக்குகள்" என்று யாரோ சொன்னது போல், இப்போது அவர் ருட்டியைப் பார்த்த விதத்திலேயே ருட்டி முழுவதையும் புரிந்துகொண்டார். அந்தப்பார்வை அடுத்த நாளும் அவரைத் தொல்லை படுத்தியது. அதைப்பற்றியும் தன் கடிதத்தில் எழுதியுள்ளார். "நான் சொன்னதை பாத்திமா நம்பி விட்டார். நான் கேலி செய்கிறேன் என்பதைப் புரிந்து கொள்ளவில்லை. ஆனாலும் அதன் பிறகு கடைசியில் அவரது ஆழ்ந்த பழுப்பு நிறக் கண்களில் ஒரு சிறு சந்தேக மின்னல் எழும்பி மறைந்தது."

தான் பாத்திமாவை கேலி செய்தது தவறான இடத்தில் தரையிறங்கி விட்டது என்பதில் ருட்டிக்கு வருத்தம்தான். அதை ஜின்னா புரிந்து கொண்டது சோகத்தை இன்னும் அதிகப்படுத்தியது. ஆனால் இந்த விஷயங்களையும் தாண்டி பல விஷயங்கள் அவர்களுக்குள் வேற்றுமைகளாக எட்டிப் பார்க்கின்றன என்பதை ருட்டி இப்போது புரிந்து கொள்ளவில்லை. அந்த வேற்றுமைகளில் ஒன்று எந்தக் கவலையுமின்றி அவர் செய்யும் அதிகப்படியான செலவுகள் தான். ஹைதராபாத்தில் இருக்கும்பொழுது கண்ணை மூடிக்கொண்டு செலவு செய்தார். நல்லது என்று தோன்றினால் அடுத்த நிமிடம் அதை வாங்கினார். மரச்சாமான்கள், பித்தளைப் பொருட்கள், மண்ணில் செய்த பனைமரத்து அலங்காரத் தாங்கிகள்... என்று என்னவெல்லாமோ வாங்கினார். தான் தங்கியிருக்கும் சவுத் கோர்ட் வீட்டை தனது அழகுணர்ச்சிக்கு ஏற்ப மாற்றுவதற்காகவே அத்தனையையும் அள்ளி அள்ளி வாங்கினார். ஆனால் என்ன செலவு செய்திருக்கிறோம்... எவ்வளவு செலவு செய்திருக்கிறோம் என்பதை ஜின்னாவிடம் சொல்லவே இல்லை. அதைவிட ருட்டிக்கே தான் எவ்வளவு செலவு செய்தோம் என்பது தெரியாது. ஜின்னா

கணக்கு வைப்பதில் எப்போதும் கெட்டிக்காரர். அதனால் கணக்கில்லாமல் செலவு செய்யும் தன்மீது அவருக்கு எவ்வளவு எரிச்சல் இருக்கும் என்பதும் ருட்டிக்குத் தெரியும். பாத்திமாவைக் கேலி செய்தபோது அவர் பார்த்த பார்வையின் பொருள் அறிந்ததால் இப்போது மெல்ல அவரின் அனுமதியை தனது செலவுக்காகப் பெற்று விடலாம் என்று முயன்றார். அதற்காகவே பத்மஜாவுக்கு கடிதம் எழுதி ஹைதராபாத்தில் தான் எவ்வளவு செலவு செய்து இருப்பேன் என்ற கணக்கு விபரத்தைக் கேட்டார். அதையும் நேரடியாகக் கேட்காமல் பெரிய வியாபாரத்தனத்தோடு வினயமாகக் கேட்டார். "உனக்குத் தொல்லை தருவதற்கு மன்னிக்கவும். நான் கொடுக்க வேண்டிய பணத்திற்காக யார் யாருக்கு பணம் கொடுக்க வேண்டுமோ அவர்களுக்கு காசோலைகள் அனுப்பியிருக்கிறேன். செகந்திராபாத்தில் இருந்து வரும் மரச்சாமான் வியாபாரியிடம் அனைத்துப் பொருட்களும் வந்தபிறகு அவர் பெயரில் இருக்கும் காசோலையைக் கொடுத்து விடவும்." செலவுகள் பற்றிய விவரங்கள் வேண்டும் என்று முயற்சிக்க ஆரம்பித்த பிறகும் அது மனதில் நிற்கவில்லை. பதிலாக, வாங்கிய பொருட்களை முறையாக பம்பாய் வீட்டிற்குக் கொண்டுவர வேண்டுமே என்ற கவலைதான் மிஞ்சி நின்றது. அந்த நினைவு அவரைத் துன்புறுத்தியது. "முகமது அலியின் கடையில் வாங்கிய பனைமரத்து அலங்காரங்களை வைத்து எவ்வாறு வீட்டை அலங்கரிப்பது என்பதைத் தெரிந்தவர்கள் இருந்தால் எனக்கு அதைத் தெரிவித்து விடு." அதன்பிறகும் கடிதத்தில் தனக்கு இன்னும் வரவேண்டிய பொருள்களைப் பற்றி விசாரணையைத் தொடர்கிறார். "எனக்கான விலைப்பட்டியலை இன்னும் அனுப்பவில்லை. அவருக்கு நேரடியாக நான் எழுதியுள்ளேன். நான் சொல்வதை அவர் சரியாகப் புரிந்துகொண்டு செய்வார் என்றே நம்புகிறேன்."

ஒருவழியாக வாங்க வேண்டிய பொருள், கொடுக்க வேண்டிய காசோலை என்று எல்லாவற்றையும் பேசிய பிறகு, "என்னுடைய அன்பை உன் அப்பாவிற்கும் பாபாவிற்கும் - அதாவது பத்மஜாவின் தம்பி ஜெய் சூர்யாவுக்கும் - தெரிவித்துவிடு", என்று எழுதியிருந்தார். பத்மஜாவின் நண்பர்களில் ஒருவரான நாயக் குதிரை ஏற்றத்தில் ருட்டியைப் போலவே திறமையானவர். "அவரிடம் கடைசி குதிரை ஏற்றத்தின் போது பேசியதை நான் நன்கு நினைவில் வைத்திருக்கிறேன் என்று கூறிவிடு."

ஆனால் அடுத்த கடிதம் அவரின் கோபப் பெருமூச்சைத் தாங்கி வந்தது. ஏறக்குறைய இரு வாரங்கள் கழித்து 1920 பிப்ரவரி 25 ஆம் தேதியிட்ட கடிதத்தில் ஹைதராபாத் தோழி ஒருவரிடம் இருந்து வந்த கடிதம் பற்றிய தகவல்களை பத்மஜாவிடம் பகிர்ந்துகொள்கிறார். அந்தத் தோழியின் பெயர் ரஹானா. இளம் வயதினள். அழகுப் பொருள் விற்பனை செய்து கொண்டிருக்கிறாள். அவள் தன் வியாபாரத்திற்காக, அதன் விளம்பரத்திற்காக ருட்டியின் உதவியைக் கேட்டு எழுதியிருந்தாள். "ரஹானா என்ன எழுதி இருக்கிறாள் தெரியுமா? அவள் எனக்குக் கொடுத்த அழகுப் பொருட்களை நான் பயன்படுத்த வேண்டாம் என்று கேட்டுக் கொண்டிருக்கிறாள். அதேசமயம் அவளது வியாபாரத்திற்காக நான் ஆதரவு தரவேண்டும் என்றும் விளம்பரத்திற்காக என் புகைப்படம் ஒன்று வேண்டும் என்றும் கேட்டிருக்கிறாள். மிகவும் வெளிப்படையான பெண். அதற்காகவே உதவி செய்யவேண்டும். இல்லையா? ஆனால் அவளுக்கு புகைப்படம் அனுப்பும் எண்ணம் எதுவும் எனக்கில்லை. இதைத் தயவு செய்து பப்பியிடம் சொல்லி விடாதே. ஏனெனில் அவள் நேராக ரஹானாவிடம் போய் எல்லாவற்றையும் சொல்லி விடுவாள். அவள் கடிதத்தைப் படித்த பிறகு ஏறத்தாழ அரை மணி நேரம் அப்படியே அமர்ந்து அதைப் பற்றி யோசித்துக் கொண்டிருந்தேன். ஏனெனில் அக்கடிதம் அத்தனை சிரிப்பைத் தந்தது. அதேபோல் அவள் கொடுத்த அழகுப் பொருளை நான் பயன்படுத்த வேண்டாம் என்று அவள் சொன்னது பெரும் நகைச்சுவையாக இருக்கிறது."

ஆனால் கடிதங்களில் தானே ருட்டி தன் கோபதாபங்களைப் பகிர்ந்து கொள்ள முடியும். "அந்த குதிரையைப் பற்றிய விஷயம் மிகவும் அவமானமாகப் போய்விட்டது. ஹைதராபாத்தில் பார்த்தவுடன் வாங்க வேண்டும் என்ற ஆசையில் வாங்கிய குதிரை அது. ஆனால் ஜின்னாவுக்கு அதில் விருப்பமில்லை. அதை நேரடியாகச் சொல்லாமல் அந்தக் குதிரை போதுமான பாதுகாப்பான மருந்துகள் கொடுக்கப்படாமல் வளர்க்கப்பட்ட ஒன்று என்ற காரணத்தைக் கூறினார். தேவையில்லாமல் 'ஜே' அதில் அவ்வளவு முட்டாள்தனமாக இருக்க மாட்டார் என்றே நினைக்கிறேன். அப்படிப் பார்த்தால் நானும் கல்யாணத்துக்கு முந்தி அப்படி பாதுகாப்பான மருந்துகள் எடுத்துக் கொண்டேனா என்ன! ஆனாலும் குதிரைகள் நம்மைவிட அதிக மதிப்பு உள்ளவைதான்!"

நேரடியாகவோ மறைமுகமாகவோ ஜின்னாவின் திறனாய்வுக்கு உட்பட விரும்பாத ருட்டி ஹைதராபாத் கணக்கு வழக்குகளை முழுமையாகப் பட்டியலிட வேண்டும் என்று நினைத்தார். நினைக்கத்தான் முடிந்தது; சாதிக்க முடியவில்லை; பல குழப்பங்கள் அதில். சிலருக்குக் காசோலைகள் கொடுக்கப்பட்டன. அதில் ஒன்று திரும்பியும் வந்துவிட்டது. அதற்காக பத்மஜாவுக்கு ஒரு கடிதம் எழுதுகிறார்: "நீ அனுப்பிய கடிதமும் காசோலையும் என் கைக்கு வரும்பொழுது நானும் 'ஜே'யும் வெளியே செல்ல புறப்பட்டுக் கொண்டிருந்தோம். ஆகவே உடனே காசோலையை அனுப்ப முடியாமல் போனது; நாளை அனுப்பி வைக்கிறேன்." ஆனால் அடுத்தநாள் ஜின்னாவின் உதவி இல்லாமலேயே தான் கொடுக்கவேண்டிய பணத்திற்கான ஏற்பாடுகளை செய்யும்போது அவரது பெருமிதமே அதற்குத் தடையாக இருந்தது. அதோடு மட்டுமில்லாமல் பண மாற்றமும் பெரும் தலைவலியாக இருந்தது. இரண்டு வகையான பண வகைகள் இருந்தன. ஒன்று ஆங்கிலேய ரூபாய்; இன்னொன்று முகலாய ரூபாய். ஹைதராபாதி ரூபாயை ருட்டி முகலாய ரூபாய் என்று அழைத்தார். பணம் கொடுக்க ஒன்றிலிருந்து ஒன்றுக்கு மாற்றவேண்டும். "பனை மரத்துத் தாங்கி வாங்கியதில் அவருக்கு நான் 335 ஆங்கிலேய ரூபாய் தரவேண்டும். அது ஏறத்தாழ 245 முகலாய ரூபாய்க்கு சமமாக இருக்கும். அந்தப் பித்தளைக் கடைக்காரருக்கு 463 ரூபாய் கொடுக்க வேண்டும். அது முகலாய ரூபாய்க்கு 485. இரண்டும் சேர்ந்து 698 ரூபாய். இந்தக் கணக்கு வழக்குகளில் எனக்குத் தலை சுற்றுகிறது. இதில் நான் ஏதும் தவறு செய்திருந்தால் திருத்தி விடு. இன்னும் நான் உனக்குத் தர வேண்டியது நிறைய இருக்கிறது. எனது பொருட்களை ஏற்றிச் செல்வதற்காக தொழில்ரீதியான ஒருவரை ஏற்பாடு செய்திருந்தாய். அவருக்கு எவ்வளவு கொடுக்க வேண்டுமென்று சொல். நான் அனுப்பி வைக்கிறேன்." தேதி இடப்படாத ஒரு கடிதத்தில் பத்மஜாவுக்கு இதை எழுதியுள்ளார்.

தொடர்ந்து வந்த வாரத்தில் இருவருக்குள்ளும் மேலும் சில உரசல்கள் புதிதாக நடந்தன. இதுவரை ஜின்னா, ருட்டி செலவு செய்வதை மனதிற்குள்ளேயே வைத்துப் புழுங்கிக் கொண்டிருந்தார். இப்பொழுது அவைகள் வார்த்தைகளாக வெளிவந்தன. ருட்டிக்கு வலித்தது. ஆனாலும் திருப்பி எதுவும் சொல்ல முடியாத நிலை. அடுத்த கடிதம் பத்மஜாவுக்கு 1920 மார்ச் 3ஆம் தேதி எழுதப்பட்டது. தன் வேதனைகளை எழுதாமல் மேம்போக்காக எழுதிய கடிதம் அது. ஏனென்றால்

பத்மஜாவை உற்சாகப்படுத்தி ருட்டி எழுதிய கடிதம் அது. ஏனெனில் பத்மஜா சிறிது மனம் நொந்து போயிருந்தார். கடிதத்தில் தீவிரமாக எதுவும் பேசாமல் இரண்டு பேருக்கும் பொதுவாகத் தெரிந்த ஷாமா ரோ என்ற தோழியின் ஆசைகளைப் பற்றியும், அவர் எழுதியிருந்த கடிதத்தைப் பற்றியும் இந்தக் கடிதத்தில் பேசியிருந்தனர். "வேடிக்கையான கடிதம் ஒன்று வர வேண்டும் என்று நினைப்பதே ஒரு வித்தியாசம்தான். ஷாமாவின் கடிதங்கள் பொதுவாகவே அப்படிப்பட்டவை தான். இப்போது என் மனதில் இருக்கும் குழப்பங்களைத் தீர்ப்பதற்கு இந்தக் கடிதத்தின் தாள்கள்தான் உதவும் என்று நினைக்கின்றேன். ஷாமா இப்பொழுதெல்லாம் தன் கடிதங்கள் மூலம் அதிர்ச்சியான மகிழ்ச்சியை அள்ளி அள்ளித் தருகிறாள். என்னைப் பார்க்கும்போதெல்லாம் உங்கள் குடும்பத்தின் இலக்கியப் பேரார்வம் பற்றி என்னிடம் கேட்கிறார். அதுவும் டாக்டர் நாயுடு பற்றி, அவருடைய முக்கியமான பண்புகள் பற்றி என்னிடம் கேட்கிறாள். நான் விளையாட்டாக டாக்டர் நாயுடு சிறு பையன்களை அப்படியே விழுங்கி விடுவார் என்றேன். நல்லவேளை... அவள் அதை நம்பவில்லை! உன் அம்மாவையும் அப்பாவையும் வைத்து நாடகம் ஒன்று எழுத ஆசைப்படுகிறாள். வேடிக்கை என்னவென்றால் அந்த இருவரில் ஒருவரை அவளுக்குச் சுத்தமாகத் தெரியாது; இன்னொருவரை அவளால் புரிந்துகொள்ள முடியாது. இது எனக்கு மிகவும் பெரிய வேடிக்கையாக இருந்தது. வேண்டுமென்றே ஒன்று சொல்லலாமா என்று நினைத்தேன். உண்மையில் கவிதைகள் எழுதுவது டாக்டர் நாயுடு தான். பெரிய மனதோடு அவைகளையெல்லாம் தன் மனைவிக்குக் கொடுத்து அவர் பெயரில் எல்லாம் வெளிவருகின்றன என்று சொல்ல நினைத்தேன். ஒருவேளை இப்படி சொன்னால் அவள் விரும்பிய தியாகத்திற்கு நல்ல ஒரு பொருளாக இது அமையும்."

கடிதம் தொடர்ந்தது: "இப்போதெல்லாம் 'ஜே' அச்சமூட்டுவதெல்லாம் இல்லை." ஏனென்றால் இன்னும் ருட்டியின் மனதிற்குள் அந்த 'நாய் பிரச்சனைதான்' நிலைத்து நின்றிருந்தது. அவருக்கு அதிக வலியைக் கொடுத்த நிகழ்ச்சியல்லவா அது. "ஜின்னா அவ்வப்போது தன் தலையை மெதுவாக ஆட்டிகொண்டே லோஃபரைப் பார்ப்பார். அதைப் பார்த்து மிக மட்டமான ஒரு மிருகம் என்பார்." இதனால் தன்னை அறியாமலேயே தனது வெறுப்பை தன் எழுத்துகளில் காட்டி விடுகிறார். "நான் அதிகமாக செலவு செய்கிறேன் - இதைக் கடிதத்தில் எழுதி விட்டு, பின் அதைத்

திருத்தி, அதில் 'என்று நினைக்கிறேன்' என்ற சொற்களையும் சேர்த்துக்கொண்டார். ஜின்னா தான் தங்க முட்டையிடும் மாட்டுக் கன்று அல்ல என்று என்னிடம் நிரூபிக்க முனைகிறார்." இதில் இரண்டு உவமானங்கள் உண்டு. ஒன்று பைபிளில் சொல்லப்பட்ட பலியிடப்படும் செம்மறி ஆடு; இரண்டாவதான தங்க முட்டை இடுவது ஈசாப்பின் கதைகளில் வரும் நிகழ்வு. இப்படி இரு உவமானங்கள் இருந்தாலும் ருட்டிக்கு எல்லாம் புரிந்துவிட்டது. ருட்டியின் மனதில் ஒரு கேள்வி. இங்கு யார் திருமணம் என்னும் மேடையில் பலியிடப்படும் ஆடு? பெரும் செல்வத்தை எல்லாம் விட்டுவிட்டு அவரைத் திருமணம் செய்வதற்காக ஓடி வந்தவர் ருட்டிதானே? ஆனால் இதைப்பற்றி ருட்டி எதுவும் அதிகமாகப் பேசவில்லை. ஜின்னாவை மறுத்துப் பேசவும் விரும்பவில்லை. ஆயினும் தன் கடிதத்தில் மிகுந்த மறுப்பு உணர்வோடு, "இதெல்லாம் ஏதும் பயனற்றது" என்று சலிப்போடு எழுதினார். ஆனால் ஒரு விதக் குற்ற மனப்பான்மையோடு இதையெல்லாம் அணுகினால் அது ஜின்னாவின் நினைப்பிற்கேற்ப தான் நடப்பதாக ஆகிவிடும் என்றெண்ணி அந்த நினைவுகளைத் துடைத்தெறிந்தார். மீண்டும் ஹைதராபாத்தில் தான் புதிதாக வாங்கிய பொருட்கள் வந்தபோது மகிழ்ச்சியோடு இருந்தார். "அந்த பித்தளைப் பொருட்கள் நேற்று இரவு வந்தன. மிக அழகாக பத்திரமாக அனுப்பப்பட்டிருந்தன. அவ்வளவு திறமையாக அதைச் செய்த அனைவருக்கும் என் வாழ்த்துகள்."

ஆனால் இதுவரை நடந்தவைகள் எல்லாம் சின்னச் சின்ன உரசல்கள். ஆனால் இனி வருவதற்காகக் காத்திருக்கும் பிளவுகளோ அச்சமூட்டுபவை. இதில் முக்கியமாக பாத்திமா விஷயமும் இருந்தது. ருட்டிக்கு பாத்திமாவைச் சுத்தமாகப் பிடிக்காது. ஆனால் இதுவரை ஒருவழியாக உறவைச் சிறிது பேணிக் கொண்டிருந்தார். ஞாயிற்றுக்கிழமை ஒருநாள் தான் ஜின்னாவோடு வெளியே போகும் வாய்ப்புள்ள நாள். ஆனால் அன்றும் பாத்திமா வந்துவிடுவார். ஆனால் இப்பொழுதோ ருட்டி-ஜின்னா உறவில் விரிசல். இப்போதும் நான் ஏன் மௌனமாக இருக்க வேண்டும்? ஜின்னாவின் மிகவும் மட்டமான சகோதரியை இன்னும் ஏன் பொறுத்துப் போக வேண்டும்? என்ற கேள்விகள் ருட்டியிடமிருந்து எழும்பின.

அத்தியாயம் பதினைந்து

அவர்கள் இருவரும் ஒருவரையொருவர் வெறுப்பதற்கு நிறையக் காரணங்கள் இருந்தன. பாத்திமா பள்ளிப் படிப்பை முடித்து ஒன்பது ஆண்டுகள் ஆகிவிட்டன. ஜின்னாவின் குடும்பமும் சரி ஜின்னாவும் சரி, பாத்திமாவை ஜின்னாவிற்கு உதவியாக வைத்துக் கொள்ளவே விரும்பினார்கள். அப்போதிலிருந்தே பாத்திமா, ஜின்னாவோடு அவர் வீட்டிலேயே தங்கியிருந்தார். ஆனால் இப்போது நிலைமை தலைகீழாக மாறிவிட்டது. எல்லோருக்கும் தெரியும் பாத்திமாதான் ஜின்னாவின் வாழ்க்கையில் உள்ள ஒரே ஒரு முக்கியமான பெண் என்று. ஆனால் இப்போது அவர் அந்த வீட்டில் இருந்து முற்றிலுமாக வெளியேற்றப்பட்டு விட்டார். வாரத்திற்கு ஒருநாள் ஞாயிற்றுக்கிழமை மட்டும் ஜின்னாவின் வீட்டிற்கு வ்ருவார். ஆனால் அப்போதும் கூட ஏதோ ஒரு பாவப்பட்ட உறவினர் போல கண்டுகொள்ளாமல் விடப்பட்டார். ஜின்னாவின் இதயத்திற்கு அவ்வளவு அருகில் நெருங்கி இருந்தவர் இப்பொழுது முழுவதுமாக உதாசீனப்படுத்தப் பட்டுவிட்டார். ஆனால் இதற்காக பாத்திமா, ஜின்னாவின் முன் எந்தவிதமான தனிப்பட்ட உணர்வுகளையும் காண்பித்துக் கொள்வதே இல்லை. ஜின்னாவிடம் மட்டுமல்ல, யாரிடமும் தன் உணர்வுகளை அவர் வெளியே காண்பித்தது கிடையாது. ஆனால் அவர் ஒவ்வொரு ஞாயிற்றுக்கிழமையும் வரும்போது அது ஜின்னாவிற்கு வேதனையைத் தான் கொடுத்தது - தன்னையே நம்பி வந்த பெண்ணை வெளியேற்றி விட்டோமே என்ற எண்ணத்தை ஜின்னாவுக்குக் கொடுத்துக்கொண்டே இருந்தது. அவரும் அந்தக் குற்றத்திற்காக மருகி நின்றார்.

ஞாயிற்றுக்கிழமை பாத்திமா வருவது ருட்டிக்குச் சுத்தமாகப் பிடிக்கவில்லை. ஒரு முழு நாள் முழுவதும் பாத்திமா அவர்களோடு இருப்பது ருட்டிக்குப் பிடிக்காத ஒன்றாகிவிட்டது. தன்னைவிட 7 வயது மூத்த பெண் பாத்திமா. நண்பர்கள் யாரும்

இல்லாத பெண். தன்னையே மகிழ்ச்சியாக வைத்துக்கொள்ளத் தெரியாத பெண். ருட்டி சொன்னது போல எப்பொழுதுமே பாத்திமா ஓர் அழுத்தத்தோடு தன் வாழ்க்கையை வாழ்ந்து கொண்டிருந்தார். ஒருவேளை பாத்திமாவுக்கு வயது சிறிது குறைவாக இருந்திருந்தால் ஓரளவு பலருடன் நல்ல உறவை வளர்த்துக் கொண்டிருந்திருக்க முடியும். ருட்டிக்கும் அப்போது இந்த அளவு ஏமாற்றமாக இருந்திருக்காது. ருட்டிக்கு பாத்திமாவுடன் உறவு வைத்துக் கொள்வது சுத்தமாக முடியாமல் போய்விட்டது. பாத்திமாவும் ஒருசமயம், அதுவும் தனது இருபதாவது வயதில், அழுத்தத்தில் இருந்து வெளியே வந்து சில நண்பர்களை உருவாக்கிக் கொள்ளலாம் என்று முயற்சித்தார். இதைப் புரிந்து கொண்ட சரோஜினி தன் 13 வயது மகளான பத்மஜாவை பாத்திமாவுடன் நட்பு வைத்துக்கொள்ளத் தூண்டினார். 1914 ஆம் ஆண்டு லண்டனிலிருந்து சரோஜினி தன் மகள் பத்மஜாவுக்கு எழுதிய கடிதத்தில் "நான் பாத்திமாவை உனக்கு கடிதம் எழுதச் சொல்கிறேன். 20 வயதுப் பெண்ணான அவள், நான் உன்னைப் பற்றிச் சொன்னதை வைத்து, உன் மேல் அதிகமாக அன்பு வைத்திருக்கிறாள். நான் பம்பாய் வரும்போதெல்லாம் அவள் உன்னைப் பற்றி விசாரிப்பாள். கடிதம் எழுதும் போதும் உன்னைப்பற்றி அதில் நிறைய இருக்கும். அவளை உனக்குக் கடிதம் எழுதச் சொல்கிறேன். நீயும் அவளோடு கடிதத் தொடர்பு வைத்துக்கொண்டு, முடிந்தால் அவளோடு நட்பாயிரு", என்று தன் கடிதத்தில் எழுதியிருந்தார். அந்த நட்பு ஆரம்பித்ததோ என்னவோ. ஆரம்பித்திருந்தாலும் சில நாட்களிலேயே அது பட்டுப் போனது. ஒருவேளை அவர்களுக்கு நடுவில் இருந்த வயது வித்தியாசம் அதற்கு ஒரு காரணமாக இருந்திருக்கலாம்.

ருட்டி ஆரம்பத்திலிருந்தே பாத்திமாவிடம் இருந்து விலகியே இருந்தார். அதன் பிறகு ஞாயிற்றுக்கிழமை வருகைகள் அவருக்கு எரிச்சலையே மூட்டின. ஆனால் ருட்டிக்குத் தெரியும் "ஜே" எப்போதும் பாத்திமா பக்கமே இருப்பார் என்பது. அதுவும் ஞாயிற்றுக்கிழமை பாத்திமா வருவது ஒரு இடைஞ்சல் என்று அவரே நினைக்காத போது ருட்டி தன் நாத்தனாரின் வருகையை சகித்துக் கொள்ளத்தான் வேண்டும். அதுவும் இப்போது ருட்டி, ஜின்னாவோடு பிறந்த 4 சகோதர சகோதரிகளில் பாத்திமாவின் மீது மட்டும் அவருக்கு ஒரு தனிப்பட்ட அன்பு இருந்தது என்பதைப் புரிந்து கொண்டார். ஏனைய நான்கு சகோதர சகோதரிகளை தன்னிடமிருந்து முற்றிலும் விலக்கி வைத்திருப்பார். ஆனால் பாத்திமா

அப்படியல்ல. அந்த நான்கு பேருடன் ஜின்னா அதிகமாகப் பேசக்கூட மாட்டார். எப்போதாவது பண உதவி செய்யும்போது மட்டும் நான்கு வார்த்தைகளைப் பரிமாறிக் கொள்வார். இந்த உதவியைக் கூட யாரேனும் உடல்நலமில்லாமல் இருந்தால் மட்டுமே செய்வார். அதை மனமுவந்து அல்லது மனமிரங்கி செய்வதில்லை. ஏதோ கடமை போன்ற ஓர் உணர்வு. அவ்வளவே. அதுவும் முக்கியமாக ஜின்னாவின் சகோதரர் ஜின்னாவின் வீட்டுக்கு வருவதே கிடையாது. ஜின்னாவைப் பார்க்க வேண்டியது இருந்தால் ஜின்னாவின் அலுவலகத்திற்கு வந்து விடுவார். வீட்டிற்கு வரும் அளவிற்கு அவருக்கு எந்த உரிமையும் ஜின்னாவால் கொடுக்கப்படவில்லை. ஆனால் பாத்திமாவிடம் ஜின்னாவின் உறவு பலமாகவே இருந்தது. ருட்டியும் இதைப் புரிந்து கொள்ளாதது போல் இருக்க முயற்சிப்பார். அண்ணனும் தங்கையும் தங்கள் செயல்களாலோ வார்த்தைகளாலோ தங்களது நெருங்கிய உறவை எப்போதும் வெளியே காண்பிப்பதேயில்லை.

ருட்டி இதுபோன்ற ஒரு அண்ணன்- தங்கை உறவைப் பார்த்ததே கிடையாது. இது அவருக்கு மிகவும் வித்தியாசமாக இருந்தது. ருட்டி தன் மூன்று சகோதரர்களுடன் நெருங்கியே இருப்பார். அதிலும் முக்கியமாக ஃபாலி, வயதிலும் அன்பிலும் மனதளவிலும் நெருங்கிய சகோதரன். அந்த மூவருமே தங்கள் மூத்த சகோதரியை அன்போடும் மதிப்போடும் உயரத்தில் வைத்திருந்தனர். சரியாகச் சொல்ல வேண்டுமானால் மூத்த சகோதரி என்பதைவிட அவர்களுக்கு அவர் தாயாக அதிகமாக இருந்தார். விளையாட்டுகளிலோ ஆட்டம் பாட்டங்களிலோ அக்காவின் தலைமை அவர்களுக்கு வேண்டியதிருந்தது. ருட்டியும் அவர்களோடு அவர்களுக்கு இணையாக இன்னொரு பையனைப் போல் ஆடுவார், பாடுவார். அதேபோல் அவர் தனியாக இருக்க வேண்டும் என்று நினைத்தால் சகோதரர்கள் அவளுக்குரிய இடத்தையும் நேரத்தையும் கொடுத்து விடுவார்கள். அத்தனை அன்பும் மரியாதையும் அவரிடம் இருந்தது. தங்களது அக்கா ஒரு புத்தகப்புழு என்பது தம்பிகள் அனைவருக்கும் தெரியும். அதற்காகவே அவளுக்கு அதிக மரியாதையைக் கொடுத்தனர். அவளுடைய ரசனையையும் புரிந்து வைத்திருந்தார்கள். எந்த அளவிற்கெனில், கடைசித் தம்பி, மானிக் அவனது 8 அல்லது 9வது வயதில் அக்காவுக்கு பிடித்த சார்லட் ப்ராண்ட் *(Charlotte Bronte)* நவீனங்களை அவளது பன்னிரண்டாவது பிறந்தநாளுக்குப் பரிசாக அளித்தான். அந்த நால்வரும் ஒன்றாக இருக்கும்பொழுது அவர்களுக்கு நடுவில்

சிரிப்புக்குப் பஞ்சமில்லை. மகிழ்ச்சியும் நிறைந்திருக்கும். மூன்று வீரர்கள் (Three Musketeers) விளையாட்டு விளையாடுவார்கள். ஒன்றாகக் குதிரையேற்றம் செய்வார்கள். ஆட்டமும் பாட்டும் அமர்க்களப்படும். ஆனால் ஜின்னா, பாத்திமா இருவரும் ஒருவருக்கொருவர் வார்த்தைகளைக் கூட அதிகமாகப் பரிமாறிக் கொள்வதில்லை. ஆனால் ஞாயிற்றுக் கிழமை தவறாமல் பாத்திமா அண்ணன் வீட்டுக்கு வந்துவிடுவார். நாள் முழுவதும் அங்கு இருப்பார். ஆனால் அண்ணன் பாத்திமா பக்கம் திரும்பவும் மாட்டார். தான் வாசித்துக் கொண்டிருக்கும் செய்தித்தாள்களில் இருந்து தலையை உயர்த்திக்கூட பாத்திமாவைக் கண்டுகொள்வது கிடையாது. ஆனால் பாத்திமாவின் கண்கள் அவ்வப்போது ஜின்னாவின் மீது படியும். அது மரியாதையா அல்லது ஆராதனையா என்பது தெரியாது. தன்னிடம் ஜின்னா பேசினால் மட்டுமே பாத்திமா பதில் பேசுவார். தானாக அவருடன் பேசுவதே இல்லை. ஞாயிற்றுக்கிழமைகளில் ஏதாவது ஒரு புத்தகத்தை விரித்து வைத்துக்கொண்டு பாத்திமா அமர்ந்திருப்பதைப் பார்க்கும் பொழுது ருட்டிக்கு மிஞ்சுவது எரிச்சல் மட்டும்தான்.

அண்ணன்- தங்கை இருவருக்கும் நடுவே எந்தவித ஒற்றுமையும் இல்லை. அது முகத்தோற்றமாக இருக்கட்டும்; அல்லது மனோபாவமாக இருக்கட்டும். இரண்டும் வெவ்வேறு. பாத்திமாவின் மெல்லிய உதடுகள் ஏமாற்றத்தின் வளைவுகளோடு இருக்கும். பள்ளத்தில் கிடப்பது போல் ஆழ்ந்த கண்கள் பாத்திமாவுக்கு. ஆனால் ஜின்னாவுக்கு வெட்டி செதுக்கியது போன்ற அழகான முகம்; அவருக்கென்று இருந்த ஒருவிதமான தனித்துவமான நகைச்சுவை; இளைஞர்களை ஈர்க்கும் நாகரிக மனிதன். இதை எல்லாம்விட அதிகமாக ருட்டி ஆச்சரியப்படவும், எரிச்சலடையவும் ஒன்று இருந்தது. அது அவர்கள் இருவருக்கும் நடுவில் இருந்த மௌனம். இருவரும் வெவ்வேறு எதிர் முனைகளில் உள்ளார்கள். இருந்தும் அவர்களுக்குள் இருந்த தொடர்பு ஆழமாக இருந்தது. பாத்திமா இருக்கும்பொழுது ஜின்னாவிடம் ஏதாவது ஒன்றைப் பேசி அவரை ஏதாவது பேச வைக்க ருட்டி முயற்சி செய்து உள்ளார். அதுபோன்ற சமயங்களில் தன் இறுக்கத்திலிருந்து வெளி வந்து தன்னுடைய உண்மையான உணர்ச்சிகளை வெளியில் கொட்டுவார் என்று ருட்டி எதிர்பார்த்தார். ஆனால் அது நடக்கவேயில்லை.

முதல்முறையாக ஜின்னா மிகவும் மனச்சோர்வு அடைந்தது ருட்டி ஹைதராபாத்தில் இருந்து திரும்பிய முதல் நாள். அன்று ருட்டி தான் ஏதோ பாத்திமாவுக்கு மாப்பிள்ளை பார்ப்பதற்காகவே ஹைதராபாத் சென்றது போல விளையாட்டுத்தனமாகப் பேசிக்கொண்டிருந்தார். பாத்திமாவை அவமதிப்பதற்காகவே அவ்வாறு ருட்டி பேசிக் கொண்டிருந்தார். ஜின்னா அந்த 'விளையாட்டில்' பங்கு கொள்ள மறுத்துவிட்டார். அதுமட்டுமல்ல அந்த வீட்டில் ருட்டி தனியாளாக இருந்துகொண்டு, ஏதேதோ செய்வது போன்ற ஒரு எண்ணத்தை ருட்டியின் மனத்தில் ஏற்படும்படி செய்துவிட்டார். எல்லாம் அவர் கண்கள் செய்த வேலை. அவரின் பார்வையைப் புரிந்து கொண்டார் ருட்டி. அந்தக் கண்களில் கடுமையான கண்டிப்பு தெரிந்தது. அதுபோன்ற தண்டிக்கும் பார்வைக்குத் தான் தகுதியானவள் தான் என்று ருட்டிக்குத் தெரியும். தன் இளவயது வாழ்க்கையில் பெத்தித் மாளிகைகளில் இது போன்ற விளையாட்டுத்தனங்களைச் செய்வது ருட்டியின் பழக்கம்தான். ஆனால் அந்த விளையாட்டுகளில் வேதனை கலந்து இருக்காது; கொடூரம் குடியிருக்காது; விளையாட்டுத் தனமும் நகைச்சுவையும் மட்டுமே அவைகளில் இருக்கும். ஆனால் இப்போது பாத்திமாவின் வயதை வைத்து அவரைக் கேலியும் கிண்டலும் செய்வது மிகவும் தவறான காரியம்.

அடுத்த முறை தனக்கும் பாத்திமாவுக்கும் நடக்கும் மோதலில் ஜின்னா தன்னைத் தன் பார்வையால் நோகடிக்க முடியாது என்று ருட்டி நினைத்தார். அதோடு அவர்கள் இருவருக்கும் நடந்த ஓர் உரசலில் 'ஜே' தன் பக்கம் நிற்பார் என்று ருட்டி எதிர்பார்த்திருந்தார். ஆனால் அப்படி ஏதும் நடக்கவில்லை. மாறாக பாத்திமா பேசியது அமைதியாகவும் அதே சமயத்தில் அதீத நீதி சார்ந்ததாகவும் இருந்தது.

உரசல் நடந்த அன்றுதான் ருட்டி மிகவும் அதிகமாக பணத்தை விரயம் செய்கிறார் என்ற குற்றச்சாட்டை வைத்திருந்தார் ஜின்னா. அப்போது பாத்திமா அங்கே அமர்ந்து குரானை வாசித்துக் கொண்டிருந்தார். அவர் அமைதியாக தன்போக்கில் வாசித்துக் கொண்டிருந்தது ருட்டிக்கு எரிச்சலைத்தான் அளித்தது. இதைப்பற்றி 1920 ஆம் ஆண்டு மார்ச் 3ஆம் தேதி பத்மஜாவுக்கு எழுதிய கடிதத்தில், "கடந்த ஞாயிற்றுக்கிழமை பாத்திமா நடந்துகொண்டது எனக்கு மிகுந்த கோபத்தை அளித்தது. நாங்கள் விவாதித்துக் கொண்டிருக்கும் போது அவர் எதையும் கண்டுகொள்ளாமல் குரானை வாசித்துக் கொண்டிருந்தார். நான்

அவரிடம். "இதைப் பேசித் தீர்க்க வேண்டும்; வெறுமனே வாசிப்பது போதாது" என்றேன். பாத்திமா என்னைப் பார்த்து, மிகவும் தீவிரமாக, 'நீ வாசிக்காத ஒரு புத்தகத்தை எப்படிப் பேசித் தீர்க்க முடியும்' என்றார்." இதையெல்லாம் பார்த்தும் ஜின்னா அமைதி காத்தார். அவருடைய அமைதி அவருடைய சகோதரிக்குத்தான் ஆதரவாக இருந்தது. ருட்டிக்கு மிக அதிகமான எரிச்சல் வந்தது. பாத்திமாவுக்குத் தான் எப்போதும் ஜின்னாவின் ஆதரவு என்றும், தான் அந்த வீட்டில் தனித்து விடப்பட்ட வெளியாள் போலவும் ருட்டிக்குத் தோன்றியது. தன் வீட்டிலேயே தான் அந்நியப்பட்டு நிற்கிறோமே என்ற வருத்தம் ருட்டிக்கு.

தன்னையும் அறியாமலேயே ருட்டி, ஜின்னாவை முடுக்கி விட்டது போல் ஆகிவிட்டது. ஜின்னா வெளித்தோற்றத்தில் முற்றிலும் முழுமையாக ஒரு ஆங்கிலேயர் போல் இருந்தார். நடை உடை பாவனைகள் அனைத்தும் இங்கிலாந்தில் இருந்து கற்றவைதான். அப்படியிருந்தும் உள்மனதுக்குள் அவர் இன்னும் பழைய முகமது அலியாகவே இருந்தார். அவருக்குத் தன் குடும்பத்தின் மானம், மரியாதை என்பவை மற்ற எல்லாவற்றிற்கும் மேலாக உயர்ந்து நின்றன. அவர் இளம் வயதில் இங்கிலாந்து சென்ற பின் வீட்டுப் பளுவை எல்லாம் இறக்கி வைத்துவிட்டது போல் இருந்த நேரத்திலும் கூட தன் தந்தையின் வார்த்தைகளுக்கு முழுவதுமாகச் செவிமடுத்தார். ஜின்னா நாடகத் துறைக்குச் செல்வதாக முடிவெடுத்து தன் தந்தைக்கு அதைத் தெரியப்படுத்தினார். அவர் தந்தை சொன்ன வாக்கியம் மிகச் சிறிது, 'நமது குடும்பத்திற்கு இழுக்கைத் தராதே!' அவ்வளவுதான். ஆனால் அதுபோதும் ஜின்னாவுக்கு. 20, 21 வயதில் தான் ஆசைப்பட்ட துறையை தந்தையின் கட்டளையை மீறக்கூடாது என்பதற்காகவே துறந்தார். அந்த நிமிடமே வீட்டுப் பொறுப்பையும் தன் தோள் மீது எடுத்துக் கொண்டார். அப்பொழுது தன் எதிர்காலத்தை அவர் திட்டமிட்டபடி நாடகத் துறையின் பக்கம் திருப்பாமல், குடும்பப் பொறுப்பை ஏற்றுக் கொண்டார். தனது ஆசை, சுக துக்கங்கள் அனைத்தையும் இரண்டாம் படிக்கு இறக்கிக் கொண்டு விட்டார். குடும்பம், குடும்ப மானம் தான் முதலிடம் பிடித்தது.

ஜின்னாவை அப்போது எதிர்நோக்கிய பிரச்சனைகள் அவருக்கு அடுத்தாற்போல் இருந்த இரண்டு சகோதரிகளின் திருமணங்கள் தான். அவைகள் ஒன்றும் எளிதான கடமைகள்

அல்ல. ஜின்னாவுக்கு இரண்டு வயது இளைய சகோதரியான ரஹ்மத்திற்கு அப்போது 19 வயது. இந்த வயதில் அவர்கள் இனத்தில் பெண்கள் அனேகமாக பல குழந்தைகளுக்குத் தாயாக ஆகியிருப்பார்கள். அம்மா இறந்த பின் அப்பா மனமுடைந்து போய் இருந்தார். அவரது வியாபாரமும் மரணப்படுக்கையில் விழுந்து கிடந்தது. அப்போது ஜின்னாவின் வயது 21 தான். வேலை ஏதும் இல்லை. அப்போதுதான் லண்டனிலிருந்து திரும்பி வந்திருந்தார். எப்படி செய்தாரோ, என்ன செய்தாரோ மிகவும் சிரமப்பட்டு கல்கத்தாவிலுள்ள ஒரு நல்ல வியாபாரிக்குத் தன் முதல் தங்கையைத் திருமணம் செய்து வைத்தார்.

இந்தத் திருமணமும் ஒருவகையில் மிகவும் கடினமான ஒரு பிரச்சனையை குடும்பத்திற்குக் கொண்டு வந்தது. ரஹ்மத்திற்கு அவர்கள் இனத்தைப் பொறுத்த வரையில் மாப்பிள்ளை தேடுவது மிகவும் சிரமமான ஒன்றாக இருந்தது. இறுதியில் முதல் மனைவியை இழந்த ஒருவருக்கு, அதுவும் ஜின்னாவின் இனமான கோஜாஸ் என்ற இஸ்மெயில் பிரிவுக்கு வெளியே உள்ள ஒருவரை மாப்பிள்ளை ஆக்கினார். இதனால் அவர்கள் குடும்பத்தை இஸ்மெயில் பிரிவிலிருந்து விலக்கி விடலாம். அதுமட்டுமல்ல ஜின்னாவின் மனைவி இறந்து போயிருந்ததால் அவருக்கு இரண்டாவது மனைவி வேண்டுமானால் அவர்கள் இனத்தில் தேடுவது முடியாத ஒன்றாகிவிடும். ஜின்னாவின் தாய்மாமா ஆகாகானுக்கு நெருங்கிய நண்பராக இருந்தார். அவர் தன் பெண்ணை ஜின்னாவுக்கு கொடுக்க விரும்பினார். ஆனால் ரஹ்மத்திற்கு வேற்றினத்தாரோடு திருமணம் நடந்தால் தான் தன் பெண்ணைக் கொடுக்க மாட்டேன் என்று அப்பாவிடம் உறுதியாகச் சொல்லிவிட்டார்.

மாமா சொன்னது ஜின்னாவுக்குப் பெரிதாகத் தெரியவில்லை. அவர் மனப்போக்கில் விட்டிருந்தால் அடுத்த இரண்டாம் திருமணம் நடப்பதாக இருந்தாலும் அந்தப் பெண் வேண்டாம் என்றுதான் அவர் சொல்லி இருப்பார். ஏனென்றால் அவரது முதல் கல்யாணமே அவருடைய விருப்பப்படி நடந்ததல்ல. அம்மாவின் அழுத்தமே காரணமாக இருந்தது. ஆனால் இப்போது அம்மாவும் இல்லை; முதல் மனைவியும் இல்லை. அவரின் மனைவி எமி பாய் காலரா நோயினால் தாக்குண்டு அம்மாவுக்கு முன்பே இறந்துவிட்டார். மீண்டும் திருமணம் என்ற ஒரு சிறைக்குள் தன்னையே அடைத்துக் கொள்ள ஜின்னா விரும்பவில்லை.

ரஹ்மத்தின் திருமணத்தை அவர்களது கோஜாஸ் இனத்து சன்னிப்பிரிவிலேயே திருமணம் செய்து வைக்கவும் வழி இருந்தது. ஏனெனில் ஜின்னா இங்கிலாந்து சென்றபின் தன் இந்திய உடை, பழக்க வழக்கங்கள், நம்பிக்கைகள் எல்லாவற்றையும் கழற்றிப் போட்டு விட்டு புதிய மனிதராக மாறி இருந்தார். அவர் ஒரு ஆங்கிலேயன் போலவே மனமும் அறிவும் மாறிய ஒரு புது மனிதராகவே உருவெடுத்திருந்தார். ஆனால் அதையும் விட இப்போது தன்னையே ஒரு நவீனமான, பகுத்தறிவுள்ள இஸ்லாமியராக ஏனைய இஸ்லாமிய குழுப் பிரிவினைகளையும் தாண்டி தன்னை மாற்றிக்கொண்டு விட்டார். ஆனால் இதற்காக அவர் அதிக விலை கொடுக்க வேண்டியதிருக்கும். அதற்கு அவர் தயாராகவே இருந்தார். அவர் ஏற்கனவே தன்னைப்பற்றிச் சொல்லும்போது, "நான் நினைத்தேன்... நான் செய்தேன்" என்பதே தனது செயல் முறை என்று கூறியிருக்கிறார். இதனால் எல்லோரும், அதிலும் முக்கியமாக, இஸ்லாமியப் பழமைவாதிகள் கூட அவரை அவராகவே ஏற்றுக்கொண்டார்கள். அதுவுமின்றி அவர் ஒரு புகழ் பெற்ற வழக்கறிஞர்; கை நிறைய சம்பாதித்தார். இது அவரது இனத்தில் அவரை மிகவும் உயரத்தில் கொண்டு போய்விட்டது. அதோடு இஸ்லாமியப் பிரிவினைகள் மீது விருப்பம் இல்லாத மனிதராக தன்னைக் காட்டிக் கொண்டு அவரும் அவர் தந்தையும் இஸ்லாமிய குழுக்களில் புதியதாக சீர்திருத்தங்களோடு வந்துள்ள இஸ்னாஷாரிஸ் என்ற புதிய குழுவில் சேர்ந்தார்கள். வழக்கமான இஸ்லாமியப் பிரிவினைகளுக்கு உட்படாத புதிய அமைப்பு இது.

இந்த மாற்றங்கள் எல்லாம் அவர் இரண்டாவது சகோதரியின் திருமணத்திற்கு மிகவும் உதவின. இப்போது சமூகத்தில் அவர் உயர்ந்த நிலையில் இருந்தார். ஆகவே அவர் விரும்பியபடி புதிய உறவுகளை ஏற்படுத்திக் கொள்ளமுடியும். அந்த அளவிற்கு இஸ்லாமிய சமூகம் அவருக்கு இடம் கொடுக்க வேண்டியதிருந்தது. மிகுந்த செல்வம் பொருந்திய ஒரு குடும்பத்தில் தன் இரண்டாவது சகோதரி மரியம் அவர்களுக்கு திருமணத்தை முடித்தார். இந்த பீர்பாய் குடும்பம் பம்பாயில் மிகவும் புகழ்பெற்ற ஒரு வியாபாரக் குடும்பம். இதில் ஒரு வேடிக்கை என்னவென்றால் முதல் தங்கைக்கு பார்த்த அதே இஸ்லாமியர் குழுவினர் தான் இவர்களும். ஆனால் இப்பொழுது யாரும் இந்தத் திருமணத்திற்கு எதிர்ப்பு ஏதும் தெரிவிக்கவில்லை. காலங்கள் மாறிவிட்டன.

இரு தங்கைகளின் திருமணம். அதன்பின் தந்தைக்குத் தனிக்குடித்தனம். அதற்கான செலவுகள் எல்லாவற்றையும் ஜின்னா கவனித்துக் கொண்டார். அதேசமயம் அவர்களோடு இல்லாமல் தனியே வேறு இடத்தில் தங்கிக்கொண்டு, அவ்வப்போது அவர்களைப் போய் பார்த்து கவனித்துக் கொண்டிருந்தார். அவர் லண்டனில் இருந்து திரும்பி வந்த பின் அவருடைய தந்தை கராச்சியில் இருந்து பம்பாய்க்கு வந்துவிட்டார். அவர்களை கோஜாஸ் இனத்தவர் அதிகமாக இருக்கும் ஒரு நெருக்கமான இடத்தில் குடியமர்த்தினார். அவர்களோடும் சேராமல் தனியே இருப்பதை விரும்பி, ஆங்கிலேயர் நடத்தும் அப்பல்லோ என்ற விடுதியில் தங்க ஆரம்பித்தார். இது அவர் தந்தை இருக்கும் இடத்திற்கு அப்படியே எதிர்ப்புறத்தில் இருந்தது. அப்போது ஜின்னாவுக்கு பணக்கஷ்டம் இருந்தது. இருந்தும் இந்தக் கடினமான முடிவை அவர் எடுத்தார்.

ஜின்னா அடிக்கடி தன் குடும்பத்தைச் சென்று பார்ப்பார். அவர் செல்லும் பொழுது மிக அழகாகத் தைக்கப்பட்ட ஆங்கிலேய உடையுடன் அங்கு செல்வதைப் பார்த்து, அவர் வீட்டினரும் சுற்றுப்புறத்து மக்களும் அதிகமாக ஆச்சரியம் கொள்வார்கள். அங்கே சென்ற பின்னும் அந்த வீட்டில் தன் உடைகளையும், அணிந்திருக்கும் காலணிகளையும் கழட்ட மாட்டார். பிறகு அப்பல்லோ விடுதியிலிருந்து தனி வீட்டிற்கு மாறும் பொழுதும் தன் குடும்பத்தை அழைத்துக் கொள்ளவில்லை. எப்போதுமே அவருக்கு ஓர் இரட்டை வாழ்க்கை தான். ஒருபுறம் தனியாக, பெரிய வழக்கறிஞராக, அழகான உடையுடன் பணக்காரத் தன்மையுடன் பம்பாய் உயர்மட்ட மக்களோடு புழங்குபவராக இருந்தார்; இன்னொரு புறம் வயதான தந்தை, சகோதர சகோதரிகளுக்கு உதவும் மூத்த மகனாக இருந்தார். அடுத்த 6 ஆண்டுகளுக்கு இந்த வாழ்க்கைதான் இருந்தது. அந்த ஆறாவது ஆண்டில் அவர் தந்தை மறைந்தார். அது 1902 ஏப்ரல் மாதம்.

அப்பா இறக்கும்போது அவரோடு ஒரு தம்பியும் இரு தங்கைகளும் இருந்தார்கள். தம்பி அகமது அலி; 16 வயது. தங்கைகள் ஷிரின், பாத்திமா; 14, 9 வயதுக்காரர்கள். முதலில் அவர்கள் எல்லோரையும் மெல்லக் கைகழுவி விடலாம் என்றுதான் யோசித்தார். பின்னர் யோசனையை மாற்றிக்கொண்டார். தன் தம்பியைத் தான் படித்த அஞ்சுமான் இஸ்லாமியப் பள்ளியில் விடுதியில் தங்கிப்படிக்குமாறு சேர்த்தார். தான் முன்னேறியது போலவே தன் தம்பியும்

முன்னேறவும், நல்ல வேலையில் சேரவும் அந்தப் பள்ளி உதவும் என்று நினைத்திருப்பார்.

தம்பிக்கு ஒரு இடம் பார்த்தாகிவிட்டது. இன்னும் இரு தங்கைகள். மூத்த சகோதரிக்கு 14 வயது. திருமணத்துக்கு உரிய வயது. ஆனால் உடனே மாப்பிள்ளை பார்க்க ஆரம்பிக்கவில்லை. அதற்குப் பதிலாக அவளைத் தன்னோடு தன் வீட்டிலேயே தங்க வைத்தார். ஒவ்வொரு நாளும் காலையில் வேலைக்குப் போகும் பொழுது அவளைத் தன் மூத்த சகோதரி மரியம் வீட்டில் விட்டுவிட்டு மாலையில் திரும்பும் பொழுது வீட்டுக்கு கூட்டிக்கொண்டு வந்து விடுவார். நல்ல வேளையாக ஒரு நல்ல வரன் கிடைத்தது. பம்பாயில் உள்ள கரீம்பாய்ஸ் என்ற வணிகக் குடும்பத்தில் ஷிரின் திருமணம் செய்து வைக்கப்பட்டார். அத்தோடு அந்த சகோதரியைப் பற்றிய அவருடைய கடமைகள் எல்லாம் முடிந்து விட்டன.

மீதி இருந்தது பாத்திமா மட்டும்தான். ஜின்னா ஆங்கிலேய முறையில் தன் வாழ்க்கையை அமைத்துக் கொண்டிருந்தார். ஆகவே ஏறத்தாழ அனாதை போன்றிருந்த பாத்திமாவை ஒரு நல்ல பள்ளியில் சேர்ப்பது சரியான முடிவு என்று நினைத்தார். அதற்கு ஏற்றது போல் பந்த்ராவில் உள்ள செய்ன்ட் ஜோசப் என்ற பள்ளி விடுதியில் சேர்த்துவிட்டார். ஏனெனில் ஒரு நவீனமான பெண்ணுக்கு எவ்விதமான கல்வி தேவை என்பதை அவர் புரிந்து வைத்திருந்தார். ஆனால் இதனால் அவருடைய வாழ்க்கையில் இன்னொரு முடிச்சு விழுந்தது.

இதுவரை எந்த ஒரு இஸ்லாமியப் பெண்ணும் ஒரு கிறிஸ்டியன் பள்ளியில் அதுவும் பள்ளி விடுதியில் சேர்ந்ததே இல்லை. இதுவே முதன்முறை. பலத்த எதிர்ப்பு எழுந்தது. குடும்பத்தினரும் எதிர்த்தனர்; மற்றும் இஸ்லாமியர்கள் அனைவரும் எதிர்த்தனர். ஜின்னாவின் மீது மரியாதை வைத்திருந்த, அவர் பணத்திற்காக மரியாதை கொடுத்த இஸ்லாமியர்களும் போர்க்கொடி தூக்கினர். எதிர்ப்புகள் மிக அதிகமாகிக் கொண்டிருந்தன. இந்தப் பள்ளியில் தன் தங்கையைச் சேர்ப்பதால் வரும் சமூகப்பிரச்சனைகள் அதிகமாக இருக்கும் என்பது அவருக்கு நன்கு தெரியும். அவருக்கே தெரியாவிட்டாலும் அதைச் சொல்வதற்கு ஒரு பெரும் கூட்டம் காத்திருந்தது. கிறிஸ்துவக் கான்வென்டில் படித்த ஒரு இஸ்லாமியப் பெண்ணுக்கு எதிர்காலம் என்பது இருக்க முடியாது. ஏனெனில் இஸ்லாமிய சமயத்தில் அவளுக்குத் திருமணம் நடப்பது அரிது. ஆங்கிலம் படித்த ஒரு இஸ்லாமியப்

பெண் அந்தக் குடும்பத்திற்குப் பாரமாகத்தானிருப்பாள். அதோடு மட்டுமின்றி பள்ளி பம்பாயிலிருந்து ஒன்பது மைல் தூரத்தில் இருந்தது. குதிரை வண்டியில் போய் படிக்க வேண்டுமென்றால் ஏறத்தாழ இரண்டு மணி நேரம் பயணம் செய்ய வேண்டும். விடுதியில் படித்தால் அந்தக் குழந்தை தன் உறவினர்களிடம் இருந்து ஏழு எட்டு ஆண்டுகள் பிரிந்திருக்க வேண்டியதிருக்கும் - விடுமுறைகளைத் தவிர. புதிதாக யாரோ சிலர் அவளை வளர்ப்பார்கள். அதனால் தன் உறவினர்களோடு வாழும் முறையும் அவளுக்குத் தெரியாது. யார் அவளைத் திருமணம் செய்து கொள்வார்கள்? இருபது ஆண்டுகளுக்கு முன்பு வரைகூட இஸ்லாமியர்கள் கிறிஸ்தவ பிரச்சாரகர்கள் நடத்தும் பள்ளிகளுக்கு தங்கள் மகன்களைக் கூட கல்வி கற்க அனுப்பாமலிருந்தனர். கிறிஸ்தவர்கள் மேல் இஸ்லாமியர்களுக்கு அத்தனை சந்தேகம். ஆனால் இங்கே ஜின்னா தன் இளம் வயது தங்கையை ஒரு கிறித்துவ ஆங்கிலேயக் கல்வி முறைப் பள்ளிக்கு அனுப்ப முனைகிறார். அவர் இதை வெகு சாதாரணமாக எடுத்துக் கொண்டது போல் தெரிந்தது. அதோடு இப்போது எந்த எதிர்ப்புக்கும் அவர் செவி கொடுப்பதேயில்லை. அதுவும் இஸ்லாமியப் பழமைவாதிகளிடமிருந்து வரும் எந்தக் குற்றச்சாட்டுகளையும் அவர் கண்டுகொள்வதில்லை. இப்போதும் தான் நினைத்ததை செயலில் காட்டவேண்டும் என்று தீவிரமாக முடிவெடுத்தார்.

ஆனால் ஜின்னாவின் முடிவை பாத்திமாவின் மீது வலிந்து ஏற்றுவதே கடினமாக இருந்தது. ஏனெனில் அவள் ஒரு சிறு பெண். தாயை மிக இளம் வயதில் இழந்திருந்தார். மூத்த சகோதர சகோதரிகளால் மட்டுமே வளர்க்கப்பட்டிருந்தார். அதனாலோ என்னவோ பாத்திமா மிகவும் வெட்கப்படும், தன்னுள்ளேயே சுருங்கிக் கொள்ளும் பெண்ணாகவே வளர்ந்தாள். புதியவர்களைக் கண்டு மிரண்டு விலகியிருப்பார். ஜின்னா லண்டனுக்குச் சென்ற பிறகு அவள் பிறந்தாள். அவர் திரும்பி வரும்போது பாத்திமா பச்சிளம் குழந்தை. அப்போதெல்லாம் அவள் மீது ஜின்னா எந்தக் கரிசனமும் காட்டிக் கொண்டதில்லை. இப்போது அவளுடைய பயத்தை நீக்க முயற்சி செய்தார். மிகவும் பொறுமையாக, கனிவோடு அவளுக்கு அறிவுரை கொடுத்தார். நிச்சயமாக அது அவருடைய ஏனைய தம்பி தங்கைகளுக்கு ஆச்சரியத்தை அளித்தது. இதுபோன்ற மனமிழகும் வேலைகளை ஜின்னா என்றைக்கு செய்திருக்கிறார்?

ஆனால் இப்போது ஜின்னா ஒரு புதிய உருவெடுத்திருக்கிறார். தன் வேலைகள் அனைத்தையும் ஒதுக்கி வைத்துவிட்டு தன் கடைசித் தங்கையை குதிரை வண்டியில் பள்ளிக்கு அழைத்துச் செல்கிறார். பள்ளியை உள்ளும் புறமும் சுற்றிக் காண்பிக்கிறார். தங்கையைத் தனியாக அழைத்து தன் தந்தை தனக்குச் சொன்னது போல் அவளுக்கு புத்திமதி சொல்கிறார். பாத்திமா முன் இருப்பது இரண்டு வகைப்பட்ட வாழ்க்கை. ஒன்று, கல்வி கற்று சுதந்திரப் பறவையாக உலாவ முடியும்; இரண்டு, எல்லா இஸ்லாமியப் பெண்கள் போல் திருமணம் செய்து பர்தா போட்டுக் கொண்டு சாதாரண வாழ்க்கை வாழ வேண்டும். இரண்டில் எது வேண்டும் என்று கேட்டார். ஆனால் உடனே அறிவுப்பூர்வமான பதில் சொல்ல பாத்திமா என்ன ஜின்னாவா? பதில் சொல்லத் தெரியவில்லை. ஆனால் அவள் இன்னொரு வழி கண்டுபிடித்தாள். தன் அண்ணனை நம்பினாள்; அவரின் அறிவை நம்பினாள்; தன் அண்ணனுக்கு எது சரியோ அது தனக்கும் சரி என்றாள். அண்ணன் சொன்னபடியே பள்ளியில் சேர்ந்தாள்.

ஜின்னா தன் வாழ்க்கையை மாற்றிக் கொண்டு விட்டார். அவருடைய வாழ்க்கை பாத்திமாவின் வாழ்க்கையோடு இணைந்து ஒன்றி விட்டது. அவருக்கே என்றிருந்த ஞாயிற்றுக்கிழமைகளைத் தங்கைக்காக ஒதுக்க ஆரம்பித்தார். ஒவ்வொரு ஞாயிற்றுக் கிழமையும் ஒன்பது மைல்கள் குதிரையில் தங்கைக்கான பலகாரங்களோடு பார்க்க வந்து விடுவார். அவள் படிப்பில் கவனம் செலுத்தினார். இருவருக்கும் 16 வயது வித்தியாசம் இருந்தது. ஆனால் பாத்திமா வாழ்க்கையில் வேறு யாரிடமும் ஒட்டாத அளவு தன் அண்ணனோடு முழுவதுமாக ஒட்டிக் கொண்டு விட்டார். அவருக்கு வாழ்வில் வேறு யாருமில்லை அண்ணனைத் தவிர.

ஆனாலும் பள்ளி வாழ்க்கை பாத்திமாவுக்கு தனிமையைத் தான் தந்தது. எப்போதும் தனித்தே இருந்தாள்; நண்பர்கள் யாரும் கிடையாது. எந்த விளையாட்டிலும் விருப்பமில்லை. அண்ணனைத் தவிர வேறு எந்த ஒரு உறவினரும் அவளைப் பார்க்க வருவதில்லை. எட்டு ஆண்டுகள் தன் படிப்பைத் தொடர்ந்தாள். முதல் நான்கு ஆண்டுகள் பந்த்ரா பள்ளியில்; அடுத்த நான்கு ஆண்டுகளில் கந்தாலா என்னும் இடத்தில் உள்ள செயின்ட் மெட்ரிக் பள்ளி. இரண்டாவது பள்ளியிலிருந்து தனது மெட்ரிகுலேஷன் தேர்வில் வெற்றி பெற்றார்.

அவளுக்கு இப்போது வேறு யாரும் தேவையில்லை, அழகான புத்திசாலியான தன் அண்ணனைத் தவிர.

எல்லோருமே பாத்திமா பள்ளிப் படிப்பை முடித்ததும் தன் அண்ணனின் வீட்டுக்கே வந்துவிடுவார் என்று நினைத்திருந்தார்கள். இப்போது ஜின்னா ஒரு பெரிய வீட்டில் இருந்தார். கொலாபா என்னுமிடத்தில் மேல் மாடியில் தங்கியிருந்தார். ஏற்கனவே தங்கியிருந்த பாண்ட்ஸ்டாண்ட் என்ற இடத்திலிருந்து தனதறையைக் காலி செய்துவிட்டு புதிய வீட்டிற்கு குடிபெயர்ந்தார். பள்ளிப் படிப்பை முடித்ததும் பாத்திமாவை சீனியர் கேம்பிரிட்ஜ் தேர்வு எழுதுவதற்கு முயற்சி எடுக்கச் சொன்னார். தானும் உதவுவதாக உறுதி கொடுத்ததால் பாத்திமா அது இது என்று பலவற்றையும் வாசிக்க ஆரம்பித்தார். கட்டுரைகளைப் படிக்க ஆரம்பித்தார். தனது அண்ணனைப் போலவே கடுமையான வார்த்தைகளைப் பென்சிலால் அடிக்கோடிட்டு பொருள் புரிந்து படித்தார். ஜின்னாவும் இதேபோல்தான் லண்டனில் படித்துக் கொண்டிருந்தார். இப்போது ஜின்னாவின் வாழ்க்கை முறையில் ஒரு வித்தியாசம். காலை உணவை முடித்ததும் பாத்திமாவை அழைத்துச்சென்று மரியம் வீட்டில் விட்டுவிட்டு, மாலை திரும்பி வரும்பொழுது தன் வீட்டுக்கு அழைத்துக்கொண்டு வந்துவிடுவார். ஏறக்குறைய தங்கை ஷிரினிற்கும் இதையேதான் செய்துகொண்டிருந்தார். ஆனால் இப்பொழுது ஒரு வித்தியாசம். பாத்திமாவுக்கு திருமணத்திற்கான ஏற்பாடுகள் எதையும் அவர் செய்யவில்லை. அதேபோல் பாத்திமாவும் தன் அண்ணனிடம் அல்லது வேறு உறவினர் யாரிடமும் அண்ணனை விட்டு விட்டு திருமணமாகி வேறு வீடு செல்ல வேண்டும் என்று ஓர் எண்ணம் இருப்பதாக சொல்லவும் இல்லை. ஏறக்குறைய குடும்பத்தில் அனைவருக்கும் ஓர் எண்ணம் இருந்தது. பள்ளிப்படிப்பை முடித்த பின் பாத்திமா தன் வாழ்க்கையை அண்ணனுக்காக வாழ்வார் என்று நினைத்தனர். அது அப்படியே நடந்தது. பாத்திமா அந்த எண்ணத்தை மாற்றவே இல்லை. அவளுக்கு இந்த வாழ்க்கை மிகவும் பிடித்திருந்தது. அண்ணனோடு அண்ணனுக்காகவே வாழ்வது போல் இருந்தது. இதற்கு அண்ணன் மேல் அவள் கொண்டிருந்த அன்பு மட்டுமே காரணம் அல்ல; அதையும் தாண்டி அதில் பெரும் மதிப்பும் இருந்தது. இதனால் உறவினர்கள் எல்லோரும் அவளை ஒரு பொறாமைக் கண்ணோடு பார்த்தார்கள்.

வழக்கம்போல் பாத்திமாவுக்கு திருமணம் செய்துவைக்க வேண்டும் என்று குடும்பத்திலிருந்து அழுத்தம் கொடுக்கப்பட்டது. உறவினர்கள் பலரும் திருமணம் பற்றிய எதிர்பார்ப்புகளோடு இருந்தார்கள். பாத்திமா மெட்ரிகுலேஷன் தேர்வு முடித்தாகிவிட்டது; ஆங்கிலப்புலமையும் நன்றாகவே இருந்தது; வயதோ 17; ஆனால் இவை எல்லாமே அவள் திருமணத்திற்குத் தடைக்கற்களாகப் போய்விட்டன. ஆனால் அவள் இதைப் பற்றியெல்லாம் கவலைப்படவில்லை. அண்ணனோடு வாழ்வதே அவளுக்குப் பிடித்திருந்தது.

அவர்கள் ஒருவருக்கொருவர் நல்ல துணையாக இருந்தார்கள். இணைந்து நடைப்பயிற்சிக்குப் போவார்கள்; வெளியில் ஒன்றாகச் சாப்பிட செல்வார்கள்; அவ்வளவு ஏன், அண்ணன் போலவே பாத்திமா குதிரையேற்றமும் கற்றுக் கொண்டார். பாத்திமா பழகிய ஒரே விளையாட்டு குதிரையேற்றம் மட்டுமே. அண்ணன் மேல் ஆராதனை செய்வது போல் அத்தனை மரியாதை; அவர் பேசுவதை ஆர்வமாகக் கேட்பார். ஜின்னா விரும்பும் போதெல்லாம் இருவரும் ஒன்றாக சாப்பிட்டுக் கொண்டு பலவற்றையும் பற்றிப் பேசிக் கொண்டிருப்பார்கள். பாத்திமா அண்ணன் சொல்வது எல்லாவற்றையும் கவனமாகக் கேட்டுக் கொண்டிருப்பார். அவ்வப்போது இரண்டு பேரும் சண்டையும் போட்டுக் கொள்வார்கள். அதிலும் அண்ணன்காரன் அதிகமாகக் கரிசனம் காண்பிக்கும்போதுதான் சண்டைகள் வரும். ஆனால் எப்போதாவது ஒரு முறைதான் இது நடக்கும். ஒரு தடவை பாத்திமா ஜன்னல் கதவைத் திறந்து வைத்திருந்தார். அதற்கு அண்ணனிடம் உத்தரவு கேட்கவில்லை. அவர் பாத்திமாவைக் கடிந்து கொண்டார். அதோடு மட்டுமின்றி இந்த அறையில் இனிமேல் இருக்காதே; அந்த அறைக்குப் போ என்று கோபமாக வேறு ஒரு அறையைக் காண்பித்தார். பாத்திமாவும் மிகவும் கோபத்துடன் எழுந்து அந்த அறைக்குள் சென்று கதவை இழுத்துச் சாத்திக்கொண்டார். அறையின் உள்ளேயே இருந்துகொண்டு சாப்பிடக்கூட வெளியே வரவில்லை.

வீட்டின் ஜன்னல் கதவுகளைத் திறந்து வைப்பதில் இரண்டு பேருக்கும் தகராறு தான். சாலையில் இருந்து வரும் சத்தம் ஜின்னாவுக்குப் பிடிக்காத ஒன்று. ஒருமுறை வெளியில் சத்தம் அதிகமாகக் கேட்கிறது என்று மேலிருந்து ஒரு வாளி தண்ணீரை எரிச்சலோடு கீழே ஊற்றினார். இப்போது பாத்திமாவின் கோபம் அவரைக் கஷ்டப்படுத்தியது. மூடியிருந்த கதவைத் தட்டினார். "ஃபாத்தி, கதவைத் திறந்து வெளியே வா" என்று அழைத்தார்.

ஜின்னா வழக்கமாக தங்கையை அழைப்பது ஃபாத்தி; பாத்திமா அண்ணனை அழைப்பது "ஜின்." பாத்திமா வெளியே வந்தார். ஆனால் இன்னும் அண்ணனோடு சண்டைதான். முரண்டு பிடித்தார். அண்ணனுடன் பேசவில்லை. இருவரும் அமைதியாக உணவை முடித்தார்கள். இருவரும் பேசிக் கொள்ளவே இல்லை. கடைசியாக ஜின்னா தன் தங்கைக்கு பிடித்த அணிகலன் ஒன்றை வாங்கிக் கொடுத்தார். விலை அதிகமில்லாத அந்த அணிகள் மீது பாத்திமாவுக்கு அவ்வளவு விருப்பம். அது அவருக்கும் நன்கு தெரியும். அப்படித்தான் இருவரும் சமாதானம் ஆனார்கள்.

அண்ணனுக்கும் தங்கைக்கும் இருந்த இந்த உறவு ருட்டிக்கும் புரிந்தது. ஆனாலும் அவரால் அதை எளிதாக எடுத்துக்கொள்ள முடியவில்லை. அதனாலேயே பாத்திமாவை ஏதாவது சொல்லி கேலி செய்வதோ, நச்சரிப்பதோ, எதிர்ப்பதோ வழக்கமாகிப் போய்விட்டது. பாத்திமாவை 'மோசமான பெண்', 'உள்ளடங்கிய விஷமக் கண்கள்' என்றெல்லாம் கேலி செய்தார். அவர் செய்த சுய தியாகம், அவருடைய சமய பக்தி என்று எல்லாமே, ருட்டிக்குப் பிடிக்காத விஷயங்களாக இருந்துவிட்டன. அவை எல்லாமே ருட்டியைக் கோபமுறச் செய்தன. அதில் கடைசியாக நடந்தது தான் இந்தச் சண்டை. அதிகப் பணம் செலவழித்து சரியான, முறையான ஆங்கிலக் கல்வி கற்றார் பாத்திமா. ஒருவேளை அந்தப் படிப்பினால் தானோ என்னவோ அவர் மிகவும் தீவிர இஸ்லாமியராக மாறிவிட்டார். எப்போதும் குர்ஆன் வாசிப்பது தான் அவரது வழக்கம் என்றாகிவிட்டது. ஞாயிற்றுக்கிழமைகளில் வீட்டுக்கு வரும்பொழுது தன்னுடைய சொந்தக் குர்ஆன் புத்தகத்தோடு வந்துவிடுவார். முன்பு போல் ஜின்னாவின் நூலகத்திலிருந்து புத்தகங்களை எடுத்து வாசிக்காமல் குர்ஆனை மட்டும் வாசித்துக் கொண்டே இருப்பார். பல வாரங்கள் இதைப் பொறுத்துப் பார்த்தார் ருட்டி. ஒருநாள் தாங்க முடியாமல் 'வெறுமனே அதை வாசித்துக் கொண்டேயிருப்பதை விட அதைப்பற்றி பேச வேண்டும்' என்று கோபத்தோடு சொன்னார்.

வழக்கமாக இதுபோன்ற கருத்தை ஜின்னா எளிதாக எடுத்துக் கொள்பவர் தான். ஏனெனில் அவர் சிறு வயதில் அம்மாவின் பக்தியையும் இஸ்லாமியப் புனிதர்களின் வாழ்க்கையும் பற்றி தெரிந்து வைத்திருந்தார். ஆனால் பின்னாளில் அவருக்கு குர்ஆன் மீது ஒரு அறிவுப்பூர்வமான ஈடுபாடு மட்டுமே இருந்தது. டி.எஸ். மார்கோலியுத் என்பவர் எழுதிய *"முகமதுவும் இஸ்லாமிய எழுச்சியும்"* என்ற நூலையும் வாசித்துள்ளார்.

இருந்தும் இஸ்லாமியக் கொள்கைகளை மிக எளிதாக தாண்டிச் செல்லும் வழக்கம் உடையவர். இஸ்லாமிய மவுல்விகள் இருக்கும் இடத்திலேயே அவர் புகைப்பதும் மது அருந்துவதும் உண்டு. அவர் ஒரு பள்ளிவாசலுக்குள் நுழைந்து தொழுகை செய்தது 20 ஆண்டுகளுக்குப் பிறகுதான்.

ஜின்னா அப்படி இருந்தாலும் அவருடைய குடும்பத்தினர் முழு நம்பிக்கையாளர்களாக இருந்தார்கள். ஜின்னா இங்கிலாந்து சென்றபின் அவரது தந்தை, பிள்ளைகள் அனைவரையும் ஒன்றாக உட்கார வைத்து, சத்தமாக குர்ஆன் வாசிப்பது வழக்கமாக இருந்தது. பாத்திமா ருட்டியை எதிர்த்துப் பேச காரணமாக இருந்தது இந்த ஆழமான சமய நம்பிக்கைதான். இருவரும் ஒருவருக்கொருவர் மோதிக் கொள்வதைப் பார்த்த பிறகுதான் ஜின்னா நிலைமை கை மீறிப் போவதை உணர்ந்தார்.

அடுத்த சில நாட்களுக்குள் வீட்டின் வெப்பநிலை எகிறி மேலே மேலே சென்று கொண்டிருந்தது. எந்த அளவுக்குச் சூடு அதிகமாக இருந்தது என்றால், ருட்டி அந்த வீட்டைவிட்டு வெளியே போய் விடுவதாகச் சொல்ல ஆரம்பித்துவிட்டார். பத்மஜாவின் இளைய மகள் லீலாமணி இன்னும் ஒரு மாதத்தில் இங்கிலாந்திற்கு மேல்படிப்புக்காகச் செல்லப் போகிறார். தானும் அவளோடு சேர்ந்து லண்டன் செல்வதற்கு தயாராகி விட்டதாகச் சொன்னார். இதை அவர் மிக உறுதியாகச் சொன்னதால் இங்கிலாந்தில் இருந்த சரோஜினி தன் மகளுக்கு ஒரு கடிதம் எழுதியிருந்தார். "ருட்டி, லீலாமணியுடன் லண்டனுக்கு புறப்படுவதை அறிந்து அதிர்ச்சி அடைந்தேன். அதுவும் ஜின்னாவும், குழந்தையும் இல்லாமல் தனியாக தனது நாய் ஆர்லெட்டுடன் மட்டும் வருவதாக அறிந்து அதிர்ச்சி அடைந்தேன்" என்று அக்கடிதத்தில் எழுதியிருந்தார்.

ஜின்னாவிற்கு சிரமமான ஒரு நிலை. ஆயினும் அவர் ஏற்கனவே ஒரு முறை 'பெண்களோடு விவாதிக்காதே' என்று சொல்லியுள்ளார். அதை இப்போது அவரே செய்முறைப்படுத்த வேண்டிய நேரமாகப் போய்விட்டது. ஆகவே ருட்டியிடம் பேசுவதற்குப் பதிலாக தன் தங்கை பாத்திமாவிடம் பேச ஆரம்பித்தார். ஏனென்றால் பாத்திமா காது கொடுத்துக் கேட்பார். நிச்சயமாக ருட்டிக்கு அந்தப் பொறுமை இல்லை. பாத்திமாவிடம் ஜின்னா அன்பொழுகப் பேசிப் பேசியே அவரை கல்கத்தாவில் பல் மருத்துவம் படிக்கச் செல்வதற்காக சம்மதிக்க வைத்தார். பாத்திமாவும் அரைமனதோடு சம்மதித்தார். பெண்களுக்கு அப்போது தொழிற்கல்விக் கூடங்கள் எதிலும்

இடமில்லை. இந்த நிகழ்ச்சி நடந்து இரண்டு ஆண்டுகள் கழித்த பிறகுதான் பெண்கள் வழக்குரைஞர்களாக வரலாம் என்ற விதி வந்தது. அதன் பின் ஐந்து ஆண்டுகள் கழித்துதான் பெண்கள் மருத்துவக் கல்லூரியில் சேரலாம் என்ற அனுமதியும் வந்தது. ஆகவே இப்போது பல் மருத்துவராகச் சேர்வது என்பது மிகவும் நல்ல முடிவு. கல்கத்தாவில் கல்லூரி விடுதியில் தங்கிப் படிப்பதற்கான ஏற்பாடுகளைச் செய்வதாகச் சொல்லிவிட்டார். ஏனெனில் ஏற்கனவே பாத்திமாவின் மூத்த சகோதரி கல்கத்தாவில் தான் இருந்தார். ஆனால் அவரோடு சேர்ந்திருக்க பாத்திமாவுக்கு மனதில்லை. ஒரு வழியாக ஜூலை மாதம் பாத்திமா கல்கத்தா நோக்கிப் பயணித்தார். இன்னும் இரண்டு வருடங்கள் அவர் அங்கேதான் இருப்பார்.

ருட்டிக்கு ஏக மகிழ்ச்சி. அதைக் கொண்டாட வேண்டும் என்று முடிவெடுத்தார். ஜின்னாவை அழைத்துக்கொண்டு மலை நகர் ஊட்டிக்குப் புறப்பட்டு விட்டார். அவருடைய மகிழ்ச்சி மேலெழுந்து பறந்து கொண்டிருந்தது. பெங்களூரில் இருந்து லீலாமணிக்கு ஒரு மகிழ்ச்சிக் கடிதம் பறந்தது. "இரண்டு குதிரைகள், ஒரு கார் ஏற்கனவே ஊட்டிக்கு சென்று விட்டன" என்று தன் இன்பப் பயணம் பற்றி தகவல் சொன்னார்.

அத்தியாயம் பதினாறு

தனக்குப் பிடிக்காத பாத்திமாவை ஊரைவிட்டே அனுப்பியாகிவிட்டது. ஆனால் அதனாலேயே ஜின்னா, ருட்டி இருவரும் நெருங்கி இணைந்து விடவில்லை. ஊட்டியில் இருந்த நாட்கள் ஜின்னாவிற்கு ஒரு பெரும் மன அழுத்தத்தோடு கழிந்தன. அவரின் நினைவுகளில் வேறு ஒருவர் நிழலாடிக் கொண்டிருந்தார். 'மெல்லிய உருவம்; அரைகுறை ஆடை; எங்கோ பள்ளத்தில் இருந்து வருவது போன்ற லேசான குரல்; புத்திசாலித்தனம் இல்லாத நடவடிக்கைகள்'. இப்படி ஒரு மனிதர் நினைவில் வந்து அவர் இரவுகளைத் தூங்காத இரவுகளாக ஆக்கிக் கொண்டிருந்தார். ஏனெனில் இந்த மனிதர்தான் ஜின்னாவின் அரசியல் வாழ்க்கையை ஒரு பெரும் கேள்விக்குறியாக மாற்றிக் கொண்டிருந்தார். அவரும் குஜராத்தில் இருந்து வந்தவர்தான். எல்லோரும் அவரை மகாத்மா காந்தி என்று அழைத்துக் கொண்டிருந்தார்கள்.

ஆரம்பத்திலிருந்தே காந்தி, ஜின்னாவை எவ்விதத்திலும் ஈர்த்து விடவில்லை. காந்தி மீது பெரிய மதிப்பு ஏதும் ஏற்படவில்லை, ஜின்னாவுக்கு மட்டுமல்ல, பம்பாய் மாநிலத்தில் உள்ள உயர்மட்ட மனிதர்கள் அனைவருக்குமே அதே எண்ணம் இருந்தது. காந்தி பம்பாய்க்கு 1915ஆம் ஆண்டு வந்தார். வரும் பொழுதே பெரும் புகழோடு இந்தியாவில் தரையிறங்கினார். தென்னாப்பிரிக்காவில் போராடி, ஒரு வெற்றி வீரராக அவர் திரும்பி வந்தார். அந்தக் கருத்தே பம்பாய் முழுவதும் பரவியிருந்தது. அப்படிப்பட்ட ஒரு பெரும் தலைவரைப் பார்க்க வேண்டுமென்று மக்கள் விரும்பிக் காத்திருந்தனர். ஆனால் காத்திருந்த மக்களுக்கு ஒரு பெரும் ஏமாற்றமும் காத்திருந்தது. பல சாதனைகள் செய்த தலைவர் என்று பெயர் எடுத்திருந்தார். ஆனால் அவர் நேரில் வந்த பொழுது அவரது உருவமும், பழக்கவழக்கங்களும் அந்தப் பெருமையோடு நிச்சயமாக ஒத்துப் போகவே இல்லை. பம்பாயில் அவருக்கு

ஒரு பெரும் வரவேற்பளிக்கப்பட்டது. வரவேற்புக்கு வந்தவரின் உருவம் அனைவரையும் திடுக்கிட வைத்தது. காலில் காலணிகள் இல்லை; உடுத்தியிருந்த வேட்டியும் ஏனோதானோவென்று இருந்தது; கத்தியவார் பாணியில் தோளில் ஒரு துண்டைப் போர்த்திக்கொண்டு வந்து சேர்ந்தார். பேசியதும் குஜராத்தி மொழியில் மட்டும்தான். காந்தியும் ஜின்னாவும் சந்தித்த அந்த முதல் சந்திப்பு நன்றாக அமையவில்லை. ஒருவருக்கொருவர் தவறாகப் புரிந்துகொள்ளும் ஒரு நிலைமைதான் நடந்தது. பம்பாயில் முதன் முதலில் நடந்த வரவேற்பு விழா "குர்ஜார் சபா" என்ற அமைப்பினால் நடத்தப்பட்டது. அதாவது அது பம்பாயில் உள்ள குஜராத் மக்களின் அமைப்பு. ஜின்னாதான் அக்குழுவின் வரவேற்புக் கமிட்டியின் தலைவராக இருந்தார். வரவேற்புரையின் போதே காந்தியைப் பற்றிய தன் சந்தேகங்களை மேலே எடுத்து வைத்தார். காந்தி எந்த அளவிற்கு இந்தியப் பிரச்சினைகளில் ஈடுபாடு கொள்ள முடியும் என்று எனக்குத் தெரியவில்லை. "தென்னாப்பிரிக்காவில் அவர் நடத்திய போராட்டங்களை அவருக்குப் பிறகு எடுத்து நடத்துவதற்கு அங்கே யாருமே இல்லை என்பது மிகவும் கவலைப்படக் கூடிய விஷயம்", என்று ஜின்னா மறைமுகமாகச் சொன்னார். பதிலுக்கு பேசிய காந்தி, ஜின்னா மனம் நோகும்படி சில கருத்துகளை வைத்தார். "ஒரு முகமதியர் இந்தக் குழுவிற்கு உறுப்பினராக இருப்பது ஆச்சரியமாக இருக்கிறது. அதோடு மட்டுமல்லாமல் அவர் அதன் தலைவராகவும் இருக்கிறார்" என்ற தனது தேவையற்ற ஐயத்தை வெளியே வைத்தார் காந்தி. அது ஜின்னாவை சுருக்கென்று தைத்தது.

இப்படி ஒரு வரவேற்பு நடந்து முடிந்தது. ஆனால் அந்த வரவேற்பிற்குப் பிறகு ஏறத்தாழ அடுத்த ஓராண்டிற்கு காந்தி களத்திலேயே இல்லை. அரசியல் அரங்கில் அவர் காணப்படவில்லை. நடுவில் ஒரே ஒருமுறை, ஆண்டு இறுதியில் பம்பாயில் நடந்த காங்கிரஸ் மாநாட்டில் தன் தலையைக் காட்டினார். காந்தியின் ஆதரவாளர்களே ஏமாற்றம் அடையும் முறையில் அவர் அங்கே உரையாற்றினார். ஏனெனில், அவர் பேசியது எத்தனை காதுகளில் விழுந்து இருக்குமோ. அவ்வளவு மெல்லிய குரலில் ஏதோ பேசினார். பேசியதும், பேசிய முறையும் யாரையும் ஈர்க்கவில்லை. ஏமாற்றமே மிஞ்சி நின்றது.

உலகப் போர் இன்னும் நடந்து கொண்டிருந்தது. அப்போதெல்லாம் காந்தி அரசியல் அரங்கிற்குள் நுழையவே இல்லை. அரசுக்கு எதிரான போராட்டங்களிலும்

கலந்து கொள்வதற்கு மறுத்துக்கொண்டே இருந்தார். அதுமட்டுமல்லாமல், ஆங்கிலேய அரசுக்குத் தன் முழு ஆதரவையும் கொடுத்துக்கொண்டிருந்தார். எந்த அளவுக்கு என்றால் ஆங்கிலேயப் படையில் இந்தியச் சிப்பாய்களைச் சேர்ப்பதற்கு முழுவதுமாக உதவினார். அவரை நாடிச் சென்ற இளைஞர் கூட்டத்தை அவர் ஏமாற்றத்துடன் திருப்பி அனுப்பினார். அவரிடம் அறிவுரை கேட்கப் போன இளைஞர்களுக்கு அவர் கொடுத்த பதில்கள் அரைவேக்காட்டுத் தனமாக இருந்தன. உதாரணமாக ஹோம் ரூல் இயக்கத்தின் அன்னிபெசன்ட் அம்மையாரை ஆங்கிலேய அரசாங்கம் சிறைக்குள் தள்ளியது. அதற்காக காந்தி ஒரு புதிய போராட்டத்திற்கான திட்டம் ஒன்றைக் கொடுத்தார். தன்னைத் தேடி வந்த ஆதரவாளர்களிடம் அன்னிபெசன்டை விடுதலை செய்வதற்காக ஒரு அமைதிப் பேரணி நடத்த வேண்டும் என்றார். ஆனால் எங்கிருந்து எங்கு செல்ல வேண்டும் தெரியுமா? பம்பாயிலிருந்து ஆயிரக்கணக்கான மைல்கள் தள்ளி அவர் அடைக்கப்பட்டிருந்த கோயம்புத்தூர் சிறைக்கு நடந்து செல்லவேண்டும் என்ற திட்டத்தைக் கொடுத்தார். இன்னும் சிலர் அரசியலில் ஆழ்ந்த ஈடுபாட்டோடு, என்ன செய்யலாம் என்று அவரிடம் அறிவுரை கேட்க விரைந்தார்கள். அவர்களிடம் பீகார் மாநிலத்தின் கிராமங்களுக்குச் சென்று மனிதக் கழிவுகளை அகற்றும் வேலையைச் செய்யச் சொன்னார். இப்படிப்பட்ட அறிவுரைகள் வந்ததால் அரசியல் அரங்கிலிருந்து அவர் ஒதுக்கி ஓரங்கட்டி வைக்கப்பட்டார். ஆனாலும் எப்படியோ அதற்குள் ஏழை, எளிய மக்கள் அவரை ஒரு புனிதர் என்று கொண்டாட ஆரம்பித்துவிட்டார்கள். ஜின்னாவிற்கு எப்பொழுதுமே காந்தி ஒரு பெரும் கேள்விக்குறிதான். காந்தியை, எப்படிப் பார்ப்பது? எந்தக் கோணத்தில் பார்ப்பது? வழக்குரைஞராகவா, ஒரு அப்பட்டமான இந்துத்துவ அரசியல்வாதியாகவா அல்லது அரசியலில் ஆர்வமும் திறமையும் இல்லாத ஒரு சமுதாய சீர்திருத்தக்காரராகவா... என்ற கேள்விக்குறியே ஜின்னாவின் முன் நின்றது. காந்தி அப்போது ஒருபுறம் தான் அரசியலில் ஈடுபட விரும்பவில்லை என்ற தோற்றத்தைக் கொடுத்துக் கொண்டிருந்தார். ஆனால் மறுபுறம் சமுதாயச் சீர்திருத்தங்களில் ஈடுபட்டு, அதன்மூலம் வந்த புகழை அரசியல் வாழ்வுக்கு அடிப் பீடமாக அமைத்துக் கொண்டார். ஏனெனில் இந்து சமுதாயச் சீர்திருத்தம் அவருக்கு அதிக விளம்பரத்தையும் புகழையும் அளித்தது. ஜின்னாவும் அனுபவமிக்க ஒரு பெரிய

வழக்குரைஞர்தான். ஆனாலும் காந்தியைப் பற்றி முழுவதுமாக அறிய முடியாமல் திணறினார்.

காந்தியின் தனிப்பட்ட பழக்க வழக்கங்களைப் பற்றி ஏராளமான கதைகள் சுற்றிச் சுழன்று கொண்டிருந்தன. ஜின்னா நேரில் செல்லவில்லை; ஆனால் அவரது ஆதரவாளர்கள் காந்தியைச் சந்திக்கச் சென்றிருக்கிறார்கள். அவர்கள், காந்தி தரையில் விரித்த பாயில் அமர்ந்து இருப்பார் என்றும் தன்னைப் பார்க்க வருபவர்களை அங்குதான் அமர வைப்பார் என்றும் கூறினார்கள். அதோடு அவரது எளிமையைப் பற்றி பல கதைகள் உருண்டோடிக்கொண்டிருந்தன. உடைந்த கத்தியால் சோப் என்று ஏதும் இல்லாமல் வெறும் தண்ணீரைக் கொண்டு முகத்தை சவரம் செய்து கொள்வார் என்றும் ஒரு பேச்சு. ஆனால் இந்த தனிப்பட்ட பழக்க வழக்கங்கள் அவருடைய அரசியல் நோக்கங்களோடு ஒப்பிடும்போது அவ்வளவு ஒன்றும் பெரிதல்ல. ஏனெனில் அவரது அரசியல் பார்வைகளை ஜின்னா "தெளிவற்ற தத்துவங்கள்" என்று கருதினார். காந்தியின் இதுபோன்ற தெளிவற்ற ஒரு கருத்தின் மூலம்தான் இருவருக்குள்ளும் ஒரு தொடர்பும் ஏற்பட்டது. ஹோம்ரூல் இயக்கத்தை உலகப் போருக்கு சிப்பாய்களைத் தேர்ந்தெடுத்து அனுப்பும் ஒரு கழகமாக மாற்றும்படி ஒரு வேடிக்கையான திட்டத்தை முன்மொழிந்தார் காந்தி. காந்தியைப் பொருத்தவரையில் அது அவருடைய உண்மையான வேண்டுகோளாகத்தான் இருந்தது. மேலும் இப்படிச் செய்வதினால் போரின் முடிவுக்குப் பிறகு ஆங்கிலேயே அரசாங்கம் இந்தியர்களுக்கு சுயாட்சி கொடுத்து கௌரவப்படுத்தும் என்று கூறினார்.

ஹோம்ரூல் இயக்கத்திற்கு காந்தி கொடுத்த இந்தத் திட்டத்திற்குப் பிறகு காந்தியைப் பெரிதாக எடுத்துக் கொள்ள வேண்டும் என்று ஜின்னாவிற்குத் தோன்றவில்லை. இதற்குப் பிறகு, அடுத்த இரண்டு ஆண்டுகளில் ஜின்னா மக்கள் பேரவைக்கு மீண்டும் தேர்ந்தெடுக்கப்பட்டு அரசியலில் பெரும் உச்சத்தைத் தொட்டார். தேசியத் தலைவராக உயர்ந்து நின்றார். இதையும் தாண்டி 1916இல் லக்னோவில் நடந்த காங்கிரஸ் மாநாட்டின் பெரும் தலைவரானது, இந்தியாவிற்கு வருகை தந்திருந்த இந்தியச் செயலர் எட்வின் மாண்டேகுவைச் சந்திப்பது என்று முக்கியப் பொறுப்புகள் ஜின்னாவிடம் அடுத்தடுத்து வந்தன. அந்த வருடம் நடந்த லக்னோ காங்கிரஸ் மாநாட்டில் காந்தி கலந்து கொள்ளவில்லை. அதேபோல் மாண்டேகு

வருகையின்போது அவர் பல இந்தியத் தலைவர்களைச் சந்தித்தாலும் ஜின்னா மட்டுமே நடு நாயகப் புள்ளியாக இருந்தார். அதேபோல் லார்டு வில்லிங்டனையும் அவருக்கு நினைவகம் கட்டுவதற்கானத் திட்டத்தையும் எதிர்த்து அவர் நடத்திய போராட்டத்தின்போது காந்தி அவைகளோடு எந்தத் தொடர்பையும் ஏற்படுத்திக் கொள்ளவில்லை. அதில் கலந்து கொள்ளாமல் இருப்பதற்காக அவர் கொடுத்த காரணமும் வேடிக்கையாக இருந்தது. நானொரு பம்பாய் குடிமகன் அல்ல; ஆகவே கலந்துகொள்ள மாட்டேன் என்றார்.

பம்பாய் மாநிலத்தில் அப்போது இரண்டு பெரும் அரசியல் தலைவர்கள் உயர்ந்தோங்கி நின்றுகொண்டிருந்தனர். ஒருவர் ஜின்னா; இன்னொருவர் பாலகங்காதர திலகர். ஜின்னா மற்ற தேசியத் தலைவர்களிடம் இருந்தது போலவே காந்தியிடமும் இருந்தார். அதிலும் தனக்கு எதிராக இன்னொரு ஹோம்ரூல் இயக்கம் நடத்திய திலகரிடமும் தாராள மனதோடு ஜின்னா இருந்தார். அதோடு மட்டுமின்றி லார்டு வில்லிங்டன் பிறரை அவமதித்துப் பேசியபோது, அதற்கான வழக்கு ஒன்றில் சம்பளம் ஏதும் வாங்காமல் திலகருக்காக நீதிமன்றத்தில் வாதாடினார். ஜின்னா அரசியலில் ஈடுபட்டாலும் பின்புலத்திலிருந்து மட்டுமே வேலை செய்ய விரும்புபவர்களை முழுவதுமாக ஆதரித்து அவர்களுக்குத் தேவையானதைச் செய்து கொடுப்பார். அதேபோல் காந்திக்கும் செய்வதற்கு தயாராகவே இருந்தார். காந்தி ஒரு சமூக சீர்திருத்தவாதியாக இருந்தபோது அது எளிதாக இருந்தது. மகிழ்ச்சியாகவும் இருந்தது. காந்திக்காக ஆட்களைத் திரட்டி சேர்ப்பது அல்லது தானே காந்தியின் மேடையில் பேசுவதற்கும் தயாராக இருந்தார்.

ஆனால் ஜின்னாவிற்கு ஒரு பெரும் அதிர்ச்சி காத்திருந்தது. ஏனெனில் மிகவும் எளிய தோற்றமும், அப்பாவித்தனமும் நிறைந்த காந்தியின் உள் மனதிற்குள் போராட்டத்திற்கு தான் தலைமை ஏற்க வேண்டும் என்ற ஆவல் நிரம்பியிருந்ததைக் கண்டுணர்ந்தார் ஜின்னா. காந்தி, ஜின்னாவை விட ஏழு வயது மூத்தவர். இப்போது புகழின் உச்சியிலும் காந்தி முன்னேறிவிட்டார். அதிலும் இந்தியாவில் மட்டுமல்லாமல் உலக அளவில் அவர் புகழ் ஓங்கியிருந்தது. ஆயினும் இந்தியாவிற்குள் காந்தியை விட ஜின்னாவே தலைமைப் பொறுப்புக்குத் தகுதியானவர்; அதற்கேற்ற அனுபவமும் ஆளுமையும் அவரிடம் இருந்தது என்பதுதான் உண்மை. இதில் யாருக்கும் ஐயமில்லை. அதைவிட காந்தியிடம் இருந்த

மனமாற்றும் முயற்சிகள் அவருக்குப் புகழ் சேர்ப்பதாக இல்லை. காந்தி அவருடைய நேர்மையான வழிகளில் உறுதியாக நின்று, அதைப்போல் ஜின்னாவை உருவாக்க வேண்டும் என்ற கருத்தோடு இருந்தார். அப்படிப்பட்ட ஒன்றை, அடுத்தவர்கள் தன்னை ஆள்வதை ஜின்னா எவ்வளவு வெறுப்பார் என்பது காந்திக்குத் தெரியாது. யாரும் தன் காதைத் திருகி இழுத்துப் போவதை ஜின்னா விரும்புவதில்லை. காந்தியின் முயற்சிகளை எதிர்த்தார். ஆனால் காந்தியும் ஒரு பெரிய சமுதாய சீர்திருத்தவாதி அல்லவா? ஆகவே அந்த எதிர்ப்புகளைக் கண்டுகொள்ளாமல் தன் முயற்சிகளில் காந்தி தொடர்ந்திருந்தார்.

காந்தியின் பெரும் முயற்சியே ஜின்னாவை ஆங்கிலத்தில் பேசுவதைக் கைவிடவைத்து, குஜராத்தியில் பேச வைப்பது என்பதாகும். ஏனென்றால் காந்தி எப்பொழுதும் குஜராத்தி மொழியில்தான் பேசிக்கொண்டிருந்தார். ஜின்னாவிற்கு இது சுத்தமாகப் பிடிக்கவில்லை. அதிலும் ஆங்கிலத்தை விட்டுவிட வேண்டும் என்பது ஒரு முட்டாள்தனமான செயல் என நினைத்தார். அந்த மொழியில் பாண்டித்தியம் பெறுவதற்காகத் தான் எவ்வாறு உழைத்தோம் என்பதும் அவர் நினைவுக்கு வந்தது. தன்னை ஆங்கிலேய ஆட்சியாளர்கள் ஏற்றுக் கொள்வதற்கு ஒரு முக்கியமான காரணமே தனது ஆங்கிலம்தான் என்றும் நினைத்தார். ஆனால் காந்தி, ஜின்னாவை விடுவதாக இல்லை.

முதலில் ஜின்னா, காந்தியைக் கண்டு கொள்ளவே இல்லை. குஜராத் காங்கிரஸ் மாநாடு கோத்ராவில் நடந்தது. அதில் ஒரு நிகழ்வுக்கு காந்தி தலைமை தாங்கினார். அப்போது பேசிய காந்தி குஜராத்தியில் பேச வேண்டும் என்று ஜின்னாவை அழைத்தார். ஜின்னா இதை மிகவும் விளையாட்டாக எடுத்துக் கொண்டார். "நண்பர்களே, காந்திஜியின் உத்தரவுப்படி நான் இப்பொழுது குஜராத்தியில் பேசுகிறேன்" என்று ஆரம்பித்தார். அதன் பிறகு "குஜராத்தியில் ஆரம்பித்து விட்டேன். மீதியை ஆங்கிலத்தில் பேசி முடிக்கிறேன்", என்று தொடர்ந்து ஆங்கிலத்தில் பேசினார். கூட்டத்தில் இருந்தவர்கள் அனைவரும் விழுந்து விழுந்து சிரித்தனர். ஆங்கிலத்தில் பேசுவதற்கு யாரும் தடையாக இருக்கவில்லை. 45 நிமிடங்களுக்கு தொடர்ந்து ஆங்கிலத்தில் முழங்கினார் ஜின்னா. ஒருவேளை அவர்கள் இருவருக்கும் நடுவில் ஏற்பட்ட பிளவுகளுக்கு இது ஒரு முதல் காரணமாக இருந்திருக்கலாம்.

தான் சொன்னதை ஜின்னா தவறாக எடுத்துக் கொண்டார் என்று காந்தி நினைத்தார். காந்தியிட்ட உத்தரவு தனக்கேற்பட்ட இழிவு என்று ஜின்னா நினைத்தார். அதற்காக அவர் காந்தியை மன்னிக்கத் தயாராக இல்லை. ஆனால் வரலாற்றாசிரியர் காஞ்சி வேறு விதமாக நினைத்தார். அவர்கள் இருவருக்கும் நடுவில் நடந்த போராட்டத்தின் முதல் சுற்றில் ஜின்னா வெற்றிபெற்றதாக காஞ்சி நினைத்தார். ஏனென்றால் காந்தி சொன்ன பிறகும் ஆங்கிலத்தில்தான் உரையாற்றினார். பொதுவாகவே தேசியத் தலைவர்கள் பலரும் ஆங்கிலத்தில் பேசுவதையே எளிதாகக் கருதினர். ஆனால் காந்தி இருக்கும்பொழுது ஆங்கிலத்தில் பேசுவது அவர்களுக்கெல்லாம் சிரமமாக இருந்தது. காந்தியின் உத்தரவையும் மீறி முதலில் ஆங்கிலத்தில் பேசியது ஜின்னா மட்டும் தான்.

இந்த நிகழ்வுக்குப் பிறகு காந்தியை எதிர்த்து நிற்பதற்கு ஜின்னாவிற்குச் சிரமமாக இருந்தது. ஏனெனில் ஒரே ஒரு ஆண்டு - 1916 அக்டோபர் முதல் 1917-ஆம் ஆண்டு - சம்பரன், கேதா என்ற இரண்டு இடங்களில் நடந்த சத்யாகிரகப் போராட்டக் காலகட்டத்தில் காந்தி ஒரு பெரிய சமூக சீர்திருத்தவாதியாகவும், பெரும் அரசியல் தலைவராகவும் அதோடு மட்டுமின்றி 'தேசியக் கொடுங்கோலன்' என்ற ஒரு செல்லப் பெயருடனும், புதிய பட்டத்துடனும் முக்கியமான இடத்தைப் பிடித்து விட்டார்! 1919இல் ரௌலத் மசோதாவிற்கு எதிராக காந்தி நடத்திய போராட்டங்களினாலும், அவருடைய ஒத்துழையாமை இயக்கத்தினாலும் அவரின் புகழ் உச்சிக்குச் சென்றது. ஒரே இரவில் "அரை நிர்வாணப் பக்கிரி"யாக இருந்தவர் ஒரு முழுமையான அரசியல்வாதியாக, பல்லாயிரக்கணக்கான சாதாரண மக்கள் தன் குரலுக்கு செவிமடுத்து தயாராக நிற்பார்கள் என்ற நிலைக்கு உயர்ந்து விட்டார். அவர் கூப்பிட்ட குரலுக்கு ஆட்சியை எதிர்த்துப் போராட்டம் நடத்துவதற்கு மக்கள் தயாராக இருந்தார்கள். அவர் தலைமையின் நீட்சி மற்ற அரசியல் தலைவர்களை அடக்கி வைத்து விட்டது. அவர் பேச்சை மீறுவதற்குத் தயங்கும் நிலை உருவானது. அவரது திட்டங்கள் சரியோ தவறோ அனைவரும் அவர் பேச்சைக் கேட்டால் மட்டுமேதான் மக்கள் மத்தியில் மதிப்பு இருக்கும் என்ற நிலைக்கு இந்திய அரசியல் களம் மாறியது. ஆகவே அரசியல் தலைவர்கள் காந்திக்கு எதிராகக் குறுக்குசால் ஓட்ட விரும்பவில்லை.

ஆனால் ஜின்னா போன்ற ஒருவருக்கு இதுபோன்ற வெளிப்படையான நடிப்புகள் பிடிப்பதும் இல்லை; அது அவருக்கு எளிதும் இல்லை. ஆனால் அரசியலின் கட்டாயம்... காலத்தின் கட்டாயம்... ஜின்னா, காந்தியின் பின்னால் நிற்க வேண்டிய சூழல் உருவானது. அப்போது மக்கள் பேரவையில் இருந்தும் தன் உறுப்பினர் பதவியை விட்டு விலகிவிட்டார். மசோதாவிற்கு எதிராக காந்தி நாடு முழுவதையும் ஒன்றுபடுத்தி பெரும் போராட்டத்தை நடத்திக் கொண்டிருந்தார். காந்தி நடத்துவது போலன்றி வேறுவிதமாக போராட்டத்தை நடத்த வேண்டும் என்று ஜின்னா விரும்பினார். காந்தி தன் போராட்டங்களை கடவுள் ஆராதனையோடு ஆரம்பிப்பது, உண்ணாவிரதம் இருப்பது, கோயில்களுக்கும் மசூதிகளுக்கும் பேரணி நடத்துதல், கடலில் இறங்கி தீர்த்தமாடுதல் போன்ற சடங்குகள் அத்தனையையும் ஜின்னா மனதார வெறுத்தார். ஆனால் அவருக்கு வேறு வழி ஏதுமில்லை. ஒன்று காந்தியின் பக்கம் இருக்கவேண்டும் அல்லது ஆங்கில அரசின் பக்கம் இருக்க வேண்டும் என்ற கட்டாயம் அப்போது இருந்தது. வேறு வழியில்லாமல் ஜின்னா தனது தனிப்பட்ட விருப்பு வெறுப்புகளை ஒதுக்கி வைத்துவிட்டு காந்தியோடு அவரது போராட்டத்தில் இணைந்து கொண்டார்.

தான் எடுத்த இந்த முடிவிற்காக ஜின்னா அதிக விலை கொடுக்க வேண்டியிருந்தது. அது ஒரு கீழிறங்கும் நிகழ்வாகிப் போனது. 1919ஆம் ஆண்டு ரௌலத் மசோதாவுக்கு எதிராக வந்த காந்தியின் போராட்டத்தில் வேறுவழியில்லாமல் இணைந்துகொண்டார். ஆனால் அதனால் அவர் தலை மீது ஒரு தீவிரவாதி என்ற பட்டம் ஆங்கிலேய அரசினால் கட்டப்பட்டது. காந்தியோடு சேர்ந்து ஆறு பேரை ஆங்கிலேய அரசு பர்மாவுக்கு நாடு கடத்தத் திட்டமிட்டது. அந்தப் பட்டியலில் ஜின்னாவும் இருந்தார். ஆனால் அப்படியேதும் நடக்கவில்லை. ஏனெனில் நாடு கடத்தும் திட்டத்தினாலோ என்னவோ, காந்தி தன் போராட்டத்தைத் திடீரென்று நிறுத்திக் கொண்டார். ஆனால் இந்த நிகழ்வால் ஜின்னா மிகவும் நட்டப்பட்டார். ஜின்னாவின் நண்பரும், *பம்பாய் க்ரானிக்கள்* மூத்த ஆசிரியருமான ஹார்னிமன் இங்கிலாந்திற்கு நாடு கடத்தப்பட்டார். ஜின்னா ஒரு நண்பரை இழந்தார். தனக்குப் பெரும் துணையாக இருந்த ஒரு பிரபலமான செய்தித்தாளின் ஆசிரியரையும் இழந்தார்.

காந்தி முன்னணித் தலைவராக உருவெடுத்து விட்டார். மக்கள் கூட்டம் முழுவதும் அவர் பின்னால் நின்றது. ஆகவே

தன் சுய விருப்பு வெறுப்புகளுக்கு இடம் தராமல் ஜின்னா, காந்தியின் பின் சென்றார். ஏனென்றால் காந்தியை ஒதுக்கி வைக்க முடியாது. அரசியல் களம் அவர் கையில் இருந்தது. அதை இனி மாற்ற முடியாது. காந்தி ரௌலத் மசோதாவுக்கு எதிரான ஒத்துழையாமை இயக்கத்தை நிறுத்திக் கொண்டார். அப்போது ஜின்னா இங்கிலாந்தில் கூட்டுப் பாராளுமன்றக் குழுவின் கூட்டத்திற்காக காத்துக் கொண்டிருந்தார். அங்கிருந்து காந்தியுடன் தொடர்பு கொள்ள முயற்சி செய்தார். இந்தியாவில் அப்போதைய அரசியல் நிலை என்ன என்பதைப்பற்றியும் சீர்திருத்த திட்டத்தைப் பற்றியும் காந்தியின் எண்ணங்களை அறிய ஜின்னா முயற்சி எடுத்தார்.

ஜின்னாவின் கடிதத்திற்கு பதில் எழுதிய காந்தியின் கடிதத்தில் அவர் தனது ரௌலத் போராட்டம் தோல்வி அடைந்தாலும் அதிலிருந்து புதிய பாடங்களைக் கற்றுக்கொண்டார் என்பதற்கு எந்தவிதமான அடையாளமும் இல்லாமல் அந்தக் கடிதம் இருந்தது. ஏனெனில் அக்கடிதத்தில் அவர் அரசியல் பேசவில்லை. தனிப்பட்ட காரியங்களைப் பற்றி மட்டுமே பேசி இருந்தார். "நீங்கள் விரைவில் குஜராத்தி, இந்தி மொழிகளைக் கற்க வேண்டும். விரைவில் மெக்காலே போலவே நீங்களும் இன்னும் ஒரு மொழியைத் தெரிந்து கொள்ள வேண்டும் என்று நினைக்கிறேன். ஒரு பயணத்தின்போதுதான் மெக்காலே இந்தியைக் கற்றுக் கொண்டார். ஆனால் அவர் பயணத்திற்கு ஆறு மாதம் பிடித்திருக்கும். உங்களுக்கு அவ்வளவு காலம் தேவை இருக்காது. அதைவிடக் குறுகிய காலத்தில் படித்து விடுவீர்கள்", என்பது தான் அவருடைய பதில்!

அந்தக் கடிதத்தில் மேலும் ஒரு விஷயம் இருந்தது. வழக்கமான மனம் மாற்றும் முயற்சிதான் அதுவும். "நீங்கள் இந்தியாவிற்குத் திரும்பி வந்த பிறகு திருமதி ஜின்னாவிடம் தயவுசெய்து சொல்லிவிடுங்கள். அவர் கட்டாயம் கையால் நூல் நூற்கும் வகுப்பிற்கு வர வேண்டும். திருமதி பாங்கர் அவர்களும், ராமாபாய் என்ற பஞ்சாபிப் பெண்மணியும் அந்த வகுப்பை நடத்திக் கொண்டிருக்கிறார்கள்" என்றும் குறிப்பிட்டிருந்தார். ஜின்னாவைப் போல் இல்லாமல் ருட்டி, காந்தியிடம் இயல்பாக இருந்தார். ஆனால் இந்த இயல்புத் தன்மையை காந்தியால் ஜின்னாவிடம் காட்ட முடியவில்லை. காட்ட முடிந்திருந்தால் இருவரின் கசப்புணர்வுகளும் மாறியிருக்கும். சரோஜினியின் மூலமாக காந்தி, ருட்டியை அடிக்கடி சந்தித்திருக்கிறார். அவர்கள் இருவரின் உறவும் எளிமையாகவே இருந்தது.

காந்தியிடமிருந்து ஒரே ஒரு கடிதம் ருட்டிக்கு வந்தது. அந்தக் கடிதத்திலேயே அவர்கள் இருவரும் கொண்டிருந்த இயல்பான பழக்கம் நன்கு புலப்படும். ஒருவரையொருவர் வேடிக்கையாக கேலி செய்து கொள்வதும், நடுவிலே சரோஜினியின் பங்களிப்பும் அதில் உண்டு என்றும் அக்கடிதம் காண்பித்தது. ஆனால் ஜின்னாவினால் இந்த மூவர் குழுவில் சேர முடியவில்லை. ஏனென்றால் அவருடைய பெருமிதம் அதற்கு நிச்சயமாகக் குறுக்கே நிற்கும்.

இந்த நிகழ்ச்சிக்குப் பிறகு ஜின்னா காந்தியை மீண்டும் தொடர்பு கொள்ள விரும்பவில்லை. ஆனால் காந்தி விரும்பினார். அதற்காக ஜின்னா தம்பதியர் இங்கிலாந்தில் இருக்கும் பொழுது காந்தி, ருட்டிக்கு ஒரு கடிதம் எழுதியிருந்தார். மீண்டும் தனது கோரிக்கையை காந்தி அதில் வலியுறுத்தியிருந்தார். 1920 ஏப்ரல் 20ஆம் தேதி எழுதிய அந்தக் கடிதத்தில், "தயவுசெய்து ஜின்னாவிடம் என்னை ஞாபகப்படுத்து. அவர் கட்டாயம் ஹிந்துஸ்தானி மொழியும் குஜராத்தி மொழியும் கற்க வேண்டும். உன் இடத்தில் நான் இருந்திருந்தால் நானே ஜின்னாவிடம் குஜராத்தியிலும், ஹிந்துஸ்தானியிலும் தான் பேசுவேன். இதனால் நம்முடைய ஆங்கிலப்புலமை மறந்து போய்விடுமா என்ன?" என்று அக்கடிதத்தில் காந்தி ருட்டியிடம் கேட்டிருந்தார். அதோடு நிறுத்தாமல், "எனக்காக இதைச் செய்வாயா? நிச்சயம் செய்ய வேண்டும். நாம் இருவரும் ஒருவர் மீது ஒருவர் வைத்திருக்கும் அன்பினால் இதைக் கட்டாயம் செய்வாய் என்று நம்புகிறேன்", என்றும் காந்தி எழுதியிருந்தார்.

இப்போது ஜின்னா இங்கிலாந்தில் இருந்து திரும்பி வந்து ருட்டியுடன், ஊட்டியில் விடுமுறை கொண்டாட்டத்தில் இருந்தார். 1920 ஏப்ரல் 19 ஆம் தேதியிலிருந்து ஜூன் 3ம் தேதி வரை ஜின்னா தம்பதியர்கள் அங்கேயே இருந்தார்கள். இந்த சமயத்திலும் காந்தி தன் மனமாற்றும் முயற்சியில் மீண்டும் ஈடுபட்டார். ஜின்னா இங்கிலாந்து சென்றுவர மொத்தமாக ஐந்து மாதங்கள் ஆகிவிட்டன. இந்தக் காலக்கட்டத்தில் இதுவரை எந்த தேசியத் தலைவர்களும் எடுக்காத ஒரு புது முயற்சியாக காந்தி தன் போக்கை வேறுவழியில் மாற்றியிருந்தார். இதுவரை எந்தத் தலைவரும் செய்யாத தீவிரமான செயல் அது. இந்துக்களையும் இஸ்லாமியர்களையும் ஒன்றாக இணைக்கும் முயற்சியில் காந்தி முழுமூச்சாக ஈடுபட்டுக் கொண்டிருந்தார். இதற்கு ஒரு வழியாக கிலாபத் இயக்கத்தை உதவிக்கு எடுத்துக்கொண்டார் காந்தி. முதல் உலகப்போரில் துருக்கி நேசப் படைகளுக்கு எதிராக

போரிட்டு தோல்வியுற்றது. அங்குள்ள ஒட்டாமன் அரசை நேச நாடுகள் பிரித்து விட்டன. துருக்கியின் காலிஃப் தன் பதவியை இழந்தார். இது உலக இஸ்லாமியர்களுக்குப் பேரிழப்பாகக் கருதப்பட்டது. இந்திய இஸ்லாமியர்களும் அதே தாக்கத்தில் இருந்தனர். ஏனெனில் அரேபியாவில் உள்ள சமய திருத்தலங்கள் இஸ்லாமியர் அல்லாதவர்களின் கைகளுக்குச் சென்று விட்டன. இந்த எதிர்ப்பு உச்சகட்டம் அடைந்து நேச நாடுகள் தங்களுக்குள் ஏற்படுத்திக்கொண்ட சமாதான உடன்படிக்கையை நிறுத்தும் அளவிற்குச் சென்றது. ஏனெனில் போருக்கு முன்பு ஆங்கிலேயே அரசு, துருக்கி சுல்தானின் அரசு எவ்வகையிலும் பாதிக்கப்படாது என்ற உறுதிமொழியைக் கொடுத்திருந்தது. வழக்கம்போல பின்னாளில் ஆங்கிலேய அரசு தன் வாக்குறுதியை முறித்துக் கொண்டது.

ஜின்னாவைப் பொறுத்தவரையில் இந்த கிலாபத் பிரச்சினை சிரமமான ஒன்றுதான். ஆனால் நிச்சயமாக அது ஒரு மிகவும் தேவையான அரசியல் நிலைப்பாடு அல்ல. ஆயினும் இந்தியாவில் உள்ள ஆங்கிலேய அரசு, பிரிட்டனில் உள்ள ஆங்கிலேய அரசு இரண்டிடமும் இந்தப் பிரச்சினை பற்றிப் பேசினார். ஆனால் இது முக்கியமாக தன்னுடைய தொகுதியிலுள்ள இஸ்லாமியர்களைத் திருப்திப்படுத்துவதற்காக மட்டும் தானே ஒழிய உண்மையான காரணத்தினால் அல்ல. ஆனால் காந்தி வழக்கம் போலவே இதையும் பெரும் ஆர்வத்துடன் கையில் எடுத்துக்கொண்டார். அப்போது இங்கிலாந்தில் இருந்ததால் காந்தி இஸ்லாமிய தலைவர்களைச் சந்தித்து கிலாபத் பிரச்சனைக்காக அவர்கள் போராட வேண்டும்; அதற்காக அவர்கள் ஓர் இயக்கத்தை ஆரம்பிக்க வேண்டும் என்றும் அதற்குத் துணையாக தன்னுடைய ஒத்துழையாமை இயக்கம் உதவி செய்யும் என்றும் உறுதிமொழி கொடுத்தார். கிலாபத் இயக்கத்திற்காக காந்தி முழுமூச்சில் எழுதவும், பொதுக் கூட்டங்களில் பேசவும் தீவிரமாக இயங்கிக் கொண்டிருந்தார். அவருடைய உதவியாலும், வழிகாட்டுதலாலும் இந்திய துணைக்கண்டத்தின் எல்லாப் பகுதிகளிலும் பல்வேறு குழுக்கள் இந்த இயக்கத்திற்காக ஆரம்பிக்கப்பட்டன. அப்போது தான் ஜின்னா இந்தியாவிற்குத் திரும்புகிறார். அவர் மனம் முழுதும் அப்போது ஆங்கிலேயர்கள் கொண்டுவந்த சீர்திருத்த மசோதாவே ஆக்கிரமித்திருந்தது. ஆனால் காந்தி அனைத்து மக்களின் முனைப்பையும் இப்போது வேறு திசைக்கு மாற்றி விட்டிருந்தார். சீர்திருத்த மசோதாவில் இருந்து கிலாபத் இயக்கத்திற்கு மக்கள் மாறியிருந்தார்கள்.

அதுவுமன்றி இந்த இயக்கம் எந்த அளவு பேரியக்கமாக வளர்ந்து விட்டது என்றால் ஓர் அரசியல் மாநாட்டை சிம்லாவில் நடத்தினர். இதற்கு வழக்கமாக முஸ்லிம்லீக் மாநாட்டில் கூடும் எண்ணிக்கையைவிட அதிக எண்ணிக்கையில் கூட்டம் கூடியது. இந்த மாநாடு அத்தனை சிறப்பாக நடந்தது. இந்தியத் துணைக் கண்டத்தில் உள்ள அனைத்து முஸ்லிம்களின், பல இனக்குழுக்களின் சார்பாளர்கள் திரண்டு வந்திருந்தனர். இந்த மாநாடு ஒரு பெரும் அகில இந்திய மாநாடாக வெற்றிகரமாக நடந்தது.

இதைப் பார்த்து ஜின்னா வெளியே எந்தவித ஆச்சரியத்தையோ, அச்சத்தையோ காட்டிக்கொள்ளவில்லை. அதிலும் சிறப்பாக இந்து-முஸ்லிம் ஒற்றுமையைப் பாராட்டித் தன் மகிழ்ச்சியைத் தெரிவித்தார். ஒரு நேர்காணலில், "நமது போராட்டத்தின் வெற்றிக்கு இந்து-முஸ்லிம் ஒற்றுமை மிகவும் தேவையான ஒன்று" என்று கூறியிருந்தார். இது அவர் இங்கிலாந்தில் இருந்து திரும்பிய அன்றே *பம்பாய் க்ரானிக்களுக்குக்* கொடுத்த நேர்காணலில் சொன்னது. ஆனாலும் அவருடைய பெருமை தான் இதிலும் குறுக்கே வந்தது. சிம்லாவில் நடந்த மாநாட்டுக்குச் செல்ல அவருக்கு மனமில்லை. அவருக்கு அழைப்பிதழ் வந்தது. ஆனால் ஒரு மாநாட்டில், அதிலும் இஸ்லாமிய மாநாட்டில் காந்திக்குக் கீழேயிருந்து பங்கெடுப்பது அவருக்கு சிரமமான ஒன்றாக இருந்தது.

ஆனால் இது ஜின்னா செய்த ஒரு அரசியல் தவறு. ஏனெனில் இப்போது இந்து-முஸ்லிம் ஒற்றுமையின் தலைவராக காந்தி முற்றிலுமாக முடிசூட்டிக் கொண்டு விட்டார். இந்த சிம்லா மாநாட்டில் வேறு பல முக்கியமான இந்துத் தலைவர்களோடு காந்தி கலந்து கொண்டார். மாநாட்டிற்குப் பிறகு இந்த இயக்கத்திற்காக அதிகமான மேடைப் பேச்சுகளும், நாளிதள்களுக்குக் கட்டுரைகளும் தொடர்ந்து எழுதிக் கொண்டிருந்தார். காந்தி "கிலாபத் நாள்" என்று ஒரு நாளைக் குறிப்பிட்டு இருந்தார். அந்நாளின் நிகழ்ச்சிகளில் இந்துக்கள் மற்றும் முஸ்லிம்கள் ஒற்றுமையோடு பங்கெடுத்தனர். இந்த நிகழ்ச்சி காந்தியை ஆகப் பெரும் தலைவராக உருவாக்கியது. ஆனால் காலம் ஜின்னாவுக்கு எதிராகவே இருந்தது. ஏனென்றால் இந்த மாநாட்டிற்குப் பிறகு அமிர்தசரஸ் நகரில் காங்கிரஸ், முஸ்லிம் லீக் இரு கட்சிகளின் ஆண்டுக் கூட்டங்கள் ஒன்றாக நடந்தன. ஜின்னாவிற்கு வேறு வழியில்லை. மேடையில் காந்திக்குப் பின்புறமுள்ள இருக்கையில் தான் உட்கார வேண்டிய

சூழல் உருவானது. அவருக்குப் பின்னால் அமர்ந்துகொண்டு கடினமான சில தீர்மானங்களை நிறைவேற்றுவதற்கு காந்திக்கு உதவி செய்து கொண்டிருந்தார் ஜின்னா!

முஸ்லிம் மாநாட்டிலும் ஜின்னா அல்ல, காந்தி முன்னிறுத்திய அலி சகோதரர்கள் இருவருமே பெரும் கவனத்தை ஈர்த்தனர். அவர்கள் அப்பொழுதுதான் சிறையிலிருந்து விடுதலை ஆனார்கள். மாநாடு நடந்து கொண்டிருக்கும் நேரத்தில் தான் அவர்கள் மாநாட்டுப் பந்தலுக்குள் நுழைந்தார்கள். கூட்டம் முழுவதும் எழுந்து நின்று, 'அல்லாஹு'அக்பர்' என்று கத்தி வரவேற்புக் கொடுத்தது. அவர்களில் மூத்தவரான செளக்கத் அலி மேடையில் அமர்த்தப்பட்டார். அவர் இடிமுழக்கமென தீவிரமான பேச்சு ஒன்றைக் கொடுத்தார். இந்தியாவில் உள்ள 40 லட்சம் இஸ்லாமியரும் ஒன்றிணைந்து வந்து தங்கள் மதத்திற்காக உயிரையும் கொடுக்க வேண்டும் என்று அவர் அறைகூவல் விடுத்தார். அவரது வார்த்தைகளில் மயங்கி கூட்டத்திலிருந்தவர்கள் கண்ணீர் வடிக்க ஆரம்பித்தனர். அடுத்ததாக தம்பி முகமது அலி பேசினார். அவரது பேச்சும் உணர்ச்சிப் பெருக்கோடு, கண்ணீரோடு வெளிவந்தது. கேட்டவர்களும் கண்ணீர் வடித்தனர். இந்த இரண்டு பேச்சுகள் எழுப்பிய உணர்ச்சிக் குவியலினால் மாநாட்டின் நிகழ்வுகள் அடுத்த நாளுக்கு ஒத்திவைக்கப்பட்டன. அத்தனை ஆவேசம்; அத்தனை தீவிரம்.

இந்த மாநாட்டை ஒட்டி நடந்த காங்கிரஸ் மாநாட்டிலும் கிலாபத் இயக்கம் பற்றிய பேச்சு எழுந்தது. அங்கும் ஜின்னா பின்னால் தள்ளப்பட்டு விட்டார். மேடையிலும் காந்தியின் ஆதரவாளர்களாக இருந்த பலருக்கு நடுவில்தான் இடம் கிடைத்தது. காந்தியின் அழைப்பை ஏற்று 16,000 இஸ்லாமிய மக்கள் திரண்டு வந்திருந்தனர். காந்தி உரையாற்றினார். ஆங்கிலத்தில் இல்லாமல் உருது மொழியில் பேசினார். என்ன காரணமோ, பொங்கி எழுந்து பேசிய அலி சகோதரர்களின் பேச்சை விட காந்தியின் பேச்சு அழகாக அமைந்திருந்தது. காந்தி பேசிய உருது மொழி ஊக்கம் தருவதாக இருந்ததாக பம்பாய் க்ரானிக்கள் அடுத்த நாள் தன் செய்தியில் எழுதியிருந்தது. அதோடு "காந்தி இஸ்லாமியர்களின் இதயத்தையும் மனதையும் முழுமையாகக் கைப்பற்றி விட்டார்" என்றும் பாராட்டியிருந்தது.

அமிர்தசரஸ் மாநாடு முடிந்தது. காந்தி கிலாபத் இயக்கத்தை மிக வேகமாக முடுக்கி விட்டார். அலி சகோதரர்களுடன் இணைந்து நாடு முழுவதும் சுற்றுப்பயணம் செய்தார். இந்துக்கள்

மத்தியில் இந்த இயக்கத்திற்கு முழு ஆதரவைத் திரட்டினார். இப்போது காந்தியால் ஜின்னாவின் நிலை பெரும் பிரச்சினைக்கு உள்ளாகி இருந்தது. கிலாபத் இயக்கத்தில் ஜின்னா தன்னை முழுவதுமாக ஈடுபடுத்திக்கொள்ள முடியவில்லை. ஆனாலும் ஈடுபட்டே ஆகவேண்டும். ஏனென்றால் அது இஸ்லாமியர்களின் பிரச்சனை. அவர் ஈடுபடுவது ஒரு கட்டாயத் தேவையாக ஆகி விட்டது. ஆனாலும் காந்தியின் அல்லது காந்தியின் இஸ்லாமிய நண்பர்களின் வற்புறுத்தலால் அதற்கு இடம் கொடுத்து அந்த இயக்கத்தில் சேரவும் அவருக்கு விருப்பமில்லை. அரசியல் காரணங்கள் ஒரு பக்கம் அவரை இழுத்தன. அவர் தன்னைப் பற்றியே வைத்துள்ள பெருமித மனப்பான்மை அவரை அடுத்த பக்கம் தள்ளியது. இரண்டுக்கும் நடுவில் ஊடாடினார். வழக்கம் போலவே தனது மன அழுத்தங்களையும் குழப்பங்களையும் அவர் யாரிடமும் காட்டிக் கொள்ளவே இல்லை.

ஜின்னா தன் உணர்வுகளை வெளிக்காட்டாத இரும்பு மனிதர். அவர் மனதில் எத்தனை ஆயிரம் குழப்பங்கள் இருந்தாலும் அதன் சுவடுகள் வெளியே தெரியாதபடி வைத்துக்கொள்வார். அவர் எண்ணங்கள் அவரோடு மட்டுமே இருக்கும். ஆகவே அவரின் குழப்பங்களைப் பற்றி ருட்டிக்கு எதுவும் தெரியாது. ஜின்னாவுக்கான விருப்பு வெறுப்புகள் சுத்தமாகத் தெரியாது. மேலும் தான் யாருடன் நட்பு வைத்துக் கொள்வது என்பது பற்றி தன் கணவனிடம் உத்தரவு வாங்கும் பெண்ணல்ல ருட்டி. காந்தியோடு நல்ல உறவு வளரும் பொழுது அவர் ஜின்னாவிடம் அதைப்பற்றி ஏதும் கூறவே இல்லை. அதுமட்டுமல்லாமல் இங்கிலாந்து செல்வதற்கு முன் ஜாலியன்வாலாபாக் நினைவகம் கட்டுவதற்காக காந்தி எடுத்த முயற்சிக்கு நல்ல ஒரு தொகையை தனது நன்கொடையாக அவர் அனுப்பியிருந்தார். அதுவும் ஜின்னாவுக்குத் தெரியாது. "அந்த நினைவகம் எழுப்புவதே நாம் இன்னும் உயிரோடுதான் இருக்கிறோம் என்பதற்கான காரணத்தை கொடுக்கிறது" என்று ருட்டி தான் அனுப்பிய காசோலையுடன் எழுதியிருந்தார். உடனே காந்தி நன்றி கூறி பதிலெழுதியிருந்தார். அதோடு காந்தி, ருட்டி எழுதிய அழகான வாசகத்தை ஒரு மேற்கோளாக பல செய்தித் தாள்களுக்கும், தான் கொடுத்த நேர்காணலிலும் கொடுத்திருந்தார். தனது செய்தித்தாளான "யங் இந்தியா"வில் 1920 ஆம் ஆண்டு மே மாதம் 12ஆம் தேதி தனது கட்டுரையிலும் இதை எழுதியிருந்தார். இந்தக் கட்டுரை ஜின்னாவின் கண்களில் பட்டதோ என்னவோ தெரியவில்லை. ஒருவேளை ஊட்டியிலிருந்து திரும்பி வந்த பிறகு அவர் கண்ணில் பட்டிருக்கலாம். ஆனாலும் அவர் இதை

ஒரு பிரச்சனையாக ருட்டியிடம் கேட்கவில்லை. யாருடன் நட்பு வைத்துக் கொள்ளலாம்; யாருக்கு நன்கொடை கொடுக்கலாம் என்பதெல்லாம் அவரவர் தீர்மானம். ருட்டி அனுப்பியது ஜின்னாவின் பணமாகவே இருந்தாலும் அவரது பண்பு அதைக் கேள்விக்கு உள்ளாக்கவில்லை.

ருட்டி பல கனவுகளோடு ஊட்டி வந்தார். தங்கள் இருவருக்கான நல்லதொரு இன்பமான விடுமுறையை ஏற்படுத்திக் கொண்டோம் என்ற நினைப்போடு இருந்தார். குழந்தையையும் விட்டு விட்டு வந்தாகி விட்டது. இரண்டு குதிரை, ஒரு கார் எல்லாம் ஊட்டிக்கு வந்து விட்டன. இனிமையான நாட்கள் என்று கனவு கண்டுகொண்டிருந்தார்; ஆனால் அவர் நினைத்தபடி நடக்கவில்லை. விடுதிக்கு உள்ளேயே தங்காமல் வெளியே சென்று - அப்போது ஊட்டியில் வேட்டையாடுவது ஒரு பெரும் பொழுதுபோக்கு - வேட்டையாடுவது அல்லது நாள் முழுதும் குதிரையேற்றம் செய்வது என்ற கனவுகள் எல்லாம் முடங்கிப் போய் விட்டன. ஏனெனில் ஜின்னா அந்த நாற்பது நாட்களும் அவர்கள் தங்கியிருந்த விடுதியில் தனது அரசியல் ஆதாரங்களுடன் முடங்கிப்போய் இருந்தார். அதற்கான காரணம் காந்தி தான். ஏனென்றால் அரசியலையும் மதத்தையும் கலப்பது ஜின்னாவிற்குப் பிடிக்காத ஒன்றாக இருந்தது. ஆனால் அதைத்தான் காந்தி வெற்றிகரமாக செய்து விட்டார். எந்த அளவு என்றால் இஸ்லாமியர்கள் முஸ்லிம் லீக் கட்சியை விட்டு விட்டு கிலாபத் இயக்கத்தின் பக்கமாக முழுவதும் திரும்பிவிட்டார்கள். இஸ்லாமிய நண்பர்கள் மட்டுமல்ல; ஏனைய இஸ்லாமியர்களும் காந்தியின் பக்கம் இழுக்கப்பட்டிருந்தார்கள். இப்போது ஜின்னா வேகமாக முடிவு எடுக்காவிட்டால் முஸ்லிம் லீக் என்ற அமைப்பே முழுவதுமாகக் கரைந்து விடலாம். கிலாபத் இயக்கம் முஸ்லிம் லீக் கட்சிக்கு கொடுத்துள்ள பிரச்சினை பற்றி ஆராய வேண்டிய அவசியம் ஜின்னாவிற்கு வந்துவிட்டது. ஆகவே அவர் முஸ்லிம் லீக் கட்சியின் செயலருக்கு ஊட்டியிலிருந்து கடிதம் ஒன்றை எழுதினார். ஊட்டிக்கு வந்த பத்தாவது நாள் எழுதிய கடிதம் அது. முஸ்லிம் லீக் கட்சியின் செயற்குழுவை பம்பாயில் ஜூன் மாத நடுவில் நடத்த வேண்டும் என்று முடிவு எடுத்து அதை செயலருக்கு எழுதியிருந்தார். "முஸ்லிம் லீக்கை மீண்டும் தக்கவைக்க வேண்டும். வரும் உறுப்பினர்கள் முழுவதுமாக அதற்கான தயாரிப்புகளோடு வரவேண்டியதிருக்கும். ஆகவே விரைவில் அவர்களுக்கு இதைத் தெரிவித்து விடுங்கள்" என்று லீக் செயலருக்குக் கடிதம் எழுதினார்

ஜின்னா எழுதிய கடிதம் மிகவும் காலம் தாழ்த்தி எழுதிய கடிதமாக இருந்தது. ஏனெனில் ஒவ்வொரு இஸ்லாமியருக்கும் தெரியும் ஜூன் மாத நடுவில் ரம்ஜான் நோன்பு ஆரம்பித்துவிடும். அந்த நாட்களில் இஸ்லாமியர்கள் பயணம் செய்யமாட்டார்கள். செயலர், இதை நினைவுபடுத்தி ஜின்னாவுக்கு கடிதம் ஒன்றை எழுதினார். ஆனால் அதற்குள் கிலாபத் இயக்கம் தனது அடுத்த அடியை எடுத்து வைத்து விட்டது. அவர்கள் அலகாபாத்தில் ஒரு மாநாட்டை நடத்தப் போகிறார்கள். இஸ்லாமியரும் ஒத்துழையாமை இயக்கத்தை ஆதரிப்பதற்கு கூட்டப்படும் மாநாடு இது.

செயலர் எழுதிய கடிதம் ஜின்னா தம்பதியினர் தங்கள் விடுமுறை நாட்களை ஊட்டியில் முடிக்கும் நேரத்தில் அல்லது பம்பாய் வந்தபிறகு ஜின்னாவின் கையில் கிடைத்திருக்கலாம். ஊட்டிக்குப் புறப்படும் பொழுது இனிமையான நாட்கள் என்ற எண்ணத்தில் தான் ஜின்னாவும் கிளம்பியிருக்கலாம். ஆனால் ஊட்டி வந்த பிறகு அவருக்குக் கிடைத்த அரசியல் அழுத்தங்கள், ஆதங்கங்கள் அவரை ருட்டியிடம் இருந்து பிரித்து வைத்து விட்டன. அவரால் ருட்டிக்கு நேரம் ஒதுக்க முடியவில்லை. ஆனால் ஜின்னாவுக்கு தனக்கு வரும் கடிதங்களைப் படிக்கவும், அவைகளுக்குத் தன் கைப்பட பதில் எழுதுவதற்கும் போதுமான நேரம் இருந்தது. வந்திருந்த கடிதங்களில் ஒன்று *பம்பாய் க்ரானிக்கள்* ஆசிரியர் ப்ரெல்வியிடமிருந்து வந்திருந்தது. அவர் தன் கடிதத்தோடு *"புதிய இந்தியா"* என்ற செய்தித்தாளில் வந்த ஒரு செய்திக் குறிப்பையும் ஒட்டி அனுப்பியிருந்தார். அதில் *பம்பாய் க்ரானிக்களின்* கொள்கைகளை வகுத்தவர்கள் பழைய ஆசிரியர்கள் என்றும் செய்தித்தாளின் ஆட்சிக் குழுவினர் புதிதாக ஒரு பொறுப்பான ஆசிரியரை வேலைக்கு அமர்த்த வேண்டும் என்று முடிவு எடுத்திருக்கிறார்கள் என்றும் குறிப்பிட்டிருந்தது. ஜின்னா பதில் கடிதமொன்றை எழுதினார். *புதிய இந்தியாவின்* செய்தி தேவையற்ற தவறான செய்தி என்றும் அது ப்ரெல்வியின் மீது தொடுக்கும் போர் என்றும் எழுதியிருந்தார். மேலும் இந்தக் கடிதத்தை *பம்பாய் க்ரானிக்கள்* செய்தித்தாளில் அச்சிடும்படியும் கேட்டிருந்தார். அப்போதுதான் ஆட்சிக் குழு ப்ரெல்வியின் சேவைகளை எவ்வளவு மதிக்கிறார்கள் என்பது எல்லோருக்கும் புரியும் என்று எழுதியிருந்தார்.

விடுமுறை நாட்கள் முடிவுக்கு வந்துவிட்டன. பெருத்த ஏமாற்றம். கனவுகள் எல்லாம் கனவுகளாகவே முடிந்து விட்டன. பல ஆண்டுகளுக்குப் பிறகு பத்மஜா, சக்ளா

என்பவருக்கு எழுதிய கடிதத்தில் இந்த ஊட்டி நிகழ்வை "ருட்டிக்கு இவை பூர்த்தியடையாத சோக நாட்கள்" என்று குறிப்பிட்டிருந்தார். மேலும் அக்கடிதத்தில் இளமையான, அழகான ருட்டி தன் வாழ்வை முழு உணர்வுகளோடு வாழ்ந்தாள். ஆனால் வாழ்க்கையோ தன் வெறும் கைகளை ஆட்டிக் காண்பித்துவிட்டு, இதயம் இல்லாமல் அவளைத் தாண்டிச் சென்று விட்டது" என்று குறிப்பிட்டிருந்தார். ஆனால் ஜின்னாவுக்கு ருட்டியின் இந்த சோகங்கள் எதுவும் தெரியாது. அவர் நினைவெல்லாம் தன்னுடைய அரசியல் நிலைப்பாடு பற்றியே இருந்தது. காந்தி தன்மேல் சுமத்திய அரசியல் சுமைகள் என்றே அவைகளை ஜின்னா கருதினார்.

திரும்பி பம்பாய் வந்தபோது அவருக்குக் கிடைத்த காட்சி பெரும் அதிர்ச்சியளித்தது. இஸ்லாமியர்களுக்கு இப்போது காந்தி மீது ஒரு தனி மரியாதை. அந்த மரியாதையை முதலீடாக வைத்து தனது ஒத்துழையாமை இயக்கத்தை நாடு முழுவதும் பரப்புவதற்கு வேண்டிய அடிப்படை வேலைகள் அனைத்தையும் காந்தி செய்துவிட்டார். இந்தத் திட்டத்தை நிறைவேற்றுவதற்கு காந்தி காங்கிரஸ் கட்சியின் அனுமதியைப் பெற்று விட்டார் என்றால் அது நாட்டிற்கு பெரும் கேடு விளைவிக்கும் என்று ஜின்னா உறுதியாகக் கருதினர். ஏனென்றால் ஒத்துழையாமை இயக்கத்தினால் அரசு அலுவலகங்கள் மட்டுமல்ல, பள்ளிகள், நீதிமன்றங்கள், மக்கள் சபைகள் என்று அனைத்துமே மூடப்படும். இதைத் தடுப்பதற்கு ஜின்னாவுக்குத் தெரிந்த ஒரே வழி இஸ்லாமியர்களை காந்தியிடமிருந்து பிரிக்க வேண்டும் என்பதுதான். அதற்கு முதலில் கிலாபத் இயக்கத்தை முழுவதுமாகத் தன் கைகளுக்குள் கொண்டுவர வேண்டும். இந்த நினைவுகள் தான் ஜின்னாவை உந்தித் தள்ளிக் கொண்டிருந்தன. ருட்டியைப் பற்றி எந்தக் கவலையும் இன்றி தன் எண்ணங்களைத் தனக்குள் புதைத்துக்கொண்டு பம்பாய்க்குத் திரும்பினார். அதோடு தன் மனைவி தன்னைப் புரிந்து கொள்ளவேண்டும்; தனக்குத் துணையாக இருக்க வேண்டும்; ஆனால் அவள் பேசா மடந்தையாகவும் இருக்க வேண்டும் என்றும் நினைத்திருப்பார் போலும்.

ஜின்னா தான் விரும்பியபடி தன்னுடைய முஸ்லிம் லீக் தலைவர்களைக் கூட்டுவதற்கு மூன்று மாதங்களுக்கு மேல் ஆகிவிட்டது. அந்தக் கூட்டமே அப்பொழுது உள்ள நிலைமையை ஆராய்வதற்காகத் தான். ஆனால் இப்பொழுது

அதற்கான நேரம் கடந்து விட்டது. அந்தக் கூட்டம் நடத்துவதால் எந்தப் பயனும் இல்லை. ஏனெனில் காந்தி காங்கிரஸ் கட்சியை முழுவதுமாகத் தன் கீழ் கொண்டுவருவதில், அதுவும் இஸ்லாமியத் தலைவர்களின் உதவியோடு கொண்டு வருவதில் வெற்றி பெற்றுவிட்டார். ஜின்னாவின் நம்பிக்கைகள் பொய்த்துப் போயின.

ஆனாலும் ஜின்னா மனம் தளரவில்லை. மீண்டும் மீண்டும் தொடர்ந்து முயற்சிக்க வேண்டும் என்று எண்ணினார். இப்பொழுது போர்க்களம் பம்பாயிலிருந்து கல்கத்தாவுக்கு மாறியது. ஏனெனில் காங்கிரஸ் கட்சியின் சிறப்புக் கூட்டம் ஒன்று அங்கே நடத்தப்பட்டது. அதில் காந்தியின் ஒத்துழையாமை இயக்கத்தைப் பற்றிய விவாதங்கள் நடைபெறுவதாக இருந்தது. ஏற்கனவே காந்தி இஸ்லாமியர்களைத் தன் பக்கம் இழுத்து விட்டார். ஆனால் இன்னும் பல காங்கிரஸ் தலைவர்கள் இதைப் பொறுத்தவரையில் காந்திக்கு எதிரான கருத்துகளைக் கொண்டிருந்தார்கள். ஒத்துழையாமை இயக்கத்தினால் நீதிமன்றங்கள் மூடப்படும். இதனால் பல வழக்கறிஞர்களின் வாழ்க்கை கேள்விக்குறியாக மாறும். அதேபோல் தேர்தலிலிருந்து விலகி இருப்பதால் காங்கிரஸ் தவிர ஏனைய மிதவாதிகள் தேர்தல் மூலமாக அரசியல் பதவிகளைப் பிடிக்கும் நிலை வந்து விடும். இந்த எதிர்ப்பு தான் ஜின்னாவின் கடைசித் துருப்பாக இருந்தது.

கல்கத்தா செல்வதற்காகத் தனியாக ஒரு முழு ரயில் வண்டி ஏற்பாடு செய்யப்பட்டிருந்தது. ஏறத்தாழ 250 ஹோம்ரூல் இயக்க உறுப்பினர்கள் உடன் வந்தார்கள். அவர்களோடு ஜின்னாவும் ருட்டியும் அதே ரயிலில் பயணம் செய்தார்கள். பயணம் ஆரம்பித்தபோது மிகுந்த நம்பிக்கையோடு இருந்தார் ஜின்னா. ஏனெனில் ஏறத்தாழ ரயிலில் வந்த அனைவருமே காந்தியின் ஒத்துழையாமை இயக்கத்திற்கு எதிரான கருத்து கொண்டவர்களாகவே இருந்தார்கள். பம்பாயிலிருந்து கல்கத்தா செல்லும்வரை விவாதங்களும், கருத்துகளும் தொடர்ந்து பரிமாறிக்கொள்ளப்பட்டுக் கொண்டிருந்தன. இந்தப் பயணம் ருட்டிக்கு மிகவும் பிடித்தது. ஏனெனில் முதல் வகுப்புப் பெட்டியில் மூஞ்சியைத் தூக்கி வைத்துக் கொண்டிருக்கும் ஜின்னாவோடு பயணம் செய்வதை விட இது அவருக்கு உயிர்ப்போடு இருந்தது. அது ஒரு நல்ல மாற்றமாகவும்

அமைந்தது. இந்த விவாதங்களை ஆவலோடும் ஆர்வத்தோடும் கவனித்துக்கொண்டே இருந்தார்.

இவர்களின் பயணத்திற்கு முன்பே காந்தி தனது ஆதரவாளர்களோடு இன்னொரு ரயிலில் கல்கத்தாவுக்குப் பயணம் செய்தார். அவரோடு இஸ்லாமியத் தலைவர்களும் இணைந்து பயணம் செய்தனர். செல்லும் வழி எல்லாம் மக்கள் கூட்டம் அலைகடலெனத் திரண்டு வந்தும், பல மைல் தொலைவில் இருந்து வந்தும் காந்தியைப் பெரிதும் உற்சாகப்படுத்தினர். "காந்தி- சௌகத் அலி வாழ்க... வாழ்க..." என்ற கூக்குரல் ஒவ்வொரு ரயில் நிலையத்திலும் அவர்களை வரவேற்றது. மக்கள் கூட்டம் திரண்டு வந்தது; ஆனால் அவர்கள் எல்லோருமே காங்கிரஸ் கட்சியில் வாக்களிக்கும் வாய்ப்பில்லாத சாதாரண மக்கள்தான்.

காங்கிரஸ் மாநாடு நடக்க ஆரம்பிப்பதற்கு முன்பே காந்திக்கு எதிரான கருத்து உள்ளவர்கள் அனைவரும் ஒருமித்து இணைந்திருக்க ஆரம்பித்திருந்தனர். மோதிலால் நேரு, ஜின்னாவை வரவேற்பதற்காக ஹவுரா ரயில் நிலையத்திற்கே நேரடியாக வந்து விட்டார். காந்தியை எதிர்ப்பதற்காகப் பல தலைவர்கள் ஒன்றிணைந்திருந்தனர். அவர்களில் பண்டிட் மதன் மோகன் மாளவியா, சி.ஆர். தாஸ், லஜபதிராய், அன்னிபெசன்ட் அம்மையார் என்று முக்கியமான தலைவர்களின் அணிவகுப்பு இருந்தது. பெரிய வழக்கறிஞரும் அரசியல்வாதியாகவும் இருந்த சி.ஆர். தாஸ் வங்காளத்துக்காரர். அவர் தங்களுடன் ஒத்த கருத்து கொண்ட தலைவர்கள் அனைவருக்கும் காலை, மாலை, இரவு என்று தொடர்ந்து உணவளித்து பராமரித்து வந்தார். எல்லோரும் இணைந்து காந்திக்கு எதிராக வாக்களிக்க வேண்டும் என்பதே அவரது எண்ணமாக இருந்தது.

நடந்தவைகளைப் பார்க்கும் பொழுது காந்தியின் ஆதரவாளர்களுக்கு அச்சம் பற்றிக் கொண்டது. தாங்கள் வெல்ல முடியுமா என்ற சந்தேகம் அவர்கள் மனதில் ஆழமாகப் பதிந்து விட்டது. ஆனால் கடைசி நிமிடம் வரை யார் வெல்வார்கள் என்பது யாராலும் கணிக்க முடியாதிருந்தது. காந்திக்கு எதிர்ப்பாக இருந்தவர்களின் வலிமை சிறிதே கூடியதாகத் தோன்றியது. ஆனால் அதை முறியடிக்க காந்தியின் ஆதரவாளர்கள் கடைசி நிமிடத்தில் தந்திரமாக ஒருவேலை செய்தார்கள். மாநாட்டுப் பந்தலை விட்டு அவர்கள் வெளியேறி சாலையில் செல்லும் பலரை பந்தலுக்குள் கொண்டு வந்து விட்டார்கள். அவர்களும் வாக்களித்தால் நிச்சயமாக

காந்தியின் அணி வென்றுவிடும். இந்த தந்திரம் இதோடு நின்றுவிடவில்லை, மேலும் பல முயற்சிகளும் நடந்தன. கடைசி நிமிடத்தில் மோதிலால் நேரு, காந்தியின் பக்கம் தாவி விட்டார். காரணம் அவரது இளம் வயது மகன் ஜவர்கலால் நேரு. மோதிலால் மட்டுமல்ல அவரோடு உடனிருந்த ஹோம்ரூல் இயக்கத்தின் உமர் சுபானி என்பவரும் சங்கர்லால் என்பவரும் மோதிலால் நேருவோடு ஒருங்கிணைந்து மறுபக்கம் சென்றார்கள். அந்த இருவரும் மாற்று அணிக்குச் சென்றது மட்டுமல்லாமல், உடனே காந்தியின் அணிக்காகக் வாக்கு சேகரிப்பிலும் ஈடுபட்டார்கள். இந்தக் காட்சி மாற்றங்கள் மிகவும் அமைதியாகத்தான் நடந்தன. ஆனால் முழுவதும் அமைதியாக அல்ல. ஏனெனில் காந்தியோடு இருந்த செளகத் அலி, ஜின்னாவின் மீது அதிக கோபத்தில் இருந்தார். மக்கள் அனைவரும் ஆதரிக்கும் காந்தியின் வழியில் வராமல் எதிர்த்து நிற்பது அவருக்கு அத்தனை கோபத்தை வரவழைத்தது. மாநாட்டுக் கூட்டம் முடிந்து திரும்பும்போது திடீரென்று ஜின்னாவை அடிப்பதற்காக பாய்ந்து அவரை நோக்கித் வந்தார். நல்லவேளையாக மற்றவர்கள் எளிதாக அவரைப் பிடித்து அமர்த்தி விட்டனர். வழக்கம்போல் எந்தப் பதட்டமும் இல்லாமல் அந்த இடத்தை விட்டு அகன்றார் ஜின்னா.

இந்தப் பிரச்சனைகள் நடக்கும்பொழுது ருட்டி பந்தலில் அமர்ந்திருந்தார். நடப்பவையெல்லாம் அவருக்கு மிக மந்தமான நடவடிக்கைகளாகத் தெரிந்தன. ஏமாற்றம் அவர்மேல் கவிந்திருந்தது. இந்தப் போட்டியில் காந்தி வெற்றி பெற்றால் ஜின்னாவின் அரசியல் வாழ்க்கை அனேகமாகக் கவிழ்ந்துவிடும் என்பது ருட்டிக்குத் தெரியவில்லை. ஆனால் கூட்டம் முடிந்ததும் பந்தலுக்கு வெளியே அடிதடிகள் ஆரம்பித்துவிட்டன. ஆரவாரங்களும், சண்டைகளும் காதில் விழுந்தவுடன் ருட்டிக்கு உள்ளேயிருக்க இருப்புக்கொள்ளவில்லை. வெளியே சென்று கூட்டத்தையும் குழப்பங்களையும் பார்க்க வேண்டுமென்ற ஆவல் உந்தித் தள்ள, பந்தலை விட்டு இறங்கி தனது நண்பரான காஞ்சி துவாரகதாஸ் என்பவரிடம் ஓடினார். அவர் தனது தலைவரான அன்னிபெசன்ட் அவர்களைப் பாதுகாப்பாக அழைத்துச் செல்ல வேண்டும் என்பதற்காக அவருக்குத் துணையாக நின்று கொண்டிருந்தார். அவர் சட்டையைப் பிடித்து இழுத்து ருட்டி,

“என்னை வெளியே அழைத்துச் செல்லுங்கள்” என்று அவசரப் படுத்தினார். அவரால் ருட்டி கேட்பதை எவ்வாறு மறுக்க

முடியும்! ஆனாலும் "வெளியே வேண்டாம் அங்கே ஏதோ சண்டை நடக்கிறது", என்று எச்சரித்தார். ஆனால் ருட்டியோ "அதைப் பார்க்கத் தானே உங்களை அழைக்கிறேன். வாருங்கள். வேகமாக வெளியே செல்லலாம்", என்றார் தீவிரமாக. வேறு வழியில்லாமல் காஞ்சி அவரோடு வெளியே வந்தார். அந்த நாள் நிகழ்வைப் பற்றி காஞ்சி பின்னாளில் எழுதும்போது, "நல்லவேளை நாங்கள் போகும்போது சண்டை சச்சரவுகள் அனைத்தும் முடிந்து, முடிவுக்கு வந்திருந்தன" என்று எழுதியுள்ளார்.

ஆனால் உண்மையில் அப்போது சண்டை முழுவதுமாக முடியவில்லை. அந்தச் சண்டை ஜின்னாவின் தலைக்குள் தொடர்ந்து நடந்து கொண்டிருந்தது. ஒரு மாதம் கடந்தது. ஜின்னாவிற்கு காந்தியின் மீதான வெறுப்பு உச்சத்திற்குச் சென்றது. மனம் கொதித்து விட்டார். ஏனென்றால் ஹோம் ரூல் இயக்கத்தை ஆரம்பத்திலிருந்து மெல்ல மெல்லக் கட்டி எழுப்பி இருந்தார் ஜின்னா. அத்தனையையும் தவிடுபொடியாக்கி விட்டார் காந்தி. எந்த வரைமுறையும் இல்லாமல் ஹோம் ரூல் இயக்கத்தை காந்தி தலைகீழாக மாற்றிவிட்டார். தான் கட்டிய, வளர்த்துவிட்ட ஒரு இயக்கத்தை இத்தனை எளிதாக மாற்றி தன்னையும் ஏமாற்றி விட்டதாக ஜின்னா கொதித்தெழுந்தார். காந்தி தன்னை முழுமையாக ஏமாற்றி விட்டதாகவே நினைத்தார். அதோடு மட்டுமின்றி அரசியலில் தன்னைக் கீழே இறக்கி அவர் மிகவும் முன்னேறி மேலேறிச் சென்றுவிட்டதாகவும் அவருக்குத் தோன்றியது.

ஆறு மாதங்களுக்கு முன்பே ஜின்னா தனக்குள் தடுமாறிக் கொண்டிருக்கும் பொழுதே, ஹோம் ரூல் இயக்கத்தை காந்தியே தலைமை ஏற்று நடத்தட்டும் என்று காந்தியை அழைத்திருந்தார். "இதற்குச் சம்மதித்து தலைமையை ஏற்றுக் கொண்டால் அதன் மூலமாக காந்தியைத் தன் கட்டுக்குள் வைத்திருக்கலாம் என்று ஒரு கற்பனை செய்து வைத்திருந்தார்", என்று காஞ்சி தனது *'இந்திய விடுதலைக்கான போராட்டம்'* என்ற நூலில் கூறியுள்ளார். ஆனால் இருவரும் இணைந்து வேலை செய்வதற்குப் பதிலாக காந்தி, ஜின்னாவைப் புறந்தள்ளிவிட்டு ஹோம் ரூல் இயக்கத்தின் சட்ட திட்டங்களை முழுமையாக மாற்றிவிட்டார். அதோடு நிற்காமல் அந்த இயக்கத்திற்குப் புதிய பெயரைச் சூட்டினார். "சுவராஜ் சபா" என்பது அதன் புதிய பெயராக இருந்தது. இந்தப் போக்குகளை ஜின்னாவினால் நிறுத்த முடியவில்லை. ஆகவே அவரும் அவரோடு இணைந்த

வேறு 19 தலைவர்களும் இந்த இயக்கத்திலிருந்து விலகி விட்டார்கள். இந்த நிகழ்ச்சியின் முடிவில் ஜின்னா தன் பொறுமை அனைத்தையும் இழந்தவராக இருந்தார். ஒருவேளை இருவரும் அப்போது கூடிப் பேசியிருந்தால் ஏதாவது சமாதானம் தோன்றியிருக்கலாம். ஆனால் ஜின்னா நேரெதிரான ஒரு முடிவை எடுத்தார். ராஜினாமா செய்து விட்டு அதைப் பற்றி *பம்பாய் க்ரானிக்கள்* இதழில் ஒரு நீண்ட கட்டுரை எழுதினார்.

காந்தி, ஜின்னா இருவருக்குள்ளும் ஒரு நெடும் காகிதப் போர் ஆரம்பித்தது. ஜின்னாவின் கடிதத்திற்கு 20 நாட்களுக்குப் பிறகே காந்தி பதில் கொடுத்தார். இந்தத் தாமதம் ஜின்னாவை எரிச்சல் படுத்தியது. அதோடு காந்தி, ஜின்னா தன் கருத்துகளை மாற்றவேண்டும் என்று உபதேசம் செய்ய ஆரம்பித்து விட்டார். இந்த அறிவுரைகள் ஜின்னாவை மீண்டும் சீண்டி விட்டன. காந்தி தான் எந்த சட்டதிட்டங்களையும் மாற்றவில்லை என்று ஜின்னா குற்றச்சாட்டுகளை மறுத்தார். பொறுத்தது போதும் என்று பொங்கி எழுந்து விட்டார் ஜின்னா. ஒரு நீண்ட கடிதம்... பல பக்கங்கள் கொண்டது. அது *பம்பாய் க்ரானிக்கள்* செய்தித்தாளில் வெளிவந்தது. ஜின்னாவின் கோபமும், ஏமாற்றமும், காந்தி மீதான வெறுப்பும் அக்கடிதத்தில் எதிரொலித்தன. "காந்தி எதையுமே பிளவுபடுத்தி விடுகிறார்; இதுவரை அவர் நுழைந்த எந்த அமைப்பையும் இரண்டாக உடைத்து விடுகிறார். நாடு முழுக்க அவர் இதையே தொடர்ந்து செய்து வருகிறார். இந்துக்களிடமிருந்து இஸ்லாமியர்களையும், இந்துக்களிடமிருந்து இந்துக்களையும், இஸ்லாமியர்களிடமிருந்து இஸ்லாமியர்களையும், அவ்வளவு ஏன் தந்தையிடமிருந்து மகனையும் கூட பிரித்து விடுகிறார்."

மக்கள் அனைவரும் காந்தியை மகாத்மா என்று தலை மேல் தூக்கி வைத்துக் கொண்டு கொண்டாடிக் கொண்டிருந்தனர். ஆனால் ஜின்னா காந்தியைத் தனிப்பட்ட முறையில் தாக்கிப் பேசவும், எழுதவும் ஆரம்பித்துவிட்டார். அதுவும் காந்தியை ஆதரிப்பவர்களைப் பற்றிக் கூறும் போது, அவர்கள் எல்லோரும் அரசியல் வாழ்க்கையில் தற்கொலை செய்து கொள்வது போன்றுள்ளார்கள் என்று எழுதியிருந்தார்: "மக்கள் சுதந்திரத்திற்காக ஆவலோடு காத்திருக்கும்போது காந்தி எடுக்கும் முயற்சிகள் அனுபவமில்லாத இளைஞர்களையும், படிப்பறிவில்லாத பாவப்பட்ட மக்களையும் திசைதிருப்பி விடுகிறது; மக்களுடைய கற்பனைகளை முறித்துப் போடுகிறது" என்றும் எழுதினார்.

ஜின்னா அரசியலுக்குள் நுழைந்து 23 நீண்ட ஆண்டுகள் ஆகிவிட்டன. ஆனால் இந்த முறை மட்டுமே அவர் இந்த அளவு கோபத்தின் உச்சிக்குச் சென்றார். ஆனால் அதற்காக அவர் மிகப் பெரிய விலையும் கொடுக்க வேண்டியதாகப் போய்விட்டது. புகழின் உச்சாணிக் கொம்பில் இருந்த ஜின்னா, 'பம்பாயின் முடிசூடா மன்னன்' என்ற பெயர்பெற்ற ஜின்னா, தன் புகழை எல்லாம் இழந்து கடை நிலைக்குச் சென்று விட்டார். அவ்வளவு ஏன்... 20 ஆண்டுகளாக அவரைத் தங்கள் தலைவராகத் தூக்கி வைத்துக் கொண்டாடிக் கொண்டிருந்த இஸ்லாமியர்கள் கூட அவர் மீது வெறுப்பை உமிழ ஆரம்பித்துவிட்டார்கள்.

ஜின்னாவின் கோபமும் வேகமும் எதில் போய் முடிந்தது என்பதைத் தெரிந்துகொள்ள ஏழு வாரங்கள் ஆகிவிட்டன. அது காங்கிரஸ் கட்சியின் மாநாடு நாக்பூரில் நடந்தபோது வெளிவந்தது. அந்த மாநாட்டை காங்கிரஸ் கட்சி காந்தியின் ஒத்துழையாமை இயக்கத்தை ஒரு தேசியப் போராட்டமாக எடுத்துக்கொள்ளவேண்டும் என்ற தீர்மானத்தைக் கொண்டு வருவதற்காகவே கூட்டியது. மூன்று மாதங்களுக்கு முன்பு கல்கத்தாவில் இருந்த காந்திக்கும் இன்று நாக்பூரில் இருக்கும் காந்திக்கும் எவ்வளவு பெரும் வேற்றுமை! இந்தக் குறுகிய நாட்களான மூன்று மாதத்திற்குள் மனிதனாக இருந்த காந்தி மகாத்மாவாக மாறி, பின் அதையும் தாண்டி 'வாழும் கடவுள்' என அனைத்து மக்களாலும் போற்றப்பட்டார். காந்தி நாட்டைச் சுற்றி வரும் காலத்தில் அவரைத் தூரத்திலிருந்தாவது பார்ப்பதற்காகவே கூட்டம் கூட்டமாக மக்கள் திரண்டு வந்தார்கள். தங்கள் காந்திக்கு எதிராக ஒருவர் விரல் நீட்டினால் அவரைத் தேச துரோகி என்று குற்றம் சாட்ட மக்கள் தயாராக இருந்தனர். ஆனால் மக்கள் மத்தியில் இவ்வளவு உயர்ந்த எண்ணங்கள் இருந்தாலும் காங்கிரஸ் தலைவர்களின் நடுவில் பலருக்கு காந்தியின் ஒத்துழையாமை இயக்கத்தின் மீது எந்த நம்பிக்கையும் இல்லை. ஆனால் தங்கள் நம்பிக்கையின்மையை வெளியே காண்பிக்கவில்லை. ஜின்னாவைப் போல் வெளிப்படையாக அதை எதிர்த்து பேச யாருக்கும் தைரியம் இல்லை. பிரிந்து நின்ற அந்தத் தலைவர்களைத் தன்பக்கம் இழுப்பதற்காக காந்தி, சௌகத் அலி அவர்களின் துணையை நாடினார். அவரைத் தனது தூதுவராக அனுப்பினார். ஒரு சமாதானத் தூதுவரை அவ்வாறு அனுப்பியதால் சில எதிர்பாராத திருப்பங்கள் நடந்தேறின. எதிர்ப்புறம் இருந்த தலைவர்கள் ஒவ்வொருவரையும் தனித்தனியாகச் சந்தித்து அவர்களைச் சமாதானப்படுத்த முயற்சி செய்தார். அவர் பார்க்கத் தவிர்த்த

ஒரே மனிதர் ஜின்னா மட்டுமே. ஏனெனில் செளகத் அலி ஜின்னாவை தனது பரம வைரியாகப் பார்த்தார். எந்த அளவு காங்கிரஸ் கட்சியால் ஜின்னா ஒதுக்கப்பட்டார் என்பது 1920இல் டிசம்பர் மாதம் நடந்த காங்கிரஸ் மாநாட்டில் தெளிவாகத் தெரிந்தது. ஜின்னாவும் அவருடன் இருந்த அவர் மனைவி ருட்டியும் காங்கிரஸ் மக்களுக்கு தீண்டத்தகாதவர்கள் ஆகிப் போனார்கள்.

காந்தியின் சமாதானத்திற்காகத் தன் எதிரணியில் இருந்த ஒருவரை மட்டும் குறிவைத்து மிகவும் போராடி, தன் பக்கம் இழுக்க முயற்சி செய்துகொண்டே இருந்தார் செளகத் அலி. அவர் கல்கத்தாவிலுள்ள காங்கிரஸ்காரரர் சி.ஆர்.தாஸ். ஆனால் தாஸ் நாக்பூரில் நடந்த அந்த காங்கிரஸ் மாநாட்டிற்கு வங்காளத்தில் இருந்து 1800 சார்பாளர்களைத் தன்னோடு, தன் சொந்த செலவில் கூட்டி வந்திருந்தார். தனியாக ஓர் இடத்தில் அவர்களை வைத்திருந்தார். அந்தக் காலத்தில் தாஸ் அவர்கள் இதற்காக செலவழித்த பணம் ஐம்பது ஆயிரம் ரூபாய்! முன்பு நடந்ததுபோல காந்தியின் ஆதரவாளர்கள் ஏதாவது ஒன்றைச் செய்து தவறான முறையிலும் கூட வெற்றி பெறுவது வழக்கம். அது போன்ற ஒன்று இந்தமுறை நடக்கக் கூடாது என்பதற்காகவே தீவிரமாக படைதிரட்டி வந்திருந்தார். அவருடைய சார்பாக அவரோடு வந்தவர்களை “வங்காளப் படை” என்றே பெயர் வைத்துவிட்டார்கள். மாநாடு நடக்கும் இடத்தில் திரும்பும் இடமெல்லாம் வங்காளப் படையினரே. ஆனால் செளகத் அலி விடாமல் தொடர்ந்து தனது சமரச முயற்சிகளை நடத்திக் கொண்டிருந்தார். உள்ளே சமாதானப் பேச்சுகள்; வெளியே தொண்டர்களுக்குள் அடிதடி. வங்காளப் படையினர் பலர் தலை உடைந்து அவதிப்பட்டனர். ஆனால் காந்தி இதை “இதெல்லாம் ஒரு குடும்பச் சண்டை” என்று பெயர் வைத்து அந்த நிகழ்ச்சியை எளிதாகக் கடந்து விட்டார்.

செளகத் அலி ஒரு திறமையான சமாதானத் தூதுவர். எல்லோரிடமும் கெஞ்சி நிற்பதும், மிரட்டி எடுப்பதும் என்று மாறி மாறி பல உருவங்கள் எடுத்துத் தன் சமாதான முயற்சிகளை முன்னெடுத்துக் கொண்டிருந்தார். அது நல்ல பயன் அளித்தது. எதிர்க் கட்சியிலிருந்து தலைவர்கள் ஒவ்வொருவராகப் பணிந்தார்கள். எதிரணியில் எண்ணிக்கை குறைந்துகொண்டே போனது. இறுதியில் ஜின்னா தன்னந்தனி ஆளாக நின்று கொண்டிருந்தார். மக்கள் கூட்டமும் ஜின்னாவின் மன மாற்றத்திற்காகக் காத்துக் கொண்டிருந்தது.

அன்னிபெசன்ட், கல்கத்தா மாநாட்டில் தன் முயற்சிகளுக்கு கிடைத்த மோசமான தோல்வியும் மக்களின் எதிர்ப்பும் நன்கு நினைவில் இருந்ததால் இந்த மாநாட்டிற்கு வருவதையே தவிர்த்து விட்டார். மோதிலால் நேரு. பாவம்... அவர் மகன் ஜவகர்லால் நேரு உணர்வுப்பூர்வமாகப் பேசி தந்தையை தன் பக்கம் இழுத்து விட்டார். அன்னிபெசன்ட் வராமலேயே தப்பித்தார். ஆனால் பண்டிட் மதன் மோகன் மாளவியா கூட்டத்தினரிடம் இருந்து வலுவான எதிர்ப்பைச் சந்தித்தார். அதுவும் மாநாட்டின் ஆரம்ப நாட்களிலேயே இந்த எதிர்ப்பு மக்களிடமிருந்து அவருக்குத் தொடர்ந்து வந்துகொண்டே இருந்தது. ஆகவே முடிவு எடுக்கும் இறுதி நாளில் தனக்கு மலேரியா காய்ச்சல் என்று சொல்லி அவரும் மாநாட்டுக்கு வரவில்லை. இன்னொருவர் அவர்களோடு இணைந்து வேலை செய்த ஜி.எஸ். கப்பார்தே. காந்தியின் போராட்டத்தை எதிர்த்து மாநாட்டில் பேசிக்கொண்டிருந்தார். ஆனால் மக்கள் கேலிக் குரலெழுப்பி அவரைப் பேசவிடாமல் தடுத்தனர். தன் பேச்சை பாதியிலேயே முடித்துக் கொண்டு விரைந்து வெளியேறினார். ஆனால் இவர்கள் எல்லாரையும் விட மிக மிக முக்கியமான ஒரு மனிதரும் மறுபக்கம் தாவி விட்டார். வேறு யாருமல்ல... அது சி.ஆர். தாஸ் அவர்கள்தான்! அவர் அந்த பக்கம் சென்றது பெரிதல்ல. அதைவிட காந்தி கொண்டு வந்த தீர்மானத்தை முன் மொழிந்ததே அவர்தான். உக்கிரமாக எதிர்த்து நின்றவர் பணிந்து தீர்மானத்தைக் கொண்டு வந்தார். இந்தப் போர்க்களத்திலும் ஜின்னா தோல்வியடைந்தார். ஆனால் ஜின்னா தோல்வியை ஒப்புக்கொண்டு பின்வாங்கவில்லை. இன்னும் துணிந்து, தனித்து நின்றார்.

எல்லோரையும் போல் உணர்ச்சிகளுக்கு அடிமையாக இருந்திருந்தால் ஜின்னா அப்பொழுதே தன் பெட்டி படுக்கைகளுடன் வெளியே கிளம்பி இருப்பார். ஆனால் அவர் அப்படிப்பட்டவர் அல்ல. எந்த அழுத்தத்திலும் எந்த தாக்கத்திலும் தான் பிடித்த பிடியை விடாத மனிதர் அவர். ஆகவே அந்தக் காங்கிரஸ் மாநாட்டில் தனித்து நிற்கத் தயாராகவே இருந்தார். இப்பொழுது காங்கிரஸ், காந்தி என்ற ஒரே தலைவரின் கட்டுக்குள் இருந்தது. அவர் சொல்வதே மந்திரமாக ஆகிவிட்டது. அனைவரும் பணிந்து விட்டனர். ஆனால் ஜின்னா தனித்து நிற்பதற்குத் தயக்கம் காட்டவில்லை. மேடையில் ஏறிப் பேசவும் தயங்கவில்லை. அவருக்கே தெரியும் மக்களிடமிருந்து எந்தவிதமான வரவேற்பு அவருக்குக் கிடைக்கும் என்று. அதனால் அவர் தயங்கவில்லை.

வழக்கம்போல் தன் உணர்ச்சிகளை மூட்டை கட்டித் தனியே வைத்துவிட்டு தன் பேச்சைத் தொடர்ந்தார். காட்டுக் கூச்சல் அவரைப் பேச விடாமல் இருக்க முயற்சி செய்தது. மனம் தளராமல் பேசிக்கொண்டிருந்தார். எந்த அளவு மக்கள் ஜின்னாவைக் கேவலப்படுத்தினார்கள் என்றால் ஆங்கிலேய லேபர் கட்சித் தலைவர் ஒருவர் சிறப்பு விருந்தினராக வந்திருந்தார். அவராலேயே அந்தக் கூச்சலையும் குழப்பத்தையும் பொறுத்துக்கொள்ள முடியாத அளவிற்கு இருந்தது. அவர் மேடையிலிருந்து எழுந்து நின்று, "இந்த காங்கிரஸ் மாநாட்டில் திரு. ஜின்னா அவர்களை நடத்திய விதம் மிக மிக வேதனை அளிக்கிறது" என்று வேதனையோடு பேசினார். மேலும் தொடர்ந்து, "கட்சி உறுப்பினர்கள் எதிரணியினர் பேசினாலும் அதைப் பொறுமையோடு கேட்பதே நல்ல நாகரீகம்" என்று அறிவுறுத்தினார். அதைக் கேட்பதற்கு அங்கு யாரிருந்தார்கள்!

அந்த ஆங்கிலேயர் கொடுத்த அறிவுரை எல்லாம் காற்றோடு காற்றாக மறைந்து போனது. அதைக் கேட்பதற்கு யாருமில்லை. மாநாட்டின் இறுதி நாள். காந்தியின் தீர்மானத்தை எதிர்ப்பதற்காக ஜின்னா எழுந்து நின்றார். அவரைப் பேச விடுவதற்கு மக்கள் தயாராக இல்லை. ஏறத்தாழ 3 ஆயிரம் பேர் மட்டுமே இருக்கக்கூடிய இடத்தில் 16 ஆயிரத்தில் இருந்து 50 ஆயிரம் வரை மக்கள் கூட்டம் அங்கே கூடியிருந்தது. அத்தனைப் பெரிய கூட்டமாக இருந்தாலும் காந்தியும், லஜபதிராயும் பேசும்பொழுது அத்தனை அமைதியாக, பொறுமையாக அந்த மக்கள் இருந்தனர். ஆனால் இப்போது ஜின்னா தீர்மானத்தை எதிர்த்து பேசுவதற்காக வந்தபோது அந்த பெருங்கூட்டம் ஒரு பெரிய சந்தைக் கூட்டமாக மாறியது. கேலிக் குரல்களும் எதிர்ப்புக் குரல்களும் ஜின்னாவை பேசவிடாமல் தடுப்பதற்கு முயற்சி செய்தன. அவ்வளவு எளிதில் விட்டு விடுபவர் அல்ல ஜின்னா. 'இந்தத் தீர்மானத்தை எதிர்த்து பேசுவதற்காக எழுகிறேன்' என்று ஜின்னா பேச ஆரம்பித்ததும், கூக்குரல்கள் இன்னும் அதிகமாகின. ஜின்னாவின் குரல் வெளியே கேட்க முடியாத அளவிற்கு கூச்சலும் குழப்பமும் விரவிக் கிடந்தன. ஜின்னா பேசாமல் போக விரும்பவில்லை. மீண்டும் அதே வார்த்தைகளைச் சொன்னார். "இந்தத் தீர்மானத்தை எதிர்த்து பேசுவதற்காக எழுகிறேன்" என்றார். அதுவும் கூட்டத்தின் கூச்சலுக்குள் மறைந்துபோன வார்த்தைகளாகிவிட்டன. மூன்று முறை முயற்சித்தார். ஆனால் திரண்டிருந்த கூட்டம் அவருக்கு முற்றிலும் எதிராகத் திரண்டு நின்றது. ஜின்னாவுக்கும் மக்களுக்குமான ஒரு போட்டியாகவே அது இருந்தது.

இறுதியில் ஜின்னா பேசுவதற்கு சிறிது வாய்ப்பு கிடைத்தது. பேச ஆரம்பித்தார். ஆனால் அவர் எப்போதெல்லாம் "திரு காந்தி" என்ற பெயரை உச்சரித்தாரோ, அப்போது கூட்டத்தினர் "மகாத்மா காந்தி என்று கூப்பிடு" என்று கட்டளையிட்டனர். அதேபோல் மகாத்மா காந்தி என்று அழைத்து தான் பேசிய பேச்சைத் தொடர்ந்தார். ஆனால் மக்களுக்கு இதுவும் போதவில்லை. ஜின்னா எப்பொழுதெல்லாம் முகமது அலி என்று சொல்லும்போது, அதற்கு பதில் மக்கள் அவரை "மௌலானா" என்று சொல்லி அழைக்கக் கத்தினர். ஆனால் ஜின்னா அதை ஒத்துக் கொள்ளவில்லை. இது அவருடைய பொறுமையை அதிகமாகச் சோதிப்பதாக இருந்தது. "உங்கள் கட்டளைக்கு எல்லாம் நான் அடிபணிய முடியாது", என்று பதிலளித்தார். எனது கருத்துகளை எனக்குப் பிடித்த மொழியில் என் விருப்பம் போல் பேசுவதற்கான சுதந்திரம் எனக்கு இருக்கிறது. நீங்களும் சுதந்திரத்திற்காகப் போராடிக்கொண்டு, என்னுடைய சுதந்திரத்தை எனக்குத் தர மறுக்கிறீர்கள்", என்று கோபமாகப் பதிலளித்தார். இன்னும் பெரும் கூச்சல் எழுந்தது. மேடையிலிருந்த உறுப்பினர்கள் பலரும் அவர் பேச்சை நிறுத்தும்படி கேட்டுக் கொண்டார்கள். ஆனால் ஜின்னா மறுத்துவிட்டார். யாரும் கவனித்தார்களோ கவனிக்கவில்லையோ எல்லார் காதிலும் விழுந்ததோ இல்லையோ தான் சொல்ல வந்ததை சொல்லி விட்டுத்தான் மேடையிலிருந்து இறங்கினார். அந்த இறுதிப் பேச்சில் அவர் காந்தியிடம் வேண்டுகோள் ஒன்றை வைத்தார். உங்களுக்கு இருக்கும் மிகப்பெரிய செல்வாக்கை வைத்து உங்கள் போராட்டம் மோசமாக முடிவதற்கு முன் நிறுத்தி விடுங்கள்" என்று கூறிவிட்டு மேடையை விட்டு இறங்கினார். கூட்டம் என்னவெல்லாமோ சொல்லிக் கத்தியது. வெட்கம்... வெட்கம் என்று ஒரு பக்கம்... மோசக்காரன்...மோசக்காரன் என்று இன்னொரு பக்கம்.

மாநாட்டுப் பந்தலுக்குள் நடந்த எதையுமே ருட்டி பார்க்கவில்லை. நல்லவேளை! ஆனாலும் நிச்சயமாக யார் சொன்னாலும் பந்தலுக்கு வெளியே இருக்க ஒத்துக் கொண்டிருக்க மாட்டார். ஆனால் வலுக்கட்டாயமாக அவர் வெளியேற்றப்பட்டார். ஜின்னாவும் ருட்டியும் மாநாட்டுப் பந்தலுக்கு காலையில் வந்தார்கள். அவர்கள் வந்ததுமே உறுப்பினர்கள் சிலர் கூட்டத் தலைவருக்கு ருட்டியின் உடை பற்றிய தங்கள் எதிர்ப்பைத் தெரிவித்தார்கள். நாக்பூர் வந்ததிலிருந்து ஜின்னாவுக்கு வரும் அடுத்தடுத்த அவமானங்களில் இதுவும் ஒன்று. எப்பக்கமும் சாராத சிலர்

ருட்டியின் உடையைப் பற்றி எந்தக் குறையும் சொல்லவில்லை. அன்றிருந்த பாணிக்கு ஏற்றது போல ஒரு அழகான சேலையில் கையில்லாத ரவிக்கை அணிந்து வந்திருந்தார். ஆனால் நெஞ்சை நீட்டி நிமிர்த்தும் 'நல்லவர்கள்' சிலர் இந்த உடையை எதிர்த்து நின்றனர். அவர்கள் எழுதிக் கொடுத்த சீட்டினை கூட்டத்தின் தலைவர் கிழித்துப் போட்டிருக்கலாம். ஆனால் அவர் கூட்டத்தினரை விட வன்மையாக நடந்தார். அவர் முறைதவறி அந்தச் சீட்டை ஜின்னாவிடம் அனுப்பினார். அதாவது ஜின்னா தனது மனைவியோடு வெளியேறவேண்டும் அல்லது ருட்டி மட்டுமாவது வெளியேற வேண்டும். அப்படி வெளியேறினால் அவர் அணிந்த உடை தவறு என்பதை அவரே ஒப்புக் கொள்வது போன்றது. வேண்டுமென்றே ஜின்னாவுக்கு எதிர்த்திருக்கும் கூட்டத்தினர் இப்படி ஒரு தண்டனையை, அவமானத்தைக் கொடுக்க நினைத்தார்கள். ஜின்னா தன் கைக்கு வந்த சீட்டை வாசித்துவிட்டு அப்படியே ருட்டியிடம் கொடுத்தார். ருட்டி அதை வாங்கிப் பார்த்தார்; படித்தார்; வெளியேறிவிட்டார்!

இதுவே ஒரு பெரிய வேதனை. ஆனால் இதோடு முடியவில்லை. இன்னொரு பெரும் வேதனை அவர்களுக்காகக் காத்திருந்தது. காங்கிரஸ் மாநாட்டை அடுத்து அங்கேயே முஸ்லிம்லீக் மாநாடு நடக்கவிருந்தது. நடந்ததெல்லாம் போதும் என்ற எண்ணத்தில் ஜின்னா அந்த மாநாட்டில் கலந்து கொள்ளாமல் ஊருக்கு கிளம்பினார். ஆனால் காந்தியின் ஒத்துழையாமை இயக்கத்திற்கு ஒத்துழைத்த தொண்டர்கள் அனைவரும் ஜின்னாவையும், அவர் மரியாதையையும் இன்னும் கெடுக்க நினைத்தார்கள். பம்பாய் செல்லும்வரை ஆங்காங்கே கூடி நின்று, எல்லா ரயில் நிலையங்களிலும் ஜின்னாவை அவமானப்படுத்தினார்கள். இது போதாது என்பது போல் அதே ரயிலில் பயணம் செய்து கொண்டிருந்த சௌகத் அலி, அக்கோலா என்ற ரயில் நிலையத்தில் பெரும் கூட்டத்தைக் கூட்டி முதல் வகுப்பிலிருந்த ஜின்னாவை வெட்கம் வெட்கம்... அவமானம் அவமானம் என்றெல்லாம் கத்திக் கஷ்டப்படுத்தினர். ருட்டி மிகவும் கவலைப்பட்டார். ஆனால் ஜின்னா அதைக் கண்டுகொள்ளாமல், கவலைப்படாமல் அமர்ந்திருந்தார். அவர் உண்மையில் கவலைப்படாமல் அமர்ந்திருந்தாரா; கவலைப்படாமல் இருப்பது போல் தோற்றமளிக்க நினைத்து கவலைகளை எல்லாம் தன் மனதிற்குள் போட்டு பூட்டிக் கொண்டாரா? யாருக்குத் தெரியும்!

அத்தியாயம் பதினேழு

மும்பைக்குத் திரும்பியதும் ருட்டி செய்த முதல் வேலை டைம்ஸ் ஆப் இந்தியா செய்தித்தாளுக்குக் கடிதம் ஒன்று எழுதியதுதான். மிகவும் கோபமாக எழுதப்பட்ட கடிதம் அது. கல்கத்தாவிலிருந்து பம்பாய்க்கு வரும் வழியில் ஜின்னா எவ்வளவு கேவலமாக நடத்தப்பட்டார் என்பதைப் பற்றி அந்தக் கடிதத்தில் எழுதியிருந்தார். இந்தக் கடிதத்தின் மூலம் ருட்டி ஒரு விஷயத்தைத் தெளிவுபடுத்தியுள்ளார். ஜின்னாவிற்கும், ஏன் அகில உலகத்திற்கும் தான் ஜின்னாவின் பக்கமே நிற்பதாக ருட்டி காண்பித்துக் கொண்டார்.

பெரிய முகமூடியைப் போட்டு ஜின்னா தன் உள்ளக்கிடக்கையை மறைத்துக் கொண்டார். ஆயினும் நடந்த நிகழ்வுகளால் ருட்டியின் மனதிற்குள் இருந்த கனிவு தானாகவே வெளி வந்தது. அவர் தன் வழியில் ஜின்னாவிற்குப் பாதுகாவலாக இருந்தார். அதனால் விளையக்கூடிய அனைத்துக்கும் அவர் தயாராகவும் இருந்தார். ருட்டியின் கடிதம் நிச்சயம் அவரைப் பாதிக்கலாம். கடிதம் எழுதியதும் அதை எந்தச் செய்தித்தாளுக்கு அனுப்புவது என்று நெடு நேரம் ருட்டி யோசித்தார். நிச்சயமாக பம்பாய் க்ரானிக்கிள் நாளிதழுக்கு அனுப்புவதில்லை என்று முடிவெடுத்தார். அந்தச் செய்தித்தாளைத் தான் ருட்டி வழக்கமாக வாசித்துக் கொண்டிருக்கிறார். அதோடு ஜின்னாதான் அந்த பத்திரிகையின் ஆட்சிக் குழுவின் தலைவராக இருக்கிறார். அதில் பதிவிடுவது ஜின்னாவிற்கும் சரியாக இருக்காது. ஆகவே அதைத் தவிர்த்து விட்டார். வேண்டுமென்றே எதிரான ஒரு செய்தித்தாளுக்குக் கொடுக்க வேண்டும் என்று நினைத்தார். தன் பெயரை மறைத்துக்கொண்டு அந்தக் கடிதத்தை அனுப்பி வைக்க நினைத்தார். பெயரை மறைத்தது தனக்காக அல்ல; ஜின்னாவிற்காக. அவருக்குத் தேவையில்லாத ஒரு சிரமத்தை கொடுக்கக் கூடாது என்பதற்காகவே வேறு

பெயரைத் தேர்ந்தெடுத்தார். இவர் கடிதம் அனுப்பிய அடுத்த நாளே டைம்ஸ் ஆப் இந்தியா செய்தித்தாளில் 'R' என்ற பெயரோடு, 'செயல்முறையில் ஒத்துழையாமை' என்ற தலைப்பில் வெளிவந்தது. அடியோடு ஜின்னா வெறுத்த அலி சகோதரர்களைக் குறிவைத்து அந்தக் கடிதம் எழுதப்பட்டிருந்தது. காந்தியைப் பற்றி அந்த கடிதத்தில் R எதுவுமே பேசவில்லை. காந்தி, ஜின்னாவின் முதல் எதிரி ஆகிவிட்டார். ஆனால் ருட்டியின் மனதில் அவ்வாறில்லை. அதில் ஒரு குழப்பம் இருந்தது உண்மைதான். அந்தக் கடிதத்தில் "அகோலா ரயில்நிலையத்தில் பெரும் கூட்டம் கூடியிருந்தது. அந்தக் கூட்டத்தில் சௌகத் அலி மிகச் சுருக்கமாக ரயிலில் வரும் ஜின்னாவை பார்த்துக் கூச்சலிட்டு அவமானப்படுத்த வேண்டும் என்று அங்கிருந்த மக்களிடம் கூறினார். முதல் வகுப்பில் ஜின்னா, ருட்டியுடன் வந்துகொண்டிருந்தார். ஜின்னா அப்போது முழுமையாக அவமானத்துக்கு உட்படுத்தப்பட்டார். இந்த நிகழ்வு அஹிம்சையை அடிப்படையாகக் கொண்ட ஒத்துழையாமை இயக்கத்திற்கு நேர் எதிரான ஒரு தவறான செயல்பாடு", என்றிருந்தது.

நிச்சயமாக ஜின்னாவிற்கு இந்தக் கடிதம் மிகவும் பிடித்திருக்கும். ருட்டி வெளிக் காண்பித்திருந்த அந்த ஒட்டுறவு அவருக்கும் புரிந்திருக்கும். பெண்கள் என்றாலே அப்படித்தான் இருக்க வேண்டுமென்பது ஜின்னாவின் எதிர்பார்ப்புதான். ஆனால் இப்பொழுது ஜின்னா தன் மனம் உடைந்து போகவில்லை என்று ருட்டியிடம் காண்பிக்க விரும்பினார். ருட்டியிடம் மட்டுமல்ல தனக்குத்தானே அதைக் காண்பித்துக் கொள்ள வேண்டும் என்றும் விரும்பினார். ஒவ்வொரு அரசியல்வாதிக்கும் தடித்த தோல் இருக்க வேண்டும் என்று தன்னோடு இருக்கும் இளைய தலைமுறையினருக்கு அவர் அடிக்கடி சொல்வதுண்டு. ஆனால் அந்தப் பழைய உறவுகள் எல்லோரும் இப்பொழுது அவரிடமிருந்து விலகி விட்டார்கள். அவரால் கவரப்பட்ட இளைஞர்கள், வழக்கறிஞர்கள், வியாபாரிகள், படித்தவர்கள் என்ற பலரும் வாழ்க்கையில் பணம் பண்ணுவது மட்டுமே குறிக்கோள் என்பதை தவிர்த்துவிட்டு வாழ்ந்த வித்தியாசமானவர்கள். இவர்கள் எல்லோரும் ஜின்னாவின் அறைக்கு வந்து அவர் பேசுவதைக் கேட்க அத்தனை ஆர்வத்துடன் இருப்பவர்கள். அப்படி பங்கேற்க வருவதையே ஒரு கௌரவமாக நினைத்தார்கள். இந்தச் சந்திப்புகளை பாட் லக் என்று ஜின்னா அழைப்பார். ஆனால் இப்போதெல்லாம் இந்தச் சந்திப்புகள் இல்லாத ஒன்றாக

ஆகிப் போய்விட்டன. நாக்பூரில் நடந்த நிகழ்விற்குப் பிறகு அந்த இளைஞர்கள்...உமர் சுபானி, சங்கர்லால் பேக்கர், சையட் ஹுசைன்... ஒவ்வொருவராய் மறைந்து விட்டார்கள். அரசியல் ஏமாற்றங்கள் ஜின்னாவை எதிலும் வெறுப்பு கொள்ளவும், முரட்டுத்தனமாகவும் மாற்றி இருந்தன. அரசியல் தலைவர்கள் அப்படிக் கட்சி மாறியதைப் பொறுத்துக் கொள்ள முடியவில்லை; நிச்சயம் அவர்களை மன்னிக்க முடியாது. அந்தக் கோபத்தினால் ஜின்னா தன் கடுமையான மறுபக்கத்தை வெளிக்கொண்டு வந்துவிட்டார். அதனால் தான் இளைஞர்கள் விலகினார்கள். மறுபக்கம் அவருடைய வக்கீல் தொழில் அவரை வலிந்து அழைத்தது. முழுவதுமாக அந்தத் தொழிலில் மூழ்கிப் போனார். பழி வாங்குவது போல் மிகத்தீவிரமாகத் தன் வழக்கறிஞர் வேலையைப் பார்த்துக் கொண்டிருந்தார். ஆனால் பலரும் அவர் பணத்திற்காக மட்டும் அவ்வாறு உழைக்கிறார் என்று நினைத்தார்கள். ஆனால் இப்போது அவருக்குப் பணம் ஒரு பொருட்டல்ல. அதையும் தாராளமாகச் சம்பாதித்து விட்டார். அந்தப் பணத்தை புத்திசாலித்தனமாக முதலீடும் செய்து விட்டார். ஜின்னா எல்லாவற்றையுமே மிகத் திறமையாகச் செய்து வந்தார். அதற்கு ஒரே காரணம் அரசியலில் மேலெழுந்து வர வேண்டும் என்பதே. ஆனால் அதில் அவருக்குக் கிடைத்தது தோல்விதான். இழந்ததை மறக்க தன்னை வழக்கறிஞர் வேலையில் தீவிரமாக ஈடுபடுத்திக் கொண்டிருந்தார். இரவு வெகுநேரம் வரை விழித்திருந்து வழக்குகளின் தயாரிப்பில் ஈடுபட்டிருந்தார். ஆனால் வீட்டுக்கு எப்போதும் போல் மிகச் சரியாக மாலை ஆறு மணிக்கு வந்து சேர்ந்து விடுவார். அதன்பிறகு நூலகம் தான் அவரின் இருப்பிடம். இரவு சாப்பாட்டுக்குக் கூட அவ்வளவு எளிதில் வெளியே வருவதில்லை. அவரை ஓரளவாவது சாப்பிட வைப்பதற்கு ருட்டி மிகவும் கஷ்டப்பட வேண்டியதிருந்தது. வீட்டில் மௌனவிரதம் காப்பதுபோல் எதுவுமே பேசுவதில்லை. பின்னாளில் காஞ்சி துவாரகதாஸிடம் ருட்டி அன்போடு ஜின்னாவைப் பற்றி, "மிகக் கடுமையாக, அதிகமாக உழைப்பதே அவரது பழக்கமாகிவிட்டது", என்று கூறியிருந்தார். ஜின்னா வேலை செய்து கொண்டிருக்கும் பொழுது யாராலும் அதைத் நிறுத்த முடியாது என்பது எல்லோருக்கும் தெரியும். ஆனால் ருட்டி கெஞ்சிக் கூத்தாடியோ, அன்பாகப் பேசியோ அவரைச் சாப்பிட வைத்து விடுவார். இதைப்பற்றி பின்னாளில் அவர் காஞ்சியிடம் "நான் அவ்வாறு செய்யாவிட்டால் அவர் சாப்பிடாமலேயே இருந்து விடுவார்", என்று கூறியிருந்தார்.

அவர் மௌனமாக தனது உலகத்திலேயே குமைந்து போய் உட்கார்ந்திருப்பதைப் பார்த்து ருட்டி மிகவும் கவலைப்பட்டார். தனிப்பட்ட முறையில் ருட்டிக்கு தனிமையும் ஏமாற்றங்களும் நிறைய இருந்தன. ஆனால் அதைத் தனக்கு தானே கூட அவர் உறுதி செய்துகொள்ளத் தயாராக இல்லை. ஆனால் ருட்டிக்கு தன்னைப் பற்றியே ஒரு ஐயம் மனதில் மெல்ல எழ ஆரம்பித்தது. ஜின்னா எப்போதாவது தன் மனதையும் ஆன்மாவையும் திருப்தி செய்து கொள்ள முடியுமா என்ற கேள்வி அது. முடியாது என்பதாகவே அவருக்குத் தோன்றியது. இந்த தனது ஐயத்தை அவர் மெல்ல சரோஜினியிடம் எடுத்துச் சென்றார். அதே சமயம் இதனாலெல்லாம் ஜின்னாவின் மீது அவர் வைத்திருந்த அன்பும் ஆசையும் குறையவில்லை. அவரோடு மனதளவில் இறுக்கமாக இருந்தார். ஏனெனில் அவர் மீது அத்தனை காதல் அவருக்கு. அந்தக் காதல் மிக மென்மையானது; மேலிருந்து அருள் பாலிப்பது போல அன்பை அவர் மேல் கொட்டினார். அனைத்துத் துயரங்களிலிருந்தும், சோகங்களிலிருந்தும் அவரை விடுவித்து வெளிக்கொண்டுவர வேண்டும் என்று ஆழமாக, மனமார விரும்பினார்.

அந்த உயரமான மனிதரின் உள்மனதில், தான் இன்னும் தோற்று விடவில்லை என்பதை நிரூபிக்க வேண்டும் என்ற ஒரு இளைஞனின் ஆவலும் தீவிரமும் ஒளிந்திருந்தது. நடந்து முடிந்த போர்க்களமும், போர்க்களத்தில் கிடைத்த தோல்வியும் எல்லாம் முடிந்துவிட்டது என்ற எண்ணத்தைத் தரவில்லை. நாக்பூர் மாநாடு நடந்து முடிந்த மூன்று வாரங்களில் அவர் மீண்டும் தன் சுய நிலைக்குத் திரும்பி வந்தார். அதுமட்டுமல்ல... சிங்கத்தின் குகைக்குச் சென்று அதன் பிடரியைப் பிடித்து உலுக்க வேண்டும் என்ற வெறியோடு முகமது அலி ஏற்பாடு செய்திருந்த ஒரு பொதுக்கூட்டத்தில் மக்களோடு மக்களாக அவரும் அமர்ந்துகொண்டார். முகம் தெரியாத மனிதர் போல் பல முகங்களுக்கு நடுவே கூட்டத்தில் அமர்ந்துகொண்டார். ஆனாலும் முகமது அலியின் கண்ணில் ஜின்னா தென்பட்டார். இதுவே நல்ல வாய்ப்பு என்று கருதிய முகமது அலி ஜின்னாவின் மீது மோசமான அவதூறுகளைப் பரப்பிக் கொண்டு பேசிக்கொண்டிருந்தார். "சிலர் இங்கே காந்தியின் வழியில் வருவதற்குப் பயப்படுகிறார்கள். ஏனென்றால் அவர்கள் சட்டத்திற்குப் புறம்பாக, நாட்டுக்காக பல துன்பங்களை அனுபவிக்க வேண்டியதிருக்கும் என்ற பயம்தான் காரணம்" என்று கிண்டலடித்தார். சிங்கத்தின் குகைக்குள் நுழைந்த இன்னொரு சிங்கம் அல்லவா ஜின்னா? அங்கே இருந்த கூட்டம்

நிச்சயமாக தனக்கு எதிராகத் தான் இருக்கும் என்று தெரிந்தும், ஜின்னா தைரியமாக எழுந்து நின்று பேச ஆரம்பித்தார். மேடையில் முகமது அலி, கீழே தரையில் கூட்டத்தில் ஒருவராக ஜின்னா. உயர்ந்து நின்றார் ஜின்னா. அவரது சுய நம்பிக்கையும், அவரோடு ஒட்டிப்பிறந்த திண்மையும் மற்றவர்களின் கிண்டலில் இருந்து அவரைக் காத்து நின்றன. மேடையிலிருந்த முகமது அலியை, 'இளைஞனே' என்று விளித்து சில கேள்விகளை அவர் முன்வைத்தார். "இன்னும் 8 மாதத்தில் சுயாட்சி என்று திட்டம் வைத்திருக்கிறீர்களே; அதற்கு என்ன செய்வதாக உத்தேசம்? எப்படிப் பெற முடியும் சுயாட்சி?" கூட்டத்திலிருந்த ஒருவராக எழுந்து நின்று கேள்வியைக் கேட்ட ஜின்னாவின் மீது கூட்டத்தினருக்கு அன்பு ஒன்றும் பிறந்து விடவில்லை. ஆனாலும் அவர்களுடைய கேலியும் கிண்டல்களையும் ஒரு பொருட்டாக எடுத்துக்கொள்ளாமல் அவர்களைக் கண்டுகொள்ளாமல் கேள்விக் கணைகளை வீசி விட்டு எழுந்து சென்றார் ஜின்னா.

அந்தக் கூட்டம் முடிந்து நான்கு வாரங்கள் உருண்டோடின. மற்றுமொருமுறை ஒரு பெரிய மக்கள் கூட்டம் தன் மீது கோபம் கொள்ளும்படி ஜின்னா நடந்து கொண்டார். காந்தியின் மீது மக்கள் கொண்டிருந்த கண்மூடித்தனமான அன்பையும், பக்தியையும் அவர் கேள்வி கேட்டார். அதன்மூலம் தன் தலையில் தானே ஒரு துன்பத்தை, அவமானத்தை ஏற்றிக் கொண்டு விட்டார். இந்த முறை கூட்டத்திலிருந்து பேசவில்லை. மேடையிலிருந்து தான் பேசினார். அந்தக் கூட்டம் தேசியத் தலைவரான கோபால கிருஷ்ண கோகலே அவர்களின் நினைவு நாள் கூட்டம். ஜின்னா அவருக்கு நெருங்கிய நண்பர் என்பதால் அவரும் மேடையில் கோகலே பற்றிப் பேசுவதற்காக அழைக்கப்பட்டிருந்தார். நண்பர் என்ற ஒரே காரணத்திற்காகத் தான். காந்தியைப் பற்றிய கேள்விகள் எழுப்பினாலும் மக்கள் கூட்டம் அவர் பேச்சைக் கேட்பதற்கு தாராள மனதுடன் தயாராகவே இருந்தது. அதோடு நிறுத்தாமல் மக்கள் ஜின்னா பேசும்பொழுது ஆரம்பத்தில் கைதட்டி ஜின்னாவைப் பாராட்டினார்கள். கோகலேயைப் பற்றி மட்டும் பேசிவிட்டு வந்து இருந்தால் எந்தப் பிரச்சனையும் இல்லை. ஆனால் ஒரு வாய்ப்பு கிடைத்துவிட்டது ஜின்னாவிற்கு. ஆகவே அவர் மக்களின் விருப்பத்திற்கு எதிராக காந்தியைப் பற்றிய கேள்விகளைக் கேட்க ஆரம்பித்தார். காந்தியுடைய ஒத்துழையாமை இயக்கமே அவருக்குக் குறியாக இருந்தது. அந்தக் கொள்கை மோசமானது; அதனால் தீய விளைவுகள்

தான் ஏற்படும்; நன்மை எதுவும் நடக்காது என்று கூற ஆரம்பித்தார். ஏனென்றால் அவர் இப்படிப் பேசி மக்களுக்கு நல்லது எது என்று சொல்லவேண்டும் என்பது தன் கடமை என்று நினைத்தார். 'காந்தி தவறான வழியில் நாட்டை நடத்திச் செல்கிறார்' என்பது அவருடைய குற்றச்சாட்டாக இருந்தது. இதை எதிர்த்து மக்கள் கூக்குரல் எழுப்பினார்கள். இல்லை, இல்லை என்று மறுத்தார்கள். ஆனால் ஜின்னாவிற்கு உந்துதல் இன்னும் மீதம் இருந்தது போலும். மக்களின் அன்பும் ஆதரவும் எப்பொழுதும் பெரிதுதான். ஆனாலும் மக்கள் ஒரு மனநோயில் விழுந்து கிடக்கிறார்கள், அவர்களை காப்பாற்ற வேண்டும் என்று நினைத்தார்.

நல்லவேளையாக இந்தக் கூட்டத்தில் யாரும் ஜின்னாவை அடிப்பதற்காகக் கையைத் தூக்கிக் கொண்டுவரவில்லை. பிறகு பேசிய வேறு சில தலைவர்களும் காந்தியை நேரடியாகக் குற்றம் சாட்டாமல் சுற்றிவளைத்துப் பேசினார்கள். அவர்களுக்கும் மக்களிடமிருந்து அதேபோன்ற எதிர்ப்புகள் எழுந்தன. அன்னிபெசன்ட் தலைமையில் இருந்த ஹோம்ரூல் இயக்கம் காந்திக்கு எதிரான கருத்துகளைக் கைப்பிரதிகளாக அச்சடித்து மக்களிடையே கொடுத்துக் கொண்டிருந்தனர். பம்பாயில் பேசுவதற்கே அன்னிபெசன்ட் அவர்களால் முடியாமல் போயிற்று. ஒருமுறை மேடையில் பேசுவதற்காக எழுந்து நின்றபோது, மக்கள் போட்ட கூச்சலாலும் இரைச்சலாலும் ஏறத்தாழ ஒரு மணி நேரம் பேசாமல் மேடையிலேயே நின்றுகொண்டிருந்தார். ஒரு வார்த்தை கூட பேசாமல் திரும்பிப் போக வேண்டிய நிலைதான் அன்னிபெசன்ட் அம்மையாருக்கு வாய்த்தது. பம்பாயில் எக்செல்சியர் தியேட்டர் வளாகத்தில் ஒத்துழையாமை இயக்கத்திற்கு எதிரான கூட்டம் ஒன்று கூட்டப்பட்டது. சீனிவாச சாஸ்திரி முக்கியப் பேச்சாளராக அழைக்கப்பட்டிருந்தார். ஆனால் மக்கள் அவரைப் பேச விடவில்லை. இதுவரை கோஷமிட்டுக் கொண்டிருந்த கூட்டம் இப்பொழுது முரட்டுத்தனமாகவும் இறங்க ஆரம்பித்தது. ஆகவே பேச வந்தவர் பின்வாசல் வழியாக தப்பித்துச் செல்ல வேண்டிய சூழ்நிலை உருவானது. காஞ்சி துவாரகாதாஸ், அன்னிபெசன்ட் தலைமையில் உள்ள ஹோம் ரூல் இயக்கத்தின் தலைவராகவும் ஒத்துழையாமை இயக்கத்திற்கான எதிர்ப்புக் குழுவின் தலைவராகவும் இருந்தார். அவர் மக்களால் தாக்கப்பட்டு சட்டை எல்லாம் கிழிந்து வெளியேற வேண்டிய சூழ்நிலை ஏற்பட்டது.

ஜின்னா காந்தியைப் பற்றிப் பேசும்பொழுது நேரடித் தாக்குதல் செய்வது போல் பேசாமல், சிறிது அடக்கிப் பேச ஆரம்பித்தார். மக்கள் அவரை ஒரு பெரும் அகிம்சைத் தூதராகப் பார்க்க ஆரம்பித்திருந்தனர். ஆகவே அவரைப் பற்றி எதிர்த்துப் பேசும் போது பொதுமக்கள் அந்தக் கருத்துக்கு எதிராக மட்டுமல்லாமல் அந்த கருத்தைச் சொல்பவர்கள் மீதும் பாயத் துணிந்தார்கள். தொடர்ந்து கடந்த 23 ஆண்டுகளாக அரசியலில் ஒரு உயர்விற்காகப் பாடுபட்டு நல்ல உயரத்தைத் தொட்டிருந்தார் ஜின்னா. ஆனால் கடந்த 12 மாதங்களில் அவரது அரசியல் நிலை அடித்தளத்திற்கு வந்து விட்டது. இது அவர் பார்த்திராத வீழ்ச்சி. போராட்ட வீரர், அரும் பெரும் தலைவர் என்று கருதப்பட்டவர் இப்பொழுது பெயர் தெரியாத ஆளாக மாறிவிட்டார். அவர் கட்டி வளர்த்த ஹோம்ரூல் இயக்கத்தில் இருந்து முற்றிலுமாக விலக வேண்டியதாகி விட்டது. மக்கள் பேரவையில் இருந்து ராஜினாமா செய்ய வேண்டிய சூழல். இறுதியாக காங்கிரஸ் கட்சியை விட்டே வெளியேற வேண்டிய சூழ்நிலை இப்போது உருவாகிவிட்டது. ஆனால் இதற்கு முழுவதுமாக காந்தியை காரணமாகக் காட்ட முடியாது. ஏனென்றால் அதுவே காந்திக்கு அதிக முக்கியத்துவம் கொடுத்தது போலாகிவிடும். அதை ஜின்னா விரும்பவில்லை. வெளியே அவர் ஆங்கிலேய அரசைக் குற்றம் சாட்டிக் கொண்டிருந்தார். அவர்கள் செய்த தவறுகளால் மட்டுமே மக்கள் எல்லோரும் காந்தியின் பின்னால் அணிவகுக்க ஆரம்பித்துவிட்டனர். இப்போது ஜின்னா இருதலைக்கொள்ளி எறும்பாக ஆகி விட்டார். அவருக்கு இரண்டே இரண்டு வழிகள் மட்டுமே இருந்தன. ஒன்று காந்தியின் அணிவகுப்பில், காந்தியின் பின்னால் யாரோ ஒருவராகச் சேர்ந்து கொள்ள வேண்டும். இது அவர் கட்டிக்காத்த பெருமைக்கு இழுக்கு. இரண்டாவது, புதிதாக அமைக்கப்பட்டுள்ள சட்டசபை தேர்தலில் அவர் நிற்கலாம். ஆனால் அப்படி அவர் தேர்தலில் போட்டியிட்டால் ஆங்கிலேய அரசோடு கைகோர்த்துக் கொண்டு விட்டார் என்றுதான் பொருள்படும். அதுவும் ஜின்னாவிற்கு உகந்ததல்ல. இரண்டு வழிகள். ஆனால் இரண்டு வழிகளும் உகந்ததல்ல. இன்னொரு வழி திறக்கும் என்று ஜின்னா காத்திருந்தார். காந்தியின் கருத்துகள் வேடிக்கையானவை; ஆகவே அவர் எடுத்திருக்கும் போராட்டம் நிச்சயம் பெரும் தோல்வியைச் சந்திக்கும்; மக்கள் அவர் மீது இப்போது வைத்துள்ள அத்தனை பெருமையும் வடிந்துவிடும்; அந்தப் பொழுது வரை ஜின்னா காத்திருக்க வேண்டும். ஆனால் எப்போதோ ஒரு மீனுக்காக காத்திருக்கும் கொக்கு போல

அமைதியாக வேறு வேலை ஏதும் இல்லாமல் காத்திருப்பது ஜின்னாவிற்கு மிகவும் கொடியதாகத் தோன்றியது. இதுவரை பொழுதுபோக்கு என்ற ஒரு பகுதியே தன் வாழ்க்கையில் இல்லாதபடி வேகமாக ஓடிக்கொண்டே இருந்த மனிதர். விடுமுறை என்பதே காலவிரயம் என்பார் ஜின்னா. அவரது இப்போதைய நிலைமை அதை மாற்றி விட்டிருந்தது.

நடந்தவைகள் எல்லாம் ருட்டிக்கும் எளிதாக இல்லை. நண்பர்களும் சுற்றியிருந்த ஏனையோரும் காந்தியின் அழைப்புக்குச் செவிமடுத்து ஒத்துழையாமை இயக்கத்தில் தீவிரமாகக் கலந்துகொள்ள ஆரம்பித்தனர். தொடர்புகள் அனைத்தும் அவரிடமிருந்து விலகிப் போய்விட்டன. எல்லோருமே காந்தியின் பின்னால் அணிவகுத்து தேசிய சேவையில் கலந்துகொள்ள வேண்டும் என்ற ஒரே ஆத்ம வெறியோடு, பள்ளிகளில் இருந்தும், கல்லூரிகளில் இருந்தும், வெளியேறி போராட்டத்தில் கலந்து கொண்டார்கள். எப்போதுமே ருட்டிக்குத் தனிமைதான். ஆனால் இப்போதோ அந்த வெற்றிடம் மிகவும் பெரிதாகிவிட்டது. முற்றிலும் தனித்து விடப்பட்டார். காந்தியின் அழைப்பின் பெயரில் ஒரு சில வாரங்களிலேயே பம்பாய் கல்லூரி மாணவர்கள் நூற்றுக்கணக்கில் தங்கள் படிப்பை விட்டுவிட்டு வெளியேறினார்கள். பத்மஜாவின் சகோதரர் ஜெய்சூர்யா - வீட்டில் பாபா என்று அழைக்கப்படுபவர் - அதேபோல் கல்லூரியை விட்டு விலகிவிட்டார். பாபா தன் மனநிலையைப் பற்றி சோகமான கடிதம் ஒன்றை எழுதியிருந்தார். ஒத்துழையாமை இயக்கம் அலை போல் பெருகி வரும் நேரத்தில் தான் இன்னும் மாணவராக இருப்பது கடினமாக இருக்கிறது; மனதிற்குக் கஷ்டமாக இருக்கிறது என்று தன் தந்தைக்கு எழுதியிருந்தார். டாக்டர் நாயுடு இங்கிலாந்தில் இருக்கும் தன் இளைய மகளுக்கு எழுதியிருந்த ஒரு கடிதத்தில், பாபா கல்லூரிப் படிப்பை விட வேண்டும் என்று ஆசைப்படுகிறார். எனக்கும் அதுவே சரி என்று படுகிறது என்று எழுதியிருந்தார். ஜெயசூர்யா மட்டுமல்ல; பத்மஜாவும் இந்த போராட்டத்தில் முழுமையாக ஈடுபட ஆசைப்பட்டு, படிப்பை விட்டு விட்டு, தில்லியிலோ அல்லது வேறு எங்குமோ, தேசிய சேவையில் முழுமையாக ஈடுபட வேண்டும் என்று ஆசைப்பட்டார். அவர் தந்தைக்கு அது சம்மதம் தான். ஆனால் பத்மஜாவின் உடல்நிலை பற்றி அவர் மிகவும் கவலைப்பட்டார். தன் பிள்ளைகளைப் பற்றிய கவலை டாக்டர் நாயுடுவிற்கு. இருந்தாலும் மக்கள் அனைவருக்கும் இருந்த அந்த தேசபக்தி

அவரையும் பற்றிக் கொண்டது. எங்கும் பரவிய தீவிர தேசபக்தி என்ற அந்த நெருப்பு ஜின்னாவின் வீடான சவுத் கோர்ட்டை மட்டும் பற்றாமல் விட்டுவிட்டது. ருட்டியும் அங்கே தானே இருந்தார்.

ருட்டியைச் சுற்றி இருந்த தனிமை அவரை விரட்டியடித்தது. நாடெங்கும் தேசபக்தி என்ற நெருப்பு பற்றி எரிய ஆரம்பித்திருந்தாலும் அவருடையை வீட்டில் எந்த நெருப்புக் கீற்றும் உள் நுழையவில்லை. தனிமை மட்டும் அவரைச் சூழ்ந்திருந்தது. அதிலிருந்து விடுபட வேண்டும் என்று விரும்பினார். எங்காவது போகவேண்டும். அரசியல் இல்லாத ஓரிடத்திற்குப் போக வேண்டும். ஏனென்றால் இங்கே ஒவ்வொரு நிமிடமும் அரசியல் தோல்விகளும், கேள்விகளும் அவர்களைக் கிடுக்கிப்பிடி போட்டன. நடந்தவைகள் ஒவ்வொன்றும் அடுக்கடுக்காய் நினைவுக்கு வருகின்றன. புகழ்பெற்ற அரசியல் தம்பதிகளாக இருந்த இருவர் இப்பொழுது தங்களது கிரீடத்தை இழந்து விட்டார்கள்; கீழே தூக்கி எறியப்பட்டு விட்டார்கள். திடீர் மாற்றம். மிகப்பெரிய மாற்றம். வேதனை தரும் மாற்றம். ஜின்னா-ருட்டி தம்பதியரை எதிர்த்து இஸ்லாமியரும், பார்சி இன மக்களும் வரிந்து கட்டிக் கொண்டு நின்று கொண்டிருந்தனர். முன்பு அவர்களுக்கு பல நண்பர்கள் இருந்தனர். ஆனால் இப்பொழுது அனைவருமே காந்தியின் பக்கம் சென்று விட்டார்கள். ஜின்னாவைப் போல் தொடர்ந்து சண்டையிட ருட்டி தயாராக இல்லை. யாருக்கும் தெரியாத தூரதேசம் எங்காவது சென்று, தாங்கள் யார் என்று தெரியாத மக்களோடு இருந்து விடலாமா என்று ஏங்கினார். கற்பனை செய்தார். ஒரு புதிய வாழ்க்கை ஆரம்பிக்க மாட்டோமா என்று ஆசைப்பட்டார்; ஆனால் ஜின்னாவிற்கு இதுபோன்ற நினைவுகள் ஏதும் இல்லை. இருபது ஆண்டுகளுக்கு மேல் அரசியலுக்காக, அரசியலில் உயர்நிலை அடைவதற்காக பாடுபட்டுவிட்டு இப்பொழுது ஒரே ஒரு மனிதரால் தோற்கடிக்கப்பட்டு ஒதுங்கிவிட வேண்டுமா என்ற கேள்விதான் ஜின்னாவின் மனதில் இருந்தது. எல்லோரும் எல்லாவற்றையும் மறந்து அந்த ஒரு மனிதனின் பின்னால் நிற்க ஆரம்பித்து விட்டார்கள். ஜின்னாவிற்கு அது கொஞ்சம் வேடிக்கையாகவே இருந்தது. இன்னும் சிலர் எல்லாவற்றையும் விட்டுவிட்டு தங்களது பழைய தொழிலுக்கு முழுவதுமாகத் திரும்பிவிட்டார்கள். ஆனால் ஜின்னாவினால் அது முடியாது. விழுந்த பிறகும் எழுந்து நிற்கும் குணம் அவருடையது. அரசியலில் மீண்டும் தன்னை நிரூபித்துக் கொள்ள வேண்டும்

என்று புதிய முயற்சிகளைக் கைக்கொள்ள வழிமுறைகளைத் தேடிக்கொண்டிருந்தார். இப்பொழுது அவருக்கு பம்பாயில் வேலை ஏதும் இல்லை. ஏனென்றால் பம்பாயிலிருந்த உயர்நீதிமன்றம் இரண்டு மாதங்களுக்கு கோடைவிடுமுறைக்காக மூடப்பட்டுவிட்டது. ஆனால் அவர் அதற்காகப் பிரச்சனையை அப்படியே விட்டு விட்டுச் செல்ல நினைக்கவே இல்லை. அப்படிச் சென்றால் அவருடைய எதிரிகளுக்கு அவரே கதவுகளைத் திறந்து விட்டது போல் இருக்கும். அடுத்த நான்கு மாதங்களுக்கு செய்வதற்கு ஏதும் இல்லாமல் இருந்தார். போர் முடிந்த பிறகு ஐரோப்பா சென்று வரவேண்டும் என்று ஆசைப்பட்டிருந்தார் ருட்டி. அது அவருடைய கனவு. அதற்காக ஜின்னாவிடம் முயற்சித்தும் பலன் ஏதும் இல்லை. ஜின்னாவும் இல்லாமல் தன் குழந்தையும் இல்லாமல் தான் மட்டும் ஐரோப்பா சுற்றி வரலாம் என்று ருட்டி திட்டமிட்டார்.

ருட்டியின் மனநிலை பற்றிப் பல வதந்திகள் மிதக்க ஆரம்பித்தன. அவரது மிக நெருங்கிய நண்பர்களைத் தவிர, அவரைத் தெரிந்தவர்களும், பம்பாயில் பலரும் விரைவில் ஜின்னா-ருட்டி பிரிந்து விடுவார்கள் என்றே பேசிக்கொண்டிருந்தனர். அது தெரிந்திருந்தும் அவர்களை அந்த சந்தேகத்திலேயே தம்பதியர் இருவரும் மிதக்க வைத்துக்கொண்டிருந்தார்கள். கேட்போர் எல்லோரிடமும் தான் ஐரோப்பா செல்லவிருப்பதாகச் சொன்னார். பிரான்ஸ் நாட்டின் கடற்கரை ஓரத்தில் சுற்றிப் பார்த்துவிட்டு, மான்டி கார்லோ சென்று அங்கிருந்து இங்கிலாந்திற்குச் செல்வதாகத் திட்டமிட்டார். இதைப் பற்றி பத்மஜா தன் தங்கை லீலாமணிக்கு 1921 ஏப்ரல் மாதம் கடிதமொன்று எழுதினார். அதில் ருட்டி விரைவில் இங்கிலாந்து வந்துவிடுவார் என்று எழுதியிருந்தார். ஆனால் அதற்குள் ருட்டி உண்மையிலேயே தன் சுற்றுப்பயணத்தை ஆரம்பித்து மான்டி கார்லோவில் இருந்தார். ஆகவே அதே கடிதத்தில் பத்மஜா, அவள் கையில் காசு மிச்சம் மீதி இருந்தால் சீக்கிரம் இங்கிலாந்து வந்துவிடுவாள் என்று எழுதியிருந்தார். எப்பொழுது திரும்புவார்; அவருடைய திட்டம்தான் என்ன என்பது யாருக்குமே தெரியாத ஒரு புதிர். அவரின் பயணத்தைப் பற்றி பத்மஜா தன் கடிதத்தில், அவளுக்குப் பல பேராசைகள் இருக்கின்றன. அதிலும் சினிமாவில் நடிக்க வேண்டும்; நிறையப் பணம் சம்பாதித்து ஜின்னாவிற்கு உதவ வேண்டும் என்று ஆசைப்பட்டார். சினிமாவிலும் அவர் தேர்ந்தெடுக்க விரும்பிய வேஷம் ரத்தக் காட்டேரி! இந்த ஆசையைப் பற்றிக் கடிதம் எழுதிய பத்மஜா,

அவரே கண்டுபிடித்த ஒரு புது ஆங்கில வார்த்தையை வைத்து ருட்டியைப்பற்றி எழுதியிருந்தார். பணத்திமிர், வள்ளல் தன்மை இரு வார்த்தைகளை வைத்து ஒரு புதிய வார்த்தையை அமைத்திருந்தார் - *plutantophhoric* - (*plutacrat + philanthropic*) என்ற வார்த்தை தான் அது. இந்த வார்த்தை ருட்டியின் தற்போதைய மனநிலைக்கு ஏற்ப அமைக்கப்பட்ட ஒரு சொல். பணத்தோடு வாழ்ந்து, இப்போது பணமெல்லாம் இழந்து, இனிமேல் பணம் திரட்டி ஜின்னாவையும் தன் பொறுப்பில் எடுக்க வேண்டும் என்ற அனைத்தும் அந்த வார்த்தைக்குள் அடங்கியிருந்தது. இனிமேலும் அதிகமாகப் பணம் செலவு செய்வதற்காக முணுமுணுப்போடு அல்லது அதுவுமில்லாமல் வரும் ஜின்னாவின் கோபத்தைத் தவிர்க்கவே நிறையப் பொருள் தேட வேண்டும் என்று ஆசைப்பட்டார். மேலும் பத்மஜாவிற்கான கடிதத்தில் இன்னொரு சிறப்பான அம்சம் இருந்தது. சினிமாவில் நடிக்க வேண்டும்; ஆனால் அதில் அவர் ஒரு ரத்தக்காட்டேரியாக நடிக்க வேண்டும் என்று கூறியிருந்தார். அந்தக் கதாபாத்திரம் இப்போதும் சரி, அந்தக் காலத்திலும் சரி, ஒரு மோசமான, கொடூரமான, குருதியைக் குடித்து, ஆண் எதிரிகளைக் கொல்லும் பயங்கரமான பெண்ணின் வேடம். அன்று ஓசை இல்லாத சினிமா. அதில் ஏன் மிகவும் மோசமான அப்பெண்ணின் வேடத்தை அவர் தேர்ந்தெடுத்தார் என்பது யாருக்கும் புரியவில்லை. அந்தக் கதாபாத்திரம் அவருக்கு ஏன் அவ்வளவு பிடித்திருந்தது? அது உள்மனதில் இருந்த ஆசையா? பெரிய மாளிகையில் சுதந்திரமாக சுற்றித் திரிந்த அழகிய பெண் இப்போது ஒரு மிகக் கெட்ட பெண்ணாகத் தோற்றம் அளிக்க ஏன் நினைத்தார்?

ருட்டி தன் சுற்றுப்பயணத்தை எப்போது முடிப்பார், எங்கே முடிப்பார் என்பது யாருக்குமே தெரியாது. ஒருவேளை திருமணம் ஆன பின்னும் தடையேதும் இல்லாத சுதந்திரமான பெண் என்பதை நிறுவ நினைத்தாரோ என்னவோ... அதற்காகத்தான் இந்தப் பயணமா? ஜூன் மாதத்தின் இறுதியில் இங்கிலாந்து வந்து சேர்ந்தார். பிரான்ஸ் நாட்டில் ரிவைரா, மோன்டி கார்லோ போன்ற இடங்களுக்கெல்லாம் நீண்ட பயணம் செய்துவிட்டு இங்கிலாந்திற்குத் வந்து சேர்ந்தார். அப்போது பத்மஜா, லீலாமணிக்கு எழுதிய கடிதத்தில் இங்கிலாந்தில் ருட்டி எத்தனை நாள் இருப்பார் என்று கேட்டிருந்தார். ஒருவேளை அடுத்த இரு மாதங்களுக்கு அவர் அங்கே இருக்கலாம் என்று பத்மஜா நினைத்தார். அதே கடிதத்தில், லீலாமணி ருட்டிக்கு ஒரு கடிதம் எழுதப்

போவதாகவும் அதில் ஆகஸ்ட் மாதம் வரை இங்கிலாந்திலிருந்து ருட்டியோடு சேர்ந்து இருப்பதற்கான ஒரு அரிய வாய்ப்பு கிடைக்கும் என்றும் அவர்கள் இருவரும் மகிழ்ச்சியாக இருப்பார்கள் என்றும் எழுதியிருந்தார். டாக்டர் நாயுடுவின் பெண்களுக்கு ஒன்று நன்றாகத் தெரியும். அவர்களைப் பொறுத்தவரையில் ருட்டி இருக்கும் இடம் ஆனந்தம் இருக்கும் இடம்; மகிழ்ச்சி இருக்கும் இடம். "அப்படி ருட்டியோடு சேர்ந்திருந்தால் என்னுடைய அன்பை அவளுக்குத் தெரிவிக்கவும்" என்று பத்மஜா தன் தங்கைக்கு எழுதியிருந்தார்.

ருட்டி ரத்தக்காட்டேரி வேஷத்திற்கு ஆசைப்பட்டு இருக்கலாம். அதுவும் அப்போது மிகவும் பிரபலமாக இருந்த அமெரிக்க நடிகை தேடா பாரா (Theda Bara) என்ற நடிகையால் உந்தப்பட்டு இந்த ஆசை வந்திருக்கலாம். இந்த நடிகை ஏற்கனவே மூன்று டஜன் படங்களில் ரத்தக்காட்டேரியாக நடித்து உலகத்தின் மிகப் பிரபலமான ரத்த காட்டேரி நடிகையாகத் திகழ்ந்து கொண்டிருந்தார். பயங்கரமான ரத்தக்காட்டேரியாக நடிக்க விரும்பினாலும் ருட்டி மனதிற்குள் ஒரு நல்ல மனைவி உறைந்திருந்தாள். ஏனெனில் ஜின்னா லண்டனுக்கு வரும் நேரத்தில் சரியாக ருட்டியும் லண்டனுக்கு வந்து சேர்ந்தார். ஜின்னா ஒரு சில நாட்கள் மட்டும் லண்டனில் இருக்க முடியும். அவரும் இதுவரை ருட்டி எங்கே செல்கிறாள், எப்படி இருக்கிறாள் என்பதைத் தெரிந்து வைத்திருந்தார். இப்போது அரசியலில் தனது உச்ச நிலையை அடைவதற்காக அவர் எடுக்கும் போராட்டத்திற்கு முன்னால் இது ஓர் இளைப்பாறும் நேரமாக இருந்தது. ருட்டி பயணம் மேற்கொண்ட பிறகு ஜின்னாவின் வாழ்க்கையில் இழப்புகள் அதிகரித்துக் கொண்டே இருந்தன. *பம்பாய் க்ரானிக்கிள்* ஆட்சிக் குழுவின் தலைவர் பதவியை ஜின்னா ராஜினாமா செய்ய வேண்டியதாகி விட்டது. அத்தோடு அந்த செய்தித்தாளுடன் அவருக்கு இருந்த தொடர்பு முற்றிலும் அழிந்துவிட்டது. ஆனால் ஹார்னிமனினால் தேர்ந்தெடுக்கப்பட்ட பிட்சால் என்பவர் ஆசிரியராக இருந்தார். அவரோடு ஏற்பட்ட பிணக்கினாலேயே ஜின்னா தன் பதவியைத் துறந்தார். பிட்சால் இப்போது *பம்பாய் க்ரானிக்கிள்* இதழில் காந்தியின் ஒத்துழையாமை இயக்கத்தை முழுவதுமாக ஆதரித்து செய்திகளையும் கட்டுரைகளையும் பிரசுரித்துக் கொண்டிருந்தார். ஜின்னாவைப் பொருத்தவரையில் ஏற்கனவே *பம்பாய் க்ரானிக்கிள்* வைத்திருந்த நடுநிலைமை என்ற கொள்கைக்கு இது மாறாக இருந்தது என்று கருதினார். அதற்கான தன் எதிர்ப்பையும், வெறுப்பையும் காண்பிக்க தலைமைப்

பொறுப்பை ராஜினாமா செய்தார். அதன்பிறகே இப்படி ஒரு இடைவேளை தனக்குத் தேவை என்று லண்டன் வந்திருந்தார். அதுமட்டுமில்லாமல் தன் பழைய நண்பர்களைப் பார்க்கவும், அரசியல் தொடர்புகளை லண்டனில் இன்னும் கொஞ்சம் வளர்த்துக் கொள்ளவும் முடியும் என்று நினைத்தார். இது மட்டுமே உண்மையான காரணம் இல்லை. ஏனெனில் அவர் மனது ருட்டியைத் தேட ஆரம்பித்திருந்தது. திருமணத்திற்குப் பிறகு இவ்வளவு நீண்ட நாள் பிரிந்து இருந்தது இதுவே முதல் முறை. ஏனெனில் காஞ்சி, ருட்டி பற்றி எழுதிய தனது புத்தகத்தில் "மனைவி இல்லாமல் ஜின்னா தனித்திருப்பது என்பதே எப்போதும் கிடையாது" என்று குறிப்பிட்டிருப்பார்.

ஜின்னா வந்ததும் ருட்டி மிக இயல்பாக, அன்பாக, மிக அழகாக ஜின்னாவுடன் பொருந்திப் போனார். ஆனால் மனதிற்குள் ஒரு ஓரத்தில் அதிருப்தி கனன்று கொண்டுதான் இருந்தது. ஆனால் ஜின்னாவிற்கு அது சுத்தமாகத் தெரியாது. அவரைப் பொறுத்தவரையில், ஒரு பழைய பார்சி நண்பர் பொலித்தோவிடம் சொன்னது போல், அவர்கள் இருவரும் அழகிய, அன்பான தம்பதிகள் என்ற எண்ணத்தில் தான் இருந்தார். அவர்களைப் பொறுத்த வரையில் தனிப்பட்ட முறையில் அவரவர்கள் மனநிலைக்கேற்ப அன்பான தம்பதிகள் தான். அவர் ருட்டியின் விருப்பத்திற்கு எதிராக இருந்ததில்லை; அவரால் இருக்கவும் முடியாது. தேவையில்லாத ஒன்றாக, பெரும் செலவாகவும் இருக்கலாம்; மிகவும் பணம் பெற்றதாக இருக்கலாம். அவர் சிறிது முணுமுணுக்கலாம். ஆனால் எப்படியோ ருட்டி விரும்பியதைக் கொடுத்துவிடுவார். இதற்காக ருட்டி வேடிக்கை பேசுவதுண்டு; கேலி செய்வதுண்டு; அவரது சிக்கனத்தை பரிகாசமும் செய்வதுண்டு. அதையும் அழகாக ஏற்றுக் கொள்வார். ஜின்னா எப்போதுமே தனித்து நிற்கும் மனிதர்; எத்தனை கூட்டமாக இருந்தாலும் தனியாக தனித்துவமாக இருப்பவர். ஆனால் அங்கே அவர் மனைவி இருந்தால் அவர் ஒரு புது மனிதராக மாறி விடுவார். இலட்சிய மனிதர் ஆகிவிடுவார். சரோஜினி சொல்வது போல அப்பொழுதுதான் அவர் உண்மையான மனிதர் ஆகி விடுவார். பலபேர் மத்தியிலும் கூட ருட்டி அவரை அதட்டி, உருட்டி வேலை வாங்குவார்; கேலி செய்வார்; எப்படி என் கணவரை என் சுண்டு விரலில் சுற்றி வைத்திருக்கிறேன் என்பதுபோல் அனைவரிடமும் ஜின்னாவின் மேலுள்ள தன் பிடிப்பைப் பறைசாற்றுவார். ஆனால் அதே நேரத்தில் முற்றிலும் மாற்றாக, ஜின்னாவின் ஒவ்வொரு தேவைகளையும்

தேடித்தேடி ருட்டி நிறைவேற்றுவார். அவருடைய அனைத்து வசதிகளுக்கும் பெரும் துணையாக எப்போதும் இருப்பார். இது ஒரு வித்தியாசமான விஷயம் தான். பெண்ணுரிமை, பெண் சுதந்திரம் என்றெல்லாம் பேசிக் கொண்டிருந்தாலும், சமூகத்தின் உயர் மட்ட வளர்ப்பில் வளர்ந்த பெண்ணாக இருந்தாலும், பணிவிடை செய்வதில் ருட்டி தனித்து நிற்பார். ஆச்சரியம்தான். எங்கிருந்தாலும் மாலை மிகச் சரியாக ஐந்து மணிக்குக் கிளம்பி விடுவார். அப்போதுதான் ஜின்னா வீட்டிற்கு வரும் சமயத்தில் வரவேற்பதற்காக வீட்டில் இருக்கமுடியும். எத்தனை வேலைகள் இருந்தாலும், சமூக பொறுப்புகள் இருந்தாலும் இரவில் இருவரும் ஒன்றாக அமர்ந்து மது அருந்திவிட்டு, இணைந்து சாப்பிட உட்கார்வார்கள். இதை ஒரு வாழ்க்கை முறையாகவே வைத்திருந்தார்கள். மனைவி என்பவள் துணை நிற்பவள் என்பதற்கு ஏற்ப ஜின்னாவின் தேவைகள் ஒவ்வொன்றையும் அறிந்து வைத்து, அவற்றை முற்றிலும் கவனித்து அனைத்தையும் உளமாறச் செய்வார். ருட்டிக்குத்தான் தெரியும் ஜின்னாவிற்கு எந்த உடை பிடிக்கும்; எந்த வாசனைத்திரவியம் பிடிக்கும் என்பதெல்லாம். அதையும் விட, உடை, வாசனைத்திரவியம் போன்றவைகளை அவருக்காக ருட்டிதான் தேர்ந்தெடுப்பார். தன்னுடைய ரசனைக்கு ருட்டி பொருந்தி இருப்பார் என்ற நம்பிக்கையும் ஜின்னாவிடம் இருந்தது. எத்தனை இருந்தாலும் ருட்டியைச் சார்ந்தே ஜின்னா நிற்பார். தான் செல்லும் இடங்கள் எல்லாவற்றிற்கும் உடன் அழைத்துச் செல்வார். தான் வெற்றி பெற்ற தருணங்கள் ஒவ்வொன்றிலும் அவருடைய கண்கள் ருட்டியின் கண்களை தேடிச்சென்று சந்திக்கும். அந்த வெற்றியையே ருட்டிக்காக அர்ப்பணிப்பது போலிருக்கும் அது. ஜின்னா தன் இருக்கையில் முழுமையாகச் சாய்ந்து, நீண்ட தன் கால்களை நீட்டி அமர்ந்து, தனது பழைய நினைவுகளில் இருந்து கதைகளை எடுத்துச் சொல்லும்பொழுது ருட்டியின் கண்களில் ஆச்சரியம் கொப்பளித்து நிற்கும்.

ஆனால் இருவருக்குமே குழந்தை என்று வரும்பொழுது எல்லாமே வித்தியாசமாக இருந்தன. வெளித் தோற்றத்திற்காகக் கூட, தங்கள் குழந்தைக்காக எந்த முயற்சியும் எடுத்துக் கொள்வதே இல்லை. குழந்தையைப் பற்றி எந்த அக்கறையும் எடுத்துக் கொள்வதில்லை. ஜின்னா குழந்தைக்கான தன் கடமைகளை எல்லாம் செய்து முடித்துவிட்டது போலவும், இனி அதற்கும் அவருக்கும் தொடர்பு இல்லை என்பது போலவும் நடந்து கொண்டிருந்தார். ருட்டி, தாய் என்ற முறையில் வீட்டின் ஒருபுறத்தில் குழந்தைக்கான தனி அறை

அமைத்து, அனைத்து வசதிகளையும் கொடுத்து, வேலைக்குத் தேவையான ஆட்களையும் அமர்த்திவிட்டார். அதோடு அவர் கடமை முடிந்தது என்று நினைத்தாரோ என்னவோ. ஏனெனில் அதன் பிறகு அந்த அறைப் பக்கம் கூட அவர் ஒதுங்குவதில்லை. குழந்தையின் வளர்ப்பு முழுவதும் தாதிகளின் கைகளில்தான் இருந்தது. இப்போது குழந்தை பிறந்து இருபது மாதங்கள் ஓடிவிட்டன. ஆனால் அந்தக் குழந்தைக்கு பெயர் வைப்பதற்குக் கூட இன்னும் ருட்டி தயாராக இல்லை. குழந்தை பிறந்த முதல் ஆண்டு ருட்டி பத்மஜாவிற்கு அடிக்கடி கடிதம் எழுதுவது உண்டு. தன் குழந்தையைப் பற்றி ஒரு வார்த்தை கூட அதில் இருக்காது. ஆனால் அதைவிட ஒரு வேடிக்கை என்னவென்றால் ஒவ்வொரு கடிதத்திலும் ருட்டி தன் மூன்று நாய்களின் அன்பை பத்மஜாவுக்குத் தெரிவிப்பார். புரிந்து கொள்ள முடியாத விஷயம். கல்யாணத்திற்கு முன்பிருந்தே ருட்டியைத் தெரிந்திருந்த பத்மஜா போன்ற நண்பர்களால் கூட இதைப் புரிந்து கொள்ள முடியவில்லை. பத்மஜா நல்ல தோழி மட்டுமல்ல; ருட்டியின் மீது கனிவும், இரக்கமும் கொண்டவர். அவருக்கே இது ஏன், எப்படி என்று எதுவுமே புரியவில்லை. ருட்டி ஐரோப்பியப் பயணம் சென்றிருக்கும் போது பத்மஜா அவர்களின் வீடான சவுத் கோர்ட்டிற்குச் சென்றிருந்தார். இருவரும் பார்ப்பதற்கு கூட நேரம் இல்லாமல் தனித்து விடப்பட்ட அந்தக் குழந்தையைப் பார்க்கும்போது பத்மஜாவின் இதயம் கசிந்தது. பத்மஜா மிகவும் மனம் நொந்து, தன் தங்கைக்கு எழுதிய கடிதத்தில், "ருட்டியின் அந்தச் சின்னஞ்சிறு குழந்தை பார்ப்பதற்கே பரிதாபமாக இருந்தது; நமது இதயத்தை நொறுக்குவதாகத் தோன்றியது" என்று எழுதியிருந்தார். 1921 ஏப்ரல் மாதம் எழுதிய கடிதம் அது. மேலும் அந்தக் கடிதத்தில், "ருட்டியின் மனதை என்னால் முற்றிலும் புரிந்து கொள்ளவே முடியவில்லை. ஒரேடியாக அவளைக் குற்றம் சொல்ல முடியாது. ஏனெனில் பெரும்பான்மையான செல்வந்தர்கள் அப்படித்தான் இருந்தார்கள். ஆனாலும் அந்தச் சின்னஞ் சிறிய குழந்தையை, பயந்துபோய் விழிக்கும் அந்தக் குழந்தையைப் பார்க்கும் போது அடிபட்ட ஒரு பாவப்பட்ட விலங்கு போல் பரிதாபமாகத் தோன்றியது. அவள் மேல் எனக்கு அத்தனை அன்பு; இருந்தாலும் அந்தக் குழந்தையை நான் நேரில் பார்க்கும் போது ருட்டியை அந்த நிமிடத்தில் முற்றிலுமாக வெறுத்தேன்", என்று எழுதியிருந்தார்.

அப்போது ஜின்னாவும் பம்பாயில் தான் இருந்தார். ருட்டியைப் பார்க்க அவர் இன்னும் லண்டனுக்குப் புறப்படவில்லை.

அவர் வீட்டிலேயே இருந்தாலும் அதனால் அந்தப் பச்சிளம் குழந்தைக்கு பயன் ஏதும் இல்லை. ஏனெனில் ஜின்னா தன் வேலையில் மட்டுமே கண்ணும் கருத்துமாக இருந்தார். குழந்தை அவருக்கு ஒரு பொருட்டல்ல. குழந்தையைக் கவனிக்காத ஜின்னா அதேபோல் ருட்டியின் நாய்களையும் கவனிப்பதே இல்லை. ருட்டி தனது அருமை நாயான ஆர்லெட் இல்லாமல் எங்கும் சென்றது கிடையாது. ஆனால் இந்த முறை விடுதியில் தங்கி இருக்கும்பொழுது, அதுவும் நாயைக் கவனிப்பதற்காக தனியான வேலை ஆள் இல்லாமல் இருக்கும்போது, எப்படி ஆர்லெட்டை அழைத்துச் செல்ல முடியும். அதனால் மூன்று நாய்களுமே ருட்டி இல்லாமல் தனித்து வாடிக் கிடந்தன. குழந்தையை விட நாய்கள் தான் அதிகமாகக் காத்துக் கிடந்தன போலும் என பத்மஜா தன் கடிதத்தில் எழுதியிருந்தார். மேலும், "மூன்று நாய்களும் ஆர்வத்தோடு துள்ளிக்குதித்து நட்போடு என்னோடு விளையாடின. அவைகள் எனக்கு கொடுத்த வரவேற்பை மறக்கவே முடியாது. ஆனால் பாவம் ஆர்லெட். ஒல்லியாக இருந்த ஆர்லெட் சதை போட்டு குண்டாகி விட்டது" என்று எழுதியுள்ளார்.

சுதந்திரப் பறவையாக பொறுப்புகள் அனைத்தையும் உதறி விட்டு உலகத்தைச் சுற்றியும் ருட்டிக்கு அவர் தேடிய மகிழ்ச்சி கிடைக்கவில்லை. வாழ்ந்துகொண்டு இருந்த வாழ்க்கையை உதறிவிட்டு, கனவை தேடிச் செல்வது போல, முழுச் சுதந்திரம் அடைந்த ஒரு பெண் போல, குழந்தையும் கணவரும் இன்றி ஐரோப்பாவைச் சுற்றிக் கொண்டிருந்தார். ஆனால் அவர் விரும்பிய அமைதி அவருக்குக் கிடைக்கவில்லை. இதைப் பற்றி சரோஜினி தனது இளைய மகள் லீலாமணிக்கு 1921 ஆம் ஆண்டு ஜூன் மாதம் 11ஆம் தேதி எழுதிய ஒரு கடிதத்தில் இவ்வாறு குறிப்பிடுகிறார்; "எனக்கு ருட்டியிடமிருந்து கடிதம் ஒன்று வந்திருந்தது. தீராத பசியோடு ருட்டி ஓய்வின்றி ஓடிக் கொண்டிருக்கிறாள். இப்பொழுது நமது பேபி (பத்மஜாவை வீட்டில் கூப்பிடும் செல்லப் பெயர்) என்னைத் தேடுவது போலவே அவளும் தேடுகிறாள். ஆனால் இந்த தேடல் சிறிது வித்தியாசமானது." இச்சமயத்தில் காந்தி சரோஜினியின் வாழ்க்கையை ஒரு பரபரப்பான வாழ்க்கையாக மாற்றி விட்டார். ஆகவே சரோஜினிக்கு தனது பேபியைக் கூட பார்ப்பதற்கு நேரம் இல்லை. பம்பாயில் சென்று பார்க்கவும் முடியவில்லை. ருட்டியின் ஆதங்கம், கோபம் அனைத்தும் அவளது புரிந்து கொள்ளமுடியாத பொறுமையற்ற உள்ளத்திலிருந்து வெளிவருகிறது. குழந்தையை விட்டுச் சென்ற பொறுப்பற்ற

அந்தத் தாயை சரோஜினி பின்னாளில் "சுதந்திரத்திற்காக வெறி பிடித்து அலைந்தாள்" என்று குறிப்பிடுகிறார்.

குழந்தை பிறந்த பிறகு சரோஜினி ருட்டியைச் சந்திக்கவே இல்லை. குழந்தை பிறந்த இரண்டு மாதங்களில் ஜின்னாவும் ருட்டியும் இங்கிலாந்திலிருந்து இந்தியாவிற்குத் திரும்பி விட்டார்கள். ஆனால் சரோஜினி ஒன்றரை வருடம் இங்கிலாந்தில் தங்கியிருந்தார். அப்போது அங்கே அவர் காங்கிரஸ் கட்சியின் அரசியல் சமூகத் தூதுவராகக் கருதப்பட்டார். சரோஜினி மீண்டும் இந்தியா வரும்பொழுது, ஏறத்தாழ அந்தச்சமயத்தில் ருட்டி தன் குழந்தையை விட்டுவிட்டு ஐரோப்பிய பயணத்திற்குப் புறப்பட்டு விட்டிருந்தார். ருட்டி ஐரோப்பாவில் இருந்தபோது பம்பாய் சென்ற சரோஜினி ஜின்னாவின் சவுத் கோர்ட் வீட்டிற்கு குழந்தையைப் பார்ப்பதற்காகச் சென்றிருந்தார். குழந்தை அப்போதுதான் ஊட்டியில் இருந்து திரும்பி வந்திருந்தது. கோடை காலத்திற்காக தாதிகளோடு குழந்தையை அங்கு அனுப்பியிருக்கிறார் ஜின்னா. சரோஜினி சென்ற அன்றுதான் குழந்தையும் ஊட்டியிலிருந்து திரும்பி வந்திருக்கிறது. குழந்தையைப் பற்றி பத்மஜாவுக்கு எழுதிய கடிதத்தில், "ஜின்னாவின் குழந்தையைப் பார்ப்பதற்காக இன்று காலை போயிருந்தேன். அப்பொழுதுதான் அது ஊட்டியில் இருந்து திரும்பி வந்திருந்தது. தாதிகளால் வளர்க்கப்பட்டு தனிமையில் இருந்தது அந்தக் குழந்தை. ஆனால் அத்தனை அழகு. நான் பார்க்கும்போது அப்போதுதான் குளித்துமுடித்து வந்திருந்தாள். மொட்டவிழ்ந்த மலர் போல அத்தனை அழகு. குழந்தையோடு சிறிது நேரம் தங்கியிருந்து அவளோடு விளையாடிக் கொண்டிருந்தேன். பாவம் அந்தக் குழந்தை" என்று எழுதிவிட்டு மேலும் தொடர்ந்து, "இப்பொழுது நான் ருட்டியைப் பார்த்தால் அவளை ஓங்கி அறைந்து விடுவேன் என்று நினைக்கிறேன்" என்றும் கோபமாகக் கூறியிருந்தார். இந்தக் கடிதத்திற்கு தேதி எதுவும் இல்லை. இந்தக் கடிதத்திற்கு அடுத்து லீலாமணிக்கு இன்னொரு கடிதத்தை 1921 ஜூலை 5ஆம் தேதி சரோஜினி எழுதியிருக்கிறார். இந்தக் கடிதத்தை எழுதும்போது சரோஜினிக்கு ருட்டியின் மேல் இருந்த கோபம் சிறிது கரைந்து இருந்தது போலும். ஏனென்றால் குழந்தையைப் பற்றிக் குறிப்பிட்ட சரோஜினி பத்மஜாவுக்கு எழுதிய கடிதத்தில் போல் இல்லாமல், கொஞ்சம் மிதமாகவே வார்த்தைகளைப் பயன்படுத்தி இருந்தார். "அந்தக் குழந்தை அழகாக, மகிழ்ச்சியாக இருந்தது. அவர்களது மூன்று நாய்களும் நன்றாகவே இருந்தன" என்று சுருக்கமாகவே ருட்டியின்

குழந்தையைப் பற்றி ஓரிரு வார்த்தைகள் எழுதியிருந்தார். ஆனாலும் அக்கடிதத்தில் ருட்டியைப் பற்றியும் எழுதியிருந்தார். “நான் அவளை ஓங்கி அறைய வேண்டும் என்று நினைத்தேன் என்று சொல். எத்தனை தவறுகள் செய்தாலும் ருட்டியின் மேலுள்ள அன்பு மட்டும் இன்னும் குறையவேயில்லை” என்று முடித்திருந்தார்.

திருமணம் முடிந்த நாளிலிருந்து கடமை தவறாத மனைவி போல ருட்டி ஜின்னாவிற்கு வேண்டிய அனைத்தையும் செய்து கொடுத்துக் கொண்டிருந்தார். அதோடு மட்டுமின்றி அவர் செல்லும் இடங்களிலெல்லாம் அவரோடு சென்று வந்தார். அவர் பேசும் மேடைகளில் ஒரு அழகிய பொம்மை போல் அமைதியாக அமர்ந்து மேடையை அலங்கரித்துக் கொண்டிருந்தார். அதுபோலவே ஜூன் 20-ஆம் தேதி லண்டனில் உள்ள “கன்னாட் ரூம்ஸ்” என்ற இடத்தில் நடந்த பொதுக் கூட்டத்திற்கும் சென்றிருந்தார். அங்கு ஜின்னா தான் முக்கியமான பேச்சாளர். பேசிய தலைப்பு “இந்தியாவும் கிழக்குப் பணியகமும்.” அந்தக் கூட்டத்திற்குச் சென்றபோது அங்கே ஏற்கனவே ஜின்னாவின் நெருங்கிய நண்பர் ஹார்னிமன் இவர்களுக்காகக் காத்துக் கொண்டிருந்தார். அரசினால் பறிக்கப்பட்டிருந்த கடவுச்சீட்டு இன்னும் அவரிடம் திரும்பி வரவில்லை, அதற்காகக் காத்துக் கொண்டிருந்தார். ஜின்னாவின் மீது தான் வைத்திருந்த அன்பையும், ஒற்றுமையையும் காண்பிப்பதற்காகவே அன்று அவர் அங்கு வந்திருந்தார். அவர் வந்திருந்தது தம்பதியர் இருவருக்கும் அத்தனை மகிழ்ச்சியை அளித்தது. அந்தக் கூட்டத்திற்குப் பிறகு ஆக்ஸ்போர்ட் பல்கலைக்கழகம் சென்றார்கள். அங்கே “மஜ்லிஸ்” மாணவர்களின் விவாத மேடை அமைப்பிற்குப் பேச அழைக்கப்பட்டிருந்தார். மற்றொருநாள் இங்கிலாந்தில் இருந்த இந்தியர்கள் ஜின்னாவை பெருமைப்படுத்துவதற்காக அழைத்திருந்தனர். ஒன்று நிச்சயமாகத் தெரிந்தது: இந்தியாவில் போலல்லாமல் இங்கிலாந்தில் ஜின்னாவின் பெருமை கறை ஏதுமில்லாமல் இன்னும் நீடித்து நிலைத்து நின்று கொண்டிருந்தது.

தன்னோடு தன் கூட்டங்கள் அனைத்திற்கும் ருட்டி கூடவருவது ஜின்னாவிற்கு மிகவும் பிடித்திருந்தது. ஆனால் மற்ற நேரங்களில் அவர் ருட்டியைச் சார்ந்திராத வேலைகளைப் பார்த்துக் கொண்டிருந்தார். ஒருவேளை ஜின்னா லண்டனுக்கு வந்தது ருட்டியோடு இருப்பதற்காக இருக்கலாம். விடுமுறை நாட்கள்

போல இது இருக்கலாம். ஆனால் உண்மையில் அப்படியல்ல. ஜின்னா தன் மனதிற்குள் வேறு சில திட்டங்களோடுதான் லண்டன் வந்திருந்தார். அதோடு விடுமுறை என்பது ஜின்னாவிற்குப் பிடிக்காத ஒன்று. ஜின்னாவின் திட்டங்களில் மிக முக்கியமானது, காந்தியையும் அவரோடு இணைந்திருக்கும் கிலாபத் தலைவர்களையும் பிரிக்க வேண்டும் என்பதாகும். அது ஆங்கிலேய அரசு சார்ந்தது. ஆங்கிலேய அரசு துருக்கி நாட்டிற்குச் சில சலுகைகள் கொடுத்தால் நிச்சயமாக கிலாபத் தலைவர்கள் காந்தியிடம் இருந்து விலகி விடுவார்கள். இதற்காகப் பல இங்கிலாந்து பாராளுமன்ற உறுப்பினர்களையும், ஊடக நிருபர்களையும், யார் யார் அரசின் மீது அழுத்தம் கொடுக்க முடியுமோ அவர்களையும் மாறிமாறி சந்தித்துக் கொண்டே இருந்தார். எல்லாவற்றையும்விட ஜின்னாவின் நண்பரும், இந்தியாவின் செயலராகவும் இருந்த மாண்டேகு அவர்களைப் பார்ப்பதற்கும் திட்டம் வைத்திருந்தார். அவர் திட்டம் பலிக்க வேண்டும் என்பதற்காக தொடர்ந்து பலரையும் சந்தித்துக் கொண்டே இருந்தார். மீதி இருந்த நேரங்களில் இருக்கவே இருக்கிறது வாசிக்க வேண்டிய அத்தனை செய்தித்தாள்களும்!

ருட்டியின் கையில் நிறைய நேரம் மிச்சம் இருந்தது. தங்கள் இருவருக்கும் நடுவில் உள்ள இடைவெளி பற்றி யோசிக்க ஆரம்பித்தார். இந்த இடைவெளி கடக்க முடியாத ஒன்று என்று அவருக்கு நன்கு தெரிந்தது. எல்லோரும் நினைப்பதுபோல வயது மட்டுமே இதற்கான காரணம் இல்லை. ருட்டி வயது இடைவெளி பற்றிக் கவலைப்படுவதும் இல்லை. ஆனால் போர் முடிந்து பல சமூக மாற்றங்கள் ஏற்பட்ட பிறகும் ஜின்னா தன் பழைய நிலையிலேயே இருந்தார். இப்போதெல்லாம் இளைஞர் கூட்டம் பறவைகள் போல், புதிய நோக்கில் பல திக்குகளில் பயணப்பட ஆரம்பித்துவிட்டார்கள். ருட்டியைப் பொருத்தவரையில் அந்தப் புது வழியில் அவரும் நடக்க ஆரம்பித்துவிட்டார். தன்னுடைய வழக்கமான முறையில் தன்னுடைய சுதந்திரத்தை பேணிக் காத்துக் கொள்ளவும், புதிய வழிகளை எளிதாக எடுத்துக் கொள்ளவும், சமூகத்தின் மாறுதலுக்கு ஏற்ப தன்னை மாற்றிக் கொள்ளவும் ருட்டி தயாராக இருந்தார். ஆனால் ஜின்னா தன்னுடைய பழைய விக்டோரியன் காலத்துப் பழக்க வழக்கங்களை, அதுவும் தேடிப்பிடித்து தான் கற்றுப் பழகிக் கொண்ட அவற்றைக் கைவிடத் தயாராக இல்லை. சமூகம் மாறினாலும் நான் மாற மாட்டேன் என்ற எண்ணத்தோடு இருந்தார். அதிலும் புதிய மாறுதல்களுக்கு

அவர் முற்றிலும் எதிராகவே இருந்தார். உதாரணமாக, அவர் உடையணிவது இன்னும் அந்த பழையகாலத்து பாணியிலேயே இருந்தது. அதிலிருந்து மாற விரும்பவில்லை. ஒரே நாளில் நேரத்துக்கு நேரம் வேறு வேறு உடைகளை அணியும் அந்தப் பழைய பழக்கம் மாறவேயில்லை. இன்னொரு புதிய மாற்றமும் அவரைப் பயமுறுத்தியது. விழாக்களில் ஆண்-பெண் இணைந்து நடனம் ஆடுவது அவரால் ரசிக்க முடியாத ஒன்றாக இருந்தது. தம்பதிகள் இருவரும் ஒரு விழாவுக்குச் சென்றிருந்தார்கள். அந்த விழாவை நடத்தியது ஜின்னாவின் மீது அதிக மதிப்பு வைத்திருந்த ஒரு இஸ்லாமியச் செல்வந்தர். அந்த விழாவில் நடனத்துக்கான இசை ஆரம்பிக்கும் பொழுது, தான் அங்கிருந்தால் தன்னால் சரியாகப் பேசமுடியாது என்ற காரணத்தைக் கூறிக்கொண்டு, இன்னொரு இளைஞரோடு வீட்டின் கீழ்ப் பகுதிக்கு விரைந்து விட்டார். நடனம் முடியும்வரை அங்கேதான் பேசிக்கொண்டு இருந்தார். ஆனால் ருட்டி, நடனமாட மிக விரும்பும் ருட்டி, கையைப் பிசைந்து கொண்டு தனியாக அமர்ந்திருந்தார்.

இன்னொரு மிகப்பெரிய துன்பமான நிகழ்வு ஜின்னாவோடு கடை வீதிகளுக்குப் போவது. ஜின்னா கடையைப் புரட்டிப் போட்டு விடுவார். அது இது என்று எல்லாவற்றையும் பார்ப்பார். ஆனால் எதுவுமே வாங்க மாட்டார். ஜவுளிக் கடைக்குப் போனால் துணிகளின் தரம் பற்றிக் கேள்வி எழுப்புவார். அல்லது போருக்கு முன்னால் செய்யப்பட்ட ஆடைகளைப் பற்றிக் கேட்பார். அதேபோல் போருக்கு முந்தைய துணிகள் கிடைத்தால் அவற்றை உடனே அள்ளிக் கொள்ளப் பார்ப்பார். அந்தப் பழைய பாணி ஆடைகள் அவருக்கு அத்தனை பிடித்திருந்தது. ஆனால் அவற்றிற்கும் பேரம் பேசுவார். அது எவ்வளவு பழைய பாணி ஆடையாக இருந்தாலும் பரவாயில்லை, வாங்க வேண்டும் என்பார். ஆனால் விலைக்கு மசிய மாட்டார். இதையெல்லாம் மாற்ற ருட்டியால் முடியவில்லை. இருந்தாலும் இந்தப் பேரம் பேசும் பழக்கத்தைக் குறைப்பதற்காகவே பாரிஸ் நகரில் உள்ள 'சார்வ்ஸ்' என்ற ஒரு பெரிய கடைக்கு அழைத்துச் சென்றார். அங்கு தனக்குப் பிடித்தது போல் அவரை ஆடைகள் எடுக்க வைத்தார். ஆடைகள் எடுப்பதில்தான் இப்படி என்றால் மற்ற வகைகளிலும் அவர் அவ்வளவு எளிதாக மாறவில்லை. அவர் தன் தலைமுடியை குறுகத் தரிக்க ஆசைப்பட்டார். ஆனால் முடியை நீளமாக வளர்த்து தலையின் பின்பக்கம் வரை இழுத்து வாரும்படி இருக்க ருட்டி ஆசைப்பட்டார்.

ஜின்னா முணுமுணுத்தார். அப்படி எல்லாம் இருந்ததால்தானே உங்களைத் திருமணம் செய்து கொள்ள ஆசைப்பட்டேன் என்று ஒரு பெரிய தாக்குதலைத் தொடுத்தார் ருட்டி. அதற்குப் பின்தான் ருட்டி சொன்னதுபோல் நீளமாக முடியை வைத்துக்கொண்டார். தன் பழைய வழியிலிருந்து மாற மாட்டேன் என்று பிடிவாதம் பிடித்தார் ஜின்னா. ஆனால் ருட்டி அதற்கு நேர்மாறாக, இன்று என்ன பாணி, அது வேண்டும் எனக்கு என்ற மனப்பான்மையோடு மிக நவீனமாக மாறினார். அதுவும் அது மிகப் பெரிய அதிர்ச்சி தரும் மாற்றமாக இருந்தது. முதுகே இல்லாத சட்டை; குறுகத் தரித்த முடி; பெரும் ஒப்பனை செய்த முகம்; சிகரெட் பிடிப்பதற்கான நீண்ட குழாய். ஒருவேளை தான் இன்னும் இளையவள் தான் என்பதைக் காண்பிப்பதற்காகவே இப்படிப்பட்ட நாகரிகத்திற்கு மாறினாரோ என்னவோ தெரியவில்லை.

இருவருமே நாடகத்தின் மீது அதிக ஆர்வம் கொண்டவர்கள். நாடகக் கதாபாத்திரங்கள் போல் அவர்களும் இப்பொழுது விதவிதமாக மாறிக் கொண்டிருந்தார்கள். அவர் இன்னும் பழைய காலத்துக் கதாநாயகன் போல் பழைய மரபுகளோடு நின்றுகொண்டிருந்தார். ஆனால் ருட்டி இளமையான, ஆனால் விசித்திரமான, வித்தியாசமான புதுப் பாணிக்குள் சென்றுவிட்டார். சுற்றியிருந்தவர்கள் அனைவருக்குமே ருட்டி ஒரு தனித்துவமான பெண்ணாகத் தோற்றமளித்தார். லீலாமணி மிகவும் பெருமையோடு "எப்போதுமே ருட்டி ஒரு தனித்துவமான பெண்" என்று கூறுவார். இது ஒன்றும் சாதாரணமான விஷயம் அல்ல. பிறர் கண்ணில் நன்றாகப் பட வேண்டும் என்பதற்காகவே புத்தம்புது நாகரிகங்களுக்கு மாறிக் கொண்டிருக்கும் சமூகத்தில் அனைவரிடமிருந்தும் இவ்வாறு தனிப்பட்டு நிற்பது எளிதான காரியமல்ல. ஆனால் ருட்டி அதை வெற்றிகரமாகச் செய்து முடித்திருந்தார்.

ஜின்னாவும் ருட்டியும் ஆக்ஸ்போர்ட் பல்கலைக்கழகத்திற்கு மஜ்லிஸில் பேசுவதற்காகச் சென்றபோது அங்கே லீலாமணியைச் சந்தித்தனர். லீலாமணி ஆக்ஸ்போர்டில் ஒரு பெண்கள் கல்லூரியில் படித்துக் கொண்டிருந்தார். தான் முன்மாதிரியாக வைத்திருந்த ருட்டியைப் பார்ப்பதற்கு லீலாமணிக்கு அத்தனை மகிழ்ச்சி. ஆனால் சரோஜினி சொன்னதுபோல ருட்டியின் மீது எந்த சோகத்தின் நிழலும் பட்டிருப்பதாக லீலாமணிக்குத் தோன்றவில்லை. ருட்டியைச் சந்தித்தது பற்றி பத்மஜாவுக்கு எழுதிய கடிதத்தில் ருட்டியை மிகவும்

போற்றியிருந்தார்: "வால்தனம் நிறைந்த அழகிய பெண்ணாக அங்கே வந்திருந்தார்."

ருட்டிக்கும் லீலாமணியைச் சந்தித்ததில் அத்தனை மகிழ்ச்சி. ஏனென்றால் அவருடைய திருமண வாழ்க்கை ஒரு கடினமான உறைந்த நிலையில் நின்று கொண்டிருந்தது. அப்போது ஒரு தோழி கிடைப்பது மகிழ்ச்சி தானே! லீலாமணி தனது கல்லூரி விடுதியிலிருந்து வெளியே வந்து ஜின்னா-ருட்டி தங்கியிருந்த ரிட்ஸ் விடுதியில் அவர்களோடு சேர்ந்து தங்கியிருந்தார். அந்த விடுதியில் அவர்கள் இரண்டு மாதங்கள் இருப்பதற்குத் திட்டமிட்டிருந்தனர். கல்லூரியையும், விடுதியையும் விட்டு விட்டு அவ்வளவு பெரிய விடுதியில் தங்குவதற்கும், அது மட்டுமல்லாமல் அவர்களோடு சேர்ந்து லண்டன் மாநகரைச் சுற்றிப் பார்ப்பதற்கும், அதுவும் அவர்கள் செலவில் சுற்றிப் பார்ப்பதற்கு கசக்குமா என்ன? லீலாமணி அவர்களோடு வந்து தங்கியதால் ஜின்னாவிற்கு எந்தச் சிரமமும் இல்லை. பெண்கள் இருவரும் ஊரெல்லாம் சுற்றிக் களித்துக் கொண்டிருந்தார்கள். ஜின்னா தன்னுடைய வேலைகளைப் பார்த்துக்கொண்டிருந்தார். ருட்டி தன்னை லீலாமணியின் மூத்த சகோதரியாக நினைத்துக்கொண்டு, லீலாமணியை தத்தெடுத்து விட்டதுபோல் மிக அன்போடு கவனித்துக் கொண்டார். வீட்டை விட்டு வெளிநாடு வந்து கல்லூரியில் படித்துக் கொண்டிருக்கும் சின்னப்பெண்ணுக்கு இது அத்தனை ஆதரவும் மகிழ்ச்சி அளிப்பதாகவும் இருந்தது. "ருசியான உணவு, மிக அழகான பரிசுப் பொருட்களும் கொடுத்து என்னை மகிழ்ச்சிப்படுத்தினாள்" என்றார். ருட்டி-லீலாமணி இருவரும் லண்டன் மாநகரைச் சுற்றிச் சுற்றி வந்தார்கள். லீலாமணிக்கோ ஒரு அழகான தோழியோடு ஊரை எல்லாம் சுற்றிப் பார்ப்பது பெருமையாக இருந்தது. 1921 ஜூலை 15ஆம் தேதி பத்மஜாவுக்கு லீலாமணி ஒரு கடிதம் எழுதினார். அதில், "குறும்புக்காரிதான்; ஆனால் முன்பிருந்ததை விட இப்போது இன்னும் அழகாக கவர்ச்சிகரமாக இருந்தார். பிக்காடில்லி, பாண்ட் போன்ற இடங்களிலும் அவரோடு சேர்ந்து சுற்றுவது மிக அழகான அபூர்வமான அனுபவமாக இருந்தது. செல்வாக்கான இளவரசர்களும், டியூக்குகளும், பெரும் புதுப் பணக்காரர்களும் தங்கள் வைரங்களில் மினுமினுத்துக் கொண்டிருந்த அவர்கள் அனைவரும் தங்கள் கண்களை ருட்டியின் மீது பாய்ச்சினார்கள். அது மீண்டும் மீண்டும் நடந்தது", என்று மிகப் பெருமையாக எழுதியிருந்தார்.

அடுத்ததாக லண்டனிலிருந்து மூவருமே பாரிஸ் சென்றார்கள். அதுதான் அந்த சுற்றுப் பயணத்தின் இறுதியான இடமாக இருந்தது. லீலாமணியையும் ருட்டி தன்னோடு கூட்டிக்கொண்டு வந்து விட்டார். அவர்கள் ஒன்றாக கிளாரிட்ஜ் விடுதியில் தங்கி இருந்தார்கள். அங்கிருந்து அவர்கள் பம்பாய் செல்ல நீராவிக் கப்பலில் ஏறுவது வரை லீலாமணி அவர்களோடு இருந்துவிட்டு அதன்பிறகே லண்டனுக்குத் திரும்பினார். ஜின்னா எதையும் சுற்றிப் பார்க்க விரும்பாமல், தனியே தன் வேலையை மட்டுமே பார்த்துக் கொண்டிருந்தார். விடுதியிலேயே தங்கி இருந்து மாண்டேகு அவர்களுக்கு தனிப்பட்ட முறையில் ஒரு கடிதம் எழுதினார். இந்தியாவின் புதிய வைஸ்ராயாக இருந்த லார்ட் ரீடிங் என்பவரைத் தான் தனியே பார்க்க வேண்டும்; அதற்கான ஒப்புதலை பெற்றுத் தாருங்கள் என்று அந்தக் கடிதத்தில் எழுதியிருந்தார்.

பம்பாய்க்குத் திரும்பும் பயணம் ஆரம்பித்தது. இந்தப் பயணமும் தம்பதிகள் இருவரையும் ஒருங்கிணைக்க முடியவில்லை. ஏனென்றால் கப்பலில் ஏறியதுமே ருட்டிக்குத் வழக்கமான கடல் ஒவ்வாமை வந்து விட்டது. அவரைத் தன்னைத்தானே கவனித்துக் கொள்ளும்படி விட்டுவிட்டு ஜின்னா தன்னுடைய எதிர்காலத் திட்டத்திற்குத் தேவையான விஷயங்களுக்காக முன்னேற்பாடுகள் செய்து கொண்டிருந்தார். நடந்து கொண்டிருக்கும் அரசியல் குழப்பத்தில் தான் ஒரு நடுநிலைவாதியாக இருதரப்புக்கும் நடுவில் சமரசம் பேச முடியும் என்று நம்பிக் கொண்டிருந்தார். அதற்காகவே விரைந்து வைஸ்ராயைச் சந்திக்க வேண்டும்; அவரிடம் என்னென்ன பேச வேண்டும் போன்ற திட்டங்கள் எல்லாம் அவர் மனதில் ஓடிக்கொண்டிருந்தன. அவர்கள் நினைத்ததற்கு ஒரு வாரத்துக்கு முன்பே அவர்கள் பம்பாய் கடற்கரைக்கு வந்து சேர்ந்தார்கள்.

வீடு வந்ததும் ஐந்து மாதங்கள் தன் குழந்தையை விட்டுவிட்டு உலகப் பயணம் சென்று திரும்பிய ருட்டி தன் குழந்தையைப் பார்க்க வேண்டும் என்று கூட நினைக்கவில்லை. ஊரிலிருந்து வந்த அன்றே வெளியே செல்ல வேண்டும் என்ற எண்ணமே மேலோங்கி நின்றது. உடனே புறப்பட்டு தாஜ்மஹால் விடுதிக்குச் சென்றார். சரோஜினியைச் சந்திக்கலாம் என்ற ஆவல். அங்கே சரோஜினி இல்லை. ஆனால் ருட்டி அடுத்த நாளும் தாஜ் மஹால் விடுதிக்குச் சென்றார். தன்னை வரவேற்க இன்றாவது சரோஜினி இருப்பார் என்று நினைத்தார். அன்றும் சரோஜினி இல்லை. சரோஜினிக்காக ஒரு குறிப்பு

எழுதி வைத்துவிட்டு வந்தார். அந்தக் குறிப்பு ருட்டியின் பாணியிலேயே குறும்புத்தனத்துடன் இருந்தது. "நாளையும் வருவேன். காலையில் 11 மணிக்கு. யாராக இருந்தாலும், ஆணாக இருந்தாலும் சரி மகாத்மாவாகவே இருந்தாலும் சரி. அவர்களை ஒதுக்கி வைத்துவிட்டு எனக்காக நேரம் ஒதுக்குங்கள்!"

ருட்டிக்குக் கடந்த சில நாட்களில் என்னென்ன மாற்றங்கள் நடந்து முடிந்திருக்கின்றன என்பது சுத்தமாகத் தெரியாது. ஒத்துழையாமை இயக்கத்தின் மூலம், முதலில் சில தடுமாற்றங்கள் இருந்தாலும், சமுதாயத்தையே முழுமையாக மாற்றி வைத்திருந்தார் காந்தி. பெரும் அதிசயம் தான். எல்லாம் தலைகீழாக மாறி இருந்தது. தனி மனிதனையும் சரி, முழு சமூகத்தையும் சரி, மக்களை ஆன்மிக வழியிலும், பண்பாட்டு வழியிலும் முற்றிலுமாக மாற்றி வைத்து விட்டார். ருட்டிக்குத் தெரிந்த நண்பர்கள் - விருந்துகள், விழாக்கள் என்று மகிழ்ந்து கொண்டிருந்த அம்மக்கள் - அனைவரும் தங்களுடைய வாகனங்களையும், தங்க நகைகளையும் தேசிய நல நிதிக்காக ஏலம் விட காந்தியிடம் கொடுத்துக் கொண்டிருந்தார்கள். நடந்த ஆர்ப்பாட்டங்களாலும் போராட்டங்களாலும் சிறைச்சாலைகள் நிறைந்து வழிந்தன. ஏனெனில் அப்போது ஆங்கில அரசால் கைது செய்யப்படுவது அத்தனை பெருமைக்குரிய விஷயமாக மாறிப்போனது. பெண்கள் தாங்கள் அணிந்திருந்த அழகான அயல்நாட்டுத் துணிகளை தீயிட்டுக் கொளுத்திக் கொண்டிருந்தார்கள். அதோடு நிற்காமல் வீடுவீடாகச் சென்று காந்தியின் நோக்கத்திற்காகப் பிச்சை எடுப்பது போல் பணம் சேர்த்துக் கொண்டிருந்தனர். திருமதி தாதாபாய் கூட முகமது அலியின் மனைவியோடு சேர்ந்து நன்கொடை வாங்குவதற்காக வீடு வீடாகப் போய்க்கொண்டிருந்தார் என்று சரோஜினி தனது கடிதம் ஒன்றில் பெருமையோடு கூறியுள்ளார். இன்னும் பலப் பல மாற்றங்கள். செல்வமும் செல்வாக்கும் பெற்ற பணக்கார ஆண்களும் பெண்களும் தங்கள் பட்டுத் துணிகளை தூக்கியெறிந்து விட்டு காதித் துணிகளை அணிந்து கொள்ள ஆரம்பித்து விட்டனர். நூல் நூற்கும் வகுப்புகளுக்கு அணிவகுத்துச் சென்று கொண்டிருந்தனர். "ருட்டியின் தாய் திருமதி பெத்தித் முத்து நகைகள், ஜார்ஜெட் சேலைகள் என்று செல்வாக்கோடு சுழன்று கொண்டிருந்த அவர், வெள்ளைச் சேலை அணிந்துகொண்டு ஒரு தேசிய மாநாட்டுக்கு வந்திருந்தார்" என்று சரோஜினி குறிப்பிட்டிருந்தார். அதுமட்டுமல்ல ருட்டியின் தோழியான

ஷாமோ ரோ என்பவரைப் புத்திசாலிப் பெண்ணாகவோ தீவிரம் காட்டும் பெண்ணாகவோ ருட்டி நினைத்தும் பார்த்ததில்லை. ஆனால் இன்று அவர் முழுமையாக மாறியிருந்தார். புரிந்து கொள்ளாத அளவிற்கு மாற்றங்கள் ஏற்பட்டிருந்தன. ஏறத்தாழ அனைவருமே புதிய நம்பிக்கை ஒன்றைத் தழுவிக் கொண்டு விட்டார்கள். காந்தியின் ஆணைப்படி முதன்முதலில் "சுயாட்சி உறுதிமொழி" எடுத்துக் கொண்டவர்களின் முதல் வரிசையில் சரோஜினி இருந்தார். முன்னோடிகளில் அவரும் ஒருவர். ஆலைத் துணிகளை அணியாமல், தறியில் நெய்த சாதாரணமான, வண்ணம் ஏதுமில்லாத சேலைகளுக்கு மாறியிருந்தார். சரோஜினி முதலில் காந்தியைக் கேலி செய்து கொண்டிருந்தார். அதன் பின் அன்போடு "குட்டிக் கொடுங்கோலன்" என்று அவரை அழைத்து வந்தார். ஆனால் இன்றோ காந்தியின் பக்தையாக மாறிவிட்டார். வண்ண வண்ணப் பட்டு சேலைகள் எங்கோ போய்விட்டன. எல்லாமே வெறும் மிகச்சாதாரண பருத்திப் புடவைகள். வேடிக்கையாக தன்னைத்தானே "நான் ஒரு வண்ணார் பொதி சுமையைப் போல் தோற்றமளிக்கிறேன் அல்லது வெள்ளைக் காதித்துணியில் செய்த பலூன் போலவே இருக்கிறேன்" என்று தன்னைப் பற்றிக் குறிப்பிட்டிருந்தார்.

வெளியே நடந்த மாற்றங்களை விட மிக மிக அதிகமாக சரோஜினியின் ஆழ்மனதில் மாற்றங்கள் நடந்திருந்தன. எல்லாமே காந்தி அளித்த ஊக்கம்; அவர் கொடுத்த படிப்பினை. இப்போது வாழ்க்கையில் ஒரு புதிய பொருள், ஒரு புதிய குறிக்கோள், நேர் பாதை என்று தனக்குத்தானே வழியை அமைத்துக் கொண்டார். முன்பு போல் மிக எளிதாக எல்லோரிடமும் பழகி, தன் விடுதி அறைக்கு யார் வந்தாலும் வரவேற்று, அவர்கள் நல்லவர்களா கெட்டவர்களா என்றும் பார்க்காது, அவர்களுக்கு உண்ண உணவு கொடுத்து, வதந்திகளுக்கு செவிமடுத்து காலம் தள்ளிக் கொண்டிருந்த காலங்கள் மாறிப்போய்விட்டன. கடந்த ஐந்து மாதங்களில் சரோஜினி, காந்தி ஏற்படுத்தியிருந்த ஓர் அரசியல் போர்க்களத்தின் நடுவில் நின்று கொண்டிருந்தார். அவருடைய பொறுப்புகளும் மிகவும் அதிகமாக இருந்தன. கிலாபத் தலைவர்கள், காங்கிரஸ் தலைவர்கள் இருவரோடும் பேசி, புதிய நடவடிக்கைகளை எடுப்பது தான் அவரது முக்கியப் பணியாக இருந்தது. அதோடு நடக்கும் பல பொதுக் கூட்டங்களுக்கு தலைமை தாங்குவது, நன்கொடை வசூலிப்பது - நன்கொடை என்றால் காங்கிரஸ் கட்சிக்காக கோடிக்கணக்கான ரூபாய்கள் வசூல் செய்வது - மகளிர் அணி

ஒன்றைத் திரட்டுவது, காதி பொருட்காட்சிகள் அமைப்பது, அந்நியத் துணிகளுக்கு எதிராக பேரணிகள் நடத்துவது, வெளிநாட்டுப் பொருட்களை எரிப்பது என்று வகை வகையாகப் பலப் பல நிகழ்ச்சிகளை நடத்துவதும், வழிகாட்டுவதும் அவருக்காகக் காத்திருந்த வேலைகளாக இருந்தன. இரவு, பகல் பாராது தொடர்ந்து உழைத்துக் கொண்டிருந்தார். தினசரி தனது வாழ்க்கையில் காலையில் எழுந்து குளித்துப் புறப்படுவது மட்டுமே ஒரு தீர்மானிக்கப்பட்ட செயலாக இருந்தது. அதன் பின் பந்து போல் அங்கும் இங்கும் ஓடியாடி, வேலைகள் பலவற்றை தோள்மேல் இழுத்துப்போட்டு காரியங்களைச் செயலாற்றிக் கொண்டிருந்தார். ஆனால் அதில் ஒவ்வொரு வினாடியையும் அவர் மகிழ்ச்சியோடு அனுபவித்துக் கொண்டிருந்தார். வேலை என்று பாராமல் அதுவே அவருடைய மகிழ்ச்சியாக மாறிப் போயிருந்தது. மிகப் பிரமாண்டமான ஒரு பணியில் நான் ஒரு சிறு பங்கு வேலை செய்வதைப் பெருமையாகவும் நன்றியோடும் நினைத்துப் பார்க்கிறேன் என்று தன் பிள்ளைகளுக்கு கடிதத்தில் எழுதியிருந்தார். இந்நிலையில் ருட்டியை மீண்டும் தன் வாழ்க்கையில் சேர்ப்பதற்கு சரோஜினிக்கு சிரமம்தான். ஏனென்றால் ருட்டி பம்பாய் வருவதற்கு முன்பே சரோஜினி தன் மகளுக்கு எழுதிய கடிதத்தில், "உனக்காக ருட்டி செய்தவைகளுக்காக நான் மகிழ்ச்சி அடைகிறேன். செப்டம்பர் 7 ஆம் தேதி பம்பாய்க்கு அவர் வந்து விடுவார். அவர் வந்த பிறகு என் வேலையை எவ்வளவு தூரம் நான் செய்யமுடியும் என்று நினைத்து அச்சமாக இருக்கிறது" என்று தன் பயத்தை வெளிக்காட்டியிருந்தார். அதிலும் சரோஜினிக்கு ஒரு துரதிர்ஷ்டம். ருட்டி தான் சொன்ன தேதிக்கு முன்பே பம்பாய் வந்து விட்டார். அதுவும் முதல் நாளே அவரைப் பார்க்க ஹோட்டலுக்கும் வந்து விட்டார். அதைப்பற்றியும் தன் கடிதத்தில் சரோஜினி குறிப்பிட்டிருந்தார். அந்தக் கடிதம் 1921 ஆகஸ்டு 28 அன்று எழுதப்பட்டிருந்தது. அதில், "ஒரு வாரத்திற்கு முன்பே இங்கு வந்து சேர்ந்து விட்டார். வந்து சேர்ந்த அதே நாளில்..."

பம்பாய் வந்து ஒரு வாரம் கழித்து சரோஜினி, ருட்டி இருவரும் சந்தித்தனர். இருவருமே தங்களிடம் இருக்கும் மாற்றத்தை உணர்ந்து கொண்டனர். சரோஜினி தான் பார்த்த மாற்றங்களைப் பற்றி தன் மகள் பத்மஜாவுக்கு 1921 செப்டம்பர் முதல் வாரத்தில் எழுதிய கடிதத்தில்... "ருட்டி பார்ப்பதற்கு மிக அழகாக இருந்தார். ஆனால் அவளிடம் நான் முன்பு பார்த்த ஒளி மயமான முகம் மறைந்து விட்டது. வேறு ஏதோ

ஒன்று தென்பட்டது. இறுகிப்போன பெண்ணாக இருந்தாள். நாகரிகமும் அதிகமாகவும், நிறைய மாற்றங்களுடனும் இருந்தது. அதீத ஒப்பனை, திறந்து கிடந்த முதுகு... இன்னும் என்னென்னவோ. ஆனாலும் அத்தகைய ஒப்பனைக்கு உள்ளேயும் பெத்தித் மாளிகையில் நான் பார்த்த அன்பான ருட்டியைப் பார்க்க முடிந்தது. உண்மையும், நேர்மையும் அவளிடம் பிரதிபலித்ததை என்னால் பார்க்க முடிந்தது. அவள் உன் மீது எத்தனை அன்பு வைத்திருக்கிறாள். அதுவும் உனக்குப் புரியும் என்று நினைக்கிறேன்.''

அத்தனை மாற்றங்கள் தன்னிடம் வந்த பிறகும் ருட்டி தன் போக்கில் எந்த மாற்றத்தையும் காண்பிக்கவில்லை. ஒருபுறம் தன்னுடைய தனிமையை விரட்டுவதற்காக தேசியப் போராட்டத்தில் கலந்துகொண்டு, தீவிரமாகப் பணியாற்றுபவர்களை அப்படியே விட்டுவிட்டு தான் மட்டும் ஒதுங்கி விடவும் நினைக்கவில்லை. மறுபுறம் ஜின்னாவின் மீது காதல்... அன்பு... ஆனால் சரோஜினிக்கு இது பெரும் தொல்லையாகப் போய்விட்டது. தினமும் காலையில் 11 மணிக்கு ஹோட்டலுக்கு ருட்டி வந்து விடுவார். அதாவது ஜின்னா நீதிமன்றத்திற்குப் புறப்பட்டதும் ருட்டி இங்கு வந்து விடுவார். நாள் முழுதும் சரோஜினியைச் சுற்றிக் கொண்டிருப்பார். மாலை ஜின்னா வீடு திரும்பும் நேரத்தில் அவரும் தன் வீட்டுக்குப் போய்விடுவார். ''தினமும் காலை 11 மணியிலிருந்து மாலை 5 மணி வரை என்னை எந்த வேலையும் செய்ய விடுவதில்லை'' என்று சரோஜினி பத்மஜாவிடம் குற்றப்பத்திரிகை வாசித்திருந்தார். அவர் எழுதிய அந்தக் கடிதம் 1921 செப்டம்பர் 3 ஆம் தேதி கையெழுத்திடப்பட்டிருந்தது.

ருட்டி சரோஜினியின் அறைக்கு காலையிலேயே வந்து விடுவார். மாலை வரை அங்கேயே தங்கியிருந்து சரோஜினி செய்ய வேண்டிய வேலைகளுக்குத் தொடர்ந்து இடைஞ்சலாகவே இருந்து வந்தார். இது சரோஜினிக்கு மிகுந்த எரிச்சலைக் கொடுத்தது. ஏனெனில் சரோஜினி இப்போது பம்பாய் மாகாண காங்கிரஸ் கட்சியின் முக்கியத் தலைவராக இருந்தார். அதோடு வேறுபட்ட பல இயக்கங்களை நடத்துவதும், நடவடிக்கைகளை தலைமை தாங்கி நடத்துவதும் அவரின் வேலையாக இருந்தது. அதுமட்டுமல்லாமல் காந்தியின் ஒத்துழையாமை இயக்கப் போராட்டத்தின் வேலைகள் அனைத்திலும் அவர் ஈடுபட வேண்டியதிருந்தது. அதோடு சுதேசி சபா என்ற அமைப்பின் தலைவராகவும் இருந்தார். இந்த சபா பல்வேறு முக்கிய

வேலைகளில் தன்னை ஈடுபடுத்திக் கொண்டு இருந்தது. மேலே சொன்ன கடிதத்தில் சரோஜினி தொடர்ந்து, "இன்று தாதாபாய் அவர்களின் பிறந்தநாள். நான் செய்த பாவத்திற்குப் பரிகாரமாக அந்த விழாவில் பங்கெடுக்க வேண்டும். அடுத்த வாரம் கணபதி பூஜை விழாக்கள் ஆரம்பமாகும். அப்பொழுது தொடர்ந்து பல வேலைகள் இருக்கும். எனக்கும் எங்கெங்கிருந்தோ அவசரமான அழைப்புகள் வந்து கொண்டிருக்கின்றன. உத்தரப் பிரதேசம், பஞ்சாப், பீகார், வங்காளம், மத்திய மாகாணங்கள், சூரத், குஜராத், மகாராஷ்டிரா, ஆந்திரா என்று பல்வேறு இடங்களிலிருந்தும் எனக்குத் தொடர்ந்து செய்திகளும் ஆலோசனை கேட்கும் கேள்விகளும் வந்துகொண்டே இருக்கின்றன. மேலே சொன்னவற்றில் அஸ்ஸாம், மதராஸ் ஆகிய இடங்களை மறந்துவிட்டேன். ஏனெனில் அந்த இரண்டு இடங்களை மட்டும் எப்படியோ கவனிக்காமல் விட்டு விட்டேன்."

அரசியல் வாழ்க்கை அத்தனை வேகமாக இயங்கிக் கொண்டிருந்தது. குனிந்து நிமிரக் கூட நேரமில்லாமல் அயராது உழைத்துக் கொண்டிருந்தார். அப்படி இருக்கும் போது ருட்டியின் சோம்பேறித்தனமும், வேலையற்று சிரமம் கொடுத்துக் கொண்டிருப்பதும் உறுத்தலைக் கொடுத்தது. சரோஜினி, ருட்டியின் மேல் எப்போதும் அன்புடனும், இரக்கத்தோடும் இருப்பார். ஆனால் இப்போது ஜின்னாவைத் திருமணம் செய்து கொண்டிருக்கிறார். ஜின்னாவும் தனக்குத் தானே தலையில் மண்ணை அள்ளிப் போட்டுக்கொண்டது போல அரசியலில் இருந்து முற்றிலுமாக விலக்கப்பட்டு தனியாக நின்று கொண்டிருந்தார். 1921 செப்டம்பர் ஒன்பதாம் தேதி சரோஜினி தனக்கும் ஜின்னாவுக்கும் நன்கு தெரிந்த, லண்டனில் இருந்த சையது உசேன் என்ற நண்பருக்கு கடிதம் ஒன்றை எழுதினார்:

"ஜின்னா தம்பதியர்கள் திரும்பி வந்து விட்டார்கள். ஆனால் இப்போது இந்தியாவில் இருந்து தனித்து விலகி நிற்பது போல் இருக்கிறார்கள். இப்போது இந்தியாவில் சோம்பேறிகளுக்கும், வேலையற்று கைகட்டி இருப்பவர்களுக்கும் இடமில்லை. ஆனால் ருட்டி இன்னும் வழக்கம்போலவே குறிக்கோளும், வேலையுமற்று இருக்கிறார். நானோ மிகத்தீவிரமாக பணியாற்றிக் கொண்டிருக்கிறேன். என் உடல் நிலையும் முழுவதுமாக சரியில்லை. அதிகமான உடல்நலக் குறைவு தான். இருந்தாலும் நான் ஓய்ந்திருந்து வேலை செய்யாமல் இருக்கவும்

முடியாது. ஒவ்வொரு மணிநேரமும் எனக்கு முக்கியம். பல முக்கியமான விஷயங்கள் இந்தியாவில் நடந்தேறிக் கொண்டிருக்கின்றன...”

இந்தியாவில் ஒரு புதிய சமுதாயம் பிறந்திருந்தது. காந்தி அதை உருவாக்கியிருக்கிறார். பம்பாய் உயர் மட்ட நிலைகளிலும் கூட வாழ்க்கைக்கு ஒரு புதிய பொருளும் குறிக்கோளும் இருக்க வேண்டும் என்று படிப்பித்திருக்கிறார். உடல் நலமில்லாமல் சோர்வாகப் படுப்பது கூட ஒரு சோம்பேறியின் வேலை என்ற அளவிற்கு மக்களின் மனம் மாறி இருந்தது. அதனால்தான் சரோஜினி தன் உடல் நலமின்மை பற்றி பத்மஜாவுக்கு குறிப்பிட்டு எழுதியிருந்தார். “இந்த நேரத்தில் - எந்த ஒரு ஆணோ பெண்ணோ - சோம்பேறித்தனமாக தன்னைப் பற்றி மட்டுமே நினைத்துக் கவலைகொண்டு, சுய அனுதாபத்தை வளர்த்துக்கொண்டு இருப்பவர்களுக்கு இந்தியாவில் இடமில்லை. நீயும் உன்னைத் தயார் நிலையில் வைத்திருப்பாய் என்றுதான் எண்ணுகிறேன். உன்னால் செய்யக்கூடிய வேலைகள் அத்தனையையும் நாட்டுக்காகச் செய்து முடி. நீயும் உன் நண்பர்களும் உங்களால் நாட்டிற்கு என்ன செய்ய முடியுமோ, சமூகத்திற்கு என்ன செய்ய முடியுமோ அதைத் தொடர்ந்து செய்து கொண்டே இருங்கள்.”

இவ்வளவு தீவிரமாகத் வேலை செய்து கொண்டிருக்கும் தன் அறைக்கு வந்து ருட்டி வெட்டியாக நேரத்தைக் கழிப்பதும், தனது வேலைகளுக்குத் தடையாக இருப்பதும் மிகுந்த சிரமத்தை அளித்தது. மீண்டும் பத்மஜாவுக்கு தன்னுடைய கடிதத்தில் தன் குறைகளைத் தெரிவித்து எழுதுகிறார்: “தினமும் என் அறைக்கு வந்து விடுகிறாள். யார் யாரோ என்னைப் பார்க்க வருவார்கள். பலருக்கும் பல வேலைகள். பல ஆலோசனைகளை அவர்களுக்குக் கொடுக்க வேண்டும். ஆனால் ருட்டி பொறுமையில்லாமல் பித்து பிடித்தது போல் அமர்ந்திருப்பாள். இப்போதைய அவளுடைய பழக்க வழக்கங்கள் அனைத்தும் என்னால் தாங்க முடியாதவைகளாக இருக்கின்றன.” ஒருவேளை இப்படி ருட்டியைப் பற்றி எழுதி விட்டோமே என்று சரோஜினி மனம் வெதும்பி இருக்கலாம். ஆகவே தன் மகளுக்கு எழுதிய அந்தக் கடிதத்தில் அவர் தொடர்ந்து, “பாவம் அந்தப் பெண். அவளுக்கென்று எதுவுமே இல்லை அவளுடைய அழகைத் தவிர. அழகான உடைகள் அணிந்து தன் அழகை மேம்படுத்த வேண்டும் என்ற ஒரே எண்ணம் மட்டும் அவளுடைய மனதில் நிழலாடிக் கொண்டே இருக்கிறது.”

ருட்டியின் பழக்க வழக்கங்கள் மிகவும் மோசமாகிக் கொண்டே இருந்தன. ஏனெனில் சரோஜினியின் அறையில் அவரால் பொறுமையாக இருக்கவும் முடியவில்லை, அங்கேயே தனக்காக ஒரு இடத்தை எடுத்துக் கொள்ளவும் முடியவில்லை. இருப்பினும் இன்னும் தொடர்ந்து சரோஜினியின் அறைக்கு வந்து கொண்டே இருந்தார். சரோஜினியின் அருகில் அமர்ந்துகொண்டு வருபவர்களை வேடிக்கை பார்த்துக்கொண்டு எந்தவித முக்கிய வேலையும் இன்றி சோம்பேறித்தனமாக உட்கார்ந்திருந்தார். ஆனால் சரோஜினினுடைய அறையோ பல சமூக அரசியல் வேலைகளுக்கான மையமாக இருந்தது. சரோஜினி தனது 14ஆம் வயதில் இருந்தே அரசியல் வேலைகளில் ஆழ்ந்து இறங்கியவர். இன்னும் அவரால் அரசியலை விட்டு தன்னைத் வெளியே இழுத்துக்கொள்ள முடியாத ஒரு நிலையில்தான் இருந்தார். அத்தனை ஆர்வம், அத்தனை தீவிரம்.

தன் வாழ்நாள் முழுவதும் சரோஜினி தனக்கு ஒரு நண்பராக இருந்திருக்கிறார். ஆகவே அவர் மேல் தனக்கு நட்பு ரீதியான உரிமை இருக்கிறது என்று நினைத்துக் கொண்டிருந்தார் ருட்டி. ஆனால் இதை சரோஜினி முழுவதுமாகப் புரிந்து கொள்ளவில்லை. அவருடைய பொறுமை சரிந்துகொண்டே போனது. ருட்டியிடம் கண்டிப்பாக இருக்க வேண்டும் என்று நினைத்தார். ஒருநாள் ருட்டி சரோஜினிக்கு அன்பளிப்பு ஒன்றைக் கொண்டு வந்தார். ஒருவேளை தன் தனிமையைப் போக்குவதற்காக ருட்டி இப்பொழுது ஒரு புதிய பழக்கத்தை ஆரம்பித்திருக்கிறார் போலும். பழங்காலச் சிலைகளை சேகரிப்பது அவரது புதிய பொழுதுபோக்காக மாறியிருந்தது. பச்சை மரகதக் கல்லால் ஆன சிலை; அதை சரோஜினிக்கு கொடுப்பதற்காகக் கொண்டு வந்தார். ஆனால் சரோஜினி எப்போதுமே தனக்குக் கிடைக்கும் வெகுமதிகளை வெகு எளிதாக தன் பிள்ளைகளுக்கும் நண்பர்களுக்கும் கொடுத்து விடும் பழக்கம் உள்ளவர். ஆகவே ருட்டி இந்த முறை அப்படி யாருக்கும் கொடுக்கக்கூடாது; தானே வைத்துக் கொள்ள வேண்டும் என்ற ஆணையோடு அந்தச் சிலையைப் பரிசாக அளித்தார். ஒரு இளம் குழந்தை தன் தாயிடம் தனிப்பட்ட அன்பை விரும்புமே அதுபோல் ருட்டியும் சரோஜினியிடம் அதை எதிர்பார்த்தார். ஆனால் சரோஜினி அந்த அளவிற்கு உணர்ச்சிப்பூர்வமாக அந்த அன்பளிப்பை வாங்கிக் கொள்ளவில்லை. ஏனென்றால் ருட்டியின் ஆணைக்கு எதிர்மாறாக அந்த அன்பளிப்பை பத்மஜாவுக்கு

அனுப்பிவைத்து, அதோடு ஓரிரு வரிகளில் கடிதமொன்றும் எழுதி அனுப்பியிருந்தார். "திடீரென்று பணக்காரியாக ஆகி விட்டானோ என்று பயந்து விடாதே. இந்த அன்பளிப்பை ருட்டி தான் எனக்குக் கொடுத்தாள். நான் இதை உனக்கோ, பாபிக்கோ, உமர் அல்லது சய்யது யாருக்கும் கொடுக்கக் கூடாது என்று சொல்லியே கொடுத்தாள். அப்படி நான் யாருக்கும் கொடுத்தால் அது அவள் கொடுத்த அன்பளிப்பையும், அவளையும் அவமதிப்பது போல் என்று கூறியிருந்தாள்."

சரோஜினி, ருட்டியை அதிகமாகக் கண்டுகொள்ளாமலோ அல்லது கண்டிப்புடனோ இருந்திருக்கலாம். ஆனாலும் இன்னும் சரோஜினியின் நட்பு ருட்டிக்கு மிகத் தேவையாக இருந்தது. அத்தனை கொடூரமாக இருந்தது அவர் அனுபவித்து வந்த தனிமை. சில சமயங்களில் சரோஜினியின் குழந்தைகள் யாராவது அவரைப் பார்ப்பதற்காக பம்பாய்க்கு வருவார்கள். அதுபோன்ற நேரங்களில் அவர்களோடு சிரித்து ஆடும் ருட்டியைப் பார்த்து சரோஜினிக்குப் பழைய நினைவுகள் வரும். அப்படி மகிழ்ச்சியுடன் ஆடித் திரிந்த அந்தப் பெண் தானா இது என்ற கசப்பான நினைவு நெஞ்சில் எழும். "ஆனால் இப்போதெல்லாம் தன்னைப் பற்றியே நினைத்துக் கொண்டிருக்கும், தன்னையே அழித்துக் கொண்டிருக்கும் ஒரு பெண்ணாக மாறி விட்டார்" என்று சரோஜினி தன் வழக்கமான, ருட்டிக்கு எதிரான எண்ணங்களை கடிதங்களில் எழுதிக் கொண்டிருந்தார். ஆனாலும் பழைய காலத்து நினைவுகள் அவரை விட்டு விலகவில்லை. ஏனென்றால் 1921 அக்டோபர் 4ஆம் தேதி பத்மஜாவுக்கு எழுதிய கடிதத்தில், "ஆனால் இன்னமும் அந்த சிறுபிள்ளைத்தனமான குறும்புத்தனமான அழகோடுதான் இருக்கிறார். அவளும் மினாவும் இரண்டு சின்னக் குழந்தைகள் போல் துள்ளி விளையாடிக்கொண்டிருந்தனர். அந்த ருட்டி தான் நிஜமான ருட்டியா?" ருட்டியும் அவ்வப்போது சிறுபிள்ளைத்தனமாக நாயுடு குடும்பத்தினரிடம் பழகுவது வழக்கம் தான். குடும்பத்திலிருந்து பிரிந்து ஏறத்தாழ அனாதை போல் நிற்கும் ருட்டிக்கு சரோஜினியின் குடும்பத்திலுள்ள ஒவ்வொருவரும் முக்கியமானவர்களாக இருந்தார்கள். குடும்பத்தில் ஒருவருக்கு ஒருவர் மிக மிகச் சின்ன விஷயங்களை கூட பகிர்ந்து கொள்வது போல ருட்டியும் சரோஜினியிடம் பலவற்றை எதிர்பார்த்தார். உதாரணமாக, ஒருநாள் ஒரு டஜன் தக்காளிச்சாறு பாட்டில்கள் எனக்கு தபாலில் அனுப்பி வை என்று சரோஜினியிடம்

கூறியிருக்கிறார். வேறு யாரிடம் இவ்வளவு உரிமையாகக் கேட்க முடியும் - தன் குடும்ப உறுப்பினரைத் தவிர?

சரோஜினி குடும்பத்தினரிடம் இப்படி இருந்தாலும் மற்றவர்களுக்கு அவர் ஒரு தைரியமான, எதைக் கண்டும் கலங்காத பெண்ணாகத்தான் தோன்றினார். அதிலும் திருமதி ரீடிங் அவர்களுக்கு ருட்டி வெட்கம் இல்லாத பெண்ணாகத் தோற்றமளித்தார். சினிமாவில் நடிக்க ஆசைப்பட்ட ரத்தக் காட்டேரியின் வேடத்தைப்போலவே உண்மையான வாழ்க்கையிலும் இருக்கிறார் என்று திருமதி ரீடிங் கருதினார். ஆனால் ருட்டி யாரையும் தாக்க வேண்டும் என்று நினைத்தால் அடியோடு தாக்கிவிடும் தைரியம் உள்ளவர். ஆகவேதான் அப்படிப்பட்டவர்களை தனது நாவின் வன்மையால் திருப்பித் தாக்கினார். இதையெல்லாம் அவர் கற்றுக்கொண்டதே இளமையில் அவருக்கு மிகவும் பிடித்தமான எழுத்தாளரான ஆஸ்கார் ஒயில்ட் அவர்களிடமிருந்து தான். அவரது வார்த்தை ஜாலங்கள் தரும் சில வரிகள் ருட்டிக்கு அத்தனைப் பிடித்துப்போனது. இதேபோல் ஜின்னா தனது அரசியல் மேடைப்பேச்சுக்கு இங்கிலாந்தின் எட்மண்ட் பர்க் என்பவரை முன்மாதிரியாகக் கொண்டிருந்தார். இப்பொழுது ருட்டிக்குத் திரும்பும் இடமெல்லாம் எதிர்ப்புகள் இருந்தன. இது அவரை அச்சமில்லாத ஒரு பெண்ணாக மாற்றியது, எல்லோரும் காவி உடையில் ஏனோதானோ என்று உடை அணிந்திருக்கும்பொழுது யாருக்கும் அச்சப்படாமல் இன்னும் அதிகமாக உடல் தெரியும் சேலைகளிலும் முதுகும் கைகளும் இல்லாத ரவிக்கைகளிலும் அழகு பொம்மையாக அவர்களுக்கு நடுவே உலாவிக் கொண்டிருந்தார். அவர் தைப்பது கூட ஹார்ன்பை சாலையில் ஆங்கிலேயர்களால் நடத்தப்பட்ட எமிலி வின்ட்க்ரோவ் தையல் கடையில் தான். மற்றவர்கள் முன்னால் இப்படி வேடமிட்டுக் கொண்டிருந்த ருட்டி, சரோஜினி குடும்பத்தினர் ஒவ்வொருவரிடமும் மிக இயல்பாக இருந்தார். அவர்கள் முன்னால் வேஷமும் கிடையாது; ஒப்பனையும் கிடையாது; உண்மையான ருட்டியாகத்தான் அக்குடும்பத்தினர் முன்னால் நின்றார்.

சரோஜினிக்கு ருட்டியை மிக நன்றாகத் தெரியும். ஆகவே ருட்டி செய்வதையெல்லாம் பார்த்து அவர் எதிர்க்கவும் இல்லை; அதிர்ச்சியடையவும் இல்லை; அவரோடு சேர்ந்துகொண்டு ருட்டியின் விருப்பம்போல் மகாத்மா காந்தியை வேடிக்கையாகக் கேலி செய்து கொண்டிருந்தார். ஆனால் இந்த இருவரில் ஒருவர்

உடல்நலம் இல்லாவிட்டாலும் காந்திக்கு உறுதுணையாக நிற்கும் உண்மையான நேர்மையான போர் வீரராக இருந்தார். ஆனால் அடுத்தவரோ காந்தியை வாழ்நாளெல்லாம் எதிர்த்து நிற்கும் பெண்ணாக இருந்தார்.

1921 அக்டோபர் மாதம் காந்தியும் ருட்டியும் தங்கள் உடையணியும் பாணியை புதிதாக மாற்றி விட்டிருந்தார்கள். இரண்டு பேருடைய உடைகளும் அனைவரையும் அதிர்ச்சி அடைய வைத்தது. ருட்டி காந்தியை விளையாட்டுத்தனமாக, மரியாதை குறைவாகக் கூடப் பேசுவதுண்டு. அது மரியாதையினால் ஏற்பட்ட நெருக்கத்தின் காரணமாகத்தான். அவர் காந்தியைப் பற்றி, "பம்பாயில் புதிதாக ஒரு தொற்றுநோய் வந்துவிட்டது. தலைவர்களாக அங்கு வந்து குவியும் தொற்றுநோய் அது. இந்தியாவின் அனைத்துப் பகுதிகளிலிருந்தும் காந்தியைப் பார்ப்பதற்கு - சரோஜினி காந்தியை வழக்கமாகவும், செல்லமாகவும் 'மனுக்கி' (Manucci) என்று கூப்பிடும் வார்த்தையின்படி - மனுக்கியைப் பார்ப்பதற்கு வந்து கொண்டே இருந்தார்கள்" என்று 1921 அக்டோபர் மாதம் நான்காம் தேதி சரோஜினி, பத்மஜாவுக்கு எழுதிய கடிதத்தில் குறிப்பிட்டிருந்தார். மேலும் காந்தியைப் பற்றிச் சொல்லும் போது, "இடுப்பில் சற்றே பெரிதாக கோவணம் போல் உடை அணிந்து அரைஞாண் கயிறினால் அதைக் கட்டியிருந்தார். நான் காந்தியிடம் வேடிக்கையாக ஒன்று சொன்னேன்: உங்கள் உடையின் மொத்த அளவை எடுத்துக் கொண்டால் நீங்களும் ருட்டியும் ஒரே மாதிரி அளவு உடையணிந்துள்ளீர்கள் என்று கூறினேன்" என்றும் எழுதியிருந்தார்.

ருட்டியின் உடையைப் பற்றி ஆயிரம் பேர் என்னென்னவோ சொல்லலாம். ஆனால் ஒன்று நிச்சயம். ருட்டி அணியும் ஆடைகள் அத்தனை பொருத்தமாக, நல்ல அழகுணர்ச்சியோடு அவரது பாணியிலேயே பாந்தமாகப் பொருந்தி இருக்கும். அதனால் பலருக்கும் அவர்மேல் பொறாமை இருந்தது. ஒரு தடவை சரோஜினி கூறியது போல அந்தக் காலகட்டத்தில் காந்தி உலகத்தையே ஒரு மந்தமான அழுக்காக மாற்றுகிறாரோ? ஆனால் அதற்கு நேர்மாறாக அனைவரையும் ஈர்த்துப் பிடிக்கும் உடை அலங்காரத்தோடு, காதி துணிகளிலும் புதுமை இல்லாத துணிமணிகளிலும் இருந்த பலருக்கு நடுவில், தனித்து ருட்டி மட்டும் தனித்து நின்றுகொண்டிருந்தார். அனைவரும் அவர் நடை உடை பாவனையை ரசித்தார்கள் என்றாலும் அதையும் தாண்டி அரச குடும்பத்தினர் பலரும் அவரைப் பொறாமைக்

கண்ணோடுதான் பார்த்தார்கள். அதிலும் முக்கியமாக ஸ்பெயின் நாட்டில் பிறந்த கபூர்தலா ராணி முழுவதுமாக ருட்டியின் அழகுணர்ச்சியின் கீழ் அடிமையாகி நின்றார். தன்னை அழகுபடுத்திக் கொள்வது எப்படி என்ற ஆலோசனையை ருட்டியிடம் கேட்டுக் கொண்டிருந்தார். அதையும் விட தன்னுடைய ஒப்பனை, உடைகள், நகைகள் எல்லாவற்றையும் பொறுக்கித் தேர்ந்தெடுக்கும் உரிமையை முழுவதுமாக ருட்டிக்குக் கொடுத்திருந்தார். நகைகளை எப்படி அணிந்தால் அழகாக இருக்கும்; மூக்கிலும், காதிலும், கழுத்திலும் அணியும் ஒவ்வொரு நகையும் எப்படி கீழ்த்திசை நாகரீகத்தோடு ஒத்திசைந்து அழகாக அமையவேண்டும் என்று ராணி தன் விருப்பத்தை ருட்டியிடம் கூறினார். பம்பாயிலும் பல புகைப்படக்காரர்கள் இதுபோன்ற அழகுணர்ச்சியோடு உள்ள பெண்களையும் அவர்கள் அணிகலன்களோடு இருப்பதையும் எதிர்பார்த்துக் காத்திருந்தார்கள். இதற்கெல்லாம் உச்சமாக ஒரு விந்தையான நிகழ்ச்சி நடந்தது. *டேட்லர்* என்ற ஆங்கில இதழுக்கு ராணியின் படம் ஒன்று தேவையாக இருந்தது. அவரைப் புகைப்படம் எடுக்கும்போது ருட்டி தனது உடைகளையும், தனது நகைகளையும் ராணிக்குக் கொடுத்தது மட்டுமின்று அவருக்கு அவற்றை அணிவித்து படம் எடுக்க வைத்தார். ஆனால் ராணிக்கு கபூர்தலா மகாராஜா 'கார்ட்டியர்' என்ற பெரும் புகழ் பெற்ற நிறுவனத்திலிருந்து மதிப்பான நகைகளையும் உடைகளையும் வாங்கிக் கொள்வார் என்பது அனைவருக்கும் தெரிந்த அரசியல் ரகசியம். அப்படியிருந்தும் ருட்டியின் உடைகளும் நகைகளும்தான் ராணியின் புகைப்படத்திற்காகத் தேர்ந்தெடுக்கப்பட்டன. இந்த நிகழ்வை பத்மஜாவுக்குத் தெரிவித்துவிட்டு 1921 செப்டம்பர் 19-ம் தேதி கையெழுத்திட்ட கடிதத்தில், "*டேட்லர்* இதழ் ஒன்றை உனக்கு அனுப்பி வைத்துள்ளேன். அதில் ராணியின் படம் இருக்கிறது. ராணி போட்டிருக்கும் தங்க வேலைப்பாடமைந்த கருப்பு சேலையும், நகைகளும் ருட்டியினுடையவை" என்று தனியாகக் குறிப்பிட்டு எழுதியுள்ளார்.

அந்த ஸ்பெயின் ராணிக்கும் ருட்டிக்கும் ஏற்பட்ட உறவே கொஞ்சம் வித்தியாசமானதுதான். அந்த ராணி ஸ்பெயின் நாட்டில் மிகச் சாதாரண ஒரு குடும்பத்தில் பிறந்த படிப்பறிவில்லாத நடனமாடும் பெண். அவரின் உண்மையான பெயர் அனிட்டா டெல்கடோ. தனது 16 வயதிலேயே மகாராஜாவைக் கவர்ந்துவிட்டார். மகாராஜாவின் பெயர் ஜெகத்ஜித் சிங். இரண்டாண்டுகள் இளவரசர் அவரோடு

தொடர்பு கொண்டிருந்தார். அதன்பிறகு தன் சொந்த செலவில் அவளை பாரிஸ் நகரில் தங்கவைத்து, 18 வயது வரை தேவையானவைகளைக் கற்கவைத்து, அதன்பின் தனது ஐந்தாவது மனைவியாக ஏற்றுக் கொண்டார். அவர்களுக்கு ஒரு மகன் பிறந்தான். அதன் பிறகு அந்தத் திருமண உறவில் ராணிக்கு அத்தனை விருப்பமில்லை. புதியதொருவுலகில் தன் தனிப்பட்ட வாழ்க்கையை வாழ்ந்து கொண்டிருந்தார். பிறகு 16 ஆண்டுகள் கழித்து சுதந்திரப் பறவை ஆனார். ராணி, ருட்டி இருவருக்குள்ளும் இருந்த உறவுகளும் நட்புகளும் இதனால் விலகிப் போய் விடவில்லை. ஆனால் சேலை, நகைகளைப் பற்றிப் பேசுவதற்கும், ராணிக்கு புதுப் பாணிகளைக் கற்றுக் கொடுப்பதற்கும் ருட்டி அவருக்குத் தேவைப்பட்டார். அதற்கு மேல் அதிகப்படியான நட்புறவு ஏதும் அவர்களிடம் இல்லை. ஆனால் அவர்கள் மூன்று ஆண்டுகளுக்குப் பிறகு மீண்டும் லண்டனில் உள்ள ஒரு ஹோட்டலில் சந்தித்துக் கொண்டனர். ராணியின் வாழ்க்கை வரலாற்றைப் பற்றி எழுதிய ஆசிரியர் தனது நூலில், அந்த ஹோட்டலில் ஜின்னாவுடன் சேர்ந்து பெரும் சினத்தோடு இருந்த இளவரசருக்கும், ராணிக்கும் இடையில் நடுநிலையாளராக இருந்து அவர்கள் இருவரையும் பிரித்து வைத்தார் என்று எழுதியுள்ளார். அதற்கு முந்தைய நாள் இரவில் ராஜாவிற்கும் ராணிக்கும் நடுவில் நடந்த பெரும் போராட்டமே இதற்கான முக்கியக் காரணியாக இருந்தது.

ருட்டி ரத்தக் காட்டேரி பாத்திரத்தை ஏற்று நடிக்க வேண்டும் என்று நினைத்தார். ஆனால் வாழ்க்கையில் அவர் அப்படியெல்லாம் இல்லாமல் ஜின்னாவோடு தொடர்ந்து நேர்மையான நல்லுறவு வைத்திருந்தார். பழமையான குணங்களும், ஜின்னாவின் வித்தியாசமான மனப்பாங்கும் தடையாக இருந்தபோதும் ருட்டியைப் பொறுத்தவரை ஒரு நல்ல மனைவியாகத் தொடர்ந்து இருந்துகொண்டிருந்தார். நவம்பர் மாதம் பிறந்தது. ஒருவழியாக ஜின்னா வைஸ்ராயாக இருந்த லார்ட் ரீடிங்கைப் பார்ப்பதற்கான வழி பிறந்தது. மாண்டேகு தான் சொன்னது போலவே அந்தச் சந்திப்பை நடைமுறைக்குக் கொண்டு வந்தார். வைஸ்ராய் ஜின்னாவை தில்லிக்கு அழைத்து அங்கே தனது திட்டத்தை விளக்குமாறு கேட்டுக் கொண்டார். ருட்டியும் ஜின்னாவுடன் தில்லிக்குச் சென்றார். விருப்பம் இருந்ததோ இல்லையோ ஆனால் அவரும் ஜின்னாவுடன் சென்றார். அங்கே திருமதி ரீடிங் தேவையில்லாத கருத்து ஒன்றைக் கூற அதை ருட்டி மறுத்துப் பேசவும் வேண்டியதிருந்தது. வைஸ்ராயின் மனைவி தான்

திரு & திருமதி ஜின்னா | 437

இதுவரை பார்த்த எவரையும் இவ்வளவு மிகக்குறைந்த ஆடைகளுடன் பார்த்ததில்லை என்று கூறியிருந்தார். அதேபோல் ருட்டி வைஸ்ராயை மதிக்காமல் பேசவில்லை. ஆனால் வழக்கத்திற்கு மீறி எதிர்த்துப் பேசினார். அந்த நிகழ்வில் ஜின்னா, ருட்டி இருவருடைய மனப்பாங்கும் ஒன்றாய் இருந்தது. ஜின்னாவும் அதிகமாக வளைந்து, குழைந்து அவர்களை மகிழ்ச்சிப்படுத்த வேண்டும் என்று நினைக்கவே இல்லை. எல்லோரும் சாப்பிடும்போது வைஸ்ராய் ருட்டியின் பக்கத்தில் அமர்ந்திருந்தார். அப்போது ருட்டி மறைமுகமாகவும் மெல்லியதாகவும் தன் கோபத்தை வைஸ்ராயிடம் காண்பித்தார். அந்த நிகழ்ச்சியை அவர்களின் ஆருயிர் நண்பர் காஞ்சி, ருட்டியின் வாழ்க்கை வரலாற்றை எழுதும்பொழுது மிக அழகாகக் குறிப்பிடுகிறார். ருட்டியிடம் பேசிக்கொண்டிருந்த வைஸ்ராய் தான் ஜெர்மனி போக ஆசைப்பட்டதாகவும், ஆனால் அங்கு போகமுடியாமல் போய் விட்டதாக ருட்டியிடம் கூறியுள்ளார். நீங்கள் ஏன் அங்கே செல்லவில்லை என்று ருட்டி கேட்டதற்கு வைஸ்ராய் ரீடிங் பதிலளித்தார்: "ஜெர்மானியர்களுக்கு ஆங்கிலேயர்களைக் கண்டாலே பிடிக்காது; ஆகவே நான் செல்லவில்லை" என்றார். அதற்குப் பதிலாக ருட்டி மெல்ல மென்மையாக ஒரே ஒரு கேள்வி கேட்டார்: "அப்படியானால் ஏன் இந்தியாவிற்கு வந்தீர்கள்?" வைஸ்ராய் மெல்ல அந்தப் பேச்சிலிருந்து மாறி, வேறு எதைப்பற்றியோ பேசி பேச்சைத் திசைமாற்ற முயற்சித்திருக்கிறார். மிக அழகாகக் கேட்கப்பட்ட கேள்வி. ஒருவேளை ஜின்னாவிற்கும் இதுபோன்ற ஒரு வாய்ப்பு கிடைத்தால் நிச்சயமாக இதே கேள்வியைத்தான் அவரும் கேட்டிருந்திருப்பார்.

அவர்கள் சந்திப்பு வெறும் கால விரயம். எந்தப் பயனும் இல்லை. வைஸ்ராயும் ஜின்னாவைப் போலவே காந்தியின் ஒத்துழையாமை இயக்கம் விரைவில் முடிவடைய வேண்டும் என்று விரும்பினார். ஆனால் ஜின்னாவை முழுமையாக நம்பி, அவரை நடுநிலையாளராக வைத்து, ஏதேனும் உருப்படியாக செய்ய முடியும் என்ற எண்ணம் அவருக்கு வரவில்லை. அதேபோல் ஜின்னா கூறியதுபோல் பல தியாகங்களைச் செய்யவும் ரீடிங் தயாராக இல்லை.

தில்லி வேலை சில நாட்களில் முடிந்துவிட்டது. உடனே பம்பாய் திரும்பி வந்து விட்டார்கள். பம்பாய்க்கு வந்ததும் நல்ல ஒரு செய்தி காத்திருந்தது. கடந்த சில மாதங்களாக

மனைவியாக தன் மனநிலையையும் தாண்டி பல திட்டங்களோடு ருட்டி இருந்துவிட்டார். ஆனால் இப்போது இதோ பத்மஜா ஹைதராபாத்திலிருந்து பம்பாய்க்கு சிலநாட்கள் தங்குவதற்காக வருகிறார். தொடர்ந்து ஹைதராபாத்தில் பார்த்த தன் வேலைகளை சிறிது ஒதுக்கி வைத்துவிட்டு தன்னுடைய பிறந்தநாள் என்ற சாக்கில் தன் தாயோடு இருப்பதற்கு பம்பாய் வந்தார். ருட்டிக்கு அத்தனை மகிழ்ச்சி. அரசியலையும், அரசியல் குழப்பங்களையும், அதன் கசப்புகளையும் இன்னும் சில நாளைக்கு மறந்துவிட முடியும் என்பதே மகிழ்ச்சிக்கு இன்னொரு காரணமாக இருந்தது. பத்மஜா வந்தவுடன் என்னவெல்லாம் செய்வது என்று ருட்டி திட்டமிட ஆரம்பித்துவிட்டார். அதைப்பற்றி சரோஜினி 1921 நவம்பர் 8 ஆம் தேதியிட்ட கடிதத்தில் பத்மஜாவுக்கு "நீ வந்தவுடன் என்னவெல்லாம் செய்ய வேண்டுமென்று ருட்டி ஒரு நீண்ட பட்டியலையே தயார் செய்து வைத்திருக்கிறாள். நீயும் மறந்து விடாமல் அந்த தக்காளிச் சாறை ருட்டிக்கு எடுத்து வந்துவிடு" என்று நினைவுபடுத்தியிருந்தார்.

ஆனால் அவர்கள் எண்ணம் ஈடேறவில்லை. மீண்டும் கடமை குறுக்கிட்டு விட்டது. பத்மஜா பம்பாய்க்கு வந்த அதே வாரத்தில் இங்கிலாந்திலிருந்து வேல்ஸ் இளவரசர் இந்தியாவிற்கு ஒரு மாத கால சுற்றுப்பயணம் வந்திருந்தார். அவர் வந்ததும் அரசியல் வேலைகள் அனைத்தும் அதிகமாகிவிட்டன. இறுக்கமான சூழ்நிலை உருவானது. இளவரசரை வரவேற்பதற்காக காந்தியின் திட்டப்படி அன்னியப் பொருட்களை எரிக்கும் நிகழ்ச்சி நடந்தது. காங்கிரஸின் திட்டப்படிதான் இது நடந்தது. ஆனால் அந்தத் திட்டம் தவறான வழியில் செல்ல ஆரம்பித்துவிட்டது. ஊரெங்கும் திரும்பிய பக்கமெல்லாம் குழப்பங்கள். இந்தக் குழப்பத்தில் காந்தியின் ஆதரவாளர்கள் பகட்டான உடையும் அயல்நாட்டு துணிகளையும் உடுத்திக்கொண்டு இருந்த பார்சி மக்களைக் குறிவைத்துத் தாக்க ஆரம்பித்தார்கள். குழப்பமும் வன்முறையும் அரசியலுக்கு தலைக்குனிவை கொண்டு வந்தது. ஆனால் அதைவிட காந்தி முழுவதுமாக மனமுடைந்து போனார். ஏனென்றால் அவர் அகிம்சை பற்றி அத்தனை சொல்லியும் மக்கள் அதைக் காது கொடுத்துக் கேட்காமல் போய்விட்டார்கள். காந்தியின் எதிர்ப்பாளர்களான ஜின்னாவின் ஆதரவாளர்களுக்கு இது ஒரு நல்ல தருணமாக அமைந்துவிட்டது. இதன்மூலம் காந்தி தன்னுடைய தோல்வியை ஒப்புக்கொண்டு அரசியலிலிருந்து விலகி விடுவார் என்றுதான் அவர்கள் கற்பனை செய்து வைத்திருந்தார்கள். இந்தக் கலகத்தில் உள்நுழைந்து

சமரசம் செய்ய முற்படும்போது ஒரு கட்டையால் தலையில் தாக்கப்பட்டு காயத்துடன் சரிந்தார் பத்மஜா. அதனால் அவர் விரைந்து ஹைதராபாத் செல்ல வேண்டியதிருந்தது. ஏனெனில் அவருடைய தந்தையின் அழைப்பு அதை வலியுறுத்தியது. ருட்டியும் வேறுவழியின்றி, இளவரசருக்குக் கொடுக்கப்பட்ட அதிகாரபூர்வமான வரவேற்புகளுக்கு ஜின்னாவுடன் சேர்ந்து சென்று வந்தார். அப்படியாக அவர் வகுத்த திட்டங்கள் அனைத்தும் ஒன்றுமில்லாமல் போய்விட்டன.

காந்தியின் ஒத்துழையாமை இயக்கத்தை முழுமனதாக எதிர்த்த ஜின்னாவிற்கு இளவரசர் வந்தபொழுது நடந்த நிகழ்வுகள் அனைத்தும் மிகவும் சாதகமாக இருந்தன. காங்கிரஸ் கட்சியின் எதிர்ப்புகள் தோல்வியில் முடிந்துவிட்டன. இதை வலியுறுத்தும் முகமாக நடந்த அத்தனை கூட்டங்களுக்கும் சந்திப்புகளுக்கும் தன் மனைவியோடு ஜின்னா சென்று வந்தார். ஒருவேளை ருட்டியின் தாயார் இதே இடத்தில் இருந்திருந்தால் அவர் அதிகமாக மகிழ்ந்து இருப்பார். ஏனெனில் இளவரசரை அடிக்கடி சந்திக்கவும், அவருக்கு அருகே அமர்ந்து விழாக்களில் பங்கேற்பதும் அவருக்கு மிகவும் பிடித்துப் போய் இருக்கும். ஆனால் ருட்டிக்கு, அவரது வாழ்க்கையைப் பற்றி எழுதிய பொலித்தோ கூறியது போல் ருட்டிக்கு "பெரிய நிலையில் இருக்கும் அந்த மனிதர்களைக் குத்திப் பார்ப்பது மிகவும் பிடிக்கும்". ஆனால் மாலை நேரங்களில் ஏதோ ஓரிரு வார்த்தைகள் பரிமாறிக் கொள்வதற்காகப் பல மணிநேரங்கள் காத்திருப்பது சுத்தமாக பிடிக்காமல் போனது. ஆனாலும் பிடிக்காத அந்தக் காரியத்தை மனைவி என்ற முறையில் நிறைவேற்ற அவர் ஜின்னாவோடு எல்லாக் கூட்டங்களுக்கும் சென்று வந்தார். முகத்தில் எப்போதும் மலர்ச்சியைக் காண்பித்துக் கொண்டே இருந்ததாலோ என்னவோ இளவரசர் பயணம் பற்றியெழுத வந்திருந்த ரஷ்புரூக் வில்லியம்ஸ் என்ற வரலாற்று ஆசிரியர்,

"ஜின்னாவும் இளவரசரும் மிக குறுகிய காலத்தில் ஒருவரை ஒருவர் நன்கு புரிந்து கொண்டார்கள்" என்று எழுதியிருந்தார். அதைத் தொடர்ந்து அவரும் அவருடைய மனைவி ருட்டியும் இளவரசரை பல நேரங்களில் சந்தித்தார்கள். நிச்சயமாக இளவரசர் அவர்களிடமிருந்து பலவற்றைத் தெரிந்து கொண்டிருப்பார். அதே போல் அவர்களும் இந்தியாவின் மீதும் இந்திய மக்கள் மீதும் இளவரசர் காட்டிய விருப்பத்தைக் கண்டு வியந்துபோனார்கள்" என்று புகழாரம் சூட்டியிருந்தார்.

நல்லவேளையாக ருட்டி இந்த அரசியல் இறுக்கத்திலிருந்து சிறிது விடுதலையானார். இளவரசர் வந்து சென்ற அடுத்த மாதத்தில் ஜின்னாவின் மனைவி என்ற கதாபாத்திரத்தில் இருந்து மாறி, ருட்டி ருட்டியாகவே இருக்கும் வாய்ப்பு ஒன்று வந்தது. ஏனெனில் சரோஜினியின் குடும்பத்திலிருந்து பத்மஜாவின் தம்பி ரணதீரா வந்திருந்தார். மினா என்ற செல்லப் பெயர் கொண்ட அவர் ருட்டிக்கு மிகவும் பிடித்தவர். அதிலும் இந்த முறை ருட்டி மிகவும் மகிழ்ச்சியுடன் இருந்தார். பல மாதங்களுக்குப் பிறகு கிடைத்த விடுதலை ஒரு காரணமாக இருக்கலாம். சரோஜினியின் அறையில் ருட்டி ஆடிக் கொண்டும் கூத்தடித்துக் கொண்டும் இருக்கும்போதுதான் லீலாமணிக்கு இரண்டு வாரத்திற்கு ஒருமுறை எழுதும் தன் கடிதத்தை சரோஜினி எழுதிக் கொண்டிருந்தார். கடிதம் எழுதிய நாள் *1921* டிசம்பர் *14.* “வால் முளைத்த அந்தப் பெண் நான் கழித்துப் போட்ட ஒரு சேலையை எடுத்துக் கட்டிக்கொண்டு, அரை வேட்டி கட்டிக் கொண்டிருக்கும் காந்தியைக் கேலி செய்து கத்திக்கொண்டு, மிகவும் மோசமான வார்த்தைகளால் என்னைத் திட்டிக்கொண்டு நான் உனக்கு கடிதம் எழுதுவதையும் தடை செய்துகொண்டு ஆடிக் கொண்டிருக்கிறாள். அறையில் மினா இருந்தார்; அதோடு என் தம்பி ரானா இருந்தான். ருட்டி அவர்கள் முன்னிலையில் ஆடாத ஆட்டமெல்லாம் ஆடிக்கொண்டு, சரோஜினியின் கையிலிருந்த கடிதத்தைப் பிடுங்கி தானே சில வரிகள் அந்தக் கடிதத்தில் எழுதினார்: “என்னிடம் இரண்டு வருடங்களுக்கு முன்பு கொடுத்த ஒரு சேலையை உன் அம்மா இப்போது என்னிடமிருந்து கேட்டு நச்சரித்துக் கொண்டிருக்கிறார். ஆனால் அந்தச் சேலை என் உடம்பையே அரைகுறையாகத்தான் மூடும். அதைக் கொடுப்பது என்பது அத்தனை பெரிய தியாகமா? அதோடு அனைத்திந்திய கதர் கட்டும் மக்களுக்கு இந்த சேலையெல்லாம் எதற்கு? அரைகுறையாக கட்டிக் கொண்டு செல்லவா?”

இதைத் தொடர்ந்து ருட்டிக்கு நடந்த நிகழ்வுகள் அத்தனை இனிப்பான நிகழ்வுகள் அல்ல. அரசியல் அவரது வாழ்க்கை முழுதுவதையும் அப்படியே விழுங்கிக் கொண்டது. அவருடைய தனிப்பட்ட விருப்பு வெறுப்புகளுக்கு நேரமில்லாமல் போய்விட்டது; அல்லது ஒருவேளை ஜின்னா அப்படி நினைத்துக் கொண்டிருக்கலாம். கடைசியாக காங்கிரஸ் மாநாடு நடந்தபோது தான் பல அவமானங்களுக்கு உள்ளாகி இருந்தாலும் இம்முறை இந்த ஆண்டு இறுதியில் அகமதாபாத்தில் நடக்கும் காங்கிரஸ் மாநாட்டுக்குச் செல்ல

வேண்டுமென்று ஜின்னா முடிவெடுத்திருந்தார். இப்போது அரசிற்கும் ஒத்துழையாமை இயக்க ஆதரவாளர்களுக்கும் நடுவில் ஒரு பெரிய விரிசல் ஏற்பட்டிருந்தது. ஏற்கெனவே ஆங்கிலேய இளவரசர் வரும்பொழுது தேவையில்லாத போராட்டங்கள் நடக்க வேண்டாம் என்பதற்காக காங்கிரஸ் கட்சியின் தலைவர் மதன் மோகன் மாளவியாவிற்கு ஆங்கிலேய அரசு அழைப்பு ஒன்றை அனுப்பியது. இளவரசர் வரும்பொழுது ஒரு வட்ட மேஜை மாநாடு நடத்தலாம் என்றும் தேவையானவைகளைப் பேசித் தீர்த்துக் கொள்ளலாம் என்றும் அதில் கூறியிருந்தது. காங்கிரஸ் கட்சி இதனை முழுவதுமாக மறுத்து விட்டது. ஜின்னாவைப் பொறுத்தவரையில் காந்தி ஒரு நல்ல வாய்ப்பை அனாவசியமாகத் தவற விட்டுவிட்டார் என்று நினைத்தார். ஆகவே அகமதாபாத் மாநாட்டுக்குத் தான் சென்று வரத் திட்டமிட்டு விட்டார். காந்தியோ அவரது ஆதரவாளர்களோ தன்னை அவமானப்படுத்தினாலும் தான் கட்டாயம் செல்ல வேண்டும் என்ற முடிவெடுத்தார். கணவர் முடிவெடுத்துவிட்டார்; அதோடு ருட்டி இந்த முறை நடப்பவைகளை நேருக்குநேர் பார்க்க வேண்டும் என்று ஆசைப்பட்டுக் கொண்டிருந்தார்.

இருவரும் அகமதாபாத் சென்றடைந்தார்கள். அங்கு வேறு வேலை எதுவும் இல்லை. ஒரேவேலை கணவரோடு துணை நின்று அவர் செல்லும் இடங்களுக்கெல்லாம் அவரோடு செல்வது மட்டும்தான். ஜின்னா காங்கிரஸ் கட்சியும் அரசும் ஒத்துப் போகவேண்டும் என்பதற்கான முயற்சிகளை எடுத்துக் கொண்டிருந்தார். அதாவது காந்தியை சமாதான மேஜைக்கு அழைத்துச் செல்ல வேண்டும். ஏனென்றால் ஒத்துழையாமை இயக்கப் போராட்டத்திற்குப் பிறகு காங்கிரஸ் என்ற இயக்கம் என்பதைவிட காந்தி என்ற தனி மனிதர் மட்டுமே பெரிதாக முன்னால் நின்றார். ஜின்னா இதுவரை செய்யாத பல முயற்சிகளையும் கையில் எடுத்தார். மாளவியாவை அழைத்துக்கொண்டு ஜின்னா, காந்தியின் ஆசிரமத்திற்கு நேரடியாகச் சென்றார். காந்தி பார்ப்பதற்கு மட்டும்தான் எளிமையாக இருந்தார். ஆனால் அவரும் ஜின்னாவைப் போலவே தன்னுடைய கொள்கைகளை விட்டுக் கொடுப்பதில் எந்தவித இளக்கமும் காண்பிக்கவில்லை. தன் கொள்கையில் இறுக்கமான பிடிப்போடு நின்றார். அவரை மாளவியாவால் மாற்றவும் முடியவில்லை. ஆகவே மாளவியா ஏனைய காங்கிரஸ் தலைவர்களை ஒருங்கிணைத்து அவர்களிடம் அடுத்து என்ன செய்யலாம் என்ற திட்டமிடுதலைப் பற்றி

விவாதிக்க அழைத்தார். அங்கிருந்த நாட்கள் எல்லாமே மிகவும் சுறுசுறுப்பான தொய்வில்லாத நாட்கள். அங்கிருந்த நான்கு நாட்களும் ஒவ்வொரு நிமிடமும் ஏதாவது நல்ல ஒரு நிகழ்வு நடந்து விடாதா என்ற எதிர்பார்ப்போடு நகர்ந்துகொண்டிருந்தது.

அதன் பின் ஜின்னா பம்பாய்க்குத் திரும்பி வந்தார். ஏதாவது முக்கியமான மாற்றங்களைக் கொண்டுவந்துவிடலாம் என்று இன்னும் நம்பினார். ஏற்கனவே அவர் ஒன்றைத் திட்டமிட்டு வைத்திருந்தார். காந்தியின் ஒத்துழையாமை இயக்கத்தால் அரசியல் நடவடிக்கைகள் இப்போது உறைந்துபோய் நின்று விட்டன. அதோடு காந்தியின் ஒத்துழையாமை இயக்கம் நடைமுறைப்படுத்த முடியாத ஒன்று என்று ஜின்னா நினைத்தார். அவர் நினைத்தது போலவே இன்னும் சிலர் நினைத்தனர். ஜின்னா தன் திட்டத்தின்படி பம்பாயில் உள்ள அம்பாள் சாராபாய் என்பவருடைய வீட்டில் பல தேசியத் தலைவர்களை ஒன்றிணைக்க முயற்சி செய்தார். ஏனென்றால் அப்போது நண்பர்களிடமும் ஒரு நம்பிக்கையை விதைத்திருந்தார். தேசியவாதிகளுக்குள் பலவகைக் குழுக்கள் இருந்தன; குழுக்களின் தலைவர்கள் பிரிந்து கிடந்தார்கள்; அவர்களை எல்லாம் ஒன்று சேர்த்து இணைத்து ஒரே முகமாகத் திருப்பினால் காந்தியின் ஒத்துழையாமை இயக்கத்தை மாற்றியமைக்க முடியும்; திருத்த முடியும் என்று நம்பினார். அதன்மூலமாக அரசோடு சமாதானம் செய்துகொள்ள முடியும் என்றும் நம்பினார்.

இந்தக் காலகட்டத்தில் ருட்டியும் ஜின்னாவோடு உடனிருந்து மிகவும் தீவிரமாக அரசியலில் ஈடுபட்டு வந்தார். எப்போதும் எங்கேயும் ஜின்னாவுடனே இருந்தார். திட்டங்கள் தீட்டுவதற்கும், கூட்டங்கள் கூட்டுவதற்கும், விருந்துகள் தயாரிக்கவும், அனைத்துக் கூட்டங்களிலும் இரவானாலும் பகலானாலும் தவறாது கலந்து கொண்டும், ஒரு தீவிர அரசியல்வாதி போல் செயல்பட்டார். உற்சாகக் குரல் கொடுக்கும் ருட்டி; குருவுக்கு பின்னாலிருக்கும் சிஷ்யனாக ஜின்னாவின் பின் ருட்டி. எல்லாம் தீவிரமாகப் போய்க் கொண்டிருந்தது. ஆனால், ஆறு மாதங்களுக்கு முன் சரோஜினி சந்தேகப்பட்டது போல், ருட்டியின் அமைதியின்மையும் ஏமாற்றமும் ஒன்றாக அவரை நெருக்க, சோர்ந்துபோய் திடீரென்று மயக்கமுற்று கீழே விழுந்து சாய்ந்தார்.

அத்தியாயம் பதினெட்டு

மயக்கத்திலிருந்து எழுந்த ருட்டி அதன்பின் மிகவும் சாதாரணமாகவே இருந்தார். அடுத்து வந்த இரண்டு இரவுகளிலும் ஜின்னாவோடு அமர்ந்து அவரது உணர்வுகளைப் பகிர்ந்து கொண்டார். இரவுமுழுவதும் விழித்திருந்து இருவரும் அரசியல் பேசிக்கொண்டிருந்தார்கள். மதுவும், புகையும் அவர்களுக்குத் துணையாக இருந்தன.

ஜின்னா மிகுந்த உற்சாகத்தோடு இருந்தார். ஏனென்றால் அவர் செய்து முடிப்பதற்காக உறுதியான சில விஷயங்கள் காத்திருந்தன. அந்த உற்சாகம் ருட்டியையும் தொற்றிக்கொண்டது. ஆங்கிலேயரிடமிருந்து விடுதலை. அதுவும் தொலைதூரத்தில் அல்ல, மிகவும் நெருங்கி அருகில் வந்துவிட்டது; இன்னும் ஒரு சில மாதங்களில் சுதந்திரம் நமது கைகளில். இதுவே அவர்களது நம்பிக்கையாக இருந்தது. காந்தி குழப்பங்களை ஏற்படுத்தி அவைகளை நன்றாக வளர்த்து விட்டிருந்தார். ஆனால் அவைகளிலிருந்து வெளியே வந்து விட்டால் சுதந்திரத்தை அண்மையில் பார்க்க முடிகிறது. தேசியத் தலைவர்களை ஒன்றாக அழைத்து, அவர்களோடு விவாதித்து, புதிய முடிவுகளை எடுக்க வேண்டும். அந்த முடிவுகளை வைத்து வைஸ்ராய் அவர்களிடம் ஒரு வட்ட மேஜை மாநாடு நடத்துவதற்கு ஏற்பாடு செய்ய வேண்டும். அதன் மூலம் அத்தனைக் குழப்பங்களையும் தீர்த்துவிட்டு ஒரு மிகப்பெரும் அரசியல் விடையைக் காண முடியும். கடந்த மூன்று ஆண்டுகளாக ஜின்னாவுக்கு இருந்த ஏமாற்றங்களும், ஆதங்கங்களும், எரிச்சல்களும், தோல்விகளும் தீர்ந்து போய்விட்டன. தனக்குள்ளேயே தன்னை மறைத்துக்கொண்ட ஜின்னா அவை எல்லாவற்றையும் உதறி விட்டு வெளியே வந்து விட்டார். இதனால் ருட்டியும் ஜின்னாவின் பழைய பழக்க வழக்கங்களைக் கேலி செய்வதை நிறுத்தும் சூழ்நிலை வந்து விட்டது. "ஜே" பழைய நிலைக்குத் திரும்பி விட்டார்.

இப்போது அவருக்கு எல்லாவற்றையும் எல்லோரிடமும் பேச ஆசை. அவர் பேசுவதை எல்லாம் கேட்க ருட்டிக்கு அத்தனை ஆசை. இப்போது இருவரும் சம நிலைக்கு வந்து விட்டார்கள். இருவரும் இணைந்து ஒருவராகி விட்டதாக நினைவு. ஆளுக்கு ஒரு பக்கம் என்று இருந்த நிலைமை மாறி இருவரும் ஒன்றாகி ஒருமித்து நின்றார்கள்.

அந்த இரவுகளில் இந்த இருவர் மட்டும் அல்லாமல் மூன்றாவதாக இன்னொருவரும் அவர்களோடு சேர்ந்து கொண்டார். இளமையும் அழகும் கலந்த காஞ்சி அவர்களோடு இணைந்து கொண்டார். முதல்நாள் அழைக்கப்படாமலேயே கலந்து கொண்டார். "ஜே" மனதில் உறங்கிக் கிடந்த அனைத்தையும் அந்த இருவரிடமும் முற்றும் முழுவதுமாக பங்கிட்டுக் கொண்டார். இரவு முழுவதும் தொடர்ந்து பேசிக் கொண்டே இருந்தார்கள். காஞ்சி வந்த உடனேயே நல்லதொரு விஷயத்தை தம்பதியர் இருவரும் பகிர்ந்து கொண்டார்கள். ஆங்கிலேய அரசு வட்ட மேஜை மாநாடு நடத்தத் தயாராக இருந்தது. நடக்கும் அரசியல் குழப்பங்களுக்கு அதுவே ஒரு தீர்வாகும் என்று ஆங்கிலேய அரசு நினைத்தது. எந்த இந்திய அரசியல் தலைவரும் இதற்காக என்ன விலை வேண்டுமானாலும் கொடுக்கத் தயாராக இருப்பார்கள். ஆனால் விஷயம் அப்படி முடியவில்லை. ஏனென்றால் காந்தி இதை முற்றிலுமாக நிராகரித்து விட்டார். வேறு எந்த அரசியல் தலைவர்களிடமும் கலந்தாலோசிக்காமல் தானே அந்த முடிவை எடுத்து விட்டார். அது நம்பமுடியாத ஒன்றாக இருந்தது. ஆனால் அப்படித்தான் நடந்தது. இது காந்தியின் பெரிய முட்டாள்தனம் என்று ஜின்னா நினைத்தார். அதிகாலை மூன்று மணி வரை அந்த மூவரும் இதைப் பற்றி ஏன், எதற்கு என்று விவாதித்துக் கொண்டிருந்தார்கள். ஜின்னாவுக்கு இது பெரும் அதிர்ச்சியை அளித்தது. அடுத்த நாள் மாலை இருவரின் அழைப்பின் பேரில் காஞ்சி மீண்டும் வந்தார். காலை நான்கு மணி வரை மூவரும் பேசிக்கொண்டே இருந்தார்கள்.

மூன்றாம் நாள் மறுபடியும் ருட்டி மயக்கமடைந்தார். திடீரென வாந்தி எடுத்தார். சிறுவயதிலிருந்தே அவருக்குப் பித்தக் கோளாறு இருந்ததுண்டு. அதுபோல் வயிற்று சதை இழுத்துப்பிடித்து சுருங்கி குமட்டல் எடுத்து வாந்தி எடுத்து விடுவார். படுக்கையிலிருந்து கூட அவரால் எழுந்திருக்க முடியாது. ஆனால் பெத்தித் ஹால் நிறைய தாதிகளாலும், செவிலியர்களாலும் நிரப்பப்பட்டிருக்கும். அவர்களின் உதவி

உடனே கிடைத்துவிடும். அவரின் உடல் நலத்தில் கண்ணாக இருக்கும் அவருடைய அம்மாவும் உதவிக்கு வந்து விடுவார். அதிகமான இனிப்புகள் சாப்பிட்டதால் அல்லது எண்ணெயில் பொரித்த உணவை சாப்பிட்டதால் ஏற்பட்டிருக்கும் என்று அனைவரும் மருத்துவம் பார்ப்பார்கள். ஆனால் அவர்களின் கட்டளைகளுக்கு ருட்டி பணியவே மாட்டார். அவர்களோடு பொறுமையில்லாமல் கத்திக் குவித்து விடுவார் ருட்டி. ஆனால் கடந்த நான்கு ஆண்டுகளாக இந்தக் கணிப்புகளை மீறியே வாழ்ந்திருக்கிறார். நினைத்ததை சாப்பிட்டு, தனக்குப் பிடித்தது போல் தன் வாழ்க்கையை வாழ்ந்து வந்திருக்கிறார். அது போலவே தினமும் மூன்று அல்லது நான்கு மணி நேரம் மட்டுமே தூங்குகிறார். ஜின்னாவிற்கு அது எந்தத் தீமையும் செய்யவில்லை. ஆனால் ருட்டியின் உடம்பு அப்படிப்பட்ட ஒன்று அல்ல. தேவையில்லாமல் தன் உடலை அதிகமாக வருத்திக்கொண்டு விட்டார். தொடர்ந்து புகைப்பது, மது அருந்துவது, விருப்பப்படி உணவருந்துவது, இரவு வெகு நேரம் விழித்திருப்பது... என்று எல்லாம் சேர்ந்து உடம்பைப் பதம் பார்த்து விட்டது. இரவுகளில் பசிக்கிறது என்றால் தங்கள் காரில் இருந்து இறங்கி பழக்கடைகளில் விரும்பியதை - அது என்ன உணவாக இருந்தாலும் - அவருக்கு வாங்கிக் கொடுக்கும் பழக்கம் ஜின்னாவிடம் இருந்தது. அல்லது ரோட்டில் ருட்டி தனியாகவே சென்று, இருக்கும் கடைகளில் கிடைக்கும் பொருளை வாங்கி உன்னும் பழக்கமும் இருந்தது.

ருட்டியின் உடல் நலம் தேவையில்லாத நேரத்தில் சரியில்லாமல் போய்விட்டது. ஏனெனில் இன்னும் இரண்டு வாரத்தில் தேசியத் தலைவர்கள் அனைவரையும் நாட்டின் பல பாகங்களிலிருந்தும் அழைத்து வந்து மாநாடு நடத்துவது என்று திட்டமிட்டு விட்டார்கள். இதில் இன்னும் மோசமான விஷயம் என்னவென்றால், மாநாடு நடக்கும் இடம் ஜின்னாவின் வீடான சவுத் கோர்ட் என்று தீர்மானிக்கப்பட்டு இருந்தது. ஆனால் அதில் பங்குகொள்ள முடியாதபடி ருட்டியின் உடல் நிலை சீர்கெட்டுப் போய் இருந்தது. அவருக்கு மிகவும் அதிகமான களைப்பில் இருந்தார். மனம் சொல்வதை உடம்பு கேட்கவில்லை. அந்த இரண்டு வாரங்களிலும் ஜின்னா மிகவும் தீவிரமாகப் பலருக்குக் கடிதம் எழுதுவதிலும், திட்டங்களை எழுதி வைப்பதிலும், இந்தியச் செயலருக்கு நிகழ்ச்சி நிரல் தருவதிலும் ஈடுபட்டு, மாநாடு சிறப்பாக நடக்க வேண்டும் என்பதற்காக முனைந்து செயல்பட்டுக் கொண்டிருந்தார். அந்த நேரம் முழுமையிலும் ருட்டி தனது படுக்கையில் அசையக் கூட

முடியாமல் தனியே படுத்திருந்தார். அவருக்கு ஏன் இந்த உடல் நலமின்மை என்று யாருக்கும் புரியவில்லை. மருத்துவர்கள் கையைப் பிசைந்து கொண்டு நின்றிருந்தார்கள். காரணம் என்ன என்று யாருக்கும் தெரியவில்லை.

முதலில் ஜின்னாவோ, ருட்டியோ உடல்நலமின்மையைப் பெரிதாக எடுத்துக் கொள்ளவில்லை. ஆனால் சரோஜினி ருட்டியைப் பார்த்ததுமே அதிர்ச்சியில் உறைந்து எச்சரிக்கையானார். சரோஜினி தனது தாஜ் ஹோட்டல் அறைக்குத் தினமும் வந்து ஆட்டம் பாட்டம் என்று கழித்துக் கொண்டிருக்கும் போது மனதிற்குள் அவரை திட்டிக் கொண்டிருந்தார். ஆனால் வருவதை நிறுத்தியதும் அந்த வெற்றிடம் சிறிது வேதனையைக் கொடுத்தது. பத்மஜாவிற்கு 1922 ஜனவரி 9ஆம் தேதி எழுதிய கடிதத்தில் ருட்டிக்கு உடல் நலமில்லை என்று எழுதியிருந்தார். அடுத்து நான்கு நாட்கள் கழித்து 13ஆம் தேதி ஜின்னாவின் மாநாடு ஆரம்பிக்கும் நாளில் பத்மஜாவுக்கு மீண்டும் ஒரு கடிதம் எழுதியிருந்தார். "ருட்டியின் உடல்நிலை மோசமாய் இருக்கிறது. பாவம் அந்தப் பெண்! அவரைப் பார்த்தே ஒரு வாரம் ஆகி விட்டது."

மாநாடு பெரும் குழப்பத்தில் முடிந்தது. இதில் காந்தி தனது கருத்துகளை மாற்றி மாற்றி சொல்லிக் கொண்டிருந்தார். ஆகவே வைஸ்ராய் தன் கருத்துகளையும், முக்கியமாக சலுகைகளையும் மாற்றிக் கொண்டிருந்தார். வந்த குழப்பங்களின் அழுத்தம் தாங்காமலேயே கூட்டம் முடிவிற்கு வந்தது. இப்படிக் குழப்பத்தோடு முடிந்த பிறகும் ஜின்னா தன் நம்பிக்கையைக் கைவிடாமல் இருந்தார். மாநாட்டினால் எந்த பயனும் இல்லை என்பதை ஒத்துக் கொள்ள மறுத்து விட்டார். மாநாடு முடிந்து பல வாரங்கள் வரை ஜின்னா இதே மனப்பாங்கில் இருந்தார். இருந்தும் அவர் தொடர்ந்து வைஸ்ராயிற்கு கடிதத்திற்கு மேல் கடிதமாக எழுதிக்கொண்டே இருந்தார். மாநாட்டுக் கூட்டங்களின் நிரல்களை எழுதி அனுப்பிக்கொண்டிருந்தார். அதோடு நிற்காமல், ஆசிரமத்திற்கும் தொடர்ந்து சென்று கொண்டிருந்தார். அரசு மீண்டும் ஒரு வட்டமேசை மாநாடு நடத்தி புதிய மாற்றங்கள் ஏதும் கொண்டு வந்து விடாதா என்ற ஏக்கத்தில் அவர் தொடர்ந்து பணி செய்து கொண்டிருந்தார். இத்தனைக் குழப்பத்தில் அவர் ருட்டியை முற்றிலும் மறந்து விட்டார் போலும். அதுவும் அவருடைய உடல் நலமின்மை என்பது அவர் நினைவுக்கு வராமல் போய்விட்டது. இதெல்லாம் தானே வரித்துக்கொண்ட

உடல்நலப் பிரச்சனை என்று நினைத்தார். ஓய்வின்மை, பசியின்மை, களைப்பு என்று எல்லாமே மனதைச் சோதிக்கும் விஷயங்களாக இருந்து, அவைகளை ருட்டி ஒழுங்காகக் கையாளவில்லை என்றும் மனதின் திண்மைக் குறைவு என்றும் நினைத்தார். கவலைப்படும் நிலையில் அவர் இல்லை என்று அவர் நினைத்துக் கொண்டிருக்க வேண்டும். ருட்டியின் உடல் நலமின்மையை சாதாரணமாக எடுத்துக் கொண்டார். ஏறத்தாழ ஒரு மாதம் கழிந்த பிறகே இதற்காக ஒரு மருத்துவரைப் பார்க்க வேண்டும் என்ற எண்ணம் அவருக்குத் தோன்றியது.

வந்த மருத்துவருக்கும் பிரச்சினை என்னவென்று தெரியவில்லை; நோய்க்குக் காரணம் கண்டுபிடிக்க முடியவில்லை. தூக்கமின்மை, அயர்ச்சி, அதிகப்படியான களைப்பு, இவைகளையும் தாண்டி, தானே எழுந்து உட்கார முடியாத நிலைமை... இவை எல்லாமே அன்று இவரைப்போன்ற செல்வந்தர் வீட்டுப் பெண்களுக்கு வரக்கூடிய சாதாரண உடல் நலமின்மை. அவை அப்போது நாளிதழ்களில் வரும் கல்லீரலை குணமாக்கும் விளம்பரங்கள் போல் சாதாரணமாக இருந்தன. ஆங்கில தினசரிகளில் தொடர்ந்து வந்த இந்த விளம்பரங்கள் உடல்நலமின்மையை எளிதான ஒன்றாக வெளியே காண்பித்துக் கொண்டிருந்தன. பெண்களுக்கான இந்த உடல் நலமின்மை அப்போதுள்ள மருத்துவர்களால் சரியாகக் கணிக்க முடியாமல் இருந்தது. அதற்கு ஒரு பெயர்கூட மருத்துவர்களால் வைக்கமுடியவில்லை. ஆனால் அவர்களால் இதை வெளியே ஒத்துக் கொள்ளவும் முடியவில்லை. அது தங்களது அறியாமையை வெளியே கொண்டுவரும் என்பதால் அதை மறைத்து வைத்திருந்தார்கள். இப்போது வயிற்று வலி அதிகமாகி, உடம்பு சூடு அதிகமாக உயர்ந்தது. எல்லாம் சேர்ந்து மருத்துவர்களைக் குழப்பியது. மனஅழுத்தம் செல்வாக்குள்ள, உழைக்காத பெண்களிடம் அதிகமாக இருந்தது. ஆனால் அப்போது இந்திய மருத்துவர்களுக்கு அது ஒரு தெரியாத புதிய வியாதியாக இருந்தது. இந்த மன அழுத்தத்திற்கு முறையான மருந்துகள் எடுக்க வேண்டும் என்பதோ, மன அழுத்தத்தை எவ்வாறு கையாளுவது என்றோ, நோயாளிகளுக்குக் கொடுக்கக்கூடிய அறிவுரைகள் பற்றியும் அவர்களுக்குத் தெரியாது. இதற்கு சில ஆண்டுகளுக்கு முன்பு சரோஜினியின் மகன் ஜெய்சூர்யா மனஅழுத்தத்தினால் சிரமப்பட்டுக் கொண்டிருந்தார். பெற்றோர்களின் அதீத எதிர்பார்ப்பு; அதை அவரால் அடைய முடியாத இயலாமை; எல்லாம் கலந்து மனஅழுத்தத்தைக் கொடுத்தன. மருத்துவர்கள்

புரிந்துகொள்ள முடியாதபடி உயர்ந்த உடல்சூடு; அதையும் விட கண்பார்வை மங்கல் என்று பல குழப்பங்கள் இருந்தன. தன் மனஅழுத்தத்திற்கு ஒரு மருத்துவரிடம் ஜெயசூர்யா சென்றிருக்கிறார். மருத்துவருக்கு என்ன செய்வதென்றே தெரியவில்லை. ஏதும் செய்யாமல் குழப்பத்தில் இருந்தார். "உனக்கு ஏன் இந்த மன அழுத்தம்?" என்று மருத்துவர் ஜெயசூர்யாவைப் பார்த்தே கேட்டிருக்கிறார். இந்தக் கேள்விக்குப் பதில் அளிப்பதற்கு ஜெயசூர்யாவுக்கு ஏறக்குறைய பத்துப் பதினைந்து ஆண்டுகள் ஆகிவிட்டன. அந்தக் காலம் முழுதும் ஐரோப்பாவில் மனநல மருத்துவமனையில் அவர் ஒரு நோயாளியாகத் தங்கி இருந்தார். அதன் பிறகு இந்தக் கேள்விக்கு பதில் சொல்லும் அளவிற்கு அவர் குணமாகி விட்டார்.

ஆனால் ருட்டியைப் பொறுத்தவரை பித்த நீர் சுரப்பு அதிகமாக இருப்பதாலேயே குமட்டலும், வாந்தியும் தொடர்ந்து வருகின்றன என்று மருத்துவர் நினைத்தார். பித்தப்பை, கல்லீரல் 19ஆம் நூற்றாண்டின் நடுப்பகுதியில் மருத்துவர்களின் நடுவே ஒரு முக்கிய வியாதியாக இருந்தது. அதுவும் மருத்துவர்களால் கண்டுபிடிக்க முடியாத உடல் நலமின்மை இருந்தால் அப்போது இந்தப் பிரச்சினையை மருத்துவர்கள் முன்வைப்பார்கள். அதிகமாக மது அருந்துவது, கண்டதை உண்பது என்பதே இதற்கான காரணங்கள் என்பார்கள். ருட்டியின் சுகமின்மைக்கு மருத்துவர் கொடுத்த அறிவுரை இடத்தை மாற்ற வேண்டும் என்பதே. வெப்பம் மிகுந்த இடத்திலிருந்து குளிரான இடங்களுக்குச் செல்ல ஆலோசனை கொடுக்கப்பட்டது. அதாவது அவர் ஐரோப்பாவிற்குச் சென்று நீண்ட நாள் தங்க வேண்டும் என்பதே அது.

சட்டென்று மகிழ்ச்சி ருட்டிக்கு. அல்லது சரோஜினி அவ்வாறு நினைத்திருக்கலாம். சரோஜினி லீலாமணிக்கு 1922 பிப்ரவரி 2ஆம் தேதி எழுதிய கடிதத்தில், "ருட்டி மார்ச் மாதத்தில் இங்கிலாந்து வருவார்", என்று எழுதியிருந்தார். ஏனென்றால் இதைத்தான் ருட்டி, சரோஜினியிடம் சொல்லியிருந்தார். "இங்கிலாந்து செல்வது அவருக்கு நிச்சயமாக மிக்க மகிழ்ச்சியைக் கொடுத்திருக்கும். நீண்டநாள் சுகமில்லாமல் இருந்த ருட்டி இங்கிலாந்து செல்வது பற்றிக் கட்டாயம் மகிழ்ச்சியோடு இருந்திருக்க வேண்டும். சீக்கிரம் அங்கு வந்து விடுவாள். ஒரு மாதத்திற்கும் மேலாக படுக்கையிலேயே இருந்த ருட்டி இப்போதுதான் முதல் தடவையாக தானே எழுந்து கட்டிலில் அமர்ந்திருக்கிறாள்."

ஆனால் இப்போது ருட்டி இரண்டு வெவ்வேறு திசைகளில் இழுபட்டுக் கொண்டிருந்தார். ஒரு பக்கம் சுகமின்மை; அதற்குத் தேவையான ஒரு வெளிநாட்டுப் பயணம். இன்னொரு பக்கம், ஜின்னாவிற்குத் துணையாக அவரோடு இணைந்து நிற்க வேண்டும் என்ற ஆவல். ஏனென்றால் அந்தக் காலகட்டத்தில் அரசியல் ஆச்சரியமும் அதிசயமும் தரக்கூடிய சூழல்களில் சிக்கித் தவித்துக் கொண்டிருந்தது. வெளிநாடு செல்ல வேண்டும் என்று மருத்துவர் அறிவுரை கொடுத்த மூன்று நாட்கள் கழித்து காந்தி புதியதொரு முடிவு எடுத்தார். தனது ஒத்துழையாமை இயக்கத்தை முற்றிலுமாக முடித்து, ஒதுக்கி விட்டார். காங்கிரஸ் கட்சிக்கும் கிலாபத் தொண்டர்களுக்கும் இது ஆச்சரியத்தையும் அதைவிட மிகுந்த அதிர்ச்சியையும் அளித்தது. அரசியலிலிருந்து விலகுவது போன்ற தோற்றத்தை காந்தி கொடுத்துக்கொண்டிருந்தார். இந்த திடீர் முடிவுக்கு ஒரே ஒரு நிகழ்வு காரணமாக இருந்தது. ஒரு பெரிய வன்முறை. சௌரி சௌரா என்ற இடத்தில் ஒத்துழையாமை இயக்கத்தின் ஆதரவாளர்கள் சிலர் திடீரென்று வன்முறையில் இறங்கி அங்கிருந்த காவல் நிலையத்தை அடித்து நொறுக்கி அங்கே இருந்த 21 காவல்துறை சிப்பாய்களையும், ஒரு துணை ஆய்வாளரையும் தீக்கிரையாக்கினார்கள். அரசியலில் இத்தனை மாற்றங்கள் நடந்து கொண்டிருக்கும் பொழுது நாளை நிலைமை மாறும்; ஜின்னாவின் கை மேலெழும் என்று ருட்டி நினைத்து இருந்தால் தவறில்லை. உடல் சிரமத்தையும் கண்டுகொள்ளாமல் மிகவும் சிரமப்பட்டு தன் படுக்கை அறையை விட்டு வெளியே வந்து வீட்டின் கீழ் தளத்தில் ஜின்னாவிற்காக விருந்து ஒன்றைத் தயாரித்தார். வழக்கமான பாட்லக் விருந்து தான் அது. காஞ்சி மட்டும் அழைக்கப்பட்டிருந்தார். எல்லாமே ஜின்னாவை மகிழ்ச்சிப் படுத்துவதற்காகத் தான். மூவர் மட்டுமே நாளை நாட்டில் என்ன நடக்கும் என்பதைப் பற்றி விவாதித்துக் கொண்டிருந்தார்கள். அவர்களின் ஆர்வம் உச்ச நிலையில் இருந்தது. ஆகவே எதிர்காலத் திட்டம் பற்றி விவாதித்துக் கொண்டிருந்தார்கள். நிச்சயமாக ஜின்னா மீண்டும் உச்சத்திற்குச் செல்ல முடியும் என்ற நம்பிக்கை அவர்களுக்குப் பிறந்தது. இரவு முழுதும் இந்தப் பேச்சு தொடர்ந்தது. ருட்டியின் ஆவலால் மூவரும் இரவு முழுதும் உட்கார்ந்து பேசிக் கொண்டிருந்தார்கள். முன்பெல்லாம் இதுபோல் ஆர்வமாக அடிக்கடி பேசும் பல இரவுகள் போல் இந்த இரவும் கழிந்தது.

இது மிகப்பெரிய தவறாகப் போய்விட்டது. அடுத்த நாள் காலையிலேயே மீண்டும் ருட்டி மயங்கிச் சாய்ந்தார். ஆனால்

நிலைமை இப்பொழுது சுகம் பெற்று மீண்டும் எழுவோம் என்பதற்காகக் காத்திருக்க வேண்டிய சூழ்நிலையைத் தாண்டிச் சென்றுவிட்டது. படுக்கையில் இருந்த ருட்டி அதிகமாக யோசிக்க ஆரம்பித்தார். திருமணச் சூழல்தான் தன்னை மேலும் மேலும் சுகமில்லாமல் ஆக்கிக் கொண்டிருக்கிறது என்று ருட்டி நிச்சயமாக நம்பினார். ஆகவே சிறிது காலத்திற்காவது திருமண வாழ்க்கையைத் தவிர்த்துவிட்டு வெளியேறுவது நன்மை பயக்கும் என்று உறுதியாக நம்பினார். நிச்சயமாக இதனால் ஜின்னா மிகவும் வேதனை அடைவார். ருட்டிக்கு அது நன்றாகவே தெரியும். இங்கே நிலைமைகள் இப்படி இருக்க, அங்கே இங்கிலாந்தில் லீலாமணி வசந்த காலத்தில் ருட்டி நிச்சயமாக வந்துவிடுவார் என்று நம்பிக்கையோடும் மகிழ்ச்சியோடும் காத்திருந்தார். தன் சகோதரி பத்மஜாவுக்கு 1922 பிப்ரவரி 22ஆம் தேதி ஆக்ஸ்போர்ட் பல்கலையில் இருந்து லீலாமணி கடிதம் ஒன்று எழுதுகிறார்: "மகிழ்ச்சி. மகிழ்ச்சி. மீண்டும் இந்த வசந்த காலத்தில் நமது ருட்டி தனது வால்தனத்தோடு இங்கே வந்துவிடுவார் என்பதை நினைத்து எனக்கு அத்தனை மகிழ்ச்சி. வித்தியாசமான பெண்; யார் போலும் இன்றி தனியே தெரியும் பெண். அவள் வருவது என் கல்லூரி வேலைகளிலிருந்து நிச்சயம் என்னை விடுவித்து மகிழ்ச்சியாக்கும்", என்று எழுதியிருந்தார். ஆனால் ருட்டிக்கு தான் விரும்பிய அந்த விடுதலையைப் பெற முடியாத அளவிற்கு உடல் நலன் கெட்டுப் போயிருந்தது.

அடுத்த ஒரு மாதம் ருட்டி தன் படுக்கையிலிருந்து எழுவதற்குக்கூட முடியாமல் உடல் நலம் மிகக் குறைந்து, படுக்கையோடு படுக்கையாக இருந்துவிட்டார். சரோஜினியைப் பார்க்க தாஜ் ஹோட்டல் செல்ல ஆசைப்பட்டாலும் முடியாது. பத்மஜாவுக்கு 1922 மார்ச் மாதம் 20ஆம் தேதி எழுதிய கடிதத்தில் "ருட்டி இன்னும் உடல்நலமில்லாமல் தான் இருக்கிறாள்", என்று எழுதியிருந்தார். அதோடு தொடர்ந்து, மிக்க கரிசனத்தோடு, "நீயும் அவளுக்குக் கடிதம் எழுது", என்று அறிவுறுத்தி இருந்தார்.

பத்மஜாவுக்குப் பொதுவாக சரோஜினி தன்னை ஊக்குவிக்க வேண்டும் என்ற தேவை இல்லை. தேவையிருந்தால் அவரே நிச்சயம் தொடர்பு கொண்டிருப்பார். பத்மஜாவுக்கு 22 வயது ஆகிவிட்டது. தன் தாயைப் போலவே பிறர் மேல் அக்கறைப்படுவதற்கும் அவர்களது தேவைகளை நிறைவேற்றி வைப்பதற்கும் தயங்கியதில்லை. அவர்கள் தங்கள் நண்பர்களாக

இருந்தாலும், உறவினர்களாக இருந்தாலும், தன் வீட்டு மக்களாக இருந்தாலும் ஓடி உதவும் பண்புடையவர் பத்மஜா. ஆயினும் பத்மஜாவுக்கு இப்போது வேலைப்பளு மிகவும் அதிகம். ஹைதராபாத்தில் தன் வீட்டில் இருந்துகொண்டு நூல் நூற்பதும் நெய்வதும் முக்கிய வேலையாக இருந்தது. அவர் வைத்து நடத்திக் கொண்டிருந்த கைத்தறி நெசவாளர் அமைப்பு அவரது நேரத்தையெல்லாம் எடுத்துக்கொண்டது. பம்பாய் மக்களுக்காக காதிச் சேலைகளைப் புதுப் புதுப் பாணியில் தயாரித்துக் கொண்டிருந்தார். இதனால் அவ்வப்போது தன் தாயைப் பார்ப்பதற்காக பம்பாய் வருவதும் கூட முற்றிலுமாக நின்று போயிருந்தது.

சரோஜினியின் நிலைமையும் அதுவே. தலைக்கு மேல் அவ்வளவு அரசியல் வேலைகள். அத்தனையும் அவரை முழுவதுமாக உள்ளே இழுத்துக் கொண்டன. அதிலும் அவர் காந்தியை ஒரு பெரிய 'அடிமைகளின் அராஜக அதிகாரி' என்று அழைப்பதுண்டு. வேலை வாங்குவதில் வித்தை தெரிந்த பெரிய மனிதர் காந்தி. நாடு முழுவதும் எங்கெங்கு குழப்பங்கள் கலகங்கள் நடந்தனவோ அங்கெல்லாம் சென்று வரத் திட்டமிட்டார். அந்தக் காலகட்டத்திற்கான பொறுப்புகள் அனைத்தையும் சரோஜினியின் தலையில் கட்டிவிட்டு தன் பயணத்தை ஆரம்பித்தார். எங்கும் நகர முடியாத நிலை சரோஜினிக்கு. ஆனால் இங்கே ருட்டி தனிமையில் துவண்டு, தன் மன இறுக்கத்தில் இருந்து வெளிவர முடியாமல், தன் வேலைகள் அனைத்தையும் தவிர்த்து வாடிக் கொண்டிருந்தார். அவர் உடல்நிலை மேலும் மோசமாகிப் போய்விட்டது. ஏறத்தாழ இரண்டு வாரங்கள் கழித்து சரோஜினி, ருட்டியைப் பார்க்கும்பொழுது, ருட்டியின் நிலைமை புரிந்தது. அவரைப் பார்த்ததும் மிகவும் மனம் தளர்ந்து விட்டார் சரோஜினி. பைத்தியம் பிடித்துவிடும் நிலைக்கருகில் இருப்பதுபோல் தோன்றியது. 1922 மார்ச் 26ம் தேதி பத்மஜாவுக்கு எழுதிய கடிதத்தில், "ருட்டி மிகவும் மோசமாக இருக்கிறாள். அவளைப் பார்க்கும் பொழுது எனது மனம் மிகவும் பதைபதைக்கிறது; அச்சமாக இருக்கிறது", என்று பதட்டத்துடன் எழுதியிருந்தார். தொடர்ந்து, "மிகவும் சுகமில்லாமல் இருக்கிறாள். எனக்கு இது சாதாரணமாகத் தெரியவில்லை. அதோடு ஒவ்வொரு இரவும் எழுந்து நடு இரவில் கூட என்னைப் பார்ப்பதற்காக தேடி வருகிறாள்" என்று முடித்திருந்தார்.

இந்த நிலை ஏறத்தாழ ஒரு மாதத்திற்குத் தொடர்ந்தது. மனஅழுத்தத்தின் காரணமாக தொடர்ந்து இரவுகளில் தூக்கம் வரவில்லை என்று அங்குமிங்கும் அலைவது இந்த வாரங்களில் அடிக்கடி நடந்தது. ஆனால் ஜின்னா இப்படி நடப்பது தெரியாதவராக இருந்திருப்பார் போலும். அவர் வேலையில் சிரத்தையோடு ஈடுபட்டுக் கொண்டிருந்தார். வட்டமேஜை மாநாட்டில் வைஸ்ராய் கொடுத்த உறுதிமொழிகளை நிறைவேற்ற வேண்டும். அவர் தருவதற்குத் தயாராக இருந்த புதியவைகளை, காந்தி வேண்டாம் என்று சொன்னாலும், தரவேண்டும் என்று தொடர்ந்து வலியுறுத்திக் கொண்டிருந்தார். வேறு எதிலும் கவனம் இல்லாமல் முழுமூச்சாக தனது கடமைகளில் மூழ்கிப் போயிருந்தார் ஜின்னா. சரோஜினி மட்டும் குறைந்தவரா என்ன! அவருக்கு அவரது வேலைப்பளு. தேவைகளையும் தாண்டி அரசியல் வேலைகளில் மூழ்கிப் போகும் குணம் சரோஜினியிடமும் இருந்தது. ஆகவே ஏறத்தாழ ஒரு மாத அளவிற்கு சரோஜினி ருட்டியைப் பார்க்கவே இல்லை. அதோடு சரோஜினி நேரில் பார்த்திருந்தாலும் அவரால் என்ன செய்திருக்க முடியும்? ருட்டிக்காக இரக்கப்பட மட்டுமே முடிந்திருக்கும். அடுத்த கடிதம் சரோஜினியிடமிருந்து லீலா மணிக்கு, ஏப்ரல் 20ஆம் தேதி கையெழுத்திட்ட கடிதம். அந்தநாள் ஜின்னா - ருட்டியின் நான்காவது திருமண நாளுக்கு அடுத்த நாள். "ருட்டி மிக அதிகமாக நோய்வாய்ப்பட்டிருந்தார். ஆயினும் ஒரு கருப்புத் துணியை தலையில் கட்டிக் கொண்டு என்னைப் பார்ப்பதற்காக வந்தாள். பைத்தியக்காரப் பெண். பார்க்கவே பாவமாக இருந்தது. மிகவும் கஷ்டப்பட்டுக் கொண்டிருந்தாள். பரிதாபமான குழந்தை போல் எனக்குத் தோன்றினாள்." சரோஜினி என்ன செய்து ருட்டிக்கு உதவ முடியும் என்று யோசித்தும் பதிலேதும் கிடைக்கவில்லை. அதிலிருந்து ஆறு நாட்கள் கழித்து இன்னொரு கடிதம். இன்னும் அதிகமான கடினமான செய்தியைச் சுமந்துகொண்டு சரோஜினியிடமிருந்து பத்மஜாவுக்குச் சென்றது. "ருட்டி மிக மிக மோசமாக இருக்கிறாள். ஆனால் யாருமே அவளுக்கு உதவாமல் இருக்கிறார்கள். பாவப்பட்ட குழந்தை அது."

ஏப்ரல் மாதம். சரோஜினியின் கடைசிப் பையன் ரணதீரா ஒரு குறுகிய காலப் பயணமாக பம்பாய் வந்திருந்தார். அவருக்கு ருட்டியை மிகவும் பிடிக்கும். அவருக்கு மட்டும்தானா? அவர் குடும்பத்தில் அனைவருக்கும் பிடிக்கும். ரணதீரா ருட்டியைப் பார்க்கச் சென்றார். அவருக்கு பெருத்த அதிர்ச்சியாக இருந்தது. சொல்லப்போனால் ருட்டியைப் பார்த்து அவர் 'பயந்தே'

திரு & திருமதி ஜின்னா | 453

போய்விட்டார். அப்படி ஒரு அதிர்ச்சி அவருக்கு. முகம் முற்றிலும் வெளுத்திருந்தது; முழுவதுமாக மாறியிருந்தது. ஏப்ரல் 25ஆம் தேதி அவர் ஒரு கடிதம் எழுதுகிறார். "ருட்டி இன்னும் படுக்கையிலேயே இருக்கிறார். ஆனால் முன்பிருந்ததை விட மிக மிக மோசமாக இருக்கிறார்." ஆனால் அதிசயமாக இந்த அதிர்ச்சி தரும் செய்தியிலிருந்து தொடர்பில்லாத இன்னொரு சிறு விஷயத்திற்குத் தாவி விடுகிறார். தன் கடிதத்தில் ஐதராபாத்தில் உள்ள கான் என்பவரின் தம்பி ஹாதி திடீரென்று சின்னு பேகத்தை திருமணம் செய்து கொண்டுவிட்டார் என்ற செய்தியைக் கடிதத்தில் தொடர்ந்து எழுதியிருந்தார்.

பத்மஜா மட்டும் கடந்த ஒரு வருட காலத்தில் ருட்டியைப் பார்க்கவே இல்லை. போன ஆண்டின் இறுதியில் பார்த்தது. ஆனால் பத்மஜா ருட்டி விரைவில் இங்கிலாந்திற்குப் புறப்பட்டு விடுவாள் என்று நினைத்துக் கொண்டிருந்தார். லீலாமணிக்கு ஏப்ரல் 20ஆம் தேதி எழுதிய கடிதத்தில், "உன்னுடைய விடுமுறைக்கு முன்பே அவள் வந்துவிடுவாள். நீங்கள் இருவரும் மகிழ்ச்சியாக இருக்க முடியும்" என்றும் எழுதியிருந்தார். ஏனென்றால் ருட்டியின் மனநிலைமையும், உடல் நிலைமையும் அவருக்கு உண்மையில் தெரியாது.

ஒரு மாதம் ஓடி முடிந்தது. ஆனால் ருட்டி ஏதும் முடிவெடுக்க முடியாமல் இருந்தார். மே மாதம் முழுவதும் ருட்டி படுக்கையிலேயே இருந்தார். ஆனால் அவரைச் சுற்றி அரசியல் உலகத்தில் பல்வேறு மாற்றங்கள் தொடர்ந்து நிகழ்ந்து கொண்டிருந்தன. நாடெங்கும் இனக்கலவரங்கள் தொடர்ந்து நடந்து கொண்டே இருந்தன. காந்தியின் சமாதானத் தூதுவராக சரோஜினி அந்த இடங்களுக்குப் போய் வந்து கொண்டிருந்தார். இரண்டு வாரங்களுக்கு மேல் பம்பாயை விட்டு அவர் விலகி இருக்க வேண்டியதிருந்தது. ஜின்னா... ஒருவேளை அவர் பம்பாயில் இருக்கலாம்... இல்லாமலும் இருக்கலாம். ஏனென்றால் அவர் இன்னமும் ருட்டின் உடல்நிலை பற்றிப் புரிந்து கொள்ளாத மனிதராகவே இருந்தார். உண்மையில் ருட்டி தானே எழுந்து நடமாட ஆரம்பிப்பதற்குப் பதிலாக தேவையில்லாமல் கட்டிலோடு இருக்கிறார் என்றுதான் நினைத்தார். இதுபோன்ற நினைப்பினால் அவர் ருட்டியைப் பற்றி கவலையேதும் பட‌வேயில்லை. பல வருடங்கள் கழித்து பின்னொரு நாளில் ஜின்னா உடல்நலமில்லாமல் இருக்கும்பொழுது உடல்நலம் இல்லாத ஒரு பெண்ணைப் பற்றி வேடிக்கையாக ஒரு கதை சொன்னார். அந்தப் பெண்

கட்டிலோடு கட்டிலாகவே இருந்து வந்தாள். அவளை எழுப்பவே முடியவில்லை. இறுதியாக மருத்துவர் அவளது படுக்கைக்கு அடியில் அடுப்பை எரிய வைத்து அவளை எழுந்திரிக்க வைத்தார் என்று ஒரு கதை சொன்னார். ஏனெனில் தனக்கோ அல்லது வேறு யாருக்குமோ உடல்நலம் குன்றி இருந்தாலுமே அது ஜின்னாவிற்கு அவரது பொறுமையை அதிகமாக சோதித்து விடும் போலும். அதேபோல் மருத்துவர்களைக் கண்டாலே காத தூரம் ஓடுவார். அதுவும் இந்த சமயத்தில் அவர் ஒரு புதிய அரசியல் கட்சி ஒன்றை ஆரம்பிப்பதற்கான முயற்சிகளில் ஈடுபட்டுக் கொண்டிருந்தார். அவரோடு பணி செய்த இன்னொரு வழக்கறிஞர் எம் ஆர் ஜெயகர் என்பவரோடு இணைந்து இந்த முயற்சி நடந்து கொண்டிருந்தது. சரோஜினி தனது பயணங்களை முடித்துவிட்டு பம்பாய் வந்தபோது ருட்டியைப் பார்க்கச் சென்றிருந்தார். ருட்டி மிக மோசமான நிலைமையிலேயே இருந்தார். மே 16 ஆம் தேதி சரோஜினி, பத்மஜாவுக்கு எழுதிய கடிதத்தில், "ருட்டி இன்னும் அதைப்போலவே நம்பிக்கை ஏதுமில்லாமல், சுட்டெரிக்கும் காய்ச்சலுடன் கிடக்கிறாள். பாவம் அந்த பெண்" என்று எழுதினார்.

ஜூன் மாதமும் இதே நிலை நீடித்தது. ஜூன் இரண்டாம் தேதி எழுதிய கடிதத்தில் சரோஜினி, "ருட்டிக்கு என்ன பிரச்சனை என்றே தெரியவில்லை. இன்னும் படுக்கையிலிருந்து எழுந்திருக்க முடியாத பெண்ணாகவே இருக்கிறார்", என்று எழுதினார். அடுத்து இன்னொரு 20 நாட்கள் சென்றன. லக்னோ சென்று அங்கிருந்து திரும்பி வந்திருந்தார் சரோஜினி. ஜூன் 22ஆம் தேதி அடுத்த கடிதம் பத்மஜாவுக்கு எழுதினார். "ருட்டி இன்னும் எழுந்திருக்க முடியாதவளாக படுக்கையிலேயே கிடக்கிறாள். அவளைப் பற்றிய ஆதங்கம் எனக்கு நிறைய இருக்கிறது."

இந்த ஆதங்கம் அவருக்கு மட்டுமல்ல இன்னொருவருக்கும் இருந்தது. அது ருட்டியைப் பற்றிப் பின்னாளில் நூல் எழுதிய காஞ்சி. அவர் இதுவரை இந்தத் தம்பதியரின் நண்பராக இருந்தாலும் ருட்டியின் நெருங்கிய நண்பர்கள் குழுவில் அவர் அப்போது இல்லை. பின்னாளில் அவர் ருட்டியைப் பற்றி நூல் எழுதும் பொழுது, ஒரு சம்பவத்தைப் பற்றிக் குறிப்பிட்டுள்ளார். கடந்த சில மாதங்களாக, ஏறத்தாழ மூன்று மாதமாக, அவர் தம்பதியர் இருவரையும் பார்க்கவே இல்லை. அவருக்கு பம்பாய் சட்டசபையில் அத்தனை வேலைப்பளு இருந்தது. ஜின்னாவின்

சவுத் கோர்ட் வீட்டிற்குச் சென்றுவந்த அடுத்த மூன்று மாதங்கள் கழித்து, ஓர் இரவில் அவர் திடீரென்று ஒரு கனவு காண்கிறார். கனவில் வருவது ருட்டி. மிகவும் அவசரமாகவும் கவலையோடும் "காஞ்சி, எனக்கு உதவி செய்யுங்கள்" என்று வேண்டுவது போன்று ஒரு கனவு. இரண்டாவது நாள் இரவு அதே கனவு அவருக்குத் தொடர்ந்து வந்தது. கனவில் பார்த்த ருட்டியின் நிலைமை அவரை அதிகமாகக் கவலைப்பட வைத்தது. மனதிலிருந்த ஐயங்களையும் தடங்கல்களையும் தாண்டி, ஜின்னா வேலைக்குச் சென்ற பிறகு காஞ்சி ருட்டியைத் தொடர்பு கொண்டார். அதிக உரிமை எடுத்துக் கொள்வது போலிருந்தாலும், அந்த உணர்வையும் ஒதுக்கிவிட்டு, தொடர்பு கொள்ள முயற்சித்தார். வீட்டிற்குச் சென்றார். ருட்டி உடல்நலம் இல்லாமல் இருக்கிறார் என்ற செய்தி அவருக்குக் கிடைத்தது. உடனே வீடு திரும்ப எத்தனித்தார். ஆனால் அங்கிருந்த வேலைக்காரர், 'உங்களது அறிமுக அட்டையைக் கொடுத்துவிட்டு, என்னவென்று கேட்டு வருகிறேன்; கொஞ்சம் பொறுத்திருங்கள்' என்றார். காஞ்சி காத்திருந்தார். ருட்டிக்குத் தனிமையே எதிரியாக இருந்தது. பேசுவதற்குக் கூட துணையின்றி இருந்தார். காஞ்சி வந்திருப்பதாக வேலைக்காரர் சொன்னதும் அவரை அழைத்துவரச் சொன்னார். காஞ்சி ருட்டியின் அறைக்குள் நுழைந்தார். தன் கனவில் ருட்டியை எப்படிக் கண்டாரோ அதே கோலத்தில் ருட்டி இருப்பதைப் பார்த்தார். வினோதமான சோபா ஒன்று தாழ்வாரத்தில் கிடந்தது. அதுவே இப்போது ருட்டி பகலில் தங்குமிடமாக இருந்தது. அந்த சோபாவில் சாய்ந்து படுத்துக் கிடந்தார் ருட்டி. ருட்டி மிகவும் சுகம் இல்லாமல் இருப்பதைக் காஞ்சி பார்த்தார். ஆனால் எவ்வளவு வேதனையோடு ருட்டி தன் கனவில் வந்தார் என்பதை அவர் வெளியே சொல்லவே இல்லை. ருட்டி உடல்நலம் இல்லாமல் இருந்தும் எப்போதும் போல் நட்போடும், விருந்தோம்பலுடன் காஞ்சியோடு தொடர்ந்து பேசிக்கொண்டிருந்தார். ஏறத்தாழ இரண்டரை மணி நேரம் இருவரும் பேசிக் கொண்டிருந்தார்கள். அலுவலகம் முடிந்து ஏழரை மணிக்கு ஜின்னா வீட்டிற்கு வந்தார். அவருடன் அமர்ந்து மூவரும் பேசிக் கொண்டிருந்தார்கள். காஞ்சியை இன்னும் சிறிது நேரம் உட்கார்ந்து மது அருந்திச் செல்லும்படி கேட்டுக் கொண்டார்கள். ஆனால் அன்று அவர் அவர்களோடு தங்கவில்லை. புறப்பட்டு வந்துவிட்டார். ருட்டி, ஜின்னா இருவருக்கும் காஞ்சி நட்போடு வந்து பேசிவிட்டுச் சென்றது மிகவும் பிடித்துப்போனது. இந்த நட்பின் பிடிப்பு அதன் பிறகு

இன்னும் இறுகியது. நினைத்தபோதெல்லாம் காஞ்சி வீட்டிற்கு வந்து நெடுநேரம் தங்கியிருந்து செல்வது வழக்கமாகிவிட்டது. ஒரு முக்கோண நட்பு அங்கே அழகாக முளைத்தது. காஞ்சி, ருட்டி - ஜின்னாவுடன் வைத்திருந்த நட்பு மேலும் இறுக்கமாகியது.

காஞ்சியை சவுத் கோர்ட்டிற்குத் திரும்பத் திரும்ப அழைத்தார் ருட்டி. ஆனால் காஞ்சி இதைப்பற்றி வெளிப்படையாகச் சொன்னதில்லை. ஆனால் ருட்டியின் விருப்பப்படி, அவருக்குத் தேவையான புத்தகங்களைக் கொண்டு வருவதற்கும், ருட்டியால் முடியாதபொழுது அதை வாசித்துக் காண்பிப்பதற்கும், நூல்களைப் பற்றி கருத்துரைகள் எழுதுவதற்கும் காஞ்சி உறுதுணையாக இருந்தார். நிறையப் பேசினார்கள். தங்கள் நட்புகளைப் பற்றி, நண்பர்களைப் பற்றி பேசிக்கொண்டிருந்தார்கள். அதேபோல் ருட்டி காஞ்சியின் வேலைகளிலும் ஆர்வம் காட்டினார். தொழிலாளர் தலைவராக இருந்த காஞ்சிக்குப் பிடித்தவைகள் பற்றிப் பேசினார் ருட்டி. இவர்களது சந்திப்புகளிலும் விவாதங்களிலும் ஜின்னாவும் அவ்வப்போது கலந்துகொண்டார். இந்த ஒருங்கிணைந்த பயணம் இனிதாக இருந்தது. எப்படி ஏற்பட்டது என்று தெரியாது; ஆனால் அது எளிமையாக, அழகாக இருந்தது. காஞ்சி ஓர் இனிமையான இளைஞர். திருமணமாகி ஆண் குழந்தை ஒன்று இருந்தது. பழகுவதற்கு இனிமையானவர். அதுவும் பர்தா போட்டுக் கொண்டிருக்கும் அந்தக் காலத்தில் அவர் ஒரு திருமணம் ஆகாத வாலிபர் போலவே தோற்றம் அளித்துக் கொண்டிருந்தார். ஜின்னாவிற்கு நெருங்கிய துணைவராக இருந்தார். ஜின்னா பேசுவதை ஆர்வமுடன் கேட்டுக்கொண்டிருப்பார். எல்லாவற்றையும்விட தேசத்தலைவர்கள் பலரையும் பற்றி பல கதைகளைத் தெரிந்து வைத்திருப்பார். அந்தப் பட்டியலில் காந்தியும் இருந்தார். ஜின்னாவிற்கு இது மிகவும் பிடித்துப் போன ஒன்றாக இருந்தது. காஞ்சியோடு அமர்ந்து இரவு உணவுடன் வதந்திக் கதைகளையும் கேட்பதில் ஜின்னாவுக்கு அத்தனை மகிழ்ச்சி.

காஞ்சி ருட்டியினை முழுவதுமாக ஆராதிக்கும் ஒருவராக இருந்தார். ருட்டியை உயரமான ஓர் அரியணையில் அமர்த்தி அழகு பார்த்துக் கொண்டிருந்தார். ஆனால் இதனாலேயே ருட்டி தன் தனிப்பட்ட சோகங்களை அவரோடு பகிர முடியாத நிலை உருவாகியது. தன் சோகங்களைத் தனக்குள்ளேயே வைத்துக்கொள்ளும் கட்டாயம் நேர்ந்தது.

அவைகளைக் காஞ்சியோடு ருட்டியால் பகிர்ந்து கொள்ள முடியவில்லை. ஆனால் காஞ்சி இருக்கும்பொழுது நேரம் இனிமையாகச் சென்றது. திருமணத்தின் மூலம் தான் ஒரு தவறு செய்துவிட்டேன் என்று ருட்டி காஞ்சியிடம் சொல்ல முடிந்ததில்லை. அந்த அழுத்தத்தையும் தனக்குள்ளேயே வைத்துக் கொண்டார் ருட்டி. பாவம்! அவருக்கு வடிகால் ஏதும் இல்லை. பின்னாளில் சரோஜினியிடம் ருட்டி தனது தவறை சுட்டிக் காண்பித்து இருக்கிறார். ஆனால் காஞ்சியிடம் அதைச் செய்ய முடியாமல் போய்விட்டது. ருட்டி, காஞ்சி இருவரும் சேர்ந்து ஜின்னாவைக் கேலி செய்வதும், காலை வாருவதும், அவருடைய கருமித் தனத்தைச் சுட்டிக்காட்டி விளையாடுவதும்... அவைகளை ஜின்னா மிக எளிதாக எடுத்துக் கொள்வதும் அவர்களின் நட்புக்கு உரம் சேர்த்தது. இதுபோன்ற தருணங்கள் மிகவும் மகிழ்ச்சியாகக் கழிந்தன. காஞ்சி அவர்கள் இருவரின் திருமண உறவும் அழகாக இருப்பதாகப் பார்த்தார். நல்லவை மட்டும் அவர் கண்ணில் பட்டன. அந்த உறவில் ருட்டியின் மென்மையைப் பார்க்க முடிந்தது; ஜின்னா மீது முழுவதுமாகச் சாய்ந்து நிற்பதைப் பார்க்க முடிந்தது. ருட்டிக்கு அனைத்துமே ஜின்னா என்று இருப்பதைப் பார்த்தார். ஆனால் ஜின்னாவிற்கு அதுபோன்ற ஒரு சார்புத் தன்மையும், ஆழமான அன்பும், வாழ்க்கையை இனிமையாக்கும் பண்பும் இல்லாமல் போனதே காஞ்சிக்குத் தெரியாது; புரியாது. இன்பமான, மகிழ்ச்சியான வாழ்வின் அடிப்படையான ஆன்மாவை ஜின்னா தெரிந்து கொள்ளாத ஆளாக இருந்தார். அது காஞ்சிக்குத் தெரியாது. இந்த பண்புக் குறைபாடுகளை ருட்டி பின்னாளில் சரோஜினியிடம் பகிர்ந்து கொண்டார்.

சரோஜினியிடம் இந்த அளவு மனதைத் திறந்த ருட்டியால் அதே அளவு வெளிப்படையாக காஞ்சியிடம் இருக்க முடியவில்லை என்பது ஒரு பெரும் சோகம். ஒருவேளை இதற்கு இரண்டு காரணங்கள் இருந்திருக்கலாம்; ஒன்று, ஜின்னாவின் மீது அவர் கொண்டிருந்த நேர்மையான அன்பு; அதை உடைத்து விட்டு வெளியே வந்து காஞ்சியிடம் அதைச் சொல்வது ருட்டிக்குத் தவறாகத் தெரிந்திருக்கும். இரண்டாவது காரணம் காஞ்சி, ருட்டியை அளவுக்கு அதிகமாக மிக உயரமான ஓர் இடத்தில் வைத்து ஆராதிப்பது போல் அன்பைக் கொண்டாடினார். காஞ்சியிடமிருந்த அந்த மயக்க நிலையை உடைக்க ருட்டிக்கு மனமில்லை. ஆனால் காஞ்சியின் அபரிமிதமான அன்பு ருட்டி தானே தனது உள்மனத் தாக்கத்திலிருந்து விடுபட உதவியது. ஓரளவேயாயினும் இந்த நட்பு ருட்டியிடம் இன்னொரு நல்ல

மாற்றத்தையும் கொண்டு வந்தது. தான் பெற்ற குழந்தையை இதுவரையில் கண்டுகொள்ளாமல் இருந்த அவரது மனம் குழந்தைக்காக மெல்லக் கனிந்தது. முதல்முறையாக தனது சிறு பெண் குழந்தையை - குழந்தைக்கு நான்கு வயது ஆகிவிட்டது; ஆனால் அதற்கு ருட்டி - ஜின்னா இன்னும் பெயர்கூட வைக்கவில்லை; ஆச்சரியம்தான் - பார்க்க வேண்டும் என்று ஆசைப்பட்டார். அந்தக் குழந்தைக்குத் தனது பூனை போட்ட குட்டி ஒன்றை அன்பளிப்பாகக் கொடுத்தார். ஆனால் அது வெற்றியில் முடியவில்லை; பெரும் சோகத்தில் ஆழ்த்தியது. ஏனெனில் குழந்தை பூனைக்குட்டியை வெளியே கொண்டுபோய் தண்ணீரில் மூழ்கடித்து விட்டது. அதுவும் பின்னாளில் சரோஜினி சொன்னதுபோல் பூனையை மட்டுமல்ல, அப்பாவின் மேஜைமேல் இருந்த விலை உயர்ந்த வாசனைத் திரவிய பாட்டிலோடு பூனைக் குட்டிக்கு சமாதி நடந்தது!

இந்தக் கதை சரோஜினிக்குத் தெரிந்திருக்கிறது. அவருக்குத் தொலைபேசியின் வழியாக இந்தத் தகவல் தெரிந்திருக்கிறது. ருட்டி அல்லது காஞ்சி இந்தக் கதையை அவருக்குச் சொல்லி இருக்க வேண்டும். வழக்கம்போல் சரோஜினி இதைத் தன் பிள்ளைகள் அனைவருக்கும் தெரிவித்து விட்டார். கதையை மட்டும் சொல்லவில்லை. அதோடு ஜின்னாவைப் பற்றி குத்தலான சில வார்த்தைகளையும் சேர்த்துக் கொண்டார். பத்மஜாவுக்கு ஜூலை ஒன்றாம் தேதி ஒரு கடிதம் எழுதியிருந்தார். அதில் பின் குறிப்பாக இதைப் பற்றி எழுதியிருந்தார். , "உடல் நன்றாக இல்லாமல் இருந்தும் ருட்டி ஒரு விலை உயர்ந்த வாசனைத் திரவியத்தை ஜின்னாவுக்குக் கொடுத்திருக்கிறார். அதேபோல் தன் மகளுக்கு ஒரு பூனைக் குட்டியையும் பரிசளிக்கிறார். குழந்தை வாசனைத் திரவியங்களையும், குட்டியையும் ஒன்றாகப் போட்டு மூழ்கடித்து விட்டது. ஜின்னாவிற்கு வாசனைத் திரவியம் போன கவலை! அதற்காக குழந்தையை அழைத்து அதனிடம் 'வசனங்கள்' பேசி திருத்த முயன்றிருக்கிறார். அது ஜின்னாவின் வழி! நல்ல மனிதர் அவர்!" ஆனால் ருட்டிக்கு இது ஒன்றும் மகிழ்ச்சியான செய்தி அல்ல. ஆனால் குழந்தையைக் கண்டும் காணாமல் இருப்பதற்கு இப்போது இன்னொரு காரணத்தைக் கண்டுபிடித்து விட்டார். ஏற்கனவே அழுத்தத்தில் இருந்த ருட்டிக்கு இது கவலை படர்ந்த மேலும் ஒரு நம்பிக்கையின்மையை உருவாக்கி விட்டது போலும்.

தனிமையிலும் அழுத்தத்திலும் மூழ்கிக்கிடந்த ருட்டிக்கு மெல்ல ஒரு நம்பிக்கை ஒளி கிடைத்தது போல் தோன்றியது. சரோஜினியின் இளைய மகன் ரணதீரா தன் தாய்க்கு உதவுவதற்காக பம்பாய் வந்திருந்தான். ரணதீரா அல்லது செல்லமாக அழைக்கப்படும் மினா, ருட்டிக்கு இரண்டு வயதிற்கு இளையவன். நாயுடு குடும்பத்தில் இருந்த ஒரு கருப்பு ஆடு. ஏனெனில் அவனிடம் குடிப்பழக்கம் இருந்தது. அது மட்டுமல்ல அளவுக்கு மீறிய அனுபவ அறிவும் இருந்தது. அது இப்போது ருட்டிக்குத் தேவைப்பட்டது. அவனோடு இருப்பது ருட்டிக்கு எளிதாக இருந்தது; சிறுபிள்ளைத்தனமாக விளையாடிக்கொண்டு, எந்தவிதக் குறையும் இல்லாமல் அவனோடு பழக முடிந்தது. அதைவிடவும் சரோஜினி ஆச்சரியப்படும் வகையில் ருட்டி மினாவின் புத்திசாலித்தனத்தின் மீது நம்பிக்கை கொள்ள ஆரம்பித்தார். செத்துப்போன தன் பூனைக்குட்டியை எப்படி புதைப்பது... அதன் இறுதி யாத்திரையை எப்படி வைத்துக் கொள்வது என்பதில் ஆரம்பித்து, குறைந்த பணத்தில் அயல் நாட்டில் - அதுவும் தன் பூனைகளோடு - எப்படி சிக்கனமாக வாழ முடியும் என்று பாடம் படிப்பது வரை அவனிடம் ருட்டி எல்லாவற்றையும் கேட்டுக் அறிந்து கொண்டிருந்தார். சிக்கனம் என்றால் என்னவென்றே தெரியாத ருட்டி அவனிடம் அறிவுரை கேட்டுக் கொண்டிருந்தார். உண்மையில் மினா, சரோஜினிக்கு சமீபத்தில் வந்த மாரடைப்பின் காரணமாக அவருக்கு உதவுவதற்காகவே பம்பாய் வந்திருந்தான். பம்பாய்க்கு மிகுந்த களைப்போடும், அதிக அழுக்கோடும் வந்து சேர்ந்தான். வந்தவுடனேயே அவனுக்கு அத்தனை வேலைகள். சரோஜினி பத்மஜாவுக்கு ஜூலை 28 ஆம் தேதி, அதாவது மினா வந்து சேர்ந்த பின் ஆறு நாட்கள் கழித்து ஒரு கடிதம் எழுதினார். சரோஜினி மிகவும் ஆச்சரியப்பட்டு "மினாவுக்குப் பல அலுவல்கள்! என்னைக் கவனிப்பதற்காகத் தான் அவன் பம்பாய்க்கு வந்திருக்கிறான். ஆனால் அதற்குள் உமர் சோபானியின் தம்பி உஸ்மானுக்கு வியாபாரத் தந்திரங்கள் சொல்லிக் கொடுக்க வேண்டியது வந்துவிட்டது. அதுமட்டுமா ருட்டியின் பூனைக்கு இறுதி யாத்திரை நடத்துவதும் அதன் பின் ருட்டிக்கு சமாதானம் சொல்வதும் செய்யவேண்டியதாகிப் போனது. அதோடு விட்டானா அவன்? ருட்டி வெளிநாடு செல்லும்போது அங்கு எப்படி பொருளாதாரத்தைச் சிக்கனமாக வைத்துக்கொள்வது, அரிசி பொங்குவதற்காக மின்சாரக் குக்கரை எடுத்துச் செல்ல வேண்டும் - அப்போதுதான் ருட்டி தன் பூனைகளுக்கு

உணவாக்கி கொடுக்க முடியும் - அங்கெல்லாம் கறி விலை அதிகம்; இப்படி சமாளித்தால் தான் உண்டு என்று ருட்டிக்கு அறிவுரை கொடுக்க வேண்டியதிருந்தது. இதையெல்லாம் கேட்கும்போது எனக்கு சிரித்து சிரித்து வயிற்று வலியே வந்துவிட்டது...!", என்று விவரமாகத் தன் கடிதத்தில் எழுதியிருந்தார்.

சரோஜினிக்கு வயிறு வலிக்க சிரிப்பு வந்திருக்கலாம். ஆனால் உண்மையில் நடந்தது என்னவோ எல்லாமே நல்லதுதான். ஏனென்றால் அவன் பம்பாய் வந்ததால் அதிக பயன் பெற்றவர் ருட்டிதான். சொல்ல முடியாத அளவிற்கு அத்தனை நன்மைகள் அவனால் ருட்டிக்குக் கிடைத்தது. மருத்துவர்களும், மருந்துகளும் செய்யாத மகத்துவத்தை மினா செய்திருந்தான். வழக்கமாக மனம் துயருற்று இருக்கும் வேளையில் ருட்டி சரோஜினியை நாடுவதுதான் வழக்கம். ருட்டி மட்டுமல்ல இன்னும் பலரும் தங்கள் சோகத்தோடும் வேதனையோடும் சரோஜினியின் அறிவுரையைக் கேட்க வருவதுண்டு. அவர்களுக்குப் பல அறிவுரைகளை சரோஜினி தருவதும் வழக்கம்தான். ஆயினும் மற்றவர்களுக்கு அத்தனை அறிவுரைகளைத் தரும் சரோஜினி ருட்டிக்கோ அல்லது தன் பிள்ளைகளுக்கோ அந்த அளவு தருவதில்லை; ஏனென்றால் அவர்களிடம் அவர் மிகவும் கண்டிப்புடன் இருப்பார். அவர்கள் அவசரப்பட்டு ஏதாவது முட்டாள்தனமாக செய்து விட்டாலும் அவர்களைக் காக்க வேண்டிய கடமை அவரிடம் இருந்தது. மினா வந்து பேசும்பொழுது ருட்டியின் மனம் இலகுவாகி விடுகிறது. வழக்கமாக இருக்கும் மனஅழுத்தம் லேசாகிவிடுகிறது. அதனால்தானோ என்னவோ, ஐரோப்பா செல்வதற்கான ஏற்பாடுகளைச் செய்ய ஆரம்பித்திருந்தார். ஜூலை 29ம் தேதி இங்கிலாந்தில் இருக்கும் லீலாமணிக்கு சரோஜினி எழுதிய கடிதத்தில், "ருட்டி இப்போது பரவாயில்லாமல் இருக்கிறாள். ஆனாலும் மிகவும் சோர்ந்து இருக்கிறாள். வெளியே எங்கேயும் செல்ல முடிவதில்லை. வரும் செப்டம்பர் 23-ம் தேதி உமர் சுபானியின் சகோதரி பாத்திமாவுடன் கெய்ஸர்-இ- இந்து என்ற கப்பலில் பாரிஸ் நோக்கிச் செல்ல ஆரம்பிக்கிறாள். அங்கே தங்கியிருந்து, பின் ரிவைரா என்னுமிடத்தில் தங்கிவிட்டு, அடுத்த ஆண்டு இங்கிலாந்திற்கு வருவாள்" என்று குறிப்பிட்டிருந்தார்.

ருட்டி ஐரோப்பாவிற்குப் புறப்பட்டு விட்டார். ஆனால் மனம் என்னமோ பம்பாயைச் சுற்றி, அதுவும் சவுத்

கோர்ட்டைச் சுற்றியே வந்து கொண்டிருந்தது. மனைவி என்ற பொறுப்பிலிருந்து விலகி விட்ட குற்ற உணர்வு. ஜின்னாவைத் தனியே தவிக்க விட்டுவிட்டோம் என்ற ஏக்கம். அவர்கள் வாழ்வு, வசதிகள் எல்லாம் வேலைக்காரர்கள் கையில்தான் இருந்தது. கப்பலில் ஏறிய அடுத்த நாளே ஜின்னாவிற்காக காஞ்சிக்கு ஒரு கடிதம் எழுத ஆரம்பித்தார். இன்னும் ஒரு வாரம் கழித்து ஏடன் நகரத்திற்குப் போய்ச் சேர்ந்த பின்தான் கடிதத்தைத் தபாலில் அனுப்ப முடியும். இருந்தாலும் கப்பலில் ஏறிய அடுத்த நாளே அந்தக் கடிதத்தை எழுதினார். அக்கடிதத்தில் அடிக்கடி ஜின்னாவை நேரடியாகப் பார்த்து எப்படியிருக்கிறார் என்பதைத் தனக்கு எழுத வேண்டும் என்று காஞ்சியை இறைஞ்சிக் கேட்டுக் கொண்டிருந்தார். "எப்போதுமே மிக அதிகப்படியாக வேலை செய்வது அவருக்குப் பிடித்த ஒன்று. ஆனால் இப்பொழுது நான் அங்கு இல்லை அவரை அடக்குவதற்கு. அதனால் மேலும் கடினமாக வேலை செய்ய முயல்வார்", என்று எழுதியிருந்தார்.

காஞ்சிக்கு எழுதிய கடிதத்தில் தன்னுடைய முகவரியாக ஹென்றி எஸ். கிங், லண்டன் என்று கொடுத்திருந்தார். ஆயினும் ருட்டி விரைந்து பாரிஸ் நகர் செல்ல துடித்துக் கொண்டிருந்தார். லண்டனில் ஆக்ஸ்போர்ட் பல்கலைக்கழகத்தில் இருந்த லீலாமணியைச் சந்திக்க விரும்பாமல் விரைந்து பாரிஸ் செல்ல வேண்டும் என்று ஆசைப்பட்டார்... ஒருவேளை பாரிஸ் நகரம் அவரை விரும்பி மீண்டும் மீண்டும் அழைப்பது போல் உணர்ந்தாரோ! ஏனெனில் அங்குதான் அவர் தேடும் முழுச் சுதந்திரம் கிடைக்கும்; அது மன நிறைவையும் மகிழ்ச்சியையும் தரும். அவர் தனக்குத் தானே போட்டுக் கொண்டிருக்கும் அனைத்துச் சங்கிலிகளையும், தடைகளையும் அறுத்தெறிந்து விட்டு புதிய வாழ்க்கை ஒன்றை நிச்சயமாக அங்கே வாழ முடியும். ஏனெனில் அவர் இப்போது ஒவ்வொரு நிமிடமும் திருமணச் சிறையில் முழுவதுமாக மாட்டிக் கொண்ட ஒருவராகத் தன்னை உணர்ந்து கொண்டிருந்தார். இந்த எண்ணத்தைக் கூட சரோஜினியிடம் அவர் பல ஆண்டுகள் கழித்த பின்பே பகிர்ந்து கொண்டார்.

பாரிஸ் நகரில் முதலில் முழுச் சுகத்தை அனுபவித்த போது தலையெல்லாம் சுற்றும் அளவிற்கு மகிழ்ச்சி. அதுவும் முதல் உலகப்போர் முடிந்த பிறகு சமூகம் மக்கள் கால்களில் கட்டியிருந்த சங்கிலிகளை எல்லாம் அறுத்துவிட்டது. மனதின் ஏமாற்றங்களை மறந்துவிடும் புதியதொரு சுதந்திர உலகத்தைத்

தேடி பெரும்பாலான மக்கள் ஓடிக்கொண்டிருந்தார்கள். பழமையைக் கழட்டி விட்டு விட்டு புதுமையை நோக்கி ஓடும் மக்கள் கூட்டம் அங்கே அதிகமாக இருந்தது. பாரிஸ் நகரத்தில் பார்சி இன மக்கள் சிலர் இருந்தனர். அதுவும் ருட்டி குடும்பத்திற்குப் பழக்கமான உறவினர்களும் இருந்தார்கள். ஆனால் ருட்டி அவர்கள் பக்கமே திரும்பவில்லை. ஏனெனில் அவள் கனவில் வந்த பாரிஸ் நகரம் வேறு. தலைகுப்புற விழுந்தது போல் அந்தப் பாரிஸ் நகரத்து சுரங்கத்திற்குள் குதித்துக் கலந்தார் ருட்டி. கலை, இசை, இன்ப விடுதிகள், மாலை நேர விழாக்கள் என்று அடுத்தடுத்து பல அவருக்காகக் காத்திருந்தன. கையில் கொடுக்க அளவில்லாத பணம் இருந்தது. 'பம்பாய் ருட்டி' மதாம் ஜின்னாவாக (Madame Zhinna) உருவெடுத்தார். செல்வாக்கான வாழ்க்கை. பெரும் செல்வந்தர்களுக்கான வாழ்க்கை. நாடு கடத்தப்பட்ட அரசியல் குடும்பங்கள், பிரான்ஸ் நாட்டின் பணக்காரர்கள் என்று அவரைச் சுற்றி பெரும் சமூகத்தின் சுழல் ஒன்று சுற்றிக்கொண்டே இருந்தது. பம்பாயில் பிறந்து அரசியலில் உயர் நிலையை அடைவதற்காக ஜின்னா எவ்வளவு உழைத்தாரோ அதே போல் பாரிஸ் நகரத்தில் ருட்டி தனக்குப் பிடித்தவைகளில் ஆழமாக ஈடுபட்டுக் கொண்டிருந்தார்.

சிறகடித்துப் பறந்து திரிந்தாலும் ஏதோ ஒரு கால்கட்டு இருப்பது போன்றே ருட்டி நினைத்தார். தன் வாழ்வின் கடந்த நான்கு வருடங்களைத் துப்புரவாகத் துடைத்தெறிய அவரால் முடியவில்லை. அதேபோல் ஜின்னாவின் மேல் வைத்திருந்த காதல் துளியும் குறையவில்லை. தன் பழைய வாழ்க்கையில் சந்தித்தவர்களை மீண்டும் பார்க்கும் போதெல்லாம் மனதிற்குள் ஏதோ ஒரு குற்ற உணர்வும், அவமானமும் ஒரு சேர வந்தன. உறவு, குடும்பம் போன்ற நினைவுகள் வந்து ஆழ்ந்த மன உளைச்சல் ஏற்படும்போது இந்தியாவைத் துறந்து பாரிஸ் நகரில் வாழ்ந்துகொண்டிருந்த பார்சி இனத்துப் புரட்சியாளரான பில்காஜி காமா (Madame Bhikaiji Cama) என்பவரைப் பார்க்கச் சென்றார் ருட்டி. இந்தியப் புரட்சியாளர்களுக்கும், இந்தியாவிலிருந்து வந்திருக்கும் வேறு பலருக்கும் அவர் வீட்டுக் கதவுகள் எப்போதும் திறந்தே இருந்தன. அவரைப் பார்க்கச் செல்லும் மக்கள் எல்லோரும் அதை ஒரு திருத்தலம் போல் நினைத்து மிக்க மரியாதையோடு செல்வது வழக்கம். மேலும் ருட்டியின் அத்தை ஹமாபாய் பெத்தித்துக்கு கமாம் அவர்களை மிக நன்றாகவே தெரியும். மேலும் ஜின்னாவைப் பற்றியும் நிறையக் கேள்விப்பட்டு இருக்கிறார். அதை வைத்து

பில்காஜி ஜின்னாவின் மீது மரியாதை வைத்திருந்தார். அவரை நேரில் சந்திக்க ருட்டி சென்றிருந்தார். ஆனால் இந்த சந்திப்பு மிக மோசமாக நடந்தேறியது. ருட்டி படபடப்பாகப் பேசிய விஷயம் காமாவிடம் எடுபடவில்லை. காமாவிற்கு வயது அறுபதைத் தாண்டி இருந்தது. அவரும் ஒரு புரட்சியாளர்தான். காமாவின் வரலாற்றை எழுதிய கோர்ஷெட் ஆதிசேத்னா ருட்டி தனது வித்தியாசமான கதையைச் சொல்லி, மகிழ்ச்சி ஊட்டும் விதமாகப் பேச முயன்று அதில் கடுமையான தோல்வி அடைந்து விட்டார் போலும். அவர் பேசிய விஷயம், பேசிய முறை அனைத்தும் பில்காஜிக்குச் சிறிதும் பிடிக்கவில்லை. ருட்டி சொன்ன நிகழ்வு அவருக்கு அடியோடு பிடிக்கவில்லை. செல்வந்தர் ஒருவரோடு ருட்டி இரவு இன்ப விடுதிக்குச் சென்று, காரில் திரும்பி வரும்போது மதுபோதையில் அந்தச் செல்வந்தர் தனது காரை மோதி விபத்துக்கு உள்ளான நிகழ்ச்சி அது. இதைக் கேள்விப்பட்டதும் அது மிகவும் அருவருப்பாக இருப்பதாக பில்காஜி அவர்களுக்குத் தோன்றியது; அது கடும் வெறுப்பாக மாறியது. அவர்களும் திருமணம் முடிந்து கணவரை விட்டுப் பிரிந்து பம்பாயிலிருந்து பாரிஸ் நகர் வந்து நிரந்தரமாக அங்கேயே தங்கி விட்டவர். அப்படியிருந்தும் பார்சி இனத்து ஒழுங்கு, மரியாதை அவரை விட்டுவிட்டுப் போய் விடவில்லை. அந்த இனத்தினரின் ஒழுக்கம் இன்னும் அவரை இறுகப் பற்றிக் கொண்டிருந்தது. ஆகவே ருட்டியைப் பற்றிக் கேள்விப்பட்ட கதையெல்லாம் கசப்பாக இருந்தது அவருக்கு. கோபத்தில் ருட்டியைப் பார்த்து உரத்த குரலில் திட்டினார்: "மிகப் பெருமையான நல்லதொரு கணவன்; அப்படிப்பட்ட ஒருவரைத் திருமணம் செய்துகொண்டு எப்படி நீ ஒரு குடிகாரனுடன் ஊர் சுற்றலாம்?" அது மட்டுமல்லாமல் அவர் நெடுங்காலமாக இதை மறக்காமல் நினைவில் வைத்திருந்திருக்கிறார். ஏனெனில் சேத்னா தனது நூலில் இதைப் பற்றி எழுதியுள்ளார்: "இந்த நிகழ்விற்குப் பின் பல ஆண்டுகள் கழித்து, லீலாமணி பில்காஜியைப் பார்க்க வருகிறார். தன்னுடைய பேச்சில் லீலாமணி ருட்டியின் பெயரை உச்சரிக்கிறார். உச்சரித்ததுமே பில்காஜிக்கு அத்தனை கோபம்", என்று சேத்னா எழுதியுள்ளார். இதைத்தொடர்ந்து, "பிக்கூ, இந்த விஷயத்தை எளிதாக எடுத்துக்கொள்ளவில்லை; போனால் போகிறது என்று தள்ளி விடவும் முடியவில்லை. செல்வச் செழிப்பில் வாழ்ந்த திருமதி ஜின்னா போன்றவர்கள் இதுபோன்று யாரிடமும் திட்டு வாங்கியிருக்கவே மாட்டார்கள்", என்றும் தொடர்ந்து எழுதியுள்ளார்.

பில்காஜியிடம் வாங்கிய திட்டுகள் ருட்டிக்கு வலிக்கத்தான் செய்தது. அது அவரிடம் வேலை செய்யவும் ஆரம்பித்தது. ஆனால் இருவகை இழுப்புகள் அவரை வெவ்வேறு திசையில் இழுத்தன. ஒன்று, நாகரிகம் என்ற முறையில் பழையவற்றை மறந்து புதியவற்றை மட்டும் நாடிச் செல்லும் போராட்டம்; இன்னொன்று இதுவரை வாழ்ந்து பழகிய பழைய வாழ்க்கை. இரண்டும் ஒவ்வொரு பக்கம் இழுத்தன. இது ருட்டிக்கு மட்டுமே வந்த சிரமம் அல்ல; அன்றைய நிலையில் உலகப்போர் முடிந்தவுடன் ஆங்கிலக் கல்வி பயின்ற, அநேக இந்திய இளைஞர்கள் தாங்கள் எந்தப் பக்கம் செல்வது என்று புரியாமல் திணறிக் கொண்டிருந்தார்கள். கல்வியினால் பழமையிலிருந்து அவர்கள் வேறு பக்கம் இழுக்கப்பட்டனர். இவற்றில் எதை எடுப்பது; எதைத் தூர எறிவது என்பது அவர்களுக்குப் புரியாத புதிராகவே இருந்து வந்தது. ஆனால் இதில் பலருக்கு ஒரு விடிவெள்ளி காணக்கிடைத்தது. அதிர்ஷ்டம் அவர்கள் பக்கம் இருந்தால், அவர்களின் கண்கள் திறந்திருந்தால் புதிய மனிதர் ஒருவரைத் தங்கள் வழிகாட்டியாகக் கண்டடைந்தார்கள். அவர் காந்தி. ஜவகர்லால் சொன்னது போலவே காந்தியின் இயக்கம் வெறும் அரசியல் இயக்கம் மட்டுமல்ல; அது ஓர் ஆன்மிக இயக்கம். ஆனால் ருட்டிக்கு இதிலும் ஒரு துரதிர்ஷ்டம். ஜின்னாவுக்குக் காந்தியைப் பிடிக்காது. அதனால் ருட்டிக்கும் அவரைப் பிடிக்காது போய்விட்டது. ஒருவேளை அவரைப் பிடித்து இருந்தால் அவளது வாழ்க்கை நல்லதொரு வழிக்குத் திரும்பியிருக்கலாம்.

நிச்சயமாக பாரிஸ் நகர் அன்று அவருக்குப் பொருத்தமான இடமே அல்ல; மிகவும் தவறான இடம்; அதுவும் இப்போது அவர் இருக்கும் மனநிலையில் மிக மிகத் தவறான இடம். அவரிடம் பணம் இருந்தது; நண்பர்கள் இருந்தார்கள்; ஆனால் அவருக்கேற்ற சூழல் அங்கே இல்லை; அவரை வளர்த்தெடுக்க தவறான சூழலே அங்கே காத்திருந்தது. இந்தியாவிலிருந்து செல்வந்தர் வீட்டுப் பெண்ணாக வளர்ந்து இங்கே வந்த ருட்டி அனுபவம் ஏதும் இல்லாமல் பாரிஸ் நகரின் நாகரிகத்தில் மூழ்கிப் போனார். அங்கே போதையும், ஒழுக்கக்கேடும் கைநீட்டிக் காத்திருந்தன. உலகப்போருக்குப் பின் தடுமாறிக் கொண்டிருந்த ஐரோப்பிய நாடுகளில் இவைகள் தான் மிஞ்சி நின்றன. அவைகள்தான் இப்போது ருட்டியை வலுக்கட்டாயமாக அழைத்துக் கொண்டிருந்தன.

ருட்டிக்குத் தனது மனதின் தடுமாற்றம் முழுவதும் புரிந்தே இருந்தது. நீரில் மெல்ல மூழ்கிக் கொண்டே இருப்பது போன்ற ஒரு நிலைமை; வெளிவரத் துடித்தார். ஆனால் துணைக்கு யாரும் இல்லை; அவர் நம்பும் ஒரே ஒரு மனிதரான சரோஜினியிடம் சரணடைந்தார். ஏனெனில் அவருடைய அறிவுரைகளை முழுவதுமாக நம்பியவர் ருட்டி. இப்போது குழம்பிய பெண்ணாக பாரிஸ் நகரத்திலும், ரிவேரா என்ற இடத்திலும் அமைதிக்காகவும், புது நண்பர்களுக்காகவும் அலைந்து கொண்டிருந்தார். அப்படி யாரும் கிடைக்கவில்லை; கிடைத்தவர்கள் மூலமாக அவர் விரும்பிய மகிழ்ச்சி எதையும் அவர் பெறவும் முடியவில்லை; தேடியது எதுவுமே கிடைக்காத ஒரு சூழல். அந்தச் சூழலில்தான் அவர் சரோஜினியைத் தேடினார். தன் நிலைமை பற்றிக் கடிதம் எழுதினார். சரோஜினிக்கு ருட்டியின் கடிதம் வந்தது; அவருக்கு உதவ ஆசை; ஆனால் என்ன செய்வது; எப்படிச் செய்வது என்ற ஒரு குழப்பம். 1923 ஜூன் 5ஆம் தேதி சரோஜினி லீலாமணிக்கு எழுதிய கடிதத்தில், "என் மனதிற்கு மிகவும் கஷ்டமாக இருக்கிறது. அவளுக்கு உதவ வேண்டுமென்று எனக்கு அத்தனை ஆவல். பாவப்பட்ட பெண் பிள்ளை. வாழ்க்கையின் மிகவும் மோசமான ஒரு கட்டத்தில் அவள் இப்போது இருக்கிறாள். தனிமை அவளைச் சூழ்ந்து கொண்டு இருக்கிறது; அதனால் அமைதி இல்லாமல் எங்கோ முட்டாள்தனமாக மகிழ்ச்சிக்காகவும், விடுதலைக்காகவும் ஓடுகிறாள்", என்று எழுதியிருந்தார். சரோஜினிக்கு ருட்டி மீது இவ்வளவு அக்கறை இருந்தாலும், பல நேரங்களில் நினைத்துப் பார்க்கும்போது அக்கறையையும் மீறி கோபமும் எழுந்து நின்றது. அவருடைய கடினமான மண்டைக்குள் சில நல்ல புத்திமதிகளை அடித்து உள்ளே ஏற்ற வேண்டும் என்ற ஆசை அவருக்கு. ஏனென்றால் அவள் துன்பத்திற்கு காரணம் அவளே தான். "அவளிடம் என்ன இல்லை? அழகு, இளமை, பணம், காதல், அறிவு... எதில்தான் குறைவு அவளுக்கு? ஆனால் தனக்குத்தானே உண்மையாக இருக்க வேண்டாமா? மகிழ்ச்சி, திருப்தி என்பவையெல்லாம் நாமே உருவாக்கிக்கொள்ளும் வேடிக்கையான வார்த்தைகள். பல சமயம் அந்த வார்த்தைகள் கேலிக்குரியவைகளாகவும் பொருளற்றதாகவும் இருப்பதுதான் உண்மை. எனக்கு ருட்டியை அவ்வளவு பிடிக்கும்; ஆனால் உதவுவதற்கு என்னால் முடியவில்லை. ஏனென்றால் அவள் உண்மையை ஒத்துக் கொள்வதில்லை. வானவில்லின் வண்ணங்கள் அனைத்தையும்

கைக்குள் கொண்டு வரும் கற்பனை தேவையா? ஆனால் அவள் அதைத்தான் செய்து கொண்டிருக்கிறாள்."

ஒருவேளை சரோஜினிக்குப் பதிலாக ருட்டியின் வயதிலேயேயுள்ள இன்னொரு பெண் கிடைத்திருந்தால் ருட்டியை இன்னும் அதிகமாகப் புரிந்துகொண்டு, ஆசைக்கும், அலைக்கழிப்பிற்கும் நடுவில் நல்ல வழியைக் கண்டு பிடித்திருக்கலாம். தனக்குத்தானே ஏற்படுத்திக்கொண்ட சிரமங்களையும், குற்றமனப்பான்மையையும், விடுதலை... விடுதலை என்று பற்றி எரியும் மனதைக் கட்டுப்படுத்துவதிலும் ஒரு துணை கிடைத்திருக்கலாம். ஆனால் அப்படி ஒரு துணைக்கு எங்கே செல்வது. அதுவும் நாடு விட்டு நாடு போனபின்? ஒருவேளை அப்படி ஒரு சம வயதுக்காரர் துணையாகக் கிடைத்திருந்தால் சரோஜினியின் கடுமையான வார்த்தைகள் இந்த அளவு வலித்திருக்காது. சரோஜினி ருட்டிக்கு எழுதிய கடிதத்தின் நகல் ஏதும் கிடைக்கவில்லை. ஆனாலும் நிச்சயமாக அது ருட்டிக்கு வருத்தத்தையே தந்திருக்கும். ஏனென்றால் சரோஜினி எப்படிக் கடிதம் எழுதி இருப்பார் என்பதை அவர் லீலாமணிக்கு எழுதிய கடிதத்தில் இருந்து புரிந்துகொள்ள முடியும். அதிலும் சரோஜினியின் இரு மகள்களில் சின்னப் பெண் மீது சரோஜினி அதிகமான கவலை கொள்வதுண்டு. ஏனென்றால் மிகச் சிறிய வயதிலேயே தன்னந்தனியாக வெளிநாட்டிற்கு படிப்புக்காகச் செல்லும் தைரியம் இருந்திருந்தாலும் அவளுக்கு அடிக்கடி புத்திமதி சொல்ல வேண்டியது தாயாகிய தன் கடமை என்று உணர்ந்து பல அறிவுரைகள் கொடுத்து தொடர்ந்து எழுதிக்கொண்டே இருப்பார். அதாவது லீலாமணி நிறைய 'வாங்கிக் கட்டிக் கொள்வார்'! ஏனெனில் சரோஜினி எழுதும் ஒவ்வொரு கடிதத்திலும் தாய் என்ற முறையில் அவர் கொடுக்கும் கட்டளைகள், எச்சரிக்கைகள், கடுமையான ஆணைகள் மிக மிக அதிகமாக இருக்கும். சரோஜினி வெளியே பார்க்கும் பொழுது முழுவதும் விடுதலையான பெண்ணாக உணரப்படுவார். ஆனால் ஒரு தாயாக தன் மகளைத் தன் பிடியில் நெருக்கமாக, இறுக்கமாக வைத்திருந்தார். 'இந்தியப் பெண்' என்ற வரைமுறைக்குள் தன் மகள் எப்பொழுதும் இருக்கவேண்டும் என்று நினைத்து தொடர்ந்து அச்சுறுத்திக் கொண்டு, அறிவுரை கொடுத்துக் கொண்டே இருந்தார். லீலாமணி எங்கிருந்தாலும் இந்தியப் பெண்மணி என்பதை மனதில் இருத்தி அதற்கு ஏற்றது போல் நடந்து கொள்ள வேண்டும். தனக்கு கிடைத்துள்ள சுதந்திரத்தைப் பக்குவமாகப் பேணிக்காத்து வாழ்க்கை

நெறியை அமைத்துக்கொள்ள வேண்டும் என்பதே ஒரு தாயாக சரோஜினியின் ஆசையும் ஆதங்கமும்.

ஆனால் பாவம் லீலாமணி. மத்தளத்துக்கு இரு பக்கமும் இடி என்பது போல ஒரு பக்கம் சரோஜினி என்ற தாய்; இன்னொரு பக்கம் ஜெயசூர்யா என்ற சகோதரன். அப்போது ஜெயசூர்யா பெர்லின் நகரத்தில் ஒரு நரம்பியல் மருந்தகத்தில் நோயாளியாகத் தங்கியிருந்தார். அவர் தன் தங்கைக்கு அறிவுரைகள் கூறினார். ஆனால் அவை அப்படியே அவர்களது தாய் சரோஜினி கூறியதற்கு நேர் எதிர்மறையாகவே முற்றிலும் இருந்தது. "நீ ஏதாவது ஒன்றைச் செய்தால் அதை மற்றவர்கள் சரி அல்லது தப்பு என்று சொல்ல வேண்டியதில்லை; அதை நீயே முடிவு செய்ய வேண்டும். உனக்கு அதைச் செய்ய வேண்டுமென்று தோன்றுகிறதா செய்துவிடு; செய்யும் உரிமை உனக்குத்தான். நீயே உன் பாதையை வடிவமைத்துக் கொண்டால்தான் உன்னால் சரியாக அந்தப் பாதையில் நடந்து சென்று முன்னேற முடியும். மற்றவர்களுக்காக நீ ஒரு பாதையைத் தேர்ந்தெடுத்தால் அது சிலசமயம் உனக்கே தீங்காக முடிந்துவிடும். இளமை தன் வழியில் செல்ல வேண்டும். உன்னுடைய பாதை, உன்னுடைய உயர்வு, உனக்கு வரும் துன்பங்கள் எல்லாவற்றையும் கடந்து நீ உன் சுதந்திரத்தைப் பெறவேண்டும். உனக்கு வரும் சவால்களை உன் திறமையால் மேற்கொள்ளுதல் என்றில்லாமல் அவர்களுக்கு பணிந்து பணிந்து நடந்தால் பெண்ணாகிய உனக்கு மனதளவில் பெரும் தோல்விதான் மிஞ்சி நிற்கும். பெண்குலத்தின் சிரமம் அவளுக்குக் கிடைக்கும் சுதந்திரத்தினால் அல்ல; ஆனால் கிடைக்கும் சுதந்திரம் மிகக் கொஞ்சமாகவும் எதிர்வரும் அனுபவங்கள் மிக அதிகமாகவும் இருப்பதாலேயே சிரமம் மட்டும் மிஞ்சுகிறது. முன்னேற்றப் பாதையில் நடக்க வேண்டுமானால் ஏதோ ஒரு கடமையை மீற வேண்டும்; அல்லது ஏதோ ஒரு சமயக் கொள்கையை தாண்டிச் செல்ல வேண்டும்", என்று தன் தங்கைக்கு அவர் கூறிய அறிவுரை நீண்ட நெடிய ஒன்றாக இருந்தது.

ஆனால் ருட்டிக்குக் கிடைத்த சுதந்திரம் அதிகமாகவே இருந்தது. அதனால்தானோ என்னவோ இப்போது அவருக்குத் தன் மேலிருந்த நம்பிக்கையும் கைநழுவிப் போய்க்கொண்டிருந்தது. தனது பயணத்தை தானே மிகவும் கடுமையான ஒன்றாக மாற்றி விட்டதாக உணர்ந்தார். என்றாவது ஒருநாள் தனது கவிதைகள் புதுப்பிக்கப்படும் அல்லது தான் ஒரு பெரிய எழுத்தாளராக ஆகிவிடுவோம் என்று

நினைத்தது எல்லாமே வெறும் கனவாக முடிந்து போய் விட்டன. அவர் மனதுக்குள்ளேயே நடந்த குழப்பங்கள், அனுபவமின்மை எல்லாம் சேர்ந்து அவரை முற்றிலுமாகக் குழப்பி சோர்ந்துபோக வைத்துவிட்டன. இவைகளையெல்லாம் ஜெயசூர்யா மருத்துவ நல விடுதியில் தனக்குக் கிடைக்கும் சிகிச்சையிலிருந்து புரிந்து கொண்டுவிட்டார். அதிகப்படியான உணர்வுக் கொந்தளிப்புகள் உள்ள ஒருவர் நிச்சயமாக செயலில் இறங்கும்பொழுது தோல்வியடைவார். ருட்டி இதை வேறு முறையில் பார்த்தார். ஜின்னாவின் கண்வழியே பார்த்தால் ஒழுக்கமின்மையும் மனக்கட்டுப்பாடு இல்லாததுமே இந்தத் தோல்விக்குக் காரணமாக இருக்கின்றன. ருட்டி தன் மேல் உள்ள நம்பிக்கையை இழந்து தன்னந்தனியாக நின்று கொண்டிருந்தார். அந்த நேரத்தில் சரோஜினி கொடுத்த அறிவுரைகள் எந்த அளவுக்கு அவர் மனதைத் திடப்படுத்தும் என்பது ஒரு பெரிய கேள்விக்குறியாக இருந்தது.

'உண்மையை உணர்ந்து கொள்ள வேண்டும்' என்பதையோ 'வானவில்லின் வண்ணங்களை கையகப்படுத்த வேண்டும்' என்பதையோ ருட்டியால் உணர்ந்துகொள்ள முடியவில்லை. ஆனால் நல்லவேளையாக சரோஜினி சொன்ன இன்னொரு யோசனை பிடித்த ஒன்றாகப் போய்விட்டது. திரும்பி ஜின்னாவிடம் சென்றுவிடு என்ற சரோஜினியின் அறிவுரை அவர் மனதிற்குள்ளும் பெரிதாக எழுந்தது. ஐரோப்பா வந்திருந்தாலும் ஜின்னா இன்னும் ருட்டியின் மனதின் ஆழத்தில் தான் இருந்தார். போதும் இந்தத் தனி வாழ்க்கை; முடியட்டும் சுதந்திரத் தேடல் என்று ருட்டி முடிவெடுத்து விட்டார். இங்கிலாந்திற்கு ஜின்னா ஜூன் மாத மத்தியில் வந்துவிடுவார். அதற்குள் இங்கிலாந்து போய் அவருடன் இணைந்துகொள்ள வேண்டும். இந்த முடிவை எடுக்கும் பொழுதே தன் மனதுக்குள் இன்னொரு திண்மையான முடிவையும் எடுத்துக்கொண்டார். "இந்த முறை நிச்சயமாக எல்லாம் வேறுவிதமாக இருக்கும்" என்பதுதான் அந்த முடிவு. நேரம், காலம் என்பவை கடந்துபோன நேரத்தின் பழைய நினைவுகளாய் மங்கலாக நின்றன.

ஆனால் ஜின்னாவுக்கு எந்த அவசரமும் இல்லை. ஏற்கனவே ருட்டி ஜின்னாவையும் குழந்தையையும் விட்டுவிட்டுப் போய் 9 மாதங்கள் ஓடி விட்டன. அவர் ஒரு நுண்ணிய உணர்வாளர். ஆகவே இந்த நீண்ட ஒன்பது மாதப் பிரிவு அவரை எவ்வளவு வேதனைப்படுத்தியிருக்கும் என்பதை எளிதாக உணர்ந்து கொள்ளலாம். தன்னைத் தனியாக விட்டுவிட்டு ருட்டி சென்றது

அவருக்கு மிகுந்த வேதனையளித்தது. ஆனால் அவரால் அதை வெளியே காண்பித்துக் கொள்ள முடியாது. அது அவரது குணம் அல்ல. அந்தத் துன்பங்களை ஓரத்தில் வைத்துவிட்டு தனது வேலைகளில் மும்முரமாக ஈடுபட்டுக் கொண்டிருந்தார். நல்லவேளையாக அவருக்குச் செய்ய வேண்டிய வேலைகள் நிறைய இருந்தன. மேலும் காந்தி, ஜின்னாவின் அரசியல் வாழ்க்கையை அந்தரத்தில் தொங்கும் ஒரு பொம்மை போல் ஆக்கிவிட்டார். எப்போது சாயுமோ, கவிழ்ந்து வீழுமோ? யாருக்கு தெரியும்! இந்தத் திரிசங்கு நிலை அவருக்கு மேலும் உத்வேகம் கொடுத்தது. தன்னைத்தானே தேற்றிக்கொண்டு தன் செயல்களில் முழுவதுமாக மூழ்கிப் போயிருந்தார். இப்போது தனது அரசியல் வாழ்க்கையைத் துவக்கத்தில் இருந்து ஆரம்பிக்கும் நிலையில் தொடங்கி, பழைய உயரத்தைத் தொடுவதற்கு முயன்று கொண்டிருந்தார். மீண்டும் ஒரு பெரிய கேள்வி அவர் முன் நின்றது. காந்திக்கு எதிரான காங்கிரஸ் தலைவர்கள் இணைந்து சுயராஜ் கட்சி என்றொரு புதிய கட்சியை ஆரம்பிக்கும் முனைப்பில் இருந்தார்கள். இந்தக் கட்சி நிச்சயமாக தேர்தல்களில் பங்கெடுக்கும். ஜின்னாவுக்கு முன் நின்ற கேள்வி - இக்கட்சியில் சேரலாமா வேண்டாமா என்பதுதான். அதிலும் ஒரு பிரச்சனை தலையெடுத்தது. ஏனென்றால் புதிதாக ஆரம்பிக்கவிருக்கும் இந்தக் கட்சியின் தலைவர்கள் காந்தியின் கொள்கையிலிருந்து விடுபட்டு வெளியே வருவதற்குத் தயாராக இல்லை. குழப்பம் நீடித்தது.

அடுத்த ஒரு முயற்சியை மேற்கொண்டார். தன்னுடைய பழைய முஸ்லிம் லீக் கட்சிக்கு புத்துயிர் கொடுக்க முயற்சித்தார். நிச்சயமாக அவருக்கு அந்தக் கட்சி தேவையான ஒன்றாக இருந்தது. ஆனால் கிலாபத் இயக்கத்தின் காரணமாக முஸ்லிம் லீக் ஓர் உயிரற்ற கட்சியாகப் போய்விட்டது. முஸ்லிம் லீக் தான் அவருக்குத் தேவையான மேடைகளையும், பேசுவதற்கான வாய்ப்புகளையும் கொடுத்து அவரைத் தலைவராக்கி உயரத்தில் தூக்கி வைத்தது. இதனால் மீண்டும் காங்கிரஸ் கட்சிக்குள் இணைய முடியாத சூழல். ஆகவே இறுதிப் புள்ளியாக முஸ்லிம் லீக் வந்தது. ஆனால் அதிலும் அவர் பல எதிர்ப்புகளைக் கண்டார். ஏனென்றால் கிலாபத் இயக்கத்தின் தலைவர்கள் முஸ்லிம் லீக்கின் அதிகாரத்தைக் கைப்பற்றியிருந்தார்கள். அவர்கள் ஜின்னா முஸ்லிம் லீக்கில் சேருவதற்கு கடுமையான எதிர்ப்பைத் தெரிவித்துக் கொண்டிருந்தார்கள். அவர் முஸ்லிம் லீக் கட்சியின் தலைவராக மீண்டும் வந்துவிடக் கூடாது என்பதில் கண்ணும் கருத்துமாகச் செயல்பட்டுக்

கொண்டிருந்தார்கள். இவ்வாறு தான் எடுக்கும் முயற்சிகள் எல்லாமே முடிவடையாமல் தொங்கும் நிலையில் இருப்பதைப் பார்த்து மனம் வருந்தி எல்லாவற்றிலிருந்தும் சிறிதுகாலம் விடுபட்டிருக்க எண்ணினார். அதற்காகவே ஐரோப்பியப் பயணம் ஒன்றை மேற்கொண்டார். இதனால் இரண்டு முக்கியமான காரியங்களைச் செய்து முடிக்க முடியும் என்று நம்பினார். ஒன்று, தனது பெருமைகளைக் கைவிடாமல், ஐரோப்பா சென்று அங்கே ருட்டியோடு இணைந்து கொள்ள முடியும். தனது ஆர்வத்தை வெளிக்காட்டிக் கொள்ளாமலேயே எளிதாக இப்போது ருட்டியோடு இணைந்துகொள்ள முடியும். இரண்டாவதாக, இங்கிலாந்தில் ஒரு நீண்ட விடுமுறை. அப்பொழுது அங்கு உள்ள அரசியல்வாதிகளைப் பார்த்து அதன் மூலம் இந்திய அரசியலில் ஏதாவது ஒரு மாற்றத்தைக் கொண்டுவர முயற்சிக்க முடியும்.

ஜின்னா - ருட்டி... இப்போது அவர்கள் இணைந்தது அத்தனை மகிழ்ச்சிக்குரிய ஒன்றாக இல்லை. ஏனென்றால் லண்டனில் இருவரும் இணைந்த ஒரு வாரத்திற்குள்ளாகவே அவர்களுக்குள் ஏதோ ஒரு பிரச்சனை நடந்திருக்க வேண்டும். ஏனென்றால் ருட்டி கோடைக்கு முன்பே, அவர்கள் தங்குவதற்காகத் தீர்மானித்திருந்த ரிட்ஸ் ஹோட்டலை விட்டு வெளியேறிவிட்டார். அங்கிருந்து கல்லூரிக்குச் சென்று லீலாமணியைச் சந்தித்தார். இது திடீரென்று முடிவெடுத்த ஒரு பயணம். ஏனென்றால் லீலாமணிக்கும் கடைசி நேரத்தில் தான் ருட்டி வரப்போவது தெரியும். ஏறத்தாழ ஒரே ஒரு நாள். 1923 ஜூன் 14 ஆம் தேதி பத்மஜாவுக்கு எழுதிய கடிதத்தில், "அடக்கடவுளே! நாளை சனிக்கிழமை ருட்டி என்னைப் பார்க்க வரப் போகிறாராம்... எனக்கு நேரமே இல்லை. தேர்வுகள் வர இன்னும் சில நாட்களே இருக்கின்றன. படிப்பதற்கு அதுவே எனக்குப் போதாது", என்று சோகத்தோடு எழுதியிருந்தார்.

ஆனால் ருட்டியின் பயணம் மிகக் குறுகிய காலத்தில் நடந்தது. ருட்டி, சிகரெட் புகை சூழ, கையில் ஒரு பெண் பூனை தவழ்ந்து கொண்டிருக்க, துணைக்கு ஒரு பிரான்ஸ் நாட்டு வேலைக்கார பெண் என்று பெருமையாக வந்திறங்கினார். தான் ஜின்னாவைப் போல் இதுபோன்ற வசதிகள் இல்லாமல் ஒரு வயதானவர் போல் இருக்க விரும்பவில்லை என்று காட்டிக் கொண்டிருந்தார். இது லீலாமணிக்கும் தெரிய வேண்டும் என்பதற்காகவே இத்தனை பரிவாரங்களோடு வந்தார். பெருத்த மகிழ்ச்சியில் உலா வருவது போன்ற தோற்றத்தையும் தரவேண்டும். இந்தக்

குறிக்கோள் லீலாமணியிடம் பலித்துவிட்டது. எப்படியோ விரைவில் ருட்டி அங்கிருந்து கிளம்பினார். ஜூன் 19ஆம் தேதி லீலாமணி தன் தந்தைக்கு, "ஒருவழியாக ருட்டியை அனுப்பி வைத்துவிட்டேன்", என்று சந்தோஷமாக விடுபட்ட உணர்வுடன் எழுதியிருந்தார். மேலும் அந்தக் கடிதத்தில் "ஒரு வார இறுதியில் ருட்டி மீண்டும் வந்தார்... அவரோடு பிரான்ஸ் நாட்டு வேலைக்காரியும், ஒரு பெர்ஷியன் பூனையும் தொடர்ந்து வந்தார்கள். ஆக்ஸ்போர்ட் பல்கலைக்கழகம் அளித்த வரவேற்பு அவருக்கு மிகவும் பிடித்திருக்கும். இளைஞர்கள் மத்தியில் இருந்தார் அல்லவா? அந்த இளமை உணர்வு அவருக்கு மிகவும் பிடித்துப் போனது. அது சிறிது நேரமே என்றாலும் அவருக்கு அத்தனை மகிழ்ச்சி." இந்தக் கடிதத்தில் இளமை என்பதை மேற்கோள் குறிகள் போட்டு எழுதி அதற்கு ஒரு சிறப்புத்தன்மையை அளித்திருந்தார். வேண்டுமென்றே செய்த குறும்பு அது! ஆனால் உண்மையில் 23 வயதென்பது பல்கலை மாணவர்களைப் பொருத்தவரையில் முதிர்ந்த வயது தான்; ஏறத்தாழ வாழ்வின் மத்திய பகுதிகள் காலடி எடுத்து வைக்கும் நேரமிது. ஒருவேளை இவையெல்லாம் அளிக்கும் சிறிய வருத்தம் இருந்திருக்கலாம். ஏனென்றால் அவரது வயதும் இப்போது இருபது. ஆகவே அவரும் மெல்ல தனக்கு வயதாகிறதோ என்ற கவலையில் இருந்திருக்கலாம். "ருட்டியை அழைத்துக்கொண்டு நண்பர்களோடு சேர்ந்து நதிக்கரைக்குச் சென்றோம். முடிந்தவரை மகிழ்ச்சியான நேரத்தை அவருக்குக் கொடுத்தோம். எங்களுக்கும் அந்த ஓய்வு மிகத் தேவையான ஒன்றாக இருந்தது. வரும் வியாழக்கிழமை தேர்வுகள் ஆரம்பிக்கின்றன. அதற்கு முன்பு இவ்வாறு சிறிது நேரம் ஓய்வாக செலவழிப்பது மகிழ்ச்சியாகவும், திருப்தியாகவும், பயனுள்ளதாகவும் இருந்தது" என்று தொடர்ந்திருந்தார் லீலாமணி.

இந்தப் பயணம் ருட்டிக்கு பயனுள்ள ஒன்றாக அமையவில்லை. எந்தப் பிரச்சினையிலிருந்து ஓடி ஒதுங்க வேண்டும் என்று நினைத்தாரோ அது நடைபெறவில்லை. ஆக்ஸ்போர்ட் பல்கலைக்கழகத்தில் இருந்து திரும்பி வந்த மூன்று நாள் கழித்து ருட்டி மீண்டும் பாரிஸ் நகரத்திற்குப் பயணமானார். சோகம் கப்பிய ஒரு பிரியாவிடைக் கடிதத்தை எழுதியிருந்தார் ருட்டி. "நேற்று நான் உன்னைப் பார்த்து வந்த பிறகு, மீண்டும் நாம் சந்திப்பதற்கு இன்னும் நிறைய நாட்களாகும் என்று நினைக்கின்றேன்", என்று எழுதியிருந்தார். இதில் 'நான்' என்பதற்குப் பதிலாக 'நாங்கள்' என்று முதலில் எழுதியிருந்தார்.

பின் அதைத் திருத்தியிருந்தார். "இங்கிலாந்தை விட்டுச் செல்கிறேன். ஒருவேளை திரும்பி வருவதாக இருந்தாலும் அதற்கு நீண்ட நெடுங்காலம் ஆகலாம்" என்று எழுதியிருந்தார். இந்தக் கடிதத்தில் நிறைய அடித்தல் திருத்தல்கள் இருந்தன. ஒருவேளை அவை அவர் மனதின் பிரதிபலிப்பாக இருக்கலாம். "இப்போதைக்கு பிரியா விடை பெறுகிறேன். எல்லா நன்மைகளும் உனக்கு உண்டாகட்டும்", என்று கடிதத்தை முடித்திருந்தார்.

தன் வாழ்வில் எழுதும் இறுதிக் கடிதம் போல் அதில் மேலும் சிலவற்றை எழுதியிருந்தார். தனது முடிவு நெருங்கி விட்டது போலவும் அதற்கு முன்பு தன் கடன்களை எல்லாம் தீர்க்க வேண்டும் என்ற எண்ணத்தோடு எழுதுவதுபோல், லீலாமணியைத் தன் தங்கையாக நினைத்து மேலும் சிலவற்றை எழுதியிருந்தார். "உனக்கு நான் கொடுத்திருந்த உறுதிமொழியின் படி தேஸ்தி ஆம்பர் வாங்கி அனுப்பியுள்ளேன்." அப்பொழுது பாரிஸ் நகரம் முழுதும் நவநாகரிகக் குறியீடாக இருந்தது இந்த தேஸ்தி ஆம்பர்; அப்பெயரில் சிகரெட்டும் இருந்தது; வாசனைத்திரவியமும் இருந்தது. ருட்டி இரண்டில் எதை அனுப்பி வைத்தார் என்று தெரியவில்லை. இன்னும் ஏதோ ஒரு கடன் மீதமிருந்திருக்கும் போலும். பணத்தைப் பற்றி அதிகம் கவலைப்படாத ருட்டி இப்போது தன் வசம் எவ்வளவு பணம் இருக்கிறது என்பது கூட தெரியாத பெண்ணாக இருந்தார். கையில் அதிகமாகப் பணம் இல்லை. அதற்காக அவர் கவலைப்படவுமில்லை. மிக எளிதாக பழகியவர்களிடமிருந்து பணம் கடன் வாங்கி விடுவார். இதில் வேடிக்கை என்னவென்றால், யாருக்காவது ஏதாவது செய்ய வேண்டியிருந்தால் அவர்களிடமே பணம் கடன் வாங்கி அதை அவர்களுக்கே செலவழித்து விடுவார். அவரிடம் இருந்த இந்தப் பெருந்தன்மை ஒருகாலத்தில் ஜின்னாவுக்கு மிகவும் பிடித்திருந்தது. ஆனால் இப்போது அவரால் அவ்வாறு இருக்க முடியவில்லை; எளிதாக எடுத்துக்கொள்ளவும் முடியவில்லை. ஏனென்றால் செலவுகள் அந்த அளவு அதிகமாக இருந்தன. அதுவும் இந்தக் கடைசி எட்டு மாதம் அவருக்கு பயணத்தினால் ஆன செலவுகள் மிக அதிகம். ஆனால் ருட்டி இப்போது இங்கிலாந்திலிருந்து புறப்பட வேண்டும். ஒருவேளை புறப்படும் முன் கணக்கு வழக்குகளைத் தீர்க்க வேண்டும் என்று ஆசைப்பட்டார் போலும். லீலாமணி தனது தோழியிடம் இருந்து ஒரு பவுண்டு வாங்கி ருட்டியிடம் கொடுத்திருந்தார். பாவம் லீலாமணியிடம் அப்போது அவ்வளவு பணமில்லை.

ஆகவே தோழியிடம் கடன் வாங்கிக் கொடுத்திருந்தார். ருட்டி அந்தப் பணத்தை ஒரு காகித உறையில் போட்டு, “இந்தப் பணம் உன் தோழி கோஷ் கொடுத்தது. மிக்க நன்றி. போன திங்கட்கிழமையிலிருந்து இதை வைத்திருக்கிறேன்” என்று கடிதத்தில் குறிப்பிட்டிருந்தார். வழக்கமாக அவர் போடும் அத்தனை ஆச்சரியக்குறிகளும் அதில் இருந்தன. ஒருவேளை அந்த ஆச்சரியக் குறிகள் அவரது எதிர்காலம் பற்றிய கேள்விக்குறிகளாக இருந்தனவோ என்னவோ!

ஜின்னாவின் மனநிலையும் சமநிலையில் இல்லை. ருட்டி ஜின்னாவை விட்டு விலகிச் சென்ற பிறகு புதிய இந்தியச் செயலாளரான லார்ட் பீல் என்பவரை ஜின்னா சந்தித்தார். ஜின்னாவின் சமனமற்ற மனநிலை அவருடைய சந்திப்பில் அதிகமாக வெளியே தெரிந்திருக்கும் போலும். புதிய செயலருக்கு தன்னைச் சந்திக்க வந்த ஜின்னா ஒரு கரடுமுரடான, முறைப்பான ஆள் என்ற எண்ணமே இருந்தது. ஆகவே அவருடைய சந்திப்பு எதிர்மறையாகவே முடிந்தது. தன் சந்திப்பைப் பற்றிச் சொல்லும் பொழுது “முதல்முறையாக முழுவதுமாக ஒத்துப்போக முடியாத ஒரு இந்தியரை நான் சந்தித்தேன்” என்று பீல் குறிப்பிட்டிருந்தார். ஜின்னா கடந்த இரு மாதங்களாக ரிட்ஸ் ஹோட்டலில் தங்கியிருந்தார். செய்தித்தாள்கள் மட்டுமே அவரை அவரது திருமண வாழ்க்கையின் தோல்வியைப் பற்றி அதிகமாக நினைக்காமல் காப்பாற்றியது. தனது தனிப்பட்ட வாழ்க்கையைப் பற்றியோ தனது உணர்வுகளையோ ஜின்னா வெளியில் எங்கும் காண்பித்துக் கொண்டதே இல்லை. ஆகவே இன்று அவரது திருமணம் தோல்வியில் முடிந்திருக்கிறது; அதன் வேதனை என்ன; இதனால் எந்த அளவு பாதிக்கப்பட்டு இருக்கிறார் என்பது யாருக்குமே தெரியாத ஒரு மர்மமாகவே அமிழ்ந்து கிடந்தது. அவரது தனிப்பட்ட வாழ்க்கை பெரும் மௌனத்தில் மூழ்கிக் கிடந்தது என்று பல ஆண்டுகளுக்குப் பிறகு சரோஜினி தனது கருத்தைக் கூறியிருந்தார். தோல்வி என்பதை தனது வாழ்நாளில் பார்க்காத ஜின்னா இப்பொழுது இப்படி ஒரு பெரிய தோல்வியை நேருக்கு நேர் சந்திக்க வேண்டிய கடினமான நிலையில் இருந்தார். இங்கிலாந்தில் தங்கியிருந்து விட்டு அங்கிருந்து இந்தியா செல்ல வேண்டும் என்ற திட்டத்தை மாற்றி இங்கிலாந்திலிருந்து பாரிஸ் நகர் சென்றார். அங்கே ருட்டியைச் சந்திக்க வேண்டும் என்பதுதான் அவரது திட்டமாக இருந்தது. சில நாட்கள் கழித்து தம்பதியர் இருவரும் ஒருமித்து இந்தியாவிற்குப் புறப்பட்டனர்.

வெளியில் இருந்து பார்ப்பவர்களுக்கு அந்த தம்பதிகளிடம் எந்த வித மாற்றமும் தெரியவில்லை. ஏனென்றால் ஜின்னா இந்தியா வந்தவுடன் தனது நீதிமன்ற வேலைகளிலும் ஊடகங்களுக்கு நேர்காணல் கொடுப்பதிலும், வழக்குகளிலும் ஈடுபட்டுக் கொண்டிருந்தார். ருட்டி ஏற்கனவே எல்லோருக்கும் தெரிந்தது போல் ஒரு நல்ல மனைவியாக ஜின்னாவுக்குத் தேவையான அனைத்தையும் செய்து கொண்டிருக்கும் அன்பு மனைவியாக இருப்பதாகத் தோன்றியது. ஜின்னாவுக்குத் தெரியாது ருட்டி தனக்கு எந்த அளவு உதவி செய்து கொண்டிருக்கிறார் என்பது. அது ஆதிக்கம் இல்லாத அரவணைப்பாக இருந்தது. காஞ்சி இதைப் பற்றி சொல்லும்பொழுது, "ருட்டி ஜின்னாவை நன்கு கவனித்துக் கொண்டார்; அதுவும் ஜின்னா அதை உணர்ந்திருக்கக்கூட மாட்டார்." ஆனால் ஜின்னா தன்னுடைய கோட்டைக்குள் முற்றுமாக தன்னை இழுத்து வைத்துக் கொண்டார். எப்பொழுதெல்லாம் ஜின்னாவின் மனதில் வேதனை இருக்கிறதோ அப்போதெல்லாம் அவர் இதே போன்று தனித்து இருப்பது வழக்கம். இப்போதும் அது நடந்தது. எட்டு, ஒன்பது மாதங்கள் தன்னைத் தனியே தவிக்க விட்டுவிட்டு ருட்டி ஐரோப்பியப் பயணம் சென்றது இன்னும் அவரால் மறக்கவோ மன்னிக்கவோ படாமல் இருந்த ஒரு விஷயமாகத் தொடர்ந்தது. அந்த வேதனைகளை அவர் வெளியே காண்பிக்கவும் இல்லை. ஆனால் அதற்கு பதில் தன்னைச்சுற்றி உயரமான சுவர்களை எழுப்பி அதற்குள் தன்னையே அடைத்துக்கொண்டார். அவரது அந்தத் தனிமைக் கோட்டைக்குள் ருட்டியினால் நுழையவே முடியாது.

மக்கள் சபைக்கான தேர்தல் தேதி நெருங்கி வந்து கொண்டிருந்தது. ஆனால் காந்தி இப்போது சிறைக்குள் இருந்தார். அவரது இயக்கத்தை அவரே மூட்டை கட்டி ஒதுக்கி வைத்திருந்தார். ஆகவே அவருடைய நேரடி ஈடுபாடு அதிகமாக இருக்காது. முன்பு போல் அரசியல் களத்தில் ஆர்வத்துடன் ஜின்னா இரவும் பகலும் தோழர்களுடன் தொடர்ந்து திட்டங்களைத் தீட்டிக் கொண்டிருந்ததெல்லாம் இப்போது நடக்கவில்லை. அவைகள் பழங்கனவுகளாகி விட்டன. ஆனால் அவர் இன்னும் முடிவு எடுக்காமல் இருந்தார். தான் தேர்தலில் போட்டியிடுவதா வேண்டாமா என்ற கேள்விக்கான பதில் அவருக்கு இன்னும் கிடைக்கவில்லை. மக்கள் சபைக்குச் செல்ல வேண்டும் என்பது அவரது ஆவலாக இருந்தது. ஆனால் காங்கிரஸ் கட்சி தேர்தலைப் புறக்கணித்தால் அவ்வாறு செய்வது உசிதமாக இருக்காது. ஏனென்றால் அவர் தன்னுடைய பழைய

நிலைமைக்குச் செல்ல வேண்டியதிருக்கும். ஏற்கனவே மூன்று ஆண்டுகளுக்கு முன்பு மக்கள் சபையில் அவர் உறுப்பினராக இருந்தார். இப்போது மீண்டும் உறுப்பினராகிவிட்டால் அவர் ஆங்கிலேயர்களுக்கு ஆதரவானவர் என்ற பெயர் வரும். அதைப் போலவே காங்கிரஸ் கட்சியின் ஒத்துழையாமை இயக்கத்துக்கு எதிரானவர் என்ற பெயரும் அவருக்கு வந்துவிடும். இதே போல் காங்கிரஸ் கட்சியும் கிலாபத் இயக்கமும் தங்களுக்குள் போட்டி போட்டுக் கொண்டிருந்தன. இருவருமே அவரவர் கட்சியை உடைத்து விடும் நிலைக்குச் சென்று கொண்டிருந்தார்கள். அவர்களும் ஜின்னா சந்தித்த அதே பிரச்சினையை சந்தித்துக் கொண்டிருந்தனர். அதாவது தேர்தலில் கலந்து கொள்வதா வேண்டாமா என்பதை பற்றி இரண்டு கட்சிகளிலும் இருவேறு கருத்துகள் நிலவி வந்தன. ஜின்னா தனிப்பட்ட முறையில் தன்னுடைய தேர்தல் அறிக்கையை வெளியிட்டார். அதோடு நிறுத்தாமல் பம்பாயில் ஒரு செய்தித்தாளின் மூலம் அவர் தனக்குத் தானே ஓர் ஓட்டெடுப்பை நடத்தினார். ஜின்னா தேர்தலில் கலந்து கொள்ளலாமா வேண்டாமா என்பதைப் பற்றிய கருத்துகளைக் கூறுவதற்கு மக்களுக்கு உரிய சுதந்திரத்தைக் கொடுத்து, அவர்களின் கருத்தை அறிய காத்துக்கொண்டிருந்தார். அடுத்தது என்ன செய்யலாம் என்று திட்டமிடும் இந்த நேரத்தில் யாரும் தன்னைச் சந்திக்க முடியாத அளவிற்கு தனிமைப்படுத்திக் கொண்டார்.

எப்போதாவது ஒரு முறை முன்பு இருந்தது போல் ருட்டி ஜின்னாவைக் கேலிசெய்து விளையாடுவதும் நடக்கும். அதுவும் காஞ்சி அவர்களோடு இருந்தால் அது இயல்பாக நடந்தேறும். இப்போது தேர்தலில் போட்டியிடவும், ஆனால் அதேசமயத்தில் தனக்காக எந்தத் தேர்தல் வேலைகளையும் செய்யக்கூடாது என்று தீர்மானித்து இருந்தார். நிச்சயமாக அவர் வெற்றி பெறுவார் என்பது தெரியும். ஏனென்றால் அது அவருக்கே உரித்தான தொகுதி. வெற்றி பெற எந்தத் தடையும் இருக்காது. ஆகவே அவர் மற்ற கடினமான இடங்களில் போட்டியிட வேண்டிய வேட்பாளர்களுக்குத் தன் சக்தி அனைத்தையும் பயன்படுத்தினார். இந்த அதீத நம்பிக்கையைப் பார்த்து ருட்டிக்கு ஆச்சரியமும் அச்சமும் ஒருங்கே ஏற்பட்டது. இதைப்பற்றி காஞ்சி தனது 'சுதந்திரத்திற்கான இந்தியாவின் போராட்டம்' என்ற நூலில் எழுதியிருக்கிறார். ஜின்னாவின் நம்பிக்கை பற்றியும், ருட்டியின் அச்சம் பற்றியும் எழுதிவிட்டு, அடிக்கடி ஜின்னா, "இந்தத் தேர்தல் வாக்காளர்களுக்காக நடத்தப்படும் ஒரு சோதனை",

என்று சொல்வதையும் குறிப்பிட்டிருந்தார். தேர்தல் முடிந்தது. ஜின்னா வெற்றி பெற்றுவிட்டார். ஏனெனில் தேர்தலுக்கு முன்பே போட்டியாளர்கள் இருவரும் தேர்தலிலிருந்து விலகி விட்டார்கள். நண்பர் காஞ்சியும் இன்னொரு நண்பர் புருஷோத்தம் தாஸ் என்பவரும் இருக்கும் சமயங்களில் ருட்டி ஜின்னாவைக் கேலி செய்வதுண்டு. ஆனால் மற்ற நேரங்களில் ஜின்னா தனித்து ஒதுங்கி விடுவார்.

இருவருக்குள்ளும் இந்த நிலை தொடர்ந்து நீடித்தது மட்டுமல்லாமல் இன்னும் கொஞ்சம் அதிகமாகவே மோசமானது. தேர்தலில் வெற்றி பெற்று பதவிப் பிரமாணம் எடுப்பதற்கு முன்பே இரண்டு புதிய தீர்மானங்களைக் கொண்டு வருவதற்கு திட்டமிட்டிருந்தார். அதில் ஒன்று: காந்தியை சிறையிலிருந்து உடனே வெளியே கொண்டு வருவது பற்றியது. அதேபோல் பதவிப் பிரமாணம் எடுத்த பிறகு தன்னைப் போல் எண்ணம்கொண்ட உறுப்பினர்களை அழைத்து கூட்டங்கள் நடத்தினார். இதன் மூலம் தனிப்பட்ட சுயேட்சை வேட்பாளர்களை ஒருங்கிணைத்து அவர்களை வைத்தே கட்சி போன்ற ஓரமைப்பை உருவாக்கினார். அவரோடு 17 உறுப்பினர்கள் இணைந்தார்கள். எண்ணிக்கையில் குறைவாக இருந்தாலும் சட்டசபையில் சக்திவாய்ந்த ஓரிடம் கிடைத்தது. ஆனால் இதனால் எல்லாம் ஜின்னா திருப்தி அடையவில்லை. அடுத்ததாக மக்கள் சபை முழுவதையுமே தனது அதிகாரத்திற்கு கொண்டு வருவதற்கு முயற்சி எடுத்தார். மிகவும் கடினமான முயற்சி இது. ஆனால் அதிலும் வெற்றி பெற்றுவிட்டார். 48 உறுப்பினர் கொண்ட சுயராஜ் கட்சியோடு ஒரு கூட்டணியை உருவாக்கிக் கொண்டார். சுயேச்சை உறுப்பினர்களாக சிறு குழுவாக இருந்ததை இப்பொழுது சட்டசபையில் பெரும்பான்மை தொகுதி இருப்பதுபோன்ற சக்தி வாய்ந்த அமைப்பாக மாற்றிக் காண்பித்தார். சுயராஜ் கட்சி, ஆங்கில அரசு இவர்களை விட இவருடைய குழுவினரின் ஆளுமை அதிகமாக இருந்தது. ஆகவே சட்டசபையில் நிறைவேறும் அனைத்து விதிகளும், சட்டங்களும் இவரைத் தாண்டி சென்றாக வேண்டிய நிலைமை இருந்தது. ஆகவே சட்டசபையில் ஒரு மிக முக்கியமான உறுப்பினர் என்ற நிலையை எளிதாக அடைந்தார். எளிதாக என்று சொல்ல முடியாது, ஏனெனில் அதற்காக அவர் செலவிட்ட நேரமும் சக்தியும் மிக மிக அதிகம். சட்டசபை வேலைக்காக தில்லி சென்ற ஜின்னாவோடு ருட்டியும் இணைந்துகொண்டார். ஆனால் இருவரும் விலகியே இருந்தனர்.

ருட்டியின் தனது மனதில் எழும் இயல்பற்ற தன்மையைக் குறைக்கும் முயற்சியிலேயே தற்போது இருந்தார். தான் விரும்பிய சுதந்திரத்தை விட்டுவிட்டு மீண்டும் மனைவியாக, அதுவும் தன் கடமையைச் செவ்வனே செய்யும் மனைவியாகத் திரும்பி வந்ததற்காக ருட்டி அதிக விலை கொடுக்க வேண்டியதிருந்தது. இதைத்தான் லீலாமணிக்கு அவளது சகோதரன் ஜெயசூர்யா ஏற்கெனவே கூறியிருந்தான். தாங்கள் தங்கியிருந்த ஹோட்டலின் அறையில் வேலை ஏதுமின்றி வெறுமனே முடங்கிக் கிடந்தார் ருட்டி. பார்க்கக்கூட யாரும் இல்லை. இப்போது ஜின்னா சட்டசபை உறுப்பினர் ஆகிவிட்டார். நிலைமை எந்த அளவு மோசம் என்றால் இன்னும் அடுத்த மூன்று ஆண்டுகளுக்கு அவர் விடுதியில் தன்னந்தனியாக இருக்க வேண்டிய சிரமமான சூழ்நிலை இருந்தது. சட்டசபைக் கூட்டம் நடக்கும் பொழுது தில்லியில் அவர்கள் தங்கியிருந்த விடுதியின் பெயர் மெய்டன்; சிம்லாவில் நடக்கும் பொழுது தங்கியிருந்த விடுதியின் பெயர் செசில். அவர்களுடைய குழந்தை இன்னும் பம்பாய் சவுத் கோர்ட் வீட்டில் தாதிகளுக்கு நடுவே வளர்ந்து கொண்டிருந்தது. குழந்தைக்கு எவ்வளவு தேவையோ அதைவிட அதிகமாகவே பணம் செலவழித்து நல்ல தாதிகளையும் செவிலியர்களையும் குழந்தையைக் கவனித்துக்கொள்ள அமர்த்தியிருந்தார்கள். நல்ல வேளை பெற்றோர்கள் அதைத் தவறாது செய்து விட்டனர்! ருட்டிக்கு இப்போது ஒரே ஒரு வேலைதான் இருந்தது. தனது நாய்களை நடைப்பயிற்சிக்கு அழைத்துக்கொண்டு செல்வதுதான் அது. தவிர நகருக்குள் செல்லும்பொழுது பலரின் கண் பார்வையில் விழுந்து வைப்பது ஒன்று. இதைத் தவிர செய்வதற்கு வேறு எந்த வேலையும் அவருக்கு இல்லை. நண்பர்கள் யாரும் கிடையாது; வேறு பெண்கள் இருக்கும் அமைப்புகளுக்கு செல்லவும் பிடிக்கவில்லை; உறுப்பினர்களின் மனைவிகள் யாரோடும் எந்தத் தொடர்பும் இல்லாமல் இருந்தார். பகல் நேரப் பொழுது முழுவதும், ஏன், சில முழு இரவுகளும் கூட ஜின்னா சட்டசபை வேலையில் ஈடுபட்டுக் கொண்டிருப்பார். ஆனால் ருட்டி விடியாத நீண்ட நெடிய பொழுதுகளை, தன்னந்தனியே சோர்வோடு கழிப்பார்.

எப்போதாவது அத்தி பூத்தாற்போல் இருவரும் இணைந்து ஒன்றாக உணவருந்தச் செல்வார்கள். ஆனால் அந்தப் பொழுதுகளும் இயல்பாகக் கழிவதில்லை. இரண்டு பேரில் யாராவது ஒருவர் முகத்தைத் தூக்கி வைத்துக் கொண்டோ, தங்கள் தங்கள் உலகில் சஞ்சரித்துக் கொண்டோ இருப்பார்கள்;

இல்லையேல் பெரும் விருந்துக் கொண்டாட்டங்களில் கலந்து கொள்வார்கள். விருந்து அளிப்பவரின் பக்கத்தில் அமரும் வாய்ப்பு ருட்டின் தலையில்தான் வந்து முடியும். அங்கே உட்கார்ந்து அதீத கவனத்துடன், மிகவும் மரியாதையாக, விழா நடத்துபவரோடு பேசிக் கொண்டிருக்க வேண்டும். அதுவும் இல்லாவிட்டால் சில சமயங்களில் சட்டமன்ற உறுப்பினர்களின் மனைவிகளோடு உட்கார்ந்திருக்க வேண்டும். அவர்களுக்கும் ருட்டிக்கும் எந்தத் தொடர்பும் இருக்காது. அவருக்கு மிகவும் பிடித்த நட்பு வட்டத்தில் மோதிலால் நேரு மட்டுமே இருந்தார். அவர் ஜின்னாவிற்கும் மிகவும் நெருங்கிய நண்பர்; அவர்கள் இருவரின் நடுவே சட்டசபை உறவும் நன்றாகவே இருந்தது. மோதிலால் நேருவிற்கு ருட்டியின் மீது நிறைய கழிவிரக்கம் இருந்தது. அதற்காகவே மெய்டன் ஹோட்டலில் அவரோடு இணைந்து அடிக்கடி உணவு அருந்துவார். ருட்டியை விட அவருக்கு வயது இரு மடங்கு அதிகம். ஆனால் வயதுக்கு மீறிய உற்சாகத்தோடும், கனிவோடும் ருட்டியிடம் பழகுவார். மிகவும் வித்தியாசமான மனிதராக இருந்தார். வயது அதிகமாக இருந்தாலும் இளமைத் துடிப்பு உள்ளவர். சட்டசபை உறுப்பினர்கள் போலல்லாமல் சிரித்த முகத்துடன் பழகுபவர். நல்ல உணவை விரும்பி உண்ணும் ரசிகர். ருட்டியின் தந்தையைப் போலவும், வேறு பார்சி மக்கள் போலவும் ருசியை உணர்ந்து ரசித்து உண்பவர். தில்லியைப் பொறுத்தவரையில் சட்டசபை உறுப்பினர்கள் யாரும் சிரித்தால் அது ஏதோ தேச துரோகம் என்ற நினைப்பில் இருந்தார்களோ என்னமோ, யாரும் சிரிப்பதோ, நல்ல ஜோக்குகள் அடிப்பதோ இல்லை. ஆனால் மோதிலால் நேரு ஒரு பெரும் விதிவிலக்கு. தானும் ரசித்துச் சிரிப்பார்; சுற்றியிருப்பவர்களைச் சிரிக்க வைப்பதிலும் வல்லவர். மோதிலால் இவ்வளவு கனிவோடு இருந்தாலும் ஜின்னாவிற்கு அது ஒரு கணவனின் கடமையை நிச்சயமாக நினைவூட்டவில்லை. அவர் தன் போக்கில் சென்று கொண்டிருந்தார். இதுபோன்ற பண்புள்ள ஒரு நல்ல மனிதரைச் சந்திக்கும்போது நிச்சயமாக மற்ற கடமைகளை ஒதுக்கிவிட்டு வந்திருப்பவர்களோடு இனிமையாக நேரத்தைக் கழிப்பதுதான் முறை. ஆனால் ருட்டி மோதிலாலுடன் இணைந்து உணவருந்தும்போது ஜின்னா அதைப்பற்றிக் கவலைப்பட்டதும் இல்லை; கலந்து கொண்டதும் இல்லை. ஆனாலும் அவர் ஒன்றைக் கவனித்து வந்தார். அதைப்பற்றி ஜின்னா பெருமையாகவும் வெளியே பேசினார்: "அவரும் நானும் சட்டசபைக்குள் ஒருவர் மீது ஒருவர் பாய்ந்து பாய்ந்து

சண்டை போடுவோம்; ஆனால் அப்படி சண்டை போட்ட அதே நாள் மாலை என் மனைவியோடு உட்கார்ந்து மகிழ்ச்சியோடு உணவருந்திச் செல்வார்” என்று கூறியிருந்தார்.

பின்னாளில் ருட்டி சரோஜினியிடம், “பலமுறை உறவை முறித்து விட்டு, அப்படியே விடுதலையாகிச் சென்றுவிட வேண்டும் என்று நினைப்பேன். ஆனால் செய்ததில்லை”, என்று கூறியிருக்கிறார். அதற்கான காரணம் அவருக்கு முழுமையாகப் புரியவில்லை. “அவரைப் பிரிந்து செல்ல என் இதயம் இடம் கொடுக்கவில்லை; ஏனென்றால் இப்போதுதான் அரசியலில் அவர் முன்பு போல் ஒரு உயர்ந்த நிலைக்குச் சென்று கொண்டிருக்கிறார்; ஆனால் இப்போதும் அவர் அதைப் பற்றிக் கவலைப்பட்டுக் கொண்டு என்னைக் கவனிப்பதே இல்லை. இருந்தாலும் என்னுடைய துணை அவருக்குத் தேவையாக இருக்கிறது. அல்லது அப்படி நானே நினைத்துக் கொள்கிறேன். மேலும் ஒருமுறை அவ்வாறு சென்றுவிட முடிவு செய்து என்னால் முடியாது என்றுணர்ந்து திரும்பி வந்துவிட்டேன்” என்று கூறியுள்ளார்.

ஜின்னா ருட்டியைக் கண்டுகொள்ளாமல் இருந்தாலும் அவர் மனதிற்குள் ஏதோ ஒரு இணைப்பு இருந்துகொண்டே இருந்தது; அது முறியவில்லை. ஆனால் ருட்டி கையில் எடுத்த ஒரு அரசியல் நடவடிக்கையால் ஏறத்தாழ அதுவும் முடிந்து போனது. அவர்களுக்குள் இருந்த உறவு துன்பமான உறவாக மாறிப் போனது பற்றி அவரும் வருந்துவது உண்டு. அதனால் அவ்வப்போது பீறிட்டு எழும் கோபமும் கடுமையான எரிச்சலும் அவருக்கே தவறாகத் தெரிந்தது. அப்படி இருந்தும் ருட்டியின் அந்த அரசியல் நடவடிக்கை அவரைக் கோபத்தின் உச்சத்திற்கே கொண்டு சென்றது. முகமது அலி, ஜின்னாவின் பரம எதிரியாக இருந்தார் என்பது உலகறிந்த உண்மை. ஜின்னா காங்கிரஸ் மாநாட்டில் பேச முயற்சி செய்தபோது அலி சகோதரர்களால் அவமானப்படுத்தப்பட்டு வெளியேறி, காங்கிரஸ் கட்சியை விட்டே வெளியேறும் சூழ்நிலை உருவானது. அந்தக் கசப்பான நிகழ்வை ஜின்னா மறக்கவே இல்லை. அதன்பின் கிலாபத் இயக்கம் மெல்ல மெல்ல மதிப்பிழந்து ஒருவழியாக முடிந்துபோன ஒன்றாக ஆகிவிட்டது. ஆனால் இப்பொழுது அவர்களது சண்டை மேலும் வலிமையாகி விட்டது. ஏனென்றால் முஸ்லிம் லீக் கட்சியின் தலைமைப் பதவிக்கு இருவரும் போட்டியிட்டார்கள். பொதுக் கூட்டங்களில் இருவரும் ஒருவரை ஒருவர் மிக அதிகமாகத் தாக்கிக்

கொண்டார்கள். முகமது அலி, ஜின்னாவை 'ஒட்டுண்ணி' என்று கேவலமாக அழைப்பார். முகமது அலியை ஜின்னா, 'குட்டி மவுலானா' என்று கேலியாக அழைப்பார். அதோடு முகமது அலியின் கூட்டத்தின் மீது ஜின்னாவிற்கு எந்த மரியாதையும் கிடையாது. பம்பாய் க்ரானிக்கிள் செய்தித்தாளின் ஒரு கட்டுரையில் ஜின்னா காங்கிரஸ் கட்சியின் அரசியல் அமைப்புக்கு எதிரான கொள்கைகளை எழுதியிருந்தார். இதைத் தொடர்ந்து முகமது அலி பல கட்டுரைகளை, அதே செய்தித்தாளில் தொடர்ந்து எழுதிக் கொண்டிருந்தார். அவ்வாறு இரண்டு மூன்று கட்டுரைகள் வந்தபிறகும் ஜின்னா அதற்கு பதிலளிக்க மறுத்துவிட்டார். அதோடு முகமது அலி போல தனிமனிதத் தாக்குதல் தனக்குப் பிடிக்காத ஒன்று என்று மௌனம் காத்தார். இத் தருணத்தில் ருட்டி பத்திரிகை அலுவலகத்திற்குச் சென்று ஆசிரியரைப் பார்த்து முகமது அலியின் கட்டுரைகளை நிறுத்தி விடுங்கள்; இதனால் கசப்புணர்வு மிக அதிகமாக வளர்ந்துகொண்டே போகிறது. பிரச்சனைகள் முடிவதில்லை, இன்னும் நீண்டு கொண்டுதான் செல்கிறது என்று சொல்லியிருக்கிறார். இதே நிகழ்வு ஒரு ஆண்டுக்கு முன்பு நடந்திருந்தால் ஜின்னா தன் மகிழ்ச்சியை வெளிக்காட்டி இருப்பார். மனைவிக்குத் தன் மேல் உள்ள அக்கறையை வியந்து பாராட்டியிருப்பார். ஆனால் இப்பொழுது கோபம் தான் மிஞ்சியது. பத்திரிகை அலுவலகம் சென்று, "ருட்டி என் விஷயத்தில் தலையிடுவது தவறு" என்று ஆசிரியரிடம் கத்தி விட்டு வந்துவிட்டார். ஏனென்றால் ஆசிரியர் ஏற்கனவே ஜின்னாவிடம் நடந்த அனைத்தையும் எடுத்துக் கூறியிருக்கிறார். இந்த நிகழ்வுக்குப் பிறகு ருட்டி முற்றிலும் ஜின்னாவின் நடவடிக்கைகளில் தலையிடுவதைத் தவிர்த்துக் கொண்டார்.

ஆனாலும் ருட்டியின் மனதிற்குள்ளும் ஒரு சைத்தான் புகுந்துகொண்டது. ஜின்னா எப்பொழுதுமே எதையும் முறையாகச் செய்யக்கூடியவர்; அதேபோல் தன் உரிமைகளை விட்டுக் கொடுக்காதவர். இதெல்லாம் தெரிந்திருந்துமே ருட்டி வேண்டுமென்றே அவ்வப்போது ஜின்னாவிடம் குத்தலாகப் பேசுவார். ஜின்னா அதற்குப் பதிலளிக்க மாட்டார்; எதிர்வினையாற்ற மாட்டார் என்பதும் ருட்டிக்குத் தெரியும். இப்படிப்பட்ட ஒரு நிகழ்வை வரலாற்றாசிரியர் பொலித்தோ எடுத்துச் சொல்லியுள்ளார். ருட்டி வேண்டுமென்றே பொது இடத்தில் வைத்து ஜின்னாவின் கடமை உணர்வுகளை கேலிக்கூத்தாக்கும் முயற்சியைச் செய்திருக்கிறார். ஜின்னாவின்

வரலாற்றில் எழுதியதுபோல் இந்த நிகழ்வையும் தன் நூலில் எழுதியிருந்தார். ஆனால் என்ன காரணத்தினாலோ அப்பகுதி பின்னர் நீக்கப்பட்டுவிட்டது.

ஒரு நாள் மாலை, சிம்லாவில் ஆளுநரைச் சந்தித்து ஒன்றாக உணவு அருந்துவதற்காகத் தங்கள் காரில் சென்று கொண்டிருந்திருக்கிறார்கள். செல்லும் வழியில் ருட்டி காரை நிறுத்தி சாலை ஓரத்தில் வியாபாரியிடம் சுட்ட சோளக் கதிர் ஒன்றை வாங்கி அதை சாப்பிட்டுக்கொண்டே காரில் வந்திருக்கிறார். அதுவும் ஆளுநரின் வீட்டிற்கு அருகில் கார் வரும்வரை இது நடந்திருக்கிறது. வழக்கம்போல் ஜின்னா இதைக் கண்டுகொள்ளாதது போல் அமர்ந்திருந்தார். ஏனென்றால் ருட்டி செய்ததைக் கண்டிப்பதும், கவலைப்படுவதும் அவருடைய பெருமைக்கு இழுக்கு என்று நினைத்தார். ஆனால் இது வேண்டுமென்றே தன்னைக் கேலி செய்வதுபோல் செய்த செயல் என்றே நினைத்தார். "மனைவியின் முட்டாள்தனத்தை மௌனமாக இருந்து மட்டுமே உதாசீனம் செய்தார்." இதுபோன்ற விஷயங்களில் ஜின்னா எப்படிப்பட்டவர் என்பது எல்லோருக்கும் தெரியும். மிகுந்த கடமை உணர்வு, முறையான நடைமுறை என்று தன் நடவடிக்கைகளில் மிக நேர்மையாக இருக்கும் மனிதர். அப்படி ஏதும் தவறு செய்தால்கூட அதைத் திருத்துவதற்குத் தனது சமாதியிலிருந்தே எழுந்து வரக் கூடிய மனிதர். அப்படிப்பட்ட ஒரு மனிதரை இவ்வளவு வெளிப்படையாக கேவலப்படுத்துவது எத்தனை பெரிய தவறு என்பதை மற்றவர்களின் கற்பனைக்கே விட்டு விடுகிறேன் என்று எழுதியிருந்தார் ஆசிரியர். அதோடு அவர் மனதில் ஏற்பட்ட இந்தக் காயம் பல வருடங்கள் வரை ஆறாமல் இருந்தது என்பதற்கு பின்னால் நடந்த ஒரு நிகழ்வைக் கூறுகிறார்: "அவர் மிகவும் நம்பிய ஒரு பெண்மணியிடம் இந்த நிகழ்வைப் பற்றிக் கூறி, இதுபோன்ற ஒரு முட்டாள்தனத்தை நீ செய்வாயா?" என்று சினத்தோடும், சோகத்தோடும் ஜின்னா கேட்டிருக்கிறார்.

பிறக்கும்போதே கவசம் அணிந்த கர்ணன் போல் ஜின்னாவும் தன்னைச்சுற்றி யாரும் வர முடியாத அளவிற்கு அரண் கட்டி வைத்திருந்தார். அதை மோதித் தகர்த்து யாரும் உள்ளே செல்ல முடியாது. ஆகவே அவருடைய உண்மையான வலிகளும் வேதனைகளும் மற்றவர்களுக்குத் தெரியாமலும் போய்விடலாம். ருட்டி தனது விளையாட்டுத்தனத்தால் ஜின்னாவைக் கேலி செய்வதெல்லாம் உண்டு. அப்போது

அந்த விளையாட்டுத்தனத்தில் அன்பு இருந்தது; கொடூரம் ஏதுமில்லை. ஆனால் இப்போது அந்த விளையாட்டில் கொடூரம் மட்டுமே மிஞ்சியிருந்தது. அதுவும் ஜின்னா தனியாக இருக்கும்பொழுது அவரை நோகடித்தால் ஒருவேளை அவர் அதை எளிதாகத் தாங்கிக் கொண்டிருக்கலாம். ஆனால் ருட்டிக்கு அது பத்தாது. பொது இடத்தில் அவர் சுயமரியாதையை கவிழ்க்கும் வேலைகளைச் செய்தால்தான் அவரின் மனவேதனை அதிகமாகுமென்று ருட்டிக்கு மிக நன்கு தெரியும். அதனால் அதையே அடிக்கடி செய்ய விரும்பினார்.

ஜின்னாவின் வரலாற்றை எழுதிய சாக்ளா தனது நூலிலும் அப்படிப்பட்ட நிகழ்வு ஒன்றினைக் குறிப்பிட்டுள்ளார். ஒரு நாள் ஜின்னா தன் அலுவலுகத்தில் கூட்டம் ஒன்றை நடத்திக் கொண்டிருக்கும்போது அந்த அறைக்குள் தேவையில்லாமல் ருட்டி நுழைந்து, ஜின்னா பேசிக்கொண்டிருக்கும் மேஜையின் மீது ஏறி அமர்ந்து, தன் கால்களை வேகமாக ஆட்டிக்கொண்டிருந்திருக்கிறார். வழக்கம்போல் அறையிலிருந்த அத்தனை பேரும் ஆண்மக்கள். அவர்களுக்கு எப்படி இருந்திருக்க வேண்டும்? அவர்கள் ஜின்னாவைப் பற்றி என்ன நினைத்திருப்பார்கள்? முன்பு நீதிமன்ற வளாகத்திற்குள் ருட்டி தன்னைக் கொண்டு வந்து விடுவதை ஜின்னா பெருமையாகவே நினைத்து வந்தார். அழுது வடியும் அந்த வளாகத்திற்குள் அவர் அணிந்திருக்கும் உடையும், அவருடைய அழகும் அவருக்குப் பெருமையாகத் தான் இருந்தது. ஆனால் தன்னிச்சையாக சாதாரணமாக நடந்து கொள்வதற்கும், வேண்டுமென்றே தன்னைப் புண்படுத்துவதற்காக மிகையாக அவர் நடந்து கொள்வதற்கும் அவரால் வேற்றுமையைக் கண்டுபிடிக்க முடியாதா என்ன? அவருடைய உடைகள், நடவடிக்கைகள் ஏதோ சிறிது புத்தி தடுமாறிய ஒரு பெண் செய்வது போல்தான் அவருக்குத் தோன்றியது. இதைப் பற்றி சாக்ளா எழுதும்போது, ருட்டி இவ்வாறெல்லாம் முட்டாள்தனமாக நடந்து கொண்டாலும் ஜின்னா அதை எதிர்த்து ஒரு வார்த்தைகூட பேசியதில்லை. தன் அலுவலக அறையில் ருட்டி அதுபோல் நடந்து கொண்டபோது கூட அவர் எதுவுமே நடக்காதது போல் தனது பேச்சைத் தொடர்ந்துகொண்டே இருந்தார். ருட்டி அங்கே இல்லை என்பது போன்ற ஒரு தோற்றத்தைத்தான் கொடுத்தார். ஜின்னா அப்படி எல்லாம் பொறுமை காத்தும் உள்ளுக்குள்ளே கிறுக்கு பிடிப்பது போன்ற அத்தனை வேதனை அவருக்கு. ஆனால் இந்த வேதனையையும் ஜின்னா வெளியில் பகிர்ந்துகொண்டது வெகுகாலத்திற்குப் பிறகுதான். அத்தனையும்

மனதிற்குள்ளேயே பூட்டி வைத்திருப்பார் போலும்! ஒருவேளை தனது திருமணத் தோல்வியைப் பற்றி அவர் வெளிப்படையாகப் பேசிய ஒரே தருணம் அதுவாகவே இருக்கலாம். அவருடைய நண்பர் ஒருவரின் திருமணம் தோல்வியில் முடிந்தது. அவருக்கு ஆறுதல் சொல்லும் முகமாக இந்த நிகழ்ச்சியை எடுத்துரைத்தார். 'அந்த நிகழ்ச்சி அத்தனை வேதனையாக இருந்தது... எனக்குப் பைத்தியம் பிடித்துவிடும் போலிருந்தது' என்ற வேதனையான சொற்கள் அப்போது அவரிடம் இருந்து வெளிவந்தன. திருமண தோல்வியைப் பற்றி இவ்வளவு முழுமையாக தன்னை அவர் வெளிப்படுத்திக் கொண்ட ஒரே நிகழ்வு அதுதான்.

ஜின்னாவின் பக்கமிருந்த தவறுகளும் இந்தth தோல்விகளுக்குக் காரணமாக இருந்திருக்கிறது. வெளிப்படையான உணர்ச்சிகள் ஏதும் அவரிடமிருக்காது; கடமை உணர்வு உச்சத்தில் இருக்கும்; மனைவியாக இருந்தாலும் கடமைகளுக்கு பிறகுதான் எதுவும்; இதுதான் அவரின் மனநிலை. முன்பெல்லாம் இதைப் பார்த்து ருட்டி வெகுவாக ரசிப்பது உண்டு. ஆனால் இப்போது நிலைமை அதற்கும் அப்பால் சென்றுவிட்டது. ஜின்னா "எனக்காக என் கடமை காத்திருக்கிறது" என்று பவ்யமாகச் சொல்லும்பொழுது ருட்டி அதை எளிதாக எடுத்துக்கொண்டு கேலி செய்ததுண்டு. ஆனால் இப்போது அது முடியாது. ஒருவேளை அவர்களோடு காஞ்சி இருந்திருந்தால் அவ்வாறு நடந்திருக்கலாம்; அல்லது அது நினைத்துப் பார்க்கமுடியாத ஒன்றாக இருந்திருக்கும். ஆனால் ருட்டி, தான் இப்போது ஜின்னாவால் ஒரு உறவாக இல்லாமல் வெறும் உயிரற்ற பொருளாகக் கருதப்படுவதாக உணர்ந்தார். ஜின்னா எதிர்பார்ப்பதை மட்டுமே செய்வதற்கான ஒருவராக இருப்பதாக நினைத்தார். அதற்குமேல் எதுவும் இல்லை. இந்த நினைவு அவரை எரித்தது; வேதனைப்படுத்தியது. இது எல்லாவற்றையும் திருமணத்திற்கு பிறகு தான் எழுதிய ஒரே ஒரு கவிதையில் அவர் வெளிப்படுத்தியிருக்கிறார். அதைக் கவிதை என்று சொல்லாமல் பாட்டு என்பார் ருட்டி. அதில் ஒருவேளை இலக்கண இலக்கியம் இல்லாமலிருக்கலாம். ஆனால் நிறைய பொருள் பொதிந்து இருந்தது. வழக்கமாக ஏதாவது கிறுக்கி அல்லது எழுதி தூர எறியும் பழக்கம்தான் அவருக்கு. அதுவும் திருமணத்திற்குப் பிறகு கவிதைகள் மேல் அவருக்கிருந்த ஆர்வம் அந்த அளவுதான். நம்பிக்கைகள் எல்லாம் முடிந்துபோன பின் சரோஜினி போல் தானும் ஒரு கவிதாயினி ஆகிவிடுவோம் என்ற நம்பிக்கை பொய்த்துப் போய்விட்டது. அதுவும் ஜின்னாவுக்குப் பிடிக்காத விஷயங்களில் கவிதையும் இருந்தது. பத்மஜாவும்

ருட்டி போல் கவிதை எழுதுவது உண்டு. ஆனால் கவிதைகளில் தன் தாய் எட்டிய உயரத்தைப் பார்த்து, தன் கவிதைகள் அந்த அளவிற்கு இல்லாததால் அவற்றை வெளியிடாமல் மறைத்து வைத்திருப்பார் பத்மஜா. பத்மஜாவிடம் தன் கவிதைகளை ருட்டி கொடுத்திருக்க வேண்டும். அதில் ஒரு கவிதை...

அன்புள்ளவளே !
கணவன் இருக்க வேண்டுமென்பதற்காக ஒரு கணவனல்ல;
நமக்காக இருக்கும் ஒரு கணவன் வேண்டும்.
மனைவி இருக்க வேண்டுமென்பதற்காக ஒரு மனைவியல்ல;
நமக்காக இருக்கும் ஒரு மனைவி வேண்டும்.
மகன் இருக்க வேண்டுமென்பதற்காக ஒரு மகனல்ல;
நமக்காக இருக்கும் ஒரு மகன் வேண்டும்.
கடவுள் இருக்க வேண்டுமென்பதற்காக கடவுள்களல்ல;
நமக்காக இருக்கும் ஒரு கடவுள் வேண்டும்.

எழுதிய கவிதையின் மை கூட காய்ந்து இருக்காது. அதற்குள் ருட்டியின் மனதில் சந்தேகங்கள் எழும்ப ஆரம்பித்துவிட்டன. ஆகவே பின்குறிப்பில் பத்மஜாவுக்கு இப்பாடலுக்குக் கீழே சிலவரிகள் எழுதினார்: "நான் ஏற்கனவே உன்னை எச்சரித்திருக்கிறேன். இவையெல்லாம் நினைவுகளில் மேலோட்டத்தில் இருந்தவை. பாட்டு என்று சொல்ல முடியுமா இதை? எப்படியோ... இலக்கண இலக்கியம் ஏதுமில்லை." ஆனாலும் பத்மஜாவுக்குச் சொல்லி விளக்க முடியாத ஒன்றை அந்த வரிகளில் பொதித்து வைத்திருந்தார். "புரிவதற்கு நிறைய இருக்கின்றன; ஆனால் கேட்பதற்கு அத்தனை இனிமையாக இல்லை", என்று பத்மஜா கருதினார். காதல் என்ற வலையில் இருந்து அவர் ஏமாந்து, வெளியேறிய தருணம் அது. ஆனால் சரோஜினி சொல்லும் 'வானவில்லின் வண்ணங்களில் இருந்த ஆசை அதில் இருந்தது. ஆனால் அந்த வலியிலிருந்து மீள முடியாது; மனது உண்மையை நோக்கிச் செல்லாது." இதனால் சரோஜினி தரும் அறிவுரையை நடைமுறைப்படுத்த முடியாது.

வெளியிலிருந்து பார்ப்பதற்கு ருட்டி ஒரு மனைவி என்ற கடமையோடு வாழ்க்கையில் ஒன்றி விட்டார் என்றே தோன்றும். தாங்கள் கற்ற ஆங்கிலக் கல்வியின் மூலம் கிடைத்த சுதந்திரத்தை எப்படிப் பேணுவது என்ற கேள்விக்குறியோடு இருந்தாலும், கடமை தவறாத மனைவியாகவும், ஆயிரக்கணக்கான படித்த இளம்பெண்கள் தங்கள் வாழ்க்கையில் இருப்பதுபோன்ற முழுமையான இல்லத்தரசியாகவும், ஆகிவிட்டார் என்று

தோன்றியது. ருட்டியின் இந்த வெளித்தோற்றம் முழுமையாக மாறிவிட்டது. எந்த அளவுக்கு எனில் நான்கு ஆண்டுகள் கழித்து 1928இல் ருட்டியிடம் மிக நெருங்கியும் உண்மையாகவும் இருந்த சரோஜினி இம்மாற்றத்தைப் பார்த்து மிகவும் அதிர்ச்சியடைந்துவிட்டார். ருட்டி தனது திருமண வாழ்வில் எவ்வாறு மூச்சுமுட்டி திகைத்து நின்றேன் என்றொரு ஒப்புதல் வாக்குமூலமும் கொடுத்தார்.

தன் கனவுகளில் இருந்து தன்னை விடுவித்துக் கொண்டு உண்மையான வாழ்க்கையில் காலூன்றி நிற்க வேண்டும் என்ற எண்ணத்தில் ருட்டி தன் கற்பனை வளத்தை எல்லாம் தன் வீட்டிற்குள் கொண்டு வந்தார். அவரும், அவரின் அழகும், அழகுணர்ச்சியும், ஜின்னாவின் செல்வத்தில் ஒரு சிறு பகுதியும் (இப்போதெல்லாம் ஜின்னாவின் செல்வம் கோடிக்கணக்கில் இருந்தது) சேர்ந்து அவருடைய வீட்டை மலபார் ஹில் பகுதியில் உள்ள வீடுகளில் இருந்து வித்தியாசமாகவும் மிக மிக அழகாகவும் மாற்றின. ருட்டியின் பேரழகு போல் இந்த வீடும் தனித்த பேரழகுடன் இருந்தது. பார்த்தாலே பரவசம் ஆகும் எழிலான வீடாக இருந்தது. பார்த்தவர்கள் வியந்தனர்; ஆச்சரியமடைந்தனர். உதாரணமாக தில்லியில் இருந்த புகழ்பெற்ற வழக்கறிஞரின் மனைவி சாய்தா பத்ருன்னிசா பேகம் இதைப் பற்றி ஒரு கடிதத்தில் எழுதியிருந்தார். அவர் திருமணமான புதிதில் ருட்டியை அவர்களின் பொது நண்பரான சுபானி மூலமாக அவரது வீட்டிற்கு சென்று சந்தித்திருக்கிறார். அவரோடு உடன் வந்தது உமர் சுபானியின் தம்பி உஸ்மான். இந்த வீட்டைப் பற்றி சா பேகம் எழுதிய கட்டுரை 1929ம் ஆண்டில் வெளிவந்த உருது மாத இதழான *ஹுமாயூன்* இதழில் படங்களோடு வெளிவந்திருந்தது. வீட்டின் அழகைப் பற்றி மட்டும் எழுதாமல் அந்த வீட்டிலிருந்த ஆன்மாவைப் பற்றியும் எழுதியிருந்தார். அழகான கட்டுரை அது. அந்த வீட்டிற்குச் சென்றபோது முன்னாலிருந்த பெரிய வெளியறையில் காத்திருக்க வேண்டியதிருந்தது. மனதில் கிளர்ச்சியைத் தூண்டுமளவு அழகாக அந்த அறை இருந்தது. பழங்காலக் கலைப்பொருட்களும், மதிப்பு மிகுந்த விரிப்புகளும். அழகைக் கூட்டும் திரைகளும் அறையை முழுமையாக்கின. பலவித விலங்கினங்களின் உருவங்கள் பித்தளையிலும், தாமிரத்திலும் ஆங்கங்கே மின்னிக்கொண்டிருந்தன. இப்போதெல்லாம் ஆங்கில பாணி என்று வந்திருக்கும் புதிய பாணிகளை முழுமையாக ஒதுக்கிவிட்டு நம் நாட்டுக் கலாச்சாரத்திற்கு ஏற்ப புதிய வடிவமைப்புகளோடு இருந்தது. மெல்லிய நறுமணம் காற்றில்

மிதந்து வந்தது. அந்த அறையைப் பார்த்துவிட்டு, 'மந்திரம் போட்டு உருவாக்கப்பட்ட வீடு போல் இருக்கிறது' என்று நினைத்தேன். அதை பார்த்து அசந்து போய் இருந்த நேரம் உள்ளே நுழைந்த முரட்டுத்தனமான ஒரு நாயைப் பார்த்துப் பயந்து, அதன்பின் அழகாக வந்த ஒரு கருப்பு பூனையைப் பார்த்தேன். கண்ணிமைக்க முடியாமல் பிரமித்து நின்றேன். பழங்காலத்து நாற்காலியில், திகைத்துப்போய் அமர்ந்திருந்த பேகத்தின் முன்னால் அப்போதுதான் குளித்து முடித்து அழகுற வந்து நின்றார் ருட்டி.

இருட்டு அறைக்குள் வந்த ஒளிக்கீற்று போல் ருட்டி. அழகான அறையைப் பார்த்து அசந்துபோய் இருந்த பேகம் இப்பொழுது ருட்டியைப் பார்த்து மெய்மறந்து நின்றார். "தேவதை ஒன்று வானத்தில் இருந்து இறங்கி என்னை நோக்கி வந்தது" என்ற உணர்வு தனக்கு இருந்ததாக எழுதியிருந்தார். ருட்டி பேச ஆரம்பித்ததும் பேகத்திற்கு அடுத்த ஆச்சரியம். அத்தனை அழகான, நேர்த்தியான ஆங்கிலம். ஆனால் நான் அதிர்ந்து போய் நின்றிருந்தேன். விருந்தினரை தன் நடவடிக்கைகளால் இயல்பு நிலைக்கு கொண்டுவந்தார் ருட்டி. ருட்டியின் அழகுணர்ச்சி மிகவும் பிடித்து போனதைக் காண்பித்ததால், ருட்டி அவரைத் தனது படுக்கை அறைக்கு அழைத்துச் சென்றார். தன்னிடமிருந்த சேலைகளை அவரின் பார்வைக்குக் கொண்டுவந்தார். அடுத்து, வீட்டின் நூலகத்திற்குள் வந்தார்கள். அங்கிருந்த மேசை, நாற்காலிகளின் வண்ணத்திற்கு ஏற்ப அதே வண்ணத் தோலில் செய்த புத்தகங்கள் வரிசை கட்டி நின்றன. பேகம் தில்லி திரும்பிய பிறகு அவர் பழகுவதற்கான ஒரு புதிய நண்பரை அறிமுகம் செய்து கடிதம் ஒன்று எழுதிக் கொடுத்தார் ருட்டி. நூலகத்தில் இவர்கள் பேசிக்கொண்டிருக்கும் போது வேலை முடிந்து ஜின்னா வீட்டிற்கு வந்தார். நீண்ட நெடிய உருவம்; அளந்து வைக்கப்பட்ட காலடியோசை; நூலகம் வந்து கதவைத் தட்டி அவர்களின் உத்தரவு பெற்று உள்ளே வந்தார். அறிமுகப்படலம் நடந்தது. அதன்பிறகு உத்தரவு பெற்று வெளியே சென்றார். மீண்டும் நூலகத்தில் ருட்டியும் அவரது விருந்தினரும் இருந்தார்கள். ஆனால் ருட்டி, ஜின்னாவுக்கு இடைஞ்சல் இல்லாத அளவிற்கு தனது விருந்தினரை அழைத்துக்கொண்டு கடலை நோக்கி இருக்கும் அவர்கள் வீட்டின் வராந்தாவிற்குச் சென்றார். விருந்தினர்கள் விடைபெறும் வரை அவர்களோடு அமைதியாக உட்கார்ந்து பேசிக் கொண்டிருந்தார் ருட்டி.

ருட்டி தன் விருந்தினரோடு அமர்ந்திருந்த அந்த வராந்தாவிற்கு அடுத்ததாக ஓர் அறையைத் தனக்காக ஒழுங்கு பண்ணியிருந்தார். ஜின்னா அங்கு வருவதே இல்லை. ஒருவேளை ருட்டியின் விருந்தினரைச் சந்திக்க வேண்டுமென்றால் அங்கே வருவதுண்டு. உதாரணமாக காஞ்சி வரும்பொழுது ஜின்னாவும் அங்கு வருவார். வீட்டின் மற்ற பகுதிகள் போலவே இந்த அறையும் அத்தனை அழகுடன் அமைந்திருந்தது. கிழக்கு-மேற்கு நாகரிகங்கள் இணைந்த அந்த அறையில் பார்க்கும் இடங்களிலெல்லாம் புத்த மதத்தின் சாயல் படிந்திருந்தது. லீலாமணி 1924ல் அந்த அறைக்கு வந்திருந்தார். "அந்த அறை அப்படியே மனதை ஈர்ப்பதாக இருந்தது. அவர் வைத்திருந்த துணிமணிகள்; வளர்த்த மூன்று பெர்ஷியன் பூனைகள்; அனைத்தும் நவீன பாணியில் இருந்தன. அந்த அறைக்குள் நுழையும் போதே எனக்குப் பதட்டமாக இருந்தது. மதத்திற்காக உயிரைவிட்ட ஏதோ ஒரு புத்த சந்நியாசியின் உள்மனதிற்குள் நிழலாடியது போலிருந்தது எனக்கு. அந்த சந்நியாசி உயிர்த் தியாகம் கொடுப்பதற்கான காரணம் என்னவென்றால், அவர் மிகவும் துணிந்து ஆசைப்பட்டு நாடோடிகளைத் தன் அறைக்கு அழைத்து வந்து, தனது கனவுகளில் வந்த தரை விரிப்புகளில் நடனமாட வைத்திருந்தார்", என்று லீலாமணி தன் சகோதரி பத்மஜாவுக்கு 1924ம் ஆண்டு நவம்பர் 26-ஆம் தேதியிட்ட கடிதத்தில் எழுதியிருந்தார்.

லீலாமணி விடுமுறையில் இந்தியா வந்திருந்தார். சில நாட்களுக்கு என்று மட்டுமே வந்திருந்தார். ஆனால் ஆறு மாதத்திற்கு மேல் தங்க வேண்டியதாகிவிட்டது. அப்பொழுது ருட்டியைச் சந்தித்தார். அந்த சமயத்தில்தான் ருட்டியின் சமையல் திறமையைக் கண்டு அதிசயித்துப் போனார். ருட்டியைப் பற்றி அதிகம் தெரியாத வேறொரு முகம் இது. ஏனென்றால் அவள் சமையல் செய்ய வேண்டிய தேவையே வாழ்க்கையில் இருந்ததில்லை. பெற்றோர்களோடு இருந்தபோது சமைப்பதற்கு ஏராளமான சமையல்காரர்கள் இருந்தனர். அதன் பிறகு ஜின்னாவின் வீட்டிலும் வேலைக்காரர்கள் அந்தப் பொறுப்பை எடுத்துக் கொண்டிருந்தார்கள். ஆனாலும் தான் வளர்ந்த மாளிகையில் கிடைத்த ருசியான உணவுகளைச் சமைக்கவும் கற்று வைத்திருந்தார். ருட்டி - ஜின்னா இருவருக்குள்ளும் இருந்த இன்னொரு வேற்றுமை இது. ஜின்னாவிற்கு உண்ணும் உணவின் மீது சுத்தமாக எந்த ஆர்வமும் கிடையவே கிடையாது. காதலித்த நாட்களில் இந்த வித்தியாசம் பெரிதாகத் தெரியவில்லை. ஆனால் இப்பொழுது இருக்கும் மனநிலையில்

இது ஒரு பெரிய காரியமாகவும், வித்தியாசமாகவும் ருட்டிக்குத் தோன்றியது. உணவில் அதிக அக்கறை இல்லாத ஜின்னாவின் ருசி எல்லாமே உப்புச்சப்பில்லாத ஆங்கிலேயே சாப்பாட்டோடு ஒத்துப் போனது. ஆனால் அதற்காக தன் சமையலை ஜின்னா சாப்பிட வேண்டும் என்று ருட்டி எதிர்பார்க்கவும் இல்லை. அவருக்கு ஆசை காட்டவும் இல்லை. ருட்டியைப் பொருத்தவரை சமையல் செய்வது அவருடைய ஆசைக்காக மட்டுமே. எல்லா வேளைகளிலும் சமைப்பதில்லை. எப்போதாவது அழைப்பின் பேரில் வரும் நண்பர்களுக்காகச் சிறப்பான உணவுகளைச் சமைப்பது வழக்கம். லீலாமணி வந்தபோது சமைத்தார். ருட்டியின் சமையலைப் பற்றி, "அவர் சமைத்தது அத்தனை நன்றாக இருந்தது என்று நான் எழுதவும் வேண்டுமா? அதுவும் முன்பிருந்ததைவிட இப்பொழுது இன்னும் அதிக சுவையாக சமைத்திருந்தார். அவர் செய்த இறால் கூட்டு... ஆஹா அத்தனை ருசி" என்று ரசித்து எழுதியிருந்தார்.

ஜின்னா தனக்குச் செய்ததை ருட்டி தன் குழந்தைக்குச் செய்தார். ஜின்னா தன்னைச் சுற்றி ஒரு சுவர் எழுப்பி, ருட்டியின் அருகாமையைத் தவிர்த்தார். அதேபோல் ருட்டி தனக்கும், தன் குழந்தைக்கும் நடுவே ஒரு சுவரை எழுப்பினார். அது உண்மையான கல்லாலான சுவர் போலவே இருந்தது. குழந்தைக்கு இப்போது ஆறு வயது. இன்னும் அந்தக் குழந்தை தனக்காக ஒதுக்கிய இடத்தில் மட்டுமே வளர்ந்து கொண்டிருந்தது. அந்தக் குழந்தையோடு தான் இருந்த நேரத்தைப் பற்றி மிகவும் சோகமாகவும், கசப்பாகவும் ஒரு கடிதத்தை பத்மஜாவுக்கு எழுதியுள்ளார். "பாவம் அந்தக் குழந்தை... ஏதோ ஓர் இருட்டுக்குள் வளர்வது போல் வளர்ந்து கொண்டிருக்கிறது. இன்னும் குழந்தைக்குப் பெயர்கூட வைக்கவில்லை; அதன் மேல் அன்பிருந்தால்தானே பெயர் வைப்பார்கள். ஏறத்தாழ ஒரு மணி நேரம் அந்தக் குழந்தையுடன் விளையாடிக் கொண்டிருந்தேன். நான் புறப்படும் பொழுது என்னைக் கட்டிப்பிடித்து அழுதுகொண்டே போகாதீர்கள்... போகாதீர்கள் என்று அழுதது." கசப்பின் சுவடு அந்தக் கடிதம் முழுவதும் நிறைந்திருந்தது. ஏற்கனவே அந்தக் குழந்தையைப் பற்றித் தன் தாயிடமிருந்தும் சகோதரியிடமிருந்தும் அனைத்தையும் கேட்டுத் தெரிந்து வைத்திருந்தார். இப்போது ருட்டியின் விந்தையான அதேசமயத்தில் வேதனையான புறக்கணிப்பை நேரிலேயே பார்த்தார். ருட்டி என்ற தோழியின் மீது அதிகமான அன்பு தான். ஆனாலும் குழந்தையை இவ்வாறு அனாதை போல் வளர்ப்பது தோழியின் குற்றமாக மட்டுமே

லீலாமணி பார்க்கவில்லை. அதையும் தாண்டி, மிக மிக அதிகமான செல்வத்தில் வளர்க்கப்பட்டவர் ருட்டி என்பதால் அவருக்கு அன்பு புரியாமல் போனதோ என்னவோ என்று ருட்டி வளர்ந்த விதத்தைக் காரணமாக நினைத்தார். குற்றத்தை முழுவதுமாக ருட்டியின் மீது சுமத்த அவள் விரும்பவில்லை போலும். "ருட்டியை முழுமையாகக் குற்றம் சொல்ல முடியாது; ஏனென்றால் அவருக்கும் தாய்ப்பாசம் முழுமையாகக் கிடைத்தது இல்லை. ருட்டியே பரிதாபப்படக்கூடிய நிலையில்தான் வளர்ந்தார்", என்றார் லீலாமணி. ஏனென்றால் லீலாமணி வளர்ந்த விதமே வேறு. குழந்தையிடம் தீவிர அன்பு காட்டும் அப்பாவும் அம்மாவும் அவளுக்குக் கிடைத்தனர். ருட்டி செல்வந்தர் வீட்டுப் பெண்ணாக இருந்தாலும் தாதிகளாலும் செவிலியர்களாலும் வளர்க்கப்பட்டு, உண்மையான அன்புச் சூழல் என்ன என்பதைத் தெரிந்து கொள்ளாமலேயே வளர்ந்துவிட்டார். இந்த உணர்வுகள் லீலாமணியை ஒரு புதிய மனுஷியாகக் காண்பித்தன. ஏனென்றால் அவர் ருட்டியின் மீது நான்கு வருடங்களுக்கு முன்பு காண்பித்த பொறாமை இப்போது முற்றிலுமாக மறைந்துவிட்டது. முன்பு செல்வச் சூழ்நிலை பொறாமைக்குக் காரணமாக இருந்தது. ஆனால் இப்போது ருட்டியின் செல்வச் சூழலை விட தனது குடும்பம், தனது வளர்ப்பு, தனது பெற்றோர்களின் அன்பு அவர் மனதிற்கு நன்கு புரிந்து விட்டது. பெற்றோர்கள் குழந்தையாய் இருப்பதிலிருந்து இதுவரை அனைத்து உரிமைகளையும் கொடுத்து அன்போடு வளர்த்து வந்தனர். காலையில் அவர்கள் கட்டிலில் ஏறி அன்போடு அணைத்துக் கொள்ளும் பெரும்பேறு அவர்களுக்கு கிடைத்தது. அவர்கள் மட்டுமா பெற்றோர்களின் கட்டிலில் ஏறினார்கள்? அவர்கள் வளர்த்த நாய்க்கும் பூனைக்கும் கூட அதே சுதந்திரம் கிடைத்தது.

1924 செப்டம்பர் மாதம், ஆக்ஸ்போர்ட் பல்கலைக்கழகத்தில் இருந்து லீலாமணி திரும்பிவந்தார். அவரின் தாயார் சொன்னது போல "பெட்டி படுக்கைகள் மட்டுமல்லாமல் புதுவிதமான கருத்துகளுடன் வந்தார்; அதுமட்டுமல்லாமல் தன்னிடம் இருந்த சில நல்ல பண்புகளை. இங்கிலாந்திலேயே விட்டுவிட்டு வந்துவிட்டார் போலும்", என்று குத்தலாக சரோஜினி கூறியிருந்தார். லீலாமணியிடமிருந்த மாற்றங்கள் சரோஜினிக்கு அதிர்ச்சியைக் கொடுத்தன. இது போதும் என்றும் இந்தியாவிலேயே இன்னும் அதிக நாள் இருந்து இந்தியப் பண்புகளை அவள் புதிதாக கற்றுக் கொள்ள வேண்டும்; எனக்கு பிடிக்காமல் அவள் வளர்த்துக் கொண்ட புதிய குணங்களையும்

பழக்கவழக்கங்களையும் கட்டாயம் விட்டுவிடவேண்டும் என்றும் வேதனையோடும், வருத்தத்தோடும் சரோஜினி கூறியிருந்தார். இந்த கருத்துகளைத் தனது மூத்த மகள் பத்மஜாவுக்கு செப்டம்பர் 12 ஆம் தேதி எழுதிய கடிதத்தில் குறிப்பிட்டிருந்தார். அதேபோல் அடுத்து எழுதிய கடிதத்தில் இந்த சமயத்தில் லீலாமணி ருட்டியைச் சந்திக்காமல் இருப்பது நல்லது. ருட்டியோடு பழகுவதால் நிச்சயமாக தன் மகளுக்குக் கிடைக்க வேண்டும் என்று நினைக்கும் இந்தியப் பண்புகள் கிடைக்காமல் போய் விடுவதற்கான வாய்ப்புகள் அதிகம் என்று நினைத்தார். அதாவது தன் மகள் லீலாமணி ருட்டியோடு பழகினால் மேலும் கெட்டு விடுவாள் என்று நினைத்து அந்தத் தாய் பயந்தார். ஆனாலும் அந்த இருவரையும் அவரால் பிரித்து வைக்க முடியாமல் போனது. தன் தாயுடன் பம்பாயில் இருக்கும்பொழுது இரவும் பகலும் ருட்டியோடு தான் பொழுது கழிந்தது. ருட்டி வராத நாட்களில் லீலாமணி சவுத் கோர்ட் வீட்டுக்குப் போய்விடுவார்; அங்கே ருட்டியின் சமையலில் விதவிதமான நல்ல உணவுகள் காத்திருக்கும். அல்லது ருட்டி தாஜ் ஹோட்டலில் சரோஜினியின் அறைக்கு வந்து விடுவார். தாஜ் விடுதியில் இருவரும் குழந்தைகள் போல் சின்ன சின்ன விஷயங்களுக்குச் சண்டை போட்டுக்கொண்டு ஆடித் திரிவார்கள். அல்லது தங்கள் பூனைகளைத் தூக்கிக்கொண்டு சினிமா பார்க்கப் போய்விடுவார்கள். சினிமாவுக்கு போகும் நேரம் வழக்கமாக ருட்டி வீட்டில் இருக்க வேண்டிய நேரமாக இருக்கும்; அதாவது ஜின்னா வேலை முடிந்து வரும் நேரம். இதுவரை இந்த நேரத்தில் மிகச் சரியாக ருட்டி வீட்டிலிருப்பார். வந்தவரை வரவேற்பது போல் நேரம் தவறாமல் வீட்டில் இருக்கும் ருட்டி இப்போது அத்தனை கரிசனம் காண்பிக்கவில்லை.

ஒரு பெரும் திறமைசாலி ருட்டியை அடக்க நினைத்தால் அதற்கு நேர்மாறாக எதிர்ப்புறமாக வீம்பு பிடித்துத் தன் வழியில் செல்வார் ருட்டி. இதில் அவர் இன்னொரு ஆயுதத்தைக் கையில் எடுத்தார். மீண்டும் ஜின்னாவைக் கஷ்டப்படுத்தலாம் என்பதற்காகவே அதைக் கையில் எடுத்தார். ஜின்னாவுக்குச் சுத்தமாகப் பிடிக்காத நடனமாடுவதை புதிதாக ஆரம்பித்தார் ருட்டி. இப்போது பம்பாயில் அது ஒரு நவீன மாறுதலாக எல்லோராலும் கொண்டாடப்பட்டு, அதை எல்லோரும் பழக ஆரம்பித்திருந்தார்கள். உலகப் போருக்கு முந்தைய எளிமையான மென்மையான பால்ரூம் நடனம் அல்ல இது. கூச்சநாச்சம் எதுவும் இல்லாமல் துள்ளிக் குதித்து ஆடும் முரட்டு

நடனம். அப்போது பிரபலமாகிக் கொண்டிருந்த இசையோடு சேர்ந்து இந்த நடனமும் வளர்ந்து வந்தது. வில்லிங்டன் க்ளப் உறுப்பினர்கள் அனைவரும் ஆர்வத்தோடு நடனம் ஆட ஆரம்பித்திருந்தனர். ருட்டியின் தோழி ஷாமா ரோ லீலாமணியை அழைத்துச் சென்றார். அங்கே ஷாமா ஆடிய ஆட்டம் லீலாமணிக்கு சுத்தமாகப் பிடிக்கவே இல்லை. அதைவிட ஷாமா ஆடியதைப் பார்த்து, சிரித்துச் சிரித்து லீலாமணிக்கு வயிற்று வலியே வந்து களைப்பாகி விட்டார். இந்த நடன நேரத்தைப் பற்றி லீலாமணி பத்மஜாவிற்கு எழுதினார். ஆனாலும் அடுத்து நான்கு நாட்கள் கழித்து செப்டம்பர் 16ஆம் தேதி தனது சகோதரி பத்மஜாவுக்கு மீண்டும் எழுதிய கடிதத்தில், லீலாமணி தனக்கும் நடனம் பிடித்துப்போய் விட்டது என்று எழுதுகிறார். "எனக்கெல்லாம் இப்போது நடனம் மிகவும் பிடித்துவிட்டது. நடனம் ஆடாமல் வெறுமனே உட்கார்ந்து இருப்பது எனக்குப் பிடிக்கவில்லை."

ருட்டிக்கு வில்லிங்டன் கிளப்பில் நடனமாடப் பிடிக்கவில்லை. தாஜ் ஹோட்டலிலும் நடனம் பழைய காலத்து மென்மையான நடனமாகவே இருந்தது. ஆகையால் தாஜ் ஹோட்டலுக்கு அடுத்து இருந்த கிரீன்ஸ் என்ற ஹோட்டலுக்கு நடனமாடச் சென்றார் ருட்டி. *டைம்ஸ் ஆப் இந்தியா* செய்தித்தாள் இந்த விடுதியில் இருந்த நடன மேடை பற்றி விவரமாக எழுதியிருந்தது. "இங்கே இளைஞர்களின் கூட்டம் அதிகம்; நடன அரங்கம் சிறிது; இங்கே ஆட வருபவர்களும் பெரும் ஆட்டம் ஆடுபவர்கள்; எந்தவிதக் கூச்சமும் இல்லாமல் நடனம் ஆடுபவர்களாக இருந்தார்கள். கூட்டம் பெருகி வழிந்தது; எந்த அளவுக்கு என்றால் போக்குவரத்தை ஒழுங்கு செய்வதற்காக காவல்துறையிலிருந்து வருவார்களே அதுபோன்ற அமைப்பு கூட இங்கே தேவையாக இருந்தது. நடனமாடும் மக்களுக்கு ஆடுவதற்குப் போதுமான இடம் இல்லை. ஆனால் ஒருவேளை நடனமாடும் அவர்களுக்கு அதுதான் பிடித்ததோ என்னவோ." ஆனால் இந்த கிரீன் ஹோட்டலுக்கு வெளியே நல்ல பெயர் கிடையாது. அது ஒரு இரண்டாம் தர, மூன்றாம் தர விடுதி. ஆகவே அங்கு செல்வது ஜின்னாவைப் பொறுத்தவரையில் பிடிக்காத ஒன்றாக இருந்தது. சரியான காரணத்தோடு அல்லது அதுவும் இல்லாமலேயே ஜின்னா நடனம் ஆடுவதற்காக ருட்டி கிரீன் ஹோட்டலுக்குப் போவதைத் தடுக்க முயன்றார். பல ஆண்டுகள் கழித்து பாகிஸ்தானிய எழுத்தாளர் சகாபுதீன் தெஸ்நவி என்பவருக்கு ஜின்னாவைப் பற்றி காஞ்சி கொடுத்த நேர்காணலில் "காரணம் இல்லாமலேயே ருட்டியை யாருடனும்

நடனமாட அனுமதிக்கவில்லை. அதுவும் வில்லிங்டன் கிளப்பில் ஆடினால் கூட அதற்கும் அனுமதி தர மறுத்திருக்கிறார்" என்று சகாபுதீன் குற்றம்சாட்டி இருக்கிறார். அதற்கு பதிலாகக் காஞ்சி, "உண்மை என்னவென்றால் ஜின்னாவுக்கு நடனமாடத் தெரியாது. அதுதான் காரணம்", என்று தன் கருத்தைக் கூறியிருக்கிறார்.

ஒரு இறுக்கமான தத்துவவாதி போல் ஜின்னா நடனமாடுவதற்குத் தடையாக இருந்தார். ஒருவேளை அவர் தடை செய்ததால்தானோ என்னவோ ருட்டி நடனம் ஆடுவதில் குறியாக இருந்தார். அப்பொழுதெல்லாம் வாரத்திற்கு ஒருநாள் 'நடன இரவு' என்ற பெயரில் நடன நிகழ்வு நடைபெறும். அப்போது ஜாஸ் இசை வாசிப்பவர்கள் நேரடியாக வந்து இசைப்பார்கள். எல்லோரும் நடனமாட அழைக்கப்படுவார்கள். ருட்டியும் நடனம் ஆட அழைக்கப்பட்டு விடுவார். ருட்டிக்குப் பாதுகாவலர்கள் போல் பல வாலிபர்கள் வருவதுண்டு. அவர்களைப் பார்க்கும் போதெல்லாம் ஜின்னாவுக்கு நெஞ்செல்லாம் பற்றியெரியும் வெறுப்பு மட்டுமே மீதி இருக்கும். ஒரு சில மாதங்களில் தாஜ் ஹோட்டலும் மனம் மாறி புதியவகை நடனத்தைத் தங்களது நடன அறையில் ஆரம்பித்துவிட்டார்கள். அங்கும் சில நடைமுறைகள் இருந்தன. ஜாஸ் இசைக் குழுவினர் நேரடியாக வந்து பாட ஆரம்பித்தனர். சிங்கி என்ற ஒரு பெண்மணி ஒரு பெரும் நடனப் பேராசிரியர். அவர் நடனம் கற்று தருவதற்காகவே ஹோட்டலுக்கு வந்தார். அதுவும் 'டீ டாங்கோஸ்' என்ற புது வகை நடனம் சொல்லித் தருவதற்காக வந்திருந்தார். இந்த நடனத்திற்குச் செல்வதினால் ருட்டிக்கு இரட்டை லாபம். இரவு முழுதும் நடனம் ஆடலாம்; அதெல்லாம் முடிந்தபின் இரவு அந்த விடுதியிலேயே சரோஜினியுடன் தங்கியிருந்துவிட்டு அடுத்த நாள் வீட்டுக்கு வரலாம். ஆனால் இந்த விஷயத்தில் சரோஜினி முற்றிலுமாக ஜின்னாவின் பக்கமே சார்ந்து இருந்தார். ருட்டியின் இந்தப் புதிய பழக்கம் சரோஜினிக்குப் பிடிக்கவில்லை. அதோடு ருட்டியுடன் நடனம் ஆடுவதற்காக அழைப்பைத் தரும் இளைஞர்களைப் பற்றி எந்தவித நல்ல கருத்தும் சரோஜினியிடம் கிடையாது. அதுவும் அதிகப்படியான எரிச்சலை அளித்தது. தனது பிள்ளைகளுக்கு எழுதும் கடிதங்களில் எப்பொழுதாவது இதைப்பற்றி சரோஜினி குறிப்பிடுவது உண்டு. ரணதீராவுக்கு எழுதிய கடிதத்தில், "ருட்டிக்கு புதிய பித்துப் பிடித்திருக்கிறது. அதுவும் நடனப் பித்து. ஆடுவதற்கு உனக்குத் தெரிந்த ஒருவனைத்தான் அவள் அழைத்துச் செல்கிறாள். அவன் அலி

திரு & திருமதி ஜின்னா | 493

கரீம்பாய்." பத்மஜாவுக்கு எழுதிய கடிதத்தில், "இரவு முழுதும் நடனமாடி விட்டு இதோ இப்போது எனது கட்டிலில் படுத்து தூங்கிக் கொண்டிருக்கிறாள்" என்று எழுதியிருந்தார்.

தம்பதிகளுக்கு நடுவில் நடந்த இந்தப் போராட்டங்கள் ஒன்றும் சிறுபிள்ளைத்தனமான விளையாட்டு அல்ல. அது ஒரு கடினமான விஷயமாக உருவெடுத்துக் கொண்டிருந்தது. அவர்கள் இருவருக்கும் நடுவில் மௌனம்தான் கோலோச்சிக் கொண்டிருந்தது. ஒருவருடன் ஒருவர் பேசுவது கூட இல்லை. மாதக்கணக்காக இந்த நிலைமை நீடித்துக் கொண்டே இருந்தது. ருட்டி முன்புபோல் ஜின்னாவை தாங்குவதோ, கேலி செய்வதோ, தாய்மை உணர்வோடு கவனித்துக் கொள்வதோ இல்லை. அதேபோல் ஜின்னாவுக்கும் அவரின் மேல் இருந்த மரியாதையும், நம்பிக்கையும் முற்றிலுமாக அழிந்து போய்விட்டது. இருவரும் இதைப்பற்றி அல்லது வேறு எதைப் பற்றியுமே பேசிக் கொள்வதே கிடையாது. ஆகவே வேற்றுமைகள் மேலும் மேலும் வளர்ந்து கொண்டே இருந்தன. ஆனால் ஜின்னாவின் முகமூடிக்குப் பின்னால் என்னென்ன எண்ணங்கள் ஓடிக்கொண்டிருந்தன என்பதைப் பற்றியெல்லாம் தெரிந்துகொள்ள அவர் தான் வாசித்துக் கொண்டிருந்த ஒரு புத்தகத்தில் ஒரு சில வரிகளை மீண்டும் மீண்டும் அடிக்கோடு போட்டுக்கொண்டிருந்தார். அது ஒரு மனிதரின் வரலாற்றுப் புத்தகம். எப்போதாவது அவர் எடுத்துப் படிக்கும் புத்தகம். அது ப்ரெட்ரிக் மேசன் எழுதிய 'நெப்போலியன்: ஒரு காதலன்; ஒரு கணவன்'. அந்த நூலில் நெப்போலியன் தன் மனைவி கொண்டிருந்த தவறான உறவுகளுக்காக வேதனைப்படும் இடம் ஒன்று. அதில், "அது ஒன்றும் அரைகுறையான மன்னிப்பு அல்ல... (போனபார்ட் மறதிக்கு பெயர் போனவர்.) அந்த மனிதர்களைக் குறை சொல்வதில் எந்தப் பொருளும் இல்லை. தவறு எல்லாம் தன்னுடையதே; நான் என் மனைவியை முறையாக நடத்தவில்லை; அவருக்குத் தேவையான பாதுகாப்பைத் நான் தரவே இல்லை. எந்தப் பாதுகாப்பும் கொடுக்காமல் அவளைத் தனிமையிலேயே வைத்துவிட்டேன். ஆகவேதான் இன்னொருவர் என் அந்தப்புரத்தில் நுழைவதற்கு ஏதுவாகப் போய்விட்டது. பாலியல் உறவிற்காக அவன் முனைந்திருப்பதும், ஏதோ அவளும் உடன்படுவதும் இயற்கை தான். அப்படி நடந்த மனைவியை வெறுத்தால் முழுவதுமாக வெறுத்து ஒதுக்கி விடலாம். இல்லை அவள் மீது இன்னும் அன்பிருந்தால் அவளைத் திரும்ப தன்னோடு இணைத்துக் கொள்வதுதான் ஒரேவழி. அப்போது தண்டனை

அர்த்தமில்லாமல் போய்விடும்." அந்தப் புத்தகம் பெட்டிக்குள் பத்திரமாகப் பூட்டி வைக்கப்பட்டிருந்தது. அந்த நூலில் மீண்டும் மீண்டும் நேர் கோடுகளாலும் வளை கோடுகளாலும் ஒரே ஒரு வரி மட்டும் திரும்பத் திரும்ப அடிக்கோடு இடப்பட்டிருந்தது. அந்த வரி "தண்டனை அர்த்தம் இல்லாதது." அப்பொழுது உண்மையான பிரச்சனை இதுதானா? தனக்கு இழைக்கப்பட்ட துரோகத்திற்கும், தான் அடைந்த வேதனைக்கும், உள்ளப் போராட்டத்திற்கும் இவைகள் தான் காரணமா?.

ருட்டி நினைத்திருந்தால், தீவிரமாக ஆசைப்பட்டிருந்தால் எதுவுமே அவரை நிறுத்தியிருக்க முடியாது, எப்போதுமே அவர் பாரம்பரியமாக ஒழுக்கத்தைப் பற்றிக் கொண்டிருக்கும் கருத்துகளைக் கேள்வி கேட்பதுண்டு. ஆனால் இப்போது உலக யுத்தம் முடிந்து விட்டது. பெண்களின் பாலியல் சுதந்திரத்திற்கு புதியதோர் பார்வை கிடைத்திருக்கிறது. பழைய கட்டுப்பாடுகளை உடைத்தெறியும் சுதந்திரம் பெண்களுக்கு உண்டு என்ற எண்ணம் எங்கும் பரவியிருந்தது. அதுவும் பாரிஸ் நகரத்தில் சொல்லவும் வேண்டுமோ? பெரும்பாலான நேரம் அவர் அங்கேயேதான் விடுமுறையைக் கழித்தார். அதேபோல் அந்தக் காலகட்டத்தில் அவர்கள் வாசித்த புதினங்களும் கதைகளும் எக்கச்சக்கமாக இருந்தன. திருமணத்திற்கு முன்பு வாசித்தல் ஒரு தீவிரப் பழக்கமாக இருந்தபோதும் ஒவ்வொரு புத்தகத்தின் முதல் பக்கத்திலும் தன் பெயரையும் தேதியும் எழுதி விடுவதை வழக்கமாக வைத்திருந்தார். ருட்டி. இந்தப் பழக்கத்தை முழுவதுமாக இப்பொழுது கைவிட்டிருந்தார். இந்தப் புத்தகங்கள் எல்லாமே விக்டோரியன் காலத்துத் திருமண ஒழுக்கங்கள், பெண்களின் கற்பு விளக்கங்கள் எல்லாவற்றையும் கேள்வி கேட்டுக் கொண்டிருந்தன. அந்த ஒழுக்கங்களைத் துச்சமாகக் கருதின. ஆனால் ருட்டியைப் பொருத்தவரையில் அப்படி யாராவது 'ஒருவர்' இருந்தால் அது போகிற போக்கில் வந்த ஒரு உறவாகத்தான் இருக்க முடியும். ஜின்னாவின் கவனத்தை ஈர்ப்பதற்காகக் கூட இருக்கலாம். வரைமுறைகளைத் தாண்டி தவறுகள் செய்வது ருட்டியின் குணத்தில் இல்லாத ஒன்று. ஏனென்றால் வெளியே தடபுடலாக ஆடிக் கொண்டிருந்தாலும் சிறுபிள்ளைத்தனமும் அற்பத்தனமும் நடவடிக்கைகளில் விரவிக் கிடந்தாலும் உள்மனதில் ஒரு புனிதத் தன்மை ஒடுங்கி இருந்தது. தன்னைத் தானே வெறுத்துக் கொள்ளும் படலமே அவர் வாழ்க்கைப் பாதையில் குறுக்கிட்டது. நல்ல உடைகளை அழகுற உடுத்துவது அவரது பெரிய ஆசையாக இருந்த காலம் ஒன்று இருந்தது. இதற்கு

நேர்மாறானவர் ஜின்னா. உடைகள் அணிவதில் அவர் ஒரு கறார் பேர்வழி. ஆனால் இப்போது ருட்டிக்கு விதவிதமான உடை அணிவதில் ஆர்வம் அற்றுப் போய் விட்டது. ஆனால் ருட்டி வாழ்க்கையில் நாடகத்தன்மையை அதிகமாக வைத்திருப்பவர். ஒருவேளை அதன் காரணமாகத்தான் உடை அணிவதின் மீதான விருப்பம் போனதும் இன்னொரு நாடகத்தன்மையான நடனத்தின் மீது ஆசை வந்ததுவோ? பம்பாயின் பேரழகி என்ற பெயர் வாங்கிய ருட்டி இப்போது 'திருமதி ஜின்னா' என்ற பாவப்பட்ட பெண்ணாகக் காட்சி அளித்தார். ருட்டி இப்படி மாறிப் போனதை மோதிலால் நேரு மிகவும் வருத்தத்துடன் சரோஜினியிடம் பேசியிருக்கிறார். அவர்கள் பிரிவினை தனித்தனி அறைகளில் வசிப்பது என்பதோடு அல்லாமல் தனித்தனி படுக்கை அறைகளில் தூங்குவதாகவும் ஆகிவிட்டது. அவர்களது தூக்கம் வெவ்வேறு பாணியில் இருந்தது.

(ஒருமுறை சவுத் கோர்ட் வீட்டில் இருந்த ருட்டியின் பொருட்கள் அனைத்தும் ஒரே இடத்தில் குவிக்கப்பட்டன. ஆனால் அவைகளில் இரட்டைக் கட்டில் எதுவும் காணப்படவில்லை.) ஜின்னா தூங்குவதே சிறிது நேரம் தான். ஆனால் பாத்திமா தன் அண்ணனைப் பற்றி எழுதிய நூலில், "ஜின்னா நினைத்தபொழுது தூங்கிவிடுவார்", என்று எழுதியுள்ளார். ஆனால் பாவம் ருட்டிக்கு தூக்கம் அவரை விட்டுப்போய் பல காலம் ஆகிவிட்டது. மனநிம்மதி முற்றிலுமாகப் பறிபோய்விட்டது. விழித்துக் கொண்டே இருந்த இரவுகள் தான் அதிகம். அதோடு தன்னுடைய படுக்கையை யாரோடும் பகிர்ந்து கொண்டதும் கிடையாது. அது நிச்சயமாக ஜின்னாவுக்கு முடியாது. தூங்கும் போதும் அவரைச் சுற்றி அமைதி இருக்க வேண்டும். அமைதி இல்லாத ஆட்கள் பக்கத்தில் அவரால் எப்படித் தூங்க முடியும்? ஆனால் இருவரும் ஆளுக்கு ஒரு பக்கம் தூங்குவது நல்லது. அப்போதுதான் தூங்கும் சிறிது நேரத்திலாவது நிம்மதியாகத் தூங்க முடியும். ஆனால் ருட்டி இரவுகளில் ஓரிரண்டு தடவை எழுந்து உட்கார்ந்திருப்பதும், திடீரென்று இரவுகளில் உட்கார்ந்து காஞ்சிக்கு கடிதம் எழுதுவதும் வழக்கமாகப் போயிருந்தது. நேரம் தவறாமை ஜின்னாவின் ஒரு முக்கியக் கொள்கை. தன் வாழ்க்கையையே அதில் கட்டிப்போட்டு வைத்தவர் அவர். எத்தனை மணிக்குப் படுத்திருந்தாலும், எவ்வளவு நேரம் தூங்கி இருந்தாலும் மிகச் சரியாக அவரது பகல் காலை ஏழு மணிக்கு ஆரம்பிக்கும். அவரது வேலையாள் மிகச் சரியாக அந்தக் காலைநேரத்தில் டீயுடனும், செய்தித்தாள்களுடன் உள்ளே நுழைவார்.

அடுத்த ஒரு மணி நேரத்தில் குளியல். அவர் குளிக்கும்போது அன்று அணிய வேண்டிய உடைகள் தயாராக எடுத்து வைக்கப்பட்டிருக்கும். சரியாக 9 மணிக்கு காலை உணவு. மணி பத்து அடிக்கும் பொழுது அவர் வீட்டை விட்டுப் புறப்பட்டுக் கொண்டிருப்பார். இந்த நேரம் வரை ருட்டி தூங்கிக்கொண்டு இருக்கலாம். தூக்க மாத்திரைகளைப் போட்டுத் தூங்கும் பழக்கம் அவரிடம் தொற்றிக்கொண்டது. இந்தப் புதிய யுகத்தில் இளைஞர்களுக்கென்றே வந்ததுபோல் 'தூக்க மாத்திரைகள்' வகைவகையாக வந்துவிட்டன.

தூக்கமில்லாத இரவுகள் ருட்டியின் உடலையும் மனதையும் மிகப் பெரிதாக பாதித்து விட்டன. ஜெய்சூர்யா சொன்னதுபோல ருட்டியிடம் எந்த அளவிற்கு அவர் எடுத்துக்கொண்ட வெர்னால் என்ற தூக்க மாத்திரை வேலைசெய்தது என்று கண்டுபிடிப்பது கடினம். தூக்கமின்மை, மன அழுத்தம் போன்ற எந்தக் காரணமாக இருந்தாலும் அப்போதிருந்த மருத்துவர்கள் உடனேயே வெர்னால் மாத்திரையை எழுதித் தருவது வழக்கமாக இருந்தது. சிலர் மட்டுமே அதைப் பயன்படுத்துவதை புறம்தள்ளி வைத்தார்கள். உதாரணமாக டாக்டர் நாயுடு தன் மகள் பத்மஜாவிற்கு தூக்கமின்மைக்கு இந்த மருந்தைச் சாப்பிடக்கூடாது; அதற்குப் பதிலாக இளம் வெந்நீரில் குளிப்பது நல்லது என்றும், வெந்நீரில் எப்படிக் குளிக்க வேண்டும் என்பதை விளக்கும் ஒரு பத்திரிகைச் செய்தியையும் தன் மகளுக்கு அனுப்பி வைத்தார். ஆனால் பொதுவாக மருத்துவர்கள் இந்த வெர்னால் என்ற பார்பிட்ரேட் மாத்திரை உடலுக்கு தீங்கு விளைவிக்காது என்று கருதிக் கொண்டிருந்தார்கள். இந்த மாத்திரையின் பக்க விளைவுகளைக் கண்டுபிடிப்பதற்கு ஏறத்தாழ அடுத்த 50 ஆண்டுகள் மருத்துவ உலகிற்குத் தேவைப்பட்டது. தொடர்ந்து இந்த மாத்திரை சாப்பிடுவது மக்களை அதற்கு அடிமையாக்கி விடும்; நாட்கள் செல்லச் செல்ல இன்னும் வீரியமான மாத்திரைகள் அல்லது இதே மாத்திரைகளின் எண்ணிக்கை கூடிக்கொண்டே போகும். பல தருணங்களில் இந்த மாத்திரை மரணத்தில் கொண்டு போய் விடுவதும் உண்டு. ருட்டி எத்தனை நாள் அல்லது எத்தனை மாதங்கள் இந்த மருந்தை எடுத்துக் கொண்டிருந்தார் என்பது தெரியவில்லை. 1925ஆம் ஆண்டின் நடுவில் அவர் இந்த மாத்திரைகள் எடுக்கிறார் என்பது நிச்சயமாகத் தெரிந்தது. ஏனென்றால் அந்த ஆண்டு ஏப்ரல் 7ஆம் தேதி காஞ்சிக்கு எழுதிய கடிதத்தில் இந்த மாத்திரைகள் பயன்படுத்துவது பற்றி எழுதியுள்ளார். கனவில்லாத, போதையான தூக்கம், 5 அல்லது

6 மணி நேரம் மனதிற்கு நிம்மதி. எல்லாம் இந்த மாத்திரையால் கிடைத்தது என்று கூறியிருந்தார்.

தம்பதிகள் இருவரும் ஒரே இடத்தில் இருக்க வேண்டிய கட்டாயம் நேர்கையில் அவர்கள் ஓரளவு ஒதுங்கியே இருந்தார்கள். தனியாக இருப்பதை ருட்டி முடிந்த மட்டும் தவிர்த்து வந்தார். மக்கள் பேரவைக்கு தில்லி செல்லும்போது அங்கு உள்ள ஹோட்டலில் தங்குவதற்கு இரண்டு தனித்தனி அறைகள் கொண்ட தொகுப்பு அமைப்பை வாடகைக்கு எடுத்துக் கொள்வார்கள். தாராளமாக இருவரும் தனித்தனியே இருந்து கொள்ள முடியும். ஆனால் ருட்டிக்கு இதுவும் போதவில்லை. இன்னும் விலகியிருக்க ஆசைப்பட்டார். இதற்காகவே ருட்டி புதிய வழி ஒன்றைக் கண்டுபிடித்தார். தில்லி செல்லும் போது தன்னோடு பத்மஜாவையும் அழைத்துக்கொண்டு சென்றுவிடத் திட்டமிட்டார். தில்லி கூட்டம் ஆரம்பிக்கும்போதே ருட்டிக்கு அச்சம் வர ஆரம்பித்துவிடும். தான் போய்தான் ஆக வேண்டும் என்ற நிலைமையில் வரும் அந்த அச்சம். பத்மஜாவை அழைக்க வேண்டும்; ஒருவேளை அவள் உடன் வர மறுத்து விடுவாரோ என்ற பயத்தில் நேரடியாக பத்மஜாவுக்கு கடிதம் எழுதி விட்டார், தன்னை தில்லியில் விரைவில் சந்திக்கும்படி. 1925 ஜனவரி 2 ஆம் தேதியிட்ட கடிதத்தில் தன் திருமணத்தின் தோல்வியைப் பற்றி சிறிதளவு கூறியுள்ளார். மேலும், திருமணம் தோல்வியில் முடிந்தால் கூட ஜின்னா இன்னும் தன்மீது அன்போடும் பொறுமையோடும் இருக்கிறார். என்னை மகிழ்விப்பதற்காகவே என் தோழியும் என்னோடு சேர்ந்து தங்கிக்கொள்ள இடம் தருவார். ருட்டி சொன்னதில் எத்தனை சரி என்பது தெரியாது. ஆனால் நிச்சயமாக ருட்டி சொன்னதுபோல் ருட்டியின் தோழிக்கு இடம்தர நிச்சயமாக ஜின்னா தயாராக இருப்பார். ஆனால் அவர் ஜின்னாவைப் பற்றி சொன்ன மற்றவை சரியோ தப்போ தெரியவில்லை. அந்தக் கடிதத்தில் திருமணத்திற்குப் பிறகு தன் வாழ்வில் ஏற்பட்ட மாற்றங்களைப் பற்றியும் குறிப்பிடுகிறார். இந்தக் கடிதங்களிலிருந்த முழுமையான உண்மையை முதலில் கண்டுபிடித்தவர் சரோஜினி தான். அதைத் தன் மகன் ரணதீராவிற்கு எழுதிய கடிதத்தில் எழுதியுள்ளார். அனேகமாக அக்கடிதம் தவறான தேதி இடப்பட்டு இருந்திருக்கலாம். அதில் இருந்த தேதி 1921 ஏப்ரல். ஆனால் அப்போது ருட்டி மான்டி கார்லோவில் இருந்தார். அந்த கடிதத்தில் சரோஜினி, "உடலாலும் மனதாலும் ருட்டி மிகவும் மாறிவிட்டாள். அவள் அழகு மங்கிப் போய்விட்டது ஆனாலும்

இன்னும் மற்றவர்களைவிட அழகாகவே இருந்தாள்", என்று உண்மையைச் சொல்லியிருந்தார்.

ஆனால் சரோஜினி இன்னொன்றைக் காணத் தவறி விட்டார். அது உடைந்து போன ருட்டியின் தன்னம்பிக்கை. அதோடு, திருமணம் முடிந்ததும் உறவுகளால் ஒதுக்கப்பட்டது அடுத்த ஒரு பேரிடியாக அவர் மேல் இறங்கியது. ஒரு காலத்தில் மகாபலிஷ்வருக்குத் தன்னைப் பார்க்க வந்தபோது ஒரு இளவரசியாக, அத்தனை அழகோடும், மகிழ்ச்சியோடும் பத்மஜாவைச் சந்தித்தார். அப்படி இருந்த பெண் இன்று ஒன்பது வருடங்கள் கழித்து அதே தோழியால் புறந்தள்ளப் படுகிறார் என்ற நிலைக்கு வந்துவிட்டார். மலையிலிருந்து மடுவிற்குச் சரிந்து விட்டார். தனிமை, வெறுமை என்று ஒவ்வொன்றாக அவர் மேல் இறங்கி தான் தனிப்பட்டு வருந்திக் கிடப்பதை பத்மஜாவுக்கு தனது கடிதத்தில் எழுதியிருந்தார். இவற்றையெல்லாம் நேரில் சொல்வதற்கு ருட்டிக்கு மனதில்லை. இந்த கடிதம் எழுதுவதற்கு முந்தைய நாள்தான் பம்பாயில் பத்மஜாவைச் சந்திக்கிறார். ஆனால் தன்னுடன் தில்லிக்கு வர வேண்டும் என்ற வேண்டுகோளை பத்மஜாவின் முகத்துக்கு நேர் கேட்க அவருக்கு விருப்பமில்லை. தில்லிக்குத் தன்னோடு வரும்படி கடிதம் எழுதுகிறார். பத்மஜா ஒருவேளை தில்லி வர மறுத்து விடலாம் என்றும் ருட்டி நினைத்தார். நண்பர்களாக இருந்தாலும் நேரடியாகக் கேட்பதே முறையாக இருந்தாலும் ருட்டி இந்தப் பின்வழியையே கையில் எடுத்துக் கொண்டார். நேரில் பார்த்தபோது முகத்திற்கு முகம் கேட்காமல் கடிதத்தின் மூலமாகவே தனது வேண்டுகோளை பத்மஜாவிற்கு அனுப்புகிறார்.

ருட்டி தான் எழுத ஆரம்பித்த கடிதத்தை மிகவும் பதட்டத்துடன் எழுத ஆரம்பிக்கிறார். அவருக்கே தெரியும் சில ஆண்டுகளில் பத்மஜாவுக்கும் தனக்கும் உள்ள நிலைப்பாடுகள் முழுவதுமாக, தலைகீழாக மாறிவிட்டிருந்தன. "என்னிடம் கார் கிடையாது; நீங்கள் வந்தால் ஹைதராபாத்தில் உங்களை சுற்றிக் காண்பிக்க கூட எனக்கு வசதி இல்லை" என்று பயந்து கொண்டே பேசிய பத்மஜா இப்போது ருட்டி கேட்பதற்கு ஆமோதிக்கலாம்; இல்லாவிட்டால் முடியாது என்று எளிதாகச் சொல்லி விடலாம். இப்போது ருட்டி தயவைக் கேட்கும் நிலையில் இருந்தார். பதட்டமான அந்த கடிதம் இவ்வாறு செல்கிறது: "நேற்று நான் உன்னை நேரில் பார்க்கும்பொழுது ஒரு உதவி கேட்க நினைத்தேன். ஆனால் உடனே வேண்டாம் என்று

சொல்லி விடுவாயோ என்ற அச்சமும் தயக்கமும் எனக்கு வந்தது. ஒருவேளை நீ உடனே மறுத்துவிட்டால் நான் பல நாள் கட்டி வைத்திருக்கும் கற்பனைக் கோட்டைகள், கனவுகள் ஒன்றுமில்லாமல் போய் விடலாம் என்ற அச்சமும் பின்தொடர்ந்து வந்தது. கடந்த சில வாரங்களாக நான் நினைத்தவை உண்மையில் நடப்பதற்கு நீதான் உதவி செய்ய வேண்டும்." இன்னும் நேரடியாக தனக்கு வேண்டிய உதவியை பத்மஜாவிடம் கேட்பதற்கு ருட்டிக்குத் தயக்கம் இருந்தது. ஒருவழியாக மனதை மாற்றி கடிதத்தைத் தொடர்கிறார்: "எனக்கு என்ன வேண்டும் என்று கேட்பதற்கு எனக்குத் தடுமாற்றமாக இருக்கிறது. ஏனென்றால் உன் பதில் எனக்கு அத்தனை முக்கியம். நான் கேட்காமல் இப்படியே இழுத்தடிப்பது பார்த்து உனக்குக் கோபம் வரலாம். இதோ சொல்லி விடுகிறேன். நீ தில்லிக்கு வந்து எங்களோடு இரண்டு வாரம் அல்லது மேலும் சில நாட்கள் தங்கியிருக்க வேண்டும். நாங்கள் வழக்கம்போல் Maiden's ஹோட்டலில் தங்குவோம். நீயும் எங்களோடு வருவதாக இருந்தால் உனக்கும் ஓர் அறையை ஒழுங்கு செய்து விடுவோம். அதில் இரண்டு தனித்தனி அறைகள் இருக்கும். அதில் ஒரு அறையைப் பூட்டிக்கொண்டு நான் தனியாக இருக்க முடியும். இன்னொரு அறையில் 'ஜே' தங்கிக் கொள்வார். அல்லது உனக்கு தனி அறை வேண்டுமானால் அதையும் என்னால் தயாராக வைத்திருக்க முடியும்."

"'ஜே' 17-ஆம் தேதி அங்கே இருக்க வேண்டும்." இதை ருட்டி வேண்டுமென்றே குறிப்பிடுகிறார். ஏனென்றால் இந்தப் பயணம் 'ஜே'க்கு முக்கியமானதாக இருக்கும்; தனக்கு அப்படி இல்லை என்பதை குறிப்பதற்காகவே இதைக் கூறியுள்ளார். மேலும் "நான் ஒருவேளை அவரோடு செல்லலாம்; அல்லது காலம் தாழ்த்தி பின்னால் செல்ல முடியும். ஆனால் அது எப்போது என்பதை உன் பதிலை வைத்து தான் முடிவு செய்ய வேண்டும். பிப்ரவரி மாதத்தின் முதல் வாரம் சரியாக இருக்கும். அது உனக்கும் சரி என்றால் நாம் இருவரும் இணைந்து தில்லி செல்ல முடியும்", என்று குறிப்பிட்டிருந்தார். கேட்க வேண்டியதைக் கேட்டு விட்டார். இப்பொழுது பதிலுக்காக ஆவலோடு காத்துக்கொண்டிருக்கிறார். "தயவு செய்து நானும் வருகிறேன் என்று சொல்லிவிடு. அதை வைத்தே நான் திட்டமிட வேண்டியது இருக்கும். நீ மாட்டேன் என்று சொல்லி விட்டால் எனக்கு அது மிகப் பெரிய ஏமாற்றமாக இருக்கும். ஆனால் உன் சம்மதம் உன் மனதைப் பொறுத்தது. முடிவைக் கொஞ்சம் சீக்கிரம் சொல்லி விடு. பதிலுக்காகக் காத்திருப்பேன். அதோடு

தனியறை வேண்டுமானால் முதலிலேயே ஹோட்டலுக்கு அறிவித்துவிட முடியும். அன்போடு ருட்டி", என்று கையெழுத்திட்டு, கடிதத்தை உடனே அனுப்பி வைத்தார்.

பாவம் ருட்டி. ருட்டியின் கடிதத்தை பத்மஜா வாசித்து முடித்தார். ஆனால் அதற்கு முன்பே அவருக்கு வேறு ஒரு முக்கிய வேலை வந்துவிட்டது. எல்லாம் ருட்டியின் கெட்ட நேரம்! பம்பாயிலிருந்த அவருக்குத் திடீரென்று ஹைதராபாத்திலிருந்து ஓர் அவசர அழைப்பு வந்துவிட்டது. அழைப்பு என்பதைவிட 'சோகத்தின் ஓலம்' என்றும் கூறலாம். காரணம் அத்தனை முக்கியமாக இருந்ததால் விடுமுறைக்கு தங்கவேண்டும் என்ற தன் எண்ணத்தை விட்டு தாயையும் சகோதரியையும் விட்டுவிட்டு உடனே அடுத்த ரயில் மூலம் ஹைதராபாத்துக்குப் புறப்பட்டு விட்டார். அந்த அழைப்பிற்குக் காரணம் எதுவும் சொல்லவில்லை. பத்மஜாவுக்கு 1925 ஜனவரி 16 ஆம் தேதி தாஜ் ஹோட்டலில் இருந்து லீலாமணி எழுதிய கடிதத்திலும் எதுவும் வெளிப்படையாக இல்லை. "உன்னிடம் ஏதும் கேட்க வேண்டாம் என்று அம்மா எனக்குச் சொன்னார். ஆகவே நானும் என் ஆசைகளை மூட்டை கட்டி வைத்து விட்டேன். அதிகமாக ஆர்வம் காண்பிக்க விரும்பவில்லை", என்று கடிதத்தில் இருந்தது.

அடுத்த இரண்டு வாரங்கள் கழித்து ருட்டியிடமிருந்து வந்த அழைப்பையும் பத்மஜா தவிர்க்க வேண்டியதாகிவிட்டது. ஹைதராபாத்தில் இருந்த அவசர வேலை இன்னும் முடியவில்லை. ருட்டிக்கு பெருத்த ஏமாற்றம். இதை அறிந்த சரோஜினி பத்மஜாவுக்கு ஒரு கடிதம் எழுதினார் அதில், "அவளோடு நீ போய் சேராததால் மனமுடைந்து போய் விட்டாள்" என்று சோகமாக எழுதி இந்த வரியோடு பத்மஜாவிற்கு சாதகமாக இரு வரிகளை சரோஜினி எழுதியிருந்தார். அந்த கடிதம் ஜனவரி 30ஆம் தேதி எழுதப்பட்டது. "உன்னை நினைத்துப் பார்த்தால் நீ போகாதது நல்லது என்றே நினைக்கிறேன்; ஏனென்றால் இப்பொழுது மெய்டன் ஹோட்டலில் எவ்வளவு கூட்டம் இருக்கும் என்பது உனக்கு நன்றாகத் தெரிந்திருக்கும்." இதை அடுத்து தாஜ் ஹோட்டலில் இருந்து லீலாமணி ஹைதராபாத்தில் இருக்கும் பத்மஜாவிற்கு ஒரு கடிதம் எழுதுகிறாள். அதில் கூட்டமெல்லாம் பெரிய பிரச்சனையில்லை; அதை விட அலுப்புதான் அதிக சிரமமாக இருக்கும் என்று எழுதிவிட்டு, மேலும் தொடர்கிறாள்: "நீ ருட்டியிடம் போக முடியாமல் போனது எனக்கே மிகவும்

கஷ்டமாக இருக்கிறது. அதோடு, அங்கிருக்கும் குளிர் உன்னை வாட்டி எடுத்து விடும். முன்பே தில்லியின் குளிர்காலம் உன்னை எவ்வளவு சிரமப்படுத்தியது. மேலும் நீ, 'குளிர், அலுப்பு இதையெல்லாம் தாண்டி வந்து விட்டேன். அதை விட கடினமான தொல்லைகளையும் தாண்டித்தான் வந்திருக்கிறேன்' என்று சொன்னாலும் சொல்வாய்."

தில்லிக்கு வர முடியாது என்று பத்மஜா கொடுத்த வேதனையை விட இன்னுமொரு கவலை ருட்டிக்காகக் காத்திருந்தது. ருட்டியின் சொந்த சமூக வாழ்க்கையைப் பற்றிய விஷயம் அது. அது ருட்டியிடம் மீதியிருந்த சிறு தன்னம்பிக்கையையும் முற்றிலுமாக முறித்துவிட்டது. அது லீலாமணியோடு அவர் கொண்டிருந்த நட்புறவு. வாழ்நாளெல்லாம் தொடர்ந்து வரும் என்று நம்பி இருந்த அந்த உறவு திடீரென்று அறுந்து கொண்டது. நீண்ட நெடும் சம்பவமொன்று நடந்தது. அதன் முடிவில் ருட்டி ஒரு சோகக் கிணற்றுக்குள் தள்ளி விடப்பட்டார். ஹைதராபாத் நண்பர் உமர் சோபானிக்கு தங்கை ஒருவர் இருந்தார். பெயர் கன்னும்; செல்லமாக அழைக்கப்படும் பெயர் கானு. இந்தப் பெண் லீலாமணியின் நெருங்கிய நல்ல ஒரு தோழி. ருட்டி, கன்னும் இருவரும் கடந்த இரு வருடங்களாக மிகவும் நெருங்கிப் பழகிக்கொண்டு இருந்தார்கள். ஆனால் இது கன்னுமின் அண்ணன் உமருக்குச் சுத்தமாகப் பிடிக்கவில்லை. இந்த நட்பை ஒரு முடிவுக்குக் கொண்டுவர வேண்டும் என்று உமர் முடிவெடுத்தார். ஒருநாள் சொல்லாமல் கொள்ளாமல் நேராக சவுத் கோர்ட்டுக்குச் சென்று ருட்டியைச் சந்தித்தார். இது அவரது தங்கைகள் யாருக்கும் தெரியாது. உமர் அவரிடமிருந்து செய்தி கொண்டு வந்திருப்பதாக ருட்டியிடம் பொய் சொன்னார். அந்தக் கடிதத்தைப் படித்ததும் அவருக்கு தனது தோழி மீது இருந்த நம்பிக்கை முழுவதுமாகப் பொய்த்துப் போனது. இந்தத் திட்டமிட்ட சதியை உமர் தன் தங்கை கன்னுமிடமும் செய்தார். ருட்டியிடமிருந்து கடிதம் ஒன்று வந்ததாகவும் அதில் உன்னை மிகவும் கேவலமாக திட்டி எழுதியிருந்தார். ருட்டிக்கு உடல் நலம் இல்லாததால் அதை உன்னிடம் காண்பிப்பதற்கு முன்பே கிழித்து விட்டேன் என்றும் ஒரு கதையைக் கட்டிவிட்டார். இருவரிடமும் இந்தப் பொய்க்கதை ஒரே முடிவைத்தான் கொண்டு வந்தது. இருவரும் ஒருவரை ஒருவர் முற்றிலுமாக வெறுக்க ஆரம்பித்தனர். உமர் தனது பொய்க்கதையில் லீலாமணியையும் ஒரு முக்கியக் கதாபாத்திரமாகக் கொண்டு வந்துவிட்டார். இந்தக் கதை லீலாமணிக்கு கோபமும் வெறுப்பும் உண்டாக்க அவரும் ருட்டியை வெறுத்து விட்டார்.

சாதாரண நாட்களாக இருந்திருந்தால் ருட்டி இதைத் தூக்கி எறிந்திருப்பார். அல்லது இரண்டு தோழிகளையும் அழைத்து உமர் கூறியது உண்மைதானா என்று நேருக்கு நேர் கேட்டிருப்பார். எல்லாம் இனிமையாக முடிந்திருக்கும். ஆனால் கடந்த சில ஆண்டுகளாக ருட்டியின் மீதிருந்த சமூகப் பார்வை முற்றிலுமாக மாறிவிட்டது. பெரும் கெட்ட பெயர் எடுத்திருந்தார்; அவர் மேல் பல களங்கங்கள் பல பக்கங்களிலிருந்தும் சுமத்தப்பட்டிருந்தன. எந்த அளவுக்கு எனில் இவரோடு பழகும் ஏனைய இளம்பெண்களின் பெற்றோர்கள் இவரோடு பழகுவதைக் கண்டித்தார்கள்; தங்கள் பிள்ளைகள் ருட்டியோடு பழகுவதை அவர்கள் விரும்பவில்லை. ஏற்கனவே இருந்த தனிமை இப்பொழுது இன்னும் அதிகமாக, ஆழமாக மாறிவிட்டது. ஆகவே தொட்டதற்கெல்லாம் வெறுப்பு; இதன் காரணமாக எல்லோரிடமிருந்தும் விலகி நிற்க ஆரம்பித்து விட்டார். இப்போதும் அதுவே தொடர்ந்தது. லீலாமணி, கானு இருவரிடமும் நட்பு முறிந்து போனது. அவர்கள் இருவரிடமும் எந்தக் காரணமும் கேட்கவில்லை. அதைத்தான் உமர் எதிர்பார்த்து பயந்து கொண்டிருந்தார். அவருக்கே பெரிய ஆச்சரியம். ருட்டியிடமிருந்து எந்தக் கேள்வியும் வரவில்லை. அவர் நினைத்தது முழுமையாக நடந்து முடிந்துவிட்டது. சரோஜினி, பத்மஜாவுக்கு 1926 ஜனவரி 16 ஆம் தேதி எழுதிய கடிதத்தில் இந்த நட்பு முறிவு பற்றி எழுதுகிறார்; ஆனால் அதற்கான உண்மையான காரணம் என்ன என்று அவருக்கும் தெரியாது.

சரோஜினி கடிதம் எழுதிய அதேநாளில் லீலாமணி பத்மஜாவுக்கு ஒரு கடிதம் எழுதுகிறார். அதில் கானுடன் ஏற்பட்ட தவறான புரிதல் சரியாகிவிட்டது என்று எழுதியுள்ளார். "நீ போன பிறகு நான் இதுவரை ருட்டியைப் பார்க்கவில்லை. ஆனால் கானு என்னைப் பார்க்க வந்தாள். நான் ஏன் அவளை 'பெரிய பொய் சொல்லி' என்று அழைத்தேன் என்று என்னிடம் கேட்டாள். அதற்கு நான் பதில் சொல்ல, இப்போது இருவரும் சமாதானம் ஆகிவிட்டோம். இதேபோல் ருட்டியிடமும் பேசியிருக்கலாம். ஆனால் எனக்கு மீண்டும் மீண்டும் ஏதாவது பேசி சமாதானம் ஏற்படுவதும்... பின் சண்டை போடுவதுமாக இருப்பது பிடிக்கவில்லை. அவளுக்குப் பிடிக்கிறதோ இல்லையோ, நான் அவளுக்கு ஒரு நல்ல தோழியாகவே தொடர்ந்திருப்பேன். அவள் இல்லாமல் என்னால் இருக்க முடியாது. இதுபோன்ற மனவருத்தங்கள் ஏற்படும்பொழுது அவைகளை அப்படியே விட்டுவிட்டு காலம் சரி செய்து விடும் என்று நம்பினால்

எல்லாம் நல்லபடியாக முடியும்" என்று நம்பிக்கையோடு அக்காவிற்கு கடிதம் எழுதினாள். ஆனால் அந்த நம்பிக்கை உண்மையாகவில்லை. காலம் ருட்டியிடம் அப்படி ஒரு கருணையைக் காட்டவில்லை. இன்னும் சொல்வதானால் அவர் மனதிற்குள் இது ஒரு பெரும் பிளவை ஏற்படுத்தி விட்டது.

காலம் கடந்து போனது. ஏறத்தாழ பதினைந்து மாதங்கள் ஓடிவிட்டன. ருட்டி ஜின்னாவோடு வெளிநாடு செல்வதற்கான தயாரிப்பில் இருந்தார். இங்கிலாந்தில் நடக்கும் ஸ்கீன் கமிட்டி (Skeen Committee) கூட்டத்தில் பங்கேற்பதற்காகப் போக வேண்டியதிருந்தது. அவர்கள் கப்பலில் புறப்படுவதற்கு முன்னால் கன்னும் ருட்டியோடு சமாதானம் செய்து கொள்வதற்காக சவுத் கோர்ட் வீட்டிற்கு வந்திருந்தார். கப்பலில் செல்லும்பொழுது ருட்டி காஞ்சிக்குக் கடிதம் ஒன்றில் இந்த நிகழ்வைப் பற்றி எழுதுகிறார். "நான் புறப்படுவதற்கு முந்தைய நாள் கன்னும் என்னைப் பார்ப்பதற்காக நேரில் வந்திருந்தார். நான் ஒரு மோசமான கடிதமொன்றை எழுதியதாகவும் அப்பொழுது அவள் உடல்நலம் இல்லாமல் இருந்ததால் உமர் அவளிடம் அந்த கடிதத்தைக் காண்பிக்காமல் கிழித்து விட்டான் என்று சொன்னதாகக் கூறினாள். அதோடு உமர் என்னைப் பார்க்க வந்ததும், அப்போது அவன் என்னிடம் சொல்லிய தவறான கதையும் அவளுக்குத் தெரியவே தெரியாதாம்."

இந்த நிகழ்ச்சியிலும் ருட்டி தன்னைப்பற்றி, தான் எளிதாக ஏமாறுவது பற்றிப் புரிந்துகொள்ளவில்லை. ஆனால் நடந்த நிகழ்விற்காக கன்னுவின் மேல் பரிதாபம் வந்தது. "பாவம் அந்தப் பெண்... நான் அவளிடம் வேறு ஒன்றும் சொல்லவில்லை. நான் திரும்பி வந்ததும் இதைப்பற்றி உமரிடம் பேசுகிறேன் என்று சொன்னேன். அவளுக்கு வாழ்க்கையே ஒரு கடினமான விஷயமாகப் போய்விட்டது. உலகம் தன்னை விழுங்கக் காத்திருக்கும் பெரிய மிருகம் என்று நினைத்தாள். இப்பொழுது அவள் தன்னைத்தானே ஒரு கட்டுக்குள் கொண்டு வராவிட்டால், பாவம் அவள் உடலாலும் உள்ளத்தாலும் நொறுங்கிப் போய் விடுவாள். அவளைச் சுற்றி நடக்கும் விஷயங்கள் அத்தனை கடினமானது. நானும் அவளிடத்தில் இருந்திருந்தால் இது போலவே சோகத்தில் ஆழ்ந்திருப்பேன்", என்றது அவரது கடிதம். மேலும், 'தொடர்ந்து நிகழும் நிகழ்ச்சிகள்' என்று கன்னும் வாழ்க்கையைப் பற்றிக் கூறும் பொழுது - அவளைச் சுற்றி நடக்கும் விஷயங்கள் அத்தனை கடினமானது - ருட்டி கூறியது ஒருவேளை சொபானி

வியாபாரத்தை ஹைதராபாத் அரசு விலக்கித் தடுத்து விட்டது; ஏனென்றால் அந்தக் குடும்பம் காந்தியின் ஒத்துழையாமை இயக்கத்தில் முழுமையாகக் கலந்து கொண்டது. கன்னுவின் வாழ்க்கையைப் பற்றி இவ்வளவு பேசும் ருட்டி தன்னுடைய வாழ்வில் கலந்துவிட்ட சிரமங்களைப் பற்றி அதிகமாக ஏன் யோசிக்கவில்லை. 'விழுங்கக் காத்திருக்கும் பெரிய மிருகம்' என்று ருட்டி கன்னுவைப் பற்றி கூறியது கன்னுவை விட ருட்டிக்கே மிகவும் பொருத்தமாக இருக்கும். கன்னும் கீழே விழுந்தாலும் தாங்குவதற்கு குடும்பத்தில் பலர் இருந்தனர்.

எல்லோருக்கும் தோற்றம் அளித்தது போல் ருட்டி நல்ல உடல்நலத்துடன் இல்லை. இப்போது ஒருமுறை மயக்கம் போட்டு விழுந்தார். தன்னுடைய வாழ்க்கையிலிருந்து லீலாமணி, கன்னும் போன்றவர்கள் விலகியதும் ஒரு பெரிய தாக்கத்தை உண்டுபண்ணி இருக்கலாம். பத்மஜா தான் தில்லி வரவில்லை என்று கூறியதும் இன்னொரு தாக்கமாக இருக்கலாம். இந்த அழுத்தங்கள் அனைத்தும் ஒன்றாக இணைந்து மீண்டும் உடல்நலம் கெட்டது. மருத்துவர்களால் எந்தக் காரணத்தையும் கண்டுபிடிக்க முடியவில்லை. ஓய்வெடுக்க வேண்டும் என்று கூறினாலும் மனம் அலைக்கழிந்திருப்பதால், நிம்மதியாகப் படுக்கையில் படுத்திருக்க உடம்பும், மனமும் இடம் கொடுக்கவில்லை. அவ்வளவு உடல் நலம் இல்லாத காலத்திலும் எப்படியோ சரோஜினியைப் பார்ப்பதற்காக தாஜ் ஹோட்டல் சென்றார். பிப்ரவரி 5ஆம் தேதி சரோஜினி பத்மஜாவுக்கு எழுதிய கடிதத்தில், "ருட்டியின் உடல்நிலை மிகமிக மோசமாக இருக்கிறது. நேற்று என்னைப் பார்ப்பதற்காக வந்திருந்தாள். நாம் வழக்கமாக உடல் பாதியாக இளைத்து விட்டது என்று சொல்வோமே, அது உண்மையிலேயே அப்படியே நடந்திருந்தது. அவளால் எழுந்து உட்காரக்கூட முடியவில்லை. பார்க்கும்போதே பாவமாக இருந்தது." இதில் ஒரே ஒரு நல்ல விஷயம் என்னவென்றால் உடல் நலமில்லாமல் இருந்ததால் அவள் இப்பொழுது தில்லிக்குப் போய் வர வேண்டியது இல்லை. எளிதாக அதைத் தவிர்த்து விடலாம். மக்கள் மேலவை நடக்கும் நேரமெல்லாம் தில்லி போக வேண்டியதில்லை. இரண்டு வாரங்கள் முடிந்த பின்னும் தில்லி சென்று ஜின்னாவோடு சேர்ந்திருக்க அவள் செல்லவில்லை. ஆனால் அதற்குப் பதிலாக ஆக்ஸ்போர்ட் பல்கலைக்கழகத்தில் இருந்து வந்திருந்த லீலாமணியின் தோழி ஒருத்தியுடன் பம்பாய் நகரை சுற்றிப் பார்த்துக் கொண்டிருந்தார். ஏனெனில் அப்போது

லீலாமணியும் சரோஜினியும் பம்பாயில் இல்லை. லீலாமணியின் தோழி, "ஒரு அழகான சின்ன பெண்; பழகுவதற்கு இனியவர்; பண்பான பெண்; பெரிய விளையாட்டுப் புலி." அந்தப் பெண்ணைப் பற்றி சரோஜினி பத்மஜாவிற்கு பிப்ரவரி 21ஆம் தேதி எழுதிய கடிதத்தில் இவ்வாறு குறிப்பிட்டிருக்கிறார். அந்தப் பெண் சரோஜினி வேலை நிமித்தமாக லீலாமணியுடன் பாட்னாவிற்குப் புறப்பட்டுக் கொண்டிருக்கும்போது பம்பாய் வந்து சேர்ந்தார். ருட்டிக்கும் லீலாமணிக்கும் நடுவில் ஏற்பட்டுள்ள பிரச்சனை எதுவும் சரோஜினிக்குத் தெரியாது. ஆகவே அவர் மிக எளிதாக அந்தப் பெண்ணை ருட்டியிடம் ஒப்படைத்துவிட்டு பாட்னாவிற்குப் புறப்பட்டுப் போய்விட்டார். ருட்டி அந்தப் பொறுப்பை எடுத்துக் கொண்டார். இதை சரோஜினி பத்மஜாவுக்கு தன்னுடைய கடிதத்தில் தெரிவித்து விடுகிறார்.

இப்போது லீலாமணி தன் தாயாருடன் தாஜ் ஹோட்டலில் தங்கி இருக்கிறார். சரோஜினி எங்கெங்கு செல்ல வேண்டுமோ அவளும் தன் தாயோடு துணைக்குச் சென்றுவிடுகிறார். ருட்டி வழக்கம்போல் சரோஜினி பம்பாயில் இருக்கும்போது தாஜ் ஹோட்டலுக்குச் சென்று விடுவார். லீலாமணியோடு உள்ள பிரச்சனையை வெளியில் காண்பித்துக் கொள்வதில்லை. ஆகவே சரோஜினிக்கும் அது தெரியாது. ஏறத்தாழ ஒரு மாதம் ஓடிவிட்டது. அதன்பிறகுதான் விசயம் எல்லோருக்கும் தெரியவந்தது. அனைத்தும் தெரிந்த பிறகு சரோஜினி ருட்டியின் சார்பாகவே நின்றார். ஏனென்றால் லீலாமணியினால் ருட்டி மிகவும் மனம் சோர்ந்து விட்டார். மார்ச் 23 ஆம் தேதி தன் மகன் ரணதீராவிற்கு ஒரு கடிதம் எழுதுகிறார் சரோஜினி. அதில், "பப்பியை (லீலாமணியின் செல்லப்பெயர்) நன்றாக முதுகில் நாலு சாத்து சாத்த வேண்டும். முட்டாள்! நிச்சயம் சீக்கிரம் என்னிடம் அவள் அடி வாங்கத்தான் போகிறாள். எல்லோரையும் கேலி செய்வது; நல்ல நண்பர்களையும் தன்னுடைய கோபத்தால் எதிரிகள் ஆக்கிவிடுவது என்று எல்லாக் கெட்ட பழக்கங்களும் அவளிடம் மொத்தமாகக் கொட்டிக் கிடக்கின்றன. சீக்கிரமே அவளுக்கு தான் யார் என்று புரிந்து விடும் என்று நினைக்கிறேன். ஆனால் அது வரைக்கும் என் பாடு திண்டாட்டம்தான். என்னை மிகவும் நோகடிக்கிறாள்."

1925, இந்த ஆண்டு முழுவதும் ருட்டி அடிக்கடி நோய்வாய்ப்படுகிறார். அதனால் குளிர்காலக் கூட்டத்தொடருக்கு

தில்லி செல்லவில்லை. அடுத்து கோடை கூட்டத்தொடருக்கும் சிம்லா செல்லவில்லை. உடம்பு நலமில்லாமல் போகும் நேரம் எல்லாவற்றிலும் அவருடைய நடவடிக்கைகள் ஏறத்தாழ ஒரே மாதிரி இருந்ததாக சரோஜினி நினைத்தார். சோர்வுற்று இருப்பார்; சடாரென்று நல்ல நிலைக்குத் திரும்புவார்; மறுபடி ஒரு மயக்கம்; முழுமையாக ஒடிந்து கட்டிலிலிருந்து எழுந்திருக்க முடியாமல் புழுவாய் சுருண்டு கிடப்பார். இதனால் சரோஜினிக்கு ஒரு ஐயம் மனதில் மெல்ல எழுந்தது: ஒருவேளை இது ருட்டி மன அழுத்தத்தால் தனக்குத்தானே செய்து கொள்வதோ? பின்னாளில் சரோஜினி இன்னொன்றையும் கண்டுபிடித்தார். ருட்டி உடல்நலமில்லாமல் போய்விடுகிறார்; ஓரளவு உடம்பு சரியானதும் அதிகமாக உணவுகளை உண்கிறார்; மீண்டும் காய்ச்சலில் விழுகிறார். இவைகளைத் தொடர்ந்து கவனித்துக் கொண்டிருந்தார் சரோஜினி. ஆனால் சரோஜினியால் ருட்டிக்கு வேறு எந்த உதவியும் செய்ய முடியாமல் போனது. ஏனென்றால் இந்த ஆண்டு அரசியல் களத்தில் மிகவும் தீவிரமான ஆண்டாக இருந்தது. சரோஜினியின் வேலைப்பளுவும் அதிகமாக இருந்தது. அடுத்தடுத்த காங்கிரஸ் மாநாடுகள்; கூட்டங்கள்; அதற்குத் தலைமைப் பதவி வகித்தல்; இப்படியாக நாட்கள் மிகுந்த பணிச்சுமையோடு, விரைந்து சென்று கொண்டிருந்தன. அதனால் ருட்டியைத் தனியாக கவனிக்க முடியவில்லை. ருட்டியும் தன் சலன புத்தியால் தன் உடல் நலத்தைத் தானே மேலும் மேலும் கெடுத்துக் கொண்டிருக்கிறார்.

ருட்டியின் தாயார் எந்த உதவியும் செய்ய முடியாத தடுமாற்றமான நிலையில் இருந்தார். மகள் மீது அக்கறை தான்; ஆனால் அதையும் தாண்டி கவனிக்கப்படாமல் விடப்பட்டிருக்கும் தன் பேத்தியின் நிலையையும் அவரைக் கவலைக்கு உள்ளாக்கியது. இந்தச் சோகத்தை சரோஜினி பத்மஜாவுக்கு எழுதிய கடிதத்தில் - மார்ச் 25 - குறிப்பிட்டுள்ளார். சரோஜினி பெத்தித் மாளிகைக்குப் போக வேண்டிய வாய்ப்பு ஒன்று வந்தது. பெண்களுக்காக மாளிகையின் தோட்டத்தில் விழா ஒன்று நடந்தது. அதில் பேசுவதற்காக சரோஜினி சென்றிருந்தார். இதைப்பற்றி தனது கடிதத்தில்,

“மாளிகை மிகவும் தடபுடலாக இருந்தது. மிக அழகான பிரஞ்ச் பாணியில் புல்வெளி; அதில் சிவப்பு வண்ணங்களில் பூக்கள் விரவிக் கிடந்தன. நாகரிகமான பெண்கள் பெரும் கூட்டமாய் வந்திருந்தார்கள். ஆனால் பேசுவதற்கு முன்பாக அந்த நாள்

முழுதும் நான் லேடி பெத்தித்தோடு பேசிக்கொண்டிருந்தேன். ருட்டியின் அம்மா சோகத்தில் மூழ்கியிருந்தார். ருட்டி உடல்நலமில்லாமல் இருப்பதை அறிந்து விரைவில் இறந்து விடுவாளோ என்ற கவலை அவரைப் பற்றிக்கொண்டது. ஆனால் மகள் மேல் அவருக்கு அத்தனை கோபம் - அது அவரது பேத்தியினால். அந்த குழந்தையை அனாதைப் பிள்ளைபோல் வைத்திருப்பதை அறிந்து அத்தனை கோபம் அவருக்கு."

ருட்டி வெளித்தோற்றத்தில் காண்பித்துக் கொள்வதையும் தாண்டி, உண்மையான உடல்நிலை மிகவும் மோசம் என்பதை பலரும் கண்டுபிடிக்க ஆரம்பித்துவிட்டார்கள். வழக்கமாகப் பழகுபவர்கள் தவிர்த்து மற்றவர்கள் அதை கண்டுபிடித்து விட்டனர்! உதாரணமாக ஜஹானாரா ஷாநவாஸ் ருட்டிக்கு நன்கு தெரிந்தவர். ஏனென்றால் இவருடைய தந்தை நண்பர்களுக்காக சிம்லாவில் அடிக்கடி விழாக்கள் நடத்துவது உண்டு. அவைகளில் அவர் அடிக்கடி ருட்டியைச் சந்தித்திருக்கிறார். அவரைப் பொருத்தவரை ருட்டி உயிர்த்துடிப்புள்ள பெண்; முழுமையாக வாழ்ந்து கொண்டிருக்கும் பெண் என்பது அவரது கருத்து. "எங்கள் வீட்டு விழாக்களின்போது விளையாட்டுகள் ஏதும் நடந்தால் அதில் முழு மூச்சுடன் கலந்து கொண்டு எல்லோரையும் மகிழ்ச்சிப்படுத்துவார். அவரால் அந்த விழாவே மகிழ்ச்சியோடு இயங்கும். விழாக்களில் அத்தனை இன்பமாக இருப்பார். ஆனால் அவரிடம் சில வித்தியாசமான பண்புகளைப் பார்த்தேன். காரம் அதிகமாக சாப்பிடக் கூடாது என்று மருத்துவர்கள் சொல்லியிருந்தாலும் பச்சைமிளகாயைக் கடித்துச் சாப்பிடுவார். நான் அதை கண்டித்துப் பார்த்துவிட்டேன். ஆனால் அவர் அதைக் கண்டுகொள்ளவே இல்லை. எதையோ இழந்து நிற்பது போன்ற ஒரு பெண் அவள்; அதற்காகவே சுற்றியிருக்கும் பலருக்கும் அவர் தொடர்ந்து அதிர்ச்சிகளை கொடுத்துக்கொண்டே இருந்தார்", என்று தனது நினைவுக் குறிப்புகளில் குறித்து வைத்திருந்தார்.

அடுத்தவர்களுக்கு அதிர்ச்சி கொடுப்பது என்பதை பல்வேறு விதங்களில் அவர் தொடர்ந்து செய்துகொண்டே இருந்தார். மக்கள் பேரவை கோடையில் சிம்லாவில் நடக்கும். வைஸ்ரீகல் லாட்ஜ் என்ற இடத்தில் நடக்கும் கூட்டத்தில் வைஸ்ராய் வரும் பொழுது அனைவரும் எழுந்து நிற்பது தான் வழக்கம், ஆனால் ருட்டி அதை எளிதாக மீறினாள். அவள் தரப்பில் அவள் வழக்காடுவது என்னவெனில் "ஒரு பெண் எழுந்து மரியாதை காண்பிக்கத் தேவையில்லை. அவர் வைஸ்ராயாக இருந்தாலும்

அவரும் ஒரு ஆண் தானே!", என்று சர் யமீன் கான் என்பவரிடம் ருட்டி கூறியுள்ளார். அவர் மேலும் கூறுகிறார்: "லோயர் பஜார் என்ற இடத்திற்கு வழக்கமாக பெண்கள் அதுவும் செல்வந்தர் வீட்டுப் பெண்கள் செல்வதே இல்லை. ஆனால் ருட்டி தன்னந்தனியாக அங்கே போவார்; அதோடு சாலையோரங்களில் உள்ள கடைகளில் உட்கார்ந்து சாப்பிட்டுக் கொண்டிருப்பார். அதோடும் நிற்பதில்லை. திருமதி ருட்டி ஒவ்வொரு நாள் மாலையும் ரிக்‌ஷா ஒன்றில் தன் நாயை அழைத்துக்கொண்டு மால் ரோடு சாலைக்கு சென்று வருவதுண்டு. வேடிக்கையாக இன்னொன்றும் செய்வார். ஹுசைன் பக்‌ஷ் என்ற பெரிய கடையில் தனது நாய்க்காக விலை அதிகமான சாக்லேட்களை வாங்குவார். அங்கிருந்து அப்படியே போய் லோயர் பஜார் கடைகளில் சாதாரணமாக விற்கும் பண்டங்களை இலையில் வாங்கி அங்கேயே அமர்ந்து சாப்பிடுவார். நண்பர் ஒருவர் ஏன் இவ்விதம் செய்கிறீர்கள்? என்று கேட்ட பொழுது, 'உங்களைப் போன்றவர்களுக்கு அதிர்ச்சி கொடுப்பதற்காகத்தான்' என்றார்.

இதைப் பார்த்துக்கொண்டு இருந்தாலும் அவரை மாற்றவோ, திருத்தவோ ஜின்னா முயற்சி செய்ததே இல்லை. ஆனால் அதைவிட அவரே வண்டியிலிருந்து இறங்கி லோயர் பஜார் கடையில் ருட்டி விரும்புவதை வாங்கிக் கொடுப்பார். அவரும் மருத்துவர்கள் கொடுத்த தடைகளைப் பற்றி, எச்சரிக்கைகளைப் பற்றிக் கவலைப்படுவதில்லை. ஆரோக்கியமற்ற பொருட்கள் என்பதை அவரும் பார்த்துக் கொண்டுதான் இருந்தார். நாய்க்கு விலையுயர்ந்த சாக்லெட் கொடுப்பது தவறு; அதேபோல் ருட்டி சாலையோரக் கடைகளில் வாங்கிச் சாப்பிடுவதும். இதை இருவருமே புரிந்து கொள்ள மறந்துவிட்டனர்; மறுத்துவிட்டனர்! ஜஹானாரா, "எல்லோரையும் அதிர்ச்சிக்கு உள்ளாக்கி ஏதாவது செய்துகொண்டே இருப்பார்; பலருக்கு இது பிடிக்காது; ஆனால் அவரைத் தெரிந்தவர்கள் அதைப் பார்த்து சிரித்துக் கொண்டே போய் விடுவார்கள்."

முன்பெல்லாம் ருட்டி இதுபோன்ற குறும்புத்தனங்கள் செய்தால் ஜின்னா புன்னகைத்து விட்டுப் போய்விடுவார். ஆனால் மற்றவர்களை அதிர்ச்சிக்கு உள்ளாக்குவதைப் பார்த்து அவர் எந்த உணர்ச்சியும் வெளிக்காட்டவில்லை. அதைப் பற்றி பேசவோ அல்லது தன் உள்ளக்கிடக்கையை காட்டவோ முயற்சிக்கவில்லை. ஒருவேளை இதனாலேயே ருட்டி தில்லிக்கு வராமல் இருந்தது அவருக்கு சிறிது ஆறுதலாக இருந்திருக்கும். கடந்த இரு கூட்டங்களுக்கு அவர் வராததால்

ஜின்னா நிம்மதியாக மூச்சு விட்டிருப்பார். சட்டமன்ற உறுப்பினர் என்ற முறையில் தன்னுடைய வேலையில் மிகவும் உன்னிப்பாக இருந்திருப்பார். கடமைகளை ஒழுங்காகச் செய்து முடித்திருப்பார். ஆனால் அவர், அவரின் சார்பாளர்களிடம் "மக்கள் சபைக்கு வெளியே நாம் நடப்பதைப் பற்றி யாரும் கவலைப்படத் தேவையில்லை" என்று கூறுவார். சட்டசபையில் ஒவ்வொரு கட்டத்திலும் எழுந்து நின்று தனது கருத்துகளைத் தொடர்ந்து கூறிக் கொண்டே இருப்பார். அதன்பின்னால் கடுமையான உழைப்பு இருக்கும். நிறைய வாசித்து எடுத்துக்கொண்ட குறிப்புகள் உறுதுணையாக இருக்கும். சுயராஜ் கட்சியிலிருந்து அவர் விலகிய பிறகும் கூட தொடர்ந்து வேகமாக இயங்கிக் கொண்டிருந்தார். இரண்டு முக்கியமான சட்டசபை குழுக்களில் அவர் உறுப்பினராகச் சேர்க்கப்பட்டிருந்தார். இந்தப் பொறுப்பினால் வருடம் முழுவதும் அவர் மிகவும் தீவிரமாக உழைத்தேயாக வேண்டும். ஜின்னா தனியாகவே விடுதியில் இருந்தார்; ருட்டியும் இல்லை; சரோஜினி சொல்வதுபோல ருட்டியோடு சேர்ந்த 'விலங்கியல்' கூட்டமுமில்லை. ஆனால் இது ஒன்றும் ஜின்னாவுக்குப் பெரிய இழப்பில்லை. அடிக்கடி தில்லியிலிருந்து பம்பாய்க்குச் சென்று வந்துவிடுவார். இதேபோல் தில்லிக்கும் பம்பாய்க்கும் மாறிமாறிச் சென்று தனது வழக்கறிஞர் வேலையையும் பொறுப்பாகச் செய்து கொண்டிருந்தார். ஆனால் இப்போது வாழ்க்கைக்கு தேவையான அனைத்தையும் சம்பாதித்து விட்டார். இப்பொழுது பணம் சம்பாதிக்க வேண்டும் என்ற கட்டாயம் ஏதும் இல்லை. அதனால் ஒவ்வொரு நாளும் மக்கள் சபைக் கூட்டத்திற்கு தவறாது வந்து தன் கடமையைச் செவ்வனே செய்து கொண்டிருந்தார். வழக்கறிஞர் வேலை இதற்கு ஒரு இடையூறாக இல்லாதபடி பார்த்துக்கொண்டார். வழக்கறிஞர் வேலையை விட அரசியல் வேலைக்கு அதிக முக்கியத்துவம் கொடுத்துக் கொண்டிருந்தார்.

ருட்டியிடமிருந்து ஜின்னா விலகி இருப்பது இப்போது பழைய கதையாகி விட்டது. அவரோடு மீண்டும் இணைந்து கொள்ளலாம் என்று முடிவெடுத்த பிறகு மீண்டும் ருட்டியைத் தண்டிக்கத் தேவையில்லை. இதனால்தான் நெப்போலியன் வரலாற்று நூலில் அந்த வரிகளை அவர் அடிக்கோடிட்டு வைத்திருந்தார் போலும். மேலும் அவருக்கு மனதிற்குள் குற்றங்களை வைத்துக்கொண்டு மருகிக்கொண்டிருந்து பழக்கமில்லை. அந்தக் குற்றங்கள் உண்மையோ பொய்யோ? இரண்டு மக்கள் சபை கூட்டத்திற்கு நடுவில் உள்ள காலத்தில்

வீட்டில் இருந்தால் ருட்டி போடும் திட்டங்களுக்கு இயல்போடு ஒத்துக்கொண்டு கலந்து கொள்வார். ஒன்றே ஒன்றை மட்டும் நினைவில் வைத்திருப்பார். இவைகள் அவருடைய அரசியல் அல்லது வழக்கறிஞர் வேலையைக் குழப்பாதவரை எந்தத் திட்டமும் அவருக்குச் சரிதான்.

மக்களவை கூட்டம் முடிந்து தில்லியிலிருந்து பம்பாய்க்கு ஏப்ரல் மாதம் திரும்பி வந்தார். அவர் வந்தபோதே ருட்டி தனது மன அழுத்தத்தின் தாக்கத்தில் இருந்தார். ஆனால் இப்பொழுதெல்லாம் இந்த நிகழ்வுகளை அவர் ஆன்மிக நிகழ்வுகள் என்று கருத ஆரம்பித்து விட்டிருந்தார். தியோசோபிஸ்டுகளும்*, ஆவிகளோடு பேசும் மீடியாக்களும் ஆவியுலகத்தோடு தொடர்பு கொள்பவர்களும் தரும் அனுபவத்தை விவரித்து காஞ்சி அவர்களுக்கு ருட்டி ஒரு கடிதம் எழுதியுள்ளார்: “எனக்கு வரவர ஆவி உலகத்தைப் பற்றி அதிகமான ஆர்வம் வந்துள்ளது. அதைப்பற்றி மேலும் மேலும் தெரிந்துகொள்ள மிக ஆவலுடன் இருக்கிறேன். உண்மை என்னவென்று தெரிய வேண்டும். அவ்வளவு எளிதாக கழற்றிப் போடக்கூடிய விஷயம் அல்ல இது. ஆனால் மேலும் மேலும் பலவற்றைக் கேட்க, கிடைக்கும் ஆச்சரியங்களும் அதிகம். இது ஒரு கைக்குள் அகப்படாமல் வழிந்தோடும் தத்துவமாக இருக்கிறது. அதிகமாக அதைப்பற்றிக் கேட்கிறேன்; அதிகமான குழப்பத்தில் இருக்கிறேன். இருந்தாலும் என்னுடைய ஆர்வம் குறையவில்லை; கூடிக்கொண்டே போகிறது.”

ருட்டி எதையும் அடுத்தவர் சொல்லிக் கேட்க விரும்பவில்லை; தானே அறிந்து கொள்ள விரும்பினார். அதற்காகக் கஷ்டமான, ஆபத்தான பல பயிற்சிகளைத் தானே செய்யவும் முனைந்தார். அன்னிபெசன்ட் அம்மையாரின் இந்திய இறைஞானம் அமைப்பினருடன் (*Theosophical Society* - பிரம்ம ஞான சபை) தொடர்பு கொள்ள விரும்பினார். அவர்களில் சரியான ஒருவரைத் தொடர்பு கொண்டால் இன்னும் அதிகம் தெரிந்து கொள்ள முடியும் என்று விரும்பினார். அதற்காக காஞ்சிக்கு இன்னொரு கடிதம் எழுதுகிறார். “எனக்கு எந்தக் கொள்கைப் பிடிப்பும் இல்லை; எந்தக் கொள்கையையும் பின்பற்றவும் இல்லை. ஆனால் இப்பொழுதெல்லாம் ஆன்மிகத்தைப் பற்றி அதிகமாக அறிய வேண்டும் என்ற உந்துதல் எனக்கு இருக்கிறது. இந்த விஷயத்தில் இன்னும் ஆழமாக, என்னுடைய திருப்திக்கு நானே

★ பிரம்மஞான சபையைச் சேர்ந்தவர்

பல விஷயங்களைத் தெரிந்து கொள்ளவேண்டும். நிச்சயமாக அடுத்தவர்களை அண்டியிருக்க நான் விரும்பவில்லை. எனக்கே தெரியும்; இதுபோன்ற விஷயங்களில் கைக்கு எளிதாக எந்தவித ஆதாரங்களும் கிடைக்காது. இருந்தாலும் முயற்சித்துக் கொண்டே இருக்கவேண்டும்."

ருட்டியின் நண்பர்கள் எல்லோருமே விக்கித்து நின்றனர். பம்பாயில் இதுபோல் தியோசோபிஸ்டுகளும், ஆவியுடன் பேசும் மீடியாக்களும் நன்றாக சம்பாதித்துக் கொண்டிருந்தனர். அதிலும் பலர் அயர்லாந்து, இங்கிலாந்து போன்ற நாடுகளில் இருந்து இங்கே வந்து இந்தத் தொழிலைச் செய்து வந்தனர். நாளை நடப்பதை சொல்வோம் என்று எதையாவது சொல்லி நிறையப் பணம் பார்த்துக் கொண்டிருந்தார்கள். ருட்டிக்குத் தெரிந்த பலரும் இதுபோன்ற ஜோசியர்களையோ, பொருளுரைப்போரையோ, மீடியாக்களையோ பார்த்துப் பலன் கேட்டவர்கள் தான். எதிர்காலம் சொல்வோரைப் பார்க்காதவர்கள் யாருமே இருக்க மாட்டார்கள். எல்லோருமே யார் யாரிடமோ போய் வந்திருப்பார்கள். ஆனால் ருட்டி இந்த முயற்சியில் இறங்கும் போது அனைவருக்கும் கொஞ்சம் பயம் தான். மிக அதிகமான ஆழத்தில் இறங்கி விடுவாரோ என்ற அச்சம்தான் காரணம். இதைப்பற்றி சரோஜினி தன் மகனுக்கு ஒரு கடிதத்தில் எழுதியுள்ளார்: "ருட்டி ஒரு வித்தியாசமான வாழ்க்கை வாழ்ந்து கொண்டிருக்கிறாள். எதுவும் புரியாத மயக்கமான நிலையில், ஆன்மிகம், ஆவி உலகம் என்றெல்லாம் ஏதேதோ பேசிக் கொண்டிருக்கிறாள். அவளுடைய மனநிலைக்கு இது நிச்சயமாக உகந்த விஷயம் அல்ல." காஞ்சிக்கும் அந்த அச்சம் இருந்தது. "ஆவிகளோடு பேசும் மீடியாக்கள் நிச்சயமாக சரியான வழிகாட்டிகளாக இருக்க முடியாது. அதோடு அவர்களோடு இருப்பதே ஆபத்தான ஒரு விஷயம்தான். அவர்களோடு இணைந்து செயல்படுவதே பிரச்சனையில் முடியலாம். இந்த மீடியாக்கள் மக்களின் மனதை எளிதாகத் தொலைத்து விடுவார்கள். அவர்கள் நம்பும் ஆவிகள் மக்களை கேலிக்குரிய பொருளாக மாற்றி விடும்."

ருட்டியின் ஆர்வம் இதற்கு முந்தைய ஆண்டான 1924லேயே ஆரம்பித்தது. அந்த சமயத்தில் ஜின்னாவும் பம்பாயில் வீட்டிலேயே இருந்தார். அடிக்கடி ருட்டி ஆன்மிகம் தொடர்பான விஷயங்களில் ஆழ்ந்திருந்தார். மீண்டும் மீண்டும் தியோசோபிஸ்ட் அல்லது மீடியா யாரையாவது தனது பெயரைச் சொல்லாமல் தொடர்பு ஏற்படுத்திக் கொடுக்க வேண்டும்

என்று கேட்டுக் கொண்டிருந்தார். அப்போது ஜின்னா ஒரு தீவிரமான அரசியல் விஷயத்தில் முனைப்பாக ஈடுபட்டிருந்தார். அது முதல் முதலாக நடக்கப்போகும் இந்து-முஸ்லிம் ஒற்றுமை மாநாடு. காந்தி அதன் தலைவராக இருப்பார். அவருடைய முயற்சியோடு இணைந்து முஸ்லிம் லீக் திரும்பவும் இஸ்லாமியர்கள் அனைவரையும் ஒரே அரசியல் மேடையில் கொண்டு வரவேண்டும் என்பது அவரது திட்டமாக இருந்தது. இத்தனைப் பிரச்சனைகளில் இருந்த ஜின்னா நிச்சயமாக ருட்டியின் பக்கம் திரும்பவே இல்லை. அதைப் பற்றிக் கவலைப்படவும் இல்லை. இருவரும் ஆளுக்கொரு திசையில் தங்கள் விருப்பப்படி அவரவர் தேவைகளுக்காக போராடிக் கொண்டிருந்தனர். 1924 டிசம்பர் மாதம் பம்பாயில் இறைஞானக் குழு தங்களது வருடாந்திர கூட்டத்தைக் கூட்டியது. அதற்கு ருட்டி சென்றார். ஆனால் ஜின்னா முஸ்லிம்லீக் கூட்டத்தை பம்பாயில் கூட்டுவதற்குப் பதிலாக பெல்காமில் கூட்டுவதற்கு எதிர்ப்பு தெரிவித்துக் கொண்டிருந்தார். இத்தனை தீவிரத்தில் ஜின்னா இருக்கும்பொழுது காஞ்சியிடம் காந்த சக்தி, சக்தி கடத்தல்கள், எண்ணங்களை கடத்துதல் போன்றவைகளைப் பற்றி ருட்டி பேசிக் கொண்டிருப்பார். ஜின்னா அதைப் பார்த்துச் சிரித்து விட்டு அகன்று விடுவார்.

காஞ்சி *'ருட்டி பற்றிய நினைவுகள்'* என்ற தனது நூலில் இதைப் பற்றி எழுதியுள்ளார்: "நான் முடிந்தவரை ருட்டியைப் பல அமானுஷ்ய விஷயங்கள் பற்றி அறிவதைவிட இறை பற்றி தெரிந்துகொள்வது முக்கியம் என்று அவரைத் திசை திருப்ப முனைந்தேன். ஆனால் இறைஞானம் போன்ற கருத்துகளுக்குப் பின்னால் போவதைவிட ஆன்மிக ஆட்கள் பின்னால் போவது அவருக்குப் பிடித்ததாக இருந்தது." ஆயினும் வருடாவருடம் நடக்கும் இறைஞானக் கூட்டங்களுக்கு தவறாது சென்றுகொண்டிருந்தார். சென்ற ஆண்டு பம்பாயில் நடந்தது. அங்கே பேசியவர்களில் ஜினராஜதாசா என்பவர் ஆர்வமூட்டும் பேச்சு ஒன்றைக் கொடுத்தார். அவர் சென்னையிலுள்ள அடையாறு இறைஞானம் அமைப்பின் அதிகாரியாக இருந்தவர். அவருடைய பேச்சு எனக்கு மிகவும் பிடித்தது என்று காஞ்சிக்கு எழுதிய கடிதத்தில் ருட்டி கூறியிருந்தார். அந்தக் கடிதம் 1924 டிசம்பர் 28ஆம் தேதியிட்டது. ஆனால் அதற்குப் பின்பு அவரை விட அவரது மனைவி டாரத்தி என்பவரை ருட்டிக்கு மிகவும் பிடித்துவிட்டது. ருட்டியின் வார்த்தைகளில் சொல்வதென்றால், 'அது முதல் பார்வையிலேயே வந்த காதல்'. அவரைத் தான் சந்தித்ததற்காக காஞ்சிக்கு விழுந்து விழுந்து ருட்டி

நன்றி சொல்கிறார். பெண்களிலேயே அவர் ஒரு தனி வகை; எல்லோரையும் எளிதில் இழுக்கக் கூடியவர் என்ற ருட்டி அவரது முகத்தைப் பார்க்கும்போது, (ஆங்கிலத்தில் இந்த இடத்தில் ஒரு வார்த்தை விளையாட்டு விளையாடுகிறார் ருட்டி) 'முகத்தை' என்று சொல்வதைவிட 'முகத்திற்குள்' என்று சொல்ல வேண்டும் என்கிறார். "சிலர் ஒரு முகத்தைப் பார்க்கும்போது 'ஒளிவிடும் முகம்' என்று சொல்வார்கள். அதை நான் இப்பொழுது தான் பார்த்தேன். அவரைப் பார்த்ததும் நான் முழுவதுமாக வீழ்ந்து விட்டேன். எனக்காக அவர்கள் எப்பொழுது பம்பாயில் இருப்பார்கள் என்பதைக் கேட்டுச் சொல்லுங்கள். நான் அவரைப் பார்த்தே ஆகவேண்டும்", என்று ருட்டி காஞ்சியிடம் கேட்டிருக்கிறார்.

அன்றிருந்த நிலையில் அவர் தன்னை முழுவதுமாக அந்த இறைஞானக் குழுவோடு இணைத்துக்கொண்டு விட்டார் என்றே தோன்றியது. எந்த அளவுக்கு என்றால் இதுவரை தன் கண்ணாலும் ஏறெடுத்துப் பார்க்காத தனது ஆறு வயதுக் குழந்தையை சென்னை அடையாறில் உள்ள இறையியல் பள்ளியில் சேர்க்க வேண்டும் என்று ஆசைப்பட்டார். காஞ்சி மூலம் இதற்கான முயற்சிகளை எடுத்தார். டாரத்திக்கு மிக்க மகிழ்ச்சி. ஏனென்றால் இந்தியாவின் மிக முக்கியமான ஒருவரின் குழந்தை தன் பள்ளியில் படிப்பது பள்ளிக்குக் கிடைத்த பெருமை என்றார். அதற்கான தகவல்களையும் காஞ்சிக்கு அனுப்பி வைத்தார். ஆனால் அதற்குள் ருட்டியிடம் சில மாற்றங்கள். அவரே வேண்டாம் என்று நினைத்தாரோ அல்லது ஜின்னா தடுத்துவிட்டாரோ... என்ன நடந்ததோ தெரியவில்லை. அதன்பிறகு குழந்தையைப் பள்ளியில் சேர்ப்பது பற்றி எந்த பேச்சும் ருட்டி பேசவே இல்லை. ஆனால் டாரத்தி பலமுறை பிள்ளையை பள்ளியில் சேர்ப்பது பற்றி நினைவுபடுத்திக் கொண்டிருந்தார். அதோடு நில்லாமல் 1925 அக்டோபர் 29ஆம் தேதி, "திருமதி ஜின்னா நிச்சயமாக தன் மகளைப் பள்ளிக்கு அனுப்புவார். அந்தக் குழந்தை நிச்சயமாக அறிவுள்ள பிள்ளையாகத்தான் இருக்கும். அந்த குழந்தைக்கு ஒரு நல்ல கல்வி கிடைப்பது ஒரு கட்டாயத் தேவை", என்று டாரத்தி நினைவூட்டி ஒரு கடிதம் எழுதினார். அதன் பிறகு இரண்டு மாதங்கள் கழித்து அக்டோபர் 29-ஆம் தேதி, "நான் எழுதிய கடிதம் உங்களுக்கு திருப்தி அளித்து இருக்கும் என்று நினைக்கிறேன். திருமதி ஜின்னாவின் குழந்தை இங்கு வருவது மிக நல்லது", என்று மற்றொரு நினைவூட்டல் வந்தது. ஆனால் இதற்குள் ருட்டியின் ஆர்வம் முற்றிலுமாக வடிந்து போனது.

இறைஞானக் கூட்டத்தில் கலந்துகொண்ட போது அங்கிருந்த ஒரு சித்திரம் ருட்டிக்கு மிகவும் பிடித்துப் போனது. நிச்சயம் அந்தப் படம் சந்திரசேகர் என்பவரின் படமாக இருக்கவேண்டும் என்று நம்பினார். இவர் இறையியலில் ஒரு முக்கியமான மனிதர். ஆனால் ஏனோ அவருடைய பெயர் ஆண்டுக் குறிப்புகளிலிருந்து விடுபட்டுப் போயிருந்தது. அந்தச் சித்திரம் எப்படியோ ருட்டியின் உள்மனதைத் தொட்டு விட்டது போலும். வெவ்வேறு அளவில் 3 படங்கள் வேண்டும் என்று டாரத்தியிடம் விலைக்கு கேட்டார். படங்கள் இங்கிலாந்திலிருந்து வருவதற்கு மூன்று மாதங்களுக்கு மேல் ஆகிவிட்டது. எல்லோரும் இப்பொழுது ருட்டி தன்னுடைய ஆர்வத்தை இழந்திருப்பார் என்றுதான் நினைத்தார்கள். ஆனால் ருட்டியின் ஆர்வம் இன்னும் அப்படியே இருந்தது. அதிலும் ஒரு வேடிக்கை என்னவென்றால், அவர் மூன்று படங்களுக்குச் சொல்லியிருந்தார். ஆனால் வந்தது ஒரே ஒரு படம்தான். அதுமட்டுமில்லாமல் ஒரு படம்தான் வந்திருக்கிறது என்ற சோகமான செய்தியைக் கேட்டபோது அவர் ஜின்னாவோடு இங்கிலாந்திற்கு சென்று கொண்டிருந்தார். யாரையும் தொடர்பு கொள்ள முடியாமல் சொல்ல முடியாத அளவு பித்து பிடித்தது போல் இருந்தார். இதைப் பற்றி காஞ்சிக்கு ஒரு கடிதம் எழுதினார். அடையாறில் சரியான இன்னொருவரைத் தேடிக் கண்டுபிடிக்க காஞ்சி முயற்சித்தார். அவர் மூலமாக இன்னும் இரண்டு படங்களைக் கைப்பற்றி விடலாம் என்பது திட்டம். ஆகவே காஞ்சியிடம் "எனக்குக் கட்டாயம் அந்தப் படங்கள் வந்தே ஆகவேண்டும். இல்லையேல் நான் பித்துப் பிடித்தவளாக மாறிவிடுவேன்; என் மனநிலையை நான் இழக்க வேண்டும் என்று நீங்கள் நினைக்கிறீர்களா?" என்ற ஒரு காட்டமான கடிதம் ருட்டியிடம் இருந்து பறந்தது. அந்த கடிதம் 1926 மார்ச் 31-ஆம் தேதி எழுதியது. மாதங்கள் உருண்டோடின. இனி எல்லாம் அவ்வளவுதான் என்று நினைத்திருந்தார்.

ருட்டிக்கு ஒரு ஆசை; தன் ஆன்மிகத் தேடலில் ஜின்னாவையும் சேர்த்துக்கொள்ள வேண்டுமென்று விரும்பினார். ஆனால் ஜின்னாவிற்கு இதில் நம்பிக்கை கிடையாது. ஆனால் ருட்டி இதை அவரிடம் கேட்டது ஒரு கோடைகாலத்தில். வேலை அதிகம் இல்லாமல் ஓரளவு அவர் சுதந்திரமாக இருந்த நேரம். அவசரமான அரசியல் வேலைகள் எதுவுமே இல்லை. இந்த சமயத்தில் ருட்டி தன் முயற்சிகளை மேலெடுத்தார். தனது ஆர்வத்தை ஜின்னாவிடம் பகிர்ந்துகொள்ள வேண்டும் என்று ஆசைப்பட்டார். ஆனால் ருட்டிக்கும் காஞ்சிக்கும் இன்னொரு

எண்ணம் இருந்தது. அதாவது ஜின்னாவிற்கு, அவரே அதை ஒப்புக் கொள்ளாவிட்டாலும், 'ஆறாவது அறிவு' ஒன்று இருக்கிறது; அதனால் அவர் தன் மனதின் வழியே நாளை நடப்பதையும் எளிதாக யூகிப்பார் என்பது அவர்களுடைய எண்ணம். ருட்டியைப் பற்றி எழுதிய தனது புத்தகத்தில் காஞ்சி இதைப் பற்றியும் பேசுகிறார். ஜின்னாவின் இந்த ஆறாவது அறிவும் அவருடைய அரசியல் வாழ்க்கையில் அதிகம் பயன்பட்டிருக்கிறது. அப்போது ருட்டியின் கையில் புதிய புத்தகம் ஒன்று கிடைத்தது. அந்தப் புத்தகத்தையே தூண்டிலாகப் பயன்படுத்தி ஜின்னாவை அதை வாசிக்க வைத்தார். முன்புபோலவே ஜின்னாவைக் கேலி செய்தும், கூத்தடித்தும், கெஞ்சியும் வாசிக்க வைத்தார். புத்தகத்தின் பெயர் 'ஸ்பிரிட் ஆப் ஐரீன்' (The Spirit of Irene). இங்கிலாந்தில் நடந்த ஒரு முக்கியமான கொலை வழக்கைப் பற்றிய நூல் அது. அந்தக் கொலை 'பாஸ்காம்ப் கொலைகள்' (Boscombs murders) என்று அழைக்கப்பட்டன. காவல்துறையினரால் கொலையாளியைக் கண்டுபிடிக்க முடியவில்லை. குழம்பிப் போய் இருக்கிறார்கள். இறுதியாக அவர்கள் தியோசோபிஸ்ட் ஒருவரிடம் சென்று உதவி கேட்கிறார்கள். தேவையான சான்றுகளோடு தியோசோபிஸ்ட் கொலையாளியைப் பிடித்துக் கொடுக்கிறார். ஜின்னாவிற்கு இந்த கதை நகைப்புக்குரியதாக இருந்தது. அதோடு, இந்தக்கதையை வாசிக்கச் சொல்லி ருட்டி தன்னை அவள் பக்கம் ஈர்க்க ஆசைப்படுகிறாளோ என்று நினைத்தார். ருட்டியோ இந்த கதையை முழுவதுமாக நம்பி விட்டார். அதையும்விட ஜின்னாவும் இந்தக் கதையில் எந்த குறையும் கண்டுபிடிக்கவில்லை; ஆகவே அவரும் நம்பிவிட்டார் என்றுதான் நினைத்தார். உண்மையிலேயே ஜின்னாவை அவர் தன் பக்கம் இழுக்க வேண்டும் என்றுதான் நினைத்திருப்பார் போலும். ஏனென்றால் காஞ்சிக்கு எழுதிய எழுதிய கடிதத்தில், "நான் மெல்ல மெல்ல ஜின்னாவை இந்த விஷயத்தில் ஆர்வம் கொள்ளும்படி செய்துவிட்டேன்" என்று எழுதியுள்ளார்.

ருட்டி ஜின்னாவைத் தன்பக்கம் இழுப்பதற்கு வேறு ஒரு அரசியல் காரணம் இருந்ததாக நினைக்க முடிகிறது. முதல் காரணம் ருட்டியின் புதிய முயற்சிகளை ஜின்னா எதிர்க்கக் கூடாது என்பதற்காக அவருக்கும் இதில் ஒரு ஆவல் வரும்படி முயற்சித்தார். இரண்டாவதாக தான் செல்லும் புதிய வழியை வெறுத்து, அதற்காக தன்னிடம் வேறுபாடு காண்பிக்கக் கூடாது என்பதற்காகவும் அவரை உள்ளே இழுத்தார். இந்த இரண்டு காரணங்களை விட மூன்றாவது காரணம் முக்கியமாகப் பட்டது.

ஏனென்றால் ஜின்னாவின் அரசியலிலிருந்து ருட்டி அதிகமாக விலகிவிட்டார். அரசியலில் மீது இருந்த நம்பிக்கையும் இப்போது இல்லை. அதோடு மட்டுமில்லாமல் ஜின்னாவின் அரசியல் கண்ணைக் கட்டி காட்டில் விட்டதுபோல் அவருக்குத் தோன்ற ஆரம்பித்துவிட்டது. இந்த அரசியல் காரணங்களால் அவர்கள் நடுவே பிளவு அதிகமாகிறது. ஆனால் இதையும் மீறி அவரோடு தொடர்பு கொண்டிருக்க வேண்டும் என்ற ஒரே காரணத்திற்காக தனது விருப்பத்திற்கு ஜின்னாவையும் இழுக்க முயற்சித்திருக்கலாம். இந்தக் காலகட்டத்தில் தான் ஜின்னா சுயராஜ் கட்சியிலிருந்து விலகிவிட்டார். விலகியதும் எதிரிகள் அவர் மேல் பாய்ந்தனர். அவரை ஒரு இனவாதி என்று கூறி அரசியலில் இருந்து ஒதுக்கித் தள்ள முயன்றார்கள். ஜின்னாவின் மீது வந்த இந்தக் குற்றச்சாட்டை ஊடகங்கள் முதன்மைப் படுத்திக் கொண்டிருந்தன. ஜின்னாவும் இந்தக் கருத்து தவறு என்று கூறி தன்னைப் பலப்படுத்திக் கொள்ள விரும்பவில்லை. மௌனமாகவே இருந்துவிட்டார். அந்தக் கருத்தில் உண்மை இல்லை என்று ருட்டிக்கு நன்கு தெரியும். அதே சமயத்தில் ஜின்னா தனக்கென ஒரு அரசியல் தளத்தை இஸ்லாமியர்கள் மத்தியில் உருவாக்குவதற்காக முயன்று கொண்டிருந்தார். இது ருட்டிக்கு சுத்தமாகப் பிடிக்கவில்லை.

பம்பாயில் ஒருவாரம் நடந்த இறைஞானக் கூட்டத்தில் ருட்டி முழுமையாகக் கலந்துகொண்டார். அதுமட்டுமல்லாமல் அந்த இயக்கத்தோடு மிகவும் நெருங்கிய ஒருவராக மாறிக் கொண்டிருந்தார். அதே நேரத்தில் முஸ்லிம் லீக் மாநாடு நடத்துவதற்கான முன்னேற்பாடுகளைச் செய்ய ஜின்னா முயன்று கொண்டிருந்தார். இந்த முறை ருட்டி ஜின்னாவிடம் இருந்தும் அவருடைய முயற்சிகளிடமிருந்தும் முழுமையாக விலகியிருந்தார். ருட்டி துணைக்கு இல்லாததால் தனக்குக் கீழே இருந்த எம் சி. சாக்ளா என்பவரைத் தனது முயற்சிகளில் இணைத்துக்கொண்டார். இப்போதெல்லாம் சாக்ளாவையே ஜின்னா தனது உரைகல்லாக வைத்துக்கொண்டிருந்தார். எப்படி காஞ்சியும், ருட்டியும் ஜின்னாவுக்குத் துணையாக இருந்தார்களோ அதேபோல் இப்போது சாக்ளா அந்த வேலையை எடுத்துக் கொண்டார். அவருடைய எளிமையும் ஆளுமையும் ஜின்னாவுக்கு மிகவும் உதவியாக இருந்தன. இதில் விந்தையான விஷயம் என்னவென்றால் ஜின்னா இஸ்லாமியரை இணைக்கப் பாடுபட்டுக் கொண்டிருந்தார். ஆனால், அவருக்கு உதவிய காஞ்சி, ருட்டி, சாக்ளா என்ற மூவருமே இஸ்லாமியர்கள் அல்ல. இறைஞானக் கூட்டம் நடப்பதற்கு ஒரு நாளைக்கு

திரு & திருமதி ஜின்னா | 517

முன்பு ருட்டி ஜின்னாவுடன் ஒரு கூட்டத்திற்கு பம்பாய் க்ளோப் சினிமா தியேட்டர் சென்றார். அவர் மேடையில் அமர்ந்து கொண்டார். இது ஜின்னாவுக்கு மிகவும் உதவியாக இருந்தது. - ஆண்களாகவே இருந்த அதுபோன்ற கூட்டங்களில் ருட்டி கலந்துகொண்டிருந்தால் ஒருவேளை அது நன்றாகவே இருந்திருக்கும். - ருட்டி தனது மனதில் நினைத்தபடியே முன்பே இதுபோன்ற கூட்டங்களுக்கு வராமல் இருந்திருந்தால் ஒருவேளை இன்னும் பல நல்ல விஷயங்கள் நடந்தேறி இருக்கலாம்.

நடப்பது என்னவோ இஸ்லாமியர் கூட்டம். அங்கு ஜின்னா தன் முற்போக்குத் தனத்தை காண்பிப்பதற்காக ருட்டியையும் அழைத்துச் சென்று கொண்டிருந்தார். ஆனால் அது உதவியை விட தீமைகளையே அதிகம் செய்தது. சாக்ளா தான் எழுதிய நூலான *'டிசம்பர் மாதத்து ரோஜாக்கள்'* என்ற நூலில் இதைப் பற்றி தெளிவாகக் குறிப்பிடுகிறார். ஆண்கள் மட்டுமே நிரம்பிய இந்தக் கூட்டத்தில் ஒரே ஒரு பெண் வருகிறாள் என்பதே பலருக்கும் பிடிக்காமல் போனது; அதையும் தாண்டி பலருக்கு அது கோபத்தையும் ஏற்படுத்தியது. ருட்டி எப்போதுமே மெல்லியை சேலைகளையும் கையில்லாத ரவிக்கையும் அணியும் பழக்கமுள்ளவர். இதே உடையில்தான் முந்தைய நாள் அவர் இறைஞானக் கூட்டத்திற்கும் சென்றிருந்தார். அங்கு எதிர்ப்பதற்கு யாரும் இல்லை. முகம் சுளிப்பவர்கள் யாரும் கிடையாது. ஆனால் அடுத்த நாள் மிக அதிகமான எண்ணிக்கையில் ஆண் மக்கள் இருந்தார்கள். ஏனென்றால் அங்கு இருந்தவர்களில் பெரும்பாலானோர் இஸ்லாமிய அடிப்படைவாதிகள். இஸ்லாமியக் கோட்பாடுகளுக்கு விரோதமானவர் என்ற முத்திரையை அவர்கள் தொடர்ந்து ருட்டியின் மீது குத்திக் கொண்டிருந்தார்கள்.

இந்த நிகழ்ச்சியை சாக்ளா தனது நூலில் இவ்வாறு குறிப்பிடுகிறார்: "க்ளோப் தியேட்டர் முழுமையும் இஸ்லாமியர் நிறைந்திருந்தனர். ஏறத்தாழ எல்லோருமே தாடி வளர்த்த மௌல்விகளும், மௌலானாக்களுமாக இருந்தார்கள். பெரும் சினத்துடன் அவர்கள் என்னிடம் வந்தார்கள். யார் இந்தப் பெண் என்று கோபமாக என்னிடம் கேட்டார்கள். அவள் உடனே கூட்டத்தை விட்டு வெளியேற வேண்டும். ஏனென்றால் அவருடைய உடைகள் எங்களை இஸ்லாமியப் பண்பாட்டுக்கும் பார்வைகளுக்கும் மிகவும் எதிரான ஒன்றாக இருக்கிறது. நான் அவர்களிடம், 'வேண்டுமானால் நீங்கள் உங்கள் கண்களை

மூடிக் கொள்ளுங்கள்; ஏனென்றால் அவர் உங்கள் தலைவரின் மனைவி; அவரை வெளியே எழுந்து போகச் சொல்ல என்னால் முடியாது' என்றேன்.

நல்ல வேளையாக அடுத்த ஆண்டு 1926 டிசம்பர் மாதம் அலிகர் நகரத்தில் நடந்த முஸ்லிம் லீக் கூட்டத்திற்கு ருட்டி வரவில்லை. ருட்டியின் மனதிற்குள் ஒரு சின்னப் போராட்டம். முஸ்லிம் லீக் கூட்டம் நடக்கும் அதே சமயத்தில் சென்னை அடையாறில் இறைஞானக் குழுவினரின் கூட்டம் நடக்கவிருந்தது. காஞ்சி, அவரது மனைவி, நான்கு வயது மகன் எல்லோரும் சேர்ந்து அடையார் செல்ல வேண்டும் என்ற ஆவல்தான் ருட்டிக்கு அதிகமாக இருந்தது. ஆகவே ருட்டி ஜின்னாவிடம் தான் வர முடியாது என்றும் சென்னை செல்கிறேன் என்று தெரிவித்து விட்டார்.

ஆனால் நிலைமை மாறிவிட்டது. ருட்டியால் சென்னை செல்ல முடியாமல் போய்விட்டது. காரணம் கொஞ்சம் வினோதம்தான். அவர் ஆசையாக வளர்த்த பூனைக்கு - அதன் பெயர் ஷப்பூர்ஜி - உடல்நலம் இல்லாமல் போய்விட்டது. அதன் அருகே இருந்து பார்த்துக் கொள்வதற்காக பம்பாயிலேயே தங்கிவிட்டார் ருட்டி! ருட்டி தன் 'விலங்கியல் கூட்டத்தோடு' மிக நெருங்கிய உணர்வுப்பூர்வமான தொடர்பு கொண்டிருப்பார். வாழ்க்கையில் தனிமை, அதுவும் திருமணத்திற்குப் பின்பு ஏற்பட்ட பெரும் தனிமைக்குப் பிறகு தனது உணர்வுகளுக்கு வடிகாலாக அவர் வளர்த்த நாய்களும் பூனைகளுமே துணையாக இருந்தன. அவைகளை அவர் மிகவும் ஆழமாக நேசித்தார். அவருடைய சமநிலையற்ற மனதிற்கு அவரது விலங்குக் கூட்டம் நல்லதொரு நிம்மதியையும் அமைதியையும் கொடுத்தது. வெளியுலகத்திற்காக அவர் ஒரு முகத்திரை அணிந்து இருந்தார். ஆனால் அந்தத் திரைக்குப்பின்னால் அவருக்கிருந்த உணர்ச்சிக் கொந்தளிப்புகள் அவருக்கு எதிர்மறையான விளைவுகளை ஏற்படுத்திக் கொண்டிருந்தன. ஏற்கனவே இருந்த சுகமின்மை இப்பொழுது அடிக்கடி தொடர்ந்து வர ஆரம்பித்தது. அதுவே வாழ்க்கையின் ஒரு பகுதியாக ஆகிவிட்டது. அதுபோன்ற சமயங்களில் தன்னையே அழித்துக்கொண்டால் என்ன என்ற எண்ணமும் வர ஆரம்பித்தது. இதை ஒருசமயம் சரோஜினியிடம் தெரிவித்திருந்தார். ஆனால் இதுபோன்ற மனக்குமுறல்கள் ருட்டியிடம் இருக்கும் என்பது ஜின்னாவுக்கு சுத்தமாகத் தெரியாது. அதை விடவும் ருட்டியின் ஒரே ஒரு நெருங்கிய நண்பர் என்றிருந்த காஞ்சிக்குக் கூட அவர் மனதின்

ஆழத்தில் இருந்த கவலைகளும் ஏக்கங்களும் வலிகளும் தெரியாமலேயே போய்விட்டன. ருட்டி அவரிடம் கூட தன் உண்மையான முகத்தைக் காண்பிக்கவில்லை; வெளியே சாதாரண பெண்ணாகவே நடித்துக் கொண்டிருந்திருக்கிறார். இப்பொழுது பூனையின் நலமின்மை ஒரு அதிகப்படியான உணர்ச்சிக் கொந்தளிப்பை ருட்டியின் மனதில் ஏற்றிவைத்து விட்டது. தனக்குள் பொதிந்து வைத்திருந்த உணர்ச்சிகள் இப்போது வெடித்து எப்போது வேண்டுமானாலும் வெளியே கொட்டிவிடும் என்ற மோசமான நிலைமை வந்து விட்டது.

எல்லோருக்கும் மிக எளிதான, சாதாரண விஷயமாகத் தெரியக் கூடிய பூனையின் சுகமின்மை ருட்டியை முழுத் தீவிரத்தோடு தாக்கியது. கடந்த சில மாதங்களாக காஞ்சியின் துணையோடு இறைஞானத்தில் ஈடுபாட்டோடு இருந்த ருட்டி இப்போது தன் மனதிற்குள் இருந்த இடுபாட்டிற்குள் மாட்டிக் கொண்டு விட்டார். மறைத்து, அடக்கி வைத்திருந்த உணர்ச்சிக் குவியல்கள் இப்போது சுக்குநூறாக நொறுங்கிக் கொண்டிருந்தன. இப்பொழுது அவருக்கு அருகில் யாராவது ஒருவர் இருக்க வேண்டும்; அவர் பேசுவதைக் கனிவோடு கேட்க வேண்டும்; தன் மனதின் பாரங்களை ஏற்றிவைக்க ஒரு சுமை தாங்கி வேண்டும்: ஆனால் அந்தப் பாவப்பட்ட பெண்ணுக்கு இவை ஏதும் கிடைக்கவில்லை. ஒரே நண்பரான காஞ்சி சென்னை அடையாறுக்குச் சென்றுவிட்டார். மீண்டும் தனிமை; அவரைத் தொடர்ந்து விரட்டிக் கொண்டே இருக்கும் தனிமை மட்டுமே அவரைச் சூழ்ந்து நின்றது. அவர் முன் இன்னொரு துணை இருந்தது; சரோஜினி. ஆனால் அவரும் இப்போது கைக்கெட்டாத தொலைவில் இருந்தார். அவர் தலைக்கு மேல் அத்தனை கடமைகள். அவைகளைத் தூக்கி சுமக்கும் வேலை அவருக்கு. அவருக்கும் ஓய்வென்பதே இல்லை. பல நாட்கள் பம்பாயில் தங்கியிருந்த சரோஜினிக்கு அது கடந்த காலமாகப் போய்விட்டது. அதுமட்டுமில்லாமல் சரோஜினி ருட்டியைப் பொறுத்தவரையில் தனது பொறுமையையும் இழந்து விட்டார். இப்போது சரோஜினி பம்பாயில் இல்லை. அந்த ஆண்டு இறுதியில் கான்பூரில் நடக்கவிருக்கும் காங்கிரஸ் மாநாட்டிற்கு அவர் தலைமை ஏற்று நடத்த வேண்டும். இருக்கும் பொறுப்புகளோடு இது இன்னுமொரு பொறுப்பு. ருட்டியின் வாழ்க்கையில் இன்னொருவரும் உண்டே... ஜின்னா! அவரும் ருட்டியின் பக்கத்தில் இல்லை. எப்படியோ, எப்போதெல்லாம் ருட்டி மனஉளைச்சலால் கஷ்டப்படுகிறாரோ

அப்போதெல்லாம் ஜின்னா அருகில் இல்லாத சமயமாக ஆகிவிடுகிறது.

ருட்டி தூரத்திலிருக்கும் காஞ்சியைத் தொடர்புகொண்டார். அடையாறில் உள்ள இறைஞானம் அமைப்பின் ஜூபிலி விழாவில் தீவிரமாகப் பங்கெடுத்துக் கொண்டிருந்தார். ஆனாலும் ருட்டி தினந்தோறும் ஷப்பூர்ஜியின் நிலைமை பற்றித் தொடர்ந்து தந்தி மூலம் காஞ்சிக்கு தகவல் கொடுத்துக் கொண்டிருந்தார். நிச்சயமாக ஷப்பூர்ஜி மீது எந்தவித அக்கறையும் காஞ்சிக்குக் கிடையாது என்பது ருட்டிக்குத் தெரியும். இருந்தும் தன் ஆதங்கத்தை, தன் ஏக்கத்தைத் தெரிவிப்பதற்காக மட்டுமே அவ்வாறு தொடர்ந்து தந்திகள் அனுப்பிக் கொண்டிருந்தார்.

ஒரு வாரம் ஓடி முடிந்தது. ஷப்புர்ஜி உடல் நலம் தேறியது. ருட்டி அடையார் மாநாட்டிற்குப் புறப்பட்டுவிட்டார். அவரின் உடல்நிலையும்கூட முழுவதும் சரியாக இல்லை. இருந்தும் மனதிற்குள் சூழ்ந்து இருக்கும் இருளை விரட்டியடிக்க ஒளி ஒன்று அவருக்குத் தேவைப்பட்டது. அந்த ஒளியைத் தேடி அடையாறு சென்றார். ருட்டிக்கு ஒரு நம்பிக்கை. சரியான பாதையில் சரியான ஒன்றை தேடிப் போய்க் கொண்டிருக்கிறோம் என்று. தான் தேடி அடைய வேண்டியது அதுதான் என்ற உறுதியும் தோன்றியது. இந்த மனப்பாங்கில் இருந்ததால் இறையியல் அமைப்பில் அன்னி பெசன்ட் அவர்களின் முன்னிலையில் ஒரு முழு உறுப்பினராக வேண்டும் என்ற முடிவில் இருந்தார்.

ஆனால் அடையாறு வந்தவருக்கு ஏமாற்றம்தான் மிஞ்சியது. தான் பற்றில்லாமல் ஏதோ ஒன்றைப் பிடித்துத் தொங்கிக் கொண்டிருக்கிறோம் என்ற எண்ணம்தான் ருட்டிக்கு வந்தது. இறைஞான மாநாட்டிற்கு வந்திருந்தார். ஆனால் அங்கிருந்த உறுப்பினர்களோடு எந்த ஒரு ஒட்டுதலையும் உணர முடியாதவராக தனித்து உணர்ந்தார். அவர்களோடு இயல்பாகப் பழக முடியவில்லை. இவருடைய சிரமத்தை உணர்ந்து ஜினராஜதசா, மற்ற உறுப்பினர்களைப் போல் தனி குடிசையில் தங்காமல் அவர் வெளியே ஓட்டலில் தங்கியிருந்து வரலாம் என்று கூறினார். வெளியில் தங்கியிருந்து கொண்டு ஒவ்வொரு நாளும் அடையார் மாநாட்டிற்கு மதிய வேளைக்கு பிறகு வந்து விடுவார். அனைத்துப் பேச்சுகளையும் கேட்டுக் கொண்டிருப்பார். அவர்களின் நடவடிக்கைகளிலும் பங்கெடுத்துக் கொண்டார். ஒருநாள் ஆசிரமத்தில் இருக்கும்போது ருட்டி ஒருவித மன வெறுப்பில் இருந்தார்.

அதை பார்த்த அன்னிபெசன்ட் ருட்டியைத் தனியாக அழைத்து அவரோடு முப்பது நிமிடங்கள் பேசிக்கொண்டிருந்தார். இருவர் மட்டும் தனியாகப் பேசிய பேச்சு அது. ருட்டி, 'இறைஞான அமைப்பில் உறுப்பினராகச் சேரவேண்டும் என்றுதான் வந்தேன். ஆனால் இங்கே காலை வழிபாட்டில் எல்லாம் சமய மந்திரங்கள் ஓதப்படுகின்றன. இப்படி எல்லா மதங்களையும் அணைத்துக் கொண்டு செல்கின்ற இறைஞான மையத்தில் தான் சேர விரும்பவில்லை' என்று கூறிவிட்டதாக காஞ்சி தனது நூலில் குறிப்பிட்டுள்ளார். மதம் எந்த முறையிலும் இதனுள் வருவதை அவரால் பொறுத்துக்கொள்ள முடியவில்லை. இப்படிப் பேசிய ருட்டியைப் பார்த்து திருமதி பெசன்ட் அவரை சமாதானப்படுத்தினார். அதையும்விட உன்னைப் போன்ற தீவிரமான உறுதியான மனம் கொண்ட (!) உண்மையான மக்கள் இறைஞானம் அமைப்பில் சேர வேண்டிய தேவையே இல்லை என்று கூறினார்.

காலையில் நடக்கும் அந்த வழிபாட்டுக் கூட்டத்தில் அனைத்து மதங்களின் வேத நூல்களும் இடம்பெற்றன. இதனால் அவர் மனதிற்குள் ஓர் எண்ணம் ஓடியது. இஸ்லாமியரை ஒன்றிணைக்க வேண்டும் என்ற ஒரே காரணத்திற்காக அவர்கள் பின்னால் தொடர்ந்து ஓடிக்கொண்டிருக்கும் ஜின்னா அதனாலேயே தன்னை ஒதுக்கி விடுகிறார்; உதாசீனம் செய்து விடுகிறார் என்று நம்பினார். ஆனால் திருமதி பெசன்ட், இறைஞானத்தில் மதங்களின் உள்ளீடு போன்றவைகள் உண்மையான காரணம் அல்ல; அதையும் தாண்டி வேறு ஏதோ ஒன்று அவர் உள்ளத்தை வருத்திக் கொண்டிருக்கிறது என்று கண்டுகொண்டார். இதைக் காஞ்சியிடம் எடுத்துக் கூறினார். "உன் நண்பரை நன்றாக கவனித்துக் கொள்; அவள் மிகுந்த சோகத்தில் கரைந்து கொண்டிருக்கிறாள்", என்று கூறியிருக்கிறார். காஞ்சிக்கு இது புரியவில்லை. ஆச்சரியப்பட்டார். ஆனால் பெசன்ட் அவரிடம் "அவளின் கண்களைப் பார்; அவைகள் சோகத்தில் மிதப்பதாக உனக்கு தெரியவில்லையா? நன்றாக அவளைக் கவனித்துப் பார்", என்று அறிவுறுத்தினார்.

ஏறத்தாழ இதேபோன்ற ஒரு கண்டுபிடிப்பை இன்னொரு பெண்ணும் முன்பே கண்டுபிடித்திருந்தார். அவர் சரோஜினிக்கு மிகவும் தெரிந்த ஒரு ஐரிஷ் பெண்மணி. வெளிப்பார்வைக்கு மகிழ்ச்சிகரமாகத் தோற்றமளித்தாலும் மனதிற்குள்ளேயே சோகம் கவிந்து கிடக்கிறது என்று ருட்டியைப் பார்த்ததும் கண்டுபிடித்தார். 1919 ஆண்டு தனது அறையில் ருட்டியைச்

சந்தித்த பிறகு, "என் மனதில் அதிர்ச்சிதரும் ஒரு நிகழ்ச்சி வந்தது. இந்த அழகிய பெண் குழந்தை விரைவில் மரணம் அடைந்து விடுவாள். பத்தாண்டுகளுக்குப் பிறகு, தன் பிறந்த நாளில் அந்த முடிவு அவளை வந்தடையும்", என்று சரோஜினியிடம் கூறியுள்ளார். ஆனால் ருட்டியின் சிரித்த முகத்தையே எப்போதும் பார்த்துக்கொண்டிருந்த சரோஜினிக்கு இது நம்ப முடியாத, ஒரு பயங்கரமான கற்பனையாக மட்டுமே தோன்றியது.

காஞ்சி அதன்பின் ருட்டியைப் பார்க்கும்போது அவருக்கு பெரிதாக வித்தியாசம் ஏதும் தெரியவில்லை. அதோடு மட்டுமின்றி அப்போது அவர்கள் லேடி எமிலி லூட்டியன்ஸ் கொடுத்த ஒரு விமரிசையான விழாவில் கலந்து கொண்டிருந்தார்கள். மகிழ்ச்சியான விழா அது. பல நாட்டினர், முக்கியமாக இங்கிலாந்து மற்றும் பிரான்ஸ் நாட்டில் இருந்து வந்திருந்தனர். விழா நடந்த இடம் அடையாறு இறைஞான மையம். அங்கே ருட்டியைத் தீவிரமாக கவனித்துப் பார்த்தாலும் காஞ்சிக்கு எதுவுமே வித்தியாசமாகப் படவில்லை. மனதிற்குள் கவலையைப் புதைத்துக்கொண்ட பெண்ணாக ருட்டி அவருக்குத் தோன்றவில்லை. இருந்தும் பயத்தின் காரணமாக காஞ்சி ஜினராஜதசாவிடம் இதைப்பற்றிப் பேசியிருக்கிறார். அதோடு அன்று ஓர் இரவு விருந்திற்கும் ஜினராஜதசாவை அழைத்திருந்தார். அப்போது ருட்டி தனக்கு ஒரு 'காந்த சக்தி' பெற்றுத் தரவேண்டும் என்று சொல்லியிருக்கிறார், இனி வரப்போகும் நாட்களில் உள்ளிருந்தும், வெளியிலிருந்தும் ஏதேனும் பெரிய தொல்லைகள் வராமல் இருப்பதற்காக. இதன் மூலம் கிடைக்கும் நேர்மறையான அதிர்வுகள் ஒரு ஒரு பொருளாக, பொதுவாக ஒரு விலைமதிப்பற்ற கல்போல் உருவாகிவிடும். அந்தக் கல்லைப் பத்திரமாக வைத்திருந்தால் வைத்திருப்பவருக்கு எந்தத் தொல்லையும் வராமல் நலமாக இருப்பார்கள் என்ற ஓர் ஆன்மிக நம்பிக்கையை காஞ்சி ருட்டியின் முன் வைத்துள்ளார். வேடிக்கை என்னவெனில் இறைஞான சபையில் உள்ள மக்கள் இதுபோன்ற ஆன்மிகக் காரியங்களுக்கு எதிரானவர்கள். ஆகவே ஜினராஜதசா ருட்டியிடம், "ஹா! இதை ஏன் என்னிடம் கேட்கிறாய்? உனது நண்பர் காஞ்சி இந்த ஏமாற்று வேலையெல்லாம் மிகவும் எளிதாகச் செய்து விடுவாரே", என்று கேலியாகச் சொல்லிவிட்டுச் சென்றுவிட்டார்.

திரு & திருமதி ஜின்னா | 523

அத்தியாயம் பத்தொன்பது

அடையாறில் நடந்த விழாவிற்குச் சென்று வந்த பிறகு ருட்டிக்கு இறைஞான சபையின் மீது இருந்த ஆர்வம் மெல்ல மறைந்து விட்டது. சென்னையிலிருந்து பம்பாய் திரும்பியபின் அந்த அமைப்பின் மீது இருந்த நம்பிக்கை அவருக்குத் தகர்ந்து போய்விட்டது. இதை அறிந்த சரோஜினிக்கு அத்தனை மகிழ்ச்சி. இதற்குப் பதிலாக வேறு ஏதாவது ஒரு அமைப்பிலோ அல்லது வேறு எதிலுமோ ருட்டி ஆர்வம் கொண்டால் நல்லது என்று நினைத்தார். இதைப்பற்றி சரோஜினி தன் மகள் லீலாமணிக்கு 1926 ஜனவரி 16 ஆம் தேதி எழுதிய கடிதத்தில், "நல்லவேளையாக ருட்டிக்கு இந்த இறைஞான அமைப்பில் இருந்த ஆர்வம் அவர் கலந்து கொண்ட விழாவோடு முடிந்துவிட்டது. இப்போது மாணவர்களின் விவாத மேடை ஒன்றுக்குத் தலைமை தாங்குவதற்காக அவர் அழைக்கப்பட்டிருக்கிறார். இனம் மாறி நடக்கும் திருமணங்களைப் பற்றிய விவாத மேடை அது. ஆனால் ருட்டி அங்கே ஒரு முக்கியப் பேச்சாளராகக் கலந்து கொள்கிறார். அதை நினைத்து ருட்டி கொஞ்சம் பயந்து கொண்டிருக்கிறாள்" என்று எழுதியிருந்தார்.

மேடையேறிப் பேசுவதற்கு ருட்டிக்கு அச்சம் என்பது கொஞ்சம் விசித்திரமான செய்திதான். ஏனென்றால் மேடையில் பேசுவது என்பது அவருக்கு மிக எளிதான ஒரு காரியமாக இதுவரை இருந்து வந்திருக்கிறது. அதுவும் 18 வயதில் இளம்பெண்ணாக, புதுப் பெண்ணாக ஒரு பெரிய கூட்டத்தில் அவர் மிக தைரியமாகப் பேசினார். கூட்டம் மிகப்பெரியது. ஆனால் ருட்டியோ எவ்வித முன் தயாரிப்பும் இல்லாமல் திடீரென்று மேடையில் ஏறி முழங்கினார். வைஸ்ராய் வில்லிங்டன் நினைவகம் கட்டுவதற்கு எதிரான அந்தப் போராட்டத்தில் அத்தனை தைரியமாக எந்தவித சிரமமும் இல்லாமல் பேசினார். அதற்கு அடுத்த ஆண்டு 1919 அதேபோன்று தயாரிப்பு

ஏதும் இல்லாமலேயே பம்பாய் பொதுக்கூட்டம் ஒன்றில் தைரியமாகப் பேசினார். அது அவர்களின் நண்பரான ஹானிமன் நாட்டைவிட்டு துரத்தப்பட்ட சமயம். அப்போது அவர் அவரை ஆதரித்து ஒரு பெரிய வணிக மாநாட்டு மேடையில் திடீரென்று எழுந்து நின்று அழகாகப் பேசினார்.

சமீபத்தில் ஏற்பட்ட ஆவியோடு பேசுதல் போன்ற விஷயங்களில் இருந்த ஆர்வம் இன்னும் சில மாதங்களுக்கு நீடித்தது. பின்பு அதுவும் மறைந்து போனது. இப்போது அவருடன் நீடித்துக் கொண்டிருப்பது அவர் வெறுத்து ஒதுக்கிய தனிமை மட்டும்தான். மனதிற்குள் இருந்த ஒரு வெற்றிடம் அவரை வெருட்டியது. ஆரம்பத்தில் இருந்தே அவரது ஆர்வம் தியோசோபிஸ்டுகளை விட 'ஆவிகளுடன் தொடர்பு கொள்வது' என்று கண்டுபிடிப்பதில்தான் இருந்தது. அது இந்த வாழ்க்கையின் வேதனையிலிருந்தும் அவள் பிணைப்புகளிலிருந்தும் அவளைக் காப்பாற்றுமா, அதன்மூலம் தனிமையில் இருந்து தப்பி இனிமையான வாழ்க்கையை வாழ முடியுமா போன்ற கேள்விகள் அவரது மனதிற்குள் தொடர்ந்து எழுந்துகொண்டே இருந்தன. இந்தக் குழப்பங்களிலிருந்து விடுதலை பெறுவதற்காகத்தான் காஞ்சி இறைஞான அமைப்பில் தொடர்பை ஏற்படுத்திக் கொடுத்தார். அதற்கு முன்பு ஆவியோடு பேசுபவர்களுடைய தொடர்பு அவருக்கு இருந்தது. அதிலிருந்து மீட்டெடுப்பதற்காகவே காஞ்சி இறைஞான அமைப்பின் தொடர்பை ஏற்படுத்திக் கொடுத்தார். அதுவும் முடிந்துபோன அனுபவமானது. தன் மனநிலை பற்றி காஞ்சிக்கு ருட்டி ஒரு கடிதம் எழுதுகிறார். 1924 டிசம்பர் 28 ஆம் தேதியிட்ட கடிதம் அது. முன்பு பம்பாயில் நடந்த இறைஞான அமைப்பின் கூட்டத்திற்கு ஒரே ஒருநாள் முந்திய தேதியிட்ட கடிதம். அங்கே ஆன்மிக அனுபவம் கிடைக்கும் என்ற ஆசையோடு அவர் இருந்த நேரம் அது. அப்போது எழுதிய கடிதத்தில், "எனக்கு இப்போதைய தேவையெல்லாம் நல்லதொரு ஆவியின் துணையோடு நாளை நடப்பதைச் சொல்லும் ஒருவர். அவர் பணம் வாங்குபவரோ அல்லது வேறு விதமாகவோ எப்படி இருந்தாலும் பரவாயில்லை, எனக்கு வேண்டியது எல்லாம் ஒன்றே ஒன்றுதான். நான் நம்பும் இந்த ஆன்மிக அனுபவத்தை நேரடியாகப் பெற வேண்டும் என்று ஆசைப்படுகிறேன்." ஆனால் அந்தக் கனவு ஒன்றும் இல்லாமல் போனது. இதேபோன்று அனைத்து முயற்சிகளும் தோல்வியில் முடிந்தன. காஞ்சிக்குப் பிறர் மனதில் இருப்பதை உணரும் ஆட்கள் (telepathy), கனவுலக சஞ்சாரம் (dream *travel)* போன்றவைகளில் நம்பிக்கை இருந்தது. அவருக்கு மட்டுமல்லாது இறைஞான அமைப்பில் உள்ள ஒவ்வொருவரும் தங்களுடைய கர்மவினையின் மூலம் தங்களுடைய கனவுகளின் வழியாக தங்கள் எண்ணங்களை பிறர்மேல் செலுத்த முடியும் என்ற நம்பிக்கை கொண்டிருந்தார்கள். ஆனால் இது ருட்டிக்குப் பிடித்தமானதாக இல்லை. ஏனென்றால் நல்ல நாளிலேயே அவருக்குத் தூக்கம் என்பது கிடையாது; அப்படியே சிலநேரங்களில் தூங்கினாலும் அவை அமைதியற்ற, கனவுகள் இல்லாத தூக்கம். இதைப்பற்றி ருட்டி காஞ்சிக்கு ஒரு கடிதம் எழுதுகிறார்: "ஆமாம், நீங்கள் சொன்னது போல் நானும் கனவுலக சஞ்சாரம் பற்றிக் கேள்விப்பட்டிருக்கிறேன். ஆனால் எனது கனவுகள் எல்லாமே நான் விழித்திருக்கும் காலத்தில் மட்டும்தான். நான் உண்மையைத்தான் சொல்கிறேன். நான் விளையாட்டுத்தனமாக ஏதோ சொல்கிறேன் என்று நினைத்துக் கொள்ளாதீர்கள். நீங்கள் கடிதத்தில் சொன்னதுபோல் ஒரு அனுபவம் எனக்குக் கிடைத்தால் எனக்கு மிக்க மகிழ்ச்சியாக இருக்கும். ஆனால் அது என்ன தூக்கமோ, மருந்துகளைப் போட்டு வம்படியாகப் பிடித்து இழுக்கும் தூக்கம். எப்படியோ, ஐந்து ஆறு மணி நேரம் மருந்துகளின் உதவியால் மட்டுமே தூங்குகிறேன். எனக்குத் தேவை ஒரு அமைதியான மனம். ஏனென்றால் இப்படிப்பட்ட அரைகுறைத் தூக்கத்தினால் எனது உடல் நலமும் மிகவும் பாதிக்கப்படுகிறது. மனம், உடம்பு இரண்டிற்குமே அமைதி வேண்டும். அதேபோல் நான் தூங்கும் சில நேரங்களில் எப்போதாவது கனவு வரலாம். அப்படி ஒருவேளை கனவு வந்தாலும் விழித்த பிறகு கனவு கண்டேன் என்பது மட்டுமே எனக்குத் தெரியும், மற்றவை எல்லாமே மறைந்து போய்விடும். எனக்கு அவை நினைவில் நிற்காது." இந்தக் கடிதத்தை ருட்டி 1925 ஏப்ரல் 7 ஆம் தேதி எழுதியுள்ளார்.

ருட்டியின் தேடல் தீவிரமாக மட்டுமில்லாமல் மிக மிக அவசரமாகவும், அவசியமாகவும் இருந்தது. ஏனென்றால் தன் மனதில் இருக்கும் அமைதியின்மை அவரை ஓட ஓட விரட்டிக் கொண்டிருந்தது. அதில் இருந்து அவர் வெளியே வந்தே ஆகவேண்டும். அதற்கு ஏதாவது ஒரு காரணம் தேவையாக இருந்தது. பற்றிக் கொள்வதற்கு ஏதோ ஒன்று வேண்டும் என்ற நிலைக்கு தள்ளப்பட்டு விட்டார். இப்போதைக்கு அவருக்கு வேறு எதுவுமே பெரிதாகத் தோன்றவில்லை. இந்த மனக் குழப்பத்தை எல்லாம் காஞ்சிக்கு எழுதியுள்ள கடிதத்தில் மனம் திறந்து ஒப்புக்கொள்கிறார்: "என் ஆன்மா முழுவதும் சிக்கலில் விழுந்து தவிக்கிறது. அதிலிருந்து மீள்வதற்கு நான் எவ்வளவு

கடுமையாக முயற்சிக்கிறேன் என்பது எனக்கும் கடவுளுக்கும் மட்டுமே தெரிந்த உண்மை. நான் தேடும் தீர்வுகள் அனைத்தும் பலனின்றிப் போகின்றன. எனக்கு அழகிய மகுடம் ஒன்று கிடைக்கும் என்று நினைத்து பலவற்றைப் புரட்டினேன். ஆனால் முள்ளாலான மகுடம் கூட எனக்குக் கிடைக்கவில்லை. மனதில் நிம்மதி, அமைதி என்பது சுத்தமாக இல்லவே இல்லை. யாராவது பெரும் மனோபலத்துடன் வந்து என்னைக் காத்துவிட மாட்டாரா என்று ஏங்குகிறேன்."

ருட்டியின் அமைதியின்மை ஒரு நீண்ட தேடுதலுக்கு உள்ளாகி விட்டது. அவரும் இந்தப் போராட்டத்தில் தன்னையே தன்னோடு ஒரு தொடர்புக்குள் உட்படுத்திக் கொள்ள வேண்டும் என்று ஆசைப்பட்டார். அவரைப் பொறுத்தவரையில் திருமணத்திற்கு பிறகுதான் பெரிய இழப்பும், இழப்பைப் பற்றிய கவலையும் தன்னைப் பின்தொடர்ந்து வந்து தன் அமைதியைப் பறித்துக் கொண்டது என்று நம்பினார். இதையெல்லாம் தாண்டி வருவதற்கு ஒரு ஆன்மிக அனுபவம் கட்டாயம் தேவை. அதன் மூலமாகவே தன் வாழ்க்கையை அர்த்தமுள்ளதாக ஆக்கிக் கொள்ள முடியும் என்றும் நம்பினார். "என் ஆன்மா குழம்பிப் போய் நிற்கின்றது; என் பிரச்சனை என் முன்னே பலமற்று நிற்கிறது. என்னைப் போன்று மனோபலம் கொண்டவர்களும், ஆன்மிக வாழ்க்கை வாழ்பவர்களும் உலகத்தின் பெரும் கவிஞர்களோடும், இசைக்கலைஞர்களோடும் அதே தரவரிசையில் வைத்துப் பெருமைப்படுத்த படவேண்டியவர்கள். ஏனென்றால் அவர்களுக்குக் கிடைத்த ஆன்மிக சக்தி தெய்வீகமான ஒன்று. தியோசோபிஸ்டுகளும், புனிதர்களும் உலகின் தீர்க்கதரிசிகளோடு வைத்துக் கருதப்பட வேண்டியவர்கள். இதைப் புரிந்துகொள்ளாத குருட்டுத் தனத்தில் நாம் உலாவிக் கொண்டிருக்கிறோம். அவர்களுடைய ஆன்மிக பலம் நம்மால் புரிந்துகொள்ள முடியாதது. நமது அரைகுறையான புத்தி அவர்களைக் கண்டடையாது. இத்தனை இருந்தும் நம் மனம் ஏதோ ஒன்றிற்காக தொடர்ந்து புரட்சி செய்துகொண்டே இருக்கிறது. அது எதையும் ஒப்புக் கொள்வதில்லை. அதுவும் இவை எல்லாம் நமக்குள் இருக்கும் இயற்கையான சக்திகளைப் புரிந்து கொள்வதுமில்லை; தெரிந்து கொள்வதும் இல்லை. ஆனால் நிச்சயமாக நமக்குள் இருக்கும் அந்த சக்தி தனக்குள் மிகவும் பழமையான உண்மையான அறிவை ஒளித்து வைத்திருக்கிறது."

ஏதோ ஒன்றைக் கைப்பற்றுவதற்காக ருட்டி தொடர்ந்து ஓடிக்கொண்டே இருக்கிறார். அதுவோ அவர் பிடியிலிருந்து நழுவிக்கொண்டே போகிறது. ஆனால் தோல்வியை ஒப்புக்கொண்டு ஓய்ந்திருக்க அவருக்கு மனமில்லை. இந்த மனநிலையைத் தன் கடிதத்தில் மேலும் விவரிக்கிறார்: "நான் இன்னும் பலவற்றைத் துறக்க வேண்டியுள்ளது; சில தவறுகளைச் சரி செய்ய வேண்டியதுள்ளது. ஏனென்றால் நான் காணவேண்டிய அடையாளங்களும், வெளிப்பாடுகளும் எனக்கு இதுவரை கிடைக்கவில்லை. அதனால் வரும் என் ஏமாற்றங்களை நான் இப்போது கண்டுகொள்ளப் போவதில்லை. ஆனால் நான் மிகவும் பலவீனமாக இருக்கிறேன். இதற்குக் காரணம் நான் வாழ்நாள் முழுவதும் பல வசதிகளோடும், சலுகைகளோடும் வாழ்ந்து பழகி விட்டேன். இப்போது நான் விரும்புவதை அடைவதற்கு ஒரு காலக்கெடுவை எனக்கு நானே வைத்துக் கொள்ள முடியவில்லை."

இதுவரை ருட்டி காஞ்சியோடு சாதாரணமான வெளிப்படையான தோழமையோடு பழகி வந்தார். ஒரு மாற்றுப் பாலின தோழரோடு எப்போது வேண்டுமானாலும் தொடர்பு கொள்ளலாம் என்ற உரிமையை அவர் எடுத்துக் கொள்ளவில்லை. ஆயினும் அவர் இதுபோன்ற உதவிகளை தனக்குச் செய்யவேண்டும் என்பதை தான் அவருக்கு எழுதிய கடிதத்தில் கோடிட்டுக் காண்பித்துள்ளார். "தொலைபேசி மூலமோ அல்லது கடிதம் மூலமோ, எப்பொழுது நீங்கள் ஓய்வாக இருப்பீர்கள் என்று தெரிந்தால் நல்லது. அப்போதெல்லாம் நீங்கள் இங்கு வந்தால் மகிழ்ச்சி." கடிதத்தில் இப்படி எழுதியிருந்தாலும் மனதளவில் காஞ்சியோடு நெருக்கமாகவே இருந்தார். ஏனென்றால் அவருக்குத் தன் மீது மிகுதியான கழிவிரக்கம் உண்டு என்பதோடு அல்லாமல் தன்னை நன்கு புரிந்து வைத்திருப்பார் என்ற நம்பிக்கையும் அவருக்கு இருந்தது. "நான் ஏதேதோ எழுதியிருக்கிறேன். ஆனால் அவைகள் என்மீது இரக்கம் கொண்டவரின் கைகளிலும், என்னைப் புரிந்து கொள்ளக்கூடியவரின் கண்களிலும் அந்த எழுத்துகள் போய்ச் சேர்ந்து விடும் என்று நம்புகிறேன்."

நட்புறவோடு இத்தனையையும் எழுதிய ருட்டி இன்னொன்றை எழுதாமல் அல்லது சொல்லாமல் விட்டு விட்டார். ஏனென்றால் காஞ்சிக்குக் கடிதம் எழுதும் அதேநேரத்தில் அவர் இருந்த அறைக்கு அடுத்த அறையில் ஜின்னா இருந்தார்; ஒருவேளை

அவர் அப்போது உறங்கிக்கொண்டு இருந்திருக்கலாம். ஆனால் ருட்டி நடுச்சாமத்தில் எழுத ஆரம்பித்த கடிதத்தை அடுத்தநாள் பகலிலும் தொடர்ந்து எழுதிக் கொண்டிருந்தார். காஞ்சி உறவுகளுக்கு அப்பாற்பட்டிருந்தாலும் அவர் தன்னைச் சரியாகப் புரிந்து கொள்வார் என்று நம்பி மனதளவில் அவரைச் சார்ந்து, சாய்ந்து நின்று கொண்டிருந்தார். அந்த அளவிற்கு அவர்களது உறவு நெருங்கியிருந்தது. ஆனால் பலவற்றை இழந்து, காதலோடு தான் திருமணம் செய்து கொண்ட கணவன் மீது ருட்டிக்கு இந்தச் சார்புத் தன்மை உருவாகவில்லை அல்லது கிடைக்கவில்லை.

ருட்டியின் தொடர்ந்த தேடுதல் உச்சத்தில் இருக்கும்போது அது உண்மையிலேயே அவருக்கு நல்லதொரு விளைவையும் கொடுத்தது. ஏனென்றால் அவர் இல்லாத ஒன்றை இருப்பதாக நினைத்துத் தேடிக்கொண்டிருந்தார். ஆனால் இதன் மூலம் தன் மனதுக்குள் எழும்பி இருந்த பல உணர்ச்சிகளை அவர் தற்காலிகமாக மறக்க முடிந்தது. மனநிம்மதியை சுத்தமாக இழந்திருந்த அவருக்கு இந்த தற்காலிக நிம்மதி ஓரளவு பயனளிக்கத்தான் செய்தது. இதற்கு நடந்து முடிந்த ஒரு நிகழ்வும் சான்றாக இருக்கிறது. இந்த நிகழ்வைப் பற்றி சரோஜினி, பத்மஜாவிற்கு *1925* ஏப்ரல் *10*-ஆம் தேதியிட்ட கடிதத்தில் விரிவாக எழுதியுள்ளார். “ருட்டியின் பூனை ஷப்புர்ஜி உடல்நலமில்லாமல் போனது உனக்குத் தெரியும். ஆனால் அதற்கு ஆறு மாதங்களுக்கு முன்பே சவுத் கோர்ட் வீட்டில் ஒரு சோகமான நிகழ்ச்சி நடந்தது. ருட்டியை அவரது பூனை ஆர்லட் வெறி பிடித்து, கடித்து விட்டது. இதுபோன்ற ஒரு நிகழ்வு நடந்திருந்தால் ருட்டி பல வாரங்களுக்கு மனம் நொறுங்கி கவலைப்பட்டு இருந்திருப்பாள். உதாரணமாக ஷப்புர்ஜி உடல் நலம் இல்லாமல் போனபோது அவள் எவ்வளவு கஷ்டப்பட்டாள்; எப்படித் தன் பயணத்தை தள்ளி வைத்தாள் என்பது எல்லோருக்கும் தெரியும் தானே. ஆனால் இப்போது நடந்ததை அவள் ஒரு பொருட்டாகவே கருதவில்லை. ஏனென்றால் இப்போது அவள் மனதை வேறு பல துன்பங்கள் சூழ்ந்திருந்தன. அவளது தனிமை அவளை அமிழ்த்து வைத்திருந்ததால் ஆர்லெட் செய்த விஷயம் பெரிதாகத் தோன்றாமல் போய்விட்டது. அது ஒரு சாதாரண வளர்ப்பு மிருகம் மட்டுமல்ல. அவர் எங்கு சென்றாலும் அவருடனேயே சென்று வந்த செல்லப்பிராணி. அதுவும் ருட்டி பெத்தித் மாளிகையில் இருந்த போதிலிருந்தே அது அவளது செல்லப் பிராணியாகவே இருந்தது. இந்த நிகழ்வு நடந்த பிறகு இரண்டு

நாட்கள் கழித்து ருட்டி காஞ்சிக்கு 1925 ஏப்ரல் 12ஆம் தேதி ஒரு கடிதம் எழுதுகிறார். எதை எதையோ எழுதுகிறார். காஞ்சி இறைஞானம் தொடர்பான பல நூல்களை அனுப்பி உள்ளார். ப்ளாவட்ஸ்கி எழுதிய '*ரகசியக் கொள்கை*' (Blavatsky's The Secret Doctrine) என்ற காஞ்சி அனுப்பிய நூலைப் பற்றி எழுதுகிறார்; ஜின்னாவை '*ஸ்பிரிட் ஆப் ஐரீன்*' என்ற நூலை வாசிக்க வைத்தது பற்றி எழுதுகிறார்; சந்திரசேகரா உருவத்தை வரைந்த ஓவியரின் முகவரியை அனுப்பியதற்கு நன்றி சொல்கிறார்... ஆனால் இத்தனையும் எழுதிய ருட்டி ஆர்லெட் பற்றி ஒரு வரி கூட எழுதவில்லை. அதனால் அவருக்குத் துன்பம் ஏதும் ஏற்பட்டதா என்பது ஒரு கேள்விக்குறியாகிவிட்டது. அதுவும் அந்தக் காலகட்டத்தில் அவர் தனக்கு ஏற்பட்ட ஒரு ஆன்மிக அனுபவத்தை உணர்ச்சிப்பூர்வமாக நினைக்கிறார்; அதைப் பற்றிப் பேசுகிறார். ஆனால் ஆர்லெட் பற்றி எதுவுமில்லை. ஆர்லெட் பற்றிப் பேசுவதற்கு பதிலாக தனது இரு ஆன்மிக அனுபவங்களைக் கடிதத்தில் எழுதியுள்ளார்.

"எனக்கு நடந்த இரு ஆன்மிக அனுபவங்கள் மிகவும் வித்தியாசமானவைகளாக இருந்தன. கண்முன்னே மிக மிகப் பிரகாசமான ஒரு ஒளி. அதுவும் பம்பாயில் உள்ள ஹ்யூக்ஸ் சாலை, சண்ட்ஸ் ஹர்ஸ்ட் இந்த இரண்டிற்கும் நடுவில் தனக்குத் தோன்றியது" என்று விளக்கியுள்ளார். அந்த அனுபவம் அவருக்கு வேறு பல ஏமாற்றங்களைக்கூட எளிதாகத் தாண்டிச் செல்லும்படி அமைந்துவிட்டது. அவர்கள் அப்போது காஷ்மீர் பயணம் செல்வதற்காகத் தயாராகிக் கொண்டிருந்தார்கள். ஆனால் திடீரென்று ஒரு வழக்கு தொடர்பாக ஜின்னா பம்பாயில் இருக்கவேண்டிய சூழல் வந்தது. ஆகவே அவருடைய காஷ்மீர் பயணம் தள்ளிப் போடப்பட்டது. வழக்கமாக இதுபோன்ற விஷயங்களுக்கு மிகவும் சோகத்தில் ஆழ்ந்து விடும் ருட்டி இப்போது அதை மிக எளிதாக எடுத்துக் கொண்டார். கடிதத்தில் இரண்டே வரிகளில் அதைப் பற்றி எழுதிவிட்டு, அதைப் புறந்தள்ளி, ஆன்மிக அனுபவத்தில் திரும்பவும் நுழைந்து கொண்டார் போலும்.

இந்த ஆன்மிக அனுபவம் போலவே, அவர்களின் காஷ்மீர் பயணத்தைத் தள்ளி வைப்பதற்காகவே வந்த வழக்கு 'பாவ்லா வழக்கு' என்றழைக்கப்பட்டது. மிகவும் பரபரப்பான வழக்காக அது இருந்தது. அது மும்தாஜ் பேகம் என்ற அழகிய இளம் பாடகி ஒருவரைப் பற்றியது. அவர் இந்தூர் இளவரசரின் அரசவையில் இருந்தவர். அங்கிருந்து தப்பி பம்பாய்க்கு

வந்துவிட்டார். அங்கே மிகவும் பணக்கார வியாபாரியாக இருந்த அப்துல் காதர் பாவ்லா என்பவரோடு மலபார் பகுதியில் உள்ள தொங்கும் தோட்டம் பகுதியில் காரில் சென்று கொண்டிருக்கும்போது, கூலிப்படைகளால் வழிமறிக்கப்பட்டு பாவ்லா தாக்கப்படுகிறார். அந்தக் கூலிப்படையினரின் பிடியிலிருந்து தப்பிக்க பேகம் போராடிக் கொண்டிருக்கிறார். உதவிக்காகக் கத்திக் கூச்சலிடுகிறார். தற்செயலாக அந்த வழியே வந்த ஆங்கிலேய ராணுவ அதிகாரிகளின் கண்ணில் இது படுகிறது. அவர்கள் பேகத்தைக் காப்பாற்றி, கூலிப்படையினரைப் பிடிக்கின்றனர். வழக்கு நீதிமன்றத்திற்கு வருகிறது. வழக்கு நடக்கும் அனைத்து நாட்களிலும் நீதிமன்றம் பெரும் கூட்டத்தால் நிரம்பி வழிந்தது. மக்களுக்கு அத்தனை ஆர்வம் அந்த வழக்கின் மீது.

ருட்டியும் இந்த வழக்கின் மீது ஆர்வம் கொள்கிறார். அந்த வழக்கில் இருந்த பாலின ஈர்ப்பு, மறைந்திருந்த மர்மங்கள், நடந்து முடிந்த கோரங்கள், மக்கள் கூட்டம் எல்லாம் அனைவரையும் வசீகரித்தன. ஆனால் ருட்டிக்கு அப்படியல்ல. அவரது ஆர்வம் அனைத்தும் அந்த இளம் பாடகி பேகத்தின் மீது தான் குவிந்திருந்தது. நாளை அவரது நிலை என்ன, இன்னும் தொடர்ந்து பாடுவாரா போன்ற பல தனிப்பட்டக் கேள்விகள் ருட்டியின் மனதில் முளைத்திருந்தன. ஆனால் அதையும் தாண்டி பேகத்தைத் தனது சூழலில் வைத்து ஓர் ஒப்புமை கண்டார். அவர் தனது 14வது வயதிலேயே ஓர் இளம் இளவரசரின் கைகளில் மாட்டிக்கொண்டார். அவரது தாயிடம் இருந்து முற்றிலுமாகப் பிரிக்கப்பட்டு வேறிடத்தில் தனிமைப்படுத்தப்பட்டார். அவ்வப்போது இளவரசர் தனக்காக அவளைப் பயன்படுத்திக்கொண்டார். பேகம் அங்கிருந்து தப்பிக்க முயன்ற போதெல்லாம் வேட்டையாடப்பட்டு, திரும்பவும் தனிமையில் அடைக்கப்பட்டு விடுவார். அதுவே அவரது வாழ்க்கையாக இருந்தது. இந்த வழக்கைப் பற்றிய எல்லா விபரங்களையும் ஒரு வார்த்தைகூட விடாமல் தவறாது வாசித்து வந்தார் ருட்டி. அதோடு நிற்காமல் வழக்கு நடக்கும் போதெல்லாம் நீதிமன்றத்திற்குச் சென்று வழக்கு எவ்வாறு நகர்கிறது என்பதைக் கண்காணித்துக் கொண்டிருந்தார். அந்த வழக்கில் குற்றம் சாட்டப்பட்டிருந்த ஒருவருக்காக ஜின்னா வழக்கு நடத்திக்கொண்டிருந்தார். ஆகவே நீதிமன்றத்திற்குச் சென்று வருவது குறித்து எந்தப் பிரச்சனையும் இல்லாமல் இருந்தது. அந்தக் குற்றவாளிக்கு ஜின்னா விடுதலை வாங்கிக் கொடுத்தார். வழக்கு நடந்த காலம் முழுவதும் நீதிமன்றத்திற்குத்

தவறாமல் வந்து எதையும் விட்டுவிடாமல் தொடர்ந்து கவனித்துக்கொண்டே இருந்தார். மும்தாஜ் பேகத்திற்கு தான் எப்படியாவது உதவ வேண்டும் என்ற ஆவல் அவருக்கு. அதுவும் அவர் இப்போது இருக்கும் நிலையிலிருந்து அவரை விடுவிக்க வேண்டும் என்றும் தோன்றியது. "மும்தாஜ் பேகம் இதுவரை வாழ்ந்த வாழ்க்கையிலிருந்து அவரை விலக்கி வேறு ஒரு நல்வழியில் திரும்புவதற்கு இதுதான் மிகவும் சரியான நேரம் என்று நான் நினைக்கிறேன்", என்று காஞ்சிக்கு 1925 மே மாதம் ஒன்றாம் தேதி எழுதிய கடிதத்தில் சொல்லியிருக்கிறார். காஞ்சி மக்கள் பேரவையின் உறுப்பினர்; மேலும் அவர் ஒரு நல்ல சமூக சேவகர். ஆகவே நிச்சயமாக இந்த விஷயத்தில் அவர் பெரும் உதவியாக இருக்க முடியும். "சாட்சிக் கூண்டில் ஏறி பலரும் தங்களுக்குப் பேகத்தோடு இருந்த தொடர்புகளைப் பற்றிப் பேசினார்கள். கேட்கவே எனக்குக் காது கூசியது. அவர்கள் எல்லோரும் மிகவும் மோசமானவர்களாக இருந்தனர். இருந்தாலும் அவரைப் பொறுத்தவரையில் அவர் அந்த மக்களை எல்லாம் விட மிகவும் உயர்வானவர். ஒருவேளை அவர் தன் இயல்பான வாழ்க்கைக்குத் திரும்பி போக அனுமதிக்கப்படுவார் என்றால் நிச்சயமாக அவருடைய வாழ்க்கை முற்றிலுமாக திசை திரும்பி விடும். ஆனால் அப்படி ஏதும் நடக்க இயலுமா?"

ருட்டி இதுவரை காஞ்சியைத் தனக்கான ஒரு உரைகல் போல் பயன்படுத்திக் கொண்டிருந்தார். ஆனால் இப்பொழுது காஞ்சி அவரது வாழ்க்கையில் ஒரு முக்கியமான மனிதராகி விட்டார். ஏனென்றால் காஞ்சி ருட்டியின் உணர்ச்சிப் பிரவாகத்திற்கும், கொந்தளிப்பிற்கும் வடிகாலாக இருக்கும் நிலைக்கு வந்துவிட்டார். ருட்டியைப் பற்றித் தன் நினைவலைகளை 1925இல் நூலாக எழுதியபோது, தான் தொடர்ந்து வாரத்திற்கு மூன்று அல்லது நான்கு முறை ருட்டியைச் சந்தித்ததாக எழுதியுள்ளார். இருவருக்கும் ஆன்மிக அனுபவங்கள், மனோதத்துவம் என்ற இரண்டிலும் ஆர்வம் இருந்தது. ருட்டி முன்பு ஜின்னாவின் அரசியல் வாழ்க்கையில் தன்னையும் ஈடுபடுத்திக் கொண்டதுபோல் இப்போது காஞ்சியின் வாழ்க்கையிலும், அவரது ஆய்வுகளிலும் தன்னை ஈடுபடுத்திக் கொண்டிருந்தார். அப்போது ஜின்னா அரசியலில் முழு ஆர்வத்தோடு இருந்தார்; அவருக்கு ருட்டி அதில் உதவி செய்து கொண்டிருந்தார். இப்போது காஞ்சி பம்பாயில் உள்ள சிவப்பு விளக்குப் பகுதியில் உள்ள பாலியல் தொழிலாளிகளைப் பற்றி, அவர்களின் உயர்வு பற்றி, அவர்களின் விடிவு பற்றி மிகுந்த ஆர்வத்தோடு உழைத்துக் கொண்டிருந்தார்.

ருட்டி தன்னை அவருடைய ஆய்விடத்திற்கு அழைத்துச் செல்லக் கேட்டதில்லை. ஆனால் முற்றிலுமாக அவருடைய ஆய்வுகளைப் பற்றியும், அங்குள்ள பெண்மணிகளின் நிலைகள் பற்றியும், அவர்களின் வாழ்வியல் முறைகள் பற்றியும் ஆர்வமாகத் தொடர்ந்து கேட்டுக் கொண்டே இருந்தார். அதில் தன்னால் முடிந்த உதவிகளையும் செய்து கொண்டிருந்தார்.

ருட்டி, ஜின்னா இருவரும் தனித்தனியே தங்கள் வழிகளில் சென்று கொண்டிருந்தார்கள். உறவுகள், தொடர்புகள் மிகவும் குறைந்து விட்டன. ஆனாலும் ருட்டியின் மனதில் 'ஜே' இன்னும் நின்றுகொண்டிருந்தார். தன் வாழ்வின் ஏதோ ஒரு பகுதி இன்னும் அவரோடு ஒட்டிக்கொண்டு பிரியாமல் இருக்கிறது என்று நினைத்தார் ருட்டி. அந்த ஆண்டின் ஜூலை மாதத்தில் ஜின்னா மக்கள் பேரவையில் கலந்து கொள்வதற்காக சிம்லாவிற்குப் பலமுறை சென்றார். ஒவ்வொரு முறையும் ருட்டியும் உடன் செல்ல முனைந்திருப்பார். ஆனால் உடல்நலக்குறைவு அதைத் தடுத்து விட்டது. இதைப்பற்றி சரோஜினி தன் மகள் பத்மஜாவிற்கு 1925 செப்டம்பர் முதல் தேதி எழுதிய கடிதத்தில், "ஏற்கனவே உன்னிடம் சொல்லி இருக்கிறேன் என்றே நினைக்கிறேன்; ஜின்னாவுடன் இணைந்து ருட்டி சிம்லா செல்லவே முடியாது என்று சொல்லியிருந்தேன். அத்தனை தூரம் அவளுக்கு உடல்நலக் குறை தொடர்ந்து இருந்துகொண்டே இருக்கிறது. பாவமாய் இருக்கிறது அவளைப் பார்த்தால்", என்று குறிப்பிட்டிருந்தார். ருட்டி அனேகமாக முழுவதுமாக தன் தனிமையில்தான் தத்தளித்துக்கொண்டிருந்தார். துன்பமே தன்னை விழுங்கி விட்டது போல் உணர்ந்தார். இந்தச் சிரமங்களில் இருந்து தப்பிப்பதற்காக இரவுகளில் அடிக்கடி சரோஜினியின் அறைக்கு வந்து விடுவார். சரோஜினிக்கு கொஞ்சம் அலுப்பு தான். செப்டம்பர் 14ஆம் தேதி தன் மகளுக்கு எழுதிய கடிதத்தில்: "இரவு பத்து மணியிலிருந்து காலை நான்கு மணி வரை எனது நேரம் முழுவதையும் ருட்டி எடுத்துக்கொள்கிறாள். என்ன சொன்னாலும் அவள் அப்போது வீட்டுக்குத் திரும்புவதில்லை. அவளைப் பார்க்க வேதனையாக இருக்கிறது. அதீத களைப்பினால் மிகவும் சோர்வுற்று பாவமாய்த் தோன்றுகிறாள். அனேகமாக ஜின்னா இன்னும் இரண்டு நாளில் திரும்பி விடுவார். அது ஏதாவது சிறிது மாற்றத்தைக் கொடுக்கலாம்."

ருட்டியின் இன்னொரு பக்கத்தைப் பார்க்காமலேயே இருந்துவிட்டார் காஞ்சி. அவரை தன்னை உந்தித் தள்ளும்

ஒரு பெரும் சக்தியாகவே மட்டும் பார்த்தார். காஞ்சியின் வாழ்வில் இருவருக்கு மட்டுமே அந்த உயர்ந்த நிலையை அவர் கொடுத்திருந்தார். ஒருவர் ருட்டி; இன்னொருவர் அன்னிபெசன்ட் அம்மையார். இருவரும் அவருக்குப் பெரும் உந்து சக்தியாக இருந்தார்கள்; அதிலும் அன்னிபெசன்ட் ஒரு வழிகாட்டியாகவும் இருந்தார். காஞ்சியைப் பொருத்தவரையில் ருட்டி அளவுக்கு மீறிய புத்திசாலி; எதையும் எளிதாகப் புரிந்துகொள்பவர்; பேரன்பு கொண்டவர்; மிக உன்னதமான மனம் கொண்டவர்; உடல்நலத்தைப் பற்றி அதிகமாக அக்கறை கொண்டவர் அல்ல. அப்படியே உடல்நலம் இல்லாமல் போனாலும் அந்த வேலைகளில் "அடடா மீண்டும் உடல்நலக்குறைவு" என்பதோடு நிறுத்திக் கொள்கிறார். உடல் நலமின்மை பற்றி அதிகமாகக் கவலைப்படுவதே இல்லை. 1925 ஜூன் 5ஆம் தேதி காஞ்சிக்கு எழுதிய கடிதத்தில் "மறுபடியும் உடல்நலம் நன்றாக இல்லை. ஆனாலும் எல்லா மாலை வேளைகளிலும் நான் வீட்டில்தான் இருப்பேன்", என்று எழுதியுள்ளார். ருட்டி அடிக்கடி உணர்வுத் தாக்குதல்களில் இருக்கும்போதும் அல்லது தூக்கமின்றி துன்பப்படும்போதும் காஞ்சி அதைப் புரிந்து கொள்ளவில்லை. அவருக்கு அது முழுமையாகத் தெரியாமல் போய்விட்டது. ஒருமுறை ஏதோ ஒரு பதட்டத்தில் சாதாரண ஒரு உடையில் வீட்டை விட்டு ருட்டி வெளியேறிவிட்டார். அதன் பிறகே ருட்டிக்கு காஞ்சி தன்னைப் பார்க்க அப்போது வருவார் என்பது நினைவுக்கு வந்தது. வேகமாக வீட்டுக்குத் திரும்பி வந்தார். ஆனால் அந்தச் சில நிமிடங்களில் காஞ்சி வந்து ருட்டியைக் காணாது திரும்பிப் போய்விட்டார். இது ருட்டியின் அமைதியின்மையை மேலும் கிளப்பிவிட்டது. அன்று இரவு முழுதும் அவருக்குத் தூக்கம் இல்லை. அந்த இரவில் இரண்டு மணிக்கு மன்னிப்புக் கேட்டு ஒரு கடிதம் எழுத ஆரம்பித்திருக்கிறார். "எனக்கு மிகவும் களைப்பு; தூக்கமும் வருகின்றது. ஆனால் நீங்கள் என்னைப் பார்க்க வந்து நான் அப்போது வீட்டில் இல்லாமல் போனது பெரும் குற்ற உணர்வைத் தருகிறது. படுக்கையை விட்டு எழுந்து இதை எழுதிக்கொண்டிருக்கிறேன். அப்பொழுதுதான் என் மனதிற்குக் கொஞ்சமாவது அமைதி கிட்டும்." காஞ்சி அவர்கள் நட்பின் இறுக்கத்தைத்தான் இதில் கண்டார். ஆனால் ருட்டியின் மனதில் இருந்த அமைதியின்மையையும், தேவையில்லாத மனக் குழப்பத்தையும் அவர் காணத் தவறிவிட்டார். ஆனால் இவைகள் தான் ருட்டியின் வாழ்க்கையை மெல்ல குடித்துக் கொண்டிருந்தன.

ஜின்னா தில்லியில் இருந்து திரும்பி வந்தார். வழக்கமான வாழ்க்கை நகர ஆரம்பித்தது. தம்பதிகள் இருவரும் நல்ல நட்போடு இருந்தார்கள். ஒருவர் மீது ஒருவருக்கு இருந்த அன்பில் குறைவேதுமில்லை. ஆனால் அந்த உறவில் இருக்கவேண்டிய ஆத்மார்த்தமான, உணர்வுப்பூர்வமான நெருக்கம் இல்லாதிருந்தது. ஜின்னாவும் ருட்டியிடம் எந்த மாற்றத்தையும் காணவில்லை. ருட்டியின் மனதிலிருந்த உணர்வின் தாக்கங்கள் எதுவும் ஜின்னாவிற்குத் தெரியாது. இருவரும் மகிழ்ச்சியாக சரோஜினியின் அறைக்கு ஜெயசூர்யாவின் பிறந்த நாள் கொண்டாட்டத்திற்காக சென்று வந்தனர். விழாவிற்குச் செல்லும்பொழுது ஜின்னா, ருட்டி தேர்ந்தெடுத்த உடைகளை அணிந்து கொண்டு மகிழ்ச்சியோடு வந்தார். ஹைதராபாத்திலிருந்து தனது சகோதரியின் சமையல்காரரை அழைத்து வந்து ஹைதராபாத் பிரியாணி தயாரிப்பதற்கு சரோஜினி ஒழுங்கு செய்திருந்தார். இந்த விழாவிற்கு ஜின்னா அணிந்து வந்திருந்த உடை பற்றி பத்மஜாவுக்கு 1925 செப்டம்பர் 27ஆம் தேதி சரோஜினி கடிதம் எழுதியுள்ளார்: “லக்னோ பாணியில் உடை உடுத்தியிருந்தார். விழாவிற்குப் பொருத்தமாக இருந்தது. மகிழ்ச்சியோடு உணவருந்தினார்.” அந்த விழாவிற்கு மிகவும் நெருங்கிய நண்பர்களே அழைக்கப்பட்டிருந்தனர். அதில் ஒருவர் ஜெய் ஜோஷி என்ற இளம்பெண். இவர் சரோஜினியின் நண்பர். சரோஜினியைப் பார்ப்பதற்கு அடிக்கடி தாஜ் ஹோட்டல் அறைக்கு வருவதுண்டு. ஏறத்தாழ ருட்டியின் வயது. ருட்டியைப் போலவே ரசனையான நாகரிகப் பெண். மருத்துவம் படித்து முடித்திருந்தார். ஆனால் என்ன செய்வது என்று தெரியாமல் பொருளற்ற ஒரு வாழ்க்கையை வாழ்ந்து கொண்டிருந்தார். ஏறத்தாழ இருவரும் ஒரே மாதிரி இருந்தாலும் ருட்டியும் ஜோஷியும் நண்பர்களாகவில்லை. ஏனோ அன்று அந்த பிறந்தநாள் விழாவிற்கு ஜோஷி வர முடியாது போயிற்று. ஆனால் ருட்டி அந்தக் குறையைத் தீர்ப்பது போல மகிழ்ச்சியாக உண்டு மகிழ்ந்தாள் என்று சரோஜினி பத்மஜாவிற்கு எழுதியிருந்தார்.

இந்தக் காலகட்டத்தில் காந்தி மீண்டும் அரசியலில் இருந்து விலகியிருந்தார். தனது ஆசிரமத்தில் தங்கியிருந்து அரசியல் நிகழ்ச்சிகளில் கலந்து கொள்ளாதிருந்தார். ஏறத்தாழ எல்லோருமே ருட்டியைப் போல் இயல்பற்ற, நோக்கமற்ற, ஏதோ ஒரு வாழ்க்கையை வாழ ஆரம்பித்திருந்தார்கள். ஏனென்றால் என்ன செய்வது என்று யாருக்கும் தெரியவில்லை. 1925

அக்டோபர் 3 ஆம் தேதி சரோஜினி லீலாமணிக்கு ஒரு கடிதம் எழுதுகிறார்: “எல்லோரும் வழக்கம்போல இருக்கிறார்கள். வேறு என்ன சொல்வது? ருட்டியின் வாழ்க்கை நாய்களுடனும் பூனைகளுடனும் ஓடுகிறது. ஜோஷி பெண்களுக்கே உரித்தான கண்ணீர் மாலைகளோடு நடமாடுகிறாள். உஸ்மான் தைரியமாக இருக்கிறார். ஆனால் அவருக்கு இப்பொழுது ஏதாவது ஒரு வேலை வேண்டும். ஏனென்றால் காந்தியின் ஒத்துழையாமை இயக்கத்தில் கலந்து கொண்டதால் சோபானி சகோதரர்கள் தங்கள் சொத்துகளை இழந்து விட்டார்கள். உமர் வழக்கம்போல் தன் பெருமையை விட்டுக்கொடுக்காமல், உலகமே வறுமையில் வாடினாலும்தான் ஒன்றும் கவலை இல்லாதவராக வாழ்ந்துகொண்டிருக்கிறார். ஷ்வாப் - சோபானி சகோதரர்கள் போலவே காந்தியின் ஒத்துழையாமை இயக்கத்தில் ஈடுபாட்டோடு இணைந்தவர் - விரித்து விட்ட தன் கூந்தலோடு தனியொரு வீட்டில் தங்கி இருக்கிறார்; புடைசூழ பெண்கள் கூட்டம். இப்படியாக எல்லோரும் ஏதோ ஒரு வாழ்க்கையை வாழ்ந்து கொண்டுதானிருக்கிறார்கள்.”

ஜின்னாவும் தனது இயல்பு வாழ்க்கையை நடத்திக் கொண்டிருந்தார். அவருக்கு மனத் தளர்ச்சி ஏதும் இருந்ததோ என்னவோ, ஆனால் அவர் எதையும் வெளியே காண்பித்துக் கொள்ளவில்லை. கடைசி இரு மக்கள் மேலவைக் கூட்டங்களில் மிகவும் கடுமையாக உழைத்துக் கொண்டிருந்தார். ஆயினும் அவர் எதிர்பார்த்த அரசியல் மாற்றங்கள் எதுவும் ஏற்படவே இல்லை. அதிலும் இப்போது அவர் காங்கிரஸ் கட்சியில் இல்லை; சுயராஜ் கட்சிக்கு எதிராக இருந்தார்; சொல்லிக்கொள்ளும் அளவிற்கு முஸ்லிம் லீக் கட்சியில் அவருக்குப் பிடிப்பு ஏதும் இல்லை. ஜின்னாவின் நிலைமையில் வேறு யார் இருந்தாலும் ‘போதும் அரசியல்’ என்று உதறிவிட்டு தங்களது வழக்கறிஞர் வேலையில் ஆழ்ந்து ஈடுபட ஆரம்பித்திருப்பார்கள். அதில் பணமாவது தேறும் அல்லது தனது மனைவியை அழைத்துக்கொண்டு நீண்ட நெடும் உலகப் பயணம் சென்றிருக்கலாம். ஆனால் அவர் ஜின்னா அல்லவா! அவ்வளவு எளிதில் மனம் நொடிந்து விடுவாரா என்ன? மீண்டும் மீண்டும் தொடர்ந்து முயற்சித்துக் கொண்டிருந்தார். இப்பொழுது தன் சக்தி அனைத்தையும் முஸ்லிம் லீக் கட்சியை மீண்டும் வெளிச்சத்திற்கு கொண்டு வருவதற்கு பயன்படுத்திக் கொண்டிருந்தார். அதற்காக அதிகமான வேலைப்பளு அவருக்குக் காத்திருந்தது. ஆவலோடு அவைகளைத் தனது தோளில் ஏற்றிக் கொண்டார்.

அடுத்து ஒரு முஸ்லிம் லீக் மாநாட்டை அலிகார் நகரத்தில் நடத்துவதற்கான ஏற்பாடுகளைத் துவங்கியிருந்தார். இப்பொழுது அதற்காகவே எல்லோரையும் தொடர்பு கொண்டிருந்தார். ஏறத்தாழ தன்னந்தனியாக அந்த வேலையை சிரமேற்கொண்டு செய்து கொண்டிருந்தார். எல்லோரும் அவரைச் சொல்வது போலவே அவர் ஒரு 'தனிமனிதச் செயலகமாக' இயங்கிக் கொண்டிருந்தார். இத்தனை வேலைகளுக்கு நடுவே பொதுக் கூட்டங்கள் பலவற்றில் தொடர்ந்து பங்கெடுத்துக் கொண்டிருந்தார். மக்கள் பேரவை வேலை அவருடைய காலத்தை மிகுதியாக எடுத்துக்கொண்டாலும் இஸ்லாமியரின் பொதுக்கூட்டங்களுக்கு அழைப்புகள் வந்தால் உடனே தவறாது அவர் கலந்து கொண்டார்; ஏனென்றால் முஸ்லிம்களின் கட்சியை வலுப்படுத்துவது அவரது முக்கிய நோக்கமாகவும் இருந்தது. ஜனவரி மாதத்தின் நடுவில் குளிர்காலத் தொடருக்காக அவர் தில்லி வந்தார். ருட்டி பின்னர் அவரோடு சேர்ந்து கொள்வதாகத் திட்டம். ஆனால் ருட்டி சென்னை அடையார் சென்று வந்த பிறகு பெரும் ஏமாற்றத்தில் இருந்தார். பலத்த நம்பிக்கைகளோடு அவர் சென்னை இறைஞான விழாவிற்குச் சென்றிருந்தார். அங்கே அவரின் நம்பிக்கை காற்றோடு கலந்து கரைந்து விட்டது. இந்த நிலையில் அவருடைய உடல்நிலை மீண்டும் மோசமானது. வாராவாரம் சரோஜினி அனைவரைப் பற்றிய குறிப்புகளையும் தனது கடிதத்தில் மகள் லீலாமணிக்குத் தொடர்ந்து எழுதிக் கொண்டே இருப்பார். 1926 ஜனவரி 21-ஆம் தேதி எழுதிய கடிதத்தில், "சரூப் அழகான தன் தலை முடியை குட்டையாக வெட்டிக் கொண்டு ரஞ்சித்துடன் மார்ச் 1ஆம் தேதி கப்பலில் புறப்படுகிறார்; ஜவகர் மருத்துவத்திற்காக கமலாவை அழைத்துக்கொண்டு அதே கப்பலில் ஜெனீவாவிற்குப் புறப்படுகிறார். (கிருஷ்ணா என்று செல்லமாக அழைக்கப்படும் சரூப்பின் தங்கையான) பெட்டி, சரூப் போலவே முடியைக் குட்டையாக வெட்டிக் கொண்டு, மிகவும் நம்பிக்கை இழந்த பெண்ணாகத் தோற்றமளித்தாள்; அவள் வயது வெறும் 15 தான். மீண்டும் ருட்டி சுகமில்லாமல் இருந்தாள்; ஜெய் ஜோஷி வழக்கம்போல் வாழ்க்கையைப் பற்றிய தன் தத்துவங்களோடு உழன்று கொண்டிருந்தாள்."

ஒரே வாரத்தில் ருட்டியின் உடல்நிலை மீண்டும் சீரானது. மிகவும் ஆச்சரியமாக இருந்தது. உடல்நிலை திடீரென்று மோசம் அடைந்து, மீண்டும் சரியாகிவிடுகிறது. காரணம் மட்டும் புரியவில்லை. நல்லவேளையாக உடல்நிலை ஓரளவு சீரடைந்து எழுந்து நடமாட முடிந்தபோது பத்மஜா பம்பாய்க்கு

வந்து சேர்ந்தார். இதைப்பற்றி சரோஜினி லீலாமணிக்கு 1926 ஜனவரி 29ஆம் தேதி எழுதிய கடிதத்தில், "இரவு மணி இரண்டு. இப்போதுதான் ருட்டி தன் வீட்டுக்குத் திரும்பியிருக்கிறாள். பேபி (பத்மஜா) இன்னும் தன் படுக்கையில் புரண்டு கொண்டிருக்கிறாள். நாங்கள் எல்லோரும் இப்போதுதான் ரூத் செயின்ட் டென்ட் என்பவரின் நடனத்திற்குப் போய்விட்டு வந்தோம். நடனம் மிக அழகாக இருந்தது... ஆனால் பாம்லோவா அளவிற்கு இல்லை." மிகவும் புகழ்பெற்ற பாம்லோவா தனது குழுவினருடன் நான்கு வருடங்களுக்கு முன்பு பம்பாய் வந்திருந்தார். அவரது நடனம் சரோஜினிக்கு மிகவும் பிடித்துப்போக ஏறத்தாழ எல்லா நிகழ்வுகளிலும் தொடர்ந்து கலந்துகொண்டு நடனத்தைப் பார்த்து மகிழ்ந்தார். வேலைப்பளு அதிகமாக இருந்தாலும் அந்த நடனத்தின் மீது இருந்த ஆர்வத்தால் எல்லா நிகழ்வுகளிலும் கட்டாயமாகக் கலந்து கொண்டார்.

ஒரு வாரம் கழித்து ஏறக்குறைய எல்லோரும், சரோஜினியும் கூட, தில்லி வந்திருந்தனர். அங்கே இந்து - முஸ்லிம் ஒன்றிணைப்பு மாநாடு ஒன்று நடந்தது. எல்லோரும் என்று சொன்னாலும் அவர்களில் ருட்டி இல்லை. தில்லிக்கு ஜின்னாவோடு வருவதைத் தவிர்ப்பதற்காக ஏதோ ஒரு காரணத்தைக் கூறியிருந்தார். இந்தச் செய்தியை சரோஜினி பத்மஜாவுக்கு பிப்ரவரி 7ஆம் தேதி எழுதிய கடிதத்தில் குறிப்பிடுகிறார்: "ருட்டி தில்லிக்கு வரவில்லை; உடல் எடையைக் குறைக்க வேண்டியது இருந்ததாம். ஆனாலும் இன்னும் அவள் அடிக்கடி சுகமில்லாமல் போய்விடுகிறாள்."

ஒருவேளை ருட்டி வெகு வேகமாக உடல் எடையைக் குறைத்து விட்டாரோ என்னவோ, ஒரே வாரத்தில் தில்லி வந்து விட்டார்! தில்லி வந்து மெய்டன்ஸ் ஹோட்டலில் ஜின்னாவோடு சேர்ந்து தங்கினார். சரோஜினி 1926 பிப்ரவரி 13ஆம் தேதி பத்மஜாவுக்கு எழுதிய கடிதத்தில் குறிப்பிடுகிறார்: "ஒரு வாரம் கழித்து வந்த ருட்டி தனது பூனை, நாய் படையோடு ஒரு புதிய தாதியையும் அழைத்துக் கொண்டு வந்திருந்தாள். கூடவே பயணப் பெட்டிகள் பெரிது பெரிதாக வந்து இறங்கின."

தில்லிக்கு வந்த பிறகு தன்னுடைய தனிமையை விரட்டுவதற்காகவாவது அறையைவிட்டு வெளியே வந்திருக்கலாம். ஆனால் அறையை விட்டு வெளியே கிளம்பவேயில்லை. தன்னுடைய நாய்களை நடப்பதற்காகக் கூட வெளியில் அழைத்துச் செல்லவில்லை. ஜின்னாவைப்

பற்றி கேட்கவே வேண்டாம்... மக்கள் மேல்சபை நடவடிக்கைகள் என்று ஒவ்வொரு நாளும், அதுவும் கூட்டம் நடக்கும் ஒவ்வொரு நாளும், கடுமையாக உழைத்துக் கொண்டிருந்தார். அதுமட்டுமில்லாமல் இந்து - இஸ்லாமியர் இணைப்பு மாநாடு ஆரம்பிக்கவிருந்த நாட்கள் நெருங்கி வந்ததால் அவரால் ருட்டிக்கு நேரம் ஒதுக்க முடியாமல் போய்விட்டது. உண்மையில் அந்த மாநாட்டிற்கும் இவருக்கும் நேரடித் தொடர்பில்லை. ஏனென்றால் அந்த முனைப்பு காங்கிரஸ் கட்சியில் இருந்தும், அதிலும் சிறப்பாக காந்தியிடம் இருந்துதான் ஆரம்பித்தது. இந்தச் சூழலில் அவர் நினைத்திருந்தால் நிச்சயமாக ருட்டிக்குத் துணையாக இருந்திருக்கலாம். இதைப்பற்றி சரோஜினி 1926 பிப்ரவரி 23ஆம் தேதி லீலாமணிக்கு எழுதிய கடிதத்தில், "தில்லியில் திரும்பும் இடமெல்லாம் தெரிந்தவர்கள் யாராவது இருப்பார்கள். கோஸ்வாமி தன்னுடைய மனைவியை அழைத்து வந்திருந்தார். இப்பொழுதுதான் பர்தாவை விலக்கி விட்டு சாதாரண உடைக்கு மாறியிருந்த அந்தப் பெண் மிகவும் கூச்ச சுபாவத்தோடு இருந்தார். பரோடாவின் மகாராணியான திருமதி சமன் லால் அப்போது தில்லியில்தான் இருந்தார். திருமதி சுல்தான் சிங் இப்பொழுது தில்லியில் ஒரு முக்கியமான பெண்ணாக இருந்தார். நிறைய க்ளப்புகளையும் பல பள்ளிகளையும் நடத்திக் கொண்டிருந்தார்." தில்லி நகரம் மிகவும் இனிமையாக இருந்தது. ஏனெனில் அது ஒரு குளிர் காலம். தோட்டங்களில் குண்டு குண்டாக காய்களுடன் பெரிய பீன்ஸ் செடிகள் வளர்ந்திருந்தன. அழகு வண்ணங்களில் மலர்கள் பூத்துக் குலுங்கின. எல்லோரும் நகரைச் சுற்றி வருவதில் ஆர்வம் காண்பித்து கொண்டிருந்த நேரத்தில் ருட்டி மட்டும் தன் அறைக்குள்ளேயே முடங்கிக் கிடந்தார். இதை சரோஜினி தன் மகள் பத்மஜாவுக்கு எழுதும்பொழுது நிச்சயமாக அந்தக் கடிதத்தில் அலுப்பான ஒரு குரல் தான் இருந்தது. ருட்டியைப் பொருத்தவரையில் சரோஜினி தன் பொறுமையை இழந்து எரிச்சலான குரலில்தான் அந்தக் கடிதத்தை எழுதியிருந்தார்.

ருட்டியின் இப்போதைய நடவடிக்கைகள் சரோஜினிக்கு ஆச்சரியத்தை அளித்தன. தனக்குள்ளேயே அடங்கிக்கொண்டு அடுத்தவர்களைப் பார்ப்பதற்கு அச்சப்படுவது போலவும், அடுத்தவர்கள் உறவே தனக்குத் தேவை இல்லையென்பது போலவும் நடந்து கொண்டிருந்தார். பரபரப்பாக இயங்கும் சரோஜினிக்கு ருட்டி வேண்டுமென்றே தன் தனிமையைப் பெரிதுபடுத்தி, அதிலேயே உழலுவதை விரும்பியே

செய்வதுபோல் தோன்றியது. இந்தக் கருத்து அவர் பத்மஜாவுக்கு பிப்ரவரி 27ஆம் தேதி எழுதிய கடிதத்தில் மிகவும் நன்றாக எதிரொலித்தது. "ருட்டிக்கு மறுபடியும் உடல்நலம் இல்லை. அவளைப் பார்த்தாலேயே ஒரு பேய் பிடித்த பெண் போல தோன்றுகிறாள். இடதும் வலதுமாக பல துணிமணிகளைத் தொடர்ந்து வாங்கிக் கொண்டேயிருக்கிறார். அவைகள் அழகாக இருக்கின்றனவா இல்லையா என்பதைக் கூட அவள் கவனிப்பதாகத் தெரியவில்லை. ஏதோ ஆசைக்கு வாங்குவதுபோல் எல்லாவற்றையும் அள்ளியெடுத்துக் கொண்டிருக்கிறாள். என்னைத் தவிர அவளுக்கு வேறு நண்பர்கள் யாருமே இல்லை என்பது போல் நடந்து கொண்டிருக்கிறாள். அவளது வளர்ப்புப் பிராணிகளும் வெறுமனே தின்றுவிட்டு அறைக்குள்ளேயே முடங்கிக் கிடந்தது கொழுத்துப் போய் அலைகின்றன."

தனியே இருக்கும் ருட்டியை வெளியே இழுக்க சரோஜினி முயற்சித்தார். ஏனென்றால் சரோஜினி கடைத் தெருவில் அலைந்து, பிடித்த சின்னச் சின்ன பொருட்களை தன் மகளுக்காக வாங்குவதற்கு மிகவும் ஆசைப்படுவார். விலை அதிகமான பொருட்கள் வாங்குவதில்லை; சாதாரண பொருட்கள் தான். ஆனால் தங்களுக்குப் பிடித்தமான பொருட்களை தேடித் தேடி வாங்குவார். அது கைத்தறி சேலையாக இருக்கலாம். அல்லது சின்னச் சின்ன அழகுப் பொருட்களாக இருக்கலாம். ஒருநாள் மக்கள் மேலவையில் உட்கார்ந்திருக்கும்பொழுது, தேவையில்லாதவைகளை மணிக்கணக்காக பலரும் பேசிக் கொண்டிருப்பதைப் பார்த்து அதைத் தாங்க முடியாமல் சரோஜினி வெளியே வந்துவிட்டார். ருட்டியையும் அழைத்துக்கொண்டு கடைத்தெருவுக்குச் சென்றார்கள். அவ்வளவுதான்; ஆனால் இதிலும் சரோஜினி வெற்றிபெற முடியவில்லை; ருட்டியை வெளிக்கொண்டு வரமுடியவில்லை. லீலாமணிக்கு *1926* மார்ச் 3ஆம் தேதி எழுதிய கடிதத்தில் இந்த கடைத் தெருவுக்குப் போனதைப் பற்றி, "ருட்டியை அழைத்துக்கொண்டு சாந்தினி சவுக் என்ற இடத்திற்கு தில்லியில் செய்யப்படும் காலணிகளை வாங்குவதற்காகப் போனோம். அம்மாடி! நிச்சயமாக மறுமுறை இவ்வாறு போகவே மாட்டேன். பாவம் அந்தக் கடைக்காரன். அத்தனை பொறுமை. ஆனால் அதனால் அவனுக்கு பலனேதும் இருந்ததா என்பதுதான் பெரிய கேள்விக்குறி" என்று எழுதியிருந்தார்.

இந்த நிகழ்வுகளுக்குப் பிறகு ஏறத்தாழ ஒரு மாதம் கழித்துதான் இருவரும் மீண்டும் சந்தித்தார்கள். தில்லியில் இருந்து புறப்பட்டு சரோஜினி வடஇந்தியா முழுவதும் பல கிராமங்களுக்குப் பயணம் செய்தார். அந்த வேலைகளை முடித்துவிட்டு ஏப்ரல் மாதத்தின் துவக்கத்தில் பம்பாய்க்கு வந்து சேர்ந்தார். அதே சமயத்தில்தான் ஜின்னா தம்பதியினரும் பம்பாய் வந்து சேர்ந்தனர். அங்கிருந்து அவர்கள் இங்கிலாந்திற்குப் புறப்படும் நேரம் அது. ஏனெனில் சாண்ட்ஹர்ஸ்ட் அல்லது ஸ்கீன் (Sandhurst or Skeen Committee) குழுமத்தில் ஜின்னா உறுப்பினராகத் தேர்ந்தெடுக்கப்பட்டிருந்தார். அந்தக் குழு நான்கு மாத காலத்திற்கு, இந்தியாவில் இராணுவப் பயிற்சிப் பள்ளி ஒன்று ஆரம்பிப்பதற்காக, ஐரோப்பிய நாடுகளுக்கும், கனடா, அமெரிக்கா போன்ற நாடுகளுக்கும் ஆய்வுகள் மேற்கொள்ளச் செல்ல வேண்டியதிருந்தது. ஜின்னா தன்னோடு ருட்டியையும் அழைத்துச் சென்றார். ஆனால் அப்போது பார்த்து ஒரு பெரும் முக்கியமான அறிகுறி ருட்டியின் உடல் நலத்தில் தோன்றியது; அதை ஜின்னா கவனிக்கவில்லையா அல்லது கவனிக்க விரும்பவில்லையா என்பது தெரியாது. நிச்சயமாக ருட்டியிடம் பெரியதொரு நோய்க்குறி இருப்பது போல் தோன்றியது. வழக்கமாக தன் மகளுக்கு எழுதுவது போல் 1926 ஏப்ரல் 8 ஆம் தேதி பத்மஜாவிற்கும் அதன் பின் இரண்டு நாட்கள் கழித்து லீலாமணிக்கும் ருட்டியைப் பற்றி தன் கடிதத்தில் குறிப்பிடுகிறார்: "உடலும் உள்ளமும் நடுங்கியது போல் தோன்றுகிறாள் ருட்டி; இன்று ருட்டி, ஜின்னா இருவரும் கெய்ஸர் - இந்து என்ற கப்பலில் புறப்படுகிறார்கள். அப்போது எனக்கு ருட்டி நம் ருட்டியாகத் தோன்றவில்லை; அழகான இளம் பெண் அவள். அந்தப் பெண் காணாமல் போய் விட்டாள் போலும். ஏதோ ஒரு உருவத்தில் ஒரு நோய்வாய்ப்பட்ட பெண்ணாக ருட்டி எனக்குத் தோன்றினாள்."

ருட்டிக்கும் ஏதோ ஒன்று புரிந்திருந்தது. தான் மீள முடியாத ஒரு பள்ளத்தை நோக்கி வழுக்கிக்கொண்டு செல்வதாக அவருக்குத் தோன்றியது. அந்த எண்ணத்தை வெற்றிகொள்ள முயற்சித்தார்; முடியவில்லை. எது தன்னை இத்தனை சிரமப் படுத்துகிறது; ஏன் மீள முடியாமல் அல்லல்படுகிறோம் என்று யோசித்தும் அவருக்கு விடையேதும் கிடைக்கவில்லை. இந்த இக்கட்டான சூழலில் அவர் சார்ந்து இருக்க விரும்பும் காஞ்சியுடன், கப்பலில் புறப்படுவதற்குச் சில நாட்களுக்கு முன்பு ருட்டி பேசியிருக்கிறார். "என்னைக் காப்பாற்றவோ, பாதுகாக்கவோ

முடியாத அளவிற்கு நான் விலகிப் போய்க் கொண்டிருக்கிறேன். தயவுசெய்து நான் எப்பொழுதும் உங்களோடு தொடர்பில் இருக்க ஏதாவது ஒன்று செய்து விடுங்கள்." ஏதோ ஒரு மேஜிக் செய்து இதைச் செய்ய முடியும் என்று ருட்டி நினைத்திருப்பாரோ! காஞ்சி மிகவும் தயங்கினார். ருட்டி அவரை விடுவதாக இல்லை. ஏதோ ஒன்றை செய்து காஞ்சி தன்னோடு தொடர்பில் இருக்க வேண்டும் என்று விரும்பினார். வேறு வழியில்லாமல் காஞ்சி, ருட்டியிடம் உள்ள ஒரு விலைமதிப்புள்ள அரிய கல் ஒன்றைக் கேட்டார். அதை வைத்து ஏதாவது செய்ய முடியுமா என்று பார்க்கிறேன் என்றார் காஞ்சி. ருட்டி தனது அழகான மரகத நகைகளில் உள்ள ஒரு கல்லை எடுத்துக் கொடுத்தார். காஞ்சி அதற்கு 'காந்த சக்தி' கொடுத்து அதன் மூலம் அவரது அன்பும் பாதுகாப்பும் ருட்டியோடு இருக்க வேண்டும் என்பதற்கான முயற்சிகளை எடுத்தார். ருட்டிக்கு பொல்லாப்பு ஏதும் வரக்கூடாது என்பதற்காகவே இந்த முயற்சி.

ஒருவேளை ஜின்னா தான் இதுவரை ருட்டியைக் கவனிக்காமல் இருந்ததைச் சரி செய்வதற்காக முயற்சி எடுக்க வேண்டும் என்று நினைத்திருந்தால் கூட ருட்டி, ஜின்னாவிற்கு அந்த வாய்ப்பைத் தரவே இல்லை. இந்தியாவில் இருந்து புறப்படும்போதே ருட்டி இங்கிலாந்தில் தான் இருக்கப் போவதில்லை என்று முடிவு செய்திருந்தார். இதை 1926 ஏப்ரல் 10ம் தேதி சரோஜினி லீலாமணிக்கு எழுதிய கடிதத்தில் தெரிவித்துள்ளார். "ருட்டி அதிக நாட்கள் இங்கிலாந்தில் இருப்பாள் என்று எனக்குத் தோன்றவில்லை. ஒருவேளை அங்கிருந்து அவள் பாரிஸ் சென்று விடலாம். அதன் பிறகு கனடாவிற்கும் அமெரிக்காவிற்கும் ஜின்னாவோடு சேர்ந்து ஸ்கீன் கமிட்டிக்காகச் செல்ல வேண்டியதிருக்கும் என்று நினைக்கிறேன்."

ஜின்னாவோடு இங்கிலாந்து சென்றபின் அங்கிருந்து விரைவாகப் பாரிஸ் செல்ல ருட்டி விரும்பினார். ஜின்னாவிற்கு இங்கிலாந்தில் உள்ள வேலைகள் முடிவது வரை காத்திருக்க ருட்டிக்கு விருப்பமில்லை. உடனே பாரீஸ் செல்ல முனைந்தார். இதற்கு ஏதாவது ஒரு காரணம் இருக்க வேண்டும். அந்தக் காரணத்தை ஏறக்குறைய மூன்று ஆண்டுகளுக்குப் பிறகு 1929 ஆண்டில் சரோஜினி கண்டுபிடித்தார். தற்செயலாக பாரிசில் ஒரு இளவரசியை, அதுவும் இத்தாலிய ராணியின் நெருங்கிய உறவினரை, சரோஜினி சந்தித்தார். அப்போதுதான் 1924 ஆண்டு முதல் ருட்டி பல போதை மருந்துகளை பயன்படுத்தப் பழகி விட்டார் என்பது தெரியவந்தது. 'நீண்ட ஊசி' என்ற

இந்த ரகசியக் குறியீட்டின் படி அவள் மார்ஃபைன் என்ற போதைப்பொருளை ஊசி மருந்தின் மூலம் செலுத்திப் பழகி அதைக் கெட்டியாகப் பிடித்துக் கொண்டார்; அந்த மருந்திற்கு அடிமையாகி விட்டார் என்பது தெரியவந்தது. அந்த இளவரசி ருட்டியை எச்சரித்திருக்கிறார். உன்னுடைய வாழ்க்கை, அழகு எல்லாவற்றையுமே இந்த போதை அழித்துவிடும் என்று கூறியும் ருட்டி அதை விடவில்லை. காந்த சக்தி மூலமும், ஆன்மிக அனுபவத்தின் மூலமும் தன்னை விரட்டி வரும் தனிமையை விரட்ட முடியாது என்பது தெரிந்த பிறகு போதையில் அதிகமாக மூழ்கிவிட்டார்.

ஜின்னாவை ஸ்கீன் கமிட்டிக்காக இங்கிலாந்தில் ஆய்வு நடத்துவதற்காக விட்டுவிட்டு ருட்டி உடனே பாரீஸ் நகரம் சென்றார். வழக்கமாக இங்கிலாந்து செல்லும் போதெல்லாம் ருட்டி தவறாது லீலாமணியை அவரது பல்கலைக்கழகத்தில் சென்று பார்ப்பது வழக்கம். ஆனால் இந்த முறை அவர் அவசர அவசரமாக பாரீஸ் நகரம் செல்ல வேண்டியதிருந்ததாலோ அல்லது ஏற்கனவே அவர்கள் இருவருக்கும் நடுவில் நடந்த சண்டையை மனதில் வைத்தோ அவர் லீலாமணியைப் பார்க்காமல் விரைந்து பாரீஸ் நகரம் சென்றுவிட்டார். இதெல்லாம் லீலாமணிக்கு மிகுந்த வேதனையை அளித்தது. இந்த வேதனையை தன் சகோதரி பத்மஜாவிடம் ஒரு கடிதத்தின் மூலம் 1926 ஏப்ரல் 28ஆம் தேதி பகிர்ந்துகொள்கிறார்: “நாம் மிகவும் அன்பாக இருக்கும் ஒருவரிடம் நமது உள்ளத்தின் எண்ணங்களையெல்லாம் பகிர்ந்து கொண்டாலும், அதுவும் தவறாகப் புரிந்து கொள்வதற்கு ஏதுவான ஒன்றாக இருந்துவிடலாம். இதனாலேயே நான் ருட்டிக்கு எந்தக் கடிதமும் எழுதவில்லை. அவள் இங்கிலாந்திற்கு வருகிறாள் என்று தெரிந்தபிறகும் அவளைப் பார்க்க வேண்டும் என்ற ஆவல் அதிகமாக இருந்தாலும், நான் என் ஆசைகளை அடக்கிக் கொண்டேன்.”

ஜின்னா இங்கிலாந்தில் இருந்து கிளம்பி பாரீஸ் நகரம் சென்றபோது, அவர்கள் கனடா, அமெரிக்க நாடுகளுக்கான கப்பலில் ஏற வேண்டிய நேரம் ஏறத்தாழ நெருங்கியிருந்தது. இங்கிலாந்துக்குப் பிறகு இந்த இரு நாடுகளிலும் தான் அவர்களது கமிட்டி ஆய்வு நடத்த வேண்டியதிருந்தது. ஜின்னா வழக்கம்போல தன் வேலையில் மூழ்கியிருந்தார். அதனால்தானோ என்னவோ ருட்டியிடம் கண்ட மாற்றங்களை அவர் கண்டுகொள்ளவோ, உணர்ந்து கொள்ளவோயில்லை.

ஆனால் சையது உசேன் என்ற பழைய நண்பர் அப்போது நியூயார்க் நகரில் *நியூ ஓரியன்ட்* என்ற செய்தித்தாளின் தலைமை ஆசிரியராக இருந்தார். அவர் ருட்டியைப் பார்த்ததும் போதைப்பொருள் ருட்டியை அதிகமாகக் குலைத்திருப்பதைக் கண்டுகொண்டார். பின்னாளில் சரோஜினி அவரிடமிருந்து இந்தச் செய்தியைத் தெரிந்து கொண்டார். சையது உசேன் மிகவும் தீவிரமாக ருட்டியிடம் இதைப் பற்றி பேசியிருக்கிறார். ஆனால் அவர் பேசியது எந்த அளவிற்கு ருட்டிக்கு உதவி இருக்குமோ தெரியவில்லை. அவர் திரும்பி இந்தியாவுக்கு வரும் பொழுது ஓரளவு போதையின் பிடியிலிருந்து விலகிய பெண்ணாக ஆகஸ்ட் மாதத்தின் முதல் வாரத்தில் இந்தியா வந்து சேர்ந்தார். ஆனாலும் அவர் இந்தியாவை விட்டு நான்கு மாதங்களுக்கு முன் செல்லும்போது எப்படித் தோற்றமளித்தாரோ அதே பாவப்பட்ட தோற்றத்தில் தான் இன்னும் இருந்தார்.

சரோஜினி பத்மஜாவுக்கு எழுதிய அடுத்த கடிதம் 1926 ஆகஸ்ட் 18. அதில் ருட்டி இந்தியா வந்த பிறகு 10 நாட்கள் கழித்து அவரைப் பார்த்திருக்கிறார். "அழகுக்குக் குறைச்சல் இல்லை; ஆனால் எதையோ மறைக்க முயல்வது போன்ற முகம். அமைதி என்பது அவளிடமிருந்து சுத்தமாக காணாமல் போயிருந்தது. முப்பதைந்து புதிய சேலைகளை வாங்கியிருந்தாள். அத்தனையும் ஒரே மாதிரியே இருந்தன. உடைகள் மட்டுமல்ல. மேலும் பல பொருட்கள் வாங்கியிருந்தாள்: இரண்டு பெர்ஷியன் பூனைகள், சில காலணிகள், சிகரெட்டுகள், நகைகள், வகைவகையான பகட்டான பொருட்கள்... அந்தப் பெர்ஷியன் பூனைகள் அத்தனை அழகு; ஒன்று கருப்பு; மற்றொன்று சாம்பல் நிறம்."

இந்தியா வந்ததும் காஞ்சி ருட்டியைச் சந்திக்கிறார். அவருக்கு வித்தியாசம் எதுவும் தெரியவில்லை. முன்பு இருந்ததை விட இப்பொழுது அவர் தெளிவாகத் தெரிந்தார். ஒருவேளை ருட்டி கொடுத்த மரகதக் கல்லை தான் காந்த சக்திக்கு உட்படுத்தியதால் அப்படி இருக்குமோ என்ற சந்தேகம் அவருக்கு. இதன் பிறகு நடந்த ஒரு நிகழ்வை காஞ்சி தன்னுடைய நூலில் குறிப்பிடுகிறார். ஒருநாள் அவர்களோடு இணைந்து உணவருந்தப் போயிருக்கிறார். அப்போது ருட்டியிடம் அவர் ஏதாவது தியோசோபிஸ்ட் யாரையேனும் பார்த்தாரா என்று கேட்டிருக்கிறார். இந்தக் கேள்வியை மிகவும் சாதாரணமாகக் கேட்டிருக்கிறார். ஆனால் கேள்வியைக் கேட்டதும் துள்ளி எழுந்து விட்டார் ருட்டி. தன் இருக்கையிலிருந்து குதித்து எழுந்து, "அடக்கடவுளே! இது போன்ற எண்ணங்கள் எனக்கு

தோன்ற வேண்டும் என்றுதான் அந்த மரகதக் கல்லை காந்த சக்திக்கு உட்படுத்தினார்களா?", என்று சடாரென்று ஒரு கேள்வி எழுப்பியிருக்கிறார். நான் பதிலுக்கு மென்மையாக, "ஏன் என்ன ஆயிற்று?" என்று கேட்டேன். அதற்கு ருட்டி விளக்கமாக பதில் சொல்லியிருக்கிறார். அவர் மூன்று தடவை தியோசோபிஸ்ட் ஒருவரைப் பார்ப்பதற்கு நேரம் வாங்கி வைத்திருக்கிறார். முதல் முறை ரயிலைத் தவற விட்டுவிட்டதால் பார்க்க முடியவில்லை; இரண்டாம் முறை மீடியம் வரவே இல்லை; மூன்றாம் முறை ருட்டி அதை சுத்தமாக மறந்து விட்டிருந்தார். "மரதகத்தில் என்ன செய்து வைத்தீர்கள்? என்ன உணர்வுகள் எனக்கு வரவேண்டுமென்று மாந்திரீகம் செய்தீர்கள்?" என்று மீண்டும் கேட்டார். நான் என்ன செய்தேனோ அதை அவரிடம் சொன்னேன். அதை மனப்பூர்வமாக ஏற்றுக் கொண்டார்; அதற்காக நன்றி சொன்னார். ஆனால் அதன் பிறகு அவர் இதுபோன்ற தியோசோபிஸ்டுகளைப் பற்றிப் பேசுவதையே விட்டுவிட்டார். இது ஜின்னாவிற்கும் நல்லதொரு முடிவாக, விடிவாகத் தெரிந்தது. ஏனென்றால் ருட்டியின் இந்த முயற்சி எந்தவித பயனும் இல்லாதது; அதுமட்டுமல்ல அனர்த்தத்தையும் விளைவிக்கக்கூடியது என்பதே காரணம்.

காஞ்சிக்கு அந்தத் தம்பதிகள் இருவரும் ஒருவரோடு ஒருவர் அந்நியோன்யமாக இருக்கிறார்கள் என்ற நினைவே இருந்து வந்தது. அதேபோல் அவர்கள் இருவருக்கும் காஞ்சி தங்களோடு நேரத்தைப் பகிர்ந்து கொள்வது மிகவும் பிடித்திருந்தது. ஜின்னா இந்தியாவுக்குத் திரும்பி வந்ததும் தில்லியில் நடக்கும் மக்கள் பேரவைக்குச் செல்ல வேண்டியதிருந்தது. அது சபை முடியும் நேரம். இறுதிக் கூட்டம். அதை முடித்துவிட்டு ஆகஸ்ட் மாதத்தின் கடைசி வாரத்தில் பம்பாய்க்குத் திரும்பினார். அப்போதுதான் அவர்களோடு உணவருந்த காஞ்சியும் இணைந்திருந்தார். உட்கார்ந்து பேசிக்கொண்டிருந்தார்கள். மணி ஐந்தாகி விட்டது. இதைப் பற்றி காஞ்சியிடம் 1926 செப்டம்பர் முதல் தேதி எழுதிய கடிதத்தில் "மீண்டும் அடுத்த சனிக்கிழமை எங்களோடு சாப்பிட வாருங்கள். ஆனாலும் 5 மணி வரைக்கும் பேசிக்கொண்டிருந்து விட்டு வெளியே செல்வது அவ்வளவு சரியல்ல. அவ்வளவு மரியாதையான விஷயமும் அல்ல. ஆனால் நான் என்னைப் பொறுத்தவரையில் 5 மணி வரை விழித்திருந்தால் அதற்கு பின் படுக்கைக்கு செல்ல மாட்டேன். அப்போதுதான் அவ்வளவு நேரம் விழித்திருந்ததற்கு ஒரு பயன் இருக்கும் என்று எனக்குத் தோன்றுகிறது. எப்படியோ இந்த வாரமும் கட்டாயம் வந்து விடுங்கள். நானும் 'ஜே'யும்

ஆவலோடு உங்களை எதிர்பார்ப்போம். அதில் எங்களுக்குப் பெரும் மகிழ்ச்சி."

சட்ட சபைக்கும் மக்களவைக்கும் புதிய தேர்தல் அறிவிக்கப் பட்டிருந்ததால் அவர்கள் தங்களுக்குள் பேசிக் கொள்வதற்கு நிறைய விஷயங்கள் காத்திருந்தன. இந்தப் பேச்சுகளின் மூலம் அவர்களது பழைய அன்பு தொடர்ந்தது. பேச்சினூடே மகிழ்ச்சியும் கிண்டலும் வெளிவந்தன. தனக்காக ஒதுக்கப்பட்ட தனித் தொகுதியில் நிச்சயம் எந்தவிதமான சிரமும் இல்லாமல் வெற்றிபெறுவோம் என்ற முழு நம்பிக்கையோடு இருந்தார் ஜின்னா. ஆகவே இந்த நேரங்கள் அவருக்கு முழுவதும் மகிழ்ச்சி கலந்த நேரமாகவே இருந்தது. தன் தகுதியைப் பற்றிச் சிறிதும் கவலைப்படாமல் அடுத்தவர்கள் தொகுதிகளுக்கு என்ன செய்யலாம் என்பது போன்ற சிரமங்கள் மட்டுமே அவருக்கு இருந்தன. அவர் தனது வெற்றியை அத்தனை உறுதியாக நம்பிக் கொண்டு இருந்ததை ருட்டியும் காஞ்சியும் கேலி செய்வதும் உண்டு. இந்த தோழமை, மகிழ்ச்சி நிறைந்த காலங்களுக்கு நடுவே ருட்டியின் மனதில் ஏதோ ஒரு உறுத்தல் இருந்து கொண்டே இருந்தது. அது என்னவென்று ருட்டிக்கும் தெரியவே இல்லை. ஆனால் சுகமின்மை மீண்டும் தொடர்ந்தது.

செப்டம்பர் 26. சரோஜினி தனது மகன் ஜெயசூர்யாவின் பிறந்தநாளை தாஜ் ஹோட்டலில் வைத்து சிறப்பாகக் கொண்டாடினார். விழாவிற்கு ருட்டி, ஜின்னா இருவரும் சென்றிருந்தார்கள். வழக்கம்போல் சரோஜினி தனது சகோதரியின் வீட்டுச் சமையல்காரரை அழைத்து வந்து ஹைதராபாத் உணவு வகைகளைத் தயாரிக்க வைத்திருந்தார். மகிழ்ச்சியான நேரங்கள். ஆனால் வழக்கம்போல் அதைத் தொடர்ந்து வந்தது உடல் நலமின்மை. இதைப்பற்றி சரோஜினி லீலாமணிக்கு 1926 அக்டோபர் 2ஆம் தேதி ஒரு கடிதம் எழுதுகிறார்: "26 ஆம் தேதி ஜெயசூர்யாவின் பிறந்தநாள் விழாவிற்கு ஜின்னா தம்பதிகள், சாக்ளா, தோஷி, சரோஜினியின் நண்பரும் ஆவி உலக விற்பன்னருமான திருமதி ஹார்க்கர் என்று பலரும் வந்திருந்தார்கள். குன்னு சித்தியின் சமையல்காரர் தான் எல்லா உணவுகளையும் தயாரித்திருந்தார். எல்லோரும் இருக்கும் போது சரோஜினி ருட்டியின் உடல்நலமின்மை பற்றிக் குறிப்பிட்டார். வழக்கமாக உடல்நலம் இல்லாமல் இருக்கிறாள்; கொஞ்சம் உடம்பு சரியானவுடன் மிகவும் அதிகமாக சாப்பிட்டு விடுகிறாள்; அதனால் மீண்டும் உடல் நலம் கெட்டு விடுகிறது."

1926 அக்டோபர் 11-ஆம் தேதி சரோஜினி கடிதம் எழுதுகிறார். "மீண்டும் ருட்டிக்கு உடல்நிலை நன்றாக இல்லை. ஆனால் இப்போது கொஞ்சம் பரவாயில்லை. ஏனோ தெரியவில்லை, அவள் மனிதர்களோடு நேரம் கழிப்பதை விட தனது செல்லப் பிராணிகளுடன்தான் அதிகமாகப் பழகிக் கொண்டிருக்கிறாள். அதில்தான் அவளுக்கு அமைதி கிடைக்கின்றது போலும். ஏற்கனவே இரண்டு பூனைகளை வெளிநாட்டில் இருந்து வாங்கி வந்திருந்தாள். அது போதாதென்று இப்போது புதிதாக ஒரு அல்சேஷன் நாய் வாங்கியிருக்கிறாள். இந்த வகை நாய் இப்போது இந்தியாவில் மிகவும் குறைந்த எண்ணிக்கையிலேயே இருக்கின்றன. தனது செல்லப்பிராணிகளிடம் உயிரையே வைத்துக் கொண்டிருக்கிறாள்." அடுத்து ஒரு கடிதம் பத்மஜாவிற்கு. 1926 அக்டோபர் 13 இல் கையெழுத்திடப்பட்ட கடிதம்: "நாய் ஒன்று குட்டிகள் போட்டிருந்தது. எல்லாம் அத்தனை அழகு. அதற்குத்தான் எவ்வளவு முன்னேற்பாடுகள் நடந்தன; மிகவும் மகிழ்ச்சியான நேரம் அது."

இந்த மகிழ்ச்சியான நேரத்திற்கு அடுத்ததாக வந்தது ருட்டியின் உடல்நலக்குறைவு. இதைப்பற்றி பத்மஜாவுக்கு 1926 அக்டோபர் 23ஆம் தேதி ஒரு கடிதம் எழுதுகிறார் சரோஜினி. ஆனாலும் ஒரே விஷயத்தையே மாறி மாறி எழுதிக்கொண்டிருக்கும் அலுப்பு தீர்வதற்காக வேறு விஷயங்களைப் பற்றியும் கடிதத்தில் எழுதுகிறார். வரப்போகும் தேர்தல் பற்றிய விவரங்களைத் தன் மகளுக்குக் குறிப்பிடுகிறார்: "இந்த தேர்தலை நினைத்தாலே எனக்குச் சுத்தமாகப் பிடிக்கவே இல்லை. தொகுதிகளுக்காக வேட்பாளர்கள் போட்டியிடுவதைப் பார்க்கும்போது இந்திய மக்கள் எவ்வளவு கீழே இறங்கி தரம்கெட்டுப் போய் விடுகிறார்கள் என்று தெரிகிறது. நியாயமாகப் போட்டியிடும் அறிவேயில்லை என்பது வேதனையாக இருக்கிறது!"

நவம்பர் மாதம். தேர்தலுக்கு இன்னும் இரண்டே இரண்டு வாரங்கள்தான் இருந்தன. இதற்காக வேலை செய்ய வேண்டும் என்று ருட்டி நினைத்தார். ஆனால் உடல்நலமின்மையால் அவரால் முடியவில்லை. ஜின்னா தேர்தல் வேலைகள் எதிலும் ஈடுபடவில்லை. தனது வெற்றி பற்றி அவர் அத்தனை நிச்சயமாக இருந்தார். வாக்குகளுக்காக மக்களை அவர் சந்திக்கவே செல்லவில்லை. எந்த விதத்திலும் தேர்தலில் தன்னை முன்னிறுத்திக் கொள்ளவில்லை. ஆனாலும் காஞ்சியும் இன்னும் சில நண்பர்களும் ஓரளவு அவருக்காகத் தேர்தல் பிரச்சாரம் செய்தார்கள். இதிலும் ருட்டியால் இணைந்து வேலை

செய்ய முடியவில்லை. பெண் என்பதாலும் வேட்பாளரின் மனைவி என்பதாலும் அது அவ்வளவு நன்றாக இருக்காது என்று விலகி நின்றார். வேறு சில நண்பர்கள் தேர்தல் நாளன்று வாக்காளர்களை வாக்குச்சாவடிக்கு அழைத்துச் செல்வதற்குப் பயன்படுத்துவதற்காக தங்களது ஊர்திகளை ஜின்னாவிற்கு அனுப்பினார்கள். இந்த வேலையில் ருட்டி ஓரளவு தன்னை ஈடுபடுத்திக்கொள்ள முடிந்தது. உடல்நலம் இல்லாவிட்டாலும் இந்தக் கடைசி நிமிடங்களில் அவரும் மனைவி என்ற முறையில் தன் கடமைகளைச் செவ்வனே செய்தார். அவரால் இதுவரை எந்த வேலையும் செய்ய முடியாத ஒரு சூழ்நிலை. ஆகவே இதிலாவது ஈடுபடவேண்டும் என்று வாக்கு நடக்கும் நாளன்று முழுமையாக ஈடுபட்டிருந்தார். அதோடு நில்லாமல் உணவுப் பெட்டியில் நிறைய உணவு எடுத்துக்கொண்டு அவர் நகர்மன்றத்திற்குச் சென்றார். ஏனென்றால் அங்குதான் ஜின்னா ஓட்டு எண்ணிக்கைகாகக் காத்துக் கொண்டிருந்தார். ஆனால் ருட்டியின் முயற்சியெல்லாம் மிக மோசமாக முடிந்தது.

சாக்ளா வாக்களிப்பு நாளன்று முழுவதுமாக ஜின்னாவோடு அமர்ந்திருந்தார். தனது நூலான *'டிசம்பர் மாத ரோஜாக்கள்'* என்ற நூலில் அந்த நாள் நிகழ்வைப் பற்றி தொகுத்து எழுதியுள்ளார்: "மதியம் ஒன்றிலிருந்து இரண்டு வரை சாப்பாட்டிற்கான நேரம் ஒதுக்கப்பட்டிருந்தது. சரியாக ஒரு மணிக்கு முன்பு ஜின்னாவின் அழகான கார் நகர் மன்றத்திற்கு வந்து சேர்ந்தது. அதிலிருந்து ருட்டி உணவு, குடையோடு இறங்கி வந்தார். படிகளில் ஏறி ஜின்னாவைப் பார்த்ததும் ருட்டி, 'நீங்கள் சாப்பிடுவதற்கு நான் என்ன கொண்டு வந்திருக்கிறேன் என்று சொல்லுங்கள் பார்ப்போம்' என்றார். பதிலுக்கு 'அது எப்படி எனக்கு தெரியும்' என்றார் ஜின்னா. அவருக்குப் பதிலளித்தார் ருட்டி. 'உங்களுக்கு மிகவும் பிடித்த பன்றியின் தொடைக்கறி வைத்த அடுக்கு ரொட்டி கொண்டு வந்திருக்கிறேன்' என்றார். அதிர்ந்துவிட்டார் ஜின்னா. 'அடப்பாவமே! என்ன காரியம் செய்துவிட்டாய். நான் தேர்தலில் தோல்வி பெறவேண்டும் என்று நினைக்கிறாயா? நான் இப்பொழுது இஸ்லாமியர்களுக்காக ஒதுக்கப்பட்ட தொகுதியில் தேர்தலில் நிற்கிறேன். நான் இப்பொழுது பன்றிக்கறி சாப்பிடுகிறேன் என்று வாக்காளர்கள் நினைத்தால் அவ்வளவுதான் எல்லாம் முடிந்தது. நான் வெற்றி பெறுவதற்கே எந்தவித வாய்ப்பும் இல்லாமல் போய்விடும்' என்றார் ஜின்னா. திருமதி ஜின்னாவின் முகம் மிகவும் வாடி விட்டது. மிக

வேகமாக உணவை எடுத்துக்கொண்டு திரும்பி நடந்து காரில் ஏறி வீட்டுக்குத் திரும்பி விட்டார்."

ருட்டியின் உணர்வுகளை நோகடித்து விட்டோமோ என்று ஜின்னா யோசித்தாரா என்று யாருக்கும் தெரியாது. எந்த உணர்வையும் அவர் வெளிக்காட்டிக் கொள்ளவில்லை. அரை மணி நேரம் சென்றது. ஜின்னாவும் சாக்ளாவும் சாப்பிடுவதற்காக வெளியே கிளம்பினார்கள். ஜின்னாவின் மனதில் எப்போதும் ஒரு குழப்பம் தேங்கியிருந்தது. உண்மையான ஒரு இஸ்லாமியராகத் தன்னை இஸ்லாமியப் பழமைவாதிகளிடம் காட்டிக் கொள்வதா அல்லது ஒரு இஸ்லாமிய அரசியல்வாதியாக மட்டும் காண்பித்துக் கொண்டு தன் விருப்பப்படி இருப்பதா என்ற குழப்பமே அது. ருட்டியை விரட்டிய பின் சாக்ளாவை அழைத்துக்கொண்டு நகர் மன்றத்திற்கு அருகிலிருந்த ஒரு பெரிய உணவுச்சாலைக்குச் சென்றார். அங்கு பன்றிக்கறி வைத்துச் செய்யும் சாஸேஜ்கள் (sausage) மிகவும் பிரபலமானவை. அந்த உணவை வாங்கி அவர்கள் சாப்பிட்டுக் கொண்டிருக்கும் பொழுது ஒரு வயதான தாடி வைத்த இஸ்லாமியர் தன் பேரனோடு ஜின்னாவைப் பார்ப்பதற்காக வந்தார். வந்தவர்களை மிகவும் மரியாதையாக பக்கத்தில் அமரச் செய்து அவர்களுக்கு தேநீர் கொண்டு வரும்படி சொன்னார். அவர்களும் அவர் பக்கத்தில் அமர்ந்து கொண்டு தேநீர் அருந்த ஆரம்பித்தார்கள். இந்த நிகழ்வைப் பற்றி சாக்ளா தனது நூலில் இவ்வாறு கூறுகிறார்: "வயதான இஸ்லாமியருடன் வந்த சிறுபையன் மெல்ல தன் கைகளை நீட்டி பன்றிக்கறி உணவை மெல்லத்தொட்டான். தயங்கித் தயங்கி அதில் ஒன்றை எடுத்து தனது வாயில் வைத்து சுவைக்க ஆரம்பித்தான். அவனுக்கு மிகவும் பிடித்திருக்கும் போலும்; ஆசையோடு சாப்பிட்டான். என்ன செய்வது என்று தெரியாமல் நான் அந்தப் பையனைப் பார்த்துக் கொண்டிருந்தேன். என் மனம் முழுதும் பெரிய குழப்பம் நிலவி நின்றது; கவலையும் அதிகமானது. சிறிது நேரம் கழித்து அவர்கள் இருவரும் விடைபெற்றுச் சென்று விட்டார்கள். அவர்கள் சென்றதும் என் பக்கம் கோபமாகத் திரும்பி 'உங்களைப் பார்த்து உங்களுக்கே வெட்கமாக இல்லையா' என்று கேட்டார். 'நான் என்ன செய்துவிட்டேன்?' என்று கேட்டேன். 'எப்படி நீங்கள் அந்தப் பையனை அந்த ரொட்டியைச் சாப்பிட அனுமதிக்கலாம்?' என்று கேட்டார். நானும் சூடாகவே பதில் சொன்னேன்: 'என் முழு புத்திசாலித்தனத்தையும் திரட்டி நான் ஒரு வேகமான முடிவு எடுத்தேன். என் முன் இருந்த கேள்வி, ஜின்னாவை

இந்த தேர்தலில் தோற்கடிக்க வேண்டுமா அல்லது அந்தப் பையன் பன்றிக் கறியைத் தின்று நரகத்திற்குப் போனாலும் பரவாயில்லை என்று விட்டு விடலாமா என்று யோசித்தேன். அதில் உங்களுக்குச் சாதகமான முடிவை எடுத்தேன்', என்று அமைதியாகக் கூறினேன். இதற்கு ஜின்னா என்ன பதில் சொன்னார்; எவ்வாறு எதிர்வினை ஆற்றினார் என்பது பற்றி சாக்ளா தன் நூலில் எழுதவே இல்லை. ஆனால் ஜின்னாவிடம் இந்தக் குழப்பம் நெடுநாட்களாக இருந்துகொண்டே இருந்தது. ஒருபுறம் ருட்டியை பன்றிக் கறிக்காக விரட்டியடித்தார். அது அரசியலுக்காக. ஆனாலும் தன் ஆசையை முழுவதுமாகக் கைவிடவும் இல்லை.

எப்படியோ அவருக்கும் ருட்டிக்கும் இருந்த உறவில் பிரிவுகள் நீண்டு கொண்டே இருந்தன. கடந்த இரு மாதங்களாக அவர் பம்பாயில் வீட்டில் இருந்தார். ஆனால் அந்த நேரத்தில் ருட்டி உடல் நலமில்லாமல் இருந்தார். பட்ட காலிலேயே படும் என்பதுபோல் இன்னொரு நிகழ்வும் வீட்டில் நடந்தது. ருட்டி தெரியாமல் தைக்கும் ஊசியில் காலைக் குத்திக் கொண்டார். அதை அவர் அதிகம் கவனிக்கவேயில்லை. அதனால் கால்கள் திடீரென வீங்கி, காலைச் சிறிது கீறி மருத்துவச் சிகிச்சை அளிக்க வேண்டியதாகிவிட்டது. அதன் பின்னும் குணமாகாமல் இருந்ததால் மீண்டும் இரண்டு தடவைகள் காலைக் கிழித்து ஒடிந்த அந்த ஊசியை எடுக்க வேண்டிய கட்டாயம் வந்துவிட்டது. பிரச்சனை என்னவெனில் ருட்டியால் ஒரே இடத்தில் உட்கார முடிவதில்லை; உட்காருவதும் இல்லை. மனதிலிருந்த அழுத்தங்கள் அங்குமிங்கும் அவர் உடலை நகர்த்திக் கொண்டே இருந்தன. வீட்டில் இருப்பதை விட அடிக்கடி வெளியே சென்று வர வேண்டும் என்ற அழுத்தம் அதிகமாக இருந்தது. ஆனால் இப்பொழுது கால் மிகவும் வீங்கியிருந்ததால் காலணிகளை அணிய முடியவில்லை. இருந்தும் தன் நண்பர்களைப் பார்ப்பதற்காக அடிக்கடி வெளியே சென்றார். குளியலறைக்குப் போடும் எளிய காலணிகளை அணிந்து கொண்டு இரவு திரைப்படம் பார்க்கச் சென்றுவிட்டு வந்தார். அத்தனை அலைந்து திரிந்தும் அவர் தேடிய அமைதி அவருக்கு சிறிதும் கிடைக்கவே இல்லை.

வினோதமான ஒரு எண்ணம் ருட்டியின் மனதில் இருந்தது. அவர் தன்னிடம் ஏதும் குறை இல்லை என்று நினைத்துக்கொண்டார். அதோடு இப்பொழுது காஞ்சியோடு நெருங்கிப் பழகிக் கொண்டிருந்தார். காஞ்சியிடம்தான் ஏதோ

பிரச்சனை இருக்கிறது என்று நினைக்க ஆரம்பித்துவிட்டார். தேதியிடப்படாத கடிதமொன்றை காஞ்சிக்கு எழுதினார். "சென்ற முறை நாம் எல்லோரும் சேர்ந்து உணவருந்தினோம். அப்போது நீங்கள் ஏதோ ஒரு பிரச்சனையில் இருக்கிறீர்கள் என்ற எண்ணம் எனக்கு ஏற்பட்டது. அந்த எண்ணத்தைத் தள்ளி வைக்க முயற்சி செய்தேன். ஆனால் முடியவில்லை. ஒருவேளை என் உடல் நலமின்மை அதற்கு ஒரு காரணமாக இருக்கலாம். ஆகவே உங்களிடம் உண்மையாக இருக்க வேண்டும் என்ற ஒரே காரணத்திற்காக நான் நினைத்ததைச் சொல்லிவிடுகிறேன். அதற்குத்தான் இந்தக் கடிதம். நாம் எல்லோருக்குமே ஏதோ ஒரு சோகம் மனதைச் சூழ்ந்திருக்கும். அவை நம்மை விட்டு அவ்வளவு எளிதில் அகலாது. எதுவுமே நடக்காது என்று தோன்றலாம். ஆனால் ஏதோ ஒன்று நமக்காகக் காத்திருக்கலாம். அதற்காகக் காத்திருந்து வாழ்க்கையை நாம் நரகமாக்கிக் கொள்ளலாம்." தன் கவலை, தன் அழுத்தங்கள், தனது சோர்வுகள் எதையும் புரிந்து கொள்ளாத ருட்டி காஞ்சியின் நலனுக்காக வருத்தப்பட ஆரம்பித்தார்.

இப்போது ருட்டியின் மனது ஒரு சுழற்சியில் சிக்கிக்கொண்டது. தன்னைப் பற்றி நினைக்காமல் தன் மன அழுத்தங்களுக்குக் காரணம் புரியாமல் இருந்தாலும் காஞ்சியின் மனநிலை அவர் மனதில் ஒரு குவியத்தை ஏற்படுத்தியது. அது மனதை உறுத்திக்கொண்டே இருந்தது. அதன் நீட்சி கடிதத்தின் வரிகளிலும் தெரிந்தது: "நிச்சயமாக எனக்கு ஒன்று தெரியும்; உங்களிடம் ஏதோ ஒரு பிரச்சனை... பிரச்சனை... பிரச்சனை. உங்களது அந்தப் பிரச்சனை என் மன அமைதியைக் கெடுத்து விட்டது. நான் நிம்மதியாக இல்லை. உங்களின் சோகம் நீட்டித்து எனக்குள்ளும் நுழைந்துவிட்டது. நீங்கள் எப்பொழுது வேண்டுமானாலும் என்னைப் பார்க்க வரலாம்; நீங்கள் வருவது பற்றி எப்பொழுதுமே எனக்கு மகிழ்ச்சி தான் என்பது உங்களுக்கு நிச்சயமாகத் தெரிந்திருக்கும். எனது உடல்நிலை பற்றி கவலைப்பட்டுக்கொண்டு, நீங்கள் வராமலோ உதவி கேட்க தயங்குவதோ தேவையே இல்லை. அதற்காக விலகி நிற்காதீர்கள். எந்தவித விளக்கங்களும் இல்லாமல் நல்லதொரு நட்புறவு நமக்குள் இருக்க முடியும்."

காஞ்சியைப் பற்றிய எந்த விஷயமாக இருந்தாலும் அப்போதெல்லாம் ருட்டி தன் உடல் நலமின்மை, தனது சோர்வு எல்லாவற்றையும் மறந்து அவற்றிலிருந்து எளிதாக வெளிவந்து விடுவார். காஞ்சியின் தன்னம்பிக்கையையும்,

சமூக உணர்வுகளையும் தூண்டி விடுவதற்குத் தொடர்ந்து சின்னச் சின்ன செயல்களை செய்துகொண்டே இருந்தார். முன்பு ஜின்னாவை ஊக்குவிக்க என்னவெல்லாம் செய்தாரோ அதை இப்போது காஞ்சிக்கு செய்ய ஆரம்பித்திருந்தார். உதாரணமாக முன்பெல்லாம் ஜின்னாவுக்கு மங்குஸ்தான் பழங்களை வாங்கி அனுப்புவார். அதன் புதிய சுவை நிச்சயமாகப் பிடித்து இருக்கும் என்ற நம்பிக்கை. இதுபோன்ற நடவடிக்கைகளைப் பார்த்து காஞ்சியின் மனது கசிந்தது. இதுவரை ருட்டியின் அழகு, கவர்ச்சி, புத்திசாலித்தனம் போன்றவைகள் அவரை அதிகமாக ஈர்த்தன. ஆனால் இப்பொழுதோ அவர்களது உறவு மேலும் கெட்டித்து, தன்னோடு தனியாக உணவருந்த தன் வீட்டிற்கு எப்போது வேண்டுமானாலும் வரலாமென அழைத்துக் கொண்டிருந்தார். கடிதம் பிரியமான வார்த்தைகளால் நிரம்பியிருந்தது. அவரின் மேல் தன் அன்பைக் குறிப்பிட்டுக் காண்பித்து, "நீங்கள் எல்லாம் இந்த உலகில் வேட்டியோடு பிறக்க வேண்டிய ஆள் இல்லை; பதிலாக சேலை உடுத்துவதற்குரிய உயர்ந்த மென்மையான பண்பாடு உங்களிடம் இருக்கிறது; சேலை இல்லாவிட்டாலும் இடத்திற்கு ஏற்ப நீண்ட அங்கியுடை கூட அணியலாம்!"

மன அழுத்தம் அதிகமாகிவிட்ட இந்தக் காலகட்டத்தில் இதுவரை இருந்தது போல் அல்லாமல் இன்னும் அதிகமாக காஞ்சியைச் சார்ந்து இருந்தார். காஞ்சி இருக்கும் நேரங்களில் மட்டும் அழுத்தங்களில் இருந்து வெளியே வந்து முழு நம்பிக்கையோடு இயல்பாக இருந்தார். ஆயினும் அவருடைய அழுத்தங்கள் மிக அதிகமாக ஆகிவிட்டதால் தூக்கத்திற்காக அவர் எடுக்கும் மருந்துகள் இப்பொழுதெல்லாம் பயனில்லாமல் போய்விட்டன. இந்த சிரமமான நிலையைப் பற்றி காஞ்சி தனது நூலில் எழுதியுள்ளார்: "அவரோடு இருக்கும்போது, நான் எவ்வளவு முயற்சித்தும் தூக்கம் வரவில்லை" என்பார் ருட்டி. அப்போதெல்லாம் நான் சொல்வதற்கு ஒன்றே ஒன்றுதான் மிஞ்சி இருந்தது. 'ருட்டி... பேசாமல் தூங்குங்கள்'. என்ன ஆச்சரியம். பல வேளைகளில் நான் இவ்வாறு சொன்னதும் உடனே ஆழ்ந்து தூங்கி விடுவார். ஆனால் சில நேரங்களில், "ஐயோ! நான் தூங்கினால் நீங்கள் உடனே போய்விடுவீர்களே!" என்பார். நான் பதிலுக்கு, 'நான் போக மாட்டேன் நீங்கள் தூங்குங்கள். நான் ஏதாவது புத்தகத்தை வாசித்துக் கொண்டிருக்கிறேன்' என்பேன். அதுபோன்ற நேரங்களிலும் அவர் உடனே தூங்கி விடுவார். அமைதியான தூக்கமாக அது இருக்கும். நான் அருகில் இல்லாத சமயங்களில், தூக்கம் வராத இரவுகளில் எனக்குத் தொலைபேசி

அழைப்பு வரும். கால நேரம் எதுவும் பார்க்காமல், மிகவும் களைப்பாக இருக்கிறேன்; ஆனால் தூங்க முடியவில்லை என்பார். நானும் தொலைபேசி வழியாகவே பேசாமல் படுத்துத் தூங்குங்கள் எல்லாம் சரியாகிவிடும் என்பேன். காலையில் மீண்டும் தொலைபேசி அழைப்பு வரும். அது எனக்கு நன்றி சொல்வதற்காக மட்டும் இருக்கும்."

நவம்பர் மாதம் பிறந்தது. தன் தாயைப் பார்ப்பதற்காக பத்மஜா பம்பாய் வந்தார். ருட்டியை ஏற்கெனவே மிகவும் மோசமான உடல் நிலையுடன் பார்த்த சரோஜினிக்கு இப்பொழுது ஓரளவு பரவாயில்லாமல் இருந்ததாகத் தோன்றியது. இதற்கு முந்தைய மாதங்களில் இருந்ததைவிட இப்பொழுது மகிழ்ச்சியோடு இருந்தார். பத்மஜாவின் வருகையைப் பற்றி லீலாமணிக்கு சரோஜினி 1926 நவம்பர் 12ஆம் தேதி கடிதம் ஒன்று எழுதுகிறார்: "பத்மஜா, ருட்டி, ருட்டியின் செல்லப் பிராணிகளான மூன்று நாய்கள், ஏழு பூனைகள் - மூன்று பெரிய பூனைகள், நான்கு பூனைக்குட்டிகள் - எல்லோரும் ஒருங்கே இருந்து ஆடிக் களித்தனர்." ஆனால் பத்மஜா ருட்டியை வெகு நாட்களுக்குப் பிறகு இப்பொழுதுதான் பார்க்கிறார். பார்த்ததும் அவர் மனதில் மிஞ்சியிருந்தது பெரும் அதிர்ச்சிதான். ஏனென்றால் அவர் லீலாமணிக்கு எழுதிய கடிதத்தில், ருட்டி நிச்சயமாக நல்ல உடல்நலத்தோடு இல்லை என்று உறுதியாக எழுதியுள்ளார். ருட்டியின் செல்லப்பிராணிகள் மட்டுமே அவரைத் தனிமையில் இருந்து மீட்டு ஓரளவிற்கேனும் மகிழ்ச்சியாக வைத்திருக்கின்றன என்று தன் தங்கைக்கு தாஜ் ஹோட்டல் அறையில் இருந்து கடிதம் எழுதினார் பத்மஜா.

செல்லப்பிராணிகளைச் சுற்றி தன் உலகத்தை அமைத்துக் கொண்டிருந்த ருட்டிக்கு இப்பொழுது அதிலும் குறை ஒன்று வந்து விட்டது. ருட்டி வைத்திருந்த அல்சேஷன் நாய்க்கு ஏழு குட்டிகள் பிறந்தன. அதில் ஒன்றைப் பத்மஜாவின் பிறந்தநாளுக்காகப் பரிசளித்தார். அதுமட்டுமில்லாமல் மிகவும் பொருத்தமான பெயர் ஒன்றை அதற்குக் கொடுத்தார். 'சவுத் கோர்ட் ஆன்மா'! ஆனால் பாவம் அந்த நாய் நோய்வாய்ப்பட்டு இறந்து போனது. மூன்று நாட்கள் கடந்ததும் இன்னொரு குட்டியும் இறந்து போனது. ருட்டி, பத்மஜா இருவருமே சோகத்தில் உறைந்து போனார்கள். இந்தக் கவலையை சரோஜினி லீலாமணிக்கு 1926 டிசம்பர் 4ஆம் தேதி எழுதிய கடிதத்தில் குறிப்பிடுகிறார்: "இது ஒரு மோசமான வாரம். பேபிக்குக் கொடுத்த நாய்க்குட்டி இறந்து போனது. மிக

அழகான அல்சேஷன் குட்டி. மிகவும் அன்போடு அவளுக்குக் கொடுத்தாள். ஆனால் ஒரே வாரத்தில் இறந்து விட்டது. ஒரு புதிய வகை நாயின் இறப்பு ருட்டிக்கு மிகுந்த வேதனையைக் கொடுத்தது. வேதனையோடு தனது தோட்டத்திலேயே அந்த நாய்க்குட்டியைப் புதைத்து விட்டார். ஆனால் நேற்று, இன்னும் ஒரு நாய்க்குட்டி இறந்தது. இறந்த முதல் குட்டிக்கு செய்த அதே சடங்குகளை இந்த இரண்டாவது குட்டிக்கும் ருட்டியும், பத்மஜாவும் இணைந்து செய்தார்கள். ருட்டி, பத்மஜா இருவருமே முழுவதுமாக சோகத்திற்குத் தள்ளப்பட்டு அதிக உணர்ச்சிகளாலும், அழுகையாலும் தங்கள் காலத்தைக் கடத்தினார்கள்."

இத்தோடு முடியவில்லை. அடுத்த வாரம் இன்னொரு குட்டி நாய் தன் உயிரை விட்டது. ருட்டி, பத்மஜா இருவருமே மிக அதிகமாக கவலைப்பட்டார்கள்; சரோஜினிக்கும் இந்த சோகம் கொஞ்சம் ஒட்டிக் கொண்டது. அந்த சோக நிகழ்வு 1926 டிசம்பர் 11ஆம் தேதி சரோஜினி எழுதிய கடிதத்தில் பிரதிபலித்தது: "ருட்டியின் செல்லப்பிராணிகளில் இன்னொரு உயிர் பிரிந்தது. தாங்க முடியாத கவலை. கவலையைப் பகிர்ந்து கொள்ள பத்மஜா ருட்டியோடு தங்கிவிட்டார். இரவு முழுவதும் இறந்த குட்டி நாயைக் குளிப்பாட்டி நறுமணத் தைலம் பூசி தங்கள் தோட்டத்திலேயே புதைத்தார்கள். இருவருமே இந்த சோகத்தால் மிகவும் ஆடிப் போய் விட்டார்கள்."

நாய் குட்டிகள் காலமானது இந்த இரு இளம்பெண்களை மட்டுமல்ல வேறு சிலரையும் தாக்கிவிட்டது. உதாரணம் டாக்டர் நாயுடு. தன் குடும்பத்தின் வித்தியாசமான பழக்க வழக்கங்களில் அவர் தலையிடுவதில்லை. ஆனால் இந்தமுறை பத்மஜாவின் சோகம் அவரையும் தாக்கி விட்டது போலும். ஆகவே மிகவும் தீவிரமான கட்டளையை பத்மஜாவுக்குப் பிறப்பித்து விட்டார். "நமக்கு இனி நாய்களும் பூனைகளும் வேண்டாம். ருட்டியே கொடுத்தாலும் அவைகள் இனி நமக்கு வேண்டாம். அவைகள் ஏதாவது ஒன்றை நமக்குத் தரலாம் அல்லது தராமலும் போகலாம். ஆனால் போதும்! எனக்கு வயதாகிவிட்டது. இன்னும் இதுபோன்ற நட்பு இழப்புகளை, அதுவும் செல்லப்பிராணிகளின் இழப்புகளைத் தாங்குவதற்கு என் மனதில் சக்தி இல்லை."

இரண்டு நாட்கள் பத்மஜா ருட்டியுடன் சவுத் கோர்ட் வீட்டில் தங்கியிருந்தார். இப்போது ருட்டியின் இன்னொரு முகத்தைக் காண நேர்ந்தது. இதை தன் தங்கை லீலாமணியோடு கடிதத்தின்

மூலம் பகிர்ந்து கொண்டார் பத்மஜா. அக்கடிதம் 1926 டிசம்பர் 5ஆம் தேதி கையெழுத்திடப்பட்டிருந்தது. “பக்கத்தில் இருந்தே பார்க்க முடிந்தது. முன்பு எப்போதும் இல்லாத அளவிற்கு அவர் இப்பொழுது தனிமையில் வாடுகிறார் என்பது நன்றாகத் தெரிகிறது. பக்கத்தில் இருக்கும் நம்மைப் போன்றவர்கள் மீது மிகுதியாகச் சார்ந்து நிற்கிறார். இரண்டு நாட்கள் அவர் வீட்டிலேயே தங்கி இருந்தேன். அவர் எனக்குப் பிறந்த நாள் பரிசாகக் கொடுத்த அந்த அழகான நாய்க்குட்டி திடீரென்று உடல் நலமில்லாமல் போய் இறுதியில் இறந்துவிட்டது. அது உடல்நலமில்லாமல் இருக்கும்பொழுது ருட்டி இரவும் பகலும் அதன் அருகிலேயே உட்கார்ந்து மிகுந்த கவனம் எடுத்துக் கொண்டார். அதையும் தாண்டி அந்தக் குட்டி நாய் இறந்து போனது. ருட்டி அந்தக் குட்டி நாய் மீது எடுத்துக்கொண்ட அக்கறையைப் பார்த்த நானே மெய்சிலிர்த்து விட்டேன். அவருடைய அன்பின் ஆழத்தையும், மென்மையையும், அளக்கமுடியாத ஆர்வத்தையும் பார்த்து நான் நெகிழ்ந்து விட்டேன். ருட்டியின் உண்மையான முகத்தை நான் பார்த்தேன்.”

இரண்டு மாதங்கள் கழித்து புத்தாண்டும் பிறந்தது. ருட்டியின் பலத்தைச் சோதிக்க இன்னொரு சோகமான நிகழ்வு நடந்தது. அவரது இன்னொரு செல்ல நாய் சுகம் இல்லாமல் போய் இறந்துவிட்டது. ஐனீரா என்று அதற்குப் பெயர் வைத்திருந்தார். இறந்து போன நாய்க் குட்டிகளையும் விட இந்த நாய் தான் அவருக்கு மிகவும் பிரியமானதாக இருந்தது. இந்த நாயின் மரணம் மிச்சம் மீதி இருந்த அமைதியின்மையும் முழுவதாக வடித்தெடுத்து விட்டது. முன்பு எப்போதும் இருந்ததைவிட ருட்டி இப்போது தனிமையில் மிக அதிகமாகவே வாடினார்.

இந்த தொடர் மரணங்களைப் பார்த்த காஞ்சி ருட்டியை ஒரு அதிர்ஷ்டம் இல்லாத பெண்ணாகப் பார்த்தார். செல்லப்பிராணிகளைப் பொருத்தவரையில் அதிக கவனம் செலுத்தி அன்போடு அவைகளை மிக நன்றாகக் கவனித்துக்கொண்டிருந்தார். அத்தனையையும் மீறி அவைகள் ஒவ்வொன்றாக இறந்து கொண்டிருந்தன. இந்த நிகழ்வுகள் ருட்டியை துன்பத்தின் உச்சிக்கு இழுத்துச் சென்றன. ருட்டியின் தலைமீது ஏதோ ஒரு சாபம் தொங்கிக் கொண்டிருப்பதாக கற்பனை செய்தார். ஐனீரா உடல்நலமில்லாமல் இருக்கும் பொழுது சரோஜினி தில்லியில் இந்து - முஸ்லிம் ஒற்றுமைக்கான முயற்சிகளில் முழுமையாக ஈடுபட்டுக்

கொண்டிருந்தார். அவருக்குத் தந்தி மூலம் ஐனீராவைப் பற்றிய செய்தியை அனுப்பியிருந்தார். இதைப்பற்றி பத்மஜாவுக்கு 1927 பிப்ரவரி 23ஆம் தேதி சரோஜினி தன் கடிதத்தின் மூலம் தெளிவுபடுத்துகிறார். “நேற்று அவளிடமிருந்து எனக்கு ஒரு தந்தி வந்தது” என்பதே அந்தச் செய்தி. சில நாட்கள் கழித்து, “ருட்டி எனக்கு ஒரு கடிதம் எழுதியிருந்தாள். ஐனீரா இறந்தது பற்றி எழுதிய கடிதம் அது. ஏதோ ருட்டியின் தலைக்குமேல் ஒரு சாபம் தொங்குவது போல் தோன்றுகிறது. அவளை நினைத்தாலே பாவமாய் இருக்கிறது! பாவம் அந்தப் பெண். அடிக்கடி ஆறுதல் சொல்வதுபோல் அவளுக்குக் கடிதம் எழுது”, என்று தன் மகளுக்கு அறிவுறுத்தினார். ஏன் இந்த அளவு ருட்டியின் மேல் அக்கறை எடுத்துக் கொள்கிறோம் என்பதற்கான காரணத்தையும் அந்தக் கடிதத்தில் கூறியிருந்தார். இப்போது கடினமான தாக்கங்களுக்கு உள்ளாகி இருக்கும் ருட்டி முன்பெல்லாம் தன் வாழ்க்கையில் பல கனவுகளைச் சுமந்துகொண்டு பட்டாம்பூச்சியாக சுதந்திரமாக சுற்றித் திரிந்து கொண்டிருந்தாள். இப்போது நாம் மட்டுமே அவளிடம் அன்பு கொண்ட சுற்றமாக இருக்கிறோம்”, என்று கவலையுடன் குறிப்பிட்டிருந்தார்.

இந்த அளவு ருட்டி மேல் அக்கறை கொண்ட சரோஜினி ருட்டிக்கு தான் மட்டுமல்ல தன் மகளும் ஆறுதல் சொல்ல வேண்டும் என்று அவருக்கு அறிவுரை கூறினார். இதை சரோஜினி தன் செயலிலும் காண்பித்துக் கொண்டே இருந்தார். ருட்டியின் 27ஆம் பிறந்த நாளுக்கு ஒரு வாரத்திற்கு முன்பு ருட்டி எந்த அளவு தனிமையில் இருப்பார் என்பதை உணர்ந்தார். ஏனென்றால் பிறந்தநாள் போன்ற சிறு விஷயங்களில் ஜின்னா என்றுதான் அக்கறை எடுத்துக்கொண்டார்? அதோடு அவர் இப்போது இருப்பது தில்லியில். ருட்டிக்கு பெற்றோர் உறவினர்களிடம் இருந்து வாழ்த்துகளும் வரப் போவதில்லை. ஆகவே தனிமையில் தனித்திருக்கும் அவருக்கு பிறந்தநாள் வாழ்த்து சொல்லும்படி பத்மஜாவுக்கு ஒரு கடிதத்தில் எழுதியுள்ளார்.

“1927 பிப்ரவரி 12ஆம் தேதி ஞாயிற்றுக்கிழமை அப்பாவுக்கு பிறந்தநாள் வாழ்த்து சொல்வாய். அதோடு மறந்துவிடாமல் அன்றுதான் ருட்டிக்கும் பிறந்தநாள். அவளுக்கும் உன் வாழ்த்துகளைத் தெரிவித்து விடு. தனிமையில் இருக்கும் அந்தப் பெண்ணுக்கு அது மிகுந்த ஆறுதலைக் கொடுக்கும்.”

ருட்டி அனுபவிக்கும் தனிமை என்னும் சோகத்திற்கான முக்கியக் காரணகர்த்தாவான ஜின்னாவிடம் அதைப் பற்றி பேசுவதற்கு எப்போதுமே தயங்கியிருந்தார். ஏனென்றால் ஜின்னாவும் தன் தனிப்பட்ட வாழ்க்கைக்குள் அவ்வளவு எளிதாக யாரையும் நுழைய விடுபவர் அல்ல. இது மிகவும் அந்தரங்கமான விஷயம். அந்த அந்தரங்கத்துக்குள் நுழைவதற்கு ஜின்னா யாருக்கும் அனுமதி கொடுப்பதில்லை. இந்த ஒரு காரணத்தாலேயே சரோஜினி ருட்டியின் தனிமைச் சோகத்தை ஜின்னாவிடம் வெளிப்படுத்தாமலேயே இருந்து விட்டார். அதோடு இன்னொரு காரணமும் இருந்தது. ஜின்னாவுடன் விவாதிக்க வேறு பல முக்கிய அரசியல் விவகாரங்கள் தொடர்ந்து இருந்து கொண்டே இருந்தன. அதில் முக்கியமாக இந்து - முஸ்லிம் அரசியல் ஒற்றுமைக்கான புதிய சட்டங்களை இயற்ற வேண்டியதிருந்தது. அந்த வேலையாக இருவரும் தில்லியில் தான் இருந்தார்கள். மக்களவை நடந்து கொண்டிருப்பதால் சரோஜினி பிப்ரவரி மாதத்தின் நடுவில் தில்லி வந்து ஏறத்தாழ ஒரு மாத அளவிற்கு எம்.ஏ. அன்சாரி அவர்களின் வீட்டில் தங்கியிருந்தார். இரவு, பகல் எல்லா நேரங்களிலும் ஏதாவது ஒரு அரசியல் விவாதங்கள் அங்கு நடந்து கொண்டிருக்கும். இந்து-முஸ்லிம் ஒற்றுமைக்கான வாய்ப்புகளைப் பற்றிய விவாதங்கள் தொடர்ந்து நடந்து கொண்டிருந்தன. ஜின்னா எல்லா மக்களவை விவாதங்களில் வரும் திட்டங்களுக்கும் தனது கருத்துகளைத் தொடர்ந்து கூறிக்கொண்டே இருந்தார். ஆனால் எப்போதெல்லாம் நேரம் கிடைக்கிறதோ அப்போதெல்லாம் முஸ்லிம் லீக் உறுப்பினர்களிடையே ஒரு ஒற்றுமையை உருவாக்குவதற்காக முயன்று கொண்டிருந்தார். ஏனென்றால் முஸ்லிம் லீக் காங்கிரஸ் கட்சியோடு ஒரு அரசியல் உடன்பாட்டை ஏற்படுத்த வேண்டிய கட்டாயம் இருந்தது. சரோஜினி, ஜின்னா இருவருமே நேரம் காலம் கருதாது அரசியல் வெறியோடு உழைத்துக் கொண்டிருந்தனர். 1927 மார்ச் 22ஆம் தேதி பத்மஜாவுக்கு எழுதிய கடிதத்தில், "இந்து - முஸ்லிம் ஒற்றுமைக்கான வழி பிறந்து இருக்கிறது என்றும், இதற்கு முக்கியக் காரணம் நிச்சயமாக இந்து மக்கள் அல்ல; ஏனென்றால் இஸ்லாமிய மக்கள் மிகுந்த தைரியத்தோடும், அரசியல் ஆளுமையோடும், தங்கள் விருப்பு வெறுப்புகளை ஒதுக்கிவிட்டு ஒற்றுமையை ஆதரிப்பதற்கு ஒட்டுமொத்தமாக ஒருமித்து நின்றார்கள்", என்று பெருமையோடு குறிப்பிட்டுள்ளார்.

ஏதோ ஒரு வழியில் ருட்டிக்கும் ஜின்னாவிற்கும் நடுவில் இருந்த விஷயம் ஊசலாடிக் கொண்டிருந்தது. யார் பக்கம்

பேசுவது; யாருக்காக யாரிடம் பேசுவது போன்ற குழப்பங்கள் சரோஜினியிடம் நிறைய இருந்தன. ஆனாலும் சமயம் கிடைக்கும்போது இருவரில் யாரையாவது ஒருவரைத் தன் குத்தல் மொழிகளால் கேலி செய்வது உண்டு. 1927 பிப்ரவரி 12ஆம் தேதி தில்லிக்கு வந்தவுடன் பத்மஜாவுக்கு எழுதிய கடிதத்தில், "ருட்டி இன்னும் தில்லிக்கு வரவில்லை; நல்லவேளை! ஏனென்றால் அவரது செல்லப்பிராணிகளுக்குப் போதிய இடம் ஹோட்டலில் கிடைத்திருக்காது." அடுத்த ஒரு வாரத்தில் சரோஜினி ஜின்னாவை மக்களவையில் சந்திக்கிறார். சில சமயங்களில் அவர் நடந்து கொண்டதைப் பார்த்த பிறகு பத்மஜாவுக்கு எழுதிய கடிதத்தில், "ஜின்னாவும் தன்னைத் தனிமைப்படுத்திக் கொண்டு வாழ்ந்து வருகிறார். அவரோடு ஏதோ ஒன்றிரண்டு உறுப்பினர்களை மட்டுமே பார்க்க முடிந்தது. அவர்களைத் தவிர மிக நல்ல சீருடையில் மிக அழகான இரண்டு இளம் பஞ்சாபிகள் அவருக்குக் காவலாக இருந்தார்கள்" என்று எழுதியிருந்தார்.

முன்பெல்லாம் சரோஜினிக்கு ஜின்னாவின் மீது அதிகமான ஆர்வம் இருந்தது. எந்த அளவுக்கு என்றால் சிலர் அதைத் தவறாக ஒரு மையல் என்று கூட நினைத்துவிட்டார்கள். காலப்போக்கில் அந்த எண்ணம் திரிந்து போய்விட்டது. ஜின்னாவின் துணை வழக்குரைஞராக இருந்த சாக்ளா புகழ் பெற்ற தன் சீனியர் வக்கீல் ஜின்னாவைப் பற்றி நூல் ஒன்று எழுதியிருந்தார். போகிற போக்கில் அதில் சில கருத்துகளைக் கூறிவிட்டுச் சென்றிருந்தார். அதை சரோஜினி சந்தேகத்திற்கு இடமின்றி மிகவும் ரசித்து வாசித்திருக்கிறார். "உங்கள் புத்தகத்தை நான் வாசித்து விட்டேன். ஆர்வத்தோடும் மகிழ்ச்சியோடும் அதைப் படித்தேன். வெளிப்படையான, தீர்க்கமான வெளிப்பாடுகளுடன் - அதை வெளிப்பாடுகள் என்று சொல்வதா அல்லது அவரைப் 'போட்டு உடைக்கும் செயல்களா' - என்று எனக்குத் தெரியவில்லை" என்று வேடிக்கையாகக் கூறினார். தொடர்ந்து 1927 ஆகஸ்ட் 4 ஆம் தேதி எழுதிய அந்தக் கடிதத்தில், சாக்ளா பயன்படுத்திய சொல்லைக்கொண்டே அவரைச் சீண்டி விடுகிறார். "நீங்கள் மிகவும் சரியான ஒரு குட்டி 'சாத்தான்' (இது நீங்கள் பயன்படுத்திய சொல்தான்); மிக வேடிக்கையாகவும் வெளிப்படையாகவும் அவை எல்லாவற்றையும் விட மிக தைரியமாகவும் நீங்கள் முழுமையாக வெளிப்படுத்தி உள்ளீர்கள். நீங்கள் எழுதியிருப்பதைப் படிப்பவர்களில் சிலர் அதை ஜின்னாவைப் பற்றிய 'அவதூறு' என்று சொல்லலாம்.

ஆனால் என்னிடம் கேட்டால் அவைகள் அவதூறுகள் அல்ல; மிகச்சரியான 'தலைப்புச்செய்திகள்' என்றுதான் கூறுவேன். அவர் வெளியே காட்டிக்கொள்ளும் எம்.ஏ.ஜே-வின் பண்புகள் உண்மையான அந்த மனிதரை மறைத்து ரகசியமாக வைத்திருக்கின்றன. அந்த உண்மையான மனிதரை நாம் யாருமே பார்க்க முடியாது. யாருடனும் ஒட்டாமல் தனியாக இருக்கும் மனிதர் அவர் என்பதால், அவரைப் பற்றி (அவரைப் பற்றியா அல்லது அவற்றைப் பற்றியா?) எழுதும்போது மொழியின் இலக்கணம் கூட கொஞ்சம் தடுமாறி விடுகிறது."

ஆனால் ஒன்று, ஜின்னாவைப் பற்றி எழுதும்போது சரோஜினி தன்னை அறியாமலேயே வெகு இயல்பாக ஜின்னாவை ஆதரித்து நிற்பார். அதோடு அவரைப் பற்றி எழுதும்போது இயல்பான நகைச்சுவையும், வேடிக்கையும், நேர்மையும் கலந்துவிடும். இதேபோன்ற மொழியில் சரோஜினி ஜின்னாவைப் பற்றி உயர்வாக ஒரு கடிதத்தில் சாக்ளாவிற்கு எழுதியுள்ளார்: "அவரின் உண்மையான உருவத்தை தாங்கள் நன்கு செதுக்கி உள்ளீர்கள்; ஒற்றைக் கண்ணாடி, அஞ்சாத நெஞ்சம் என்று எல்லாவற்றையும் குறிப்பிட்டிருக்கிறீர்கள். ஆனால் நிச்சயமாக இன்னும் பழக ஆரம்பித்தால் சைத்தான் என்ற நிலையிலிருந்து நீங்கள் மாறிவிடுவீர்கள். நிச்சயமாக அவரது நண்பராக மாறிவிடுவீர்கள். எப்போதும் தனித்து நிற்கும் ஒரு பெரிய மனிதனுக்கு நண்பராக மாறி விடுவீர்கள். உயர்வாகச் சொல்வது என்றால் மூச்சுக்காற்று கூட குளிர் பிரதேசத்தில் அடர்த்தியான காற்றாக இருக்கும். போகப்போக அவரை அதிகமாகத் தெரிந்துகொள்ள ஆரம்பித்தால் ஒன்று உங்களுக்குப் புரிந்துவிடும். குளிர் காலத்தில் பூக்கும் மலர்கள்தான் தங்களுக்கென்று ஒரு தனி அழகையும், ஈர்ப்பையும் கொண்டிருக்கும். வெப்ப நிலங்களில் பூக்கும் பூக்களுக்கு இந்தத் தனித்துவம் கிடையாது. ஆனால் அப்படிப் புரியும் காலத்தில் நிச்சயமாக, அந்தத் தாவர இயல் பயணத்திற்காக, நீங்கள் போக வேண்டியதிருக்கும் துருவப் புள்ளிகளுக்கு, உங்களுக்கு ஒரு பெரிய குளிர் ஆடை தேவைப்படும்!"

அதுவும் இந்தக் காலகட்டத்தில் சரோஜினியின் எண்ணத்தில் ஜின்னா மிகவும் உயரமாக நிற்க ஆரம்பித்திருந்தார். ஏனென்றால் தனி மனிதராக நின்று அவர் காங்கிரஸ் கட்சியும், ஆளும் காங்கிரஸ் தலைவர்களும் செய்ய முடியாத ஒன்றை உருவாக்கிக் காண்பித்துள்ளார். இந்து - முஸ்லிம் ஒற்றுமைக்காக சட்டதிட்டங்களை தனி ஒருவராக இருந்து வெளியிட்டு

அந்தப் பிரச்சனையை ஏறத்தாழ ஒரு முடிவுக்குக் கொண்டு வந்துவிட்டார். அதோடு நிற்காது சட்டங்களை இயற்றிய பின் இஸ்லாமியத் தலைவர்களை ஒன்றாக அழைத்து - அவர்களில் பலர் ஜின்னா போன்ற சட்டசபை உறுப்பினர்கள் - அவர்களை ஒன்றுபடுத்தி இந்து - முஸ்லீம் அரசியல் ஒற்றுமைக்கான திட்டங்களைக் கொண்டு வந்தார். அவர் கொண்டுவந்த திட்டங்கள் அதன்பின் 'தில்லி திட்டங்கள்' என்ற பெயரில் அழைக்கப்பட்டன. இப்படி ஒரு திட்டத்தைக் கொண்டு வரவே முடியாது என்றிருந்த நிலைமையை மாற்றி ஒரு முழுமையான திட்டத்தைக் கொண்டுவந்து பலரின் வயிற்றில் பால் வார்த்தது போல் அந்தத் திட்டத்தை முன்மொழிந்தார். அரசியல் களத்தில் முடியாது என்று ஓரங்கட்டப்பட்டு வைத்திருந்த திட்டத்துக்கு உயிர் கொடுத்து விட்டார். அந்த தில்லி திட்டங்கள் தில்லி சட்டசபையில் இறுதியான வடிவம் பெற்றன. 1927 மார்ச் 22ஆம் தேதி அந்த மக்கள் சபை கட்டிடத்திற்கு உள்ளே இருந்தே சரோஜினி பத்மஜாவுக்கு இந்தத் தகவல்களை தெரிவித்து கடிதம் ஒன்று எழுதுகிறார். அதில் "ஜின்னா இதன்மூலம் தன்னை மிகவும் உச்சநிலைக்கு கொண்டு போய்விட்டார். தான் உயர்ந்தது மட்டுமல்லாமல் மக்கள் அனைவரின் மனநிலையையும் உயரத்திற்கு எடுத்துச் சென்றுவிட்டார். அவரை நினைக்கவே எனக்கு மிகவும் பெருமையாக இருக்கிறது", என்று பெருமையோடு எழுதியிருந்தார்.

ஏற்கனவே ஜின்னா தனியாளாக ஒரு துருவப் பிரதேசத்தில் இருக்கிறார் என்று சரோஜினி நினைத்திருந்தார். அப்படிப்பட்ட ஒருவர் ருட்டியின் தனிமைக்கும், தனிமைத் தொல்லைக்கும் காரணமாக இருப்பார் என்று அவரால் நினைத்துப் பார்க்க முடியவில்லை. ஆனால் அதே சமயத்தில் தவிர்க்க முடியாத இன்னொரு விஷயமும் இருந்தது. அது ருட்டியின் உடல்நிலை. அது கடுமையான ஒரு நிலையை அடைந்து விடுமோ என்ற அச்சம் சரோஜினியிடம் இருந்தது. ஆனால் நிச்சயமாக அதற்காக அவர் ஜின்னாவைக் குற்றம் சொல்லத் தயாராக இல்லை.

ஏப்ரல் மாத இறுதியில் சரோஜினி ருட்டியைச் சந்தித்தார் - பம்பாயில் அல்ல, லாகூரில் வைத்துச் சந்தித்தார். அப்போது அங்கு நடந்த ஒரு பயங்கர இனக்கலவரத்தின் முடிவில் - நாட்டில் அந்த ஆண்டு நடந்த கலவரங்களிலேயே மிகவும் மோசமான கொடூரமான கலவரம் இங்குதான் நடந்தது - சரோஜினி அங்கு சென்றார். நிலைமையைக் கட்டுக்குள் கொண்டுவர வேண்டும் என்ற முயற்சிக்காக

அங்கு சென்றிருந்தார். "கலவரத்தில் 105 பேர்களுக்கும் மேல் கொல்லப்பட்டிருந்தார்கள்; உண்மையிலேயே சாலைகளில் ரத்த ஆறு ஓடியது" என்று பத்மஜாவுக்கு எழுதிய கடிதத்தில் சரோஜினி உண்மை நிலையை எழுதியிருந்தார். அதேநேரத்தில் விடுமுறைக்காக காஷ்மீர் செல்வதற்கு லாகூர் வந்திருந்தார் ருட்டி. காஷ்மீருக்குச் செல்லும் இந்தத் திட்டத்தை ஜின்னா பல நாட்களாகத் தள்ளிப் போட்டுக்கொண்டே இருந்தார். ஆகவே ருட்டி தான் மட்டும் செல்வதாக முடிவு செய்து அந்தப் பயணத்திற்காகப் புறப்பட்டுக் கொண்டிருந்தார். ஆனால் லாகூரில் சரோஜினியைப் பார்த்ததும் ருட்டிக்கு அத்தனை மகிழ்ச்சி. ஒரு சில நாட்களாவது சரோஜினி தன்னுடன் தங்க வேண்டும் என்று ருட்டி தனது பேராசையைத் தெரிவித்தார். மறுக்காமல் தன்னுடன் இருக்க வேண்டும் என்று கெஞ்சிக் கேட்டுக்கொண்டார். ருட்டியின் நிலையைக் கண்ட சரோஜினிக்கு அவரின் வேண்டுகோளை மறுக்க முடியாமல் போயிற்று. இவ்வளவிற்கும் அகில இந்திய காங்கிரஸ் கமிட்டியின் மாநாடு பம்பாயில் விரைவில் நடக்கவிருந்தது. அதற்கான வேலைகள் அவருக்காகக் காத்திருந்தன. 1927 மே 3ஆம் தேதி சரோஜினி எழுதிய கடிதம் பத்மஜாவுக்குச் செல்கிறது: "நான் காஷ்மீர் செல்வது வம்படியாக நடந்த ஒரு நிகழ்வு. அகில இந்திய காங்கிரஸ் மாநாடு தள்ளிப் போடப்பட்டது என்று தெரிந்திருந்தால் நான் ருட்டியின் கண்ணீருக்குச் சிறிது பதிலாவது சொல்லி இருப்பேன்; அவளோடு காஷ்மீர் சென்றிருப்பேன். ஜின்னா வரும்வரை அவளோடு இன்னும் சிலநாள் தங்கியிருந்திருப்பேன். இப்போது நான் லாகூரில் இருந்து ராவல்பிண்டி வரை செல்வதாகச் சொல்லி இருக்கிறேன். இந்தப் பயணத்திற்கு 5 மணி நேரம் ஆகும். ஆனால் அங்கு சென்றபிறகு அங்கேயே சில நாள் நாங்கள் இருவரும் தங்கியிருந்துவிட்டு பிறகு, ருட்டி தான் மட்டும் காஷ்மீர் செல்வதாகத் திட்டம் போட்டாள். அவளைப் பார்க்கப் பாவமாக இருந்தது. அதோடு மலைமலையாக பயணத்திற்கான பொருட்களைக் கொண்டு வந்திருந்தாள். அது மட்டுமல்லாமல் நான்கு வேலைக்காரர்கள்; ஐஸ் பெட்டிகள், பூனைகள் என்று என்னென்னவோ இருந்தன. முற்றாக மறுத்து விட்டு அவளிடமிருந்து என்னால் போக முடியவில்லை. அவள் நிலையைப் பார்க்கும்போது அப்படிச் செல்வது சரியாகவும் தெரியவில்லை. ஆகவே வேறு வழி இல்லாமல் வெறும் மூன்று நாட்கள் மட்டும் காஷ்மீரில் தங்குவேன் என்று கூறி அவருடன்

பயணப்பட்டேன். ஐந்தாம் தேதி நடக்கும் மாநாட்டிற்கு நான் எப்படியும் உடனே திரும்பி வந்தே ஆகவேண்டும்.”

முதல்முறையாக இப்போதுதான் சரோஜினி காஷ்மீர் செல்கிறார். ராவல்பிண்டியில் இருந்து அது வெறும் 200 மைல் தான். அங்கிருந்து காரில் செல்ல அழகான சாலைகள். “காஷ்மீர் ஒரு கனவுலகம்; காதல் முகிழ்த்தெழும் அழகான பூமி. காஷ்மீர் பற்றி நான் இதுவரை கேட்டது அத்தனையும் உண்மை... உண்மை தான் என்று அதன் அழகு நமக்குச் சுற்றிச் சுற்றிப் பறைசாற்றும். ஆனால் அதற்காக இந்தியாவிலேயே மிகவும் அழகான இடம் காஷ்மீர் என்று நான் சொல்ல மாட்டேன். இதைவிட அழகான இடங்கள் இந்தியாவில் உண்டு. அவ்வளவு ஏன் ஆப்பிரிக்காவிலும் சுவிட்சர்லாந்திலும் இதை விட அழகு கொட்டிக் கிடக்கும். ஆனாலும் காஷ்மீரின் அழகு சொக்க வைப்பதுதான். சுற்றிச் சூழ்ந்திருக்கும் பனி மலைகள்; அங்கிருந்து கிளம்பிய மெல்லிய காற்று; அந்தக் காற்று வழியில் உள்ள மலர்களின் மணத்தை எல்லாம் கொண்டு வந்து நம்மிடம் சேர்க்கும். அந்தக் காற்றும் மணமும் உடலுக்கு மட்டுமல்ல உள்ளத்திற்கும் நலம் கொண்டுவரும். அந்தக் காற்றுக்கு நோய் தீர்க்கும் வல்லமை உண்டு. ஆங்காங்கே நீர்க் குட்டைகள்; குட்டைகளில் நிரம்பி வழியும் நீல நிறத்து ஐரீஸ் பூக்கள்; எங்கெங்கும் பழத்தோட்டங்கள்; பீச், செர்ரி, ஆப்பிள், பேரி என்று வகை வகையாய் பழங்கள். மலர்த் தோட்டங்கள் பலவற்றிலும் பலவகை மணம் தரும் மலர்கள். லில்லி, விஸ்டாரியா, டுலிப்ஸ், நார்சிஸ்சஸ் என்று பெர்ஷியன் மலர்களும், இந்திய மலர்களும் பிரிந்து காற்றிலாடி மனதை மகிழ்வித்தன. அங்கு ஓடிய ஜீலம் நதியில் மிதக்கும் வீடுகள் அலையில் ஆடிக்கொண்டிருந்தன; ஷிக்காரா என்று சொல்லப்படும் சின்னச்சின்னப் படகுகள் அதிக எண்ணிக்கையில் அலைகளின் மீது ஆடி ஓடிக்கொண்டிருந்தன. எங்கு திரும்பினாலும் அழகு கொட்டிக் கிடந்தது. ஆனாலும் அவை எல்லாவற்றையும் தூக்கிச் சாப்பிடுவது போல் அழகான பெண்களும், குழந்தைகளும் வழியெங்கும் காணக் கிடைத்தனர். அவர்களை எப்படிச் சொல்வது? எப்படி வர்ணிப்பது? ஒவ்வொருவரும் ஒவ்வொரு அழகு. வெள்ளை வெளேரென்ற சலவைக்கல், ரோஜா, முத்து, தந்தம் வெள்ளி... எப்படி ஒவ்வொரு முகத்திலும் இத்தனை இத்தனை விதமான அழகு! ஆனால் ஆங்காங்கே அழுக்கும் நிறைந்து கிடந்தது.”

ஆனால் இந்த அழகு எதுவும் ருட்டியைத் தொடக்கூட முடியவில்லை. அதைப் பார்க்கும்போது எனக்கு அத்தனை வருத்தம். தன் மகள் பத்மஜாவுக்கு எழுதுகிறார்: "அங்கிருந்த மூன்று நாட்களும் மிக நன்றாக இருந்தன. ஆனால் இந்த மூன்று நாட்களிலும் நான் உன்னையே நினைத்துக் கொண்டிருந்தேன். நீயும் என்னோடு இருந்திருந்தால்... நீயும் நானும் இந்தக் கனவு உலகத்தை அப்படி ரசித்திருப்போம். ஆனால் ருட்டியினால் இது முடியவில்லை. அவளுடைய வாழ்வே போலியாகப் போய்விட்டது. அந்தப் போலி வாழ்க்கையில் இதுபோன்று எளிதான அழகுக்கு இடமில்லை போலும். பாவம் இந்தப் பெண்; பார்க்கும் போதெல்லாம் பரிதாபப்படத்தான் வேண்டியதிருக்கிறது."

ருட்டியும் ஒரு காலத்தில் காஷ்மீரின் அழகில் சொக்கிக் கிடந்தவர்தான் என்பது அனேகமாக சரோஜினிக்குத் தெரிந்திருக்காது. அவர் மகிழ்ச்சியோடு இருந்த நாட்களில், அதுவும் ஜின்னாவும் அவரும் ஒன்றாக இருந்த நாட்களில் ஜின்னாவின் அரசியல் வேலைகளில் இருந்து விலகி ஓய்வெடுக்கத் திட்டமிடும்போதெல்லாம் காஷ்மீர் தான் முதலிடத்தைப் பிடிக்கும். அப்பொழுது ஜின்னா மிகவும் தாராளமாகவும் இருந்தார். ஒருமுறை அவர்களது படகு வீட்டைச் சரி செய்வதற்காக 50,000 ரூபாய் செலவழிக்கத் தயாராக இருந்தார். அந்தக் காலத்தில் இது மிகப்பெரும் பணம். அந்தப் படகு வீடு ஒரு ஆரம்பப் புள்ளியாக இருந்தது. காஷ்மீரில் குதிரையேற்றம் செல்வது துணிச்சல் மிக்க பயணிகளுக்கு மட்டுமே பொருத்தமானது. ஜின்னாவோடு காஷ்மீருக்கு வரும்போதெல்லாம் காஷ்மீர் பயணக் கையேடு புத்தகம் வாங்கி நன்றாகப் படித்துவிட்டு வருவதுண்டு. ருட்டியின் அத்தை ஹமா பாய் அதேபோல்தான் செய்வது வழக்கம். ஆர்தர் நெவ் என்ற இராணுவ மேஜர் காஷ்மீர் மருத்துவக் குழுவில் பணியாற்றியவர். அவருக்கு இந்தப் பகுதியின் அனைத்து இடங்களும் உள்ளங்கை நெல்லிக்கனி போல் தெரியும். அவர் எழுதிய பயணக் கையேட்டில் அனைத்து விவரங்களும் முக்கியமான இடங்களும், குதிரையேற்றத்திற்கான இடங்களும் தெள்ளத் தெளிவாகக் குறிப்பிடப்பட்டிருக்கும். 1923இல் பதிமூன்றாவது முறையாக அச்சிடப்பட்ட இந்தக் கையேட்டில் அனைத்து விவரங்களும் இருக்கும். ருட்டி அவற்றை முழுமையாகப் படித்துவிட்டு முக்கியமான இடங்களில் அடிக்கோடிட்டு வைத்திருப்பார். திட்டமிடும் போது அந்த ஆண்டு எந்த இடத்திற்குப் போகலாம், எங்கு போக முடியும், அங்கு தங்குவதற்கான வசதிகள் என்ன

என்பன போன்ற அனைத்து விவரங்களும் அந்த புத்தகம் தரும். ஆனால் அவை எல்லாம் இப்பொழுது கனவுகள் போல் கலைந்து போய் விட்டன.

பம்பாய்க்குக் கிளம்பும்போது சிறுபிள்ளை போல் ருட்டி அழுதபோது 'பாவம் அந்தக் குழந்தை' என்ற எண்ணம்தான் சரோஜினியின் மனதில் எழுந்தது. எத்தனையோ முறை ருட்டி மேல் எரிச்சல் வந்தாலும் இப்பொழுது சரோஜினியும் உருகி நின்றார். "நான் புறப்படும்போது ருட்டி எப்படி அழுதாள் தெரியுமா? மிகவும் பாவமாக இருந்தது. இன்னும் சில நாள் என்னை தங்கச் சொன்னாள்; அல்லது வரும் ஜூன் மாதத்தில் உன்னை இங்கே அழைத்து வரச் சொன்னாள். ஆனால் நாம் அப்படியெல்லாம் உடனுக்குடன் திட்டமிட முடியுமா என்ன? அதுவும் அப்பா வெளிநாடு புறப்பட்டுக் கொண்டிருக்கும்போது அது நம்மால் முடியாது." இரண்டு மாத விடுமுறையில் டாக்டர் நாயுடு ஐரோப்பா செல்லத் திட்டமிட்டிருந்தார். அவர் தனது மருத்துவப் படிப்பை இங்கிலாந்தில் உள்ள எடின்பர்க் மருத்துவக் கல்லூரியில் முடித்த பிறகு இப்போதுதான் முதல் முறையாக வெளிநாடு செல்கிறார். அப்போது ருட்டியின் மனதுக்குள் ஏதோ ஒரு முறிவு. மீண்டும் காஷ்மீருக்குத் தனியாகவோ நண்பர்களோடோ வருவோம் என்ற நம்பிக்கை அவருக்கு வரவில்லை.

ருட்டியின் கண்ணீர் சரோஜினியின் பணியை நிறுத்தவில்லை. சரோஜினி பம்பாய்க்கு வந்த பின் தனது அரசியல் அலுவல்களில் ருட்டியை முற்றுமாக மறந்துவிட்டார். அந்த மாதத்தின் இறுதியில் நடந்த அகில இந்திய காங்கிரஸ் மாநாட்டில் ஜின்னாவின் 'தில்லி திட்டங்கள்' முழுமையாக விவாதிக்கப்பட்டு, இறுதியில் அனைத்தும் அப்படியே ஒத்துக் கொள்ளப்பட்டது. சரோஜினியைப் பொறுத்தவரையில் இது ஒரு பெரும் ஒளிக்கீற்று என்று தோன்றியது. இந்தத் திட்டத்தைக் கொண்டு வந்ததற்காக ஜின்னாவிற்கு அவர் மனதார நன்றி சொன்னார். அதோடு நில்லாது அழகிய பரிசுப் பொருள் ஒன்றையும் ஜின்னாவுக்கு அளித்தார். அது தங்கத்தில் செய்த ஒரு சிறு பேழை. அதில் பொறிக்கப்பட்டிருந்த வார்த்தைகள்: "ஒற்றுமையின் தூதுவர் முஹம்மத் அலி ஜின்னாவிற்கு, அவரைத் தொடர்ந்து வரும் நெருங்கிய தோழி சரோஜினி நாயுடு, பம்பாயில் மே 1927இல் தந்த அன்பளிப்பு."

* * *

சிம்லாவில் நடந்த குளிர்காலக் கூட்டத்தொடருக்கு ருட்டி ஜின்னாவுடன் செல்லவில்லை. இப்பொழுது ஜின்னாவின் தில்லி திட்டங்கள் இந்துக்களின் சந்தேகப் பார்வைகளையும், இஸ்லாமியரின் அச்சத்தையும் ஒருங்கே கிளப்பிவிட்டிருந்தன. ஆனால் ருட்டி இதைப்பற்றி எதுவும் கவலைப்படவில்லை. இப்பொழுது அவர் காஞ்சியை மிகவும் வற்புறுத்திக் கொண்டிருந்தார். காஞ்சி அப்போது பம்பாயில் உள்ள சிவப்பு விளக்குப் பகுதிகளில் சமூக சேவை செய்து கொண்டிருந்தார். அதற்காகப் பல ஆய்வுகளும் நடத்திக்கொண்டிருந்தார். தன்னை அங்கே அழைத்துப் போகும்படி காஞ்சியை ருட்டி மிகவும் வற்புறுத்தினார். "எப்போது என்னை அங்குக் கூட்டிச் செல்வீர்கள்? அந்த இடத்தையும் அங்கு வாழும் மக்களையும் நான் நேரடியாகப் பார்க்க வேண்டும். அந்தப் பாவப்பட்ட பெண்களின் வாழ்க்கை என்ன என்பதை அறிய வேண்டும்" என்று 1927 ஆகஸ்ட் 28 எழுதிய கடிதத்தில் கேட்டிருந்தார். அதிலும் தான் காண வேண்டியவை எவை என்பதையும் குறிப்பிட்டிருந்தார். "நான் விபச்சார விடுதி என்று அழைக்கப்படும் இடங்களுக்கு நேரடியாகச் சென்று பார்க்க வேண்டும்." பின்பு அவர் காஞ்சியோடு பல மணி நேரங்கள் தொடர்ந்து பல விடுதிகளுக்கும் சென்று எல்லாவற்றையும் தன் கண்ணால் கண்டார்.

ஜின்னாவிடமிருந்தும் அவரது அரசியல் நடவடிக்கைகளில் இருந்தும் விலகி நிற்பதற்கு ருட்டி வேறு சில வழிகளைக் கண்டுபிடித்தார். அதில் ஒன்று இப்போது திடீரென்று வெளிக் கிளம்பிய சமூக சேவை. அதிலும் முக்கியமாக விலங்குகளுக்கு வைக்கப்பட்டிருக்கும் தங்குமிடங்கள் மீது அவருக்கு ஆவல் உண்டாகியது. பம்பாயில் அதுபோன்ற இடங்களை 'பிஞ்ச்ரபோல்' என்று அழைப்பார்கள். அதுபோன்ற பல பாதுகாப்பு இடங்கள் பார்சி இனத்தவரின் அறக் கட்டளைகளாக இயங்கி வந்தன. அதிலும் ஒரு 'பிஞ்ச்ரபோல்' ருட்டியின் தந்தையால் நடத்தப்பட்டுக் கொண்டிருந்தது. அங்கே எல்லாம் நேரில் சென்று ருட்டி ஆய்வுகள் செய்தார். ஒருமுறை ருட்டி சரோஜினியை அழைத்துக்கொண்டு இதுபோன்ற இடங்களுக்குச் சென்று வந்தார். ருட்டியைப் பொறுத்தவரையில் ஒவ்வொரு இடமும் கருணையோ, சுகாதாரமோ இல்லாத கொடூரமான இடங்களாக இருந்தன. காஞ்சியும், ருட்டியும் இதைப் பற்றிச் செய்தித்தாள்களுக்கு எழுதவேண்டுமென்று விழைந்தனர். அதன் மூலம் இந்த விஷயத்தை வெளியே கொண்டு வந்து நல்ல மாற்றங்கள் செய்ய வேண்டும் என்பது அவர்களது

குறிக்கோளாக இருந்தது. "மூன்று நாட்களுக்கு முன்பு நான் சென்று வந்த செம்பூர் 'பிஞ்ச்ரபோல்' எனக்குப் பெரும் கவலை தரும் இடமாக இருந்தது. அங்கிருக்கும் பாவப்பட்ட நாய்கள் ஒருவேளை தங்கள் விதியை நொந்து கொண்டிருந்திருக்கலாம். அந்த இடம் நாய்களுக்கான பாதுகாப்பான இடமாக இல்லை; இறப்பதற்கான இடமாகத்தான் இருந்தது." இதைப் பற்றி காஞ்சி 1927 செப்டம்பர் 9ஆம் தேதி ஒரு கடிதம் எழுதுகிறார்: "இத்தாலிய கவிஞர் தாந்தே (Dante) இதைப் பார்த்திருந்தால் தானெழுதிய 'நரகத்தில்' இதுபோன்ற பாவப்பட்ட ஜென்மங்களுக்கு தனியே ஒரு இடம் கட்டாயம் ஒதுக்கிக் கொடுத்து இருப்பார். நாய்களுக்காக இருந்த காப்பிடங்கள் பார்ப்பதற்கே மிக மிக மோசமாக இருந்தன. இரக்கத்தைப் பற்றி மனிதர்கள் வைத்திருக்கும் மதிப்பை இவை வெளிச்சம் போட்டுக் காட்டுகின்றன."

சரோஜினி ஒருமுறை ருட்டியோடு சென்று வந்து விட்டார். இனிமேல் மீண்டும் அதுபோன்ற இடங்களுக்குச் செல்வதற்கு அவருக்கு எந்தவித ஆர்வமும் வரவில்லை. அந்த ஒரு அனுபவமே போதும் என்று தோன்றியது அவருக்கு. ஆனால் ருட்டிக்கு இந்த அனுபவம் தொடர்ந்து வேண்டியதிருந்தது. காஞ்சியோடு அவர் பல இடங்களுக்குச் சென்று வந்தார். பல வாரங்கள் தொடர்ந்து இதுபோன்ற அனுபவங்களை அவர் அனுபவித்துக் கொண்டிருந்தார். விலங்குகள் எவ்வளவு தரக்குறைவாக நடத்தப்படுகின்றன; அவைகள் படும் துன்பம் என்ன? போன்ற பல கேள்விகள் அவர் மனதில் எழுந்தன. நாய்கள் படும் வேதனை பற்றி அவர் கொண்ட கழிவிரக்கம் அவரது கடிதத்தில் - 1927 செப்டம்பர் 2 - மிகத் தெளிவாகத் தெரிந்தது. "பல நாய்களைப் பார்த்தோம். எக்ஸிமா வியாதியினால் தோல் எல்லாம் புண்களாகி, சீழ் வடிந்து, அழுக்கான இடங்களில் கிடந்தன. எந்தவித கவனிப்பும் இல்லாததால் சதையெல்லாம் அழுகி வேதனையில் துடித்துக் கொண்டிருந்தன. உடம்பெல்லாம் ஆழமான புண்கள்; ஆனால் அங்கிருந்த கால்நடை மருத்துவருக்கு அவை எதுவுமே தெரியாது. அவைகளை அவர் பார்த்தது கூட கிடையாது." இந்தக் கடிதத்தின் அடக்கத்தை அப்படியே எழுதி அவரும் காஞ்சியும் 'இந்தியன் டெய்லி மெயில்' என்ற தினசரிக்கு அனுப்பி வைத்தார்கள். செய்தித்தாளிற்கு எழுதிய கடிதத்தில் செம்பூர் என்ற இடத்தில் உள்ள 'பிஞ்ச்ரபோல்' அமைப்பைப் பற்றியும் எழுதியிருந்தார்கள். நாய்களுக்கான அந்தக் காவலிடத்தில் நாய்கள் கொலைப் பட்டினியாகக்

கிடந்தன. குடிப்பதற்காக வைத்த நீர் அவ்வளவு மோசமான நிலையில் இருந்தது. அதையும்விட அவர்கள் ஏற்கெனவே வந்தபோது எந்த நீர் இருந்ததோ அதே நீர் தான் மாற்றப்படாமல் அப்படியே இருந்தது. கழிவுப்பொருட்கள் அங்கிருந்து நீக்கப்படவேயில்லை. அவையும் அங்கேயே மலைபோல் குவிந்து கிடந்தன. ஆயிரக்கணக்கான புழுக்கள் நாய்களின் சதைகளில் துளைத்துக் கொண்டிருந்தன. உணவில்லை; நீரில்லை; சுத்தம் அறவே கிடையாது; கழிவுப் பொருள்கள் தேங்கிக் கிடந்தன. மொத்தத்தில் கொடூரம் மட்டுமே மிச்சமாக இருந்தது. அவைகளின் சாவும் பரிதாபமாக இருந்தது... மெல்ல மெல்ல கொடூரமாகச் செத்துக் கொண்டிருந்தன. ஆடு, மாடுகளை வெட்டும் இடங்கள்கூட இதைவிடச் சுத்தமாக இருந்தன. பம்பாய் நகரத்து மக்கள் இந்தக் கொடுமைகளுக்கு எதிராக எழுந்து, அந்த அமைப்புகளை நடத்துவோரைத் திருத்தியாக வேண்டும்."

இந்த புதிய சமூக சேவை ருட்டிக்கு வழக்கமான அழுத்தத்திலிருந்து சிறிது விடுதலையைப் பெற்றுத் தந்தது. மனைவியாக ஜின்னாவிற்குத் துணை நிற்பதா; இல்லை, அவரிடமிருந்து பிரிந்து தனித்து நிற்பதா என்ற குழப்பம் எப்போதுமே அவருக்கு உண்டு. ஆனால் இப்பொழுது பார்த்துக்கொண்டிருக்கும் சமூகசேவை இந்தக் குழப்பங்களிலிருந்து அவருக்கு விடுதலை தந்தது. மிகவும் கடினமான வேலையாகத்தானிருந்தது. இருந்தாலும் முழுமனதோடு கடினமாக உழைத்தார். ஆகவே சிம்லா செல்ல வேண்டும் என்ற கட்டாயம் இல்லாமல் போனது. சிம்லா செல்வதைத் தள்ளிப் போட்டுக்கொண்டே இருந்தார். ஆனால் அதற்குள் சிம்லாவில் இருந்து விரைவில் திரும்புவதாக ஜின்னா கடிதம் ஒன்றை எழுதியிருந்தார். மக்களவைக் கூட்டம் முடிவதற்கு முன்பே அங்கிருந்து புறப்படுவதாக எழுதியிருந்தார். குறிப்பிட்ட நாட்களுக்கு முன்பே ஜின்னா திரும்புவதை அறிந்ததும் ருட்டி சற்று ஏமாற்றம் அடைந்தார். அதைப்பற்றி காஞ்சிக்கு கடிதம் ஒன்றில், "'ஜே' விரைவில் திரும்பி விடுவதாகக் கடிதம் எழுதியிருக்கிறார். கூட்டம் முடிவதற்கு முன்பே சிம்லாவில் இருந்து புறப்பட்டு விடுகிறாராம். அந்த குரலில் சிறிது ஏமாற்றத்தைப் பார்த்தேன். ஏனென்றால் சான்ஹர்ஸ்ட் குழு செப்டம்பர் இறுதி வரைக்கும் அங்கே இருக்க வேண்டுமல்லவா?", என்று கேட்டிருந்தார். இந்தக் கடிதம் 1927 ஆகஸ்ட் 28ஆம் தேதி எழுதப்பட்டது.

ஆனால் செப்டம்பர் மாதத்தில் சட்டசபை உறுப்பினர்கள் கலந்து கொள்ளும் இந்து - இஸ்லாம் ஒற்றுமை மாநாடு ஒன்றை சிம்லாவில் நடத்துவதற்கு ஏற்பாடு செய்யப்பட்டிருந்தது. இரு குழுவினருக்கும் இடையே உள்ள வேற்றுமைகளைக் களைவதற்கும், குறைகளை தீர்த்துக் கொள்வதற்கும் இந்த மாநாடு கூட்டப்பட்டது. ஆகவே ருட்டிக்கு ஜின்னாவோடு சிம்லாவில் சேர்ந்து இருக்க ஒரு வாய்ப்பு வந்தது. ஏனென்றால் இந்த மாநாடு ஒரு வாரம் நீடிக்கும். ஆனால் அந்த ஒரு வாரத்திற்காக இங்கேயிருந்து தன் செல்லப்பிராணிகளையும் கூட்டிக் கொண்டு அங்கே செல்வது தேவையா என்ற ஒரு கேள்வி எழுந்தது. அதற்கு ஏதும் பயன் இருக்காது என்றுதான் தோன்றியது. இருந்தும் ருட்டி சிம்லா சென்றடைந்தார். ருட்டியின் நிலைமை இப்படி இருக்க மாநாடு முழுவதுமாக வெற்றி பெறவில்லை. மாநாடு முடிந்ததும் ஜின்னா பம்பாய்க்கு விரைந்து புறப்பட்டார். சரியாக அந்த நேரத்தில் ருட்டியின் செல்லப் பூனை ஒன்று காணாமல் போய்விட்டது. அந்தப் பூனையில்லாமல் அங்கிருந்து ருட்டி புறப்படத் தயாராக இல்லை. ஆனால் அந்த பூனைக்காகக் காத்திருக்க ஜின்னாவுக்கு நேரமும், பொறுமையும் இல்லை. ஆகவே அவர் ருட்டியை அங்கேயே விட்டு விட்டு மும்பைக்குத் திரும்பிவிட்டார். அப்போதும் ருட்டிக்கு உறுதுணையாக உடன் வந்தவர் சரோஜினிதான். “பூனையால் வந்த ஒரு குழப்பம். ஜின்னாவும், இன்னும் வேறு சில தலைவர்களும் அவரோடு பம்பாய் கிளம்பிப் போனார்கள். இவர்களில் சுதந்திரப் போராட்டத்தில் பங்கெடுத்துக் கொண்ட தாதாபாய் நவரோஜியின் மூன்று பேத்திகள், பீகாரில் இருந்து வந்திருந்த காங்கிரஸ் தலைவரான மௌலானா மாஷாருல் ஹாக் என்பவரும் அவர் மனைவியும் என்னோடு சேர்ந்து கிளம்பிவிட்டார்கள். நானும் நடுவில் மாட்டிக் கொண்டேன். நான் இதுவரை விடுதியில் தங்கி இருந்தேன். இப்போது ருட்டிக்காக பீட்டர்ஹாஃப் விடுதியில் தங்க வேண்டியிருந்தது. மிகவும் வலிந்து ருட்டியை நான் பம்பாய்க்கு உடனே புறப்படும்படி வற்புறுத்தினேன். ஏனென்றால் அந்த மூளை கெட்ட பெண் சிம்லாவில் இருந்து காரிலேயே பம்பாய் செல்ல முடிவெடுத்திருந்தார். செல்லும் வழியில் உள்ள கிராமங்களில் எல்லாம் தன் பூனையைத் தேடப் போகிறாளோ என்னவோ! அதுமட்டுமல்ல அவரோடு எட்டு பூனைகள், இரண்டு தாதிகள், ஒரு பெரிய நகைப்பெட்டி, சிகரெட் பெட்டி... சரியான பெண் தான் இவள்!” இந்த

குறிப்புகளை சரோஜினி 1927 செப்டம்பர் 26-ஆம் தேதி பத்மஜாவுக்கு எழுதிய கடிதத்தில் தந்திருக்கிறார்.

ஏறத்தாழ இது ஒரு நகைச்சுவைக் காட்சி தான்! ஆனால் இந்த நகைச்சுவை காட்சிக்கு நடுவில் ஒரு துன்பமும் ஒட்டியிருந்தது. அது ருட்டியின் மோசமான உடல்நிலை. சரோஜினி தொடர்ந்து தனது கடிதத்தில் இவ்வாறு ருட்டியைப் பற்றி எழுதியுள்ளார்: "சிம்லாவிற்கு ருட்டி வந்ததே தேவையில்லாத ஒரு விஷயம்தான். இங்கு வந்து அவள் யாரையும் பார்க்கவும் இல்லை; பேசவும் இல்லை. தன்னுடைய அறையிலேயே முடங்கிக் கிடந்தாள்; பார்க்கப் பாவமாக இருந்தது. அவள் மனதில் ஏதோ ஒரு பெரும் குழப்பம்; அது அவளது ஆன்மாவையும் உருக்கி விட்டிருந்தது. அவள் அங்கு ஓய்வாகவும் இருக்க முடியவில்லை; தனது வாழ்க்கையில் எந்த அக்கறையும் காண்பிக்க முடியவில்லை."

இந்த சிக்கலான சூழ்நிலையில் சரோஜினிக்கு இன்னொரு அவசர வேலை காத்திருந்தது. அவரும் உடனே செல்ல வேண்டியதிருந்தது. ஏனென்றால் பத்மஜா அதிக உடல் நலம் இல்லாமல் இருந்தார். ஆனால் ருட்டியை விட்டுச் செல்லத் தயக்கம். அதை தன் கடிதத்தில், "பாவம் அந்த அந்த தாயில்லாப் பெண்; அவளுக்கு என் உதவி இப்போது தேவை" என்று குறிப்பிட்டுள்ளார்.

இந்தக் குழப்பங்களோடு மூன்று நாட்கள் ஓடி விட்டன. அவர்கள் இன்னும் சிம்லாவில் தான் இருந்தார்கள். இதைப்பற்றி 1927 செப்டம்பர் 29ஆம் தேதி சரோஜினி பத்மஜாவிற்கு ஒரு கடிதத்தில் கீழ்க்கண்டவாறு எழுதியுள்ளார்: "அன்பு மகளே! எனக்கு ருட்டியோடு இங்கு மிகவும் சிரமமான நேரமாக இருக்கிறது. ஏனெனில் அவளுக்கு மன அழுத்தம் அதிகமாகி அல்லல்பட்டுக் கொண்டிருக்கிறாள். நானும் முடிந்தவரை அவளைப் பம்பாய்க்குத் திரும்பிச் செல்லும்படி கேட்டுக்கொண்டே இருக்கிறேன். அவளும் ஓரளவு சமாளித்து விட்டாள். அவளது பூனை பற்றிய கவலை அவளை விட்டுப் போகவில்லை. ஆகவே இங்கே உள்ள காவல் மேலதிகாரி அந்தப் பொறுப்பை ஏற்றுக் கொண்டுள்ளார். ஒரே ஒரு காரணத்துடன் இந்த ஏற்பாட்டிற்கு சம்மதித்திருக்கிறாள்; அதாவது நானும் அவளோடு பம்பாய் வரை வர வேண்டும் என்பதுதான் அது. வரும் ஒன்றாம் தேதி நான் அவளோடு பம்பாய்க்கு புறப்பட்டு வருகிறேன். முடிந்தால் மூன்றாம் தேதி இரவு பம்பாயிலிருந்து ஹைதராபாத் புறப்பட்டு விடுவேன்.

முழுவதுமாக இந்தத் தேதியை நம்பிக்கொண்டு இருக்காதே. ஏதாவது மாற்றங்கள் இருக்கலாம். ஏனென்றால் ஒன்பதாம் தேதி SPCC கூட்டம் பம்பாயில் நடக்கப் போகிறது. அதில் எனக்கு ஆயிரத்தெட்டு பொறுப்புகள் இருக்கலாம். முடியுமானால் அந்தத் தேதியை மாற்றுவதற்கு நான் முயற்சி எடுக்கிறேன். எப்படியோ சீக்கிரம் வீட்டுக்கு வந்து விடுகிறேன். இன்னும் ஒரு சில நாட்களில் நான் உன்னோடு இருக்க வீட்டிற்கு வந்து விடுகிறேன். உன்னைப் பற்றிய கவலை என்னை அரித்துக் கொண்டே இருக்கிறது. கவலைதான். ஆனால் உன்னைக் கவனித்துக் கொள்ள ஹைதராபாத் நகரமே காத்திருக்கிறது. ஆனால் இங்கே என் கையில் உள்ள அந்த தாயில்லாப் பெண்ணைக் கவனிப்பதற்கு யாருமே இல்லை. அவளுடைய மனம் ஒரு நிலையில் இல்லை; எங்கெங்கோ அலைந்து திரிகிறது. இப்போது அவளுக்கு என்று பற்றிக்கொள்ள ஏதுமில்லை. ஆகவே இப்போது அவள் என்னை மிகவும் கெட்டியாக பிடித்துக் கொண்டு இருக்கிறாள்."

அடுத்த சில நாட்களுக்கு சரோஜினி மனம் முழுவதும் இனம் புரியாத சோகத்தோடு அலைந்து கொண்டிருந்தார். சிம்லாவில் இருந்து பம்பாய் வந்தார். அங்கிருந்து ஹைதராபாத் சென்று உடனே அங்கிருந்து திரும்பி புனே சென்றுவிட்டார். அங்கே பெண்களுக்கான மாநாடு ஒன்றில் அவர் பேச வேண்டியதிருந்தது. இத்தனை அலைச்சலிலும் ஒரு கவலை மட்டும் மனதில் மேலோங்கி நின்றது. அது ருட்டியைப் பற்றியது. ருட்டி உடைந்து நொறுங்கி விடுவாளோ என்று சரோஜினிக்குத் தோன்றியது. இந்த சோகத்தை மனதுக்குள் வைத்திருக்க முடியாமல் புனேயிலிருந்து தொலைபேசி மூலம் ருட்டியிடம் பேசினார். அப்போது ருட்டி தெளிவாக இருந்தார். அதனால் "இப்போது பரவாயில்லை என்ற எண்ணத்தை எனக்குள் தோற்றுவித்தாள்" என்று 1927 அக்டோபர் 16ஆம் தேதி புனேவிலிருந்து பத்மஜாவிற்கு எழுதிய கடிதத்தில் தெரிவித்திருந்தார்.

சரோஜினியின் மனதில் ஓடிய எண்ணங்களைப் பார்த்தால் நிச்சயமாக ஜின்னா ஆச்சரியப்பட்டுப் போயிருப்பார்; ஏனென்றால் அவர் பார்வைக்கு ருட்டி எப்போதும் போல்தான் இருந்தார். எந்த மாற்றமும் அவர் கண்களில் படவில்லை. இப்போது அவர் பம்பாய் திரும்பிவிட்டார். ஆங்கிலேயே அரசு செய்த ஒரு தவறினால் ஜின்னா இப்பொழுது அரசியல் அரங்கில் ஒரு பெரிய தலைவராக நிமிர்ந்து நின்று விட்டார். அதற்கு

ஆங்கிலேய அரசு அப்போது அமைத்த சைமன் ஆணையமே காரணம். தேசியவாதிகளின் நடுவிலிருந்த பிரச்சனைகளைத் தீர்க்கவும் கொள்கை வேற்றுமைகளை ஒருமைப்படுத்தவும் முயற்சி எடுப்பதற்காக ஒரு குழுவை அமைத்தனர். அந்த குழுவில் மொத்தம் எட்டு பேர் இருந்தார்கள்; ஆனால் அவர்களில் இந்தியர்கள் யாருமே இல்லை. இதை மனதில் கொண்டு ஜின்னா வைஸ்ராய் அவர்களைச் சந்தித்து இரண்டு இந்தியர்களையாவது அந்தக் குழுவில் சேர்க்க வேண்டும் என்ற கோரிக்கையை வைத்தார். அப்பொழுதுதான் உண்மையான 'இந்திய மனது' அங்கே சரியாகப் பரிசீலிக்கப்படும் என்று கூறினார். ஆனால் ஆங்கிலேய அரசு ஜின்னாவின் இந்தக் கோரிக்கையைப் புறந்தள்ளி விட்டது. ஏற்கனவே இருந்த வெள்ளையர்கள் மட்டுமே அந்தக் குழுவில் உறுப்பினர்களாக இருந்தார்கள். இந்தக் கொள்கையை எதிர்த்து வெளிநடப்பு செய்த தலைவர்களில் ஜின்னா முதல் ஆளாக இருந்தார். பிடித்ததோ பிடிக்கவில்லையோ காங்கிரஸ் தலைவர்களும் ஜின்னாவின் பின் அணிவகுக்க வேண்டிய சூழ்நிலை உருவானது. சைமன் ஆணையத்திற்கு எதிரான போராட்டத்தில் அனைவரும் ஜின்னாவின் பின்னால் அணிவகுக்க வேண்டிய கட்டாயம் உருவானது. இது ஜின்னாவிற்கு ஒரு பெரும் வாய்ப்பு. அதை நழுவ விட அவர் தயாராக இல்லை. ஆகவே தான் நடத்திய எதிர்ப்பில் முழு மூச்சாக முனைந்து இறங்கினார். பல கூட்டங்கள்... உக்கிரமான பேச்சுகள். கிடைத்த தலைமைப் பொறுப்பை அழகாகக் கையாண்டார் ஜின்னா. அதோடு இந்த சமயத்தில் முஸ்லிம் லீக் தலைவர்களையும் தன் பக்கம் இழுத்து, இந்தப் போராட்டத்தில் காங்கிரஸ் கட்சியோடு இணைந்து போராட வேண்டும் என்று அவர்களை ஒன்று சேர்த்தார். பம்பாய் உயர் நீதிமன்றத்தில் அவரது புகழ் மீண்டும் பழைய நிலைமைக்குத் திரும்பியது. இளைஞர்கள் கூட்டம் அவருடன் இணைந்தது. தங்களை வழிநடத்த தங்கள் தலைவர் இருக்கிறார் என்ற உணர்வை அவர்களுக்கு ஏற்படுத்தினார். இந்த அழகிய சூழலில் ஜின்னாவும் மிகவும் மென்மையோடு அனைவரையும் நன்றாகக் கையாண்டார்.

நீதிமன்ற வளாகத்தைத் தாண்டி வீட்டிலும் ஜின்னாவைச் சுற்றி கூட்டம் சேர ஆரம்பித்தது. அதில் நடந்த ஒரு நல்ல நிகழ்வை காஞ்சி தனது நூலான, 'இந்திய சுதந்திரப் போராட்டம்' என்ற நூலில் குறிப்பிட்டுள்ளார். ஜின்னாவின் வீட்டில் ஒரு விருந்து; பலரும் வந்திருந்தனர். அப்பொழுது மோதிலால் நேரு, R.D. டாட்டா இவர்களோடு ஜின்னாவும் காஞ்சியும் அமர்ந்து உணவு

உண்டு கொண்டிருந்தார்கள். "அங்கிருந்த அனைவரையும் மகிழ்ச்சியால் ஜின்னா சிரிக்க வைத்துக்கொண்டிருந்தார். ஏனென்றால் அவர் மக்களவையில் தன்னுடைய கட்சி சுயராஜ் கட்சியோடு இணைந்து 'இரும்பாலைகள் பாதுகாப்பு மசோதா'வை வெற்றிகரமாக்கியதைப் பற்றி பேசிக்கொண்டிருந்தார். ஏனென்றால் இந்த மசோதா மூலம்தான் ஜாம்ஷெட்பூரில் ஆரம்பிக்கப்பட்ட டாட்டா இரும்பாலைகளை அந்நியப் போட்டியில் இருந்து காப்பாற்ற முடியும் என்ற நிலை இருந்தது. அன்று மாலையில் நடந்த நிகழ்வைப் பற்றிதான் கூறிக்கொண்டிருந்தார். இந்த மசோதாவிற்கு ஓட்டெடுப்பு நடக்கும் நேரத்திற்கு சிறிது முன்னால் ரத்தன் டாட்டா செசில் ஹோட்டலில் தங்கியிருந்த ஜின்னாவின் அறைக்கு விரைந்து வந்தார். சுயராஜ் கட்சி உறுப்பினர் ஒருவர் தான் மசோதாவிற்கு ஆதரவாக ஓட்டு அளிக்க வேண்டுமானால் தனக்கு இதெல்லாம் தேவை என்று பட்டியல் ஒன்றைக் கொடுத்திருக்கிறார். அப்படி இல்லாவிட்டால் எதிர்த்து வாக்களிப்பேன் என்று கூறியுள்ளார். ஓட்டளிப்பதற்கு நேரம் நெருங்கிக்கொண்டிருந்தது. அந்த சுயராஜ் கட்சி உறுப்பினரும் ஜின்னா தங்கியிருந்த அதே செசில் ஹோட்டலில்தான் தங்கியிருந்தார். ஜின்னா நேராக அவர் அறைக்கு விரைந்தார். அந்த நேரத்தில் அங்கே ஜின்னாவைப் பார்த்த அந்த உறுப்பினர் ஆச்சரியமடைந்தார். அவரிடம் நேரில், "நீங்கள் வாக்களிப்பதற்காக டாடாவிடம் 10 ஆயிரம் ரூபாய் பணம் கேட்டு இருக்கிறீர்கள். அந்த பணம் உங்களுக்கு வராது. என்ன வேண்டுமானாலும் செய்து கொள்ளுங்கள். ஆனால் முதலில் இந்த அறையை உடனே காலி செய்யுங்கள்" என்று அதட்டி விரட்டியிருக்கிறார். ஆச்சரியத்தில் இருந்த உறுப்பினர் அதிர்ச்சி அடைந்தார். ஆனால் உடனே அறையைக் காலி செய்து விட்டு வெளியே போய்விட்டார். வாக்கெடுப்பு நடக்கும்போது நல்ல பிள்ளையாக மசோதாவிற்கு ஆதரவளித்து வாக்களித்தார். இதைக் கேட்டதும் அனைவரும் விழுந்து விழுந்து சிரித்துக் கொண்டிருந்தார்கள். அந்த சிரிப்பொலியில் ருட்டியின் குரலும் சேர்ந்து ஒலித்தது. அவர்கள் இருவரும் இப்பொழுது மீண்டும் நண்பராகி விட்டார்கள் போலும்!

இப்போதும் ருட்டியிடம் எந்த மாற்றத்தையும் பார்க்க முடியவில்லை. அதுமட்டுமல்லாமல் ருட்டியும் ஜின்னாவோடு இயல்பான, இனிமையான உறவைக் காட்டிக்கொண்டிருந்தார். சரியாகச் சொல்ல வேண்டுமானால் சைமன் ஆணையம் அறிவிக்கப்படுவதற்கும், அதன் பிறகு ஜின்னா நடத்திய வெளிநடப்பு போராட்டத்திற்கு ஒரு வாரத்திற்கு முன்பும்

அவர்களது திருமண உறவு கெட்டிப்பட்டு நின்றது. சவுத் கோர்ட்டில் அது ஒரு இனிமையான வாரம். அதுமட்டுமா... அதே சமயத்தில்தான் ருட்டியின் பெர்ஷியன் பூனை குட்டிகள் போட்டது. சவுத் கோர்ட் வீடு முழுவதும் மகிழ்ச்சியால் நிறைந்திருந்தது. எல்லோருமே புதிதாகப் பிறந்த குட்டிப் பூனையை சுற்றிச்சுற்றி வந்து கொண்டிருந்தார்கள். ருட்டி நேரம் தவறாமல் பூனையைக் கவனிக்க ஆட்கள் மேல் ஆட்களாக ஏவிக் கொண்டிருந்தார். குடும்பமே குதித்துக் கொண்டிருந்தது. ஆனால் ஆச்சரியப்படும்படியான ஒரு விஷயமும் நடந்தது. புதிதாகப் பிறந்த பூனைகுட்டிகளில் ஒன்றை பத்மஜாவின் பிறந்தநாள் பரிசாக ஹைதராபாத் அனுப்ப ருட்டி திட்டமிட்டார். இவ்வளவு அழகான பூனையைப் பிரிவதற்கு ருட்டி ஒத்துக்கொண்டது ஜின்னாவிற்கு அவ்வளவு ஆச்சரியத்தை அளித்தது. பூனைக் குட்டிகள் எல்லாம் அத்தனை அழகு. இந்த முறை பத்மஜா தனது பிறந்தநாளுக்காக பம்பாய்க்கு வரமுடியவில்லை, எனவே பூனைக்குட்டியை ஹைதராபாத்திற்கு அனுப்ப வேண்டியிருந்தது. அதைப்பற்றி பத்மஜாவுக்கு 1927 நவம்பர் 15ஆம் தேதி எழுதிய கடிதத்தில், "உனக்குப் பூனையை அனுப்புவதற்காக நான் ரயில் நிலையம் நோக்கிச் சென்று கொண்டிருக்கிறேன். இரண்டு பூனைக்குட்டிகளைக் கொண்டு வந்திருக்கிறேன். எதை உனக்குக் கொடுப்பது என்று நான் இன்னும் முடிவு செய்யவில்லை. ஆனால் இருக்கும் இரண்டு பூனைக்குட்டிகளில் மிகவும் புத்திசாலியான ஒரு பூனைக்குட்டியைத் தான் உனக்கு அனுப்ப முடிவு செய்திருக்கிறேன். இதைத் தெரிந்து தாதி கண்ணீர் வடிக்கிறார். அவளுக்கு அத்தனை பிரியம் அந்த பூனைக் குட்டி மேல். இவ்வளவு அழகான கண்கள் உடைய அந்தப் பூனைக் குட்டியை உனக்கு கொடுப்பதற்காக 'ஜே' என்னைத் திட்டுகிறார். உனக்கு இதற்கு எப்படி மனது வந்தது என்று கேட்கிறார்!."

இந்தப் பூனை அனுப்பும் படலம்தான் ருட்டி இந்தச் சமயத்தில் பத்மஜாவிற்காகச் செய்த மிகக் கடினமான செயலாக இருக்க வேண்டும். ஏனென்றால் இறுதியாக பூனையை விட்டுப் பிரியும் பொழுது ருட்டியின் கண்களில் கண்ணீர் வழிந்து ஓடியது. அதை அனுப்புவதற்கான முன்னேற்பாடுகள் எக்கச்சக்கம். எல்லாம் திட்டமிட்டு செயல்படுத்தப்பட்டன. பூனைக் குட்டி மிகவும் சரியாக அனுப்பப்பட்டது. பிறந்ததில் இருந்து இதுவரை அது தனியாகப் படுத்ததே இல்லை போலும். ஆகவே இங்கிருந்து பத்மஜாவுக்குக் கொடுத்த ஆணை - பூனைக்குட்டியை எப்போதும் உன் படுக்கையிலேயே படுக்கவை; அடுத்து

இன்னொரு ஆணை - அதன் உணவைப் பற்றியது. மீன்களை வேகவைத்துக் கொடு; கோழிக்கறியை வறுத்து, சிறுசிறு துண்டுகளாக்கிக் கொடு. பூனைக் குட்டி தன் முதல் ரயில் பயணத்தைத் தொடர்ந்தது; அது ஹைதராபாத் போய்ச் சேர்ந்து பத்மஜாவிடம் கிடைத்த பிறகு ருட்டிக்குச் செய்தி அனுப்ப வேண்டும். ஆனால் அத்தனை நாள் ருட்டியால் காத்திருக்க முடியவில்லை. பூனைக்குட்டியை அனுப்பிய இரண்டாம் நாளே பத்மஜாவிற்கு ஒரு தந்தி அடிக்கிறார்: "புதியவர் வந்து சேர்ந்த உடனே தகவல் அனுப்பு; ஆர்வத்தோடு காத்திருக்கிறேன்."

பூனைக்குட்டிப் படலம் முடிந்தது; அதை ஜின்னா கேலி செய்ததும் முடிந்தது. பலமான அழுத்தங்களைத் தாண்டி வந்துவிட்டார் ருட்டி. இதெல்லாம் முடிந்திருந்த நேரத்தில் கல்கத்தாவில் இரண்டாகப் பிளவுபட்ட முஸ்லிம் லீக் கூட்டமொன்று நடத்தியது. இந்தப் பிரிவு ஜின்னாவின் தலைமையின் கீழ் இருந்தது. எந்தவித மறுப்பும் சொல்லாமல் இந்த கல்கத்தா கூட்டத்திற்கு ஜின்னாவிற்குத் துணையாக ருட்டியும் பயணம் செய்தார். கூட்டம் முடிந்து கல்கத்தாவில் இருந்து பம்பாய்க்கு திரும்பிக் கொண்டிருந்தார்கள். முதல் வகுப்புப் பெட்டி. அவர்கள் இருவர் மட்டுமே இருந்தார்கள். தன் சக்தியை எல்லாம் திரட்டிக் கொண்டு ஒரு பெரிய உண்மையை ஜின்னாவின் முன் ருட்டி உடைத்தார். அவர்களது திருமண வாழ்க்கை காதலுக்கும், தவறுகளுக்கும் நடுவே ஊடாடிக் கொண்டிருக்கிறது. இதுவரை இப்படி இருந்தது போதும். திருமண உறவை முறித்துக் கொள்வோம் என்று ருட்டி ஜின்னாவின் முகம் பார்த்துக் கூறிவிட்டார். கல்கத்தாவிலிருந்து ரயில் பம்பாய் நோக்கிச் சென்று கொண்டிருந்தது...

1928 ஜனவரி 4. அவர்கள் பம்பாயை வந்தடைந்தார்கள். தற்செயலாக அதே இரயிலில் சரோஜினி வந்திருந்தார். விக்டோரியா சந்திப்பில் இறங்கினார்கள். அங்கிருந்து ருட்டி சரோஜினியுடன் இணைந்து தாஜ் ஹோட்டலுக்குச் சென்று விட்டார். ஜின்னா தனியாக தன் வீட்டிற்குப் புறப்பட்டார். ருட்டியைத் தடுக்கவும் இல்லை; திரும்பிப் பார்க்கவும் இல்லை. அவர் தன் பெருமையை விட்டுக் கொடுக்காமல் வீட்டிற்குப் புறப்பட்டுப் போனார்.

இப்படி ஒன்று நடக்கும் என்று இதுவரை ஜின்னா ஒரு கணமேனும் நினைத்தது கூடக் கிடையாது.

அவர்களுக்குள் எல்லாம் முடிந்தது.

அத்தியாயம் இருபது

இதுவரை தலையில் தூக்கிச் சுமந்து கொண்டிருந்த ஒரு பெரிய சுமை இறங்கியது போல் ருட்டி உணர்ந்தார். எப்படியோ சுமையை இறக்கி வைத்து விட்டார்; நினைத்ததை விட மிகவும் எளிதாக முடிந்து விட்டது. பல காலம் காத்திருந்து, நீண்ட நெடுநாள் கஷ்டப்பட்டு வாழ்ந்து கொண்டிருந்த வாழ்க்கை முடிவுக்கு வந்துவிட்டது. ரயில் நிலையத்தில் இருந்து தாஜ் ஹோட்டலுக்கு வந்து, சரோஜினி அறைக்கு அடுத்த அறையில் குடியேறியாகிவிட்டது. இது இன்னும் யாருக்கும் தெரியாது. பெரிய ஆச்சரியம் தான்! பம்பாயின் இதயத்திலேயே நடந்த ஒரு மாற்றம்; யாருக்கும் ஏன் தெரியவில்லை என்று சரோஜினிக்கு ஆச்சரியம். ஒருவேளை ருட்டி சரோஜினியின் அறைக்கு எந்த நேரத்திலும் வருவார்; எப்படியும் இருப்பார் என்பதால் இன்று அவர் தன் தோழியின் அடுத்த அறையில் குடியேறியதை யாரும் கண்டுகொள்ளவே இல்லை போலும்.

தம்பதிகள் இருவரும் தனித்தனியே அவரவர் வழியில் சென்று விட்டார்கள். ஆனால் சரோஜினிக்கு மட்டும் இது பொறுக்க முடியாத, வேதனையான ஒன்றாக இருந்தது. இன்றும் பலர் இந்தத் தம்பதிகள் திருமணத்தில் ஒன்று சேர்வதற்கு சரோஜினி தான் காரணம் என்று நினைத்துக் கொண்டிருக்கிறார்கள். இருவருக்கும் நடுவில் இருந்த அதீத வேற்றுமைகளைக் கண்டுகொள்ளாமல், அந்த இருவரையும் சரோஜினி இணைத்து வைத்தார் என்றுதான் மக்கள் நினைத்துக் கொண்டிருக்கிறார்கள். பொருந்தாத தம்பதியர்கள் என்ற கூற்றை சரோஜினி ஒத்துக்கொள்வதில்லை. அவர்கள் இருவருக்குள்ளும் வெவ்வேறு கருத்துகள் இருந்தாலும், அவர்கள் இருவரும் ஒருவரை ஒருவர் அதிகமாக நேசித்தார்கள் என்று சரோஜினி நம்பிக் கொண்டிருந்தார். அதுவும் சரோஜினியைப் பொருத்தவரையில் அவர்கள் திருமணம் ஆன புதிதில் ஒருவரை

ஒருவர் காதலித்ததை விட பின்னாளில் அதிகமாக, ஆழமாகக் காதலித்துக் கொண்டே இருந்தார்கள் என்றுதான் எண்ணிக் கொண்டிருந்தார். திருமணத்தின் புதிதில் எழுந்த எதிர்ப்புகள் அவர்களை ஒன்றாக இறுக்கமாகக் கொண்டுவந்தன; ஒருவரை ஒருவர் நன்கு புரிந்து கொண்டிருந்தார்கள். தம்பதிகள் பிரிந்த பிறகு சில நாட்கள் கழித்து சரோஜினி தனது இந்த கருத்துகளை தன் மகனுக்கு கடிதம் மூலம் தெரிவித்தார்.

சரோஜினி மற்றவர்கள் விஷயத்தில் எப்போதுமே தலையிடுவது கிடையாது; அதுவும் அது உணர்வுகள் சம்பந்தப்பட்ட விஷயமாக இருக்கும்பொழுது அது தன் வழியில் செல்ல வேண்டும் என்பதே சரோஜினியின் கருத்து. ஆனால் ருட்டி ரயில் நிலையத்தில் வெகு இயல்பாக, எளிதாக ஜின்னாவிடம் இருந்து விலகி விடுதி நோக்கி வந்தது மிகப் பெரும் ஆச்சரியத்தையும், அதிர்ச்சியையும் கொடுத்தது. அதன் தாக்கம் தொடர்ந்து அவரைப் பிடித்து பிடுங்கி எடுத்துக் கொண்டிருந்தது. இரண்டு வாரங்கள் உருண்டோடிவிட்டன. சரோஜினிக்கு இதைத் தவிர வேறு எண்ணங்கள் எதுவுமே மனதில் தோன்றவில்லை. வழக்கமாக தொடர்ந்து தன் பிள்ளைகளுக்குக் கடிதம் எழுதும் எண்ணம் கூட இல்லாமல் இருந்துவிட்டார். எத்தனை வேலைகளை தோளில் சுமந்து கொண்டே இருந்தாலும், பிள்ளைகளுக்குக் கடிதம் எழுதுவதை அவர் நிறுத்தியதே இல்லை. ஆனால் இந்த முறை அதுவும் நடந்து விட்டது. இதையும் மீறி ஒரு சில வரிகள் அவர் எழுதிய கடிதத்தைத் தபால் பெட்டியில் சேர்க்கக் கூட மறந்துவிட்டார்; அடுத்த முறை கடிதத்தை அனுப்பி விட்டார். இரண்டு வாரம் முடிந்த பின்புதான் சரோஜினிக்கு ஒரு முக்கியமான விஷயம் மனதில் உரைத்தது. அவர் எவ்வளவு திறமையாக நடந்துகொண்டாலும் பிரிந்த அந்த இருவரையும் இனி இணைப்பது முடியாத காரியம் என்பது இப்போது தான் அவருக்குப் புரிய ஆரம்பித்தது. இந்தப் பிரிவினையை சேர்ப்பது என்பது முடியாத ஒன்று என்ற நிலை வந்து விட்டது. ஏறத்தாழ 2 வாரங்கள் கழித்துத் தன் இரு மகள்களுக்கும் சரோஜினி 1928 ஜனவரி 16 ஆம் தேதி கடிதம் எழுதுகிறார்.

“கல்கத்தாவிலிருந்து பம்பாய் வரும் போதே நான் உங்களுக்கு ஒரு கடிதம் எழுதினேன். ஆனால் அதைத் தபால் பெட்டியில் சேர்க்க மறந்துவிட்டேன். அதன்பிறகு பம்பாய் ஸ்டேஷன் சாலையிலிருந்து உங்களுக்கு தந்தி ஒன்றும் கொடுத்தேன். ஆனால் அதிலும் தவறான முகவரி கொடுத்து விட்டேன்

போலும். அதுவும் உங்களுக்கு வந்திருக்காது. இது எல்லாவற்றிற்கும் காரணம் என்னவென்று உங்களுக்குப் புரியும் என்றே நினைக்கின்றேன். என் மனம் முற்றிலுமாக பல காரணங்களால் குழம்பிப் போயிருக்கிறது. எந்த வினாடியில் பம்பாய் ரயில் நிலையத்தில் இறங்கினேனோ அப்போதிருந்தே கவலைகளும், அதிர்ச்சிகளும், தாக்கங்களும் தொடர்ந்து என்னைத் நெருக்கிக் கொண்டே இருக்கின்றன. ஆனால் அவைகள் எதுவும் நம்மைப் பொருத்த விஷயங்கள் இல்லை. எல்லாவற்றையும் உங்களுக்கு எழுத வேண்டும் என்று நினைத்துக் கொண்டுதான் இருந்தேன். ஆனால் ஏனோ செயல்படுத்த முடியாதவாறு உறைந்துபோய் நின்றிருக்கிறேன்.”

அதே கடிதம் மேலும் தொடர்கிறது... “வரும் வெள்ளிக்கிழமை நான் கல்கத்தா செல்கிறேன். 27 ஆம் தேதி திரும்பி வருவேன். ஆனால் கல்கத்தாவில் பேசுவதற்காக இதுவரை எந்தக் குறிப்புகளும் எடுத்துக் கொள்ளவே இல்லை. விரைவில் எல்லாம் நல்லபடி தொடரும் என்றே நம்புகிறேன். மற்றவர்களின் விஷயத்தில் என் மனதை குழப்பிக்கொள்ளாமல் என் வழிக்கு நான் திரும்புவேன் என்று நம்புகிறேன்”, என்று நம்பிக்கையாக எழுதிவிட்டு அதன் பின் வேறு வழியில்லாமல் தன் மனதிற்குள் ஒளித்து வைத்திருந்த ஒரு ரகசியத்தையும் வெளியிடுகிறார். “ஒரு விஷயத்தை நான் உங்களுக்குச் சொல்லவேண்டும் என்று நினைக்கிறேன். இதுவரை அதை நான் உங்களுக்குச் சொல்லாமல் ரகசியமாக வைத்திருந்தேன். எனக்கு தெரியும் ருட்டி பெரும் பிரச்சனைகளோடு இருக்கிறாள் என்று. அதுவும் இந்தப் பிரச்சனை பல ஆண்டுகளாக தொடர்ந்து இருந்து வந்திருக்கிறது என்பதும் தெரியும். உங்களுக்கு எப்படிச் சொல்வது என்று தெரியவில்லை. முன்பு கல்கத்தாவில் ஒரு நிகழ்ச்சி நடந்தது - ஒரு நிகழ்ச்சி என்று ஏதோ எழுதினர். ஆனால் அது எதுவென்றே சொல்லவில்லை. அதிலிருந்து கடிதம் வேறு திசைக்குத் திரும்பி விடுகிறது. அன்று கல்கத்தாவிலிருந்து பம்பாய் ரயில் நிலையத்தில் இறங்கியதும் நடந்த நிகழ்வுக்குத் தாவி விடுகிறார். முஸ்லிம் லீக் கூட்டத்திற்குச் சென்று விட்டு இருவரும் முதல் வகுப்பில் எப்போதும்போல் ஒன்றாகத் திரும்பி வருகிறார்கள். “ரயிலை விட்டு இறங்கினோம். அப்போது ருட்டி என்னிடம் ‘நான் இப்போது சவுத் கோர்ட் வீட்டிற்குச் செல்லவில்லை; நேராக உங்களுடன் தாஜ் விடுதிக்கு வருகிறேன்’ என்றாள். அந்த 4ஆம் தேதியிலிருந்து என் அறைக்கு அடுத்த அறையில் அவள் தங்கியிருக்கிறாள். என்னால் முடிந்த வரை அவளிடம் சொல்லிப் பார்த்துவிட்டேன். ஆனால் எதுவும்

நடக்கவில்லை. உங்களுக்குத் தான் தெரியுமே. வாழ்க்கையில் ஏதோ ஒரு புள்ளியைத் தாண்டி நண்பர்களின் வாழ்க்கையில் நாம் நுழைய முடியாது; நுழையக் கூடாது. இதில் விசித்திரம் என்னவென்றால் ஒருவரை ஒருவர் காதலிக்கும் இருவர் தங்கள் அமைதியை இழக்கும்போது, வாழ்க்கை கசக்கும் போது அவர்களால் ஒருவரை ஒருவர் புரிந்து கொள்ளவே முடியாது. பம்பாய் நகரில் நடக்கும் இந்த ஒரு முக்கியமான விஷயம் இதுவரை யாருக்கும் தெரியவில்லை; மிகுந்த ஆச்சரியம் தான்! ஏனென்றால் தாஜ் ஹோட்டலில் எப்போது வேண்டுமானாலும் எந்த நேரமாக இருந்தாலும், எந்த நிலையிலும், ருட்டியைப் பார்த்திருப்பார்கள். ஆகவே இப்போது ருட்டி இங்கே தங்கி இருப்பது யாருக்கும் எந்த ஆச்சரியத்தையும் கொடுக்கவில்லை. தனியாக இல்லாமல் தன் பூனைகளோடு தங்கியிருக்கிறார். எல்லாம் விரைவில் சரியாகிவிடும் என்று ஒரு சிறிய நம்பிக்கை. ஆனால் என்ன நடக்கும்; எப்போது நடக்கும் என்பது யாருக்குத்தான் தெரியும்! நீங்கள் அவளுக்கு கடிதம் எழுதினால் இதைப்பற்றி எதுவும் குறிப்பிட வேண்டாம். யாரும் எதுவும் பேசாமல் இருந்தால் ஒருவேளை எல்லாம் சரியாகி விடலாம். ஆனாலும் என்னுடைய ஆதங்கம் என்ன என்பது உங்களுக்குக் கட்டாயம் புரிந்திருக்கும்."

ருட்டியைப் பற்றி இவ்வளவு கவலைப்பட்டுக் கொண்டிருக்கும் சரோஜினிக்கு இன்னொரு பக்கம் ஒரு தாயாக, தன் மகள்கள் மீது அக்கறையும், கவலையும் இருந்தது. அந்த சிறு பிள்ளைகளின் தோள்களில் குடும்ப பாரம் ஏற்றி வைக்கப்பட்டிருந்தது. ஆகவே அந்தக் கடிதத்தின் இறுதியில், "என் அன்பு மகள்களே! எனது எண்ணங்கள் உங்களைச் சுற்றிக்கொண்டே இருக்கின்றன. என்னிடம் இருந்து கடிதம் வராவிட்டால் எனது நிலைமையைப் புரிந்து கொள்ளுங்கள். உங்களை நன்றாகக் கவனித்துக் கொள்ளுங்கள். அவ்வாறு நீங்கள் இருக்கிறீர்கள் என்று தெரிந்தால், என் தாய்மை உணர்வு திருப்தியடையும்; மகிழ்ச்சியாக இருப்பேன். இன்னும் ஓரிரு நாளில் உங்களுக்குக் கடிதம் எழுதுகிறேன். உங்கள் இருவருக்கும் ஆளுக்கு ஒரு முர்ஷிதாபாத் சேலை வாங்கி வைத்திருக்கிறேன். அன்புடன்... அம்மா.

ஆனால் சரோஜினி அடுத்த கடிதம் எழுதுவதற்கு நான்கு நாட்கள் ஆகிவிட்டது. அப்போது அவரின் இளைய மகள் வேலை தேடி நாட்டின் பல பகுதிகளுக்கும் சென்று கொண்டிருந்தார். பெரிய மகளிடம் இன்னும் எளிதாக பலவற்றைச் சொல்ல முடியும்

என்ற தைரியத்தில் பத்மஜாவுக்குத் தனியாக ஒரு கடிதம் எழுதுகிறார். ருட்டியின் திருமண முறிவு பற்றித் தொடர்ந்து எழுதுகிறார். 1928 ஜனவரி 20ஆம் தேதி எழுதப்பட்டது. கல்கத்தாவில் பேசுவதற்காக அவர் செல்லவேண்டியிருந்தது. ஆனால் மனம் என்னவோ ருட்டியைச் சுற்றிக் கொண்டே இருந்தது. "ருட்டியைத் தனியாக இங்கே விட்டுவிட்டு நான் கல்கத்தா செல்ல வேண்டியதிருக்கிறது. இப்பொழுதுதான் ருட்டியின் ஆழ்மனதில் இருந்த ரணங்களும், வேதனைகளும் சரோஜினிக்கு மெல்லப் புரிய ஆரம்பித்தது. அவர்கள் இருவருக்குள்ளும் எந்த சமரசமும் ஏற்படப்போவதில்லை. வரும் ஏப்ரல் மாதத்தில் தன் தாயோடு அவள் ஐரோப்பா செல்லப் போகிறாள். இதுபோன்ற நேரத்தில் ஒரு நண்பரால் பெரிதாக எதுவும் சாதித்து விட முடியாது. இந்தப் பிரிவு வெறுமனே மேல் வாரியாக நடந்த ஒரு சண்டையினாலோ, கோபத்தினாலோ ஏற்பட்டது அல்ல. அப்படித்தான் இருக்கும் என்று நான் முதலில் நினைத்திருந்தேன். ஆனால் அது அவ்வாறு இல்லை. அப்படி இருந்திருந்தால் சில காலம் கழித்து அவர்களுக்குள் அமைதி திரும்பலாம். கோபதாபங்கள் வரும்பொழுது ஒருவர் பொறுமையாக இருந்தாலோ அல்லது சரியாகப் புரிந்து கொண்டாலோ, சிறிது மனம் மாறினாலோ இருவரும் மீண்டும் ஒன்றாக முடியும். நாம் எல்லோருமே ருட்டியோடு மிகவும் நெருங்கிப் பழகி இருக்கிறோம். ஆனாலும் ஒன்றை நாம் யாரும் புரிந்து கொள்ளவே இல்லை. அவள் அடிமனதில் இருந்த துயரத்தை நாம் யாரும் பார்க்கவே இல்லை. திருமணம் ஆன முதல் நாளே அந்த ஏமாற்றம் அவள் மனதைக் கவ்விக்கொண்டது. நாளாக நாளாக அது பெரிதாகிக் கொண்டே போனது. ஏமாற்றம் பெரிதானது மட்டுமல்ல; அதன் ஆழமும் தீவிரமும் பெரிதாகிக் கொண்டே போனது. என்னிடம் அவள் 'பலமுறை திருமணத்தை முறித்துவிட்டுச் சென்று விடலாம் என்றுதான் நினைத்தேன் (அந்த சமயத்தில் நான் ஆப்பிரிக்காவில் இருந்திருக்கிறேன்). இப்போது திருமண உறவை முற்றாக முடித்துவிட்டு, திரும்பி எப்போதுமே சேர வேண்டாம் என்று முடிவோடு இருக்கிறேன். தயவுசெய்து இப்போது என்னை வற்புறுத்தாதீர்கள். அந்த அடிமைத்தனமான வாழ்க்கைக்கு நான் இனிமேல் கட்டாயம் திரும்பிப் போக முடியாது. நான் சுதந்திரமாக இருக்க வேண்டும். அந்த சுதந்திரம் எனக்கு ஒரு கட்டாயத் தேவை. திரும்பவும் சொல்கிறேன், நான் சுதந்திரமாக இருக்க வேண்டும்'. பாவம் அவள். அவள் கேட்கும் சுதந்திரத்திற்கு அவள் கொடுக்கப்போகும் விலை

என்ன என்பது அவளுக்கே தெரியாது. அவளது வாழ்க்கை இப்போது துன்பத்தால் சூழப்பட்டிருக்கிறது; அமைதி இல்லை; நிம்மதி இல்லை; சுதந்திரமில்லை; அடைக்கப்பட்டிருக்கிறாள்; அவளுடைய இளமை மெல்லக் கழிந்து கொண்டேயிருக்கிறது. அதற்கு முன் வாழ்ந்தே ஆக வேண்டும். ஆனால் ஜின்னாவினால் அவள் மனதையும் ஆன்மாவையும் நிச்சயமாக திருப்திப்படுத்தவே முடியாது. ருட்டிக்கு இருப்பதுபோலவே ஜின்னாவிற்கும் மனதில் பல குறைகள் இருக்கலாம். ஆனால் இப்போது ருட்டி ஜின்னாவின் மீது அடுக்கடுக்காக குற்றம் சாட்டிக் கொண்டிருக்கிறாள். பத்தாண்டு வாழ்க்கைக் கதை முடிவடைந்திருக்கிறது. ஜின்னாவினால் ருட்டியைப் புரிந்து கொள்ள முடியவில்லை. அவருக்கு வாழ்க்கையை மகிழ்ச்சிகரமாக்கும் தன்மையில்லை. ஒருவேளை பின்னால் இருவரும் ஒருவரை ஒருவர் புரிந்து கொள்ளலாம். தன்னிடம் மிகவும் மென்மையாகவும், பொறுமையாகவும் ஜின்னா இருந்தார் என்பதும் ருட்டிக்குத் தெரியும். திருமணம் முடிந்த முதல் சில ஆண்டுகளில் அவர்களுக்குள் பெரிய சண்டையோ மனவருத்தங்களோ ஏற்பட்டதில்லை. ஆனால் இப்போது ருட்டி குற்றச்சாட்டுகளை ஒவ்வொன்றாக அடுக்கிக் கொண்டே போகிறாள். ஆனாலும் எனக்கு ஒன்று நிச்சயமாகத் தெரிகிறது; வேறு வேறு குணங்கள் கொண்ட இருவரில் ஒருவர் மலரும் இளமையிலும், அடுத்தவர் நடுத்தர வயதைத் தாண்டியவராகவும் இருக்கும்போது இதுபோன்ற பிரச்சனைகள் வருவதற்கான வாய்ப்புகள் அதிகம் தான். அவர் வயதானவர்; அவளோ மிகவும் இளமையானவள்; இப்படிப்பட்ட இருவருக்கும் ஒருவர் மீது ஒருவர் அன்பு ஏற்பட்டால் அதில் ஒருவராவது முழுவதுமாக அடுத்தவரிடம் சரணடைந்திருக்க வேண்டும். அது மட்டுமே அவர்களுக்கு நடுவில் அமைதியை உருவாக்கிக் கொடுக்கும். ஆனால் பாவம் ருட்டி. அழுத்தமான, அச்சமில்லாத பெண் அவள். ஆனால் இப்பொழுது பெரும் அச்சத்தால் சுருண்டு கிடக்கிறாள். அவள் இதுவரை நம்மிடம் இதுபற்றிப் பேசியதில்லை. ஆகவே நமக்கும் இது தெரியாது. என்னைப் பொருத்தவரையில் அவள் ஏற்கெனவே திட்டமிட்டபடி வரும் ஏப்ரல் மாதத்தில் தன் தாயோடு ஐரோப்பா செல்வது அவளுக்கு மிக நல்லதாக இருக்கும். இதே சமயத்தில் ஜின்னாவும் வெளிநாடு போகலாம். யார் கண்டது. நாளை என்ன நடக்கும் என்று? காலத்தின் போக்கில் இருவரும் தங்கள் குற்றங்களை உணர்ந்து தங்கள் வேதனைகளை விட்டுவிட்டு இதயத்தால் ஒன்று சேரலாம்.”

சரோஜினியும் அவர்கள் இருவருக்குள்ளும் ஏதாவது நல்லது நடக்கும் என்ற நம்பிக்கையோடு இருந்தார். ஆனாலும் ருட்டி இதுபோல் திடீரென்று விலகி வந்ததற்கான சரியான காரணங்களும் உண்டு என்பதையும் தெரிந்து கொண்டார். அதைவிட ருட்டி இப்பொழுது தன் முழு இயல்போடு இருந்தாள். ருட்டியைச் சிறுவயதில் இருந்தே சரோஜினிக்குத் தெரியும். அதே இயல்போடு இப்போது இருந்தாள்; சரியான நேரத்திற்கு சாப்பிட்டு, சரியான நேரத்திற்குத் தூங்கி எழுந்தாள். இப்பொழுது அவளது வாழ்க்கைச் சக்கரம் மிகச்சரியாக சுற்றிக் கொண்டிருந்தது. அதுவும் அவள் வாயிலிருந்து அடிக்கடி 'நான் சுதந்திரம் அடைந்து விட்டேன். நான் சுதந்திரம் அடைந்து விட்டேன்' என்ற முணுமுணுப்பு கேட்டுக்கொண்டிருந்தது. "ஜின்னாவை விட்டுவிட்டு வந்ததற்கான உண்மையான காரணத்தை உன்னிடம் சொல்வதற்கு அவளுக்கு அதிக ஆசை. என்றாவது ஒரு நாள் அவள் அதை உன்னிடம் சொல்வாள். ஆனால் இப்பொழுது மீண்டும் திரும்பி பழைய வாழ்க்கைக்குச் செல்ல மாட்டேன் என்பதில் உறுதியாக இருக்கிறாள். பழைய வாழ்க்கை என்பதை அவள் 'திருமணம் என்னும் உறைந்த ஐஸ்கட்டி' என்று மாற்றிச் சொல்லிக்கொண்டிருக்கிறாள். ஆனால் நான் அவளிடம் ஒருவேளை இதையெல்லாம் நீ தெரிந்து கொள்ளாமல் இருப்பது உனக்கு நல்லது என்று சொன்னேன். ஏனென்றால் இது நிச்சயமாக உனக்கு பெரும் மன அழுத்தத்தைக் கொடுக்க கூடியதுதான். நான் இப்போதுதான் தெரிந்து கொண்டது போல கடந்த பத்து ஆண்டுகளாக ருட்டி அனுபவித்த சிரமங்கள், துன்பங்கள் என்ன என்பது உனக்கும் புரிந்துவிடும் அல்லவா? கடந்த பத்து ஆண்டுகளில் ருட்டி அனுபவித்த துன்பங்கள் எல்லாமே அவளாகவே வருவித்துக் கொண்டவை. அவசரமாகவும், குழந்தைத்தனமாகவும் எடுத்த முடிவுகளே அவள் துன்பத்திற்கான காரணம் என்றுதான் இதுவரை நினைத்துக் கொண்டிருந்தேன்." ருட்டியின் துன்பத்திற்கு அதிகமான முக்கியத்துவத்தை இதுவரை சரோஜினி கொடுத்ததில்லை. கடிதத்தில் இந்த இடத்தில் ஒரு சொற்றொடரை எழுதி அதை அடித்திருந்தார் சரோஜினி. அதில் அவர் சொல்ல வந்த விஷயம் 'தன்னைத் தானே முடித்துக் கொள்ளலாம் என்ற அளவுக்குச் சென்றிருந்தாள்'. இதுபோன்று மிக முக்கியமான விஷயங்களை மகளுடன் பேசிக்கொண்டிருந்தது சரோஜினிக்குப் பிடிக்கவில்லை போலும். இதிலிருந்து கடிதத்தின் போக்கை மாற்றுகிறார். ஏனென்றால் பேசிக் கொண்டிருந்த விஷயம் இனிப்பான ஒன்றல்ல; மிகவும்

கசப்பானது. அதை மாற்ற நினைத்திருக்கலாம். அல்லது தன் மகள் பத்மஜாவின் இளகிய மனது. மேலும் படித்து மருக வேண்டியதிருக்கும் என்ற அச்சத்தின் காரணமாகவும் இருக்கலாம். "உண்மையில் ருட்டி நம்மோடு மட்டும்தான் நல்ல உறவோடு இருந்திருக்கிறாள். அவளது சுற்றம் அனைத்தும் வேற்று மனிதர்களாக அவளுக்கு மாறிப் போனார்கள். ருட்டியின் தாயார் தன் மகளிடம் பிரியமாக இருந்தாலும் சில சமயங்களில் தன் மகளை திசை மாற்றி விடுகிறார். ஆனால் ருட்டி நம் அனைவரையும் மிகவும் நேசிக்கிறாள். அதைவிட நம்மைத்தான் நம்புகிறாள். புகலிடம் தேடி நம்மிடம்தான் ஓடி வருகிறாள். அவள் முழுப் பாதுகாப்பு நம்மிடம்தான் இருப்பதாக நினைக்கிறாள். இங்கே நான் அவள் என்று சொல்வது அவளின் ஆன்மாவையும் சேர்த்துச் சொல்வதாகப் புரிந்து கொள்."

சரோஜினியின் மனம் மிகவும் துயரப்பட்டது. ஆகவே அவர் இதுவரை செய்ய நினைக்காத, செய்யத் தயங்குகின்ற ஒன்றைச் செய்தார். ஜின்னாவிடம் இதைப் பற்றிப் பேச முயற்சித்தார். தனது சொந்த வாழ்க்கையில் யாரும் குறுக்கிடுவதை ஜின்னா அறவே விரும்ப மாட்டார். அதெல்லாம் தெரிந்திருந்தும், இத்தனை ஆண்டுகள் அவரோடு பழகிய உரிமையில் இதைக் கையில் எடுத்துக்கொண்டார். அவரது ஆர்வமும் ஆதங்கமும் மிக அதிகமாக இருந்ததால் இந்த விஷயத்தில் அவரையே அவரால் நிறுத்தி வைக்க முடியவில்லை. ஜின்னா ஒன்றும் புரியாமல் நின்றார். அவரோடு இதைப் பற்றி யாருமே பேச முடியாது. ஆனால் ஜின்னா அப்போது முழுவதுமாக ஆடிப் போய்விட்டார். ஏனென்றால் எந்தவித முன்னெச்சரிக்கையும் இல்லாமல் சடாரென்று ஒரே வினாடியில் சொல்லவேண்டியதைச் சொல்லிவிட்டு முழுமையாக விலகிச் சென்றுவிட்டார் ருட்டி. அதை அவரால் தாங்க முடியவில்லை. ஆனாலும் அவர் எப்போதும் தூக்கி வைத்துக் கொண்டாடும் பெருமையை இந்தப் பிரிவு நொறுக்கி விட்டது. இந்த விஷயத்தைப் பற்றிப் பேசுவதற்கு எந்த நண்பருக்கும் அவர் இடம் கொடுக்கவில்லை. மிகச் சில வார்த்தைகளே இதைப் பற்றிப் பேசினார்: "பத்து ஆண்டுகளாக நான் மகிழ்ச்சியாக இல்லை. இன்னும் அதை இழுத்துக்கொண்டு போக எனக்கு விருப்பமும் இல்லை. அவளும் சுதந்திரமாக இருக்க விரும்பினால் அதற்கு நான் தடையாக இருக்க மாட்டேன். அவள் சுதந்திரமாக மகிழ்ச்சியாக இருந்துவிட்டுப் போகட்டும். இதைப்பற்றி நான் யாரிடமும் பேசவும் விரும்பவில்லை. தயவுசெய்து இதில் தலையிடாதீர்கள்."

தனிமையில் ஒற்றை மனிதராக நின்று கொண்டிருந்தார் ஜின்னா. ஆனால் ருட்டி தான் விரும்பும் சுதந்திரம் கிடைத்துவிட்டது என்ற நினைவோடு இருந்தார். கிடைத்தது சுதந்திரம் தான். ஆனால் அதற்குக் கொடுத்த விலை? சில சமயங்களில் நாம் விலை கொடுத்து வாங்க வேண்டிய எதுவும் அத்தனை மதிப்பிற்குரியதாக இருப்பதில்லை. நான் இன்று இன்னொரு கடிதம் பப்பிக்கு எழுத வேண்டும். 'சுதந்திரம் சுதந்திரம்' என்று ருட்டி கத்துவது ஒருவேளை அவளுக்குப் பிடிக்கலாம். ஆனால் அது என்ன சுதந்திரமோ!

தம்பதியர் இருவரும் எந்தவித சமாதானத்திற்கும் தயாராக இல்லை என்பது சரோஜினியைப் பொறுத்தவரையில் மிகவும் வேதனையான விஷயமாக இருந்தது. அதையும்விட அந்த இருவரும் எந்தவித வேதனைக்கும் உள்ளாகவில்லை அல்லது அதுபோல் நன்றாக நடித்துக் கொண்டிருந்தார்கள். இதைப்பற்றி தனது நண்பர் சையது ஹுசைனிடம் சில வாரங்கள் கழித்துத் பேசும்போது சரோஜினி, "இந்த இருவரும் இப்போது மிகவும் நிம்மதியாக இருக்கிறார்கள்" என்று உள்ளார்ந்த சோகத்துடன் சொன்னார்.

ஆனால் அவர்கள் வெளியே காண்பித்துக் கொண்டது மட்டும்தான் அப்படி; உண்மையில் அவர்களும் பல உணர்ச்சிகளுக்கு அடிமையாகத்தான் இருந்தார்கள். ஜின்னா வெளித்தோற்றத்திற்கு இதைப் பற்றி எந்தக் கவலையும் இல்லாதவராக, அதையும்விட முழு சுதந்திரம் அடைந்தவராகக் காண்பித்துக் கொண்டிருந்தாலும் உள்மனதில் வேறுமாதிரியாக இருந்தார். ஏற்கனவே ருட்டி திடீரென எடுத்த முடிவு அவருக்கு அதிகமான துன்பத்தைக் கொடுத்தது என்று சரோஜினி ஐயப்பட்டது உண்மையாகவே இருந்தது. திடீரென்று தன்னை விட்டு விலகியது அவரது அடிமனதையே நொறுக்கிவிட்டது. இதற்காகவே முன்பு இருந்ததைவிட இன்னும் தீவிரமாக அரசியலில் ஈடுபட்டார். அவமானத்தையும் கோபத்தையும் வெளியில் காண்பிக்காமல் இருக்கவேண்டும் என்பதற்காகவே ஓய்வின்றி உழைத்துக் கொண்டிருந்தார். அவரை இப்பொழுது தீவிரமாக வைத்திருக்கச் சில நல்ல காரணிகள் அவருக்குக் கிடைத்துவிட்டன. அதில் முதலாவதாக, இரண்டாகப் பிளந்து போயிருந்த முஸ்லிம் லீக் கட்சியை ஒன்றாக்குவது. ஜின்னாவின் வாழ்க்கையின் ஒரு பக்கமாக இருந்த திருமண வாழ்வு நொறுங்கிப் போனதால் அடுத்த முக்கியமான பாகமாக இருந்த அரசியல் வாழ்க்கையை மேலும் திறம்பட மேலெடுத்துச்

செல்ல ஆசைப்பட்டார். இதுவே அவசரத் தேவையாகவும் இப்போது இருந்தது. ஒரு பெரும் தேசியத் தலைவராக அதுவும் முஸ்லிம் லீக் கட்சியின் ஒரே மூத்த தலைவராக இருப்பது முக்கியமாகப் பட்டது. முஸ்லிம் லீக் இரண்டாகப் பிளவுபட்டபோது முக்கியமான தலைவர்கள் அரசின் பக்கம் சென்று விட்டார்கள். இதனால் இஸ்லாமியரின் ஆதரவு இல்லாமல் அவர் வெளிநடப்பு செய்த சைமன் ஆணையத்திலும், காங்கிரஸ் கட்சி இந்து - முஸ்லீம் ஒற்றுமைக்காக எடுத்த நடவடிக்கைகளிலும் ஈடுபட முடியாது போனது. இப்போது ஜின்னாவின் வாழ்க்கையில் ஏற்பட்ட ஓர் அதிர்ச்சியான நிகழ்வு அனைவருக்கும் தெரிந்து போனது. வழக்கம்போல் அரசியலில் இதையும் எதிர்க்கட்சியினர் பயன்படுத்த ஆரம்பித்தனர். அதிலும் காங்கிரஸ் கட்சியில் உள்ள எதிராளிகள் இவரை ஒரு மக்கள் கூட்டம் ஏதும் இல்லாத தலைவர் என்று எள்ளல் செய்தார்கள். ஜின்னாவுக்குத் திரும்பும் இடமெல்லாம் எதிர்ப்புகளே அதிகமாக இருந்தன. ஆனால் அவர் மனம் தளர்ந்து விடவில்லை. தொடர்ந்து எதிர் போராட்டம் நடத்திக் கொண்டே இருந்தார். எதிரிகளிடம் தலைகுனிவதை விட போராடுவதே சிறந்தது என்பதே அவரது குணமாக இருந்தது.

அரசியலில் அவர் காண்பித்த அதே தீவிரத்தை அவரது தனி வாழ்க்கையிலும் காண்பித்தார். தனக்கும் ருட்டிக்கும் நடுவில் சமரசம் பேசும் முயற்சியில் யாரையும் அவர் வரவிடவில்லை. அதேபோல் சிறிது நெகிழ்ந்து சமரச முயற்சியை எடுக்கவும் அவர் பெருமை இடம் தரவில்லை. அதுமட்டுமின்றி ருட்டி அவரது முதுகில் குத்தியது அவள் தனக்குச் செய்த பெரிய துரோகம் என்றே எண்ணினார். உள்ளுக்குள் மருகினாலும் வெளியே தன் வேதனையைக் காண்பித்துக்கொண்டு, இது தொடர்பாக யாரையும் தன்னிடம் பேசவிடவில்லை. ஒரு சில நண்பர்களின் கோரிக்கைகளையும் தவிர்த்துவிட்டார். நான் யாரிடமும் பேசுவதில்லை; தனக்காக யாரும் பேசவேண்டாம் என்பதே அவரது கொள்கையாக இருந்தது. அவர்கள் இருவரும் பிரிந்த பின் ஒரு வாரம் கழித்து இஸ்லாமியத் தலைவர்கள் லக்னோவில் கூட்டிய கூட்டத்திற்குப் புறப்பட்டுச் சென்றார். நடந்தவைகளுக்கு வருத்தம் தெரிவிக்கவோ அல்லது தன் கோபத்தைக் காண்பிக்கவும் கூட அவர் ருட்டியைச் சந்திக்கவே இல்லை. அதைப்பற்றி ருட்டியிடமும் பேசமாட்டேன்; வேறு யாரிடமும் பேசமாட்டேன் என்ற உறுதி அவரிடம் நிலைத்திருந்தது. இப்போது அவர் கையில் இருந்த முக்கிய பிரச்சனை சைமன் ஆணையத்திற்கு எதிர்ப்பு போராட்டம்

நடத்துவது மட்டும்தான். சைமன் ஆணையத்தை எதிர்ப்பதால் இஸ்லாமியர்கள் மத்தியில் அவருக்குக் கெட்ட பெயர் தான் ஏற்படும். இருந்தாலும் அவர் முன்வைத்த காலை பின் வைக்கவில்லை.

பிப்ரவரி முதல் வாரத்தில் அடுத்த மக்களவைக் கூட்டத்திற்காக தில்லி புறப்பட வேண்டியிருந்தது. பம்பாயில் இருந்த அந்த இரண்டு வாரங்களில் ஜின்னா, ருட்டி இருவரும் ஒருவரை ஒருவர் சந்திக்கவும் இல்லை; சந்திக்க முயற்சிக்கவும் இல்லை. ஆனால் அடுத்து என்ன செய்வது என்பதைத் தேர்ந்தெடுக்கும் உரிமை ருட்டியிடமிருந்தது. அவர் தாஜ் விடுதியில் தொடர்ந்து தங்கியிருக்கலாம் அல்லது ஜின்னா தில்லி சென்ற பிறகு, இதுவரை எந்த அசம்பாவிதமும் நடக்கவில்லை என்பது போல் சவுத் கோர்ட் வீட்டிற்குச் சென்றுவிடலாம். இவைகளில் எதைச் செய்ய விரும்புகிறாரோ அதை அவர் செய்ய முடியும். நிச்சயமாக ஜின்னாவிடம் இருந்து எந்தவித அறிவுரையும், கட்டளையும் வரப்போவதில்லை. அவர் ருட்டிக்கு எந்தவித அழுத்தத்தையும் கொடுக்கவில்லை; எந்த அறிவுரையும் தர விரும்பவில்லை. அதைவிட எதைப்பற்றியும் கவலையில்லை என்பதுபோல் வெளியே காட்டிக் கொண்டிருந்தார். குடும்பப் பிரச்சினைகளை ஓரம் கட்டிவிட்டு அரசியல் பிரச்சினைகளில் தீவிரம் காண்பித்துக் கொண்டிருந்தார்.

ஆனால் அரசியல் பிரச்சினைகளிலும் அவர் தொடர்ந்து தோல்வியையே கண்டு கொண்டிருந்தார். அரசியல் களத்தில் தொடர்ந்து வெற்றியை கண்டுகொண்டிருந்த அவருக்குப் பல தோல்விகள் இப்போது காத்திருந்தன. அந்தத் தோல்விகளில் முதல் அதிர்ச்சியாக, எப்போதுமே மக்கள் பேரவையில் அவர் எடுக்கும் முயற்சிகள் அனைத்தும் வெற்றிகரமாக இருந்து வந்திருக்கின்றன; ஆனால் இப்போது ஆங்கிலேய அரசு எந்தவித காரணமும் சொல்லாமல் ஜின்னா மிகவும் சிரமப்பட்டு தயாரித்த சான்ட்ஹர்ஸ்ட் குழுவின் சீர்திருத்தக் கருத்துகள் மீதான அவர் அறிக்கையை குப்பைக் கூடைக்கு அனுப்பி விட்டது. ‘உயிரை விட்டு’ என்று சொல்வார்களே அதுபோல் மிகவும் கடின உழைப்பால் அந்த அறிக்கையைத் தயாரித்திருந்தார் ஜின்னா. ஆனால் எந்தப் பயனும் இன்றி அவை முழுமையாகப் புறந்தள்ளப்பட்டன. இந்த நேரத்தில் பத்மஜா உடல்நலக்குறைவின் காரணமாக ஒரு சானிட்டேரியத்தில் தங்கியிருந்தார். அரசியலில் இருந்து ஒதுங்கியும் இருந்தார். ஆனாலும் ஜின்னாவின் அறிக்கை பற்றிக் கேள்விப்பட்ட

அவர் பெரிதும் வருந்தினார். இந்த நிகழ்வு ஜின்னாவை எவ்வளவு வருத்தப்பட வைத்திருக்கும் என்பது அவருக்கு நன்கு புரிந்திருந்தது. இந்த நிகழ்வைப் பற்றி ஜின்னாவின் நண்பர் சாக்ளாவிற்கு ஒரு கடிதம் எழுதுகிறார். "என்ன பரிதாபம்! சான்ட்ஹர்ஸ்ட் அல்லது ஸ்கீன் குழுவிற்காக ஜின்னா தயாரித்த அறிக்கைகள் புறக்கணிக்கப்பட்டதால் அவர் எவ்வளவு ஏமாற்றமடைந்திருப்பார் என்பது எனக்கு நன்கு தெரிகிறது. அந்த அறிக்கை மீது அவருக்கு அத்தனை நம்பிக்கை. அதை சட்டசபையில் நிறைவேற்ற வேண்டும் என்று மிகுந்த ஆவலோடு இருந்தார்." சரோஜினி இந்த விஷயத்தை எட்டத்தில் வைத்து பார்த்ததாலும், அவரது வழக்கமான மென்மையான மனோபாவத்தாலும் அரசாங்கத்தை எதிர்த்து ஜின்னா எடுக்கும் நடவடிக்கைகள் அதிகமான பயன் தராது என்று நினைத்தார். ஜின்னாவின் போராட்ட முறை அவருக்கு ஒரு கேள்வியாகவே இருந்தது. "நாம் எல்லோரும் தொடர்ந்து அனுபவித்துக் கொண்டிருக்கும் பல மோசமான அவமதிப்புகளிலும், தோல்விகளிலும் இதுவும் ஒன்று. இந்த சிரமங்களை நாம் தாண்டியே ஆகவேண்டும். ஆயிரக்கணக்கான கூட்டங்கள் போட்டு அனைத்தையும் பேசினாலும் அரசாங்கத்தை அசைக்க முடியாது. இந்தச் சிரமங்களை எல்லாம் பார்க்கும்போது இதுபோன்ற சூழ்நிலைகளில் எதிர்ப்பாக ஒரு வார்த்தை கூட பேசாமல் இருந்து விடுவதுதான் சிறப்போ என்று எனக்குத் தோன்றுகிறது. நம் வேதனை, அழுகை, எதிர்ப்பு, வஞ்சினம், நாம் கொடுக்கும் அச்சுறுத்தல்கள், நமது எதிர்ப்புப் போராட்டங்கள்... இன்னும் எத்தனை எத்தனையோ! ஆனால் இவைகளை எல்லாம் கண்டும் காணாமல் புறந்தள்ளிவிட்டு, அரசு என்ன நினைக்கிறதோ அதை மட்டுமே செய்துகொண்டே போகிறது. அரசுக்கு நாம் ஒரு பொருட்டாக இருப்பதில்லை. அரசியல் சோகத்தையும் அலுப்பையும் மட்டுமே அது நமக்குத் தொடர்ந்து தந்து கொண்டே இருக்கிறது."

சோகத்தையும், அலுப்பையும் மட்டுமே கொடுத்துக் கொண்டிருந்தாலும் ஜின்னா அரசியலைப் புறக்கணிக்க விரும்பவில்லை. தொடர்ந்து அரசின் கதவுகளை தட்டிக் கொண்டே இருக்க வேண்டும் அல்லது காங்கிரஸ் கட்சியோடு ஏதாவது ஒரு அரசியல் உடன்பாடு ஏற்படுத்திக் கொள்ள வேண்டும். இதற்குத்தான் ஜின்னாவுக்கு நேரம் இருந்ததே தவிர தன் சொந்தப் பிரச்சனைக்கு அவர் நேரத்தை ஒதுக்கவே இல்லை. அரசு ஜின்னாவின் அறிக்கையை ஓரங்கட்டியது. அதன்பின் அடுத்த ஒரு வாரத்திற்குள் அந்த அறிக்கைக்கு

எதிராக அனைத்து அரசியல் கட்சிகளும் எதிர்ப்புக் குரல் கொடுத்தன. இதில் வேடிக்கை என்னவென்றால், ஜின்னா அறிக்கையைத் தயார் செய்ததும் அவரும் சரி மற்ற அனைத்து தலைவர்களும் சரி இந்த தில்லி திட்டம் இந்து - இஸ்லாமிய ஒற்றுமைக்கு நல்லதொரு வழியை அமைத்துக் கொடுக்கும் என்று முழுமையாக நம்பினார்கள். ஆனால் இப்பொழுது எதிர்ப்புக்குரல்கள் வர ஆரம்பித்துவிட்டன. அந்த அறிக்கையை அவர் அறிவித்தபோது காங்கிரஸ் கட்சியும் தனது மாநாட்டில் அதி ஆய்வு செய்தது. அந்த மாநாட்டிலேயே அது தீர்மானமாக நிறைவேற்றப்பட்டு முழுமையான ஒப்புதல் பெறும் என்று அனைத்து மக்களும் சந்தேகமில்லாமல் நம்பினார்கள். அதோடு மட்டுமல்லாது அந்த மாநாட்டில் உள்ள துணைக்குழு ஒன்று ஜின்னாவின் அறிக்கையை ஆய்வு செய்து தங்கள் கருத்தைத் தெரிவிக்க வேண்டும் என்று கேட்டுக்கொள்ளப்பட்டது. இரண்டு பிரபலமான காங்கிரஸ் அரசியல்வாதிகள் அதில் உறுப்பினர்களாக இருந்தார்கள். அதிலும் அந்த இருவருமே ஜின்னாவின் நெருங்கிய நண்பர்கள். அவர்கள் மோதிலால் நேருவும், சரோஜினியும். ஆனால் இப்போது அவர்களும் ஏதும் செய்ய முடியாமல் தவித்தார்கள். இப்போது இந்து மகாசபை ஜின்னாவின் ஆய்வுகள் ஒவ்வொன்றிற்கும் எதிராக எதிர்ப்புக் குரல் கொடுத்தது. இந்த எதிர்ப்பைப் பற்றி சரோஜினி 1928 பிப்ரவரி 13ஆம் தேதி தன் குடும்பத்திற்கு எழுதிய கடிதத்தில், "இப்பொழுது நடந்து கொண்டிருக்கும் இந்த முக்கியமான காலகட்டத்திலும் சின்னஞ்சிறு லாபங்களுக்காக அரசியல்வாதிகள் பேரம் பேசுகிறார்கள். அவர்களைப் பார்க்கும்போதெல்லாம் எனக்கு அத்தனை வெறுப்பு." சரோஜினி தன் பொறுமையை இழந்த இந்த நிலையிலும், ஜின்னா பொறுமையாக இருந்தார்; அரசியல் தலைவர்களைத் தன் வழிக்கு கொண்டு வரலாம் என்று நம்பி இருந்தார். ஆனால் இறுதியில் அவருடைய நம்பிக்கை பொய்த்துப் போனது. மாநாட்டை விட்டு வெளிநடப்பு செய்துவிட்டார். அவரால் எல்லாவற்றையும் வேடிக்கை மட்டுமே பார்க்க முடிந்தது. ஆக்கப்பூர்வமாக எதுவுமே செய்ய முடியவில்லை. ஜின்னாவின் இந்துமத எதிராளிகள் அவருடைய அறிக்கையை அடித்து நொறுக்கி கொண்டிருந்தார்கள். அப்பொழுதெல்லாம் அவர் இதயம் அதற்காக வருந்தியது. ஜின்னாவும் தைரியமாக அவர்களை எதிர் கொண்டிருந்தார். எந்த முடிவும் எடுக்காமல் அந்த மாநாடு வெறுமையாக முடிந்துபோனது. மாநாடு இவ்வாறு முடிந்தபின் சரோஜினி அதைப்பற்றி சாக்ளாவிற்கு ஒரு

கடிதம் எழுதுகிறார்: "மக்களவையிலும் சரி, அனைத்துக் கட்சி மாநாட்டிலும் சரி, ஜின்னா நிமிர்ந்து நின்றார். வேறு எப்போதும் இருந்ததைவிட இப்போது நான் மிக அதிகமாக ஜின்னாவை மரியாதையுடன் பார்த்தேன். அத்தனை தொல்லைகளுக்கும் நடுவிலும், அனைத்து சிரமங்களுக்கு நடுவிலும் மிகவும் தைரியத்தோடும் பெருந்தன்மையோடும் தொடர்ந்து நின்றுகொண்டிருந்தார். அவரிடம்தான் எவ்வளவு பொறுமை... எவ்வளவு நம்பிக்கை... எவ்வளவு ஆளுமை. நீண்டுகொண்டே போன மாநாடு முழுமையும் தன் தலைமைத் தன்மையை அவர் விட்டுக்கொடுக்கவேயில்லை."

அடுத்து இரண்டு வாரங்களில் ஒருமித்த முடிவு எடுக்கவேண்டும் என்ற தீர்மானத்தோடு தில்லியில் அனைத்து கட்சி மாநாடு கூட்டப்பட்டது. இந்த மாநாடு ஆரம்பிப்பதற்குப் பத்து நாட்களுக்கு முன்பே சரோஜினி முன்னேற்பாடுகளை கவனிப்பதற்காக தில்லி வந்துவிட்டார். அவர் பம்பாயிலிருந்து புறப்பட்டு கிட்டத்தட்ட ஒரு மாதம் ஓடி விட்டது. மனம் என்னவோ ருட்டியைச் சுற்றிக் கொண்டே இருந்தது. ஆனாலும் ஜின்னாவைப் போலவே இவரும் அரசியலுக்கு முக்கியத்துவம் கொடுத்தார். அரசியல். அரசியல். அதற்குப் பின்னர்தான் சொந்த வேலைகள் அனைத்தும் என்ற நிலையில் சரோஜினியும் இருந்தார்.

இதே சமயத்தில் பெத்தித் குடும்பத்தினரும் தில்லி வந்திருந்தார்கள். ஒவ்வொரு ஆண்டும் இந்த மாதங்களில் அவர்கள் தில்லியில் இருப்பதுதான் வழக்கம். அதிலும்கூட ஒவ்வொரு ஆண்டும் அவர்கள் நடத்தும் விழாவோடுதான் தில்லியின் 'சீசன்' தொடங்கும்! அவர்கள் எப்போதும் இருப்பது போலவே இருக்க முயற்சித்தனர். ஆனால் தங்கள் மகள் கொடுத்த இரண்டாவது அதிர்ச்சி அவர்களை நிலைகுலைய வைத்திருந்தது. ஆரம்பத்தில் இருந்தே அவர்களுக்கு அனைத்தும் தெரியும். வேறு யார் அவர்களிடம் சொல்லியிருப்பார்கள்? ஏனென்றால் வேறுவழியில் ருட்டியின் பெற்றோர்கள் இதைத் தெரிந்து கொள்வதை விட தானே சொல்வது நல்லது என்று சரோஜினி எண்ணியிருக்க வேண்டும். அதோடு மட்டுமல்லாது இந்தக் கடினமான சூழலில் அவர்களின் உறவும், உதவியும் ருட்டிக்குத் தேவை என்று சரோஜினி நினைத்திருக்க வேண்டும். உண்மையில் ருட்டி தன் பெற்றோரிடமிருந்து விலகி இருக்கவே நினைத்திருந்தார். ருட்டியின் தாய் இதனைத் தள்ளிப்போடாமல் உடனே தன்

மகளிடம் விரைந்தார். எப்படியோ பேசி ஐரோப்பாவிற்குத் தன்னுடன் வருவதற்கு ருட்டியைச் சம்மதிக்க வைத்திருந்தார். இந்தக் கோடையில் அவர்கள் ஐரோப்பா செல்வதாகத் திட்டம். ஆனாலும் அவர்களுக்குப் பல அதிர்ச்சிகளும் ஆச்சரியங்களும் காத்திருந்தன. மகளின் நிலைமை இப்படி என்றால் அதைவிட தனது பேத்தி பெற்றோர்கள் யாரும் இல்லாமல் இன்னும் தாதிகளுடன் வாழ்ந்து கொண்டிருக்கிறார். ஜின்னா தில்லிக்கு வந்துவிட்டார்; ருட்டி தாஜ் ஹோட்டலில் தன் பூனைகளுடன் வாழ்ந்து கொண்டிருக்கிறார். ஆனால் குழந்தை, இன்னும் தனிமையில்தான் இருந்தது. இதை அறிந்ததும் அந்தத் தாய்க்கு மனம் மிகவும் கனத்தது. மனதின் பாரம் முகத்திலும் தெரிய ஆரம்பித்துவிட்டது. தில்லியில் அவர்கள் எடுத்த விழாவின்போது சரோஜினி திருமதி பெத்தித்தைச் சந்தித்தார். பார்த்தவுடன் அந்தத் தாயின் வேதனை சரோஜினிக்கு எளிதாகப் புரிந்தது. எப்போதும் அழகாகவும், பெருமிதத்துடன் இருக்கும் அவர் இப்போது பொலிவிழந்து பார்க்கவே பரிதாபமான தோற்றம் கொண்டிருந்தார். சரோஜினி தன் மகளுக்கு அடுத்த நாளே தன் கடிதத்தின் மூலம் இதைப்பற்றி எழுதுகிறார்.

பம்பாயிலிருந்து புறப்படும்போது சரோஜினி ருட்டியைச் சந்தித்துவிட்டு வருகிறார். அப்போது ருட்டி தன் தாயுடன் ஐரோப்பா புறப்படுவதற்கு முன்பு சில நாட்களாவது தன்னுடன் இருக்கவேண்டும் என்ற ருட்டியின் எதிர்பார்ப்பிற்கு சம்மதம் சொல்லியிருந்தார் சரோஜினி. ஆனால் கடைசி நேரத்தில் பல மாற்றங்கள் ஏற்பட்டுவிட்டன. வீட்டிலிருந்து சோகமான செய்தி ஒன்று சரோஜினியிடம் வந்தடைந்தது. பத்மஜாவின் உடல் நலம் சில மாதங்களாக நலிவடைந்து கொண்டே போனது. உடல் நலமின்மையிலிருந்து வெளியே வருவதற்காக பத்மஜா நிறைய முயற்சிகள் எடுப்பதுண்டு. ஆனாலும் நோய்தான் வெற்றி கண்டது. எல்லோரும் மிகுந்த அச்சப்படும் எலும்புருக்கி நோய் பத்மஜாவிற்கு. டாக்டர் நாயுடு தன் மகளை உடனே தென்னிந்தியாவில் இருக்கும் மருத்துவமனைக்கு அனுப்புவதற்கு ஏற்பாடுகள் செய்தார். பணம் ஏற்பாடு செய்து தன் மகளை மேல் சிகிச்சைக்காக ஐரோப்பா அழைத்துச்செல்லும் எண்ணத்தோடு இருந்தார். இதுவரை தன் குடும்பத்தை இரண்டாம் நிலையில் வைத்துவிட்டு அரசியலில் முழு ஈடுபாட்டோடு இருந்த சரோஜினிக்கு இப்போது அது முடியாத ஒரு காரியமாகிவிட்டது. ஹைதராபாத்திற்கு விரைந்து செல்ல நினைத்தார். மகளைப் பற்றிய செய்தி தெரிந்ததும் தில்லியில் இருந்து முதலில் தன் மகளுக்கு தைரியம் கொடுத்து ஒரு தந்தி கொடுத்தார்.

தனது அரசியல் தலைவர்களிடம் கலந்து கொள்ளாமல் தனது அனைத்து பொறுப்புகளையும் கடமைகளையும் அடுத்த சில வாரங்களுக்கு மாற்றிவைத்துவிட்டு ஹைதராபாத் புறப்பட ஆயத்தமானார். அப்போது கொடுத்த அடுத்த தந்தியில் ஒரு தாயின் முழு அன்பும் பிரதிபலித்தது. "வீட்டிற்கு வந்து கொண்டிருக்கிறேன். என் அன்பாலும் அரவணைப்பாலும் உன்னைக் குணமாக்குவேன்."

தன் மகளைப் பற்றி இப்படி ஒரு செய்தி வந்தபோதும் சரோஜினியின் மனது ருட்டியிடம் வந்து நின்றது. ஐரோப்பா செல்வதற்கு முன்பு கட்டாயம் அவளைக் காண வேண்டும் என்று நினைத்து, முதலில் பம்பாய் சென்று பின்னர் அங்கிருந்து ஹைதராபாத் செல்லத் திட்டமிட்டார். ஏனென்றால் நிச்சயமாக சரோஜினி தில்லியிலிருந்து தன்னைப் பார்க்க வருவார் என்று ருட்டி நம்பிக் கொண்டிருந்தார். அந்த நம்பிக்கையைப் பொய்யாக்க விரும்பாமல், பயணத்திட்டத்தை சிறிது மாற்றினார் சரோஜினி. இதை சாக்ளாவிற்கு எழுதிய கடிதத்தில் குறிப்பிட்டுள்ளார்: "அவள் ஐரோப்பா புறப்படுவதற்கு முன்பு பிரியா விடை பெறுவதற்காகவாவது ஒரே ஒருநாள் பம்பாய்க்கு வந்து செல்லத் திட்டமிட்டேன்."

ருட்டியை நேருக்கு நேர் பார்த்தபோது சரோஜினி எந்த வேற்றுமையையும் உணரவில்லை. சொல்லப்போனால் பிரிந்த போது இருந்ததை விட இன்னும் நல்ல தோற்றப் பொலிவோடு இருந்தார். பம்பாய் தாஜ் ஹோட்டலுக்கு வந்ததும் தன் மகள் பத்மஜாவுக்கு கடிதம் எழுதுகிறார்: "ருட்டி பார்ப்பதற்கு அழகாக இருக்கிறாள்." இதே சமயத்தில் லீலாமணிக்கு லாகூரில் பெண்கள் கல்லூரியில் பேராசிரியராக வேலை கிடைக்கிறது. ஏற்கனவே நடந்த சண்டையினால் லீலாமணி ருட்டியிடம் சரியாகப் பழகுவதில்லை. இதைப்பற்றியும் சரோஜினி தனது கடிதத்தில், "பாவம் பப்பி! அவள் கடிதம் எழுதியும் ருட்டி பதில் ஏதும் எழுதவில்லை. அதற்காக அவள் மிகவும் வருத்தப்படுகிறாள்." இந்த விஷயத்தை கடிதத்தில் இத்தோடு முடித்துக் கொள்கிறார். மேலும் தொடர்ந்து, "நான் விடைதர வராமல் இருந்திருந்தால் ருட்டி மிகவும் வருந்தி இருப்பாள். அவள் ஐரோப்பா செல்வதற்கு முன்பு என்னைப் பார்க்க வேண்டும் என்று மிகவும் ஆசைப்பட்டிருந்தாள். ஐரோப்பா சென்ற பிறகாவது அவள் விரும்பும் சுதந்திரம் அவளுக்குக் கிடைக்கட்டும். ஒரு புதிய வாழ்க்கையை அவள் அமைத்துக் கொள்ளட்டும்."

ருட்டி பார்ப்பதற்கு அழகாக, மிகவும் தெளிவாக இருந்தார். ஆயினும் சரோஜினியின் மனதுக்குள் ஒரு குறுகுறுப்பு. அவரைப் பற்றியே இன்னும் நினைத்துக் கொண்டிருந்தார். ஹைதராபாத்திலிருந்து பத்மஜாவை சானிடோரியத்திற்கு அழைத்துச் செல்ல வேண்டும். மேலும் பல வேலைகள். ஆனாலும் மனதிற்குள் ருட்டியின் நினைவு நிழலாடிக் கொண்டிருந்தது. பத்மஜாவோடு சானிடோரியத்திற்குச் சென்ற பின்னரும் ருட்டியை பற்றிய நினைவுகள் மனதை உறுத்திக் கொண்டே இருந்தன. ஆகவே சாக்ளாவிற்கு ஒரு கடிதம் எழுதுகிறார்: “திருமதி ஜின்னாவைப் பார்த்தீர்களா? அவளைப் பற்றிய கவலை எனக்கு அதிகமாக இருக்கிறது.” ஆனால் இதோடு நிறுத்திக்கொள்ளாமல் தனக்குள் இருக்கும் ருட்டியின் மீதான எண்ணத்தை உறுதிப்படுத்துவது போல், மீண்டும் 1928 ஏப்ரல் 2ஆம் தேதி இன்னொரு கடிதம் எழுதுகிறார். பிரஞ்சு மொழிக் கவிதை ஒன்றை மேற்கோளிட்டு, “*A chacun son infini (Each to his own infinity)* - அவள் அவளது வழக்கமான முறையில் தன் வாழ்க்கைப் பிரச்சினைக்கு ஒரு முடிவைக் கொண்டு வருவாள்; ஆனால் அது யோசித்து எடுக்கும் முடிவாக இருக்குமா அல்லது வெறுமனே பிடிவாதத்தால் எடுத்த முடிவாக இருக்குமா? யாருக்கு தெரியும்!” என்று எழுதியிருந்தார்.

ஒரு தத்துவக் குறிப்பு போல் இந்தக் கடிதத்தை சரோஜினி எழுதியிருந்தார். ஆனால் இதுவரை ருட்டியின் பிரிவை ஒரு ரகசியமாக கட்டிக் காத்துக் கொண்டிருந்தார். நண்பர்களிடம் கூட இதைப்பற்றி எதுவும் பேசவில்லை. சாக்ளாவிற்கு எழுதிய கடிதத்தில் கூட இதை ரகசியமாக வைத்திருக்க வேண்டும் என்று கட்டளையிட்டிருந்தார். “யாரிடமும் இதைப்பற்றிப் பேசாதீர்கள். எந்தப் பேச்சும் வெளிவந்து விடாமல் பார்த்துக் கொள்ளுங்கள். ஏனென்றால் இது நண்பர்களாகிய நம் எல்லோருக்குமே மிகவும் முக்கியமான விஷயம்” என்று பிப்ரவரி 5ஆம் தேதி இந்தக் கடிதத்தை எழுதியிருந்தார். இது ருட்டி தாஜ் ஹோட்டலில் தங்க ஆரம்பித்த பிறகு, நான்கு வாரங்கள் கழித்து எழுதப்பட்ட கடிதம். கடிதத்தில் இருந்த அந்த இறுக்கமான வாசகங்களுக்காக கடைசியில் கொஞ்சம் மென்மையாக, “நன்றாகவே ரகசியத்தைக் காப்பாற்றுவீர்கள் என்று உங்களைப் பற்றி எனக்கு நன்கு தெரியும்” என்று முடித்திருந்தார்.

ஆனால் சானிடோரியத்திலிருந்து சாக்ளாவிற்கு கடிதம் எழுதியது வேறு ஒரு காரணத்திற்காகத்தான். விரைவில் ஜின்னா ஐரோப்பா செல்வதற்குத் திட்டமிட்டிருந்தார். ஆனால் அது

நிச்சயம்தானா என்பது தெரியாது. ஆனால் அவர் புறப்படுவதற்கு முன்பு அவரோடு தொடர்புகொள்ள வேண்டும் என்று அந்தக் கடிதத்தை எழுதினார். "எப்பொழுது பம்பாய் வந்து சேருகிறார் என்று எனக்குத் தெரிய வேண்டும். ஒருவேளை அவர் ஐரோப்பா செல்வது உண்மையாக இருந்தால் எப்போது அவர் புறப்படுகிறார் என்ற தேதி எனக்குத் தெரிய வேண்டும். கடிதம் எழுதுவதில் அவருக்கு இருக்கும் வெறுப்பு உங்களுக்குத் தெரிந்திருக்கும் என்று நினைக்கிறேன். ஆகவே அவருக்காகக் காத்திருக்காமல் நீங்களே எனக்கு பதிலை எழுதி அனுப்புங்கள்." தன் அவசரத்தை உறுதியாக்க வேண்டும் என்பதற்காக ஒரு தந்தியையும் கொடுத்துவிடுகிறார்: "ஜின்னா பம்பாய் திரும்பியதும் எனக்குத் தந்தி கொடுக்கவும்."

சரோஜினி எழுதிய கடிதம் சாக்ளாவிற்குச் செல்வதற்கு முன்பே ஜின்னா பம்பாய் திரும்பிவிட்டார். அவருக்கு மனதின் ஓரத்தில் ஒரு சிறிய நம்பிக்கை. ஒருவேளை ருட்டி சவுத் கோர்ட் வீட்டிற்கு தான் இல்லாத நேரத்தில் திரும்பி வந்திருக்கலாம் - நண்பர்கள் யாராவது கொடுத்த அறிவுரையின்படி இது நடந்திருக்கலாம் என்று நினைத்தார். ஆனால் அவர் நினைத்ததற்கு மாறாக ருட்டி காஞ்சியின் உதவியுடன் தன் பொருட்கள் பலவற்றை சவுத் கோர்ட் வீட்டிலிருந்து தாஜ் ஹோட்டலுக்கு மாற்றிவிட்டார். தாஜ் ஹோட்டலில் பெரிய அறை ஒன்றை மாத வாடகைக்கு எடுத்திருந்தார் - சரோஜினியைப் போலவே பலரும் மாத வாடகைக்கு அறை எடுத்திருந்தனர். மேலும் தான் திட்டமிட்டபடி ருட்டி தன் தாயுடன் 1928 ஏப்ரல் 10ஆம் தேதி ஐரோப்பாவிற்குப் பயணம் ஆகிவிட்டார். அவரை நிறுத்துவதற்கு ஜின்னா முயற்சிக்கவில்லை. அத்தனை எளிதில் வளைந்து கொடுக்கும் மனிதரா ஜின்னா! ஆனாலும் பின்னர் ஒருமுறை பார்சி நண்பரொருவர் இவர்கள் இருவரையும் இணைக்க விரும்பி முயற்சி எடுத்தார். ஜின்னா அவரிடம், "அது என் தவறுதான். நாங்கள் இருவருமே சிலவற்றைப் புரிந்துகொள்ளவில்லை", என்று ஓர் ஒப்புதல் வாக்குமூலம் கொடுத்துள்ளார்.

தொடர்ந்த இந்த நிகழ்வுகளால் ஜின்னாவுக்குக் கிடைத்த மனஅழுத்தமும் வருத்தமும் அவர் முகத்தில் மிகவும் தெளிவாகத் தெரிய ஆரம்பித்து விட்டது. ருட்டி ஐரோப்பாவிற்குப் புறப்பட்டுச் சென்ற இருபது நாள் கழித்து சரோஜினி ஜின்னாவைச் சந்தித்தார். மனிதர் மிகவும் வாடிப்போய் இருந்தார். அவரிடம் நடந்திருக்கும்

மாற்றத்தை மிக எளிதாக புரிந்து கொண்டார் சரோஜினி. தன் மகள் பத்மஜாவை சானிட்டோரியத்தில் சேர்த்துவிட்டு பம்பாய்க்குத் திரும்பினார். அப்போதுதான் அவர் ஜின்னாவை அந்நிலைமையில் பார்த்தார். அதன் பிறகு பத்மஜாவுக்கு மே ஒன்றாம் தேதி எழுதிய கடிதத்தில், "ஜின்னாவைப் பார்ப்பதற்கே வித்தியாசமாக இருந்தார். மிகவும் மெலிந்து வயதானவர் போல் காணப்பட்டார்", என்று குறிப்பிட்டிருந்தார்.

தனிப்பட்ட வாழ்க்கையில்தான் குழப்பங்கள் என்றால் அரசியல் வாழ்க்கையிலும் அடுத்தடுத்து தோல்விகளை மட்டுமே சந்தித்துக் கொண்டிருந்தார். அவர் தனி ஒருவனாக நின்று போராடிக் கொண்டிருக்க மற்றவர்கள் ஒருமித்து அவரை எதிராளியாக ஆக்கி அரசியல் களத்திலிருந்து வெளியேற்றி விட முயன்று கொண்டிருந்தார்கள். ஏற்கனவே நீதிமன்றங்கள் கோடைகால விடுமுறைக்காக மூடப்பட்டு மூன்று வாரங்கள் முடிந்து விட்டன. காங்கிரஸ் கட்சியோடு இணைந்து இந்து - முஸ்லிம் பிரச்சனைகளுக்குத் தீர்வு காணலாம் என்று நினைக்கும்பொழுது அங்கிருந்து எதிர்ப்புகள் மிகுதியாக வந்தன. இதனால் வைஸ்ராயோடு பேசிய பேச்சும் இப்பொழுது பயனின்றிப் போய்விட்டது. தொடர்ந்து, அதுவும் தனித்து நின்று போராட வேண்டிய சூழல். மற்றவர்கள் எல்லோரும் ஒருங்கிணைந்துகொண்டு இவர் ஒருவரை மட்டும் தள்ளி வைத்தது போல் எல்லாம் நடந்து கொண்டிருந்தன. இந்தச் சூழலில் கோடை விடுமுறையை தனிமனிதராக பம்பாயில் கழிக்க அவருக்கு மனதில்லை. இந்த நேரத்தைப் பயன்படுத்தி இங்கிலாந்து சென்று வரலாம் என்று திட்டமிட்டார். இன்னும் அங்கே அவருக்குப் பல நண்பர்கள் இருக்கிறார்கள். அவர்களில் பலர் ஆங்கிலேய அரசின் அதிகாரிகளாகவும் இருக்கிறார்கள். ஒருவேளை அவர்கள் மூலமாக ஏதாவது நல்லது நடக்கலாம் என்ற நம்பிக்கையில் இங்கிலாந்திற்கு மே ஐந்தாம் தேதி புறப்பட்டுச் சென்றார்.

திருமணத்திற்கு முந்தைய நாட்களில் இதுபோன்ற பயணத்தை ஜின்னா மிகவும் விரும்புவார். ஆனால் இப்போது நிறைய மாற்றங்கள் ஏற்பட்டிருந்தன. பயணத்தில் அவரோடு மூன்று நண்பர்கள் இருந்தார்கள். அதில் ஒருவர் ஸ்ரீனிவாச ஐயங்கார்; அவர் முன்பு காங்கிரஸ் கட்சியின் தலைவராகவும் இப்போது மக்களவை உறுப்பினராகவும் இருந்தார். இரண்டாமவர் துள்சி கோஸ்வாமி; இவர் ஒரு வழக்கறிஞராகவும் அரசியல்வாதியாகவும் இருந்தார். மூன்றாவது ஆள் ஓர்

இளைஞன்; ஜின்னாவுக்கு மிகவும் பிடித்த இளம் நண்பர்; ஆனால் இவருக்கோ ஜின்னா ஓர் ஆதர்ஷ புருஷர். இவரது பெயர் தேவன் சமன்லால். இவரைச் சிறிது நாள் *பம்பாய் க்ரானிக்கிள்* செய்தித்தாளில் ஆசிரியராக வேலை பார்க்க ஜின்னா கேட்டிருந்தார். இந்த மூவரும் அரசியலில் ஆர்வம் உள்ள வேறு சிலரும் அவர்களது விவாதங்களில் தொடர்ந்து கலந்து கொண்டனர். பேசுவது எல்லாமே அரசியல் மட்டும்தான். ஆனால் பொதுவாக ஜின்னா மட்டுமே பேசிக்கொண்டிருப்பார்; மற்றவர்கள் கேட்டுக் கொண்டிருப்பார்கள். ஆனால் சமன் லால் இதில் இப்பொழுது ஒரு வித்தியாசத்தைக் கண்டார். ஜின்னா தொடர்ந்து விவாதங்களில் திறமையாகக் கலந்து கொண்டிருந்தாலும் ஒரு தனிமனிதனாக, நம்பிக்கைகள் பலவற்றை இழ்ந்து சோர்வுற்ற மனிதனாக நின்று கொண்டிருந்தார் என்பதைக் கண்டார்.

பயணம் தொடர்ந்து கொண்டிருக்கும்போது திடீரென்று ஜின்னாவிற்கு ஒரு புதிய திட்டம் மனதில் உதித்தது. இதைப்பற்றி சமன்லால் தெளிவாகக் கூறியுள்ளார். கப்பல் போர்ட் செட் துறைமுகத்தை நெருங்கிக் கொண்டிருந்தது. ஜின்னா தன் நண்பர்களிடம், இதுபோன்ற பயணங்களில் பல முறை நான் சூயஸ் கால்வாயைக் கடந்து சென்றிருக்கிறேன். ஐரோப்பா செல்லும்போதும், இங்கிலாந்து செல்லும் போதும் இந்த இடத்தைத் தாண்டிதான் சென்றிருக்கிறேன். ஆனால் ஒருநாளும் அங்கிருந்து இறங்கி கெய்ரோ நகரைப் பார்க்க வேண்டும் என்று எனக்குத் தோன்றியதே இல்லை. இப்பொழுது எனக்கு ஒரு சின்ன ஆசை. அடுத்த துறைமுகத்தில் கப்பலை விட்டிறங்கி, கெய்ரோ நகருக்குச் சென்று சுற்றிப்பார்த்து விட்டு அன்றிரவே திரும்பிவிடலாம். அடுத்தநாள் காலையில் தான் இங்கிருந்து கப்பல் புறப்படும் என்ற திட்டத்தைச் சொன்னார். இது ஜின்னாவின் நண்பர்களுக்கு மட்டுமல்ல, கப்பலில் இருந்த பலருக்கும் மிகப் பிடித்த திட்டமாக இருந்தது. ஒரு பெரிய படையே திரண்டது என்று வைத்துக்கொள்ளலாம். அடுத்த நாள் அதிகாலையில் பலரும் இணைந்து வாடகைக் காரை எடுத்துக்கொண்டு நகருக்குள் சென்றார்கள். இப்படிப்பட்ட எதிர்பாராத திருப்பங்களோடு பயணம் செய்ய வேண்டும் என்பது வழக்கமாக ருட்டியின் ஆசையாகத்தான் இருக்கும். இதுபோன்று திடீரென்று உதிக்கும் திட்டங்களுக்கு மாறி புதிய இடங்களைப் பார்க்கும் ஆசை அவருக்கு மிக அதிகமாக உண்டு. ஆனால் இன்று ஜின்னாவோடு சென்றது ருட்டி அல்ல; சமன் லால் தான்.

இந்த ஒரு நிகழ்வு மட்டுமல்ல வேறு பல நிகழ்வுகளும் மிகவும் புதியவைகளாக இருந்தன என்று நினைவுபடுத்துகிறார் சமன்லால். ஜின்னாவைப் பொறுத்தவரையில் இவை மிகவும் புதிய விஷயங்கள். ஏனென்றால் பொதுவாக அவருடைய திட்டங்கள் தெளிவாக இருக்கும். ஆனால் இப்போது ஒரு சாதாரண மனிதனின் திட்டங்கள் போல் அவ்வப்போது மாறிக் கொண்டிருந்தன. சமன் லாலிற்கு ஜின்னாவிற்கு பதில் வேறு ஒரு புதிய மனிதரைப் பார்ப்பது போன்ற தோற்றம் கிடைத்தது. எல்லோரையும் போல் நானும் ஒரு சாதாரண மனிதன்தான் என்பதை அவ்வப்போது ஜின்னா காண்பித்துக் கொண்டிருந்தார். உதாரணமாக கெய்ரோ சென்று திரும்பி வரும்போது அவர்கள் பாலைவனத்தின் வழியாக வந்து கொண்டிருந்தார்கள். பலருக்கும் சிறுநீர் கழிக்க வேண்டிய கட்டாயம். அதைப்பற்றி சமன் லால் விவரமாகக் கூறுகிறார். “தங்கள் வண்டியை விட்டு பலரும் இறங்கிவிட்டார்கள். வண்டிகளின் வரிசையின் ஒருபுறம் ஆண்களும், எதிர்ப்புறத்தில் பெண்களும் நின்று கொண்டார்கள். நானும் ஜின்னாவும் அருகருகே நின்று கொண்டிருந்தோம். அப்போது அங்கிருந்த பெண்மணி ஒருத்தியின் செல்ல நாய்க்குட்டி ஒன்று காருக்கு அடியிலிருந்து எங்களுக்குப் பக்கத்தில் ஓடிவந்தது. ஜின்னா மிகவும் உயரமான ஒரு மனிதராக நேராக நின்று கொண்டிருந்தார். அதைப்பார்த்ததும் நாய்க்கும் கடமையாற்றும் வேலை வந்துவிட்டது. ஜின்னாவின் காலை குறிவைத்து தன் கடமையைச் செய்தது. எல்லோரும் விழுந்து விழுந்து சிரித்தோம். ஜின்னாவும் அதிர்ச்சியிலிருந்து மீண்டு எங்களோடு சேர்ந்து சிரித்தார்

இன்னொரு வேடிக்கை நிகழ்வையும் சமன் லால் குறிப்பிடுகிறார். அவர்கள் திடீரென்று மேற்கொண்ட கெய்ரோ பயணத்தில் பாலைவனத்தின் ஊடே ஒரு வழிகாட்டி அவர்களை வழி நடத்துகிறார். அந்த வழிகாட்டியின் பெயரும் முகமது அலி. அப்போது சமன் லால் ஒரு கழுதையிலும், ஜின்னா ஒரு ஒட்டகத்தின் மேலும் ஏறிப் பயணம் செய்தார்கள். எங்களது வழிகாட்டி திடீரென்று எங்கள் இருவரின் பக்கமும் திரும்பி, எங்கள் எதிரே உயர உயரப் பறந்து கொண்டிருக்கும் ஒரு பட்டத்தைச் சுட்டிக் காண்பித்து, “அந்தப் பட்டத்தைப் பார்த்தீர்களா? மேலே மேலே போய்க் கொண்டே இருக்கிறது. ஆனால் ஒரு நாள் நிச்சயமாக கயிறு அறுந்து அது தரையில் விழும். ஆங்கிலேயப் பேரரசுக்கும் இதேபோல் நடந்தே தீரும். இப்பொழுது அவர்கள் உயரே உயரே போய்க் கொண்டிருக்கிறார்கள். ஒரு நாள் நிச்சயம் கீழே விழுந்து

விடுவார்கள்" என்றார். நல்லதொரு அரசியல் தீர்க்கதரிசி அவர்! அந்த தீர்க்கதரிசனம் எனக்கு மிகவும் பிடித்துப் போன ஒன்றாக இருந்தது என்கிறார் சமன் லால்.

கப்பல் இங்கிலாந்து வந்தடைந்தது. இங்கிலாந்தில் கால் வைத்ததும் ஜின்னா செய்த முதல் காரியம் திருமதி பெத்தித் அவர்களைத் தொடர்பு கொண்டதுதான். ஒருவேளை அதன் மூலம் ருட்டியைப் பார்க்கலாம் என்று மனதிற்குள் நினைத்துக் கொண்டாரோ என்னவோ. ஆனால் அதிலும் ஏமாற்றம் தான் மிஞ்சியது. ஏனென்றால் ஜின்னா இங்கிலாந்துக்கு வரும் முன்பே அங்கிருந்து ருட்டி பாரீஸ் நகருக்குச் சென்று விட்டார். ருட்டியைப் பொருத்தவரையில் கோடை விடுமுறையை தன் தாயுடன் மட்டும் கழிப்பதற்காக இங்கிலாந்துக்கு வரவில்லை. அவரை அங்கேயே விட்டு விட்டு, பாரிஸ் நகர் சென்றுவிட்டார். தனது திருமணத்திற்குப் பிறகு முதல்முறையாக திருமதி பெத்தித் அவர்களை ஜின்னா சந்திக்கிறார். ஏனென்றால் தின்ஷா தன்னுடைய நூற்பாலையில் நடக்கும் வேலை நிறுத்தத்தால் திருமதி பெத்தித்துடன் வர முடியாமல் போயிற்று. திருமதி பெத்தித் அவர்களுக்குத் தன் மருமகனுடன் பேசுவதில் எந்தப் பிரச்சனையும் இல்லை. எப்பொழுதுமே ஜின்னா மீது அவருக்கு அன்பும் மரியாதையும் அதிகமாக உண்டு. அது மட்டுமில்லாமல் அவருடைய மருமகள் பொலித்தோ, ஜின்னா பெண்களுக்கு மிகவும் மரியாதை கொடுத்துப் பழகுபவர் என்று கூறியிருந்ததும் அவருக்குத் தெரியும். இதையும் தாண்டி பெற்றோர்களின் அன்பை அறியாத தன்னுடைய பேத்தியை தன்னுடனேயே வைத்துக்கொள்ள வேண்டும் என்று ஆசைப்பட்டுக் கொண்டிருந்தார். இந்த சந்திப்பு ஜின்னாவிற்கு இரண்டு பயன்களைக் கொடுத்தது. முதலாவதாக பாரிஸ் நகரில் ருட்டி உடல்நலமில்லாமல் இருக்கிறார் என்ற செய்தி திருமதி பெத்தித் மூலமாகக் கிடைத்தது. திருமதி பெத்தித் மரியாதைக்குரியவர் என்பதையும் தாண்டி நம்பிக்கைக்கு உரியவர் என்ற நிலையையும் அடைந்தார். அதேபோன்று பின் வந்த ஆண்டுகளில் தன் மகள் எப்போது வேண்டுமானாலும் தன் பாட்டியைப் போய் பார்த்து வருவதற்கு முழுச் சுதந்திரத்தை ஜின்னா அளித்திருந்தார். திருமதி பெத்தித் மேல் அத்தனை நம்பிக்கை அவருக்கு.

இங்கிலாந்தில் திருமதி பெத்தித் அவர்களைப் பார்க்கும் நேரம் வரைக்கும் ஜின்னாவிற்கு ருட்டியின் மேல் இருந்த கோபம் விலகி விடவில்லை. மனதிற்குள் கோபம் கனன்று

கொண்டேதான் இருந்தது. ஆனால் அதற்காக ருட்டியை விரட்டிக்கொண்டு பாரிஸ் நகர் சென்று அவரை பார்ப்பதற்கும் விரும்பவில்லை. அப்படி அவரைத் தேடி ஓடுவதற்குப் பதிலாக இங்கிலாந்திலிருந்து கொண்டு இந்திய அரசியல் பிரச்சினைகளைத் தீர்க்க முடியுமா என்பதற்கு வழிகாண ஓடிக் கொண்டிருந்தார். இங்கிலாந்தில் இருந்த அரசியல் பெருமக்கள் பலரை நேரில் சந்தித்து அவர்களுடன் உரையாடினார். அதிலும் எந்தப் பலனும் கிட்டவில்லை. எல்லாம் பயனின்றிப் போய்க் கொண்டிருந்தன. பாரிஸ் போகவேண்டும் என்ற நினைப்பே இல்லாமல் அயர்லாந்து பகுதிக்குப் பயணம் செய்தார். அங்கும் தனக்கு அரசியல் ஆதரவு கிடைக்காது என்று எண்ணினார். அதிலும் முக்கியமாக சைமன் ஆணையத்திற்கு எதிராக அவர் தொடுத்திருக்கும் புறக்கணிப்புப் போராட்டம் வெற்றிபெற வேண்டும் என்று ஆசைப்பட்டார். இதற்குள் ருட்டியைப் பிரிந்து நான்கு மாதங்கள் ஓடிவிட்டன. இந்தக் கால இடைவெளியில் அவர்கள் இருவரும் ஒருவரை பார்க்கவே இல்லை. ருட்டி ஜின்னாவிடம் என்ன எதிர்பார்த்தார்? தன்னை முற்றிலுமாக மறந்து விடுவார் என்று நினைத்தாரா அல்லது பழைய தொடர்பு, பழைய அன்பு இன்னும் இருக்குமென்று நினைத்தாரா? அல்லது இவை எல்லாமே வெறும் குழப்பம்தானா? எதை ஜின்னாவிடமிருந்து ருட்டி எதிர்பார்த்தார்? ஆனால் ஜின்னா இதுபற்றி யாரிடமும் பேச விரும்பவில்லை. திருமதி பெத்தித்திடமோ அல்லது தன் சகோதரியான பாத்திமாவிடமோ யாரிடமும் அவர் இதைப் பற்றிப் பேச விரும்பவில்லை.

பாத்திமா தன் சகோதரன் திருமண வாழ்க்கையில் நடந்த குழப்பங்கள் பற்றி ஏதும் தெரியாத ஒருவராகவே இருந்தார். அதுவும் இந்தக் கோடையில் தனது சகோதரனும் ருட்டியும் ஐரோப்பா சென்ற பிறகு, தனது தொழில் தொடர்பாக அவர் சில முயற்சிகள் எடுத்துக் கொண்டிருந்தார். பாத்திமாவைப் பொறுத்தவரை அவர் எப்போதும் போல் தனியொருத்தியாக நின்றுகொண்டிருந்தார். தொழில் முறையிலும் முன்னேற முடியவில்லை. ஆறு ஆண்டுகள் பல் மருத்துவம் படித்து முடித்தாகிவிட்டது. ஆனால் நோயாளிகள் என்று யாருமே அவரைப் பார்க்க வரத் தயாரில்லை. ஆகவே வேலையில்லாமல் இருக்கும் மாலைகளில் பம்பாய் முனிசிபாலிட்டி நடத்தும் மருத்துவமனைகளில் ஊதியம் பெறாமல் வேலை பார்த்தார். சமூக உறவுகள் இல்லாமல், தனிப்பட்ட நண்பர்கள் இல்லாமல், தனியாக இருந்த பாத்திமாவிற்குத் தொடர்ந்து பம்பாயில் இருப்பது அர்த்தமற்றதாகத் தோன்றியது. வேறிடம் சென்று

வேலை தேடவேண்டும் என்ற காரணத்தோடு 1928இல் ஹைதராபாத் சென்றார்.

பாத்திமாவுக்கு உதவி செய்ய சரோஜினி தயாராக இருந்தார். மன தைரியத்தையும் அவர் கொடுத்தார்; வேறு தேவையான வசதிகளையும் செய்து கொடுத்தார். அப்போது சரோஜினி பம்பாயில் தான் இருந்தார். அரசியல் வேலைகள் அவருக்கு நிறைய இருந்தன. அதோடு மட்டுமல்லாது தன் மகள் பத்மஜாவிற்கு மருத்துவம் பார்க்கவும், அவருக்கு ஆதரவாகவும் அடிக்கடி சானிட்டோரியத்திற்கு சென்றுகொண்டிருந்தார். அதனால் பாத்திமாவைத் தனது வீட்டிலேயே இருக்கச் செய்தார். பாத்திமா யாரையும் அவ்வளவு எளிதில் அணுக மாட்டார் என்பதும் அவருக்குத் தெரியும். அதற்காகவே தன் மகள் லீலாமணியிடம் பாத்திமாவை நன்கு பார்த்துக்கொள்ள வேண்டும் என்றும், அவளுக்கு தேவையானவைகளைச் செய்து கொடுக்க வேண்டும் என்றும் கேட்டுக் கொண்டிருந்தார். அதோடு மட்டுமல்லாது புதிய மருந்தகம் ஒன்று திறப்பதற்காக டாக்டர் நாயுடு பாத்திமாவுக்கு உதவி செய்ய வேண்டும் என்றும் சரோஜினி ஆவன செய்தார். டாக்டர் நாயுடு அனைத்து உதவிகளையும் செய்தார். மே 21-ஆம் தேதி பத்மஜாவுக்கு எழுதிய கடிதத்தில் டாக்டர் நாயுடு, "நேற்றுதான் பாத்திமாவைப் பார்த்தேன். நம் வீட்டிற்கு வந்து தங்கச் சொல்லியிருக்கிறேன். வீட்டில் இருக்கும்பொழுது என்னுடைய அலுவலகத்தையும், மருத்துவமனையையும் அவள் பயன்படுத்திக் கொள்ளலாம் என்று சொல்லிவிட்டேன். நிச்சயமாக பம்பாயில் இருப்பதைவிட ஹைதராபாத்தில் அவள் நல்ல விதமாக தொழில் நடத்த முடியும். ஏனென்றால் முஸ்லிம் பெண்கள் பல் வைத்தியத்திற்காக மாண்ட்கோமரியிடம் செல்வதை விட பாத்திமாவிடம் எளிதாக வந்து விடுவார்கள்." உண்மையில் அதுதான் நடந்தது.

வேலை தேடி வந்த பாத்திமாவிற்கு வேலை கிடைத்ததோ இல்லையோ வளமான அன்பு கிடைத்தது. எல்லோரும் பார்த்துப் பார்த்து உதவி செய்துகொண்டே இருந்தார்கள். அத்தனை அன்பு; அத்தனை அக்கறை. இவை அனைத்தையும் தெரிந்துகொண்ட சரோஜினி மே 31 ஆம் தேதி லீலாமணிக்கு ஒரு கடிதம் எழுதுகிறார்: "பாத்திமா மிகவும் சந்தோஷமாக ஹைதராபாத்தில் இருப்பதை அறிந்து மகிழ்ச்சி. நண்பர்கள் கிடைத்ததையும் தாண்டி பல் வைத்தியத்திற்காக புதியவர்கள்

பலரும் வருகிறார்கள்." மீண்டும் ஒரு கடிதம் 1928 ஜூன் 6ஆம் தேதி எழுதப்பட்டது.

"பாத்திமா வசதியோடு மகிழ்ச்சியாக இருக்கிறாள் என்று நினைக்கிறேன். அவளுக்குத் தேவையான காய்கறிகள் அனைத்தையும் கிடைக்கும்படி ஏற்பாடு செய்து விடு. காலை நேரம் ஒத்து வந்தால் சரூர்நகர் வரை அவளை கூட்டிக்கொண்டு போய் விட்டு வா." அடுத்த கடிதம் ஜூன் 12ஆம் தேதி. ஆனால் இந்த கடிதம் வருவதற்கு முன்பே பாத்திமா ஹைதராபாத்தை விட்டுச் சென்றுவிட்டார். "பாத்திமா அங்கே அவ்வளவு மகிழ்ச்சியாக இருந்ததை அறிந்து மிகவும் மகிழ்ச்சியடைந்தேன். இதுவரை அவர் வாழ்வில் இதுபோன்ற நிகழ்வுகள் நடந்திருக்காது. இப்போதுதான் அவள் அவளாகவே இருந்திருக்கக்கூடும். இதுவரை அந்த வாய்ப்புகூட அவர் வாழ்க்கையில் கிடைத்ததில்லை. எப்பொழுதும் ஒரு அழுத்தம் இருந்துகொண்டே இருந்தது." மீண்டும் மறந்து போன ஒன்று நினைவுக்கு வந்ததால் சரோஜினி தொடர்ந்து, "செருப்பு செய்வதற்காக வைத்திருந்த ஒரு பாம்புத் தோலை அவளுக்குக் கொடுத்து விட்டாயா?" என்று லீலாமணியிடம் கேட்டிருந்தார்.

இதே சமயத்தில் பாரிஸ் நகரில் ருட்டி தன் சுதந்திரத்திற்கான தடைகள் அனைத்தும் நீங்கிய பிறகும் உள் மனதில் எழும் போராட்டங்களை நிறுத்த முடியாதவராகவும், தன்னால் அடைய முடியாதவைகளுக்காகத் தான் படும் கஷ்டத்தை நிறுத்த முடியாதவராகவும் சிரமப்பட்டுக் கொண்டிருந்தார். இந்தியாவில் இருந்து புறப்படும்போது பல தீர்மானங்கள் எடுத்திருந்தார்; பல ஆசைகளை வைத்திருந்தார். ஆனால் இங்கு வந்துபோது அவை எல்லாமே மறைந்து விட்டன. இப்போது இருப்பது எல்லாமே தன்னைத்தானே எப்படி அழித்துக் கொள்ளலாம் என்ற எண்ணம் மட்டுமே. மீண்டும் அவரது உடல்நலம் குன்றியது. மருத்துவமனையில் சேர்க்கப்பட்டார். மருத்துவர்களுக்கும் காரணம் புரியவில்லை. இதை அறிந்த திருமதி பெத்தித் உடனே புறப்பட்டு பாரிஸ் நகரம் வருவதாக செய்தி அனுப்பினார். ஆனால் அவரைத் தடுத்து நிறுத்த வேண்டும் என்ற ஒரே காரணத்திற்காக ருட்டி தன் உடல்நிலை சரியாகி விட்டது என்ற பொய்யான தகவலை அனுப்பிவிட்டார்.

ஒருவேளை ருட்டியின் ஆசையே அதுவாக இருக்கலாம். ஏதோ ஒரு இடத்தில், தன்னை யாரென்று தெரியாத ஒரு இடத்தில், அப்படியே இருந்து கரைந்து போய் விடலாம் என்று நினைத்திருக்கலாம். ஆனால் மருத்துவமனை வேறுமாதிரியாக

திரு & திருமதி ஜின்னா | 599

நினைத்தது. பாரிஸ் நகரில் ருட்டிக்குத் தெரிந்த ஒருவரைக் கண்டுபிடித்து, அவருக்கு அவசரச் செய்தி அனுப்பினார்கள். அவர் சமன் லால்; ஜின்னாவின் நெருங்கிய நண்பர். அவர் ஜெனிவாவில் அகில உலக தொழிலாளர் சங்கத்தின் மாநாட்டிற்கு இந்திய உறுப்பினராக செல்ல வேண்டியதிருந்தது. அவர் இங்கிலாந்தில் இருந்து ஜெனிவா செல்லும் வழியில் பாரிஸ் நகரம் வந்திருந்தார். அங்கே ருட்டியைச் சந்தித்தார். அப்பொழுது ருட்டியின் உடல்நிலை சீராகவே இருந்தது. இந்தத் தம்பதியரின் நண்பர்கள் அனைவருக்குமே தெரிந்ததுபோல் அவருக்கும் அவர்களின் திருமண வாழ்வில் நிகழ்ந்தது நன்றாகவே தெரிந்திருந்தது. ஆனால் அதை பற்றிப் பேசுவதற்கு எல்லோருக்கும் இருந்த தயக்கம் சமன் லால்-க்கும் இருந்தது. ஆகவே ருட்டியிடம் அதைப் பற்றிப் பேசவே இல்லை. சமன் லால் ஜின்னாவை மட்டும் ஆராதிக்கவில்லை; அவர் ருட்டியையும் அதேபோல் ஆராதித்து வந்திருந்தார். சமன்லாலைப் பொறுத்தவரையில், உலகில் எந்தப் பெண்ணும், அழகிலும் வசீகரத்திலும் ருட்டியின் கால் தூசி கூடப் பெற மாட்டார் என்றுதான் சொல்வார்.

சமன் லால் ஜெனிவா மாநாடு முடிந்த பிறகு திரும்பும் வழியில் மீண்டும் பாரிஸ் வந்தார். அவர் தங்கியிருந்த விடுதியில் அவருக்காக ஒரு அவசரச் செய்தி காத்திருந்தது. மருத்துவமனையில் இருந்து வந்த செய்தி அது. அவசரம் என்று தெரிந்ததும் தன் பெட்டியை மட்டும் இறக்கி வைத்துவிட்டு உடனே வந்த வாகனத்திலேயே மீண்டும் மருத்துவமனைக்கு விரைந்தார்.

மருத்துவமனையில் அவர் ருட்டியைப் பார்த்தபோது அவரது உடல் 106 டிகிரியில் தகித்துக் கொண்டிருந்தது. உடம்பில் வெப்பம் இந்த அளவு உயர்ந்ததற்கும், பிதற்றலோடும் இருப்பதற்கும் காரணம் என்னவாக இருக்கும் என்று புரியாமல் குழம்பி நின்றார். ஒருவேளை இது ஏதாவது தற்கொலை முயற்சியின் விளைவோ? அதிக மார்ஃபின் எடுத்துத் தன்னை மாய்த்துக் கொள்ள முயன்றாரோ? ருட்டியின் நிலைமையைப் பார்த்துபோது இதில் எது வேண்டுமானாலும் காரணமாக இருக்கலாம் என்று சமன் லால் நினைத்தார். அப்பொழுது ருட்டியை அறிந்திருந்தவர்கள் அவருடைய உடல் சீர்கேட்டிற்கு பல காரணங்கள் இருந்தும் யாரும் அதைப் பற்றிப் பேசவேயில்லை. ருட்டியின் மேல் இருந்த அன்பும், ஜின்னாவின் மேல் இருந்த மதிப்பும் தான் காரணமாக

இருக்கலாம். அல்லது உண்மையிலேயே எதுவும் தெரியாமல் இருந்திருக்கலாம். மருத்துவர்களுக்கும் இந்நோய்க்குரிய காரணம் புரியவில்லை. ஏனென்றால் அப்பொழுது மருத்துவர்களுக்குத் தெரியாத ஒரு நோய் இருந்தது. மன அழுத்தமே அது. ருட்டியைப் பார்க்கும்பொழுது கிழிந்த நாராய் அவர் படுக்கையில் கிடந்தார். உடலை அசைக்க கூட முடியாமல் இருந்தார். ஆனால் அவர் கைகள் ஒரு புத்தகத்தை இறுகப் பற்றிக் கொண்டிருந்தன. அதை சமனிடம் கொடுத்து, "சமன், எனக்காக இந்த நூலை வாசியுங்கள்", என்றார்.

அந்தப் புத்தகத்தைக் கையில் எடுத்தார் சமன்லால். ஆஸ்கார் ஒயில்ட் எழுதிய கவிதைப் புத்தகம் அது. அதைத் திறந்ததும் ஹார்லெட்ஸ் ஹவுஸ் - The Harlot's House - என்ற கவிதை கண்ணில் பட்டது. ருட்டி மீண்டும் மெல்ல முனகினார்: "எனக்காக அதைக் கொஞ்சம் வாசியுங்கள், சமன்." அந்தக் கவிதை அறியாமையையும் வஞ்சனையையும் பற்றியது. ஒரு பரத்தையின் வீட்டின் முன்னால் நின்றுகொண்டு, தன் காதலியை நினைத்து காதலன் பாடுகிறான். அந்த வீட்டில் இருந்து வெளிவரும் இசையைக் கேட்டு மயங்கிய காதலி, அவனைத் தெருவோரம் நிற்க வைத்துவிட்டு உள்ளே இருக்கும், ஆன்மாவை இழந்த மனிதர்களோடு இணைந்து கொண்டாள். அங்கிருப்பவர்கள் நடனமாடுவது போலவும், போலியான வாழ்க்கையை வாழ்வது போலவும் காண்பித்துக் கொண்டிருந்தார்கள். ஏறத்தாழ அந்தக் கவிதையில் பன்னிரண்டு பத்திகள் இதைப் பற்றியே பேசிக் கொண்டிருந்தன. அந்த வரிகள் முடிந்தபின் இறுதியாக தலைவன் நின்றுகொண்டிருக்கும் சாலையைப் பற்றிய வரிகள் வருகின்றன:

அமைதியைப் போர்த்திக்கொண்டு நீளமாய்
நீண்டு கிடக்கும் சாலை.
கிழக்கு வெளுக்கிறது
வெள்ளிக் காலணி அணிந்து,
அச்சத்தை போர்த்திக்கொண்ட சிறு பெண் போல
வெளிச்சம் நழுவி மெல்ல நுழைகிறது.

சமன் பாடல்வரிகளை வாசித்து முடித்துவிட்டு ருட்டியைப் பார்க்கிறார். அதற்குள் ருட்டி ஆழ்மயக்கத்திற்குள் போய்விடுகிறார். சமன் உடனே வேகமாக வெளியே போய் மருத்துவரை அழைத்து வருகிறார். உடனே தன் அறைக்குத் திரும்பி இங்கிலாந்தில் இருக்கும் ஜின்னாவிற்குத் தொலைபேசி

மூலம் பேசுகிறார். ஆனால் ஜின்னா அப்போது இங்கிலாந்தில் இல்லை. அவர் அப்பொழுது டப்ளின் நகரத்தில் இருந்தார். அவருக்குச் செய்தி போய்ச் சேர்வதற்கு இரண்டு நாட்கள் ஆகிவிட்டன. அங்கிருந்து அவர் பாரிஸ் நகரம் நோக்கி விரைந்தார்.

ஜின்னா முடிந்தவரை விரைவாக பாரிஸ் நகரம் வருகிறார். இருந்தாலும் சமன் அனுப்பிய செய்தியைப் பார்த்ததும் அவர் மனதிற்குள் ஓர் ஐயம் எழுகிறது. அந்த ஐயத்தின் பேரில் சமனைக் குடைந்து குடைந்து பல கேள்விகள் கேட்கிறார். ஏனென்றால் தம்பதியர் இருவரையும் சேர்த்து வைப்பதற்காக ஒரு பிழையான செய்தி கொடுத்து தன்னை உடனே வர வைத்திருக்கலாம் என்று அவர் எண்ணினார். இதை சமன் லால் விரிவாக எழுதியுள்ளார். ஜின்னா வழக்கம்போல் தான் தங்கும் ஹோட்டலுக்கு வருகிறார். அப்போது அவர் என்னைப் பார்த்து, "ருட்டி நல்ல உடல்நலத்தோடு இருப்பதாக அவரது தாயார் என்னிடம் கூறினாரே" என்று கேட்டார். நான் அதற்கு "இப்போது மருத்துவமனையில் இருந்துதான் வருகிறேன். அவர் உடலின் சூடு 106 டிகிரியைத் தாண்டி விட்டது. அவர் அநேகமாக இறந்து கொண்டிருக்கிறார் என்று தான் நினைக்கிறேன்" என்று சொன்னேன். செய்தியைக் கேட்டதும் ஓரிரு வினாடிகள் அப்படியே அமர்ந்துவிட்டார். அதை அவரால் தாங்க முடியவில்லை. அது அவரை அடியோடு தாக்கி விட்டது என்று அறிந்தேன். உடனே மருத்துவமனைக்கு தொலைபேசியில் பேசுமாறு கட்டளையிட்டார். தொலைபேசியை அவரிடம் கொடுத்தேன். அங்கிருந்த செவிலியரிடம் பேசினார். நான் பேசியதை அவர் உறுதிப்படுத்தினர். உட்கார்ந்திருந்த நாற்காலியின் கைப்பிடியில் ஓங்கி அடித்தார். "வா, விரைவாகப் போவோம்; அவளைக் காப்பாற்றியாக வேண்டும்."

சமன் லால் ஜின்னாவை மருத்துவமனைக்கு அழைத்துச் சென்று, அங்கேயே அவரை விட்டுவிட்டு அருகிலுள்ள தேனீர் கடையில் சுமார் மூன்று மணி நேரம் காத்திருந்தார். ஜின்னா மருத்துவமனையை விட்டு வெளியே வரும்போது அவருடைய முகம் மாறியிருந்தது. முதலில் இருந்த அச்சம் இப்போது இல்லை. ருட்டியை உடனே வேறு ஒரு நல்ல மருத்துவமனைக்கு மாற்றினார். மருத்துவர்களையும் மாற்றினார். எல்லாம் நன்றாக நடந்து கொண்டிருந்தது. ருட்டியை எப்படியும் காப்பாற்றி விட வேண்டும் என்ற உறுதி அவர் மனதில் இருந்தாலும் ஏன் ருட்டிக்கு இந்த நிலைமை என்பது பற்றி

யோசிக்க அவர் தயாராக இல்லை. ருட்டியில் மனதிற்குள் செல்ல இவர் விரும்பவில்லை. தன்னையே மாய்த்துக் கொள்ள வேண்டும் என்ற முடிவுக்கு வந்திருக்கலாம் என்பதைப் பற்றியும் அவர் நினைக்கவில்லை. அடுத்த சில வாரங்கள் முழுவதும் அவர் ருட்டிக்கு பணிவிடை செய்வதிலேயே கழித்தார். அவள் உடல்நலம் சீராக வேண்டும் என்ற நினைப்பிலேயே இருந்தார். அதில் அவரது உறுதி தெரிந்தது. இதற்கு எதிர்மாறான எந்த நினைப்பும் அவர் மனதிற்குள் வரவே இல்லை. ஒரு மாதம் இந்த போராட்டம் தொடர்ந்து நீடித்தது. அவரும் மருத்துவமனையிலேயே ருட்டியோடு தங்கிவிட்டார். முழுநேரமும் ருட்டியின் அருகிலேயே இருந்து அனைத்து வேலைகளையும் அவரே செய்துகொண்டிருந்தார். ருட்டிக்கு வந்த பத்திய உணவே அவருக்கும் உணவாகிவிட்டது. வெளியில் எங்கும் சாப்பிடப் போவதே கிடையாது. ஜின்னா இவ்வாறு மருத்துவமனை சாப்பாட்டையே உண்டு கொண்டிருந்தார் என்பதை ருட்டி பின்னாளில் காஞ்சிக்குச் சொல்லியிருக்கிறார்.

இந்தச் சாப்பாட்டு விஷயம் மிகவும் சிறியதுதான். ஏனென்றால் ஜின்னா அப்போது மிகப் பெரும் தியாகங்களையும் செய்து கொண்டிருந்தார். அதைப்பற்றி ருட்டிக்குச் சுத்தமாக எதுவும் தெரியாது. அவர் நாட்டில் இல்லாத அந்த நேரத்தில் அவருடைய இருப்பு அரசியல் களத்தில் அதிகமாகத் தேவைப்பட்டது. ஒரு அரசியல் முடிவு எடுக்கவேண்டிய சூழ்நிலை நாட்டில் உருவாகியிருந்தது. ஜின்னா அங்கே கட்டாயம் இருக்க வேண்டும் என்றுதான் அனைவரும் விரும்பினார்கள். அப்போதுதான் அனைத்துக் கட்சிக்காரர்களும் ஒரே முடிவு எடுக்க சம்மதிப்பார்கள் என்று அனைவரும் கருதினார்கள். அதிலும் இந்து - இஸ்லாமியர் ஒற்றுமைக்கான முடிவு எடுப்பதற்கு அங்கே ஜின்னா இருக்க வேண்டும். அவரால் வர முடியாமல் போனால் அதற்காக முடிவெடுப்பதைத் தள்ளி வைக்கலாம் என்ற முடிவுக்கு காங்கிரஸ் தலைவர்கள் வந்தனர். நாட்டிற்கு அவருடைய தேவை அத்தனை முக்கியமாக இருந்தது. எனவே அனைத்துக் கட்சி மாநாடு நடத்தலாம் என்றும் பேசப்பட்டது. ஆனால் ஜின்னாவின் மீதோ அவரது அரசியல் மீதோ அதிக மதிப்போ, மரியாதையோ இல்லாத ஜவகர்லால் நேரு, ஜின்னா இல்லாமலேயே அனைத்துக் கட்சி மாநாடு நடத்தி இறுதியான முடிவை எடுக்கலாம் என்று கூறினார். அதே நேரத்தில் ஏற்கனவே இருந்த நேரு ஆணையம், சைமன் ஆணையத்திற்கு எதிராகத் தங்களுடைய சட்டத்திட்டங்களை வடிவமைத்தார்கள். இதையொட்டி

திரு & திருமதி ஜின்னா

பல காங்கிரஸ் தலைவர்களும் ஜின்னாவை நேரடியாகத் தொடர்புகொண்டு, நாட்டிற்கு விரைவில் திரும்பிவந்து நேரு அறிக்கையை ஆய்வு செய்து அதை முழுமையாக வடிவமைக்க வேண்டும் என்ற கோரிக்கையை வைத்தனர். 1928 ஜூலை 1ஆம் தேதி சரோஜினி சாக்ளாவிற்கு, "அயல்நாட்டில் உள்ள நமது 'இந்திய ஜான் சைமன்' அவர்களிடம் இருந்து ஏதாவது செய்தி வந்ததா?" என்று கேட்டு கடிதம் எழுதினார். ஏனென்றால் அப்போது இங்கிலாந்தின் செய்தித்தாள்கள் ஜின்னாவை 'இந்தியாவின் சர் ஜான் சைமன்' என்று பெயர் வைத்துதான் எழுதிக் கொண்டிருந்தார்கள். அதை மனதில்கொண்டே சரோஜினி அவ்வாறு கடிதத்தில் குறிப்பிட்டிருந்தார். மேலும் சரோஜினி, "அந்த எகிப்திய மனித சிங்கம் ஏதாவது ரகசியமான திட்டம் வைத்திருந்தால் எனக்கும் அதைத் தெரிவித்து விடுங்கள்", என்று வேடிக்கையாகக் குறிப்பிட்டிருந்தார். சரோஜினி, சாக்ளா, மோதிலால் நேரு என்று ஜின்னாவுக்கு மிகவும் நெருங்கியவர்கள் தொடர்ந்து அழுத்தம் கொடுத்துக் கொண்டிருந்தாலும் ருட்டியைத் தனியாக விட்டுவிட்டு இந்தியா வர ஜின்னா முழுவதுமாக மறுத்துவிட்டார். ருட்டியின் உடல் நலமே அவரது ஒரே குறிக்கோளாக அப்போது இருந்தது.

இந்தியாவில் ஜின்னா இல்லாத அந்த நேரத்தில் முஸ்லிம் லீக் கட்சியின் கொள்கை பரப்பாளராக சாக்ளா, தன்னால் முடிந்ததை மிகுந்த ஆர்வத்தோடு செய்து கொண்டிருந்தார். அதோடு மட்டுமல்லாது நேரு அறிக்கையை முழுமையாக்கும் பணியில் ஆர்வத்தோடு ஈடுபட்டுக் கொண்டிருந்தார். சாக்ளா ஜூலை மாதம் ஜின்னாவிற்கு ஒரு கடிதம் எழுதினார். அதில் எவ்வளவு சீக்கிரம் முடியுமோ அவ்வளவு விரைவில் வந்து, மோதிலால் நேருவுடன் அமர்ந்து, தேவையான விட்டுக் கொடுத்தல்களுக்குப் பிறகு ஒரு முழுமையான அறிக்கையைத் தயார் செய்து, அதை லக்னோவில் ஆகஸ்ட் மாதம் நடக்கும் அனைத்துக் கட்சி மாநாட்டின் மேடையில் தீர்மானமாகக் கொண்டு வரவேண்டும் என்று கேட்டிருந்தார். சாக்ளாவின் அவசரக் கடிதம் மட்டும் போதாது என்பதுபோல், மோதிலால் நேருவும் ஒரு கடிதத்தை ஜின்னாவிற்கு எழுதியிருந்தார். அது மட்டுமில்லாமல் ஆகஸ்ட் 2ஆம் தேதி அந்த அறிக்கையின் நகலை ஜின்னாவுக்கு அனுப்பி வைத்தார். அந்த அறிக்கையில் ஜின்னா மாற்றங்கள் ஏதும் செய்ய விரும்பினால் அதைச் செய்துகொள்ளலாம் என்றும் ஆகஸ்ட் 27 இல் நடக்கும் லக்னோ மாநாட்டிற்கு அவர் வந்து சேர வேண்டும் என்றும் தன் கோரிக்கையை எழுதியிருந்தார். அப்படி 27ஆம் தேதி வர முடியாவிட்டாலும் 29ஆம் தேதியாவது

இங்கு வந்துவிடுங்கள் என்று எழுதியிருந்தார். மாநாட்டிற்குக் கட்டாயம் வந்துவிட வேண்டும் என்ற அழைப்புகள்; அறிக்கையைப் பற்றித் தொடர்ந்து தங்கள் கடிதத்தில் எழுதுவது என்று பல்வேறு அரசியல் முயற்சிகளை நண்பர்கள் பலரும் செய்து கொண்டிருந்தார்கள். ஏனென்றால் மோதிலால் நேரு போன்ற பலர் ஜின்னா நேரில் வந்து இந்த அறிக்கையை ஆதரிக்காவிட்டால் இஸ்லாமியர்கள் பலர் அந்த அறிக்கையை ஏற்றுக்கொள்ள மாட்டார்கள் என்று நினைத்தனர். ஜின்னாவின் தலையீடும், அவருடைய ஆதரவும் கட்டாயத் தேவையாக அந்த நேரத்தில் இருந்தது. இஸ்லாமியர்கள் மத்தியில் இரண்டு வெவ்வேறு குழுக்கள் இருந்தன. ஒரு குழு நேரு அறிக்கைக்கு ஆதரவாகவும், மற்றொன்று எதிராகவும் நின்றன. இந்தப் பிரிவினை இரண்டு காரணங்களைப் பற்றி நடந்தது. மத்திய மக்களவையில் மொத்த தொகுதி எண்ணிக்கையில் மூன்றில் ஒரு பகுதியை ஜின்னா இஸ்லாமியர்களுக்காகக் கேட்டிருந்தார். ஆனால் நேரு அறிக்கையில் இது நான்கில் ஒன்றாக மாற்றப்பட்டிருந்தது. இரண்டாவதாக இஸ்லாமியர்களுக்கு என்று தனித்தொகுதி வேண்டாம் என்று அறிக்கையில் முடிவு எடுக்கப்பட்டிருந்தது. இதில் இரண்டாவது மாற்றம் மிகுந்த எதிர்பார்ப்பைக் கொண்டு வந்திருந்தது. ஜின்னா எனக்கு மிகவும் நெருங்கிய நண்பர்; அதோடு அவர் ஒரு மிக நல்ல உறுதியான தேசியவாதி. ஆகவே இந்த இரு மாற்றங்களையும் அவர் ஏற்றுக்கொள்வார் என்று மோதிலால் நம்பினார். அவர் அப்படி ஏற்றுக்கொண்டால் இஸ்லாமியர்களின் மனதை மாற்றுவது அவருக்கு எளிதாக இருக்கும் என்பது நேருவின் எண்ணம். ஆனால் ஜின்னாவினால் இந்தியாவிற்கு சரியான சமயத்தில் வர முடியாமல் போனது. சரோஜினி இதைப்பற்றி தன் மகள் பத்மஜாவிற்கு மாநாட்டிற்கு ஒரு நாள் முன்பு, அதாவது ஆகஸ்ட் மாதம் 22ஆம் தேதி, ஒரு கடிதம் எழுதியிருக்கிறார். அதில் ருட்டி மிக மோசமான உடல் நிலையில் இருப்பதாகவும், அதனால் ஜின்னா இந்தியாவிற்கு வரவில்லை என்றும் குறிப்பிட்டுள்ளார். ஜின்னா வரவில்லை என்றால் இஸ்லாமியர்கள் எந்த முடிவுக்கும் வரமாட்டார்கள் என்றும் உறுதியாக எழுதியிருந்தார்.

சரோஜினி போலவே ஜின்னாவும் காங்கிரஸால் எந்த ஒரு அரசியல் முடிவுக்கும் வர முடியாது என்று நினைத்திருந்தார். தாமதமாகப் போனாலும் அரசியல் நிலைமை மாறாமல் அப்படியேதான் இருக்கும். ருட்டியின் உடல்நிலை சரியானதும் இருவரும் சேர்ந்தே தாய் நாடு திரும்பலாம். அந்தப் பிரச்சனையை அதன்பின் தீர்க்கலாம் என்ற நம்பிக்கையோடு

ஜின்னா இருந்தார். இந்த நம்பிக்கையில் முதல் அடி விழுந்தது. ருட்டி பம்பாய்க்கு தன் அம்மாவோடு திரும்பப் போவதாகத் தெரிவித்துவிட்டார். அவர் உடல்நிலை இன்னும் முழுமையாகச் சரியாகவில்லை. இருந்தும் அடம் பிடித்துத் தன் தாயோடு இந்தியாவுக்கு புறப்பட்டுவிட்டார்.

இப்படி சட்டென்று ருட்டி ஜின்னா இல்லாமலேயே இந்தியாவிற்குப் புறப்பட்டது நண்பர்கள் அனைவருக்கும் பெரும் அதிர்ச்சியாக இருந்தது. ஏனென்றால் அவர்கள் எல்லோருமே தம்பதியர்கள் இருவருக்குள்ளும் ஒற்றுமை வந்துவிட்டது. பிரச்சனைகள் தீர்ந்து விட்டன என்று நம்பிக் கொண்டிருந்தார்கள். அந்த நம்பிக்கையில் பெரிய இடியாக ருட்டியின் நடவடிக்கை இறங்கியது. அப்போது சரோஜினி அமெரிக்காவிற்குச் சென்று கொண்டிருந்தார். செல்லும் வழியில் பாரிஸ் நகரத்தில் இறங்கி தன் தோழியை பார்க்கலாம் என்று இரண்டு நாள் அங்கேயே தங்கினார். உடல் நலமில்லாத தன் தோழியைப் பார்ப்போம் என்று நினைத்துக்கொண்டிருந்த சரோஜினிக்கு ஏமாற்றம்தான் மிஞ்சியது. ஏனென்றால் அதற்குள் ருட்டி இந்தியாவிற்குப் புறப்பட்டுப் போய்விட்டார். ஜின்னா தனியாக, தன்னந்தனியனாக அங்கே இருந்தார். சரோஜினிக்கு ஆச்சரியமும் அதிர்ச்சியும் ஒருங்கே கிடைத்தன. "ருட்டியை இந்தியாவிற்கு நல்லபடியாகக் கொண்டு செல்வதற்காக ஜின்னா மிகவும் முயற்சி எடுத்தார்" என்று சரோஜினி அக்டோபர் 10ஆம் தேதி பத்மஜாவுக்கு எழுதிய கடிதத்தில் குறிப்பிடுகிறார். ஆனால் ருட்டி தன் தாயுடன் ஜின்னாவின் மறுப்பையும் மீறிப் புறப்பட்டுவிட்டார். அப்போதிருந்த ருட்டியின் மனநிலையைப் பற்றி இன்னொரு நண்பர் சரோஜினியிடம், "யார் சொல்லியும், என்ன சொல்லியும், எதையும் கேட்க அவர் தயாராக இல்லை; அவருடைய உடல்நிலை இன்னும் சரியில்லை; ஆபத்தான நிலையில்தான் இன்னும் இருக்கிறார்", என்று கூறியுள்ளார். சரோஜினி "நான் இன்னும் ஜின்னாவிடம் பேசவில்லை", என்றும் அக்கடிதத்தில் எழுதியுள்ளார்.

அடுத்த நாளே சரோஜினி ஜின்னாவைச் சந்தித்தார். ஆனால் ஜின்னா வழக்கம்போல் தன்னுடைய தனிப்பட்ட பிரச்சனைகளை அடுத்தவரோடு பகிர்ந்துகொள்ள தயங்கி நின்றார். அதை அவர் விரும்பவில்லை. நேரு அறிக்கையைப் பற்றி இருவரும் பேச ஆரம்பித்தனர். ஜின்னாவைப் பொறுத்தவரையில் இந்த விஷயத்தில் அவர் மிகுந்த தோல்வி மனப்பான்மையோடு இருந்தார். சரோஜினி, ஜின்னா

தன்னைப்பற்றி மட்டுமே நினைத்து அந்த அறிக்கையை விமர்சிக்கிறார் என்று புரிந்து கொண்டார். இதை ஒரு கடிதத்தின் மூலம் சாக்ளாவிடம் பகிர்ந்து கொள்கிறார். அந்தக் கடிதம் சரோஜினி அமெரிக்கா செல்வதற்கு கப்பலில் ஏறும் நாளில், அதாவது 1928 அக்டோபர் 25ஆம் தேதி எழுதியது. "நான் பாரிஸ் நகரில் நேரு அறிக்கை பற்றி ஜின்னாவிடம் வெகுநேரம் பேசிக் கொண்டிருந்தேன். அந்த சமயத்தில் அவருடைய தனிப்பட்ட துன்பங்கள் மிக அதிகமாக இருந்தன. அது அவரை உலுக்கி விட்டது என்பது எனக்கு நன்றாகப் புரிந்தது. அதனால்தானோ என்னவோ பொது அரசியல் விஷயங்களில் அவருடைய தீர்ப்புகள் அத்தனை சரியாக இல்லை."

சமன் லால் மீண்டும் பாரிஸ் நகர் வந்தார். ஜின்னாவைச் சந்தித்தார். ஜின்னா தனித்திருந்தார். இது சமன்லாலிற்கு மிகுந்த ஆச்சரியத்தை அளித்தது. ஏனென்றால் ருட்டி உடல்நலமில்லாமல் இருக்கும்போது, ஜின்னா அதே மருத்துவமனையில் தங்கி, அனைத்து வேலைகளையும் செய்து கொண்டு இருந்ததைப் பார்த்தபோது இருவருக்குள்ளும் நல்லபடியாக சமாதானம் நடந்து முடிந்துவிட்டது என்று நம்பிக் கொண்டிருந்தார். ஆனால் இன்றோ ஜின்னா தனிமையில் பாரிஸ் நகரில் இருக்கிறார். ருட்டி இந்தியாவிற்குச் சென்றுவிட்டார். அவர்கள் இருவருக்குள் என்னதான் நடந்தது என்று அறிந்துகொள்ள சமன் லாலுக்கு ஆசைதான். ஜின்னாவிடம் அதைப் பற்றி பேசுவதற்கு அத்தனை தயக்கமாக இருந்தது. இறுதியில் தன் தயக்கங்களை எல்லாம் விட்டுவிட்டு, ஜின்னாவிடம் ஒருநாள் முழுவதும் ஏதேதோ பேசிக் கொண்டிருந்துவிட்டு மாலையில் "ருட்டி எங்கே?" என்று மட்டும் கேட்டார். ஜின்னாவும் அதேபோல் சுருக்கமாக பதில் சொன்னார்: "நாங்கள் சண்டை போட்டுக் கொண்டோம்; அவள் பம்பாய் சென்று விட்டாள்." இதைப்பற்றி சமன்லால் எழுதும்போது "ஜின்னாவின் முடிவெடுத்த வார்த்தைகள் வெளிவந்த பின்பு அடுத்து என்ன கேட்பது என்று எனக்குத் தெரியவில்லை. கேட்கும் தைரியமும் எனக்கில்லை."

உண்மையைச் சொல்வதென்றால் இருவரும் சொன்னதுபோல் அவர்கள் சண்டை போட்டுக் கொள்ளவில்லை. ஏனென்றால் அவர்களுடைய பிரிவு மிக மென்மையாக நெகிழ்ச்சியோடு நடந்து முடிந்தது. அதுவும் ருட்டியைப் பொருத்தவரையில் அப்படி நடந்ததாகத்தான் அவர் நினைத்தார். பம்பாய் செல்வதற்காகக் கப்பலில் ஏறியவுடன் ஜின்னாவிற்கு ஒரு

கடிதம் எழுதுகிறார். அந்தக் கடிதம் காதல் சொட்டும் கடிதமாகவே இருந்தது. "நான் உங்களை இன்னும் சிறிது குறைவாகக் காதலித்திருந்தால் நான் அங்கேயே உங்களோடு சேர்ந்து தங்கியிருந்திருப்பேன்", என்ற வாக்கியம் ருட்டியின் காதலை முன் வைத்தது. ருட்டி தனது வழக்கத்தை மீறி, அவசரப்பட்டு ஏதும் சொல்லிவிடாமல் பொறுமையாக, தான் சொல்ல நினைத்ததை வார்த்தைகளாக வடித்தெடுத்தார். அந்த வார்த்தைகள் அவரை மீறி வந்த வார்த்தைகள் அல்ல; ஆனால் அவை அவரின் மனதின் நிழல்கள். ஆகவே அவற்றைத் தேர்ந்தெடுத்து எழுதியிருந்தார். இன்னொரு வழக்கத்திற்கு விரோதமான செயல் ஒன்றும் நடந்தது. ருட்டி கடிதம் எழுதுவார்; ஒரு முறைதான் என்றாலும் செவ்வனே செய்வார். ஆனால் இந்த முறை முதலில் எழுதிய கடிதத்தைக் கிழித்துப் போட்டுவிட்டு புதிதாக இன்னொரு கடிதம் எழுத ஆரம்பித்தார். பாரிஸ் நகரில் எழுத ஆரம்பித்து, பின் அவைகளைக் கிழித்துப் போட்டுவிட்டு, அதன்பின்பு மார்செய்யில்ஸ் நகரில் இருந்து எஸ்.எஸ்.ராஜ்புட்டனா என்ற கப்பலில் ஏறிய பின் புதிதாக இன்னொரு கடிதத்தில் தொடர்ந்தார். அந்தக் கடிதத்தில், "ஏற்கனவே பாரிஸ் நகரில் இருந்து ஒரு கடிதம் எழுத ஆரம்பித்தேன்; அங்கிருந்தே அதை தபால் பெட்டியில் சேர்க்க நினைத்தேன். ஆனால் அவைகளையெல்லாம் கிழித்துப் போட்டுவிட்டு புத்தம் புதிதாக இன்னொரு கடிதத்தை என் இதயத்திலிருந்து எழுத ஆரம்பிக்கலாம் என்று நினைத்தேன்" என எழுதியிருந்தார்.

அந்தக் கடிதம் ஓர் அச்சுறுத்தும் கடிதமாக இருந்தது. ஏனென்றால் அதில் எதிர்காலத்தைப் பற்றிய எந்த நம்பிக்கையும் இல்லை. வாழ்க்கையின் அத்தனை உயிர்ச்சத்துகளும், உணர்வுகளும் இல்லாத கடிதமாக அது இருந்தது. ஆனால் கடிதம் முழுவதும் மென்மையும், கடும் சோகமும் இருந்தது. தங்கள் வாழ்க்கைக்கு ஒரு சோகமான முடிவைக் கொடுக்கப் போகிறோமே என்ற வேதனையில், ஆனால் அது தங்கள் உணர்வுகளைக் கெடுத்து விடக்கூடாது என்ற நினைப்பில் எழுதிய கடிதமாக இருந்தது.

மிகவும் அழகாக ஆரம்பிக்கப்பட்ட கடிதம். டார்லிங் - என்ற அழகுச் சொல்லோடு ஆரம்பிக்கப்பட்ட கடிதம் அது. ருட்டியின் கையெழுத்து எப்பொழுதுமே மிகவும் அழகாகவும், திருத்தமாகவும் இருக்கும். ஆனால் உடல்நலம் கையெழுத்தையும் மோசமாக்கியிருந்தது. கையெழுத்து மாறியிருக்கலாம்; ஆனால் சொல்லழகு இன்னும் அப்படியே

இருந்தது. கடைசியில் ஒரே ஒரு இடத்தைத் தவிர மற்ற எந்த இடத்திலும் அடித்தல் திருத்தல் இல்லாமல் தெளிவான நற்சொற்களோடு கடிதத்தை எழுதி இருந்தார். அந்த அடிக்கப்பட்ட சொல்லும் வேறு ஒரு அழகான சொல்லாக மாற்றப்பட்டிருந்தது.

"எனக்காக நீங்கள் செய்தது அத்தனைக்கும் என் மனமார்ந்த நன்றி. எனது கடிதத்தால், உங்களது உயர்ந்த உணர்வுகளை நான் நோகடித்தாலும், எரிச்சலை உண்டாக்கினாலும் பொறுத்துக்கொள்ளுங்கள். ஏனென்றால் என் இதயத்தில் முழுமையான மென்மையும், வலியும் மட்டுமே நிறைந்து இருக்கின்றது. வாழ்க்கையின் உண்மையான உச்சத்திற்கு - அதாவது மரணத்தின் விளிம்பிற்கு - சென்று வந்த எனக்கு நினைவில் இருப்பது எல்லாமே அழகான அன்பான மணித்துளிகள் மட்டுமே. ஏனைய அனைத்தும் மூடி வைக்கப்பட்ட வெறும் பொய்களாகவே இருக்கும்."

அவர் எழுதிய வார்த்தைகளில் இருந்த ஆதங்கங்களும், குற்றச்சாட்டுகளும் நிச்சயமாக இறந்து கொண்டிருக்கும் ஒரு பெண் எழுதியது போன்றே தோன்றுகிறது. அந்தக் கடிதத்தில் இருந்த வார்த்தைகள் அதன் வேதனையைக் கூட்டுகின்றன. மனதில் இருந்த கோபமும் வருத்தமும் அந்த வார்த்தைகளில் வடிந்திருந்தது. "நீங்கள் பறித்து முகர்ந்த அழகான மலராக என்னை நினைத்துக்கொள்ளுங்கள்; நிச்சயமாக நீங்கள் காலில் போட்டு மிதித்த மலராக நினைக்க வேண்டாம். அன்புக்குரியவரே! நான் மிகவும் கஷ்டப்பட்டு விட்டேன்; ஏனென்றால் என் காதல் அத்தனை ஆழமானதாக இருந்தது. நான் பட்ட வேதனையின் அளவும், நான் உங்கள் மேல் வைத்திருந்த காதலும் ஒரே அளவில் இருந்தன."

கடிதத்தின் இறுதியில் ஜின்னாவின் முகத்தைப் பார்த்து பேச முடியாத வார்த்தைகளை அதில் வார்த்துவிட்டார். அது இதயத்தையே கட்டி இழுக்கும் ஒரு பாவப்பட்ட வேண்டுதல். இன்னும் தன்னை இழுத்துக் கீழே தள்ள வேண்டாம் என்ற வேண்டுகோள் அதில் தொங்கியிருந்தது. "டார்லிங், நான் உங்களைக் காதலிக்கிறேன்; மிகவும் அதிகமாகக் காதலிக்கிறேன். ஒருவேளை என் காதலின் அளவு இன்னும் சிறிது குறைந்திருந்தாலும் நிச்சயமாக நான் உங்களோடு ஒன்றாக இணைந்திருந்திருப்பேன். மிக அழகான மலர் ஒன்றைப் படைத்துவிட்டு, அதன் பிறகு அதைச் சகதியில் இழுத்துப் புரட்டியெடுக்க முடியுமா? நீங்கள் உங்கள் கற்பனைகளையும்,

கொள்கைகளையும் மிக உயரத்திற்கு எடுத்துச் செல்கிறீர்கள். ஆனால் அவைகள் சறுக்கிக் கீழே விழுந்து விடுகின்றன. எந்த ஆணையும் ஒரு பெண் எந்த அளவு அதிகமாகக் காதலிக்க முடியுமோ அதே அளவில் நான் உங்களைக் காதலித்தேன். நான் உங்களிடம் வேண்டுவதெல்லாம் ஒன்றே ஒன்றுதான். நமது சோகங்கள் எல்லாம் காதலில் இருந்துதான் முளைவிட்டுக் கிளம்பின. அவை அடங்குவதும் அங்கேயே நடக்கட்டும். டார்லிங்! விடைபெறுகிறேன். குட் நைட். குட் பை.... ருட்டி."

ஒரு வாரம் கழித்து பம்பாய் செல்வதற்கான கப்பலில் ஜின்னா பயணப்படுகிறார். இப்போது அவருக்காகக் காத்திருக்கும் அவசரமான வேலைகளைச் செய்வதற்கு அவருக்கு தடையேதும் இல்லை. கப்பல் பம்பாய் போய்ச் சேரும் வரை கூடக் காத்திருக்காமல் பயணத்தின் போதே தான் செய்ய வேண்டிய அரசியல் வேலைகளை ஆரம்பித்து விடுகிறார். அவர் கையிலிருந்த மோதிலால் நேரு அனுப்பிய கடிதத்தின்படி அவர் எழுதிய ஆய்வறிக்கையைப் படித்து அதற்கு ஆதரவான கோரிக்கைகளைத் தயார் செய்ய வேண்டும். ஜின்னாவிற்கு ஒன்று மிக நன்றாகத் தெளிவாகப் புரிந்தது. அவர் இந்தியாவுக்குத் திரும்பும் பொழுது அவருக்காக இருவகைப்பட்ட மக்கள் காத்திருக்கிறார்கள் என்பது அவருக்குத் தெரியும். நேருவின் அறிக்கையை ஆதரிப்பவர்களும், எதிர்ப்பவர்களும் இரு அணிகளாக ஜின்னாவிற்காகக் காத்துக் கொண்டிருந்தார்கள். அந்த அறிக்கையைப் பற்றி என்ன சொல்லப் போகிறார் என்று இருவருமே ஆவலோடு காத்திருந்தார்கள். ஆனால் சைமன் அறிக்கையை முழுமையாக எதிர்த்து அறிக்கை கொடுத்தது போல் அல்லாமல் ஜின்னா இப்போது எல்லாவற்றையும் கொஞ்சம் மென்மையாகக் கையாண்டார். முதலில் தான் இன்னும் அறிக்கையை முழுமையாகப் படிக்கவில்லை என்று மோதிலால் அவர்களுக்கு எழுதிய கடித்தத்தில் கூறியிருந்தார். ஏனென்றால் அறிக்கை வெளிவந்த பிறகு பல்வேறு விஷயங்களில் தொடர்ந்து மாற்றங்கள் நடந்துகொண்டே இருக்கின்றன.

பம்பாயில் இறங்குவதற்கு முன்பே அவருக்கு ஏமாற்றம் ஒன்று காத்திருந்தது. பொதுவாக ஜின்னா உறுதியான மனம் படைத்தவர். அவ்வளவு எளிதாகக் கோபப்பட மாட்டார். அவரது அபூர்வமான கோபம் இந்த முறை சாக்ளா மேல் பாய்ந்தது. முஸ்லிம் லீக் கட்சியின் செயலராக சாக்ளா பொறுப்பை ஏற்றுக் கொண்டதும் அவர் அதை மிகவும்

தீவிரமாக எடுத்துக்கொண்டு, நேரு அறிக்கையை முஸ்லிம் லீக் கட்சியின் சார்பில் ஆதரித்து அறிக்கை ஒன்றை வெளியே கொண்டு வந்திருந்தார். ஏனோ இதைச் செய்வதற்கு முன் ஜின்னாவிடம் ஆலோசனை கேட்டிருக்க வேண்டும் என்று அவருக்குத் தோன்றவில்லை. அவருக்குச் சரி என்று பட்டது; ஆகவே அதைச் செய்துவிட்டார். கப்பலிலேயே செய்தித்தாள்கள் மூலம் ஜின்னா இச்செய்தியை அறிந்திருக்கவேண்டும். ஜின்னாவை வரவேற்பதற்காக சாக்ளா கப்பலுக்கு உள்ளேயே வந்துவிட்டார். அப்பொழுது ஜின்னா இன்னும் தன் அறையிலேயே தான் இருந்தார். கோபத்தை எல்லாம் அடக்கிக் கொண்டு அங்கு இருந்திருப்பார் போலும். உள்ளே நுழைந்த சாக்ளாவைப் பார்த்து உரத்த குரலில், "முஸ்லிம் லீக் கட்சிக்காக நேருவின் அறிக்கை சரி என்று சொல்வதற்கு நீங்கள் யார்? உங்களுக்கு அந்த அதிகாரத்தைக் கொடுத்தது யார்?" என்று கோபத்தில் கத்தினார். இது சாக்ளாவிற்கு மிகுந்த அச்சத்தைக் கொடுத்தது. ஏனென்றால் ஜின்னா அவர் செய்தவைகளை மறுத்தால் அவை அனைத்தும் குப்பைத்தொட்டிக்குள் போய்விடும் என்றுதான் சாக்ளா நினைத்தார். அதுவும் ஜின்னா இந்த அளவு கோபத்தோடு தன்னை எதிர்ப்பார் என்று அவர் எதிர்பார்க்கவே இல்லை. இருந்தாலும் மென்மையாக ஜின்னாவிடம் வந்து இறைஞ்சிக் கேட்டார்: "தயவுசெய்து உடனே பத்திரிகையாளர்களைப் பார்த்து அறிக்கைக்கு எதிர்த்து எந்த கருத்துகளையும் கூறாதீர்கள். நான் சொல்வதை முதலில் கொஞ்சம் கேட்டுக் கொள்ளுங்கள், அதன் பிறகு நீங்கள் முடிவெடுத்துக் கொள்ளலாம்" என்றார். ஜின்னாவிடம் பொங்கி வந்த கோபம் சடாரென்று மறைந்தும் போனது. மீண்டும் வழக்கம்போல் தன் உணர்வுகளை வெளிக்காட்டாத இரும்பு மனிதராக மாறிப்போனார். நிச்சயமாக அவர் தன் உணர்வுகளுக்கு அடிமையாக விரும்பவில்லை. அதோடு தான் செய்த அனைத்து அரசியல் வேலைகளும் முடிவுக்கு வருவதையும் அவர் விரும்பவில்லை. அதன்பின் நடந்தவற்றை சாக்ளா தனது குறிப்பில் எழுதியுள்ளார்: "சிறிது சிந்தித்து விட்டு, உடனே சரி என்றார். என் கருத்துகளை நான் பிறகு சொல்கிறேன். முதலில் அறிக்கை பற்றி நான் சில விவாதங்களை மேற்கொள்ள வேண்டும்", என்றார்.

இந்த நிகழ்வுகள் நடந்து கொண்டிருந்த சமயத்தில் சரோஜினி அமெரிக்காவிலிருந்து சாக்ளாவிற்கு இது தொடர்பாக ஒரு கடிதம் எழுதியுள்ளார். "பல மாதங்களுக்குப் பிறகு உங்கள் தலைவரை நீங்கள் நாளை சந்திப்பீர்கள் என்று நினைக்கிறேன். நிச்சயமாக

உங்களுக்கு நடுவில் எழும் முதல் கேள்வி நேருவின் அறிக்கை பற்றியதாகத்தான் இருக்கும். லக்னோ மாநாடு எப்படி இருந்தது, என்ன நடந்தது என்பது உங்களின் விவாதங்களில் பங்கேற்கும். ஒருவேளை இந்தக் கடிதம் கிடைக்கும் நேரத்தில் கூட நீங்கள் அந்த அறிக்கை தொடர்பான கஷ்ட நஷ்டங்களை - கஷ்ட நஷ்டங்கள் என்று சொல்லும்பொழுது அதோடு ஆபத்து என்ற வார்த்தையையும் சேர்த்துக் கொள்ளட்டுமா? - ஏனென்றால் ஒரு நிச்சயம் இல்லாத நிலையில் தோல்வி மனப்பான்மையுடன் ஜின்னா இருந்து கொண்டிருந்தார். நிச்சயமாக அவர் தான் இல்லாததால் இஸ்லாமியர் கோரிக்கைகளும் கொள்கைகளும் குழப்பமான ஒரு நிலையில் இருக்கின்றன என்று நினைப்பார். ஆனால் அவர் நேரடியாக இந்தப் பிரச்சினைகளை அணுகும்போது அவர்களை மிகச் சரியாகப் புரிந்துகொண்டு நேரத்திற்கு ஏற்றது போல் சரியான முடிவை எடுப்பார் என்று நம்புகிறேன். ஆறாயிரம் மைல்களுக்கு அப்பால் இருந்து ஒரு முடிவை எடுப்பதை விட பிரச்சனைகளின் பக்கத்தில் இருந்துகொண்டு அவைகளுக்குத் தீர்ப்பு எழுதினால் தானே அது சரியாக இருக்கும். ஒன்றை நான் வெகு நிச்சயமாக நம்புகிறேன் - ஜின்னா தன் முழு ஆற்றலையும் ஆன்மாவையும் இணைத்து இந்து - முஸ்லிம் ஒற்றுமைக்காகச் சரியான தீர்ப்பை நோக்கி நடப்பார். அதற்கான பொறுப்பு அவரிடம் இருப்பதாக அவர் ஒத்துக் கொள்வார். அவரின் அரசியல் நிலைப்பாட்டில் அவர் ஒரு முக்கியமான கடமையோடு இதைச் செய்வார். அதற்காக எதிர்வரும் சவால்களையும் முறியடித்து தலைமை உணர்வையும் தன் புத்திக்கூர்மையும் கட்டாயம் நிலைநாட்டுவார். ஒரு இனவாதியாக அல்லாமல் ஒரு தலை சிறந்த அரசியல் தலைவனாக விரிந்த பார்வையோடு தயங்காத உள்ளத்தோடு தைரியத்தோடு முடிவெடுப்பார்."

அரசியலில் அவருக்கென்று இருந்த தனிப்பட்ட இடம், அதில் தன்னை நிலைநாட்டிக் கொள்ளக் கிடைத்த அரும் பெரும் வாய்ப்பு இது என்பது ஜின்னாவுக்கு நிச்சயமாகத் தெரியும். ஆகவே இந்த வாய்ப்பைக் கையில் எடுத்துக்கொண்டு அடுத்த எட்டு வாரங்களுக்கு அரசியல் வேலைகள் அனைத்தையும் இழுத்துப் போட்டுக்கொண்டு வேறு வேலைகள் எதிலும் நாட்டமில்லாமல், பிரிந்து கிடக்கும் இஸ்லாமியர்களை ஒன்றாக இணைத்து, தன் தலைமைக்குக் கீழ் கொண்டு வரவேண்டும் என்று அதற்கான வேலைகளில் ஈடுபட்டுக் கொண்டிருந்தார். அனைத்துத் தரப்பினரும் ஒப்புக்கொள்ளும் வகையில்

விட்டுக்கொடுக்க வேண்டியவைகளை விட்டுக்கொடுத்து வெற்றியடைய உழைத்துக் கொண்டிருந்தார்.

இப்போது ருட்டிக்கு வேறு சிந்தனைகள் எதுவுமே இல்லை. அவரின் சோகத்தைப் புறந்தள்ளுவது மட்டுமே அவருக்கு வேலையாக இருந்தது. யோசித்து பார்த்தால் ஏறத்தாழ அவர் வயதில் இருந்த இளம் பெண்கள் பலரும் ஏதோ ஒரு சிரமத்திற்கு ஆளாகிக் கொண்டிருந்தனர். பலருக்கும் பெரும் மன அழுத்தம். (அப்போதெல்லாம் மன அழுத்தத்தை 'நீலப் பேய்' என்றும் அழைத்தனர்.) காய்ச்சல் போல எல்லோரையும் அது பாதித்தது. பத்மஜாவின் நிலையும் மிகவும் மோசமாக இருந்தது. உடல்நிலை மோசமாகிக் கொண்டே இருந்தது. சுறுசுறுப்பான வாழ்க்கை வாழவேண்டும் என்று ஆசைப்பட்டாள். மனதில் ஏற்பட்டிருந்த காதலும் மருகிப் போனது. லீலாமணி முதிர் கன்னியாக தூரத்தில் உள்ள ஒரு கல்லூரியில் ஆசிரியராக வேலை பார்த்துக்கொண்டிருந்தார். அவளுடைய சகோதரன் ரணதீராவைப் போல அவளும் குடிக்கு அடிமையாகிக் கொண்டிருந்தாள். இன்னொரு சகோதரன் ஜெய்சூர்யா பெர்லின் நகரத்தில் மருத்துவக் கல்வி பயில்கிறேன் என்ற பெயரில் அங்கிருந்த ஒரு மருத்துவமனையில் மன அழுத்தத்திற்கு மருத்துவம் எடுத்துக் கொண்டிருந்தான். ஒரே ஒரு விஷயம் பரவாயில்லை. அவர்கள் எல்லோருக்கும் அவர்களைக் கவனித்துக் கொள்ள அவர்களுடைய பெற்றோர்கள் இருந்தார்கள். அவர்கள் பண விஷயத்திலும், உணவு விஷயத்திலும் தங்கள் பிள்ளைகளுக்கு உதவியாக இருந்தனர். அதிலும் சிறப்பாக டாக்டர் நாயுடு அவர்களைச் சொல்லவேண்டும். அவர் ஹைதராபாத்தில்தான் வாழ்ந்து கொண்டிருந்தார். ஆனால் அவருடைய குடும்பம் உலகெங்கும் பரவிக் கிடந்தது. அவர் தூண் போல நின்று முழுக் குடும்பப் பாரத்தைத் தாங்கிப் பிடித்துக் கொண்டிருந்தார். அவ்வப்போது அவரிடமிருந்து அறிவுரைகள் வரும்; பரிசுகள் வரும்; பணம் வரும்; எல்லாவற்றையும்விட அன்பு மழை எப்போதும் பெருகி வரும்.

ருட்டி மிகவும் தனிமையில் இருந்தார். முழுத் தனிமை. அவரின் இப்போதைய நிலைமையை பல மாதங்களுக்குப் பிறகு சரோஜினி, "எந்தப் பாதுகாப்பும் இல்லாமல் தனித்து ஒன்றுமில்லாமல் இருந்தாள்; ஆனால் அவளைச் சுற்றியிருந்த உலகம் அனைத்தும் வைத்திருந்தது." திருமண உறவிலிருந்து விலகி விட்டாலும் இன்னும் ருட்டி தன் தந்தையோடும் சகோதரர்களுடன் உறவாட முடியாது.

பெத்தித் மாளிகையின் நீண்ட நெடும் கதவுகள் முழுவதுமாக அவருக்கு மூடிவிட்டன. அவருடைய தாயார் மட்டும் அவ்வப்போது தன் மகளைச் சந்தித்து விட்டுச் சென்று விடுவார். இதில் பிரச்சனை என்னவென்றால் தன் தாய் வந்துவிட்டுப் போகும் போதெல்லாம் ருட்டி மிகவும் எரிச்சலும் கோபமும் அடைந்துவிடுவார். இதை அவரால் தவிர்க்கவும் முடியவில்லை. ருட்டியின் மனநிலையை சிறிதே குணமாக்கும் வழி சரோஜினியிடம் மட்டும்தான் இருந்தது. ஆனால் அவரோ உலகமெல்லாம் சுற்ற வேண்டிய சூழ்நிலையில் இருந்தார். ஒரு நீண்ட நெடும் பயணமாக வட அமெரிக்காவுக்குச் செல்ல வேண்டியதிருந்தது. அங்கே ஏழு மாதங்களுக்கு மேல் தங்கியிருந்தார். ஆனால் இப்போதெல்லாம் இந்த விஷயங்கள் ருட்டிக்கு ஒரு பொருட்டல்ல. ஏனென்றால் அவர் மனது அவரைப்போலவே தனிமையில் வாடிக் கொண்டிருந்தது. ஆசைகள் வேரறுத்துப் போய் விட்டன. ஒரு பேனாவையும் பேப்பரையும் எடுத்து பிரியமானவர்களுக்குக் கடிதம் எழுதும் வேலை கூட பிடிக்காத ஒன்றாகிவிட்டது. சரோஜினிக்கு அடிக்கடி கடிதம் எழுதிக் கொண்டிருந்த ருட்டி ஏறத்தாழ அதை நிறுத்திவிட்டார். பத்மஜாவுடன் தொடர்பு கொள்ள எந்த முயற்சியும் எடுக்கவில்லை. ஒருவேளை ருட்டி நினைத்திருந்தாலும் அதை ஏற்றுக்கொள்ளும் நிலையில் பத்மஜா இல்லை. படுக்கையிலேயே இருக்க வேண்டும் என்ற அளவிற்கு எலும்புருக்கி நோய் அவளைக் கஷ்டப்படுத்தவில்லை; ஓரளவு சுகமாகி இருந்தாள். ஆனால் சென்னையில் ஒரு வேலை வாங்கிவிட வேண்டும் என்பதில் தீவிரமாக முயற்சித்துக் கொண்டிருந்தாள். அடுத்து கல்கத்தாவில் நடக்கவிருக்கும் காங்கிரஸ் வருடாந்திர கூட்டத்திற்கு செல்லவேண்டும் என்றும் ஆசைப்பட்டார். அந்த மாநாட்டில் திரண்டு வரும் மக்கள் கூட்டமும், தொடர்ந்துவரும் வேலைகளும் அவளை அப்படி இழுத்துக் கொண்டிருந்தன. ஏனென்றால் கடந்த ஒரு வருடமாக படுக்கையைத் தவிர வேறு எதை அவள் அறிவாள்!

காஞ்சி மட்டுமே ருட்டியிடம் தொடர்பு வைத்திருந்தார். தனது குடும்பம், வேலை, சேவை, நேரம், அவ்வளவு ஏன்... தன் மனைவியைக் கூட தள்ளி வைத்துவிட்டு ருட்டிக்கு உதவிக் கொண்டிருந்தார் காஞ்சி. ருட்டிக்கு இது முழுமையாகப் புரிந்திருக்குமா என்பது தெரியாது. அப்படியே தெரிந்திருந்தாலும் அதைப் பற்றி காஞ்சியிடம் அவர் எதுவுமே கூறியதில்லை. ருட்டி தங்கியிருக்கும் வீட்டிற்குத் தினந்தோறும் காஞ்சி வந்துவிடுவார். சில நாட்களில் இரண்டு மூன்று

தடவை செல்வதுகூட உண்டு. அவரது வேலைகளுக்கு நடுவே எப்போதெல்லாம் வாய்ப்பு கிடைக்கிறதோ அப்பொழுதெல்லாம் வீட்டிற்கு வந்து விடுவார். ருட்டி பம்பாய்க்கு வந்த பிறகு தாஜ் ஹோட்டலைக் காலி செய்துவிட்டு, தனக்கென தனியாக ஒரு வீடு அமர்த்தி அங்கேயே இருந்தார்.

1929 ஜனவரி, பிப்ரவரி மாதங்களில் ருட்டி அதிக உடல் நலமின்றி இருந்தார். அது அவர் மனதையும் மிகவும் பாதித்தது. இது காஞ்சிக்கும் மிக நன்றாகவே தெரியும். அந்தக் காலகட்டத்தில் மன அழுத்தங்கள் பற்றி மருத்துவ உலகிற்கு அதிகமாகத் தெரியாமல் இருந்தது. காஞ்சியும் மனதின் சோகங்கள் மட்டுமே ருட்டியின் மாயக் காய்ச்சலுக்கு காரணம் என்று புரிந்துகொள்ளாமல் இருந்தார். தன் கண் முன்னே உடல்நலத்தைப் பொறுத்தவரையில் ருட்டி மோசமாகிக்கொண்டே செல்கிறார் என்பது தெரிந்தும் காஞ்சியினால் எதுவுமே செய்ய முடியவில்லை. தன்னால் முடிந்த அளவு அவருக்கு உற்சாகத்தைக் கொடுத்து உடல்நலத்தைத் தேற்ற முடியுமா என்று பார்த்தார். இப்போதெல்லாம் ருட்டி வீட்டை விட்டு வெளியே செல்வதே இல்லை. ஆனால் காஞ்சி கட்டாயப்படுத்தி, தன்னோடு சிறிது தூரம் மட்டுமாவது நடப்பதற்கு அழைத்துக்கொண்டு சென்றார். அதையும் தாண்டி ருட்டி ஏற்கனவே ஆர்வம் கொண்டிருந்த ஆன்மிக விஷயங்களைப் பற்றி அவரிடம் பேசினார். அடையார் இறைஞான சபையில் தெரிந்த மக்களைப் பற்றியும் அதிலும் முக்கியமாக ஜே. கிருஷ்ணமூர்த்தி அவர்களையும் ருட்டியின் வீட்டுக்கு அழைத்து வந்தார். இது ருட்டியை மகிழ்ச்சிப்படுத்தி, அதனால் அவருடைய உடல் நிலை தேறும் என்று நம்பினார் காஞ்சி. அவ்வாறு வந்தவர்களில் ஜே. கிருஷ்ணமூர்த்தி அதிகமாக சிரத்தை எடுத்துக் கொண்டார். அவர் காஞ்சிக்கு 1928 நவம்பர் 30-ஆம் தேதி எழுதிய கடிதத்தில் ருட்டியை அன்போடு விசாரிக்கிறார். அந்தக் கடிதத்தில், "என் அன்பை அவருக்குத் தெரிவியுங்கள் - என்மீது அவருக்கும் அன்பிருந்தால் நான் அவரைப் பற்றி அடிக்கடி தொடர்ந்து நினைக்கிறேன் என்று தெரிவியுங்கள்" என்று எழுதியுள்ளார். ஆனால் இப்பொழுது ருட்டிக்கு ஆன்மிகத்தின் மீதெல்லாம் எந்தவிதமான ஆர்வமும் இல்லாமல் போய்விட்டது. ஆன்மிகம் மட்டுமல்ல அனைத்தின் மீதும் அவரது ஆர்வம் ஒன்றுமில்லாமல் போய்விட்டது.

இத்தனை ஈடுபாட்டோடும் அன்போடும் காஞ்சி ருட்டியைக் கவனித்துக் கொண்டிருந்தாலும் உடல் நலத்தை

பொறுத்தவரையில் எந்தப் பயனும் இல்லாமல் போனது. ருட்டியும் நாளாக நாளாக தனக்குள்ளேயே மருகி, உருகிக் கொண்டிருந்தார். மீண்டும் மீண்டும் மன அழுத்தம்... அது தரும் தனிமை... அதிலிருந்து விளையும் நம்பிக்கையின்மை... எல்லாமே சேர்ந்து அவரை ஆட்டுவித்துக் கொண்டிருந்தன. அவருக்கு ஆதரவு தரும் ஒரே ஒரு விஷயம் தூக்க மாத்திரைகள் மட்டும்தான். அவைகள் சிறிது நேரத்திற்காவது அவருக்கு ஓய்வையும், அதனால் சிறிது நிம்மதியையும் கொடுத்தன. இந்த மாத்திரைகள் பார்பிட்டுரேட் வகையைச் சேர்ந்தவை. அப்போது அந்த மாத்திரைகள் வெரோனல் என்ற பெயரில் தயாரிக்கப்பட்டு விற்கப்பட்டுக் கொண்டிருந்தன. அப்பொழுதெல்லாம் இந்த மருந்தின் மோசமான பக்கவிளைவுகள் பற்றி யாருக்கும் தெரியாது. அதைப்பற்றிய சந்தேகமும் யாருக்கும் இருந்ததில்லை. இந்த மருந்து போதைபோல் ஆளை அடிமையாக்கும். தொடர்ந்து எடுத்தால் உடலின் முக்கிய பாகங்களை, அதிலும் வெகு சிறப்பாக கல்லீரலை கடுமையாகப் பாதித்து விடும். ஆனால் இந்த உண்மைகள் எல்லாம் தெரிவதற்கு இன்னும் ஐம்பது ஆண்டுகள் ஆகும்.

இப்போது ருட்டியின் உடல்நிலை மிகவும் மோசமாக இருந்தது. ஒரு சில நாட்களுக்குக் கூட அவரைத் தனியாக விடுவது என்பது அச்சமூட்டுவதாக காஞ்சிக்கு தோன்றியது. இரவும் பகலும் அவரைச் சோதித்து, அவர் நலத்தைப் பேணுவது தனது முழு நேரக் கடமை போல் எடுத்துக் கொண்டார். கடினமான அந்தக் கடமையைச் சிறப்பாக செய்து கொண்டிருந்தார். ஜின்னா அவ்வப்போது அந்த வீட்டிற்கு வருவார். பம்பாயிலிருந்தால் கட்டாயமாக மாலைநேரம் ருட்டியைப் பார்க்க வந்து விடுவார். ஆனால் அவருக்கு ருட்டியின் உடல்நிலை மிகவும் மோசம் என்பதும், தொடர்ந்து மோசமாகிக் கொண்டே போகிறது என்பதும் தெரியாது. ஜின்னா ஓரிரு மணி நேரம் அந்த வீட்டில் தங்கியிருப்பார். அப்பொழுதெல்லாம் ஜின்னா, காஞ்சி, ருட்டி மூவரும் ஒன்றாக முந்தைய நாட்களில் நடந்ததுபோல் உட்கார்ந்து பேசிக்கொண்டே இருப்பார்கள். ஜின்னாவின் பெரும்பகுதி நேரு அறிக்கையைப் பற்றிப் படிப்பதிலும் ஆய்வதிலும் விவாதிப்பதிலும் சென்றுகொண்டிருந்தது. விரைவில் கல்கத்தாவில் காங்கிரஸ் கட்சியின் மாநாட்டில் அனைத்து கட்சிகள் கூட்டம் ஒன்று நடக்கும். அதற்கு முன்பாக இந்த அறிக்கையைப் பற்றிய அனைத்து விவரங்கள், விவாதங்கள் எல்லாவற்றையும் முடித்துவிட ஜின்னா விரும்பினார். ஆச்சரியமான ஒரு விஷயம். ருட்டியின்

உடல்நிலை பற்றி ஜின்னாவிற்கு ஏதும் தெரியாது என்றிருந்தாலும் அவர் அதைப்பற்றி கவலைப்படவுமில்லை. இதில் ஆச்சரியம் என்னவென்றால், காஞ்சி இதைக் கண்டும் அதைப் பற்றி யோசிப்பதில்லை. ஆனால் ருட்டி, அவர் மனதில் ஓடியது யாருக்குத் தெரியும்! எதிர்மறையாக யோசிக்காமல் காஞ்சி வேறுவிதத்தில் மகிழ்ச்சி கொண்டிருந்தார். பம்பாயில் இருக்கும்போதெல்லாம் ஜின்னா ருட்டியின் வீட்டுக்கு வந்து விடுகிறார். அங்கிருந்து பேசிக் கொண்டிருக்கிறார். ஆகவே ஜின்னாவிற்கு ருட்டியின் மேல் உள்ள காதல் வற்றி விடவில்லை; இருவரும் விரைவில் சமாதானம் ஆகி விடுவார்கள்; அதன்பின் ஒன்றாகி விடுவார்கள். இது காஞ்சியின் கற்பனை.

கல்கத்தா மாநாடு. காஞ்சி அந்த மாநாட்டிற்கு செல்ல விரும்பவில்லை. ஏனென்றால் அவர் சென்றால் ருட்டியைக் கவனிப்பதற்கு என்று யாரும் இல்லை. அவரைத் தனியே விட்டு விட்டுப் போக காஞ்சிக்கு மனதில்லை. மாநாட்டிற்குப் போக வேண்டாம் என்று முடிவெடுத்து இருந்தார். ஆயினும் அன்னிபெசன்ட் அவர்கள் அவர் கட்டாயம் வரவேண்டும் என்று சொன்னதால் அவருக்கு அடிபணிந்து, மனதில் பெரும் சுமைகளோடு கல்கத்தா புறப்பட்டுச் சென்றார்.

கல்கத்தா சென்று திரும்பியவுடன் அவர் பார்த்த ருட்டி கொஞ்சம் தெளிவாக இருந்தார். உடல்நலம் சீரானது போலிருந்தது. கல்கத்தாவிற்கு தான் செல்லும்போது இருந்ததைவிட இப்போது அவர் தெம்பாக இருந்தார். ஜே. கிருஷ்ணமூர்த்தி பம்பாய் வந்தபோது ருட்டியைப் பார்ப்பதற்காக வந்திருந்தார். அவரும் ருட்டி நல்ல உடல் நிலைக்கு திரும்பிக் கொண்டிருப்பதாக நினைத்தார். நிச்சயம் விரைவில் பூரண குணமடைந்து விடுவார் என்று நம்பினார். ருட்டியின் உடல்நிலை தேறிக்கொண்டிருக்கிறது என்று நினைத்துக்கொண்டிருந்த வேளையில் ஜின்னாவின் உடலும், மனமும் நொந்து போகும் காரியங்கள் நடக்க ஆரம்பித்தன. கல்கத்தாவிலில் அனைத்துக் கட்சி கூட்டம் முடிந்த பிறகு அவருக்கு இந்தக் குழப்பங்கள் ஆரம்பித்தன. ஏதோ ருட்டி தனது சக்தி அனைத்தையும் ஜின்னாவோடு இணைத்து, அதன் மூலம் அவருக்குப் புத்துயிர் தரவேண்டும் என்பதற்காகவே, பள்ளத்தில் விழுந்திருந்த தன்னை ருட்டியே சிரமப்பட்டு மேலெடுத்து வந்ததுபோல எல்லாம் தொடர்ந்து நடந்தது போலிருந்தது.

கல்கத்தாவில் ஜின்னாவிற்கு மனவருத்தம்தான் மிச்சமாகக் கிடைத்தது. கடுமையான விவாதங்கள் தொடர்ந்து காலை இரண்டு மணி வரை நீடித்தன. இறுதியில் முஸ்லிம் லீக் ஆறு திருத்தங்களுடன் நேரு அறிக்கையை ஒத்துக் கொள்வதாக முடிவு செய்தது. இதன் தொடர்ச்சியாக அடுத்த நாள் காலை அந்தத் திட்டங்களை நிறைவேற்றுவதற்காக, காங்கிரஸ் கட்சியால் அழைக்கப்பட்ட அனைத்துக் கட்சிக் கூட்டத்தில், மேடையேறினார். நிச்சயமாக மக்கள் பொறுமையோடு கேட்பார்கள் என்ற நம்பிக்கையோடுதான் அங்கு வந்திருந்தார். ஆனால் அவர் மேடை ஏறியதும் காட்டுக் கூச்சல்கள் ஆரம்பித்தன. ஜின்னாவைப் பேசவிடாமல் கூட்டத்தினர் தடுத்தனர். இந்தக் கூச்சல்களில் முக்கியப் பங்கேற்றவர் எம். ஆர்.ஜெயகர் என்ற இந்து மகா சபையின் உறுப்பினர். கூச்சல் போட்டதோடு நிற்காமல் 'இவர் இஸ்லாமியர்களின் தலைவர்' என்று எப்படித் தன்னை அழைத்துக் கொள்கிறார்' என்று ஒரு கேள்வியை எழுப்பினார். முஸ்லிம் லீக் கொடுத்த திருத்தங்களை ஒத்துக் கொள்வதாகக் கூறிய மிதவாதிகளும் இப்பொழுது கூட்ட நேரத்தில் ஜின்னாவுக்கு எதிராக நின்றார்கள். நேரு அறிக்கை தயாரிப்பதற்கு மிகவும் உதவியாக இருந்த பகதூர் சாப்ரு என்பவர் ஜின்னாவை மிகவும் கேலியாக அவரொரு 'தவறிப்போன தப்பான குழந்தை' என்று அழைத்தார். ஜின்னாவிற்குச் சினம் தலைக்கேறியது. ஆனால் கட்டுப்படுத்திக் கொண்டார். அவர் மாநாட்டு மேடையில் மீண்டும் மீண்டும் ஒன்றை அழுத்திச் சொல்லிக் கொண்டே இருந்தார். "நான் இங்கே ஒரு இஸ்லாமியனாகப் பேச வரவில்லை; ஒரு இந்தியனாக நின்று உங்களுடன் பேசிக் கொண்டிருக்கிறேன்" என்று கூறினார். அதே தொனியில் இஸ்லாமியர்கள் சில சலுகைகளை எதிர்பார்க்கிறார்கள். எல்லோரின் ஒற்றுமைக்காக அதை ஒத்துக் கொள்வதே நல்லது என்று கூறினார். ஜின்னா பலவற்றை எடுத்துக் கூறி அமைதிப்படுத்த நினைத்தாலும் இந்துக்களும், சீக்கியர்களும் அந்தத் திருத்தங்களை ஒத்துக்கொள்ள முழுவதுமாக மறுத்துவிட்டார்கள். தீர்மானங்கள் தோற்றாலும் கூட்டத்தின் முடிவில் ஜின்னா, நாம் நல்லவிதமாக நண்பர்களாகவே பிரிவோம்; நமக்குள் விரோதம் எதுவும் வேண்டாம் என்று தன்மையாகக் கூறினார். ஆனால் அது செவிடன் காதில் ஊதிய சங்காகி விட்டது. இந்த வேதனையையும் தாண்டி ஜெயகர், ஜின்னாவை நோக்கி 'இனவெறியன்' என்று உரத்த குரலில் கத்தினார். ஜின்னா உடனே கூட்டத்தில் இருந்து வெளியேறினார்.

தவறான இந்தப் பெரும் குற்றச்சாட்டுகள் ஜின்னாவின் மனதை முழுவதுமாக முறித்துப் போட்டுவிட்டன. அடுத்தநாள் அவர் கல்கத்தாவிலிருந்து புறப்பட்டார். அந்த நேரத்தில் மிகவும் மனமுடைந்து கண்ணீர் விட்டு அழ ஆரம்பித்துவிட்டார். இந்தக் கோலத்தில் இதுவரை யாரும் ஜின்னாவைப் பார்த்ததே இல்லை. பின்னொரு நாளில் ஜின்னாவின் நண்பரான ஜாம்ஷெட் நஸர்வாஞ்சி, ஜின்னாவின் வாழ்க்கை வரலாற்று ஆசிரியரான ஹெக்டர் பொலித்தோவிடம், "ஜின்னா ஒரு நல்ல காரியம் செய்தார். உயர்ந்த மனிதர். அவர் மக்களின் முன்பே இறைஞ்சிக் கேட்டுக் கொண்டார். அது பாராட்டப்பட வேண்டிய விஷயம். ஆனால் அவரது வேண்டுகோள்கள் தூக்கி எறியப்பட்டன. அதிலும் ஒரு மனிதர் எழுந்து இஸ்லாமியர்களுக்காகப் பேசுவதற்கு ஜின்னாவிற்கு எந்த உரிமையும் இல்லை; எந்தவிதத்திலும் இவர் இஸ்லாமியர்களின் பிரதிநிதி இல்லை என்றார். இதைக் கேட்டதும் நொறுங்கிப் போய்விட்டார் ஜின்னா. அங்கிருந்து உடனே எழுந்து வெளியே போய்விட்டார்" என்று விளக்கமாகக் கூறியுள்ளார்.

ஜாம்ஷெட் தொடர்ந்து அடுத்த நாள் நடந்த நிகழ்வையும் விவரிக்கிறார்: அடுத்த நாள் காலை எட்டரை மணிக்கு கல்கத்தாவிலிருந்து பம்பாய் நோக்கி ரயிலில் புறப்படுகிறார். அதற்கு முன் அவரைப் பார்ப்பதற்காக நானும் ரயில் நிலையம் செல்கிறேன். முதல் வகுப்பு தனி அறையின் கதவைப் பிடித்துக்கொண்டு அவர் நின்று கொண்டிருந்தார். நான் சென்றவுடன் என் கைகளைப் பற்றிக் கொண்டார். அவர் கண்களில் கண்ணீர் மல்கி இருந்தது. உணர்ச்சிகள் மேலெழும்ப, "ஜாம்ஷெட், நாம் பிரியும் நேரம் இது" என்றார்.

ஜின்னா கல்கத்தாவிலிருந்து பம்பாய் செல்லாமல் தில்லி சென்றார். அப்போது அங்கே தீவிர இஸ்லாமியக் கருத்து கொண்டவர்கள் அனைத்திந்திய இஸ்லாமியர் மாநாடு ஒன்றை நடத்திக் கொண்டிருந்தார்கள். கல்கத்தாவில் முழுத் தோல்வியைச் சந்தித்த பிறகு, தில்லி மாநாட்டில் கலந்து கொள்ள முடிவெடுத்து அங்கு வந்திருந்தார். இந்த மாநாட்டை நடத்தியவர்களுக்கு ஒருவேளை எதிர்முனையில் இருந்து ஜின்னாவை நமது பக்கம் கொண்டு வந்து விட்டோம் என்ற வெற்றி நினைப்பு இருந்திருக்கலாம்.

ஆனால் ஜின்னாவின் மனதில் இன்னும் கல்கத்தாவில் நடந்த கசப்பு நிகழ்ச்சிகள் மட்டுமே மீண்டும் மீண்டும் ஓடிக்கொண்டிருந்தன. இந்த மனநிலையில் அவர் திடீரென்று

திரு & திருமதி ஜின்னா | 619

தன் நிலையை மாற்றிக் கொள்ள நினைக்கவில்லை. மாநாட்டை முடித்து விட்டு அப்படியே பம்பாய் திரும்பினார் ஜின்னா. நடந்தவைகளை நினைத்து மனம் மிகவும் சோர்வடைந்திருந்தது. சரோஜினி சொன்னதுபோல் தன் உயிரையே கொடுத்து இந்து - முஸ்லீம் ஒற்றுமைக்காக ஜின்னா பாடுபட்டார். ஆனால் காங்கிரஸ் கட்சி அவரை வெளியே தள்ளி விட்டது. விரக்தியும் நம்பிக்கையின்மையும் அவரை மீண்டும் ருட்டியின் பக்கம் தள்ளியது. ருட்டியிடம் பேசினால் ஒருவேளை சோகங்கள் குறைந்து கொஞ்சம் நிம்மதி கிடைக்கலாம் என்று நினைத்தார். இந்த சோகங்களில் தானோ என்னவோ ஜின்னாவின் உடல்நிலை மிகவும் பாதிக்கப்பட்டது. ஆனால் அதை பார்த்துக் கவலைப்படவோ அல்லது தேவையான மருத்துவ உதவிகளைத் தேடவோ அவர் மனம் ஒப்பவில்லை. ஆனால் அவருக்குத் தெரியும்... இப்படிப்பட்ட உடல்நலமற்ற ஒரு ஜின்னாவைப் பார்ப்பதற்கு ருட்டி விரும்பமாட்டார். ருட்டி பார்த்து மகிழ்ந்த ஜின்னா இப்படி இருந்தது இல்லை. ஆகவே ஜின்னாவிற்கு ஆறுதலாக இருப்பதற்காக ருட்டி தன் சக்தி எல்லாவற்றையும் திரட்டித் தன்னை ஓரளவு தேர்த்திக்கொண்டு ஜின்னாவின் முன் நின்றார். 1929 ஆண்டின் ஜனவரி மாதம் முழுவதும் தினமும் ருட்டியின் வீட்டிற்கு ஜின்னா வந்துவிடுவார். பாவம் ருட்டி, தன் உடல் சிரமத்தையும் தாண்டி தன் படுக்கையைவிட்டு சிரமப்பட்டு எழுந்து, முன்பெல்லாம் ஜின்னாவிற்கு ஊக்கமாக இருந்தது போல், இப்போதும் ஜின்னா, காஞ்சியோடு அமர்ந்து எல்லாவற்றையும் பற்றிப் பேசிக் கொண்டிருப்பார்.

ஜின்னாவை உற்சாகப்படுத்துவது என்பது ருட்டிக்கு மிகவும் பிடித்த ஒன்றாக இருந்தது. அல்லது அவரது நடவடிக்கையை பார்த்து காஞ்சி அவ்வாறாக நினைத்திருக்கலாம். ஏனென்றால் ருட்டிக்கு மக்கள் மீதும், சமூகத்தின் மீதும் புதிதாக அக்கறை பிறந்திருந்தது. ஜே. கிருஷ்ணமூர்த்தி பம்பாய்க்கு வருகிறார் என்று தெரிந்ததும் ருட்டி காஞ்சியிடம் சொல்லி, அவரைத் தன் வீட்டிற்கு தேநீர் அருந்த வருமாறு அழைத்திருந்தார். இதுவும் ஒரு புது விஷயம். ஏனென்றால் கடந்த பல வாரங்களாக ருட்டி யாரையுமே தன் வீட்டிற்கு அழைக்கவே இல்லை. ஜேகே வந்தபொழுது இரண்டு மணி நேரத்திற்கும் மேலாக பொழுது நன்றாகப் போனது. ஜேகே அடுத்த நாள் தனக்கு விருந்து அளிப்பவரின் வீட்டிற்கு சாப்பிட வரும்படி அழைத்திருந்தார். ஆர்வத்தோடு அந்த வாய்ப்பிற்குச் சம்மதம் தெரிவித்தார் ருட்டி. அடுத்தநாளே காஞ்சியுடன் அங்கு சென்று இன்பமாக ஒரு

மாலை நேரத்தைக் கழித்தார். பார்ப்பதற்கு ருட்டி நல்ல உடல் நலத்துடன் இருப்பது போன்ற தோற்றம் இருந்தது.

ஜேகேயும் அதேபோல் நினைத்திருக்க வேண்டும். காஞ்சிக்கு எழுதிய கடிதத்தில் இப்போது ருட்டி தெளிவாக நலமாக இருக்கிறாள் என்று குறிப்பிட்டிருந்தார். ஆனால் அப்போது ஜின்னாவின் உடல் நலம் சரியாக இல்லை. இதுபோன்ற நிலை அவருக்கு இதுவரை வந்ததே இல்லை. மிகவும் களைப்பாக உணர்ந்தார். ஆகவே தில்லியில் ஆரம்பித்த மக்களவைக் கூட்டத்திற்குப் போகாமல் தவிர்த்துவிட்டார். ஆனால் அவர்தான் இரும்பு மனிதர் அல்லவா; எப்படியோ சமாளித்துக்கொண்டு பிப்ரவரி ஆறாம் தேதியிலிருந்து ஓரளவு தன் வேலையில் ஈடுபட ஆரம்பித்து விட்டார். ஜின்னா தன் வழக்கமான உடல் நிலைக்கு வந்துவிட்டார் என்பதை அவர் 1929 பிப்ரவரி 6ஆம் தேதி முஸ்லிம் லீக் துறைச் செயலருக்கு எழுதியதிலிருந்து புரிகிறது: "நன்றி. இப்போது உடல் நிலை பரவாயில்லை. விரைவில் தில்லி வருவேன். பிப்ரவரி இறுதியில் சபைக் கூட்டத்தை ஒத்துக் கொள்ளலாம். கிச்லியூ அவர்களோடு ஆலோசிக்கவும்." ஐந்து நாள் கழித்து எப்போதும் போல் மக்களவையில் அந்த சபையின் சிங்கமாக பங்களிக்க ஆரம்பித்தார். வழக்கம்போல் முறையாகப் பதில் சொல்ல முடியாத கேள்விகளை அரசின் முன்வைத்தார்; வங்கியிலும் ரயில்வேயிலும் வேலை பார்க்கும் வெளிநாட்டுத் தொழிலாளர்களுக்கு, வர்த்தகப் பிரச்சனை மசோதாவிற்கு எதிராக, இனவேறுபாடுகளால் அதிகப் பணம் கொடுப்பது ஏன் என்ற பிரச்சினையை எழுப்பினார். இவற்றின் விளைவாக அன்று மாலையே தேர்வு ஆணையத்தின் உறுப்பினராகத் தேர்ந்தெடுக்கப்பட்டார்.

சொல்லி வைத்ததுபோல் ஜின்னா பம்பாயை விட்டுக் கிளம்பியதும் ருட்டியின் உடல்நிலை மீண்டும் கீழ் நோக்கிப் பயணிக்க ஆரம்பித்தது. ஜின்னா தில்லிக்கு கிளம்பிய பிறகு இரண்டு நாட்கள் வரை நல்ல உடல் நலத்தோடு இருந்தார். காஞ்சியின் குடும்பத்தாரோடு திரைப்படம் பார்க்கச் சென்றுவிட்டு, சாப்பாட்டையும் முடித்து விட்டு வந்திருந்தார். ஜின்னா இப்போது தில்லி சென்று விட்டார்; காஞ்சிக்கும் பல வேலைகள் இருந்தன. இந்நிலையில்தான் ருட்டி மீண்டும் தன் உடல்நலத்தை இழந்தார்.

அப்போது பம்பாய் கலவரங்கள் நடந்து கொண்டிருந்தன. காஞ்சி ஒரு கௌரவ மேஜிஸ்ட்ரேட்டாகப் பணிபுரிந்து கொண்டிருந்தார். அந்த வேலையில் பிப்ரவரி 16, 17 என்ற

இரண்டு இரவுகளிலும் நகரத்திற்கு வெளியே பைகுல்லா என்ற இடத்தில் அவருக்கான இரவுப் பணி காத்திருந்தது. அன்னி பெசன்ட் வருவதாக செய்தி வந்தது. அவரை ரயில் நிலையத்தில் வரவேற்பது காஞ்சியின் கடமை. ஆகவே அப்போது ருட்டியைச் சந்திக்காமல் அன்னிபெசன்ட் அவர்களே வரவேற்பதற்குச் சென்றுவிட்டார். பொதுவாக அன்னிபெசன்ட் பம்பாய் வரும்பொழுது காலை ரயிலில் வந்துவிட்டு அன்று மாலையே மீண்டும் சென்னைக்குத் திரும்பி விடுவார். பம்பாயில் இருப்பது சில மணி நேரங்கள் மட்டுமே. அந்த நேரங்களில் காஞ்சி அவருடனேயே இருக்கவேண்டும் என்பதுதான் அவர்களுடைய வழக்கமான முறை. மதிய உணவு வரை காஞ்சி பெசன்ட் அம்மையாருடன் இருந்தார். ஒரு சில நிமிடங்களுக்கு தனது வீடு சென்றார்; அங்கே ருட்டி வந்திருப்பதைக் கண்டார். மன அழுத்தமும் அதனால் ஏற்பட்ட வருத்தமும் நிரம்பி இருந்தது அவரிடம். வேறு வழியில்லாமல் அடுத்த நான்கு மணி நேரமும் காஞ்சி ருட்டியோடு தன் வீட்டில் தங்கியிருந்தார். காஞ்சியை சரியான நேரத்திற்கு வரும்படி அன்னி பெசன்ட் சொல்லியிருந்தார். அந்தச் சந்திப்பைத் தவறவிடக் கூடாது என்றுதான் காஞ்சி நினைத்திருந்தார். ஆனால் ருட்டியை அழைத்துக்கொண்டு சென்று அவர் வீட்டில் விட்டுவிட்டு வரச் சென்றிருந்தார். ஆனால் அங்கு சென்றதும் ருட்டி தேனீர் தயாரித்துக் குடித்து விட்டுச் செல்லும்படி காஞ்சியை உள்ளே அழைத்தார். அப்போது ருட்டியின் உடல்நிலையைப் பார்த்த காஞ்சி அவரை அப்படியே, அங்கேயே தனியாக விட்டுவிட்டு வர மனமில்லாமல் அங்கேயே தங்கியிருந்தார். இதனால் வழக்கத்திற்கு மாறாக அவர் அன்னிபெசன்ட் கொடுத்த கட்டளையைப் பின்பற்ற முடியாமல் போய்விட்டது. மாலை ஏழு மணி வரை ருட்டியோடு அமர்ந்திருந்தார். அதன்பின் அவருக்கு ஆறுதல் சொல்லிவிட்டு அன்னிபெசன்ட் ரயிலில் ஏறும் நேரமான பத்தே கால் மணிக்குத்தான் ரயில் நிலையம் வந்தார்.

காஞ்சி தன்னைப் பார்க்க வராததற்கான காரணத்தை அறிந்தவுடன் பெசன்ட் அதைப் புரிந்துகொண்டு ருட்டியை நன்கு கவனித்துக் கொள்ளுங்கள் என்று கூறிவிட்டுச் சென்றுவிட்டார். காஞ்சி ருட்டியின் வீட்டிற்குத் திரும்பி வந்தபோது ருட்டியின் நிலைமை மிகவும் மோசமாக இருந்தது. அந்த நிலையில் அவரால் செய்யக்கூடியது வேறு எதுவும் இல்லை. ஏறத்தாழ அதுவே ருட்டியின் கடைசி நிமிடங்கள். இதைப்பற்றி காஞ்சி பின்னாளில் எழுதியது: "நான் திரும்பி வந்தபோது ருட்டி

மயக்கமடைந்திருந்தார். அதை பார்த்ததும் எனக்கு பயம் பற்றிக்கொண்டது.” இதைத் தனது புத்தகத்தில் எழுதிய காஞ்சி சில விஷயங்களைப் பொருத்தவரையில் மௌனம் காத்திருந்திருக்கிறார். சமன் லால் செய்தது போலவே இவரும் சில விஷயங்களை வெளியில் சொல்லாமல் மறைத்து விட்டிருக்கலாம். ஒருவேளை அதிகமான தூக்க மாத்திரைகளை உண்டு ஒரு தற்கொலை முயற்சியில் ருட்டி ஈடுபட்டிருக்கலாம். இரவு முழுதும் ருட்டியோடு இருந்து தன்னால் இயன்றவற்றைச் செய்து கொண்டிருந்தார் காஞ்சி. ஆனால் மருத்துவர் யாரையும் அழைக்கவில்லை. - ஏனெனில் அவருக்கும் ருட்டிக்கும் இருந்த உடன்பாடோ என்னவோ. - ஒருவேளை ருட்டி உயிர் பிழைத்து வந்ததும் காஞ்சியிடம் என் நம்பிக்கையைத் தகர்த்து விட்டீர்கள் என்று சண்டை போடலாம். நல்ல வேளை, ருட்டி விழித்துக்கொண்டார். சிறிது நேரம் அவரோடு இருந்துவிட்டு காஞ்சி தன் வீட்டுக்குப் புறப்பட்டுச் சென்றார். உடலும் மனமும் கனத்து இருந்ததால் அவரால் தூங்க முடியவில்லை. காலையில் ருட்டியிடமிருந்து தொலைபேசி அழைப்பு வந்தது. காஞ்சி தன் அலுவலகம் செல்லும்போது வழியில் தன் வீட்டுக்கு வந்து போகும் படி கேட்டுக்கொண்டார். அவர் குரலிலிருந்து அவர் ‘மிகவும் மன அழுத்தத்தோடு’ போராடிக் கொண்டிருக்கிறார் என்பது புரிந்தது. ருட்டியின் வீட்டிற்குச் சென்ற காஞ்சி அவரின் மன அழுத்தத்திலிருந்து அவரை வெளியே கொண்டுவர மிகவும் முயற்சித்தார். ஆனால் அதனால் பயன் ஏதுமில்லை. ருட்டியைப் பற்றி காஞ்சிக்கு மிக நன்றாகத் தெரியும். ஆகவே ஒரு மருத்துவரையோ அல்லது ருட்டியின் தாயாரையோ அழைப்பதற்கு அவர் முயற்சி எடுக்கவே இல்லை. ஆனால் அவர்கள் வந்திருந்தாலும் பயனேதும் இருந்திருக்குமோ என்னவோ தெரியாது, ஏனென்றால் ருட்டியின் மனதில் தற்கொலை உணர்வுகள் அதிகமாகிக்கொண்டே இருந்தன. தன்னைத்தானே கொன்று கொள்ள வேண்டும் என்ற எண்ணம் அவர் மனதை விட்டு அகலவே இல்லை. அங்கிருந்து காஞ்சி புறப்பட்டார். “மாலையில் உங்களைப் பார்க்கிறேன்”, என்று சொல்லிவிட்டு விடைபெறும்போது, சட்டென்று ஒரு பதில் ருட்டியிடமிருந்து வந்தது: “உயிரோடு இருந்தால் பார்ப்போம்.” அதோடு நில்லாது, “என் பூனைகளை நன்றாகப் பார்த்துக் கொள்ளுங்கள்; யாரிடமாவது கொடுத்து விட வேண்டாம்” என்றார். அன்று மாலை காஞ்சிக்கு வேறு ஒரு சந்திப்பு இருந்தது. அதை முடித்துவிட்டு 11.15க்கு ருட்டியின் வீட்டிற்கு வந்தார். ருட்டி ஆழ்ந்த உறக்கத்தில் இருந்தார். காஞ்சிக்கு சிறிது

நிம்மதி. தன் வீடு நோக்கி சென்றார். கடந்த இரண்டு நாட்களாக அவர் தூங்கவே இல்லை. தூக்கம் அவரை விரட்டியடித்தது.

அடுத்த நாள் மாலை நடந்தது பற்றி காஞ்சி தன் நினைவுகளில் இருந்து எழுதியுள்ளது:

"தொலைபேசி அழைப்பு ஒன்று வந்தது. மீண்டும் ருட்டி மயக்கத்தில் இருக்கிறார் என்றும், உயிரோடு எழுந்திருப்பாரா என்பது சந்தேகமாக இருக்கிறது", என்றும் செய்தி வந்தது. யார் அந்தச் செய்தியைச் சொன்னது என்பதை அவர் குறிப்பிடவில்லை. யாராவது வேலைக்காரர்கள் அல்லது அவசரமாக அழைத்ததால் அங்கு வந்த ருட்டியின் தாயார் அல்லது சகோதரர் பேசி இருந்திருக்கலாம். காஞ்சி ருட்டியின் வீட்டிற்கு விரைந்து வந்தார். ஒருவேளை அவர் அப்போது மருத்துவமனைக்கு எடுத்துச் செல்லப்பட்டு விட்டாரா அல்லது குடும்பத்தார் அவரைக் கவனிக்கும் பொறுப்பை ஏற்றுக் கொண்டார்களா என்பது தெரியவில்லை. ருட்டியை அவரால் பார்க்க முடியவில்லை. அடுத்தநாள் மாலை - 1929 பிப்ரவரி 20 - அன்று அவரது 29 ஆவது பிறந்தநாள் - அந்த நாளில் அவர் மறைந்தார். எப்படி இறந்தார் என்பது போன்ற மருத்துவக் குறிப்புகள் எதுவுமே கிடையாது. ஏறத்தாழ இந்த நிகழ்வு நடந்து நாற்பது ஆண்டுகளுக்குப் பிறகு காஞ்சி சில உண்மைகளை ஒரு நேர்காணலில் கூறியிருந்தார். காஞ்சியின் வாழ்வின் இறுதிப் பகுதி அது. அப்போது உருது எழுத்தாளர் ஒருவருக்குக் கொடுத்த நேர்காணலில் காஞ்சி எவ்விதத் தயக்கமுமின்றி ருட்டி தன் வாழ்வை தானே முடித்துக் கொண்டிருக்கவேண்டும்; எப்பொழுதுமே அவர் படுக்கையின் அருகில் இருந்த மேஜையில் தூக்க மாத்திரைகள் இருக்கும். "தனது பிறந்த நாளிலேயே தான் இறக்க வேண்டும் என்று விரும்பியிருக்கிறார்." அந்த உருது எழுத்தாளர் பாகிஸ்தானிலிருந்து வந்திருந்த சையது சகாபுதீன் தோஸ்னானி. வயதானவராக இருந்தாலும் முழுமையான நினைவாற்றலோடும், நல்ல மனநிலையிலும் இருந்த காஞ்சியை 1968 பிப்ரவரி 16ஆம் தேதி பம்பாயில் அவரது இல்லத்தில் சந்தித்து இந்தப் பேட்டியை நடத்தினார்.

பிறந்தநாளன்று ருட்டியை அழைத்து வாழ்த்து சொல்லும் வழக்கம் ஜின்னாவுக்கு எப்போதுமே இருந்ததில்லை. ஒருவேளை அந்தப் பழக்கம் இருந்திருந்தால் அவருக்கு ருட்டியின் இறப்புச்செய்தி கொஞ்சம் சீக்கிரம் கிடைத்திருக்கலாம். அந்த மாலை நேரத்தில் தில்லியில் சமன்

லால் அவர்களுடன் வெஸ்டர்ன் கோர்ட் என்ற இடத்தில் ஜின்னா இருந்தார். ருட்டிக்கு நடந்தது எதுவும் அப்போது அவருக்கு தெரியாது. பம்பாயிலிருந்து ஒரு ட்ரங்க் கால் (trunk call) - அழைப்பு வந்தது. அதில் வந்த செய்தியை அமைதியாகக் கேட்டுக் கொண்டிருந்தார். இன்று இரவு புறப்படுகிறேன் என்று பதில் சொன்னார். தொலைபேசியை வைத்துவிட்டு வந்த ஜின்னா சமன் லாலிடம், “ருட்டி மிக மோசமான நிலையில் இருக்கிறாளாம். இன்று இரவு புறப்படுகிறேன்.” இருவருக்கும் நடுவில் சிறிது நேரம் அமைதி. அதன்பின் சமன் லாலிடம் என்னுடன் பேசியது யார் தெரியுமா என்று கேட்டார். சமன் லால் பதில் சொல்வதற்கு முன்பே, “என்னுடைய மாமனார். என் திருமணத்திற்குப் பிறகு நாங்கள் பேசியது இதுவே முதன்முறை.”

ஜின்னா உடனே பம்பாய் புறப்பட வேண்டும் என்று தயாரானார். ஆனால் சமன் லால் அடுத்த நாள் காலையில் புறப்படும் ஃபிரான்டியர் மெயில் மூலம் செல்லும்படி கேட்டுக்கொண்டார். ஏனென்றால் முந்தைய இரவில் புறப்படும் அந்த ரயில் சீக்கிரம் போய்ச் சேரப் போவது இல்லை. ஜின்னா சரி என்று சம்மதித்து அடுத்த நாள் காலை ரயிலுக்குப் புறப்படத் தயாரானார். அந்த சமயத்தில் தான் ருட்டி இறந்துவிட்டார் என்ற செய்தி ஜின்னாவிற்குத் தெரியவந்தது. ஏனென்றால் வைஸ்ராய் அவர்களிடமிருந்து வந்த தந்தி அந்தச் செய்தியை அவருக்கு உறுதியாகச் சொன்னது. தொடர்ந்து 24 மணி நேரப் பயணம். முதல் வகுப்பு. தனிமையில் தான் இருந்திருப்பார். அவர் மனம் எவ்வளவு சிரமப்பட்டது, எந்த அளவுக்கு வருத்தப்பட்டிருப்பார் என்பது போன்ற எந்தத் தகவலும் யாருக்கும் தெரியாது. ஆனால் பம்பாயின் கிரான்ட் ரோடு ரயில் நிலையத்தில் அவர் இறங்கும்போது தன் துயரங்கள் ஏதும் வெளியே தெரியாத அளவுக்கு சாதாரணமாக இறங்கினார். காஞ்சி அவருடைய நண்பரும், கர்னலுமான திருமதி சோக்கி (Mrs. Sokhey) என்பவருடன் ஜின்னாவை அழைப்பதற்காக ரயில் நிலையம் வந்திருந்தார். ருட்டியைப் பற்றியோ அல்லது வேறு எந்த தனிப்பட்ட விஷயங்களையோ பற்றி எதுவுமே பேசாமல் அவர்களோடு ஜின்னா சென்றார். ஜின்னா தில்லியில் இருந்து புறப்படும் சமயத்திலேயே இங்கே ருட்டியின் இறுதி நிகழ்வுக்கான தயாரிப்புகள் தொடங்கிவிட்டன. பார்சி முறைப்படி இறுதி சடங்குகளைச் செய்ய பெத்தித் குடும்பத்தினர் ஆசை கொண்டனர்; ஆனால் அப்படி ஒன்று நடந்தால் பார்சி இனத்தவர்கள் மொத்த பெத்தித் குடும்பத்தையும் ஒதுக்கிப்

புறந்தள்ளி விடலாம். ஏனென்றால் அதுதான் பார்சி பஞ்சாயத்துக் குருமார்கள் ஏற்கனவே எடுத்த முடிவு. ஆகவே அதற்குப் பதிலாக யாரோ முகம் தெரியாத மனிதர்களிடம் இஸ்லாமிய வழியில் இறுதிக் கடமைகளைச் செய்வதற்கான பொறுப்பு ஒப்படைக்கப்பட்டது. அவர்களில் முக்கியமானவர்கள் ஹாஜி தாத்பாய் நாசர், ரஜாப் அலிபாய் இப்ராஹிம் பாட்லிவாலா. இவர்களது பொறுப்பில் நடந்த இறுதிச்சடங்கில் அனைத்தும் இஸ்லாமிய முறைப்படி நடத்தப்பட்டு, பாலா கல்லி மசூதியில் புதைப்பதற்கான ஆயத்தங்கள் ஆரம்பமாகின. ஆரம்பாக் என்ற இடத்திலிருந்த இந்த மசூதியிலிருந்து உடல் மசாகன் என்ற இடத்திலுள்ள கோஜா என்ற முஸ்லிம் இனத்தவர்கள் புதைக்கும் இடத்திற்கு எடுத்துச் செல்லப்பட்டது. ஜின்னாவும் அவரது தந்தையும் ஏறத்தாழ முப்பது ஆண்டுகளுக்கு முன்பு இஸ்லாமிய பிரிவான கோஜா ஷியா சாரி இஸ்னஷாரி என்ற இஸ்லாமியப் பிரிவில் இணைந்தனர். அதனாலேயே இப்போது இந்தப் புதைவிடம் தேர்ந்தெடுக்கப்பட்டது.

ருட்டியின் நண்பர்களுக்கு நடந்தது எல்லாமே பெரும் முரண்களாகத் தோன்றின. 'முரண்களின் முரண்களாக' இருந்தது என்றும் சரோஜினி எழுதியுள்ளார். மிகுந்த சிரமங்களுக்கு உள்ளான ருட்டியின் அழகிய உடல் கோஜா புதைகாட்டில் இஸ்லாமியர்களின் உடல்களுக்கு நடுவே புதைக்கப்பட்டது. ஏறத்தாழ இதே நினைவு காஞ்சியின் மனதிலும் தோன்றியது. ஆகவேதான் அவர் ரயில் நிலையத்திலிருந்து வரும்போது தன் உடல் எரிக்கப்பட வேண்டும் என்ற ஆவல் ருட்டிக்கு இருந்திருக்கும் என்று பூடாகமாகக் கூறினார். புதைப்பதை விட எரிப்பது அவருக்குப் பிடிக்கும் என்றார். அதைக் கேட்டுக்கொண்டிருந்த ஜின்னா ஏதும் சொல்லவில்லை. ஏற்கனவே நடக்க ஆரம்பித்திருந்த இஸ்லாமிய முறைகளை அப்படியே நடக்கும் படி அவர் விட்டு விட்டார்.

இறுதிச் சடங்குகள் வெகுநேரம் எடுக்கும்படி அத்தனை மக்கள் திரண்டிருந்தனர். ஜின்னாவின் நண்பர்கள், ருட்டியின் நண்பர்கள் என்று பெரும் கூட்டம் கூடியிருந்தது. இறுதிச் சடங்கிற்கு ஏறத்தாழ ஐந்து மணி நேரத்திற்கும் மேலாக ஆனது. அப்போது ஜின்னாவிற்கு அடுத்தாற்போல் காஞ்சி அமர்ந்திருந்தார். ஜின்னா தனது உள்ளத்து உணர்வுகள் அனைத்தையும் அடக்கிக்கொண்டு, தன் உணர்வுகள் வெளிப்பட்டு விடக்கூடாது என்பதற்காக எதையோ பற்றி காஞ்சியுடன் பேசிக்கொண்டிருந்தார். காஞ்சி இதைப் பற்றி எழுதும் போது,

“தைரியமான ஒரு முகத்தைக் காண்பிக்க முயற்சி செய்து கொண்டிருந்தார். அவ்வப்போது எங்களுக்கு நடுவே ஆழமான மௌனமான நேரங்கள் இருந்தன; அதை உடைப்பதற்காக மக்கள் சபையில் சென்ற வாரம் நடந்தது என்று எதையாவது சொல்லிக் கொண்டிருந்தார். சபைத் தலைவராக இருந்த வல்லபாய் படேலுக்கு அரசோடு ஏற்பட்ட மோதலில் எப்படி தான் சபைத் தலைவரை காப்பாற்றினார் என்று விவரித்துக் கொண்டிருந்தார். தோண்டப்பட்ட குழிக்குள் ருட்டியின் உடல் இறக்கப்பட்டது. நெருங்கிய உறவினரான ஜின்னாவின் பெயர் அழைக்கப்பட்டது. அப்பொழுதுதான் அவர் பெரும் தாக்கத்தை எதிர்கொண்டார்.”

“முழுவதுமாக உடைந்து போனார். குழந்தை போல் தொடர்ந்து அழ ஆரம்பித்து விட்டார்.” எல்லாம் சில நிமிடங்கள் மட்டுமே. சுதாரித்துக்கொண்டு பழைய ஜின்னவாகத் தன்னை உடனே மாற்றிக் கொண்டு விட்டார். சில நிமிடங்களே அந்த சோக நிகழ்வு நடந்திருந்தாலும் அங்கிருந்த அனைவர் மனதிலும் அது ஆழமாகப் பதிந்து விட்டது. சாக்ளா எப்போதுமே ஜின்னா உணர்ச்சி இல்லாத மனிதர் என்று கேலி செய்வதில் விருப்பம் உடையவர். ஆனால் அவரும் இப்பொழுது ஜின்னா மனமுடைந்து அழுததைப் பார்த்தார். “தானும் ஒரு சாதாரண மனிதன் தான்; தனக்கும் மனிதர்களுக்கான பலவீனமான நேரங்கள் உண்டு என்பதை நிரூபிப்பது போல கண்களில் வழியும் கண்ணீரோடு அவர் நின்றதைப் பார்த்தேன்”, என்று குறிப்பிட்டுள்ளார்.

எல்லாம் முடிந்த பிறகு வீட்டுக்கு வந்து சேர்ந்தார் ஜின்னா. அடுத்த நாள் மாலை தன்னை வந்து பார்க்கும்படி காஞ்சியைக் கேட்டிருந்தார். ஒருவேளை ருட்டியின் இறுதி நாட்கள் எவ்வாறு இருந்தன என்று தன்னிடம் கேட்பதற்காக ஜின்னா தன்னை வரச் சொல்லி இருக்கலாம் என்று காஞ்சி நினைத்தார். ஏனென்றால் அவர்தான் ருட்டியின் இறுதி நாட்களில் அவரோடு இருந்தவர். ஆனால் காஞ்சியின் அனுமானம் தவறாகப் போய்விட்டது. அதைவிடக் கடினமான பணி காஞ்சிக்காகக் காத்திருந்தது. “இரண்டு மணி நேரம் தொடர்ந்து என்னோடு பேசிக் கொண்டே இருந்தார். தன் மனதில் இருந்த அனைத்தையும் கொட்டித் தீர்த்தார். ஓரிரு வார்த்தைகள்தான் நான் பேசி இருப்பேன்; அவ்வளவே. ஆனால் அவர் தன் உள்ளத்தில் தேக்கி வைத்திருந்த அத்தனை வருத்தங்களையும், வேதனைகளையும் அந்த இரண்டு மணி நேரத்தில் என்னிடம் தடையேதும் இல்லாமல்

சொல்லிக்கொண்டே இருந்தார்." இது காஞ்சி அந்த நிகழ்வு பற்றி எழுதிய குறிப்பு.

ஜின்னா உடைந்து அழுததைப் பார்த்த காஞ்சிக்கு ஒன்று உறுதியாகப் புரிந்தது. அதுவே ஜின்னாவின் ஆன்மா. அந்த ஆன்மாவின் அடித்தளத்தில் இருந்த அபிரிமிதமான அன்பு அப்போதுதான் காஞ்சிக்குப் புரிந்தது. "ஏதோ ஒன்று, ஜின்னாவுக்குள் உடைந்து போனது போல் எனக்குத் தோன்றியது. மனிதர் முற்றிலுமாக முறிந்து விட்டார். மனைவியின் சாவு, ஒரு நிகழ்ச்சியாக அவருக்குத் தோன்றவில்லை; ஏதோ அழுது கரையேற்றும் நிகழ்ச்சி அல்ல அது. இது கடவுள் விதித்த விதி என்று நினைத்தார். தன் வாழ்வின் பெரும் தோல்வி இது; மீள முடியாத ஒரு தோல்வி என்று நினைத்தார்." இப்போதும் காஞ்சிக்கு ஒருவேளை எப்போதுமே தெரியாத விஷயம் ஒன்று ஜின்னா - ருட்டியின் நடுவே இருந்தது. அது ருட்டி எழுதிய வார்த்தைகள்: "நீங்கள் பறித்து முகர்ந்த அழகான மலராக என்னை நினைத்துக்கொள்ளுங்கள்; நிச்சயமாக நீங்கள் காலில் போட்டு மிதித்த மலராக நினைக்க வேண்டாம்" என்று ருட்டி எழுதிய கடிதத்தில் இருந்த வரிகள் காஞ்சிக்குத் தெரிந்திருக்க வாய்ப்பில்லை. மனதைக் காயப்படுத்தும் இந்த வரிகளை விட்டு ஜின்னாவினால் தப்பிக்க முடியாமல் போய்விட்டது.

வழக்கமாக எப்பொழுதும் அரசியல் சூழலுக்குள் தன்னை முழுவதுமாக ஈடுபடுத்திக் கொள்ளும் ஜின்னாவிற்கு இப்போது அதுபோல் இருக்க முடியவில்லை; என்றாலும் கடந்த ஒரு வாரமாக பம்பாயிலிருந்துகொண்டு பலருடன் தொடர்ந்து விவாதங்கள் பலவற்றை நடத்திக்கொண்டிருந்தார். ஏனென்றால் இன்னும் ஒரு வாரத்தில் தில்லியில் முஸ்லிம் லீக் தலைவர்களின் கூட்டம் ஒன்று நடப்பதாக இருந்தது. எல்லாவற்றையும் மறந்து விட்டு புதிதாக இந்த வேலையில் தன்னை ஈடுபடுத்திக் கொள்ள ஆசைப்பட்டார். அதற்காகவே ருட்டியின் புகைப்படங்கள், உடைகள், அவர் சேர்த்து வைத்திருந்த மரகதக் கற்கள், அழகிய கலைப் பொருட்கள், புத்தகங்கள் என்று எல்லாவற்றையும் தனியே மூட்டை கட்டி வைத்துவிட்டார். வரப்போகும் இஸ்லாமியர் கூட்டத்திற்காக மார்ச் 3ஆம் தேதி தில்லி புறப்பட்டுப் போனார். ருட்டியின் பெயரை யாரிடமும் எப்போதும் உச்சரிக்காமல் தவிர்த்து வந்தார். ஆனாலும் காஞ்சிக்கு ஒன்று புரிந்தது: "இந்த இழப்பும், அதிர்ச்சியும்

அவரது வாழ்வின் கடைசி நிமிடம் வரை தொடர்ந்து அவரைத் துரத்திக் கொண்டே இருக்கும்."

நல்லவேளையாக ருட்டியின் புத்தகங்கள் அனைத்தையும் மூட்டை கட்டுவதில் மட்டுமே ஜின்னா தீவிரமாக இருந்தார். அந்தப் புத்தகங்களை அவர் திறந்து பார்க்கவில்லை. ஒருவேளை அவைகளைத் திறந்து பார்த்திருந்தால் அவர் மனதைத் துன்புறுத்தும் வரிகளைப் பார்த்திருப்பார். ருட்டியின் புத்தகங்கள் இரு கூறாக இருந்தன. ஒன்று, சமீபத்தில் வாங்கிய எட்வர்டியன் காலத்து நகைச்சுவைப் புத்தகங்களும், வயதான கணவன்மார்கள் புதிய நாகரீகமடைந்த மனைவிகளோடு போராடும் போராட்டங்கள் பற்றிய கதைகளும் இருந்தன. இரண்டாவது, பெத்தித் மாளிகையில் தன் இளம் வயதில் வாங்கி ஒவ்வொரு புத்தகத்தின் முதல் பக்கத்திலும் மையிட்ட பேனாவினால் தன் பெயரைக் கையெழுத்திட்டிருக்கும் புத்தகங்கள். பழைய புத்தகங்கள். பெத்தித் மாளிகையிலிருந்து தூசு படிந்த புத்தகங்களை எப்படியோ தன்னிடம் கொண்டுவந்து சேர்த்திருந்தார். - ஹானர் டி பல்சாக் எழுதிய யூஜின் க்ராந்தே (Eugenie Grandt). ஒரு தவறான மனிதரைக் காதலித்து திருமணம் செய்து கொண்டதால் தன் பரம்பரைச் சொத்தை இழந்த, காதல் மூலம் தன் வாழ்வை இழந்த இளம்பெண் ஒருவரின் கதை; அலெக்சாண்டர் டூமாஸ் எழுதிய 'இருபது ஆண்டுகளுக்கு பிறகு...' - Three Musketeers கதையில் வரும் மூன்று வீரர்களில் ஒருவரான ஆர்த்தங்னன் பற்றிய கதை - இவர் தன் நண்பர்களிடமிருந்து முழுமையாகப் பிரிக்கப்பட்டு, சந்தர்ப்பவசத்தாலோ, அதிர்ஷ்டத்தாலோ அல்லது வேறு ஏதும் இயற்கை நிகழ்வுகளாலோ தன் நம்பிக்கைகளை அடைவதில் தடுத்து நிறுத்தப்பட்டார்; அல்லது டூமாஸ் எழுதிய இன்னொரு புதினமான, Louise de la Valliere என்ற தொகுப்பின் மூன்றாம் தொகுப்பான The Vicomte de Bragelonne - வெளிவர முடியாத சோகமான உறவோடு இருந்த ஒருவரின் கதை.

இந்த நூல்களின் பக்கங்களில் அடிக்கோடிட்டிருந்தது 12 அல்லது 13 வயது சிறு பெண் இல்லை. உதாரணமாக, கவுண்ட் ஆஃப் மான்டி க்ரிஸ்ட்டோ என்ற புத்தகத்தின் இரண்டாவது தொகுதியில் முதல் பக்கத்தில் 'தி. ருட்டி பெத்தித்' என்று பென்சிலால் கையெழுத்திடப்பட்டிருந்தது. ஆனால் மை பேனாவினால் புதிதாக, 'பக்கம் 720' என்று மட்டும் எழுதப்பட்டிருந்தது. அந்தப் பக்கத்தைப் புரட்டிப் பார்த்தால் அந்தப் பக்கம் முழுவதும், அதிலும் முக்கியமாக ஒரு

பத்தி, ஒரு முறையல்ல ஆறிலிருந்து எட்டு முறை கோடிட்டு குறிக்கப்பட்டிருந்தது. அதில் இருந்த பகுதி: "மாக்ஸ்மிலியன், நீங்கள் உண்மையைத்தான் சொல்லியிருக்கிறீர்கள். அதன்படி மரணம் என்பது ஒரு நண்பனைப் போல், ஒரு பெண் தாலாட்டுவது போல், மெல்ல நம்மை இழுத்துச் செல்லலாம்; அல்லது ஒரு எதிரி போல் நம்மைத் தரதரவென்று இழுத்து உடலிலிருந்து ஆன்மாவை வன்மையாகப் பிடித்து இழுத்து பிரிக்கலாம். வரும் நாளில் இந்த உலகம் இன்னும் வளர்ச்சியடைந்திருக்கலாம்; மனித இனமே இயற்கையையும், அதன் பயங்கர அழிவு சக்திகளையும் ஆளும் தகுதி பெற்றிருக்கலாம். இந்தப் புதிய ஆளுமைகளை மனிதனின் வளர்ச்சிக்காகப் பயன்படுத்திக் கொண்டிருக்கலாம்; மனித இனம் நீங்கள் சொல்வதைப்போல மரணத்தின் ரகசியங்களை புரிந்துகொண்டு, அதனால் மரணத்தை ஒரு இனிய, பாலின இன்பத்தோடு தனக்கு பிடித்தவர்களின் கைகளில் எளிதாக ஒப்படைக்கலாம்." பத்து ஆண்டுகளுக்கு முன்பு அவரால் பறிக்கப்பட்ட அந்த 'நீல வண்ண மலர்' இப்போது ஏன் மரணத்தை இந்த அளவு விரும்ப வேண்டும்? நிச்சயமாக இதுபோன்ற கொடுமையான கேள்விகளை ஜின்னாவினால் எதிர்நோக்க முடியவே முடியாது.

ஜின்னா தன் மனதின் அடியாழத்திற்குச் சென்று, தன் இதயத்தின் ஒவ்வொரு மூலைகளிலும் தேடி உண்மையைக் கண்டுபிடிக்க வேண்டும். தான் பறித்த மலரைத் தானே மிதித்து நடக்க முடியுமா? ருட்டி சொன்ன குற்றச்சாட்டு உண்மை தானா? இவ்வளவு தூரம் ஜின்னா வீண் பிடிவாதம் பிடித்து ருட்டியின் சுயமரியாதையைக் கலைத்து அவரை அழுத்தமும் அமைதியின்மையும் நிறைந்த ஒரு நோய்க்கு அடிமையாக்கினரா? அல்லது தொடர்ந்து நடந்த தவிர்க்கமுடியாத சின்னஞ்சிறு நிகழ்வுகளால் அவ்வாறு நடந்து முடிந்ததா? திருமணம் முடிந்ததும் ருட்டி பலவற்றை இழந்தார்... தன் குடும்பத்தை, தன் உறவுகளை, தனது செல்வத்தை, தனக்கு என்று இருந்த சுய அடையாளத்தை... ஏன் எல்லாவற்றையுமே இழந்தார். இரண்டாவது இழப்புகளும் அதோடு தொடர்ந்து வந்தன. அவை முதலில் இழந்தவைகளையும் விடக் கடுமையானவைகளாக இருந்தன. ஏனென்றால் இந்த இழப்புகள் அவர்கள் இருவரையும் தனித் தனியாக நிற்க வைத்தன; பலராலும் ஒதுக்கப்பட்டார்கள்; மிகப் பலரால் வெறுக்கப்பட்டார்கள். அதற்கான ஒரே காரணம் - காந்தியைக் கண்மூடித்தனமாக பின்பற்றுவதற்கு அவர்கள் மறுத்ததுதான். இறுதியான இழப்பாக ருட்டி தன் மனதின்

இருளுக்குத் தானே பலியாகிவிட்டார். ஜின்னாவிடம் இருந்த பாதுகாப்புக் கவசங்கள் எதுவும் ருட்டியிடம் இல்லாமல் போய்விட்டன. ஜின்னா அப்படி இருந்தாலும், ருட்டி அனுப்பிய கூரிய ஈட்டி ஒன்று அவர் மனதைத் துளைத்துக் காயப்படுத்தி, காலாகாலத்திற்கும் அவர் மனதில் பெரிய ரணத்தை ஏற்படுத்தியது. மலர்களை உதாரணம் காட்டி ருட்டி எழுதிய கடிதம் அவர் மனதை நிச்சயமாக வலுவாகத் தாக்கியுள்ளது. ஏனென்றால் பல ஆண்டுகள் கழித்து தன் நண்பர் ஒருவரின் மனைவியிடம் மிகப் பரிதாபமாக ஒன்றைச் சொல்லியிருக்கிறார்: "ருட்டி ஒரு குழந்தை. அவளை நான் திருமணம் செய்து கொண்டிருக்கக் கூடாது. நான்தான் தவறு செய்துவிட்டேன்."

ருட்டியின் நண்பர்கள் பலரும் வெவ்வேறு குற்ற உணர்ச்சிக்கு ஆளானார்கள். அவர்கள் அதற்கான காரணத்தையும் தேடி அலைந்தார்கள். எல்லோரிடமும் அந்தக் குற்ற உணர்ச்சி நிறைந்திருந்தது. உதாரணமாக பத்மஜா பல மாதங்களாக ருட்டியோடு எந்தத் தொடர்பும் வைத்துக் கொள்ளவில்லை. ஆனால் சாக்ளாவிற்கு அவர் ஒரு கடிதம் எழுதியுள்ளார். "நாங்கள் இருவருமே ஒருவரிலிருந்து ஒருவர் முற்றிலும் மாறுபட்டவர்கள். ஆனாலும் நாங்கள் மிகவும் நெருங்கியிருந்தோம். எங்களுக்குள் இருந்த அன்பு மிகவும் நெருக்கமாக இருந்தது. பேசுவதற்குத் தேவையில்லாத அளவு அத்தனை புரிந்து வைத்திருந்தோம்." ருட்டி இறந்த இரவைப் பற்றி பத்மஜா தன்னுடைய அனுபவங்களை எழுதிவைத்துள்ளார். "அன்று ஏனோ தெரியவில்லை. மனம் முழுவதும் அலைபாய்ந்து கொண்டிருந்தது. என்னால் ஓய்வெடுக்கக் கூட முடியாமல் இருந்தது. ஏதோ ஒரு பயம் என் மனதைக் கவ்விக்கொண்டிருந்தது. தூங்குவதற்கு முயற்சித்தும் தூக்கம் வரவில்லை. படுக்கையில் இருந்து எழுந்து வெளியே வந்து தோட்டத்தில் ருட்டியைப் பற்றி நினைத்துக்கொண்டு அங்குமிங்கும் நடந்து கொண்டிருந்தேன். அந்த இனம் தெரியாத பயம் என்னை முழுவதும் பிடித்து வைத்திருந்தது. அது ஏன் என்று எனக்குத் தெரியவில்லை. ஆனால் இருபத்தி நான்கு மணிநேரம் கழித்து ருட்டியின் மரணச் செய்தி என்னை வந்தடைந்தது. அந்த பயம் ருட்டியின் மரண நேரத்தில் தான் என்னைக் கஷ்டப்படுத்திக் கொண்டிருந்திருக்கிறது. ஏற்கெனவே உடல் நலமில்லாத நான் அன்று இரவு முழுதும் தோட்டத்தில் நடந்து கொண்டிருந்ததால் என் உடல் நலமும் சீரில்லாமல் போனது."

ருட்டி இறந்து நான்கு மாதங்கள் கடந்துவிட்டன. உடல்நலமில்லாமல் பத்மஜா தன் படுக்கையில் சுருண்டு கிடந்தார். தோழியின் மரணத்தால் மனம் தொய்ந்து போய் இருந்தது. 1929 ஜூன் மாதம் சாக்ளாவிற்கு ஒரு கடிதம் எழுதி தனது உணர்வுகளைப் பகிர்ந்து கொள்கிறார்: "ருட்டியின் மரணத்தை என் மனம் இன்னும் ஒத்துக்கொள்ள மறுக்கிறது. அது முட்டாள்தனமானது; பயனற்றது என்று தெரிந்தும் என்னால் அதிலிருந்து வெளிவர முடியவில்லை. அதற்காக நான் மிகவும் வருத்தப்படுகிறேன். எனக்குப் பிடித்தவர்கள் இறந்து விடுகிறார்களே என்ற பெரும் அச்சம் மட்டும் அதற்கு காரணம் அல்ல; எனக்குத் தெரியும் மரணம் என்பது மிகவும் அழகானது; இரக்கம் நிறைந்தது. கடந்த இரு மாதங்களில் அப்படிப்பட்ட ஒரு அழகான மரணம் என் மிக மிக நெருங்கிய நண்பருக்கு வந்து, அந்த சிரமத்தில் இருந்து விடுபட வேண்டும் என்று நினைத்திருக்கிறேன். ஆனால் ருட்டியின் மரணம் எனக்கு மிகவும் கசப்பாக இருக்கிறது. ஏனென்றால் ஒரு அழகான பொருள் தேவையில்லாமல் தன்னைத் தானே அழித்துக் கொண்டது. ருட்டியின் வாழ்வு ஒரு முடிவடையாத சோகம். மிகவும் சின்னப் பெண்; வாழ்க்கையை அத்தனை அழகாகக் காதலித்தாள்; உணர்ச்சிகரமான, மனம் முழுவதும் ஆவல் நிறைந்த பெண்; ஆனால் வாழ்க்கை அவள் இதயத்தை நிரப்புவதற்கு பதில் எல்லாவற்றையும் பறித்து எடுத்துக்கொண்டு விடைபெற்றுச் சென்று விட்டது."

சரோஜினிக்கு ருட்டியின் மரணச்செய்தி சென்று சேர ஒரு மாதத்திற்கும் மேல் ஆகிவிட்டது. அப்போது அவர் அமெரிக்காவில் பல கூட்டங்களில் பேசுவதற்காக அழைக்கப்பட்டிருந்தார். ஆகவே அவரது உறவினர்களும் நண்பர்களும் ருட்டியின் மரணச் செய்தியைச் சொல்வதற்குத் தயங்கி அதைச் சொல்லாமல் விட்டிருந்தனர். அதையும் மீறி அவருக்கு வந்த செய்தியும் தற்செயலாக வந்ததுதான். யாரோ ஒருவர் தொலைபேசியில் பேசும்போது ஜின்னாவின் மனைவி இறந்துவிட்டார் என்று சொல்லியிருக்கிறார். உடனே சரோஜினி தன் மகள் பத்மஜாவிற்கு 1929 மார்ச் 19ஆம் தேதி நியூயார்க் நகரிலிருந்து ஒரு கடிதம் எழுதுகிறார். "தொலைபேசியில் அந்தச் செய்தியைச் சொன்னவருக்கு இறந்தது ஜின்னாவின் மனைவி மட்டுமல்ல; நாம் எல்லோரும் பெருமையோடு போற்றிப் புகழ்ந்து கொண்டிருந்த அன்பிற்குரிய ருட்டி என்பது தெரியாது. எனக்கு பெரும் அதிர்ச்சியாக இருந்தது. சூரியனும் வசந்த காலமும் அப்படியே உலகிலிருந்து

மறைந்து போனது போன்று எனக்கு தோன்றியது.” ஆனால் சரோஜினி ஜின்னாவைப் போல முந்தைய தலைமுறையைச் சார்ந்தவர். அவர்களுக்கு எல்லாவற்றையும்விட கடமை முக்கிய இடம் வகிக்கும். “அடுத்த மேடை எனக்காகக் காத்திருக்கிறது. மக்கள் என் பேச்சுக்காகக் காத்திருக்கிறார்கள். ஆனால் ஒரு இஸ்லாமிய மயானத்தில் புதைக்கப்பட்டிருக்கும் பெண்ணையே என் மனமும், நினைவுகளும், கண்ணீரும் சுற்றிக் கொண்டிருக்கின்றன.”

தன் சோகம் தன் வேலையில் குறுக்கிடாதவாறு சரோஜினி பார்த்துக்கொண்டார். அதைத் தன் கடிதத்திலும் குறிப்பிடுகிறார். “முதல் முறையாக இந்த முதலாம் உலகத்திற்குள் நான் நுழைந்தபோது யாருமற்று தனித்து நிற்பதாகவும், அது மெல்லிய சோகத்தையும் தனிமையையும், வேதனையையும் எனக்கு அளித்தது. ஆனால் எங்கோ மண்ணுக்குள் புதையுண்டு கிடக்கும் ஒரு அழகான பெண் என்னையும் என் வாழ்க்கையையும், மனதையும் இத்தனை தூரம் முடமாக்குவாள் என்று நான் நினைத்து கூடப் பார்க்கவே இல்லை. உமர் இறந்தபொழுது அது ஒரு மறக்க முடியாத சோகமாக மனதில் நின்றது. ஆனால் ருட்டி இறந்தபொழுது யாரோ ஒருவர் அல்ல, என்னோடு மிக நெருங்கிய, என் வாழ்வின் ஒரு பகுதியாக இருந்த ஒரு குரல் முழுவதுமாக அமைதியாகப் போனது என்றுதான் தோன்றியது.”

பத்மஜாவுக்கு நடந்தது போன்ற நிகழ்வு சரோஜினிக்கும் நடந்திருக்கிறது. அன்று ருட்டியின் 29 ஆவது பிறந்தநாள். ஏதோ ஒன்று நடக்கும் என்பது போன்ற உணர்வு சரோஜினியை அலைக்கழித்திருக்கிறது. “எப்படி என்றே தெரியவில்லை; அன்று என் மனம் முழுவதும் ஒரு சோகம் கவிந்து நின்றது. எதையோ இழப்பது போன்ற ஓர் உணர்வு. நான் அது ஒரு அர்த்தமில்லாத நினைப்பு என்று அதைப் புறந்தள்ளிவிட்டேன். அப்போது உடனே செய்தி அனுப்பி எல்லோரும் நலமா எனக் கேட்க வேண்டும் என்று எழுந்த எண்ணத்தை அடக்கிக்கொண்டேன். ருட்டியின் மீது எனக்கு வெறும் அன்பு மட்டுமல்ல; அவளுக்குக் காவலாகவும் இருக்க வேண்டும் என்ற நினைப்பு எப்போதுமே எனக்கு இருந்தது. அந்த ஆழமான அன்பும், ஏதோ ஓர் உள்ளுணர்வும் அவள் இறந்த அன்று என்னை உலுக்கி எடுத்து விட்டது.”

ருட்டிக்கு தான் ஒரு பாதுகாப்பு அரணாக இருந்தேன் என்று சரோஜினி சொல்லிக் கொண்டிருந்தாலும் அவர் ருட்டியின் மீது மிகவும் கடினமான எண்ணங்களையும் முடிவுகளையும்

வைத்திருந்தார்- ருட்டியின் துன்பத்திற்கு முதல் காரணமே அவள்தான். தன் மகள் பத்மஜாவுக்கு ஆறுதல் சொல்லும் விதத்தில் அவர் எழுதிய கடிதத்தில்,

"நமக்கெல்லாம் இனிமேல் வாழ்க்கை முன்பு போல் இருக்காது என்றே நினைக்கிறேன். நமது வாழ்க்கையில் இருந்து அழகான ஒன்று அழிக்கப்பட்டுவிட்டது. ஆனால் அதைத் தாங்கிக் கொள்வதைத் தவிர வேறு வழி ஏதும் நமக்கு இல்லை. மரணம் மட்டுமே ருட்டியின் நொறுங்கிய வாழ்க்கைக்கு ஒரே ஒரு வழியாக இருந்தது. நொறுங்கிக் கிடந்த உடல், இருள் படர்ந்த நெஞ்சம், சிதைந்துபோன உணர்வுகள் என்று எல்லாம் சேர்ந்து ஒரு விஷமாகி அழகான, உயர்வான, தெளிவான ஒரு பெண்ணின் உயிரைக் காவு வாங்கி விட்டன. ஆனாலும் ஒருவேளை ருட்டி உயிரோடு இருந்திருந்தால் அவள் சொல்ல முடியாத அளவிற்குக் கவலையும், அதுமட்டுமல்லாமல் தன்னிடம் நேசம் செலுத்திய அனைவருக்கும் அவமானத்தையும் கொண்டு வந்திருப்பாள். அவள் வாழ்வில் செய்த தவறுகளும், மறுப்புகளும் அவளை ஒரு மீட்டெடுக்க முடியாத பெண்ணாக மாற்றி விட்டன. நல்லவேளையாக அவளுக்கும் அவளைச் சார்ந்தவர்களுக்கும் நன்மை பயப்பது போல் இளமையின் உச்சத்திலிருந்த ஒரு பெண் அப்படியே மறைந்து போனாள். ஏனென்றால் அவள் இப்போது இருந்த இருப்பு மட்டுமே நம் நினைவில் நிற்கும். அவள் ஆன்மாவை மறைத்து வைத்திருந்த புதிதாகத் தோன்றிய கரும் நிழல்கள் எதையும் மற்றவர்கள் அறிய மாட்டார்கள். இந்த நிழல்கள் படிய ஆரம்பித்து ஏறத்தாழ இரண்டு ஆண்டுகள் ஆகிவிட்டன. சென்ற ஆண்டு நான் உன்னை ஆரோக்கியவனத்தில் சேர்ப்பதற்காக வந்தபோது, அழிவின் பாதைகள் அவள்மேல் படிய ஆரம்பித்திருந்தன. ஆனாலும், அவள் ஒரு பாவப்பட்ட பெண்."

"துன்பம், துயரம், ஏமாற்றம் போன்றவைகளுக்கு நடுவே வாழ்ந்த அவள் மனதிற்குள் பெரிய ஆவலை வளர்த்து வைத்திருந்தாள்; தன் வாழ்க்கையைத் தானே நடத்த ஆசைப்பட்டாள்; ஆனால் தேர்ந்தெடுத்துக் கொண்டதோ தன்னைத் தானே அழித்துக் கொள்ளும் வழி தான். இத்தனை கஷ்டங்களுக்கும் நடுவில் பற்றி எரியும் அழகோடும், தூய்மையோடும் தன் வாழ்வை முடித்துக் கொண்டாள். அவளிடம் தூய்மையற்ற ஒன்றையோ, அற்பத்தனமான ஒன்றையோ காணவே முடியாது. அவளிடம் தைரியம் உறைந்திருந்தது; பெருந்தன்மை அடங்கியிருந்தது; உண்மைக்குப்

புறம்பாக இருப்பதே இல்லை; நேர்மையான பெண். எல்லாவற்றையும்விட அளவற்ற அன்பும் கருணையும் கொண்டவள்.”

“அவளை நாம் எப்போதுமே பளிச்சிடும் மகிழ்ச்சியுடன், குறையேதும் சொல்ல முடியாத பெண்ணாகவுமே பார்க்க முடியும். இந்த உயர் குணங்கள் எல்லாம் அவள் வாழ்வின் பகுதிகளாகவே இருந்தன. அந்த ருட்டியைத் தான் நாம் பார்த்தோம்; அந்த ருட்டியின் மீதுதான் நாம் அன்பு செலுத்தினோம்; அவளும் நம்மீது அதே அன்பைத்தான் வைத்திருந்தாள். அவளுடைய அன்பு மிக ஆழமானது. நம்பிக்கையோடும், போற்றுதலோடும், ஆன்மிக அழகோடும் அது இருந்தது. மிக உன்னதமான கழிவிறக்கத்தோடு அவள் இழப்பை நினைத்து, அவளுக்கு நன்றி சொல்லி கடவுளை வணங்குவோம். அவள் உடம்பு இப்பொழுது மண்ணோடு மண்ணாக மக்கிப் போயிருக்கும். ஆனால் எனக்கும், உனக்கும் அவள் நினைவு மின்னும் தங்கமாய், அழியாத அழகாய் நம் மனதிற்குள் எப்போதும் தங்கியிருக்கும்.”

நீண்ட நெடும் கடிதத்தை தன் மகளுக்கு சரோஜினி எழுதியிருந்தார். கடிதத்தின் இறுதியில்,

“நான் இன்னும் ருட்டியின் அம்மாவிற்கும், கணவருக்கும், குழந்தைக்கும் கடிதம் எழுதவில்லை. இனி தான் எழுத வேண்டும். ஆனால் அவர்களையெல்லாம் விட நாம் தான் ருட்டியை நன்கு அறிந்து வைத்திருந்தோம். இரவு வணக்கம் மகளே!”

இக்கடிதம் எழுதப்பட்டு ஒரு வாரம் சென்ற பிறகுதான் சரோஜினிக்கு ருட்டியின் மரணம் அவளின் கடினமான வாழ்விற்கு ஒரு விடிவாக வந்தது என்ற எண்ணம் உறுதிப்பட்டது. அதை பத்மஜாவுக்கு 1929 மார்ச் 25ல் எழுதிய கடிதத்தில் குறிப்பிடுகிறார்: “இன்று நான் ஓர் இளவரசியோடு உணவருந்தினேன். அவரது பெயர் ஜோர்ன்விச். ஒரு ரஷ்யச் சிற்பியின் மனைவி. நாங்கள் பேசிக்கொண்டிருக்கும் போது தனக்குத் தெரிந்த பெண் என்று ஒரு பெண்ணின் பெயரைக் கூறினார். அது ருட்டியின் பெயர். அந்தப் பெயரை சிறிது வித்தியாசமாக அவர் கூறினார். பாரிஸ் நகரில் சந்தித்ததாகவும், அவள் தனது வாழ்க்கையைப் போதை மருந்துகளோடு ஓட்டிக் கொண்டிருப்பதாகவும் கூறினார். அழகான பெண். தன் அழகையெல்லாம் அந்தப் போதையில் இழந்து

கொண்டிருந்தாள். அந்தப்பெண் கணவரிடமிருந்து பிரிந்து பாரிஸ் நகரத்தில் தனித்த வாழ்க்கை நடத்திக் கொண்டிருக்கிறாள் என்று கேள்விப்பட்டிருக்கிறார். நான் என்னதான் அவரிடம் சொல்ல முடியும்? மெல்ல அவளிடம், 'உங்களின் அந்த நண்பர் இறந்துவிட்டார்' என்றேன். 'அடடா. அப்படித்தான் ஆகும் என்று நினைத்தேன். அந்த நீள ஊசி...' அவர் சொன்ன வார்த்தைகளைக் கேட்டு நான் மிரண்டு போனேன்; அதிர்ச்சி அடைந்தேன். ஆனால் இதையே சையது ஹுசைன் என்னிடம் இப்போது சொல்கிறார். அவர் அமெரிக்காவில் இருக்கும்போது அதைப் பயன்படுத்துவதை அறிந்த அவர், அவளிடம் அதைப் பற்றி அதிகமாகக் கண்டித்துப் பேசியிருக்கிறார். இன்னொரு வயதான பெண்மணி, திருமதி ஃபட் (Mrs. Fud) ருட்டியின் அழகை அத்தனை சிலாகித்துப் பேசினார். ஆனால் அவள் முகத்தில் மரணத்தின் கோடுகள் விழ ஆரம்பித்து இருந்தன என்றும் கூறினார். சரி விடு! நேற்று இரவு நமது உறவினர்கள் சிலர் 'மரணம் அவளுக்குக் கடவுள் கொடுத்த வரம்' என்றனர். ஏன் என்று கேட்டேன். அவர்கள் பதிலுக்கு, "சரோஜினி தேவி நாம் அவளைக் காஷ்மீரில் பார்க்கும்பொழுதே அவளுடைய மூளையில் பெரும் தாக்கம் இருந்தது." அத்தனை சின்னப் பெண்! இப்படி ஒரு வசந்த காலத்தில் அவளுடைய வாழ்வும் முடிந்துபோனது அவளுக்கும்கூட நல்லது தான். இன்னும் சில நாட்கள் கழித்து அவளைப்பற்றி நினைப்பவர்கள் அனைவரும் அவளை, அவளுடைய பேரழகைப் பற்றிப் பேசுவார்கள்; ஆனால் பின்னாலிருந்த துன்பங்களும், கருமைகளும் அவர்களுக்கு நிச்சயமாகத் தெரியாமல் போய்விடும்."

"ஏறத்தாழ பத்து ஆண்டுகளுக்கு முன்பு திருமதி ஹார்க்கர், ருட்டி தனது 28 அல்லது 29 ஆவது பிறந்த நாளில் மரணமடைந்து விடுவார் என்று கூறினார். நான் அதை முற்றிலுமாக மறந்து விட்டேன். ஆனால் பாரேன்! மிகச்சரியாக அப்படியே நடந்துவிட்டது. அவள் வளர்த்த நாய்களும் பூனைகளும் - நீரி, டோனி, லோஃபர், ஜிப்பி - அவளில்லாமல் பாவம் போல் நிற்கின்றன."

அடுத்த வாரத்தில் சரோஜினி தன் மனதில் இருந்த குற்ற உணர்வு, இழப்பின் வேதனை என்று எல்லாவற்றையும் முடித்து வைக்கும் முயற்சியில் இருந்தார். "கடந்த இரு வாரங்களாக என்னால் தூங்க முடியவில்லை. அதுவும் ருட்டியின் மரணத்தைப்பற்றி நான் கேள்விப்பட்டவை இன்னும் என்னை உறுத்துகிறது. ஆனால் இப்போது அவளது மரணம் அவளுக்கு

ஒரு விடுதலையைக் கொடுத்திருக்கிறது. அவள் இருந்த விதம், தாங்கி வந்த துன்பங்கள் எல்லாம் இப்போது அவளுக்கு இல்லை." இந்தக் கடிதம் பத்மஜாவிற்கு அமெரிக்காவில் உள்ள பென்சில்வேனியா மாநிலத்தில் இருந்து 1929 மார்ச் 30ஆம் தேதி எழுதியது. கடிதம் இன்னும் தொடர்கிறது: "ஏனோ தெரியவில்லை. ருட்டி எனக்கு மிகவும் அருகில் இருப்பது போல் தோன்றுகிறது. அவள் இப்போது மகிழ்ச்சியாகவும் நல்ல அறிவோடும் இருப்பதாக எனக்கு ஒரு நம்பிக்கை. அவள் இந்த உலகத்தில் இருக்கும்போது தன் மனதின் வலிமையை இழந்திருந்தாள். ஆனால் இப்பொழுது இழந்ததைத் திரும்பப் பெற்று தானாகவே இருக்கிறாள்; சுதந்திரமாகவும் இருக்கிறாள்; பற்றி எரியும் நெருப்புப் பிழம்பாய் இருக்கிறாள்; உடைந்து நொறுங்கிப் போன வாழ்க்கை, கனன்று கொண்டிருந்த சிறு நெருப்புப் புள்ளிகள் இல்லாமல் இப்பொழுது பிரகாசமாய் ஒளிவிட்டு கொண்டிருக்கிறாள். ம்ம்... ஆயிரம் சொன்னாலும் நான் திரும்பி பம்பாய்க்கு வரும்பொழுது நான் பார்க்க அங்கே ருட்டி இருக்கப்போவதில்லை."

சரோஜினி மிகவும் தைரியமான பெண்மணி. இன்னும் கவலையில் தோய்ந்திருக்கும் தன் மகளுக்குத் தைரியம் கொடுப்பதற்காக முனைகிறார்: "மகளே! நீ எந்த அளவு ருட்டியின் மரணத்திற்காக வருத்தப்படுவாய் என்பது எனக்குத் தெரியும். ஆனால் ஒன்றைப் புரிந்து கொள்; அவள் இன்னும் இங்கே இருந்திருக்க முடியாது. அவள் பற்றிப் பிடிப்பதற்கு அவளுக்கு இங்கு ஏதும் இல்லை. ஏனென்றால் அந்த சக்தியை அவளே தூக்கி எறிந்து விட்டாள். ஆகவே இளவேனில் காலத்து ஒளியோடு கலந்து அவள் மறைந்தது அவளுக்கு நல்லதுதான். அவள் வீட்டில் இன்னும் இரண்டு பூனைகள் இருக்கின்றன. ருட்டியின் கருப்புப் பூனையும், சாம்பல்நிறப் பூனையும். ஆனால் இவை ஷிப்புர்ஜி போன்று அத்தனை அழகாக இல்லை."

சரோஜினிக்கு இயற்கையை ரசிக்கத் தெரியும். உலகத்தில் நல்லவைகளின் மீது நாட்டம் உண்டு. ஆகவே தன் சோகத்தை மறைப்பதற்கு, மறப்பதற்கு அவருக்குப் பல விஷயங்கள் துணை நின்றன. பென்சில்வேனியாவில் அவர் தங்கியிருந்தார். அவரது வீடு பிலடெல்பியாவில் இருந்து 12 மைல் தூரம். "வீட்டைச் சுற்றி மரங்கள்; சிற்றாறு ஒன்று அருகில் ஓடிக்கொண்டிருந்தது. இந்த மரங்கள் எல்லாமே புத்தம் புதிதாய் அழகாய் இருந்தன. எனக்கு அவைகள் அத்தனை மகிழ்ச்சியை அளித்தன. ருட்டியின் மரணத்திற்குப் பிறகு என் மனதுக்குள் இருந்த

சோகமும் அதிர்ச்சியும் என்னை வெகுவாகச் சிரமப்படுத்திக் கொண்டிருந்தன. ஆனால் நான் இப்பொழுது சோகத்தில் ஆழ்ந்திருக்கவில்லை. அவளுக்கு விடுதலை கிடைத்து நன்றாக இருக்கிறாள் என்று நம்புகிறேன். அது போதும் எனக்கு." இந்தக் கடிதம் சரோஜினி தன் இளைய மகன் ரணதீராவிற்கு எழுதியது.

இந்தக் கடிதம் எழுதிய அடுத்த வாரத்தில் 1929 ஏப்ரல் 7-ம் தேதி கனடாவில் உள்ள மோரியால் என்ற நகரில் இருந்து பத்மஜாவுக்கு ஒரு கடிதம் எழுதுகிறார். "ரேடியோவில் இருந்து பாட்டு ஒலித்துக் கொண்டிருக்கிறது. நியூயார்க் நகரில் ஒலிபரப்பப்படும் பாடல்கள் பல மைல்கள் தாண்டி காற்றினூடே வந்து இங்கே ஒலித்துக் கொண்டிருக்கிறன. கடலும் நிலமும் எவ்வளவு பிரித்திருந்தாலும் தொலைவும் தூரமும் ஒன்றுமில்லை. இதே அளவுகோலை வைத்துப் பார்க்கும்போது, நான் எப்படி மரணத்தை புரிந்துகொள்ளவில்லை என்பதை நினைத்து ஆச்சரியமாக இருக்கிறது. அது மிகச் சரியான இயற்கையான ஒன்று என்று அறிந்துகொள்ள வேண்டும். மிகச் சரியான புரிதலோடு வாழ்பவர்களுக்கு தூரங்கள் பெரிய விஷயமே இல்லை. ஆம் என் மகளே, நீ எனக்கு மிக மிக அருகில் இருக்கிறாய்! அதோ என் காதுகளில் விழுந்து கொண்டிருக்கும், நான் கேட்கும் வானொலி இசையை விட நீ அருகில் இருக்கிறாய். ருட்டியும் எனக்கு மிக அருகில் தான் இருக்கிறாள்; அவள் இங்கே தனிமையில் வாடிக்கொண்டிருக்கும் பொழுது அவளது கைகளும் இதயமும் அன்போடு என்னை நோக்கி நீண்டன; பாதுகாப்பிற்காகவும், தன்னிலிருந்து தன்னை காப்பாற்றிக் கொள்ளவும் அவை என்னை நோக்கி நீண்டன. பாவம் அந்தச் சின்ன பெண், ருட்டி!"

ஆனால் இதையும் தாண்டி சரோஜினிக்கு இன்னொரு அதிர்ச்சி காத்திருந்தது. இந்தியாவிற்குத் திரும்பும் வழியில் இங்கிலாந்தில் இறங்கி, அங்கே தெரிந்த ஒருவரைச் சந்தித்தார். ருட்டியின் மரணத்தைப்பற்றி நியூயார்க் நகரில் ஒரு பெண் சொன்னதை இங்கே ஒருவர் உறுதி செய்தார். 1929 மே 6 ஆம் தேதி சரோஜினி பிக்காடில்லியிலுள்ள லைசியம் கிளப் ஒன்றிலிருந்து இந்தக் கடிதத்தை எழுதுகிறார்: "ஆனால் எதுவுமே என்னை ஆச்சரியப்படுத்துவதும் இல்லை. ஏனென்றால் நியூயார்க் நகரில் என்னைப் பார்த்த பெண்மணிக்கு என்னையோ, என் பெயரையோ தெரியாது. அவள் என்னிடம் உனது இளம் தோழி ஒருத்தி சமீபத்தில் இறந்து விட்டாள். அதுவும் அதிகமான தூக்க மாத்திரைகளை எடுத்து இறந்துவிட்டார். கடிதம் ஒன்றை வைத்து

விட்டுப் போயிருக்கிறார். அதைப்பற்றி நான் அமெரிக்காவை விட்டுக் கிளம்பிய பிறகு தெரிந்து கொள்வேன் என்றாள். நான் நேற்று இரவு சந்தித்த அந்தப் பெண்மணி மிகவும் சுற்றி வளைத்துப் பேசி ருட்டி வெரோனால் என்ற தூக்க மாத்திரையை அதிகமாக எடுத்திருக்கிறாள் என்றாள். அமெரிக்காவில் அந்தப் பெண்மணி சொன்னதை ஏறத்தாழ அப்படியே இந்தப் பெண்ணும் கூறினாள். இவற்றையெல்லாம் எப்படிப் புரிந்து கொள்வது என்று எனக்குத் தெரியவில்லை. ஆனால் மகளே! ஒன்றை நினைவில் வைத்துக்கொள். நான் சொன்னதெல்லாம் உண்மையா என்று தெரியாது. ஆகவே இதைப் பற்றி வெளியில் யாரிடமும் பேசாதே. ஆனாலும் என்னைப் பொருத்தவரையில் அந்தப் பாவப்பட்ட குழந்தைக்கு வேறு எந்த வழியும் இல்லை. இங்கே அவள் தேடியும் கிடைக்காத அந்த அமைதி, அதுவும் தனக்குத் தானே அமைதி கிடைக்காமல் செய்துகொண்டிருந்த அவளுக்கு, இப்போது அமைதி கிடைத்திருக்கும் என்று நம்புகிறேன்" என்று அக்கடிதத்தை முடித்திருந்தார்.

சரோஜினி கேட்ட வதந்திகளைப் பற்றி அவர் இப்போது கவலைப்படத் தேவையில்லை. அவர் பம்பாய் திரும்பும்போது ருட்டி இறந்து ஐந்து மாதங்கள் முடிந்திருந்தன. யாரும் இப்போது அதைப் பற்றி பேசிக் கொண்டிருக்கவும் இல்லை. அதேபோல் சரோஜினியும் இந்தியா திரும்பியதும் அரசியல் களத்தில் மீண்டும் தீவிரமாக இயங்க ஆரம்பித்தார். 1929 ஜூலை 24ஆம் தேதி மகள் பத்மஜாவிற்கு தாஜ் ஹோட்டலில் இருந்து கடிதம் எழுதுகிறார். "நான் இங்கு வந்த இரண்டு நாள் ஆன பிறகு இப்பொழுதுதான் கடிதம் எழுத நேரம் கிடைத்தது. நேற்று இந்தக் கடிதத்தை எழுத மிகவும் ஆசைப்பட்டேன். இப்போதுதான் தனிமை கிடைத்தது. நான் சொல்வதை நீ நம்பித்தான் ஆகவேண்டும். எங்கிருந்தோ யார் யாரிடம் இருந்தோ வரவேற்புக் கடிதங்களும் தந்திகளும் அடுத்தடுத்து எனக்கு வந்து கொண்டே இருக்கின்றன. நான் உண்மையிலேயே இங்கு வந்த பின் அவைகளில் மூழ்கி விட்டேன்!' நான் இங்கே இல்லாத நேரத்தில் நடந்த இனவெறிக் கலவரங்கள் பற்றிய செய்திகளும் தொடர்ந்து வந்து கொண்டிருக்கின்றன. என் விருப்பத்துக்கு மாறாக காங்கிரஸ், கட்சியின் வேலைக்காக அலகாபாத் செல்ல என்னைக் கேட்டுக்கொண்டுள்ளது. எனக்கு அதை மறுக்க வேண்டும் என்று தோன்றுகிறது. ஆனால் பண்டித மோதிலால் நேரு அவர்களும், அன்சாரி அவர்களிடம் தொடர்ந்து என்னைக் கேட்பதால் என்னால் மறுக்க இயலாமல் போய்விட்டது. நான் மறுப்பதற்கான காரணம்

முட்டாள்தனமான ஆல் இந்தியா காங்கிரஸ் கமிட்டி அல்ல; ஆனால் இந்து - முஸ்லிம் நிலைமைகளுக்காக எனக்கு அங்கு போக விருப்பமில்லை. ஆனால் மறுப்பதற்கு வழி இல்லை. ஆகவே இன்று இரவு நான் அலகாபாத் புறப்படுகிறேன். நான் பம்பாய்க்கு வந்த நாளே ருட்டியைப் புதைத்த இடத்திற்குச் சென்று வந்தேன். எனக்கு விழுந்த மாலைகளோடே அங்கே சென்றேன். அவளைப் புதைத்த இடத்தைச் சுற்றி பல மலர்ச் செடிகள் இருக்கின்றன. நீ அங்கே ஒரு ரோஜாச் செடியை நட்டு வைத்தால் நல்லது. அவளுக்கு சிகப்பு ரோஜா மிகவும் பிடிக்கும்."

இதற்குப்பின் ஒரு மாதம் கழித்து சரோஜினி தின்ஷா அவர்களையும் திருமதி பெத்தித் அவர்களையும் சந்திக்கிறார். பார்த்ததுமே நன்றாகத் தெரிந்தது; அவர் பார்த்த இந்த ஓராண்டில் மிகவும் வயதானவர்கள் போல் தோன்றினார்கள். 1929 ஆகஸ்ட் 22 பத்மஜாவுக்கு எழுதிய கடிதத்தில், "உனக்கு ருட்டியின் போட்டோ ஒன்றை அனுப்பி வைக்கிறேன். அவளது அம்மா உனக்காகக் கொடுத்த படம் அது. படத்தின் பின்னால் குறிப்புகளும் எழுதப்பட்டிருக்கின்றன. இன்றுதான் திருமதி பெத்தித்தைப் பார்க்கிறேன். தலையெல்லாம் நரைத்து வயதான தோற்றம் தருகிறார். தின்ஷா அதைவிட வயதானவர் போல் தோன்றுகிறார். அவரைப் பார்க்கவே பாவமாக இருந்தது. என்னைப் பார்த்ததுமே அழ ஆரம்பித்து விட்டார். நீ ருட்டிக்குப் பிடித்த ரோஜாச் செடியை அவள் புதைத்த இடத்தில் வைக்கப் போகிறாய் என்று சொன்னவுடன் திருமதி பெத்தித் அவர்களுக்கு அத்தனை மகிழ்ச்சி."

இரண்டு நாள் கழித்து சரோஜினி அரசியல் வேலையாக சிம்லா நோக்கி செல்கிறார். அங்கே ஜின்னாவையும் ஃபாத்திமாவையும் சந்திக்கிறார். 1929 ஆகஸ்ட் 24 ஆம் தேதி சிம்லாவில் உள்ள மவுன்டன் ஸ்டுவர்ட்டில் இருந்து எழுதிய கடிதத்தில், "ஜின்னாவும் ஃபாத்திமாவும் என்னோடு இரவு உணவு அருந்தினார்கள். ஜின்னா வெளுத்திருந்தார்; வயதும் அதிகமாகத் தெரிந்தது. ஆனால் பாத்திமா அதற்கு நேரெதிராக இருந்தார். அவருக்குப் புதிதாகக் கிடைத்துள்ள சமூக உறவுகளும், அண்ணனோடு தங்கியிருப்பதால் கிடைக்கும் பெருமையும் அவரிடம் தெரிந்தன."

ஜின்னா வயது கூடியிருந்தாலும் வழக்கம்போல் தன் அலுவல்களில் தீவிரமாக ஈடுபட்டுக் கொண்டிருந்தார். ருட்டியின் நினைவுகளை மனதில் இருந்து ஒதுக்கி விட்டிருந்தார்.

ஆனால் அவரிடம் ஏதோ ஒன்று குறைந்திருந்தது. அதன் பிறகு ஜின்னா சரோஜினியை பம்பாயில் சந்திக்கிறார். அப்போது அவர் ஜின்னாவின் மற்றொரு புறத்தைப் பார்த்தார். இதுவரை தான் பார்க்காத ஜின்னாவை சரோஜினி ஆச்சரியத்துடன் பார்த்தார். "மூன்று அழகிய நாய்களை- எல்லாம் விலையுயர்ந்த உயர்ஜாதிதான் - வாங்கியிருக்கிறார். அதைவிட அவைகளுக்குக் கிறுக்குத்தனமான பெயர்களை வைத்திருந்தார் - எடித், அஸ்ஸி, மான்ட்போர்ட். ருட்டி இருந்திருந்தால் எப்படிப் பார்த்திருப்பார் இந்த நாய்களை. முன்னாட்களில் நாய்களைத் தன்னிடம் அண்ட விடாதிருந்த ஜின்னா இப்பொழுது அவைகளிடம் மிகவும் அன்பாக நடந்து கொண்டார். முழு மனிதத் தன்மையை அடைந்து விட்டார் போலும்!." செப்டம்பர் முதல் தேதியில் எழுதிய கடிதத்தில் சரோஜினி இந்த அனுபவத்தைக் குறிப்பிட்டிருக்கிறார்.

ஆனால் அடுத்த முறை சரோஜினி ருட்டியைப் புதைத்த இடத்திற்கு செல்லும்போது அவர் உடன் வரவில்லை. லக்னோவில் இருந்து காங்கிரஸ் கட்சியின் வேலைகளை முடித்துவிட்டு திரும்பி வந்தபோது சரோஜினி மீண்டும் ருட்டி புதைக்கப்பட்ட இடத்திற்கு செல்கிறார். அப்போது பத்மஜா ஹைதராபாத்திலிருந்து அனுப்பி வைத்த ரோஜாச் செடியை எடுத்துச் சென்று அங்கே நடுகிறார். அதைப்பற்றி 1929 அக்டோபர் 21ஆம் தேதி, "நீ கொடுத்த ரோஜாச் செடியை நேற்றுப் போய் நட்டுவைத்துவிட்டு வந்தேன். அவளது தலைப்பகுதியில் அதை நட்டு வைத்திருக்கிறேன். அப்போது டாக்டர் மேசன் என்னோடு வந்திருந்தார். அவள் மறைந்து சரியாக எட்டு மாதங்கள் முடிந்து விட்டன. நான் அவளை அதிகமாக நினைக்கிறேன். காலம் செல்லச் செல்ல இன்னும் அதிகமாகவே அவளை நினைத்துக் கொண்டிருக்கிறேன்."

கடந்த ஒரு வருடமாக சரோஜினி எழுதிய எந்தக் கடிதத்திலும் ருட்டியின் குழந்தையைப் பற்றி ஒரு வார்த்தை கூட எழுதவில்லை. இப்பொழுது குழந்தை திருமதி பெத்தித் அவர்களின் கவனிப்பில் மட்டும்தான் இருக்கிறது. அவளுக்கு இப்போது வயது ஒன்பது. பொதுவாக தில்லி அல்லது சிம்லா போன்ற இடங்களுக்கு அடிக்கடி சென்று வருவதால் குழந்தையை உள்ளூர் பள்ளியில் சேர்த்தால் நல்லது என்று பெத்தித், ஜின்னாவிடம் கூறியுள்ளார். பஞ்ச்கனி என்ற மலைப் பகுதியான இடத்தில் உள்ள கான்வென்ட் ஒன்றில் சேர்க்கலாம் என்று பெத்தித் கூறியுள்ளார். ஏனென்றால்

பம்பாயில் செல்வந்தர் வீட்டுப் பிள்ளைகள் அனைவரும் அங்கேதான் படித்துக் கொண்டிருந்தனர். மிகவும் எளிதாக ஜின்னா சம்மதித்து விட்டார். அவருக்கும் குழந்தையின் பொறுப்பை திருமதி பெத்தித் முழுமையாக எடுத்துக் கொண்டது திருப்தியாக இருந்திருக்கலாம். இதன்பிறகு அவளின் முக்கியமான காரியங்கள் அனைத்திலும் பாட்டியே முடிவெடுக்க ஆரம்பித்துவிட்டார். தன் பேத்தியை ருட்டி ஜின்னாவை விட்டு விலகும் வரை அவர் பார்த்ததே இல்லை. அதன் பிறகுதான் இருவரும் சந்தித்தார்கள். இப்பொழுது அவர்களது உறவு மிகவும் நெருக்கமான, அன்பான ஒன்றாக இருந்தது. வேடிக்கை என்னவெனில் இதுவரைக்கும் குழந்தைக்குப் பெயர் கூட வைக்கவில்லை. குழந்தையே தனக்கு ஒரு பெயரை வைத்துக்கொண்டது - தீனா! எப்பொழுதுமே தனது பாட்டி தன் மேல் வைத்துள்ள அன்பைப் பற்றி தீனா நண்பர்களிடம் கூறுவதுண்டு. அம்மாவின் மரணத்திற்குப் பிறகு தன்னை போற்றி வளர்த்த பாட்டியை பெருமையாக வைத்திருந்தார் தீனா.

அடுத்த ஆண்டு லீலாமணி தீனாவைப் பார்க்க பஞ்ச்கனி சென்றிருந்தார். குழந்தை இந்தப் புதிய வாழ்க்கையில் மிகவும் ஒட்டிக் கொண்டுவிட்டது. லீலாமணி முதல்முறை சென்றபோது தீனாவைப் பார்க்க முடியாமல் போனது. இந்தச் சந்திப்பைப் பற்றி லீலாமணி தன் சகோதரி பத்மஜாவிற்கு 1930 செப்டம்பர் 9 ஆம் தேதியிட்ட கடிதத்தில் எழுதுகிறார்: "தீனா ஜின்னா இரண்டு நாட்களுக்கு வெளியே போய் இருக்கிறாளாம். நான் காத்திருந்து அவளைப் பார்த்துவிட்டு வரலாம் என்று நினைத்திருக்கிறேன்." லீலாமணி பஞ்ச்கனியில் தங்கள் குடும்ப நண்பரான லேடி அப்பாஸ் அலி என்பவரின் வீட்டில் தங்கியிருக்கிறார். அடுத்த கடிதம் செப்டம்பர் 15ஆம் தேதியிட்டது. அதில், "தீனாவும் இந்த வீட்டிற்கு வந்து ஒரு நாள் முழுதும் என்னோடு நேரத்தைச் செலவழித்தார். அவளைப் பார்க்கும் போதெல்லாம் என் உடம்பில் ஒரு நடுக்கம் தோன்றுகிறது. ஏன் தெரியுமா? அவள் அப்படியே ருட்டியை உரித்து வைத்தது போலவே இருக்கிறாள்."

அம்மாவைப் போல் இருந்தாலும் மனோபாவத்தில் தீனா மிகவும் வித்தியாசமான பெண். அம்மாவிடமிருந்து தனது தனிப்பட்ட குணத்தில் மிகவும் விலகியிருந்தாள். தன்னைச் சுற்றி ஒரு கோட்டையைக் கட்டி வாழ்ந்து கொண்டிருந்த தன் தந்தையின் கதவுகளை உடைத்துத் திறக்க முயற்சி எடுக்கும் பெண் அவள். அம்மாவைப் போல் தற்கொலையை

நாட மாட்டார். வெகு விரைவில் தனது தந்தையை எவ்வாறு கையாள வேண்டும் என்பதை மிகவும் அழகாகக் கற்றுக்கொண்டு விட்டார். தந்தையின் உறவை அப்படியே ஏற்றுக்கொண்டார். மிக அதிகமான எதிர்பார்ப்புகள் எதுவும் இல்லாமல் ஜின்னாவின் வழியிலேயே சென்று விட்டார். ஜின்னாவும் மகள் கேட்டதை அப்படியே கொடுக்கும் செல்லத் தந்தையாகத்தான் இருந்தார். தன்னைத் தொந்தரவு செய்வதை மட்டும் அவர் விரும்பவில்லை. தன்னுடைய நேரம் தனக்கானது என்பதில் முடிவாக இருந்தார். ஆனால் தீனா இதைப்பற்றியெல்லாம் அதிகமாக அக்கறை எடுத்துக் கொள்ளவில்லை. பின்னாளில் தன் தந்தையைப் பற்றிக் கூறும் போது 'அவர் ஒரு அன்பான தகப்பன்; ஆனால் அதை வெளியில் காண்பிக்க அவருக்குத் தெரியாது' என்று கூறியிருந்தார். இரண்டு ஆண்டுகளுக்குப் பிறகு ஜின்னா, பாத்திமாவுடன் இங்கிலாந்து சென்று ஹேம்ப்ஸ்டட் என்ற இடத்தில் வீடு ஒன்று வாங்கி அங்கேயே தங்குவதாகத் திட்டமிட்டிருந்தார். தீனாவும் தன் தந்தையோடு சென்றார். ஆனால் தொடர்ந்து அங்கே தந்தையோடு இருக்கும் திட்டம் இல்லை அவளுக்கு. தங்கள் பகுதிக்கு பக்கத்திலுள்ள சூசக்ஸ் என்ற இடத்தில் திருமதி பிரான்சிஸ் ப்ரவுன் என்பவர் நடத்திய தனிப் பள்ளியில் தன் மகளைச் சேர்த்துவிட்டார். தீனா ஐந்தாண்டுகள் மகிழ்ச்சியாக அதே பள்ளியில் இருந்தாள். ஆனால் மகிழ்ச்சியாக இருந்த அளவிற்கு பாடத்தில் வெற்றிகரமாக இல்லை. தீனா இறுதித் தேர்வில் தோல்வியுற்றாள். ஆனால் கற்று வந்ததோ ஏராளம். தன்னம்பிக்கையும், தன்னைச் சமநிலையில் வைத்துக் கொள்ளவும் நன்கு கற்றுத் தேர்ந்திருந்தாள். திடீரென்று பள்ளி மூடப்பட்டது. நிறுவனரின் உடல்நிலையும், பொருளாதார நிலைமையும் பள்ளி மூடுவதற்கான காரணங்களாகிவிட்டன. தீனா வருத்தத்துடன் தன் பள்ளிப் படிப்பை முடித்துக் கொண்டாள்.

தீனா இந்தப் பள்ளியில் படித்துக் கொண்டிருக்கும்போது விடுமுறைகளில் தன் தந்தையோடு இருப்பதில்லை. தந்தைக்கு தனது நேரம் முக்கியம். ஆனால் மகளுக்கு முழு சுதந்திரம் கொடுத்திருந்தார். தன் தந்தையைக் கேலி செய்வதற்கு கூட அவளுக்கு சுதந்திரம் இருந்தது. தீனா தன் தந்தைக்குச் செல்ல பெயர் ஒன்றும் வைத்திருந்தாள்.

'சாம்பல் நிற ஓநாய்' என்பதுதான் அது! இந்தப் பெயரை தீனா தான் வாசித்த ஒரு நூலின் தலைப்பில் இருந்து எடுத்துக்

கொண்டாள். அந்தப் புத்தகம் - *Grey Wolf: An Intimate Study of a Dictator.* அந்த சர்வாதிகாரியின் பெயர் முஸ்தபா கமால் அத்தாதுர்க் (*Mustafa Kemal Ataturk*). அத்தாதுர்க் ஏறத்தாழ ஜின்னாவைப் போன்றவர். இருவருக்கும் கிட்டத்தட்ட ஒரே வயது. பிறப்பும் வளர்ப்பும் இருவருக்கும் ஒரேமாதிரியே இருந்தது. அந்த நிலையிலிருந்து வளர்ந்து, உயர்ந்து சுதந்திரமான துருக்கி நாட்டை உருவாக்கினார். ஜின்னா அவரை தன் முன்மாதிரியாக எடுத்துக் கொண்டார் போலும். அவரைப் பற்றிப் பேச ஆரம்பித்தால் மணிக்கணக்கில் தொடர்ந்து உற்சாகமாகப் பேசிக்கொண்டே இருப்பார். ஜின்னாவிடம் அவரைப் பற்றிப் பேச ஆரம்பித்தால் அத்தாதுர்க் பற்றிய புத்தகத்தை எடுத்து நீட்டுவார். ஆனால் பதிமூன்று வயதான தீனா அதையெல்லாம் அதிகமாகக் கண்டுகொள்வதில்லை. தனக்கு என்ன வேண்டும் என்று அவளே தான் தீர்மானிப்பாள். அதோடு நில்லாது தனது தந்தை அத்தாதுர்க் மேல் வைத்திருக்கும் ஆராதனையை அவர் கண்டு கொள்வதில்லை. ஆனால் அப்பாவிற்கு அந்தப் புத்தகத் தலைப்பான சாம்பல் நிற ஓநாய் என்ற பெயரையே பட்டப் பெயராக வைத்து விட்டாள். அதை வைத்து அடிக்கடி தன் தந்தையைக் கேலி செய்வதும் உண்டு. கேலி செய்துவிட்டு அடுத்த நிமிடமே சமாதானம் செய்து விடுவார். 'நான் விடுமுறைக்குத் தானே வந்திருக்கிறேன். ஏதாவது ஒரு விளையாட்டு இடத்திற்கு அழைத்துப் போங்கள் என்பாள்'.

இதுபோன்ற விடுமுறை நாட்களில் மட்டும்தான் அவர்கள் இருவரும் நெருக்கமான உறவைக் காண்பித்துக் கொள்வார்கள். இங்கிலாந்திலிருந்து ஜின்னா தன் வீட்டை விற்றுவிட்டு, தன் வழக்கறிஞர் தொழிலை அங்கே முடித்துவிட்டு இந்தியாவிற்குத் திரும்பினார். திரும்பியதும் மீண்டும் அரசியல் அவரை அழைத்தது. இதனால் தீனா மீண்டும் ஜின்னாவின் வாழ்க்கையிலிருந்த விளிம்பிற்குத் தள்ளப்பட்டார். ஜின்னாவின் நேரத்தில் தலையிடாத அளவிற்கு அவள் இருந்தால் மட்டும் போதும். மற்றபடி அவள் தன்னுடைய வாழ்க்கையை தன் விருப்பம்போல் வாழ்ந்து கொண்டிருந்தாள். இப்போது அவளுக்கு வயது பதினைந்து. வீட்டில் இருந்த தன் அத்தையிடம் அதிகமாகப் பேசமாட்டாள். வீட்டில் பேசுவதற்கு என்று வேலைக்காரர்கள் மட்டுமே இருந்தார்கள். ஆகவே அடிக்கடி தன் பாட்டி வீட்டிற்குச் சென்று விடுவார். இரவில் அங்கேயே தங்கி விடுவதும் உண்டு. அவர் இங்கிலாந்தில் இருக்கும்போது தாத்தா மரணம் அடைந்தார். ஆகவே பாட்டிக்கு இப்போது

பரிபூரண உரிமை. எந்தத் தடையும் இல்லை அவர்கள் உறவுக்கு. வெளியில் பாட்டி வீட்டிற்கு செல்வாள்; இல்லை கடைகளுக்குப் போய் விடுவாள். மணிக்கணக்காக கடை மாற்றிக் கடைக்குச் சென்று கொண்டே இருப்பாள். அவள் கடைக்குப் போய் திரும்பி வந்தவுடன் பாத்திமா கார் ஓட்டுனரை அழைத்து இதுவரை தீனா எங்கெங்கு சென்றாள்; என்னென்ன வாங்கினாள் என்று விசாரணை செய்வார். ஆனால் ஜின்னா இதிலெல்லாம் தலையிடுவது இல்லை. தீனா பிரியப்படுவது எதை வேண்டுமானாலும் செய்யலாம் என்ற உரிமையைக் கொடுத்திருந்தார். அவள் செலவு செய்வதைப் பற்றிக் கவலைப்படுவதே இல்லை. அவர் போட்டிருந்த ஒரே ஒரு கட்டளை கார் ஓட்டக்கூடாது என்பது மட்டும்தான். ஆனால் அவருக்குத் தெரியாமல் அவள் காரை ஓட்டிக் கொண்டுதான் இருந்தாள்!

தந்தையும் மகளும் மோதிக்கொண்டது, தீனா தான் யாரைத் திருமணம் செய்து கொள்ளப் போகிறார் என்று சொன்னபோது மட்டும்தான். அவள் தேர்ந்தெடுத்த பையன் நெவில் வாடியா. பல துணி ஆலைகள் வைத்திருந்த குடும்பத்தின் ஒரே வாரிசு. தங்கள் ஜோராஷ்ட்ரிய மதத்திலிருந்து கிறிஸ்துவ மதத்திற்கு மாறியவர். தன் ஒரே மகள் மதம் மாறிய ஒரு பையனை, பார்சி கிறித்துவப் பையனைத் திருமணம் செய்து கொண்டால் அது தன் அரசியல் வாழ்க்கைக்கு ஒரு தடையாக இருக்குமோ என்ற அச்சம் ஜின்னாவின் மனதில் இருந்தது. அவளது மனதை மாற்ற முயற்சி செய்தார். அவள் உறுதியாக இருந்தாள். அவளை ஒதுக்கி வைத்து விடுவேன் என்று பயமுறுத்திப் பார்த்தார். அவள் மசியவில்லை. அதுமட்டுமல்ல ஜின்னா போட்ட அந்த நிபந்தனை அவளை மேலும் தீவிரமாக்கியது. கோபமடைந்து தன் பாட்டி வீட்டிற்குச் சென்று விட்டாள். அப்பாவையும் எதிர்த்து திருமணம் செய்து கொள்ளலாம் என்று முடிவெடுத்து விட்டாள். இதனால்தானோ என்னவோ ஜின்னாவின் உடல்நலம் கொஞ்சம் சீர்கெட்டது. யாரையும் பார்க்காது ஒதுங்கியிருந்தார். இதைப்பற்றி அவரது கார் ஓட்டுநர் ஒருவர் சதத் ஹஸன் மாண்டோ என்ற உருது எழுத்தாளரிடம் அப்பொழுது ஜின்னா நடந்து கொண்டதைப் பற்றி விபரமாகக் கூறியுள்ளார். “இரண்டு வாரங்களுக்கு அவர் யாரையுமே பார்க்கவில்லை; பார்க்க அனுமதிக்கவும் இல்லை. தொடர்ந்து சுருட்டு குடித்துக் கொண்டு, அறையில் மேலும் கீழுமாக நடந்து கொண்டே இருந்தார். அனேகமாக அந்த இரண்டு வாரத்தில் அவர் நூற்றுக்கணக்கான மைல்கள் நடந்திருக்கலாம். ஆனால் இரண்டு

வாரங்களுக்குப் பிறகு மீண்டும் தன் பழைய நிலைக்கு வந்தார். அவர் முகத்தில் சோகத்தின் அறிகுறியோ, திருமணத்தைப் பற்றிய கவலையோ இருந்ததற்கான அறிகுறிகள் எதுவுமே இல்லை."

ஆனாலும் மகளுடன் நடந்த இந்தத் தகராறு அவருடைய பழைய காயங்களைக் கீறித்திறந்து அவைகளைப் புதியவைகளாக மாற்றிவிட்டது. மீண்டும் அவைகளை நினைத்துப் பார்க்க அவருக்கு தைரியம் இல்லை; மனமுமில்லை. இதுபோன்ற வேளைகளில் அவர் செய்யும் விசித்திரமான செயல் ஆச்சரியத்தில் ஆழ்த்தக் கூடியதுதான். இந்த விவரத்தையும் அதே ஓட்டுநர்தான் கூறியிருக்கிறார்: "ஒரு பெரிய இரும்புப் பெட்டியை தனது அறைக்கு எடுத்து வரச் சொல்லி அதை திறக்கச் சொல்வார். பெட்டி முழுவதும் ருட்டியின் ஆடைகள் குவிந்திருக்கும். அந்த ஆடைகளை பெட்டியிலிருந்து வெளியே எடுத்துப் போட்டு, ஒரு வார்த்தை கூட பேசாமல் அவைகளைக் கண் கொட்டாது பார்த்துக் கொண்டே இருப்பார். அவரது மெல்லிய ஒடுங்கிய முகத்தில் கவலை மேகம் சூழ்ந்திருக்கும். அப்படியே இருந்து விட்டு இறுதியில், ம்... சரி... சரி என்று சொல்லிவிட்டு எழுந்து தன் கண்ணாடியையும் கண்களையும் துடைத்துக் கொண்டு அந்த இடத்தை விட்டு அகன்று விடுவார்."

காஞ்சி, ஜின்னாவைப் பற்றிப் பேசும்போது ருட்டியின் மரணத்திற்குப் பிறகு அவர் முழுவதுமாக மாறிவிட்டார். எப்பொழுதும் மகிழ்ச்சியாக, இனிமையாக, சமூகத்தில் பல நண்பர்களோடு இருந்த ஜின்னா இப்போது அப்படி இல்லை. சிடுசிடுப்பான மனிதராக மாறிவிட்டார்; எப்போதும் தன்னைப் பற்றியே நினைத்துக்கொண்டு, தன்னை யாரும் விமர்சித்தால் அவர்கள் மீது கோபம் கொள்வார். ருட்டியின் மரணத்தை மிகவும் தீவிரமாக எடுத்துக் கொண்டார். ஆனால் ஒரு முறை கூட ருட்டியின் பெயரை அவர் சொன்னது இல்லை. ஆனால் அவர்களது திருமணத்தை வைத்து தன்னைக் குற்றம் சொல்பவர்களையும், தன்னைக் கேலி செய்வோரையும், தன்னை புரிந்து கொள்ளாதவர்களையும், தன்னைப் பற்றி திருத்திப் பேசுபவர்களையும் அவர் கடுமையாக வெறுத்தார்; அவர்களை மறக்கவும் இல்லை; மன்னிக்கவும் இல்லை. அவர் எளிதாகக் காயப்படுவதற்கு ஏற்ற ஒன்றாக ருட்டியின் மரணம் அமைந்து போனது. தன் வாழ்வில் ஏற்பட்ட இந்த பெருத்த ஏமாற்றமும் துயரமும் அவரைத் துளைத்துக்கொண்டே இருந்தன. இது அவரது அரசியல் வாழ்க்கையிலும் பிரதிபலிக்க

ஆரம்பித்துவிட்டது.” இந்தக் கசப்புணர்வுதான் ருட்டி இறந்தபிறகு ஜின்னாவின் பத்தொன்பது வருட அரசியல் வாழ்க்கையிலும் தொடர்ந்து கொண்டே இருந்தது. அது அவரது அரசியல் வாழ்க்கையையும் தனிப்பட்ட கருத்துகளையும் புரட்டிப்போட்ட ஒன்றாகவும் மாறிப்போனது”, என்று காஞ்சி ஜின்னாவின் வாழ்க்கையை ஒட்டுமொத்தமாகக் கணக்கிடுகிறார். இதைவிட இன்னொரு மகத்தான உண்மையையும் முன்வைக்கிறார். “ருட்டி உயிரோடு இருந்திருந்தால் நிச்சயமாக இனச் சார்பு படைத்தவராக ஜின்னா மாறியிருக்கவே மாட்டார்.” இந்த முடிவை சாக்ளா ஓரளவு ஒத்துக்கொள்கிறார். “தான் உயிரோடு இருப்பது வரை ருட்டி ஜின்னாவின் வாழ்க்கையைச் சரியான பாதையில் வழிநடத்திக் கொண்டிருந்தார்”, என்று சொல்லிய சாக்ளா அதற்கு தான் எழுதிய நூலில் இன்னொரு காரணத்தையும் கூறியுள்ளார்.

“ஜின்னா இனச் சார்பு கொண்டவராக மாறியதற்கு பாத்திமா ஒரு பெரும் காரணம்; ஜின்னா இந்துக்களைப் பற்றி ஏதாவது குறையாகப் பேசினால் பாத்திமா மிகுந்த மகிழ்ச்சியோடு அதை கேட்டுக் கொண்டிருப்பார். பாத்திமாவும் ஜின்னாவின் மனதில் இன்னும் அதிகமாக விஷத்தை ஏற்றி இருக்கலாம்.”

இந்தப் பிந்தைய வாழ்வில் ஜின்னா மிகவும் அதிகமாகப் பாத்திமாவைச் சார்ந்தே இருந்தார். எதற்கும் பாத்திமா வேண்டும் என்ற நிலையில் இருந்தார். ஏற்கனவே கார் ஓட்டி ஒருவர் மாண்டோவிடம் நேர்காணலில் சொல்லியது போல மற்றுமொரு விஷயத்தையும் சொல்லியுள்ளார். பில்லியர்ட்ஸ் விளையாடும் பொழுது - இந்த ஒரு விளையாட்டு மட்டுமே ஜின்னாவிற்கு மிகவும் பிடித்த ஒன்று. இதை வீட்டில் விளையாட மிகவும் ஆசைப்படுவார். - பாத்திமாவும் அந்த அறையில் இருக்க வேண்டும் என்று விருப்பப்படுவார். “தான் நினைத்தது போல மிகச் சரியாக ஆடிவிட்டால் வெற்றிப் புன்னகையோடு பாத்திமாவைப் பார்த்துப் புன்னகைப்பார்.”

ஆனால் பாத்திமாகூட ஜின்னாவின் கருத்துகளை மாற்றும் வலிமை பெற்றவர் அல்ல. அவர் ஒன்றை நினைத்து விட்டால் உலகத்தின் எந்த சக்தியும் அவரை மாற்ற முடியாது. இந்தக் கருத்தை சாக்ளா முழுவதுமாக அப்படியே ஒப்புக் கொள்கிறார். சாக்ளா, “எவ்வளவு சோதனை வந்தாலும், அழுத்தங்கள் வந்தாலும், பணத்தாசை வந்தாலும் அவைகளெல்லாம் சிறிதளவுகூட அவரிடம் எந்த மாற்றத்தையும் கொண்டு வரவே முடியாது”, என்கிறார். இஸ்லாமியர்கள் சார்பாக

நிற்க வேண்டும் என்று அவர் முடிவெடுத்தார்; அதில் வெற்றி பெறும் வரை உறுதியாக அந்தக் கோட்பாட்டிலேயே நின்றார். அவர் செய்தவைகள் எல்லாமே எதிர்காலத்தில்தான் புரிய ஆரம்பித்தன. தன்னந்தனியாக நின்று தான் அமைத்த ஒரு புதிய நாட்டின் மக்கள், நாட்டுப் பிரிவினையினால் கூட்டம் கூட்டமாய் அகதிகளாக அல்லல்படும் பொழுது கண்களில் நீர் வர அழுதுவிட்டார். ஆனால் அந்தக் கண்ணீரில் பெரும்பகுதி அகதிகளுக்காகச் சிந்தப்பட்டதல்ல; மாறாக தான் மிகவும் விரும்பி உருவாக்கிய ஒன்றை தானே முழுவதுமாக அழித்து விட்டதற்காக வந்த கண்ணீர் அது.

❏❏❏

Notes

Chapter One

Details of Sir Dinshaw Petit's ancestry and family history and wealth, from *Memoir of Sir Dinshaw Manockjee Petit—First Baronet* by S.M. Edwardes (printed by Frederick Hall at the Oxford University Press, 1923).

Ibid for the history of Petit Hall with photographs.

An account of Sir Dinshaw's private estates and portrait of his son and heir in *Dropping Names* by Manohar Malgonkar (New Delhi: Roli Books, 1996).

Sir Dinshaw's resume, including business, year of marriage and accession to title, charitable works and membership to clubs, from *Indian Year Book 1930*.

Lady Petit's family tree and history, from *Jamsetjee Jeejeebhoy: The First Indian Knight and Baronet* by Jehangir R.P. Mody (published by Jehangir R.P. Mody, Bombay, 1959), and monograph on his successors at the K.R. Cama Oriental Institute, Mumbai.

Jinnah's role in the famous 'Extortion Case' filed by Sir Dinshaw (before he succeeded his grandfather to the title) is taken from *The Works of Quaid-i-Azam 1893–1912*, vol. 1, edited by Riaz Ahmad (published by 'Chair on Quaid-i-Azam and Freedom Movement', 2002).

Ibid for Sir Dinshaw's alleged vanity, on which a British member of the Bombay municipal committee had this to say on the witness stand: 'I think it was vanity. Sir Dinshaw felt slighted because we asked the eldest sons of Sir Jamsetjee and Sir Jehangir Cowasji first (to join the British- approved list of representatives for the municipal elections). Sir Dinshaw would have gladly joined if we had asked him earlier.' Cited in 'Justices' Election Case—Three Petitions (17 March–6 May 1907)', *Bombay Gazette Summary.*

Sir Dinshaw Eduljee Wacha's comments on Sir Dinshaw Petit, from *Enduring Legacy—Parsis of the Twentieth Century*, edited by Nawaz B. Modi (published by Nawaz B. Modi, 2005).

Sarojini Naidu's remarks on Petit Hall, from her letters dated 3 and 15 March 1917. Sarojini's correspondence found in *Padmaja Naidu Papers* in Nehru Memorial Museum and Library (NMML) archives.

Sir Dinshaw's schooling at the Fort High School, Bombay, finds mention in *Representative Men of the Bombay Presidency* (published by C.B. Burrows).

On the navjot ceremony among modern Parsis, Sarojini Naidu's comment in her letter of 9 March 1917 is illustrative: 'Tomorrow there is a friend's Navjot ceremony for his little daughter [and] the whole world seems invited, about 800 people!'

Details of R.D. Tata's marriage to French Soonibai are noted in *Beyond the Last Blue Mountain: A Life of J.R.D. Tata* by R.M. Lala (New Delhi: Viking, 1992).

Court case filed by Dinshaw Petit on the right to conversion is cited in *Zoroastrianism in Judgements—Petit vs Jeejeebhoy 1908* (Mumbai: Parsiana Publications, 2005).

Account of Jinnah's marriage proposal, from *Roses in December: An Autobiography* by M.C. Chagla (New Delhi: Bharatiya Vidya Bhavan, 1973).

Chapter Two

All quotes of Kanji Dwarkadas on Jinnah and Ruttie in this chapter are taken from his *Ruttie Jinnah: The Story of a Great Friendship* (published by Kanji Dwarkadas, 1963).

Jaisoorya Naidu's comments on Ruttie are from his letters of 19 August 1917 and 30 December 1917 to Padmaja Naidu, found in *Padmaja Naidu Papers* (NMML archives).

Sarojini Naidu's description of Jinnah, from *Mohomed Ali Jinnah, An Ambassador of Unity: His Speeches and Writings 1912–1917* (Madras: Ganesh & Co., 1918).

From K.H. Khurshid's *Memories of Jinnah* (Karachi: Oxford University Press, 1990). The episode about the hot-water bottle appears in the same as told to him by Jinnah as happening to a fictitious young man newly arrived in England.

In response to a question if he had once acted on the English stage, Jinnah 'stretching his long legs to the full limits of comfort, said smilingly in slow, measured and dramatic tones, as always: "Yes I know that part of my life has been widely publicized but the real truth about it is not told yet."' Quote taken from *Jinnah and His Times* by Aziz Beg (Lahore: Allied Press, 1986).

Sarojini Naidu's letter to Chagla, from *Sarojini Naidu: Selected Letters* by Makarand R. Paranjape (New Delhi: Kali for Women, 1996).

Horniman's defamation case, from *Bombay Chronicle*, 2 April–11 May 1916, cited in *The Works of Quaid-i-Azam Mohammad Ali Jinnah 1916–1917*, vol. 3, edited by Riaz Ahmad (published by 'Chair on Quaid-i-Azam and Freedom Movement', 1997).

Ruttie's letters and poems, from the Padmaja Naidu and Leilamani Naidu papers (NMML archives).

Details of Sarojini's marriage and courtship, and Edmund Gosse's quote, from *Sarojini Naidu: A Biography* by Padmini Sengupta (Bombay: Asia Publishing House, 1966).

From the Oral History Transcript of K.L. Gauba (Account No. 76, NMML archives).

On the appropriate age for girls to switch over to saris, Sarojini writes to her girls, aged fifteen and a half and thirteen, on 13 May 1916 (from the *Padmaja Naidu Papers* in the NMML archives): 'I hope you girls will wear your saris for every big occasion like the Fancy Sale and the Prize-giving.'

Ruttie's books with marking in pencil from Jinnah's collection, now in the Karachi University Library.

Chapter Three

For Jinnah's undisputed position as the foremost leader of Congress, see, among other newspaper reports, Gandhi's speech at the Bombay provincial conference proposing Jinnah for president of the conference because he was 'the right man for the right post' and the editorial in the *Bombay Chronicle* of 23 October 1916 (cited in *The Works of Quaid-i-Azam 1916–1917*).

Sarojini Naidu's letter to Padmaja, dated 19 May 1916, from the *Padmaja Naidu Papers,* in the NMML archives.

On the random education given to girls even from rich and progressive homes, *The Scope of Happiness: A Personal Memoir* by Vijaya Lakshmi Pandit (New York: Crown Publishers, 1979) is insightful: '. . . there was no supervision and no plan. Studies were haphazard, and because there was no competition they were also rather dull. Beginning with a governess, lessons were later conducted by a series of tutors . . . I knew more than the average school-going child of my age, but there were subjects with which I had only the slightest acquaintance. The mental discipline which a formal education imposes was lacking and I am always conscious of what I missed.'

Some of Hamabai Petit's biographical details and that of her husband, Jehangir K.B. Mehta's, from *Parsi Who's Who*.

On Hamabai Petit's riding prowess, see Sarojini Naidu's letter to Padmaja on 15 March 1917 from Petit Hall (*Padmaja Naidu Papers*, NMML archives). In the same letter: 'Ruttie has gone out to her ride. She rides astride and looks very nice in her habit.'

Jinnah is quoted in Gauba's oral history transcript (Account No. 76, NMML archives) as saying: 'Gauba, I am a Rolls Royce. Anybody who wants a Rolls Royce must pay the price of a Rolls Royce.'

Kanji's reminiscences of the two Miss Petits on the train to Lucknow accompanied by senior Parsi barrister D.N. Bahadurji are based on *Ruttie Jinnah: The Story of A Great Friendship*.

A somewhat garbled version of Hamabai's first meeting with Jinnah in Nice appears in *In Quest of Jinnah: Diary, Notes and Correspondence of Hector Bolitho* (Oxford: Oxford University Press, 2007), edited by Sharif al Mujahid. In the introduction, Mujahid writes that Hamabai was doing her baccalaureate in Nice along with her 'younger sister' Ruttie (who, being seventeen years her junior, was not even born when Hamabai was in school), and that they both met Jinnah at the railway station in Nice while Jinnah was on his way to England to appear before the Privy Council in 1913.

The incident of the coachman threatening Jinnah is cited in the Bombay Gazette of 17 November 1906; it's reproduced in *The Works of Quaid-i-Azam Mohammad Ali Jinnah 1893–1912*, vol. 1, edited by Riaz Ahmad.

The description of a railway station in British India is from *Inside India* by Halide Edib (New Delhi: Oxford University Press, 2002).

The reception to Jinnah when he arrived in Lucknow as president-elect of the All India Muslim League (AIML) is narrated in the *Bombay Chronicle* of 25 December 1916, and reproduced in *The Works of Quaid-i-Azam 1916–1917*, vol. 3, edited by Riaz Ahmad.

Aziz Beg in *Jinnah and His Times: A Biography* (Lahore: Babur and Amar Publications, 1986) gives an account of how Jinnah got his first Turkish cap and wore it throughout the Lucknow session.

Sarojini Naidu's letter to Syed Mahmud, dated 28 April 1918, in *Sarojini Naidu: Selected Letters* edited by Makarand Paranjape.

'Here [at the Lucknow session] Jinnah was observed travelling in Sir Dinshaw Petit's car with Lady Petit [sic] and Ruttie, who was present throughout the conference,' writes Khwaja Razi Haider in *Ruttie Jinnah* (Karachi: Oxford University Press, 2010).

Khwaja Razi Haider also quotes from Stanley Wolpert's *Jinnah of Pakistan* (New Delhi: Oxford University Press, 2005) asserting that Jinnah's marriage proposal came after the Lucknow session: 'Jinnah's triumph was unmarred. The complete contract he had written was accepted by both parties. Now he was ready to put it to the acid test of personal application. He found a way to unite the two subjects uppermost in his mind and approached Sir Dinshaw Petit . . . informing his old friend that he wanted to marry his daughter.'

Meston's letter to Chelmsford, dated 11 January 1917, is from the Chelmsford Papers, and quoted in *The Works of Quaid-i-Azam 1916–1917*, vol. 3, edited by Riaz Ahmad.

On Ruttie proposing to Jinnah, see *In Quest of Jinnah: Diary, Notes and Correspondence of Hector Bolitho*, edited by Sharif al Mujahid. In the introduction, Mujahid writes: 'He [Jinnah] excited her young imagination as no one else had, and she hero-worshipped him. Not inexplicably, therefore, it was she who asked him to marry her. Reportedly Jinnah answered, "It seems to be an interesting proposition!"'

Undated page of Ruttie's letter (with pages missing at beginning and end) written on letter paper, printed with 'Mount Pleasant Road, Malabar Hill, Bombay', says: 'J for his part is growling because I won't let him [illegible] [cut?] his hair—you will perhaps [illegible] how that is possible—it was one of the terms on which I accepted him i.e. that he couldn't touch his hair without my previous sanction.' Cited in the *Padmaja Naidu Papers* (NMML archives).

Ruttie's letters of 3 January and 20 January 1917, from the *Leilamani Naidu Papers* (NMML archives).

Ruttie's letters of 7 January and 27 January 1917, from the *Padmaja Naidu Papers* (NMML archives).

Chapter Four

Details of the Nehru home and upbringing from *The Scope of Happiness: A Personal Memoir* by Vijaya Lakshmi Pandit (New York: Crown Publishers, 1979).

On Vijaya Lakshmi Pandit's previous betrothal being called off by Raja Narendra Nath, from K.L. Gauba's Oral Transcript Account No. 76, NMML archives.

Sarojini Naidu's letter from Lyceum Club, 138 Piccadilly, W.1, 2 March 1920 (*Padmaja Naidu Papers*, NMML archives): '. . . cannot stand such a galvanic gallery of shocks . . . the Khilafat Deputation and on it a Syud married in some strange uncertain [way] and may be not permanent fashion to the little Sarup Nehru . . . Syud has behaved splendidly but you know the course of true love runs over difficult courses.'

Gauba's reference to Motilal Nehru's daughter's elopement, from *Friends and Foes: An Autobiography* by K.L. Gauba (New Delhi: Indian Book Company, 1974).

Sarup's experience of Gandhi and his ashram, from *The Scope of Happiness* and a letter to Padmaja from Anand Bhavan on 13 March (year not stated), from the *Padmaja Naidu Papers* (NMML archives).

Vijaya Lakshmi's courtship and marriage to Ranjit Sitaram Pandit, from *The Scope of Happiness*.

K.L. Gauba on his inter-communal marriage, from his Oral Transcript (NMML archives).

Aziz Beg in his *Jinnah and His Times* refers briefly to Sir Dinshaw Petit's first court case against Jinnah: 'In 1916, Sir Dinshaw filed a petition preventing Jinnah from marrying Ruttie or having any contact with her as she was a minor.'

Jinnah's diary of political and other engagements carried in the Bombay Chronicle, which is also cited in *The Works of Quaid-i-Azam*, vols. 3 and 4.

Sarojini Naidu's letter, from *Leilamani Naidu Papers* (NMML archives).

Sarojini Naidu's family background narrated in *Sarojini Naidu: A Biography* by Padmini Sengupta (London: Asia Publishing House, 1966).

Chapter Five

Quotes in this chapter unless otherwise stated are from *My Brother* by Fatima Jinnah, and edited by Sharif al Mujahid (Karachi: Quaid-e-Azam Academy, 1987).

Aziz Beg quotes Jinnah's sister Shirin Bai on the birthmark on the sole of his right foot for which his sisters made him take off his shoes and socks in order to examine. Cited in *Jinnah and His Times*.

Another incident relating to Jinnah's very English habits is related in *Memories of Jinnah* by K.H. Khurshid, and edited by Khalid Hasan (Karachi: Oxford University Press, 1990): 'Everyone was seated on the floor and it had not occurred to the hosts to provide cutlery as rice is always eaten with one's fingers in the traditional way. Mr Jinnah felt rather embarrassed but then the situation was saved when someone produced a spoon with which [he] helped himself to some rice, washing it down with a glass of soda water.'

Quote of the young cousin on Jinnah's late-night studies, cited in *Jinnah: Creator of Pakistan* by Hector Bolitho (Karachi: Oxford University Press; reprinted from John Murray, London, 1954).

Cicero's *'Offices': Essays on Friendship and Old Age and Select Letters* (London: J.M. Dent, 1911 reprint) is among Jinnah's collection of books in the Karachi University Library.

Bolitho in *Jinnah: Creator of Pakistan* describes Jinnah's first mentor: 'At that time when Jinnah finished his schooling, there was an Englishman, Frederick Leigh Croft, working as an exchange broker in Bombay and Karachi. He was heir to a baronetcy—a thirty-two-year-old bachelor, described by a kinswoman who remembers him as "something of a dandy, with a freshly picked carnation in his buttonhole each morning; a recluse and a wit, uncomfortable in the presence of children whom he did not like." But he liked Mohammed Ali Jinnah, and was persuaded by his talents.'

The astrologer's prediction that the boy Jinnah would grow up to be a king is cited in Bolitho's *Jinnah: Creator of Pakistan*. Also, Ahmedali Jinnah's letter to his brother on 11 July 1947 from Bombay (Pakistan National Archives, Islamabad): 'You will remember telling father that an astrologer had predicted that you would one day be the uncrowned king of India. His words came true.'

Emibai's age at the time of her marriage was sixteen years, according to Aziz Beg's *Jinnah and His Times*, which is highly unlikely considering the average age of both Hindu and Muslim brides at that time was well below twelve years, and Jinnah himself had barely turned sixteen by then.

Although Jinnah's home in Karachi was a modest two-room tenement in a narrow lane of a crowded bazaar, Fatima Jinnah in *My Brother* portrays the family as being very affluent, with her father owning several carriages and 'a number of fine horses' in his stable.

The story of the young man who arrived in an English lodging house and the hot-water bottle in his bed that he mistook for a snake, as related by Jinnah, appears in *Memories of Jinnah*. Among the other stories Jinnah shared with Khurshid that appear in the book are his fondness for cold- water baths and learning to be orderly.

Jinnah's curt view of his first few months in London is mentioned in the draft note 'Some Questions for Mr Jinnah' sent by Sir Evelyn Wrench on 16 February 1944 (F1190, Pakistan National Archives, Islamabad): 'To a question as to what were the things that he liked best when he was in England and the things that he liked least, Jinnah responded: "Roast beef and apple tart and flowers and fruit. I liked fogs the least." And on what were his chief ambitions as a boy, he replied: "Went to the Court with father and saw a barrister with gown and bands and enquired who this person was." On being told he was a barrister, he immediately said: "I want to become one," and, in fact, he did become one, and his dream of boyhood came true. He began taking an interest in politics as a boy of 17 studying in London.'

Jinnah's Latin textbook, *Sallust Catiline,* in his collection of books in the Karachi University Library; edited by T.M. Neatly and B.J. Hayes (University Correspondence College Press/University Correspondence College Tutorial Series). It's signed M.A. Jinnah, for the first time since he changed his name, on two separate pages. Heavily marked till two-third of the book until chapter twenty with notes especially in the section marked 'Vocabulary', and sometimes even English words explained such as 'gait=manner of walking'.

The only poem that struck a chord with Jinnah was a verse from Dante quoted in *Sesame and Lilies* by John Ruskin (George Allen, 1899—from Jinnah's collection of books at the Karachi University Library). The lines are underlined with pencil on page 100: 'But on thee dwells my every thought and sense; / Considering that from thee all virtues spread / As from a fountain head, / That in thy gift is wisdom's best avail, / And honour without fail.' And the second stanza has been underlined twice, as if for double effect: 'A man from a wild beast / Thou madest me, since for thy love I lived.'

On Jinnah's short career on the stage, Aziz Beg in *Jinnah and His Times* quotes a former diplomat, Malik Wahedna, who asked Jinnah about his acting career and received the following reply: 'I used to read out Shakespeare before my friends. Soon the news got around. "Jinnah reads well." After I was called to the Bar, I was taken by some friends to the Manager of a theatrical company, who asked me to go up to the stage and read out pieces of Shakespeare. I did so. His wife and he were immensely pleased and immediately offered me a job. I was exultant, and I wrote to my parents craving for their blessings . . . My father wrote a long letter to me, strongly disapproving of my project; but there was one sentence in his letter which touched me most and which influenced a change in my decision: "Do not be a traitor to the family." I went to my employers and conveyed to them that I no longer looked forward to a stage career. They were surprised, and they tried to persuade me, but my mind was made up. According to the terms of the contract I had signed with them, I was to have given them three months' notice before quitting. But you know, they were Englishmen and so they said: "Well, when you have no interest in the stage, why should we keep you against your wishes for three months with us?" My stage career, therefore, was very short.'

On Jinnah's straightforwardness and refusal to pull strings, Bolitho writes in *Jinnah: Creator of Pakistan*: 'Early in 1900, there was a vacancy for a Presidency Magistrate in Bombay—an office that required generous recommendation. Jinnah was hopeful; and he was also enterprising. He sat, 'gazing through a window . . . smoking a cigarette, wondering what he could do; a cab passed by and an idea struck him: he jumped into the cab and drove straight to the office of Sir Charles Ollivant, the then Member in charge of the Judicial Department.' Jinnah went in and asked for an appointment. He obtained the necessary recommendation from Sir MacPherson, and within a few weeks, he became a temporary presidency magistrate.

Bolitho in *Jinnah: Creator of Pakistan* quotes the Muslim barrister who spoke to him on Jinnah's unpopularity at court, as also saying: 'I think his apparent rudeness was linked with his deep honesty.'

The Story of My Heart: My Autobiography by Richard Jefferies (among Jinnah's collection of books, Karachi University Library). Inscribed as M.J.A from H.G.A, 1916.

Chapter Six

Sir Dinshaw's official engagements, from the *Times of India*, April 1918

Advertisements from agencies supplying servants appeared regularly in English-language newspapers, like this one from the *Times of India*: 'Domestic Servants Agency (Estd. 1890). The only original firm that supplies highly efficient and absolutely reliable High Class servants, such as cooks, Kit Bearers, Ayahs and travelling Servants etc. A Good Servant is a source of pleasure to everyone and the nature of our offers is such as to make it Easy for you to have a REAL GOOD SERVANT in place of one that is only a source of annoyance. Hundreds of Testimonials. Osborne & Co, 101 Esplanade Road, Bombay.'

Even a generation later, the style and scale of Petit Hall's meals were legendary: '. . . Petit Hall food, than which there was no better in the world: Mughlai, Parsi or Continental dishes concocted by a succession of gifted cooks . . . there were seldom less than a dozen people for meals.' Cited in *Dropping Names* by Manohar Malgonkar.

Ibid. 'The marble staircase from the old Petit Hall today adorns the foyer of the Tata Centre for Performing Arts (Bombay), and the Grecian pillars that give the large dining room at the Taj Mahal hotel in Bombay its Edwardian elegance, have been lifted from his house (Petit Hall), which sadly had to be demolished in the sixties . . . (and) the vast park surrounding it . . . are now half a dozen developers' dreams: Malabar Apartments . . . To be sure, there is a new Petit Hall too; not quite a palace but not a bungalow either, a mansion, perhaps, much closer to the sea and surrounded by its own trees and a garden ... still one of the most luxurious, most spacious, private houses in Bombay.'

In the *Bombay Chronicle*'s issue dated 19 April 1918, page 13: 'Ganesh & Co's New Publications. Speeches of Mohamad Ali Jinnah. The latest addition to the Indian Political literature is the publication of a handsome volume containing the speeches of the Hon. Mr Mohamad Ali Jinnah, which cover all topics of the day and the volume opens with a foreword by the Raja of Mahmudabad together with a biographical appreciation by Mrs Sarojini Naidu. The Hon. Raja of Mahmudabad writes: "The speeches reveal a study, in a spirit of abiding and indistinguishable faith of the problems affecting the political destiny of India, of which no other worker among the Indian Mussalmans has so far given proof in an equal degree." Mrs Sarojini Naidu writes: "These valuable speeches which now collected for the first time cannot fail to arouse profound and vivid interest in the minds of all who are concerned with the vital issues of contemporary political events and activities in India." Over 320 pages printed on Antiue paper and attractively bound with a Portrait and Index. Price: Two rupees.'

Sarojini's close friendship with Jinnah, especially her warm defence and admiration of her friend expressed on all occasions in public and private, gave rise to some speculation even in her own lifetime, with the gossips insisting that she had either nursed an unrequited passion for Jinnah or had been displaced in his affections by Ruttie. She first met him in 1910 at the Calcutta legislative session and was instantly enamoured of him, recommending him warmly to B.R. Gokhale. But Chagla, who had known and worked closely with both, comes nearest to the truth of their relationship: 'He (Jinnah) treated her in a rather cavalier fashion as a poet but with no political sense. But on her side, she had great admiration for Jinnah, and she was anxious that the quality of leadership and the undoubted talent that he possessed should be harnessed to the service of the country.'

According to Khwaja Razi Haider in *Ruttie Jinnah*: 'Having sought counsel from his friends, in particular Mohammad Umer Sobhani, Jinnah took Ruttie to the Jamia Mosque where she converted to Islam ... in front of a great religious scholar, Maulana Nazir Ahmad Khujandi ... (who) was a renowned alim and performed Imamat at the Jamia Masjid in Bombay. He also took an active part in Indian politics. He was, from the very beginning, a member of the All India Muslim League, a good orator and journalist. In 1946, he composed a poem about Jinnah and recited it at a birthday function held for him in Bombay.'

All Ruttie's quotes in this chapter are from her letters and poems written during 1916–17. They are now in the *Padmaja Naidu Papers* and the *Leilamani Naidu Papers.*

Sarojini's letter to Syed Mahmud from Hyderabad dated 28 April 1918, from *Sarojini Naidu: Selected Letters* by Makarand R. Paranjape.

The Scope of Happiness: A Personal Memoir by Vijaya Lakshmi Pandit.

Celibates by George Moore (London: Walter Scott, 1895).

Novels by Eminent Hands by William Makepeace Thackeray (London: Collins Clear Type Press, 1859).

'Powvala, Kavashaw Sorabjee' is listed in the *Times of India Directory* of 1918 with two addresses, one presumably his office: 'Landed Proprietor, 237, Hornby Road, Rydal Mount, Mount Pleasant Road, Malabar Hill'.

'I have had such a ripping time with you all in Hyderabad that I am quite spoilt for this fun-forsaken place,' Ruttie wrote in a letter dated 9 February 1920 (*Padmaja Naidu Papers,* NMML archives).

According to Urdu biography *Quaidi Ibtidai Tees Saal* (Quaid's Early Thirty Years) by Rizwan Ahmad (Karachi: General Knowledge Academy, 1977), Jinnah shifted from his first-floor apartment in Colaba 'because it was very noisy outside with children playing and ayahs gossiping' and moved to a house he rented from Justice Ranade on Mount Pleasant Road 'which suited him better, being quiet and pleasant'. However, 'Mohdali Jinah, Hon'ble Mr. Barrister', begins appearing as a homeowner in the *Times of India Directory* from 1912 onwards, and the address: Mount Pleasant Road, Malabar Hills. At that time, only four other Muslims owned houses on Malabar Hill, including the Aga Khan.

By the time K.H. Khurshid went to live in Jinnah's house, it had been razed and rebuilt into a grand marble mansion but the locale was unchanged: 'About a 100 yards down Mount Pleasant Road, from the point where it branches off from Gibbs Road, lay the house, perched on the eastern slopes of Malabar Hill, which project into the Arabian Sea over a tiny peninsula. As you entered through the main gates, the road went down a slope and round a big papal tree which overlooked the front porch of the house, some of its branches almost touching the windows on the balcony above . . . The rooms were sparsely but tastefully furnished. There were hardly any decorations on the wall.' Cited in *Memories of Jinnah.*

On Jinnah's very modest household arrangements as a bachelor, G. Allana writes: 'Before Ruttenbai married the Quaid, his house was being run by a well-trusted and devoted servant, Visan, who served the Quaid-e-Azam for very many years. He was his valet, his cashier for running the household budget, his bearer, the servant in charge and in command of the entire household staff—rolled into one.'

Syed Nabiullah's letter to Padmaja, undated, from the *Padmaja Naidu Papers* (NMML archives).

Chapter Seven

Raja Amir Ahmed Khan's memories of Ruttie from *Ruttie Jinnah* by Khwaja Razi Haider. Haider also writes of the Raja's second meeting with Ruttie at the Maidens Hotel in Delhi as a boy of nine: 'On this occasion she gave him five hundred rupees, a great deal of money at that time, to buy himself some toys.'

On the maharaja of Mahmudabad's legendary hospitality, Chagla writes of his experience dining in his palace in Lucknow for the drafting of the Nehru Report in 1928: 'I remember the first evening when we sat down to dinner. Our host was the Maharaja of Mahmudabad, a prince famed for his hospitality. I believe Montagu, who was Secretary of State for India, reports in his diary that when he dined with the Maharaja of Mahmudabad he served him a dinner which had 42 courses. We were almost as liberally treated at Kaiser Bag as Montagu was. I remember the first dinner—we started with Western food—soup, fish, meat and so on. Then came Muslim food—Murgh Mussalam, Biryani, and all the famed dishes of the North, and finally Hindu food with puris and vegetables and then Hindu sweets. When I started I thought the dinner consisted only of the English courses, and I ate my fill. When the Muslim and Hindu dishes arrived, I could only sit and watch. Motilal Nehru and Tej Bahadur Sapru, who were relatively old men, kept pace, however, and did full justice to whatever was served at the dinner. I still remember Motilalji telling me: "Young man, how will you fight for your country if you don't know how to eat?"'

See the issues of the *Bombay Chronicle* of April 1918 for the build-up and proceedings of the Delhi War Conference, held from 27 to 28 April 1918.

Ruttie's remark on Maidens Hotel in Alice Reading's letter dated 13 February 1924, quoted in *Jinnah and His Times*.

The Delhi War Conference, an attempt to demonstrate Indian support to the British government, was characterized as 'a sad fiasco' in a letter from Willingdon to Montagu, 30 April 1918, cited in *Ambassador of Hindu– Muslim Unity: Jinnah's Early Politics* by Ian Bryant Wells (New Delhi: Permanent Black, 2005).

Whether Jinnah intended it or not, Ruttie's conversion to Islam became of strategic importance to him later in his political career, especially in his election campaign of 1945 when his Muslim rivals openly levelled allegations about his un-Islamic marriage to undermine his credibility as a Muslim leader.

Gauba who converted to Islam in 1933 describes the reaction of Lahore's Cosmopolitan Club members to his conversion: 'It was a sort of, that I had really committed suicide, socially and politically.' Cited in the Oral History Transcript of K.L. Gauba (Account No. 76, NMML archives).

Paisa Akbar, Lahore, 22 April 1918, quoted in Khwaja Razi Haider's *Ruttie Jinnah*.

See *In Quest of Jinnah: Diary, Notes and Correspondence of Hector Bolitho*, edited by Sharif al Mujahid, for details on Jinnah's 'almost tiresome celibacy' and his 'mental and moral celibacy'. Bolitho writes in a later expunged passage: 'A contemporary who knew him well told me: "Jinnah was a cold fish—much too formal ever to be a good lover.' Khurshid, Jinnah's private secretary, is also quoted as saying: 'He was by nature celibate. Marriage was alien to his nature.'" Also, Ruttie's words as reported by Sarojini Naidu in her letter to Padmaja (see chapter twenty) about the 'unhappiness that began from the first day almost' and feeling stifled because of 'his lack of the spirit of the joy of life'.

On Jinnah's need for the female gaze, Urdu writer Saadat Hasan Manto provides an insight in his essay, 'Jinnah Sahib', based on an interview with Jinnah's chauffeur: 'The only indoor sport the Quaid-e-Azam liked was billiards. Whenever the urge to play came upon him, he would order the billiards room to be opened and although it used to be cleaned and dusted every day, the servants would still take one extra look at everything on such days to be sure that all was spick and span. Twelve balls would be placed in front of the sahib and he would carefully choose three and then begin playing. Miss Jinnah would often be there too. Sahib would place his cigar between his lips and study the position of the ball that he planned to hit. This would take several minutes, as he would examine it from every angle. He would weigh the cue in his hand, run it over his long and slim fingers as if it was a bow he was going to play a stringed instrument with, take aim and then stop short of executing the stroke because he had thought of a better angle. He only played his shot when he was fully satisfied that it was the right one. If the shot went through as planned, he would smile triumphantly at his sister.' From *Bitter Fruit: The Very Best of Saadat Hasan Manto*, edited and translated by Khalid Hasan (New Delhi: Penguin Books India, 2008).

Ruttie Jinnah's letter to Syed Mahmud dated 15 May, Galloway House, Naini Tal, from Syed Mahmud's correspondence with Jinnah (NMML archives).

Syed Mahmud (1889–1971), barrister and a doctorate holder from Munster University, Germany, belonged to a rich zamindar family in Bihar, and was a friend of Sarojini Naidu and Jinnah.

Chapter Eight

Among Ruttie's book collection is *The Complete Works of Alfred Lord Tennyson* bearing the inscription: 'To dear Rati from her loving Papa. 14th December 1911.' The date of the birth of her little brother, Jamshed. The facsimile of the front page, the table of contents (signed Rutty Petit) and front-page etching of 'The Lover's Library' in large font are reproduced in *Some Aspects of Quaid-i-Azam's Life* by Syed Sharifuddin Pirzada (Islamabad: National Commission on Historical and Cultural Research, 1978).

Lady Petit's daughter-in-law (also Lady Petit) is quoted as telling Bolitho: 'He [Jinnah] was always so gracious to ladies. He would compliment us on our saris. The other politicians were grand and swept one aside.' Cited *In Quest of Jinnah*.

The proceedings of the Bombay Provincial War Conference, 10 June 1918 (India Confidential Proceedings, India Office Records and Private Papers) vol. 36, cited in *The Works of Quaid-i-Azam 1917–1918*, vol. 4, edited by Dr Riaz Ahmad.

Shantaram Chawl, situated in the heart of Bombay populated by industrial and government workers, was a popular venue for public meetings for the nationalists partly because of its large compound and adjacent buildings which could accommodate a crowd of up to 10,000. Special permits had to be obtained from the police commissioner to hold these open-air meetings at the chawl. Later, in the 1920s when public meetings began to draw crowds in lakhs instead of thousands, political meetings began to be held on the Chowpatty beach.

On the second court case filed by Sir Dinshaw against Jinnah, Aziz Beg writes in *Jinnah and His Times*: 'Sir Dinshaw Petit filed another suit saying that Jinnah had abducted his daughter. Before Mr Jinnah could reply to the court's query, Ruttie stepped forward and said: "Sir, Mr Jinnah has not abducted me; in fact I have abducted him; so there is no case and he should be immediately exonerated of all charges." The court was surprised, the father was angry, Ruttie's mother flabbergasted and Jinnah was just smiling.'

A report carried in the *Times of India* of 28 May 1918: 'A meeting of the Parsi priests of Bombay was held on Sunday at the Dady Seth's Fire Temple, Agiari Lane, Bombay, to express its disapprobation of marriages of Parsi women with non-Parsis. Shams-ul-Ulma Dastur Darab Peshotan Sanjana was voted to the chair. In opening the proceedings, the Chairman stated that during the past few months the Parsi community had been greatly grieved by marriages of Parsi girls with non-Parsis such as Christians, Hindus and Mohamedans and this feeling of grief was particularly noticeable among the priestly class of the community. They considered that some steps should be taken to prevent such unions in the future. Unions such as these were to be highly deprecated in the interests of the community and he exhorted Parsi parents not to allow their daughters to mix with non-Parsis until they had received sufficient instructions according to the tenets of the Zoroastrian religion. Dastur Dinsha J. Garda then moved a resolution condemning marriages of Parsis with non-Parsis, and particularly marriages of Parsi girls with non-Parsis, and calling upon the Parsi community to adopt measures to prevent such unions, one of these being to give their children religious instructions and to teach them to follow in the footsteps of their great forebears who had left their mark on their ancient history. The resolution was carried. In the next resolution it was affirmed that when a Parsi woman married a non-Parsi, she left her fold, and therefore when she died, or when any Parsi, man or woman, who lived with such a woman died, no Parsi priest should perform the funeral ceremony in connection with their deaths. The resolution would also apply to a Parsi woman who professed to follow Zoroastrianism even after marrying a non-Parsi.'

Five years younger than Sir Dinshaw Petit, Sir Jamsetjee Jeejeebhoy the Fifth was not only president of the Parsi panchayat's board of trustees, like his father before him, but also the sheriff of Bombay in 1915. In June 1917, he started a drive to extend Lord Willingdon's term as governor, which was expiring the following year.

The proceedings and resolutions passed by the Parsi panchayat in meetings held on 21 July 1918, 28 July 1918 and 2 February 1919, reproduced from reports in *Kaiser-e-Hind* (2 June 1918, 28 July 1918 and 23 March 1919), and in *Jam-e-Jamshed* (26 May 1918 and 4 February 1919), quoted in *Parsee Prakashan Daftar* (No. 5, Part 5, 1919).

Chapter Nine

Orient Club was one of the many clubs started by educated Indians to counter the racial discrimination they faced in joining the Gymkhana clubs. It was opened on 1 May 1900, and according to the *Times of India Directory and Yearbook*, 1918, 'owes its origins to a desire to provide a first class Club, managed on European lines, to which gentlemen of culture and position could be admitted irrespective of race, creed or politics, on terms of social equality. The immediate object is to encourage more intimate and friendly relations between the Leaders of Native Society and European gentlemen. Provision to admit Ruling Princes as members without ballot. Jinnah was on the management committee but according to Kanji Dwarkadas (*Ruttie Jinnah: The Story of a Great Friendship*), he resigned from the club after his marriage. He used to go there to play Chess and Billiards but never cards because "he abhorred every kind of gambling and all games of chance".'

Jinnah's unsuccessful attempt to be elected to the Western India Turf Club and that he was unable to find anyone prepared to propose him for membership appears in the Bombay Police Secret Abstract, 1918, with the Bombay Police suggesting that Jinnah's personal antagonism towards the Bombay governor, Willingdon, stemmed from this. According to the police, Jinnah attributed his failure to get in to the club to the influence of Willingdon. Cited in *Ambassador of Hindu– Muslim Unity: Jinnah's Early Politics* by Ian Bryant Well (Lahore: Vanguard Books).

From Gauba's Oral History Transcript: 'You see, we were so important in Lahore society at that time that my wife's invitation was a bigger command than even the Government House's command. Nobody would venture to refuse an invitation from her. But yet, there was not that mingling that you could say that the prejudice was over . . . Of course she had her own entertainments and her own friends and she and Kanwarani Dalip Singh dominated Lahore society . . . She was unusual in the sense that she kept a beautiful home and she made our home one of the most attractive homes in Lahore. She started a fashion in Lahore, the fashion of modern houses. She was the mainspring of ideas of the new life and new living . . . But the prejudice did not quite disappear. These things are not decided as matters of reason, but as matters of feeling.'

Jinnah's speech on the floor of the House on the Hindu Marriages Validity Bill, 5 September 1918, cited in the *Proceedings of the Indian Legislative Council April 1918 to March 1919*, vol. LVII, Calcutta, 1919; quoted in *The Works of Quaid-i-Azam, 1917–1918*, vol. 4.

For a portrait of Ruttie's brother Fali who succeeded his father to the baronetcy, see 'Third Baronet: Sir Dinshaw Petit' in *Dropping Names*.

References to Jinnah's Jeeves, Visan, in *Quaid-e-Azam Jinnah: The Story of a Nation* by G. Allana (Lahore: Ferozsons, 1967) and *Quaidi Itbidat Tees Saal* by Rizwan Ahmad.

'The haven and refuge for briefless barristers who were waiting for their brief was that great institution—the Bar Gymkhana. I did not leave the chamber at the end of the day until Jinnah had finished his conferences and was going home. He would then take me along and drop me at the Bar Gymkhana. We members used to sit there playing bridge and poker and I must confess also drinking... Friday evening was a great occasion at the Bar Gymkhana, as the day after was Saturday and not a court day. We used to have dinner at the Bar Gymkhana and Azad, as the most affluent member in the company, would send his car to fetch the most delectable food which we enjoyed while we carried on with our game that lasted till midnight and even later. Sunday morning used to be what was known as Sir Jamshed Kanga's durbar. He would come at about 10 and stay on till about noon, and treat us all to beer.' From Roses in December.

Bolitho writes in *Jinnah: Creator of Pakistan*: 'When another old friend of this time was asked, "But was Jinnah absolutely without passion?" he answered, "It may sound ridiculous but I believe his only passion was for newspapers. He had them sent from all over the world: he cut pieces out of them, annotated them, and stuck them into books. He would do this for hours—all through his life, he loved newspapers."'

'Dear Mr Mahmud,' begins Ruttie's letter from Mount Pleasant Road, Malabar Hill, on 5 January (year not mentioned), inviting Syed Mahmud to dinner. 'We are so sorry not to have seen you when you called yesterday. I don't know whether you are stopping in Bombay or just a bird of passage. Anyhow if Saturday still finds you here—will you come and dine with us—quietly, perhaps another friend or two. Yours sincerely, R. Jinnah.' Syed Mahmud's correspondence with Jinnah (NMML archives).

Nowhere is the transformation in Jinnah's style of dressing after his marriage better illustrated than in this anecdote related by G.L. Mehta, who saw Jinnah for the first time in 1913 when both of them were travelling on the same steamer. Mehta, who was only thirteen then, says he was very struck by Jinnah's carefully cultivated dress code. 'What was most amusing was that at about 5 pm when he would come out on the deck after his nap and tea, he would put on an evening cap even on the steamer! Nobody used to put on that kind of cap, and even in England I saw only workers wearing that kind of cap.' (G.L. Mehta, Oral History Transcript, Account No. 47, NMML archives). After Ruttie came into his life, he never made that kind of sartorial mistake ever again, wearing custom-made silk suits and shirts tailored in Paris and London.

Ruttie's physical appearance and charm were universally acknowledged among her friends as irresistible, as this letter from Sarojini Naidu to Padmaja Naidu, dated 6 August 1922, shows: 'Who do you think came to see me yesterday—the daintiest, naughtiest, darlingest of all my many visitors, smarter too, all in tawny gold with tricky little ways and full of sparkling mischief. Guess once, twice and three times—No, not Ruttie, but a doggy counterpart of Ruttie—a little Pom belonging to Janakidas.' From the *Padmaja Naidu Papers* (NMML archives).

Margaret Monck, daughter of Viceroy Lord Chelmsford, recounts Indian ladies making their curtsey before the viceroy and his family: 'In early 1919, they used to have drawing rooms like the ones at Court [in England] and the Viceroy and his family sat on a dais where the ladies of Simla used to come and make their curtsey. They were very nervous and they used to make their curtsey and very often would faint. The Viceroy's butler named Jordan would stand behind them, sort of ready to catch them in case they fainted . . . they came dressed in their best clothes, even the children in beautiful organdies and silks.' Cited in Oral History Transcript (Account No. 225 NMML archives).

Lady Curzon's letter, cited in *Lady Curzon's India: Letters of a Vicerine*, edited by John Bradley (New York: Beaufort Books, 1986).

Lady Reading's letters, one dated 13 February 1924 and the other undated, quoted in *Some Aspects of Quaid-i-Azam's Life* by Syed Sharifuddin Pirzada (Islamabad: National Commission on Historical and Cultural Research, 1978).

Hector Bolitho writes *In Quest of Jinnah*: 'Lady Willingdon is a very silly woman. She should have known better. It is a pity, because Lord Willingdon was a great gentleman. It is a question, you know—how much were the wives of Britons appointed to India responsible for our losing her. Wives of senior army officers often lose the battles their husbands have won.'

'I saw Ruttie yesterday looking very ill but quite happy,' writes Sarojini Naidu to Leilamani Naidu, in a letter dated 21 August 1918 from Taj Mahal Hotel, Bombay. From the *Leilamani Naidu Papers* (NMML archives).

Chapter Ten

Vicereine Alice Reading wrote in a letter dated 13 February 1924: 'Mostyn-Owen, one of our Aides, who is rather a good young man, said to her [Ruttie] that the hotel where she is living was "nice and quiet at night", to which she replied, "I don't like nice, quiet nights, I like a lot going on."' Quoted in *Jinnah and His Times*.

Ruttie's fantasizes about her role in public life in her letter to Padmaja Naidu, dated 7 January 1917, cited in the *Padmaja Naidu Papers* (NMML archives).

Public demonstrations, speeches and events leading up to the meeting in the town hall and after, from the *Bombay Chronicle*, 8–28 December, reproduced in *The Works of Quaid-i-Azam 1917–1918*, vol. 4.

Jinnah's recollection of his mentor and patron, Sir George Lowndes, quoted in *Secular and Nationalist Jinnah* by Ajeet Jawed (New Delhi: Oxford University Press, 2009).

Pencil markings in Jinnah's copy of *Cicero's 'Offices', Essays on Friendship and Old Age and Select Letters*, from Jinnah's collection of books in the Karachi University Library.

In 1915, Jinnah brought the Muslim League close to the Congress by holding its session at the same time as the Congress's in Bombay, but the proceedings were disrupted by a large group of dissidents with tacit support from the government, which did not approve of the two organizations coming together. After its president was abused by the dissidents for his English way of dressing and conducting the proceedings in English instead of Urdu, the sitting was adjourned and reassembled the next day in the Taj Mahal Hotel, with only League members and the press allowed to enter the closed-door meeting.

Years later, Sir Cowasji Jehangir told Bolitho: 'I was fond of him [Jinnah] because of his sense of justice and because, with all the differences and bitterness of political life, he was never malicious. Hard, maybe, but never malicious.' Cited *In Quest of Jinnah*.

Kanji Dwarkadas writes: 'At a Committee meeting of the Home Rule League in March 1918, where Mrs [Annie] Besant was present by special invitation, Jinnah, pointing at me, told her, "Mrs Besant, this is my best worker in the whole Committee. He works, the others make speeches." This was overheard by one of our colleagues, who resented the remark and felt that Jinnah was running him down.' From *Gandhiji through My Diary Leaves 1915–1948* by Kanji Dwarkadas (published by Kanji Dwarkadas, Bombay, 1950).

Miss Agatha Harrison, one of the speakers at a memorial meeting for Jinnah at Caxton Hall, London, on 14 September 1948, is quoted as saying: 'When Jinnah was a student in London [1892–96] the suffragette movement was gathering momentum; but we had very few sympathizers and supporters. Young Jinnah always came to our meetings and spoke in defence of vote for women. Even then he was not afraid of championing an unpopular cause.' From *The Jinnah Anthology*, edited by Liaquat H. Merchant and Sharif al Mujahid (Karachi: Oxford University Press, 2010).

Chapter Eleven

According to Sir Purshotamdas Thakurdas, eminent lawyer and politician, 'Jinnah was at once a hero, admired, honoured, praised, nay, loved by all. Public addresses were presented to him, garden parties were held in his honour, and every one suggested that this unique service rendered by him to his people should be commemorated.' Another colleague who later turned into Jinnah's political foe, M.R. Jayakar, said: 'The public sentiment created by the agitation was so strong that Jinnah received the gift of a public fund, called the People's One Rupee Fund, out of the proceeds of which was raised a memorial to him, called "the Jinnah's People's Memorial Hall" in Bombay.' Quoted in *Jinnah and His Times.*

J.N. Sahni writes in *The Lid Off: Fifty Years of Indian Politics* (New Delhi: Deep Publications, 1972) about his first meeting with Jinnah. Sahni was a volunteer at the Amritsar session of the Congress (26–30 December 1919): 'At this time Railway Porters went on strike. We were suddenly commissioned to transport the loads of luggage of an unending stream of incoming passengers. One of these, more striking than the others, emerged from a first-class compartment dressed like a fashion-plate model—tall, slim and commanding. His attendant poured out several fancy pieces of luggage and insisted that each piece be carried separately. He himself undertook to carry the tiffin carrier and a silver- knobbed walking stick of the "master". We felt proud of the commission since the gentleman in top coat, sola topee, gloves and spats was the famous M.A. Jinnah.' Quoted in *Secular and Nationalist Jinnah.*

The Jinnahs usually travelled in a first-class coupé attended by several servants who travelled in a separate coach and whose duty it was to come to their carriage at every station to see if anything was required of them by their master and mistress.

Jinnah's speeches on the floor of the House on the Rowlatt Bills, cited in the *Proceedings of the Indian Legislative Council from April 1918 to March 1919*, vol. LVII, Calcutta, 1919; also quoted in *The Works of Quaid-i-Azam 1919–1920*, vol. 5.

George Lloyd's letter to Montagu, 4 July 1919, in the *Montagu Papers*, vol. 24, and cited in *Ambassador of Hindu–Muslim Unity* by Ian Bryant Wells.

The plan to arrest Jinnah and Gandhi along with four others had gone far enough for the viceroy to wire to the governor of Burma on 12 April 1919: 'It is probable that I shall deport in the immediate future some six persons from Bombay area. I hope you will assist by accepting charge of them.' From *India's Fight for Freedom.*

Ibid. On Jinnah's close friendship with Sir Pherozeshah Mehta, Gauba recounts in his Oral History Transcript: 'It was said these three men (Sir Pherozeshah Mehta, Horniman and Jinnah) more or less bachelors, artificially bachelors, in their youth painted Bombay red.' The friendship between Horniman and Jinnah goes even further back, as Diwan Chaman

Lal recounts in his oral history transcript (Account No. 220, NMML archives): 'Benjamin Horniman told me that he and Jinnah, when Jinnah was in need of funds in England, both began on jobs in some play or other, in a theatre. They were both supernumerary in the theatre. Horniman told me the story that he himself was on the stage doing a job when Jinnah applied to be taken on and their friendship goes back to those early days of this century.'

Sarojini Naidu's quotes from her letters to Padmaja Naidu, dated 13 and 25 February 1919 and 20 March 1919 (*Padmaja Naidu Papers*, NMML archives). Sarojini's letters to Leilamani Naidu, dated 28 February 1919 and 20 April 1919 (*Leilamani Naidu Papers*, NMML archives).

Ruttie's silent dismay at the approaching arrival of her baby became pronounced enough to elicit comments from her friends and mother, but only after the birth of the child. As for how lonely and estranged Ruttie felt at this time while pretending to be in good spirits, she was to confess this to Sarojini only nine years later, as Sarojini's letter to Padmaja Naidu, dated 20 January 1928, reveals.

On Sarojini's soirées in her Taj Mahal Hotel suite, one visitor, journalist G. Venkatachalam, had this to say: 'Sarojini Naidu was then almost a permanent resident at the Taj, and her rooms at the hotel were always crowded with visitors of all sorts, from princes to paupers, and she played the hostess in the most princely way. All were welcomed and all were treated to drinks and food whenever they came. Even before you sat down, her first question would be: "What will you have?" If it was lunch or dinner time, she never asked you if you would care to share the meal with her; it was always a command: "Stay on and let us see if this poverty-stricken hotel would give us some decent food." How she managed to produce that variety of appetizing food in a hotel like the Taj has always been a wonder to people! An invitation to dinner by Akka was always a social event, for you met at her table many interesting personalities, hobnobbed with the big and the small, ate and drank merrily in her genial company.' Quoted in *The Taj at the Apollo Bunder* by Charles Allen and Sharada Dwivedi (Mumbai: Pictor, 2011).

Nellie Sengupta (born Edith Ellen Gray) met her future husband, Jatindra Mohan Sengupta, as a student lodger at her parents' home in Cambridge where they fell in love. Sengupta, a zamindar's son from Bengal, nearly returned home after his graduation in law without her but midway through the journey, at Port Said, he changed his mind and went back to marry her and bring her home with him. He started a successful career as a lawyer which he gave up to join Gandhi's non-cooperation movement of 1921 along with his wife, Nellie. They were both good friends of Sarojini Naidu's.

After the trend of commissioned portraits in oil, portrait photography impressed the Indian gentry, especially the Parsi community, who became important patrons of the art from 1850 onwards. By 1875, it became so popular that a number of studios sprang up in Bombay, where the fashion-minded went to be recorded for posterity on film. The technique largely depended on daylight, and gas lamps were used to work after sunset. Large-format cameras and large-format paper negatives were in use then, and while the technique improved considerably by the twentieth century, it was still a time-consuming and unwieldy business to have your portrait taken.

According to Kanji Dwarkadas, before Gandhi came into the political arena, 'There was universal opposition to the Rowlatt Act from all over India, from all shades of political opinion. By his talk of passive resistance and civil disobedience, Gandhiji split the united opposition to the Rowlatt Act into two and those who did not join Gandhiji's movement were dubbed traitors and cowards.' Annie Besant, who was against Gandhi's mass civil disobedience scheme, warned him that it would lead to every kind of violent upheaval but Gandhi did not agree. Cited in *India's Fight for Freedom*.

Jinnah's correspondence with the Bombay government regarding the *Bombay Chronicle* of 26 April–8 May 1919, from *The Works of Quaid-i-Azam 1919–1920*, vol. 5.

Chapter Twelve

In a letter to Gokhale on 18 April 1913, Sarojini Naidu wrote: 'Mr Jinnah is travelling with you, one of the reasons I believe for his doing so is to discuss freely and fully with you problems that are as dear to me. Please have confidence in my judgement and conviction—about him—and use your great influence to make him realize that he is the man for whom great work is waiting. I believe if you confer together, you will gain a new hope and a colleague uniformly worth having. You are the only two men in whom I have faith . . .' Cited in *Jinnah and His Times*.

About the long period of limbo the First World War cast young people into, unable to plan their career or future, Shankarlal G. Banker, a former Home Rule League office-bearer who joined Gandhi's Charkha Sangh, recounted: 'No one foresaw the First World War coming and those caught in London colleges like me found the work at college becoming disorganized. No one could foresee how long the war would last.' Cited in the Oral History Transcript of Shankarlal Banker (Account No. 153, NMML archives).

In the world of rich Parsis that Ruttie came from, being widely travelled was an important element of good living, with books on eminent Parsis of Bombay's high society listing among their many accomplishments the number of far-flung places across the world that they had visited. For example, a member of Bombay's Society, a businessman and agent for Singer sewing machine, is described in one of these compendiums of successful Parsis in the early 1900s, as having visited, along with his wife, 'all parts of Europe, America and the Continent'. In India, this couple laying claim to being the most-well travelled of a community that spent all its leisure exploring new places went 'up to Peshawar and has even crossed the Frontier and visited Quetta, Chaman, Kandahar and the Khyber Pass, Lundi, Kotal and Ali Masjid and down South to Tuticorin and Ceylon as well as Karachi and Burma'.

According to Kanji Dwarkadas, Annie Besant first tried to persuade Gandhi to join her delegation to give evidence before the Joint Select Committee on Indian Reforms. 'Gandhiji said he would only go as an independent member. Mrs Besant immediately accepted the condition and added: "We can take you as an independent member. Why don't you join our Home Rule League deputation?" But he eventually turned it down, and at the same time, also shot down sending a Congress deputation 'because the men whom the Congress had selected would bring discredit to India'. Cited in *India's Fight for Freedom.*

Sarojini Naidu's letter from on board the steamer Maskara to Leilamani Naidu, dated 15 June 1919, from the *Leilamani Naidu Papers* (NMML archives).

Jinnah's letter to S.A. Brelvi, dated 20 June 1919, in the *S.A. Brelvi Papers* (NMML archives).

Jinnah's distrust of Syed Abdullah Brelvi, who took Horniman's place as editor of the *Bombay Chronicle*, was not unfounded as future events revealed. Kanji Dwarkadas writes of Brelvi's role in the crusade to dub Jinnah a communalist in 1927 when the latter was making a 'valiant' effort to build Hindu–Muslim consensus: 'As regards the Bombay Chronicle . . . with an amiable and mild editor, Syed Abdullah Brelvi, it started a crusade against Jinnah, dubbing him a rank communalist. Jinnah, I submit, was not a communalist, but Brelvi, to curry favour with the Congress High Command, attributed all kinds of base motives to Jinnah and created suspicion against and hatred of him. I know Jinnah rightly resented these false aspersions against him. The consequences were, however, what the reactionaries on both sides, and the Government wanted. And these misunderstandings and misrepresentations went on for years and years.' Quoted in *India's Fight for Freedom.*

Jinnah–Gandhi correspondence, dated 2 June 1919, from *The Collected Works of Mahatma Gandhi*.

As Ian Bryant Wells writes: 'Jinnah's attempts to have Horniman's passport returned to him proved unsuccessful. Similarly, his hopes that Montagu would overturn the Rowlatt Act failed to bear fruit, partly due to the fact that by 1919 official opinion of Jinnah had begun to sour. Both Lloyd and Willingdon had done their best to undermine Jinnah's position with Montagu, with Lloyd writing to warn him of Jinnah's unreliable character... Jinnah's confidence in Montagu proved ill-placed. By 1919 Montagu's star had begun to wane.' Cited in *Ambassador of Hindu– Muslim Unity: Jinnah's Early Politics*.

Diwan Chaman Lal's reminiscence on visiting Jinnah in London, from *Tributes to Quaid-i-Azam* edited by Muhammad Hanif Shahid (Lahore: Sang-e-Mell Publications, 1976).

Chagla's quote, from *Roses in December*.

Jinnah's evidence before the Joint Select Committee, from the Report of the Joint Select Committee on the Government of India Bill (London) published by His Majesty's Statutory Office as ordered by the House of Commons on 17 November 1919. Reproduced in *The Works of Quaid- i-Azam 1919–1920*, vol. 5.

B.G. Telang's letter, dated 7 August 1919, from *India's Fight for Freedom*.

Shankerlal G. Banker relates how spinning classes were started at his home in Gamdevi where all the prominent ladies of Bombay came to learn spinning. A former Home Rule League member, when Banker joined Gandhi's Swadeshi Sabha, set up in Bombay after the suspension of the movement for the repeal of the Rowlatt Act in 1919, he was given the job of finding a lady instructor to teach society ladies how to spin yarn. After searching high and low, he finally discovered his mother used to spin in her childhood and could teach others. Cited in Oral History Transcript (Account No. 153, NMML archives).

Sarojini Naidu's letter from London to her son Ranadheera, dated 13 August 1919: 'I gave my evidence [before the Joint Select Committee] and apparently has caused a great stir throughout the country as I find all the journals devoting special space to it and I am dogged by photographers, interviewers and what not. I also took my deputation of men and women to wait on the Secretary of State—all this has meant hard work for me besides the almost daily sittings of the Parliamentary Committee...

C.P. [Ramaswami Aiyer] is going back to India very shortly as also some other members of deputation who can get passages. I have to stay sometime longer both for my treatment and for further work.' Cited in the *Ranadheera Naidu Papers* (NMML archives).

Chapter Thirteen

Ruttie's letter to Kanji Dwarkadas on 25 September 1922: 'On Thursday we are due to reach Aden, and as I find your name among those heading my list, you can understand the date that tops this letter. Not that I have such a formidable budget to get through—but while riding the seas I drop my characteristics and become cautious. As many of you who have known me on sea times can ever imagine—for my intestine is ever on the defensive against the surging surface.' Quoted in *Ruttie Jinnah: The Story of a Great Friendship.*

Notice of Mr and Mrs Jinnah's arrival in Bombay in the *Bombay Chronicle* of 15 November 1919. Cited in *The Works of Quaid-i-Azam 1919–1920*, vol. 5.

Jinnah's interview under the headlines—'Sooner Lord Chelmsford Is Recalled The Better'; 'Fate of Poor Turkey Almost Sealed'; 'No Home Rule Without Power To Defend Homes'; 'Mr Jinnah On Essentials of IndianRenaissance'—appeared in the Bombay Chronicle of 17 November, and is quoted in *The Works of Quaid-i-Azam 1919–1920*, vol. 5.

Ruttie's worship of spontaneous expression and loathing for any premeditated act of communication is reflected in her letter to Padmaja Naidu, dated 4 July 1916: 'Strange isn't it? But I also never re-read my letters once they are written. I don't know why but somehow it would be unlike me to do so. There is something too tame and calculative about the idea.'

Jinnah's habit of reticence at home when there were no guests at the table is illustrated in this anecdote related in a biography of his sister, Fatima Jinnah, by Agha Hussain Hamdani: *Hayat Aur Hidmat* (Life and Work). Jinnah loved discussing politics at the breakfast table with Fatima but did not appreciate her asking him any probing questions. Once when she tried to find out from him what had happened in the (Muslim League) working committee's meeting, he fobbed her off by responding with a smile: 'Ask your representative. I'm not your representative.' And when Fatima complained that her representative, a person known to her called Begum Mohammed Ali, doesn't tell her anything, Jinnah responded: 'Good. It is unusual for a woman to be quiet.'

It was common among rich and anglicized Indian families to adopt the prevailing custom of the British memsahibs to hand over their children entirely to the hands of a large staff of trained personnel, while they accompanied their husbands to different locations on work. The 'Wanted' columns of English newspapers like the *Pioneer* were full of advertisements such as this one on 18 April 1918: 'Wanted an experienced English Nurse to take baby from the month of August to Srinagar. Ayah kept.'

'Do you know,' Ruttie writes in a letter to Padmaja on 3 March 1920: 'I ordered a sari in November, just a day or so after my return from England, and I haven't yet received it.' Cited in the *Padmaja Naidu Papers* (NMML archives).

The proceedings of the Muslim League and Congress sessions in Amritsar, from the *Bombay Chronicle*, 27 December 1919–January 1920, reproduced in *The Works of Quaid-i-Azam 1919–1920*, vol. 5.

The Ali brothers, Shaukat and Mohammed Ali, made their first public appearance after their release from prison at the Amritsar session of theMuslim League (29–31 December 1919), and the regular proceedings were disrupted amid emotive scenes.

Ruttie's letter describing the Hyderabad 'I have never seen, only dreamt of', to Leilamani Naidu, dated 24 November 1916.

Padmaja's letter to Ranadheera 'Miniman' Naidu (undated): 'Ruttie has been staying here for over a fortnight and how the poor kid has been enjoying herself. Jinnah has been writing and begging her to return . . .' Cited in the *Padmaja Naidu Papers* (University of Hyderabad).

The phrase 'your over-tuned senses' is from Ruttie's letter to Jinnah on 5 October 1928 (National Archives of Pakistan, QAP-F-890).

From Sarojini Naidu's letter to Padmaja, 20 January 1928: '. . . she says "Don't force me back into slavery. Let me be free. Let me be free . . . Poor child . . . restless and longing to be free of all her shackles. She says her youth is going and she must live . . .' Cited in the *Padmaja Naidu Papers* (NMML archives).

Chapter Fourteen

K.H. Khurshid, who worked as Jinnah's personal secretary in the 1940s, asserts he never saw Jinnah angry but he could be irritated sometimes. And he gives an example: 'The power supply suddenly went off, plunging his room into darkness. Gul Mohammed, the watchman, must have done something while trying to fix the fuse because suddenly the entire house went dark. Mr Jinnah, who was waiting for the light to come back, on noticing what had happened, got angry. His anger was controlled. In Urdu, he said to Gul Mohammed: "*Tum gadha hain. Tum bewakoof hain. Tum tumhara kaam kahe ko nahin karta?* (You are an ass. You are a fool. Why don't you do your work?)" He said this twice and then returned to his dark room.' Quoted in *Memories of Jinnah*.

Description of the Naidu's home by Margaret E. Cousins, author and a friend of Annie Besant's, who broke her journey from Poona to Madras in June 1916 to spend a few days with Sarojini Naidu at 'The Golden Threshold'. Quoted in *Sarojini Naidu: A Biography* by Padmini Sengupta.

On the Golden Threshold's garden, as M.G. Naidu wrote to Padmaja in a letter dated 12 April 1914: 'I like to see a garden well filled with the most beautiful flowers and shrubs and then allowed to relapse into wildness . . . I have no fancy for well-trimmed lawns, for terraces made to measure and flower beds in geometrical patterns.' From the *Padmaja Naidu Papers* (NMML archives).

M.G. Naidu's views on discharging one's responsibilities were very strict, as this letter of 16 July 1918 to Padmaja shows: 'Your mother's devotion to the cause of her country does I fear often lead her to the neglect of her other duties . . . We are born into the world with certain responsibilities—these we cannot evade. Others we incur after we are born. Once incurred it is but right—nay it is imperative—that we should discharge them at all costs.' Quoted in the *Padmaja Naidu Papers* (NMML archives).

My Own Story by Emmeline Pankhurst (Eveleigh Nash, 1914), part of Jinnah's collection of books (Karachi University Library).

Dr M.G. Naidu's letters to Jaisoorya Naidu, 20 and 27 January 1920, from the *Jaisoorya Naidu Papers* (NMML archives).

Undated letter from Padmaja Naidu to Ranadheera Naidu on Ruttie's visit to Hyderabad, from the *Padmaja Naidu Papers* (University of Hyderabad).

Ruttie's letters to Padmaja Naidu dated 9 and 25 February and 3 March (1920), from the *Padmaja Naidu Papers* (NMML archives).

Jinnah did not like dogs to touch him but they loved him. As Khurshid writes: 'They never took liberties with him, but always liked to be near him without actually touching him.' Quoted in *Memories of Jinnah*.

Ruttie's letters to the Naidu girls up to 1920 are liberally sprinkled with quotes from 'De Profundis', a long letter from prison written by Oscar Wilde, an author she seems to have admired for his modern, epigrammatic style, and whose other books too she read but none that left as deep an impression on her as 'De Profundis'.

Begum Liaquat Ali Khan said of Jinnah: 'It was his clearness that stirred one's astonishment and admiration—his complete lack of humbug. I seem to remember someone writing about "twin lamps of truth". Jinnah's eyes were "twin lamps of truth". Only the honest could look him straight in the eye.' Quoted in *Jinnah: Creator of Pakistan*.

Jinnah could be exasperatingly penny wise over small things—the rationing of tea to his staff, the price of a tie, the amount of petrol used in his car—but there was no rancour or pettiness in his heart, as Bolitho writes in *Jinnah: Creator of Pakistan*.

Chapter Fifteen

Sarojini Naidu's quotes on Fatima Jinnah are taken from her letters to Padmaja from 17 Park Lane, London, dated 27 January 1914 (*Padmaja Naidu Papers*) and to Leilamani, dated 6 June 1928 (*Leilamani Naidu Papers*, NMML archives).

Ruttie's copy of Charlotte Bronte's Shirley (New York: Thomas Y Cromwell & Co.) is inscribed: 'To dear Ruttie from Manek, Feb. 18, 1912'. Quoted in *Ruttie Jinnah: Life and Love* by Shagufta Yasmeen (Islamabad: Shuja Sons, 1997).

Ruttie's letter to Padmaja on 3 March 1920.

Details of Jinnah's early life and family details, from Rizwan Ahmad's *Quaidi Ibtedai Tees Saal*.

Jinnah's mother gave birth to four sons but two died, one in infancy and the other at birth, according to Rizwan Ahmad's biography of Jinnah, *Quaidi Ibtedai Tees Saal*. Ahmed Ali, born in 1886, was his only surviving brother. He had four sisters—Rahmat (b. 1878), Maryam (b. 1882), Shirin (b. 1888) and Fatima (b.1893).

Apollo Hotel, where Jinnah stayed in his early years in Bombay, also ran a provision store, Apollo Hotel Stores, 'entirely under European management', where cuts of ham, bacon and cheese brought in 'fresh consignment by the through fortnightly mail' were sold. (From an advertisement in the *Times of India*, 3 April 1917.)

Sir Cowasjee Jehangir, eminent Parsi millionaire, recounted to Bolitho: 'I knew Jinnah as far back as early 1901. He was poor then, but his clothes already had distinction. He was a member of Orient Club and I used to see him there. He was even more pompous and independent during those lean years than later on.' Quoted in *In Quest of Jinnah*.

While the Muslim community was scandalized by Jinnah's decision to put Fatima in a convent boarding school, he nevertheless seems to have made it fashionable among a certain small Muslim elite in Bombay to send their girls to the convent school run by Belgian nuns. By 1906, St Joseph's Convent, Bandra, had not only become 'one of the most celebrated and successful schools in the Bombay Presidency', an 'admirably built and appointed school with its spacious grounds near the seashore', but also boasted of several

Muslim students among its 120 boarders and day school students belonging to all communities—Catholics, Protestants, Parsis, Mohammedans, Hindus and Jews, with an assurance that 'no religious belief be interfered with'. Cited in the *Times of India Directory and Yearbook*, 1906.

About Fatima Jinnah's early life and schooling, and living with her brother, from *Fatima Jinnah: Hayat-o-Khidmat* by Agha Hussain Hamadani (National Institute of Historical and Cultural Research, Pakistan).

Mohammed and the Rise of Islam by D.S. Margoliouth (G.P. Putnam & Sons, 1905), signed 'M.A. Jinnah'. Some words on the first page are heavily marked with pencil: 'anathematized', 'sterater', 'doughty' and 'courage'.

Gauba recounts how he invited Jinnah to pray in a mosque for the first time, in 1936. When Jinnah demurred that he would 'not know how to act in a mosque', Gauba said: 'Just follow others.' Cited in the Oral History Transcript of K.L. Gauba (Account No. 76, NMML archives).

Jinnah came into the lounge of the Cecil Hotel in Simla, accompanied by Sikander Hayat Khan and a moulvi with a long beard. They sat down and were offered a drink by Diwan Chaman Lal. Jinnah asked for a whisky soda while Sikander, keeping one eye on the moulvi, asked for a lemonade. Jinnah then turned to Chaman Lal and said: 'You know, I am not the religious leader of the Muslims. I am only their political leader.' Cited in the Oral History Transcript of Diwan Chaman Lal (Account No. 220, NMML archives).

Sarojini Naidu, in a letter dated March 2 1920 to Padmaja, complained of the several shocks 'too hard to bear for a forty-one-year-old mother with a weak heart', one of them being 'Ruttie and Arlette—minus Jinnah and Baby' arriving with Leilamani to England. Cited in the *Padmaja Naidu Papers* (NMML archives).

Kanji Dwarkadas writes of Jinnah closeted in a meeting with Annie Besant for several hours and emerging exhausted. When asked how the meeting had gone, he replied: 'My dear fellow, never argue with a woman!' Cited in *India's Fight for Freedom*.

Ruttie's letter to Leilamani from West End Hotel, Bangalore, dated 18 April 1920, saying she is on her way up to Ooty. Cited in the *Leilamani Naidu Papers* (NMML archives).

Chapter Sixteen

'Mr and Mrs Gandhi Entertained By Gurjar Sabha-Jinnah On South African Problems', from the Bombay Chronicle, 15 January 1915, and reproduced in *The Works of Quaid-i-Azam* 1913–1916, vol. 2.

Gandhi himself admitted later that Jinnah was shocked when in his reply to the address of welcome, he described Jinnah as a fellow Muslim Gujarati and not as an Indian. Cited in *The Collected Works of Mahatma Gandhi*, vol. XIII, and quoted in *Secular and Nationalist Jinnah*.

Hansa Mehta, who later became a devoted disciple of Gandhi, recalls how unimpressed she was by Gandhi when she first saw him at the Bombay Congress session in 1915: 'He spoke in a very low voice and his dress was peculiar—turban and all that. He did not interest me then.' Cited in the Oral History Transcript of Hansa Mehta (Account No. 43, NMML archives).

Kanji Dwarkadas writes: '[We] approached Gandhi for assistance to get Mrs Besant out. Then Gandhi started his first talk of Passive Resistance and suffering in India. He wanted 100 volunteers, true and faithful, to walk from Bombay to Coimbatore . . . where Dr. Besant was interned and he said this would help in her release . . . After his return from Champaran in October 1917, Gandhi was asking for volunteers to go to Champaran for social work, which included removal of night soil from the streets.' Cited in *Gandhiji through My Dairy*.

Letter from Gandhi to Jinnah dated 4 July 1918: '"Can you not see that if every Home Rule League became a potent Recruiting Agency, whilst at the same time fighting for constitutional rights, we should ensure the passing of the Congress–League Scheme . . ." Seek ye first the Recruiting Office and everything will be added unto you.' Cited in *The Collected Works of Mahatma Gandhi*, vol. 17.

Ian Bryant Wells writes: 'During the War years he [Gandhi] had actively recruited for the British, while Jinnah's view was that if the British wanted Indians to join the army they "must make the people feel they are citizens of the Empire, and the King's equal subjects". Gandhi placed no such restrictions on his loyalty to the British war effort, and Jinnah had been shocked by Gandhi's suggestion that support of the recruiting programme would bring political reforms for India.' Cited in *Ambassador of Hindu–Muslim Unity: Jinnah's Early Politics*.

In November 1917, Montagu travelled to India to meet leaders of the various political parties and wrote of them in his diary. On Gandhi, he wrote, 'A social reformer with a real desire to find grievances and to cure them, not for any reasons of self-advertisement, but to improve the conditions of his fellow men.' On Jinnah, he wrote: '. . . young, perfectly mannered, impressive looking, armed to the teeth with dialectics, and insistent upon the whole of his scheme . . . Jinnah is a very clever man, and it is, of course, an outrage that such a man should have no chance of running the affairs of his own country.' Cited in *Jinnah: Creator of Pakistan*.

According to Ajeet Jawed, 'Gandhi sat on a platform without chairs and asked Jinnah to sit down next to him. Jinnah who was dressed in his Western suit and had long legs reluctantly sat hanging his legs over the edge of the platform. When Jinnah started speaking Gandhi interrupted him. He protested against the use of English in a Gujarati gathering and asked Jinnah to speak in Gujarati, a language Jinnah did not know . . . Jinnah felt humiliated and "considered this a rude request and an unkind cut". Perhaps this was the beginning of the rift between the two as Gandhi himself admitted later that Jinnah never forgave him for this and took it as a personal insult.' Cited in *Secular and Nationalist Jinnah*.

Jinnah voiced his view on English versus Indian language during a speech he gave to students in Bombay on 14 March 1920. As reported in the Bombay Chronicle of 17 March 1920: 'He said, personally, he would be glad to speak in Urdu or any other national language instead of a foreign one. But under the present circumstances they could not help it. However, if they had to speak in English and if they had to conduct their proceedings in English they must speak as good English as an Englishman might speak.' Quoted in *The Works of Quaid-i-Azam 1919–1920*, vol. 5.

Jinnah was not the only leader to buck at Gandhi's orders to conduct public meetings in an Indian language. Sarojini Naidu's biographer Padmini Sengupta relates how in 1917, at the Bihari students' conference in Bhagalpur, when Sarojini was asked by Gandhi to speak in Hindustani, she said in an aside to one of the organizers: 'Gandhiji does not want English to be spoken. I don't know how I am going to speak in Hindustani. I tell you what, when I get up, ask the students to shout "English! English!"' But Sarojini, who had been educated in the Nizam's state of Hyderabad, where the medium of instruction was Urdu, ended up speaking in high-flown Persianized Urdu. Cited in *Sarojini Naidu: A Biography*.

Letter to M.A. Jinnah dated 28 June 1919, in *The Collected Works of Mahatma Gandhi*, vol. 18.

Letter to Mrs Jinnah dated 30 April 1920, in *The Collected Works of Mahatma Gandhi*, vol. 20.

The All-India Muslim League session and the Khilafat Conference, Amritsar, from the *Bombay Chronicle* (30–31 December 1919, 1–2 January 1920 and 5 January 1920), in *The Works of Quaid-i-Azam 1919–1920*, vol. 5.

Young India, 12 May 1920. Also in *The Collected Works of Mahatma Gandhi*, vol. 20, 1999.

Letter from Jinnah to Syed Zahur Ahmad, joint secretary of the All-India Muslim League, dated 1 May 1920, from the AIML Papers Council Meetings, cited in *The Works of Quaid-i-Azam 1919–1920*, vol. 5.

Letter from Zahur Ahmad to Jinnah dated 27 May 1920, from the AIML Papers Council Meetings.

Letter from Jinnah to Brelvi dated 19 May 1920, from the *Bombay Chronicle*, 12 June 1920.

Padmaja's quote on Ruttie from her letter to Chagla dated June 1929, from the *Chagla Papers* (NMML archives).

The journey and events in the Calcutta special session of the Congress in September 1920. Cited in India's Fight for Freedom; Ruttie Jinnah: Story of a Friendship; Mahadev Desai's diary, Day to Day with Gandhi, vol. 3 (Ahmedabad: Navajivan Publishing House); the *Bombay Chronicle*, 6 September 1920, cited in The Works of Quaid-i-Azam 1919–1920, vol. 5; and *Ambassador of Hindu–Muslim Unity: Jinnah's Early Politics*.

Jinnah's protest over the revision of the Home Rule League's constitution and his open letter to Gandhi (signed by nineteen others), from the *Bombay Chronicle* (5 October 1920 and 7 October 1920), and cited in *The Works of Quaid-i-Azam 1919–1920*, vol. 5.

The events during the Nagpur Congress session and after, from the *Bombay Chronicle*, 29–30 December 1920, and cited in *The Works of Quaid-i-Azam*; as also in the Oral History Transcript of Shankerlal G. Banker (Account No. 153, NMML archives).

V.R. Bhende, member of the Home Rule League and secretary to Vithalbhai Patel, relates how Ruttie was thrown out of the Congress session in Nagpur, because she was Jinnah's wife: 'Some Madrasi delegates sent a chit to the president of the session, C. Vijayaraghavachariar, objecting to Ruttie's dress [although] she was wearing a beautiful saree and an armless blouse. The president passed on the chit to Mr Jinnah and Mrs Jinnah had to withdraw [from the session].' Cited in the Oral History Transcript of V.R. Bhende (Account No. 158, NMML archives).

Chapter Seventeen

Letter to the editor titled 'Non-Cooperation in Practice' under the initial 'R' in the *Times of India*, 13 January 1921.

A Gujarati magazine in Bombay, Vismi Sadi, put a list of eight questions to Jinnah which he answered in his own hand in Gujarati, and appeared in the May 1916 issue of the monthly. The questions and answers: 1) What quality is admirable in a man? Independence; 2) What quality is admirable in a female? Loyalty; 3) What do you believe is the success of life? To acquire [the] love of masses; 4) What do you like for recreation? Riding a horse; 5) Which flower do you like? Lily; 6) Which writer do you like? Shakespeare; 7) Which book do you like? Monte Cristo [sic]; and 8) What is your motto? Never to be disappointed. Cited in the *Rare Speeches and Documents of Quaid-i-Azam* edited by Yahya Hashim Bawany, and quoted in Ruttie Jinnah by Khwaja Razi Haider.

Umar Sobhani, Jinnah's loyal lieutenant who went over to Gandhi's side, wrote on his disillusionment with Jinnah in a letter to Padmaja Naidu dated 3 October 1920: 'I wonder if you have heard of Jinnah's antics. Few months ago, I would have knocked off the head of the man who would have dared to suggest that Jinnah could be so petty. What disillusionment. If you have not heard about him, I shall not enlighten you at present but some day I shall give you an account of the whole business.' Cited in the *Padmaja Naidu Papers* (NMML archives).

Hector Bolitho met the broker in charge of Jinnah's investments who said about Jinnah: 'At the time of Partition his fortune must have been from six to seven million rupees. Although he was thrifty, he never pursued money in a cheap way. One instance of this. A client was sent to him and he told Jinnah that he had limited money with which to fight his case. Jinnah took it up and lost. But he believed in the case and that it should be taken to the Appeal Court, so he promised to fight the case, without being paid. He won, and when the client offered to pay, Jinnah refused; he had agreed to take no fee and he would not have the conditions changed just because he had succeeded.' Cited in *In Quest of Jinnah*.

Ruttie's quote from her letter to Kanji Dwarkadas, dated 25 September 1922. On Ruttie, Kanji wrote: 'She was always with him, and though she was much younger than he, she without him realizing it, looked after him and made his life in all its aspects, pleasant, carefree and well worth living.' Cited in *Ruttie Jinnah: The Story of a Great Friendship*.

One of Jinnah's young friends, M.A.H. Ispahani writes: 'If he decided . . . not to take more than a quantity fixed by him of food or other refreshment, no amount of persuasion and no temptation would wring a change in his resolve. He had so disciplined himself that he could, without stress or strain, resist all temptations and pleading.' From *Quaid-i-Azam Jinnah As I knew Him* by M.A.H. Ispahani (Karachi: Forward Publications Trust, 1967).

Sarojini Naidu's letter to Padmaja, dated 28 January 1928, on Ruttie's confession about the state of her marriage, from the *Padmaja Naidu Papers* (NMML archives).

Jinnah attends the public meeting of the Ali brothers on 21 January 1921, and his speech at Gokhale's sixth death anniversary on 19 February 1921. Cited in the *Bombay Chronicle*, and reproduced in *The Works of Quaid-i-Azam 1921–1924*, vol. 6.

Meeting at the Excelsior Theatre, from *India's Fight for Freedom*.

Padmaja Naidu's letters to Leilamani dated April 1921 and June 1921, from the *Leilamani Naidu Papers* (NMML archives).

Sarojini Naidu's letter to Leilamani dated 11 June 1921, from the *Leilamani Naidu Papers* (NMML archives).

Sarojini Naidu's letter to Padmaja (undated); her letter to Leilamani dated 5 July 1921; and her letter to Padmaja dated 20 January 1928; from the *Padmaja Naidu Papers* (NMML archives).

The incident of Jinnah leaving the ballroom after the band struck up, from M.A.H. Ispahani's recollections in *Quaid-e-Azam Jinnah As I Knew Him*.

Jinnah recounted the anecdote of finding shirts after the War at pre-War prices to K.H. Khurshid, from *Memories of Jinnah*.

On Jinnah's fastidiousness, Diwan Chaman Lal writes: 'I reminded him of the day we spent together in Paris . . . roaming the shops to buy ties and shirts. After seeing hundreds of ties he at last chose one . . .' From *Tributes to Quaid-i-Azam* edited by Muhammad Hanif Shahid (Lahore: Sang-E-Meel Publications, 1976)

Leilamani Naidu's letters to Padmaja dated 6 July 1921 and 15 July 1921, from the *Padmaja Naidu Papers* (NMML archives).

Jinnah's letter to Montagu from Paris dated 8 August 1921, from *The Works of Quaid-i-Azam 1921–1924*, vol. 6.

Sarojini Naidu's letter to Leilamani dated 10 August 1921 and 14 December 1921 from the *Leilamani Naidu Papers* and her letter to Padmaja (undated), from the *Padmaja Naidu Papers* (NMML archives).

Sarojini Naidu's letter to Syud Hossain dated 9 September 1921, from the *Sarojini Naidu Papers* (NMML archives.)

Sarojini Naidu's letters to Padmaja dated 19 September 1921, 4 October 1921 and 8 November 1921, from the *Padmaja Naidu Papers* (NMML archives).

A short biography of Anita Delgado in *Wicked Women of the Raj* by Coralie Younger (New Delhi: HarperCollins India, 2003).

Rushbrook William's article quoted in *Ruttie Jinnah* by Khwaja Razi Haider.

Chapter Eighteen

Kanji Dwarkadas's all-night political discussion with the Jinnahs on 2 and 3 January 1922, from *Ruttie Jinnah: The Story of a Great Friendship*.

Ruttie's letter to Padmaja, dated September 1915, refers to her bilious complaint: 'I *have* had that—sweet things make you bilious—*so much* dinned into me . . .' Cited in the *Padmaja Naidu Papers* (NMML archives). Jinnah smoked fifty cigarettes a day (his brand was Craven A), and according to his physician, could live on 'will-power, whisky and cigarettes'.

Sarojini's letters to Padmaja dated 9 and 13 January, 1922; 20 and 26 March 1922; 16 May 1922; 22 June 1922; 20 January 1928; 1 and 28 July 1922; 7 and 12 September 1924; 2 December 1924; 30 January 1925; 5 and 21 February 1925; and 25 March 1925; from *Padmaja Naidu Papers* (NMML archives).

Fatima Jinnah relates her brother's aversion to doctors, 'thinking he could will his way to health . . .' and also the story he told the doctor about a woman who would not leave her bed despite the doctor assuring her that she was all right in *My Brother*.

Sarojini's letters to Leilamani dated 2 February 1922; 20 April 1922; 2 June 1922; 29 July 1922; and 5 June 1923; from the *Leilamani Naidu Papers* (NMML archives).

Leilamani's letters to Padmaja dated 22 February 1922; 14 June 1923; 26 and 20 November 1924; 16 January 1925; and 15 February 1925; from the *Padmaja Naidu Papers* (NMML archives).

Ranadheera Naidu's letter to Leilamani dated 25 April 1922, from the *Leilamani Naidu Papers* (NMML archives).

Padmaja's letters to Leilamani dated 20 April 1922; 12 November 1926; 5 December 1926; from the *Leilamani Naidu Papers* (NMML archives).

On Jinnah's carefulness with money but his good humour in putting up with being teased about it, Kanji Dwarkadas recounts how Ruttie and he ribbed Jinnah about the note he left in the suggestion book of the Orient Club in 1906 asking for a reduction in charges paid for losing at billiards by six annas a game: 'Jinnah replied [that] six annas was very much six annas and in those days when his legal practice was not bringing a good income, he could not afford to pay twelve annas a game.' Cited in *India's Fight for Freedom*.

Ruttie's letters to Kanji Dwarkadas dated 25 September 1922; and 21 November 1924; from *Ruttie Jinnah: The Story of a Great Friendship*.

Madame Bhikhaiji Cama by Khorshed Adi Sethna (Builders of Modern India Series, Ministry of Information and Broadcasting, Government of India, 1987).

Jaisoorya Naidu's letter to Leilamani dated 10 November 1926, from the *Leilamani Naidu Papers* (NMML archives).

Leilamani Naidu's letter to her father dated 19 June 1923, from the *M.G. Naidu Papers* (NMML archives).

Ruttie's letter to Leilamani dated 22 June 1923, from the *Leilamani Naidu Papers* (NMML archives).

Jinnah's election manifesto in the Bombay Chronicle (20 September 1923), cited in *The Works of Quaid-i-Azam 1921–1924*, vol. 6.

Jinnah's remark on Pandit Motilal Nehru, from Alva, Leaders of India, quoted in *Secular and Nationalist Jinnah*.

Jinnah's quotes on his marriage and Ruttie, from *In Quest of Jinnah*.

Ruttie's poem and note to Padmaja dated 9 January 1925 and letter dated 2 January 1925, from the *Padmaja Naidu Papers* (NMML archives).

Sayyada Badrunnisa's article on her visit to the Jinnahs' home quoted in Khwaja Razi Haider's *Ruttie Jinnah*.

Jazz music and dance in Bombay, from *The Taj at Apollo Bunder* by Charles Allen and Sharada Dwivedi.

Kanji Dwarkadas's interview with Shahabuddin Desnavi in his autobiography, *Deeda-o-Shuneeda*.

Napoleon—Lover and Husband by Frederick Masson, translated by J.M. Howell (Ohio: Saalfield Publishing Co, 1907), is among Jinnah's personal collection of books in the Karachi University Library.

Dr M.G. Naidu's letter to Padmaja dated 28 July 1918, along with newspaper clipping on spinal bath, from the *Padmaja Naidu Papers* (NMML archives).

Sarojini Naidu's letters to Ranadheera (wrongly) dated April 1921; 23 March 1925; from the *Ranadheera Naidu Papers* (NMML archives).

Ruttie's letters to Kanji Dwarkadas, undated (on Khannum's visit) and dated 1 May 1925, from *Ruttie Jinnah: Life and Love* by Shagufta Yasmeen.

Reminiscence of Ruttie in Simla by Nawab Yameen Khan in his memoir Nama-i-A'amal, and cited in Khwaja Razi Haider's *Ruttie Jinnah*.

Ibid for Jahan Ara Shahnawaz's recollection of Ruttie.

Chapter Nineteen

Sarojini's letters to Padmaja dated 10 April 1925; 1 and 27 September 1925; 7, 13 and 27 February 1926; 8 April 1926; 18 August 1926; 11, 13 and 23 October 1926; 12 and 23 February 1927; 22 March 1927; 3 May 1927; 26 and 29 September 1927; and 16 October 1927; from the *Padmaja Naidu Papers* (NMML archives).

Sarojini's letters to Leilamani dated 3 October 1925; 21 and 29 January 1926; 23 February 1926; 3 March 1926; 10 April 1926; 12 November 1926; and 4 and 11 December 1926; from the *Leilamani Naidu Papers* (NMML archives).

Ruttie's letters to Kanji Dwarkadas dated 28 December 1924; 7 and 12 April 1925; 5 June 1925; 31 March 1926; 1 September 1926; two undated letters; and 28 August 1927; from *Ruttie Jinnah: The Story of a Great Friendship*.

Ruttie's letters to Kanji Dwarkadas, undated (on Khannum's visit) and dated 1 May 1925, from *Ruttie Jinnah: Life and Love* by Shagufta Yasmeen.

Sarojini's letter to M.C. Chagla dated 22 March 1927; 4 August 1927; from the *Chagla Papers* (NMML archives).

The Tourist's Guide to Kashmir, Ladakh, Skardu & C edited by the late Major Arthur Neve, surgeon to the Kashmir Medical Mission. This was printed at the Civil and Military Gazette Press in 1923, and is among Jinnah's personal collection of books in the Karachi University Library.

Sarojini's letter to Kanji Dwarkadas dated 1 September 1927, from *Ruttie Jinnah: The Story of a Great Friendship*.

Ruttie's letter to Padmaja dated 15 November 1927 and wire dated 17 November 1927, from the *Padmaja Naidu Papers* (NMML archives).

Chapter Twenty

Sarojini Naidu's letters to Padmaja dated 16 and 20 January 1928; 12 February 1928; 14 March 1928 (cable); 2 April 1928; 1 May 1928; 22 August 1928; 10 October 1928; from the *Padmaja Naidu Papers* (NMML archives).

Sarojini Naidu's letter to Syud Hossain dated 26 July 1928, from the *Sarojini Naidu Papers* (NMML archives).

Padmaja Naidu's letters to M.C. Chagla dated March 1928, from the *M.C. Chagla Papers* (NMML archives).

Sarojini Naidu's letters to M.C. Chagla dated 5 February 1928; 2 April 1928; 1 July 1928; 25 October 1928; from the *M.C. Chagla Papers* (NMML archives).

Jinnah returned from Delhi on 30 March 1928 and 'found that Ruttie had moved from their home to Hotel Taj Mahal, renting a suite there by month. Kanji Dwarkadas helped Ruttie in shifting herself to [the] hotel.' Cited in *Quaid-i-Azam and His Times: A Compendium* edited by Sharif Al Mujahid (Karachi: Quaid-i-Azam Academy, 1990).

Jinnah's remark to Parsi friend, from *Jinnah: Creator of Pakistan*.

Diwan Chaman Lal's reminiscence of Jinnah on board the ship and the one-day tour of Cairo, from his Oral History Transcript (Account No. 220, NMML archives).

Sarojini Naidu's letters to Leilamani dated 31 May 1928; and 6 and 12 June 1928; from the *Leilamani Naidu Papers* (NMML archives).

M.G. Naidu's letter to Padmaja dated 21 May 1928, from the *Padmaja Naidu Papers* (NMML archives).

Diwan Chaman Lal's recounting of Ruttie's illness in Paris and their parting after a month, from *Jinnah: Creator of Pakistan* and Lall's article, 'The Quaid-i-Azam As I Knew Him', cited in the Pakistan Times, and quoted in *Tributes to Quaid-i-Azam*.

Motilal Nehru's letter to Jinnah dated 2 August 1928 and Jinnah's reply to Motilal Nehru dated 20 October 1928, from *Quaid-i-Azam and His Times: A Compendium*.

Ruttie's letter to Jinnah dated 5 October 1928 (QAP-F-890, National Archives of Pakistan).

While some historians state that Ruttie went to live in the Taj Mahal Hotel in Bombay after returning from Paris, there is no evidence to support it. On the contrary, Kanji Dwarkadas's memoir, *Ruttie Jinnah: The Story of a Great Friendship*, makes frequent references to Ruttie's 'house' and not a hotel suite. According to G. Allana's *Quaid-E-Azam Jinnah: The Story of a Nation*, 'When she returned to India, Mrs Jinnah went to live with her brother in Bombay.' And according to Syed Sharifuddin Pirzada's *Some Aspects of Quaid-i-Azam's Life*, she went to live with her mother. But the Petits' with their vast estates are more likely to have set her up in an independent house, which is what Ruttie would have no doubt preferred rather than living as a dependent on either her brother or mother.

J. Krishnamurthy, in his letter to Kanji dated 1 April 1929, wrote: 'I thought she would get well, when we last saw her [on 2 February 1929]. She looked so much better.' Cited in *Ruttie Jinnah: The Story of a Great Friendship*.

Quotes from Jinnah's speech at the all-parties conference in Calcutta on 28 December 1928, from *Quaid-i-Azam and His Times: A Compendium*.

Ibid. Jinnah's cable to the All India Muslim League assistant secretary, dated 6 February 1929.

Jamshed Nusserwanjee's recollection of Jinnah after the all-parties conference in Calcutta, from *Jinnah: Creator of Pakistan*.

Kanji Dwarkadas's interview with Shahabuddin Desnavi in the latter's autobiography, *Deeda O Shuneeda*.

Diwan Chaman Lal's account of Jinnah leaving Delhi for Ruttie's funeral, from his article in the *Pakistan Times*, and reproduced in *Tributes to Quaid-i-Azam*.

B.A. Hashmi's reminiscence on the condolence visit, from *In Quest of Jinnah: Diary, Notes and Correspondence of Hector Bolitho*.

Padmaja Naidu's letter to M.C. Chagla dated June 1929, from the *M.C. Chagla Papers* (NMML archives).

Sarojini Naidu's letters to Padmaja dated 19, 25 and 30 March 1929; 7 April 1929; 6 May 1929; 24 July 1929; 22 and 24 August 1929; 1 September 1929; 21 October 1929; from the *Padmaja Naidu Papers,* (NMML archives).

Umar Sobhani died suddenly in August 1926 of unnatural causes that shook Sarojini very deeply.

Margaret E. Cousins, Irish suffragist and theosophist, moved to India in 1915 with her husband, James Cousins, and worked with Annie Besant. She was a teacher and author of several books, including *The Awakening of Asian Womanhood*.

Sarojini Naidu's letter to Ranadheera dated 31 March 1929, from the *Ranadheera Naidu Papers* (NMML Archives).

Dina Wadia on her grandmother as told to Ameena Saiyid in Karachi.

Leilamani Naidu's letters to Padmaja dated 9 and 15 September 1930, from the *Padmaja Naidu Papers* (NMML archives).

Letter from Frances H. Browne, The Hoo, Willingdon, Sussex, to Jinnah dated 3 September 1936, notifying him of Dina's school certificate exam results (National Archives of Pakistan, Islamabad).

Jinnah's chauffeur, Mohammad Hanif Azad's reminiscence, from *Bitter Fruit: The Very Best of Saadat Hasan Manto*, edited and translated by Khalid Hasan (New Delhi: Penguin India, 2008).